బి.ఎ.

రెండవ సంవత్సరం

భారతదేశ చరిత్ర - సంస్కృతి

(క్రీ.శ. 1526 - 1964 వరకు)

(సి.బి.సి.ఎస్. సిలబస్ ప్రకారం)

రచయితలు

డా॥ జి. అంజయ్య
సహాయ ఆచార్యులు
చరిత్రశాఖ, ఉస్మానియా విశ్వవిద్యాలయం
హైదరాబాదు

డా॥ శ్రీనివాస్ రావ్ వద్దాణం
సహాయ ఆచార్యులు, చరిత్రశాఖ
డా॥ బి. ఆర్. అంబేద్కర్ విశ్వవిద్యాలయం
జూబ్లీహిల్స్, హైదరాబాదు

డా॥ టి. శ్రీనివాస్
సహాయ ఆచార్యులు
చరిత్రశాఖ ప్రభుత్వ డిగ్రీ కళాశాల
ఎల్లారెడ్డి, నిజామాబాదు

డా॥ పి. సదానందం
సహాయ ఆచార్యులు
చరిత్ర & టూరిజం శాఖ
కాకతీయ విశ్వవిద్యాలయం, వరంగల్

శ్రీ యం. చంద్రకాంత్
సహాయ ఆచార్యులు, నెహ్రూ మెమోరియల్
ప్రభుత్వ డిగ్రీ కళాశాల, జోగిపేట, సంగారెడ్డి

సంపాదకులు

ఆచార్య అర్జునరావు కూతాడి
అధ్యక్షులు చరిత్ర శాఖ
ఉస్మానియా విశ్వవిద్యాలయం
హైదరాబాదు

AA000728

తెలుగు అకాడమి

హైదరాబాదు

B.A. (Second Year) : History : bhaaratadeeSa caritra Samskriti : Authors:
Dr. G. Anjaiah, Dr. Srinivas Vaddanam, Dr. T. Srinivas, Dr. P. Sadanandam,
Sri M. Chandrakanth; **Editor :** Prof. Arjun Rao Kuthadi; Reprint : 2024,
Pp. xii +394 + ii + iv.

©
TELUGU AKADEMI
Hyderabad

First Edition : 2018
Reprint : 2020, 2021, 2022, 2023, 2024
Copies : 5001

Published by TELUGU AKADEMI, Hyderabad- 500 029 under the
Centrally Sponsored Scheme of Production of Books and Literature in
Regional Languages at the University level of the Government of India
in the Ministry of Human Resource Development, New Delhi.

All rights whatsoever in this book are strictly
reserved and no portion of it may be reproduced
by any process for any purpose without the
written permission of the copyright owners.

Printed in India
Laser Typeset by **Telugu Akademi**, Hyderabad
Printed at M/s **Kodanda Printers,** Hyderabad

తెలుగు అకాడమి సమన్వయ సంఘం

శ్రీమతి ఎ. శ్రీదేవసేన, ఐ.ఎ.ఎస్.
సంచాలకులు

డా॥ ఎం. వెంకటేశం, ఎం.ఎ., ఎల్.ఎల్.బి., పిహెచ్.డి.
ఉపసంచాలకులు (ఎఫ్.ఎ.సి.)

భూమిక

1968లో స్థాపన జరిగిన నాటి నుంచి ఉన్నత విద్యా స్థాయిలో బోధనభాషగా తెలుగు స్థిరపడటంలో తెలుగు అకాడమి నిర్వహిస్తున్న పాత్ర అందరికి విశదమైనదే. ఎన్నో రకాల ఇబ్బందులను అధిగమిస్తూ అత్యల్ప వ్యవధిలో ఇంటర్, డిగ్రీ, పి.జి. స్థాయిలకు కావలసిన పాఠ్య పఠనీయ గ్రంథాలు; అనుబంధ గ్రంథాలుగా అనువాదాలు, మోనోగ్రాఫ్‌లు, జనరంజక గ్రంథాలు, వ్యాసావళులు, కరదీపికలు; ఎంసెట్ మొదలైన పోటీ పరీక్షలకు కావలసిన గ్రంథాలు; పారిభాషిక పదకోశాలు; శాస్త్ర నిఘంటువులు మొదలైనవాటిని ప్రచురించి అకాడమి విద్యారంగానికి సముచితమైన సేవ చేయగలిగింది. అకాడమి ప్రచురించిన పుస్తకాలు ఎన్నో పునర్ముద్రణలు కూడా పొందాయి.

1987 నుంచి రాష్ట్రంలోని అన్నీ విశ్వవిద్యాలయాలు డిగ్రీ స్థాయిలో ఉమ్మడి పాఠ్యప్రణాళికను రూపొందించుకొని ఆ ప్రకారం పాఠ్యాంశాల బోధనను అమలు చేశాయి. అప్పటి నుంచి ఉమ్మడి పాఠ్య ప్రణాళికననుసరించి అకాడమి వివిధ శాస్త్రాలలో డిగ్రీ ప్రథమ, ద్వితీయ, తృతీయ సంవత్సరాలకు కావలసిన పాఠ్య గ్రంథాల తయారీ చేపట్టి ప్రచురించింది.

2016-17 విద్యా సంవత్సరం నుంచి సెమిస్టర్ విధానం అమలుకు రూపొందించిన చాయిస్ బేస్‌డ్ క్రెడిట్ సిస్టమ్ పాఠ్యప్రణాళికను అనుసరించి ఈ గ్రంథాన్ని ప్రచురించడమైంది.

రాష్ట్రంలోని వివిధ విశ్వవిద్యాలయాల ఆచార్యుల, అధ్యాపకుల సహకారంతో పాఠ్య ప్రణాళికలను ప్రస్తుత సమాజ అవసరాలకు ఉపయోగపడే విధంగా నవీకరించినప్పుడల్లా దానికనుగుణంగా ఎప్పటికప్పుడు అకాడమి పాఠ్యపుస్తకాలు తయారుచేసి ప్రచురిస్తూ ఉంది. ఇప్పటి వరకు తెలుగు అకాడమి డిగ్రీ స్థాయిలో తెలుగు మాధ్యమం పుస్తకాలనే ప్రచురిస్తూ వచ్చింది. ఇంగ్లీష్ మాధ్యమంలో చదివే విద్యార్థుల సౌలభ్యం కోసం తెలుగు అకాడమి డిగ్రీ స్థాయిలోని అన్ని సబ్జెక్టులను ఇంగ్లీష్ మాధ్యమంలో పుస్తకాలను తయారుచేసి ప్రచురించడం ప్రారంభించింది.

ప్రస్తుతం, తెలంగాణ రాష్ట్ర ఉన్నత విద్యామండలి రూపొందించిన పాఠ్యప్రణాళిక అనుసరించి ప్రముఖులయిన ఆచార్యులు, సీనియర్ ఉపాధ్యాయుల సేవలను వినియోగించుకొని డిగ్రీ రెండవ సంవత్సరం "భారతదేశ చరిత్ర - సంస్కృతి" అనే పుస్తకాన్ని రాయించడం జరిగింది.

ఈ పుస్తకాన్ని ఇంతకంటే సమగ్రంగా తీర్చిదిద్దడానికి సహృదయులయిన పాఠకులు సూచనలిస్తే కృతజ్ఞతతో స్వీకరించగలం. మా పూర్వ ప్రచురణలన్నింటిలాగానే ఈ గ్రంథం అందరి అభిమానాలు పొందగలదని విశ్వసిస్తున్నాం.

సంచాలకులు

తెలుగు అకాడమి

ప్రవేశిక

భారతదేశ చరిత్ర - సంస్కృతిలో అనేక ముఖ్య ఘట్టాలున్నాయి. దానిలో మొగల్‌ల యుగం (క్రీ.శ.1526-1857-58) కంపెనీ యుగం (క్రీ.శ. 1600-185758) బ్రిటిష్ సార్వభౌముని యుగం (క్రీ.శ. 1858-1947), నెహ్రూశకం ఎంతో చారిత్రక ప్రాధాన్యత సంతరించుకున్నాయి. తెలంగాణ రాష్ట్రావతరణ అనంతరం, యు.జి.సి సూచనలమేరకు, తెలంగాణ రాష్ట్ర ఉన్నత విద్యామండలి డిగ్రీ స్థాయిలో సి.బి.సి.ఎస్ పద్ధతిని ఆచరణలోకి తెచ్చింది. ఈ నేపథ్యంలో తెలుగు అకాడమి అధ్వర్యంలో బి.ఎ. చరిత్ర మూడు - నాలుగో సెమిస్టర్ (ద్వితీయ సంవత్సరం) భారతదేశ చరిత్ర - సంస్కృతి (క్రీ.శ. 1526-1964) రచనకు ఈ పాఠ్యపుస్తకంలో ప్రయత్నం చేయడం జరిగింది. ఈ పాఠ్యపుస్తకంలో మొత్తం పది అధ్యాయాలు ఉన్నాయి.

మొదటి అధ్యాయంలో భారతదేశంలో మొగల్ అధికార స్థాపన బాబర్ విజయాలు - షేర్‌షాపాలన - విశిష్టత, క్రీ.శ. 1526-1707 మధ్యకాలంలో మొగల్ అధికార వ్యాప్తి - సుస్థిరత - మొగల్ పరిపాలన విశేషాలు, సామాజిక - ఆర్థిక, సాంస్కృతిక అంశాలు - కడపటి మొగల్‌ల చరిత్ర, మొగల్ అధికార పతనం మొ॥ అంశాలను చర్చించడం జరిగింది. రెండో అధ్యాయంలో ఔరంగజేబ్ మరణానంతరం భారతదేశంలోని వివిధ ప్రాంతాల్లో మాజీ మొగల్ అధికారులు, రాష్ట్ర పాలకులచే స్వతంత్ర్యరాజ్యాల హైదరాబాదు, బెంగాల్, అవధ్, మైసూర్‌ల స్థాపన, వాటి పాలకులు - వాటి సంక్షిప్త చరిత్ర వివరించడం జరిగింది. మరాఠుల విజృంభణ శివాజీ - అతని విజయాలు - పరిపాలనా వ్యవస్థ ఇదే అధ్యాయంలో వర్ణించబడినాయి. మూడో అధ్యాయంలో భారతదేశంలో ఐరోపా వర్తక సంఘాల ప్రవేశం - వాటి మధ్య పోటీ - ఆంగ్లో - ఫ్రెంచి యుద్ధాలు - ఫలితాలు మొ॥ అంశాలు చర్చించబడినాయి. నాలుగో అధ్యాయంలో బ్రిటిష్ వలసవాద ఆవిర్భావం - వ్యాప్తిలోని మూడు దశలు - దాని ప్రభావం వివరించబడినాయి. బ్రిటిష్ ఆర్థిక విధానాలు భూమిశిస్తు విధానాలు, వివరించడం జరిగింది. (మర్కంటలిజం, స్వేచ్ఛా వ్యాపార విధానం) అయిదో అధ్యాయంలో భారతీయ గ్రామీణ ఆర్థిక వ్యవస్థ క్షీణత - కుటీర, చేతివృత్తుల పతనం - ప్రభావం - ఆధునిక రవాణ వసతులు - ప్రభావం ఆధునిక పరిశ్రమల స్థాపన - పరిణామాలు - బ్రిటిష్ వ్యతిరేక రైతాంగ, గిరిజన తిరుగుబాట్లు - 1857 తిరుగుబాటు స్వభావం, కారణాలు, గమనం, విఫలత, ఫలితాలు మొ॥ అంశాలు వివరించబడినాయి. ఆరవ అధ్యాయంలో బ్రిటిష్ మహారాణి (విక్టోరియా) ప్రకటన - దాని ఆశయాలు - పరిణామాలు - వైస్రాయిలుగా లార్డ్ లిట్టన్, లార్డ్ రిప్పన్‌ల సంస్కరణలు - విశేషాలు వివరించబడినాయి. ఏడవ అధ్యాయంలో భారత దేశంలోని వివిధ ప్రాంతాల్లో 18వ శతాబ్ద ద్వితీయార్థం నుండి ఆరంభమైన సంఘ, మత సంస్కరణోద్యమాలు - వాటిని నడిపిన నాయకులు - వారి కృషి - ఫలితాలు వివరించే ప్రయత్నం జరిగింది. భారతదేశంలో 'జాతీయతా' భావజాల ఆవిర్భావానికి దోహదం చేసిన అంశాలు - భారత జాతీయ కాంగ్రెస్ స్థాపన, భారత జాతీయోద్యమంలోని మూడు దశలను ఎనిమిదో అధ్యాయంలో చర్చించబడినాయి. తొమ్మిదో అధ్యాయంలో భారత స్వాతంత్రోద్యమ కాలంలో దేశంలో ఆవిర్భవించిన విప్లవోద్యమాలను, రైతాంగ,

శ్రామిక వర్గ ఉద్యమాలను విశ్లేషించడం జరిగింది. చివరి (పదో) అధ్యాయంలో భారతదేశంలో మతతత్వభావజాల పుట్టుక, వ్యాప్తి, దాని పరిణామాలు – దేశ విభజన భారత రాజ్యాంగ రచన దాని ప్రధాన లక్షణాలు– స్వదేశీ సంస్థానాల స్థితి గతులు –స్వాతంత్ర్య అనంతరం ఎదురైన సవాళ్ళు – సంస్థానాల విలీనీకరణలో సర్దార్ వల్లబాయి పటేల్ పాత్ర ప్రధానిగా నెహ్రూ సాధించిన విజయాలు వివరించే ప్రయత్నం జరిగింది.

ఈ గ్రంథాన్ని రూపొందించడంలో తెలంగాణ రాష్ట్రంలోని అనుభవజ్ఞులైన చరిత్రకారుల సేవలు వినియోగించుకోవడం జరిగింది. ఈ పుస్తకాన్ని ఇంతకంటే సమగ్రంగా తీర్చి దిద్దడానికి సహృదయులయిన పాఠకులు సూచనలిస్తే, కృతజ్ఞతతో స్వీకరించడానికి సంపాదకులు సర్వవేళల సిద్ధంగా ఉన్నారు.

సంపాదకులు

బి.ఏ. రెండవ సంవత్సరం

భారతదేశ చరిత్ర - సంస్కృతి

(సి.బి.ఎస్.సి. పాఠ్య ప్రణాళిక ప్రకారం)

సెమిస్టర్ - III

అధ్యాయం - 1: భారతదేశంలో మొగల్ అధికార స్థాపన - వ్యాప్తి - సుస్థిరత

(అ) ఆధారాలు - బాబర్ భారతదేశంపై దండెత్తే నాటికి నెలకొని ఉన్న పరిస్థితులు బాబర్ - తొలిచరిత్ర - భారతదేశంలో బాబర్ విజయాలు - (క్రీ.శ. 1526 - 1530) - బాబర్ వ్యక్తిత్వం - ఘనత హుమాయూన్ (1556) షేర్షాసూర్ (1540 - 1545) విజయాలు - పరిపాలనా వ్యవస్థ - విశేషాలు - సూర్వంశ పతనం

(ఆ) ఘనులైన మొగల్ చక్రవర్తులు సాధించిన రాజకీయ, రాజకీయేతర విజయాలు- సంస్కరణలు (క్రీ.శ. 1526 - 1707), అక్బర్ - అతని విజయాలు - విధానాలు - ప్రాధాన్యం. జహంగీర్ పరిపాలనా కాలం విశేషాలు - షాజహాన్ - స్వర్ణయుగం, ఔరంగజేబ్ - సైనిక విజయాలు - మత విధానం, పరిణామాలు - మొగల్ పరిపాలనా వ్యవస్థ - ముఖ్యలక్షణాలు - మంత్రివర్గం - కేంద్ర ప్రభుత్వం - రాష్ట్రాలపాలన- మన్సబ్ దారీ రెవిన్యూ, మత, దక్కన్ విధానాలు - ఫలితాలు- ప్రాముఖ్యత, సామాజిక - ఆర్థిక సాంస్కృతిక పరిస్థితులు - మిశ్రమ సంస్కృతి అవతరణ- లక్షణాలు - సాహిత్యం వాస్తు, శిల్ప కళలు - మొగల్ సామ్రాజ్య పతనం - కారణాలు.

అధ్యాయం - 2: ప్రాంతీయ శక్తుల విజృంభణ - మరాఠులు - శివాజీ పరిచయం

బెంగాల్ - ముర్షీద్ - కులీ - ఖాన్ - సిరాజ్ - ఉద్ - దౌలా, హైద్రాబాద్ రాజ్యస్థాపన - నిజాం- ఉల్‌ముల్క్ - విశేషాలు ఔద్ రాజ్యం - మైసూర్, మరాఠుల విజృంభణకు దోహదపడిన అంశాలు శివాజీ - తొలి జీవితం - విజయాలు - శివాజీ - మొగల్ యుద్ధాలు - పరిపాలనా వ్యవస్థ - శివాజీ స్థానం - పీష్వాలయుగం (1713 - 1761) బాలాజీ విశ్వనాథ్ - బాజీరావ్, బాలాజీ-బాజీరావ్ - మూడోపానిఫట్ యుద్ధం - మరాఠయుగ విశేషాలు- ఆంగ్లో మరాఠ యుద్ధాలు - శిక్కులు- రంజీత్‌సింగ్ - విజయాలు.

అధ్యాయం - 3 : భారతదేశంలో ఐరోపా వర్తక సంఘాల ప్రవేశం బ్రిటిష్ అధికార స్థాపన

పోర్చుగ్రీస్ - డచ్ వర్తక సంఘాలు - తూర్పు ఇండియా కంపెనీ ప్రవేశం - యుద్ధాలు - వ్యాప్తి విస్తరణ - ఫ్రెంచి ఈస్ట్ ఇండియా కంపెనీ ప్రవేశం - ఆంగ్లో - ఫ్రెంచి - యుద్ధాలు - ఫలితాలు - ఆంగ్లో - కర్ణాటక యుద్ధాలు - హైదరాలీ, టిప్పుసుల్తాన్. రాబర్ట్‌క్లైవ్ - బెంగాల్ ఆక్రమణ - ప్లాసీ - బక్సార్ యుద్ధాలు - గవర్నర్ జనరల్‌ల శకం (1772 - 1857-58) డల్హౌసీ - రాజ్య సంక్రమణ సిద్ధాంతం.

అధ్యాయం - 4 : భారతదేశంలో తూర్పు ఇండియా కంపెనీ ఆర్థిక - భూమిశిస్తు పద్ధతులు - ప్రభావం

బ్రిటిష్ వలసవాదం - దశలు - మర్కంటలిజం - స్వేచ్ఛా వ్యాపార పద్ధతి - పరిణామాలు - శాశ్వతభూమి శిస్తు విధానం - ఒక పరిశీలన - బ్రిటిష్ ఆర్థిక విధానాలు - భారతీయ ఆర్థిక వ్యవస్థపై - ప్రభావం - బ్రిటిష్ ఇండియాలో కరువు కాటకాలు - ప్రభావం.

అధ్యాయం - 5 : ఎ) భారతీయ గ్రామీణ - కుటీర పరిశ్రమలు, చేతివృత్తుల పతనం - 1857 తిరుగుబాటు.

భారతీయ-గ్రామీణ కుటీర పరిశ్రమలు - చేతివృత్తుల పతనం - ఆధునిక రవాణా సౌకర్యాల వికాసం - రైల్వేలు - రోడ్డు - కమ్యూనికేషన్ సౌకర్యాల విస్తరణ - క్రీ.శ. 1776 - 1940 మధ్యకాలంలో దేశంలో ఆధునిక పరిశ్రమల స్థాపన - పురోగతి బ్రిటిష్ ఇండియాలో ముఖ్య పరిశ్రమలు (అ) బొగ్గు పరిశ్రమ (ఆ) వస్త్ర పరిశ్రమ (ఇ) ఇనుము - ఉక్కు పరిశ్రమ (ఈ) జనుపనార పరిశ్రమ (ఉ) బ్రిటిష్ పెట్టుబడులు (రైల్వే - నీటిపారుదల రంగాలు) - పరిశ్రమలు - వికాసం - ప్రభావం - ఇతర పరిశ్రమలు - మేనేజింగ్ ఏజన్సీ పద్ధతి

బి) బ్రిటిష్ వలసవాద వ్యతిరేక రైతాంగ, గిరిజన తిరుగుబాట్లు

కారణాలు - రాజా చైత్‌సింగ్ తిరుగుబాటు (1778-1781), రంగాపూర్ రైతుల తిరుగుబాటు (1783), దస్‌నామీ సన్యాసుల - మదారీ ఫకీర్ల తిరుగుబాట్లు (1763 - 1800), నాగాపూర్ (మైసూర్), రైతాంగ తిరుగుబాట్లు (1830 - 18331), గిరిజన తిరుగుబాట్లు. బిల్, రామోసీ, కోల్, ఖోండ్, సంతాల్ తిరుగుబాట్లు - విశాఖపట్నం గిరిజనుల తిరుగుబాటు (1832) - ప్రభావం.

సి) 1857 తిరుగుబాటు - స్వభావం - కారణాలు - వ్యాప్తి - నాయకులు - తిరుగుబాటు ప్రధాన ఘట్టాలు - తిరుగుబాటు అణిచివేత - ఫలితాలు - చరిత్రకారుల అభిప్రాయాలు.

సెమిస్టర్ - IV

అధ్యాయం - 6 : విక్టోరియా మహారాణి ప్రకటన - బ్రిటిష్ పాలనలో భారతదేశం

విక్టోరియా మహారాణి ప్రకటన - విశేషాలు (అక్టోబర్ 1, 1858), పాశ్చాత్య విద్యా విధానం - ప్రభావం - సర్. చార్లస్‌ఉడ్స్ నివేదిక (1854) - హంటర్ కమీషన్ - భారతీయ విశ్వవిద్యాలయాల చట్టం - పాశ్చాత్య విద్యావ్యాప్తిలో క్రైస్తవ మిషనరీల పాత్ర - పత్రికల వికాసం - మధ్యతరగతి వర్గాల అవతరణ - ప్రాముఖ్యత - లార్డ్ లిట్టన్- లార్డ్ రిప్పన్ - వారి విధానాలు - ఫలితాలు.

అధ్యాయం - 7 : 19వ శతాబ్దంనాటి భారతదేశంలో సంఘ - మత సంస్కరణోద్యమాలు

రాజారామ్ మోహన్‌రాయ్ - బ్రహ్మసమాజం - దేవేంద్రనాథ్ ఠాగూర్ - కేశవ చంద్రసేన్ - దయానంద సరస్వతి - దివ్యజ్ఞాన సమాజం- రామకృష్ణ పరమహంస - వివేకానందుడు - అలీఘర్ ఉద్యమం - సర్ సయ్యద్ - అహ్మద్‌ఖాన్ - ఆధునిక భారతదేశంలో కులవ్యతిరేక ఉద్యమాలు - జ్యోతిబా పూలే (1827 - 1890), నారాయణగురు (1854-1928) - పెరియార్ రామస్వామి - ఆత్మగౌరవోద్యమం - డా. బి. ఆర్. అంబేద్కర్ హైదరాబాద్ రాజ్యంలో దళిత ఉద్యమం.

అధ్యాయం - 8 : భారతదేశంలో జాతీయ భావాల ఆవిర్భావం - భారత జాతీయోద్యమం

జాతీయతా - భావాల వికాసానికి దోహదం చేసిన కారకాలు - పరిపాలనా ఏకరూపత - ఆర్థిక అంశాలు - పాశ్చాత్య విద్య - పత్రికా రంగం వికాసం- సాహిత్యం - రవాణ సౌకర్యాల ప్రగతి - ఇల్బర్ట్ బిల్, సామాజిక - మత సంస్కరణోద్యమాలు - ముస్లింలలో జాతీయవాద భావాల వృద్ధి - భారత జాతీయ కాంగ్రెస్‌స్థాపన - మితవాద దశ, అతివాద దశ - స్వదేశీ ఉద్యమం హోంరూల్ ఉద్యమం - గాంధీశకం - రౌలట్ చట్టం - జలియన్ వాలా బాగ్ సంఘటన- ఖిలాపత్ ఉద్యమం సహాయ నిరాకరణోద్యమం - చీరాల - పేరాల - పల్నాడు సత్యాగ్రహం - పెదనందిపాడు సత్యగ్రహం - శాసనోల్లంఘనోద్యమం- దండి సత్యాగ్రహం - క్రిప్స్ రాయభారం - క్విట్ ఇండియా ఉద్యమం - ఆజాద్ - హింద్ ఫౌజ్ - సుభాష్ చంద్రబోస్ - వేవెల్ ప్రణాళిక.

అధ్యాయం - 9 : భారతదేశంలో విప్లవోద్యమాలు - వామపక్ష రైతాంగ - కార్మిక ఉద్యమాలు

అతివాద - విప్లవోద్యమాల ఆరంభం - కార్యకలాపాలు విదేశాలలో విప్లవోద్యమం - గదర్ పార్టీ - లాలాహరదయాళ్ - ఒబైదుల్లా - బర్కతుల్లా-

మాడం కామా - కొమగటమారు - **రెండోదశ విప్లవోద్యమం - భగత్‌సింగ్**- చంద్రశేఖర్ **ఆజాద్** - విప్లవోద్యమం చివరిదశ - **వామపక్ష** భావాల ఆవిర్భావం- సామ్యవాద భావాల ఆవిర్భావం - రైతాంగ - శ్రామిక ఉద్యమాలు.

అధ్యాయం - 10 : భారతదేశంలో మతతత్వ ధోరణులు - దేశవిభజన - స్వతంత్ర్య భారతదేశ అవతరణ

బ్రిటిష్‌వారి విభజించు - పాలించు విధానం - బెంగాల్ విభజన- ముస్లింలకు ప్రత్యేక నియోజక వర్గాల ఏర్పాటు - ముస్లింలీగ్ స్థాపన - జిన్నా అతని భావాలు - కార్యక్రమాలు - హిందూ మహాసభ స్థాపన - దాని కార్యక్రమాలు - ప్రత్యేక పాకిస్తాన్ ఏర్పాటుకై లీగ్ డిమాండ్ - కేబినెట్ మిషన్ - ముస్లింలీగ్ ప్రత్యక్ష చర్య - అట్లీ ప్రకటన - మౌంట్ బాటన్ ప్రణాళిక - దేశ విభజన, సర్దార్ వల్లభాయి పటేల్ - స్వదేశీ సంస్థానాల విలీనీకరణలో అతని పాత్ర - కాశ్మీర్ - జునాగఢ్, హైద్రాబాద్- రాజ్యాంగ రచన - లక్షణాలు - ప్రధానిగా నెహ్రూ విజయాలు.

విషయసూచిక

సెమిస్టర్ – III

సెమిస్టర్ – IV

సెమిస్టర్ - III

అధ్యాయం 1

భారతదేశంలో మొగల్ అధికార స్థాపన-వ్యాప్తి - సుస్థిరత

మధ్యయుగంలో భారతదేశాన్ని పరిపాలించిన విదేశీ పాలకుల్లో ఢిల్లీ సుల్తానులు (క్రీ.శ. 1206-1526), మొగల్ చక్రవర్తులు (క్రీ.శ.1526-1857-58) విశిష్టస్థానం సంపాదించుకున్నారు. భారతదేశంపై జరిగిన అరబ్బుల దండయాత్రలు సఫలీకృతమై, రాజపుత్రుల పతనం పూర్తి అయింది. చివరికి క్రీ.శ. 1206వ సం॥లో ఘోరీ మహమూద్ సేవకుడైన, కుతుబుద్దీన్ ఐబక్ ఢిల్లీ కేంద్రంగా బానిసవంశ అధికారాన్ని నెలకొల్పాడు. క్రీ.శ.1206-1526 మధ్యకాలంలో ఢిల్లీ కేంద్రంగా పరిపాలించాడు. బానిసవంశం, ఖిల్జీవంశం, తుగ్లక్‌వంశం, సయ్యద్‌వంశం, లోడీవంశ సుల్తానులు భారతదేశంలోని అత్యధిక ప్రాంతాలను పరిపాలించాడు. ఈ కాలాన్నే ఢిల్లీ సుల్తానేత్‌యుగంగా చరిత్రకారులు వర్ణించారు. చిట్టచివరి ఢిల్లీసుల్తాన్ ఇబ్రహీంలోడి కాలంనాటికి ఢిల్లీ సుల్తానేత్ అధికారం బలహీనమైంది. అతని అధికారుల్లో స్వార్థబుద్ధి మితిమీరింది. మొదటి పానిపట్‌యుద్ధం (21-4-1526)లో ఇబ్రహీంలోడి సైన్యాన్ని ఓడించిన బాబర్ ఢిల్లీలో మొగల్ అధికారాన్ని నెలకొల్పాడు. బాబర్ అతని వారసులు భారతదేశంలోని అత్యధిక భూభాగాలను ఢిల్లీ, ఫతేపూర్‌సిక్రీ కేంద్రాలుగా క్రీ.శ.1526-1857-58 మధ్యకాలంలో పరిపాలించారు. చరిత్రకారులు మొగల్‌ల సుదీర్ఘపాలనా కాలాన్ని రెండు దశలుగా విభజించారు. అవి, (1) గణులైన మొగల్ చక్రవర్తులయుగం (ది ఏజ్-ఆఫ్-ఇంపీరియల్ మొగల్స్) (2) కడపటి మొగల్‌లయుగం (క్రీ.శ.1707-1857-58) భారతదేశంలో, మొగల్‌ల అధికారం 1857-58 తిరుగుబాటును బ్రిటిష్‌వారు అణచివేయడంతో సమాప్తమైనది.

మధ్యయుగ భారతదేశ చరిత్రలో మొగల్‌ల పరిపాలనాకాలం ఎంతో ప్రత్యేకత సంతరించుకున్నది. ఈ వంశానికి చెందిన ప్రసిద్ధ చక్రవర్తుల్లో బాబర్, అక్బర్, జహంగీర్, షాజహాన్, ఔరంగజేబ్ పేర్కొనదగినవారు. మొదటి పానిపట్ యుద్ధంలో విజయం సాధించిన బాబర్, ఢిల్లీ కేంద్రంగా తన వంశపాలనను విశ్వాసంతో, పట్టుదలతో, నూతనోత్సాహంతో ప్రారంభించాడు. అతడు, అతని వారసులు, హిందుస్థాన్‌ను తమ మాతృభూమిగా, జన్మస్థానంగా భావించి, ప్రజల మద్దతు

కూడగట్టుకొని పరిపాలించడానికి కృషిచేసారు. చాలమేరకు సఫలీకృతులైనారు. మొగల్ చక్రవర్తులు అవలంభించిన, ఆచరించిన, పరిపాలనా వ్యవస్థ, మతవిధానం, సైనికవిధానం, భూమిశిస్తు విధానం, విదేశాంగ (దౌత్యనీతి) నీతి, వర్తక సంబంధాలు మొదలైనవి. భారతదేశ చరిత్రలో ఒకనూతన శకానికి నాంది పలికినాయి. లలితకళలను ముఖ్యంగా సాహిత్యపోషణకై, వాస్తు-శిల్పకళల వికాసానికై మొగల్ చక్రవర్తులు చేసిన నిరంతరకృషి భారతీయుల హృదయాల్లో వారికి గౌరవప్రదమైన స్థానాన్ని సంపాదించి పెట్టింది.

ఆధారాలు : మొగల్ చక్రవర్తుల చరిత్రను, వారి విధానాలను, సమకాలీన పరిస్థితులను అధ్యయనం చేయడానికి లభ్యమవుతున్న ఆధారాలను, పురావస్తు ఆధారాలు, లిఖిత పూర్వక ఆధారాలుగా విభజించవచ్చు. మొగల్‌ల సమకాలికులైన మరాఠుల, ఈస్ట్ఇండియా కంపెనీ పాలనా కాల విశేషాలు కూడా ఈ పురావస్తు, లిఖిత ఆధారాలలో కొంతమేరకు లభ్యమవుతున్నాయి. ఈ కింది పట్టికల్లో మొగల్, మరాఠ, బ్రిటిష్ కాల విశేషాలను తెలిపే ఆధారాలను పేర్కొనడం జరిగింది.

(అ) పురావస్తు ఆధారాలు : పురావస్తు ఆధారాల పట్టిక-1

క్రమ సంఖ్య	కట్టడం పేరు	ఉన్నపట్టణం / ప్రదేశం/రాజప్రసాదం, కోట	నిర్మాత	వివరణ
1.	షేర్షా సమాధి	సస్‌రామ్	షేర్‌షా సూర్	పైన పేర్కొన్న భవనాలు, సమాధులు, రాజభవంతులు, కోటలు, మసీదులు ఆనాటి వాస్తు- శిల్పకళ ముఖ్య లక్షణాలను తెలుసుకొనడానికై ఉపకరిస్తున్నాయి. పురావస్తు ఆధారాలు
2.	(ఫతేపూర్ సిక్రీ)లోని కట్టడాలు) a) పెరల్ మసీద్ b) పంచ్ మహల్ c) జోదాబాయి ప్యాలెస్ d) బులంధ్ దర్వాజ e) రాజాబీర్బల్ భవనం f) షేక్-సలీం చిష్టీ సమాధి g) ఇబాదత్‌ఖానా	ఫతేపూర్ సిక్రీ " " " " " " "	అక్బర్	
3.	తాజ్‌మహల్	ఆగ్రా	షాజహాన్	
4.	సికింద్రా	అక్బర్ సమాధి	జహంగీర్ కాలం క్రీ.శ.1605-1627	
5.	నాణేలు	మొగల్‌చక్రవర్తులు ముద్రించినవి నేటికీ నాటివాస్తు-శిల్పకళా వైభవాల్ని చాటుతున్నాయి. పర్యాటకులు వీటి అందచందాలను చూసి ముగ్ధులవుతున్నారు. మొగల్ వాస్తు రీతులను వీటిలో చూడవచ్చు.		వీరి నాణేలు వెండి, బంగారులోహాలతో చేయించారు. వీటి నాణ్యత గూర్చి అక్బర్‌నామా, విదేశీబాటసారుల వివరణలు ప్రస్తావించాయి.

లిఖిత పూర్వక ఆధారాలు : మొగల్, మరాఠ, బ్రిటిష్ కాలానికి చెందిన అనేక లిఖితపూర్వక గ్రంథాలు, ఈ యుగచరిత్ర పునఃనిర్మాణానికి అవసరమైన అమూల్య సమాచారాన్ని అందిస్తున్నాయి. తుర్కీ, పర్షియన్, అరబిక్, హిందీ, సంస్కృతం, ఫ్రెంచి, ఇంగ్లీష్, డచ్, ఇటాలియన్ మొదలగు భాషల్లో సమకాలీన రచయితలు, కవులు, పండితులు, విదేశీబాటసారులు, రాయబారులు పేర్కొన సమకాలీన చారిత్రక అంశాలు ఎంతో విలువైనవి. ఇవి చరిత్ర రచనకు ఎంతో దోహదం చేస్తున్నాయి.

పట్టిక-2

లిఖితపూర్వక ఆధారాలు

క్ర. సంఖ్య	రచన / గ్రంథంపేరు	రచయిత పేరు / భాష	ఇతర వివరాలు
1.	తుజుక్-ఇ-బాబరీ బాబర్‌నామా (ఇది అతని స్వీయ చరిత్ర)	బాబర్ దీన్ని అతని మాతృభాష-చెగతాయి తుర్కీలో రాసాడు.	బాబర్ పూర్వీకుల చరిత్రను, పర్గణా, సమర్ఖండ్‌లలోని పరిస్థితులను బాబర్ గుణగణాలను, అతడు దండెత్తే నాటికి నెలకొనిఉన్న భారతదేశంలో పరిస్థితులను తెలియచేస్తుంది.
2.	హుమాయూన్‌నామా	గుల్‌బదన్‌బేగం ఈమె బాబర్ కుమార్తె. ఈమె తల్లి గుల్జార్-అగాచీ	అక్బర్ కోరికపై, అతనికాలంలో గల్‌బదన్‌బేగం ఈ రచన చేసింది. దీనిలో తన అన్న హుమాయూన్ గుణగణాలను ఎంతో పొగిడింది.
3.	తారీఖ్-ఇ-హుమాయూనీ	బయాజిద్/అబుల్‌ఫజల్	అబుల్‌ఫజల్ ఈ గ్రంథాన్ని బయాజిద్ అనే వృద్ధుడు వివరించగా పర్షియన్ భాషలో, అక్బర్ కాలంలో రాసాడు.
4.	అక్బర్‌నామా, అయిన్-ఇ-అక్బరీ	అబుల్‌ఫజల్ ఇతడు ప్రముఖ సూఫీ సన్యాసి షేక్-ముభారక్ కుమారుడు	అక్బర్ చక్రవర్తి వ్యక్తిత్వాన్ని, పరిపాలనా విశేషాలను, సాధించిన ఘన విజయాలను వివరించే ప్రాథమిక ఆధారాలు ఈ రచనలు
5.	ముంతకాబ్-ఉల్ తవారిక్	పర్షియన్ భాషలో బదౌనీ రాసాడు	బదౌనీ, తన రచనలో భారతదేశంలో గజనీ పాలకుల అధికారస్థాపన కాలంనుండి అక్బర్ 40వ ఏట పాలన వరకు (1604) వర్ణించాడు.
6.	తుజుఖ్-ఇ-జహంగీరి	జహంగీర్	జహంగీర్ వ్యక్తిత్వాన్ని, గుణాలను పేర్కొంటుంది.
7.	పాదుషానామా	అబ్దుల్-రహీం-ఖాన్-ఇ-ఖానన్	షాజహాన్ పరిపాలన కాల విశేషాలు పేర్కొంటుంది.

8.	ముంతకాబ్-ఉల్-లుబబ్	ఖాఫీఖాన్	ఈ గ్రంథాన్ని ఖాఫీఖాన్ రాసాడు. ఔరంగజేబ్ దక్కన్ విధానాన్ని, దాడులకు, సంబంధించిన సమాచారాన్ని ఇందులో పేర్కొనడం జరిగింది.
9.	అనాల్స్-ఆఫ్-రాజస్థాన్	కల్నల్‌టాడ్	తూర్పు ఇండియా కంపెనీ ఉద్యోగి. రాజస్థాన్ చరిత్ర పునర్నిర్మాణానికి ఇది ముఖ్య ఆధార గ్రంథం
10.	స్టోరియా-డి-మొగోర్	మనూచి (ఇటాలిదేశ బాటసారి)	ఇటలీభాషలో రాయబడిన, ఈ గ్రంథంలో మొగల్ చక్రవర్తుల చరిత్ర, వారి అధికారులు హోదా, కార్య కలాపాలు, ప్రజల జీవన విధానం, ఆచారాలు మొదలగు అంశాలు పేర్కొనబడినాయి.
11.	రాల్ఫ్‌ఫిచ్	క్రీ.శ. 1512-1519	వీరి అకౌంట్లు మొగల్‌ల కాలంనాటి సాధారణ పరిస్థితులను వర్ణించాడు.
12.	జాన్-మిల్టన్-హాల్, ఎడ్వర్డ్-టెర్రీ	(క్రీ.శ. 1591-1606) (1616-1619)	మొగల్‌ల కాలంనాటి సామాజిక, ఆర్థిక పరిస్థితులను వివరిస్తున్నాయి.
13.	పిట్రా-డెల్లా-వెల్లీ, పీటర్-ముండీ	ఇటలీదేశ బాటసారులు	వీరి రచనలు (అకౌంట్లు) మొగల్‌ల కాలంనాటి సామాజిక స్థితిని, ఆర్థిక ఫ్రెంచి దేశపరిస్థితులను, దర్బార్ రాజకీయాలను, వర్ణిస్తున్నాయి.
14.	అకౌంట్ ఆఫ్ బెర్నియార్	బెర్నియార్ ఫ్రెంచి దేశస్థుడు	ఇతడు మొగల్ కాలంలో దక్కన్‌లో పర్యటించాడు. సమకాలీన పరిస్థితులను ముఖ్యంగా, వర్తక, వ్యాపారాన్ని, రైతాంగ స్థితిని వర్ణించాడు.
15.	ఫర్మాణాలు	మొగల్ చక్రవర్తులు జారీ చేశారు.	మొగల్ చక్రవర్తులు జారీచేసిన హకుంనామాలు 'ఫర్మాణాలు'. వీటిలో ఆనాటి పరిపాలన, రెవిన్యూ, ఆర్థిక, సైనిక, న్యాయ మొదలైన శాఖలకు చెందిన అంశాలు పేర్కొన బడినాయి.

బాబర్ భారతదేశంపై దండెత్తి వచ్చేనాటికి నెలకొని ఉన్న పరిస్థితులు

క్రీ.శ. 1526లో బాబర్ భారతదేశంపై దండెత్తి వచ్చేనాటికి, ఢిల్లీ సుల్తానేత్ అధికారం క్షీణదశ చేరింది. రాజకీయ అస్థిరత ఏర్పడింది. ఉత్తరాపథంలో ఇబ్రహీంలోడీ అధికారం ఢిల్లీదాని పరిసర ప్రాంతాలకే పరిమితమైంది. ఉత్తరాపథంలో, దక్షిణాపథంలో అనేక, చిన్న, పెద్ద స్వతంత్ర్య రాజ్యాలు వెలసినాయి. ఢిల్లీ సుల్తానుల పాలన బలహీనమై, ప్రజల విశ్వాసాన్ని కోల్పోయింది. ఇబ్రహీంలోడీ అధికారుల్లో (రాష్ట్ర పాలకుల్లో) స్వార్థబుద్ధి అధికారకాంక్షలు హద్దుమీరాయి. సామాజిక-ఆర్థిక రంగాల్లో అశాంతి, అసమానతలు నెలకొన్నాయి. రాజపుత్రులు బలహీనమైనారు. ముల్తాన్, బెంగాల్, జాన్‌పూర్, సింధ్, గుజరాత్, ఖాందేశ్, కాశ్మీర్, మాల్వా, ఒరిస్సా రాష్ట్రాల పాలకులు ఢిల్లీ సుల్తాన్‌ను ధిక్కరించి స్వతంత్ర్యం ప్రకటించుకున్నారు. రాజపుత్రుల్లో అనైక్యత వారినీ బలహీనం చేసింది. మేవార్ పాలకుడైన రాణా సంగ్రామ్‌సింగ్ ఒక్కడే సమర్ధవంతుడైన రాజపుత్ర యోధునిగా పేరుపొందాడు. అతని స్వార్థచింతన అతని పరాజయానికి కారణమైంది. దక్కన్‌లో బహమనీరాజ్యం విచ్ఛిన్నమైంది. దాని శిథిలాలపై వెలసిన అహమద్‌నగర్, బీజాపూర్, బీరార్, గోల్కొండ సుల్తానుల్లో ఐక్యత లోపించింది. వీరికి పొరుగు రాజ్యాలైన విజయనగర, కొండవీడు (రెడ్డి) రాజ్యాలతో నిరంతర యుద్ధాలు కొనసాగాయి. విజయనగరరాజ్యాన్ని, బాబర్ భారతదేశంపై దండెత్తి వచ్చేనాటికి, తుళువవంశ శ్రీకృష్ణదేవరాయలు పాలిస్తుండేవాడు. అతడి పాలనలో రాజ్యంలో శాంతి - సుస్థిరత్వం నెలకొల్పబడినాయని బాబర్ తన ఆత్మకథ తుజుక్-ఇ-బాబరీ'లో పేర్కొన్నాడు.

బాబర్ భారతదేశంపై దండెత్తి వచ్చేనాటికి, భారతదేశంలో రాజకీయ అనైక్యత, అస్థిరత, సామాజిక-ఆర్థిక అస్థిరత, సైనిక బలహీనతలు నెలకొని ఉన్నాయి. బాబర్ ఈస్థితిలో మొదటి పానిపట్ యుద్ధంలో విజయం సాధించి మొఘల్ అధికారాన్ని నెలకొల్పినాడు.

భారతదేశంలో మొఘల్ వంశ అధికార స్థాపన - బాబర్

జహీరుద్దీన్ - మహమ్మద్-బాబర్, (క్రీ.శ. 1483-1530) 1483, ఫిబ్రవరి 14న ఫర్గణా రాష్ట్రంలో జన్మించాడు. ఇతని తండ్రి ఉమర్‌షేక్-మీర్జా ఫర్గణా రాష్ట్రాధిపతి. తల్లి కుతుల్- ఉగ్-నిగార్-ఖాన్. తన బాల్యంలోనే (11వ ఏట) బాబర్ తండ్రిని కోల్పోయాడు. ఫర్గణా రాష్ట్ర పాలనా బాధ్యతలను అమ్మమ్మ 'దౌలత్‌బేగం' అండదండలతో యువకుడైన బాబర్ నిర్వహించాడు. తన పొరుగు రాష్ట్రమైన 'సమర్ఖండ్'పై బాబర్ తన 14వ ఏట దండెత్తినాడు. అతని లక్ష్యం నెరవేరలేదు. ఫర్గణా రాజ్యాన్ని కోల్పోయిన బాబర్ తిరిగి 1498లో దాన్ని స్వాధీనం చేసుకున్నాడు. క్రీ.శ.1500ల సం॥లో మరోసారి కుట్రదారులు బాబర్ రాజ్యాన్ని ఆక్రమించు కున్నారు. క్రీ.శ. 1504లో బాబర్ 'కాబూల్'పై దండెత్తి, అక్కడి

బాబర్

రాజకీయ అస్థిరతను ఆసరాగా గైకొని దాన్ని ఆక్రమించాడు. కాబూల్ రాజ్య ఆక్రమణ బాబర్ జీవితంలో ఒక నూతన శకానికి నాంది పలికింది. అతడు, అతని అనుచరుల ప్రోత్సాహంతో నూతన ప్రాంతాలపై దాడులకు వ్యూహరచన చేసారు.

బాబర్ తొలి దండయాత్రలు : పర్గణా రాజ్యాన్ని కోల్పోయిన బాబర్, తన అనుచరుల అండతో సమర్ఖండ్‌పై దండయాత్రకు సిద్ధపడినాడు. క్రీ.శ. 1500, క్రీ.శ. 1511లలో సమర్ఖండ్‌పై బాబర్, అతని సైన్యాలు జరిపిన దాడులు ఉజ్‌బేగ్ నాయకుడైన 'షాబానీఖాన్' అడ్డుకోవడంతో విఫలమైనాయి. కొంతకాలానికి క్రీ.శ. 1503లో బాబర్ అజ్ఞాతంలో ఉన్న కాలంలో, 'దికత్' గ్రామంలో ఉండగా, ఒక వృద్ధమహిళచే, హిందుస్థాన్ గురించి, దాని సిరిసంపదల గురించి విన్నాడు. ముఖ్యంగా, హిందుస్థాన్‌పై తైమూర్ జరిపిన దండయాత్ర గురించి ఆ వృద్ధ మహిళ వర్ణించిన తీరు బాబర్‌ను విశేషంగా ఆకట్టుకుంది. క్రీ.శ. 1513-1519 మధ్యకాలంలో బాబర్ తన సైన్యాన్ని పునర్వ్యవస్థీకరించాడు. ఫిరంగిదళ నిర్వహణలో దిట్టులైన ఉస్తాద్ అలీ, ముస్తాఫా మొదలైన సేనాధిపతులు బాబర్‌కు అండగా నిలిచారు. నూతనోత్సాహంతో హిందుస్తాన్‌పై క్రీ.శ. 1519లో బాబర్‌దాడులు ఆరంభించాడు. క్రీ.శ.1519-1524 మధ్యకాలంలో ఐదుసార్లు భారత సరిహద్దు రాజ్యాలపై దాడులు జరిపారు. పంజాబ్, బజోర్, భీరా, జీలడ్, కుషాల్, పెషావర్, బాబర్ దాడులకు గురైనాయి. పంజాబ్ గవర్నర్‌గా పాలిస్తున్న దౌలత్‌ఖాన్ బాబర్‌ను ఢిల్లీ సుల్తాన్‌పై దండయాత్రకు ఆహ్వానించాడు.

మొదటి పానిపట్ యుద్ధం (క్రీ.శ.21-4-1526) : మధ్యయుగ భారతదేశ చరిత్రలో అత్యంత ప్రాముఖ్యత సంతరించుకున్న యుద్ధాల్లో మొదటి పానిపట్ యుద్ధం పేర్కొనదగినది. బాబర్ సేనలకు, చివరి ఢిల్లీ సుల్తానైన ఇబ్రహీంలోడీ సేనలకు మధ్య జరిగిన ఆయుద్ధంలో, ఇబ్రహీంలోడీ సైన్యాలు ఘోరంగా ఓడినాయి. అతడు యుద్ధభూమిలో ప్రాణాలు కోల్పోయారు. సుశిక్షితమైన బాబర్ సైన్యం, లోడీ సైన్యాలను చిత్తుగా ఓడించాయి. దీనితో ఢిల్లీ సుల్తానుల పాలన అంతమైంది. భారతదేశ చరిత్రలో ఒక నూతన శకానికి పునాదులు వేయబడినాయి. బాబర్ సైనిక వ్యూహరచనముందు స్వదేశీ సుల్తాన్ సైన్యం విలవిలబోయింది. 'సర్వశక్తి సంపన్నుడైన భగవంతుని దయతో ఈ మహత్తర/కఠిన పరీక్షలో విజయం చేకూరింది. ఢిల్లీనగరం బాబర్ వశమైంది. ఆగ్రాను అతని కొడుకైన హుమాయున్ స్వాధీనం చేసుకున్నాడు. ఆగ్రానగరం బాబర్ అధికారానికి కేంద్ర స్థావరమైంది. మొగల్ వంశాధికారానికి బాబర్ ఢిల్లీలో పునాదులు వేశాడు. దీనితో సుమారు మూడు శతాబ్దాలకుపైగా కొనసాగిన ఢిల్లీ సుల్తానేత్ అధికారం అంతమైంది. బాబర్ ఢిల్లీలో తన పట్టాభిషేకాన్ని జరుపుకున్నాడు. ఆ తర్వాత కాణ్వా (17-3-1527), చందేరి (1528), గోగ్రా (1529) మూడు ప్రధాన యుద్ధాల్లో బాబర్ అఖండ విజయాలు సాధించి తన అధికారాన్ని సుస్థిరం చేసాడు.

కాణ్వాయుద్ధం (క్రీ.శ. 17-3-1527) : కాణ్వాయుద్ధం, బాబర్ సైన్యాలకు రాజపుత్ర కూటమి అధినేతయైన రాణా సంగ్రాంసింగ్ సైన్యాలకు మధ్య జరిగింది. బాబర్ భారతదేశంలో శాశ్వతంగా ఉండడనే ఆశతో రాణాసంగ్రాంసింగ్ పక్షాన అఫ్ఘన్ సర్దారులైన హసన్-ఖాన్-మెవాటీ, సుల్తాన్ మహమ్మద్ లోడీ మొదలైనవారు చేరినారు. కాణ్వా వద్దకు చేరిన ఇరుపక్షాల సేనలు

పదిహేనురోజులపాటు దాడికి దిగకుండ వేచి చూసాయి. బాబర్ తన సేనాధిపతులను, సైనికులను తన ఉత్తేజపూర్వకమైన ఉపన్యాసంతో, యుద్ధానికి సమాయత్తం చేసాడు. ఇరుపక్షాల మధ్య యుద్ధం మార్చి 17న బాబర్ ఫిరంగిదళం సేనాధిపతి ఉస్తాద్‌అలీ ఆరంభించిన ఫిరంగిమోతతో ఉదయం మొదలయింది. ఇరు పక్షాలకు హోరాహోరీ పోరాటం జరిగింది. రాణా సంగ్రాంసింగ్ సేనలు ప్రదర్శించిన అసమాన శౌర్యప్రతాపాల ముందు బాబర్ సేనలు వెనుకంజవేసాయి. పరిస్థితిని గ్రహించిన బాబర్ తన సేనల చేతుల్లో ఓడి చావడం కంటే, గెలుపొంది చావడమే ఏకైక మార్గమని ఉద్బోధించాడు. యుద్ధభూమిలో ఢిల్లీసుల్తానేత్ తన ఫిరంగిదళాన్ని ఒక్కసారిగా పేల్చమని ఆదేశించాడు. కొన్ని గంటలపాటు నిర్విరామంగా మోగిన ఫిరంగిదళం ఢిల్లీ సుల్తానేత్ మోత (శత్రుసేనలను) సర్వనాశనం చేసింది. విజయం బాబర్ సొంతమయింది.

కాణ్వాయుద్ధంలో మరోసారి మొగల్ శత్రుఘ్నిదళం బాబర్ విజయంలో కీలకపాత్ర నిర్వహించింది. రాజపుత్ర సైన్యాలు వీరోచితంగా పోరాడినప్పటికీ పరాజయం తప్పలేదు. రాణా సంగ్రాంసింగ్ తీవ్ర గాయాలపాలైనాడు. అదృష్టవశాత్తు యుద్ధభూమినుండి ప్రాణాలతో పారిపోయాడు. కాణ్వాయుద్ధ విజయం బాబర్ అధికారాన్ని భారతదేశంలో స్థిరపరిచింది. భవిష్యత్‌లో అతని అధికార విస్తరణకు మార్గం సుగమం చేసింది.

చందేరి యుద్ధం క్రీ.శ.1528 : కాణ్వాయుద్ధ విజయానంతరం, బాబర్ మరో రాజపుత్ర రాజైన మెదినీరాయ్‌తో (బుందేల్‌ఖండ్ పాలకుడైన) యుద్ధం చేసాడు. మెదినీరాయ్ కేంద్రమైన చందేరి మొగల్ సేనల దాడికి దాసోహమైంది. మెదినీరాయ్ ప్రాణాలు కోల్పోయాడు. అనేకమంది రాజపుత్ర స్త్రీలు 'జౌహర్' చేసారు.

గోగ్రాయుద్ధం (క్రీ.శ.1529): పానిపట్, కాణ్వాయుద్ధాలలో ఓడిపారిపోయిన లోడీవంశ రాజకుమారులు, ఇతర అఫ్ఘన్ నాయకులు బీహార్, బెంగాల్ ప్రాంతాలకు చేరినారు. వీరు ఇబ్రహీంలోడి సోదరుడైన మహమ్మద్‌లోడీని సుల్తాన్‌గా గుర్తించి, బాబర్‌తో యుద్ధానికి సిద్ధమైనారు. గోగ్రావద్ద జరిగిన యుద్ధంలో బాబర్ సేనలు అఫ్ఘన్‌లను ఓడించాయి. ఈ విజయం ఫలితంగా మొగల్ చక్రవర్తి (బాబర్) రాజ్యం కాబూల్, కాందహార్‌లనుంచి, బీహార్‌వరకు, హిమాలయాలనుంచి, గ్వాలియర్, ఛందేరీల వరకు విస్తరించింది.

బాబర్ అంతిమదశ : బాబర్ చక్రవర్తి చివరి రోజులు నిరాశతో గడిచాయి. అల్వాల్ రాజకుమారుని ఆకస్మిక మరణం బాబర్‌ను తీవ్రంగా కలిచివేసింది. శరీరం బలహీనమైంది. కాబూల్‌నుంచి తిరిగివచ్చిన హుమాయూన్‌ను 'శంభాల్' రాష్ట్రపాలకునిగా, తన వారసునిగా బాబర్ ప్రకటించాడు. డిశంబర్ క్రీ.శ. 1530లో బాబర్ మరణించాడు.

బాబర్ వ్యక్తిత్వం - చరిత్రకారుల అభిప్రాయాలు

మొగల్ వంశస్థాపకుడైన బాబర్ చరిత్రకారుల దృష్టిలో మహోన్నతమైన స్థానాన్ని గౌరవాన్ని అందుకున్నాడు. కుమారునిగా, తండ్రిగా, భర్తగా, స్నేహితుడిగా, సేవకునిగా, యోధునిగా, పరిపాలకునిగా, కష్టకాలంలో కూడా మనోనిబ్బరాన్ని కోల్పోని అపురూపవ్యక్తిగా బాబర్

గుర్తింపుపొందాడు. ప్రసిద్ధ చరిత్రకారులైన లేన్‌పూల్, వి.ఎ.స్మిత్‌లు బాబర్ ఉన్నత వ్యక్తిత్వాన్ని, గుణగణాలను ప్రశంసించారు. వి.ఎ.స్మిత్ 'బాబర్'ను మధ్యయుగ ఆసియాఖండంలోనే అద్భుతమైన రాజకుమారునిగా పేర్కొన్నాడు.

హుమాయూన్ (క్రీ.శ.1530-1540-క్రీ.శ.1555-1556)

మొగల్ చక్రవర్తుల్లో రెండోవాడు హుమాయూన్. ఇతడు బాబర్ జ్యేష్ఠకుమారుడు. ఇతని తల్లి మహంబేగం. క్రీ.శ. 1508 మార్చి నెలలో కాబూల్‌లో జన్మించాడు. కాబూల్ రాజ్యాన్ని వశపర్చుకున్న తరవాత, తనకు కుమారుడు జన్మించినందున, బాబర్ అతనికి హుమాయూన్ అదృష్టవంతుడు అని పేరుపెట్టాడు. బాల్యంలో తన కుమారునికి అన్నిరకాల విద్యల్లో శిక్షణ ఇప్పించాడు బాబర్. ఇతనికి 'ఖ్వాజాకలాన్', షేక్‌జైనుద్దీన్‌లు విద్యాబోధన చేసారు. బాబర్ కాలంలోనే యువకుడైన హుమాయూన్ రాకుమారుడు క్రీ.శ. 1526-29 మధ్యకాలంలో 'బదక్షాన్' రాజ్య గవర్నర్‌గా విధులు నిర్వహించాడు. మొదటి పానిపట్‌యుద్ధంతోపాటు, కాణ్వా, ఛందేరి మొదలగు యుద్ధాల్లో పాల్గొన్నాడు హుమాయూన్. తండ్రి మరణించిన తర్వాత, మొగల్‌సింహాసనం అధిష్ఠించిన హుమాయూన్ అనేక ఇబ్బందులు ఎదుర్కొన్నాడు. బాబర్ రాజ్య భౌగోళిక-వైవిధ్యం, బలహీన పరిపాలనా వ్యవస్థ, ఖాళీ ఖజానా, సమకాలీన అఫ్ఘన్, రాజపుత్రుల తీవ్రశత్రుత్వం, స్వంత సోదరులతో శత్రుత్వం మొదలైన అంశాలు హుమాయూన్ అధికారాన్ని అస్థిరతకు గురిచేసాయి. చరిత్రకారులు హుమాయూన్ పరిపాలనాకాలాన్ని రెండు దశలుగా విభజించారు. క్రీ.శ. 1530-1540 వరకు తొలిదశ క్రీ.శ. 1555-56 వరకు మలిదశ.

హుమాయూన్ తన తొలి దశాబ్ద పరిపాలనా కాలంలో రాజపుత్రులతో, అఫ్ఘన్ సర్దార్లతో అనేక యుద్ధాలు చేసాడు. చివరికి క్రీ.శ. 1540లో షేర్‌ఖాన్ చేతిలో పరాజయం పొందిన హుమాయూన్ అధికారాన్ని, రాజ్యాన్ని కోల్పోయాడు. క్రీ.శ. 1540-1555 వరకు హుమాయూన్ అజ్ఞాతవాసంలో గడిపాడు. ఈ కాలంలో సూర్‌వంశపాలకులు షేర్‌షాసూర్ అతని వారసులు ఢిల్లీ కేంద్రంగా పరిపాలన చేసారు. షేర్‌షా సూర్ వారసుల అసమర్థతను ఆసరాగా తీసుకొని, తన సైన్యంతో 'సర్‌హింద్' యుద్ధంలో విజయం సాధించిన హుమాయూన్ జూన్ 1555 నాటికి ఢిల్లీలో మొఘల్ వంశాధికారాన్ని పునఃప్రతిష్టించాడు. 1556 జనవరి వరకు రాజ్యపాలన చేసాడు. జనవరి 24, 1556లో జనవరి వరకు రాజ్యపాలన చేసాడు. జనవరి 24, 1556లో పుస్తక భాండాగారం వద్ద కాలుజారిపడి, అస్వస్థుడై మరణించాడు. హుమాయూన్ అకాల మరణంతో, మొగల్ వంశాధికారం మరోసారి ప్రమాదంలో పడింది. హుమాయూన్ విశ్వాసపాత్రుడైన బైరంఖాన్, యువకుడైన అక్బర్‌ను, మొగల్ సింహాసనంపై ప్రతిష్టించాడు. తాను యువరాజుకు సంరక్షకునిగా బాధ్యతలు స్వీకరించాడు.

షేర్‌షాసూర్-అతని పరిపాలనా సంస్కరణలు (క్రీ.శ.1540-1545)

అఫ్ఘన్‌లలో గొప్ప పరాక్రమవంతుడిగా, సమర్థవంతమైన పరిపాలనావేత్తగా షేర్‌షా విశేషఖ్యాతి గడించాడు. క్రీ.శ.1540లో ఇతడు ఢిల్లీలో సూర్ వంశాధికారాన్ని స్థాపించాడు. ఇతడు మొగల్

చక్రవర్తులైన బాబర్, హుమాయూన్‌లకు సమకాలికుడు. ఇతని పూర్వీకులు అఫ్ఘనిస్తాన్‌లోని 'రోహి' అనే ప్రాంతానికి చెందినవారు. మనదేశంలో ఈ వంశానికి మూలపురుషుడు 'ఇబ్రహీంఖాన్‌సూర్'. ఇతడు షేర్‌షాకు తాత. గుర్రాలవ్యాపారం షేర్‌షా తాతగారి వృత్తి. ఈ వ్యాపారం లాభసాటిగా లేనందున, ఇబ్రహీంఖాన్ భారతదేశానికి వలస వచ్చాడు. 'హిస్సార్ ఫిరోజా' రాష్ట్ర జాగీర్‌దార్ 'జమాల్‌ఖాన్' వద్ద సైనికుడిగా చేరినాడు. ఇబ్రహీంఖాన్ మరణానంతరం, అతని కుమారుడైన హసన్‌ఖాన్, జమాల్‌ఖాన్‌సేనలో సైనికుడిగా చేరాడు. యజమాని విశ్వాసాన్ని చూరగొన్నాడు.

షేర్‌షా అసలుపేరు ఫరీద్. క్రీ.శ. 1472వ సం॥లో బజ్‌వార్ (పంజాబ్)లో జన్మించాడు. ఫరీద్ బాల్యంలో అనేక కష్టాలు ఎదుర్కొన్నాడు. తల్లి, తండ్రుల ప్రేమను పొందలేకపోయాడు. చివరికి తండ్రితో గొడవపడి తన 22వ ఏట ఇల్లు వదిలి, 'జాన్‌పూర్' పాలకుడైన జమాల్‌ఖాన్ సేవలో చేరాడు. ఇక్కడే యువకుడైన షేర్‌షాసూర్ అరబిక్, పర్షియన్ భాషలు నేర్చుకొన్నాడు. గతరాజుల జీవిత చరిత్రలను చదివాడు. జమాల్‌ఖాన్ కుమారుడు షేర్‌షా అతని తండ్రి హసన్‌ఖాన్‌ల మధ్య సయోధ్య చేకూర్చినాడు. ఆ తర్వాత షేర్‌షా అతని తండ్రి జాగీరైన సస్‌రామ్, బీహార్‌లోని షాబాద్ జిల్లాలోని కవాస్‌పూర్‌లకు ఉప-జాగీర్ధార్‌గా విధులు నిర్వహించి అక్కడి ప్రజల సర్వతోముఖాభివృద్ధికి కృషి చేశాడు. షేర్‌షా సాధించిన విజయం అతని తల్లి, తండ్రుల ప్రశంసలు పొందలేదు. పైగా అతడు వారికుట్రవల్ల తన ఉద్యోగాన్ని కోల్పోయాడు. క్రీ.శ. 1520 నాటికి షేర్‌షా ఢిల్లీ సుల్తానైన ఇబ్రహీంలోడీ సేవలో చేరినాడు. దౌలత్‌ఖాన్‌లోడీ షేర్‌షాకు ఇబ్రహీంలోడీ వద్ద ఉద్యోగం ఇప్పించడంలో సహాయం చేసాడు. షేర్‌షా తండ్రి హసన్‌ఖాన్ క్రీ.శ. 1520లో మరణించగా, ఇబ్రహీంలోడీ షేర్‌షాను తండ్రిగారి జాగీర్‌కు అధిపతిగా నియమించాడు. ఈసారి షేర్‌షా సవతిసోదరుడైన 'సులేమాన్' అడ్డుపడినందువల్ల, షేర్‌షా ఉద్యోగం కోల్పోయాడు. చివరికి 1523-24 నాటికి షేర్‌షా దక్షిణ బీహార్ చేరి దాని పాలకుడైన సుల్తాన్ మహమ్మద్‌ను ఆశ్రయించాడు. ఇతడు 'లోహానీ' వంశస్థుడు. ఇతనికే బహార్‌ఖాన్ అనే పేరుంది. బహార్‌ఖాన్ కుమారుడైన యువరాజు జలాల్‌ఖాన్‌కు షేర్‌షా అధ్యాపకుడిగా పనిచేసాడు. ఒకనాడు అడవిలో వేట సందర్భంగా సుల్తాన్‌బహార్‌ఖాన్ వెంటనే ఉన్న షేర్‌షా, పులిదాడినుండి, సుల్తాన్‌ప్రాణాలు రక్షించాడు. సుల్తాన్ అతని ధైర్యసాహసాలకు మెచ్చి అతన్ని 'షేర్‌ఖాన్' బిరుదుతో సత్కరించాడు. మొదటిపానిపట్ యుద్ధంలో (క్రీ.శ.1526), బాబర్ విజయం సాధించిన తర్వాత జరిగిన పరిణామాల ఫలితంగా, షేర్‌ఖాన్ మరోసారి తన ఉద్యోగం కోల్పోయాడు. బాబర్‌సేవలో కొంతకాలం పనిచేసిన షేర్‌ఖాన్, మరోసారి క్రీ.శ. 1527లో బహార్‌ఖాన్‌లోహానీ సేవలో చేరాడు. క్రీ.శ. 1528లో బహార్‌ఖాన్‌లోహానీ మరణించాడు. అతని భార్య షేర్‌ఖాన్‌ను, తన కుమారుడైన జలాల్‌ఖాన్ డిప్యూటి అధికారిగా నియమించింది. ఈ పరిస్థితుల్లో షేర్‌ఖాన్ తన వర్గాన్ని పెంచుకొని, దక్షిణ-బీహార్‌లో తన అధికారాన్ని నెలకొల్పినాడు. క్రీ.శ. 1529లో బెంగాల్ పాలకుడైన నస్రత్‌ఖాన్, దక్షిణ బీహార్‌పై దండెత్తగా, షేర్‌షా అతన్ని ఓడించాడు. లోహానీ సర్దారులు పన్నిన కుట్రను భగ్నంచేసాడు. షేర్‌షా దాడికి భయపడిన లోహానీ సర్దారులు జలాల్‌ఖాన్‌తో సహ బెంగాల్ పారిపోయారు. ఈ విధంగా క్రీ.శ. 1530నాటికి షేర్‌షా దక్షిణబీహార్ అధిపతిగా ఎదిగినాడు.

షేర్‌షా-హుమాయూన్‌ల ఘర్షణ (క్రీ.శ. 1535-1540)

బాబర్ వారసుడైన హుమాయూన్ షేర్‌షాతో క్రీ.శ.1535-1540 మధ్య యుద్ధాలు చేసాడు. రాజకీయ ఆధిపత్యం కొరకై ఈ పోరాటం అనివార్యమైంది. వీరిద్దరి సేనల మధ్య చునార్, చౌసా, కనౌజ్ వద్ద యుద్ధాలు జరిగాయి. హుమాయూన్ సేనలు, షేర్‌షా యుద్ధపటిమ, యుద్ధ వ్యూహరచన ముందు పరాజయాలను చవిచూసాయి. హుమాయూన్ వ్యక్తిగత బలహీనతే కాకుండ అనేక ఇతర అంశాలు అతని పతనానికి కారణమైనాయి. కనోజ్‌యుద్ధంలో పరాజయం పాలైన హుమాయూన్ తన రాజ్యాన్ని కోల్పోయాడు. షేర్‌షా సూర్ వంశ అధికారాన్ని ఢిల్లీ దాని పరిసరాలపై నెలకొల్పాడు. రాజ్యాన్ని కోల్పోయిన హుమాయూన్ తన సన్నిహితులైన కొందరి సర్దారులతో, కుటుంబంతో పర్షియా పారిపోయి, ఆ దేశ చక్రవర్తి శరణుజొచ్చాడు. షేర్‌షాసూర్ క్రీ.శ. 1540-1545 మధ్యకాలంలో, గతంలో బాబర్ సామ్రాజ్యంలోని అనేక భూభాగాలను, తాను ఆక్రమించిన నూతన భూభాగాలను సమర్థవంతంగా పరిపాలించాడు. అతని పరిపాలనా సంస్కరణలు చరిత్రకారుల ప్రశంసలు అందుకున్నాయి.

షేర్‌షాసూర్ దండయాత్రలు (క్రీ.శ. 1540-1545)

షేర్‌షాసూర్ ఢిల్లీ సింహాసనం అధిష్టించిన తరవాత అనేక దండయాత్రలు చేసాడు. వీటిలో ముఖ్యంగా పేర్కొనదగినవి (1) ఘక్కర్ రాజ్య ఆక్రమణ. సింధు, జీలంనదుల ఉపరిభాగంలో ఎత్తయిన పర్వత ప్రాంతంలో కేంద్రీకృతమై ఉండేది ఘక్కర్‌ల రాజ్యం. ఇక్కడ ఆటవిక జాతివారు నివసించేవారు. వీరి నాయకుడు 'రామ్‌సింగ్' షేర్‌షాసూర్ సేనలను అత్యంత ధైర్యసాహసాలు ప్రదర్శించి ఎదుర్కొన్నారు ఘక్కర్‌లు. చివరికి పరాజయం పొందారు. భవిష్యత్‌లో ఘక్కర్‌లను అదుపులో ఉంచాలన్న లక్ష్యంతో 'రోహ్‌టాన్‌ఘర్' అనే పేరుతో కొత్తకోటను నిర్మించి, అందులో 50వేల అఫ్ఘన్ సైనికులను శాశ్వతంగా నిలిపినాడు. ఈ విజయానంతరం షేర్‌షాసూర్ సింధ్, ముల్తాన్ ప్రాంతాలను ఆక్రమించాడు. బెంగాల్‌లో ఖాజీర్‌ఖాన్ తిరుగుబాటు లేవదీయగా దాన్ని షేర్‌షా అణచివేసినాడు. క్రీ.శ.1542వ సం॥లో మాల్వాపై దండెత్తినాడు. మాల్వా, మాండు, ఉజ్జయిని, సారంగపూర్, మాల్వా అధిపతియైన 'మల్లుఖాన్'ను ఓడించి అతని రాజ్యాన్ని ఆక్రమించాడు. క్రీ.శ. 1543వ సం॥లో షేర్‌షాసూర్, చౌహన్ వంశ పాలకుడైన 'పూరన్‌మల్' పరిపాలిస్తున్న 'రైసిన్'పై దండెత్తినాడు. ఇరుపక్షాల మధ్య సయోధ్య కుదర్చడానికై కొందరు అధికారులు చేసిన ప్రయత్నాలు విఫలమైనాయి. రైసిన్‌కోట ముట్టడి కంటే ముందు షేర్‌సాసూర్, ఆ కోట చేరడానికై ఉన్న రహదార్లను నిర్బంధించాడు. కోటలోపల ఉన్న ప్రజలకు, సైనికులకు తిండి దొరకకుండ చేసాడు. వార్తావాహులద్వారా 'పూరన్‌మల్' లొంగిపోతే, వారికి ఏలాంటి ప్రాణహాని చేయనని నమ్మించాడు. పూరన్‌మల్ షేర్‌షాను నమ్మి లొంగిపోయాడు. ఆ తర్వాత షేర్‌షా సేనలు 'పూరన్‌మల్' బిడారంపై రాత్రిపూట దాడిచేసాయి. జరిగిన మోసాన్ని గ్రహించిన పూరన్‌మల్ చివరివరకు వీరోచితంగా పోరాడి వీరమరణం పొందాడు. షేర్‌షా సైనికులు 'రైసిన్' కోటలోని స్త్రీలపై జరిపిన అమానుషదాడులు చరిత్రపుటల్లో అతనికి మాయని మచ్చగ మిగిలినాయి.

షేర్‌షా మార్వార్ ఆక్రమణ (క్రీ.శ. 1543)

మార్వార్ రాజపుత్ర యోధులు రాణాసంగ్రాంసింగ్ కాలంనుండే, మొగల్ సేనలను ధైర్యంగా ఎదుర్కొని విశేషఖ్యాతి గడించారు. 'రాజామల్‌దేవ్' క్రీ.శ. 1531లో మార్వార్ రాజ్య చక్రవర్తిగా సింహాసనమధిష్టించాడు. మల్‌దేవ్ గొప్పవీరుడు. క్రీ.శ. 1540-41నాటికి ఇతని రాజ్యం దక్షిణాన నాగపూర్ వరకు, తూర్పున అజ్మీర్‌వరకు, ఉత్తరాన ఝుజ్‌హర్ వరకు విస్తరించి ఉండింది. రాజామల్‌దేవ్ పకడ్బందీ వ్యూహం ప్రకారం 40 వేల మంది అశ్వికులతో షేర్‌షాను ఎదుర్కొనడానికి సిద్ధమైనాడు. షేర్‌షా కుటిలనీతిని ప్రదర్శించి రాజపుత్రులలో విభేదాలు సృష్టించి, తనవైపు కొందరిని త్రిప్పుకున్నాడు. చివరికి రాజామల్‌దేవ్ పరాజయం పొందాడు. మార్వార్ షేర్‌షా, విజయం సాధించాడు. మేవార్ రాజ్య అధికారుల్లోని అంతా కలహాలు, రాజు ఉదయ్‌సింగ్ చిన్నవాడైనందున మేవార్‌రాజ్యం సూర్‌వంశ ఆధిపత్యాన్ని అంగీకరించింది.

షేర్‌షా బుందేల్‌ఖండ్ ఆక్రమణ (కలంజర్‌యుద్ధం క్రీ.శ. 1545)

షేర్‌షాసూర్ చేసిన చివరి యుద్ధం 'కలంజర్ యుద్ధం'. బుందేల్‌ఖండ్ రాజైన 'కిరాత్‌సింగ్' షేర్‌షా ఆధిపత్యాన్ని అంగీకరించకపోవడమే ఈ యుద్ధానికి ముఖ్య కారణం. బుందేల్‌ఖండ్ రాజ్యానికి ప్రధాన కోటయైన 'కలంజర్'ను స్వాధీనం చేసుకోవాలన్న లక్ష్యంతో షేర్‌షా ముట్టడి ఆరంభించాడు. శక్తివంతమైన 'ఫిరంగిదళాన్ని' కోట ఆక్రమణకు ఉపయోగించాడు. సాబత్‌లను (రహస్య మార్గాలను) నిర్మించాడు. రక్షణకు గోతులను తవ్వించాడు. కోటగోడకంటె ఎత్తైన మరోగోడను కట్టించాడు. ఆ కొత్త గోడపై ఫిరంగులను అమర్చినాడు. ఒకనాడు కోటలోకి గుండు విసురుతుండగా, అది తిరిగివచ్చి మందుగుండు సామానుపై పడింది. ఈ పేలుడులో షేర్‌షాసూర్ తీవ్రంగా గాయాలపాలైనాడు. విజయం షేర్‌షా స్వాధీనమైంది. కాని షేర్‌షాసూర్ 1545, మే 22న చనిపోయాడు. అతడు మరణించేనాటికి సూర్ వంశాధికారం తూర్పున బెంగాల్‌నుంచి, పశ్చిమాన మాళవం వరకు, ఉత్తరాన సింధ్, ముల్తాన్, పంజాబ్‌ల నుంచి, దక్షిణాన బుందేల్‌ఖండ్, రాజస్థాన్‌లో, అబూ పర్వతం వరకు వ్యాపించింది.

షేర్‌షా పరిపాలనా విధానం-విశేషాలు

షేర్‌షాసూర్ పరిపాలనా విధానంపై చరిత్రకారులు భిన్నాభిప్రాయాలు వ్యక్తంచేసారు. సుప్రసిద్ధ చరిత్రకారుడైన కె.ఆర్.కానుంగో తన రచన 'షేర్‌షా'లో అతన్ని గొప్ప పరిపాలనా వేత్తగా, సైనిక వ్యూహకర్తగా, అఫ్ఘన్‌లలో అత్యంత ప్రతిభావంతునిగా వర్ణించాడు. 'షేర్‌షాసూర్ పరిపాలనా సామర్థ్యాన్ని, విశిష్టతను గురించి 'కీనే' అనే చరిత్రకారుడు వ్రాస్తూ షేర్‌షాసూర్ ప్రజా సంక్షేమానికై కృషి చేసాడనీ, అతని విజ్ఞత ముందు బ్రిటిష్ వారి ఉదారత్వం కూడా చిన్న పోయిందనీ అభిప్రాయపడినాడు. షేర్‌షాసూర్ న్యాయబద్ధంగా, ప్రజాహితాన్ని కోరి, శాంతిభద్రతలను నెలకొల్పి, సుల్తాన్ పదవికి వన్నెతెచ్చే విధంగా పరిపాలించి చరిత్రలో విశేషస్థానాన్ని పొందాడు.

కేంద్ర ప్రభుత్వం - సుల్తాన్-మంత్రి పరిషత్ - విధులు- అధికారాలు

షేర్‌షాసూర్ రూపొందించిన పరిపాలనా వ్యవస్థలో కేంద్ర ప్రభుత్వానికి 'సుల్తాన్' అధినేత.

అతని శక్తి సామర్థ్యాలు, తెలివితేటలపై రాజ్య భద్రత, ప్రభుత్వ మనుగడ ఆధారపడేది. క్రీ.శ. 1540లో ఢిల్లీ సింహాసనం అధిష్టించడానికి ముందే షేర్‌షాసూర్ అనేక పదవులు సమర్థవంతంగా నిర్వహించాడు. అపారమైన అనుభవం కలిగి ఉండినాడు. చక్రవర్తికి సర్వాధికారాలు ఉన్నప్పటికీ షేర్‌షా నిరంకుశంగా పాలించలేదు. హిందూ-ముస్లిం ధర్మశాస్త్రాల్లో పేర్కొనబడిన రాజధర్మవిధులను షేర్‌షా నిర్వహించాడు. తన మంత్రులను, అధికారులను, రాష్ట్ర పాలకులను ప్రజాహితాన్నే లక్ష్యంగా న్యాయబద్ధంగా పరిపాలించాలని ఆదేశించాడు. సుల్తాన్ చట్టానికంటే గొప్పవాడు కాదనీ, చట్టానికి లోబడే విధులు నిర్వహించాలని సూచించాడు. ఆచరించాడు. క్రమశిక్షణలేని అధికారులను శిక్షించాడు. తన రాజ్యంలోని రైతాంగ సంక్షేమానికి ప్రత్యేకచర్యలు చేపట్టినాడు. కేంద్రంలో షేర్‌షాకు పరిపాలనా వ్యవహారాల్లో సహకరించడానికి నలుగురు మంత్రులతోకూడిన 'మంత్రిపరిషత్' ఉండేది. వీరిలో 'వజీర్', 'అరీజ్-ఇ-ముమాలిక్', 'దివాన్-ఇ-రిసాలత్', 'డబీర్-ఇ-ఖాస్' ముఖ్యులు. పైన పేర్కొన్న నలుగురితోపాటు 'కాజీ', బరీద్-ఇ-ముమాలిక్ అనే ఇద్దరు ఉన్నతాధికారులు పరిపాలనా వ్యవహారాల్లో ముఖ్యపాత్ర పోషించారు. షేర్‌షా మంత్రులు-ఉన్నతాధికారులశాఖల విధులు-అధికారాలు ఇక్కడ వివరించడం జరిగింది.

మంత్రులు - వారి శాఖలు

అ) వజీర్ : ఇతడు కేంద్రమంత్రి వర్గంలో అత్యంత ప్రాధాన్యత కలమంత్రి. ఇతడు ఆర్థిక వ్యవహారాలశాఖకు అధిపతి. ఇతడి శాఖనే 'దివాన్-ఇ-విజారత్' అనేవారు. సామ్రాజ్యంలోని అన్ని సర్కార్‌ల నుంచి పన్నులు, సుంకాలు 'దివాన్-ఇ-విజారత్' శాఖకు చేరేవి. అన్ని రకాల ప్రభుత్వ జమా-ఖర్చులను ఇతడు చూసేవాడు. అన్ని శాఖల మధ్య సమన్వయాన్ని ఇతడు చేకూర్చేవాడు. అనుభవజ్ఞులకు, విశ్వాసపాత్రులైన వారికీ ఈ శాఖ అప్పగించాడు.

ఆ) అరీజ్-ఇ-ముమాలిక్ : ఇతడు కేంద్రంలో సైనిక వ్యవహారాలు చూసే మంత్రి. ఇతడి శాఖ 'దివాన్-ఇ-అరీజ్'గా పేరుపొందింది. అన్నిరకాల సైనికుల నియామకం, జీతభత్యాల చెల్లింపులు, శిక్షణ, సైన్యాధికారుల నియామకం, యుద్ధవ్యూహరచన మొదలైనవి ఈ శాఖమంత్రి విధులు.

ఇ) దివాన్-ఇ-రిసాలత్ : ఇతడు షేర్‌షా పరిపాలనా వ్యవస్థలో విదేశీ వ్యవహారాల మంత్రి. ఇతర రాజ్యాల పాలకులతో దౌత్య సంబంధాలను ఇతడు నిర్వహించేవాడు.

ఈ) దబీర్-ఇ-ఖాస్ : ఇతడి శాఖను 'దివాన్-ఇ-ఇన్షా' అని వ్యవహరించేవారు. సుల్తాన్ జారీచేసిన ఆదేశాలను రాజ్యంలోని అన్ని రాష్ట్రాలకు చేరవేయడం, అమలుచేసేట్లు పర్యవేక్షించడం ఈ శాఖమంత్రి విధులు.

ఉ) ముఖ్యఖాజీ : షేర్‌షా సామ్రాజ్యంలో ముఖ్యన్యాయాధికారి ముఖ్య ఖాజీ. ఇతడు న్యాయశాస్త్రంలో అపారపరిజ్ఞానం కలిగి ఉండేవాడు.

ఊ) బరీద్-ఇ-ముమాలిన్ : కేంద్రప్రభుత్వంలోని ఉన్నతాధికారుల్లో బరీద్-ఇ-ముమాలిక్ మరో ముఖ్యవ్యక్తి. ఇతడు ఇంటలిజెన్స్ శాఖ పెద్ద. వివిధ రాష్ట్రాల పాలకుల విధినిర్వహణకు, వివిధ

శాఖాధిపతుల పనితీరుకు సంబంధించిన రహస్య రిపోర్ట్‌లను ఇతడు ప్రత్యేకంగా నియమించిన గూఢచారుల ద్వారా సేకరించి సుల్తాన్‌కు నివేదించేవాడు.

పైన పేర్కొన్న మంత్రులు, అధికారులు సుల్తాన్ విశ్వాసాన్ని కలిగి ఉన్నంత కాలమే తమ పదవుల్లో కొనసాగారు. సుల్తాన్ ఆదేశాలను అమలు చేయడమే వీరి ముఖ్య విధి.

షేర్షా రాష్ట్ర పరిపాలనా విశేషాలు

షేర్‌షాసూర్ తన స్వల్ప పరిపాలనా కాలంలో పటిష్ఠమైన ప్రాంతీయ లేదా రాష్ట్ర పాలన వ్యవస్థను రూపొందించాడు. షేర్షా రాష్ట్ర పాలన విషయంలో చరిత్రకారులు విభిన్న అభిప్రాయాలు వ్యక్తంచేసారు. కె.ఆర్. కానుంగో ప్రకారం షేర్షా తన సువిశాల సామ్రాజ్యాన్ని 'సర్కారు' అనే రాష్ట్రాలుగా విభజించాడు. షేర్షా సామ్రాజ్యంలో 'సుభా' అనే విభాగం లేదన్నది కానుంగో అభిప్రాయం. పై అభిప్రాయంతో ఏకీభవించని పి.సారన్, శ్రీవాత్సవ, పాండే మొదలగు చరిత్రకారులు షేర్షా 'సుభా'లను ఏర్పాటు చేసాడనీ, లాహోర్, పంజాబ్, మాళ్వా, అజ్మీర్ ముఖ్య సుభాలని, వాటి పరిపాలన బాధ్యతను వైస్రాయిలు లేదా గవర్నర్‌లు నిర్వహించారనీ పేర్కొన్నారు.

సర్కార్ పాలన : షేర్షా రూపొందిన రాష్ట్రపాలనలో 'సర్కార్' పెద్ద విభాగం. సుల్తాన్ 'సర్కార్' పరిపాలన నిర్వహించే బాధ్యతను 'షిక్‌దార్-ఇ-షిక్-దారన్' అనే ఉన్నతాధికారికి అప్పగించాడు. కొన్ని 'పరగణా' లను కలిపి 'సర్కార్'ను ఏర్పాటు చేసాడు. కొందరి చరిత్రకారుల దృష్టిలో షేర్షా సామ్రాజ్యంలో సామంత రాజ్యాలను మినహాయించితే, 65 సర్కార్‌లుండినాయి. 'సర్కార్' స్థాయిలో శాంతి భద్రతలను కాపాడుట, ఇతర అధికారులపై పర్యవేక్షణ షిక్‌దార్-ఇ-షిక్‌దారన్ విధి. రాజాజ్ఞల అమలు, జమిందార్లను అదుపులో ఉంచడం మొదలగునవి ఇతర విధులు. సర్కార్ పరిపాలనలో మరో ముఖ్య అధికారి 'మున్సిఫ్-ఇ-మున్సిఫాన్' ఇతడు సర్కార్‌స్థాయి న్యాయాధికారి. రెవిన్యూ తగాదాలను పరిష్కరించుట, అమీన్‌లను అదుపులో ఉంచడం అతని విధులు.

పరిగణా పరిపాలన : షేర్షా పరిపాలనలో రాష్ట్రస్థాయిలో పరగణ పరిపాలనకు ఎంతో ప్రాధాన్యత కలిగి ఉండింది. కొన్ని వందల గ్రామాలు కలిపి 'పరగణా' అనేరాష్ట్రస్థాయి విభాగాన్ని షేర్షా రూపొందించాడు. షేర్‌షా పరగణా పరిపాలనా వ్యవహారాలు సమర్థవంతంగా నిర్వహించడానికై 'షిక్‌దార్'; 'అమీన్', 'పోత్‌దార్', 'కానుంగో' అనే నలుగురు అధికారులను నియమించాడు. వీరిలో 'షిక్‌దార్' పరగణా అతిపెద్ద అధికారి. ఇతడు శాంతి-భద్రతలు పరిరక్షించేవాడు. సైన్యాన్ని పోషించేవాడు. 'అమీన్' పరగణాస్థాయి భూమిశిస్తు, భూమి రికార్డులు, భూమిశిస్తు నిర్ణయం మొదలగు బాధ్యతలు నిర్వహించే అధికారి. 'పోత్‌దార్' పరగణాస్థాయి కోశాధికారి. పరగణాలో వసూలు చేసిన ధన, ధాన్యాగారాలపై ఇతని అధికారముండేది. 'కానుంగో' భూమిశిస్తు వసూలు చేయడంలో రెవిన్యూ అధికారులు సమర్థవంతంగా పనిచేసేట్లు పర్యవేక్షించుట, రైతాంగాన్ని రెవిన్యూ అధికారుల నిరంకుశవైఖరి నుంచి రక్షించుట, ప్రభుత్వ ఖజానాకు చేరవలసిన ప్రతిపైసాను సకాలంలో చేరేట్లు విధులు నిర్వహించుట కానుంగో విధులు. పరగణాస్థాయిలో సుల్తాన్‌కు ప్రజలకు, రైతులకు మధ్య వారధిగా కానుంగో విధులు నిర్వహించాడు.

గ్రామపాలన

షేర్‌షా గ్రామస్థాయిలో సమర్థవంతమైన పరిపాలన రూపొందించాడు. గ్రామపెద్ద గ్రామ పరిపాలనా వ్యవహారాల్లో ముఖ్యపాత్ర పోషించేవాడు. వారసత్వంగా వచ్చిన ఉద్యోగాలను కొనసాగించాడు. ప్రభుత్వాధికారులకు గ్రామంలోని గ్రామకరణం, చౌకిదార్లు, పట్వారీలు సహకరించే విధంగా ఏర్పాట్లు చేసాడు.

షేర్షా భూమిశిస్తు విధానం

షేర్‌షాసూర్ రైతు సంక్షేమాన్ని దృష్టిలో పెట్టుకొని రూపొందించిన భూమిశిస్తు విధానం, అతనికి చరిత్రలో శాశ్వతకీర్తిని సంపాదించిపెట్టింది. శాస్త్రీయంగా, ధర్మబద్ధంగా అతడు భూమిశిస్తును నిర్ణయించి వసూలు చేయించాడు. భూమిని సర్వే చేయించాడు. తన రెవిన్యూ అధికారులకు, మంత్రులకు ప్రత్యేక ఆదేశాలు ఇచ్చి రైతులనుంచి ప్రత్యక్షంగా పన్నువసూలు చేసే ఏర్పాట్లు చేసాడు. వ్యవసాయభూమిని 'భిగా' అనే యూనిట్‌గా విభజించాడు. భూమిని దాని సారాన్ని బట్టి మూడు రకాలుగా వర్గీకరించాడు. పండించిన పంటలో 1/3వ వంతు భూమిశిస్తుగా వసూలు చేయించాడు. శిస్తును ధన లేదా ధాన్యరూపంలో చెల్లించే వెసులుబాటు కల్పించాడు. జాగీర్దారీ వ్యవస్థను రద్దుచేసాడు. రైతులకు భూమిపై హక్కును సూచించే 'పట్టా' పద్ధతిని ప్రారంభించాడు. దీనిలో (పట్టాలో) ఒకరైతు సాగుచేస్తున్న భూమిపై అతని 'హక్కు', ప్రభుత్వానికి ఏటా అతడు చెల్లించడానికి ఒప్పుకొన్న భూమిశిస్తు వివరాలు పేర్కొనబడినాయి. షేర్‌షా భూమిశిస్తు విధానం 'రాజాతోడర్‌మల్'కు మార్గదర్శకంగా మారిందని చరిత్రకారులు అభిప్రాయపడినారు.

కరెన్సీ సంస్కరణలు : షేర్‌షా నాణేల విషయంలో కొన్ని సంస్కరణలు ప్రవేశపెట్టాడు. ఇతడు ప్రవేశపెట్టిన కరెన్సీ సంస్కరణలు మొగల్‌లకు, ఈస్ట్‌ఇండియా కంపెనీవారికి మార్గదర్శకమైనాయి. షేర్షా 180 గుంజల బరువుకల 'వెండి రూపాయి'ని ముద్రించాడు. దీనిలో 175 గుంజల శుద్ధమైన వెండి ఉండేది. ఈ రూపాయి నేటి రూపాయికి ఆధారమైంది. దీన్ని 'డామ్' అనే వ్యవహరించేవారు. షేర్షా మిశ్రమలోహపు నాణేలను రద్దుచేసాడు. బంగారం, వెండి, రాగి నాణేల విలువను నిర్ణయించాడు.

ప్రజాహిత కార్యక్రమాలు-రోడ్లు, సరాయిల నిర్మాణం : షేర్షాసూర్ ప్రజాసంక్షేమమే లక్ష్యంగా పరిపాలన చేసాడు. అనేక రహదారులను, సరాయిలను నిర్మించాడు. ఇతడు నిర్మించిన రహదారులలో ప్రధానమైనవి.

1) బెంగాల్ నుంచి పంజాబ్, లాహోర్, ఢిల్లీ, ఆగ్రాలను కలిపే రహదారి

2) ఆగ్రా-జోధ్‌పూర్ రహదారి.

3) లాహోర్ నుంచి ముల్తాన్ వరకు కలిపే రహదారి.

షేర్షా రహదారులకు రెండువైపుల బాటసారులు, వర్తకులకోసం వెయ్యికిపైగా సత్రాలు (సరాయిలు) కట్టించాడు. ఈ సత్రాలలో నీటివసతి, ప్రార్థనా వసతులు కల్పించాడు. నీడను, పండ్లను ఇచ్చే చెట్లు నాటించాడు.

న్యాయసంస్కరణలు: షేర్షా సూర్ గొప్ప న్యాయాధిపతిగా కీర్తి గడించాడు. 'ముఖ్య ఖాజీ' వివిధ రకాల కేసులను చూసి, విచారించి, తీర్పులు ఇచ్చేవాడు. న్యాయవ్యవహారాల్లో ఖాజీకి మున్సిఫ్‌లు, షిక్‌దార్‌లు సహకరించేవారు. క్రిమినల్, సివిల్ కేసులను వేరువేరుగా పరిశీలించేవారు. క్రిమినల్ నేరాలు చేసిన వారిని కఠినంగా శిక్షించేవారు. అంగవిచ్ఛేదం, చేతివ్రేళ్ళు నరకడం, కొరడాలతో కొట్టించడం ఆనాటి ప్రధాన శిక్షలు.

పోలీస్ పరిపాలన : 'అబ్బాస్‌ఖాన్ షేర్వాణీ' అనే సమకాలీన చరిత్ర కారుడు షేర్షా సూర్ పటిష్టమైన పోలీస్ వ్యవస్థను రూపొందించాడని పేర్కొన్నాడు. వర్తకులు, సామాన్య ప్రజలు తమ తమ సరుకులను ఆభరణాలను ధరించి, మోసుకొని నిర్భయంగా ప్రయాణం సాగించేవారని రాసాడు. గ్రామస్థాయిలో గ్రామపెద్ద పోలీస్ విధులు నిర్వహించేవాడు.

షేర్షాసూర్ నిర్మాణాలు : షేర్షా తన పాలనాకాలంలో కొన్ని నిర్మాణాలు చేపట్టాడు. ఢిల్లీలోని 'పురాణఖిలా' మరియు 'ససరామ్'లోని అతడు కట్టించుకున్న 'సమాధి' పేర్కొనదగినవి.

షేర్‌షాసూర్ ఒక అంచనా : మధ్యయుగ భారతదేశ చరిత్రలో షేర్‌షాసూర్ పాలించిన ఐదు సంవత్సరాల స్వల్పకాలానికి ఎంతో చారిత్రక ప్రాధాన్యత కలదని చరిత్రకారులు అభిప్రాయపడినారు. కె.ఆర్. కానుంగో, శ్రీవాత్సవ, వి.ఎ. స్మిత్, వూల్‌స్లీ హేగ్, పి. సారన్‌వంటి చరిత్రకారులు షేర్‌షాను సమర్థుడైన నాయకుడిగా, సేనాధిపతిగా, పరిపాలనావేత్తగా అభివర్ణించారు. కొందరు చరిత్రకారులు ఇతన్ని మొగల్‌ల పరిపాలనకు మార్గదర్శకునిగా వర్ణించారు.

సూర్‌వంశ పతనం : షేర్‌షా క్రీ.శ. 1545లో మరణించాడు. అతని వారసుల్లో చాలామంది అసమర్థులు. షేర్‌షా కొడుకైన జలాల్‌ఖాన్ క్రీ.శ.1545-1553 మధ్య పరిపాలించాడు. అతడు తన స్వార్థపూరిత సర్దారుల ఒత్తిడికి సతమతమైనాడు. క్రీ.శ.1555లో భారతదేశానికి తన అనుచరులు, సైన్యంతో తిరిగి వచ్చిన హుమాయూన్ షేర్‌షా వారసున్ని ఓడించి ఢిల్లీ సింహాసనాన్ని ఆక్రమించి మొఘల్ వంశాధికారాన్ని పునఃప్రతిష్టింపచేసాడు.

ఘనులైన మొఘల్ చక్రవర్తుల రాజకీయ విజయాలు - (క్రీ.శ.1526-1707)

మొఘల్ చక్రవర్తుల పరిపాలనా కాలాన్ని చరిత్రకారులు 'ది ఏజ్ ఆఫ్ గ్రేట్ మొఘల్స్' (ఘనులైన మొఘల్ చక్రవర్తుల యుగం) (క్రీ.శ.1526-1707), కడపటి మొగలుల యుగం (క్రీ.శ. 1707-1857) అని రెండు దశలుగా విభజించారు. మొదటి దశ బాబర్ మొదటి పానిపట్ యుద్ధంలో, ఇబ్రహీం లోడీపై విజయం సాధించుటతో ప్రారంభమై, ఔరంగజేబ్ క్రీ.శ.1707లో మరణించడంతో అంతమవుతుంది. ఈ దశలో బాబర్, అక్బర్, జహంగీర్, షాజహాన్, ఔరంగజేబులు పరిపాలించారు. సుమారు 163 ఏండ్లపాటు కొనసాగిన గొప్ప మొఘల్ చక్రవర్తుల పాలనలో దేశంలో అనేక రాజకీయ, సామాజిక, ఆర్థిక, సాంస్కృతిక, మత మొదలగు రంగాల్లో మార్పులు చోటుచేసుకున్నాయి. ముఖ్యంగా క్రీ.శ. 1556- 1605 మధ్య అర్ధశతాబ్దానికి పైగా పరిపాలించిన అక్బర్ చక్రవర్తుల కాలంలో మొగల్‌ల అధికారం దేశంలో అన్ని దిశలా విస్తరించింది. అక్బర్ చక్రపరిపాలనా వ్యవస్థ, మన్సబ్‌దారీ విధానం, రాజపుత్రవిధానం, మతవిధానం, భూమిశిస్తువిధానం,

భవిష్యత్ పాలకులకు మార్గదర్శకమైనాయి. ప్రజాభిమానాన్ని పొందాయి. అక్బర్‌ను చరిత్రకారులు ఒక మహోన్నతమైన చక్రవర్తిగా, సుగుణాలరాశిగా అభివర్ణించారు. మొగల్ చరిత్రలో రెండోదశ కడపటిరాజుల యుగం. క్రీ.శ. 1707లో ప్రారంభమై 1857లో తిరుగుబాటుతో ముగుస్తుంది. ఈ దశలో మొగల్ సామ్రాజ్యంపై విదేశీ దాడులు జరిగాయి. సామ్రాజ్య విచ్ఛిన్నం జరిగింది. స్వతంత్ర్యరాజ్యాలు వెలసినాయి.

అక్బర్ చక్రవర్తి సాధించిన విజయాలు (క్రీ.శ.1542-1605) : అక్బర్ క్రీ.శ.1542లో నవంబర్ 23వ తేదీన అమర్‌కోట (సింధ్) రాజైన రాణాప్రసాద్ అంతఃపురంలో హుమాయూన్ అజ్ఞాతంలో ఉండగా జన్మించాడు. ఇతని తల్లి హమీదానుబేగం, హుమాయూన్ తన కుమారునికి పున్నమినాడు పుట్టినందున నూరుద్దీన్ మహమ్మద్ అక్బర్ అని నామకరణం చేసాడు. అక్బర్ తన 13వ ఏట తండ్రిని కోల్పోయాడు. బైరంఖాన్ సంరక్షణలో పెరిగినాడు. ఆరోజుల్లో అక్బర్ పంజాబ్‌లో ఉన్నాడు. అతని పట్టాభిషేకం ఫిబ్రవరి 14వ తేదీ, 1556వ సం॥లో గురుదాస్‌పూర్‌ని సమీపంలో 'కలనూర్'లో బైరంఖాన్ జరిపించాడు.

అక్బర్

క్రీ.శ. 1556 నాటి భారతదేశ రాజకీయ పరిస్థితులు:

అక్బర్ క్రీ.శ. 1556లో ఢిల్లీ సింహాసనం అధిష్టించే నాటికి రాజకీయ పరిస్థితులు అల్లకల్లోలంగా ఉన్నాయి. ఉత్తర భారతదేశంలో అనేక రాజపుత్ర రాజ్యాలు పటిష్టమైన స్థితిలో ఉన్నాయి. షేర్షా వారసుల్లో కొందరు (మహమ్మద్ అబ్దుల్‌షా, సికందర్‌సూర్) తిరిగి రాజ్యాధికారాన్ని సంపాదించు కోవడానికి ప్రయత్నం చేస్తుండేవారు. హేమూ రాజ్ ఢిల్లీ, ఆగ్రాలను ఆక్రమించి అధికారం చేస్తుండేవాడు.

రెండోపానిపట్ యుద్ధం (5 నవంబర్-క్రీ.శ 1556) : ఢిల్లీ సింహాసనాన్ని ఆక్రమించడానికై, అక్బర్ తన సంరక్షకుడైన బైరంఖాన్ నేతృత్వంలో పానిపట్‌మైదానం చేరుకున్నాడు. అక్కడ జరిగిన చారిత్రాత్మక యుద్ధంలో హేమురాజ్‌ను ఓడించి, చంపిన మొగల్ సేనలు ఢిల్లీ, దాని పరిసరాలను స్వాధీనం చేసుకున్నాయి. ఈ విధంగా అక్బర్ ఢిల్లీ సింహాసనంపై ఆసీనుడైనాడు.

అక్బర్ సైనిక విజయాలు : అక్బర్ గొప్ప సైనికవిజేత. సమకాలీన రచయితలు అతని సైనిక విజయాలను వర్ణించారు. క్రీ.శ. 1558-1560 మధ్య కాలంలో అక్బర్ సంరక్షకుడైన బైరంఖాన్ గ్వాలియర్, అజ్మీర్, జాన్‌పూర్‌లను జయించాడు. బైరంఖాన్‌ను క్రీ.శ. 1561 పదవినుంచి తొలగించిన అక్బర్ చక్రవర్తి మొదట క్రీ.శ. 1561లో బజ్‌బహదూర్‌ను ఓడించి 'మాల్వా' ఆక్రమించాడు. క్రీ.శ. 1564వ సం॥లో 'గొండ్వానా' అక్బర్ ఆక్రమించాడు. రాజపుత్ర రాజ్యాలపై అక్బర్ దండెత్తినాడు. మేవార్ రాజైన 'రాణా ఉదయ్‌సింగ్' అక్బర్ సేనలతో వీరోచితంగా పోరాడి ఓడినాడు. అతని సేనాధిపతులైన జయమల్, పట్టాలు మొగల్ సేనలను ధైర్యంగా ఎదిరించి ఓడినారు. రాణా ఉదయ్‌సింగ్ మరణానంతరం మొగల్-మేవార్‌సేనల మధ్య పోరాటం కొనసాగింది.

రాణాప్రతాప్‌సింగ్ మొగల్ చక్రవర్తితో పోరాటం కొనసాగించాడు. క్రీ.శ. 1576లో ఇరుపక్షాల మధ్య 'హల్దీఘాట్' యుద్ధం జరిగింది.

క్రీ.శ. 1569లో రణతంభోర్, కలంజర్ రాజులు అక్బర్ సార్వభౌమాధికారాన్ని అంగీకరించారు. క్రీ.శ. 1570లో జైసల్‌మీర్, బికనీర్ రాజపుత్ర రాజ్యాల పాలకులు అక్బర్ సార్వభౌమత్వాన్ని, సామంతరికాన్ని అంగీకరించారు. ఈ సంబంధాలు రాజపుత్రులతో, మొగల్ చక్రవర్తికి మధ్య వివాహసంబంధాలకు దారితీసాయి. జోద్‌పూర్ రాజు అక్బర్ సామంతరికాన్ని అంగీకరించాడు. ఒక్క మేవార్ రాజపుత్ర రాజులు తప్ప మిగతా రాజపుత్రరాజులు అతని సార్వభౌమాధికారాన్ని అంగీకరించారు. అక్బర్ చక్రవర్తి క్రీ.శ. 1572లో గుజరాత్, 1576లో బెంగాల్, 1585లో కాబూల్, 1586లో కాశ్మీర్, కాందహార్‌లను ఆక్రమించాడు. దక్కన్ షియా రాజ్యాలపై అక్బర్‌సేనలు జరిపిన దండయాత్రలు విజయవంతమైనాయి. ముఖ్యంగా అహమద్‌నగర్, బీజాపూర్, సుల్తానులు అక్బర్ సైన్యాలచే ఓటమి పాలైనారు. గోల్కొండ సుల్తానైన మహమ్మద్ కులీకుతుబ్‌షా అక్బర్‌తో స్నేహం చేసుకున్నాడు. అహమద్‌నగర్ సేనలను బాలుడైన, 'మురాద్' రాకుమారిని సంరక్షకురాలైన చాంద్ బీబీ నడిపింది. అసమాన ధైర్య సాహసాలు ప్రదర్శించి చివరికి మొగల్ సేనలతో పోరాడి ప్రాణాలు కోల్పోయింది. (క్రీ.శ.1600). క్రీ.శ. 1600లో ఖాందేశ్‌ను అక్బర్‌సేనలు జయించినాయి. దీనితో అక్బర్-సార్వభౌమాధికారం సువిశాల భారతావనిపై నెలకొల్పబడింది.

అక్బర్ మతవిధానం

అక్బర్ చక్రవర్తికి విశేషకీర్తి సంపాదించిపెట్టిన విధానాలలో అతడు హిందువుల పట్ల ప్రదర్శించిన సహనపూరిత, సమయోచిత మతవిధానం పేర్కొనదగింది. చరిత్రకారుల ప్రశంసలు అందుకున్నది. అక్బర్ ఆలోచనా విధానాన్ని, భావాలను బాల్యంనుంచే అతని సంరక్షుడైన బైరంఖాన్, అతని సన్నిహితులైన అబుల్‌ఫజల్, ఫైజీ, వారి తండ్రి (షేక్‌ముబారక్)ల విశాలభావాలు, వారితో అక్బర్ జరిపిన చర్చలు, ఇబాదత్‌ఖానాలో వివిధ మతపెద్దలతో అక్బర్ జరిపిన మతచర్చలు వాటి ద్వారా అక్బర్ గ్రహించిన నీతి ప్రభావితం చేసాయి. రాజపుత్రుల శక్తిసామర్థ్యాలను గ్రహించిన అక్బర్ కొందరు రాజపుత్ర వీరులతో దౌత్య సంబంధాలను, వైవాహిక సంబంధాలను పెంపొందించు కున్నాడు. హిందువుల అభిమానాన్ని సంపాదించాడు. వారిపై గతంలో ముస్లిం పాలకులు విధించిన పన్నులను రద్దు చేసారు. తన దర్బారులో అనేక హిందూ పండుగలను ఘనంగా నిర్వహించాడు. క్రీ.శ. 1563లో 'తీర్థయాత్ర పన్ను', క్రీ.శ. 1564లో 'జిజియాపన్ను'ను రద్దు చేసాడు. గోల్కొండ సుల్తాన్‌లతో స్నేహపూర్వక సంబంధాలను కొనసాగించాడు. అక్బర్ మతవిధానాన్ని తీర్చిదిద్దడంలో 'షేక్‌ముబారక్' పాత్ర గొప్పది. క్రీ.శ. 1579లో అక్బర్ 'అమోఘుత్వ ప్రకటన' జారీ చేసాడు. దీని ప్రకారం చక్రవర్తే రాజకీయ వ్యవస్థకు, మతానికి అత్యున్నతపెద్ద అని ప్రకటించాడు. క్రీ.శ. 1581లో దిన్-ఇ-ఇలాహీ అనే నూతన మతశాఖను ఏర్పాటుచేసాడు. దీనికి పాదుషానే అధిపతి అని ఆజ్ఞ జారీచేసాడు. ఈ మతశాఖ 'సులే-ఇ-కుల్' (అందరితో శాంతి-సహజీవనం) అనే ప్రసిద్ధ 'సూఫీ' సిద్ధాంతంపై ఆధారపడింది. అక్బర్ స్థాపించిన దీన్-ఇ-ఇలాహీ మతం అతడి మరణం (క్రీ.శ.1605)తో అంతరించింది.

అక్బర్ పరిపాలనా వ్యవస్థ : అక్బర్ చక్రవర్తి తను సాధించిన అఖండ సైనిక విజయాలచేత భారతదేశంలోని అత్యధిక భూభాగాలపై తన అధికారాన్ని నెలకొల్పినాడు. ప్రజానురంజకమైన, ధర్మబద్ధమైన పరిపాలనావ్యవస్థను రూపొందించాడు. ఆచరణలో పెట్టాడు. దీనివల్ల అతడు అన్నివర్గాల అభిమానాన్ని పొందాడు. అక్బర్ రూపొందించిన పరిపాలనా వ్యవస్థ స్వరూప, స్వభావాన్ని గురించి చరిత్రకారులు భిన్నాభిప్రాయాలు వ్యక్తం చేసారు. కొందరు దీన్ని దేశీయమనీ, మరికొందరు విదేశీయమని అభివర్ణించారు. భారతీయ, పర్షియన్, అరబ్బీ, రాజనీతిసూత్రాల ఆధారంగా రూపొందించబడిన 'సంకీర్ణ' పద్ధతిగా కొందరు చరిత్రకారులు దీన్ని వర్ణించారు. ఆచార్య జె.ఎన్. సర్కార్ దీన్ని 'భారతీయ వాతావరణంలో నాటుకొని పోయిన పర్షియా అరబ్బీ పద్ధతి ('పర్సియో -అరబిక్ సిస్టమ్, ఇన్-ఇండియన్-సెట్టింగ్') అని పేర్కొన్నాడు. కొందరు దీన్ని చక్రవర్తే సర్వాధికారి కాబట్టి 'కేంద్రీకృతి నిరంకుశత్వం' అనీ, మరికొందరు పండితులు, ప్రజాహితమే పరమావధిగా కొనసాగిన 'ప్రాజ్ఞనిరంకుశత్వమని', నిర్దిష్టమైన అధికారక్రమం కలది కాబట్టి 'ఉద్యోగిస్వామ్యమని' రకరకాలుగా వర్ణించారు. అక్బర్ రూపొందించిన పరిపాలనావ్యవస్థ, గతంలో భారతదేశాన్ని ఏలిన ఢిల్లీసుల్తానులు ప్రవేశపెట్టిన పరిపాలనా వ్యవస్థకంటే అధిక ప్రజాదరణ పొందింది. షేర్షాసూర్ ప్రవేశపెట్టిన పరిపాలనా సంస్కరణలు, వ్యవస్థ అక్బర్‌కు, అతని అనుచరులకు మార్గదర్శకంగా నిలిచాయి. అక్బర్ వారసులు కొన్ని మార్పులతో, అతడు రూపొందించిన పాలనావిధానాన్నే ఆచరించారు.

కేంద్ర ప్రభుత్వం : అక్బర్ రూపొందించిన పరిపాలనావ్యవస్థలో చక్రవర్తే కేంద్ర ప్రభుత్వానికి సర్వాధికారి. అతడు సామ్రాజ్యాధినేత. అతని అధికారాలు అపారం. అతడే రాజకీయ, మత, సైనిక, న్యాయవ్యవహారాలకు అధినేత. అతన్ని ప్రజలు దైవాంశ సంభూతునిగా, ప్రతినిధిగా ఆరాధించారు. అబుల్‌ఫజల్ చక్రవర్తిని 'భగవంతుని ఛాయ'గా వర్ణించాడు. అతని అధికారాలు ఎవరు సవాల్ చేయలేనివి. పరిపాలనా వ్యవహారాలు నిర్వహించడానికై అక్బర్‌చక్రవర్తి మంత్రి పరిషత్‌ను ఏర్పాటుచేసాడు. వారితో వివిధ అంశాలపై చర్చించేవాడు. ఇస్లాం మత సాంప్రదాయం ప్రకారం మంత్రులసంఖ్య నలుగురికి మించరాదు. అయినప్పటికీ ప్రజాసంక్షేమానికి కట్టుబడిన అక్బర్ తన మంత్రివర్గంలో ఆరుగురిని నియమించాడు. వకీల్ (ప్రధానమంత్రి), వజీర్ లేదా దివాన్ (ఆర్థిక వ్యవహారాలమంత్రి), మీర్‌బక్షి (యుద్ధ-సైనిక వ్యవహారాల మంత్రి), సదర్ (మతవ్యవహారాలు మంత్రి) నలుగురు ప్రముఖ శాఖలను నిర్వహించారు. చక్రవర్తి మంత్రివర్గ సమావేశాలకు అధ్యక్షత వహించే వాడు. న్యాయవ్యవహారాల్లో గతంలో ఇచ్చిన తీర్పులను గౌరవించి, నిర్ణయాలు తీసుకునేవాడు. 'వకీల్' లేదా ప్రధానమంత్రి చక్రవర్తి తర్వాత విశేష అధికారాలు, గౌరవం పొందాడు.

రాష్ట్రపాలన : అక్బర్ తన సువిశాల సామ్రాజ్యాన్ని 'సుబా'లుగా (రాష్ట్రాలుగా) విభజించాడు. సుబాపాలనకై పటిష్ఠమైన ఏర్పాట్లు చేసాడు. 'సుబా' ఉన్నతాధికారి సుబేదార్. అక్బర్ కాలంలో అతని సామ్రాజ్యంలో 15 సుబాలుండేవి. ఆగ్రా, ఢిల్లీ, లాహోర్, ముల్తాన్, కాబూల్, బెంగాల్,

మాల్వా, అహమదాబాద్, బీరార్, అహమద్‌నగర్ మొదలైన ముఖ్యమైన సుభాలు 'సుబా' పాలన నిర్వహణలో సుభేదార్‌కు దివాన్, ఫౌజ్‌దార్, ఖాజీ, అమీల్ మొదలగు అధికారులు సహకరించేవారు. రాష్ట్రాలను తిరిగి 'సర్కారులు'గా విభజించాడు. సర్కార్‌ను పర్గణాగా వర్గీకరించాడు. పర్గణా అధిపతి షిక్‌దార్. మొగల్‌ల కాలంలో పరిపాలనా వ్యవస్థకు, గతంలో మాదిరిగానే గ్రామమే పునాదిరాయి. గ్రామపంచాయితీ, గ్రామపెద్దలు గ్రామాల్లో పరిపాలన బాధ్యతలు నిర్వహించేవారు.

సైనికవ్యవస్థ : అక్బర్ తన సైన్యానికి నూతన రూపురేఖలు కల్పించాడు. అన్నిరకాల సైనిక విభాగాలను పునర్వ్యవస్థీకరించాడు. శిక్షణ ఏర్పాట్లు చేసాడు. మన్సబ్‌దార్లను నియమించి, మన్సబ్‌దారీ వ్యవస్థకు పునాదివేసాడు. సిద్ధసైన్యం చక్రవర్తి ప్రత్యక్ష ఆధీనంలో ఉండేది. మన్సబ్‌దార్లకు ర్యాంకులను కేటాయించాడు. వారు నిర్ణయించిన సంఖ్యలో అశ్వబలాన్ని, గజబలాన్ని, ఫిరంగిదళాన్ని కలిగి ఉండేవారు. అశ్వాలను పోషించి, చక్రవర్తి ఆదేశాలనుబట్టి సరఫరా చేసేవారు. మన్సబ్‌దార్ల ఎంపిక ప్రతిభ, విశ్వసనీయతల ఆధారంగా జరిపాడు. అతిపెద్ద మన్సబ్‌దార్ ర్యాంక్ 10వేలు. అతి చిన్న ర్యాంక్ 10. మన్సబ్‌దార్లకు జీతభత్యాలు నగదురూపంలో చెల్లించాడు. 'జాగీర్ధారీపద్ధతి'ని రద్దుచేసాడు.

భూమిశిస్తు - పరిపాలనా వ్యవస్థ : అక్బర్ చక్రవర్తి, తన సామ్రాజ్యంలో రైతాంగ సంక్షేమానికి పెద్దపీట వేసాడు. అనుభవజ్ఞుడైన రాజా తోడర్‌మల్‌కు భూమి సర్వే, భూమిశిస్తురేటు, భూమిశిస్తు వసూలు మొదలైన బాధ్యతలు అప్పగించాడు. 'తోడర్‌మల్ బందోబస్త్' పేరుతో అతని భూమిశిస్తు సంస్కరణలు ఖ్యాతి గడించాయి. రాజాతోడర్‌మల్ వివిధస్థాయి రెవిన్యూ ఉద్యోగుల, అధికారుల సహకారంతో చక్రవర్తి లక్ష్యంమేరకు రైతుసంక్షేమ భూమిశిస్తు విధానాన్ని రూపొందించి, ఆచరణలో పెట్టాడు. భూమిని కొలవడానికి 'జరియబ్' అనే స్కేల్‌ను ఉపయోగించాడు. సాగుభూమిని దాని సారాన్ని బట్టి 'పోలజ్' ప్రతిఏటా సాగు చేయబడేది అతిసారవంతమైనది, 'పరౌతీ' (సాగుచేసినప్పుడు ఒక ఏడాది లేదా రెండేండ్లపాటు పంటవేయకుండ బీడుగా వదిలేరకం) 'చాచర్' (ఇది అంత సారవంతమైన భూమికాదు. ఒక్కోసారి 3 లేదా 4 ఏండ్ల పాటు సాగుచేయకుండ వదిలేవారు), బంజర్‌భూమి. ఇది నిస్సారవంతమైంది. ఒక్కోసారి 5 లేదా అంతకు ఎక్కువకాలం బీడుపడి ఉండేది. 1/3వంతు భూమిశిస్తు రేటు వసూలు చేసారు. దీన్ని ధన లేదా ధాన్యరూపంలో చెల్లించవచ్చు. గత పదేండ్ల కాలంలో అమలులో ఉన్న ధాన్యపురేట్లలో 1/3 వంతు రేటును సరాసరిగా తీసుకుని శిస్తును నిర్ణయించారు. దీన్నే 'దహసాలాపద్ధతి' అన్నారు. రైతులకు వారు సాగుచేస్తున్న భూమిపై వారి హక్కును గుర్తిస్తూ 'పట్టా' ఇప్పించాడు. రైతులు భూమిశిస్తును చెల్లించడానికి అంగీకరిస్తూ 'ఖుబూలియత్' అనే పత్రాన్ని రాయించుకున్నారు. కరువు కాటకాలు సంభవించినప్పుడు రైతులను అన్ని విధాలుగా ఆదుకునే ఏర్పాట్లు చేయించాడు. పన్ను మాఫీ చేయించాడు, రుణవసతి కల్పించాడు.

అక్బర్‌కాలంలో సాహిత్యవికాసం - లలితకళల పురోగతి : అక్బర్ గొప్ప సాహిత్యప్రియుడు. సంగీతం, చిత్రలేఖనం, వాస్తు-శిల్పకళలంటే అతనికి అభిమానం. ఇతడు అనేకమంది కవులను, పండితులను, కళాకారులను, సంగీత విద్వాంసులను, వాస్తుశిల్పులను ఆదరించాడు. పోషించాడు.

అక్బర్ కాలంలో అతడు ఒక గ్రంథాలయాన్ని ఏర్పాటు చేసాడని, దానిలో మతం, ఫిలాసఫీ ఖగోళం, చరిత్ర మొదలగు అంశాలకు సంబంధించిన రెండువేలకు పైగా గ్రంథాలుండేవని ఒక చరిత్రకారుని అభిప్రాయం. అబుల్‌ఫజల్, అబుల్‌ఫైజీ, బదౌనీ అక్బర్ కాలానికి చెందిన ప్రసిద్ధ పర్షియన్ పండితులు. హిందీభాషలో గొప్ప పండితుడైన తులసీదాస్ (రామాయణం రచయిత) అక్బర్‌కు సమకాలికుడు. అతడు అక్బర్ దర్బార్‌ను సందర్శించడానికి నిరాకరించాడు. అయినప్పటికీ చక్రవర్తి తులసీదాస్ రచనను గౌరవించాడు. అక్బర్ గొప్ప సంగీతప్రియుడు. అతని దర్బారులో తాన్‌సేన్ గొప్ప సంగీత విద్వాంసుడు. రాందాస్, సూర్‌దాస్ గొప్ప గాయకులు. అక్బర్ 'లాల్ కళావంత్' దగ్గర గాత్రంలో మెలకువలు నేర్చుకున్నాడు. 'నఖరాధంకా' వాయించుటలో అక్బర్ దిట్ట. అక్బర్ ఆస్థానంలోని చిత్రకారుల్లో, కళాకారుల్లో మధ్య ఆసియాకు చెందిన 'బిహ్‌జద్', ఖ్వాజా అబ్దుల్ సమద్, బసవన్, దశ్వంత్ ముఖ్యులు. వీరు ప్రకృతిలోని చెట్లను, పూలను, పశుపక్షాదులను మనోహరంగా చిత్రీకరించేవారు.

విదేశీయులతో అక్బర్ దౌత్య సంబంధాలు : అక్బర్ గొప్ప దౌత్యనీతివేత్త. ఇంగ్లాండ్ రాణి ఎలిజబెత్, స్పెయిన్ చక్రవర్తి రెండో ఫిలిఫ్ అక్బర్‌కు సమకాలికులు. వీరు తమ తమ రాయబారులను అక్బర్ ఆస్థానానికి పంపినారు. వర్తక అనుమతి కోరినారు. ఇరుదేశాల పాలకులు బహుమతులు, కానుకలు పంపుకున్నారు. వారికి వ్యాపార కేంద్రాలు ఏర్పాటుకు చక్రవర్తి అనుమతిచ్చాడు. పోర్చుగీస్‌వారు కూడా అక్బర్‌తో దౌత్య సంబంధాలు నెలకొల్పుకున్నారు. 'ఫాదర్ మాన్‌సరెట్', 'ఫాదర్ రుధాల్ఫ్ అక్వావికా' అక్బర్ ఆస్థాన అతిథులుగా ఉన్నారు. వారి అకౌంట్లు అక్బర్ చక్రవర్తి కాలానికి చెందిన చరిత్ర గురించి విలువైన సమాచారాన్ని అందిస్తున్నాయి. అక్బర్ తన 63వ ఏట క్రీ.శ.1605, అక్టోబర్ 17న మరణించాడు. మొగల్ చరిత్రలో అతని మరణంతో ఒక ప్రదాన ఘట్టం ముగిసింది.

జహంగీర్ (క్రీ.శ.1605-1627)

జహంగీర్ అసలు పేరు సలీమ్. ఇతడు అక్బర్ జ్యేష్ఠ కుమారుడు. ఇతని తల్లి రాజపుత్ర రాజైన బిహారిమల్ కూతురు. క్రీ.శ. 1569వ సంవత్సరంలో సలీమ్, అక్బర్ అజ్మీర్ 'షేక్‌సలీమ్ చిష్తి' దర్గాను దర్శించుకుని వచ్చిన తర్వాత జన్మించినాడు. సలీమ్ చిష్తిమీద ఉన్న అపారమైన గౌరవంతో అతనికి 'సలీమ్' అని పేరు పెట్టాడు. మురాద్, దానియల్ సలీమ్ సోదరులు. అబ్దుల్-రహీంఖాన్-ఇ-ఖానన్ సలీమ్ గురువు. ఇతని వద్దే సలీమ్ తుర్కీ, అరబిక్, గణితం, చరిత్ర, జాగ్రఫీ, సంగీతం, చిత్రలేఖనం మొదలైనవి నేర్చుకున్నాడు. తండ్రిగారి కాలంలోనే సైనిక శిక్షణ, యుద్ధ నిర్వహణ, ఫిరంగిదళాల కూర్పు, గుర్రపుస్వారి మొదలైన అంశాలు నేర్చుకున్నాడు. క్రీ.శ. 1581, తండ్రి ఆదేశాలతో కాబూల్‌పై సైన్యాలను నడిపినాడు. క్రీ.శ. 1599 ప్రాంతంలో అజ్మీర్, అలహాబాద్ రాష్ట్రాల గవర్నర్‌గా బాధ్యతలు నిర్వహించాడు. తండ్రికి వ్యతిరేకంగా క్రీ.శ.1601, 1603లలో తిరుగుబాటు చేసాడు. అయినప్పటికీ అక్బర్ చక్రవర్తి కుమారుని క్షమించి, తన అనంతరం వారసునిగా ప్రకటించాడు. తన 36వ ఏట సలీమ్, నవంబర్ 3, క్రీ.శ.1605లో

'సలీం నూరుద్దీన్ మహమ్మద్ జహంగీర్' బిరుదులో ఢిల్లీ సింహాసనం అధిష్టించాడు. జహంగీర్ అనగా 'ప్రపంచాన్ని భరించేవాడు లేదా మోసేవాడని అర్థం.'

జహంగీర్ సంస్కరణలు : సింహాసనం అధిష్టించిన అనంతరం ప్రజాహితాన్ని దృష్టిలో పెట్టుకొని జహంగీర్ కొన్ని సంస్కరణలు చేసాడు.

1) గత ముస్లిం పాలకులు వసూలు చేసిన జఖత్, టంఘా, మీర్-ఇబ్రహీం మొదలగు పన్నులను రద్దుచేసాడు.

2) క్రిమినల్ ఖైదీలకు విధించే క్రూరమైన శిక్షలను తగ్గించాడు.
ఉదా : కళ్ళు, కాళ్ళు, చేతులు నరకం వంటి వాటిని రద్దు చేసాడు.

3) సామ్రాజ్యంలో మద్యం సేవను, మత్తు పదార్థాలను వాడకాన్ని రద్దు చేసాడు.

4) సామ్రాజ్యంలో వారంలో కొన్నిదినాల్లో జంతువధను నిషేధించాడు.

5) రహదార్లలో దోపిడి దొంగతనాలను అరికట్టడానికై ప్రత్యేక రక్షణ ఏర్పాటు చేసాడు. రహదారికి ఇరువైపుల సత్రాలను, మసీదులను, బావులను నిర్మింపచేసాడు. ఉచిత భోజనవసతిని కలిపించాడు.

6) జహంగీర్ ఆగ్రాకోటలో 'ధర్మగంటను' ఏర్పాటు చేయించాడు. సామాన్య ప్రజానీకానికి సత్వరన్యాయం అందించడానికై దీన్ని చక్రవర్తి ఏర్పాటు చేయించాడు.

జహంగీర్ కాలంలో జరిగిన ప్రధాన సంఘటనలు

ఖుస్రూ రాకుమారుని తిరుగుబాటు (క్రీ.శ. 1606)

జహంగీర్ సింహాసనం అధిష్టించిన తర్వాత అనేక సమస్యలు తలెత్తినాయి. వీటిలో మొదటిది ఖుస్రూ రాకుమారుని తిరుగుబాటు. ఇతడి తల్లి 'మన్‌బాయి'. ఈమె చక్రవర్తి పెద్దభార్య, రాజాభగవాన్‌దాస్ కూతురు. రాజామాన్‌సింగ్ సోదరి. ఖుస్రూ తిరుగుబాటుకు ముఖ్య కారణం తండ్రి కుమారులమధ్య నెలకొన్న విభేదాలు.

క్రీ.శ. 1606 ఏప్రిల్ నెలలో ఖుస్రూ రాకుమారుడు యమునానది అవతల ఉన్న 'సికంద్రాలో'ని అక్బర్‌గోరిని సందర్శించే నెపంతో ఆగ్రాను విడిచి, 350మంది విశ్వాసపాత్రులైన అశ్వికులతో పారిపోయాడు. బీహార్ ప్రాంతంలో ఖజానాను కొల్లగొట్టినాడు. అక్కడినుండి పంజాబ్ చేరినాడు. అక్కడ సిక్కు గురువైన 'అర్జున్‌సింగ్'ను 'తరణ్' అనే చోట కలిసి ఆశీర్వాదం పొందాడు. ఆ తర్వాత ఖుస్రూ తన సైనికులతో లాహోర్‌పై దండెత్తినాడు. ఈ దశలో చక్రవర్తి పంపిన సేనలు ఖుస్రూను ఓడించాయి. చక్రవర్తి ఖుస్రూ కళ్ళు పీకించాడు. బందీగా జీవితం గడిపిన ఖుస్రూ క్రీ.శ. 1622లో చనిపోయాడు.

శిక్కులతో జహంగీర్ వైరం

ఖుస్రూ రాకుమారునికి సహాయం చేసాడన్న కోపంతో జహంగీర్ చక్రవర్తి, వివరణ ఇవ్వవల్సిందిగా శిక్కు గురువు అర్జున్‌సింగ్‌కు ఆదేశించాడు. గురు అర్జున్‌సింగ్ తాను రాకుమారునికి ఏలాంటి ధన, సైనిక సహాయం చేయలేదనీ, కేవలం ఆశీర్వదించానని పేర్కొన్నాడు. దీనితో ఉగ్రుడైన జహంగీర్ తన వ్యక్తులచే అర్జున్‌సింగ్‌ను దారుణంగా చంపించాడు. మొగల్-శిక్కుల మధ్య తీవ్ర శత్రుత్వానికి ఈ సంఘటన దోహదం చేసింది. చివరికి మొగల్ సామ్రాజ్య పతనానికి అర్జున్‌సింగ్ వారసులు దీక్షతో, కక్షతో కృషి చేసారు.

నూర్జహాన్‌తో వివాహం (క్రీ.శ.1611) : జహంగీర్ జీవితంలో నూర్జహాన్‌తో క్రీ.శ. 1611లో జరిగిన వివాహానికి ఎంతో చారిత్రక ప్రాముఖ్యత కలదు. జహంగీర్ పరిపాలన కాలానికే కాకుండా యావత్ మొగల్‌ల చరిత్రనే ఈ వివాహం. తరవాత నూర్జహాన్ పోషించిన పాత్ర ప్రభావితం చేసింది. నూర్జహాన్ అసలుపేరు మెహరున్నీసా బేగం. ఈమె తండ్రి పేరు మీర్జా ఘియాజ్‌బేగ్. తల్లి అస్మత్‌బేగం. జీవనోపాధికోసం పర్షియానుంచి భారతదేశానికి ఘియాజ్‌బేగ్ వస్తున్నపుడు మెహరున్నీసా క్రీ.శ.1576-77లో 'కాందహార్'లో జన్మించింది. క్రీ.శ.1580కి ముందే 'ఘియాజ్‌బేగ్', అక్బర్ కొలువులో చేరాడు. యువరాజైన 'సలీం' మెహరున్నీసాను చూసి, ప్రేమలోపడినాడు. ఈ వ్యవహారాన్ని గమనించిన అక్బర్ చక్రవర్తి, ఘియాజ్ బేగ్‌ను, కుమార్తె వివాహాన్ని జరిపించాల్సిందిగా సలహాయిచ్చాడు. మెహరున్నీసాబేగం వివాహం ఆమె తండ్రి, షేర్‌అఫ్ఘన్ (బుర్ద్వాన్) గవర్నర్‌తో జరిపించాడు. క్రీ.శ. 1605లో అక్బరు మరణించిన తర్వాత, జహంగీర్ తన పథకం ప్రకారం, షేర్ అఫ్ఘన్‌ను అంతమొందించాడు. విధవరాలైన మెహరున్నీసాను అంతఃపురానికి రప్పించి, ఆమెను వివాహమాడినాడు. ఆమెకు 'నూర్జహాన్' (ప్రపంచానికి వెలుగు) అనే బిరుదును ఇచ్చినాడు.

వివాహమైన కొంతకాలానికే నూర్జహాన్ జహంగీర్ చక్రవర్తిని నామమాత్రున్ని చేసి ప్రభుత్వాధికారాన్ని చేపట్టింది. క్రీ.శ. 1611-1621 మధ్య కాలంలో తన తండ్రి, తల్లి, అన్న, ఖుర్రం, మహబత్‌ఖాన్ మొదలగువారితో ఒక ముఠాను రూపొందించింది. వీరి సహాయంతో, సలహాలతో రాజ్యపాలన చేసింది. 'చక్రవర్తి ఒక గ్లాసు మద్యంను తన అధికారాన్ని ధారాదత్తం చేసాడు. దీన్నే ఆచార్య నూర్‌ఉల్‌హసన్ అనే చరిత్రకారుడు 'నూర్జహాన్‌జుంతా' గా వర్ణించాడు. క్రీ.శ. 1614లో నూర్జహాన్ ఆదేశాల ప్రకారం మేవార్ రాజ్యంపై తన సైన్యాలను నడిపాడు. మేవార్ రాజైన అమర్‌సింగ్ ఓటమి అంగీకరించాడు. అతనికి చక్రవర్తి మన్సబ్‌దార్‌హోదా ఇచ్చాడు. క్రీ.శ. 1621 తర్వాత నూర్జహాన్ జుంతా సభ్యుల మధ్య విభేదాలు తలెత్తినాయి. ఇరాన్ రాజైన షా అబ్బాస్ కాందహార్‌కోటపై దాడిచేసి ఆక్రమించుకున్నాడు. అహమద్‌నగర్ సుల్తాన్ ఎదురుతిరిగినాడు. జహంగీర్ చక్రవర్తి, పోర్చుగీస్‌వారికి, ఇంగ్లీష్‌వారికి వర్తక స్థావరాలు ఏర్పాటు చేసుకోవడానికై అనుమతి ఇచ్చాడు. నూర్జహాన్ తన భవిష్యత్‌ను దెబ్బతీయడానికై కుట్రపన్నుతుందన్న భావనతో 'ఖుర్రం' ముఠానుండి వైదొలగినాడు. క్రీ.శ. 1625లో తిరుగుబాటులో చేసాడు. మహబత్‌ఖాన్,

నూర్జహాన్‌కు వ్యతిరేకంగా తిరుగుబాటు చేసాడు. ఈ తిరుగుబాట్లను నూర్జహాన్ తెలివిగా అణచివేసింది. జహంగీర్ అంతిమదశ నిరాశజనకంగా ముగిసింది. క్రీ.శ.1627లో అతడు మరణించాడు. లాహోర్ సమీపంలోని 'షాదార' వద్ద అతన్ని సమాధి చేసాడు. తండ్రి మరణానంతరం 'కుఱ్ఱం' షాజహాన్ పేరుతో మొగల్ సింహాసనం అధిష్టించాడు.

షాజహాన్ (క్రీ.శ.1627-1658)

భారతదేశాన్ని పరిపాలించిన మొగల్ చక్రవర్తుల్లో షాజహాన్ ముఖ్యుడు. ఇతని కాలాన్నే కొందరు చరిత్రకారులు 'స్వర్ణయుగం'గా అభివర్ణించారు. ఇతని కాలంలో సామ్రాజ్యంలో, శాంతిభద్రతలు నెలకొల్పబడినాయి. ఆర్థికాభివృద్ధి జరిగింది. సాంస్కృతిక రంగంలో విశేషప్రగతి జరిగింది. షాజహాన్ అసలుపేరు 'కుఱ్ఱం' అనగా సంతోషం అని అర్థం. ఇతడి తల్లి జకత్‌గోసైన్ లేదా మన్‌మతి. ఈమె తండ్రి 'మోటా' రాజ్యాధిపతియైన రాజా ఉదయ్‌సింగ్. అక్బర్ చక్రవర్తికి అత్యంత ప్రీతిపాత్రుడు 'కుఱ్ఱం'. తన 36వ ఏట షాజహాన్ బిరుదుతో (14 ఫిబ్రవరి, 1628) సింహాసనాన్ని అధిష్టించాడు. మొదట ఇతని పట్టాభిషేకం ఆగ్రాలో జరిగింది. షాజహాన్ భార్య అర్జుమందుభాను బేగం లేదా ముంతాజ్‌మహల్. ఈమె తండ్రి అసఫ్‌ఖాన్. ఇతడిని షాజహాన్ తన ప్రధానమంత్రిగా నియమించాడు. క్రీ.శ. 1613-1631 మధ్యకాలంలో ఈ దంపతులకు ఎనిమిదిమంది కుమారులు, ఆరుగురు కూతుర్లు జన్మించారు. క్రీ.శ. 1631లో ముంతాజ్ మహల్ 'బుర్హాన్‌పూర్' వద్ద మరణించింది. ఆమె జ్ఞాపకార్థం, యమునానది తీరాన, తెల్లని పాలరాతిలో షాజహాన్ 'తాజ్‌మహల్'ను ఆగ్రాలో కట్టించాడు.

షాజహాన్‌కాలంలో జరిగిన ప్రధాన సంఘటనలు

షాజహాన్ సింహాసనం అధిష్టించిన తరవాత క్రీ.శ. 1628-31 మధ్యకాలంలో అనేక తిరుగుబాట్లు జరిగినాయి. మొదట దక్కన్ సుబేధారైన 'ఖాన్‌జహాన్' చక్రవర్తికి వ్యతిరేకంగా తిరుగుబాటుచేసాడు. మొగల్‌చక్రవర్తి సైన్యాలు ఖాన్‌జహాన్ తిరుగుబాటుకు అణిచివేసి అతన్ని హతమార్చాయి. ఇదే తరహాలో బుందేల్‌ఖండ్ పాలకుడైన జూగర్‌సింగ్, అతని కుమారుడైన 'చక్రంసింగ్'లు చక్రవర్తి అధికారాన్ని ధిక్కరించారు. చక్రవర్తి సైన్యాలు వారి తిరుగుబాట్లను అణిచివేసాయి.

షాజహాన్ కాలంలో జరిగిన మరో ప్రధాన సంఘటన దక్కన్, గుజరాత్‌లలో సంభవించిన కరువు, క్రీ.శ. 1630-32 మధ్యకాలంలో ఈ కరువు సంభవించింది. దీనివల్ల అధికసంఖ్యలో మనుషులు, పశువులు ప్రాణాలు కోల్పోయినాయి. ఈ క్షామాన్ని పకడ్బందిగా, ఎదుర్కొనడంలో చక్రవర్తి అతని అధికారులు, ఉద్యోగులు అసమర్థతతో, ఉదాసీనంగా వ్యవహరించారనీ, ఇంగ్లీష్‌బాటసారి, పీటర్‌ముండీ, షాజహాన్‌కు సమకాలీన చరిత్రకారుడైన అబ్దుల్‌హమీద్‌లాహోరీ రచనల వల్ల తెలుస్తుంది. తీవ్రమైన కరువు, ఆకలివల్ల మనిషిని, మనిషి, కొడుకును తండ్రే స్వయంగా చంపితిన్నారనీ పైన పేర్కొన్న అకౌంట్ల వల్ల తెలియుచున్నది.

దక్కన్ సుల్తానులతో-షాజహాన్ యుద్ధాలు

షాజహాన్ తన పరిపాలనా కాలంలో, తన తండ్రి ప్రారంభించిన యుద్ధనీతినే అహమద్‌నగర్, బీజాపూర్ సుల్తానులపట్ల కొనసాగించాడు. దీనివల్ల క్రీ.శ. 1629-1636, మధ్యకాలంలో కొనసాగించాడు. దీనివల్ల క్రీ.శ. 1629-1636, మధ్యకాలంలో షాజహాన్‌సేనలు అహమద్‌నగర్ సుల్తాన్‌పై మూడుసార్లు దండయాత్రలు చేసాయి. క్రీ.శ.1628-29లో జరిపిన మొగల్ దండయాత్రలు చేసాయి. క్రీ.శ. 1628-29లో జరిపిన మొగల్ దండయాత్రను 'ఖాన్-ఇ-జమాన్' నడిపాడు. క్రీ.శ. 1633లో జరిపిన రెండోదాడిని మహబత్‌ఖాన్ నడిపాడు. క్రీ.శ.1636 దండయాత్రను యువరాజు ఔరంగజేబు నడిపాడు. అహమద్‌నగర్ రాజ్యం ఆక్రమణ దీనితో పూర్తయింది. ఈ విజయానంతరం షాజహాన్ తన సైన్యాన్ని బీజాపూర్ (ఆదిల్‌షాహీ), గోల్కొండ (కుతుబ్‌షాహీ) రాజ్యాలపైకి పంపాడు. ఆదిల్‌షాహీ, కుతుబ్‌షాహీ సుల్తానులు షాజహాన్ సార్వభౌమాధికారాన్ని అంగీకరించారు. ప్రతి ఏటా కప్పం చెల్లించడానికి అంగీకరించారు. దీనితో దక్కన్ రాజ్యాలపై మొగల్‌ప్రాబల్యం మరింత బలోపేతమైనది. కాందహార్ కోటను ఆక్రమించడానికి, షాజహాన్ పన్నిన వ్యూహాలను పర్షియా చక్రవర్తి 'రెండో షా అబ్బాస్' త్రిప్పి కొట్టినాడు.

షాజహాన్ పోర్చుగీసు సంబంధాలు : షాజహాన్ రాజ్యానికి వచ్చే నాటికే పోర్చుగీసువారు, దక్షిణాదిలో, పడమటి, తూర్పు కోస్తాలోనే కాకుండ, గుజరాత్, బెంగాల్, దక్షిణ గోవాలో స్థిరపడి, పటిష్ఠస్థితిలో ఉండినారు. క్రీ.శ. 1630కి ముందే పోర్చుగీసువారు, కొందరు స్థానికులను, క్రైస్తవమతంలోకి మార్చడానికి ప్రయత్నించారనీ, గ్రహించిన షాజహాన్ చక్రవర్తి, వారితో కయ్యానికి వేచి చూసాడు. క్రీ.శ. 1630వ సంవత్సరంలో బెంగాల్‌లోని హుగ్లీలో ఉన్న పోర్చుగీసువారికి, దక్షిణగోవాలో ఉన్న పోర్చుగీసువారికి విభేదాలు తలెత్తినాయి. దక్షిణగోవాలో ఉన్న 'అఫోన్‌సా' అనే పోర్చుగీసు వర్తకుడు హుగ్లీలో ఉన్న తన భూమిని, తనకు ఇప్పించమని షాజహాన్ చక్రవర్తికి విన్నవించుకున్నాడు. షాజహాన్ హుగ్లీపైకి పంపిన సైన్యం విజయం సాధించింది. ఈ యుద్ధంలో 500పైగా పోర్చుగీస్‌వారు బందీలైనారు. మొగల్ సేనాధిపతి 'బహదుర్‌ఖాన్' వీరిని బందీలుగా ఆగ్రా పంపాడు. ఇన్ని సైనిక విజయాల వల్ల షాజహాన్ సామ్రాజ్యహద్దులు దక్షిణాన బాలాఘాట్, కొంకణ తీర ప్రాంతాల నుంచి, ఉత్తరాన మధ్య ఆసియాలోని 'ఆక్సస్' నదీతీరం వరకు వ్యాపించింది. పోర్చుగీస్‌వారిపై షాజహాన్ సాధించిన విజయం ఎంతో చారిత్రాత్మకమైంది.

షాజహాన్-వారసత్వయుద్ధం : షాజహాన్ చక్రవర్తి చివరి రోజులు సంతృప్తికరంగా సాగలేదు. క్రీ.శ. 1657లో అతడు వ్యాధిగ్రస్తుడైనాడు. తన పెద్దకొడుకైన 'దారాషీకోను' తన వారసునిగా ప్రకటించాడు. దక్కన్ వైస్రాయిగా ఉన్న ఔరంగజేబ్ తండ్రి నిర్ణయాన్ని ధిక్కరించాడు. షాజహాన్ కుమారుల మధ్య భయంకరమైన వారసత్వయుద్ధం చెలరేగింది. ఈ వారసత్వయుద్ధంలో దక్కన్ సుబేదారైన, ఔరంగజేబు అతని మద్ధతుదారులు విజయం సాధించారు. క్రీ.శ.1658లో చక్రవర్తి బందీ అయినాడు. క్రీ.శ.1666లో ఆగ్రాలో మరణించాడు.

షాజహాన్-స్వర్ణయుగం : షాజహాన్ కాలంలో భారీఎత్తున తెల్లనిపాలరాతితో, ఎర్రని ఇసుకరాయితో భవనాలు, కోటలు, రాజప్రసాదాలు, దర్గాలు, మసీధులు, సమాదులు నిర్మించబడినాయి. ఐరోపా వాస్తు శిల్పకళాకారులు, చరిత్రకారులు మిరమిట్లు కొలిపే షాజహాన్ కట్టడాల అందచందాలచే విశేషంగా ముగ్ధులైనారు. దీన్నివారు 'స్వర్ణయుగంగా' అభివర్ణించారు. షాజహాన్ కాలంలో నిర్మించబడిన ముఖ్య నిర్మాణాలలో ఢిల్లీలోని ఎఱ్ఱకోట (షాజహానాబాద్) పేర్కొనదగినది. దీన్ని తొమ్మిది సంవత్సరాల్లో నిర్మించారు. ఎఱ్ఱకోటలోని ముఖ్యభవనాల్లో రంగ మహల్, దివాన్-ఇ-ఆమ్, దివాన్- ఇ-ఖాస్ ఎంతో సుందరమైన కట్టడాలు. షాజహాన్ తన భార్య ముంతాజ్‌మహల్ మరణించిన తర్వాత ఆగ్రాలో ఆమె సమాధి కట్టించాడు. పూర్తి తెల్లనిపాల రాతి కట్టడం 'తాజ్‌మహల్' దీని నిర్మాణంలో హిందుస్థానీ, ఇరాని, అరేబియా, టర్కీ దేశాల వాస్తుశిల్పులు పనిచేసారు. దీని నిర్మాణానికి 20 ఏండ్లకు పైగా కాలం పట్టింది. ఆగ్రా పట్టణంలో షాజహాన్ కట్టించిన ఇతర కట్టడాల్లో మోతీమసీద్, జామీ మసీద్‌లు చాలా ప్రసిద్ధిగాంచినాయి. షాజహాన్ నిర్మించిన మరో అద్భుత సృష్టి 'మయూర్ సింహాసనం'. దీన్ని ఏడేండ్ల కాలంలో పూర్తి చేయించాడు. 'షాలిమార్ గార్డెన్' షాజహాన్ కాలంలో వేయబడింది.

తాజ్‌మహల్

ఔరంగజేబ్ (క్రీ.శ. 1658-1707)

ప్రసిద్ధ మొగల్ చక్రవర్తుల్లో ఔరంగజేబ్ చివరివాడు. ఇతడు షాజహాన్, ముంతాజ్ మహల్‌ల కుమారుడు. నవంబర్ 3, 1618వ సం॥లో ఉజ్జయిని సమీపంలోని 'దోహద్' అనే చోట జన్మించాడు. ప్రసిద్ధచరిత్రకారుడైన సర్‌జాదునాథ్ సర్కార్‌గారు భారతదేశంలోని అత్యధిక భూభాగాలపై, మొగల్ అధికారాన్ని నెలకొల్పి, సుమారు అర్ధశతాబ్దంపాటు పరిపాలించిన చక్రవర్తి ఒక్క ఔరంగజేబ్ మాత్రమేనని ప్రశంసించాడు. మరాఠ చక్రవర్తి శివాజీ, కుతుబ్‌షాహి సుల్తాన్ 'అబుల్‌హసన్ తానాషా' ఔరంగజేబు సమకాలికుడు. క్రీ.శ. 1687వ సం॥లో ఔరంగజేబ్ గోల్కొండ రాజ్యాన్ని ఆక్రమించాడు. ఔరంగజేబ్ తన పట్టాభిషేకాన్ని మొదట జులై 31, 1658వ సం॥లో ఢిల్లీలో, రెండోసారి మే నెల 15, 1659వ సం॥లో నెమలి సింహాసనంపై ఆసీనుడై పట్టాభిషేకం జరుపుకున్నారు.

ఔరంగజేబ్ మత విధానం

ఔరంగజేబ్ మతవిధానం తీవ్ర విమర్శలకు గురైనది. అతడు సున్నీ మతాధిమాని. తన రాజ్యాన్ని మత రాజ్యంగా (థియోక్రటిక్ స్టేట్) ప్రకటించాడు. తన రాజ్యంలో ఏ ఇతర మతాలకు,

వాటిశాఖలకు చోటులేదని ప్రకటించాడు. హిందువులపై, హిందూ మతసంస్థలపై కఠినంగా వ్యవహరించాడు. ముస్లిమేతరులపై 'జీహాద్' ప్రకటించాడు. దేవాలయాలకు, విగ్రహారాధకులకు నిలయమైన భారతదేశాన్ని, ఇస్లామిక్‌రాజ్యంగా, మార్చడమే తన లక్ష్యమని ప్రకటించాడు. తన రాజ్యంలోని నాణేలపై ఖలీఫా బొమ్మను ముద్రించడం నిషేధించాడు. అనేక హిందూ దేవాలయాలను కూల్చి వేయించాడు. ఒక్క గుజరాత్, రాజస్థాన్ రాష్ట్రాల్లోనే నాలుగు వందలకు పైగా దేవాలయాలను కూలగొట్టించాడు. 'ఖాల్సా' భూములలో ఉన్న హిందువులను క్రీ.శ.1671వ సంవత్సరంలో తొలగించాడు. హిందూ పండుగలను జరపరాదని, హిందువులు తీర్థయాత్రలు చేయరాదనీ ఆంక్షలు విధించాడు. 'జిజియా' పన్నును పునరుద్ధరించాడు. ఔరంగజేబ్ హిందూమత వ్యతిరేక విధానాలవల్ల దెబ్బతిన్న జాట్‌లు, సత్నామీలు, శిక్కులు అతనికి వ్యతిరేకంగా తిరుగుబాట్లు లేవదీసారు. శిక్కుల 9వ గురువైన గురుతేజ్ బహదూర్‌సింగ్‌ను ఔరంగజేబ్ దారుణంగా చంపించాడు. దీనితో ఆగ్రహించిన శిక్కులు ఒక ప్రబల సైనికశక్తిగా ఎదిగినారు. వారు ఔరంగజేబ్ మీద బహిరంగయుద్ధాన్ని ప్రకటించారు. శిక్కు-మొగల్ వైరం చివరికి మొగల్ సామ్రాజ్య పతనానికి ఒక ప్రముఖ కారణమైంది.

ఔరంగజేబ్ దక్కన్ విధానం-ఫలితాలు

ఉత్తర, మధ్య భారతదేశంలోని అత్యధిక రాజ్యాలను ఆక్రమించిన ఔరంగజేబ్ తన దృష్టిని దక్కన్ రాజ్యాలపైకి మలిపినాడు. అప్పటికే బీజాపూర్ (ఆదిల్‌షాహీ) గోల్కొండ (కుతుబ్‌షాహీ) రాజ్యాలు బలహీనమైనాయి. ఔరంగజేబ్ అనుసరించిన దక్కన్ విధానానికి మూడు ప్రధాన కారణాలు దోహదం చేసాయి (1) దక్కన్ సుల్తానులు షియాలు (2) యావత్ దక్కన్ ప్రాంతాన్ని ఆక్రమించాలన్న కోరిక (3) మరాఠులు మొగల్ ప్రాంతాలపై దాడులు జరిపిన సందర్భంలో దక్కన్ సుల్తానులు మరాఠులకు సహాయంచేయుట. క్రీ.శ. 1686లో బీజాపూర్ రాజ్యాన్ని ఆక్రమించిన, ఔరంగజేబ్, దాని సుల్తాన్ సికందర్‌షాకు భరణం ఇవ్వడానికి అంగీకరించాడు. క్రీ.శ. 1687లో ఔరంగజేబ్ గోల్కొండ రాజ్యంపై దండెత్తినాడు. ఆనాటి గోల్కొండ సుల్తానైన అబుల్ హసన్ తానాషా హిందు-ముస్లిం వర్గాల అభిమానాన్ని పొందినవాడు. ఇది ఔరంగజేబ్‌కు నచ్చలేదు. కుట్రప్రకారం గోల్కొండ సుల్తాన్ అధికారులైన అక్కన్న, మాదన్నలను హత్యచేయించాడు ఔరంగజేబ్. గోల్కొండ రాజ్యాన్ని, కోటను ఔరంగజేబ్ దాడినుంచి కాపాడటానికి కుతుబ్‌షాహి సేనాధిపతి 'అబ్దుల్ రజాక్‌లహరీ' వీరోచితంగా పోరాడి ప్రాణాలు కోల్పోయాడు. గోల్కొండ దుర్గ రక్షకులకు కానుకలు సమర్పించిన ఔరంగజేబ్ కుటిలనీతితో కోటను వశపరచుకున్నాడు. గోల్కొండ సుల్తాన్ దౌలతాబాద్‌కు బందీగా పంపబడినాడు.

ఔరంగజేబ్ - మరాఠులు

ఔరంగజేబ్, మరాఠులనుంచి, ముఖ్యంగా వారి నాయకుడైన శివాజీ నుంచి క్రీ.శ. 1658-59 - 1680 మధ్య కాలంలో తీవ్రపోటీని ఎదుర్కొన్నాడు. శివాజీ సైనికులు గెరిల్లా పద్ధతిలో మొగల్ సేనలకు తీవ్ర నష్టం కలిగించారు. క్రీ.శ. 1663లో మొగల్ సేనాని షాయిస్థఖాన్‌ను ఓడించిన

శివాజీ 'పూనాను' ఆక్రమించుకున్నాడు. క్రీ.శ. 1664లో శివాజీ తన సైన్యంతో సూరత్ పట్టణంపై దాడిచేసాడు. సూరత్ గవర్నర్ ఇనాయత్-ఉల్లా-ఖాన్ పట్టణం వదలి పారిపోయాడు. అపార ధన, కనకరాసులు శివాజీ చేజిక్కినాయి. శివాజీని అదుపులో తేవడానికై, ఔరంగజేబ్ తన సేనాధిపతియైన రాజాజస్వంత్‌సింగ్‌ను పంపాడు. ఈ ప్రయత్నం విఫలమయింది. చివరికి క్రీ.శ. 1665వ సం॥లో ఔరంగజేబ్ శివాజీని ఓడించడానికై భారీసైన్యంతో రాజాజైసింగ్‌ను పంపాడు. సామ, దాన, భేద, దండోపాయాలను ప్రయోగించడంలో దిట్టయైన 'రాజాజైసింగ్' శివాజీని ఓడించాడు. శివాజీ 'ఆగ్రా'లో ఉన్న చక్రవర్తి ఔరంగజేబ్‌ను సందర్శించడానికి 'పురంధర్ సంధి' ప్రకారం అంగీకరించాడు. ఈ సంధి షరతులను ఇరుపక్షాలు కొంతకాలమే గౌరవించాయి. శివాజీ-ఔరంగజేబ్‌ల మధ్య యుద్ధాలు క్రీ.శ. 1680లో శివాజీ మరణించేవరకు కొనసాగాయి. ఔరంగజేబ్‌తో శివాజీ వారసులైన శంభూజీ, రాజారాం, తారాబాయిలు క్రీ.శ. 1707లో అతడు చనిపోయేవరకు పోరాడినారు. ఔరంగజేబ్ తన 90వ ఏట క్రీ.శ.1707లో మరణించాడు.

కడపటి మొగల్‌ల పాలన (క్రీ.శ.1707-1857)

ఔరంగజేబ్ మరణించిన తర్వాత అతని వారసులు సుమారు మరో శతాబ్దంన్నరపాటు నామమాత్ర చక్రవర్తులుగా పరిపాలన చేసారు. వీరిలో చాలామంది అసమర్థులు, వ్యసనపరులు, దూరదృష్టిలేనివారు. వీరిలో కొందరి అధికారం ఉత్తరభారతదేశంలోని కొన్ని ప్రాంతాలకే పరిమితమైంది. ఈ కాలంలో (కడపటి మొగల్‌ల పాలనాకాలంలో) దేశంలో అనేక రాజకీయ, సామాజిక, ఆర్థిక, సాంస్కృతిక పరిణామాలు చోటుచేసుకున్నాయి. జహంగీర్ కాలంలో భారతదేశంలో అడుగుపెట్టి చక్రవర్తి అనుమతితో వర్తకస్థావరాలు ఏర్పాటుచేసుకొన్న తూర్పు ఇండియా వర్తకసంఘం, క్రీ.శ.1707 తరవాత బలమైన రాజకీయశక్తిగా అవతరించింది. గవర్నర్ జనరల్‌లు అనుసరించిన సైనికవిధానం వారికి బెంగాల్, మైసూర్ యుద్ధాల్లో అఖండ విజయాలు సాధించి పెట్టింది. తూర్పు ఇండియా కంపెనీ పాలనాధికారులు ప్రవేశపెట్టిన పరిపాలనా సంస్కరణలు, సాంఘిక సంస్కరణలు, ఆర్థిక, విద్యా, సంస్కరణలు, మొగల్ ఇండియాలో అనేక మార్పులకు శ్రీకారం చుట్టాయి. కడపటి మొగల్ చక్రవర్తులు తూర్పు-ఇండియా కంపెనీ అధికారుల చేతిలో కీలుబొమ్మలైనారు. దీనికితోడు స్వార్థపూరితులు, అధికారదాహం కలిగిన మొగల్ మన్సబ్‌దార్‌లు, రాష్ట్రాలపాలకులు స్వతంత్ర్యాన్ని ప్రకటించుకున్నారు. బెంగాల్, హైద్రాబాద్, అవధ్‌లు స్వతంత్ర్య రాజ్యాలుగా వెలసినాయి. క్రీ.శ. 1738-39లో జరిగిన నాదిర్షాదండయాత్ర, క్రీ.శ. 1748-67మధ్యకాలంలో జరిగిన అహమద్‌షాఅబ్దలీ దండయాత్రలు దేశాన్ని కొల్లగొట్టాయి. మొగల్‌చక్రవర్తుల కీర్తికి తీవ్రభంగం కలిగించాయి. జనవరి 14, 1761లో మూడోపానిపట్ యుద్ధంలో మరాఠుల పరాజయం స్వదేశీశక్తుల పాలిటి శాపంగా మారింది. ఇంగ్లీష్ పాలకుల విధానాలు (తూర్పుఇండియా కంపెనీ అధికారుల విధానాలు) దేశ సహజ వనరులను కొల్లగొట్టాయి. స్వదేశీ చేతివృత్తులు, కుటీరపరిశ్రమలు, వ్యవసాయ ఉత్పత్తులు క్షీణించాయి.

క్రీ.శ.1707-క్రీ.శ. 1857-58 మధ్యకాలంలో మొగల్ సింహాసనాన్ని అధిష్ఠించిన కడపటి మొగల్ చక్రవర్తులలో బహదుర్‌షా (క్రీ.శ.1707-1712), జహదిర్‌షా (క్రీ.శ.1712-13), షారూఖ్‌సియర్ (క్రీ.శ.1713-1719), మహమూద్‌షా (క్రీ.శ.1719-క్రీ.శ.1746), అహమద్‌షా (క్రీ.శ.1748-1754), షాఆలం (క్రీ.శ.1759-1806) రెండో అక్బర్ (క్రీ.శ.1806-1817), రెండో బహదూర్‌షాజఫర్ (క్రీ.శ.1837-1857-58) పేర్కొనదగినవారు. వీరిలో చాలామంది అసమర్థులు, నామమాత్రపు అధికారంతో కొనసాగినారు.

మొఘల్ పరిపాలనా పద్ధతి

మొగల్ పరిపాలనా పద్ధతి రూపకర్త అక్బర్‌చక్రవర్తి. ఇతడు కేవలం సువిశాల భారతభూభాగానిపై మొఘల్ అధికారాన్ని విస్తరించి, స్థిరపరచి, ప్రజాహితమైన పటిష్ట పరిపాలన అమలుచేసాడు. షేర్షా పరిపాలనా సంస్కరణలు అక్బర్ చక్రవర్తి పరిపాలనా వ్యవస్థకు కొంతమేరకు మార్గదర్శకంగా నిలిచినాయి.

ఆధారాలు : మొగల్ పరిపాలనా విధానాన్ని తెలుసుకోవడానికి అనేక లిఖితపూర్వక ఆధారాలు ఉపకరిస్తున్నాయి. వీటిలో అబుల్‌ఫజల్ రచనలు అఇనే-ఇ-అక్బరీ, అక్బర్‌నామా, సమకాలీన చరిత్రకారుడైన బదౌనీ రచనలు, ఇతర ఆస్థాన చరిత్రకారులు, పండితుల రచనలు, మొగల్ చక్రవర్తులు జారీచేసిన ఫర్మాణాలు ముఖ్యమైనవి. విదేశీబాటసారులు, వర్తకులు, రాయబారులు వ్రాసిన అకౌంట్లు మొగల్ పరిపాలన వ్యవహారాలకు సంబంధించిన కొంతసమాచారాన్ని అందచేస్తున్నాయి.

మొగల్ పరిపాలనా స్వరూప-స్వభావాలు : మొగల్ పరిపాలనా స్వరూపం, స్వభావం విషయంలో చరిత్రకారులు విభిన్న అభిప్రాయాలు వ్యక్తీకరించారు. కొందరు దీన్ని పూర్తిగా దేశీయనగా, మరికొందరు పూర్తిగా విదేశీయమనిరి. మరికొందరు ఇది దేశీ-విదేశీ పద్ధతుల కలయిక మిశ్రమ పద్ధతి అన్నారు. చక్రవర్తే సర్వాధికారి కాబట్టి దీన్ని కొందరు చరిత్రకారులు 'కేంద్రీకృత నిరంకుశత్వమని' వర్ణించారు. ప్రజాహితమే పరమావధిగా చక్రవర్తులు పనిచేసారు. కాబట్టి ఇది ప్రాజ్ఞ నిరంకుశత్వమని మరోవర్గం పేర్కొన్నారు. నిర్దిష్టమైన అధికారక్రమం కలది. కాబట్టి దీని కొందరు పండితులు ఉద్యోగిస్వామ్యంగా పేర్కొన్నారు. సైనికబలమే ప్రధాన అంశం కాబట్టి మరికొందరు చరిత్రకారులు దీన్ని సైనిక ప్రభుత్వంగా వర్ణించారు. అందుబాటులో ఉన్న అనేక రకాల ప్రాథమిక ఆధారాలను నిశితంగా అధ్యయనం చేసిన ప్రసిద్ధ చరిత్రకారుడైన సర్ జె.ఎన్.సర్కార్ మొగల్ పరిపాలనా వ్యవస్థను 'భారతీయ వాతావరణంలో నాటుకొని పోయిన పర్షియా-అరబ్బీ పద్ధతి' అని అభివర్ణించాడు. ఢిల్లీ సుల్తానేత్ కాలంనాటికంటే మెరుగైన ప్రజాభిమానం పొందిన పరిపాలనా వ్యవస్థను మొగల్‌చక్రవర్తులు రూపొందించారన్నది వాస్తవం.

కేంద్రప్రభుత్వం-చక్రవర్తి - అధికారాలు

మొగల్ పరిపాలనా వ్యవస్థలో చక్రవర్తి సామ్రాజ్యానికి, ప్రభుత్వానికి పెద్ద. సర్వాధికారి.

వీరు 'మీర్జా', 'పాదుషా' వంటి బిరుదులు ధరించారు. చక్రవర్తిని అతని ప్రజలు, అధికారులు భూమిపై దైవప్రతినిధిగా భావించి ఆదరించారు. అక్బర్ కాలంనుండి మతవిషయాల్లో కూడా చక్రవర్తే ఉన్నతాధికారి అయ్యాడు. దీనికి సూచకంగా మొగల్ చక్రవర్తులు ముజ్‌తాహిద్, ఇమాం-ఇ-అక్బరీలో అబుల్‌ఫజల్ 'పాదుషాను' అత్యంత బలవంతునిగా, ప్రత్యేకత కల్గిన వ్యక్తిగా, శక్తిసంపన్నునిగా, భూమిమీద దేవుని నీడగా వర్ణించారు. జరోకా-ఇ-దర్షన్, చౌకి-తస్లీం-ఇ-చౌక్రి నఖరా, మొహర్ పంజా మొదలైనవి ఈ ప్రత్యేక అధికారాల్లో ముఖ్యమైనవి. ఆగ్రాకోటలోని తూర్పుదిశలో ఏర్పాటు చేసిన ప్రత్యేక సింహాసనం మీద ఆసీనుడైన పాదుషా సామాన్య ప్రజల వినతులను, సమస్యలను విని, పరిష్కరించేవాడు.

మంత్రివర్గం-మంత్రులు-అధికారాలు-విధులు-శాఖలు

మొగల్ చక్రవర్తి సర్వశక్తి సంపన్నుడైనప్పటికీ నిరంకుశుడుకాదు. అతడు అనుభవజ్ఞులైన మంత్రులను నియమించి, వారి సలహాలు, సూచనలు గౌరవించి పరిపాలన కొనసాగించాడు. ఇస్లామిక్ సాంప్రదాయం ప్రకారం మంత్రులసంఖ్య నాలుగు. అయినప్పటికీ రాజ్య అవసరాలను దృష్టిలో పెట్టుకొని అక్బర్ కాలంలో తొమ్మిది, ఔరంగజేబ్‌కాలంలో 11మంది మంత్రులు మంత్రిపరిషత్‌లో బాధ్యతలు నిర్వహించారు. మంత్రిపరిషత్‌లో 'దివాన్' లేదా ప్రధానమంత్రి అందరికంటే ముఖ్యుడు. ఇతడు ఆర్థికశాఖ వ్యవహారాలమంత్రి. పాదుషా అనంతరం 'దివాన్' అతి ముఖ్యవ్యక్తి. ఇతడు చక్రవర్తికి, ప్రజలకు, ఇతర మంత్రులకు, అధికారులకు మధ్య వారధిగా పనిచేసాడు.

అక్బర్ కాలంలోని మంత్రుల్లో దివాన్, మీర్‌బక్షి, ఖాన్-ఇ-సమన్, కాజీ-ఉల్-కుజత్, సదర్-ఇ-సదుర్, మహతాజీబ్, డారోగా-ఇ-తోప్‌ఖానా, డారోగా డాక్‌చౌకీ, డారోగా ముఖ్యులు. 'వకీల్' చక్రవర్తి బాలుడైనపుడు బాధ్యతలు నిర్వహించాడు. అక్బర్‌కాలంలో బైరంఖాన్ ఈ పదవిని చేపట్టాడు. షాజహాన్‌కాలంలో మామగారైన ఆసఫ్‌ఖాన్, సాదుల్లాఖాన్‌లు 'వకీల్లు'గా పనిచేసారు.

1. దివాన్ : ఇతడు మొగల్ పరిపాలనలో ప్రధానమంత్రి. రెవిన్యూ ఆర్థికశాఖకు పెద్ద. ఇతన్నే 'వజీర్' అనేవారు. కేంద్ర కోశాగారం ఇతని ఆధీనంలో ఉండేది. అక్బర్ చక్రవర్తి కాలంలో అబుల్‌ఫజల్, తోడర్‌మల్, మాన్‌సింగ్, దివాన్ పదవిని నిర్వహించారు. రాష్ట్రాలపాలకులపై, ఉద్యోగులపై దివాన్ విశేషాధికారాలు చెలాయించేవాడు. ఉన్నతాధికారుల నియామకాలలో చక్రవర్తికి దివాన్ సలహాలిచ్చేవాడు.

2. మీర్‌భక్షి : ఇతడు సైనిక వ్యవహారాలమంత్రి. సైనికాధికారుల ఎంపిక, నియామకం, శిక్షణ, జీతభత్యాల చెల్లింపు చక్రవర్తి సైన్యం, మన్సబ్‌దార్ల సైన్యాల పర్యవేక్షణ, ఇతని అధికారాలు. యుద్ధవ్యూహాల రచన, సైన్యాలకు నాయకత్వం వహించడం ఇతని ఇతర విధులు.

3. ఖాన్-ఇ-సమాన్ : మొగల్ పరిపాలనలో మత, న్యాయ వ్యవహారాలు ఖాన్-ఇ-సమాన్ ఆధీనంలో ఉండేవి. ఇతన్నే సదర్-ఇ-కుల్ లేదా సదర్-ఇ-జహాన్ అనేవారు. తీర్పులు చెప్పేవాడు. సంస్థలకు, ఉలేమాలకు దానాలు ఇవ్వడం ఇతని పరిధిలో ఉండేవి.

4. మహాతాసీబ్ : ఇతడు 'షారియత్'లో పేర్కొనబడిన ధర్మసూత్రాలను రక్షించేవాడు, అమలుచేసేవాడు. ప్రజల్లో నీతి, నియమాలు, ధర్మ ప్రవృత్తి పెంచడమే ఇతని విధి. 'ఇస్లాం' సూత్రాలను, నియమాలను, చట్టాలను ఉల్లంఘించిన వారిని ఇతడు శిక్షించేవాడు. ఔరంగజేబ్ కాలంలో హిందూ దేవాలయాలను కూల్చే అధికారం ఇతనికి ఇచ్చాడు.

5. దరోగా-ఇ-తోప్‌ఖానా : ఇతడు 'ఫిరంగిదళం' పర్యవేక్షించే మంత్రి. రాజప్రసాదాలు, కోటలరక్షణ బాధ్యత ఇతనికే అప్పగించారు.

6. దరోగా : ఇతడు సామ్రాజ్య ప్రధాన 'టంకశాల' మంత్రి. అన్ని రాష్ట్రాల టంకశాలలు ఇతని సూచనలు, ఆదేశాల ప్రకారమే పనిచేసేవి. ప్రతి రాష్ట్ర టంకశాల అధికారికి ఇతడు ప్రత్యేకంగా రూపొందించిన 'మోనోగ్రాఫ్' ఇచ్చేవాడు. కరెన్సీని ముద్రించడానికి టంకశాల ముద్రణాధికారులు తనిఖీ చేసేవారు. కేంద్రమంత్రులకు పరిపాలనా వ్యవహారాల్లో సహకరించడానికి అనేకమంది అనుభవజ్ఞులైన కార్యదర్శులుండేవారు. వీరిలో ముస్తఫా (ఆడిటర్ జనరల్), ముష్‌రిఫ్ (రెవిన్యూ సెక్రటరీ), మీర్ తోజల్ (పండుగలు నిర్వహించే సెక్రటరీ), మీర్‌మల్ (రాయల్ ముద్రికలు పర్యవేక్షించే సెక్రటరీ) ముఖ్యులు.

రాష్ట్రాల పరిపాలన విధానం : అక్బర్ చక్రవర్తి సుస్థిరమైన రాష్ట్రపాలనా విధానాన్ని రూపొందించాడు. దీనినే అతని వారసులు స్వల్ప మార్పులతో కొనసాగించారు. అక్బర్‌కాలంలో సామ్రాజ్యాన్ని 15 సుభాలుగా విభజించాడు. కాబూల్, లాహోర్, ముల్తాన్, ఢిల్లీ, ఆగ్రా, అజ్మీర్, అలహాబాద్, అయోధ్య, బీహార్, బెంగాల్, మాల్వా, గుజరాత్, ఖాందేశ్, బీరార్, అహమద్‌నగర్ ముఖ్యమైన రాష్ట్రాలు. ఔరంగజేబ్‌కాలంలో మొగల్‌సామ్రాజ్యంలో 21 సుభాలుండేవి.

'సుభా' పరిపాలన కేంద్రప్రభుత్వ పరిపాలనకు ప్రతిరూపంగా రూపొందించాడు. 'సుభా' అధిపతి సుబేదార్. ఇతనికి సుభా పరిపాలన వ్యవహారాల్లో అనేకమంది మంత్రులు, అధికారులు, ఉద్యోగులు సహకరించేవారు. సుభాస్థాయి అధికారుల్లో దివాన్, భక్షీ, సదర్, ఖ్వాజీ, వాక్వోనోవీస్, బిటిక్‌చీ, పోత్‌దార్, ఫౌజ్‌దార్, అమీల్ ముఖ్యులు. సర్కార్, పరగణ, గ్రామం ఇతర పరిపాలనా విభాగాలు, కోత్వాల్ పట్టణ లేదా నగర పరిపాలన చూసే ముఖ్యాధికారి.

మొగల్‌ల భూమిశిస్తు విధానం

మొగల్ చక్రవర్తులు రైతు సంక్షేమాన్ని కోరి ఉదారమైన భూమిశిస్తు విధానాన్ని రూపొందించారు. భూమిశిస్తు ప్రభుత్వానికి ముఖ్య ఆదాయం. ఒక అభిప్రాయం ప్రకారం అక్బర్ చక్రవర్తికాలంలో అన్నిరకాల పన్నులు, సుంకాల ద్వార మొగల్ ఖజానాకు 90 కోట్లు ఆదాయం ప్రతి ఏటా చేకూరేది. షాజహాన్ కాలంనాటికి ఈ ఆదాయం 220 కోట్లకు పెరిగింది. భూమిశిస్తుతోపాటు వర్తక-వ్యాపార సుంకాలు, ఇంటిపన్ను, ఎగుమతి-దిగుమతులపై పన్నులు వసూలు చేసేవారు. అక్బర్‌కాలంలో అతని రెవిన్యూపన్నులు వసూలు చేసేవారు. అక్బర్‌కాలంలో అతని రెవిన్యూ మంత్రియైన రాజా తోడర్‌మల్ ఎంతో మెరుగైన, రైతుసంక్షేమ భూమిశిస్తు విధానాన్ని రూపొందించాడు. రాజాతోడర్‌మల్

రాజ్యంలోని వ్యవసాయ భూమినంతా సర్వేచేయించాడు. గ్రామస్థాయి నుంచి ప్రతిగ్రామంలో భూమికి సంబంధించిన అకౌంట్లు తయారు చేయించాడు. జాగీర్దారీ పద్ధతిని రద్దుచేసాడు. ప్రభుత్వ కోశాగారానికి ప్రతి ఏడాది, నిర్ణీత సమయానికి, నిర్ణయించిన భూమిశిస్తు అదేవిధంగా అధికారులను, ఉద్యోగులకు ఆదేశించాడు. మధ్యవర్తులను తొలగించాడు. రైతులకు, చక్రవర్తి ఉద్యోగులకు మధ్య ప్రత్యక్ష సంబంధం ఏర్పాటుచేసాడు. సామ్రాజ్యంలోని భూమినంతా పోలజ్, పరౌతీ, చాచర్, బంజర్ అనే నాలుగు రకాలుగా విభజించాడు. భూమిశిస్తును నిర్ణయించడానికి గడిచిన పదేండ్ల కాలంలోని వ్యవసాయ ఉత్పత్తులను దాటి ధరలను సగటున పరిగణనలోకి తీసుకున్నాడు. చివరకు పండిన పంటలో 1/3 వంతు భూమిశిస్తుగా నిర్ధారించాడు. దీన్ని ధన లేదా ధాన్యరూపంలో చెల్లించవచ్చని పేర్కొన్నాడు. ఈ పద్ధతే తోడర్‌మల్ బందోబస్త్ లేదా దహసాలా పద్ధతిగా పేరుపొందింది. తోడర్ రైతులకు వారు సాగుచేస్తున్న భూమిపై ప్రభుత్వం గుర్తింపు పత్రాన్ని (పట్టాను) అందించాడు. వారినుండి ప్రతిఏటా ప్రభుత్వానికి చెల్లించాల్సిన శిస్తురేటును అంగీకరిస్తూ ఒక పత్రాన్ని (కబూలియత్) తీసుకున్నాడు. భూమిని కొలవడానికై 'ఇల్లాహీగజ్' అనే స్కేలును ప్రవేశపెట్టాడు. వ్యవసాయభూమిని 'భిగా' అనే యూనిట్‌గా విభజించాడు. ఒక భిగా అనగా 3600 చదరపు గజాలభూమి. రైతాంగానికి మేలుచేయాలన్న లక్ష్యంతో గతంలో పన్ను వసూలు, నిర్ణయానికి పునాదిగా ఉన్న 'హిజ్రా' సంవత్సరానికి రద్దుచేసాడు. దీనిస్థానంలో 'ఇల్లాహి' శకాన్ని ప్రారంభించాడు. తోడర్‌మల్ భూమిశిస్తు సంస్కరణలు భావితరాలవారికి మార్గదర్శకమైనాయి. వీటిని ఆచరణలో పెట్టడానికై భూమిశిస్తుశాఖలో కార్‌కూన్‌లు, కానుంగోలు, బిటెక్‌చీలు, పోత్‌దార్‌లు అనే అనేకమంది అధికారులను ఉద్యోగులను నియమించాడు. భూమిశిస్తు వసూలు చేసే రెవిన్యూశాఖ సిబ్బందికి, రైతులపట్ల దయతో వ్యవహరించాలనీ, వారిని పీడించకూడదనీ ఆదేశించాడు.

మొగల్‌ల భూమిశిస్తు విధానంపై చరిత్రకారుల అభిప్రాయాలు

మొగల్ చక్రవర్తులు రూపొందించి, అమలుచేసిన భూమిశిస్తు విధానం, స్వరూపం, స్వభావం, ఆశయాలు, ప్రాధాన్యత మొదలగు విషయాలపై చరిత్రకారులు భిన్నాభిప్రాయాలు వెలిబుచ్చారు. ప్రసిద్ధ బ్రిటిష్ చరిత్రకారుడైన వి.ఎ.స్మిత్ తోడర్‌మల్ బందోబస్తువిధానం పైకి గొప్పగా కనబడినప్పటికీ, దీన్ని యావత్ సామ్రాజ్యంలో ఆచరణలో పెట్టడం అసాధ్యమని పేర్కొనెను. స్మిత్ దృష్టిలో 'తోడర్‌మల్ భూమిశిస్తు విధానం అతిప్రధాన ఉద్దేశం రైతు సంక్షేమంకాదు. అతని లక్ష్యం నిర్దిష్టకాలంలో ప్రభుత్వ ఖజానాకు భూమిశిస్తు అందేట్లు చూడడమేనని' విమర్శించాడు. వి.ఎ.స్మిత్ వాదనను భారతీయ చరిత్రకారులైన 'ఆర్.సి. మజుందార్', 'ఇర్ఫాన్‌హబీబ్' మొదలగువారు తీవ్రంగా ఖండించారు. వి.ఎ.స్మిత్ బ్రిటిష్ భూమిశిస్తు విధానంకంటే, మొగల్ భూమిశిస్తు విధానం మెరుగైనది, రైతు సంక్షేమాన్ని కోరి రూపొందించబడిందన్న వాస్తవాన్ని గ్రహించక, పక్షపాతబుద్ధితో విమర్శించాడని అభిప్రాయపడినారు. రైతుహక్కును గుర్తించి, ఎంతశాతం శిస్తు చెల్లించాలి, ఏ సమయంలో చెల్లించాలన్న విషయాన్ని తోడర్‌మల్ ముందుగానే తెలియచేసాడనీ, దీనిలో వాస్తవం తప్ప, మోసంలేదని మజుందార్, ఇర్ఫాన్‌హబీబ్‌లు అభిప్రాయపడిరి. మొగల్ ఇండియాలోని రైతాంగం

ఆర్థికస్థితి, జీవనస్థాయి, బ్రిటిష్ ఇండియాలోని రైతాంగంకంటే మెరుగైన స్థితిలో ఉండిందని వీరు పేర్కొన్నారు.

మొగల్‌ల సైనికవ్యవస్థ

మొగల్ చక్రవర్తులు బాబర్‌కాలంనుంచే పటిష్ఠమైన, సుశిక్షితులైన సైన్యాన్ని పోషించారు. మొదటి పానిపట్ యుద్ధంలో, ఇబ్రహీంలోడీ సైన్యాన్ని ఓడించిన బాబర్ సైన్యశక్తి అపారమైంది. రాణాసంగా మొగల్ సైనికశక్తి అపారమైంది. రాణాసంగా మొగల్ సైనిక శక్తికి దాసోహం అన్నాడు. పరాజయం పొందాడు. మొగల్ సైన్యంలో మంగోలులు, తైమూరిడ్‌లు, టర్కులు, ఉజ్‌బేగ్‌లు, అఫ్ఘన్‌లు, పర్షియన్‌లు, రాజపుత్రులు, మరాఠులు ఉండిరి. వారిది మిశ్రమసైన్యం వీరి సైన్యం. ప్రతిభ, శక్తిసామర్థ్యాల, నైపుణ్యత, విశ్వసనీయత అనే అంశాలపై ఆధారపడి రూపొందించబడింది. వీరిసైన్యంలో రెండు ప్రధాన భాగాలుండేవి. 1.చక్రవర్తి సైన్యం లేదా సిద్ధసైన్యం. ఇది చక్రవర్తి ఆధీనంలో, పర్యవేక్షణలో ఉండేది. దీని ప్రధాన సేనాధిపతులను, సైనికులను ఎంపిక చేయడంలో చక్రవర్తి శ్రద్ధ వహించేవాడు. రాజకుటుంబం, అంతఃపురం రక్షణ ఈ దళాల ప్రధాన విధి. 2. మన్సబ్‌దారీ సైన్యం. అక్బర్‌కాలంలో మన్సబ్‌దారీసైన్యం రూపొందించబడింది. మన్సబ్‌దార్ ముఖ్యంగా సైనికాధికారి. కొన్ని సందర్భాల్లో సివిల్‌విధులు నిర్వహించేవాడు. ప్రతిమన్సబ్‌దార్‌కు ఒకర్యాంకు కేటాయించేవారు. అతడు పోషించాల్సిన సైన్యాల సంఖ్య నిర్ధారించేవారు. మన్సబ్‌దార్లకు వారి ఆధీనంలోని సైన్యాల పోషణకు, వారి స్వంతఖర్చులకై చక్రవర్తి కొన్ని గ్రామాలను అప్పగించేవాడు. ఆ గ్రామాలలోని భూములపై శిస్తు వసూలు చేసుకునే అధికారాలు ఇచ్చాడు. చాలావరకు మన్సబ్‌దార్లకు నగదురూపంలో జీతాలు చెల్లించేవారు. అక్బర్‌కాలంలో మన్సబ్‌దార్లను 33 తరగతులుగా వర్గీకరించారు. అందరికంటే పెద్ద మన్సబ్‌దార్ ర్యాంక్ 10వేలు. జహంగీర్‌కాలంలో ఈ ర్యాంక్ 40వేలకు పెంచబడింది. మన్సబ్ ప్రధానంగా నిర్ధారించిన సంఖ్యలో అశ్వదళం పోషించాల్సి ఉండేది. కొందరు మన్సబ్‌దార్లు చక్రవర్తిని, ఉన్నతాధికారులను మోసం చేస్తున్నారని గ్రహించిన అక్బర్‌చక్రవర్తి డాగ్, చారాహ్ పద్ధతిని ప్రవేశపెట్టాడు. దీని ప్రకారం ప్రతి మన్సబ్‌దార్ పోషించే అశ్వంవీపుమీద ఒకవైపు మన్సబ్‌దార్ ముద్ర, మరోవైపు చక్రవర్తి ముద్రవేసే పద్ధతి ఆరంభించాడు. 'చిరాహ్' అనగా ప్రతిసైనికుడి వివరాలు తెలిపే 'చిట్టా' (బయోడేటాను) చక్రవర్తి తయారుచేయించాడు. దీనివల్ల ప్రతి మన్సబ్‌దారు పోషించే సైనికుల వివరాలు చక్రవర్తికి అందుబాటులోకి వచ్చాయి. అక్బర్ చక్రవర్తి కాలంలోనే మన్సబ్‌దారీ పద్ధతిలో జాట్, సవార్' అనే పద్ధతిని చక్రవర్తి ప్రవేశపెట్టాడు. చరిత్రకారులు జాట్, సవార్ విషయంలో భిన్నాభిప్రాయాలు వ్యక్తం చేసారు. ఎ.ఎల్. శ్రీవాత్సవ, అబ్దుల్ అజీజ్ మొదలైన చరిత్రకారులు 'జాట్' అనేది ఒక మన్సబ్‌దార్ పోషించాల్సిన అశ్వాలు, ఏనుగుల సంఖ్యను సూచిస్తుందనీ, 'సవార్' యుద్ధంలో పాల్గొనడానికి సిద్ధంగా ఉన్న అశ్వాలసంఖ్యను సూచిస్తుందనీ అభిప్రాయపడ్డారు. మొగల్ చక్రవర్తులు ప్రవేశపెట్టిన మన్సబ్‌దారీ విధానం సమర్థులైన పాదుషా కేంద్రంలో ఉన్నతకాలం అద్భుతంగా పనిచేసింది. చక్రవర్తులు యుద్ధాల్లో మన్సబ్‌దార్ల సైన్యాలను ఉపయోగించి అఖండ విజయాలు సాధించారు.

అసమర్థులైన పాదుషా సింహాసనం అధిష్టించగానే మన్సబ్‌దార్లు బలవంతులై, స్వార్థంతో తిరుగుబాట్లు లేవదీసారు. కొందరు స్వతంత్ర్యరాజ్యాలు నెలకొల్పుకున్నారు. ముఖ్యంగా ఔరంగజేబ్ మరణానంతరం మన్సబ్‌దార్లు బలవంతులై తిరుగుబాట్లు చేసినారు. దీనివల్ల కేంద్రప్రభుత్వం బలహీనమైంది. మొగల్ సామ్రాజ్య పతనానికి మన్సబ్‌దార్ల స్వార్థబుద్ధి, అధికారకాంక్ష ఒకప్రధాన కారణమైంది.

మొగల్‌లకాలంలో సామాజిక-ఆర్థిక పరిస్థితులు

మొగల్ చక్రవర్తుల కాలంనాటి భారతదేశంలోని సామాజిక పరిస్థితులను, ఆర్థికస్థితిని తెలుసుకోవడానికి, వారి ఆస్థానపండితులు, చరిత్రకారులు, విదేశీబాటసారులు, వర్తకులు, మతాచార్యులు ఎంతో విలువైన చారిత్రక సమాచారాన్ని అందచేస్తున్నాయి. ఆనాటి సమాజంలో హిందువులే మెజారిటీ. అఫ్ఘన్‌లు, ఇరానీలు, మంగోల్‌లు, షియాలు, తుర్కీలు, శిక్కులు, క్రైస్తవులు మొదలైనవారు కూడా నివసించారు. మొగల్‌లకాలంలో సమాజం, ఢిల్లీసుల్తానుల కాలంలో కంటే చాలా సరళీకృతమైనది. ఆనాటి సంఘంలో మూడు ప్రధానవర్గాలుండినాయి.

1. రాజకుటుంబ సభ్యులు 2. సర్దారులు 3. మధ్యతరగతివారు (డాక్టర్లు, గాయకులు, జడ్జీలు, మేధావులు). పట్టణాల్లో లేదా నగరాల్లో వీరి జనాభా ఎక్కువ. సమాజంలో అత్యధిక సంఖ్యలో ఉన్నవర్గం సామాన్య ప్రజలు. వీరు గ్రామాల్లో అధికంగా ఉండేవారు. వీరు వ్యవసాయదార్లుగా, వ్యవసాయకూలీలుగా, ఇతర వృత్తుల్లో నిమగ్నులై ఉన్నారు. మొత్తం జనాభాలో వీరిసంఖ్య అధికంగా ఉండేది. ఈ కాలంనాటి హిందువులు, ముస్లింలు జ్యోతిష్యం నమ్మారు. బాల్యవివాహాలు, వరకట్నం, సతీపద్ధతి, బహుభార్యత్వం ఆనాటి సామాజిక దురాచారాలు. ఆనాటి ప్రధాన పండుకల్లో నౌరోజ్, రంజాన్, షబేబరాత్, దసరా, దీపావళి, హోళీ మొదలైన ప్రజలు, పాలకులు ఘనంగా జరుపుకునేవారు. 'పాదుషా' గారి జన్మదినాన్ని గొప్ప వేడుకగా జరుపుకునేవారు. 'పాదుషా' గారి జన్మదినాన్ని గొప్ప వేడుకగా జరుపుకునేవారు. మీనాబజార్లు, కుషీబజార్లు అనే పేరుతో ప్రత్యేకంగా షాపింగ్ ఉత్సవాలను అంతఃపుర అవసరాలకు ఇతర ఉన్నతాధికారులకోసం ఏర్పాటుచేసేవారు. అంతఃపురస్త్రీలకోసం ప్రత్యేకంగా వస్త్రాల దుకాణాలను, ప్రదర్శనలను, వివిధరకాల వస్తువులను విక్రయించే దుకాణాలను ఏర్పాటుచేయించేవారు. అబుల్ తన రచనలో 32 రకాల సుగంధవాసన నూనెలను పేర్కొన్నాడు. మొగల్‌ల కాలంలో స్త్రీ స్థానం, గౌరవం గతంలో మాదిరిగానే దీనస్థితిలో ఉండింది. కేవలం అంతఃపురస్త్రీలు గౌరవంగా ఉండిరి. మధ్యతరగతి, దిగువతరగతి స్త్రీలస్థితి దీనస్థితిలో ఉండింది. బాలికల విద్య విషయంలో ప్రత్యేకశ్రద్ధ వహించలేరు. నృత్యం (డాన్సింగ్), సంగీతం, చిత్రలేఖనం ఆనాటి స్త్రీల ముఖ్యకార్యకలాపాలు. గుల్‌బదన్‌బేగం, నూర్జహాన్, ముంతాజ్‌మహల్, చాంద్‌బీబీ, రాణి దుర్గావతి, తారాబాయి మొగల్ యుగానికి చెందిన గొప్ప స్త్రీలు. ఇటీవల కాలంలో అలీఘర్‌ముస్లిం విశ్వవిద్యాలయం, ఢిల్లీలోని జవహర్‌లాల్‌నెహ్రూ విశ్వవిద్యాలయాలకు చెందిన కొందరు చరిత్రకారులు జరిపిన పరిశోధనలు మొగల్‌లకాలం నాటి సామాజిక వ్యవస్థపై మరిన్ని కొత్త ఆసక్తికరమైన వాస్తవాలను వెలుగులోకి తెచ్చాయి.

మొగల్ చక్రవర్తులకాలంలో భారతదేశం సిరిసంపదలతో సుసంపన్నంగా ఉండేదని వివిధ సమకాలీన ఆధారాలనుంచి సేకరించిన సమాచారం వల్ల తెలుస్తుంది. వ్యవసాయం, వర్తక, వ్యాపార చేతివృత్తులు, కులవృత్తులు, కార్ఖానాలు ఉచ్ఛస్థితిలో ఉండేవి. ఆహారపంటలు, పండ్లు, కూరగాయలు, పూలు, వ్యాపారపంటలు, భారీఎత్తున పండించేవారు. బెంగాల్, బీహార్, ఉత్తరప్రదేశ్‌లలో చెఱకుపంట అధికంగా పండించేవారు. బెంగాల్, గుజరాత్, దక్కన్‌లలో పత్తిపుష్కలంగా సాగుచేసేవారు. నీలిమందు, పప్పుదినుసులు, నల్లమందు, కొన్ని ప్రాంతాల్లో పండించేవారు. రాజస్థాన్‌లోని సంబల్‌పూర్ సరస్సు, పంజాబ్ ఉప్పు ఉత్పత్తి కేంద్రాలు. ఢాకా, మచిలీపట్నం, సిక్రీ, లాహోర్, కాశ్మీర్, ముల్తాన్, గుజరాత్, బుర్హాన్‌పూర్, బెంగాల్‌లలో వస్త్రాలు, ఇనుము-ఉక్కు, వజ్రాలు, సిల్క్, తివాచీలు, బొమ్మలు, అత్తర్లు, కలంకారీ ఉత్పత్తులు భారీఎత్తున జరిగేవి.

దేశీయ వ్యాపారం భూమార్గం ద్వారా జరిగేది. స్థానిక వర్తకులు ఎడ్లపై, ఎడ్లబండ్లపై, గాడిదలపై, ఒంటెలపై తమ తమ వస్తు-సామగ్రితో ఒక ప్రాంతంనుంచి మరోప్రాంతానికి ప్రయాణించేవారు. మొగల్‌ల కాలంనాటి ప్రధాన ఎగుమతుల్లో సుగంధద్రవ్యాలు, కాటన్‌వస్త్రాలు, మిరియాలు, వజ్రాలు పేర్కొనదగినవి. విదేశీవ్యాపారం ముమ్మరంగా కొనసాగింది. గోవా, హుగ్లీ, కలకత్తా, మచిలీపట్నం ముఖ్య రేవు పట్టణాలు. విదేశీవ్యాపారం వీటిద్వారానే కొనసాగింది. పింగాణి సామాను, గ్లాసుపరికరాలు, గుర్రాలు, బానిసలు మొదలైనవి ఆనాటి ముఖ్య దిగుమతులు. పర్షియా, ఆసియా, ఐరోపా దేశాలనుంచి వీటిని దిగుమతి చేసుకునేవారు. అన్ని ప్రధాన పట్టణాల్లో, వర్తకకేంద్రాల్లో, రవాణామార్గాల్లో వర్తకుల, ప్రయాణికుల రక్షణకోసం మొగల్‌చక్రవర్తులు పటిష్ఠమైన ఏర్పాట్లు చేసారు. తూనికలు, కొలతలు పర్యవేక్షించే అధికారులను నియమించారు.

మొగల్ ఇండియాలోని అనేక ప్రాంతాల్లో వారి పాలనాకాలంలో కరువు-కాటకాలు సంభవించాయి. రైతులు, సామాన్యజనం కరువు-కాటకాలు సంభవించినాయి. రైతులు, సామాన్యజనం కరువు-కాటకాలు సంభవించినపుడు అనేక అవస్థలు పడినారు. వీరిని ఆదుకోవడానికై ప్రయత్నాలు చేసారు. వీరిపాలనాకాలంలో సంభవించిన ప్రధాన కరువుల్లో పేర్కొనదగినవి.

క్రీ.శ. 1556-57 'ఆగ్రా, బయానలో' వచ్చిన క్షామం

క్రీ.శ.1573-74 - 'గుజరాత్ క్షామం'

క్రీ.శ.1630-31 - 'మాల్వా', 'గుజరాత్', 'దక్కన్ క్షామం'

క్రీ.శ. 1659-1702-04 'కాశ్మీర్ క్షామం'

షాజహాన్ తన కాలంలో దక్కన్‌లో సంభవించిన తీవ్రకరువునుంచి ప్రజానీకాన్ని ఆదుకోవడానికై, ఆహారపదార్థాల పంపిణీకై 1.5 లక్షల రూపాయల ఖర్చుచేసాడు. సాధారణ పరిస్థితుల్లో, ఆహార ఉత్పత్తులు పుష్కలంగా ఉన్నాయి. వెండి, బంగారు, రాగినాణేలు చెలామణిలో ఉన్నాయి. మొగల్‌ల కాలంలో అనేక నగరాలు, పట్టణాలు విశేషప్రగతి సాధించాయి. నగరీకరణ శీఘ్రంగా జరిగింది. 'రాల్ఫాఫిష్ అనే బ్రిటిష్ బాటసారి ఆగ్రా, ఫతేపూర్ సిక్రీ పట్టణాల గురించి

వర్ణిస్తూ ఈ రెండు మహానగరాలనీ, విశాలమైనవనీ, జనాభా, విస్తీర్ణంలో అవి లండన్ నగరం కంటే పెద్దవనీ పేర్కొన్నాడు' గ్రామీణస్థాయిలో, నగరాల్లో, బానిసలు, శ్రామికులు, కూలీలు, రాతిపనివారు, వ్యవసాయ కూలీలు పేదరికంలో జీవితాలు వెలిబుచ్చారు.

మొగల్‌ల కాలంలో మత పరిస్థితులు : మొగల్ చక్రవర్తులు తమ పరిపాలనా కాలంలో ఉదారమత విధానాన్ని అనుసరించారు. ఢిల్లీ సుల్తానులు అనుసరించిన హిందూమత వ్యతిరేక విధానాన్ని మొగల్ చక్రవర్తుల్లో చాలామంది ఉదారంగా వ్యవహరించారు. అక్బర్ తన ఉదార మతవిధానంచే అన్నివర్గాల అభిమానం పొందాడు. అతడు రాజపుత్రులతో వివాహ సంబంధాలు నెలకొల్పినాడు. కొందరు రాజపుత్రయోధులు అక్బర్ సామ్రాజ్య సుస్థిరతలో ప్రధాన పాత్రవహించారు. అక్బర్ సున్నీ అయినప్పటికీ, షియా శాఖకు చెందిన బైరంఖాన్‌కు తన తండ్రి ఆదరించినట్లే, అక్బర్ తను చక్రవర్తియైన అనంతరం కూడా బైరంఖాన్‌ను గౌరవించాడు. మొగల్ చక్రవర్తులు పవిత్రఖురాన్‌లో పూర్తి విశ్వాసాన్ని వ్యక్తంచేసారు. అక్బర్ హిందువులపై గత పాలకులు విధించిన జిజియాపన్నును, తీర్థయాత్రలపై పన్నును రద్దుచేసాడు. అక్బర్ వారసులు వీటిని తిరిగి విధించారు. దీనికి వ్యతిరేకంగా మరాఠులు, శిక్కులు తిరుగుబాట్లు చేసారు. మొగల్ యుగానికి చెందిన భక్తిసూఫీ ఉద్యమకారులు, ప్రబోధకులు హిందూ-ముస్లిం వర్గాల మధ్య సఖ్యతకై కృషిచేసారు. వీరు తమ సాధారణ జీవనవిధానం, బోధనల ద్వారా ఇరువర్గాల ప్రజల మధ్య సోదరభావాన్ని, మానవతావిలువలను పెంపొందించడానికై కృషిచేసారు. ఐరోపావర్తక సంఘాలు మొగల్ ఇండియాలో ప్రవేశించి, వారి వారి వర్తక స్థావరాలు ఏర్పాటు చేసుకొన్నాక, మొగల్‌లు వారితో మతవ్యవహారాల్లో సామరస్యరీతిలో వ్యవహరించారు. అక్బర్ చక్రవర్తి 'ఇబాదత్‌ఖానా'లో వివిధ మతపెద్దలతో జరిపిన చర్చల్లో క్రైస్తవ పండితులైన 'ఫాదర్‌పెరీరా' ఆహ్వానించాడు. అతని వివరణతో సంతృప్తి చెందని అక్బర్ పోర్చుగీస్ క్రైస్తవ పండితులైన 'రుడాల్ఫో అక్వావివా, 'అంటోని మాన్‌సరెట్', 'ఫ్రాన్సిస్ హెన్రిక్స్'లను గోవానుంచి ఆహ్వానించి వారి వాదనలు విన్నాడు. లాహోర్‌లో క్రైస్తవులకు చర్చి కట్టుకోవడానికై అక్బర్ అనుమతించాడు. ఔరంగజేబ్ అవలంభించిన సంకుచిత ద్వేషపూరిత హిందూ వ్యతిరేక విధానం, షియాశాఖ వ్యతిరేక విధానం అతని పతనానికి, మొగల్ సామ్రాజ్య విచ్ఛిన్నత ముఖ్యకారణమైంది. సామాన్య ప్రజానీకం చాలా మట్టుకు ప్రశాంతంగా జీవించారు. ఇరువర్గాల వారు ఒకరి ఆచార వ్యవహారాలచే, సంస్కృతిచే మరొకరు ప్రభావితులైనారు.

మొగల్‌ల కాలంలో హిందూ-ముస్లింల సంబంధాలు

ఢిల్లీ సుల్తానేత్ కాలంతో పోల్చితే, మొగల్‌ల కాలంలో హిందూ-ముస్లింల మధ్య సన్నిహిత సంబంధాలు నెలకొన్నాయని, సమకాలీన ఆధారాలు తెలియచేస్తున్నాయని చరిత్రకారులు అభిప్రాయపడినారు. మొగల్‌ల ఉదారమతవిధానం, ముఖ్యంగా అక్బర్ అనుసరించిన హిందూ అనుకూల, రాజపుత్రవిధానం మొగల్ వంశాధికారాన్ని బలోపేతం చేసింది. హిందువులపై ఢిల్లీ సుల్తానులు విధించిన 'జిజియాపన్ను', 'తీర్థయాత్ర' పన్ను మొదలైన వాటిని అక్బర్ రద్దు చేసాడు. దీనితో అతనికి దేశంలోని మెజారిటీ హిందువుల మద్దతు లభించింది. అక్బర్ పరిపాలనలో

ముఖ్యపాత్రను పోషించినవారు హిందువులే అధికులు. వారిలో రాజాతోడర్‌మల్, రాజామాన్‌సింగ్, రాజాబీర్బల్ అక్బర్ విశ్వాసాన్ని చూరగొన్నారు. పరిపాలన నిర్వహణలో కీలకపాత్రను పోషించారు. సోదర రాజపుత్ర రాజులు, అక్బర్ సార్వభౌమాధికారాన్ని ధిక్కరించగా, వారిపై యుద్ధాలు చేసారు. సేనలు నడిపారు. అక్బర్ తన ఆస్థానంలో హిందూపండుగలైన దసరా, దీపావళి, హోళి ఘనంగా నిర్వహించే ఏర్పాట్లు చేసాడు. దీనివల్ల అతడు హిందువుల అభిమానం పొందాడు. అక్బర్ అనంతరం జహంగీర్, షాజహాన్, ఔరంగజేబ్‌లు అవలంబించిన హిందూ వ్యతిరేక విధానంవల్ల శిక్కులు, మరాఠులు, జాట్‌లు, సత్నామీలు మొగల్ సామ్రాజ్యాధినేతలకు వ్యతిరేకంగా తిరుగుబాట్లు లేవదీసారు. మొగల్ సామ్రాజ్య పతనానికి వీరి తిరుగుబాట్లు మరో ప్రధాన కారణమైనాయి. ఔరంగజేబ్ అనేక హిందూ దేవాలయాలను ధ్వంసం చేయించాడు. ఇతని చర్యలవల్ల హిందూ-ముస్లిం వర్గాల మధ్య అగాధం ఏర్పడింది.

మొగల్‌ల కాలంలో మిశ్రమ సంస్కృతి (కాంపోజిట్‌కల్చర్) అవతరణ

భారతదేశాన్ని మొగల్‌లు సుమారు మూడు శతాబ్దాలకు పైగా కాలంపాటు పరిపాలించారు. వీరి సామ్రాజ్యంలో హిందుస్థాన్‌లోని అత్యధిక భాగాలుండేవి. మొగల్ చక్రవర్తుల విశాలదృక్పథం, ప్రజాసేవ తత్పరత, ఉదారభావాలు ఒక నూతన సంస్కృతి ఆవిర్భావానికి దోహదం చేసాయి. దేశీయసమాజం, సామాజిక వ్యవస్థ, మతవిశ్వాసాలు, వస్త్రాలంకరణ పద్ధతులు, ఆహారపు అలవాట్లు, భాష, రచనాపద్ధతులు, మూఢవిశ్వాసాలు, వాస్తు శిల్పకళ, చిత్రలేఖనం, సంగీతం, మొగల్‌ల సంస్కృతిచే విశేషంగా ప్రభావితమైనాయి. ఇదేరీతిలో అంతవరకు భారతదేశంలో అమలులోఉన్న పరిపాలనా వ్యవస్థ, న్యాయవ్యవస్థ, భూమిశిస్తు, సైనికవిధానాలు కూడా మొగల్ విధానాలచే ప్రభావితమైనాయి. మొగల్ చక్రవర్తులు, ముఖ్యంగా అక్బర్‌కాలంలో బలపడిన మొగల్-రాజపుత్ర వైవాహిక సంబంధాలు ఇరు సంస్కృతులను ప్రభావితం చేసాయి. దీని ఫలితంగా ఒక నూతన సంస్కృతి లేదా కాంపోజిట్ (మిశ్రమ) సంస్కృతి అవతరించింది.

మొగల్‌ల కాలంనాటి సాహిత్యం, భాషలు, విద్యావిధానం

మొగల్ చక్రవర్తుల్లో చాలామంది మంచి విద్యావేత్తలు. సాహిత్యప్రియులు, రచయితలు, కళాపోషకులు, బహు అంశాల్లో ప్రతిభకలవారు. బాబర్ తన మాతృభాష చెగతాయి తుర్కీలో మహాపండితుడు. వీరి పోషణలో తుర్కీ, పర్షియన్, హిందీ, సంస్కృతం, భాషలను ఆదరించారు. అనేకమంది కవులను, పండితులను పోషించారు. మొగల్ ఇండియాలో సాంప్రదాయబద్ధమైన విద్యావిధానాన్ని హిందువులు, ముస్లింలు కొనసాగించారు. దేవాలయం, అగ్రహారం, మఠం హిందూవిద్యాకేంద్రాలుగా వర్ధిల్లినాయి. మసీదు, మదరసా, దర్గా, అశ్రుఖానా, ఖాన్కాలు ముస్లిం విద్యా కేంద్రాలుగా పనిచేసాయి. ఆ రోజుల్లో ముస్లిం విద్యాకేంద్రాలుగా ముఖ్యనగరాలైన ఢిల్లీ, ఆగ్రా, లాహోర్, ఫతేపూర్ సిక్రీ, మొదలైన విశేషఖ్యాతి గడించాయి. బాబర్ వారసులైన జహంగీర్, షాజహాన్, ఔరంగజేబ్, దారాషికో గొప్ప పండితులు. అబుల్‌ఫజల్, అబుల్‌ఫైజీ, బదాయునీ, ఖాఫీఖాన్

పర్షియన్ భాషలో గొప్ప పండితులు. వీరి పోషణలో పర్షియన్, అరబిక్ భాషలతోబాటు ప్రాంతీయభాషలైన బెంగాలీ, హిందీ, ఉర్దూ, గుజరాతీ, మొదలైనవి పురోగతి సాధించాయి. ప్రజల మన్ననలు పొందాయి. షాజహాన్ కాలానికి చెందిన పండిత్‌రాజ్ జగన్నాథుడు గొప్ప సంస్కృత పండితుడు. ఇతడి రచనలు 'రసగంగాధర', 'గంగాలహరి', షాజహాన్ కుమారుడైన దారాషీకో హిందూ-ఇస్లాం సంస్కృతులను విశ్లేషిస్తూ చేసిన రచన 'మింగిలింగ్ ఆఫ్ టు ఓషియన్స్'. మరాఠ భక్తి ప్రబోధకులైన ఏకనాథ్, తుకారాం ఈ కాలానికి చెందినవారు.

మొగల్ కాలంనాటి వాస్తు-శిల్పకళ : మొగల్ చక్రవర్తులు భారతదేశాన్ని పాలించిన కాలంలో, దేశంలోని అనేక ప్రాంతాల్లో భారీఎత్తున కట్టడాలు చేపట్టినారు. వీటిలో అనేక మసీదులు, మదరసాలు, కోటలు, సమాధులు, పట్టణాలు, రాజప్రసాదాలు, దర్గాలు కలవు. అక్బర్ తన కాలంలో హిందూ-ముస్లిం వాస్తునిపుణులను వినియోగించాడు. అక్బర్ కాలంలో నిర్మించిన నిర్మాణాల్లో ఫతేపూర్ సిక్రీ అత్యంత సుందరనగరం. దీనికి తొమ్మిది ద్వారాలు కలవు. సిక్రీలోని ప్రధాన కట్టడాల్లో పేర్కొనదగినవి జామీమసీదు, బులంద్-దర్వాజ, షేక్‌సలీం చిష్టీ సమాధి. ఇవన్నీ గొప్ప వాస్తుకళకు ప్రతీకలు. జహంగీర్ కాలంలో 'సికింద్రా'లో అక్బర్ సమాధి, ఆగ్రాలో 'ఇతేమాద్-ఉద్-దౌలా' సమాధి నిర్మించాడు. కాశ్మీర్‌లోని ప్రసిద్ధిగాంచిన షాలిమార్ గార్డెన్ ఇతని కాలంలోనే వేయబడింది. షాజహాన్‌కాలంలో మొగల్ వాస్తు-శిల్పకళ మహోన్నత దశకు చేరింది. ఇతనికాలంలోని ప్రధాన నిర్మాణాల్లో ఎర్రకోట (షాజహానాబాద్ క్రీ.శ.1639-1648) రంగమహల్, దివాన్-ఇ-ఆమ్, దివాన్-ఇ-ఖాస్ మొదలైన సుందర భవంతులు ఈ కోటలో ఉన్నాయి. షాజహాన్ చక్రవర్తికి తెల్లరంగు పాలరాయి అంటే చాలా ఇష్టం. అందువల్ల అతని నిర్మాణాల్లో తెల్లని పాలరాతిని విశేషంగా వాస్తు శిల్పులు తెల్లపాలరాతినే వాడారు. షాజహాన్ నిర్మాణాలన్నిటిలో తాజ్‌మహల్ ప్రత్యేకమైన, సుందరనిర్మాణం, దీన్ని తన భార్యముంతాజ్‌బేగం మరణానంతరం, ఆమె సమాధిపై ఆగ్రాలో యమునానది తీరాన నిర్మించాడు. సుమారు 22 ఏండ్లపాటు జరిగిన తాజ్‌మహల్ నిర్మాణానికి చక్రవర్తి ఆ కాలంలో 2 కోట్ల రూపాయలు ఖర్చుచేసాడు. దీని నిర్మాణంలో హిందుస్థానీ, పర్షియన్ వాస్తుశిల్పులు పనిచేసారు. షాజహాన్ కాలంనాటి కట్టడాలచే విశేషంగా ఆకర్షితులైన యూరోపియన్ పండితులు, వాస్తుకారులు దాన్ని స్వర్ణయుగంగా వర్ణించారు. షాజహాన్ మరణానంతరం పెద్దఎత్తున కట్టడాలు జరగలేదు. జహంగీర్ చిత్రలేఖనంలో గొప్ప మేధావి. పెర్సీబ్రౌన్. పండితుడు అతన్ని ఎంతో ప్రశంసించారు. ఇతని దర్బారులో అబుల్‌హసన్, ఉస్తాద్‌మన్సూర్ అనే ఇద్దరు ప్రసిద్ధ చిత్రకారులుండేవారు.

మొగల్‌సామ్రాజ్య పతనానికి కారణాలు

బాబర్‌కాలంలో స్థాపించబడిన మొగల్‌సామ్రాజ్య కీర్తిప్రతిష్ఠలు, అక్బర్‌కాలంలో శిఖరస్థాయికి చేరినాయి. ఔరంగజేబ్ భారతదేశంలో అత్యధిక వైశాల్యం కలిగిన భూభాగంపై మొగల్ వంశాధికారాన్ని చెలాయించాడు. మొగల్ సామ్రాజ్యపతనానికి దోహదం చేసిన కారణాలను చరిత్రకారులు రెండు రకాలుగా పేర్కొన్నారు. అవి :

1) అంతరంగిక కారణాలు : అంతరంగిక కారణాల్లో, రాజకీయ కారణాలు, బలహీనులైన ఔరంగజేబ్ వారసులు, పరిపాలనా సంబంధమైన లోపాలు, మన్సబ్‌దార్ల స్వార్థబుద్ధి, అధికారుల కుట్రలు, వారసత్వ తగాదాలు, యుద్ధాలు, అంతఃపుర గ్రూపులు, తగాదాలు, సామాజికలోపాలు, అక్బర్ అనంతరం రాజ్యాన్నేలిన మొగల్ చక్రవర్తుల సంకుచిత మతవిధానం మొదలైనవి పేర్కొనదగినవి.

ఔరంగజేబ్ అవలంభించిన సంకుచిత మతవిధానం అతని పతనానికి, మొగల్ అధికార పతనానికి ఒక ప్రధాన కారణమైంది. అతడు హిందువులపట్ల అనుసరించిన దౌర్జన్యపూరిత, స్వార్థపూరిత మతవిధానం అతనికి వారిని శత్రువులుగా మార్చింది. శిక్కులతో ఏర్పడిన శత్రుత్వం, మరాఠుల విజృంభణ, ఔరంగజేబ్ దూరదృష్టిలేని - లోపభూయిష్ట దక్కన్ విధానం మొగల్ సామ్రాజ్య పతనానికి దోహదం చేసింది. దక్కన్ షియారాజ్యాలను ఆక్రమించాలన్న ఔరంగజేబ్ ఆశయం, అతన్ని ఢిల్లీ దూరంగా, దక్కన్ చాలా ఏండ్లపాటు ఉంచింది. దీనితో ఢిల్లీ మన్సబ్‌దార్లు, అధికారులు, రాష్ట్రాల పాలకులు తిరుగుబాట్లు చేసారు. ఆచార్య ఇర్ఫాన్ హబీబ్, డా॥ సతీష్‌చంద్ర మొదలైన చరిత్రకారులు మొగల్‌చక్రవర్తుల పన్నులవిధానం, అధిక పన్నులభారం, లోపభూయిష్ట ఆర్థిక విధానాలు, వ్యవసాయరంగం, పరిశ్రమల పతనం, వెనుకబాటుతనం మొదలైన అంశాలు వారి సామ్రాజ్య పతనానికి కారణమైనాయి.

2) బహిరంగ కారణాలు : మొగల్ సామ్రాజ్య విచ్ఛిన్నతకు దారితీసిన కారణాల్లో పేర్కొనదగినవి. లోపాలతో, దూరదృష్టి లోపించిన విదేశాంగ (దౌత్యనీతి) నీతికి అక్బర్‌వారసులు అనుసరించారు. విదేశీదాడులు, ప్రాంతీయ రాజ్యాల అవతరణ, ఐరోపా వర్తక సంఘాల ప్రవేశం, విజయాలు కూడా మొగల్ సామ్రాజ్య పతనానికి కారణమైనాయి. అక్బర్ అవలంభించిన మతవిధానం, రాజపుత్ర విధానం, దక్కన్ విధానం మొగల్ రాజ్య వికాసానికి, బలోపేతానికి దోహదం చేసాయి. క్రీ.శ. 1739 మొగల్ భూభాగాలపై జరిగిన నాదిర్షా దండయాత్ర, విధ్వంసం, క్రీ.శ. 1748-1767 మధ్యకాలంలో అహమద్‌షా అబ్దాలీ జరిపిన విధ్వంసక దాడులు, మొగల్ అధికార ప్రతిష్ఠకు తీవ్రభంగం కలిగించాయి. దేశాన్ని, ప్రజలను ఆర్థికంగా దోపిడికి గురిచేసాయి. ఇదేకాలంలో ఐరోపావర్తక సంఘాల ప్రవేశం, వారి అధికార స్థాపన మొదలైన అంశాలు మొగల్ అధికారాన్ని బలహీనం చేసాయి. 1857-58 తిరుగుబాటు వారి అధికారాన్ని అంతమొందించింది.

అధ్యాయం 2

ప్రాంతీయ రాజ్యాల అవతరణ: మరాఠాలు-సిక్కులు

ప్రాంతీయశక్తుల అవతరణ

మొఘల్ సామ్రాజ్య పతనానికి అనేక అంతరంగిక కారణాలు దోహదం చేసాయి. వాటిలో ఒకటి ప్రాంతీయ రాజ్యాల విజృంభణ. ఇది దాని ఉనికి అస్తిత్వాలకే గొడ్డలిపెట్టయ్యింది. ఔరంగజేబ్ మరణం ఈ పతనాన్ని మరింత వేగవంతం చేసింది. మొఘల్ చక్రవర్తులలో ఔరంగజేబే చివరి గొప్ప పాదుషా. అతని తరువాత ఇంత విశాల సామ్రాజ్యాన్ని పాలించడానికి తగిన దక్షత, సమర్థత, బలం, కలిగిన వారు రాలేరు. మొఘల్ సామ్రాజ్యం విచ్ఛిన్నమైన దాని పునాదులమీద బెంగాల్, హైదరాబాద్, మైసూర్, ఔధ్ (అయోధ్య), పంజాబ్ మొదలైన స్వతంత్ర్య రాజ్యాలు అవతరించాయి. భారతదేశ చరిత్ర గతిని మార్చడంలో ఈ రాజ్యల పాలకులు, వారి విధానాలు క్రియాశీలక పాత్ర నిర్వహించాయి.

(అ) బెంగాల్

ముర్షిద్ కులీఖాన్ (క్రీ.శ. 1717-1727)

ముర్షిద్ కులీఖాన్ తొలుత హిందువు, 1701లో ఔరంగజేబ్ బ్రాహ్మణ కులంనుంచి ముస్లిం మతంలోకి మార్చాడు. మతం మారిన ముర్షిద్ కులీ ఖాన్‌ను బెంగాల్ నాయిబ్ సుబేదార్‌గా నియమించాడు. ఫరూక్ సియార్ మొఘల్ సామ్రాజ్యాన్ని చేపట్టిన తరువాత అతడిని బెంగాల్ గవర్నర్‌ని చేసాడు. 1719లో అతడికి ఒరిస్సా గవర్నరు పదవి కూడా సామ్రాట్ ఫరూక్ సియార్‌చే అప్పగించబడింది. అతడు ఢాకానుంచి ముర్షీదాబాద్‌కు రాజధానిని మార్చి మొఘల్ చక్రవర్తికి కప్పంకడుతూనే మెల్లమెల్లగా స్వాయత్తతను ఆపాదించుకున్నాడు.

ముర్షిద్ కులీ ఖాన్ నిజానికి స్వాధీన బెంగాల్ యొక్క అసలైన వ్యవస్థాపకుడు. అతడు దక్షత కలిగిన పరిపాలకుడు, వ్యాపార, వాణిజ్యాల అభివృద్ధి కోసం ఎంతగానో పాటుపడ్డాడు. పంటలకు విఘాతం కలిగి నష్టాలొస్తే రైతులకు టక్కావీ ఋణాలిప్పించేవాడు. స్థానిక హిందూ జమీందార్లను,

వడ్డీ వ్యాపారస్తులను, వ్యవసాయదారులుగా నియమించడంతో బెంగాల్‌లో భూస్వామ్య సంపన్నవర్గాల ఎదుగుదల, ప్రాబల్యాలకి దారితీసింది. మొఘల్ పాలకులు ఈస్ట్ ఇండియా కంపెనీ ఉద్యోగస్తులకిచ్చిన ప్రత్యేక సదుపాయాలను మితిమీరి వాడడం, దురుపయోగం చెయ్యడానికి వీలులేకుండా గట్టి కట్టడి చేస్తూ వారిపై తన ఆధిపత్యాన్ని కొనసాగించేవాడు. (1691లో ఔరంగజేబ్, 1717లో ఫరూక్ సియార్ విడుదల చేసిన ఫర్మానాలు)

షుజాఉద్దీన్ (క్రీ.శ. 1727-39) : ముర్షిద్ కులీ మరణానంతరం అతడి అల్లుడు షుజాఉద్దీన్ సింహాసనాన్ని అలంకరించాడు. అతడు రాజ్యం చేస్తున్నప్పుడు మొఘల్ చక్రవర్తి మహమ్మద్ షా బీహార్ గవర్నరు పదవిని కూడా 1733లో అతడికి కట్టబెట్టాడు. అప్పట్నించీ బెంగాల్ నవాబులు బెంగాల్, బీహార్ మరియు ఒరిస్సాలను పాలించేవారు.

సర్ఫరాజ్ ఖాన్ (క్రీ.శ.1739-40) : 1739లో షుజాఉద్దీన్ చనిపోయిన తరవాత అతడి కుమారుడు సర్ఫరాజ్ ఖాన్ అతడి ఉత్తరాధికారి అయ్యాడు. 1740లో బీహార్ డిప్యూటీ గవర్నర్ అయిన ఆలివర్దీ ఖాన్ అతని తిరుగుబాటు చేసి తన ప్రభు సర్ఫరాజ్ ఖాన్‌ని ఘెరియా వద్ద చంపివేశాడు. (10 ఏప్రిల్ 1740).

ఆలీవర్దీ ఖాన్ (క్రీ.శ. 1740-56): రెండు కోట్ల రూపాయలు ఢిల్లీ పంపించి ఆలీవర్దీ ఖాన్ గద్దెను వశంచేసుకోవడానికి అంగీకారాన్ని సంపాదించాడు. 1746లో చక్రవర్తి మళ్ళీ డబ్బు అడిగాడు. కాని, ఆలీవర్దీ ఖాన్ దానిని ఖాతరు చెయ్యకుండా మొఘల్ సర్వాధిపత్యాన్ని ధిక్కరించి స్వతంత్రాన్ని ప్రకటించుకున్నాడు. ఆ విధంగా బెంగాల్, బీహార్ మరియు ఒరిస్సా రాష్ట్రాలు సామ్రాజ్యానికి చేజారిపోయాయి. అతడి పాలనలో మరాఠాలు తరచూ బెంగాల్ మీద దండయాత్రలు కొనసాగించారు. ఒరిస్సాలో కొంతభాగపు రాజస్వాన్ని మరియు బెంగాల్ భాగపు చవుత్ క్రింద సాలీనా 12 లక్షలు (1751) ఇచ్చి రఘుజీ భోస్లేతో ఒడంబడిక చేసుకున్నాడు. ఇంగ్లీషు ఈస్ట్ ఇండియా కంపెనీ, ఫ్రెంచి వారి ఉద్యోగస్తులు వారికి ఇచ్చిన సదుపాయాలను దుర్వినియోగం చెయ్యనివ్వకుండా, వారి పరిశ్రమల చుట్టూ ప్రహరీగోడలు కట్టనివ్వకుండా చేసాడు. అతడి తదనంతరం తన చిన్నకూతురు కొడుకైన, మనవడు సిరాజ్ ఉద్‌ద్దవులా ఆ పదవిని అలంకరించాడు.

సిరాజ్ ఉద్దౌలా (క్రీ.శ. 1756-57) ప్లాసీ యుద్ధం : మొఘల్ చక్రవర్తి అడిగినా సరే కప్పం ఇవ్వలేదు. అతడు కూడా ఈస్ట్ ఇండియా కంపెనీకి కోట కట్టడాలను నిలుపుచేయమని, షవుకత్ జంగ్ (సిరాజ్ యొక్క బావమరది మరియు ఘసితీ బేగం కొడుకు) వంటి తన శత్రువులకు సహాయం చెయ్యడాన్ని నిలుపు చెయ్యమని జాబులు రాశాడు.

ఈ కొత్త నవాబు, గద్దెకోసం సాటి ప్రత్యర్థుల పోటీని ఎదుర్కోవడమే కాక, ఇంగ్లీషు వారి పన్నాగాలకు కూడా కలత చెందుతూ ఉండేవాడు. ఇంగ్లీషు, ఫ్రెంచి వారి మధ్య తగవులను కారణాలుగా చెబుతూ, ఇంగ్లీషు వారు చుట్టూ ఫిరంగులనమర్చుకొని, ఫోర్టువిలియమ్‌ను దుర్భేద్యంగా వశం చేసుకున్నారు. ఇంతేకాక, ఢాకాకు చెందిన ఘసితీ బేగమ్‌ను సమర్థిస్తూ, రాజకీయ ప్రత్యర్థులకు ఆశ్రయమిస్తూ సిరాజ్ ఉద్‌ద్దవులాను రెచ్చగొట్టారు. ఇంగ్లీషువారు 1717 మొఘల్ ఫర్మాన్ (ఆజ్ఞా పత్రం)కు వక్ర భాష్యం ఇవ్వడం, దస్తాక్‌లు లేదా ఉచిత పాసులను దుర్వినియోగం చెయ్యడం బెంగాల్

నవాబు, ఇంగ్లీషు వారి మధ్య అంతరాన్ని పెంచింది. ఆ యువ నవాబు సిరాజ్ ఉద్‌ద్దవులా అలాంటి చర్యలను మానుకోమని చేసిన ఎన్నో సూచనలు పనికిరాలేదు. తన రాజ్యంలోనే తన అధికారం చెల్లకుండకపోవడంతో సిరాజ్ ఉద్‌ద్దవులా ఇంగ్లీషువారిపై కత్తిగట్టేడు. అనుభవశూన్యుడై, తొందరపాటుతనంతో తన పూర్వీకులవలె ఇంగ్లీషువారిమీద ఆంక్షలు పెడదామనుకున్నాడు. కలకత్తాను ముట్టడించి, ఔటుపోష్టులను స్వాధీనపరుచుకుంటున్నప్పుడు, ఇంగ్లీషు గవర్నరు, కమాండెంట్ కోటను వదలి వెళ్ళిపోయారు. స్త్రీలు, బాలురుతో ఉన్న 146మంది ఖైదీలను వశపరచుకున్నాడు. కోటలోపల 20 చదరపుటడుగులు కూడాలేని చిన్న గదిలో ఒకరాత్రిపాటు ఖైదీలను బందీలు చేసాడు. దీని ఫలితంగా 146 మందిలో కేవలం 23మంది మాత్రమే మరునాడు ఉదయం గది తలుపులు తెరచినప్పుడు మిగిలేరు. బాగా ఉక్కగా ఉండడంతో మిగతావారు రాత్రి (20 జూన్, 1757) గాలి కోసం కిటికీవైపువెళ్ళే తొక్కిసలాటలో మరణించారు. ఈ సంఘటన (బ్లాక్ హోల్) చీకటిగది ఉదంతంగా నిలిచిపోయింది.

కలకత్తా చీకటిగది ఉదంతం

ఈ విషాదకర (బ్లాక్ హోల్) వార్త మద్రాసు చేరింది – అక్కడి అధికారులు ఫ్రెంచివారితో పోరాడడానికి ఉంచిన సైనికదళాలను కలకత్తా వైపు మళ్ళించారు. ఈ సాహస ప్రయాణానికి రాబర్టు క్లైవును కమాండెంటుగా నియమించారు. 23 జూన్ 1757న ప్లాసీ అనేచోట (భాగీరథీ నది ఒడ్డున ప్లాల్ చెట్లు విస్తరించి ఉండేవి.) బ్రిటిష్ సేనలు నవాబ్ సిరాజ్ ఉద్‌ద్దవులా సేనలతో తలపడ్డాయి. బ్రిటిష్ వారు నవాబ్ మీద కుట్ర పన్నారు. బ్రిటిష్, భారతీయ కుట్రదారులనడుమ మధ్యవర్తిగా ఉండి, ఎక్కువ మొత్తాన్ని వాంఛిస్తున్న ఓమ్నిచాంద్‌ను సంతోషపరచడానికి ఏడ్మిరల్ వాట్సన్ దొంగసంతకాన్ని ఉపయోగించారు. సైనిక పరంగా ప్లాసీ యుద్ధం చెప్పుకోదగ్గది కాదు. తరవాత జరిగిన సంఘటనలతో ఇది ప్రశస్తమైంది. ఈ యుద్ధం మీర్ జాఫర్, రాయ్ దుర్లభ్‌లు తమ యజమానికి ఎలాంటి నమ్మకద్రోహంచేశారు అన్న విషయాన్ని చెబుతుంది. మోహన్‌లాల్, మీర్ మదన్‌ల వద్ద ఉన్న కొద్దిపాటి బలగం మాత్రమే నవాబు తరఫున పోరాడారు. సైన్యంలో ఇతరులు విడిచిపెట్టి పోయేరు. సిరాజ్ ఉద్‌ద్దవులా తప్పించుకున్నా, మీర్ జాఫర్ కొడుకైన మీరన్ అతడిని పట్టుకొని ఉరితీసేడు.

బ్రిటిష్ వారి భుజస్కంధాల బెంగాల్ బానిసత్వాన్ని ప్లాసీ ఉంచింది. ఇంగ్లీషువారి సామర్థ్యం, వారి అనైతిక దేశద్రోహం, శత్రుశిబిరంలో ఏర్పరచిన కుట్రాకార్పణ్యాలు వారి విజయానికి కారణభూతులయ్యాయి. కేవలం ఇద్దరు, మీర్ మదన్ మోహన్‌లాల్ నవాబుకోసం పోరాడారు. మిగతా ముగ్గురు, మీర్ జాఫర్, యార్ లుతుఫ్ ఖాన్, రాయ్ దుర్లభ్ రహస్యంగా కంపెనీ ప్రతినిధులతో చేతులు కలిపి, చూపరులవలె ఉండిపోయారు.

ఆరంభంలో బెంగాల్‌లో తరవాత మెల్లిమెల్లిగా దేశం మొత్తంమీద బ్రిటిష్ వారి ఆధిపత్యానికి ప్లాసీ యుద్ధం మార్గం సుగమం చేసింది. అది బ్రిటిష్ వారి శక్తిని పెంపొందించి భారత సామ్రాజ్యాధిపత్యానికి ప్రధాన పోటీదారుని చేసింది. బెంగాల్ ప్రజల పుణ్యమా అని ఇంగ్లీష్ కంపెనీ, వారి ఉద్యోగస్తులు ఎంతో ధనాన్ని కూడబెట్టుకున్నారు. భారతదేశపు సంపదను బ్రిటిష్ వారు కొల్లగొట్టుటకు ప్లాసీ యుద్ధం ఒక గీటురాయిగా నిలిచింది. అంటే బ్రిటిష్ వారిచే భారతదేశపు ఆర్థిక దోపిడీ అన్నమాట.

మీర్ కాశిమ్, బక్సర్ యుద్ధం క్రీ.శ. 1764

ప్లాసీ యుద్ధం భారతదేశ చరిత్రలో దీర్ఘకాలిక పరిణామాలకి దారితీసింది. రాబర్ట్ క్లైవ్ నక్కజిత్తులతో అధికారం చేపట్టిన మీర్ జాఫర్‌ని తొలగించి ఆ స్థానంలో మీర్ కాశిమ్‌ని కూర్చోపెట్టాడు. ఆలివర్ది ఖాన్ వారసుల్లో మీర్ కాశిమ్ శక్తిసామర్థ్యాలు కలిగిన నవాబు. అధికారంలోకి వచ్చిన తరువాత మీర్ కాశీమ్ రాజధానిని 1762లో ముర్షిదాబాద్ నుండి మొంఘీర్‌కు మార్చాడు యూరోపియన్ పద్ధతులలో తన సైన్యాన్ని పునర్వ్యవస్థీకరించి ఆధునికీకరణ చెయ్యడానికి పూనుకున్నాడు. సురక్షితంగా ఉండడంకోసం యూరోపియన్ కంపెనీలనుండి దూరంగా ఉన్నాడు. తన అధికారాన్ని ధిక్కరించిన జమీందారులను అణగదొక్కి రాష్ట్ర ఖజానాను ఆర్థికంగా బలోపేతం చెయ్యడానికి పూనుకున్నాడు. తనకు ముందు నవాబుగా ఉన్న మీర్ జాఫర్ వలె అనుకున్నట్లు కాకుండా మీర్ కాశిమ్ ఇంగ్లీషువారికి అనుకూలంగా తొత్తులాగ ఉండలేదు. రాష్ట్ర ఖజానాను బలోపేతం చేసే పూనిక, పాలనపై పట్టు సాధించడం అతడిని ఇంగ్లీష్ వారితో తలపడేటట్లు చేశాయి.

క్లుప్తంగా, బెంగాల్ మీద సార్వభౌమత్వానికి ఇంగ్లీష్ వారు నవాబు అయిన మీర్ కాశిమ్ మధ్య వైరుధ్యం తప్పనిసరి అయింది. ఇంగ్లీష్ వారిచే 1717 ఫర్మానాల, దస్తకుల దుర్వినియోగ 1763లో నవాబుచే అంతర్గత వాణిజ్యంమీద పన్నుల ఎత్తివేత ఇద్దరి మధ్య ఈ వైరుధ్యాలకి కారణమయ్యాయి. ఆపై నవాబు కొలువులో ఉన్న ఉద్యోగస్తులతో బ్రిటిష్ వారి దుష్ప్రవర్తన, స్థానిక ప్రజను కంపెనీ పనివారు అణగదొక్కడం పరిస్థితులను ఇంకా అధ్వాన్నం చేశాయి. మీర్ కాశిమ్, కంపెనీల మధ్య యుద్ధం1763లోనే మొదలయింది. పలు సంఘర్షణలలో మీర్ కాశిమ్ ఓటమి పాలయ్యాడు. ఇంగ్లీష్ వారిమీద బలాన్ని పెంచుకోవడం కోసం మీర్ కాశిమ్ ఔధ్ నవాబుతోనూ, ముఘల్ చక్రవర్తితోనూ సంధి ఒడంబడిక చేసుకున్నాడు. చివరిగా, 22 అక్టోబర్ 1764న బక్సర్లో మేజర్ హెక్టార్ మన్రో నాయకత్వంలో ఇంగ్లీష్ వారి సైన్యం మరియు మీర్ కాశిమ్, ఔధ్ నవాబ్ అయిన షుజా ఉద్ దౌలా, మొఘల్ చక్రవర్తి అయిన షా ఆలమ్‌ల సైన్యం మధ్య యుద్ధం జరిగింది. ఈ ముగ్గురి సైన్యం సంయుక్తంగా ఇంచుమించు ఏభై వేల వరకు ఉండగా, ఇంగ్లీష్ వారి సైన్యం రమారమి ఏడువేలు మేజర్ హెక్టార్ మన్రో కమాండ్ క్రింద ఉన్నది. ఇందులో ఇంగ్లీష్ వారే నెగ్గారు. ఇంగ్లీష్ సైన్యం నష్టాలు 847 చావులూ, విఘాతాలు ఉండగా, భారతీయ సైన్యం 2000 మంది అధికారులను సిపాయీలను కోల్పోయింది. ఈ సంఘర్షణకు సంయుక్త సేనలు తగు సంసిద్ధత చర్యలు తీసుకున్నా, సమర్థవంతమైన ఆంగ్ల సేనలు విజయం సాధించాయి.

దీనితో ఉత్తర భారతదేశంలో ఇంగ్లీష్ వారి ఆధిపత్యం తిరుగులేకుండా పోయింది. ప్లాసీ యుద్ధం ఇంగ్లీష్ వారిని బెంగాల్ రాజకీయాలలో బలోపేతం చేస్తే, బక్సర్ విజయం వారిని ఉత్తర భారతదేశంలో అత్యంత శక్తిమంతులుగా దేశాన్నేలడానికి అర్హులుగా పోటీదారులుగా చేసింది. బక్సర్ యుద్ధాన్ని అనుసరించి 1765లో అలహాబాద్ సంధి ఒడంబడిక జరిగింది. ఇది ఇంగ్లీష్ వారిని బెంగాల్, బీహార్, ఒరిస్సాల వాస్తవ పాలకులుగా చేసింది. ద్వంద్వ ప్రభుత్వం ఏర్పడి, బెంగాల్ పూర్తిగా కంపెనీ ఆధీనంలోకి వచ్చింది. ఔధ్ నవాబు కంపెనీ ఆధీనంలోకి వచ్చాడు. మొఘల్ చక్రవర్తి దాని ఫించిణీదారు అయ్యాడు; ఆ విధంగా ఇంగ్లీష్ వారి ఈస్ట్ ఇండియా కంపెనీ పరపతి, పరువు ప్రతిష్టలు ఇనుమడించాయి.

హైదరాబాద్

నిజామ్-ఉల్-ముల్క్ అసలు పేరు మీర్ కంరుద్దీన్. అతడు ఘజియుద్దీన్ ఖాన్ ఫిరుజ్ జంగ్ కుమారుడు. అతడి పూర్వీకులు సమర్ఖండ్‌కి చెందినవారు. అతడి తల్లి షాజహాన్‌కి పేరుమోసిన వజీర్ (మంత్రి) అయిన సాదుల్లా ఖాన్ కుమార్తె. అతడు ఆగష్టు 11, 1671 సంవత్సరంలో జన్మించాడు. పదమూడేళ్ళ ప్రాయంలోనే అతడికి మన్సబ్ హోదా ఇవ్వబడింది. 1690-91లో అతడికి చిన్-కిలిచ్-ఖాన్ బిరుదు ఇవ్వబడింది. ఔరంగజేబ్ చనిపోయే నాటికి అతడు బీజాపూర్ సుబేదార్‌గా ఉన్నాడు. దక్కన్ నుండి పిలిపించి బహదూర్ షా అతడిని ఔధ్‌కి సుబేదార్‌గా చేశాడు. ఖాన్-ఇ-దుర్రన్ అనే బిరుదు, 6000 మన్సబ్ హోదా అతడికి ఇచ్చారు. 1711లో అతడి తండ్రి మరణానంతరం అతడు పదవీ విరమణ చేశాడు. అతడికి ఫించన్ ఇస్తూనే ఉండేవారు. అతడు మరల ఉద్యోగంలో చేరాడు. బహద్దూర్ షా తరువాత ఫరూక్ షియార్ కూడా అతడిని అభిమానిస్తూ ఉండేవారు. మొఘల్ చక్రవర్తి అయిన ఫరూఖ్ షియార్ అతనికి నిజామ్-ఉల్-ముల్క్ బిరుదు ప్రదానం చేశాడు.

మొట్టమొదటి సారిగా దక్కన్‌కి స్వాతంత్ర్య రాష్ట్ర ప్రణాళిక జుల్-ఫికర్ ఖాన్ రచించాడు. బహదూర్ షా కృపాకటాక్షాలతో జుల్ ఫికర్ ఖాన్ దక్కన్ ప్రతినిధి అయి దానిని తన సహాయకుడు దౌద్ ఖాన్ ద్వారా పాలిస్తూ ఉండేవాడు. 1713లో జుల్ ఫికర్ ఖాన్ మరణం అతడి కలలకు స్వస్తి చెప్పింది. 1713లో చిన్ కిల్లిచ్ ఖాన్ దక్కన్ ప్రాతినిధ్యాన్ని సయ్యద్ సోదరుల ద్వారా పొందాడు. అయితే, 1715లో దక్కన్ సుబేదార్‌గా హుస్సేన్ ఆలి అతని స్థానాన్ని ఆక్రమించాడు. హుస్సేన్ ఆలి 1720లో హత్య చెయ్యబడడంతో చిన్ కిల్లిచ్ ఖాన్‌ని అదృష్టం తిరిగి వరించింది. అతడు దక్కన్ సుబేదార్‌గా పునః నియమింపబడ్డాడు.

అతడి మొదటి దక్కన్ ప్రతినిధిగా ఉంటున్న1713-15ల మధ్యకాలం తరవాత 1720-22ల మధ్య తిరిగి ప్రతినిధిగా రెండవసారి ఉంటున్నప్పుడు అతడు 1722లో ఢిల్లీలో వజీర్ (మంత్రి)గా మొఘల్ చక్రవర్తి మహమ్మద్ షా ద్వారా నియమించబడ్డాడు. వజీర్‌గా ఉంటూ మాల్వా గుజరాత్‌లను దక్కన్ సుబేదారీలో కలిపాడు. నిజాముల్ ముల్క్ ని వజీర్‌గా నియమించడం దర్బారులో విసుగు పుట్టించే కుట్రల రాజకీయాలకు తావిచ్చింది. కోర్టులో నిజాముల్ ముల్క్ వ్యవస్థను చక్కదిద్దడానికి చేసిన ప్రయత్నాలు ఫలించలేదు. ఈ క్షుద్ర రాజకీయాలతో నిజాం ఉల్ ముల్క్ కూడా విసుగు చెంది ఎవరికీ చెప్పకుండా చక్రవర్తి అనుమతి తీసుకోకుండా వేటకు వెళ్ళే నెపంతో 1724లో దక్కనుకు ప్రయాణం సాగించేడు.

నిజాంఉల్ ముల్క్ దూకుడుకు ప్రతీకార చర్యగా మొఘల్ చక్రవర్తి మహమ్మద్ షా ముబారిజ్ ఖాన్‌ను పూర్తి స్థాయి దక్కన్ వైస్రాయ్ గా నియమించి నిజాం-ఉల్ ముల్క్‌ని ప్రాణాలతోనైనా ప్రాణాలు లేకుండానైనా తనవద్దకు పంపమని నిర్దేశించాడు. దక్కన్ పరిస్థితులపై పూర్తి కట్టడి ఉన్న నిజాం ఉల్ ముల్క్ షాకర్ ఖేడా (11 అక్టోబర్, 1724) యుద్ధంలో ముబారిజ్ ఖాన్‌ని చంపివేశాడు. 1725లో నిస్సహాయుడైన చక్రవర్తి నిజాంఉల్ ముల్క్‌ని దక్కన్ వైస్రాయ్‌గా నియామకాన్ని ధృవీకరించాడు. అతడికి ఆసఫ్ జాహ్ బిరుదు ప్రదానం చేశాడు. అప్పటినుంచి ఆ వంశీకులు

ఆసఫ్ జాహీలుగా చెలామణీ అయ్యారు. ఆచరణాత్మకంగా అతడు స్వతంత్రుడైనా, అతడి పాలన నిరంతరం మరాఠీల దాడులకు గురౌతూ ఉండేది.

మొఘల్ సామ్రాజ్యాన్ని పరిరక్షించే విధంగా ఒకసారి మరాఠాలతో పోరాటం చేశాడు కాని డిసెంబరు 1737లో భోపాలులో పరాజితుడయ్యాడు.

అతను నాదిర్ షాతో పోరాడటానికి కూడా కమల్‌కు చక్రవర్తితో పాటు వెళ్ళాడు. ఢిల్లీ నుంచి బయలుదేరడానికి ముందు, నాదిర్ షా చక్రవర్తిని నిజమల్ ముల్క్ మోసపూరిత స్వీయ ప్రయోజనం కోసం పనిచేస్తాడని మరియు బాగా స్వార్థపరత్వం కలవాడని హెచ్చరించాడు. నాదిర్ షా దాడి తరువాత నిజాం ఉల్ ముల్క్ దక్కన్ వచ్చి, తన స్థానాన్ని బలపరచుకున్నాడు. ఒక స్వతంత్ర రాజ్యాన్ని స్థాపించగల లక్షణాలన్నీ నిజాం ఉల్ ముల్క్ లో ఉన్నవి. అతడొక రాజకీయ దౌత్యవేత్త, సహనశీలి అయిన నాయకుడు. అతడు శాంతి భద్రతలను క్రమశిక్షణను నెలకొల్పాడు, పరిశ్రమలను, వ్యవసాయాన్ని అభివృద్ధి చేశాడు.

నిజంఉల్ ముల్క్ తరువాత నాసిర్ జంగ్ (క్రీ.శ. 1748-50) సింహాసనాన్ని అధిష్టించాడు కాని అతడు ముజఫర్ జంగ్ (నాసిర్ చెల్లెలు కొడుకు, నిజాం ఉల్ మనుమడు) చేతిలో పరాజితుడై హత్యచెయ్యబడ్డాడు. నాసిర్ జంగ్ పాలన మొదలుగా యూరోపియన్లు హైదరాబాద్ రాజ్య అంతర్గత వ్యవహారాలలో రాజకీయంగా జోక్యం చేసుకుంటూ వచ్చారు. అతని తరవాత ముజఫర్ జంగ్ ఫ్రెంచివారి సాయంతో గద్దెనెక్కాడు, కాని త్వరలోనే ఒక ప్రమాదంలో మరణించాడు. అతని తరువాత నిజాం ఉల్ ముల్క్ యొక్క మూడవ కుమారుడు కూడా ఫ్రెంచివారి సాయంతో రాజయ్యాడు. అతడి పేరు సలాబత్ జంగ్ (క్రీ.శ.1751-60).

వారిని అనుసరించిన ఇతర నిజాములు నిజామ్ ఆలీ (క్రీ.శ.1760-1803), సికందర్ జా (క్రీ.శ.1803-29), నాసిర్ ఉద్ దౌలా (క్రీ.శ.1829-57) అఫ్జల్ ఉద్ దౌలా (క్రీ.శ.1857-69), మెహబూబ్ ఆలీ ఖాన్ (క్రీ.శ.1869-1911), ఉస్మాన్ ఆలి ఖాన్ (క్రీ.శ. 1911-48).

ఔధ్ (అయోధ్య)

మొఘల్ సామ్రాజ్యం యొక్క శిధిలాల మీద ఔధ్ కూడా స్వతంత్ర్య రాజ్యంగా ఆవిర్భవించింది. ఔధ్‌ను ఒక స్వతంత్ర రాష్ట్రంగా ఏర్పరిచిన కీర్తి బుర్హాన్ ఉల్ ముల్క్ అని పిలవబడే సాదాత్ ఖాన్‌కి దక్కుతుంది. సాదత్ ఖాన్ షియా తెగకి చెందినవాడు. నిషాపూర్ సయ్యద్ యొక్క వారసుడు. 1720లో అతను బయానాకు ఫౌజుదారుగా నియమితుడయ్యాడు. అతను సయ్యద్ సోదరులపై కుట్రలో పాల్గొన్నాడు చక్రవర్తి అనుచరునిగా ఎదిగాడు.

బుర్హాన్ ఉల్ ముల్క్ అనే బిరుదు పొంది మొదట 5000 తరువాత 7000 మన్సబ్ హోదా మంజూరు చేయబడి ఘనంగా సత్కరింపబడ్డాడు. 1720-22 కాలంలో అతడు ఆగ్రా గవర్నర్ గా ఉంటూ తన డిప్యూటీ అయిన నీలకంఠ్ నాగర్ ద్వారా పాలన సాగిస్తూ ఉండేవాడు. అటు తరువాత 1722లో అతడిని చక్రవర్తి మహమ్మద్ షా ఔధ్ గవర్నర్‌గా నియమించాడు. అతను అనేక సైనిక సంస్కరణలను ప్రవేశపెట్టీ తద్వారా ఔధ్‌ని ఆర్థికంగా రాజకీయంగా బలపరిచాడు. అతను

నాదిర్ షా దాడి సమయంలో ఢిల్లీకి పిలువబడ్డాడు. కమాల్ వద్ద ఆయన ధైర్యంగా పోరాడారు, కానీ ఖైదీ చేయబడ్డాడు. నాదిర్షాని ఢిల్లీ ముట్టడించమని ధనాశతో ప్రేరేపించి, తరువాత ఆక్రమణదారుడు అతని వద్దనుంచి ఇస్తానన్న 20 కోట్ల రూపాయల మొత్తం డిమాండ్ చేసినప్పుడు, అతడు ఆడిన కపట నాటకం అతని మీదే తిరగబడింది. నిస్సహాయుడైన సాదత్ ఖాన్ విషం సేవించి 1739లో ప్రాణత్యాగం చేశాడు.

సాదత్‌ఖాన్‌కు కుమారులు లేరు. అతడి కుమార్తెను మేనల్లుడైన సఫ్దర్ జంగ్‌కి ఇచ్చి పెళ్ళి చేశాడు. సాదత్ ఖాన్ తరువాత సఫ్దర్ జంగ్ (1739-54) ముఘల్ సామ్రాజ్యపు వజీర్‌గా నియమించబడెను; అతడికి 1748లో రాజ్యం ఇవ్వబడినది. 1748 నుంచి అవధ్ నవాబులు నవాబ్ వజీరులుగా చెలామణీ అయ్యారు. రొహిల్లాలు, జాట్లు, మరాఠాలతో అతని యుద్ధాల ఫలితంగా రాజ్య విస్తరణ జరిగింది. సఫ్దర్ జంగ్ అనంతరం అతని కొడుకైన షుజ్-ఉద్-దౌలా (1754-75) అవధ్ నవాబు మరియు మొఘల్ సామ్రాజ్యపు వజీర్ పదవులను 1754లో అలంకరించాడు. అతడు బక్సర్ యుద్ధంలో పాల్గొన్నాడు, దీనిలో అతడు అలహాబాద్, కారాలను బ్రిటీష్వారికి కోల్పోయాడు. బ్రిటిష్‌వారికి పెద్ద మొత్తం నష్టపరిహారంగా చెల్లించాడు. నవాబును కాపాడడానికి ఆంగ్లేయ సైన్యం అవధ్ వద్ద ఏర్పాటు చెయ్యబడింది. ఆ విధంగా బ్రిటిష్ వారి రక్షణ కూటమిలో ప్రవేశించింది. దీనికోసం అతను బ్రిటిష్ వారికి రాయితీని చెల్లించడానికి అంగీకరించాడు. అతను వారెన్ హేస్టింగ్స్‌ను కలుసుకున్నాడు. బెనారస్ (1773) ఒప్పందాన్ని రద్దు చేశాడు. దాని మూలంగా కారా అలహాబాదు నవాబుకు విక్రయించబడ్డాయి. అతను బ్రిటీష్ సహాయంతో రోహిల్లాలను ఓడించాడు. 1774లో రోహిల్ఖండ్‌ను స్వాధీనం చేసుకున్నాడు. షుజా ఉద్దౌలా తరువాత ఆసఫ్ ఉద్దౌలా (1775-97), వాజిర్ ఆలీ (1797-98), సదాత్ ఖాన్, సాదాత్ అలీ వజీద్ అలీ షా వచ్చారు. 1819లో, సాదత్ ఖాన్ వంశపు ఏడవ పాలకుడు ఫిబ్రవరి 1856లో లార్డ్ డల్హౌసీ చేత అవధ్ చేర్చుకొనబడినప్పుడు చివరి పాలకుడైన వాజిద్ అలీకి రాజభరణం ఇచ్చి కలకత్తాకు తరలించారు. ఆ విధంగా అవధ్ రాజ్యపు చరిత్ర బ్రిటిష్ వారి ఆక్రమణతో ముగిసింది.

మైసూర్

స్వతంత్ర్య మైసూర్ రాజ్యస్థాపకులు విజయనగర సామ్రాజ్యానికి సామంతులుగా ఉండేవారు. 1565లో విజయనగర సామ్రాజ్య పతనం తరవాత వారు స్వతంత్రులయ్యారు. 1612లో వెంకటపతి రాజ వొడయార్‌ను మైసూర్ రాజుగా బిరుదు కొనసాగించుటకు అనుమతించాడు. 17వ శతాబ్దంలో వొడయార్లు వారి సంస్థానాన్ని సువిశాలంగా విస్తరింపజేశారు. 1732లో కృష్ణరాజా మైసూర్ రాజుగా పాలన వొడయారు వంశస్తుల క్షీణత మొదలవడానికి నాంది పలికింది. అతని పదవీకాలంలో దేవరాజ్ (కమాండర్ ఇన్ చీఫ్) నంజరాజ్ (రాజస్వ, ఆర్థిక నియంత్రకుడు) రాజ్యంలో అసలైన అధికారాన్ని అనుభవించేవారు.

18వ శతాబ్దపు భారతదేశపు దక్కనులో మరాఠాలు, నిజాం, ఇంగ్లీషు, ఫ్రెంచ్ వారి ఈస్ట్ ఇండియా కంపెనీ అనే నాలుగు శక్తుల మధ్య ఆధిపత్యానికి జరుగుతున్న వివాదాలు మైసూర్ రాష్ట్రాన్ని సాహసోపేత రాజకీయాలలోకి లాగాయి. తరచుగా మరాఠాలు, నిజాంలు మైసూరు రాష్ట్ర

భూభాగంలో చేస్తున్న ఆక్రమణలచేతనూ వారి భారీ ఆర్థిక డిమాండ్ల వల్ల మైసూర్ రాష్ట్రం ఆర్థికంగా దివాలా తీసింది; శక్తివంతమైన పొరుగు రాష్ట్రాల దోపిడీలకు రాజకీయంగా ఒక సారవంతమైన ప్రదేశంగా మారింది. పాలకుడు, ఈ ఇద్దరు అన్నదమ్ములు రాజ్యాన్ని పరిరక్షించే పరిస్థితికి ఎదగలేకపోయారు, వారు ఉన్నత సైనిక ప్రతిభగల వారినీ, దౌత్య నైపుణ్యత ఉన్నవారినీ, ప్రశ్నించడానికి వీలులేని నాయకత్వ లక్షణాలు ఉన్నవారికీ స్థానం కల్పించారు. అలాంటి వాడు హైదర్ ఆలీ తప్ప వేరొక్కడు కాడు.

18 వ శతాబ్దం భారతదేశం ఉత్తర, దక్షిణ ప్రాంతాలలో సైనిక సాహసకృత్యాల పెరుగుదలకు చాలా అనుకూలమైన పరిస్థితులను అందించింది. మైసూర్ రాజ్యంలో ఒక సైనికుడిగా వృత్తిలో ప్రవేశించిన హైదర్ ఆలీకి దిండిగల్ లో ఫౌజ్-దార్‌గా మంచి శ్లాఘనీయమైన చరిత్ర ఉన్నది. ఫ్రెంచ్ సహాయంతో 1755 లో పాశ్చాత్య విధానాలను అనుసరించి, దళాల శిక్షణ, ఆధునిక ఆయుధాగారం ఏర్పాటు అతని ప్రారంభ విజయాలు. తన ప్రతిభ ద్వారానే అతను సైన్యం యొక్క కమాండర్-ఇన్-చీఫ్ అయ్యాడు. హైదర్ అలీ 1761 నాటికి మైసూర్ యొక్క యథార్థ పాలకుడు అయ్యాడు. పోరాటాలలో తన విరోధులను భంగపుచ్చు నైపుణ్యతను నిరూపించుకొన్నాడు. పూనాలో రాజకీయ గందరగోళాన్ని అవకాశంగా తీసుకొని, అంతకు ముందు మరాఠాలకు సమర్పించబడిన భూభాగాలను అతని కిందకు తీసుకురావడం ద్వారా అతను సామ్రాజ్యాన్ని విస్తరించాడు. అతను బళ్ళారి, కడప, గుత్తి, కర్నూల్, తుంగభద్ర దోబ్లను కూడా హస్తగతం చేసుకున్నాడు. అతను మొట్టమొదటి ఆంగ్లో-మైసూర్ యుద్ధంలో (1767-69) రెండవ ఆంగ్లో-మైసూర్ యుద్ధంలో (1780-84) పోరాడాడు. 1782లో రెండో ఆంగ్లో-మైసూర్ యుద్ధంలో పోరాడుతున్న సమయంలో అతను మరణించాడు.

మరాఠాల విజృంభణకు దోహదం చేసిన కారణాలు

17వ శతాబ్దంలో మరాఠాలు ఒక ప్రబలమైన శక్తిగా ఆవిర్భవించి, చరిత్ర పుటల్లో విశేష స్థానాన్ని పొందారు. మొగల్, దక్కన్ సుల్తానుల కింద చిన్న జాగీర్‌దారులుగా జీవితం ప్రారంభించిన మరాఠా సర్దారులు, వారి మత విధానానికి వ్యతిరేకంగా, తమ ప్రజలను సంఘటిత పరచి, తమ సామ్రాజ్యానికి తగిన పునాదులు ఏర్పరచుకున్నారు. వీరిలో ప్రముఖంగా పేర్కొనదగిన వ్యక్తి శివాజీ తండ్రి షాజిబోన్‌స్లే. ఇతడు వేసిన పునాదులపై శివాజీ తన సామ్రాజ్యాన్ని నిర్మించాడు. ఈ పరిణామ క్రమంలో మహారాష్ట్రులు మొగలులతో వైరాన్ని అనుసరించారు. తత్ఫలితంగా మొగల్ సామ్రాజ్య పతనానికి ఒక ముఖ్యమైన కారకులయ్యారు. శివాజీ అనంతర కాలంలో మరాఠా ప్రాభవం కొడిగట్టినప్పటికీ, బోన్‌స్లేల ప్రధానమంత్రులైన పీష్వాల సామర్థ్యం ఫలితంగా అత్యంత ఉచ్ఛదశకు ఎగబాకింది. ఈ విజృంభణకు మూడో పానిపట్టు యుద్ధం గొడ్డలి పెట్టు అయి, మరాఠాల ఐక్యతను దెబ్బకొట్టింది. తద్వారా వలసవాద ప్రభువులు (బ్రిటిషువారు) మరాఠా అంతర్గత విషయాలలో తలదూర్చే అవకాశం ఏర్పడింది. తద్వారా మరాఠాలు 1818 నాటికి తమ స్వాతంత్ర్యాన్ని కోల్పోయి, పరాయి పాలకుల దయాదాక్షిణ్యాలపై ఆధారపడ్డారు. రమారమి రెండు శతాబ్దాలు దక్కన్ ప్రాంతాన్ని శాసించిన మరాఠాల చరిత్రను మూడు ప్రధాన భాగాలుగా విభజించవచ్చు. మొదటి భాగమైన

1646 నుంచి 1707 వరకు గల కాలాన్ని శివాజీ యుగమని చెప్పవచ్చు. ఈ దశలో శివాజీ, అతని వారసులు తమ మనుగడను, ఉనికిని కాపాడుకోడానికి కృషి చేశారు. 1707 నుంచి 1772 వరకు గల రెండో దశను పీష్వాల యుగంగా భావించవచ్చు. ఈ కాలంలో శివాజీ వారసులు నామమాత్రంగా మారిపోయారు. పీష్వాలు పూనా రాజకీయాలకు కేంద్రబిందువై, మరాఠాల ప్రాభవాన్ని ఉచ్ఛదశకు తీసుకొనిపోయారు. 1772 నుంచి ప్రారంభమైన మూడోదశ 1818తో ముగిసింది. ఇది మరాఠాల క్షీణదశ. ఈ కాలంలో మహారాష్ట్రులు ఆంగ్లేయులతో పోరాడి ఓడారు. మహారాష్ట్రుల అవతరణకు అనేక కారణాలు దోహదపడ్డాయి.

భౌగోళిక పరిస్థితులు

మరాఠాల నివాస ప్రాంతం ప్రత్యేక లక్షణాలతో రూపుదిద్దుకుంది. దక్కన్ పీఠభూమి పశ్చిమతీరంలో ఉన్న త్రిభుజాకారం వారి నివాసం. తపతినది నుంచి వార్దానది ఒడ్డున ఉన్న చందా వరకు మహారాష్ట్ర వ్యాపించి ఉంది. వింధ్య, సాత్పూరా పర్వతాలు; నర్మదా, తపతి నదులు వారి సహజ సరిహద్దులు. పశ్చిమ కనుమల్లోని సహ్యాద్రి పర్వత శ్రేణులు మహారాష్ట్రులకు పెట్టని కోటలు. దుర్భేద్యమైన కొండల నడుమ ఉండటంవల్ల ఈ ప్రాంతం బయటి నుంచి దాడిచేసే వారి నుంచి పూర్తిగా రక్షణ వలయంలో ఉంది. ఈ ప్రాంతం కొండలు, కోనలతో నిండి ఉన్నందువల్ల మహారాష్ట్రులు గెరిల్లా యుద్ధతంత్రాన్ని విజయవంతంగా చేపట్టగలిగేవారు. మారుమూల ప్రాంతాలలో దాక్కున్న సైనికులను, శత్రువులను సైతం మరాఠీలు ఇట్టే పసిగట్టి మట్టుబెట్టేవారు. వారిపై దండెత్తిన వారికి మరాఠాలంటే వణుకు పుట్టించేవారు. విడివడిన కొండలనే దుర్గాలుగా మలచుకొని, ఎల్లవేళలా యుద్ధానికి సంసిద్ధంగా ఉండేవారు. కాబట్టే జదునాథ్ సర్కార్ "మరాఠీలలో ఉన్న ధైర్యం, శక్తియుక్తులు, సమన్వయ సహకారం వంటి లక్షణాలే వారి ఔన్నత్యానికి ప్రతీకలని" పేర్కొన్నాడు. మహారాష్ట్ర పర్వతాలతో నిండి ఉన్నందువల్ల వాతావరణం శీతలంగా ఉంటుంది. వర్షపాతం తక్కువ. భూములు సారవంతమైనవి కావు. దానిలో కొంకణ్ ప్రాంతం తప్ప మహారాష్ట్రలోని మిగిలిన ప్రాంతం వ్యవసాయానికి అనుకూలం కాదు. అందువల్ల మహారాష్ట్రులు కష్టించి పనిచేసి, పొట్ట పోసుకోడానికి అలవాటుపడ్డారు. ఉన్న కొద్దిపాటి భూమిపై వారు విపరీతమైన అభిమానాన్ని పెంచుకున్నారు. కుటుంబ పోషణార్థం మహిళలు సైతం పురుషులతో సమానంగా కష్టించి పనిచేసేవారు. ప్రకృతి శక్తులను ఎదిరించి నిలబడగలిగినందువల్ల వారు స్వావలంబన, ధైర్యం, పట్టుదల, నిరాడంబర జీవనవిధానం అలవరచుకున్నారు. ఇవే లక్షణాలు వారిలో లేకుండా ఉంటే వారు తప్పకుండా ఆకలి బాధలతో అలమటించేవారు. ఈ లక్షణాలే మహారాష్ట్రులలో మొగలులను ఎదుర్కోడానికి దోహదం చేశాయి.

సాంఘిక సాంస్కృతిక ఉద్యమాలు

15, 16 శతాబ్దాలలో మహారాష్ట్రలో సాంఘిక, సాంస్కృతిక సంచలనం భక్తి ఉద్యమం ద్వారా ఏర్పడింది. భగవంతుని దృష్టిలో మానవులందరూ సమానమేనని, ఎలాంటి తేడాలుండవని, ప్రబోధించిన ఈ ఉద్యమనాయకుల ఉపన్యాసాలు మహారాష్ట్రులను ఉత్రూతలూగించాయి. ముఖ్యంగా

భక్తిఉద్యమంవల్ల మరాఠాలలో మానవ ప్రేమ, భగవంతునిలో విశ్వాసం ఇనుమడించాయి. తుకారామ్, రామదాసు, ఏకనాథ్, వామన పండితుల వంటి నాయకులు భక్తి ఉద్యమాన్ని ఇతోధికంగా అభివృద్ధి చేశారు. ఉద్యమానికి పండరీపురం కేంద్రమైంది. 16వ శతాబ్దంలో ఐరోపాలో ప్రొటెస్టెంట్ సంస్కరణోద్యమ ఫలితంగా ఎలాగైతే సాంఘిక, సాంస్కృతిక, విద్యారంగాలలో మార్పు కలిగిందో, ఈ భక్తిఉద్యమ ఫలితంగా దక్కన్ ప్రాంతంలో కూడా అలాంటి పరిణామాలే సంభవించాయని చరిత్రకారుడు జస్టిస్ రనడే పేర్కొన్నాడు. పుట్టుక ఏ జాతి అయినా, ఏ వర్ణమైనా కావచ్చునని, హృదయ సచ్ఛీలత కలిగి ఉంటే వారంతా భగవంతుని కృపకు పాత్రులు కావచ్చు అనే భక్తి ఉద్యమం నాయకుల ప్రబోధాలు మహారాష్ట్రులలో కనువిప్పు కలిగించాయి. ఈ ఉద్యమంవల్ల సాంప్రదాయికంగా వస్తున్న జాతి వైషమ్యాలు, కులపోరాటాలు, వర్గ వైషమ్యాలు చాలా వరకు మహారాష్ట్రులలో తొలగిపోయాయి. దాంతో ప్రతి ఒక్కరు ఉత్తేజితులై భక్తి ఉద్యమంలో పాల్గొని, మహారాష్ట్రుల ఐక్యతకు నడుం బిగించి, చరిత్రలో సువర్ణాధ్యాయం సృష్టించారు.

17వ శతాబ్దంలో శివాజీ మహారాష్ట్రులను రాజకీయంగా ఏకం చేసే ముందే వారిలో ఐకమత్యం ఏర్పడి తామందరూ ఏకజాతి వారమనే విశ్వాసం ఏర్పడి ఉంది. శివాజీ, సమర్థరామదాసును తన ఆధ్యాత్మిక గురువుగా ఎంచుకున్నాడు. రామదాసుకు మహారాష్ట్ర జన బాహుళ్యంలో బ్రహ్మాండమైన గౌరవ ప్రతిష్ఠలున్నాయి. ఇతడు 'దాసబోధ' అనే గ్రంథం ద్వారా సమాజంలో పేరుకుపోయిన మూఢ విశ్వాసాల మీద, సాంఘిక దురాచారాల మీద విమర్శనాస్త్రాలను సంధించాడు. అంతేకాకుండా మరాఠీ భాషను, మతాన్ని, జాతిని పునరుజ్జీవింపజేశాడు. 'మహారాష్ట్ర ధర్మం' అనే కొత్త సూత్రం ద్వారా మహారాష్ట్రులలో రాజకీయ ఐక్యత సాధించాలని తన శిష్యులకు బోధించాడు. అందువల్లనే రామదాసును మహారాష్ట్ర జాతి నిర్మాతలలో ఒకడిగా భావిస్తారు. వామదేవ్ మహ్మదీయుల ఏలుబడిలో మహారాష్ట్రులు అనుభవిస్తున్న కష్టాలను వర్ణించి, వాటి నుంచి విముక్తులను చేయాలని నొక్కిచెప్పాడు. మహారాష్ట్రలో ప్రబలిన ఈ ఉద్యమాలవల్ల మూఢ విశ్వాసాల మీద, జాతి వైషమ్యాలమీద, వర్గ విభేదాల మీద చావుదెబ్బ తీసినట్లయింది. అయితే ఈ ఉద్యమాలకు మరొక ప్రత్యేకత కూడా ఉంది. ఈ ఉద్యమాలకు అగ్రవర్ణాల నుంచి కాకుండా, నిమ్న జాతులవారి నుంచి, సామాన్య వృత్తుల వారి నుంచి నాయకత్వం లభించింది. మహారాష్ట్రులలో సాధించిన సాంస్కృతిక పునరుజ్జీవనమే వారి రాజకీయ ఆవిష్కరణకు కారణమైందని జదునాథ్ సర్కార్ అభిప్రాయం.

భాష, సాహిత్యం

మరాఠీ సాహిత్యం, భాష ఈ రెండు మహారాష్ట్రుల ఐక్యసాధనలో తమ వంతు పాత్రను పోషించాయి. మరాఠీ సాహిత్యం ప్రాచీన హిందూ సాంప్రదాయానికి చెందిన పురాణేతిహాసాల నుంచి తీసుకున్నటువంటి ఇతివృత్తాలతో రూపొందించడం జరిగింది. భక్తి ఉద్యమ ప్రవక్తలు మహారాష్ట్రులలోని అన్నివర్గాల వారికి అర్థంఅయ్యే రీతిలో, మరాఠీ భాషలో తమ రచనలు కొనసాగించారు. తుకారాం, రామదాస్, వామన పండిట్‌ల భక్తి గీతాలను పాడుకోనివారు లేరంటే అతిశయోక్తి కాదు. జదునాథ్ సర్కార్ 17వ శతాబ్దంలో సాహిత్యం, సాంస్కృతిక సేవలవల్లనే శివాజీ రాజకీయంగా ఐకమత్యం పెంపొందించడంతో కృతకృత్యుడు కాగలిగాడని పేర్కొన్నాడు.

దక్కన్ సుల్తానుల పతనం

మహారాష్ట్రుల ఆవిష్కరణకు దక్కన్ సుల్తానుల పతనం కూడా దోహదం చేసింది. 1347లో అల్లాఉద్దీన్‌హసన్‌గంగూ బహమన్‌షా స్థాపించిన బహమనీ రాజ్యం, పదిహేనో శతాబ్దాంతానికి ఐదు స్వతంత్ర ముస్లిమ్ రాజ్యాలుగా విడిపోయింది. దాంతో పరస్పర వైషమ్యాలతో, యుద్ధాలతో దక్కన్ సుల్తానులు బలహీనపడ్డారు. దక్కన్ రాజ్యాలలో మహారాష్ట్రులు దేశ్‌ముఖ్‌లుగా, దివాన్‌లుగా, మంత్రులుగా, జాగీర్దార్‌లుగా, సైనికాధికారులుగా అనేక పదవులు నిర్వహించారు. అందువల్ల మహారాష్ట్రులకు ఆ రాజ్యాల సైనిక బలాలు, బలహీనతలపై అవగాహన ఏర్పడింది. దాంతో వారు విజృంభించి శివాజీ నాయకత్వంలో స్వతంత్ర రాజ్యాన్ని స్థాపించుకోవడం జరిగింది.

దేవగిరిని పరిపాలించిన యాదవుల పాలనా కాలంలో జరిగిన అల్లాఉద్దీన్‌ఖిల్జీ, మహ్మద్‌బిన్ తుగ్లక్ దండయాత్రల ఫలితంగా దేవగిరి ఢిల్లీ సుల్తానేత్‌లో అంతర్భాగమైంది. ఫలితంగా మూడున్నర శతాబ్దాలపాటు ఆ ప్రాంతం మహ్మదీయుల ఏలుబడిలో ఉంది. ఈ కాలంలో ముస్లిమ్ పాలకులు కొంతమంది మహారాష్ట్రులను దేశ్‌ముఖ్‌లుగా నియమించుకొన్నారు. అయినా వీరికి రాజకీయంగా ఎలాంటి పలుకుబడిలేదు. కానీ, 15వ శతాబ్దం నుంచి మహారాష్ట్రుల పలుకుబడి పెరగసాగింది. బహమనీ రాజ్యపతనంతో దక్కన్‌లో మహ్మదీయుల ఆధిపత్యం తగ్గడం ప్రారంభమైంది. నూతనంగా ఏర్పడిన ఐదు స్వతంత్ర ముస్లిమ్ రాజ్యాలలో ఐకమత్యం, సహకారం కొరవడినందువల్ల స్థానికులైన మహారాష్ట్రులకు రాజకీయాల్లో కొంత స్థానం దక్కింది. ఆవిధంగా మహారాష్ట్రులను అహ్మద్‌నగర్, బీజపూర్, గోల్కొండ రాజ్యాలలో ఉన్నత పదవులలో నియమించడమైంది. గోల్కొండ రాజ్యంలో మురారిరావును మంత్రిగానూ, మదన్ పండిట్‌ను దివాన్‌గానూ నియమించడం జరిగింది. నర్సీకాళె, ఏసుపండిట్‌లు బీజపూర్ రాజ్యంలో పరిపాలనా ద్రష్టలుగా గణతికెక్కారు. అహ్మద్‌నగర్ పాలకులు మరాఠీ బ్రాహ్మణులను దౌత్యవేత్తలుగా, రాయబారులుగా నియమించుకొన్నారు. ముఖ్యంగా మాలిక్ అంబర్ కాలంలో అహ్మద్‌నగర్ రాజ్యంలో అనేకమంది మహారాష్ట్రులను ఉన్నతోద్యోగాలలో నియమించడమైంది. వేలాది మంది ప్రజలు సైనికులుగా చేరారు. మొగలులతో పోరాడటానికి మహ్మదీయుల కంటే మహారాష్ట్రులే తగిన వారని అంబర్ గుర్తించి, వారిని ప్రోత్సహించాడు. వారికి గెరిల్లా యుద్ధతంత్రంలో శిక్షణ ఇప్పించాడు. తత్ఫలితంగా మహారాష్ట్రులు గొప్ప గెరిల్లా యుద్ధవీరులుగా ప్రసిద్ధి చెందారు.

మొగలుల సామ్రాజ్యవాదం

మొగలుల సామ్రాజ్యవాదం కూడా మహారాష్ట్రుల రాజకీయ జాగృతికి దోహదం చేసింది. మొగల్ చక్రవర్తులు హిందూ రాజ్యాలతోపాటుగా, ముస్లిమ్ రాజ్యాలపై కూడా దాడులకు సిద్ధపడ్డారు. దాంతో దక్కన్ సుల్తానులు కూడా మహారాష్ట్రులతో చేతులు కలిపారు. మహారాష్ట్రులకు ఈ పరిస్థితి సదావకాశమైంది. ఔరంగజేబు సున్నీ సామ్రాజ్యవాదం దక్కన్ సుల్తాన్‌లను మహారాష్ట్రుల వద్దకు చేర్చింది.

మహారాష్ట్రుల విజృంభణ

మహారాష్ట్రులలో మొగలులపట్ల ద్వేషభావాలు రగులుతున్న సమయంలో శివాజీ జన్మించాడు. అహ్మద్‌నగర్ రాజ్య పతనానంతరం భక్తి ఉద్యమంవల్ల ఉత్తేజితులైన మహారాష్ట్రులు సమర్థవంతమైన రాజకీయ నాయకుడులేక సంక్షోభానికి గురయ్యారు. మాలిక్ అంబర్ ప్రోత్సాహంతో మహారాష్ట్రులు రాజకీయ, సైనికరంగాల్లో సుశిక్షితులయ్యారు. ఫలితంగా వారిలో స్వాతంత్ర్యకాంక్ష రోజురోజుకు పెరగసాగింది. ఇలాంటి పరిస్థితులలో శివాజీ జన్మించడం మహారాష్ట్రుల అదృష్టంగా చెప్పవచ్చు. ప్రజలలో చెలరేగుతున్న భావాలను అర్థంచేసుకొని, వారిని స్వేచ్ఛా జీవులను చేయడానికి శివాజీ ఎంతో గణనీయమైన కృషి చేశాడు. శివాజీ కేవలం రాజకీయవేత్త మాత్రమే కాదు. అతడు మహారాష్ట్ర జాతిపిత. మహారాష్ట్ర సామ్రాజ్య నిర్మాత మాత్రమే కాదు, మహారాష్ట్ర జాతి నిర్మాత.

శివాజీ (క్రీ.శ.1627-1680)

మహారాష్ట్ర చరిత్రలోనే కాకుండా భారతదేశ చరిత్రలోనే శివాజీకి ప్రముఖస్థానం ఉంది. బాబరు మాదిరి వంశస్థాపకుడిగా, అక్బరు మాదిరి సామ్రాజ్య స్థాపకుడుగా, స్వాతంత్ర్య వీరుడుగా, జాతిపితగా, దాస్యవిమోచకుడిగా, హిందూ ధర్మ రక్షకుడిగా శివాజీ ప్రఖ్యాతిగాంచాడు. శివాజీ స్థాపించిన రాజ్యం మొదట్లో చిన్నదే అయినా, క్రమేణావిస్తరించి దేశవ్యాప్తమైంది. మొగలాయిలను విజయవంతంగా ఎదుర్కొని శివాజీ మహారాష్ట్రులకు విశేషగౌరవాన్ని సంపాదించిపెట్టాడు. జదునాథ్ సర్కార్ అభిప్రాయం ప్రకారం "దక్కన్ రాజ్యాలలో పరమాణువుల మాదిరి చిన్నాభిన్నమై పోయిన మరాఠాలను కూడగట్టి, సమైక్య మహారాష్ట్ర జాతిగా రూపొందించిన మహోన్నతుడు శివాజీ. ఈ కార్యసాధనలో బలీయమైన మొగల్ పాదుషాల, బీజపూర్ సుల్తానుల, పోర్చుగీస్‌వారిని ఎదుర్కొన్న అసహాయశూరుడు శివాజీ. దేశ రాజకీయాల్లో మహారాష్ట్రుల ప్రాముఖ్యతకు నిదర్శనంగా ఆ కాలాన్ని మొగల్ - మరాఠా యుగంగా" పిలుస్తారు.

శివాజీ

శివాజీ 1627 ఏప్రిల్ 20న జున్నానగర్ సమీపంలోని శివనీర్ దుర్గంలో జన్మించాడు. అతడి తండ్రి పేరు షాజీభోన్‌స్లే. తల్లి జిజియాబాయి. షాజీభోన్‌స్లే అహ్మద్‌నగర్, బీజపూర్ రాజకీయాలలో కీలకమైనపాత్ర పోషించాడు. భోన్‌స్లే మరో వివాహం చేసుకొని శివాజీని, అతని తల్లిని నిర్లక్ష్యం చేశాడు. అందువల్ల శివాజీ తల్లికి మరీ దగ్గరయ్యాడు. అతడు తన తల్లిని దేవతా స్వరూపిణిగా భావించాడు. జిజియాబాయి ప్రభావం శివాజీపై మాటల్లో వర్ణించలేనిది. ఆమె భక్తితత్పరురాలు కావడంవల్ల, ఆ ప్రభావం శివాజీపై బలమైన ముద్రవేసింది. చిన్నతనంలో జిజియాబాయి, శివాజీకి రామాయణ, మహాభారత కథలను వినిపించి అందులో హిందూమత

వీరుల వీరోచిత గాథలను వర్ణించి చెప్పేది. గోవులు బ్రాహ్మణులు, మతం – ఈ మూడు హిందూమత ఔన్నత్యానికి ప్రతీకలనే భావన ఆయనలో ముద్రవేసుకొనేలా ఆమె నేర్పింది. జస్టిస్ రనడే, "తల్లి నేర్పిన విద్యలతో, తనదైన శైలిలో ఒక గొప్ప వ్యక్తిగా, శక్తిగా రూపుదిద్దుకొని, తన జీవితాన్ని ఉన్నత పథంలో మలచుకొన్న వ్యక్తి శివాజీ" అని పేర్కొంటూ, "శివాజీ ఆ స్థాయికి చేరుకోవడానికి, తల్లి ప్రబోధనలు ఎంతో ఉపకరించాయని" తెలిపాడు. శివాజీ తల్లి తరవాత అతడిపై అత్యంత ప్రభావం చూపిన వ్యక్తి దాదాజీ కొండదేవ్. ఈయన శివాజీ తండ్రి నేతృత్వంలో పూనాలో పనిచేసేవాడు. ఇతడు శివాజీ పైన ఎనలేని ప్రేమాభిమానాలు చూపేవాడు. దాదాజీ, శివాజీకి గుర్రం స్వారీ, యుద్ధ నైపుణ్యం వంటి అన్ని క్షాత్ర విద్యలు నేర్పించాడు. అంతేకాకుండా పరిపాలనా మెళకువలను కూడా నేర్పించాడు. తరవాత సమర్థరామదాసు, తుకారామ్ వీరు ఇరువురూ శివాజీపై తమ ప్రభావం చూపారు. సమర్థరామదాసు, తన శిష్యుడైన శివాజీకి ప్రజలను ఎలా కన్నబిడ్డల మాదిరి చూసుకోవాలో, ప్రేమ, కరుణ, జాలి వంటి గుణాలు ఎలా కలిగి ఉండాలో, ఉపదేశం చేశాడు. తల్లి కంటే, తన మాతృదేశం గొప్పదనే భావన ప్రబోధిస్తూ, అది స్వర్గంతో సమానమని ఎల్లప్పుడూ నమ్మకం అనేది కలిగి ఉండాలనీ, అది లేనినాడు అంతా వ్యర్థమని, రామదాసు ప్రబోధించాడు.

శివాజీ సాధించిన విజయాలు

శివాజీ తన విజయపరంపరకు 19వ ఏట శ్రీకారం చుట్టాడు. క్రీ.శ.1646లో బీజపూర్ సైనికాధికారి నుంచి తోరణ కోటను వశం చేసుకొన్నాడు. అక్కడ అతడికి అపార ధనరాశులు లభించాయి. ఆ తరవాత రాయ్‌ఘడ్‌కోటను వశం చేసికొని, దానిని పునర్ నిర్మించాడు. తరవాత తన మామ అయిన శంభూజి యెహిట్ నుంచి "సూప"ను వశం చేసుకొన్నాడు. క్రీ.శ.1647లో దాదాజీ కొండదేవ్ మరణానంతరం తన తండ్రి నుంచి సంక్రమించే యావత్ ఆస్తిని వశం చేసుకొన్నాడు. ఆ తరవాత బారామతి, ఇందుపురలను నేరుగా తన ఏలుబడిలోకి తెచ్చుకున్నాడు. అనంతరం చకాన్, కొండాన దుర్గాలను వశం చేసుకున్నాడు.

చకాన్, కొండానల ఆక్రమణ తరవాత శివాజీ తన దృష్టిని కొంకణ్ ప్రాంతం వైపు మరల్చాడు. అబాజీ నేతృత్వంలో కళ్యాణ్ వైపు సేనలు నడిపాడు. ఠాణా జిల్లాలోని కళ్యాణ్ దుర్గం శివాజీ ఆధీనంలోకి వచ్చింది. అటు నుంచి దక్షిణ ప్రాంతం వైపున్న కొలాబా జిల్లా వైపు తన సేనలు నడిపాడు. ఇది బీజపూర్ అధికారులకు వణుకు పుట్టించింది. ఏదో విధంగా శివాజీని అదుపు చేయాలనే ఉద్దేశంతోనే వారు శివాజీ తండ్రి షాజీభోన్‌స్లేను ఖైదు చేయడం జరిగింది. దాంతో, బీజపూర్‌పై దండెత్తాలనే కోరిక ఉన్నా, తన తండ్రి బీజపూర్ సైన్యం చేతిలో చిక్కుకొని ఉన్నందువల్ల, ఏమీ చేయలేని నిస్సహాయస్థితిలో అతడు తన దండయాత్రలకు కొంత కాలం విరామం ఇచ్చాడు. చివరకు శివాజీ తన సైనిక చర్యలను ఆపి, కొండాన దుర్గాన్ని బీజపూర్ సుల్తాన్ అదిల్‌షాకు అప్పగించి, తన తండ్రికి విముక్తి కల్పించాడు. క్రీ.శ.1649లో షాజీని జైలు నుంచి విముక్తి చేయడమైంది. తన తండ్రిని విడుదల చేసిన కారణంగా శివాజీ క్రీ.శ.1649 నుంచి 1655 వరకు ఆరు సంవత్సరాలపాటు యుద్ధాలు నిలిపివేశాడు. అయితే, ఈ ఆరు సంవత్సరాలలో అతడు తన సైన్యాన్ని మరింతగా పటిష్ఠం చేసుకోవడంలో నిమగ్నమయ్యాడు. శివాజీ యుద్ధ చర్యలు క్రీ.శ.1656 జావళి ఆక్రమణతో తిరిగి ప్రారంభమయ్యాయి. ఇదే సమయంలో శివాజీ చరిత్ర ప్రసిద్ధిగాంచిన

ప్రతాప్‌కోటను నిర్మించాడు. అనంతరం కళ్యాణ్ సమీపంలోని పోర్చుగీసు స్థావరం డామన్‌ను కొల్లగొట్టి అపార ధనరాశులను తనవశం చేసుకొన్నాడు.

శివాజీ సాధించిన విజయాలు బీజపూర్ సుల్తాన్‌ను కలవరపరిచాయి. దాంతో బీజపూర్ పాలకులు శివాజీతో పోరుచేయడానికి సన్నద్ధమయ్యారు. అఫ్జల్‌ఖాన్ నేతృత్వంలో భారీ సైన్యం, శివాజీ మీదకు నడిచింది. "గుర్రం నుంచి దిగకుండానే శివాజీని ఇనుప సంకెళ్ళతో బంధించి బీజపూర్‌కు తరలిస్తాను" అని అఫ్జల్‌ఖాన్ బీజపూర్ దర్బారులో ప్రగల్భాలు పలికాడు. గెరిల్లా యుద్ధంలో ఆరితేరిన వ్యక్తిగా తనకు తాను గొప్పలు చెప్పుకున్న అఫ్జల్‌ఖాన్ క్రీ.శ. 1659లో పండరీపురం చేరుకొని, విటోభా దేవాలయంలోని విగ్రహాలను ధ్వంసం చేశాడు. అనంతరం ప్రతాప్‌ఘడ్ చేరి కృష్ణాజీ భాస్కర్‌ని శివాజీ వద్దకు పంపాడు. మొదట సందేహపడినప్పటికీ, శివాజీ అఫ్జల్‌ఖాన్‌ని కలుసుకునేందుకు నిర్ణయించుకున్నాడు. ఇరు వర్గాల వారు కలుసుకోడానికి అన్ని ఏర్పాట్లతో రంగం సిద్ధం చేయడం జరిగింది. శివాజీ ఎంపిక చేసుకున్న సైన్యాన్ని అడవిలో ఉంచి, ఇనుప కవచం ధరించి అఫ్జల్‌ఖాన్‌ను కలుసుకోడానికి వెళ్ళాడు. అతడు ముందు జాగ్రత్తగా చేతులకు పులిగోళ్ళను కూడా తగిలించుకున్నాడు. ఇద్దరు నేతలు మర్యాద పూర్వకంగా ఒకరినొకరు కౌగిలించుకొని తమ మనోభావాలను వ్యక్తీకరించుకోడానికి ఉద్యుక్తులైనప్పుడు, అఫ్జల్‌ఖాన్ తన కుయుక్తి ప్రదర్శించి శివాజీని తన బలమైన ఇనుప కౌగిలిలో బంధించి తన కత్తితో పొడిచే ప్రయత్నం చేశాడు. శివాజీ అతికష్టం మీద అఫ్జల్‌ఖాన్ కౌగిలి నుంచి విడిపించుకొని, ఇరువురి మధ్య కత్తి యుద్ధం సాగింది. దొంగ దెబ్బ తీసేందుకు ప్రయత్నించిన అఫ్జల్‌ఖాన్‌పై శివాజీ తన వాడి అయిన పులిగోళ్ళతో దాడిచేసి చంపేశాడు. అదే అదునుగా భావించిన మరాఠా సైన్యం, అఫ్జల్‌ఖాన్ సైన్యం పైపడి, నిర్దాక్షిణ్యంగా మట్టుపెట్టింది. శివాజీకి అఫ్జల్‌ఖాన్‌కు చెందిన సమస్త ఆయుధ సామగ్రి, ఖజానా, గజతురగ బలాలు, ఒంటెలు వశమయ్యాయి. అనంతరం పన్హాలా, వసంతఘడ్, ఖేల్‌నా, ఇతర కోటలను శివాజీ స్వాధీనం చేసుకున్నాడు. ఈ కోటలన్నిటిలో లభ్యమైన ధనరాశులతో శివాజీ క్రీ.శ. 1660లో రాయఘడ్‌కు చేరుకున్నాడు. అఫ్జల్‌ఖాన్ దాడి విఫలమవడంతో, శివాజీ వెనుదిరిగి చూడకుండా తన విజయపరంపరను కృష్ణానదీ పరీవాహప్రదేశం వరకూ కొనసాగించాడు. ఆ తరవాత కూడా బీజపూర్ సంస్థానాధీశులు మరోమారు శివాజీపై దండెత్తి పరాజయం పాలయ్యారు.

శివాజీ-మొగలులు

శివాజీ చివరకు మొగలు పాలకులను సైతం విడిచిపెట్టలేదు. మొగలుల ఆధీనంలో ఉన్న ప్రాంతాలపై కూడా అతడు దండయాత్రలు ప్రారంభించాడు. ఆనాటి మొగలు పాలకుడు ఔరంగజేబు దీన్ని చిన్న విషయంగా పరిగణింపకుండా, శివాజీ దండయాత్రలను నివారించడానికి తన మేనమామ షయిస్తఖాన్‌ను దక్కన్ ప్రాంత గవర్నర్‌గా నియమించాడు. షయిస్తఖాన్ శివాజీ సేనలను ఓడించి, కొన్ని ప్రాంతాలను వశం చేసికొన్నాడు. అయితే, శివాజీ సేనలు మొగలు సైనికులకు నరకం చూపిస్తుండటంతో, వారిని ఎలాఎదుర్కోవాలో వ్యూహం రచించేందుకు షయిస్తఖాన్ వానాకాలంలో పూనాలో బసచేశాడు. ఆ ప్రదేశం శివాజీకి సుపరిచయం అయింది కావడంతో, శివాజీ తన వెంట కేవలం నాలుగు వందల మంది సైన్యాన్ని వెంటబెట్టుకొని, పూనా చేరి షయిస్తఖాన్ విడిదిపై రాత్రి

సమయంలో మెరుపుదాడి చేశాడు. షయిస్తఖాన్‌కు పారిపోవడం తప్ప వేరే గత్యంతరం లేకపోయింది. శివాజీకి లభించిన విజయంవల్ల అతడి గౌరవం దశదిశల వ్యాపించింది. అనంతరం 1663లో శివాజీ సైన్యం పూనాను స్వాధీనం చేసుకొంది. 1664 జనవరి 10న శివాజీ సుశిక్షితులైన 4000 మంది సైన్యంతో, అత్యంత భాగ్యవంతమైన రేవు పట్టణం సూరత్‌పై దాడి చేశాడు. దీంతో నగరంలో గందరగోళం ఏర్పడింది. సూరత్ రాష్ట్ర పాలకుడైన ఇనాయత్‌ఖాన్ కోటలో తలదాచుకొని, శివాజీతో సంప్రదింపులు జరపడానికి ఒక రాయబారిని పంపించడం జరిగింది. రాయబారిని ఖైదు చేసి శివాజీ సూరత్ పట్టణాన్ని నాలుగు రోజులపాటు దోచుకున్నాడు. ఈ దాడిలో శివాజీకి కోటి రూపాయల ధనరాశులు లభ్యమయ్యాయి.

పురందర్ సంధి (క్రీ.శ.1665)

ఔరంగజేబు, శివాజీని నిలువరించడానికి రాజాజైసింగ్‌ని దక్కన్ ప్రాంత గవర్నర్‌గా నియమించాడు. రాజాజైసింగ్ తన మేధస్సుతో శివాజీ రాజ్యాన్ని అన్ని వైపుల నుంచి ముట్టడించి, దిగ్బంధనం గావించాడు. మరాఠా రాజ్యంలో అనేక గ్రామాలు నేలమట్టం అయ్యాయి. విధిలేని స్థితిలో శివాజీ, రాజాజైసింగ్‌తో సంధి కుదుర్చుకొనేందుకు సిద్ధపడ్డాడు. క్రీ.శ.1665లో జరిగిన ఈ సంధిని పురందర్ సంధిగా వ్యవహరిస్తారు. ఈ ఒప్పందంలో శివాజీకి చెందిన 23 సంస్థానాలను మొగలు సామ్రాజ్యంలో విలీనం చేసేందుకు అంగీకరించాడు. శివాజీ కుమారుడు శంభూజీని మొగలుల మన్సబ్‌దారుగా నియమించడమైంది. సాలుకు నాలుగు లక్షల ఆదాయాన్నిచ్చే ప్రాంతాన్ని, తన ఆధీనంలో ఉన్న 23 కోటలను మొగలులకు స్వాధీనపరచడానికి, మొగలులకు అనుకూలుడుగా ఉండటానికి ఒప్పందం కుదుర్చుకున్నాడు. అదేవిధంగా బీజపూర్‌ను జయించటానికి మొగల్ సైన్యానికి సాయం అందించేందుకు కూడా శివాజీ అంగీకరించాడు. అందుకు ప్రతిఫలంగా రాయ్‌ఘడ్ కోటలోనూ, బీజాపూర్‌లోనూ చౌత్, సర్దేశ్‌ముఖి పన్నులను వసూలు చేసుకొనే హక్కును శివాజీకి ఇవ్వడానికి ఔరంగజేబు అంగీకరించాడు. రాజాజైసింగ్ దౌత్యం మేరకు శివాజీ, అతడి కుమారుడు శంభూజీ, క్రీ.శ. 1666 మే 9న ఆగ్రా కోటను దర్శించారు. శివాజీ ఆశించిన విధంగా అతడికి మొగల్ ఆస్థానంలో గౌరవ మర్యాదలు లభించలేదు. దాంతో శివాజీ బహిరంగంగా మొగలుల పాదుషాను దూషించాడు. తద్వారా శివాజీ మొగలుల బంధి అయ్యాడు. అయినా అతడు తన ఆశలు కోల్పోలేదు. జబ్బుపడినట్లు నటించి శివాజీ, అతడి కుమారుడు శంభూజీ ఇరువురూ తప్పించుకున్నారు. శివాజీతో మంతనాలు జరపడానికి ఆనాటికి మొగలులు సిద్ధంగా లేరు. వారు ఉత్తర భారతదేశంలో అఫ్ఘన్‌లతో యుద్ధాల్లో తనమునకలై ఉన్నారు. దాదాపు రెండు సంవత్సరాలు మొగలులు, మహారాష్ట్రుల మధ్య ఎలాంటి సైనిక చర్యలు జరగలేదు. శివాజీ పురందర్ సంధి షరతులకు కట్టుబడగా, దక్కన్ పాలకుడైన మౌజం రాకుమారుడు, జస్వంత్‌సింగ్‌ల సలహా మేరకు ఔరంగజేబు, శివాజీని రాజుగా గుర్తించాడు. బీరార్‌లో అతడికి ఒక జాగీర్‌ను ఇచ్చి, శివాజీ కుమారుడు శంభూజీని 5000 పరగణాలు కలిగిన ప్రాంతానికి మన్సబ్‌దార్‌గా కూడా నియమించడం జరిగింది. కానీ, ఈ శాంతి ఒప్పందం ఎంతో కాలం మనలేదు. క్రీ.శ. 1670లో శివాజీకి, మొగలులకు మధ్య మరలా యుద్ధం ఆరంభమైంది. అనేక మంది సైనికులు మొగల్ సైన్యాన్ని వదలి, శివాజీ సైన్యంలో చేరారు. దీంతో శివాజీ అనేక కోటలను వశం చేసుకోవడానికి, మార్గం సులభతరమైంది. క్రీ.శ. 1670లో

అనేక మంది శివాజీకి కప్పం చెల్లించేందుకు ఒడంబడిక చేసుకొని, ఆయా ప్రాంతాలను వారే పాలించుకోవడం జరిగింది.

క్రీ.శ. 1670లోనే శివాజీ మరోమారు సూరత్‌ను ముట్టడించి 66లక్షల కప్పం పొందాడు. క్రీ.శ. 1670 నుంచి క్రీ.శ. 1674వరకు మరాఠాలు ఎదురులేకుండా విజయపరంపర కొనసాగించారు. దీంతో దక్కన్‌లో మొగలుల ఆధిపత్యానికి గండిపడింది.

శివాజీ పట్టాభిషేకం (క్రీ.శ. 1674, జూన్ 16)

క్రీ.శ. 1674 నాటికి శివాజీ పెద్ద రాజ్యాన్ని జయించాడు. రాయ్‌ఘడ్ కోటను పునరుద్ధరించాడు. క్రీ.శ. 1674 జూన్ 16న వైభవంగా శివాజీ పట్టాభిషేకం జరుపుకొన్నాడు. బెనారస్‌కు చెందిన వేదపండితుడు గాగబట్ట ఆధ్వర్యంలో స్థానిక, యూరోపియన్లు, వేలాది మంది తిలకిస్తుండగా శివాజీ పట్టాభిషేకం జరిపించుకున్నాడు. ఈ సందర్భంగా శివాజీ "ఛత్రపతి" అనే బిరుదును స్వీకరించడం జరిగింది. దీంతో మహారాష్ట్రలో ఒక నూతన శకం ప్రారంభమైంది.

పట్టాభిషేకం తరవాత శివాజీ కర్ణాటకలో తన తండ్రి సంపాదించిన భూభాగాన్ని కూడా తన ఆధీనంలోకి తీసుకురావాలని సంకల్పించాడు. ఆ ప్రాంత పాలకుడు, తన సవతితల్లి కుమారుడు వెంకోజీని తన ఆధిపత్యం అంగీకరించమని కోరాడు. అందుకు వెంకోజీ నిరాకరిస్తూ తానే స్వతంత్ర పాలకుడునని ప్రకటించుకున్నాడు. ఇంతేకాకుండా 1675లో తంజావూరును ముట్టడించాడు. దీంతో తంజావూరు పాలకుడు శివాజీ రక్షణకోరాడు. తంజావూరును రక్షించడానికి కర్నాటకను పూర్తిగా జయించడానికి శివాజీ నిర్ణయించుకున్నాడు. అందుకోసం గోల్కొండ సహాయం అవసరమని, స్వయంగా శివాజీ గోల్కొండ రాజ్యానికి వెళ్ళి, ఆ రాజ్య మంత్రులు అక్కన్న, మాదన్నలతో ఒక ఒప్పందాన్ని కుదుర్చుకున్నాడు. అనంతరం శివాజీ శ్రీశైలం, తిరుపతి, కాళహస్తిలను దర్శించి అప్పటికే అక్కడికి చేరుకున్న తన సైన్యాన్ని కలుసుకొని వెల్లూరు, జింజిలను స్వాధీనపరచుకున్నాడు. పాండిచ్చేరి వద్ద ఉన్న ఫ్రెంచి వారితో స్నేహం చేసి, కర్నాటకలో అధిపతిగా ఉన్న షేర్‌ఖాన్‌ను ఓడించి, తూర్పు కోస్తానంతా ఆక్రమించుకున్నాడు. మధుర నాయకరాజు నుంచి ఆరు లక్షల హన్‌లను కప్పంగా కూడా పుచ్చుకోవడం జరిగింది. అనంతరం తుంగభద్ర, కావేరి నదుల మధ్య ఉన్న ప్రాంతమంతా శివాజీ ఆధీనంలోకి వచ్చింది. శివాజీకి లభించిన విజయపరంపర వెంకోజీలో కలవరం కలిగించింది. దాంతో అతడు శివాజీ ఆధిపత్యాన్ని అంగీకరించాడు. పశ్చిమతీరంలోని కర్నాటక ప్రాంతాన్నంతా జయించి, తూర్పున బ్రోచ్ వరకు దాడులను కొనసాగించి, శివాజీ తిరిగి మహారాష్ట్ర చేరుకున్నాడు.

రాజ్య విస్తీర్ణం

కర్నాటక దండయాత్రల అనంతరం శివాజీ యుద్ధాలు చేయలేదు. శివాజీ తన రాజ్యానికి 'స్వరాజ్య' అని నామధేయం చేశాడు. స్వరాజ్య ఉత్తరాన నేడు ధర్మపూర్‌గా వ్యవహరిస్తున్న రామానగర్ నుంచి దక్షిణాన గంగావతి నది వరకు విస్తరించి ఉంది. పూనా జిల్లాలో అనేక ప్రాంతాలు సతారాయావత్తూ; కొల్హాపూర్‌లో చాలా భాగం, మైసూర్‌లోని ఉత్తర, మధ్య, తూర్పు ప్రాంతాలు; నేటి ఆంధ్రప్రదేశ్‌లోని చిత్తూరు జిల్లా; తమిళనాడులోని అర్కాట్ జిల్లా స్వరాజ్యలో అంతర్భాగమయ్యాయి. శివాజీ తాను జయించిన స్వరాజ్యను ఆరు సంవత్సరాలపాటు పాలించి,

తన 53వ ఏట 1680 ఏప్రిల్ 13న మరణించాడు. తన కడపటి రోజులలో శివాజీ తన కొడుకు శంభూజీ దుష్ప్రవర్తనవల్ల అశాంతి, ఆందోళనలతో జీవించాడు.

శివాజీ వారసులు

శివాజీ తరవాత శంభూజీ (క్రీ.శ.1680-89) రాజ్యానికి వచ్చాడు. చిన్నతనం నుంచే రాజ్యపాలనా వ్యవహారాలలో పాల్గొన్నాడు. శివాజీతోపాటు మొగల్ ఆస్థానాన్ని క్రీ.శ.1666లో సందర్శించాడు. ధైర్యసాహసాలు గలవాడు. కానీ విషయాసక్తుడై దుర్నీతితో వ్యవహరించేవాడు. అందువల్ల శివాజీ 1678లో శంభూజీని పన్‌హాలా కోటలో బంధించాడు. కానీ చెరసాల నుంచి తప్పించుకొని, మొగల్ సేనాని దిలావర్‌ఖాన్‌తో చేతులు కలిపాడు. అయితే అనతి కాలంలోనే దిలావర్‌ఖాన్‌తో విభేదాలు ఏర్పడగా, పారిపోయి మహారాష్ట్ర చేరాడు. తన కుమారునిలో ఎలాంటి మార్పు రానందువల్ల శివాజీ మనస్తాపం చెంది ఇతడిని తిరిగి చెరసాలలో బంధించాడు. తన కుమారులిద్దరిలో ఎవ్వరినీ తన వారసుడిగా ప్రకటించకుండా శివాజీ క్రీ.శ.1680లో మరణించాడు. దీన్ని అవకాశంగా తీసుకొని శివాజీ రెండో భార్య సోర్యబాయి తన కుమారుడు రాజారామ్‌ను రాజును చేయాలని ప్రయత్నాలను ప్రారంభించింది. కానీ శంభూజీ కారాగారం నుంచి తప్పించుకొని, సైన్యాన్ని సమకూర్చుకొని రాజధాని రాయ్‌ఘడ్‌ను స్వాధీనం చేసుకొని, రాజ్యాభిషిక్తుడయ్యాడు. అయితే శంభూజీ రాజ్యానికి వచ్చిన తరవాత కవికులేష్ అనే బ్రాహ్మణుని దుష్టసహవాసానికిలోనై విలాసపురుషుడయ్యాడు. రాజ్య వ్యవహారాలను అశ్రద్ధ చేశాడు. అంతేకాకుండా మొగల్ పాలకుడైన ఔరంగజేబును ఎదిరించి పారిపోయి వచ్చిన అతడి కుమారుడు అక్బర్ రాకుమారునికి ఆశ్రయమిచ్చి ఆదరించాడు. దీంతో ఔరంగజేబు కయ్యానికి కాలుదువ్వినట్లయింది. శివాజీ మొగల్ చెరనుంచి పారిపోయి వచ్చిన తరవాత ఔరంగజేబు మహారాష్ట్రులపై దండెత్తలేదు. కానీ, తనపై తిరుగుబాటు చేసిన అక్బర్ రాకుమారునికి ఆశ్రయం ఇవ్వడంతో ఔరంగజేబు క్రీ.శ.1689లో శంభూజీపై దండెత్తాడు. సంగమేశ్వర్ దగ్గర దాగిఉన్న శంభూజీని బంధించి, చిత్రహింసలకు గురిచేసి, కాల్చి చంపివేయడం జరిగింది. అనంతరం మొగల్ సైన్యం రాయ్‌ఘడ్ కోటను ముట్టడించింది. శంభూజీ భార్య ఏసూబాయి, కుమారుడు సాహు మొగలులకు బందీలుగా చిక్కారు.

శంభూజీ మరణంతో మహారాష్ట్ర జాతీయ పోరాటం అంతం కాలేదు. మరాఠాలు వెంటనే తేరుకొని అతడి తమ్ముడైన రాజారామ్ (క్రీ.శ.1689-1700) నాయకత్వంలో మొగలులకు వ్యతిరేకంగా జాతీయోద్యమాన్ని ప్రారంభించడం జరిగింది. రాజారామ్, శివాజీ రెండో కుమారుడు. క్రీ.శ. 1679 ఫిబ్రవరి 24న జన్మించాడు. శంభూజీ దుర్వర్తనుడైనందువల్ల తన కుమారుడు రాజారామ్‌కు వారసత్వం హక్కుకోసం సోర్యాబాయి తగాదాకు దిగింది. కానీ శివాజీ మరణంతో ఆమె ప్రయత్నాలు కొనసాగలేదు. శివాజీ అనంతరం శంభూజీ సింహాసనానికి వచ్చి వీరికి అన్ని సౌకర్యాలు కల్పించాడు. రాయ్‌ఘడ్‌పై దాడి సందర్భంలో రాజారామ్, అతడి భార్య తారాబాయి జింజికి పారిపోయారు. సాహు మొగలులకు బందీగా చిక్కిన తరవాత రాజారామ్ రాజుగా ప్రకటించుకున్నాడు. అప్పటి నుంచి రాజారామ్, తారాబాయి ఇరువురూ ఔరంగజేబుకు కంటి మీద కునుకు లేకుండాచేశారు. దీంతో ఔరంగజేబు, జుల్ఫికర్‌ఖాన్ నేతృత్వంలో పెద్ద సైనిక పటాలాన్ని

జింజిపైకి పంపాడు. కానీ ఏడాదిన్నరపాటు పోరాడినా జింజి కోటను మొగలు సైన్యం జయించలేక పోయింది. ఈలోగా రాజారామ్ కోట నుంచి తప్పించుకొని క్రీ.శ.1698-99 నాటికి మహారాష్ట్రకు చేరుకోవడం జరిగింది. కానీ అతడి భార్య తారాబాయి, మరాఠా యోధులైన రామచంద్రవంత్, ప్రహ్లాదనిరాజీ, శాంతాజీఘోర్‌పాడే, దానాజీజాదవ్‌ల నాయకత్వంలో మొగలులను ప్రతిఘటించి పోరాడింది. మహారాష్ట్రులను ఏవిధంగానైనా అణచివేయాలనే ఉద్దేశంతో మొగల్ సైన్యం క్రీ.శ.1695లో బీమానది ఒడ్డున ఉన్న బ్రహ్మపురి వద్ద తాత్కాలిక సైనిక శిబిరాన్ని ఏర్పాటు చేసుకోవడం జరిగింది. అయినప్పటికీ సతారాలో తలదాచుకున్న రాజారామ్‌ని పట్టుకోలేక పోయింది. దీంతో క్రీ.శ.1700లో ఔరంగజేబు తానే స్వయంగా బయలుదేరాడు. కానీ ఔరంగజేబు సతారా ముట్టడిలో ఉండగా రాజారామ్ ఖాందేష్, బీరార్, బగ్లానాలపై దాడి చేసి, చౌత్, సర్దేశ్‌ముఖి వసూలు చేశాడు. అయితే ఈ సంఘటన జరిగిన కొద్దికాలంలోనే క్రీ.శ.1700లో రాజారామ్ మృత్యువాత పడ్డాడు.

రాజారామ్ అకాల మరణం ఔరంగజేబులో కొత్త ఆశలు రేపింది. క్రీ.శ. 1700లో అతడు సతారాను ఆక్రమించాడు. అదే సంవత్సరం సింహఘడ్ కోటను, అనంతరం ప్రముఖమైన ఇతర మహారాష్ట్ర దుర్గాలను ఒక్కొక్కటిగా పట్టుకున్నాడు. రాజారామ్ మరణం తరవాత అతడి భార్య తారాబాయి (క్రీ.శ.1700-1707) మహారాష్ట్రులను కూడదీసుకొని మొగలాయిలకు వ్యతిరేకంగా పోరాటం సాగించింది. అయితే ఇదే సమయంలో మహారాష్ట్ర వారసత్వ విషయంలో వివాదాలేర్పడ్డాయి. శంభూజీ కుమారుడు సాహు; రాజారామ్, తారాబాయి కొడుకు మూడో శివాజీ; రాజారామ్, రాజాబాయిల కుమారుడు రెండో శంభూజీ-ఇలా మూడు వ్యతిరేక పక్షాలేర్పడ్డాయి. ఈ వివాదాలను ఆసరాగా తీసుకొని మొగలు చక్రవర్తి మహారాష్ట్రులను అణచివేయాలని వ్యూహం పన్నాడు. కానీ మొగలు పాదుషా తీసుకొన్న ప్రతి చర్యను తారాబాయి వమ్ము చేయగలిగింది. ఇదే సమయంలో యుద్ధాలలో అలసిపోయిన ఔరంగజేబు క్రీ.శ.1707లో దక్కన్‌లోనే మరణించాడు.

క్రీ.శ.1707లో ఔరంగజేబు మరణానంతరం అతడి కుమారుడు బహదూర్‌షా, జుల్ఫికర్‌ఖాన్ సలహామేరకు సాహుని (క్రీ.శ.1707-48) బంధ విముక్తుణ్ణి చేశాడు. సాహు విడుదలతో మహారాష్ట్రలో కలకలం చెలరేగుతుందని మొగలులు ఆశించడం జరిగింది. వారు ఆశించినట్లే మహారాష్ట్రులలో అంతర్యుద్ధం మొదలైంది. రాజ్యాధికారం కోసం తీవ్రమైన పోటీ ఏర్పడింది. మహారాష్ట్రులకు తారాబాయి, ఆమె కుటుంబం ఎంతో సేవ చేసినప్పటికీ, అనేక మంది నాయకులు సాహునే బలపరిచారు. ఈ అంతర్యుద్ధంలో తారాబాయి ఓడి కొల్హాపూర్ చేరి, స్వతంత్ర రాజ్యాన్ని అక్కడే ఏర్పరచుకొంది. బాలాజీ విశ్వనాథ్, సాహు విజయంలో కీలకపాత్ర పోషించాడు. అందుకు ప్రతిగా సాహు, బాలాజీ విశ్వనాథ్‌ను వంశపారంపర్య హక్కులతో పీష్వాగా నియమించాడు. అప్పటి నుంచి మహారాష్ట్ర చరిత్రలో పీష్వాల యుగం ఆరంభమై, పీష్వాలే మహారాష్ట్రులకు నిజమైన పాలకులయ్యారు. శివాజీ వారసులు నామమాత్ర రాజులై 1818 వరకు పాలించారు. రాజవంశం సతారాను కేంద్రంగా చేసుకొని పాలించగా, పీష్వాలు పూనా నుంచి పాలన కొనసాగించారు.

శివాజీ పరిపాలన

శివాజీ సైన్యాలను నడిపించడంలోనూ, గెరిల్లా యుద్ధతంత్రంలోనూ, ఎంత ప్రతిభను ప్రదర్శించాడో అంతే ప్రతిభను పరిపాలకుడిగా కూడా ప్రదర్శించడం జరిగింది. ప్రజా సంక్షేమం కోసం పాలనాదక్షత ఎంతో అవసరమని దాదాజీ కొండదేవ్ సాహచర్యంవల్ల తెలుసుకోగలిగాడు. సామ్రాజ్య సుస్థిరతకు, ప్రజాసంరక్షణకు పాలనాపాటవం ముఖ్యమని శివాజీ గ్రహించాడు. అందువల్ల షేర్షా, అక్బర్‌ల మాదిరి సామ్రాజ్య విస్తరణతోపాటు శివాజీ సమర్థవంతమైన పరిపాలనా విధానాన్ని కూడా ప్రవేశపెట్టాడు. అందుకే 'ప్రపంచంలోని ప్రతి యోధుని మాదిరి శివాజీ కూడా గొప్ప పరిపాలకుడని' రాలిన్‌సన్ అనే చరిత్రకారుడు అభిప్రాయపడ్డాడు. మధ్యయుగాల నాటి సాంప్రదాయానికి అనుగుణంగా శివాజీ నిరంకుశుడుగా వ్యవహరించాడు. కానీ, ప్రజల శ్రేయస్సును దృష్టిలో ఉంచుకొని వ్యవహరించినందువల్ల అతడి పరిపాలనా విధానాన్ని శ్రేయస్కర నియంతృత్వంగా భావించవచ్చు. చక్రవర్తి సర్వాధికారి, అతడి ఆజ్ఞ శాసనం. తన అధికారాన్ని ప్రకటిస్తూ తన పట్టాభిషేక సమయంలో క్షత్రియకుల వతంస, సింహాసనాధీశ్వర, మహారాజ, ఛత్రపతి, శకకర్త అనే బిరుదులు శివాజీ స్వీకరించాడు. రాజశకమనే నూతన శకాన్ని అతడు ప్రారంభించాడు.

అష్టప్రధాన్‌లు

పరిపాలనలో తనకు సహకరించేందుకు శివాజీ ఎనిమిది మంది మంత్రులను నియమించుకున్నాడు. వారినే 'అష్టప్రధాన్'లు అని వ్యవహరిస్తారు. మధ్యయుగాల నాటి సాంప్రదాయం ప్రకారం వీరిని మంత్రులనడం కంటే సలహాదారులనడం ఉచితమవుతుంది. అష్టప్రధాన్‌ల నియామకం, బర్తరఫ్‌ల అధికారం పూర్తిగా ఛత్రపతిదే. ప్రధాన పనులన్నిటినీ చాలా వరకు మంత్రులకే వదలివేశాడు. విధి నిర్ణయాలు మాత్రం శివాజీ చేతుల్లోనే ఉండేవి. హిందూ ధర్మశాస్త్రాలను అనుసరించి శివాజీ ఈ అష్ట ప్రధాన్‌లను నియమించాడు. అష్ట ప్రధాన్‌లు కింది విధులను నిర్వహించేవారు.

1. పీష్వా : ఇతడు ప్రధానమంత్రి. తన సహచర మంత్రుల మీద ఇతడికి పర్యవేక్షణాధికారం ఉంది. పీష్వాను ముఖ్యప్రధాన్ అని కూడా పిలిచేవారు. రాజకీయ, పాలనా వ్యవహారాలను, ప్రజాసంక్షేమాన్ని నిర్వహించేవాడు. ముఖ్యమైన అధికారుల పనిని పర్యవేక్షించి, పాలనా యంత్రాంగం ఎలాంటి ఒడుదుడుకులు లేకుండా చూడటం ఇతడి విధి. రాజపత్రాల మీద ఇతడి అధికార ముద్ర తప్పనిసరిగా ఉండేది.

2. అమాత్య : ఇతడు ఆర్థిక మంత్రి. అమాత్యను మజుందార్ అని కూడా పిలిచేవారు. రాజ్య రాబడి, వ్యయం ఇతడి పర్యవేక్షణ కింద ఉండేవి. ముఖ్యమైన ఆదాయ, వ్యయ పత్రాలన్నిటి పైన ఇతడి సంతకం ఉండేది.

3. మంత్రి : ఇతడు స్వదేశీ వ్యవహారాల మంత్రి. ఛత్రపతి కార్యక్రమాలు, కొలువు కూటంలో జరిగే ముఖ్య సంఘటనలు, విధి విధానాలు రాసి లిఖిత పూర్వకంగా భద్రపరచడం ఇతడి విధి. మంత్రిని వఖియ-నావిస్ అని కూడా పిలిచేవారు.

4. సచివ్ : ఇతడు అంతరంగిక వ్యవహారాల మంత్రి. సచివ్‌కు షురు-నావిస్ అనే పేరు కూడా ఉంది. రాజ ఉత్తరాలను, అధికార ప్రకటనలను సరిగా రాయించడం, రాజ ముద్రికను వేయడం

ఇతడి విధులు. పరగణా,మహల్ పాలనా విభాగాల జమాఖర్చులను తనిఖీ చేయడం కూడా ఇతడి అధికార పరిధిలోనిదే.

5. సుమంత్ : ఇతడు విదేశీ వ్యవహారాలను పర్యవేక్షించే మంత్రి. విదేశీ రాజ్యాలతో సంబంధాలు, యుద్ధాలు, శాంతి ఒడంబడికలు సాగించి సంబంధ బాంధవ్యాలు నెలకొల్పడం ఇతడి విధులు.

6. సేనాపతి : ఇతడు సైనికశాఖకు ఆధిపత్యం వహించేవాడు. సైనికుల నియామకం, క్రమశిక్షణ ఇతడి బాధ్యతలు. యుద్ధరంగంలో ఎక్కడెక్కడ, ఏయే సైన్యాలను నియోగించాలో ఇతడే నిర్ణయించేవాడు.

7. పండిత్‌రావ్ : ఇతడు మత విషయాలకు అధిపతి. ఇతడిని ధనాధ్యక్ష అని కూడా వ్యవహరించేవారు. దాన ధర్మాలు, విద్యాపోషణ, ముఖ్య పండుగలు, మతపరమైన తిథులకు తేదీలు నిర్ణయించడం ఇతడి విధులు. మతపరమైన వివాదాలలో న్యాయాధీశుడుగా కూడా పండిత్‌రావ్ వ్యవహరించేవాడు. మతసంస్థలరక్షణ, గోబ్రాహ్మణ రక్షణ, మత సూత్రాల ఆచరణ, రాజ్యంలో ప్రజలు నీతివంతమైన జీవితాన్ని సాగించేటట్లు చూడటం ఇతడి బాధ్యతల్లోకి వస్తాయి.

8. న్యాయాధీశ్ : ఇతడు న్యాయశాఖ మంత్రి. చక్రవర్తి అనంతరం రాజ్యంలో న్యాయాధీశ్ ఉన్నత న్యాయాధిపతి.

పండిత్‌రావ్, న్యాయాధీశ్ ఇరువురు తప్ప అష్టప్రధాన్‌లలోని మిగిలిన ఆరుగురు మంత్రులు అవసరకాలంలో సైనిక విధులను కూడా తప్పనిసరిగా నిర్వహించాలి. దీన్ని అష్టప్రధాన్ ప్రత్యేకతగా చెప్పవచ్చు. వీరి పదవీకాలం చక్రవర్తి ఇష్టాయిష్టాలపై ఆధారపడి ఉండేది. వీరి సేవలకు ప్రతిఫలంగా భూములకు ప్రతిగా నెల జీతాలు శివాజీ నిర్ణయించాడు. ఈ పదవులు వంశపారంపర్యం కాదు.

రాష్ట్ర, స్థానిక ప్రభుత్వాలు

పరిపాలనా సౌలభ్యం కోసం శివాజీ తన స్వరాజ్యన్ని నాలుగు ఉపరాజ్యాలుగా (రాష్ట్రాలుగా) విభజించాడు. ప్రతి ఉపరాజ్యం ప్రాంత్‌లుగా, ప్రాంత్‌లు పరగణాల కింద, పరగణాలు తరఫ్‌లుగా, తరఫ్‌ను మోజాలుగా విభజించడం జరిగింది. ఉపరాజ్యానికి అధిపతి వైస్రాయ్ లేదా రాజప్రతినిధి. చక్రవర్తికి మాదిరిగా ఇతడికి కూడా ఎనిమిది మంది ముఖ్య ఉద్యోగులు పరిపాలనలో సహకరించేవారు. ముఖ్యదేశాధికారి ప్రాంత్ అధికారి. హవల్‌దార్ తరఫ్‌కు బాధ్యత వహించేవాడు. పాలనా యంత్రాంగంలో గ్రామం కడపటి విభాగం. పటేల్, కులకర్ణి గ్రామాధికారులు. అనాదిగా వస్తున్న సాంప్రదాయాలను అనుసరించి గ్రామ పాలన జరిగేది.

రెవిన్యూ విధానం

'స్వరాజ్' విస్తీర్ణంలో చిన్నది. సహజంగా పర్వతమయం కావడంవల్ల ఆదాయ మార్గాలు తక్కువగా ఉండేవి. రెవిన్యూ విధానంలో శివాజీ చాలా వరకు తోడర్‌మల్, మాలిక్ అంబర్‌ల విధానాన్నే అనుసరించడం జరిగింది. కథి అనే కొలతబద్ధతో భూమిని సర్వే చేయించి, కొలిచిన భూమిని పట్టాల ద్వారా రైతులకు పంచిఇచ్చాడు. పన్నువేలంవేసే పద్ధతిని రద్దుచేశాడు. పండిన పంటలో 1/4 వంతు పన్నుగా విధించాడు. తరవాత అనేక చిల్లర పన్నులను రద్దు చేసి భూమి పన్నును 1/3

వంతుగా పెంచాడు. దీంతో ఉద్యోగులతో నిమిత్తం లేకుండా రైతు తానెంతశిస్తు ప్రభుత్వానికి చెల్లించాలో శాశ్వతంగా నిర్ణయమైంది. శిస్తు ధనరూపంలో గానీ, ధాన్యరూపంలో గాని చెల్లించడానికి రైతుకి వెసులుబాటును కల్పించడమైంది. వ్యవసాయాన్ని ఇతోధికంగా ప్రోత్సహించడం జరిగింది. రైతు తన ఫలసాయాన్ని తన ఇష్టం వచ్చినట్లు వినియోగించుకోవడానికి స్వేచ్ఛను ఇవ్వడం జరిగింది. జమీందారీ విధానం రద్దయి రైత్వారీ విధానం అమల్లోకి వచ్చింది. పన్నులు వసూలు చేసే అధికారులకు జాగీర్లకు బదులు జీతాలను చెల్లించడం జరిగింది. కానీ, వారికి ఎలాంటి రాజకీయాధికారాలు లేకుండా చేసి శివాజీ జాగ్రత్తపడ్డాడు. అతివృష్టి, అనావృష్టి కాలాల్లో ప్రభుత్వం రైతులకు వాయిదా పద్ధతిపై రుణాలు మంజూరు చేసింది. విత్తనాలు, పశువుల పంపకం కూడా జరిగింది. అందువల్లనే "శివాజీ కాలంలో లెక్కలు ఎంతో జాగ్రత్తగా తయారు చేసేవారని, రైతులకు ఎలాంటి కష్టం కలగలేదని" కెనడీ అభిప్రాయపడగా, "శివాజీ పాలన దయతో నిండి సమర్థంగా నడిచిందని, ప్రజల అభివృద్ధికి అనుకూల వాతావరణం ఏర్పడిందని" గ్రాంట్‌డఫ్ పేర్కొన్నాడు. స్వరాజ్ వెలుపల శివాజీ తాను నేరుగా పాలించని ప్రజల నుంచి "చౌత్", "సర్దేశ్‌ముఖి" అనే పన్నులను వసూలు చేశాడు. మహారాష్ట్రుల దోపిడీ దండయాత్రలకు గురికాకుండా ఉండేందుకు కొన్ని ప్రాంతాల నుంచి వసూలు చేసే పన్ను 'చౌత్'. ఇది జిల్లా మొత్తం మీద అంచనా వేసిన ఆదాయంలో నాలుగోవంతు ఉండేది. సర్దేశ్‌ముఖిని శివాజీ గౌరవార్థం చెల్లించడమైంది. ఈ పన్ను జిల్లా మొత్తం ఆదాయంలో పదోవంతు ఉండేది. చౌత్, సర్దేశ్‌ముఖి పన్నులు శివాజీ అధికారం త్వరగా విస్తరించడానికి మంచి అవకాశాన్ని కలిగించాయి.

సైనిక పాలన

శివాజీ గొప్ప యోధుడు. సైనిక వ్యూహ రచనా చతురుడు. తన రాజ్యం శత్రు పరివేష్టితమై ఉన్నందువల్ల శివాజీ సైనిక పాలనకు ఎంతో ప్రాధాన్యం ఇవ్వవలసి వచ్చింది. యాదవ రామచంద్రుని కాలంలో మహారాష్ట్రులకు స్థిర సైన్యం అంటూ ఏదీలేదు. మాలిక్ అంబర్ కాలంలో వ్యవసాయ పనులు చేసుకొనే వారిని తాత్కాలిక సైనికులుగా నియమించేవారు. అంతేకాకుండా బాణాలు వేయడం, బరిసెలు విసరడం తప్ప వీరికి తుపాకులు, ఫిరంగులు ఉపయోగించడంలో శిక్షణలేదు. ఈవిధానం సరైందికాదని భావించి శివాజీ దాన్ని రద్దు చేశాడు. సిద్ధ సైన్యాన్ని నెలకొల్పి వారికి సంవత్సరమంతా జీతాలిచ్చే పద్ధతిని శివాజీ మొట్ట మొదటిసారిగా ఏర్పాటు చేశాడు. విభిన్నమైన భౌగోళిక పరిస్థితులు కలిగిన మహారాష్ట్ర ప్రాంతంలో సైన్యం అత్యంత చురుకుగా సంచరించేలా చర్యలు చేపట్టాడు. గెరిల్లా యుద్ధంలో మహారాష్ట్ర సైనికులు సిద్ధహస్తులు. సైన్యం పరిరక్షణ బాధ్యతను తానే స్వయంగా పర్యవేక్షించేవాడు. సైన్యంలోని సైనికులు చూపే ప్రతిభాపాటవాలను బట్టి వారికి వివిధ హోదాలను కల్పించడమే కాకుండా, ఏడాది పొడవునా జీతాలు చెల్లించే ఏర్పాట్లు చేశాడు. సైన్యాధ్యక్షుని 'సేనాపతి' అని పిలిచేవారు. ఇతడు అష్టప్రధాన్‌లలో ఒకడు. కానీ యుద్ధ సమయంలో చక్రవర్తే స్వయంగా సైన్యాన్ని నడిపించేవాడు. హిందువులు, ముస్లిమ్‌లు అనే తారతమ్యం లేకుండా సామర్థ్యాన్ని బట్టి సైనికుల నియామకం జరిగింది. ధైర్యసాహసాలు, శౌర్యం ప్రదర్శించిన సైనికులకు శివాజీ ప్రత్యేక బహుమతులను ఏర్పాటుచేశాడు. సైనికుల నియామకంలో సామర్థ్యానికి ప్రాధాన్యం ఇవ్వడంవల్ల దేశం నలుమూలల నుంచి సమర్థులైన యువకులు వచ్చి శివాజీ సైన్యంలో చేరారు. శివాజీ సైన్యంలో

40 వేల అశ్వికదళం, లక్ష కాల్బలం, 1360 గజబలం, 3 వేల ఒంటెలు ఉండేవి. అంతేకాకుండా, శివాజీకి రెండు వందల యుద్ధనౌకలు, ఎనభై ఫిరంగులు ఉండేవి. 1659 నాటికే శివాజీ నౌకాదళ ప్రాముఖ్యాన్ని గుర్తించాడు. కొలాబాలో పటిష్టమైన నౌకాదళాన్ని ఏర్పాటు చేసుకొని అతడు దూరదృష్టిని ప్రదర్శించాడు. అందుకనే శ్రీవాత్సవ "మధ్యయుగంలో నౌకాదళ నిర్మాణావసరాన్ని గుర్తెరిగిన మొదటి భారతీయ పాలకుడు శివాజీ" అని ప్రశంసించాడు.

ప్రతి 25 మంది సైనికులకు ఒక నాయకుడు, ప్రతి ఐదు మంది నాయకులకు ఒక హవల్‌దార్, ప్రతి ఐదు మంది హవాల్‌దార్లకు ఒక జువల్‌దార్, ప్రతి పది మంది జువల్‌దార్లకు ఒక హజారీ, ఐదుగురు హజారీలపై ఒక పాంచ్ హజారీ ఉండేవాడు. పాంచ్ హజారీపై అధికారి సర్నోబత్- ఇలా విభిన్న రీతులలో సైనిక నియామకం జరిగింది. శివాజీ సైనిక విధానంలో కోటలు అత్యంత ప్రాధాన్యం సంతరించుకున్నాయి. కోటల రక్షణకోసం ప్రత్యేక శ్రద్ధ తీసుకోవడమైంది. శివాజీ 280 కోటలను నిర్మించి, వాటిలో సుశిక్షితులైన సైనికులను నియమించాడు. వీటి నిర్మాణంలో ఎంతో ధనాన్ని వెచ్చించాడు. ప్రతికోట 'హవల్‌దార్', 'సాబ్నిస్', 'సార్నొబత్' అనే ముగ్గురు సమాన హోదా కలిగిన అధికారుల అజమాయిషీలో ఉండేవి. శివాజీ సైనిక క్రమశిక్షణ విషయంలో అత్యంత శ్రద్ధ కనబరిచాడు. సైన్యంవెంట స్త్రీలను అనుమతించేవాడు కాదు. పరిచారికలు, నాట్యగత్తెలను యుద్ధరంగానికి తీసుకువెళ్ళడాన్ని నిషేధించాడు. సైన్యంవెంట తీసుకువెళ్ళే సామగ్రి పరిమితంగా ఉండేది. శత్రు రాజ్యాలపై దాడి చేసేటప్పుడు స్త్రీలను, పిల్లలను రక్షించాలని శివాజీ ఆదేశించాడు. ఎంతటి వారైనా చట్టాన్ని అతిక్రమించే ప్రయత్నం చేసినట్లయితే కఠినంగా శిక్షించేవాడు. యుద్ధంలో విజయం వరించినప్పుడు బ్రాహ్మణులకు భూరిదానాలు ఇచ్చేవాడు. యుద్ధంలో కొల్లగొట్టిన ధనరాశు లను, విలువైన వస్తువులను, సైనికులు ప్రభుత్వ ఖజానాకు జమ చేయవలసిందే. ఖాఫీఖాన్ 'శివాజీ తాను జయించిన రాజ్యాలలో కొల్లగొట్టిన ఎన్నో విలువైన వజ్రవైఢూర్యరత్నఖచిత మాణిక్యాలను స్వంతం చేసుకొని, ఖజానాలో నింపి, తన రాజ్య పరిపుష్టికి వినియోగించాడు' అని పేర్కొన్నాడు. ఇంతటి క్రమ శిక్షణ కలిగి ఉన్నందువల్లే 17వ శతాబ్ది భారతదేశ సైనికచరిత్రలో మహారాష్ట్ర సైన్యం ఎంతో ప్రాధాన్యం సంతరించుకొంది.

మత విధానం

శివాజీ సనాతన హిందూ ధర్మంలో విశ్వాసం కలవాడు. అయినప్పటికీ ఇతర మతాలపట్ల సహనం ప్రదర్శించేవాడు. అంతేకాకుండా స్వరాజ్‌లోని ముస్లిమ్‌లందరికీ మత స్వేచ్ఛను ప్రసాదించాడు. ముస్లిం పవిత్ర గ్రంథాలను, యాత్రా స్థలాలను గౌరవంగా చూశాడు. హిందూ దేవాలయాలకు ఏవిధంగా నిధులు సమకూర్చాడో, అదే విధంగా ముస్లిం పవిత్ర క్షేత్రాలకు నిధులు కేటాయించాడు. వాటికి భూములను, ఆస్తులను సమకూర్చాడు. బాబాయాఖుత్‌కలూషి అనే ముస్లిమ్ సన్యాసి సమాధిపై దర్గాను నిర్మింపజేశాడు. యుద్ధసమయంలో ముస్లిమ్‌ల పవిత్ర గ్రంథమైన ఖురాన్ ప్రతులు సైన్యం చేతుల్లోపడితే, వాటిని తన ముస్లిమ్ సైనికులకు అందజేసేవారు. శివాజీ ముస్లిమ్ స్త్రీలపట్ల అమిత గౌరవాన్ని ప్రదర్శించాడు. బందీలుగా చిక్కిన ముస్లిం మహిళలను ఆదరణతో చూడాలని, ఆజ్ఞలు జారీ చేశాడు. తన ఆజ్ఞలను ధిక్కరించిన సైనికులను కఠినంగా శిక్షించాడు.

శివాజీని అమితంగా ద్వేషించే ముస్లిమ్ చరిత్రకారుడు ఖాఫీఖాన్ కూడా శివాజీ మత సహనాన్ని అమితంగా ప్రశంసించాడు. ప్రభుత్వోద్యోగాల్లో, సైనికుల నియామకాల్లో ముస్లిమ్‌లపట్ల శివాజీ ఎలాంటి వివక్షతా ప్రదర్శించలేదు.

శివాజీ అత్యున్నతమైన అధికారం కలిగిన మేధావి. ఒక చిన్న జాగీర్దార్ కుమారుడైన ఇతడు 'ఛత్రపతి' స్థాయికి ఎదిగాడు. అనేక యుద్ధాలు చేసి మహారాష్ట్రులను ఒక జాతిగా రూపొందించాడు. మరాఠాల దృష్టిలో శివాజీ మానవాతీత శక్తులు కలిగిన మహామనిషి. పరిపాలనా సంబంధమైన ఎలాంటి క్లిష్టసమస్యనైనా అర్థం చేసుకోగల ప్రతిభాపాటవాలు కలిగిన వ్యక్తి. నిరక్షరాస్యుడైనా, గొప్ప దౌత్యవేత్త. హిందూ మతాభిమాని అయినా, ముస్లిం మతానికి చెందిన గొప్ప వ్యక్తులను సన్మానించి, సత్కరించాడు. ముస్లిం మతస్థుల మసీదుల నిర్మాణానికి సాయం అందించాడు.

పీష్వాల యుగం

మహారాష్ట్ర చరిత్రలో పీష్వాల యుగం ప్రాధాన్యం కలిగి ఉంది. 1713లో బాలాజీ విశ్వనాథ్‌తో ఆరంభమైన పీష్వాల యుగం 1818 వరకు కొనసాగింది. వీరి పాలనా కాలంలో మహారాష్ట్రుల ప్రాబల్యం ఆసేతు హిమాచల పర్యంతం విస్తరించింది. మహారాష్ట్ర అధికార విస్తరణ కోసం వీరు అటు మొగలులతో, ఇటు ఆంగ్లేయులతో కూడా పోరాటం కొనసాగించారు. పీష్వాల యుగంలో మొత్తం ఏడుమంది పాలించారు. వీరిలో మొదటి ముగ్గురు పీష్వాలు ముఖ్యమైనవారు. పీష్వాలలో మొదటి బాజీరావు అత్యంత సమర్థత కలిగిన వాడు కాగా, రెండో బాజీరావు అతిబలహీనుడు.

బాలాజీ విశ్వనాథ్ (క్రీ.శ. 1713-1720)

పీష్వా పదవినలంకరించిన ప్రథముడు బాలాజీ విశ్వనాథ్. మొగలు దర్బారులో జరుగుతున్న కుట్రలు, కుతంత్రాలను ఆధారం చేసుకొని మహారాష్ట్రుల ఆధిపత్యాన్ని కొనసాగించాలని బాలాజీ విశ్వనాథ్ పథకం రూపొందించుకున్నాడు. ఇదే సమయంలో సయ్యద్ సోదరులు మొగలు పాదుషాలను కీలుబొమ్మలుగా చేసి అధికారాన్నంతా తమ హస్తగతం చేసుకోవడం జరిగింది. సయ్యద్‌సోదరులు, మొగలు చక్రవర్తి ఫరూక్సియార్‌ను సింహాసనం నుంచి తప్పించే విషయంలో బాలాజీ విశ్వనాథ్ సహాయం కోరారు. అందుకు సమ్మతించి బాలాజీ ఢిల్లీ వెళ్ళి సయ్యద్ సోదరులతో 1714లో ఒక ఒప్పందం కుదుర్చుకున్నాడు. దీని ప్రకారం శివాజీ సంపాదించిన ప్రాంతాలన్నిటిని సాహు తిరిగి ఇవ్వడానికి, మహారాష్ట్రుల సార్వభౌమత్వాన్ని మొగలులు గుర్తించడానికి, దక్కన్‌లోని ఆరు మొగలు సుబాలలో చౌత్, సర్దేశ్‌ముఖిలను వసూలు చేసుకొనే హక్కు మహారాష్ట్రులు దక్కించుకున్నారు. అందుకు ప్రతిఫలంగా బాలాజీ ఏడాదికి 15 లక్షల కప్పాన్ని కట్టడానికి, 15000 అశ్వికదళంతో మొగలులకు యుద్ధంలో సహాయపడటానికి అంగీకరించాడు. ఈవిధంగా మహారాష్ట్రుల ప్రభావం భారతదేశమంతా వ్యాపించింది.

మహారాష్ట్ర సమ్మేళనం

శివాజీ స్థాపించిన పరిపాలనా విధానం రాజారామ్ కాలంలో అంతమై జాగీర్దారీ విధానం అమలులోకి వచ్చింది. పరిస్థితుల కారణంగా ఛత్రపతి ఇతర మహారాష్ట్ర నాయకులకు సర్వాధికారాలను

ఇవ్వవలసి వచ్చింది. దాంతో వారు ఆయా ప్రాంతాలలో స్వతంత్రులై ఛత్రపతిగా సాహును గుర్తించలేదు. అలాంటి వారిలో నాగపూర్‌లోని రఘూజీ భోన్స్లే, బరోడాలోని పిల్లాజి గైక్వాడ్, ఇండోర్‌లోని మల్హర్‌రావ్ హోల్కార్, గ్వాలియర్‌లోని రానోజి సింధియా ముఖ్యులు. ఇలాంటి సమయంలో జాగీర్దారీ విధానాన్ని రద్దుచేయడం అసాధ్యమని గ్రహించి, పీష్వా రాజనీతిని ప్రదర్శించాడు. జాగీర్దార్లు ఛత్రపతికి విధేయులై ఉండేట్లు ఒప్పించి, వారికి దక్కన్ సుబాలో చౌత్, సర్దేశ్‌ముఖి పన్నులు వసూలు చేసే అధికారం ఇచ్చాడు. 1/3 వంతు పన్నును ఛత్రపతికి ఇచ్చే విధంగా వారిని ఒప్పించాడు. వారందరిని ఒక కూటమిగా ఏర్పరిచాడు. దీనికి మహారాష్ట్ర సమ్మేళనమని పేరు. ఈ విధంగా మహారాష్ట్రులలో ఐక్యత సాధించగలిగారు.

మొదటి బాజీరావు (క్రీ.శ.1720-1740)

బాలాజీ విశ్వనాథ్ మరణానంతరం అతడి కుమారుడు మొదటి బాజీరావుని 1720లో పీష్వాగా నియమించడమైంది. బాజీరావు విజ్ఞుడైన రాజనీతిజ్ఞుడు, గొప్ప సాహసి, ఉన్నత ఆదర్శాలు కలవాడు. యుద్ధతంత్రంలో గొప్ప ప్రతిభాశాలి. మహారాష్ట్రుల సైనికశక్తిని పెంచి మధ్య భారతదేశం నుంచి మొగలాయిలను తరిమివేసి, అక్కడ మహారాష్ట్రుల ఆధిపత్యాన్ని స్థాపించాడు. కృష్ణానది నుంచి నర్మదానది వరకు మహారాష్ట్రుల అధికారాన్ని ఏర్పరచడమే బాజీరావు కర్తవ్యం. దీనికోసం తన సైన్యాన్ని పునరుద్ధరించుకొని 1731లో కదనరంగంలోకి దూకాడు. ఇతడి పాలనా కాలంలో మహారాష్ట్రులు మాళ్వా, గుజరాత్, బుందేల్ ఖండ్‌లను స్వాధీనపరచుకున్నారు. అనంతరం వీరి సైన్యం ఢిల్లీపైకి నడిచింది. మొగల్ చక్రవర్తికి సహాయపడేందుకు హైదరాబాదు నిజాం-ఉల్-ముల్క్ దక్కన్ నుంచి పెద్ద సైన్యంతో బయలుదేరి వచ్చాడు. కానీ 1738లో భోపాల్ వద్ద నిజాం-ఉల్-ముల్క్‌ను మహారాష్ట్రులు మట్టి కరిపించారు. దీంతో నిజాం యాభై లక్షల రూపాయల నష్టపరిహారాన్ని మహారాష్ట్రులకు చెల్లించవలసివచ్చింది. ఈ విజయంతో మహారాష్ట్రుల కీర్తి ప్రతిష్ఠలు ఉన్నత స్థాయిని అందుకొన్నాయి. ఆ తరవాత మొదటి బాజీరావు పోర్చుగీస్ వారి సాల్‌సెట్టి, బసేన్‌లను క్రీ.శ. 1739లో వశపరచుకొని, పీష్వాలలోనే కడుసమర్థుడిగా పేరుగాంచాడు. అందుకే బాజీరావుని "మూర్తీభవించిన హిందూశక్తి"గా ప్రశంసించడం జరిగింది.

బాలాజీ బాజీరావు (క్రీ.శ. 1740-61)

బాజీరావు తరవాత అతడి పెద్ద కుమారుడు బాలాజీ బాజీరావు పీష్వాపీఠానికి వచ్చాడు. పీష్వా అయ్యే నాటికి బాజీరావు వయస్సు 18 సంవత్సరాలు. ఇతడికి నానాసాహెబ్, బాలాజీ రావు అనే పేర్లు కూడా ఉన్నాయి. బాలాజీరావు శక్తి సామర్థ్యాలలో, యుద్ధతంత్ర నిపుణతలో, రాజనీతి చతురతలో తన తండ్రి అంతటి సమర్థుడు కాదు. అయినా పరిపాలనా దక్షతకలవాడు. యుద్ధోన్మాది కానప్పటికీ, యుద్ధానికి వెనుకాడనివాడు. తండ్రి మాదిరి ఇతడు కూడా మహారాష్ట్ర రాజ్య విస్తరణకు కంకణం కట్టుకున్నాడు. బాలాజీ పీష్వా పదవిని స్వీకరించిన అనతి కాలంలోనే తనకు కుడి భుజమైన చిమ్నాజీ అప్పా మరణించాడు. అయినప్పటికీ యోధులైన రఘునాధరావు (రఘోబా), సదాశివరావ్‌బావేల అండతో తన తండ్రి సైతం సాధించలేని విజయాలను చేజిక్కించుకున్నాడు. బాలాజీ పాలనా కాలంలో పీష్వా పదవి ఎంతో బలపడింది. ముఖ్యంగా 1748లో సాహు

మరణానంతరం రాజ్యానికి వచ్చిన ఛత్రపతులందరూ అనామకులు, అలంకార ప్రియులు. అందువల్ల పీష్వా సర్వాధికారి అయ్యాడు. ఇతడి పాలనా కాలంలో మహారాష్ట్ర రాజ్యం అత్యంత ఉచ్ఛదశకు చేరుకుంది. మహారాష్ట్రులు అనేక కొత్త ప్రాంతాలను జయించారు.

సాహు మరణానంతరం, తారాబాయి మనవడు రామరాజు ఛత్రపతి అయ్యాడు. రామరాజు అసమర్థుడు కావడంతో బాలాజీరావు అతడిని పూనాకు రప్పించి అతడితో 'సంగోలా సంధి' చేసుకొన్నాడు. ఈ సంధి ప్రకారం ఛత్రపతి నామమాత్ర అధికారి అయి పీష్వాయే మహారాష్ట్ర కూటమికి నాయకుడయ్యాడు. పూనా మహారాష్ట్రుల అధికార కేంద్రమైంది. దీంతో అసంతృప్తికిలోనైన తారాబాయి, దామాజీగైక్వాడ్‌తో చేతులు కలిపి తిరుగుబాటుకు ప్రయత్నించింది. బాలాజీరావు వారి తిరుగుబాటును అణచి, తన నాయకత్వాన్ని అంగీకరించేటట్లు సంధి కుదుర్చుకున్నాడు. తారాబాయి పీష్వాతో రాజీకి వచ్చి తను జీవించినంత కాలం బాలాజీరావు ఆధీనంలోనే ఉండి 1763లో మరణించింది.

అహ్మద్‌షా అబ్దాలీ దండయాత్రలు

అహ్మద్‌షా, అబ్దాలీ తెగకు చెందిన ఆఫ్ఘన్ జాతీయుడు. నాదిర్షా హత్యానంతరం 1747లో పర్షియా పాలకుడయ్యాడు. 1748లో లాహోరును ఆక్రమించుకొన్నాడు. తిరిగి 1750లో పంజాబ్‌ను చేజిక్కించుకున్నాడు. ఢిల్లీని ఆక్రమించుకోడానికి సర్‌హింద్ చేరిన అహ్మద్‌షా అబ్దాలీని, మొగలు సైన్యం రాజపుత్రుల అండతో తరిమికొట్టింది. 1748లో మొహ్మద్‌షా తరవాత మొగలు సుల్తాను అయిన అహ్మద్‌షా అసమర్థుడు, బలహీనుడు. రాజ్యాన్ని సుస్థిరంగా ఉంచగలిగే శక్తిసామర్థ్యాలు అతడిలో కొరవడ్డాయి. దీంతో రొహిల్లాలు, పఠాన్లు అహ్మద్‌షా అబ్దాలీని ఢిల్లీపై దండెత్తమని ఆహ్వానించడం జరిగింది. వారి ఆహ్వానం మేరకు అబ్దాలీ భారతదేశంపై దండెత్తడంతో మొగల్ వజీర్ సఫ్దర్ జంగ్ 1752లో మహారాష్ట్రులతో సంధి చేసుకొన్నాడు. ఈ సంధి ప్రకారం మొగల్ చక్రవర్తిని ఆంతరంగిక, విదేశీదాడుల నుంచి పీష్వా రక్షించాలి. అందుకు ప్రతిఫలంగా పంజాబ్, సింధ్, దోఆబ్‌లలో చౌత్ వసూలు చేసుకొనే అధికారం మహారాష్ట్రులకు చెందుతుంది. అయితే ఈ సంధి షరతులకు మొగల్ పాదుషా అంగీకరించక, పంజాబ్, ముల్తాన్‌లను అబ్దాలీకిచ్చి సంధికుదుర్చుకున్నాడు. ఈలోగా సఫ్దర్ జంగ్ మరణించి, అతడి స్థానంలో ఘిజా ఉద్దేలా వజీరై ఢిల్లీ రాజకీయాల్లో కీలక పాత్ర పోషించడం ప్రారంభించాడు. క్రీ.శ. 1754 జూలై 2న ఢిల్లీ చక్రవర్తి అయిన అహ్మద్‌ను హత్య చేసి, రెండో ఆలంఘీర్ పట్టాభిషిక్తుడయ్యాడు. దీనికి కారకుడు ఘియాజుద్దీన్. అతడు మహారాష్ట్రుల సహకారంతో ఈ కార్యాన్ని సాధించాడు. అందుకు ప్రతిఫలంగా ఘియాజుద్దీన్ మహారాష్ట్రులకు పెద్ద మొత్తంలో ధనాన్ని చెల్లించాడు. అనంతరం ఘియాజుద్దీన్ మోర్‌మునీంను పంజాబ్ గవర్నర్‌గా నియామకం చేశాడు. ఈ చర్య అబ్దాలీ కోపానికి కారణమైంది. అందువల్ల అబ్దాలీ క్రీ.శ. 1757లో సింధు నదిని దాటి సర్‌హింద్ చేరుకొన్నాడు. అనంతరం ఢిల్లీ నగరం పై దాడిచేసి, దాన్ని ఆక్రమించాడు. క్రీ.శ. 1757 జనవరి 21న తన పేరిట కుత్బా కూడా చదివించుకున్నాడు. ఆ తరవాత ఢిల్లీలో దారుణ హత్యాకాండ జరిగింది. మధుర, బృందావన్, గోకుల్ ప్రాంతాల్లోని అనేక దేవాలయాలు అబ్దాలీ ఆగ్రహానికి గురయ్యాయి. అనంతరం పంజాబ్‌లో తన కుమారుడు తైమూర్‌షాను రాజప్రతినిధిగా నియమించి అబ్దాలీ స్వదేశానికి తిరిగి వెళ్ళాడు.

పంజాబును తిరిగి ఆక్రమించుకోవాలని భావించిన ఘియాజుద్దీన్ మహారాష్ట్రుల సహాయాన్ని అర్థించాడు. దీంతో రఘునాధరావు, మల్హార్‌రావు హోల్కార్‌లు పంజాబ్‌పై దండెత్తి, తైమూర్‌షాను పారదోలి పంజాబ్‌ను ఆక్రమించారు. అనంతరం సర్‌హింద్, లాహోర్‌లను స్వాధీనపరచుకొన్నారు. ఆ తరవాత మహారాష్ట్ర సైన్యాలు అటక్ వరకు దండెత్తి మహారాష్ట్ర పతాకాన్ని ఎగురవేయడం జరిగింది.

మూడో పానిపట్‌యుద్ధం (క్రీ.శ. 1761, జనవరి 14)

మహారాష్ట్రులు నాదిర్‌షా కుమారుడు తైమూర్‌షాను పంజాబ్ నుంచి తరిమివేయడంతో అబ్దాలీ, మహారాష్ట్రుల మధ్య యుద్ధం అనివార్యమైంది. దాంతో అబ్దాలీ క్రీ.శ. 1759 ఆగష్టులో సింధు నదిని దాటి లాహోర్‌ను వశపరుచుకొన్నాడు. సాబాజీ సింధియా ఢిల్లీకి పారిపోయాడు. మొగలు వజీర్ ఘియాజుద్దీన్ సుల్తాన్ రెండో ఆలంఘీర్‌ను హత్యచేయించి, మూడో షాజహాన్‌ను మొగల్ సింహాసనంపై కూర్చుండబెట్టాడు. ఇదే సమయంలో అబ్దాలీని ఎదుర్కోవడానికి వచ్చిన సింధియా, హోల్కార్‌లు ఓడిపోయారు. మహారాష్ట్రులను వ్యతిరేకించిన వారు అబ్దాలీ శిబిరంలో చేరారు. మరాఠా సైన్య అపజయాలను విన్న బాలాజీరావు పెద్ద సైన్యాన్ని ఏర్పాటు చేసి, సదాశివరావు బావే నాయకత్వంలో తన కుమారుడు విశ్వాసరావుతో సహా అబ్దాలీని ఎదిరించడానికి పంపాడు. సదాశివరావు ఢిల్లీని ఆక్రమించి రెండోషా ఆలమ్‌ను మొగల్ సింహాసనంపై ప్రతిష్ఠింపజేశాడు. ఈ విజయం సదాశివరావులో గర్వాన్ని పెంచింది. యుద్ధతంత్ర విషయంలో మహారాష్ట్రులలో ఏకాభిప్రాయం కుదరలేదు. జాట్ నాయకుడు సూరజ్‌మల్, మల్హార్‌రావు హోల్కార్ వంటి అనుభవజ్ఞులు, యుద్ధనిపుణులు ప్రత్యక్ష యుద్ధం వద్దని, గెరిల్లా యుద్ధం చేయమని బావేకు సలహా ఇవ్వడం జరిగింది. కానీ, వారి సలహాలను అతడు పెడచెవిన పెట్టి ముఖాముఖి యుద్ధానికి తలపడటంతో, సూరజ్‌మల్ తన సైన్యంతో యుద్ధరంగం నుంచి నిష్క్రమించాడు. చివరకు మొగలు చక్రవర్తి రెండో షాఆలమ్, అతడి వజీర్ షుజా ఉద్దౌలా కూడా మహారాష్ట్రులను వ్యతిరేకించి, అబ్దాలీని సమర్థించడం జరిగింది. సదాశివరావు బావే ముస్లిమ్‌లను అబ్దాలీ నుంచి భేదాభిప్రాయంతో వేరు చేయడానికి ప్రయత్నించాడు. కానీ అతడి ప్రయత్నాలు ఫలించలేదు. చివరకు క్రీ.శ. 1760 నవంబర్ నాటికి ఆఫ్ఘన్, మరాఠా సైన్యాలు చారిత్రాత్మకమైన పానిపట్ వద్దకు చేరుకున్నాయి.

యుద్ధరంగానికి చేరుకున్న అహ్మద్‌షా అబ్దాలీ విస్తృతమైన ఏర్పాట్లు చేసుకొన్నాడు. ఇదే సమయంలో మహారాష్ట్రుల సైనిక శిబిరాన్ని చుట్టుముట్టి వారికి ఆహార పదార్థాలు అందకుండా వ్యూహం పన్నాడు. దక్కన్ నుంచి రాకపోకలు పూర్తిగా స్తంభింపజేశాడు. దాదాపు రెండు మాసాలు మహారాష్ట్రులు వర్ణింపలేని బాధలను అనుభవించారు. సంధి కోసం సదాశివరావు చేసిన చివరి ప్రయత్నం కూడా విఫలమైంది. చివరకు మహారాష్ట్రులే క్రీ.శ. 1761, జనవరి 14న యుద్ధాన్ని ప్రారంభించారు. ప్రారంభంలో యుద్ధంలో మహారాష్ట్రులదే పై చేయిగా ఉంది. కానీ యుద్ధంలో అలసి, ఆకలితో బలహీనులైన మహారాష్ట్రులపై అబ్దాలీ, మిగిలి ఉన్న సైనికులు దాడి జరిపి భీకర మారణకాండ జరిపారు. ఉదయం తొమ్మిది గంటలకు ప్రారంభమైన యుద్ధం మధ్యాహ్నం నాలుగు గంటలకు ముగిసింది. యుద్ధంలో ఆఫ్ఘన్‌లు తిరుగులేని విజయం సాధించారు. "కనురెప్పపాటులో

మహారాష్ట్ర సైన్యం హారతి కర్పూరంలా హరించి పోయింది". విశ్వాసరావు, సదాశివరావు వంటి మహారాష్ట్ర వీరులు సహితం నేలకొరిగారు. వేలకొలది మహారాష్ట్ర సైనికులు యుద్ధ భూమిలో మరణించారు. నలభై వేలకు పైగా సైనికులు యుద్ధఖైదీలుగా పట్టుబడ్డారు. దీన్నే చరిత్రలో మూడో పానిపట్ యుద్ధంగా పిలుస్తారు. ఈ పరాజయంవల్ల పీష్వా బాజీరావు కృంగిపోయి, కొద్ది కాలానికే 'మహారాష్ట్ర ఉదయభానుడు అస్తమించాడు' అని విలపిస్తూ మరణించాడు.

యుద్ధ ఫలితాలు

భారతదేశ చరిత్రలో మూడో పానిపట్టు యుద్ధానికి అత్యంత ప్రాముఖ్యం ఉంది. ఈ యుద్ధం మహారాష్ట్రుల అధికారాన్ని, ప్రాభవాన్ని అంతమొందించింది. ముఖ్యంగా మహారాష్ట్రులకు ఈ పరాజయం జాతీయ విపత్తు అయింది. మహారాష్ట్రులు ప్రాణ, ధన నష్టాలే కాకుండా, మాన నష్టం కూడా చవిచూడవలసి వచ్చింది. పీష్వా అధికారం నేల మట్టం అయ్యింది. మహారాష్ట్ర రాజ్య కూటమి కదిలిపోయింది. సింధియా, హోల్కార్, భోన్స్లే, గయక్వాడ్‌లు స్వతంత్రులయ్యారు. మాళ్వా, రాజపుత్ర స్థానాలపై మహారాష్ట్రులు తమ నియంత్రణను కోల్పోయారు. నైజాం, మైసూర్ పాలకులు పుంజుకొని మహారాష్ట్రులపై ఎదురుదాడులు ప్రారంభించారు. మహారాష్ట్రులతో స్నేహం లాభదాయకం కాదని భారతదేశంలోని ఇతర రాజులకు అర్థమైపోయింది. పంజాబ్‌ను ఆఫ్ఘన్‌లకు, జాట్‌లకు వదిలి మహారాష్ట్రులు కేవలం రాజస్థాన్, బుందేల్ ఖండ్ ప్రాంతాలలోనే తమ అధికారాన్ని నిలుపుకొన్నారు. ముస్లిమ్‌లకు కూడా ఈ యుద్ధంవల్ల ఎలాంటి లాభం చేకూరలేదు. అహ్మద్‌షా అబ్దాలీ, తన రాజ్యంలో జరుగుతున్న కుట్రలవల్ల, సైన్యం తమ స్వస్థలానికి వెళ్ళాలని ఉవ్విళ్ళూరుతున్నందువల్ల స్వదేశానికి వెళ్ళవలసి వచ్చింది.

అబ్దాలీ పంజాబ్‌లో మహారాష్ట్రుల దాడులు జరగకుండా ఉండాలని కోరుకున్నందువల్ల అతడు 1763 లో పీష్వా మాధవరావుతో సంధి కుదుర్చుకున్నాడు. రోహిల్లా నాయకుడైన నజీబ్ ఉద్దౌలాను తన ప్రతినిధిగా ఢిల్లీలో ఉంచి, స్వదేశానికి వెళ్ళాడు. అబ్దాలీ నిష్క్రమణానంతరం 1762-1772 మధ్యకాలంలో పీష్వా మాధవరావు తిరిగి మహారాష్ట్ర ఔన్నత్యానికి పాటుపడ్డాడు. అయితే 1772లో అతడు చిన్న వయస్సులోనే మరణించగా, మహారాష్ట్రులకు సమర్థవంతమైన నాయకత్వం లేకుండా పోయింది. మూడో పానిపట్ యుద్ధం కంటే పీష్వా మాధవరావు మరణం మహారాష్ట్రులకు ఎంతో నష్టం కలిగించిందని గ్రాంట్‌డఫ్ అనే చరిత్రకారుడు అభిప్రాయపడ్డాడు.

మాధవరావు అనంతరం నారాయణరావు, మాధవ నారాయణరావు పీష్వా పదవిని నిర్వహించారు. ఆ తరవాత 1796లో పీష్వా పదవినలంకరించిన రెండో బాజీరావు పీష్వాలలో చివరివాడు. ఇతడి పాలనా కాలంలోనే ఇంగ్లీష్ ఈస్ట్ ఇండియా కంపెనీ పీష్వా పదవిని 1818లో రద్దు చేయడం జరిగింది. మూడో పానిపట్ యుద్ధం ఒక్క మహారాష్ట్ర జాతికే కాకుండా యావత్ భారతదేశానికి చేటు కలిగించిందని చెప్పక తప్పదు. "హిందూ-పద్-పద్‌షాహి" అనే మహారాష్ట్రుల నినాదం గాలిలో కలిసిపోయింది. అటు మహారాష్ట్రుల వైఫల్యం, ఇటు మొగలుల క్షీణత భారతదేశంలో తమ ఆధిక్యతను స్థాపించుకోడానికి ఆంగ్లేయులకు వీలు కలిగించాయి.

మరాఠ యుగంనాటి ఆర్థిక వ్యవస్థ

రాజ్యానికి ముఖ్య రాబడి శిస్తు, సరిహద్దు పన్ను, చౌత్, సర్దేష్ముఖీ అప్పుడప్పుడు యుద్ధాలలో కొల్లగొట్టిన ధనంగా ఉండేది. భూముల రూపంలో కాకుండా తన అధికారులకు శివాజీ జీతం ఇస్తూ ఉండేవాడు. భూములన్నీ సర్వే చేయబడినవి. ఐదింట రెండు వంతులు పంట రాజ్యపు వంతుగా శిస్తు కట్టాల్సి ఉండేది. రైతు ఔదార్యంగా చూడబడేవాడు. వ్యవసాయాన్ని అభివృద్ధిచేసే విధంగా జాగ్రత్త తీసుకొనేవారు. శివాజీ దాతృత్వం, ఉదారత, దయాగుణాలు కలవాడు. కొలత ప్రకారం భూమిశిస్తు విధిస్తూ ఉండేవారు. ఫలసాయం ప్రకారం భూములను వర్గీకరించేవారు. అవి, ఒకటో తరగతి (అవ్వాల్), రెండో తరగతి (దువ్వమ్), మూడో తరగతి (సువ్వమ్) బంజరు (వజత్). నీటి పారుదల ఉన్న భూములను బగత్ అనీ ఎండు భూములను జిరాయత్ అనీ అనేవారు. నేలసారం, పంట విస్తీర్ణత, పండించే పంట, వాడుతున్న నీటి పారుదల సదుపాయం, ఇవన్నీ పరిగణలో ఉంచుకొని భూమిశిస్తు మూల్యం నిర్ణయించేవారు. నగదు రూపేణా లేదా వస్తు రూపేణా శిస్తు వసూలు చేసేవారు.

వంశపారంపర్యానుగుణంగా రాజస్వ విభాగపు పదవులను అనుభవిస్తున్న దేశముఖ్, దేశపాండే, పటేల్, కులకర్ణీల విషయంలో శివాజీ మార్పులు తెచ్చి, వారిపై గట్టి నిఘా ఉంచుతూ వారి వద్ద నుండి రావలసిన ఆదాయాన్ని నిక్కచ్చిగా వసూలు చేస్తూ వారి అధికారాలను తగ్గించివేశాడు. షేర్ షా, మలిక్ అమ్బెర్‌లాగా మధ్యవర్తులను తొలగిస్తు, రాజు వ్యవసాయం చేసే భూస్వాముల మధ్య నేరుగా సంబంధం నెలకొల్పడానికి ప్రయత్నించాడు. పేద రైతులకు పశువులు, విత్తనాలు, వడ్డీలేని రుణాలు ఇవ్వాలని అధికారులకు ఉత్తరవులిచ్చాడు. సాగు చేసుకొనే వారు ఇంకా ఎక్కువ భూమిలో పంటలు పండించేటట్లు చూడాలని మరియు రైతు వద్ద నుంచి చిల్లి గవ్వ అయినా, అది ఆకు రెమ్మ అయినా సరే, లంచంగా తీసుకోకూడదని అధికారులను నిర్దేశించాడు.

శివాజీ వతన్దారీ పద్ధతికి వ్యతిరేకంగా ఉండేవాడు. అతడి సేవలకు బదులుగా అద్దె చెల్లించక్కరలేని వంశపారంపర్యంగా భూములను కలిగి ఉంటున్న వాడే వతన్దార్. కాని శివాజీ ఈ మధ్యయుగ వ్యవస్థను కొనసాగించాడు. అతను వారికి విరుద్ధంగా కాకుండా వారితో కలసి పని చేయవలసి వచ్చింది. కానీ తమ తమ విధుల్లో విఫలమైనవారి సంస్థానాలను శివాజీ స్వాధీనం చేసుకున్నాడు.

మహారాష్ట్రలో తగిన ఆదాయాన్ని పొందక పోయినందున, శివాజీ దానికోసం మొఘల్ సామ్రాజ్యానికి దక్కన్ రాజ్యాల భూములకు, చౌత్, సర్దేశ్‌ముఖిలు విధించి వసూలు చెయ్యవలసి వచ్చింది. ఒక వైపు తన సొంత ఖజానాను భర్తీ చేయడానికి తన ప్రత్యర్థుల ఆస్తిని శివాజీ ఉద్దేశపూర్వకంగా దోచుకున్నారు, ఇంకొక వైపు, తన విరోధులను బలహీనపరచేవాడు. మొఘల్ సామ్రాజ్యంలో భాగాల నుంచి రాష్ట్ర ఆదాయంలో 1/4 వ వంతు చౌత్ మరాఠా వంశపారంపర్య హక్కులను పేర్కొని వాటిలో పది శాతానికి అదనపు సహకార రూపంలో సర్దేష్ముఖిని వసూలు చేసేవారు.

'చౌత్' అని పిలవబడే ఈ విధింపుకి శివాజీ అసలు మూలం కాదని గమనించాలి. (అతనికి ముందు, రామ్నగర్‌కు చెందిన కోలి రాజా పోర్చుగీసు నుండి సేకరించేవాడు, అతను డయ్యు మరియు డామన్ ప్రాంతాలను తన సమీపంలో కలిగి ఉండేవాడు. రామ్నగర్ కోలీ రాజులు తరచూ చేస్తున్న దాడులను నివారించడానికి పోర్చుగీస్ కూడా వాటిని చెల్లించడానికి అంగీకరించింది. కాలక్రమంలో, శివాజీలో మరాఠాలు సైనిక పన్ను అంచనా వేసే ఈ పద్ధతిని అవలంబించారు.) చౌత్, సర్దేశ్ముఖిలను విధించడం ఒక హక్కుగా పరిగణించేవారు.

సర్దేశ్ముఖి ఆదాయంలో 10 శాతం సాంప్రదాయిక పన్ను. మరాఠీలు దీనిని 1648 లో మొట్టమొదటిసారిగా మొఘలు, డెక్కన్ సుల్తాన్ల కింద సుబాలపై విధించేవారు. సర్దేశ్ముఖి సంవత్సరానికి మరాఠాలకి సుమారు 80 లక్షల నుండి ఒక కోటి వరకు హూణులను చేరవేసేదని అంచనా. ఈ విరాళాల ద్వారా మరాఠాలు తమ ఆదాయ వనరులను పెంచుకున్నారు. వారి సొంత రాజ్యం వెలుపల ఉన్న ప్రాంతాలపై ఆధిపత్యం చేయగలిగారు.

వ్యవసాయం

వ్యవసాయం, పరిశ్రమలను మరాఠాలు అభివృద్ధి చేశారు. ప్రజల జీవనోపాధికి ప్రధాన వనరుగా వ్యవసాయం ఉండేది. ఈ కాలంలో వ్యవసాయం, పరిశ్రమ, వాణిజ్యం ప్రోత్సాహకరంగా ఉండేవి, కొత్తగా ఏర్పడిన స్వరాజ్‌కి ధనం కోసం ఆర్థిక పునాదిని సాధించడంలో మరాఠా ప్రయత్నాలకు అనర్గళ సాక్ష్యంగా ఉంది. శివాజీ, తరవాతి పేష్వాలు రాష్ట్ర ఆర్థిక ప్రయోజనాలను ప్రోత్సహించడానికి వ్యవసాయదారులు, కళాకారుల సౌకర్యాలను కాపాడటం ద్వారా అన్ని ప్రయత్నాలూ చేశారు.

నాగలి వ్యవసాయం, పత్తి, జొన్న సాగు ఎక్కువగా ఉండేదని తెలుస్తుంది. చెక్క ఇంధనం పుష్కలంగా అందుబాటులో ఉండటం వలన, ఆవు పేడను ఇంధనం కంటే ఎరువుగా ఎక్కువ ఉపయోగించినట్లు భావించవచ్చు. ఏదేమైనా, గ్రామంలోని వ్యవసాయం చేసుకొనేవారు టోకుగా శిస్తులు చెల్లించే బాధ్యత కలిగి ఉండేవారు. నీటిపారుదల ఆధారం సహజ, కృత్రిమ పద్ధతులలో ఉండేది. నూతులు, చెరువులు, జలాశ్రయాలు, కాలువలు అవసరమైన చోట నిర్మించబడ్డాయి. తోలు బొక్కెనలతో (బాల్చీ) పెర్సియన్ చక్రం, ఢెంకీ (మీట (లీవర్) సాయంతో పనిచేసే పద్ధతిమీద నడిచే ఉపకరణం), మోటర్ ద్వారా నీరు తోడే విధానం సర్వసాధారణంగా ఉపయోగించేవారు.

పరిశ్రమలు

వ్యక్తులే కాక ప్రభుత్వం కూడా కర్మాగారాలను నడుపుతూ ఉండేది. మధ్య యుగపు మరాఠా పారిశ్రామిక ఉత్పత్తులు పూర్తిగా హస్తకళల మీద ఆధారపడినవే. ఉత్పత్తి వారి సొంత గృహాల్లో, తమవైన సొంత పనిముట్లతో వ్యక్తిగత కళాకారులచే నిర్వహించబడుతూ ఉండేది. కుమ్మరి, వడ్రంగి, తోలు పని చాలా ముఖ్యమైన వ్యవసాయేతర గ్రామీణ పరిశ్రమలుగా ఉండేవి. అయితే, పట్టణ ప్రాంతాల్లో కళాకారులు సాధారణంగా అంగట్లో నగదు కోసం తమ ఉత్పత్తులను అమ్మేవారు. వినియోగం కోసం, రాజులు, ఉన్నతవర్గాలు కర్మాగారాలు నడిపేవారు.

నేత, లోహాలు, పట్టు (సిల్క్), శాలువలు, కాగితాలు, అద్దకాలు, ఇతర పరిశ్రమలు ఈ కాలంలో వర్ధిల్లినవి. బంగారం, వెండి, ఇత్తడి, ఇనుము, రాగి, ఇంకా ఎన్నో మిశ్రధాతువులతో

పనిచేసే లోహకారుల వృత్తులు ఈ కాలంలో అభివృద్ధి చెందాయి. నూలు బట్టలు నెయ్యడం మరాఠా గ్రామీణ క్షేత్రాలలో, అనుమానం లేకుండా, అగ్రగణ్యమైన పరిశ్రమగా ఉండేది. ఈ నేత పరిశ్రమ అద్దకం వంటి కొన్ని అనుబంధ పరిశ్రమలను కూడా ప్రోత్సహించింది. పైన పేర్కొనబడిన లోహాలు, టంకశాలలో నాణేల తయారీకి, దేవతామూర్తుల విగ్రహాలు చెయ్యడానికి, వంట పాత్రలు, పాత్ర సామగ్రి, తయారీలో ఉపయోగించబడ్డాయి. ఉప్పు తయారు చెయ్యడం మరాఠా రాజ్యపు కొంకణ్ ప్రాంతంలో ప్రధాన పరిశ్రమగా పోర్చుగీస్ గోవా వారితో పోటీదారుగా ఉండేది. యూరోపియన్ల వల్ల వచ్చే ప్రమాదాన్ని శివాజీ పసిగట్టి, స్థానిక ఉప్పు వ్యాపారులు పోర్చుగీస్ వారితో వ్యాపారం చెయ్యడాన్ని అరికట్టేందుకు అధిక సుంకాలను విధించేవాడు.

వాణిజ్యం: అంతర్గత, బహిర్గత వాణిజ్యాలు చురుగ్గా సాగుచుండేవి. మరాఠా సామ్రాజ్యం, చౌల్, ధాబోల్, కళ్యాణ్, భివాండి, రాజపూర్, వెంగుర్లా వంటి వాణిజ్య కేంద్రాలు తరచుగా మధ్యయుగంలో సంపన్న వాణిజ్య పారిశ్రామిక కేంద్రాలుగా సూచించబడ్డాయి. ఆ విధంగా అంతర్గత, బాహ్య వాణిజ్యం మరాఠా కాలంలో ఈ నౌకాశ్రయాల నుంచి వృద్ధి చెందింది. దక్కను వస్తువులన్నింటికీ చౌల్ గొప్ప మార్కెట్‌గా ఉండేది. పట్టు పరిశ్రమకు ప్రసిద్ధి చెందింది. ధనికులు నివసించే జన బాహుళ్య ప్రదేశమైన ధాబోల్ మంచి మంచి భవనాలతో, సొంపైన దేవాలయాలు, మసీదులతో, పశ్చిమ తీరాన రేవు పట్టణమై విరాజిల్లుచుండెను. నౌకా నిర్మాణానికి కావలసిన కలప కల్యాణ్, భివాండిలలో లభించేది. రాజాపూర్ కూడా ఒక వాణిజ్య కేంద్రమై గొప్ప వాణిజ్య వ్యాపారుల నౌకలు ఈ తీరం నుండి రెడ్ సీ (ఎర్ర సముద్రం), పెర్షియన్ గల్ఫ్ యొక్క నౌకాశ్రయాలతో చురుకైన వర్తకం చేసేది. ఈస్ట్ ఇండియా కంపెనీ సేవకుడు, విలియమ్ చాప్లిన్ తన నివేదికలో పేర్కొన్న ప్రకారం, మరాఠాలు కొనుగోలు లేదా విక్రయించబడుతున్న లేదా రవాణాలో ఉండే సరుకులపై యాభై రకాల సుంకాలను విధించేవారు.

వస్త్రాలు, సురేకారం, పంచదార, మిరియాలు, నీలిమందు, ఆహార ధాన్యాలు యూరోప్, పశ్చిమ ఆసియాలకు ఎగుమతుల ప్రధాన వస్తువులు కాగా, వాటి బదులు సీమ గుగ్గిలం (అంబర్), నల్లచేవ మాను (ఇబోనీ), దంతం (ఐవరీ) దిగుమతి చేసేవారు. ఎర్ర సముద్రం ప్రాంతం నుంచి భారతదేశం, ప్రత్యేకించి మరాఠాలు ప్రధానంగా అరేబియా, యెమెన్ గుర్రాలు, పగడాలు, తగరం, బంగారం, వెండి, ప్రభువులకు అవసరపడే విలాస వస్తువులు తెప్పించుకొనేవారు. వెనిస్, జెనోవా, లిస్బన్‌కు చెందిన యూరోపియన్ వర్తకులు, ఇక్కడి విలువైన వస్తువులను లెవాంటైన్, ఈజిప్షియన్ ఓడరేవుల గుండా, కొత్తగా తెరవబడిన కేప్ ఆఫ్ గుడ్ హోప్ మీదుగా యూరోప్‌కి పంపడానికి మధ్యవర్తులుగా వ్యవహరించేవారు. సంపన్న వ్యాపార వర్గాలు వారి ఎగుమతి దిగుమతి వ్యాపారాలు చేసుకోవడంలో బాగా నైపుణ్యం సంపాదించారు. రైతులు, కార్మికులు, ఇతర దిగువ ఆర్థిక వర్గాలు ఈ పాక్షిక శుష్క ప్రాంతంలో ఎక్కువగా బీదరికంలో మగ్గి పోయేవారు.

ప్రజలు అప్పట్లో శాంతి భద్రతలను కాంక్షించారు. ముస్లిమ్ శక్తుల దాడులనుండి రక్షణ కోరుకున్నారు. ఈ అవసరాలని మరాఠా ప్రభుత్వం ఎంతో నేర్పరితనంతో తీర్చింది. సమాజం మౌలికంగా భూస్వామ్య వ్యవస్థలో ఉండేది. కష్టజీవులు రెండుపూటలా తినడానికి నానా ఇబ్బంది పడుతూ ఉండగా, ఉన్నత వర్గాల వారు, భోగ భాగ్యాలను అనుభవిస్తూ ఉండేవారు. బహుభార్యాత్వం, బాలికా శిశుహత్యలు, బాల్య వివాహాలు, సతీసహగమనం లాంటి ఆచరణల వల్ల స్త్రీల సామాజిక

స్థితి అధోగతిలో ఉండేది. ఉన్నత వర్గపు స్త్రీల పరిస్థితి మరాఠీ సమాజంలో చాలా గర్హనీయంగా ఉండేది. చేతబడులు, క్షుద్రమంత్ర ప్రయోగాలు, మూఢనమ్మకాలు, జ్యోతిషం లాంటి వాటి మీద ప్రగాఢ నమ్మకం, సాంఘిక ఆచారాల మీద ఆధారపడడం వంటి విషయాలతో మరాఠా సమాజం కష్టాలను అనుభవించేది. భారతదేశంలో ఇతర ప్రదేశాలలో వలె మధ్య యుగపు మహారాష్ట్రలో మాతృత్వం సర్వత్రా గౌరవింపబడేది. కుల వ్యవస్థ, గ్రామ పెద్దతో కూడిన గ్రామం స్వయం ప్రతిపత్తితో కేంద్ర ప్రభుత్వంతో నిమిత్తం లేకుండా తన పనులు యధావిధిగా చేసుకునేది. మొత్తం మీద సాధారణ ప్రజలు కష్టపడి పనిచేసేవారు, నెమ్మదితనంతో స్థిరబుద్ధి కలిగి ఉండేవారు.

మరాఠభక్తి ఉద్యమం

శివాజీ, తరువాతి పేష్వాలు హిందూమతం అనుసరించేవారు. హిందూ సంస్కృతిని ముస్లిమ్ ఘాతకాలనుంచి కాపాడటానికి ఒక లక్ష్యంతో జీవించేవారు. అయితే, ముస్లిమ్ పాలన కింద ఉన్నా భూభాగాలను ఆక్రమించినా మరాఠాలు లౌకిక సిద్ధాంతం మీదే నిలబడి, మతంతో సంబంధం లేకుండా అన్ని మతాలవారికీ ధనసాయం చేసేవారు. మతపరంగా ప్రగాఢ నమ్మకం గలవాడైనా, శివాజీ ముస్లిం సాధువులను గౌరవించి, ముస్లిం ప్రార్ధనా స్థలాలకు భూములను, బహుమతులను ఇచ్చేవాడు. అతను దేవాలయాలు, మసీదుల కోసం మాన్యాలను ఇచ్చేవాడు. పండితులకు బహుమతులు, ఉచిత వేతనాలను మంజూరు చేసేవాడు. వేదాధ్యయనానికి అతడు గొప్ప పోషకుడిగా ఉండేవాడు. సిద్ధాంతపరంగా అది ఒక వివేకవంతమైన పరిమిత రాచరికం అని వర్ణించవచ్చు, ఒకరి నమ్మకం లేదా తరగతి ఆధారంగా మనుషుల మధ్య అతడు వివక్షత చూపలేదు. ప్రతి సంవత్సరం పండిట్రావు విద్యావంతులను పరిశీలించి, యోగ్యత అర్హత ప్రకారం వారికి బహుమతులనిచ్చేవాడు. తన ఆధ్యాత్మిక గురువుగా గుర్తింపు పొందిన రామదాసు, శివాజీ పాలనను చాలా ప్రభావితం చేశాడు.

ముస్లిం చరిత్రకారుడు ఖాఫీ ఖాన్ మసీదులను అపవిత్రపరచవద్దని, ముస్లిం మత స్త్రీలని అవమాన పరచవద్దని తన సైనికులకు కచ్చితమైన ఆదేశాలనిచ్చాడని రాసాడు. ఎప్పుడైనా ఖురాన్ తన చేతులలో పడితే దానిని శ్రద్ధాభక్తులతో చూచి, ముస్లిములకిచ్చేవాడు. అదీ భారతదేశంలోని మిగిలిన ప్రాంతాలలో బలమైన మతపరమైన అసహన వాతావరణం ఉన్న సమయంలోనే. మరాఠాలు ఎటువంటి మత జాతి వివక్షత లేకుండా అన్ని వర్గాల పురుషులను తమ కొలువులో నియమించేవారు. మూడవ పానిపట్ యుద్ధంలో (1761) పాల్గొన్న మరాఠా సైన్యాధ్యక్షులలో ఒకతను ముస్లిమ్ (ఇబ్రహిమ్ ఖాన్) ఉన్నాడు.

పరిస్థితులు మరాఠా వారి ఆధీనంలో ఉన్నప్పుడు అది ఒక సామరస్య యుగంగా ఉండేది. ఇంకోచోట గమనించినట్లుగా, హిందువుల మధ్య భక్తి ఉద్యమం దేశం అంతటా వ్యాపించినా మరాఠా భూమిలో కుల, వర్గాల మధ్య తేడా ఉన్నప్పటికీ అందరు ప్రజల ఆధ్యాత్మిక సమానత్వం గుర్తించడమే కాకుండా, కుల వ్యవస్థ దృఢత్వాన్ని ఆచరణలో తగ్గించి, ఎక్కువ సామాజిక సామరస్యానికి తోడ్పడింది. మరాఠాల మధ్య ఐక్యత తెచ్చిన భక్తి సన్యాసుల గురించి వివరణ అవసరమౌతుంది. పండార్పూర్‌కు చెందిన విఠోబా భక్తి, ఆధ్యాత్మికతకు కేంద్రంగా మారింది. కుల వ్యవస్థ కఠినమైన

నియమాలను విస్మరించి సార్వత్రిక ప్రేమ, మనుష్యుల మధ్య సోదరభావం మీద ఒత్తిడి పెరిగింది. ఈ భక్తి ఉద్యమకారులు బోధించిన మానవత్వ ప్రేమ, సోదర సందేశాన్ని మహారాష్ట్ర అంతట ప్రతి మూలకు చేరుకుంది. వారు విగ్రహారాధన, కర్మకాండ మరియు బహు దేవతారాధనలను ఖండించారు. ప్రతి మానవుడు స్వచ్ఛమైన స్వీయ భక్తి, దేవుని మీద ప్రేమతో మోక్షాన్ని పొందవచ్చని వారు భావించేవారు. వారు దేవుని ఏకత్వాన్ని ఉద్ఘాటిస్తూ, అన్ని విశ్వాసాలు లక్ష్యాలు చేరుకోడానికి మార్గాలు అని భావించేవారు.

సాంస్కృతిక పరిస్థితులు

భారతదేశంలో పూర్వపు రోజులనుంచీ ఎప్పుడూ సంస్కృతి గానీ నాగరికత గానీ ఒకే చోట నిలిచిపోలేదు. మార్పు, పురోగతి ఎల్లప్పుడూ ఉండేవి. ఎప్పటికప్పుడు కూడా గమనించదగ్గవిగా ఉండేవి. దీనికి సమాజంలో ఉన్న చైతన్యమే కారణం. మధ్యయుగపు మరాఠాలో కూడా ఇలాగే ఉండేది. మధ్యయుగ కాలంలో దక్కను ప్రాంతంలో, అసంఖ్యాక మతాలు, సంస్కృతుల రాక కారణంగా ఇది జరిగింది. మరాఠీ భాష, సాహిత్యం, సంస్కృతిపై పెర్షియన్ భాష, ఇస్లాం ప్రభావాన్ని చూపించాయి. భక్తి ప్రచారకుల బోధనలలో, పరిపాలనలో స్వీకరించబడిన పదాల్లో ఇది స్పష్టంగా తెలుస్తుంది. పరదా లేదా ముసుగు వ్యవస్థ మరాఠా సమాజంలోని ఉన్నత కులాలలోకి వ్యాపించింది. మరాఠా పురుషులు, మహిళలు తమ దుస్తులను తమ సొంత పద్ధతిలో ఎగువ, దిగువ భాగాలను కప్పిఉంచే ఒక దుస్తుల శైలిని ఏర్పరచుకున్నారు. పురుషులు తలపాగాలు, ప్రత్యేకంగా ఎగువ కులాల స్త్రీలు వారి చీరతో తలను కప్పుకొనేవారు.

18వ శతాబ్దంలో విదేశీ సందర్శకులు మరాఠాల యొక్క మతతత్వాన్ని కొనియాడారు. పండుగలూ పబ్బాలూ వస్తే రోజంతా పూజా నైవేద్యాలతో సాంస్కృతిక కార్యక్రమాలూ పాటించేవారు. రామనవమి, గణేష్ చతుర్థి ఎంతో ఉత్సాహంతో చేసేవారు. సమాజం బహు దేవతారాధన కలిగి ఉండేది. విగ్రహారాధన జరుగుతూ, ఉండేది. పండరీపూర్ విఠల్ ప్రార్థనతో పాటు ఇతర దేవతల పూజలు కూడా, నాథ్ పంథీలు, రామ ఆరాధన, శక్తి ఆరాధన బాగా ఉండేవి. తులసి చెట్టు పూజించబడేది. ప్రతీ ఇంటి పెరట్లో ఒక తులసిమొక్క ఉండేది. మహారాష్ట్రలోని భక్తి ఉద్యమం, బ్రాహ్మణత్వం, ప్రజల మూఢనమ్మకాలకు వ్యతిరేకంగా నిరసన వ్యక్తం చేయడానికే, ప్రతీ ప్రవచకుడూ మా దేవుడు గొప్ప అంటే మా దేవుడే గొప్ప అని చెప్పుకొనేవారు. మరాఠా సంస్కృతిని సమృద్ధిపరచిన చేసిన కొందరు భక్తి గురువుల గురించి ఇక్కడ వివరించడమైంది.

జ్ఞానదేవుడు (13వ శతాబ్దం) మహారాష్ట్ర ధర్మ పేరిట మహారాష్ట్రలో భక్తి ఉద్యమం స్థాపించిన అతడి తండ్రి విఠల్ పంత్ రామానంద గారి శిష్యుడు. రామానంద ఈ ఉద్యమపు మూలపురుషుడు. అతడు ఒక గొప్ప మేధావి, ఆధ్యాత్మిక పండితుడు. 15 ఏళ్ళ వయస్సులో ఉన్నప్పుడే అతను భగవద్గీత మీద ప్రసిద్ధ వ్యాఖ్యానం, అమృతానుభవ, ఇంకా జ్ఞానేశ్వరిని రాశాడు. అతని అభంగాలు లేదా పద్యాలు అతని లోతైన ఆధ్యాత్మిక అనుభవాలను వ్యక్తీకరిస్తాయి.

నామ్‌దేవ్ (క్రీ.శ. 1270-1350), మహారాష్ట్ర మరొక భక్తి ఉద్యమకారుడు. ప్రేమ సువార్తలను ప్రవచించాడు, విగ్రహారాధనను, బ్రాహ్మణ ఆధిపత్యాన్ని వ్యతిరేకించాడు. అతను చిపి

కులం (అద్దకం చెయ్యడం) కు చెందినవాడు. చిన్న వయస్సులోనే అతడు దోపిడీదొంగ. హంతకుడు అయినా, అతడి బాధితుల భార్యల దుఃఖం అతణ్ణి మతం వేపు మళ్ళించింది. అతను విశోభా ఖేకర్ శిష్యుడు, ఒక నిర్గుణోపాసకుడు. సాధు స్వభావానికి మారుపేరుగా గుర్తింపబడ్డాడు, కబీర్‌చే ప్రశంశించబడ్డాడు. శిక్కుల గ్రంథమైన 'గురు గ్రంథ్ సాహిబ్'లో అతడు రాసిన అభంగాలలో కొన్ని చేర్చబడ్డాయి.

'ఏకనాథ్' 1548లో జన్మించాడు. 12 ఏళ్ళ వయస్సప్పుడే దీక్ష తీసుకొన్నాడు. అతడు ప్రఖ్యాత మహారాష్ట్ర సంత్ భానుదాస మనవడు. అతడు కుల వివక్షతను వ్యతిరేకించాడు. నిమ్న జాతుల వారి కోసం పాటుపడ్డాడు. అతడు సర్వ మానవ సౌభ్రాతృత్వం కోసం పిలుపునిచ్చాడు. అతడు ఎన్నో అభంగాలను రాశాడు. తన భజనలు, కీర్తనలు అతనికి పేరు తెచ్చాయి. అతను భగవద్గీత శ్లోకాలపై ఒక వ్యాఖ్యానాన్ని రాశాడు.

17వ శతాబ్దానికి చెందిన భక్త తుకారామ్ శివాజీ సమకాలికుడు. పండరీపురం విఠలేశ్వరుని భక్తుడు. అతడు 1608లో జన్మించాడు. అతడు ఒక రైతు కుమారుడు. గృహ అశాంతి అతడిని ధార్మిక జీవనం వైపు మళ్ళించాయి అని అంటారు. అతడిని మరాఠా కబీర్‌గా పిలుస్తారు. అతని బోధనలు నైతిక విలువలు, భక్తి నిండిఉంటాయి. తుకారామ్, ప్రవచనాలు మరాఠా జాతీయవాదాన్ని ప్రవేశపెట్టాయి. సాంప్రదాయం, సాంఘిక వివక్షకు వ్యతిరేకంగా బోధనలు చేసేవారు.

ఇతర సంతులవలె కాక, సమర్థ రామదాసు 1608లో జన్మించాడు. ఆధ్యాత్మిక, ఆచరణాత్మక జీవితాలను మిళితం చెయ్యడానికి పూనుకొన్నాడు. ఇతర 'వర్కారీ'లకు విరుద్ధంగా, రామదాసు బోధనలు 'ధర్కారీ'లుగా వ్యవహరించబడ్డాయి. శివాజీ మీద అతని బోధనలు బాగా ప్రభావం చూపాయి. మొఘల్ ఆధిపత్యాన్ని కూలద్రోయడానికి ప్రోత్సహించాయి. అభంగాలే కాకుండా ఇతడు 'దశబోధ' కూడా రచించారు. మహారాష్ట్ర అంతటా ఆశ్రమాలను నెలకొల్పారు. అతని పూర్వీకుల వలె కాక అతడు ఆధ్యాత్మిక, ఆచరణాత్మక జీవితాలను మిళితం చేయాలని సంకల్పించాడు. రాజకీయాలలో చొరవ చూపాడు.

మతమే కాక, భాష కూడా ఉద్ధృతానికి లోనైంది. మరాఠాలో పెర్శియన్ ప్రభావం ఎక్కువైంది. పాలనా, దైనందిన వాడుకలోకి పెర్షియన్ భాషలోని పదజాలాలు నేరుగా చోటు చేసుకున్నాయి. ఇది మహారాష్ట్ర చుట్టూ ఉన్న మొఘల్, డెక్కన్ రాష్టాల ప్రభావం వల్ల కావచ్చు.

సాహిత్య పురోగతి

శివాజీ, అతని వారసుల కింద మరాఠీ సాహిత్యం అభివృద్ధి చెందింది. మరాఠీ సాహిత్యం పదమూడవ శతాబ్దం చివరి భాగంలో ఉద్భవించి, తరువాతి నాలుగు నుండి ఐదు శతాబ్దాలలో చేయబడిన ఎన్నో రచనల వలన అది సంపన్నవంతమైనది. ఈ కాలంలో మరాఠీ సాహిత్యం నాలుగు రకాలుగా వర్గీకరించవచ్చు. అవి పండిత కవిత్వం (సాంప్రదాయిక పండిట్ కవిత్వం) యక్షగానం కవిత్వం (పోవాడాలు, లావిణీలు), బఖార్లు, గద్యంలో చారిత్రక లేఖలు చివరకు వివిధ రకాలైనవి. 17వ శతాబ్దంలో మరాఠీ సాహిత్యం రెండు ప్రధాన ధోరణులను కలిగి ఉండేది, ఒకటి మతపరమైనది, మరొకటి లౌకికపరమైనదిగా ఉండేవి.

తొలిసారిగా ప్రముఖ కవి అయిన 'ముకుందారాజా' తన 'వివేక్ సింధు'ని తన పోషకుడు 'జైత్రపాలున్ని' వెలుగులోకి తెచ్చే దృష్టితో రాశాడు. అతను ప్రసిద్ధ నిగూఢ మతవాది గోరఖనాథ్ స్థాపించిన 'నాథ కల్ట్'కు చెందినవాడు, స్వచ్ఛమైన ప్రజా భాషలో ప్రజలకు ప్రధానంగా రాశారు. శివాజీ ప్రాపకం పొందిన భూషణ్ త్రిపాఠి హిందీలో 'శివావళి', 'శివరజ భూషణ'లను రచించాడు. వారు శివాజీ కాలపు మరాఠా చరిత్ర రచనలో సమాచార వనరుగా పనికివచ్చేరు. జ్ఞానేశ్వర్ రచించిన 'జ్ఞానేశ్వరి' అపూ పుస్తకం అతనికి గణేశ్వర అను బిరుదు తెచ్చిపెట్టింది. 'జ్ఞానేశ్వరి' భగవద్గీత మీద ఒక వ్యాఖ్యాన రచన. ఏకనాథ్ "అభంగులు" అని పిలవబడే సాహిత్య పద్యాలను కూర్చారు మరియు అతని భజనలు మరియు కీర్తనలు ప్రసిద్ధి చెందాయి. జ్ఞానేశ్వర్ యొక్క కవిత్వ వర్ణనలతో పాటు, తుకారామ్ యొక్క అసమాన అభంగుల నాణ్యత తీవ్రతతో ప్రజలను నేరుగా ఆకట్టుకొన్నవి.

శివాజీ గొప్ప సాధువు, అధ్యాపకుడు అయిన రామదాసు యొక్క కవిత్వం స్వభావంలో బలిష్టమైనది. ఇది భక్తి, మతపరమైన విషయాలను, ముక్తి, జాతీయ పునర్నిర్మాణాన్ని సాధ్యం చేసింది. వామన్ పండిట్ (1615-1678) అలంకారాలతో సంస్కృత శైలిలో రాసాడు. భగవద్గీతపై ఆయన వ్యాఖ్యానం జ్ఞానదేవకు ఒక విధమైన సవాలుగా ఉంది, జ్ఞానేశ్వరిలో ప్రతిపాదించబడిన భక్తి మార్గానికి విరుద్ధంగా ఇతడు జ్ఞాన మార్గాన్ని సూచించాడు.

(కంచేశ్వర్ బ్రహ్మే) (క్రీ.శ.1731) సాంప్రదాయక మార్గానికి చెందినవాడు. ఇతడు 'గజేంద్ర మోక్ష' సుదామచరిత్ర రాశాడు. అతను ఆది బావచీ, అనే ఒక ఆత్మకథను సంకలనం చేశాడు. సతారాకి చెందిన షాహూ, పీష్వా అయిన బాలాజీ విశ్వనాథ్ ఇతని శిష్యులు. కర్ణాటకలో పేష్వా రాయబారి అయిన బాలాజీ లేదా నిరంజన్ మాధవ్ (క్రీ.శ.1703-1790) శ్లోకాలు, జీవితచరిత్రలు, వేదాంత రచనలు చేస్తూ ఉండేవారు. అతడి క్రిష్ణానంద సింధు (క్రీ.శ. 1735), చిత్తబోధ రామాయణ, ఆధ్యాత్మ రామాయణం, జ్ఞానేశ్వర విజయ, (నామ దేవ్ క్రీ.శ.1765 రచనల ఆధారంగా జ్ఞానేశ్వర్ జీవిత చరిత్ర) వృత్తముక్తావళి, వృత్త వనమాల, వృత్త వాతాంశ మొదలైనవి అతని అనేక రచనలలో కొన్ని. అతడి సుభద్రచెంపు మరాఠీ సాహిత్యంలో ఒకే ఒక్క చెంపు. త్రయంబక్ లేదా మాధవముని, తన ఆకర్షణీయ పదాల ద్వారా భక్తి సాంప్రదాయాన్ని ప్రచారం చేయటానికి ముందుకు వచ్చిన మరొక కవి. వివరణాత్మక కవిత్వం కంటే ఆచరణాత్మక జీవనాన్ని పదాల ద్వారా వర్ణించడంలో అతడికి పేరు వచ్చింది.

స్థానిక మాండలికంలో సాధువుల జీవితచరిత్రలతో కూడిన 'భక్తమాల' అనే పుస్తకాన్ని గ్వాలియర్‌కు చెందిన నాభాజీ (1700) రచించాడు. అతడి శిష్యుడు ప్రియదాసు భక్తి-రస-బోధిని అనే పుస్తకం రాసి భక్తమాల మీద వ్యాఖ్యానం చేసాడు. మార్తాండ బావా భక్తి-రస-బోధిని మీద వ్యాఖ్యానం రాశాడు. ఈ కాలానికి చెందిన జీవితచరిత్రలు రాసిన వారిలో మహీపతి తారాబాద్కర్ (క్రీ.శ.1715-90) భీమస్వామి, రాజారామ్ ప్రసాదీ సుప్రసిద్ధులు. రాజారామ్ ప్రసాదీ శ్రీ భక్త మంజరి మాల రచించి ఇందులో సుమారు నూరుగురు సాధువుల జీవితాలను ఉల్లేఖించాడు.

పేష్వాలయుగం చివరిదశలో, 'మహానుభావ' తెగకు చెందిన ఒక ముస్లిమ్ అనుయాయి 'షాహ్ ముని' అని కూడా అనబడే 'షా హుస్సైన్' 'సిద్ధాంత బోధ' ను రచించాడు. అద్వైత సిద్ధాంతాన్ని

ఉపదేశించాడు. అతడు అల్లా, జీసస్, విష్ణుమూర్తి అంతా ఒక్కరే అని అన్నాడు, విశేషమేమిటంటే అతని రచనలో వాస్తవానికి ఒక్క అరబిక్, పర్షియన్ పదం కూడా కనబడదు. 18వ శతాబ్దపు చివరి భాగంలో కొంతమంది జైనకవులు కూడా మరాఠీ సాహిత్యానికి సేవ చేసేరు. వారిలో ఒకడు జీన సాగర. అతడు జీవనధారా పురాణ అన్న సంకలనాన్ని క్రీ.శ.1744లో రాశాడు. ఈ పుస్తకం విషయమేమంటే మహావీరుని సమకాలికుడైన జీవన్ధారా కథ. ఇతడు వ్రతకథలు లేక అనుష్ఠానాల మీద, చిన్న చిన్న మతపరమైన కథలతో స్తోత్రాలతో కూడిన పుస్తకం సంకలనం చేశాడు.

ఈ కాలంలో వీరశైవులు కూడా మరాఠీ సాహిత్యానికి సేవ చెయ్యడంలో గొప్ప భూమిక నిర్వహించారు. వీరిలో స్పష్టమైన శైలిలో జ్ఞాబ్దితరంగ (క్రీ.శ.1708) రాసిన బ్రహ్మదాసు ఉన్నారు. ఇది వీరశైవుల్లో ఒక గొప్ప వ్యక్తి అయిన అల్లామ్ ప్రభు జీవిత చరిత్ర. మరాఠీ సాహిత్య వికాసానికి గణేశోపాసకులు కూడా గణనీయమైన తోడ్పాటునిచ్చేరు. బీడ్‌కి చెందిన నిరన్జనదాస్ బల్లాల్, 1729లో గణేశ పురాణం, గణేశ గీత, గణేశగీతాలిక రాశాడు. గణేశ గీత మీద వ్యాఖ్యానాన్ని ఈ శ్రేణికి చెందిన మరొక ప్రసిద్ధ రచయిత, గణేశ యోగీంద్ర (క్రీ.శ.1703-1808) గణేశ విజయ మరియు యోగేశ్వరి అను పేరిట సంకలనము చేశాడు.

పొవాడాలలో, లవాణీలలో లౌకిక కవిత్వం రూపాన్ని దాల్చుకున్నది. పొవాడా తన శక్తిమంతమైన రూపంలో పులింగమైతే, తన ప్రవాహ క్రమంలో లవాణీ స్త్రీలింగాన్ని కనబరుస్తుంది. మరాఠీల సాహస కృత్యాలను, శౌర్య పరాక్రమాలను, ధైర్యాన్ని, మెరుపు దాడులను, స్వార్ధరహితత్వాన్ని వివరించడానికి పొవాడా బాగా సరిపోయిన ఒక జానపద కవితా ప్రక్రియ. లవాణీలు శృంగార భావాలతో కూడి కామప్రేరితమైనవి. లవాణీలు లేదా ప్రేమ సాహిత్యం, పోవాడాలు లేదా చారిత్రిక జానపద గాథలు, జాతీయ స్ఫూర్తితో పాటు, మానవ జీవితం సహజ స్వభావమైన శృంగారంతో మరాఠా జాతికి స్ఫూర్తినిచ్చాయి. పోవాడాలు లేదా జానపద గీతాలు, పద్య రూపంలో ఉండేవి, బఖార్లు, ఈ కాలపు మరాఠా ఇతిహాసపు గాథలు గద్యంలో ఉండేవి. పొవాడాలలాగే బఖార్లు శివాజీ కాలంలో సాంప్రదాయంగా ఉన్నా, వాటి ఉత్పత్తి ముందునుంచీ ఉన్నదే. ఈ కాలపు మరాఠీ సాహిత్యం నిస్వార్థ భక్తిని బోధించింది. డి.కె.కేల్కార్ ప్రకారం 18వ శతాబ్దపు సాహిత్యం నిశ్చలంగానూ, కదలకుండా ఉన్న సమాజపు విలువలను ప్రతిబింబిస్తుంది. ఒకే ఒక భావన అంటే 'మోక్ష' ఉండేది, కానీ సామాజిక లేదా రాజకీయ అన్యాయాలకు వ్యతిరేకంగా తిరుగుబాటుకు ఎటువంటి పిలుపునివ్వలేదు. స్త్రీలు అన్ని చెడులకు మూలంగా ఖండించారు. తక్కువ కులాలు అధోగతి చెందిన జీవితాన్ని గడిపేటట్లు చేశారు. శతాబ్దాల పాటు వస్తున్న సంకెళ్ళను విడగొట్టడానికి, కొత్త జీవితం వైపు ప్రయాణించడానికి ఎటువంటి నగారా మోతలూ లేవు.

కళలు, వాస్తు-శిల్పకళల వికాసం

మరాఠాల కింద, స్థానిక, విదేశీ కళల శైలులు సమీకృతమయ్యాయని తెలుస్తోంది. మరాఠాలు కోట నిర్మాణానికి మరింత ప్రాముఖ్యతనిచ్చాయి. వారిచే నిర్మించబడిన అనేక కొండ దుర్గాలు ఉండేవి. వారిది కోట నిర్మాణం వెనుక నగరాన్ని నిర్మించిన మొఘలుల నిర్మాణం మాదిరిగా కాదు. వారు తమ భూభాగంపై అనేక దేవాలయాలు కూడా నిర్మించారు. వాటిలో ప్రముఖమైనవి నాసిక్ సమీపాన ఉన్న త్రయంబక్, మాహోర్, పండార్పూర్.

వారి ఆలయ నిర్మాణ శైలి ఎక్కువగా నాగర్ నిర్మాణ శైలిని పోలి ఉండేది. పోరాటాలలో నిరంతర ప్రమేయం, ఆర్థిక వనరులను సమకూర్చుకోవడం నిర్మాణాల కోసం పెద్దగా వెళ్ళడానికి అవకాశాన్ని ఇవ్వలేదు. మధ్యయుగ కాలపు తరువాత భాగంలో బిజాపూర్ చిత్రలేఖనం అప్పటికీ మొఘల్ ప్రభావంలో ఉండేది. శివాజీ కోర్టులో అదే శైలి కొనసాగింది. శైలిలోనూ విషయంలోనూ చిత్రలేఖనం (పెయింటింగ్) స్థానిక ఔత్సుకతను పొందుతూ ఉండేది. మొక్కలు, పువ్వులు, జంతువులు, పక్షులు, ప్రకృతి దృశ్యాలు, ఇతివృత్తాలుగా ఉండేవి. సంగీతం కూడా రాచరికపు ప్రాపకం పొంది అభివృద్ధి చెందింది, కాని రాచరికపు ప్రాపకం తగ్గిపోవడంతో క్షీణించింది.

మరాఠుల విచ్ఛిన్నం-అంతిమదశ

శివాజీ తరవాత, కేవలం బాజీరావు మాత్రమే మరాఠాలను ఐక్యంగా ఉంచగలిగాడు. ఉత్తర, దక్షిణ భారతదేశంలో త్వరిత విస్తరణ విధానం సర్దార్ల లేదా ముఠా నాయకుల వ్యతిరేకత వల్ల నిర్బంధించబడిన వాడై, నిరూపితమైన సైనిక సామర్థ్యం గల విధేయులమీద ఆధారపడేటట్లు చేసింది. వారు, రఘుజి భోంస్లే, రానోజి సింధియా, మల్హార్ రావు హోల్కార్, దామాజి గైక్వాడ్. ఈ నాయకులు పీష్వా పాలనలో మరాఠా సమాఖ్యను ఏర్పరిచారు. వారిని పీష్వా కఠిన నియంత్రణలో ఉంచాడు. ఎక్కడికి వెళ్ళినా విజయాల్ని పొందేవాడు.

బలహీనమైన పాలకుడు సింహాసనానికి లేదా అధికారానికి వచ్చినప్పుడు, ఈ సమాఖ్య వదులుగా ఉండి బలహీనపడింది. ఇది మరాఠా సమాఖ్య యొక్క దృగ్గోచరమైన లోపం. మూడవ పానిపట్ యుద్ధంలో మరాఠా సైన్యాన్ని దాని కర్మకి దాన్ని వదిలిపెట్టిన హోల్కార్ ది ఒక మంచి ఉదాహరణ. పానిపట్ యుద్ధం తరువాత, వారసత్వ వివాదాలు ముఠా నాయకులను, పేష్వాలను బలహీనం చేశాయి. అది మరాఠా సమాఖ్య విచ్ఛిన్నతకు దారితీసింది. హోల్కారులు, సింధియా మధ్య శతృత్వం ఉండేది. వారు ఒకే పక్షంగా ఉండకపోవడం బ్రిటిష్ వారిని ఒక్కొక్కరినీ వేరుగా ఆస్కారమిచ్చింది, ఇదంతా మరాఠాల క్షీణతకు దారితీసింది. తుదకు వారు స్వతంత్రతను కోల్పోయారు.

ఆంగ్లో-మరాఠ యుద్ధాలు (క్రీ.శ. 1775-1782)

ఈ మూడు ఆంగ్ల మరాఠా యుద్ధాలు క్రీ.శ.1775, 1818 మధ్య జరిగాయి. మొదటి ఆంగ్లేయ మరాఠా యుద్ధం క్రీ.శ.1775, 1782 మధ్య జరిగింది. ఈ యుద్ధానికి అనేక కారణాలు ఉన్నాయి. మరాఠాల మధ్య వారసత్వ యుద్ధాలు ఉండేవి, అనగా, నానా ఫడ్నవిస్ మద్దతుతో సవాయి మాధవ రావు, మాధవరావు మేనమామ రఘునాథ రావు మధ్య. మరాఠాల యొక్క అంతర్గత రాజకీయాల్లో జోక్యం చేసుకోవడం ద్వారా బ్రిటీష్ ప్రయోజనాలను పొందేందుకు ప్రయత్నాలు చేశాయి, రఘునాథ్ రావు వారిని తన తరఫున ఆహ్వానించడంతో వాళ్ళకి సాయం చేసినట్లయింది.

మొదటి మరాఠ యుద్ధం : ఈ యుద్ధం 1782 లో సల్బాయి ఒప్పందంతో ముగిసింది. రెండు వర్గాలు స్థితిని కొనసాగించటానికి అంగీకరించాయి. అది మైసూర్ రాష్ట్రంపై ఒత్తిడిని పెంచుకోవడానికి మొదటి మరాఠయుద్ధం బ్రిటీష్ వారికి పుష్కలమైన అవకాశం ఇచ్చింది. భారతీయ శక్తుల సంయుక్త వ్యతిరేకత నుంచి వారు తప్పించుకోగలగడం వల్ల బ్రిటీష్ వారికి ప్రయోజనం చేకూరింది, మరోవైపు భారతీయ శక్తులను విభజించడంలో వారు విజయం సాధించారు.

రెండవ ఆంగ్లో-మరాఠా యుద్ధం : క్రీ.శ.1803, క్రీ.శ. 1805 మధ్య జరిగింది. దీనికి ప్రధాన కారణం మరాఠాల అంతర్గత వ్యవహారాలలో వెల్లెస్లీ దూకుడు విధానం మరాఠాలపై అనుబంధ కూటమిని విధించే తన కోరిక. 18వ శతాబ్దం చివరలో దాదాపుగా అందరు తెలివైన, అనుభవజ్ఞులైన మరాఠా నాయకుల మరణంతో బ్రిటిష్ వారికి మంచి అవకాశం చిక్కింది. మరాఠా నాయకుల మధ్య అభేద్యమైన కలహాలు మొదలయ్యాయి. ఇది బ్రిటిష్ వారితో అనుబంధ భాగస్వామ్య పత్రాన్ని సంతకం చేయడానికి పేష్వా, బాజీ రావ్‌ను ప్రేరేపించింది. బ్రిటిష్ వారు క్రీ.శ.1803లో అస్సాయె, అరగాన్ వద్ద సింధియా మరియు భోంస్లె యొక్క మరాఠా దళాలను ఓడించారు. వారిద్దరూ కూడా అనుబంధ భాగస్వామ్య ఒప్పందంలో సంతకం చేశాయి. హోల్కర్లు బ్రిటీష్ వారిని నిరోధించి, రాజపూర్ ఘాట్ ఒప్పందంలో సంతకం చేసారు. ఆవిధంగా, మరాఠాలపై బ్రిటివిభజన, ఆధీనంలోకి తెచ్చుకొనే విధానం విజయవంతంగా అమలు చేయబడింది. వ్యక్తిగతంగా మరాఠాలు బలహీన పడ్డారు. బ్రిటిష్ వారిని సులభంగా అణగదొక్కింది. మూడవ, చివరి ఆంగ్లో మరాఠా యుద్ధం క్రీ.శ.1817, క్రీ.శ.1818 మధ్య జరిగింది. అనుబంధ ఒప్పందాలపై సంతకం చేసిన తరవాత మరాఠాలు వారు కోల్పోయిన దాని గురించి అర్థం చేసుకున్నారు. వారు వారి స్వేచ్ఛను కోల్పోవడాన్ని ప్రారంభించారుజ ఇది మూడవ ఆంగ్లో-మరాఠా యుద్ధానికి దారితీసింది. ఈ యుద్ధం పేష్వా గద్దె దిగిపోయేటట్లు చేసింది. పేష్వాకు పింఛను చేసి కాన్పూర్ సమీపంలోని బితూర్కు పంపబడ్డాడు. బ్రిటీష్వారు మరాఠా ప్రాంతాన్ని తమ అధికారంలో కలుపుకొని బాంబే ప్రెసిడెన్సీని సృష్టించారు. మరాఠా ఆత్మగౌరవాన్ని సంతృప్తి పరచుటకు, వారు స్వాధీనం చేసుకున్న అదే భూమి నుండి వేరు చేసి సతారా అనే చిన్న రాజ్యం ఏర్పాటు చేశారు. పేరుకే మరాఠా నాయకులు నామమాత్రంగా ఉన్నారు, కానీ కఠినమైన బ్రిటీష్ నియంత్రణలో ఉండేవారు. ఆవిధంగా, ఒకదాని తరువాత ఇంకొకటి, మొత్తం మరాఠా భూమిని, వారు స్వాధీనం చేసుకున్నారు.

మరాఠా సమాఖ్యలో ఉన్న ఇతర అధిపతులు బ్రిటీష్ సామ్రాజ్యవాదం యొక్క బరిలోకి వచ్చి భారతదేశ రాజకీయ పటం నుండి నెమ్మదిగా కనుమరుగయ్యారు. భోంస్లే చీఫ్ తరవాత గైక్వాడ్ రాజ్యం 19 వ శతాబ్దం యొక్క ప్రారంభ దశాబ్దాల్లో గందరగోళ పరిస్థితిని, దుష్పరిపాలనతో సాగింది. హోల్కర్ రాష్ట్రం కూడా వారసత్వ వివాదంలో చిక్కుకొని కలవరపడి చెదిరింది. బ్రిటిష్ ప్రభుత్వం, హరి హోల్కర్ యొక్క వాదనకు మద్దతు ఇచ్చింది. తరవాత అతని రాజ్యం కూడా ఆటంకాలు, తిరుగుబాటుకు గురైంది ఇది దుష్పరిపాలన నెపంతో దాని అనుబంధానికి దారితీసింది. సింధియాకి కూడా అదే గతి పట్టింది. దౌలత్ రావ్ సింధియా ప్రసిద్ధి పొందిన ప్రజా పాలన చేసి మార్చి 1827లో మరణించాడు. అతడికి పుత్ర సంతానం లేదు కానీ విధవరాలైన అతడి భార్య బైజాబాయి ఒక పదకొండేళ్ళ బాలుడైన జన్కోజీని దత్తతు తీసుకొని రాజప్రతినిధి (రిజెంటు)గా రాజ్య పాలన చేస్తుండేవారు. జన్కోజీకి యుక్తవయస్సు వచ్చినప్పుడు అతడికి పాలన అప్పచెప్పడానికి రాణి బైజాబాయి నిరాకరించాడు. ఇది ఒక తీవ్ర కలహంగా పరిణమించింది. ఇది బ్రిటిష్ రెసిడెంట్ సకాల జోక్యంతో ముగిసింది. సింధియా గృహంలో ఈ గందరగోళం, రాజకీయ చరిత్ర, రాణి బైజాబాయి తన జాగీరుకు బదులుగా, ఒక స్వతంత్ర పింఛనుతో పదవీ విరమణ చేసి దక్కనుకు పోవడంతో ముగిసింది.

వారసుడు లేకపోతే ఆస్తి ప్రభుత్వానికి చెందుతుందన్న డాక్ట్రిన్ ఆఫ్ లేప్స్ సిద్ధాంతం కింద సతారా రాజ్యం బ్రిటిష్ ప్రభుత్వాధీనమైంది. ఈ సూత్రం బిరుదులు, గౌరవాలకు కూడా విస్తరించబడింది. 1853 లో పేష్వా బాజీ రావు మరణం తరవాత, అతని ఎనిమిది లక్షల పెన్షన్ నిలిపివేయబడింది. నానా సాహెబ్ అని పిలువబడే అతని దత్తపుత్రుడు దండు పంత్ గుర్తించబడలేదు. కేవలం బిత్తూర్ సంస్థానం అద్దె లేకుండా ఇవ్వబడింది. కోల్పోయిన కీర్తి ప్రతిష్టలను పునరుద్ధరించడానికి చేసిన వ్యక్తిగత ప్రయత్నాలు పూర్తిగా విఫలమయ్యాయి. లార్డ్ డల్హౌసీ యొక్క విలీన విధానం భారతీయుల మనస్సులలో చాలా అసంతృప్తి కలిగించింది. ప్రత్యక్షంగా లేదా పరోక్షంగా, ఇటువంటి విధానాలు లేదా చర్యలు విప్లవాలకు దోహదమయ్యాయి. చివరి పేష్వా వారసుడు, నానాసాహెబ్, బ్రిటీష్ ప్రభుత్వానికి తీవ్రమైన శత్రుత్వంతో ఉండేవాడు. క్రీ.శ.1857 కాలంలో బ్రిటిష్ ఆధిపత్యానికి వ్యతిరేకంగా జరిగిన తిరుగుబాటు సమయంలో ఉత్తర భారతదేశంలో అతని ఏజెంట్లు కుట్రలు పురిగొల్పే ప్రయత్నాలు చేశారు.

కాన్పూర్లో 1857 తిరుగుబాటు సమయంలో, బ్రిటీష్ సైన్యం కాన్పూర్ చేరుకోవడానికి ముందు ఆంగ్ల సైనిక శిబిరాన్ని అక్కడి సైనికుల ప్రాణాలు తీయమన్న వాగ్దానంపై నానా సాహెబ్‌కు వారు లొంగిపోయారు. అలహాబాద్ వెళ్ళడానికి, గంగానదిని దాటడానికి పడవలు ఎక్కుతున్నప్పుడు నిస్పృహ చెందిన నానా సైనికులు వారిపై కాల్పులు జరిపేరు. చాలామంది చంపబడ్డారు, వారి శరీరాలను నూతులలో విసిరివేశారు. నానా ఆజ్ఞలపై ఇంగ్లీష్ వనితలు జనసమూహాలనుండి రక్షింపబడి ఖైదు చెయ్యబడ్డారు. ఒక ఆంగ్ల రచయిత ఈ విధంగా రాశాడు: "జొన్న పిండి విసరడం లాంటి చిన్న చిన్న పనులు తప్పిస్తే ఆంగ్ల వనితలపై ఎటువంటి అకృత్యాలు జరగలేదు" అని. 1857 జూన్ 28 న జరిగిన ఆడంబరమైన దర్బారులో నానా సాహెబ్ పీష్వాగా ప్రకటించబడెను. నానా గ్వాలియర్‌ని కూడా ఆక్రమించెను. ఒక వైపు, పీష్వా తిరిగి రాబట్టుకొనే ప్రయత్నాలు చేస్తూ ఉండగా, మరొక వైపు, విప్లవ సమయంలో, సింధియా, హోల్కార్ వంటి కొంతమంది మరాఠా ముఖ్యులు బ్రిటిష్ వారికి విప్లవాన్ని అణగదొక్కే విధంగా మద్దతు ఇచ్చేరు. వరసగా కొన్ని యుద్ధాలు చేసి మేజర్ జెనెరల్ హేవలాక్ నానా సాహెబ్‌ని ఓడిస్తే చివరికి అతడు నేపాల్ పోయి అక్కడ 1858లో ప్రాణాలు విడిచేడు. ఆ విధంగా, ఒకరి తరువాత ఒకరు, భోంస్లేలు, సింధియా, గైక్వాడ్, ఇతరులు వారి వారి రాజకీయ ఆధిక్యతను బ్రిటిష్వారి వశం చేసి, రాజకీయ సన్యాసాన్ని తీసుకున్నారు. ఆఖరుగా, 1858 లో నానా మృతితో మరాఠాల రాజకీయ చరిత్ర ముగిసింది.

సిక్కుల చరిత్ర

మధ్యయుగంలో పంజాబ్ చరిత్ర సిక్కుమతంతో ముడిపడి ఉంది. గురునానక్ (1469-1539) సిక్కుమత స్థాపకుడు. లాహోర్ దగ్గర నానకాన (తల్వండిలో) అతడు జన్మించాడు. గురు నానక్ మొదటి గురువు అవగా అతని తరువాత తొమ్మిదిమంది గురువులు వచ్చారు. వారు గురు అంగద్ (1504-1552), గురు అమర్ దాస్ (1479-1574), గురు రామదాసు (1534-1581), గురు అర్జున్ దేవ్ (1563-1606), గురు హర్ గోబింద్ సింగ్ (1595-1644), గురు హర్ రాయ్ (1630-1661), గురు హర్ కిషాన్ (1656-1664), గురు తేజ్ బహాదూర్ (1621-1675), గురు గోబింద్ సింగ్ (1666-1708).

సిక్కు గురువుల కింద సిక్కు సమాజం అభివృద్ధి చెందింది. 1761 తరవాత మొఘలుల ఆధిపత్యంలో బలహీనత, తదుపరి అహ్మద్ షా అబ్దాల్లి నేతృత్వంలో ఆఫ్ఘనుల దండయాత్రలు పంజాబు ప్రాంతంలో అల్లకల్లోలాన్ని అనుమానాల్ని సృష్టించాయి. సిక్కులు వ్యవస్థను బలపరచుకొని 12 మిషల్లు లేదా సమాఖ్యలుగా ఏర్పరచుకొని ప్రఖ్యాతి చెందారు. వారు రావల్పిండి యమునా నదుల మధ్య భాగాన్ని పాలించారు. రణజిత్ సింగ్ కింద సుకేర్చాకియా మిషల్ ఉండేది, అన్ని మిషల్లలోకీ బలవంతమైనది.

రంజీత్‌సింగ్ (క్రీ.శ. 1792-1839)

సుకర్చాలికియా మిష్ల్ నాయకుడైన మహాన్ సింగ్ ఇంట్లో నవంబర్ 2, 1780 న రంజీత్ సింగ్ గుజ్రన్వాలాలో జన్మించాడు. అతడి 12వ యేటనే తండ్రి మరణించాడు. తల్లి తన రాజప్రతినిధిగా ఉండగా 1797లో అధికారాన్ని తను హస్తగతం చేసుకొన్నారు. రంజీత్‌సింగ్ అదృష్టం వల్ల, పద్దెనిమిదవ శతాబ్దపు అంతం సమయానికి ముఖ్యమైన మిషల్లన్నీ విచ్ఛిన్నావస్థలో ఉండేవి. ఆఫ్ఘనిస్తాను అధికార పోరాటాల్లో చిక్కుకొని మూడు దశాబ్దాల పాటు అంతర్యుద్ధాలతో గడిపింది. ఈ రాజకీయ పరిస్థితిని రంజీత్ సింగ్ పూర్తిగా స్వలాభానికి ఉపయోగించుకొని 'బ్లడ్ ఎండ్ ఐరన్ (రక్తం, ఇనుము)' అనే నిర్దాక్షిణ్య సిద్ధాంతంతో మధ్య పంజాబులో తనదైన సామ్రాజ్యాన్ని ఏర్పరచుకొన్నాడు. జమన్ షా అబ్దాలీ పంజాబ్ ఆక్రమణప్పుడు (1799) చేసిన సేవలకు ప్రతిఫలంగా, ఆ ఆఫ్ఘాన్ పాలకుడు లాహోర్‌ను ఆక్రమించుకోవడానికి రంజీత్‌సింగ్‌కి అధికారాన్ని ఇచ్చి ఆఫ్ఘాన్ సార్వభౌమత్వం కింద పాలన చేయమన్నాడు. తరవాత, క్రీ.శ. 1802లో అమృతసర్ ఆక్రమించాడు. అక్కడ స్వర్ణమందిరానికి ఒక బంగారపు గుమ్మటాన్ని (శిఖరాన్ని) కట్టించాడు. క్రమక్రమంగా సట్లెజ్ నదికి పడమరనున్న అన్ని సిక్ మిషనరీల మీద నియంత్రణను సంస్థాపించెను. లూధియానా (1806), కాంగ్రా (1809), అట్టోక్ (1813), ముల్తాన్ (1818), కాశ్మీర్ (1819) పెషావర్ (1823), టోంక్, కోహట్, బన్ను లాంటి ప్రదేశాల రంజీత్‌సింగ్ ఆక్రమించారు. ఆఫ్ఘానుకు చెందిన షా షూజాకు 1814లో రక్షణనిచ్చి అతని వద్దనుంచి కోహినూర్ వజ్రాన్ని సంపాదించాడు.

25 ఫిబ్రవరి,1809 న ఫ్రెంచివారిని భారతదేశం రాకుండా అడ్డుకోడానికి బ్రిటిష్‌వారు రంజీత్‌సింగుతో ఒక ఒప్పందం కుదుర్చుకున్నారు. బ్రిటిష్ ఈస్ట్ ఇండియా కంపెనీ తరఫున మెటకాల్ఫె పాల్గొన్నాడు. బ్రిటిష్ వారి శస్త్ర ఉనికి ఇబ్బందికరంగా ఉంటే కొంతమంది మిష్లీ ముఖ్యులు బ్రిటిష్ వారి సాయం మరియు రక్షణ తీసుకుంటారన్న భయంతో రంజీత్‌సింగ్ అమృతసర్ ఒప్పందం కుదుర్చుకోవలసి వచ్చింది. ఒప్పందం ప్రకారం సట్లెజ్ నదికి ఉత్తరాన ఉన్న భూభాగమంతటిమీద రంజీత్‌సింగ్‌కి ఉన్న సార్వభౌమత్వాన్ని బ్రిటిష్ వారిచే గుర్తింపబడింది. విల్లియమ్ బెంటింక్‌కి కూడా రంజీత్‌సింగుతో సత్సంబంధం ఉండేది. 1838లో రంజీత్‌సింగ్, లార్డ్ ఆక్లాండ్, (భారతదేశంలో బ్రిటిష్ గవర్నర్ జెనెరల్), షా షూజాల మధ్య, ఆఫ్ఘనిస్తాన్‌ని దండెత్తడానికి షా షూజాను ఆ సింహాసనం మీద కూర్చోపెట్టించడానికి ఒక త్రికోణపు ఒడంబడిక చెయ్యబడింది. దీని ఫలితంగా మొదటి ఆఫ్ఘాన్ యుద్ధం (క్రీ.శ. 1838-42) జరిగింది.

యూరోపీయన్ల సహాయంతో రంజీత్‌సింగ్ తన సైన్యాన్ని పాశ్చాత్యులవలె తీర్చి దిద్దెను. అతడు సైన్యంలో సిక్కులనే కాక, గోర్ఖాలను, బీహారీలను, పఠానులను, పంజాబీ ముస్లిమ్‌లను సైనికులుగా చేర్చుకున్నాడు. అతడు ఫిరంగులను తయారు చెయ్యడానికి ఆధునిక ఫౌండ్రీలను ఏర్పరచెను; ఆ విధంగా తన సైన్యం ఆసియాలోకెల్లా, మొదటివారు బ్రిటిష్ వారవగా, రెండవ పెద్ద శక్తిగా ఆవిర్భవించింది. అతడు దక్షులైన వారిని కమాండర్లుగా నియమించాడు. అవిటాబైల్ అనే యూరోపియన్ అధికారిని (1791-1850) నియమించెను. అతడిని పెషావర్ గవర్నర్‌గా నియమించెను మరియు సివిల్, మిలిటరీ పరిపాలనను ఏకీకృతం చెయ్యడంలో అతడు కీలకమైన పాత్రను పోషించెను. ఒక విజయవంతమైన, నిర్దాక్షిణ్య పాలకుడిగా భయోత్పాతాలను ప్రవేశపెట్టి సిక్కు సైన్యాన్ని వ్యవస్థీకరించడంలో కీలకంగా వ్యవహరించాడు.

రంజీత్‌సింగ్ భారత చరిత్రలో ఒక అద్భుతమైన వ్యక్తిగా నిలిచాడు. ఒక కన్ను లేదా, వికృతంగా కన్పించినా అతడొక విశిష్ట వ్యక్తి. అతడి అనుచరులు అతడిని చాలా ప్రేమించేవారు. అతడు అన్ని మతాలను ఒకే సమానంగా చూసేవాడు. అతడొక ఆదర్శవంతమైన సైనికుడని లెపెల్ గ్రిఫిన్ అన్నాడు. తరచూ అతడు ముందుండి సాధారణ సైనికుని వలె తన సైన్యాన్ని ముందుకు నడిపేవాడు. తన వ్యూహాల్ని ఎంతో ముందస్తుగానే తయారుచేసుకొనేవాడు. విక్టర్ జాక్యుమెంట్ రంజీత్‌సింగ్ ఆస్థానానికి వస్తూ ఉండే ఫ్రెంచ్ సందర్శకుడు అతడిని నెపోలియన్ బోనాపార్టేతో పోల్చాడు. రంజీత్‌సింగ్ తన ఉద్దేశాలను నెరవేర్చుకొనేందుకు మాకియావెల్లి పద్ధతులను, బల ప్రయోగం విధానాన్ని ఉపయోగించేవాడు. కానీ అతను ఎప్పుడూ క్రూరంగా ఉండలేదు. రక్తపిపాసి కాదు. పైగా, అతను దయతోనూ, శ్రద్ధతోనూ వ్యవహరించేవాడు. ఒక పాలకుడుగా, రంజీత్ సింగ్ ప్రజల సంక్షేమానికి లోతైన అవగాహన చూపించేవాడు. అధికారుల అణచివేతకు వ్యతిరేకంగా సామాన్య వ్యక్తి ప్రయోజనాలను కాపాడడానికి అతను తగినంత శ్రద్ధ తీసుకునేవాడు. అతని ఏలుబడిలో ప్రజల ఫిర్యాదులు చెయ్యడానికి వీలుగా తన కోట బయట ఒక ఫిర్యాదుల పెట్టెను ఉంచాడు. ఈ పెట్టె తాళంచెవులు మహారాజు వ్యక్తిగతంగా తనవద్దే ఉంచుకునేవారు.

అతను దేశం వివిధ ప్రాంతాలకు గస్తీ తిరిగి వ్యక్తిగత సందర్శన ద్వారా వాస్తవ పరిస్థితులను స్వయంగా తెలుసుకునేవారు. అన్ని వర్గాలకు చెందిన వ్యక్తులు ఆయన సామరస్య పరిపాలన ప్రయోజనాలను అనుభవించేవారు. అన్నిటికంటే ముఖ్యంగా, పంజాబ్ ప్రజలకు రంజీత్ సింగ్, గడిచిన వంద సంవత్సరాలుగా లేని శాంతిని అందించాడు.

రంజీత్ సింగ్ తరవాత, అరాచకత్వం సాగింది, అతని ముగ్గురు వారసులు, ఖరక్ సింగ్, నావో నిహల్ సింగ్, షేర్ సింగ్. ఆరు సంవత్సరాల వ్యవధిలో (1839-45) హత్యచెయ్యబడ్డారు. సైన్యంమీద నియంత్రణ పూర్తిగా లేకుండా పోయింది. దలిప్ సింగ్, రంజీత్ సింగ్ ఐదు సంవత్సరాల కుమారుడు సింహాసనాన్ని అధిష్టించాడు. రెండో ఆంగ్లో-సిక్ యుద్ధం (1848-49) తరవాత పంజాబ్ బ్రిటిష్ సామ్రాజ్యంలో విలీనమైంది. చిన్నవాడైన దలీప్ సింగ్‌కి సంవత్సరానికి 50,000 పౌండ్ల పింఛను ఇచ్చి, విద్యకోసం ఇంగ్లాండ్‌కు పంపబడ్డాడు.

అధ్యాయం **3**

భారతదేశంలో ఐరోపా వర్తకసంఘాల ప్రవేశం వారి కార్యకలాపాలు-అధికార విస్తరణ

భారతదేశ చరిత్రను విశేషంగా ప్రభావితం చేసిన సంఘటనల్లో ఒకటి క్రీ.శ. 1600 సంవత్సరంలో తూర్పు ఇండియా కంపెనీ అనే వర్తక సంఘం స్థాపన. తూర్పు దేశాలతో వ్యాపారం నిర్వహించాలనే లక్ష్యంతో లండన్‌లోని కొందరు వర్తకులు మొదటి ఎలిజబెత్ మహారాణి అనుమతిని పొందారు. ఆ రోజుల్లో భారతదేశాన్ని అక్బర్ చక్రవర్తి పరిపాలిస్తుండేవాడు. అతడు రాజకీయ స్థిరత్వం, ఐక్యత, పరిపాలనా పటిష్టత దేశంలో నెలకొల్పాడు. క్రీ.శ 1608లోనే తూర్పు ఇండియా వర్తక సంఘం సభ్యులు భారతదేశంలో ప్రవేశించి, జహంగీర్ చక్రవర్తి అనుమతితో సూరత్‌లో తమ వర్తక స్థావరాన్ని ఏర్పాటు చేసుకున్నారు. క్రీ.శ. 1608-1707 మధ్యకాలంలో ఈ వర్తక సంఘం దేశంలో నెలకొన్న పరిస్థితులను జాగ్రత్తగా గమనించి, క్రమంగా దేశీయ పాలకుల ఆంతరంగిక విషయాల్లో జోక్యం చేసుకోవడం ప్రారంభించింది. ముఖ్యంగా క్రీ.శ. 1707లో ఔరంగజేబు చక్రవర్తి మరణం ఆంగ్లేయుల అధికార వ్యాప్తికి మార్గం సుగమం చేసింది. ఔరంగజేబు వారసుల బలహీనత, మొగల్ సామ్రాజ్య సుబేదారుల తిరుగుబాట్లు మరాఠాల్లోని అనైక్యత, అంతఃకలహాలు ఈస్ట్‌ఇండియా కంపెనీ అధికారులలో భారతదేశంలోని భూభాగాలపై కంపెనీ అధికారాన్ని నెలకొల్పాలనే ఆశయాన్ని కలిగించాయి. క్రమంగా వారు సోదర ఐరోపా వర్తక సంఘాలపై తమ ఆధిపత్యాన్ని రుజువు చేసుకున్నారు. బెంగాల్, కర్ణాటక, మైసూర్, మరాఠ ప్రాంతాల్లో అధికారం చెలాయిస్తున్న స్థానిక పాలకులను తూర్పు ఇండియా కంపెనీ ఎదుర్కొవలసి వచ్చింది. ఈ రాజ్యాల స్వాతంత్ర్యాన్ని కంపెనీ సామ, దాన, బేధ, దండోపాయాలను ప్రయోగించి అంతం చేసింది. రాబర్ట్ క్లైవ్, వారన్ హేస్టింగ్స్ లార్డ్ వెల్లస్లీ, లార్డ్ కారన్‌వాలీస్, డల్హౌసీ వంటి గొప్ప అధికారులు భారతావనిపై విజయం సాధించారు.

భారతదేశానికి ప్రాచీన కాలం నుంచే ఐరోపా దేశాలతోనూ, ఇతర ఆసియా దేశాలతోనూ సాంస్కృతిక, వ్యాపార సంబంధాలున్నాయి. క్రీ.శ. 1453 వ సం॥లో ఆటోమాన్ టర్కుల రాజైన రెండవ మహ్మద్ చివరి 'క్రూసేడ్' యుద్ధంలో, బైజంటైన్ చక్రవర్తి (కాన్‌స్టాంటిన్-) ఆధ్వర్యంలోని క్రైస్తవ సైన్యాలను ఓడించారు. దీనితో అంతవరకూ ఐరోపా దేశాలకు, తూర్పు దేశాలతో ఉన్న

భూమార్గాన్ని ఆటోమాన్ టర్క్‌లు మూసివేశారు. దీనితో భారతదేశంలో లభ్యమయ్యే ఉప్పు, మిరియాలు మొదలైన వస్తువులకోసం ఐరోపా వాసుల్లో ఆందోళన కలిగింది. తమ ఆహార సామగ్రిలో అంతర్భాగమైన పై వస్తువులను దిగుమతి చేసుకోవడానికి మరో మార్గాన్ని కనుక్కోవాలనే పట్టుదల ఐరోపా పాలకులలో బలపడింది. భూమార్గానికి బదులుగా సముద్ర మార్గం కనుక్కోవడానికి సాహసవంతులైన నావికులను ఐరోపా పాలకులు ప్రోత్సహించారు.

పోర్చుగీసువారు : ఈ ప్రయత్నంలో పోర్చుగల్ దేశ పాలకులు మిగిలిన ఐరోపా దేశాల కంటే ముందుండేవారు. పోర్చుగల్ యువరాజైన హెన్రీ ఒక ప్రత్యేక నౌకాయాన పాఠశాలను నెలకొల్పాడు. సాహసవంతులైన నావికులకు శిక్షణ ఇప్పించాడు. అతని వారసులు రెండో జాన్ (1481-1495) ప్రోత్సాహంతో బార్తలోమ్యుడయస్ క్రీ.శ 1487లో ఆఫ్రికా దక్షిణభాగం వరకు సముద్ర ప్రయాణం చేసి 'తుఫానుల అగ్రం' లేదా 'కేప్ ఆఫ్ గుడ్‌హోప్'ను కనుగొన్నాడు. 'వాస్కోడిగామా' క్రీ.శ. 1497లో పోర్చుగల్ రాజు సహాయంతో 'లిస్‌బన్' ఓడరేవు నుంచి బయలుదేరాడు. అతడు ఆఫ్రికా పడమర, దక్షిణ దిక్కు సముద్ర మార్గం చేసి కేఫ్-ఆఫ్-గుడ్‌హోమ్‌ను చుట్టి, అరబ్ వర్తకుల సహాయంతో చివరికి 1498వ సంవత్సరంలో మే నెలలో భారతదేశపు పశ్చిమ తీరాన గల 'కళ్ళికోట' (కాలికట్) చేరాడు. అక్కడి రాజు జామొరిన్ అతనికి స్వాగతం పలికి వర్తక కేంద్రం ఏర్పాటుకు అనుమతిచ్చాడు. ఈ సంఘటనే ఆధునిక భారతదేశ చరిత్రను విశేషంగా ప్రభావితం చేసింది. ఇంగ్లీష్ ఈస్ట్ ఇండియా కంపెనీ నెలకొల్పబడటానికి నూట రెండేళ్ళ ముందే భారతదేశంలో వర్తక అనుమతి పొందిన ఘనత పోర్చుగల్ రాజుకు దక్కింది. అంతవరకు పశ్చిమతీరంలో వ్యాపారాన్ని కొనసాగిస్తున్న అరబ్ వర్తకులకు, పోర్చుగీస్ వర్తకుల ప్రవేశం ఆశాభంగాన్ని కలిగించింది.

భారతదేశ పశ్చిమ తీరంపై పోర్చుగీస్‌వారి ఆధిపత్య స్థాపన

క్రీ.శ. 1499లో వాస్కోడిగామా అపార ధనరాసులతో పోర్చుగల్ తిరిగి వెళ్ళిపోయాడు. ఆ తరవాత పోర్చుగల్ రాజు ప్రోత్సాహంతో 'కాబ్రల్' కాలికట్ వచ్చాడు. కాని అతడు చెప్పుకోదగిన విజయాలేమి సాధించకుండానే స్వదేశం తిరిగి వెళ్ళాడు. క్రీ.శ. 1502వ సం॥లో వాస్కోడిగామా రెండోసారి కాలికట్ వచ్చాడు. జామొరిన్‌తో వర్తక సదుపాయాలకోసం చర్చలు జరిపాడు. అరబ్ వర్తకులు పశ్చిమతీరంలో వర్తకం చేయనివ్వరాదని కోరాడు. దీనికి కాలికట్ రాజు తిరస్కరించగా అతనిపై దాడిచేశాడు. కాలికట్ పట్టణం పై పోర్చుగీసువారు కాల్పులు జరిపారు. పరాజితుడైన 'జామొరిన్' వాస్కోడిగామా షరతులకు అంగీకరించాడు. వాస్కోడిగామా కాలికట్‌లో పోర్చుగల్ వారికోసం కోటను నిర్మించాడు. కాలికట్, కొచ్చిన్, క్రాంగనూర్ మొదలైన చోట్ల పోర్చుగీసువారి వర్తక కేంద్రాలను స్థాపించిన ఘనత వాస్కోడిగామాకే దక్కుతుంది.

అల్ఫాన్సోడి - అల్మీడా (క్రీ.శ. 1505-1509) : వాస్కోడిగామా స్వదేశం తిరిగి వెళ్ళిన తరవాత, పోర్చుగీస్ ప్రభుత్వం తరఫున అల్ఫాన్సో-డి-అల్మీడా భారతదేశంలో ఉన్న తమ వర్తక స్థావరాల పరిరక్షణకోసం అధికారిగా నియమించబడ్డాడు. అతడు 1500 మంది సైనికులతో పశ్చిమ తీరంలో అడుగుపెట్టాడు. కొచ్చిన్‌లో కోటను బలోపేతం చేశాడు. వలసల పాలనా పద్ధతి ఈ విధంగా ప్రారంభమైంది. కన్ననూర్ వద్ద కోటను నిర్మించాడు. భూస్థావరాలు, కోటలు నిర్మాణం, సైన్యాభివృద్ధి

కంటే, నౌకలు, నౌకాదళ నిర్మాణం పటిష్టతలు సముద్రాధిపత్యానికి అధిక ప్రాధాన్యతను అల్మీడా ఇచ్చాడు. సముద్రం మీద తమ అధికారాన్ని స్థాపిస్తే కాని భూమి మీద తమ అధికారానికి స్థానం ఉండదని తలచి బలమయిన నౌకాదళాన్ని నిర్మించాడు. దీనికే 'నీలి నీటి విధానం' (బ్లూవాటర్ పాలసీ) అని అంటారు. దీనిలో భాగంగానే ఈజిప్టుపై నౌకాయుద్ధం చేస్తూ క్రీ.శ. 1509లో అల్మీడా అతని కుమారుడు ప్రాణాలు కోల్పోయారు.

వాస్కోడిగామా కాలికట్ చేరినప్పుడు నుంచి డి-అల్మీడా మరణించే వరకు, భారతదేశ పశ్చిమ తీరంలో పోర్చుగీస్‌వారి అధికారం శీఘ్రంగా విస్తరించి, బలపడటానికి అనేక ప్రత్యేక పరిస్థితులు అనుకూలించాయి. అంతవరకు హిందూ మహాసముద్రంలో వ్యాపారం చేస్తూ తిరుగులేని శక్తిగా ఎదిగిన మహమ్మదీయులు బలహీనపడ్డారు. పోర్చుగీస్ నౌకలు, మహమ్మదీయుల కంటే పెద్దవి, బలిష్టమైనవి. పర్షియాలో అంతఃకలహాలు చెలరేగడం, ఉత్తర భారతావనిలో లోడీవంశపాలకులు బలహీనపడటం, దక్షిణా పథంలో రెండో దేవరాయల అనంతరం విజయనగర సింహాసనం అధిష్టించిన సంగమరాజులు బలహీనులవడం, స్థానిక మలబార్ తీరం ప్రజలు అరబ్ వర్తకుల దోపిడి నుంచి రక్షణకోసం పోర్చుగీస్ వారి సహాయం కోరడం మొదలైనవి.

అల్ఫాన్సో-డి-ఆల్బూకర్క్ (క్రీ.శ. 1509-1515)

భారతదేశంలో పోర్చుగీసు ప్రభుత్వం తరపున పనిచేసిన అధికారుల్లోకెల్ల సమర్థుడు అల్ఫాన్సో-డి-ఆల్బూకర్క్. ఇతడు డి-అల్మీడా మరణానంతరం వైస్రాయిగా బాధ్యతలు చేపట్టాడు. ఇతడు విజయనగర చక్రవర్తి శ్రీకృష్ణదేవరాయలతో స్నేహం చేశాడు. ఇతడు క్రీ.శ. 1510వ సం॥లో బీజాపూర్ సుల్తాన్ యూసుఫ్ ఆదిల్‌షా సైన్యాలను ఓడించి 'గోవా' తీర పట్టణాన్ని ఆక్రమించాడు. పోర్చుగీస్ అధికార యంత్రాంగానికి గోవాను కేంద్రస్థానంగా బలోపేతం చేసాడు. తన కాలంలో బ్లూ-వాటర్-పాలసీకి బదులుగా సాధ్యమైనన్ని ఎక్కువ వలస స్థావరాల విస్తరణకోసం కృషిచేశాడు. తన ఆశయ సాధనకోసం గోవా చుట్టూ గల కొన్ని కీలక తీర ప్రదేశాలు, లేదా రేవులు ఆక్రమించాయి. ఎర్ర సముద్రతీరంలో సొకొట్ర, పారశీక అఖాతంలో అర్మజ్, గుజరాత్‌లో డయ్యూ, తూర్పుఇండియా దీవుల్లో మలక్కా, చైనాలో మాకోలు ఈ కోవకు చెందినవే. తన లక్ష్యసాధనకోసం విజయనగరాధీశుడైన శ్రీకృష్ణదేవరాయలతో స్నేహాన్ని చేశాడు. ఇరువర్గాల మధ్య వర్తక వాణిజ్యం కొనసాగింది. పోర్చుగీస్ పరిపాలనా యంత్రాంగాన్ని పటిష్టం చేయడానికి మాతృదేశం నుంచి శిక్షితులైన అధికారులను, సైనికులను భారతదేశానికి రప్పించాడు. స్థానికులకు పరిపాలనా యంత్రాంగంలో భాగస్వాములను చేశాడు. పోర్చుగీస్ వారికి, భారతీయులతో వివాహ సంబంధాలు ప్రోత్సహించాడు. మహమ్మదీయుల పట్ల క్రూరంగా వ్యవహరించాడు. మిశ్రమ వివాహాల ఫలితంగా పోర్చుగీస్ జాతి, మతం, భాషలతో కూడుకున్న నూతన వర్గం ఒకటి భారతదేశ పశ్చిమతీరంలో ఏర్పడింది. ఈ వర్గంవారు పోర్చుగీస్ వారికి ఎంతో విధేయతతో సేవలందించారు. అల్బూకర్క్ విధానాలవల్ల ఒక శతాబ్దకాలం వారి ఆధిపత్యం భారతదేశంలో కొనసాగింది.

అల్ఫాన్సో-డి-అల్బూకర్క్ క్రీ.శ. 1515 నాటికి తన తెలివితేటలు, శక్తిసామర్థ్యాలు ప్రదర్శించి తన దేశీయులతో మహాశయునిగా కీర్తించబడ్డాడు.

క్రీ.శ. 1515-1560 మధ్యకాలంలో భారతదేశంలో పోర్చుగీస్ వారి అధికారం, చురుకుగానే విస్తరించింది. డామింగో పేస్ - పెర్నావోన్యూనిజ్ వంటి వర్తకులు విజయనగర రాజుల ఆస్థానంలో గౌరవం పొందారు. మేలు రకం అశ్వాలను విజయనగర పాలకులకు పోర్చుగీసు వారు సప్లయి చేశారు. గుజరాత్ సుల్తాన్ బహదూర్‌షా వీరి సహాయంతో ఫిరంగి దళాన్ని సమకూర్చుకున్నాడు. శ్రీ శ్రీకృష్ణదేవరాయల అనంతరం విజయనగరాన్ని పాలించిన రాజుల అసమర్థత వల్ల వీరి కార్యకలాపాలకు అడ్డులేకుండా పోయింది. మక్కాకు వెళ్ళే యాత్రికులకు వీరు అనేక రకాల ఇబ్బందులు కలిగించారు. సముద్రపు దోపిడీలు సాగించారు. గుజరాత్, బీజాపూర్, గోల్కొండ పాలకులను ఓడించారు. ఉత్తర భారతావనిలో అక్బర్ చక్రవర్తి సింహాసనమధిష్టించి రాజకీయ స్థిరత్వాన్ని మొగల్ వంశానికి చేకూర్చిన తరవాత పోర్చుగీసువారు నామమాత్రమయ్యారు. వారు మొగల్ చక్రవర్తితో స్నేహం చేసారు. డయ్యూ, బేసిన్, డామన్, నాగపట్నం, శాంథోమ్, చిట్టగాంగ్, హుగ్లీ మొదలైన చోట్ల పోర్చుగీసు స్థావరాలు నెలకొల్పబడ్డాయి. అక్బర్ మరణానంతరం పోర్చుగీస్ - మొగల్ సత్సంబంధాలు చెడిపోయి భారతదేశంలో 'తూర్పు ఇండియా కంపెనీ' ప్రవేశించడంతో పోర్చుగీసు వారి కార్యక్రమాలకు పెద్ద అవరోధం ఏర్పడింది. క్రమంగా వీరి రాజకీయ, వర్తక ఆధిపత్యం క్షీణించింది. ఔరంగజేబు సేనలు క్రీ.శ 1666 ఫిబ్రవరిలో పోర్చుగీసు సేనలను ఓడించి 'చిట్టగాంగ్' స్థావరాన్ని ఆక్రమించుకున్నాయి. క్రీ.శ. 1656లో సింహాళాన్ని, 1662లో ఆర్మజ్‌ను, 1739లో బేసిన్‌ను కోల్పోయాయి.

భారతదేశంలో పోర్చుగీస్ పతనానికి కారణాలు

భారతదేశంలో ప్రథమంగా ప్రవేశించి, వర్తక స్థావరాలను, రాజకీయ అధికారాన్ని నెలకొల్పిన పోర్చుగీస్‌వారి పతనానికి అనేక కారణాలు ఉన్నాయి. 1. దక్షిణ అమెరికాలో 'బ్రెజిల్' రాజ్యాన్ని స్థాపించిన తరవాత చాలామంది పోర్చుగీస్ వారు భారతదేశాని కంటే బ్రెజిల్ వెళ్ళడానికి ఆసక్తి చూపించారు. 2. పోర్చుగల్ దేశం విస్తీర్ణం జనాభాలో భారతదేశం కంటే చాలా చిన్నది. సువిశాల భారతదేశాన్ని ఆక్రమించడం తమకు అసాధ్యమని వారు గ్రహించడం. 3. అల్ఫాన్సో - ఆల్బూకర్క్ వారసుల అసమర్థత. 4. ఉత్తర భారతదేశంలో మొగల్ చక్రవర్తులు బలీయమైన రాజకీయశక్తిగా అవతరించడం, 5. 1580లో పోర్చుగల్ స్పెయిన్ దేశంలో విలీనం కావడం, 6. నౌకాదళాన్ని ఉపసంహరించడం, 7. ఇతర ఐరోపా కంపెనీలు భారతదేశంలో ప్రవేశించడం.

డచ్చి ఈస్టిండియా కంపెనీ

16వ శతాబ్దంలో భారతదేశానికి వ్యాపారం కోసం వచ్చిన ఐరోపా వర్తక సంఘాల్లో డచ్చివారు రెండోవారు. వీరు హాలండ్ దేశస్థులు. వీరు క్రీ.శ 1572-1580 వరకు నెదర్లాండ్‌లో పౌరులుగా ఉన్నారు. ఆ తరవాత స్పెయిన్ వారి ఆధీనంలో నుంచి బయటపడి స్వాతంత్ర్యాన్ని పొందారు. స్పెయిన్‌తో చేరి పోర్చుగల్‌వారు సముద్రయానంపై ఆధిపత్యం కోల్పోయిన రోజుల్లో డచ్‌వారు క్రమంగా బలోపేతమైన శక్తిగా ఎదిగారు. డచ్‌వారు క్రీ.శ. 1595-1597, 1598లలో భారతదేశాన్ని సందర్శించారు. క్రీ.శ. 1602లో డచ్ ఈస్ట్ ఇండియా కంపెనీ అనే వర్తక సంఘం నెలకొల్పబడింది. వీరు ముఖ్యంగా సుగంధ ద్రవ్య ద్వీపాలుగా పేరొందిన ప్రాంతంలో తమ వర్తకాన్ని

అభివృద్ధి చేయాలని కృషిచేశారు. 'పీటర్‌బోత్', 'కోవెన్' వంటి సమర్థులైన డచ్ గవర్నర్ల నేతృత్వంలో డచ్ కంపెనీ అధికారం విస్తరించింది. డచ్‌వారి అధికారం ఆగ్నేయాసియాలో కూడా నెలకొల్పబడింది. క్రీ.శ. 1605-1663 మధ్య కాలంలో మచిలీపట్నం (1605), పులికాట్ (1610), సూరత్ (1616), భీమిలిపట్నం (1641), చిన్సూరా (1653), కాశింబజార్, నాగపట్నం, కొచ్చిన్ మొదలైన చోట్ల డచ్‌వారు వర్తక కేంద్రాలను ఏర్పాటుచేసుకున్నారు.

క్రీ.శ. 1658లో పోర్చుగీస్ వారి నుంచి డచ్‌వారు సింహళాన్ని ఆక్రమించుకున్నారు. పులికాట్ నుంచి వారి కేంద్రాన్ని క్రీ.శ. 1690 నాగపట్టణానికి మార్చారు. ఇదే కాలంలో ఇంగ్లాండ్-డచ్‌వారి మధ్య ఐరోపాలో శత్రుత్వం ఉన్నందువల్ల భారతదేశంలో డచ్‌వారు ఎక్కువ పురోగతిని సాధించలేక పోయారు. ఐరోపాలో ఇంగ్లాండ్, ఫ్రాన్స్‌లతో డచ్‌వారు యుద్ధాల్లో నిమగ్నమై ఉన్నందువల్ల వారి ఆర్థిక వనరులు సన్నగిల్లాయి. ఆంగ్లేయ, ఫ్రెంచి నౌకాదళాల ముందు డచ్ దళాలు బలహీనత వ్యక్తమైంది. డచ్ వర్తక సంఘం ఉద్యోగుల అవినీతి కూడా వారి పతనానికి కారణమైంది.

ఇంగ్లీష్-ఈస్ట్ ఇండియా కంపెనీ స్థాపన (క్రీ.శ. 1600-1764)

భారతదేశాన్ని మొగల్ చక్రవర్తులు పరిపాలిస్తున్న కాలంలో (క్రీ.శ. 1526-1707), ఇంగ్లాండ్ దేశాన్ని ట్యూడర్ వంశపాలకులు పరిపాలించారు. ఈ వంశ పాలకులలో ఎనిమిదో హెన్రీ (క్రీ.శ. 1509-1547), ఆరవ ఎడ్వర్డ్ (క్రీ.శ. 1547-1553), మొదటి ఎలిజబెత్ మహారాణి (క్రీ.శ. 1558-1603), మొదలైనవారు ముఖ్యులు. ఎలిజబెత్ రాణి కాలంలో ఇంగ్లండ్ సముద్రంపై తిరుగులేని శక్తిగా అవతరించింది. సముద్రమార్గం ద్వారా తూర్పు దేశాలతో ముఖ్యంగా ఇండియాతో విదేశీ వ్యాపారాన్ని పెంపొందించాలన్న కోరిక ఆమెకు ఉంది. ఇందులో భాగంగా ఆమె సాహసోపేతులైన నౌకాయాన ప్రవీణులను ప్రోత్సహించింది. ఇలాంటి పరిస్థితులలో భారతదేశాన్ని సుప్రసిద్ధ మొగల్ చక్రవర్తి అక్బర్ పరిపాలిస్తుండేవాడు. ఎలిజబెత్ రాణి అక్బర్ శక్తి సామర్థ్యాలను గౌరవించింది. మొగల్ చక్రవర్తి దర్బారుకు స్నేహాన్ని కోరుతూ తన రాయబారులను పంపింది. అక్బర్ ఇంగ్లీష్‌వారిని గౌరవించాడు. ఇదే సమయంలో లండన్‌లోని కొందరు వ్యాపారస్తులు తూర్పుదేశాలతో వ్యాపారం చేయడానికి ఎలిజబెత్‌రాణి అనుమతిని కోరుతూ వినతి పత్రం పెట్టుకున్నారు. క్రీ.శ. 1600 చివరన ఆమె అనుమతితో ఇంగ్లీష్ ఈస్ట్ ఇండియా కంపెనీ 70,000 వేల పౌండ్ల మూలధనంతో అవతరించింది. భారతదేశంలో అదే ఏడాది వ్యాపార నిమిత్తం క్రీ.శ. 1605-1656 మధ్యకాలంలో ఈస్ట్‌ఇండియా కంపెనీ తన వర్తక స్థావరాలను, మొగల్ చక్రవర్తుల అనుమతితో సూరత్, అహ్మదాబాద్, హుగ్లీ, ఢాకా, కాశింబజార్ మొదలైన చోట్ల స్థాపించింది.

'ఈస్ట్‌ఇండియా కంపెనీ' స్థాపించిన రోజుల్లో ఆ కంపెనీ భవిష్యత్తులో భారతదేశాన్ని జయించి, సార్వభౌమాధికారాన్ని చెలాయిస్తుందనీ ఎవరూ ఊహించలేదు. ఇంగ్లండులో పారిశ్రామిక విప్లవం సాధించిన అఖండ విజయం అత్యధిక వస్తూత్పత్తి, అదనపు నిల్వలు, భారతదేశ స్వదేశీ మార్కెట్‌ను కూలదోసి ఇంగ్లీష్ ఫ్యాక్టరీ వస్తువులను భారతీయ మార్కెట్‌లలో విక్రయించే గుత్తాధిపత్యాన్ని చెలాయించింది. ఈ కంపెనీ తమ తరవాత భారతదేశానికి వచ్చిన ఫ్రెంచీ ఈస్ట్ ఇండియా కంపెనీ

నుంచి తీవ్రపోటీని ఎదుర్కొని అఖండడ విజయం సాధించింది. ఔరంగజేబు మరణానంతరం (క్రీ.శ. 1707) మొగల్ చక్రవర్తుల బలహీనతను, మొగల్ రాష్ట్ర పాలకుల, ఉన్నతాధికారుల స్వార్థాన్ని ఆసరగా తీసుకొని సమర్థవంతలైన కంపెనీ అధికారుల నేతృత్వంలో భారతనేలపై అద్భుత విజయాలు సాధించింది. బెంగాల్, మద్రాస్ ప్రసిడెన్సీలపై వారి పూర్తి ఆధిపత్యం ఉండేది.

ఇంగ్లండ్‌లో కంపెనీ వ్యవహారాలు చూడటానికి వాటాదారులంతా కలిసి 'కోర్ట్ ఆఫ్ డైరెక్టర్స్'గా ఏర్పడ్డారు. (24 మంది సభ్యులు) వీరి కార్యకలాపాలను చూడటానికి, బోర్డ్ ఆఫ్ డైరెక్టర్స్‌ను ఎన్నుకునేవారు. ఈ 'బోర్డ్ ఆఫ్ డైరెక్టర్స్' అత్యంత సమర్థవంతంగా ప్రభుత్వం, వాటాదారులు, కంపెనీ ఉద్యోగులతో కలిసి మెలిసి తన కర్తవ్యాన్ని నిర్వహించేది. ప్రతి ప్రసిడెన్సీలో గవర్నర్, అతని కౌన్సిలు సభ్యులు పరిపాలనా వ్యవహారాల్లో కీలకపాత్ర పోషించేవారు.

భారతదేశంలో 'బ్రిటిష్ ఈస్ట్ ఇండియా' కంపెనీ తరపున ఫ్యాక్టరీల స్థాపనకోసం క్రీ.శ. 1608 నుంచి ప్రయత్నాలు చేసారు. 'కెప్టెన్ హాకిన్స్' 1608లో జహంగీర్ చక్రవర్తి అనుమతితో సూరత్ పట్టణంలో ఫ్యాక్టరీ నెలకొల్పడానికి అనుమతి కోరి విఫలమయ్యాడు. రెండో జేమ్స్ రాజు పంపిన రాయబారి 'సర్‌థామస్‌రో' అసాధారణ దౌత్యనీతి కుశలత, తెలివితేటలవల్ల క్రీ.శ. 1615 నాటికి జహంగీర్ చక్రవర్తి అనుమతితో సూరత్‌లో మొట్టమొదటి ఇంగ్లీష్ ఫ్యాక్టరీ నెలకొల్పడమైంది. క్రీ.శ. 1611 నాటికే గోల్కొండ సుల్తాన్ మహమ్మద్ కులీకుతుబ్‌షా అనుమతితో కెప్టెన్ హిప్పన్ మచిలీపట్నంలో ఒక ఫ్యాక్టరీని నెలకొల్పారు. 1626లో గోవాలో ఒక ఫ్యాక్టరీని నెలకొల్పారు. క్రీ.శ. 1640 నాటికి 'ఫ్రాన్సిస్ - డే' (మచిలీపట్నం కౌన్సిల్ సభ్యుడు) చంద్రగిరి పరిపాలిస్తున్న హిందూ రాజు నుంచి మచిలీపట్నం దక్షిణాన విస్తరించి ఉన్న 230 మైళ్ళ భూమిని కౌలుకు పొందాడు. అక్కడ ఫాక్టరీని నిర్మించాడు. దీనికి 'సెంట్-జార్జికోట' అని పేరు పెట్టాడు. ఈ సురక్షిత ఫాక్టరీ చుట్టూ ఉన్న ప్రదేశంలో చెన్నపట్నం లేదా 'మద్రాసు పట్టణం అభివృద్ధి చెందింది. దీనిలో తెల్లవారిబస్తీ, నల్లవారిబస్తీ (భారతీయ వర్తకులు, నేతపనివారు) వేరువేరుగా జీవితం గడిపేవారు. క్రీ.శ. 1633 వ సం॥లో 'రాల్ఫాకార్ట్‌రైట్' కృషివల్ల ఇంగ్లీష్ ఈస్ట్ ఇండియా కంపెనీ తన ఫాక్టరీని ఒరిస్సా తీరానగల 'హరిహరపురంలో స్థాపించింది. ఇదే క్రమంలో క్రీ.శ. 1651లో బ్రిడ్‌మెన్ కృషివల్ల 'హుగ్లీ' వద్ద ఇంగ్లీష్ ఫాక్టరీ నెలకొల్పబడింది. హుగ్లీ నది తీరంలో మొగల్ చక్రవర్తి ఔరంగజేబ్‌చే, 'గాబ్రియల్ బౌటన్' అనే బ్రిటిష్ వైద్యునికి బహుమానంగా పొందిన భూమిని బ్రిటిష్ ఈస్ట్ ఇండియా కంపెనీ ఖరీదు చేసింది. ఆ భూమిలో క్రీ.శ. 1687-90 మధ్యలో 'కలకత్తా' అనే కొత్త నగరాన్ని నిర్మించింది. ఈ నగరంలోనే విలియం కోటను నిర్మించారు. స్వల్ప కాలవ్యవధిలోనే ఇది కంపెనీ తరపున పెద్ద వ్యాపార కేంద్రంగా, పాలనా కేంద్రంగా అభివృద్ధి చెందింది.

క్రీ.శ. 1600 - 1700 మధ్య కాలంలో ఇంగ్లాండ్ దేశ రాజకీయాలు అనేక మార్పులను చవిచూసాయి. ట్యూటర్‌ల అనంతరం స్టూవర్ట్ వంశం అధికారం చేపట్టింది. క్రీ.శ. 1688 'రక్త రహిత విప్లవం' జరిగింది. భారతదేశంలో ఈస్ట్‌ఇండియా కంపెనీ అధికారం, సంపత్తి, లాభాలు భారీగా బలోపేతమయ్యాయి. ఇది లండన్‌లోని అనేక ఇతర కంపెనీ యజమానులకు ఈర్ష్య కలిగించింది. వారు బ్రిటిష్ పార్లమెంటు సభ్యులను భారతదేశంలోని ఈస్ట్ ఇండియా కార్యక్రమాలపై

నియంత్రణ చేయవలసిందిగా కోరాయి. ఫలితంగా క్రీ.శ. 1700లో 'సమైక్య ఆంగ్లేయ వర్తక ప్రాగ్దేశ వ్యాపార సంఘం'గా ఈస్ట్ ఇండియా కంపెనీ పేరు మారింది.

ఫ్రెంచి ఈస్టిండియా కంపెనీ : ఫ్రాన్స్ దేశాన్ని క్రీ.శ. 1589-1789 మధ్య కాలంలో బూర్బన్ వంశానికి చెందిన చక్రవర్తులు పరిపాలించారు. వీరు ఇంగ్లాండ్‌ను పరిపాలించిన ట్యూడర్, స్టూవర్ట్‌లకు సమకాలికులు. ఐరోపా నుంచి భారతదేశానికి వ్యాపార నిమిత్తం వచ్చిన వారిలో ఫ్రెంచివారు చివరివారు. క్రీ.శ. 1664వ సంవత్సరంలో ఫ్రాన్స్ చక్రవర్తి అయిన 14వ లూయీ (క్రీ.శ. 1661-1715) ఆర్థిక మంత్రియైన 'జీన్-బాప్టిస్ట్ - కోల్‌బర్ట్' ఫ్రెంచి ఆర్థిక వ్యవస్థను పటిష్టం చేశాడు. స్వదేశీ, విదేశీ వర్తకాన్ని ప్రోత్సహించాడు. ఇతడి కృషివల్ల ఫ్రెంచి ఈస్ట్-ఇండియా కంపెనీ నెలకొల్పబడింది (1664). ఐరోపా ఖండంలో ఇంగ్లాండ్- ఫ్రాన్స్‌ల మధ్య తరతరాలుగా నెలకొన్న శత్రుత్వం భారతదేశంలో ఫ్రెంచ్ ఈస్ట్ ఇండియా కంపెనీ ప్రవేశించడంతో ఇక్కడ కూడా కొనసాగింది. దీని ఫలితంగా ఇరుపక్షాల మధ్య ఆధిపత్యానికి శతాబ్దానికి పైగా కొనసాగింది. మాతృదేశం నుంచి సరియైన ప్రోత్సాహం లేనందువల్ల ఫ్రెంచి ఈస్ట్ - ఇండియా కంపెనీ పరాజయం పొందింది.

క్రీ.శ. 1664 తరవాత ఫ్రాన్స్ చక్రవర్తి 14వ లూయీ ప్రోత్సాహంతో 'ఫ్రెంచి ఈస్ట్ ఇండియా కంపెనీ' భారతదేశంలో వలసల స్థాపనకు కృషి చేసింది. మొదట మడ్‌గాస్కర్ వద్ద వర్తక కేంద్రాన్ని నెలకొల్పాలని ప్రయత్నించి విఫలమైంది. ఆ తరవాత క్రీ.శ. 1667వ సంవత్సరంలో ఫ్రాన్స్ చక్రవర్తి సేవలో ఉన్న (డచ్ జాతీయుడు) కారోన్ నేతృత్వంలో బయలుదేరిన ఫ్రెంచి ఈస్ట్ ఇండియా కంపెనీ, 1668 నాటికి 'సూరత్'లో, 1669లో మచిలీపట్నంలో తమ వర్తక స్థావరాలను (ఫ్యాక్టరీలను) నెలకొల్పింది. 1672వ సంవత్సరంలో కారోన్ స్థానంలో ఫ్రాంకోయిస్ మార్టిన్ ఫ్రెంచి ఈస్ట్ ఇండియా కంపెనీ కొత్త డైరెక్టర్ జనరల్‌గా భారతదేశం వచ్చాడు. ఇతడు భారతదేశంలో ఫ్రెంచి వారి ఆధిపత్యాన్ని నెలకొల్పడానికి పథకాలు రూపొందించాడు. ఇతడు. ఆర్కాట్ నవాబ్ నుంచి, కడలూర్‌కు 15 మైళ్ళ దూరాన, తూర్పు కోస్తాలో కొంత భాగాన్ని సంపాదించాడు. ఆ ప్రదేశంలో ఒక నూతన నగరం నిర్మాణానికి పూనుకున్నాడు. ఈ నగరమే 'పాండిచ్చేరి'గా ఫ్రెంచివారి రాజధానిగా ప్రసిద్ధి గాంచింది. క్రీ.శ. 1674 తరవాత షాయిస్థాఖాన్ నుంచి అనుమతిపొందిన ఫ్రెంచి ఈస్ట్ ఇండియా కంపెనీ అధికారులు బాలాసోర్, కాశింబజార్, చంద్రనగర్ దగ్గర తమ ఫాక్టరీలను నిర్మించారు. 14వ లూయీ అనంతరం క్రీ.శ. 1720లో ఫ్రెంచి ఈస్ట్ ఇండియా కంపెనీ పెర్పెచ్యువల్ కంపెనీ ఆఫ్ ది ఇండియా అనే పేరుతో పునర్వ్యవస్థీకరించబడింది. క్రీ.శ. 1725లో మలబార్ తీరంలోని మాహి వద్ద, 1739లో నెలకొల్పబడినాయి. 1725 తరవాత లెనో, డ్యూమా, డూప్లే వంటి సమర్థవంతులైన డైరెక్టర్ జనరల్‌ల నాయకత్వంలో ఫ్రెంచి, ఈస్ట్ ఇండియా కంపెనీ ఆర్థికంగా బలోపేతమైంది. ఐరోపాలో 1740లో ప్రారంభమైన ఆస్ట్రియా వారసత్వపు వివాదం భారతదేశంలో ఆంగ్లో - ఫ్రెంచి కంపెనీలను ప్రత్యక్ష యుద్ధానికి సిద్ధపరిచింది. కర్ణాటక ఇరుపక్షాలకు రణభూమిగా మారింది.

భారతదేశంలో ఇంగ్లీష్ ఈస్ట్ ఇండియా రాజకీయ విస్తరణ

క్రీ.శ. 1707-1857 మధ్యకాలంలో భారతదేశంలో మొగల్ వంశపాలకుల అసమర్థత, వారసత్వ యుద్ధాలు, రాష్ట్రపాలకుల తిరుగుబాట్లు, మరాఠుల్లోని అంతఃకలహాలు, స్వార్థబుద్ధి మొదలైన అంశాలు ఇంగ్లీష్ ఈస్ట్ ఇండియా కంపెనీ విజృంభణకు, స్వదేశీ పాలకుల వ్యవహారాల్లో జోక్యం కలిగించుకొనేలా ప్రోత్సహించాయి. ఐరోపాలో ఆంగ్లో - ఫ్రెంచి వారి మధ్యగల శతృత్వం భారతదేశంలో కూడా ఇరు కంపెనీల మధ్య ప్రత్యక్ష పోరుకు తెరదించింది. మొగల్ సార్వభౌమాధికారాన్ని ఔరంగజేబు మరణానంతరం ఎదిరించిన రాష్ట్ర పాలకులు స్వతంత్ర్య రాజ్యాలను స్థాపించారు. కర్ణాటక (ఆర్కాట్) నవాబ్ దోస్తలీ, బెంగాల్‌లో అలీవర్ధీఖాన్, దక్కన్ సుబాలో నిజాం ఉల్-ముల్క్ వీరిలో ప్రముఖులు. వీరిలో లోపించిన ఐక్యత, స్వార్థబుద్ధి, దూరదృష్టి ఇంగ్లీష్, ఈస్ట్ ఇండియా కంపెనీ అధికారుల స్వార్థ పూరిత పథకాల అమలుకు అవకాశం కలిగించాయి. కొన్ని సందర్భాలలో యుద్ధాలు, మరికొన్ని సందర్భాలలో దౌత్యం నూతన విధానాలు ప్రవేశపెట్టి అమలుచేసి బలోపేతమైన శక్తిగా ఇంగ్లీష్ ఈస్ట్ ఇండియా కంపెనీ రాజకీయశక్తిగా ఎదిగింది. క్రీ.శ. 1772-1773లో బ్రిటిష్ పార్లమెంట్ చేసిన 'రెగ్యులేటింగ్ చట్టం' బ్రిటిష్ వారి సార్వభౌమాధికారాన్ని భారతావనిలో అంతవరకు ఆక్రమించిన ప్రాంతాలన్నింటిపై నెలకొల్పింది. భారతదేశంలో కేవలం ఒక వర్తక సంఘంగా ప్రవేశించిన తూర్పు ఇండియా కంపెనీ అధికార వ్యాప్తిని ప్రధానంగా రెండు దశలుగా విభజించవచ్చు. మొదటి దశ క్రీ.శ. 1600-1772 రెండో దశ క్రీ.శ. 1773-1857-58. మొదటి దశలో ఈస్ట్ ఇండియా కంపెనీ స్వదేశీ పాలకులతోనూ, సోదర ఐరోపా వర్తక సంఘాలతోనూ తలపడింది. సామ, ధాన, భేద దండోపాయాలను కంపెనీ అధికారులు చాకచక్యంగా ప్రయోగించి ప్రబల రాజకీయ సంస్థగా ఎదిగారు. బెంగాల్ ఆక్రమణకోసం అక్కడి నవాబు సిరాజుద్దీన్‌దౌలతో చారిత్రాత్మకమైన ప్లాసీ యుద్ధం (23-06-1757)లో, మీర్‌జాఫర్‌పై బక్సార్ యుద్ధం (22-10-1764)లో గణవిజయాలు సాధించిన రాబర్ట్‌క్లైవ్ తూర్పు ఇండియా కంపెనీ గౌరవ ప్రతిష్ఠలను ఇనుమడింప చేసాడు. ఇదే తరహాలో కర్ణాటక యుద్ధాలు (1744-1763), మైసూర్ యుద్ధాలు (1765-1799), మరాఠా యుద్ధాల్లో (1775-1819) తూర్పు ఇండియా కంపెనీ అఖండ విజయాలను సాధించింది. కంపెనీ అధికారుల, సైన్యాల పట్టుదల, వ్యూహరచనలు, మాతృదేశ మద్దతు వారి విజయాలకు దోహదం చేశాయి. రెండో దశలో కంపెనీ అధికారులు (గవర్నర్ జనరల్‌లు) ప్రత్యేకంగా రూపొందించి అమలుచేసిన సైన్య సహకార విధానం, శాశ్వత భూమిశిస్తు నిర్ణయ పద్ధతి', 'రాజ్య సంక్రమణ సిద్ధాంతం', రక్తపాత రహితంగానే భారతభూమిపై బ్రిటిష్ అధికారాన్ని శాశ్వతం చేశాయి. స్వదేశీ పాలకులు శక్తిహీనులై ప్రేక్షకపాత్రను పోషించారు. 1857లో జరిగిన సిపాయిల తిరుగుబాటు కొంతమేరకు బ్రిటిష్ వాసుల్లో ఆందోళన కలిగించింది.

రాబర్ట్ క్లైవ్

(అ) కర్ణాటక యుద్ధాలు (క్రీ.శ.1744-1763)

భారత దేశ చరిత్రలో ఆంగ్లో-ఫ్రెంచి కంపెనీల మధ్య స్థానిక పాలకులతో కలిసి చేసిన మూడు కర్ణాటక యుద్ధాలకు ఎంతో ప్రాధాన్యత ఉంది. భారతదేశ దూర దక్షిణ ప్రాంతానికే 'కర్ణాటక' అని వ్యవహరించేవారు. ఔరంగజేబు కాలంలో బీజాపూర్, గోల్కొండ, రాజ్యాల ఆక్రమణ తరవాత (1687 తరవాత) ఈ ప్రాంతాలు మొగల్ సామ్రాజ్యంలో అంతర్భాగమైనాయి. ఆర్కాట్ కేంద్రంగా కర్ణాటక ప్రాంతంపై మొగల్ చక్రవర్తిచే నియమించబడిన నవాబ్ పరిపాలన చేశాడు. క్రీ.శ. 1710-1732 మధ్యకాలంలో 'సాదుల్లాఖాన్' కర్ణాటక నవాబ్ అధికారం చెలాయించాడు. ఇతని తరవాత 'దోస్త్ అలీ' కర్ణాటక నవాబై 1740 వరకు పరిపాలన చేశాడు. ఇతని కాలంలో మరాఠాలు ఫీష్వాబాజీరావు నాయకత్వంలో స్వతంత్ర హైద్రాబాద్ రాజ్య స్థాపకుడైన నిజాం ఉల్ ముల్క్ కర్ణాటక ప్రాంతాన్ని ఆక్రమించడానికి ప్రయత్నించారు. తంజావూర్ రాజు నుంచి 'కరైకాల్'ను పొందడానికి ఫ్రెంచి గవర్నరైన 'డ్యూమాస్' ప్రయత్నం చేశాడు. ఇతనికి దోస్త్ అలీ అల్లుడైన చందాసాహెబ్ సహకరించాడు. తంజావూర్ రాజుగారి అభ్యర్థన మేరకు ఛత్రపతి సాహూ (1707-1748) తన సైన్యాలను కర్ణాటక ఆక్రమణకోసం పంపించాడు. 'దామల చెరువు' వద్ద జరిగిన యుద్ధంలో దోస్త్ అలీ అతని అనుచరులు ప్రాణాలు కోల్పోయారు. చందాసాహెబ్‌ను మరాఠాలు బందీని చేసి మొదట బీరార్‌కు, తరవాత 'సతారా'కు తీసుకువెళ్ళారు. దోస్త్ అలీ మరణించగా, అతని కుమారుడైన 'సఫదర్ అలీ' కర్ణాటక కొత్త నవాబ్ అయ్యాడు. కాని ఇతడు మరాఠ రాజుకు కోటి రూపాయలు చెల్లించి ఒడంబడిక చేసుకున్నాడు. కాని కొంత కాలానికే సఫదర్ అలీని అధికార దాహంతో అతని బంధువు 'ముర్తుజా అలీ' హత్య చేశాడు. కర్ణాటకలోని అంతరంగిక అల్లర్లను ఆసరాగా తీసుకొని కర్ణాటకను ఆక్రమించాలనే ఆశయంతో హైద్రాబాద్ పాలకుడు నిజాం-ఉల్-ముల్క్ దాడి చేసాడు. కాని ఇదే సమయంలో దోస్త్-అలీ సహచరులైన 'అన్వరుద్దీన్' తనకు తాను కర్ణాటక పాలకునిగా ప్రకటించుకున్నాడు. కాని దోస్త్ అలీ బంధువులు, హైద్రాబాద్ నిజాం అతన్ని నవాబ్‌గా గుర్తించలేదు. అవకాశం కోసం ఎదురుచూస్తున్న మరాఠాలు చందాసాహెబ్‌ను తమ బందీ నుంచి విడుదల చేశారు. ఇదేకాలంలో ఐరోపాలో ఆస్ట్రియా సింహాసనంకోసం వారసత్వ యుద్ధం ప్రారంభమైంది. ఈ యుద్ధం, 'కర్ణాటక' రాజకీయ అస్థిరత ఇంగ్లీష్, ఫ్రెంచి, ఈస్ట్ ఇండియా కంపెనీ అధికారులను ప్రత్యక్ష యుద్ధానికి పురికొల్పాయి.

మొదటి కర్ణాటక యుద్ధం (క్రీ.శ. 1744-1748)

క్రీ.శ. 1744 నుంచి 1748 వరకు భారతదేశంలో ఇంగ్లీష్ ఫ్రెంచి కంపెనీ సైన్యాల మధ్య జరిగిన మొదటి కర్ణాటకయుద్ధానికి తక్షణ కారణం ఐరోపాలో ఆస్ట్రియా రాజైన ఆరో చార్లెస్ (1711-1740) అనంతరం ఆస్ట్రియా సింహాసనం విషయంలో తలెత్తిన వివాదం అని చెప్పాలి. ఆ రోజుల్లో భారతదేశంలోని ఫ్రెంచి ఈస్ట్ ఇండియా కంపెనీ భూభాగాలపై అధినేత జోసెఫ్ - ఫ్రాంకోయిస్-దూప్లే. ఇతడు ఆస్ట్రియా వారసత్వ యుద్ధంతోభారతదేశంలోని ఫ్రెంచి-ఇంగ్లీష్ కంపెనీ అధినేతలు రెచ్చిపోవద్దనీ, శాంతియుతంగా ఉండాలనీ కోరాడు. కాని ఇంగ్లీష్ వారు మాత్రం, యుద్ధంకోసం సిద్ధపడ్డారు. 1745వ సంవత్సరంలో 'బార్నెట్' నేతృత్వంలో ఆంగ్లేయ యుద్ధనౌకలు

తూర్పు తీరం చేరాయి. పాండిచ్చేరిలో ఉన్న డూప్లే ఆంగ్లేయులు ఫ్రెంచి స్థావరాలను ముట్టడించరాదనీ కర్ణాటక నవాబ్ అన్వరుద్దీన్‌తో ప్రకటింపచేసాడు. కాని 1746లో తూర్పుతీరంలో ఉన్న ఫ్రెంచి నౌకలను బార్నెట్ నేతృత్వంలోని ఇంగ్లీష్ సేనలు బంధించాయి. దీనితో ఇరుపక్షాల మధ్య ప్రత్యక్ష యుద్ధం ప్రారంభమైంది. యుద్ధం తొలిదశలో డూప్లే సేనలపై బార్నెట్ కొన్ని విజయాలు సాధించాడు. కాని మారిషస్ దీవుల నుంచి వచ్చిన ఫ్రెంచి సేనాపతి 'లాబర్‌నీస్' నేతృత్వంలోని ఎనిమిది సైనిక నౌకల దాడిలో బార్నెట్ పరాజితుడై బెంగాల్ పారిపోయాడు. లాబర్‌నీస్ సెయింట్ డేవిడ్ కోటను ఆక్రమించాడు. ఫ్రెంచ్ సేనలు సెయింట్ డేవిడ్ కోటను ఆక్రమించగానే ఆ కోట రక్షణ అధికారి 'ఫైటన్' అక్కడి నుంచి ప్రాణభయంతో పారిపోయాడు. దీని ఫలితంగా ఫ్రెంచివారి అధికారం తూర్పు కోస్తాపై నెలకొల్పబడింది. ఈ విజయం డూప్లేలో నూతన ఉత్సాహాన్ని కలిగించింది. అతడు ఇంగ్లీష్ వారి ముఖ్య స్థావరాల్లో ఒకటైన మద్రాస్‌ను ముట్టడించడానికి వ్యూహాత్మకంగా బయలుదేరాడు. క్రీ.శ. 1746వ సంవత్సరంలో డూప్లే సేనలు భూమార్గం ద్వారా, 'లాబర్‌నీస్' సైన్యాలు సముద్ర మార్గం ద్వారా మద్రాస్ ఆక్రమణ చేసారు. ఆనాటి మద్రాస్ గవర్నర్ మోర్స్ గత్యంతరం లేక కర్ణాటక నవాబైన అన్వరుద్దీన్‌ను ఫ్రెంచి సేనల దాడిని ఆపవలసిందిగా ఆదేశాలివ్వమని ప్రార్థించాడు. నవాబ్ అభ్యర్థనను డూప్లే తిరస్కరించాడు. మద్రాస్‌ను ఆక్రమించుకున్న తరవాత దాన్ని నవాబుకే అప్పగిస్తానని వాగ్దానం చేశాడు. ఈవిధంగా ఫ్రెంచి సేనల మద్రాస్ ఆక్రమణ, మొదటి కర్ణాటక యుద్ధాన్ని శిఖర స్థాయికి చేర్చింది. డూప్లే మొండి వైఖరి, అధికార వాంఛను పసిగట్టిన నవాబ్ అన్వరుద్దీన్ ఫ్రెంచి సేనలను అదుపుచేయడానికి తన సైన్యాన్ని పంపాడు. 'శాంథోమ్' వద్ద విడిదిచేసి ఉన్న నవాబ్ సేనలపై డూప్లే సైన్యాలు మెరుపుదాడి చేసి ఓడించాయి. 'శాంథోమ్' విజయం ఐరోపా సైన్యాల దక్షత ముందు భారతీయ సైన్యాల బలహీనతను బహిర్గతం చేసింది. ఈ విజయంతో ఫ్రెంచి వారి సుశిక్షిత ఫిరంగిదళం ముఖ్యపాత్ర పోషించింది. మద్రాస్‌లో ఫ్రెంచి సేనల చేతిలో బందీలైన ఆంగ్లేయులను, డూప్లే 'పాండిచ్చేరి'కి పంపాడు. రాబర్ట్ క్లైవ్ వారిలో ఒకడు. అప్పటికి రాబర్ట్ క్లైవ్ కంపెనీ సేవలో రైటర్‌గా పనిచేసే వాడు. రాబర్ట్ క్లైవ్ తరవాత మారువేషంలో తప్పించుకొని సెయింట్ డేవిడ్ కోటకు చేరాడు. మద్రాసు, శాంథోమ్ విజయాల ఆనందం ఫ్రెంచి ఈస్ట్ ఇండియా కంపెనీకి చాలా కాలం నిలవలేదు. డూప్లే 'లాబార్‌నీస్' ల మధ్య అభిప్రాయ భేదాలు ఏర్పడి అంతః కలహాలు చెలరేగాయి. మద్రాస్ గవర్నర్ 'నికోలస్ మోర్స్'తో లాబార్ - నీస్ రహస్య ఒడంబడిక చేసుకున్నాడు. దీని ప్రకారం 11 లక్షల పగోడాలు ఇంగ్లీష్ వారు లాబార్‌నీస్‌కు చెల్లించారు. తన సేనలతో లాబార్‌నీస్ 'మారిషస్' తిరిగి వెళ్ళిపోయాడు. ఈ పరిణామంతో డూప్లే ఆశ్చర్యపడినాడు. 'లాబార్‌నీస్' 'నికోలస్ మోర్స్'ల మధ్య జరిగిన సంధితో తనకు సంబంధం లేదని మద్రాస్‌పై దాడి చేసి వశపరుచుకొన్నాడు. ఫ్రెంచి ప్రభుత్వం లాబార్‌నీస్‌ను స్వదేశం పిలిపించి శిక్షించింది. అతడు 1753లో బాస్టిల్ జైలు నుంచి విడుదలైన తరవాత మరణించాడు.

ఫ్రెంచి సేనాధిపతుల మధ్య ఏర్పడిన విభేదాలు, ఇంగ్లీష్, ఈస్ట్ఇండియా కంపెనీకి కలిసి వచ్చాయి. లాబార్‌నీస్ సేనల ఉపసంహరణవల్ల సముద్రంపై ఆంగ్లేయుల ఆధిపత్యానికి అవకాశం ఏర్పడింది. సెయింట్ డేవిడ్ కోటను ఆక్రమించడానికి డూప్లే చేసిన ప్రయత్నం రాబర్ట్ క్లైవ్ తీవ్ర

ప్రతిఘటన వల్ల విఫలమైంది. సరిగా ఇదే సమయంలో క్రీ.శ. 1748, జూన్ నెలలో ఇంగ్లాండ్ నుంచి 'రేర్ అడ్మిరల్ బాస్కావెన్' అనే సమర్థ సేనాధిపత్యంలో నౌకాదళం తూర్పుతీరం చేరి, ఫ్రెంచి కేంద్ర పట్టణమైన పాండిచ్చేరిపై దాడిచేసింది. కాని డూప్లే, ఫ్రెంచి సైనికుల పట్టుదల, రుతుపవనాల వ్యతిరేకతవల్ల ఇంగ్లీష్ వారి ప్రయత్నాలు విఫలమైనాయి. ఇరుపక్షాల మధ్య క్రీ.శ. 1748లో ఆస్ట్రియా వారసత్వ యుద్ధం ఐరోపాలో ముగియగానే జరిగిన 'ఆక్స్-లా-ఛాఫెల్' సంధి షరతుల ప్రకారం యుద్ధ విరమణ జరిగింది. మద్రాస్ ఇంగ్లీష్‌వారు, పాండిచ్చేరి ఫ్రెంచివారు పొందారు. ఈవిధంగా ఆస్ట్రియా వారసత్వ యుద్ధంతో ప్రారంభమైన మొదటి కర్ణాటక యుద్ధం ఆస్ట్రియా వారసత్వ యుద్ధం అనంతరం జరిగిన 'ఆక్స్-లా-ఛాఫెల్' సంధితో ముగిసినప్పటికీ ఇది తాత్కాలిక విరమణ మాత్రమే అయింది. భారతదేశంలో ఆధిపత్యంకోసం ఆంగ్లో-ఫ్రెంచి ఈస్ట్ ఇండియా వర్తక సంఘాల అధికారులు, సేనలు త్వరలోనే మరోసారి యుద్ధానికి సిద్ధమైనవి. మొదటి కర్ణాటక యుద్ధం విదేశీ వర్తక సంఘాల సామ్రాజ్య విస్తరణ కాంక్షను, భారతీయ పాలకుల బలహీనతలను, అనైక్యతనూ, స్వదేశీ సేనల బలహీనతలను, డూప్లే, క్లైవ్‌ల నాయకత్వాన్ని బహిరంగం చేసింది. ఈ యుద్ధం ఇంగ్లీష్, ఫ్రెంచి కంపెనీ వారికి, వారి వర్తక స్థావరాల చుట్టూ విస్తరించి ఉన్న 100 మైళ్ళ భౌగోళిక పరిస్థితులపై అవగాహన కలిగించింది.

రెండో కర్ణాటక యుద్ధం (క్రీ.శ. 1748 - 1756)

రెండో కర్ణాటక యుద్ధం మొదటి కర్ణాటక యుద్ధం కొనసాగింపు. ఈ యుద్ధానికి ప్రధాన కారణాలు రెండు. ఒకటి భారతదేశంలో స్వదేశీ రాజ్యాలైన ఆర్కాట్, హైదరాబాద్‌లలో తలెత్తిన వారసత్వ తగాదాలు. రెండోది ఫ్రెంచి - ఆంగ్లో కంపెనీ అధికారుల మధ్యగల శత్రుత్వం. హైద్రాబాద్, ఆర్కాట్ వారసత్వ తగాదాల్లో ఇరుకంపెనీల వారు వ్యతిరేక కూటముల్లో చేరారు. దీనితో తిరిగి యుద్ధం ప్రారంభమైంది. మహారాష్ట్రులు చందాసాహెబ్‌ను 1748లోనే తమ బందీ నుంచి విడుదలచేయడం, మొగల్ చక్రవర్తి మహ్మద్‌షా మరణించడం, ఛత్రపతి సాహు మరణించడం, మొదలైన పరిణామాలు 1748 - 49 మధ్యకాలంలో చోటుచేసుకున్నాయి. ఈ దేశీయ రాజకీయ పరిస్థితులు యుద్ధ వాతావరణాన్ని తయారుచేశాయి.

'ఆక్స్-లా-చాపెల్ సంధి' (1748) ఫ్రెంచి వారికి భారత దేశంలో ఎలాంటి లాభాలను చేకూర్చలేదు. డూప్లేకు ఈ సంధి తీవ్ర అసంతృప్తిని మిగిల్చింది. అతడు భవిష్యత్‌లో ఫ్రెంచి ఈస్ట్ ఇండియా కంపెనీ ఆధిపత్యాన్ని ఎలాగైనా నెలకొల్పాలనీ కలలుకన్నాడు. ఆంగ్లేయుల వద్ద ఉన్న పటిష్టమైన భారీ నౌకాదళం తన వద్ద లేదని తెలిసినప్పటికీ డూప్లే ధైర్యం వదలక యుద్ధానికి సిద్ధపడ్డాడు. వెంటనే అన్వరుద్దీన్‌ను ఎదిరించడటానికి సైన్యంతో వచ్చిన చందాసాహెబ్‌కు డూప్లే స్వాగతం పలికి అతనికి తన మద్దతు ప్రకటించాడు. ఇదే కాలంలో నిజాం-ఉల్-ముల్క్ మరణానంతరం, హైద్రాబాదులో అతని రెండో కుమారుడు 'నాసిర్‌జంగ్' సింహాసనం అధిష్టించాడు. కాని నిజాం-ఉల్-ముల్క్ పెద్ద కుమార్తె కొడుకైన ముజఫర్‌జంగ్ హైద్రాబాద్ సింహాసనం తనకే చెందాలనీ పేచీ పెట్టాడు. దీనితో డూప్లే ముజఫర్ జంగ్‌ను, సమర్థించడానికి సిద్ధమైనాడు. ఈవిధంగా హైద్రాబాద్‌లో ముజఫర్ జంగ్‌ను, కర్ణాటకలో చందాసాహెబ్‌ను డూప్లే సమర్థించగా, ఇంగ్లీష్ ఈస్ట్

ఇండియా కంపెనీ పరిస్థితులను అంచనావేసి, ఆర్కాట్ నవాబ్ అన్వరుద్దీన్‌కు ఒక లేఖ రాసి ఫ్రెంచిస్థావరాలైన శాంథోమ్, పాండిచ్చేరిలను తమకు ఇచ్చినట్లయితే 2,000 మంది సైనికులతో సహాయం చేస్తామని వాగ్దానం చేసింది. కాని డూప్లే కుటిలనీతితో ఈ లేఖ నవాబ్ అన్వరుద్దీన్‌కు అందకుండా చేశాడు.

క్రీ.శ. 1749, ఆగస్టులో డూప్లే, ముజఫర్‌జంగ్, చందాసాహెబ్ మిత్రకూటమి సైన్యాలు ఆర్కాట్ నవాబ్ అన్వరుద్దీన్‌పై దండెత్తాయి. ఫ్రెంచి సైన్యాలకు, 'డి-అతుల్' నాయకత్వం వహించింది. ఇరుపక్షాల సైన్యాలకు ఆర్కాట్ సమీపంలో ఉన్న 'అంబూరు' వద్ద భయంకర యుద్ధం జరిగింది. యుద్ధంలో అన్వరుద్దీన్ చంపబడ్డాడు. అన్వరుద్దీన్ కుమారుడైన మహ్మద్ అలీ ఆర్కాట్ వదిలి తిరుచినాపల్లి కోటలో రక్షణ పొందాడు. డూప్లే తన సేనలతో ఆర్కాట్‌ను స్వాధీనం చేసుకొని అక్కడ ముజఫర్ జంగ్‌ను దక్కన్ సుబేదారుగా, చాందాసాహెబ్‌ను కర్ణాటక నవాబ్‌గా ప్రకటించారు. దీనితో మహ్మదాలీ ఆధీనంలో ఉన్న తిరుచునాపల్లి, జింజీలు తప్ప కర్ణాటక ప్రాంతమంతా ఫ్రెంచివారి స్వాధీనమైంది. గతంలో చేసుకున్న ఒడంబడిక ప్రకారం ముజఫర్‌జంగ్ ఫ్రెంచివారికి మచిలీపట్నం, దివి ఓడరేవులను అప్పగించాడు.

కర్ణాటకలో తాము సాధించిన అఖండ విజయోత్సవాల్లో ఫ్రెంచివారు నిమగ్నమై ఉండగా, తమ మిత్రుడైన నాజర్ జంగ్‌ను తక్షణమే హైద్రాబాద్ నుంచి సైన్యాలతో బయలుదేరి రావలసిందిగా ఆదేశాలు పంపారు. క్రీ.శ. 1750వ సం॥లో నాసిర్‌జంగ్ 10 వేలమంది మరాఠ సైనికులతో, 600 మంది ఆంగ్లేయ సైనికులతో ఆర్కాట్‌ను ముట్టడించాడు. ఈ దాడిని 'ముజఫర్‌జంగ్' ఎదుర్కొనలేక ఓడి మేనమామకు లొంగిపోయాడు. చందాసాహెబ్ పాండిచ్చేరికి పారిపోయాడు. ఇలాంటి సంక్లిష్ట పరిస్థితుల్లో కూడా డూప్లే తన ధైర్యాన్ని కోల్పోకుండా, బుస్సీ నేతృత్వంలో ఒక దళాన్ని జింజీ ఆక్రమణకోసం, మరో రెండు సైనిక బలగాలను మచిలీపట్నం, త్రివాడీలను ఆక్రమించడానికి పంపాడు. నాసర్‌జంగ్ శిబిరంలో తలదాచుకున్న ముజఫర్‌జంగ్‌తో సంధి ప్రయత్నాలు చేశాడు. చివరకు నాసర్‌జంగ్ 'లా-టీషే' అనే ఫ్రెంచి సేనాని నేతృత్వంలో జరిగిన ఆకస్మిక దాడిలో చనిపోయాడు. దీనితో ముజఫర్‌జంగ్ దక్కన్ (హైద్రాబాద్) సుబేదార్ అయినాడు. పాండిచ్చేరిలో డూప్లే సమక్షంలో గణంగా పట్టాభిషేకం (1750) చేసుకున్న ముజఫర్ జంగ్, ఫ్రెంచివారికి కృష్ణానదికి దక్షిణాన ఉన్న సుబా ప్రాంతాలపై హక్కులు ప్రధానం చేశాడు. దీనితో భారతదేశంలో ఫ్రెంచివారి గౌరవ ప్రతిష్టలు మిన్నంటాయి.

క్రీ.శ. 1751లో ఫ్రెంచి సేనాని నేతృత్వంలో ఫ్రెంచి సైన్యాల మద్దతులో ముజఫర్‌జంగ్ 'పాండిచ్చేరి' నుంచి 'హైద్రాబాద్' ప్రయాణమయ్యాడు. కాని కడప, కర్నూలు నవాబులు ముజఫర్‌ను 'రాయచోటి' దగ్గర జరిగిన యుద్ధంలో ఓడించి హత్యచేశారు. బుస్సీ సమయస్ఫూర్తితో వ్యవహరించి ముజఫర్ సోదరుడైన 'సలాబత్‌జంగ్'ను హైద్రాబాద్ సుబేదారునిగా ప్రకటించి హైద్రాబాద్ ప్రయాణం చేశాడు. క్రమంగా హైద్రాబాద్‌లో బుస్సీ నాయకత్వంలో ఫ్రెంచివారి ప్రాబల్యం బలపడింది.

దక్కన్ సుబాలో డూప్లే పథకం విజయవంతం అయినప్పటికీ, కర్ణాటకలో ఎదురుదెబ్బ తిన్నది. ఆంగ్లేయులు పథకం ప్రకారం రాబర్ట్ క్లైవు నేతృత్వంలో భారీ సైన్యాలను ఆర్కాట్

ఆక్రమణకోసం పంపారు. క్లైవ్ ఆర్కాట్‌ను స్వాధీనం చేసుకున్న తరవాత, కావేరిపాక్, శ్రీరంగపట్నం యుద్ధాల్లో కూడా ఫ్రెంచిసేలను ఓడించాడు. ఇది అతని ఘనతకు నాందిగా పేర్కొనవచ్చు. ఆ తరవాత తిరుచునాపల్లిపై దాడిచేశాడు. ఫ్రెంచి సైన్యాలు ఆంగ్లేయసేనల ఈ దాడిని (1751-52) పసిగట్టలేకపోయాయి. డూప్లేను ఆంగ్లేయుల సూచన మేరకు 'మహ్మద్‌దాలీ' నమ్మించి మోసం చేశాడు. తిరుచునాపల్లి వద్ద ఫ్రెంచి సేనలు ఓడాయి. చందాసాహెబ్ ఆంగ్లేయులకు బందీగా పట్టుబడ్డాడు. ఆంగ్లేయులు చందాసాహెబ్‌ను వధించి, మహమ్మదాలీని కర్ణాటక నవాబుగా 1752 ప్రకటించారు. దీనితో కర్ణాటకలో ఫ్రెంచి ఈస్ట్ఇండియా కంపెనీ ప్రాబల్యం క్షీణించింది. డూప్లే పథకాలు విఫలమయ్యాయి. 1754-55లో ఫ్రెంచి ప్రభుత్వం డూప్లేను స్వదేశానికి పునరాయానం (రీకాల్) చేసేవరకు డూప్లే తన ప్రయత్నాలు కొనసాగించాడు. మరాఠా, మైసూర్, తుజాపూర్ పాలకులతో చర్చలు జరిపాడు. వారిని మహ్మదాలీ పక్షం చేరకుండా జాగ్రత్త పడినాడు. కాని క్రీ.శ. 1754లో పాండిచ్చేరికి కొత్త గవర్నర్‌గా ఫ్రెంచి ఈస్ట్ ఇండియా కంపెనీ తరఫున వచ్చిన 'గాడెహ్యూ' డూప్లేను పదవి నుంచి తొలగించి 'సాండర్స్'తో సంధి చేసుకున్నాడు. దీని షరతుల ప్రకారం 1748కి పూర్వంలాగా ఎవరి ప్రాంతాలను వారే తిరిగి పొందడానికి, స్వదేశీ వ్యవహారాల్లో రెండు కంపెనీలు జోక్యం చేసుకోరాదని ఒప్పుకున్నారు. ఈ విధంగా రెండో కర్ణాటక యుద్ధం ఆంగ్లేయుల ఆధిపత్యాన్ని నెలకొల్పింది. డూప్లే పతనానికి అతని వ్యక్తిగత బలహీనత కొంతవరకు బాధ్యత అయితే, మాతృదేశం (ఫ్రాన్స్) మద్దతు పూర్తిగా లేకపోవడం మరో ముఖ్యకారణం. దక్కన్‌లో అతడి ఎత్తుగడలు ఫలించాయి. కర్ణాటకలో మాత్రం విఫలమయ్యాయి. చివరికి స్వదేశంలో 1763వ సంవత్సరంలో పేదవాడిగా మరణించాడు.

మూడో కర్ణాటక యుద్ధం (క్రీ.శ. 1756-63)

భారతదేశంలో ఆంగ్లో ఫ్రెంచి వారి మధ్య కర్ణాటక ప్రాంతంపై ఆధిపత్యం కోసం జరిగిన యుద్ధాల్లో చివరిదైన మూడో కర్ణాటక యుద్ధం క్రీ.శ. 1756లో ప్రారంభమై ఏడేండ్లపాటు కొనసాగింది. దీనికి అనేక కారణాలు ఉన్నాయి. 1. గాడ్‌హ్యూ 1754, ఆగస్ట్ 1న ఈస్ట్ ఇండియా కంపెనీతో కుదుర్చుకున్న ఒడంబడిక షరతులను ఇరుపక్షాలవారు చిత్తశుద్ధితో అమలుజరపలేదు. 2. క్రీ.శ. 1756లో ఐరోపాలో సప్తవర్ష సంగ్రామం (1756-63) ఆరంభమైంది. దీనితో మరోసారి ఇంగ్లాండ్, ఫ్రాన్స్‌లు శత్రువులు. ఫలితంగా భారతదేశంలో కూడా ఈ రెండు కంపెనీల మధ్య పోటీ మొదలైంది. సప్తవర్ష సంగ్రామం ప్రారంభమైందని తెలియగానే మద్రాస్ నుంచి వచ్చిన 'రాబర్ట్ క్లైవ్', 'వాట్సన్' ఫ్రెంచి స్థావరమైన 'చందానగర్'పై దాడి చేసి స్వాధీనపరుచుకున్నారు. గాడ్‌హ్యూ అనంతరం ఫ్రెంచి ఈస్ట్ ఇండియా కంపెనీ పాండిచ్చేరి గవర్నర్‌గా థామస్ ఆర్థర్-కౌంట్-డిలాలీని ఏప్రిల్ 1758లో నియమించింది. ఇతడు మంచి యోధుడు. సైనిక వేత్త. కాని సహనం, భారతదేశ రాజకీయాల్లో అతనికి అనుభవం లేదు. తీవ్రమైన ప్రతిఘటన అనంతరం డి-లాలీ సెయింట్ డేవిడ్ కోటను ఆక్రమించాడు మద్రాస్‌పై దాడి చేశాడు. డూప్లే కాలంలో ఫ్రెంచి కంపెనీకి బకాయిపడిన తంజావూర్ రాజు నుంచి డబ్బు చెల్లించవలసిందిగా బలవంతం చేశాడు. మార్గ మధ్యలో ఉన్న నగోర్, తిరువల్లూర్ ప్రాంతాల్లో ఫ్రెంచి సేనలు విధ్వంసం సృష్టించాయి. కాని తంజావూర్ పట్టణాన్ని వశపరుచుకోవడంలో

డి-లాలీ విఫలమయ్యాడు. ఇదే సమయంలో 'అడ్మిరల్-డి-అషీ' నేతృత్వంలోని ఫ్రెంచి నౌకాదళం, పోకాక్ నేతృత్వంలోని ఆంగ్లేయ నౌకాదళంతో రెండుసార్లు తలపడినాడు. ప్రయోజనం లేదని గ్రహించి 'మారిషస్' తిరిగి వెళ్ళిపోయాడు. దీనివల్ల ఫ్రెంచి సైన్యంలో నౌకాదళం లేకుండాపోయింది. రాబర్ట్ క్లైవ్ సూచనమేరకు అతని సేనానులైన సర్. ఐయర్,కూట్, ఫోర్డె నాయకత్వంలో ఫ్రెంచివారిని దీటుగా ఎదుర్కొన్నాడు. ఇలాంటి పరిస్థితుల్లో డి-లాలీ హైద్రాబాదులో ఉన్న బుస్సీని పాండిచ్చేరి రావలసిందిగా ఆదేశించాడు. బుస్సీ-డి-లాలీకి మధ్య విభేదాలు తలెత్తి ఫ్రెంచి కంపెనీ పతనం ఖాయం చేశాయి. బుస్సీ హైదరాబాదు నుంచి పాండిచ్చేరి బయలుదేరగానే 'ఫోర్డే' అక్కడ ఫ్రెంచివారి గత ప్రాబల్యాన్ని తగ్గించాడు. కోస్తా ప్రాంతంలో ఆంగ్లేయుల ఆధిపత్యాన్ని స్థాపించాడు. ఫ్రెంచి అధికారిని ఓడించి, 'బెస్ట్'ను హైద్రాబాద్‌లో సైనిక ఆదివాసిగా నియమించాడు. 1758 నవంబర్ 17 ఆంగ్లేయులకు, విజయనగరం రాజుకు సంధి కుదిరింది. దీని ప్రకారం కోస్తా ప్రాంతంలో ఫ్రెంచి వారి స్థావరం రద్దయింది. ఆంగ్లేయులు ఉత్తర సర్కారు జిల్లాలను పొందారు. బెంగాల్ నుంచి మద్రాస్ వరకు ఆంగ్లేయుల ప్రత్యక్ష మార్గం ఏర్పడింది. క్రీ.శ. 1760, జనవరి, 20న 'వందవాసి' వద్ద జరిగిన యుద్ధంలో ఆంగ్ల సేనాధిపతి సర్.ఐయిర్-కూట్ డి-లాలీని, బుస్సీలను ఓడించాడు. 1761 నాటి డి-లాలీ ఆంగ్లేయులకు లొంగిపోయాడు. డి-లాలీని బంధించాడు. పాండిచ్చేరిని ఆంగ్లేయులు సర్వనాశనం చేశారు. డి-లాలీని ఇంగ్లాండ్ వారు వదిలిపెట్టిన తరవాత ఫ్రాన్స్‌లో ఉరితీసారు.

మూడో కర్ణాటక యుద్ధంతో భారతదేశంలో ఫ్రెంచివారి ప్రాబల్యం బాగా క్షీణించింది. 1763వ సం॥లో ఐరోపాలో సప్తవర్ష సంగ్రామం పారిస్ సంధితో ముగిసింది. భారతదేశంలో మూడో కర్ణాటక యుద్ధం ముగిసింది. ఈ సంధి ప్రకారం పాండిచ్చేరి ఫ్రెంచివారికి ఇంగ్లండ్ అప్పగించింది. బెంగాల్‌లో కేవలం వర్తకం చేసుకోవడానికే వారికి ఆంగ్లేయులు అనుమతించారు. కోటలు కట్టరాదని ఆంక్షలు విధించారు. కోస్తా ప్రాంతంపై ఆంగ్లేయుల అధికారం నెలకొల్పబడింది. మహ్మదాలీ ఆంగ్లేయుల మద్దతుతో ఆర్కాట్ నవాబ్‌గా స్థిరపడ్డాడు. హైద్రాబాద్‌లో సలాబత్‌జంగ్ సంరక్షణ భారాన్ని ఆంగ్లేయులు స్వీకరించి, తమ ప్రాబల్యాన్ని స్థాపించారు.

కర్ణాటక యుద్ధాలు సుమారు ఇరవై యేళ్ళపాటు కొనసాగాయి. ఆంగ్లేయ సైనికుల, సేనాధిపతుల, గవర్నర్ల సమిష్టి కృషి ముందు ఫ్రెంచి సేనలు నిర్వీర్యమయ్యాయి. బెంగాల్‌లో రాబర్ట్ క్లైవ్ 1757లో ప్లాసీ యుద్ధ విజయం, ఇబ్బందులు, పరిమితవనరులు, బలహీనమైన నౌకాదళం, సైనికుల బలహీనత, నాయకత్వ లక్షణాలలోపం, ఇతర కారణాలు ఫ్రెంచివారి పతనానికి, పరాజయానికి కారణమయ్యాయి.

ఈస్ట్ ఇండియా కంపెనీ బెంగాల్ ఆక్రమణ (క్రీ.శ. 1757-64)

భారతదేశాన్ని షాజహాన్ పరిపాలించే రోజుల్లో ఇంగ్లీష్ ఈస్ట్ ఇండియా కంపెనీ తన వర్తక స్థావరాలను బెంగాల్‌లోని హుగ్లీ, కాశింబజార్‌లో, బెంగాల్ సుభాలోనే అంతర్భాగమైన ఒరిస్సాలోని బాలసోర్, హరిహరపురంలో నెలకొల్పింది. క్రీ.శ. 1651లో సంవత్సరానికి 3 వేల రూపాయలు మొగల్ చక్రవర్తికి చెల్లించడానికి, దీనికి బదులుగా రహదారి పన్ను లేకుండా వర్తకం చేసుకోవడానికి

అనుమతి పొందారు. ఔరంగజేబు కాలంలో (క్రీ.శ. 1672వ సంవత్సరంలో) బెంగాల్ గవర్నరైన షాయిస్తాఖాన్ దిగుమతి పన్ను ఆంగ్లేయ వర్తకుల నుంచి వసూలు చేశాడు. వారు చెల్లించడానికి నిరాకరించగా వారిని నిర్బంధించాడు. దీనికి వ్యతిరేకంగా ఆంగ్లేయులు బెంగాల్‌లో విధ్వంసం సృష్టించారు. మొగల్ చక్రవర్తి ఔరంగజేబు బెంగాల్‌లోని ఆంగ్లేయుల చర్యలను తీవ్రంగా పరిగణించి కఠిన చర్యలు చేపట్టాడు. వారి వ్యాపారాన్ని పూర్తిగా స్తంభింపచేశాడు. దీనితో భీతిల్లిన ఆంగ్లేయులు చక్రవర్తిని కలిసి క్షమాపణ అడిగి సంధి చేసుకున్నారు. దీని ప్రకారం వారి హక్కులను గుర్తించాడు. క్రీ.శ. 1700 నాటికి చక్రవర్తి అనుమతితో కలకత్తాను పొంది, ఫోర్ట్ విలియం కోటను కట్టుకున్నారు. ఔరంగజేబు మరణానంతరం వచ్చిన మొగల్ చక్రవర్తుల అసమర్థతను, రాజకీయ పరిస్థితులను గ్రహించిన ఆంగ్లేయులు బెంగాల్‌లో స్వతంత్రంగా వ్యవహరించారు.

క్రీ.శ. 1740-56 మధ్యకాలంలో బెంగాల్ నవాబుగా పరిపాలించిన అలీవర్ధీఖాన్ క్రీ.శ. 1756లో మరణించాడు. కొడుకులు లేనందువల్ల మూడో కుమార్తె కొడుకైన మీర్జామహ్మద్‌ను అలీవర్ధీఖాన్ మరణించడానికంటే ముందే, తన వారుసునిగా ప్రకటించాడు. ఇతడే చరిత్ర పుటల్లో సిరాజ్-ఉద్-దౌలా అనే పేరుతో ప్రసిద్ధి కెక్కాడు. సిరాజ్ బెంగాల్ సింహాసనం అధిష్టించడానికి అలీవర్ధీఖాన్ అల్లుళ్ళు వ్యతిరేకించి, 1756 కంటే ముందే మరణించారు. ఢాకా రాణియైన 'గస్తీబేగం', 'పూర్ణియా' రాజకుమారుడైన షౌకత్‌జంగ్‌లు సిరాజ్-ఉద్-దౌలా నవాబ్ కావడాన్ని వ్యతిరేకించారు. బెంగాల్ నవాబ్ పదవి చేపట్టేనాటికి సిరాజ్-ఉద్-దౌలా 23 సంవత్సరాల యువకుడు, స్వేచ్ఛాపిపాసి, ఆంగ్లేయుల కార్యకలాపాలను అదుపు చేయాలనే కోరికతో అనేక చర్యలు తీసుకున్నాడు. సిరాజ్‌కు బద్ధశత్రువులైన 'అమీన్‌చంద్' అనే వర్తకునికి ఆంగ్లేయులు బెంగాల్‌లో ఆశ్రయం ఇచ్చారు. ఇదేవిధంగా సిరాజ్‌ను దెబ్బ తీయడానికి గస్తీబేగం సలహాదారుని కుమారుడైన 'కృష్ణదాస్'కు కలకత్తాలో ఆశ్రయమిచ్చారు. ఆంగ్లేయుల ఈ చర్యలు సిరాజ్-ఉద్-దౌలాకు తీవ్ర, ఆగ్రహాన్ని కలిగించాయి. క్రీ.శ. 1756 జూన్4న సిరాజ్ సేనలు కాశింబజార్‌ను, మరో పదిరోజుల వ్యవధి తరవాత (16-6-1756) కలకత్తాపై దాడి చేశాయి. విజయం సిరాజ్ సేనలు సాధించాయి. మరో నాలుగు రోజుల తరవాత 'కలకత్తా' సిరాజ్ ఆక్రమించాడు. 'విలియం కోట'ల పతనం తరవాత కొద్దిరోజులలో ఒక్క 'పుల్టా' ప్రాంతంలో ఉన్న ఆంగ్లేయులు మినహా మిగిలిన అన్ని చోట్ల ఆంగ్లేయులు సిరాజ్-ఉద్-దౌలా సేనలతో ఓటమి పాలయ్యారు. కలకత్తా ముట్టడిలో బందీలుగా చిక్కిన 146 మంది బ్రిటిష్ వారిని (ఒక మహిళతో సహా) సిరాజ్-ఉద్-దౌలా' విలియం కోటలోని ఒక చిన్న ఇరుకుగదిలో బంధించాడనీ, ఊపిరాడక 123 మంది ఆంగ్లేయ బందీలు మరణించారనీ, 'హాల్‌వెల్' (ఈ సంఘటనలో ప్రాణాలతో బయటపడినవారిలో ఒకడైన) అనే చరిత్రకారుడు రాసాడు. దీనినే చరిత్రకారులు కలకత్తా నల్లగది విషాదం (బ్లాక్-హౌజ్-ట్రాజడీ) పేర్కొన్నారు. కాని ఆధునిక చరిత్రకారులు 'హాల్‌వెల్' ఉద్దేశపూర్వకంగానే 'సిరాజ్-ఉద్-దౌలా'ను అప్రతిష్టపాలు చేయడానికే 'చీకటి గది విషాదం' కథను సృష్టించాడని పేర్కొన్నారు. 'సిరాజ్-ఉద్-దౌలా' సైన్యాలు 1756 జూన్-ఆగస్ట్ మధ్యకాలంలో అద్భుత విజయాలుసాధించాయి. ఆంగ్లేయులు అతని మెరుపుదాడులకు, వ్యూహరచనకు ఆశ్చర్యపోయారు. కాని కుటిల రాజనీతిని ప్రదర్శించి సిరాజ్ అనుచరులైన

మానిక్‌చంద్‌ను, జగత్ సేత్‌లను ప్రలోభపెట్టి తమ వైపు తిప్పుకొన్నారు. వీరు 'సిరాజ్-ఉద్-దౌలా'ను నమ్మక ద్రోహం చేసారు. ఫలితంగా రాబర్ట్ క్లైవ్, వాట్సన్‌ల నేతృత్వంలో బెంగాల్‌లో ప్రవేశించిన ఆంగ్లేయ సైన్యాలు 1757 జనవరి రెండో రోజు నాటికి కలకత్తాను 'సిరాజ్-ఉద్-దౌలా' నుంచి పునరాక్రమించాయి. హుగ్లీ కూడా దాడికి గురైంది. చివరికి 'సిరాజ్-ఉద్-దౌలా' ఆంగ్లేయులతో 'అలీనగర్' వద్ద ఫిబ్రవరి 9, 1757లో సంధి చేసుకున్నాడు. అంతవరకు వారి ఆధీనంలో ఉన్న ప్రాంతాలన్నింటిపై వారి (ఆంగ్లేయులు) హక్కును గుర్తించాడు. 1757 మార్చి నాటికి సిరాజ్-ఉద్-దౌలా'ను ఓడించి రాబర్ట్ క్లైవ్ చందానగర్‌ను ఆక్రమించాడు. క్లైవ్ సాధించిన చందానగర్ విజయంలో హుగ్లీ ఫౌజ్‌దారు 'నందకుమార్' 'సిరాజ్-ఉద్-దౌలా'కు చేసిన నమ్మకద్రోహం కూడా కీలకపాత్ర పోషించింది.

ప్లాసీ యుద్ధం (క్రీ.శ. 1757 జూన్ 23)

అలీవర్ధీఖాన్ కాలం నుంచి, బెంగాల్‌లో ఆంగ్లేయులతో అతనికి ఏర్పడిన ఘర్షణ, 'సిరాజ్-ఉద్-దౌలా' కాలంలో శిఖర స్థాయికి చేరుకుంది. చివరకు బెంగాల్ నవాబుకు ఆంగ్లేయులతో చరిత్రాత్మకమైన ప్లాసీయుద్ధం చేయవలసి వచ్చింది. ప్లాసీ యుద్ధానికి అనేక రాజకీయ పరిస్థితులు దోహదం చేసాయి. ముఖ్యంగా చందానగర్‌ను ఆంగ్లేయులు ఆక్రమించుకున్న తరవాత అక్కడి నుంచి పారిపోయివచ్చిన ఫ్రెంచివారికి 'సిరాజ్-ఉద్-దౌలా' ఆశ్రయమిచ్చాడు. ఇది ఆంగ్లేయాధి కారులకు తీవ్ర ఆగ్రహం కలిగింది. ఏవిధంగానైనా సిరాజ్-ఉద్-దౌలాను కఠినంగా శిక్షించాలనుకున్న ఇంగ్లీష్ అధికారులు రాబర్ట్ క్లైవ్ సూచన మేరకు వ్యూహం రచించారు. ఇందులో భాగంగానే వారు అమీన్‌చంద్ ద్వారా, సిరాజ్ బద్ధశత్రువు, స్వార్థపరుడైన మీర్‌జాఫర్, జగత్‌సేత్, రాయ్‌దుర్లభ్‌లతో సంప్రదింపులు జరిపారు. వీరి మాటలు నమ్మి సిరాజ్ ఫ్రెంచి వారిని తరిమేసాడు. గత్యంతరంలేని పరిస్థితులలో 'సిరాజ్-ఉద్-దౌలా' మీర్‌జాఫర్‌ను తన సేనాధిపతిగా నియమించుకున్నాడు. ఫ్రెంచి వారితో 'సిరాజ్-ఉద్-దౌలా' రహస్యంగా చర్చలు జరుపుతున్నాడనే నెపంతో అతనిపై యుద్ధం ప్రకటించాడు.

సిరాజ్-ఉద్-దౌలా

ఇరుపక్షాల సైన్యాలు జూన్ 22, 1757 నాటికి భగీరథీ నది తీరాన ఉన్న దిగువ భాగాన చేరాయి. రాబర్ట్ క్లైవ్ దృఢనిశ్చయంతో ఆంగ్లేయ సేనలతో మరుసటిరోజు 'ప్లాసీ' చేరాడు. ఉదయం 9 గంటలకే ఫిరంగి మోతతో యుద్ధం ఇరుపక్షాల మధ్య ప్రారంభమైంది. ఒక అర్ధగంట తరవాత క్లైవ్ తన ఫిరంగిదళంలో ఒక భాగాన్ని మాత్రం శత్రువు పైకి పంపి మిగిలిన సేనలను వెనకవైపు నిలిపాడు. సిరాజ్ పక్షాన ఉన్న సైనికులలో ఫ్రెంచి సైనికుల భాగం మాత్రమే వాస్తవంగా ఆంగ్లేయ సైనికులతో యుద్ధం చేసింది. 'సిరాజ్-ఉద్-దౌలా' సేనాధిపతియైన మీర్‌జాఫర్ సైన్యాలు కానీ, రాయ్‌దుర్లభ్ నేతృత్వంలోని బెంగాల్ సైన్యాలు మాత్రం ఒక్క అడుగుముందుకు కదలలేదు. శత్రుపక్షంతో

యుద్ధం చేయలేదు. ముందు చేసుకున్న ఒడంబడిక ప్రకారం మీర్‌జాఫర్ అతని అనుచరులు నవాబ్‌ను మోసం చేశారు. 'సిరాజ్-ఉద్-దౌలా' సాయంత్రం వరకు తన సేనలతో ఒంటరిగానే ఆంగ్లేయ సైన్యాలను ప్రతిఘటించాడు. చివరికి పరిస్థితిని గ్రహించి రాత్రికి ముర్షిదాబాద్‌కు కుటుంబంతో చేరుకున్నాడు. ప్రాణరక్షణకోసం పారిపోతుండగా మీర్‌జాఫర్ సైనికులు నవాబ్‌ను నిర్బంధించారు. జూన్ 28, 1757లో సిరాజ్‌ను, మీర్‌జాఫర్ కొడుకు 'మీరాన్' ఉరితీయించాడు.

ఆధునిక భారతదేశ చరిత్రలో ప్లాసీయుద్ధం చరిత్రాత్మక యుద్ధంగా గుర్తించబడింది. 'సిరాజ్-ఉద్-దౌలా' శక్తి సామర్థ్యాలు, సైనికశక్తి, రాబర్ట్‌క్లైవ్ కుటిల రాజనీతి, బ్రిటిష్ సైనికశక్తి ముందు విఫలమయ్యాయి. అతని వ్యక్తిగత బలహీనత కంటే అతని సన్నిహితులు, బంధువులు, అధికారులు చేసిన నమ్మకద్రోహం అతని పతనానికి కారణమైంది. మీర్‌జాఫర్ కంపెనీవారి అండతో బెంగాల్ నవాబ్‌గా క్రీ.శ. 1757 నుంచి క్రీ.శ. 1760 వరకు కొనసాగాడు. రాబర్ట్‌క్లైవ్ అతని సైనికుల పేరు ప్రతిష్టలు ప్లాసీ విజయంతో రెట్టింపు అయ్యాయి. సుప్రసిద్ధ ఆధునిక భారతదేశ చరిత్రకారుల్లో ఒకడైన ఆర్. సి. మజుందార్ 'రాబర్ట్‌క్లైవ్' విజయానికి అతని సైనికశక్తి, వ్యూహరచన కంటే కూడా రాయ్‌దుర్లభ్, మీర్‌జాఫర్‌ల కుతంత్రాలే 'సిరాజ్-ఉద్-దౌలా' అపజయానికి ప్రధాన కారణమని అభిప్రాయపడ్డాడు. మీర్‌జాఫర్‌తో ఆంగ్లేయులు చేసుకున్న సంధి ప్రకారం కంపెనీకి కలకత్తాకు దక్షిణంగా 900 చదరపు మైళ్ళ విస్తీర్ణం గల 24 పరగణాలపై జమీందారీ హక్కు ప్రధానం చేశాడు. బెంగాల్‌లో వ్యాపారం చేసుకోవడానికి అనుమతి ఇచ్చాడు. ప్లాసీ విజయానంతరం క్లైవ్ భారతభూమిపై ఆంగ్లేయ సామ్రాజ్య స్థాపనకు గట్టి పునాదులు వేసాడు. బెంగాల్ నవాబులు కంపెనీ చేతిలో కీలుబొమ్మలయ్యారు.

బక్సార్ యుద్ధం (22-10-1764)

ప్లాసీ యుద్ధ విజయంతో బెంగాల్‌లో ఆంగ్లేయుల ఆధిపత్యం నెలకొల్పబడినప్పటికీ ఇంకా బెంగాల్ సంపూర్ణంగా వారి ఆధీనంలోకి రాలేదు. దీన్ని సాధించడానికి ఆంగ్లేయులకు మరో ఏడేండ్లకాలం వేచి ఉండవలసి వచ్చింది. ఈ లక్ష్యం బక్సార్ యుద్ధంలో (22-10-1764) విజయంతో నెరవేరింది. క్రీ.శ. 1757 జూన్‌లో బెంగాల్ నవాబైన మీర్‌జాఫర్, కంపెనీ అధికారుల మధ్య 31-10-1757న జరిగిన ప్లాసీ సంధి షరతులపరంగా, ఆచరణ విషయంలో విభేదాలు ఏర్పడ్డాయి. ఆర్థికపరంగా, అధికారపరంగా మీర్‌జాఫర్ దివాలా తీశాడు. ఆంగ్లేయుల జోక్యం ప్రతి విషయంలో మితిమీరింది. ఇదే సమయంలో (1760) మీర్‌జాఫర్ కొడుకు 'మీరాన్' మరణించగా అతని అల్లుడైన 'మీర్‌ఖాసీం' ఆంగ్లేయులకు సన్నిహితుడయ్యాడు. చివరికి పెన్షన్ అంగీకరించి మీర్‌జాఫర్ నవాబు పదవికి రాజీనామా చేశాడు. క్రీ.శ. 1760లోనే రాబర్ట్‌క్లైవ్ ఇంగ్లాండ్ వెళ్ళాడు. కొత్త ఆంగ్లేయ గవర్నర్ 'వాన్‌సిత్తార్' 'మీర్‌ఖాసీం'ను క్రీ.శ. 1760లో బెంగాల్ కొత్త నవాబుగా గుర్తించాడు. ఇతడు క్రీ.శ. 1763 వరకు ఆ పదవిలో కొనసాగాడు. ఈ మూడేండ్ల కాలంలో ఆంగ్లేయులకు, మీర్‌ఖాసీంకు అనేక విషయాల్లో తగాదాలు ఏర్పడ్డాయి. ముఖ్యంగా మీర్‌ఖాసీం

ఆంగ్లేయుల వర్తకానికి ఆంక్షలు విధించాడు. వారు కొన్ని రకాల వర్తకపన్నులు చెల్లించాలని ఆదేశించాడు. దీనితో ఇరుపక్షాలకు 1762 నుంచి యుద్ధం జరిగింది. మేజర్ ఆడమ్స్ 1762 జనవరిలో 11 వందల మంది ఆంగ్లేయ సైనికులతో మీర్‌ఖాసీంతో యుద్ధం చేశాడు. కాని పరాజితుడై బెంగాల్ వదిలి పారిపోయాడు. ఈ సంఘటన బక్సార్‌యుద్ధానికి అతిసన్నిహిత కారణమైంది.

ఆంగ్లేయ కంపెనీ అధికారి మరోసారి 1763లో మీర్‌జాఫర్‌ను రెండోసారి బెంగాల్ నవాబ్‌గా అయోధ్య చేరి, మొగల్ చక్రవర్తి రెండో షా ఆలం, అయోధ్య రాజ్య ప్రధానమంత్రి షుజాఉద్దౌలా' లతో చర్చలు జరిపి, వాన్‌సిత్తార్‌కు వ్యతిరేక కూటమిని ఏర్పాటుచేసాడు. వీరి మొత్తం సైన్యాల సంఖ్య 50 వేల పైగా ఉన్నప్పటికీ, 22-10-1764లో 'బక్సార్' వద్ద భీకరయుద్ధం జరిగింది. ఆంగ్లేయ సైనిక శక్తి, వ్యూహరచన, తుపాకీ బలం దాటికి మీర్‌ఖాసీం, షాఆలం, అయోధ్య సేనలు విలవిలపోయాయి. యుద్ధభూమి వదిలి మీర్‌ఖాసీం షుజాఉద్దౌలాలు పారిపోయారు. మొగల్ చక్రవర్తి షాఆలం ఆంగ్లేయులకు లొంగిపోయాడు. బక్సార్ విజయంతో బెంగాల్ శాశ్వతంగా ఆంగ్లేయుల వశమైంది. మొగల్ చక్రవర్తినే ఓడించినందువల్ల వారి శక్తిని ఇంకా ఏ స్వదేశీ శక్తులు అడ్డుకోలేవన్న వాస్తవం తెలియవచ్చింది. షాఆలం అలహాబాద్ వద్ద 1765లో ఆంగ్లేయులతో సంధి చేసుకున్నాడు. 12-8-1765లో మొగల్ చక్రవర్తితో కంపెనీ మరో సంధి చేసుకుంది. బెంగాల్, బీహార్, ఒరిస్సాలపై 'దివానీ' లేదా రెవిన్యూ పాలనాధికారాన్ని పొందింది. ఈవిధంగా 1757-65 మధ్యకాలంలో బెంగాల్, బీహార్, ఒరిస్సాలపై కంపెనీ స్థిరమైన అధికారాన్ని సాధించింది. కంపెనీ రెవిన్యూ అధికారాలు కంపెనీ హస్తగతమయ్యాయి. ప్లాసీ, బక్సాస్ యుద్ధాలు, బ్రిటిష్ సామ్రాజ్య స్థాపనకు గట్టి పునాదులు వేసాయన్నది చారిత్రక సత్యం.

బక్సార్ యుద్ధం అనంతరం రాబర్ట్‌క్లైవ్, క్రీ.శ. 1765లో రెండోసారి బెంగాల్ గవర్నర్‌గా నియమించబడి ఇంగ్లాండ్ నుంచి బెంగాల్‌కు పంపబడ్డాడు. 1767 వరకు ద్వంద్వ ప్రభుత్వాధికారాన్ని చెలాయించాడు. ఇతడి తరవాత 1767-69 మధ్య కాలంలో వెర్లెస్, 1769-72 మధ్యకాలంలో 'కార్టియర్' బెంగాల్ గవర్నర్‌లుగా పనిచేశారు. ద్వంద్వపాలన బెంగాల్‌లో రాజకీయ, ఆర్థిక, సైనిక అలజడిని సృష్టించినందువల్ల రెగ్యులేటింగ్ చట్టం ప్రకారం గవర్నర్ జనరల్‌గా వచ్చిన వారన్ వేస్టింగ్స్ ద్వంద్వపాలనను రద్దుచేశాడు.

(ఇ) ఆంగ్లో-మైసూర్ యుద్ధాలు (క్రీ.శ. 1767-99)

భారతదేశంలో ఈస్ట్‌ఇండియా కంపెనీ అధికారులు ప్రారంభించిన యుద్ధాల ద్వారా, రాజ్యవ్యాప్తి విధానానికి బెంగాల్ తరవాత దక్షిణాపథంలోని 'మైసూర్' రాజ్యం గురయింది. స్వతంత్ర్య మైసూర్ రాజ్యాన్ని పరిపాలించిన హైదరాలీ (1722-82) అతని కుమారుడు, వారసుడైన టిప్పుసుల్తాన్ (1753-99)లు తమ రాజ్యాన్ని, ప్రజలను రక్షించుకోవడానికి జరిపిన వీరోచితపోరాటం ఆంగ్లేయుల వ్యూహాలను కొంతమేరకు బలహీనపరిచింది. ఫలితంగా మొత్తం నాలుగు మైసూర్ యుద్ధాలు మైసూర్ పాలకులకు, ఆంగ్లేయులకు మధ్య జరిగాయి. సుదీర్ఘ పోరాటం తరవాత ఆంగ్లేయులు అంతిమ విజయం సాధించారు.

మొదటి మైసూరు యుద్ధం (క్రీ.శ.1767-69)

18వ శతాబ్ధపు మొదటి దశలో విజయనగర సామ్రాజ్య పునాదులపై వెలసిన స్వతంత్ర్య రాజ్యమే మైసూర్ రాజ్యం. దీని స్థాపకుడైన హైదరాలీ వడయార్ వంశపు రాజైన చిన్న కృష్ణరాజు సోదరులైన దేవరాజు, నంజరాజుల నుంచి సింహాసనాన్ని ఆక్రమించుకున్నాడు. (1760-61). హైదరాలీ గొప్ప యోధుడు. మైసూర్ సింహాసనం ఆక్రమించడాని కంటే ముందు అనేక యుద్ధాల్లో పాల్గొని వడయార్ రాజు అభిమానం, విశ్వాసం పొందాడు. 1755 నాటికి 'దిండిగల్లు' ఫౌజ్‌దార్‌గా నియమించబడ్డాడు. అక్కడ ఒక కోటను ఫ్రెంచి ఇంజనీర్ల సహాయంతో నిర్మించాడు. మరాఠులతోనూ, నిజాంతోనూ మైసూర్ ప్రధానమంత్రి నంజరాజు రహస్యంగా ఒప్పందం చేసుకొని మైసూర్ రాజుకే ముప్పు తలపెడుతున్నాడన్న విషయాన్ని రాజుకు తెలిపాడు. ఆ తరవాత నంజరాజును (ప్రధానమంత్రి) బంధించి చంపించాడు. రాజు చిన్న కృష్ణరాజు సోదరులను నామమాత్రం చేసి తానే సర్వాధికారాలు చెలాయించడం ప్రారంభించాడు.

మొదటి మైసూర్ యుద్ధం (1767-69) రెండేళ్ళపాటు జరిగింది. దీనికి ఈ కింది కారణాలు దోహదం చేశాయి.

1. హైదరాలీ ఫ్రెంచివారి సహాయం పొంది, తన సైన్యానికి వారితో శిక్షణ ఇప్పించాడు. తన పటిష్ట సైన్యంతో తన రాజ్యాన్ని నలుదిశలూ విస్తరింపచేయడానికి, వ్యూహం రూపొందించాడు. బెద్నూరు, సేరా, కెనరా, గుత్తి ఆక్రమించాడు. అనేక మంది పాళెగాళ్ళను అణచివేశాడు. పీష్వా మొదటి మాదవరావు మరణాంతరం బళ్ళారి, కడప, కృష్ణ, తుంగభద్ర నదుల మధ్య ప్రాంతాన్ని, కొన్ని మరాఠా ప్రాంతాలను ఆక్రమించుకున్నాడు. మరాఠుల నుంచి 2 లక్షల రూపాయల కప్పం వసూలు చేశాడు. హైద్రాబాద్ నిజాం మరాఠులు ఐక్యంగా హైదరాలీని ఎదిరించడానికి ప్రయత్నించి విఫలులైనారు. హైదరాలీ అధికారం దినదినాభివృద్ధి చెందటం, తమ భవిష్యత్‌కు ప్రమాదమని ఆంగ్లేయులు గ్రహించారు. అతన్ని అణచివేయడానికి సిద్ధపడ్డారు.

ఆంగ్లేయులు - హైదరాలీని అంతం చేయాలని భావించడానికి మరో కారణం కర్ణాటక నవాబు మహ్మదాలీ శత్రువైన 'మవూజ్‌ఖాన్'కు హైదరాలీ ఆశ్రయం ఇచ్చాడు. ఇదే సమయంలో హైదరాలీ చందాసాహెబ్ కొడుకైన రాజాసాహెబ్‌కు కూడా తన రాజ్యంలో ఉద్యోగమిచ్చాడు. ఈవిధంగా ఆంగ్లేయుల శత్రువులకు హైదరాలీ రక్షణ కల్పించడం ఆంగ్లేయులకు హైదరాలీపై తీవ్ర ఆగ్రహం కలిగించింది. మైసూర్ పాలకునికి సంబంధించిన 'వెల్లూరు'లో ఆంగ్లేయుల సైన్యాలు నిలిపినారు. దీన్ని హైదరాలీ వ్యతిరేకించారు. దీనితో ప్రత్యక్ష యుద్ధం 1767లో ప్రారంభమైంది. మొదట మహారాష్ట్రులను ఆంగ్లేయులు, హైదరాలీపై పంపారు. హైదరాలీ వారిని తిరగగొట్టడమే కాకుండా వారికి కొంచెం ధనం కూడా ఇచ్చి ఆంగ్లేయులతో వారు కలియకుండా ఉండేటట్లు ఒప్పందం చేసుకున్నాడు. మవూజ్‌ఖాన్ రహస్యంగా నైజామ్‌తో చేరి అతనికి హైదరాలీకి సంధి కుదిర్చాడు. క్రీ.శ. 1767లో కర్నల్ స్మిత్ హైదరాలీని చంగామా ట్రింకోమలై ప్రాంతాలలో ఓడించాడు. నైజామ్ హైదరాలీ ఓడిపోగానే అతనిని విడిచిపెట్టి తిరిగి ఆంగ్లేయులతో చేరాడు. ధైర్యసాహసాలున్న హైదరాలీ నైజామ్ తనను వదిలిపెట్టినా తనకు కొన్ని ప్రదేశాలలో అపజయం కలిగినా అధైర్యపడక బొంబాయి

నుంచి వచ్చిన బ్రిటిష్ సేనలను తిరగగొట్టి క్రీ.శ. 1769లో మంగళూరు స్వాధీనం చేసుకొని వెంటనే మద్రాస్‌కు అయిదు మైళ్ళ దూరం వచ్చి ఆంగ్లేయులను ఎదిరించాడు. అప్పుడు యుద్ధానికి తయారుగాలేని బ్రిటిష్ హైదరాలీతో మద్రాస్ సంధి చేసుకున్నాడు.

సంధి షరతులు : క్రీ.శ. 1769 ఏప్రిల్ 4వ తేదీన అతనికి ఆంగ్లేయులకు మధ్య జరిగిన సంధి ప్రకారం హైదరాలీ స్వాధీనం చేసుకున్న కరూర్, దాని చుట్టూ ప్రాంతాలు హైదరాలీయే ఉంచుకోవాలి, మిగిలిన ప్రాంతాలు ఎవరు వేటిని జయించినా యుద్ధానికి పూర్వం ఎవరికి చెంది ఉండేవో వారికివ్వాలి. యుద్ధ ఖైదీలను విడుదలచేయాలి. యుద్ధాలలో ఒకరికొకరు సహాయం చేసుకోవాలి. ఈవిధంగా మొదటి మైసూర్ యుద్ధం ముగిసింది.

రెండో మైసూర్ యుద్ధం (క్రీ.శ. 1780-84)

క్రీ.శ. 1769లో హైదరాలీకి ఆంగ్లేయులకు మధ్య జరిగిన సంధి తరవాత ఆంగ్లేయులతో తనకు ఘర్షణ ఉండదని, వారిద్దరి మధ్య శాశ్వతమైన పొత్తు ఉంటుందని హైదరాలీ నమ్మాడు. నాని ఆ నమ్మకం త్వరలోనే వమ్మయిందని చెప్పవచ్చు. యుద్ధం ఆగిపోయినా ఆంగ్లేయులకు హైదరాలీపై కోపం పోలేదు. ఏదో ఒక విధంగా అతనితో తిరిగి యుద్ధం చేయడానికి సంధి జరిగిన నాటి నుంచి ప్రయత్నాలు చేయసాగారు. ఈవిధమైన ఘర్షణ రెండో మైసూర్ యుద్ధానికి దారితీసింది.

కారణాలు : క్రీ.శ. 1770లో మహారాష్ట్రులు మైసూర్ పై దండెత్తిరాగా మద్రాసు సంధి పురస్కరించుకొని అవసరమైనప్పుడు యుద్ధాలలో ఒకరికొకరు సహాయపడేటట్లు ఒప్పందం చేసుకున్నందువల్ల హైదరాలీ ఆంగ్లేయుల సహాయాన్నర్థించాడు. కాని ఆంగ్లేయులు అతని కోరికను పెడచెవిని పెట్టారు. క్రీ.శ. 1771లోను, క్రీ.శ. 1772 జూన్ నెలలోను రెండుసార్లు మహారాష్ట్రులు హైదర్‌ను ఓడించి అతనితో సంధిచేసుకున్నారు. ఆ సంధి షరతులు సరిగా ఉన్నట్లు ఆంగ్లేయులు ఒప్పుకున్నారు. తనకు సహాయం చేయక, మహారాష్ట్రులకు లాభకరంగా ఉన్న సంధికి వాళ్ళు ఇష్టపడినందువల్ల హైదరాలీకి ఆంగ్లేయులపై కోపం ఇంకా ఎక్కువయింది. రెండో మైసూర్ యుద్ధానికి ఇది ఒక కారణం.

ఆంగ్లేయులు మరొక విషయంలో కూడా ఒప్పందం ప్రకారం హైదరాలీకి సహాయం చేయలేదు. క్రీ.శ. 1770లో ఆంగ్లేయులు ఓనోర్‌లో ఒక కర్మాగారం నిర్మించి మలబార్ కోస్తాలో ఉండే చందనం కట్టె, మిరియాలు పూర్తిగా ఆంగ్లేయులకే విక్రయించేటట్లు దానికి బదులుగా బొంబాయి ప్రభుత్వం హైదరాలీకి అవసరమైనప్పుడు యుద్ధసామగ్రి సరఫరా చేసేటట్లు ఒక ఒడంబడిక చేసుకుంది. హైదరాలీకి మహారాష్ట్రులకు మధ్య యుద్ధం జరుగుతున్న కాలంలో, అతడు బొంబాయి ప్రభుత్వానికి పై సంధి షరతులను జ్ఞాపకం చేయమని కోరాడు. ఈ కోరికను కూడా ఆంగ్లేయులు మన్నించనందుకు అతనికి వారిపై కోపం వచ్చింది. రెండో మైసూర్ యుద్ధానికి ఇది రెండో కారణం.

హైదరాలీ ఆంగ్లేయుల సహాయం పొందలేకపోయినందువల్ల ఫ్రెంచివారి సహాయాన్ని కోరాడు. ఫ్రెంచివారికి ఆంగ్లేయులకు శత్రుత్వం ఉంది. అమెరికాలోని ఆంగ్ల వలస రాష్ట్రాలు స్వాతంత్ర్యంకోసం పోరాడుతుండగా ఫ్రెంచివారు ఆ వలస రాష్ట్రాలకు మద్దతు ఇవ్వడంతో ఆంగ్లేయులు

ఫ్రెంచి వారికి ప్రపంచంలో అన్ని ప్రాంతాలలో ఇబ్బంది కలగచేయాలని తీర్మానించుకున్నారు. హైదరాలీ అధికారంలో ఉన్న మలబార్ కోస్తాలోని 'మహి' అనే రేవుపట్టణాన్ని ఫ్రెంచివారు తమ స్వాధీనంలో ఉంచుకున్నారు. ఈ రేవు ద్వారా అతడు విదేశాలకు ఎన్నో వస్తువులను ఎగుమతి చేసేవాడు. ముఖ్యంగా యుద్ధ సామాగ్రి తనను అవసరమైనప్పుడు, ఐరోపా దేశాల నుంచి దిగుమతి చేసుకోవడానికి ఈ రేవు పట్టణం అతనికెంతో ఉపయోగకరంగా ఉండేది. ఫ్రెంచివారికి ఆంగ్లేయులకు మధ్య వైరం కారణంగా ఆంగ్లేయులు ఫ్రెంచివారి స్వాధీనంలో ఉన్న పుదుచ్చేరి (పాండిచ్చేరి)ని గెలుచుకొని మాహిని కూడా పట్టుకోవాలని నిశ్చయించారు. మహిని మాత్రం ఏమీచేయవద్దని అతడు ఆంగ్లేయులను కోరినా వారు మహిని ముట్టడించడానికే తీర్మానించుకున్నారు. తమ సైన్యాలు మైసూరు ద్వారా పోతేగాని ఆంగ్లేయులు మహిని చేరలేరు. తమ సైన్యాలు మైసూరు ద్వారా పోకూడదనే ఆజ్ఞ ఉన్నా అనుమతికోసం వారు వేచి ఉండక మహిని చేరారు. హైదరాలీ ఫ్రెంచివారికి సహాయంచేసి మహిని కాపాడి ఫ్రెంచిపతాకం మహిపై ఎగరవేయించాడు. ఆంగ్లేయులకు హైదరాలీకి మధ్య యుద్ధం జరగడానికి ఇది ఇంకొక కారణం.

యుద్ధం : క్రీ.శ. 1780 జూలై నెలలో హైదరాలీ 80,000 మంది దళంతోను 100 ఫిరంగులతోను ఆర్కాటును ముట్టడించి కర్నల్ బైలీకింద ఉన్న ఆంగ్ల సైన్యాన్ని చిత్తుచిత్తుగా ఓడించాడు. పరిస్థితులు విషమించాయని తెలుసుకొని సర్‌ఐర్‌కూట్ ఆధ్వర్యంలో వారన్‌హేస్టింగ్స్ ఒక సైన్యాన్ని ఆర్కాటుకు పంపడమేకాక తన చాకచక్యంతో మహారాష్ట్రులు, నైజామ్ హైదరాలీతో కలవకుండా చేశాడు. సర్ ఐర్ కూట్ హైదరాలీని షోలింగర్ దగ్గర ఓడించి అక్కడి నుంచి నాగపట్నం వెళ్ళి దానిని ట్రింకోమలైను కూడా గెలుచుకున్నాడు. మహారాష్ట్రులు తనను మోసగించినందువల్ల ఆంగ్లేయులతో పోరాడలేక హైదర్ ఫ్రెంచివారి సైన్య సహాయం కోరాడు. క్రీ.శ. 1782లో ఫ్రెంచి సైన్యం తూర్పుతీరం చేరి కడలూరు, ట్రింకోమలైను ఆక్రమించారు. కాని హైదరాలీ క్యాన్సర్ వ్యాధికి గురై యుద్ధం ముగియకుండానే మరణించాడు. అతని స్థానాన్ని అతని కుమారుడు టిప్పుసుల్తాన్ ఆక్రమించాడు. తండ్రి చేస్తున్న యుద్ధాన్ని అతడు ఆపివేయక మలబార్‌లో ఉన్న ఆంగ్లేయులను ఓడించాడు.

యుద్ధం మైసూర్‌కు సుముఖంగా ఉన్నా అమెరికాలో ఆంగ్లేయులకు, ఫ్రెంచి వారికి సంధి కుదరగానే ఫ్రెంచ్‌వారు టిప్పుసుల్తాన్‌కు సహాయం చేయడానికి నిరాకరించారు. ఆంగ్ల సైన్యం వెంటనే మైసూరును అన్ని పక్కల ముట్టడించింది. బొంబాయి నుంచి వచ్చిన సైన్యం హోనోవర్, బెద్నూర్, మంగుళూరు ప్రాంతాలలో ఆక్రమించగా ఇంకొక ఆంగ్ల సైన్యం దిండిగల్లు, కోయంబత్తూరు, పాల్‌ఘాట్‌లను ఆక్రమించి టిప్పుసుల్తాను ముఖ్య పట్టణమైన శ్రీరంగపట్టణాన్ని ముట్టడించడానికి బయలుదేరింది. ఇంతలో మద్రాసు గవర్నర్ మెకార్టెనీ ప్రభువు ఆంగ్లేయుల తరఫున టిప్పుతో సంధి చేసుకోవడానికి ఒప్పుకున్నాడు. యుద్ధం మంచి పట్టులో ఉండగా ఈ విధంగా యుద్ధాన్ని విరమించడం వారన్‌హెస్టింగ్స్‌కు నచ్చలేదు. రెండు పక్షాల వారికి ఈ యుద్ధం లాభకరం కాకుండా రెండో మైసూరు యుద్ధం ముగిసింది.

మంగుళూరు సంధి : క్రీ.శ. 1784లో మంగళూరు దగ్గర జరిగిన సంధి ఇదివరకు మైసూరు ఆంగ్లేయులకు మధ్య జరిగిన మద్రాసు సంధినే బలపరిచింది. టిప్పుసుల్తాన్ గెలుచుకున్న కర్ణాటకం

ఆంగ్లేయులకు ఇచ్చివేసేటట్లు, మైసూరుతో ఆంగ్లేయులు గెలుచుకున్న ప్రాంతాలను టిప్పుకు తిరిగి ఇచ్చివేసేటట్లు ఈ సంధి షరతులలోని ముఖ్యాంశాలు.

(ఉ) మూడో మైసూర్ యుద్ధ కారణాలు - ఫలితాలు

క్రీ.శ. 1784లో ఆంగ్లేయులకు, టిప్పుసుల్తాన్‌కు మధ్య కుదిరిన 'మంగళూర్ సంధి' ఇరు పక్షాల మధ్య కేవలం తాత్కాలిక శాంతిని కలిగించింది. ఇరువర్గాల మధ్య ద్వేషం, పగ, ఆధిపత్యకాంక్షలను ఈ సంధి శాశ్వతంగా అదుపులో పెట్టలేకపోయింది.

క్రీ.శ. 1784లో రూపొందించిన 'పిట్స్ ఇండియా చట్టం'లోని సెక్షన్ 34 ప్రకారం భారతదేశంలోని ఆంగ్లేయ ప్రాంతాలను శాంతియుతంగా, స్వదేశీపాలకుల వ్యవహారాల్లో జోక్యం చేసుకోకుండా పాలించడం అసాధ్యమని, 1786లో పదవి బాధ్యతలు చేపట్టిన కారన్ వాలీస్ గ్రహించాడు. ఆ చట్టాన్ని మంగళూర్ సంధి షరతులను తిరస్కరించి, టిప్పుసుల్తాన్ వ్యతిరేక శక్తులను ఆంగ్లేయుల నేతృత్వంలో ఐక్యం చేయడానికి పథకం రూపొందించాడు. దీనిలో భాగంగానే టిప్పుసుల్తాన్ మరాఠుల సామంతుడైన నార్గండ్ రాజును, అతని కుటుంబాన్ని చంపడాన్ని వివరించి మరాఠా నాయకుల్లో, టిప్పుపై ద్వేషం కలిగించేటట్లు కారన్‌వాలీస్ నచ్చ చెప్పాడు. ఇదేవిధంగా హైద్రాబాద్ పాలకుడైన నిజాం అలీఖాన్‌తో స్నేహం చేశాడు కారన్‌వాలీస్. 1790లో ఆంగ్లేయులు మరాఠులతో, నిజాంతో ఒక రహస్య ఒడంబడికను టిప్పుసుల్తాన్‌కు వ్యతిరేకంగా కుదుర్చుకున్నాడు. ఈ పరిణామాలను గమనిస్తున్న టిప్పుసుల్తాన్ భవిష్యత్తులో జరిగే యుద్ధంలో ఆంగ్లేయ సైన్యాలను ఎదుర్కొవడానికి 1787లో ఫ్రాన్స్‌కు, ఆటోమాన్ టర్క్ సుల్తాన్‌కు సహాయం చేయవలసిందిగా కోరుతూ తన రాయబారులను పంపాడు. కాని టిప్పుసుల్తాన్‌కు వారి సహాయం అందలేదు.

ఇలాంటి పరిస్థితుల్లో టిప్పుసుల్తాన్ చాలా కాలం నుంచి తమకు మిత్రరాజ్యంగా ఉన్న తిరువాన్కూర్ సంస్థానంపై దాడి చేసి (డిసెంబర్ 29, 1789లో) ముట్టడించాడు. టిప్పుసుల్తాన్ ఈ చర్య మూడో మైసూర్ యుద్ధానికి తక్షణ కారణమైంది. ఆంగ్లేయులు వారి మిత్రులు వెంటనే తిరువాన్కూర్ రాజు పక్షం వహించారు. కారన్‌వాలీస్ సేనలు వెల్లోర్, అంబూర్ ఆక్రమించి, మార్చి, 1791 నాటికి బెంగళూర్ వరకు మరో ఆంగ్లేయ దళం కోయంబత్తూర్ దిండిగల్, పాల్‌ఘాట్‌లను ఆక్రమించాయి. ఇంతలో బొంబాయి నుంచి కారన్‌వాలీస్‌కు అండగా వచ్చిన ఇంగ్లీష్ సేనలు 'శ్రీరంగపట్నం' ఆక్రమణలో కీలక భూమికను పోషించాయి. టిప్పుసుల్తాన్ వీరోచితంగా పోరాడినప్పటికీ, ఆంగ్లేయుల సైన్యాల చేతిలో ఓటమి పొందాడు. 1792 మార్చి నెలలో ఇరు పక్షాల మధ్య శ్రీరంగపట్నం వద్ద సంధి కుదిర్చి రెండేళ్ళపాటు కొనసాగిన మూడో మైసూర్ యుద్ధం ఆంగ్లేయుల ఆధిపత్యాన్ని నిరూపించింది.

శ్రీరంగపట్నం సంధి షరతుల ప్రకారం టిప్పుసుల్తాన్ తనకు చెందిన కృష్ణా, పెన్నానదుల మధ్య ఉన్న భూభాగాన్ని ఆంగ్లేయుల మిత్రుడైన నిజాం ఆలీఖాన్‌కు, తుంగభద్రా పరిసర ప్రాంతాలను మరాఠులకు, మలబార్, దిండిగల్, కూర్గ్ నష్టపరిహారంగా చెల్లించాడు. తన కుమారులిద్దరినీ బారామహల్‌లను ఇంగ్లీష్ వారికి అప్పగించాడు. మరో షరతు ప్రకారం టిప్పు ఆంగ్లేయులకు

30,00,000 పౌండ్లను కారన్‌వాలీస్ శిబిరంలో ఉంచాడు. టిప్పు సుల్తాన్ గౌరవాన్ని ఖ్యాతికి మూడో మైసూర్ యుద్ధం తీవ్ర అవమానం కలిగించింది.

(ఊ) నాలుగో మైసూర్ యుద్ధం (క్రీ.శ. 1799)

ఆంగ్లేయులకు, మైసూర్ సేనలకు చివరి యుద్ధం శ్రీరంగపట్నం సంధి కుదిరిన ఏడాదిలోపే జరిగింది. దీనికి ఇరుపక్షాల మీద చల్లారని పగతోపాటు, ఫ్రాన్స్‌లో సంభవించిన విప్లవ అనంతరం చోటుచేసుకున్న రాజకీయ పరిణామాలు కూడా దోహదం చేశాయి. శ్రీరంగపట్నం సంధి ప్రకారం తాను కోల్పోయిన భూభాగాలను తిరిగి ఆక్రమించాలని టిప్పు తలంచాడు. ఇందులో భాగంగా తన పాతకోటలను బలోపేతం చేయించాడు. సేనలను పునర్వ్యవస్థీక రించాడు. ఆంగ్లేయులకు, శత్రువులైన వారితో స్నేహం చేశాడు. ఫ్రాన్స్‌లోని జాకోబియన్ క్లబ్‌లో సభ్యత్వం పొందాడు. నెపోలియన్ బొనా పార్టీ సహాయాన్ని కోరాడు. ఆంగ్లేయులు తన బద్ధశత్రువులై నందువల్ల, నెపోలియన్ తన సైన్యాలను టిప్పుసుల్తాన్‌కు సహాయంగా పంపాడు.

క్రీ.శ. 1798 ఏప్రిల్ 21 నాటికి కొత్త బ్రిటిష్ గవర్నర్ జనరల్ లార్డ్ వెల్లస్లీ భారతదేశం వచ్చాడు. అతడు గొప్ప సామ్రాజ్య కాంక్షకల వ్యక్తి, దౌత్యవేత్త, రాజనీతిజ్ఞుడు, పరిస్థితులను వెంటనే అంచనావేశాడు. టిప్పు వ్యూహాలను తిప్పికొట్టడానికి ప్రతి వ్యూహాలను రూపొందించాడు. హైదరాబాదు నిజాంతో క్రీ.శ. 1798 సెప్టెంబర్ 1న సైన్యసహకార సంధి షరతులపై సంతకం చేయించాడు. మహారాష్ట్రులను టిప్పుతో చేరకుండా జాగ్రత్త వహించాడు.

టిప్పుసుల్తాన్ ఇస్లామిక్ రాజ్యాలైన అరేబియా, కాన్‌స్టాన్‌టినోపుల్, కాబూల్‌కు రాయబారులను పంపించి, ఆంగ్లేయులకు వ్యతిరేకంగా తాను చేస్తున్న పోరాటంలో ముస్లిం రాజ్యాల సేనలు సహాయంగా పంపాలని కోరాడు. దీన్ని వెల్లస్లీ ఖండించాడు. వెల్లస్లీ మైసూరును అన్ని దిక్కుల నుంచి ఒకేసారి ముట్టడించాడు. లార్డ్ వెల్లస్లీ సోదరుడైన ఆర్థర్ వెల్లస్లీ, నిజాం సేన సహాయంతో తూర్పు నుంచి, స్టూవర్ట్ సేనాధిపతి బొంబాయి సేన సహాయంతో పశ్చిమ దిశ నుంచి మైసూర్‌పై దండెత్తాయి. శ్రీరంగపట్నానికి 40 మైళ్ళ దూరంలో ఉన్న 'సిద్దేశ్వర్' కనుమ దగ్గర మార్చి 5, 1799లో జరిగిన యుద్ధంలోనూ, 'మాలవల్లి' దగ్గర మార్చి 27, 1799లో జరిగిన యుద్ధంలోనూ ఇంగ్లీష్ సేనలు స్టూవర్ట్, హారీస్‌ల సమర్థవంతమైన నేతృత్వంలో టిప్పు సేనలను ఓడించాయి. వెల్లస్లీ అవమానకర సంధి షరతులకు టిప్పు అంగీకరించలేదు. చివరికి వీరోచితంగా టిప్పు కోటలో ప్రవేశించిన ఇంగ్లీష్ సేనలు అతన్ని ఓడించి చంపాయి. దీనితో నాలుగవ మైసూర్ యుద్ధం ముగిసింది. ఆధునిక భారతదేశ చరిత్రలో టిప్పు సుల్తాన్ జరిపిన యుద్ధాలు ఆంగ్లేయులకు తీవ్ర భయాందోళనలు కలిగించాయి. కాని ఆంగ్లేయుల దూరదృష్టి, కుటిలనీతి, సైనిక శక్తి, వ్యూహ రచన అతన్ని ఓడించాయి. మైసూర్ రాజ్యాన్ని వడయార్ వంశానికి చెందిన కృష్ణరాజవడయార్‌కు ఆంగ్లేయులు అప్పగించారు. అతడు వెల్లస్లీ సైన్య సహకార సంధిని అంగీకరించాడు. ఆంగ్లేయుల మిత్రరాజ్యంగా మైసూర్ కొనసాగింది. హైదరాలీ, టిప్పుల పతనం, మరణం ఆంగ్లేయుల శక్తిని మరింత బలోపేతం చేశాయి.

ఆంగ్లో - మరాఠ యుద్ధాలు (క్రీ.శ. 1775-1819)

భారతదేశంలో ఇంగ్లీష్ - ఈస్ట్ ఇండియా కంపెనీ రాజకీయాధిపత్యాన్ని సవాల్ చేసిన వారిలో మరాఠులు ముఖ్యులే. శివాజీ నేతృత్వంలో మరాఠుల్లో పెల్లుబికిన జాతీయతాస్ఫూర్తి, దేశభక్తి అతని అనంతరం కూడా చాలా సంవత్సరాల వరకు సజీవంగా ఉన్నాయి. కర్ణాటక, మైసూర్ పాలకులపై తొలి విజయాలు సాధించిన ఈస్ట్-ఇండియా కంపెనీ బొంబాయి అధికారులు మరాఠుల ఆధీనంలో ఉన్న మహారాష్ట్ర, మధ్యప్రదేశ్, రాజస్థాన్, గుజరాత్ ప్రాంతాలను ఆక్రమించుకోవడానికి వ్యూహరచన చేశారు. దీని ఫలితమే క్రీ.శ. 1775-1819 మధ్య కాలంలో జరిగిన 'ఆంగ్లో-మరాఠ' యుద్ధాలు. అమెరికా స్వాతంత్ర్య పోరాటం జరుగుతున్న కాలంలోనే ఈ మరాఠ యుద్ధాలు జరిగాయి. వారన్ హేస్టింగ్స్, కారన్‌వాలీస్, వెల్లస్లీ వంటి సమర్థులైన గవర్నర్ జనరల్‌ల కార్యదీక్ష, పట్టుదల, కుటిల రాజనీతి, సామ్రాజ్య కాంక్ష ముందు, మరాఠుల్లో నెలకొన్న అనైక్యత, అంతర్గత కలహాలు వారి పతనానికి, ఓటమికి కారణమయ్యాయి.

మొదటి మహారాష్ట్ర యుద్ధం (క్రీ.శ. 1775-82)

పీష్వా బాలాజీ బాజీరావు రెండో కుమారుడైన పీష్వా మాధవరావు (క్రీ.శ. 1761-72) క్రీ.శ. 1772లో పీష్వా 'మాధవరావు' మృతి చెందాడు. మరాఠుల్లో నెలకొన్న ఆంతరంగికమైన సమస్యలు, మాధవరావు తరవాత అతని పినతండ్రి అయిన 'రఘునాథరావు' పీష్వా కావాలనుకున్న ఆకాంక్ష మరాఠుల్లో అంతఃకలహాలను తీవ్రతరం చేశాయి. క్రీ.శ. 1773 ఆగస్టు 30న 'పీష్వా నారాయణరావు'ను రఘోబా హత్య చేయించాడు. రఘోబా తనను తాను పీష్వాగా ప్రకటించు కున్నాడు. 'మూడో పానిపట్టు యుద్ధం' నుంచి బతికిబయటపడిన బాలాజీ పండిట్‌ని, నానాఫడ్నవీ అని పిలిచేవారు. నారాయణరావు భార్య గంగాబాయి ఒక మగ శిశువును ప్రసవించింది. నానావర్గం అంతా ఆ శిశువునే పీష్వాగా గుర్తించాలనుకోవడంతో రఘోబా ఇంగ్లీషువారి సహాయం కోరాడు. 1775లో సూరత్ ఒప్పందం కంపెనీకి, రఘోబాకు మధ్య జరిగింది. దాని ప్రకారం సాల్సెట్టి, బసేన్‌లను, బ్రోచ్ సూరత్ జిల్లాలోని కొంత ఆదాయం కంపెనీకి ఇవ్వాలి. కంపెనీవారు రఘోబా ఖర్చు పెట్టే షరతు మీద 2,500 మంది సేనలను ఇచ్చారు. ఈరకంగా రఘోబా తన కోర్కె నెరవేర్చుకోవాలనే ఆశతో, కంపెనీవారు నానాఫడ్నవీస్ వర్గంతో యుద్ధం చేయవలసి వచ్చింది. 1773 రెగ్యులేటింగ్ చట్టం ప్రకారం బెంగాల్ గవర్నర్ జనరల్ అనుమతి లేకుండా బొంబాయి, మద్రాసు గవర్నర్లు స్థానిక సంస్థానాధిపతుల విషయంలో సంధి, యుద్ధం వంటి వాటిలో పాల్గొనకూడదు. స్వతహాగా సామ్రాజ్య వాది అయిన వారెన్‌హెస్టింగ్స్ ఆ షరతులను లెక్కపెట్టలేదు. కానీ కలకత్తాలోని గవర్నర్ సలహా మండలి బొంబాయి ప్రభుత్వ చర్యను ఖండించింది. దానివల్ల 1775లో కంపెనీ వారు రఘోబా తరఫున ఆరస్ మైదానంలో విజయం పొందినా, తమ విధానం ఉపసంహరించుకోవలసి వచ్చింది. రఘోబా 1776 మార్చి 1వ తేదీన జరిగిన పురందర్ సంధితో 1. సూరత్ సంధి రద్దవడం, 2. సాల్సెట్టి, బ్రోచ్ ఆదాయం కంపెనీవారికి దాఖలు పడటం, 3. పూనా వారు యుద్ధ ఖర్చులకుగాను కంపెనీకి రూ. 12,00,000 ఇవ్వడం జరిగింది.

బొంబాయి ప్రభుత్వం వారు, పూనా వర్గం వారు ఇద్దరూ పురందర్ సంధిని మనఃపూర్తిగా అంగీకరించలేక పోయారు. బొంబాయి ప్రభుత్వం వారు సంధిని ఉల్లంఘించి రఘోబాకు ఆశ్రయమిచ్చారు. నానాఫడ్నవీస్ ఫ్రెంచివారికి పశ్చిమ భారత్‌లో ఒక ఓడరేవు ఇస్తానని ఫ్రాన్స్‌కు చెందిన సెయింట్ లూచిన్‌ను ఆహ్వానించారు. ఫ్రెంచివారిరాక కలిగించిన అనుమానాలవల్ల బొంబాయి ప్రభుత్వ విధానాలు ఉన్నతాధికారుల ఆమోదం పొందాయి. దానితో పురందర్ సంధితో ఆగిన యుద్ధం మళ్ళీ ప్రారంభమైంది. 1779, జనవరి 9న 'కాక్‌బర్న్' నాయకత్వంలోని, ఇంగ్లీషు సేనలు పశ్చిమ కనుమలలోని తెలెగాం వద్ద మహారాష్ట్రుల సేనలను ఎదుర్కొన్నాయి. ఈ యుద్ధంలో బొంబాయి ప్రభుత్వంవారు ఓడి, వడ్గాం ఒప్పందం జరిగింది. 1773 నుంచి కంపెనీవారు పొందిన భూభాగం అంతా తిరిగి ఇవ్వవలసి వచ్చింది. సింధియాకు బ్రోచ్ జిల్లాలో ఆదాయం పొందేటట్లు, బెంగాల్ నుంచి బయలుదేరిన కంపెనీలు వెనక్కి మళ్ళడానికి తీర్మానం చేసుకున్నారు. 'వడ్గాం' షరతులు కంపెనీకి ఎంతో అవమానం కలిగించాయి. 'వారెన్‌హేస్టింగ్స్' ఆ ఒప్పందాన్ని అంగీకరించలేదు. మహారాష్ట్రుల బలాన్ని విడగొట్టడానికి వారెన్‌హేస్టింగ్స్ నిర్ణయించుకున్నాడు. 1780 ఫిబ్రవరి 15 నాటికి 'గొగార్డ్' అహ్మదాబాద్‌ను జయించి 1780 డిసెంబర్ 11న 'బసేన్'ను ముట్టడించాడు. ఈ లోగా సింధియాకు శత్రువైన గోహాడ్‌రాణాకు సహాయంగా కంపెనీ పోఫానాయకత్వంలో సేనను పంపింది. 1780 ఆగస్టు 3న గ్వాలియర్‌ను ఆక్రమించి, సిప్రి వద్ద 1781 ఫిబ్రవరి 16న సింధియాను ఓడించారు. ఈ చర్యలవల్ల ఇంగ్లీషువారి పలుకుబడి పెరిగి, మహారాష్ట్ర సేనానుల అసమర్థత వెల్లడి అయింది. దాని ఫలితంగా సింధియా ప్రతిపాదనతో శాంతిని కోరుతూ కంపెనీ వారితో మహారాష్ట్రులు సంధి చేసుకున్నారు. అదే 1782 మే 17న జరిగిన 'సాల్బే' సంధి. దీని ప్రకారం 1. సాల్సెట్టి కంపెనీ భాగాల్లో కలిసింది. 2. మాధవరావ్ నారాయణను పీష్వాగా గుర్తించమైంది, 3. రఘునాథరావ్‌కు భరణం (పెన్షన్) ఇవ్వడం జరిగింది. పశ్చిమంగా గల ప్రాంతాలన్నీ సింధియాకు దక్కాయి.

సాల్బే సంధి వల్ల పీష్వాకు అభద్రత, సింధియా అధికారం కూడా మరింత పెరిగి, రాజకీయ అసమతౌల్యతకు అవకాశం ఇచ్చింది. కంపెనీవారి సైనిక శక్తి గౌరవం వారెన్‌హేస్టింగ్స్ కాపాడగలిగాడు. ఒక 20 సంవత్సరాలు మహారాష్ట్రులతో శాంతికొనసాగింది. నిర్ద్వంద్వంగా కంపెనీ అధికారాన్ని ఈ సంధి భారత రాజకీయాల్లో నిర్ణయాత్మకాంశంగా మార్చింది అన్నట్లయితే అతిశయోక్తి మాత్రమే. మహారాష్ట్రులకు కంపెనీకి పూర్తి శాంతిని, ఒక చిట్టచివరి ఒప్పందాన్ని సాల్బాయి సంధి సమకూర్చలేకపోయింది. మహారాష్ట్రులలో గ్వాలియర్‌లో మహాదాజీ సింధియా, ఇండోర్‌లో హోల్కార్ భార్య అయిన అహల్యాబాయి, పూనాలో నానాఫడ్నవీస్ సమర్థులుగా రూపొందారు. సింధియా రాజపుత్రుల మీద, జాట్ల మీద తన అధికారం పెంచుకున్నాడు. నానా ఫడ్నవీస్ మరింత పెంచిన భద్రతా విధానంతో అక్బర్‌కు బైరాంఖాన్ మాదిరి, పీష్వాకు నానాఫడ్నవీస్ రూపొందాడు. ఈ స్థితిలో 1795లో అహల్యాబాయి మృతి, 1797లో తుక్కోజీ హోల్కార్, మృతి, 1794లో మహాదాజీ సింధియా మృతి మహారాష్ట్ర పాలనా వ్యవస్థలో పూడ్చడానికి వీలులేని శూన్యతను ఏర్పరచాయి. టిప్పుసుల్తాన్ జరిపిన యుద్ధాలలో శూన్యతను ఏర్పరచాయి. టిప్పుసుల్తాన్‌తో జరిపిన యుద్ధాలలో కంపెనీవారు నిజాంను, మహారాష్ట్రులను కలుపుకొని, టిప్పుకి వ్యతిరేకంగా త్రైపాక్షిక కూటమిని ఏర్పరచుకున్నారు.

కాని అతనికాలంలోనే నిజాం, మహారాష్ట్రులు కంపెనీనే శత్రువుగా భావించి కలిసిపోయారు. కానీ నిజాంకు, మహారాష్ట్రులకు గల వైరాలవల్ల, టిప్పు ప్రమాదం తొలగగానే నిజాం మహారాష్ట్రులతో ఘర్షించి 1795లో 'ఖర్దా' యుద్ధంలో ఓడిపోయాడు. నిజాం బలహీనత బాగా తెలిసిన కంపెనీవారు ఈ సమయంలో నిజాంకు సాయం చేయలేదు. గ్వాలియర్, ఇండోర్‌లలో సమర్థవంతమైన నాయకత్వం లేకపోవడం, నానాఫడ్నవీస్ మహారాష్ట్రలోని ఎక్కువ భాగం పొందడానికి అవకాశంగా ఈ పరిణామాలే రెండో ఆంగ్లో - మరాఠ యుద్ధానికి దారితీసాయి.

రెండో మహారాష్ట్ర యుద్ధం (క్రీ.శ. 1803-05)

1798 గవర్నర్ జనరల్‌గా పదవీ బాధ్యతలు చేపట్టిన వెల్లస్లీ ప్రభువు (మార్నింగ్టన్ సంస్థానాధిపతి) మూర్తీ భవించిన సామ్రాజ్య వాదతత్వమున్నవాడు. నానాఫడ్నవీస్ నియంతృత్వం భరించలేని నారాయణరావ్ 1795 అక్టోబర్ 25న ఆత్మహత్య చేసుకొన్నాడు. 1796 నాటికి నానాఫడ్నవీస్‌కు బద్ధశత్రువు రఘోబా కుమారుడైన రెండో బాజీరావు పీష్వాగాను, నానా మంత్రిగాను ఏర్పడ్డారు. గ్వాలియర్ పాలకుడైన దౌలత్‌రావ్ సింధియా, ఇండోర్ పాలకుడైన యశ్వంత్‌రావ్ హోల్కార్ వట్టి అసమర్థులు. ఈ స్థితిలో నిజాం ఖర్దాలో తాను పోగొట్టుకున్న ప్రాంతాలను తిరిగి పొందాడు. అంటే 1796 నాటికి పీష్వా, నానా ఫడ్నవీస్‌ల వైరం, నిజాం, మహారాష్ట్రుల వైరం, గ్వాలియర్, ఇండోర్ పాలకుల అసమర్థత కంపెనీ విస్తరణకు ఆహ్వాన సూచికలయినాయి. వెల్లస్లీ ఈ అవకాశాన్ని వదులుకోదలుచుకోలేదు. కంపెనీవారి ఆర్థిక బలహీనత ఇతని విధానాలకు నేపథ్యంగా మారింది. మహారాష్ట్రులు వెల్లస్లీ ప్రతిపాదించిన సైన్య సహకార ఒడంబడికను అంగీకరించలేదు. ఇది కంపెనీకి కూడా కీలకమైన కాలం అయింది. ఈ స్థితిలో 1800 మార్చి 13న నానాఫడ్నవీస్ మరణించాడు. ఇతనితో మహారాష్ట్ర ప్రభుత్వంలో వివేక సౌజన్యాలు పూర్తిగా అంతరించాయి. నానాఫడ్నవీస్ పీష్వా పదవిలో ఉన్న, ఉండవలసిన వ్యక్తులను రక్షించడంలో సింధియా హోల్కార్‌లకు అడ్డుకట్టవేయలేదు. నానాఫడ్నవీస్ మృతితో ఆటంకాలన్నీ తొలగిపోయాయి. నానాఫడ్నవీస్ స్థానాన్ని, పలుకుబడిని ఆశించి సింధియా, హోల్కార్‌లు ఘర్షణ పడ్డారు. పీష్వా రెండో బాజీరావు, యశ్వంత్‌రావు హోల్కార్ సోదరుడైన విఠూజీవి హత్య చేశాడు. కోపోద్రిక్తుడైన యశ్వంత్‌రావు సింధియా, పీష్వా సేనలను ఓడించి పూనాను ఆక్రమించాడు. పీష్వా బసేన్‌లో శరణార్థిగా ఉన్నాడు. రఘోబా దత్తపుత్రుడైన అమృతరావ్ కుమారుడైన వినాయకరావ్‌ను యశ్వంతరావ్ పీష్వాగా నియమించాడు.

బసేన్‌లో శరణు పొందిన రెండో బాజీరావ్ వెల్లస్లీ కోరుకున్న సైన్య సహకార ఒడంబడికకు ఒప్పుకున్నాడు. 1802 డిసెంబర్ 31న బసేన్ సంధి జరిగింది. దాని ప్రకారం 1. కనీసం 6,000 పదాతిదళం, ఆ నిష్పత్తికి భారతీయ, ఐరోపా సేనలు గల తుపాకీ దళం శాశ్వతంగా పీష్వా వద్ద ఉండాలి. 2. వాటి ఖర్చుల నిమిత్తం సాలీనా 26,00,000 రూపాయలు శిస్తునిచ్చే భూమిని కంపెనీకి ఇవ్వడం జరిగింది. 3. ఏ ఇతర ఐరోపా జాతుల వారితో ఏరకమైన సంబంధాలు ఉండకూడదు. నానాఫడ్నవీస్ ఎంతో వివేకంతో, సౌజన్యంతో, దూరదృష్టితో, శ్రమతో రక్షించిన మహారాష్ట్రుల

రాజకీయ అస్తిత్వాన్ని రెండో బాజీరావు రక్షణ పేరుతో నాశనం చేశాడు. 1803 మే 13న రెండో బాజీరావు పీష్వాగా మరల పదవి పొందాడు. "పశ్చిమ భారతదేశంలో కంపెనీవారి స్థితిని ఈ సంధి పూర్తిగా మార్చివేసి, లిప్తకాలంలో కంపెనీ బాధ్యతలను త్రిగుణీకృతం చేసింది" అని డీన్‌హట్టన్ అభిప్రాయం. ఈ ఒప్పందం తరవాత యుద్ధం ఉండదని వెల్లస్లీ అనుకున్నాడు. కానీ దౌలత్‌రావ్ సింధియా, బీరార్‌కు చెందిన రెండో రఘూజీభాన్సే, యశ్వంత్‌రావ్ తమ పక్షానికి వస్తాడని ఆశించాడు. ఇంత సంక్లిష్ట కాలంలో కూడా మహారాష్ట్ర సేనానులు కలవలేదు. హోల్కార్ చేరలేదు. గయక్వాడ్ తటస్థంగా ఉండిపోయాడు. తనని తాకట్టు పెట్టుకున్న పీష్వా, జాతిని పాలించలేడనుకొని సింధియా, బోస్లేలు యుద్ధం సాగించారు. మహారాష్ట్రులు 2,50,000 మంది పదాతిదళాన్ని, ఫ్రెంచివారితో శిక్షణ పొందిన 40,000 మందిని కలిగి ఉన్నారు. కంపెనీ సేనలు 55,000 మాత్రమే. అప్పటికే బసేన్ సంధి ద్వారా విజయం పొందిన వెల్లస్లీకి ఈ యుద్ధం సంతోషకరమైంది. శత్రువును అన్నిచోట్ల జయించాలనుకున్నాడు. తాను కూడా యుద్ధరంగంలోకి వచ్చాడు. లేక్‌గుజరాత్, బుందేల్ ఖండ్, ఒరిస్సాలపై దాడి చేశాడు. మహారాష్ట్రులు సైనికబలం చాలక ఓడిపోయారు. వెల్లస్లీ 1803 ఆగస్టు 12న అహ్మద్‌నగర్‌ని ఆక్రమించి, అస్సయే యుద్ధంలో సింధియా, బోస్లేల సంయుక్త సైన్యాన్ని 1803 సెప్టెంబర్ 23న ఓడించాడు. బుర్హాన్‌పూర్, అసీర్‌ఘర్, అర్గాం, గావిల్ఘర్‌ల వద్ద ఇంగ్లీషు కంపెనీ సేనలే విజయం పొందాయి. ఓటమి పొందిన భోన్సే, సింధియాలు విడివిడిగా సైనిక ఒప్పందాలు చేసుకున్నారు. బీరార్‌కు చెందిన బోస్లే 1803 డిసెంబర్ 17న దేవ్‌గాం ఒప్పందం చేసుకొని బాలాసూర్‌తో సహా కటక్, వార్ధానదికి పశ్చిమంగా గల ఆ ప్రాంతమంతటినీ కంపెనీ పరం చేశాడు. నాగపూర్‌కు మాన్టువర్ట్ ఎల్ఫిన్‌స్టన్‌ను ఆదివాసిగా పంపడమైంది.

సింధియా 1803 డిసెంబర్ 30న సుర్జి అర్జున్‌గాం ఒప్పందం చేసుకున్నాడు. దాని ప్రకారం గంగా యమున అంతర్వేదిలోని అన్ని ప్రాంతాలనూ, జయపూర్, జోధ్‌పూర్, గోహద్‌లకు ఉత్తరంగా గల రాజపుత్ర స్థానంలోని భాగాలను, అహ్మద్‌నగర్, బ్రోచ్, అజంతా కొండలకు పశ్చిమంగా గల అతని భాగమంతటినీ సింధియా కంపెనీపరం చేశాడు. మొగల్ చక్రవర్తి, పీష్వా, నిజాం వంటి వారితో గల సర్వసంబంధాలు వదులుకున్నాడు. జాన్‌మాల్కోం అధివాసిగా నియమితుడయ్యాడు. 1804 నాటికి సైన్యసహకార ఒడంబడికకు అంగీకరించి సింధియా సరిహద్దుల్లో 6,000 సేన ఉంచాలని ఒప్పుకున్నాడు. ఇంత జరిగినా ఇదే చివరిది కాదనీ, ఇంత తొందరగా నా ప్రణాళిక పూర్తి అవుతుందని అనుకోలేదని వెల్లస్లీ అన్నాడు.

హోల్కార్ అనతికాలంలో కంపెనీతో యుద్ధం చేశాడు. మాన్సన్‌ను ముకుందా కనుమ వద్ద ఓడించాడు. హోల్కార్ ఢిల్లీ మీదకు కూడా దాడిచేశాడు. 1804 నవంబర్ 17 తేదీన హోల్కార్ లేక్ చేతిలో ఓడిపోయాడు. కానీ లేక్ భరత్‌పూర్ దుర్గాన్ని ఆక్రమించలేక ఓటమి పొందాడు. 1805 ఏప్రిల్ 10న భరత్‌పూర్ రాజు కంపెనీతో సంధి చేసుకున్నాడు. వెల్లస్లీని వెనకకు పిలవడంతో రెండో మహారాష్ట్ర యుద్ధం ముగిసింది. వెల్లస్లీ తరవాత రెండోసారి పదవి చేపట్టిన కారన్‌వాలీస్

1805 అక్టోబర్ 5న ఘూజీపూర్‌లో మరణించాడు. సర్ జార్జిబార్లో సింధియాతో 1805 నవంబర్ 23న సంధి చేసుకున్నాడు. గ్వాలియర్, గొహడ్‌లు సింధియాకు ఉండటం, చాంబల్ నదికి ఉత్తరంగా ఆక్రమించే హక్కు కోల్పోవడం, రాజపుత్ర సంస్థానాలతో కంపెనీ ఏ ఒడంబడికలను చేసుకోకూడదనుకోవడం ఈ సంధి షరతులు. కాగా లేక్ హోల్కార్‌ను అమృత్‌సర్ వరకు తరిమాడు. సిక్కులు హోల్కార్‌కు సాయపడలేదు. 1806 జనవరి 2న హోల్కార్‌తో శాంతి సంధి చేసుకున్నాడు. దాని ప్రకారం టోంక్, రాంపూరా, బూందీ, కూచ్, బుందేల్ ఖండ్ చాంబల్ నదికి ఉత్తర ప్రాంతాలపై హోల్కార్ హక్కులు పోయాయి. పోగొట్టుకున్న ప్రాంతాలలో ఎక్కువ భాగాలు పొందగలిగాడు. కానీ టోంక్, రాంపూరాలను మరలా బార్లో హోల్కార్‌కీ ఇచ్చేశాడు. రాజపుత్ర రాష్ట్రాలకు బ్రిటిష రక్షణను రద్దు చేయడమైంది. వాస్తవానికి రెండో మహారాష్ట్ర యుద్ధం మహారాష్ట్ర నాయకులలో స్ఫూర్తిని, అస్తిత్వాన్ని పూర్తిగా నశింపచేసింది. ఇంగ్లీషు వారి ఆజ్ఞలను వారు శిరసావహించవలసిన పరిస్థితి ఏర్పడింది. ఎన్ని ఒప్పందాలు చేసుకున్నా, లొంగినట్లు కనిపించినా మహారాష్ట్ర నాయకులు విజయావకాశాల కోసం అన్వేషిస్తూ వచ్చారు. ఈ నేపథ్యంలో మహారాష్ట్రులు చేసిన ఒక తుది ప్రయత్నమే మూడో మహారాష్ట్ర యుద్ధం.

మూడో మహారాష్ట్ర యుద్ధం (క్రీ.శ. 1817 - 19)

ఆంగ్లేయులకు - మరాఠాలకు మధ్య చివరి యుద్ధం లార్డ్ హేస్టింగ్స్ కాలంలో ప్రారంభమైంది. జస్వంత్ రావ్ హోల్కార్ తన సోదరుడు కాశీరావును, దాయాధి ఖండే రావును చంపి, ఉచితానుచితాలు తెలియని స్థితిలో 1811 అక్టోబర్ 20న మరణించాడు. తులసీబాయి, బలరాం సేర్, అమీర్‌ఖాన్‌ల నాయకత్వంలో ఇండోర్ సంస్థానం ఉంది. సింధియా సేనలు దోపిడీలు కొనసాగించాయి. బరోడాకు చెందిన గయక్వాడ్ సైన్య సహకార ఒడంబడికను ఉల్లంఘించదలచు కున్నాడు. పఠాన్ల, పిండారీ దాడులవల్ల రఘుజీ బోంస్లే రాజ్యం భయభ్రాంతమైంది. పీష్వాగా ఉన్న రెండో బాజీరావు త్రయంబక్‌జీ డాంగ్లియా ప్రభావానికి లోనయ్యాడు. గయక్వాడ్ ప్రధానమంత్రి గంగాధరశాస్త్రిని త్రయంబక్‌జీ హత్య చేయించాడు. గంగాధర శాస్త్రి కంపెనీకి మిత్రుడు. ఆ స్థితిలో కొంత తటపటాయించినా, బాజీరావ్ త్రయంబక్‌జీని మాన్స్టువార్ట్ అప్పగించాడు. బాజీరావును ఠాణాకోటలో బంధించగా ఒక ఏడాదికి పీష్వా తప్పించుకున్నాడు. అమీర్‌ఖాన్ పిండారీలు, మహారాష్ట్రులు ఒక కూటమిగా చేరి కంపెనీవారిని ఎదిరించదలచుకున్నారు. 1813-23లలో గవర్నర్ జనరల్‌గా ఉన్న హేస్టింగ్స్ తగిన చర్యలు చేపట్టాడు. క్రీ.శ. 1817 జూన్ 13న పూనా సంధితో పీష్వా అధికారాలు తగ్గిపోయాయి. పీష్వా మహారాష్ట్రుల నాయకత్వం కోల్పోయాడు. గయక్వాడ్‌తో నాలుగు లక్షలు ఇచ్చి సంబంధాలు తెంచుకున్నాడు. సింధియా గ్వాలియర్ సంధి ప్రకారం పిండారీలను అణచడంలో కంపెనీకి స్వయంగా సహకరించవలసి వచ్చింది. రాజపుత్ర, సంస్థానాలతో కంపెనీ ఓడబడింది. 1816 మార్చి 22న రెండో రఘూజీ బోంస్లే మరణించాడు. అసమర్థుడైన పార్శోజీ వారసుడయ్యాడు. పీష్వా ప్రతిష్ట పోయింది. బోంస్లే ఆచ్ఛాదిత ప్రాంతమైంది. ఈ స్థితిలో ప్రతి చోటా ఎక్కువగా కనిపిస్తున్న ఇంగ్లీషువారి అధికారం దుస్సాహసమైంది.

పీష్వాకు బ్రిటిషు సేనలకు ఖిర్కి వద్ద జరిగిన యుద్ధంలో పీష్వా ఓడిపోయాడు. నాగపూర్‌లో అప్పాసాహేబ్, ఇండోర్‌లో రెండో మల్హార్‌రావ్ తిరుగుబాట్లు చేశాడు. సితబాల్ది యుద్ధంలో నాగపూర్ సేనలు, మహౌద్‌పూర్ యుద్ధంలో హోల్కార్ సేనలు ఓటమిపొందాయి. అప్పాసాహేబ్ కాందిశీకుడై 1840లో జోద్‌పూర్‌లో మరణించాడు. పీష్వా ఖర్కి యుద్ధం తరవాత కోరేగాం, అష్టిల వద్ద రెండు యుద్ధాలుచేసినా ఓడిపోయాడు. క్రీ.శ. 1818లో రెండో బాజీరావ్-2 సాలీనా 8,00,000 రూపాయల పింఛనుతో కాన్పూర్ వద్ద బితూర్‌లో గడిపాడు. అతని భూభాగం బ్రిటిష్ నియంత్రణలోకి వచ్చింది. త్రయంబక్‌జీ డాంగ్లియా చునార్‌లో యావజ్జీవ శిక్ష పొందవలసి వచ్చింది. మాండసర్ సంధి ప్రకారం హోల్కార్ రాజపుత్ర రాజ్యాలపై హక్కులు కోల్పోయాడు. నర్మదానదికి దక్షిణంగా గల ప్రాంతాన్ని కంపెనీకి ఇచ్చివేశాడు. టోంక్‌కు అమీర్‌ఖాన్‌ను నవాబుగా గుర్తించాడు. ఇండోర్‌లో బ్రిటిష్ అధివాసి శాశ్వతంగా నియమితుడయ్యాడు. పీష్వా రాజ్యం క్షీణించి సతారా వంటి చిన్న రాజ్యం ఏర్పడింది. క్రీ.శ. 1819 నాటికి మహారాష్ట్ర నాయకులు లాంఛనప్రాయమైన అధికారం పొంది ఉన్నారు.

ఈ యుద్ధాలన్నింటిలోను మహారాష్ట్రులపట్ల కంపెనీకి చెందిన గవర్నర్ జనరల్‌లు, సైనిక అధికారులు చిన్న చూపునే వ్యక్తం చేశారు. వెల్లెస్లీ మహారాష్ట్రులలో పీష్వా నుంచి సామాన్య వ్యక్తి వరకు ఒక్కడూ ఒక్క షిల్లింగు కూడా లేనివాడని చెప్పడం, మన్రో సింధియా సేనలకు గల తర్ఫీదు, దుస్తుల వంటివి బలిపశువుకు చేసే అలంకారాలని పేర్కొనడం, యుద్ధంలో మహారాష్ట్రుల సేనలు గుంపులుగా చేరారని వర్ణించడం జరిగింది. ఈ రకమైన వ్యాఖ్యానాల పరమార్థం ఏదైనా కంపెనీవారు తప్పక మహారాష్ట్రుల మీద అధికారం సాధించే స్థితి వస్తుందని విశ్వసనీయంగా ఉన్నట్లు తెలుస్తుంది. దౌలత్‌రావ్ సింధియా అవివేకం, యశ్వంత్‌రావ్ హోల్కార్ విషయంలో పీష్వా రెండో బాజీరావు అసమర్థత మహారాష్ట్రులపై విజయాన్ని ఖరారుగా కంపెనీవారు భావించే అవకాశాన్ని ఇచ్చాయి. మూడు మహారాష్ట్ర యుద్ధాలవల్ల మొత్తం ద్వీపకల్ప ప్రాంతం నర్మదా, యమున మధ్య ప్రాంతం, గుజరాత్, మళ్వాలు అన్ని తూర్పు ఇండియా కంపెనీకి లొంగిపోయాయి. రాజపుత్ర స్థానం, వాయవ్య సరిహద్దు ప్రాంతాలు, కంపెనీ ఆక్రమించుకోవడానికి గల ఆటంకాలన్ని తొలగిపోయాయి. గంగా, యమునా మైదానంలో అయోధ్య, రోహిల్‌ఖండ్ రాష్ట్రాలు కంపెనీ ఆక్రమించుకోవలసి వచ్చింది. ఆ పరిణామ దశల్లోనే రోహిల్లాలతో సంబంధాలు రూపుదిద్దుకున్నాయి.

ఈ విధంగా క్రీ.శ. 1757-99 మధ్యకాలంలో ఇంగ్లీషు ఈస్ట్ ఇండియా కంపెనీ భారతదేశంలోని అత్యంత సిరిసంపదలకు, సహజ (ప్రకృతి) వనరులకు కేంద్రాలైన కర్ణాటక, బెంగాల్, మైసూర్, మరాఠ ప్రాంతాలను ఆక్రమించాయి. మొగల్ చక్రవర్తుల అధికారం ఈ కాలంలో నామమాత్రంగా మిగిలింది. ఆ తరవాత సిక్కులతో క్రీ.శ. 1845-46 మరియు 1848-49 మధ్యకాలంలో రెండు యుద్ధాలు చేశారు. ఈ యుద్ధాల్లో విజయం సాధించి వారి స్థితిని పటిష్టపరచుకున్నారు. రాబర్ట్‌క్లైవ్ ప్రారంభించిన సామ్రాజ్య నిర్మాణ కార్యక్రమం డల్హౌసి కాలంలో దిగ్విజయంగా పూర్తయింది.

బ్రిటిష్ గవర్నర్ జనరల్‌ల అధికార విస్తరణా పద్ధతులు

క్రీ.శ. 1772-73 బ్రిటిష్ పార్లమెంటు 'రెగ్యులేటింగ్ చట్టం' చేసింది. దీని ప్రకారం భారతదేశంలో ఈస్ట్ ఇండియా కంపెనీ అధికారులు క్రీ.శ. 1600-1772 మధ్యకాలంలో ఆక్రమించిన భూభాగాలన్నింటిపై సంపూర్ణ పాలనాధికారాన్ని, పార్లమెంటు నియమించిన గవర్నర్ జనరల్ అతని కౌన్సిల్ సభ్యులు పొందారు. వారన్ హేస్టింగ్స్ మొట్టమొదటి గవర్నర్ జనరల్‌గా, క్లావరింగ్, మోన్‌సోన్, బార్‌వెల్ మరియు ఫిలిఫ్ ఫ్రాన్సిస్ కౌన్సిల్ సభ్యులుగా పదవి బాధ్యతలు చేపట్టారు. వారన్ హేస్టింగ్స్ (1773-1785), కారన్‌వాలీస్ (1786-93), లార్డ్ వెల్లస్లీ (1798-1805), విలియం బెంటింక్ (1828-35), లార్డ్ డల్హౌసీ (1848-1856) తమ తమ పరిపాలనా కాలంలో ఈస్ట్ ఇండియా కంపెనీ రాజకీయాధికారాన్ని యుద్ధాల ద్వారానే కాకుండా, నూతన ఆర్థిక, సైనిక మొదలైన విధానాల ద్వారా భారతదేశ అత్యధిక భూభాగాలపై బ్రిటిష్‌వారి ఆధిపత్యాన్ని నెలకొల్పారు. ఇక్కడ కారన్‌వాలీస్ ప్రవేశపెట్టిన 'శాశ్వత భూమిశిస్తు విధానం' గురించి, వెల్లస్లీ ప్రవేశపెట్టిన 'సైన్యసహకార విధానం' గురించి డల్హౌసీ 'రాజ్యసంక్రమణ సిద్ధాంతం' గురించి చర్చించవలసిన ఆవశ్యకత ఎంతైనా ఉంది.

లార్డ్ వెల్లస్లీ సైన్య సహకార విధానం - దాని పరిణామాలు (క్రీ.శ. 1798-1805)

భారతదేశంలో బ్రిటిష్ అధికారాన్ని విస్తరింపచేసి, సుస్థిర పరిచిన గవర్నర్ జనరల్‌లలో లార్డ్ వెల్లస్లీ ఒకడు. ఇతడు కేవలం యుద్ధాల ద్వారానే కాకుండా, సైన్యసహకార సంధి ద్వారా కూడా స్వదేశీ రాజ్యాలపై ఆంగ్లేయుల అధికారాన్ని నెలకొల్పాడు. విపరీతమైన సామ్రాజ్యకాంక్ష కలవాడు వెల్లస్లీ.

ఈస్ట్ ఇండియా కంపెనీ బెంగాల్, మైసూర్, కర్ణాటక, మరాఠ భూభాగాలపై క్రీ.శ. 1757-98 మధ్యకాలంలో యుద్ధాలు చేయడం ద్వారా కంపెనీ భూభాగాన్ని గణనీయంగా విస్తరింపచేసుకుంది. అయినప్పటికీ భారతదేశంలో అనేక స్వదేశీ రాజ్యాలు ఉండేవి. ఈ రాజ్యాల్లో పుష్కలమైన సహజవనరులు ఉన్నాయి. కాని రాజకీయ, సైనిక, ఆర్థిక ఇబ్బందులతో ఈ రాజ్యాల పాలకులు నిత్యం సతమతమవుతూ ఉండేవారు. వీరిలో హైదరాబాదు, మరాఠ ప్రాంతాల్లోని పాలకులు 1798కి పూర్వమే ఈస్ట్ ఇండియా కంపెనీతో ఒడంబడికలు చేసుకొని, వారి వారి శత్రువుల నుంచి తమ రాజ్యాలను, సింహాసనాన్ని కాపాడుకున్నారు. ఈలాంటి పరిస్థితుల్లో గవర్నర్ జనరల్‌గా వచ్చిన వెల్లస్లీ 'సైన్యసహాయక' సంధిని రూపొందించాడు. 'ఏ స్వదేశీ రాజ్యాధినేతైనా తమ శత్రువుల నుంచి రక్షణ పొందాలనుకుంటే ఈస్ట్ ఇండియా కంపెనీ వారికి సైన్యసహాయం అందచేయడానికి సిద్ధంగా ఉందనీ ప్రకటించాడు'. అయితే సైన్యసహాయక సంధిని అంగీకరించిన స్వదేశీ రాజులు ఈ కింది షరతులను పాటించవలసి ఉంటుంది.

1. సైన్యసహకార సంధికి అంగీకరించిన స్వదేశీరాజ్యాధినేత తన విదేశాంగ వ్యవహారాల్లో ఈస్ట్‌ఇండియా కంపెనీ సార్వభౌమాధికారాన్ని అంగీకరించాలి. 2. కంపెనీ అనుమతి లేనిదే యుద్ధాలు, ఒడంబడికలు చేయరాదు. 3. సైన్య సహకార సంధి షరతులను అంగీకరించిన

స్వదేశీరాజు, తన రాజధానిలో బ్రిటిష్ రెసిడెంట్ (అధివాసి) శాశ్వతంగా ఉండటానికి అధికార నివాసాన్ని ఏర్పాటుచేయాలి. 4. ఇంగ్లీష్ వారితో తప్ప, వారి మిత్రులతో తప్ప మిగిలిన ఏ ఐరోపా రాజ్యంతో స్నేహం చేయరాదు. అంతవరకు ఉన్న స్నేహాన్ని, ఒడంబడికలను తక్షణమే రద్దు చేసుకోవాలి. 5. స్వదేశీ రాజ్య అంతరంగిక వ్యవహారాల్లో ఈస్ట్ ఇండియా కంపెనీ ఎలాంటి జోక్యం చేసుకోకూడదు. 6. అన్ని రకాల దాడుల నుంచి సంధి షరతులపై సంతకాలు చేసిన రాజ్యాన్ని ఈస్ట్ ఇండియా కంపెనీ రక్షించాలి. 7. సైన్యాలను రాజధానిలో నిలపడానికి వాటి ఖర్చులను భరించడానికి స్వదేశీ రాజులు సిద్ధంగా ఉండాలి. వెల్లస్లీ రూపొందించిన సైన్యసహకార సంధి షరతులపై మొట్టమొదట హైదరాబాదు రాజ్య పాలకుడైన 'నిజాం అలీఖాన్' సెప్టెంబర్, 1798లో సంతకం చేశాడు. అంతవరకు తన సైన్యంలో ఉన్న ఫ్రెంచి సేనలను తొలగించాడు. ఏడాదికి 2,41710 పౌండ్ల ఖర్చుతో ఆరు బెటాలియన్ల ఇంగ్లీషు సేనలను తన రాజధానిలో నిలపడానికి దాని పోషణ ఖర్చులు భరించడానికి అంగీకరించాడు. దీనికి బదులుగా నిజాం రాజ్యాన్ని మహారాష్ట్రుల దాడుల నుంచి కంపెనీ రక్షించడానికి అంగీకరించింది. క్రీ.శ. 1800 సం॥లో నిజాం అలీఖాన్ ఆంగ్లేయులతో మరో ఒడంబడిక చేసుకున్నాడు. దీని ప్రకారం సైన్యం పోషణకు అయ్యే ఖర్చులకోసం నగదులేనందువల్ల మైసూర్ యుద్ధాల కాలంలో లభించిన బళ్ళారి, అనంతపురం, కడప, కర్నూలు జిల్లాలను (సీడెడ్ జిల్లాలు) ఈస్ట్ ఇండియా కంపెనీకి సర్వహక్కులతో దారాదత్తం చేశాడు. హైదరాబాదు నిజాం ఈ విధంగా ఈస్ట్ ఇండియా కంపెనీ చేతిలో బందీ అయ్యాడు. నామమాత్రపు అధికారంతో కొనసాగాడు.

వెల్లస్లీ సైన్యసహకార సంధిని అంగీకరించిన రెండో స్వదేశీపాలకుడు అవధ్‌నవాబ్ 'వజీర్ అలీ'. క్రీ.శ. 1765లో జరిగిన 'బక్సార్ సంధి' నాటి నుంచి అవధ్‌నవాబులు ఈస్ట్ ఇండియా కంపెనీ మిత్రులుగా ఉన్నారు. వెల్లస్లీ కంటే ముందు వచ్చిన గవర్నర్ జనరల్‌లు అవధ్ రాజ్య స్వతంత్ర్యాన్ని వివిధ కారణాలవల్ల హరించాలని భావించలేదు. కాని వెల్లస్లీ మాత్రం నవంబర్ 10, 1801 వ సం॥లో అవధ్ నవాబ్‌చే బలవంతంగా సైన్యసహకార సంధిపై సంతకం చేయించాడు. వెల్లస్లీ ఈవిధంగా ఉత్తర భారతదేశంలో ఈస్ట్ ఇండియా కంపెనీ ఆధిపత్యాన్ని నెలకొల్పాడు. రోహిల్‌ఖండ్‌లోని సారవంతమైన గంగా, యమున నదుల (అంతర్వేది) మధ్య ఉన్న ప్రాంతాలను అవధ్ నవాబ్ ఆంగ్లేయులకు అప్పగించాడు. ఇది కంపెనీ ఆర్థిక స్థితిని బలోపేతం చేసింది.

లార్డ్ వెల్లస్లీ 1801 తరవాత మహారాష్ట్రుల్లో నెలకొని ఉన్న అంతఃకలహాలను, అనైక్యతను ఆసరగా తీసుకొని ఇండోర్ సంస్థానాధీశుడైన హోల్కార్‌ను, బరోడా సంస్థానాధీశుడైన గయాక్వాడ్‌ను చాకచక్యంగా తన పక్షం తిప్పుకున్నాడు. 1802 నాటికి పీష్వా బాజీరావు బేసిన్‌సంధి ప్రకారం సైన్యసహకార సంధిపై సంతకాలు చేసాడు. గ్వాలియర్ పాలకుడైన సింధియా, నాగపూర్ పాలకుడైన భోన్‌స్లేలు మాత్రం ఆంగ్లేయుల సైన్యాలను ధైర్యంగా ఎదుర్కొని మరాఠా సైనికుల గతశక్తిని, శౌర్యాన్ని గుర్తుచేసారు. కాని పరాజయం వారిని వెంటాడింది. ఆర్థర్ వెల్లస్లీ, లార్డ్ లేక్ నేతృత్వంలోని ఆంగ్లేయ సైన్యాలు 1803లో మరాఠాల సైన్యాలను నిర్వీర్యం చేసాయి. మరాఠాలు (హోల్కార్) సైన్య సహకార

సంధికి అంగీకరించారు. సైన్యసహకార సంధి వల్ల స్వదేశీపాలకుల సొమ్ముతో కంపెనీ భారీసైన్యాలను పోషించింది. అనేక విధాలుగా ఈ సైన్యాలు వారికి ఉపకరించాయి. ఇదేవిధంగా వెల్లస్లీ సైన్యసహకార సంధికి, తంజావూర్, మైసూర్, సింధియా, రాజపుత్ర రాజ్యాలైన జోధ్‌పూర్, జైపూర్, మచేరి, బుంది, భరత్‌పూర్‌లు బలైపోయాయి. వెల్లస్లీ వ్యూహం ఫలితంగా ఈస్ట్ ఇండియా కంపెనీ భారత భూమిపై సర్వాధికారాలు కల రాజకీయ శక్తిగా అవతరించింది.

విలియం బెంటింక్ (క్రీ.శ. 1828-35)

భారతదేశంలో పనిచేసిన బ్రిటిష్ గవర్నర్ జనరల్‌లు అందరిలోకెల్ల, భారతీయులకు అత్యంత ప్రీతిపాత్రుడు విలియం బెంటింక్, మాజీ బ్రిటిష్ ప్రధానమంత్రి పోర్టులాండ్ కుమారుడైన బెంటింక్ మంచి విద్యావేత్త. ఉదారవాది. ఇతడి కాలంలోనే భారతదేశంలో ఒక నూతన శకం ఆరంభమైంది. ఇతడు ఇంగ్లండ్, ఇతర ఐరోపా దేశాల్లో తన కాలంలో బాగా ప్రజాభిమానం పొందిన ఉదారవాద భావాలతో ప్రేరేపితుడయ్యాడు. మానవులందరూ సమాన అవకాశాలు హక్కులు పొందాలనీ, అనుభవించాలనీ, విద్య మానవుల సర్వతోముఖాభివృద్ధికి ఒక మెట్టు అని అతడు భావించాడు. భారతీయులకు సంప్రదాయ విద్యతోపాటు, ఇంగ్లీష్ విద్యావిధానాన్ని నేర్పవలసిన బాధ్యత బ్రిటిష్ ప్రభుత్వానిదేనని అతడు స్పష్టం చేశాడు. భారతీయుల వెనకబాటు తనానికి, అజ్ఞానానికి, మూఢవిశ్వాసాలకు రాజకీయ అస్థిరత మాత్రమేకాకుండా, సరియైన విద్య వారికి లభించకపోవడం అని పేర్కొన్నాడు. ఆంగ్ల భాషలో విద్యాబోధన సమాజంలో నూతన భావాలను వ్యాప్తి చేస్తుందనీ, ప్రజల్లో హేతువాద, ఉదారవాద ధోరణిని పెంపొందిస్తుందనీ అతడు ప్రకటించాడు.

విలియం బెంటింక్ తన ఏడేండ్ల పరిపాలనా కాలంలో ఆంగ్ల మాధ్యమంలో బోధనా పద్ధతిని ప్రవేశపెట్టడమే కాకుండా, ఆనాడు బెంగాల్ తదితర ప్రాంతాల్లో ఆచరణలో ఉన్న సతీసహగమనమనే క్రూర దురాచారాన్ని నిషేధిస్తూ డిసెంబర్ 4, 1829లో ఒక చట్టం చేయించాడు. దీని ప్రకారం 'సతీని' అనుసరించేవారు, ప్రోత్సహించేవారు శిక్షార్హులని ప్రకటించాడు. బెంటింక్ చేసిన ఈ చారిత్రాత్మక చట్టం అనేకమంది బాల్య విధవలను రక్షించింది. దీన్ని కొందరు వ్యతిరేకించినప్పటికీ బెంటింక్ దృఢ నిశ్చయంతో అమలు జరిపాడు. ఈ మహత్తర కార్యంలో బెంగాల్ సంఘ సంస్కర్త అయిన రాజారామ్ మోహన్‌రాయ్ బెంటింక్‌కు అండగా నిలిచాడు. బెంటింక్ చేసిన సతీనిషేద చట్టాన్ని సవాల్ చేస్తూ కొందరు సంప్రదాయ భారతీయులు ప్రీవీ కౌన్సిల్‌కు అప్పీలు చేయగా, రాజారామమోహన్‌రాయ్ స్వయంగా ఇంగ్లాండ్ వెళ్ళి అక్కడి హౌస్-ఆఫ్-కామన్స్‌లో తన వాదనను వినిపించి గెలిచాడు. దీనితో ఈ చట్టం శాశ్వతరూపం సంతరించుకుంది. థామ్‌సన్ అనే బ్రిటిష్ చరిత్రకారుడు భారతదేశంలోని ఆంగ్లేయ ప్రభుత్వ చరిత్రలో సువర్ణాక్షరాలతో లిఖించదగిన విషయమిది ఒక్కటే' అని అభివర్ణించాడు.

విలియం బెంటింక్ భారతదేశంలో ప్రవేశపెట్టిన ఆంగ్ల విద్య బోధన పథకాన్ని అమలుచేయడంలో అతనికి అండగా నిలిచిన వారిలో 'చార్లెస్ ట్రెవెల్‌యాన్', బెంథామ్ భావాలతో

విశేషంగా ఆకర్షితుడై, 1834లో విద్యాబోధనా సంఘం అధ్యక్షునిగా భారతదేశం వచ్చిన 'లార్డ్ మెకాలే ముఖ్యులు. క్రీ.శ. 1835, ఫిబ్రవరి నెలలో గవర్నర్ జనరల్ కౌన్సిల్‌కు మెకాలే నాయకత్వంలోని కమిటీ తన చారిత్రాత్మకమైన నివేదికను సమర్పించింది. ఈ నివేదిక ఆంగ్ల విద్యకు సంబంధించిన అధికార విధానానికి పునాదులు వేసింది. ప్రభుత్వ నిధులను ప్రజలకు ఉపయోగపడే రంగాలలో వినియోగించే స్వేచ్ఛ, అధికారం ప్రభుత్వానికి ఉన్నదనీ, ప్రజల నాడీ ఆంగ్ల బాషకు అనుకూలంగా ఉందని, సంస్కృతం, అరబిక్ భాషలు నేర్చుకోవాలనే కోరిక, వారికి లేదని, భారతీయులను మేధావంతులుగా చేసే దిశగా ప్రభుత్వం కృషి చేయాలని మెకాలే తన నివేదికలో పేర్కొన్నాడు. ఆంగ్ల భాష వల్ల, భారతదేశంలో ఒక కొత్త తరగతి ఉద్భవించగలదని, ఈ తరగతివారు రక్తం, రంగులో భారతీయులుగా, భావాలు, ఆచార వ్యవహారాలు, మేధస్సులో ఆంగ్లేయులుగా ఉంటారన్న నమ్మకం మెకాలే వ్యక్తం చేశాడు. మెకాలే అభిప్రాయాలతో పూర్తిగా ఏకీభవించిన బెంటింక్ ప్రభుత్వం ఆంగ్ల భాషను బోధనాభాషగా గుర్తించింది.

బెంటింక్ ప్రవేశపెట్టిన ఆంగ్ల విద్యావిధానం బెంగాల్, బొంబాయి, మద్రాస్ మొదలైన పెద్ద పట్టణాల్లో నివసించే ఉన్నత, ధనిక, మధ్యతరగతుల వారిని విశేషంగా ఆకర్షించింది. దీని ఫలితంగా ఆంగ్ల విద్యను అభ్యసించిన భారతీయులు క్రమంగా తాము కొత్తగా పొందిన జ్ఞానాన్ని తమ తోటి భారతీయులకు అందించారు. క్రమంగా పాశ్చాత్య విద్యనభ్యసించిన మధ్యతరగతి వర్గం అవతరించింది. వీరు ఉపాధ్యాయులుగా, పాత్రికేయులుగా, అడ్వకేటులుగా, వైద్యులుగా, ఉద్యోగస్వామ్యంగా సమాజంలో స్థిరపడ్డారు. వీరు బ్రిటిష్ పరిపాలన సమర్థకులుగా మారారు. పరిపాలనా వ్యవారాల్లో వీరిలో అధికులు బ్రిటిష్ వారికి సహకరించారు. ఈరకంగా ఆంగ్ల విద్యాబోధన, ఆంగ్ల భాష, ఒక 'కేటలిస్ట్'గా పనిచేసింది. క్రమంగా పాశ్చాత్య విద్యను అభ్యసించిన భారతీయుల్లో జాతీయ భావం, వ్యక్తిత్వం, సామాజిక న్యాయం, రాజకీయ హక్కులు, అనే భావాలు జనించాయి. మాతృదేశం పట్ల తోటి మానవుల పట్ల వారిలో నూతన ఆశలు చిగురించాయి. సంప్రదాయబద్ధమైన కులవ్యవస్థను వారు దిక్కరించారు. కొందరు సంఘ - సంస్కరణోద్యమాలు చేపట్టినారు. మరికొందరు స్త్రీ జనోద్ధరణకు కృషిచేశారు. కొందరు రాజకీయ సంఘాలను నెలకొల్పారు. ఐరోపా సంస్కృతిలోని మంచిని వీరు భారతీయుల్లో ప్రచారం చేశారు.

ఈవిధంగా విలియం బెంటింక్ సంఘ సంస్కరణ కార్యాలు, విద్యా సంస్కరణలు ఒక వైపు భారతీయుల్లో బ్రిటిష్ అనుకూల వర్గాన్ని రూపొందించాయి. కాల గమనంలో ఈ ఆంగ్ల విద్యనభ్యసించిన మధ్యతగరతి భారతీయులే 'జాతీయతా భావాన్ని' దేశీయుల్లో పెంపొందించి, బ్రిటిష్ వలస వాద, సామ్రాజ్య వాదాన్ని అంతం చేయడంలో నిర్మాణాత్మక పాత్ర పోషించారన్నది సత్యం.

డల్‌హౌసీ రాజ్యసంక్రమణ సిద్ధాంతం - కంపెనీ అధికార విస్తరణ (క్రీ.శ. 1848-56)

భారతదేశానికి డల్‌హౌసీ ప్రభువు క్రీ.శ. 1848లో తన 36వ ఏట గవర్నర్ జనరల్‌గా వచ్చాడు. ఇతడు కూడా వెల్లెస్లీ లాగా సామ్రాజ్య విస్తరణ కోరిక కలవాడు. భారతదేశంలో నెలకొని

ఉన్న పరిస్థితులను గ్రహించిన డల్‌హౌసీ 'స్వదేశీ రాజ్యాల' ఆక్రమణ తన ధ్యేయమని ప్రకటించాడు. దీనికోసం అతడు యుద్ధాలు చేయలేదు. కాని ఏ స్వదేశీ పాలకుడైతే వారసులు (సంతానం) లేకుండా ఉంటాడో, చనిపోతాడో అలాంటి స్వదేశీ రాజులు తరతరాలుగా కలిగి ఉన్న 'దత్తత స్వీకార' పద్ధతిని రద్దుచేసాడు. అంతవరకు వారసులు లేని స్వదేశీరాజులు తీసుకున్న 'దత్తత' కూడా ఇక మీదట చెల్లదని ప్రకటించాడు. ఆంగ్లేయాధికార వ్యాప్తి ఎలాంటి అవకాశాన్ని జారవిడవదలచుకోని డల్‌హౌసీ నాడు వారసులు (పుత్రులు) లేకుండా మరణించిన స్వదేశీ సంస్థానాధీశులు ఎక్కువ సంఖ్యలో ఉండటంవల్ల 'రాజ్యసంక్రమణ' సిద్ధాంతాన్ని రూపొందించాడు. ఇది రాజకీయ ప్రయోజనాలను దృష్టిలో ఉంచుకొని రూపొందించిన పథకం, సతారా, సంబల్‌పూర్, నాగపూర్, జైత్‌పూర్, భాగత్, ఉదయపూర్, ఝాన్సీ మొదలైన రాజ్యాలు 'రాజ్యసంక్రమణ సిద్ధాంతానికి బలై బ్రిటిష్ సామ్రాజ్యంలో విలీనమైనాయి. డల్‌హౌసీ సతారా పాలకుడైన అప్పాసాహెబ్ 1848లో మరణించగానే అతనికి వారసులు లేరనే నెపంతో 'సతారా' రాజ్యాన్ని విలీనం చేసుకున్నాడు.

నిర్వాసులుగా మరణించిన కొందరు స్వదేశీపాలకుల భరణాలను, బిరుదాలను కూడా డల్‌హౌసీ రద్దు చేశాడు. ఆఖరి పీష్వా రెండో బాజీరావు మరణించడంతో అతనికి ఏడాదికిచ్చే 8 లక్షల రూపాయల భరణాన్ని, అతనికి దత్త కుమారుడు నానాసాహెబ్‌కు చెల్లించడాన్ని ఆపేశాడు.

డల్‌హౌసీ సామ్రాజ్యకాంక్షకు, రాజ్యసంక్రమణ సిద్ధాంతానికి బలైన మరో ప్రముఖ స్వదేశీ సంస్థానం అవధ్. క్రీ.శ. 1765 నుంచి అవధ్ పాలకులు ఈస్ట్ ఇండియా కంపెనీ ఆధిపత్యాన్ని అంగీకరించారు. కాని నవంబర్ క్రీ.శ. 1801లో అవధ్ నవాబ్ సాదత్‌అలీతో లార్డ్ వెల్లస్లీ సైన్యసహకార సంధి షరతులను అంగీకరింపచేశాడు. కంపెనీ డైరెక్టర్లు వెల్లస్లీ చర్యను ఏమాత్రం ఖండించలేదు. సైన్యసహకార సంధి వల్ల అవధ్ రాజ్యం అన్ని విధాలా నష్టపోయింది. పరిపాలనా వ్యవస్థ అస్తవ్యస్తమైంది. అవధ్‌లో 'అధివాసులుగా (రెసిడెంట్‌లుగా) పనిచేసిన 'స్లీమన్', 'సర్. జేమ్. ఔట్‌రాం' అవధ్‌రాజ్యధీనస్థితిపై విచారం వ్యక్తం చేశారు. వారు కంపెనీ ఉన్నతాధికారులను అవధ్ స్థితిని మెరుగుపరచవలసిందిగా కోరారు. డల్హౌసీ గవర్నర్ జనరల్‌గా వచ్చేనాటికి అవధ్‌లో శాంతిభద్రతలు పూర్తిగా క్షీణించాయి. కంపెనీ డైరెక్టర్లు రూపొందించిన పథకం ప్రకారం 'అవధ్' రాజ్యాన్ని బ్రిటిష్ సామ్రాజ్యంలో విలీనంచేసుకుంటున్నట్లు ఫిబ్రవరి 13, 1856లో నాటి అవధ్ అధివాసి 'ఔట్‌రాం' ప్రకటించాడు. 'డల్‌హౌసీ'కి మనస్ఫూర్తిగా ఈ చర్య నచ్చకపోయినప్పటికీ కంపెనీ ఉన్నతాధికారుల నిర్ణయం ప్రకారం 'రాజ్యసంక్రమణ' సూత్రాన్ని అమలుచేశాడు.

అవధ్ రాజ్యాధినేత 'వాజీద్ అలీషా'కు కలకత్తాక పంపించి, సాలీనా 12 లక్షల రూపాయల పింఛను మంజూరుచేశారు. 'అవధ్' నవాబ్‌ను పిన్షన్‌దార్ చేసి, ఆ రాజ్యాన్ని బ్రిటిష్ సామ్రాజ్యంలో విలీనం చేసుకున్న తీరుపై సమకాలీన అధికారులు, చరిత్రకారులు ఈకింది విధంగా అభిప్రాయపడ్డారు. హెన్రీలారెన్స్ 'అవధ్ రాజ్య అంతరంగిక విషయాల్లో అన్ని రకాల విలువలను విస్మరించి కంపెనీ వారి జోక్యం, అది కొనసాగినతీరు, నవాబ్‌పట్ల వ్యవహరించిన తీరు బ్రిటిష్ సార్వభౌమాధికారానికి

మచ్చుతెచ్చేదిగా ఉందని అన్నారు. గవర్నర్ జనరల్ స్థాయిలో ఉన్న డల్‌హౌసీ 1855, డిసెంబర్ 15న జార్జ్ కూపర్‌కు రాసిన ఒక లేఖలో అవధ్ రాజ్యాన్ని ఆక్రమించి, విలీనం చేసుకున్న తీరు అంతర్జాతీయ న్యాయసూత్రాలకు విరుద్ధంగా ఉందనీ పేర్కొన్నాడు. లక్నోలో అధివాసిగా ఉన్న స్లీమన్ అవధ్‌ను బ్రిటిష్‌వారు బలవంతంగా పరిపాలనా యంత్రాంగ వైఫల్యం అనే మిషతో విలీనం చేసుకోవడాన్ని భవిష్యత్ తీవ్రపరిణామాలకు, తిరుగుబాట్లకు సూచకంగా పేర్కొన్నాడు. సర్. హెన్రీ లారెన్స్ 'అవధ్‌లోని పరిస్థితులు బ్రిటిష్ అధికారులందరూ అతిశయోక్తిగా వర్ణించారనీ పక్షపాత వైఖరితో వ్యవహరించారనీ, బ్రిటిష్‌వారి గౌరవ ప్రతిష్టలకు భంగం కలిగించే విధంగా వ్యవహరించి, తీవ్ర స్వార్థంతో, సామ్రాజ్య విస్తరణ కాంక్షతో అవధ్‌నవాబ్ స్వతంత్ర్యాన్ని తుంచివేశారనీ' పేర్కొన్నాడు. పి.ఇ. రాబర్ట్స్ అనే చరిత్రకారుడు స్వదేశీ రాజ్యాల వీలీనమే దాని ఏకైన లక్ష్యమనీ, అన్ని స్వదేశీ రాజ్యాల పాలకులు దీని ప్రమాదాన్ని పసిగట్టినప్పటికీ, కంపెనీ సైన్యాలను ఎదిరించేశక్తి లేదా అవి తమ ఉనికి కోల్పోయాయనీ అన్నారు. రాజ్యసంక్రమణ సిద్ధాంతం అన్ని రకాల నైతిక విలువలను సమాధి చేసిందనీ, కేవలం రాజ్యసంక్రమణ సిద్ధాంతానికి బలవంతంగా 'అవధ్' ఆక్రమణ అక్కడి ప్రజల్లో, సైనికుల్లో, ఉద్యోగుల్లో తీవ్రమైన అసంతృప్తిని, ఆగ్రహాన్ని కలిగించింది. 1857 మేలో సిపాయిల తిరుగుబాటు సందర్భంగా ఇక్కడ కంపెనీ సైన్యాలకు స్థానిక సైనికుల నుంచి తీవ్ర ప్రతిఘటన ఎదురైంది. బ్రిటిష్ రెసిడెంట్ హెన్రీ లారెన్స్ 'అధికార నివాసాన్ని' అవధ్ సైనికులు ముట్టడించారు. బందీగా ఉన్న వాజీద్-అలీ-షా భార్యయైన బేగం హజరత్ మహల్‌ను అమె మైనర్ కుమారున్ని విడిపించారు. ఇక్కడి పోరాటంలో లారెన్స్ ప్రాణాలు కోల్పోయాడు. 'బేగం-హజరత్' మౌల్వీ అహ్మద్‌షా నేతృత్వంలో అవధ్ సైనికులు 1858 మార్చి 20 వరకు వీరోచితంగా పోరాడి మరణించారు.

డల్హౌసీ 'రాజ్యసంక్రమణ' లేదా 'దత్తత స్వీకార పద్ధతి' రద్దు సిద్ధాంతానికి బలైన మరో ముఖ్య స్వదేశీ రాజ్యం. 'ఝాన్సీరాజ్యం'. ఈ రాజ్యం లార్డ్ హేస్టింగ్స్ కాలంలో చేసుకున్న ఒడంబడిక ప్రకారం బ్రిటిష్ వారి ఆధిపత్యాన్ని అంగీకరించింది. దీని తొలి పాలకులు రాజారామ్‌చంద్ (1818-1835) రఘునాధరావ్ (1835-38), గంగాధర్‌రావ్ (1838-51) కంపెనీతో స్నేహాన్ని కొనసాగించారు. గంగాధరరావ్ వివాహం 1851లో మోంపత్ బల్వంతరావు కుమార్తె 'లక్షీబాయి'తో జరిగింది. వారికి జన్మించిన ఏకైక పుత్రుడు పసితనంలోనే మరణించాడు. గంగాధర్‌రావ్ 1852లో అయిదేళ్ళ 'దామోదరరావు' అనే బాలున్ని దత్తత తీసుకున్నాడు. కాని నవంబర్ 21, 1853లో గంగాధర్‌రావు మరణించాడు. లక్షీబాయి సంరక్షకురాలిగా, తన దత్తత పుత్రుని పేరిట ఝాన్సీ రాజ్యాన్ని పరిపాలించింది. సమర్థవంతమైన పాలనతో తన రాజ్య ప్రజల అభిమానం పొందింది. ఈ పరిణామాలు, కంపెనీ అధికారులకుగానీ, గవర్నర్ జనరల్ డల్‌హౌసీకి కానీ ఏమాత్రం మింగుడు పడలేదు. గంగాధర్‌రావు తీసుకున్న 'దత్తత' చెల్లదనీ, 1854 ఫిబ్రవరి 27న ఝాన్సీ రాజ్యాన్ని బ్రిటిష్ సామ్రాజ్యంలో విలీనం చేసుకుంటున్నట్లు ప్రకటించారు. లక్ష్మీబాయికి ఏటా 60 వేల రూపాయల

భరణం చెల్లించడానికి ఏర్పాట్లు చేశాడు. 1857 తిరుగుబాటు వరకు, సుమారు మూడేండ్లపాటు ఆమె కంపెనీ దౌర్జన్యాన్ని సహించింది. సిపాయిల తిరుగుబాటు 'ఝాన్సీ' రాజ్యంలో చెలరేగగానే వారితో కలిసింది. ఆమె వీరోచిత పోరాటాన్ని, నాయకత్వ లక్షణాలను చూసి ఆశ్చర్య చకితుడైన జనరల్, రోస్, 'ఆమెను అత్యంత సాహసవంతురాలైన ఏకైక పురుషుడు అని' ఆమెను (ఓడించిన సేనలకు నేతృత్వం వహించిన) పేర్కొన్నాడు.

డల్హౌసీ రాజ్య సంక్రమణ సిద్ధాంతం ఫలితంగా భారతదేశంలోని అత్యధిక భూభాగంపై బ్రిటిష్‌వారి సార్వభౌమాధికారం నెలకొల్పబడింది. అతని నిర్దాక్షిణ్య వైఖరి, విధానాలు క్రీ.శ. 1857 తిరుగుబాటుకు ప్రజలను, మాజీ పాలకులను సంసిద్ధం చేశాయి.

అధ్యాయం **4**

ఈస్ట్ఇండియా కంపెనీ ఆర్థిక, భూమిశిస్తు విధానాలు - ప్రభావం

ఈస్ట్ ఇండియా కంపెనీ ఒక సామాన్య వ్యాపారసంస్థగా భారతదేశంలో అడుగు పెట్టేనాటికి, ఆర్థికంగా దేశం పటిష్టమైన స్థితిలో ఉండింది. వ్యవసాయరంగం, స్వదేశీ, విదేశీ వ్యాపారం, సర్వతోముఖాభివృద్ధి సాధించి ఉన్నాయి. దేశంలో అత్యధిక ప్రాంతాలు అక్బర్ సామ్రాజ్యంలో ఉండి రాజకీయ స్థిరత్వం, శాంతిభద్రతలు నెలకొన్నాయి. జహంగీర్ కాలంలో వర్తక స్థావరాల స్థాపనకోసం అనుమతి పొందిన ఈస్ట్ఇండియా కంపెనీ క్రమంగా తన వ్యాపారాన్ని బలోపేతం చేసుకుంది. ఔరంగజేబు మరణించేనాటికి ఇతర ఐరోపా కంపెనీలపై ఆధిక్యత సాధించింది. క్రమంగా దేశంలోని రాజకీయ, ఆర్థిక, సామాజిక, సైనిక పరిస్థితులను జీర్ణించుకున్న ఈస్ట్ ఇండియా కంపెనీ అధికారులు క్రీ.శ. 1764 నాటికి బెంగాల్ రాష్ట్రంపై తమ అధికారాన్ని సాధించారు. దినదినాభివృద్ధి చెందుతున్న తమ వర్తకాన్ని, రక్షించుకుంటూ, భారతీయ ఆర్థిక వ్యవస్థను బలహీనపరిచి, ఈస్ట్ ఇండియా కంపెనీ ఆదాయ మార్గాలను రెగ్యులేటింగ్ చట్టం ప్రకారం ఏర్పాటైన కొత్త వ్యవస్థ (గవర్నర్ జనరల్, కౌన్సిల్) ఈస్ట్ ఇండియా కంపెనీకి ఆర్థికంగా తిరుగులేని శక్తిగా తీర్చిదిద్దటానికి, దేశీయ వర్తకులను, వర్తకాన్ని, సహజవనరులను హరించి వేయడానికి కొత్త విధానాలు రూపొందించి, అమలుజరిపింది. అంచనాలకుమించిన లాభాలు సాధించింది. భారతీయ రైతాంగాన్ని, వర్తకులను నిర్దాక్షిణ్యంగా కష్టాలపాలుచేసింది. కంపెనీ ఉద్యోగులు, ఉన్నతాధికారులు అవినీతి, లంచగొండి తనానికి అలవాటు పడినారు. వీరు వ్యక్తిగత, చట్టవ్యతిరేక వ్యాపారాన్ని చేస్తూ, భారతీయ పాలకుల నుంచి, జమీందార్ల నుంచి భారీ మొత్తంలో, బలవంతంగా కానుకలు, లంచాలు వసూలు చేయసాగారు. శ్రీమంతులయ్యారు. ఉదాహరణకు, రాబర్ట్‌క్లైవ్ 34 ఏండ్ల వయస్సులో ఏడాదికి నలభై వేల పౌండ్ల ఆదాయాన్నిచ్చే ఆస్థిని సంపాదించుకొని మాతృదేశం వెళ్ళాడు. కంపెనీ ఆర్థిక స్థితిని బలోపేతం చేయడంలో క్రీ.శ. 1773 నుంచి వచ్చిన గవర్నర్ జనరల్‌లు ముఖ్యపాత్ర పోషించారు.

బ్రిటిష్ వలసవాదం-దశలు

క్రీ.శ. 1757-1857 మధ్య శతాబ్దికాలంలో ఈస్ట్ ఇండియా కంపెనీ ప్రభుత్వం రూపొందించిన ఆర్థిక విధానాలు భారతదేశ ఆర్థిక వ్యవస్థను అన్నివిధాలుగా నిర్వీర్యం చేశాయి. మాతృదేశమైన ఇంగ్లాండ్‌కు చెందిన ప్రయోజనాలను రక్షించడానికి ఈ విధాన రూపకర్తలు ప్రాధాన్యత ఇచ్చారు. రమేష్‌చంద్రదత్ అనే ప్రఖ్యాత భారతీయ ఆర్థిక చరిత్రకారుని ప్రకారం, బ్రిటిష్ ఆర్థిక విధాన పరిణామంలో మూడు ముఖ్య దశలు గమనించవచ్చన్నారు. అవి మొదటి దశ 1757 నుంచి 1813 వరకు గల ప్రధాన వాణిజ్యదశ. ఈ దశలో తన మిగులు ధనాన్ని వెచ్చించి, భారతీయ వస్తువులను తక్కువ ధరలకు కొని, గుత్తాధికారంతో వాటిని ఐరోపా మార్కెట్‌లో అధిక ధరలకు అమ్మి భారీ లాభాలను సంపాదించడానికి కంపెనీ యంత్రాంగం కృషిచేసింది. ప్లాసీ యుద్ధానంతరం బెంగాల్ రాజ్యంలో పొందిన ఆదాయాన్ని ఎగుమతుల కొనుగోలుకోసం ఉపయోగిస్తూ స్థానిక నేతగాళ్ళను రాజకీయ బెదిరింపుకు గురిచేసి, వారి ఉత్పత్తులను అతితక్కువ ధరలకు అమ్మేటట్లు బలవంతం చేసారు. రెండో దశ క్రీ.శ. 1813లో ప్రారంభమైన 1858వ సంవత్సరంలో ముగుస్తుంది. 18వ శతాబ్ది ద్వితీయార్థంలో ప్రారంభమై, త్వరితంగా దినదిన ప్రవర్ధమానం చెందుతూ వచ్చిన పారిశ్రామిక విప్లవ ప్రభావం కారణంగా, ఇంగ్లాండ్ ప్రభుత్వం స్వేచ్ఛా వ్యాపారాన్ని ప్రవేశపెట్టింది. భారతదేశాన్ని బ్రిటిష్ దిగుమతులకు మార్కెట్‌గా, బ్రిటిష్ పరిశ్రమలకు అవసరమైన ముడిసరుకులను సరఫరా చేసే దేశంగా మార్చివేశారు. దీని ఫలితంగా, భారతీయ సంప్రదాయ కుటీర పరిశ్రమలన్నీ, సమూలంగా పతనమయ్యాయి. బ్రిటిష్ నూలు వస్త్రాల దిగుమతుల విలువ క్రీ.శ.1813లో 1 లక్ష 10 వేల పౌండ్లు ఉండగా, క్రీ.శ.1856 నాటికి వీటి విలువ 63 లక్షల పౌండ్లకు చేరుకుంది. అదేవిధంగా, క్రీ.శ.1856లో భారతదేశం 43 లక్షల పౌండ్ల విలువైన ముడిపత్తిని, 29 లక్షల పౌండ్ల విలువగల ఆహారపదార్థాలను, 17 లక్షల ముప్పై వేల పౌండ్ల విలువైన నీలిమందును, 7 లక్షల డెబ్బైవేల పౌండ్ల విలువగల ముడి సిల్కువస్త్రాలను ఎగుమతి చేయగలిగింది. భారీ సుంకాలను భారతీయ వస్త్ర దిగుమతులపై విధించింది. ఇక చివరిదైన మూడో దశ క్రీ.శ.1858 నుంచి కొనసాగింది. ఈ దశలో బ్రిటిష్ వారిలో పెట్టుబడిదారీ, సామ్రాజ్య వాద విధానాలు భాగా బలపడినాయి. దేశంలో పెట్టుబడి మొత్తాల ఎగుమతి, బ్రిటిష్ వారి ఆధ్వర్యంలో బాంకుల స్థాపన, ఎగుమతి, దిగుమతి సంస్థల స్థాపన భారీ ఎత్తున జరిగింది. పర్యవసానంగా, ఈ మూడో దశలో ఇంగ్లాండ్‌కు భారతదేశ 'సంపద తరలింపు' (డ్రెయిన్-ఆఫ్-వెల్త్) కార్యక్రమం ఉధృతంగా సాగింది.

భారతదేశంలో బ్రిటిష్ సామ్రాజ్యవాదాన్ని రమేశ్‌చంద్రదల్ క్రీ.శ.1848-1909 తన "ఇండియా టుడే" గ్రంథంలో విశ్లేషించాడు. ఇతని ప్రకారం బ్రిటిష్ వలసవాదాన్ని, లక్షణాలనుబట్టి మూడు దశలుగా విభజించాడు. మొదటిదశ క్రీ.శ. 1757-1813 వరకు కొనసాగింది. ఈ దశలో ఈస్ట్ ఇండియా కంపెనీ వాణిజ్యంలో ఏకఛత్రాధిపత్యాన్ని ప్రదర్శిస్తూ సాధ్యమైనంత వరకు వలసలలో వనరులను కొల్లగొట్టడం ముఖ్య ఉద్దేశ్యంగా కనబడుతుంది. రెండవదశ క్రీ.శ. 1813 నుంచి 1860 దశకం వరకు కొనసాగింది. ఈ దశలో స్వేచ్ఛా వాణిజ్యం, పారిశ్రామిక పెట్టుబడిదారి విధానం కనబడుతుంది. చివరి మూడో దశలో క్రీ.శ. 1860 నుంచి స్వాతంత్ర్యం వచ్చేవరకు కొనసాగింది. ఈ దశను ఆర్థిక పెట్టుబడివిధానంగా చెప్పుకోవచ్చు.

వాణిజ్య విధానం (మర్కంటలిజమ్)

బ్రిటిష్ ప్రభుత్వ ప్రారంభం నుంచే తాను కొత్తగా నెలకొల్పిన వలస ప్రాంతాల్లోని ప్రజలపట్ల నిర్దాక్షిణ్యంగా వ్యవహరించింది. ముఖ్యంగా అమెరికా స్వాతంత్ర్య పోరాటం ప్రారంభమైన తరవాత అంటే క్రీ.శ.1776 తరవాత భారతదేశంలోని తమ వలసల్లోని ప్రజలు, వర్తకులు ఎల్లప్పుడూ మాతృదేశాభివృద్ధికోసం కృషిచేయాలనీ, దీనికోసం వారు అన్ని రకాల కష్టాలు భరించడానికి సిద్ధంగా ఉండాలనీ స్పష్టం చేసింది. ఈ ఆశయసాధనకోసం బ్రిటిష్ పాలకులు రూపొందించిన నూతన విధానానికే 'మర్కంటలిజం' అనే పేరు. ఈ నూతన విధానం ప్రకారం వలస రాజ్యాలలో ఉత్పత్తి లభించే, లభ్యమయ్యే, పండించే ముడిసరుకులన్నింటికీ ఇంగ్లాండ్‌కు తప్ప మిగిలిన దేశాలకు ఎగుమతి చేయకూడదు. అదేవిధంగా మాతృదేశ ఆర్థికాభివృద్ధికోసం కేవలం ఇంగ్లాండ్‌లో ఉత్పత్తి అయిన వస్తువులను, వస్త్రాలను, ఇతర ఉత్పత్తులను భారతీయులు కొనుగోలు చేయాలి. మాతృదేశం (ఇంగ్లాండ్) శత్రురాజ్యాలతోగానీ, మాతృదేశానికి నష్టం కలిగించే ఏ ఇతర రాజ్యాలతోగాని ఎలాంటి వర్తక సంబంధాలు వలసరాజ్యాలు పెట్టుకోకూడదు. ఈ విధానం బ్రిటిష్ ఆర్థిక వ్యవస్థను బలోపేతం చేసింది. ఈ విధానం లాభదాయకంగా కొనసాగడానికి, వలసరాజ్యాల్లోని పరిశ్రమల మీదా, వాణిజ్యం మీదా అనేక కఠిన ఆంక్షలు, నిబంధనలు విధించారు.

ఐరోపా ఖండంలో 18వ శతాబ్ద ప్రారంభం నాటికి అనేక దేశాల్లో పారిశ్రామిక విప్లవం రాజకీయ ఆర్థిక, సామాజికరంగాల్లో నూతన మార్పులకు శ్రీకారం చుట్టింది. మేధావులు కూడా ఆర్థిక రంగంలో కొత్త సిద్ధాంతాలు రూపొందించారు. 'లాసాఫేర్' అనే ఫ్రెంచి భావన 'మర్కంటలిజానికి' మూలం. లాసాఫేర్ అంటే ఒంటరిగా ఉండనిమ్ము అని అర్థం. దీనికి ఆర్థికపరమైన సమన్వయం చెప్పినట్లయితే ప్రభుత్వం ఒత్తిడి ఏమాత్రం లేకుండా, ఉత్పత్తిదారులు తమకు నచ్చిన, తమకు తోచిన రీతులలో వస్తూత్పత్తి చేసి, ప్రభుత్వ జోక్యం లేకుండా విక్రయించుకోవచ్చునేది 'లాసాఫేర్' సిద్ధాంతంలో ఇమిడి ఉన్న ప్రధాన లక్షణం. ఈ వాదాన్ని సమర్థించిన వారు వస్తూత్పత్తి ప్రక్రియలో ప్రభుత్వ జోక్యం చాలా తక్కువగా ఉండాలనీ వాదించారు.

'లాసాఫేర్' సిద్ధాంతానికి తూర్పు ఇండియా కంపెనీ విశేషంగా ప్రభావితమైంది. ఈ సిద్ధాంత ప్రేరణతో తూర్పుఇండియా కంపెనీ అధికారులు నిరంతరం తమ వర్తకాన్ని, భూభాగాలను విస్తరింపచేయడానికి కృషిచేశారు. ఈ ఆశయం క్రమంగా 'పెట్టుబడిదారీ విధానానికి' పునాదులు వేసింది. ఇంగ్లాండ్ పాలకులు మర్కంటలిజాన్ని పట్టుదలతో అమలుచేశారు. క్రమంగా మర్కంటలిజం విజయవంతమై వలసలపై ఇంగ్లాండ్ ఆధిపత్యం నెలకొల్పబడింది. రవి అస్తమించని బ్రిటిష్ సామ్రాజ్యంగా రూపొందింది.

'మర్కంటలిజం' పటిష్టమవ్వడంవల్ల ఈ కింది దుష్ఫలితాలు సంభవించాయి.

1. తూర్పుఇండియా కంపెనీ ఉద్యోగులు కంపెనీ లెక్కలోకి రాకుండా తమ పెట్టుబడులతో ప్రైవేటుగా వ్యాపారం చేశారు. అధిక లాభాలు గడించారు. దేశీయ ఉత్పత్తులకు గిరాకీ తగ్గింది.

2. వివేకం, నైపుణ్యం ఏమాత్రం లేకుండా ప్రకృతి సిద్ధమైన సహజవనరులను బ్రిటన్ కొల్లగొట్టింది.

స్వేచ్ఛా వ్యాపార పద్ధతి పరిణామాలు

భారతదేశంలో వర్తక సంఘం స్థాయి నుంచి రాజకీయశక్తిగా ఎదిగిన ఈస్ట్ ఇండియా కంపెనీ అధికారులు, మాతృదేశంలోని ప్రభుత్వ ఆదేశాల ప్రకారం ఇక్కడి రాజకీయ, ఆర్థిక విధానాలను మార్చారు. బ్రిటిష్ ఆర్థిక వ్యవస్థను పటిష్ట పరిచే విధంగా దేశీయ, విదేశీయ వ్యాపారాన్ని ప్రోత్సహించారు. తమకు అనుకూలమైన రీతిలో సుంక విధానాన్ని రూపొందించారు. క్రీ.శ. 1813లో బ్రిటిష్ పార్లమెంటు చేసిన ఛార్టర్ చట్టం భారతదేశంలో అంతవరకూ కొనసాగిన ఈస్ట్ఇండియా కంపెనీ వ్యాపార గుత్తాధిపత్యాన్ని అంతంచేసి, బ్రిటిష్ పౌరులందరికీ భారతదేశంలో స్వేచ్ఛగా వ్యాపారం చేసుకొనే హక్కును కల్పించింది.

బ్రిటిష్ పెట్టుబడిదారులు భారతదేశంలో తమ నిధులను వినియోగించి, తమకు తోచిన రీతిలో ఆర్థిక కార్య కలాపాలను కొనసాగించడానికి అనుమతి పొందారు. స్వేచ్ఛా వ్యాపారం ప్రవేశపెట్టడంతో భారతదేశంలోని ఓడరేవులు, మార్కెట్టులు బ్రిటిష్ ఉత్పత్తిదారుల వశమయ్యాయి. బ్రిటిష్ పారిశ్రామిక ఉత్పత్తులు నిరాటంకంగా ఎట్టి సుంకాలు లేకుండా, మనదేశంలో ప్రవేశించాయి. ఆర్థిక అవసరాలదృష్ట్యా, సాధారణ పరిపాలన, న్యాయవిచారణ, పోలీస్ వ్యవహారాలు మొదలైనవన్నీ బ్రిటిష్‌వారి రక్షణకోసం రూపొందించబడ్డాయి. అలాంటి ముందు జాగ్రత్తల మూలంగా, బ్రిటిష్ వస్తువులు చిన్న పట్టణాలకు, గ్రామాలకు సైతం చేరవేయగలిగారు. అలాంటి ప్రాంతాల నుంచి, వ్యవసాయోత్పత్తులు ఎగుమతి చేయగలిగారు. అందువల్ల బ్రిటిష్ వారి పరిపాలనా వ్యవస్థ, వారి అవసరాలకనుగుణంగా మార్పుచెంది, ఆర్థిక అవసరాలను తీర్చింది.

బ్రిటిష్ ఉన్నతాధికారులు అనుసరించిన ఆర్థిక విధానాలవల్ల, గ్రామాలలో తరతరాలుగా విరాజిల్లిన చేతివృత్తులు, కుటీరపరిశ్రమలు క్షీణించాయి. అదేవిధంగా పట్టణాలు, నగరాలలోని చిన్న చిన్న పరిశ్రమలు కూడా మూతపడ్డాయి. డి.ఆర్. గాడ్గిల్ ప్రకారం బ్రిటిష్ పరిపాలనా కాలంలో భారతదేశంలో నగర పరిశ్రమలు నాశనం కావడానికి ముఖ్యంగా మూడు కారణాలను పేర్కొనవచ్చు. 1. స్థానికంగా, బ్రిటిష్ వారితో ఓడించబడిన రాజవంశాల పరిపాలన అదృశ్యమవడం, 2. విదేశీ (బ్రిటిష్) పరిపాలన స్థిరంగా భారతదేశంలో నెలకొల్పబడటం, 3. బ్రిటిష్ ఆర్థిక పారిశ్రామిక ఉత్పత్తుల పోటీని స్వదేశీ ఉత్పత్తులు తట్టుకోలేకపోవడం. 30 ఏళ్ళ కాలవ్యవధిలో భారతదేశంలోని మనిషికి లభించే ఆహారం 29% తగ్గిపోయిందనీ విచారం వ్యక్తం చేశాడు.

బ్రిటిష్ ఆర్థిక దోపిడికి తోడైన ఈ ప్రకృతి వైపరీత్యాల వల్ల క్రీ.శ. 1925-34 మధ్యకాలంలో భారతదేశ తలసరి ఆదాయం ప్రపంచంలోకెల్ల అతితక్కువ అని కోలిన్ క్లార్క్ అనే ఆర్థిక శాస్త్రవేత్త పేర్కొన్నాడు. బ్రిటన్ తలసరి ఆదాయం ఇదే కాలంలో అయిదింతలు ఎక్కువగా ఉండింది. ఈ రకంగా స్వదేశీ వనరుల దోపిడీని బ్రిటన్ కొనసాగించింది.

కారన్‌వాలీస్ కాలం నుంచి ఈస్ట్ఇండియా కంపెనీ అధికారులు ప్రవేశపెట్టిన భూమిశిస్తు విధానాలు (శాశ్వత శిస్తు విధానం, రైత్వారీ విధానం) ఇంతకు ముందే వివరించడం జరిగింది. అయితే 19వ శతాబ్దపు మధ్యకాలం నుంచి నీటిపారుదల సౌకర్యాలకోసం భారీ నీటిపారుదల, మధ్య, చిన్న తరహా నీటిపారుదల సౌకర్యాలు పెంచి, వ్యవసాయ, వాణిజ్యీకరణకు ప్రాధాన్యం ఇచ్చారు.

వ్యవసాయ వ్యాపారీకరణ (కమర్షలైజేషన్-ఆఫ్-అగ్రికల్చర్); రైతాంగ స్థితిగతులు

భారతదేశాన్ని వలసదేశంగా మార్చి బ్రిటిష్ వారు పరిపాలించిన కాలంలో భారతదేశంలో అనేక ఆర్థిక మార్పులు వ్యవసాయరంగంలో చోటుచేసుకున్నాయి. భారతదేశంలో బ్రిటిష్‌వారి పరిపాలనకు పూర్వం భారతీయ రైతులు సంప్రదాయ రీతిలో వ్యవసాయాన్ని కొనసాగించేవారు. సహజ ఎరువులు వాడేవారు. పంట మార్పిడి విధానం ఆచరించేవారు. ప్రధానంగా ఆహార పంటలను పండించేవారు. మిగులు ధాన్యాలను స్థానికంగా విక్రయించేవారు. కాని భారతదేశంలో బ్రిటిష్ పరిపాలన నెలకొల్పబడిన ప్రాంతాల్లో వ్యవసాయరంగం గత రూపురేఖలు మార్పుచెందాయి. రైతులు పంట పండించే విషయంలో కూడా స్వేచ్ఛను కోల్పోయారు. వారు బ్రిటిష్ అధికారులు లేదా వారితో నియమించబడిన అధికారులు లేదా జమీందార్లు సూచించిన పంటనే పండించవలసి వచ్చింది. వ్యావసాయిక ఉత్పత్తులు వినియోగరంగంలో కాకుండా, ఉత్పాదకరంగంలో వినియోగించుకోవడానికి బ్రిటిష్ ప్రభుత్వం కృషిచేసింది. భారతదేశ గ్రామీణ ఆర్థిక వ్యవస్థను కంపెనీ అధికారులు ప్రవేశపెట్టిన కొత్త రవాణా సౌకర్యాలు (రోడ్డు, రైలు సేవలు) నగరాలతో అనుసంధానం చేశాయి. రైతుల దృష్టిని వ్యాపార పంటలైన జనుము, చక్కెర, పత్తి, నీలిమందు, పొగాకు మొదలైనవి భారీ మొత్తంలో పండించేట్లు ప్రోత్సహించారు. ఈవిధంగా భారతీయ వ్యవసాయం వ్యాపారీకరణమైంది. గ్రామాలు తమ స్వయం పోషకత్వాన్ని కోల్పోయాయి.

19వ శతాబ్ది ఆరంభం నాటికి భారతదేశం ఇంగ్లాండ్ పెట్టుబడులకు అనువైన వలస ప్రాంతంగా, బ్రిటిష్ పారిశ్రామిక ఉత్పత్తులకు విక్రయించడానికి అనువైన మార్కెట్‌గా, వారి దేశంలోని పరిశ్రమలకు కావలసిన ముడిసరుకులను సమకూర్చే ప్రాంతంగా, ఆహార పదార్థాలను అందించే దేశంగా మార్చబడింది. దేశంలోని వ్యవసాయరంగం బ్రిటిష్‌వారి అవసరాలను తీర్చడానికి అనువైన గనిగా మారింది. క్రీ.శ.1860 నుంచి వ్యవసాయ వాణిజ్యీకరణలో అనేక పరిణామాలు సంభవించాయి. గ్రామాలు వాణిజ్య వ్యవస్థలో అంతర్భాగాలయ్యాయి. రైతాంగం కంపెనీ నిర్ణయించిన హెచ్చుశిస్తు చెల్లించడానికి, అధిక లాభాలు వాణిజ్య పంటలను పండించి, విక్రయించి పొందవచ్చని భావించారు. దీని ఫలితంగా రైతులు ఆహారపంటలను తమ తమ కుటుంబ అవసరాలకు సరిపడా పండించు కున్నారు. పొగాకు, తేయాకు, నీలిమందు, పత్తి, జనుము, చెరుకు వంటి వాణిజ్య పంటలను భారీగా పండించడం ఆరంభించారు. వ్యవసాయరంగాన్ని వాణిజ్యీకరణ చేయడంలో కంపెనీ ప్రభుత్వం, మాతృదేశంలోని ప్రభుత్వాధినేతలు ప్రత్యేక శ్రద్ధ తీసుకున్నారు. ధనరూపంలో శిస్తును రైతాంగం నుంచి వసూలు చేయడానికి కూడా వాణిజ్య పంటలను ప్రోత్సహించింది. వ్యాపారులు ప్రత్యక్షంగా

వ్యవసాయరంగంలో ప్రవేశించారు. వీరు స్వయంగా గ్రామాలకు వెళ్ళి, వివిధ రకాలైన వ్యవసాయ ఉత్పత్తులను కొనడం ప్రారంభించారు. దీనివల్ల వాణిజ్య పంటల గిరాకీ పెరిగింది. వర్తకులు కొన్ని సందర్భాల్లో రైతులకు అవసరమైన రుణాలు ఇప్పించి వారికి అవసరమైన పంటలను మాత్రమే పండించేటట్లు చేశారు. ఉదాహరణకు, బెంగాల్‌లో నీలిమందు పంట నిర్బంధంగా పండించారు రైతులు. రవాణాసౌకర్యాల ప్రగతి కూడా వ్యవసాయరంగంలో జరిగిన మార్పులకు దోహదం చేసింది. క్రీ.శ.1860 తరవాత భారీ ఎత్తున ప్రారంభమైన 'వాణిజ్య విప్లవం' రహదార్ల, రైల్వేల విస్తరణకు తోడ్పడింది. అందువల్ల పంటలను అమ్మి సొమ్ము చేసుకొని, శిస్తు చెల్లించడానికి అవకాశం ఉండటంవల్ల వాణిజ్య పంటల ఉత్పత్తిని పెంచడం జరిగింది. క్రీ.శ. 1869లో, సూయజ్ కాలువ నిర్మాణం పూర్తయింది. దీనివల్ల భారతదేశానికి, ఐరోపాదేశాలకు మధ్య ప్రయాణ కాలం, వ్యయం తగ్గింది. భారతదేశంలో వ్యవసాయోత్పత్తుల ధరలు, ప్రపంచ మార్కెట్ ధరలతో పోటీ ప్రారంభించాయి. క్రీ.శ.1861-65 ప్రాంతంలో అమెరికా సంయుక్త రాష్ట్రాల్లో సంభవించిన అంతర్యుద్ధం కూడా భారతదేశంలో వాణిజ్య పంటల విస్తృతికి కారణమైంది. బ్రిటన్‌కు అమెరికా నుంచి వచ్చే పత్తి మొదలైన ముడిసరుకుల దిగుమతులు గణనీయంగా తగ్గాయి. దీనివల్ల భారతదేశ పత్తికి ఇంగ్లండ్ మార్కెట్‌లో గిరాకీ బాగా పెరిగింది. బర్మాలో వరి, బెంగాల్‌లో జనుము, గుజరాత్‌లో పత్తి, పంజాబ్‌లో గోధుమ పంట ఇంగ్లాండ్‌కు ఎగుమతి కోసం ప్రత్యేకంగా రైతులు పండించారు. వాణిజ్య పంటలను రైతాంగం భారీఎత్తున పండించేటట్లు ప్రోత్సహించింది. బ్రిటిష్ ప్రభుత్వం, నీటిపారుదల వసతులను అభివృద్ధి చేసింది. కృష్ణ, గోదావరి నదులపై ఆనకట్టలు, ఇవిగాక గంగా, సింధూ నదుల పరివాహక ప్రాంతాల్లో కాలువలు తవ్వించింది. రైతాంగానికి అన్నిరకాల వసతులు కల్పించింది.

వ్యవసాయరంగం - వాణిజ్యీకరణ పరిణామాలు

బ్రిటిష్‌వారు ప్రవేశపెట్టిన వాణిజ్యీకరణ వల్ల ఇంగ్లాండ్ అన్ని విధాల అభివృద్ధి చెందగా, భారతదేశం ఆర్థికంగా అన్ని విధాలా నష్టపోయింది. రైతులు తాము పండించిన వాణిజ్య పంటల్లో అధిక భాగాన్ని వెంటనే అమ్మవలసి వచ్చేది. అధికకాలం నిల్వ ఉంచే అవకాశం లేకుండాపోయింది. భూమిశిస్తు చెల్లింపు, తెచ్చిన రుణాల చెల్లింపుకోసం రైతు అధిక లాభాల కోసం వేచిచూడకుండా వెంటనే విక్రయించేవాడు. వలస పాలన వల్ల రైతుకంటే మధ్యవర్తులు, వ్యాపారస్తులు అధికంగా లాభపడ్డారు. రైతులే స్వయంగా అధిక ధర, చెల్లించి ఆహార ధాన్యాలు వేరే ప్రాంతాల నుంచి దిగుమతి చేసుకోవలసిన దుస్థితి ఏర్పడింది. ఆహారధాన్యాల ఉత్పత్తి గణనీయంగా తగ్గిపోయింది. క్రీ.శ. 1866లో బెంగాల్, బీహార్ ప్రాంతాల్లో సంభవించిన కరువు, మిక్కిలి ఉద్రుత రూపం దాల్చడానికి ఆహారధాన్యాల తీవ్ర కొరతే కారణమైంది. అక్కడ వాణిజ్య పంటలు మాత్రమే పండించడానికి రైతులు శ్రద్ధ చూపించారు. కరువు సందర్భాల్లో ప్రభుత్వం రైతులను, ప్రజలను ఆదుకోవడంలో విఫలమయ్యింది.

భారతీయ వ్యవసాయరంగంలో జరిగిన వాణిజ్యీకరణ మూలంగానే, అంతకు ముందెన్నడూలేని విధంగా దేశంలో భూమి విలువ పెరిగింది. భూములకు నిర్దిష్టమైన మార్కెట్ ఏర్పడింది. వ్యవసాయరంగంలో రైతు కూలి అనే పదం కొత్తగా ఏర్పడింది. గ్రామీణ ఆర్థిక వ్యవస్థ

ఘోరంగా దెబ్బతింది. రైతులకు సామూహికంగా బంజరు భూముల మీద, అటవీ ప్రాంతాల మీద ఉన్న హక్కులు అంతరించాయి.

భారతదేశంలో బ్రిటిష్‌వారు ప్రవేశపెట్టిన భూమిశిస్తు విధానాలు

శాశ్వత భూమిశిస్తు విధానం ముఖ్య లక్షణాలు - లాభనష్టాలు

బెంగాల్ రాష్ట్రంలో రైతాంగానికీ, ప్రభుత్వానికి మేలుకలిగించే రీతిలో దూరదృష్టితో కూడిన భూమిశిస్తు విధానాన్ని రూపొందించాలనే ఉద్దేశంతో కారన్‌వాలీస్ ఒక కమిటీ ఏర్పాటుచేశాడు. దీనిలో బోర్డ్-ఆఫ్-రెవిన్యూ ప్రెసిడెంట్ సర్ జాన్ షోర్, జేమ్స్‌గ్రాంట్ (భూమి రికార్డుల రికార్డు కీపర్) లు సభ్యులు. గవర్నర్ జనరల్ కారన్ వాలీస్ కూడా స్వయంగా ఈ కమిటీలో సభ్యుడు. చర్చలు అనేక దఫాలుగా జరిపారు. మూడు ప్రధాన అంశాలపై చర్చలు జరిపారు.

మొదటి అంశం : ఈస్ట్ ఇండియా కంపెనీ శాశ్వత శిస్తు ఒడంబడికను జమీందార్లతో చేసుకోవాలా? లేదా భూమిని వాస్తవంగా సాగుచేస్తున్న రైతుతో చేసుకోవాలా?

రెండో అంశం : పండించిన పంటలో ప్రభుత్వం వాటా ఎంత శాతం ఉండాలి?

మూడో అంశం : ఈ భూమిశిస్తు ఒడంబడిక నిర్దిష్ట సమయంలో లేదా దీన్ని శాశ్వత ప్రాతిపదికగా చేసుకోవాలా?

జమిందార్ హోదా, హక్కు ఏమిటి? అతడి హక్కులు వారసత్వ స్వభావం కలిగి ఉండాలా? ఈ విషయంపై సర్ జాన్-షోర్ జమిందారులకు పూర్తి హక్కులు ప్రసాదించాలనీ వాదించాడు. జేమ్స్‌గ్రాంట్ మాత్రం ప్రభుత్వమే అన్ని భూములపై సార్వభౌమాధికారం కలిగి ఉండాలనీ, జమిందార్ కేవలం ఒక పన్ను వసూలు అధికారి మాత్రమేనని వాదించాడు. కాని స్వయంగా జమిందారీ ప్రభువైన గవర్నర్ జనరల్ కారన్‌వాలీస్ సర్ జాన్ షోర్ వాదనను సమర్థించాడు. భూమిశిస్తు రేటు నిర్ణయానికి క్రీ.శ. 1791 నాటి ఆదాయ స్థాయిని యూనిట్‌గా స్వీకరించారు. పదేండ్లకాలంకోసం అత్యధిక సొమ్ము అడ్వాన్సుగా కంపెనీకి చెల్లించడానికి సిద్ధమైన జమిందార్లకే శిస్తువసూలు హక్కులు కల్పించారు. రైతాంగం నుంచి ఎంత శాతం శిస్తు వసూలు చేయాలనే అంశాన్ని ఈ విధాన రూపకర్తలు నిర్ణయించలేరు. దీనివల్ల జమిందార్లు రైతాంగాన్ని భారీ శిస్తు రేటుతో హింసించారు. ఈ విధానంలో 'శిరస్తదార్' అనే రెవిన్యూ శాఖ ఉద్యోగి కీలకపాత్ర నిర్వహించాడు.

లార్డ్ కారన్ వాలీస్

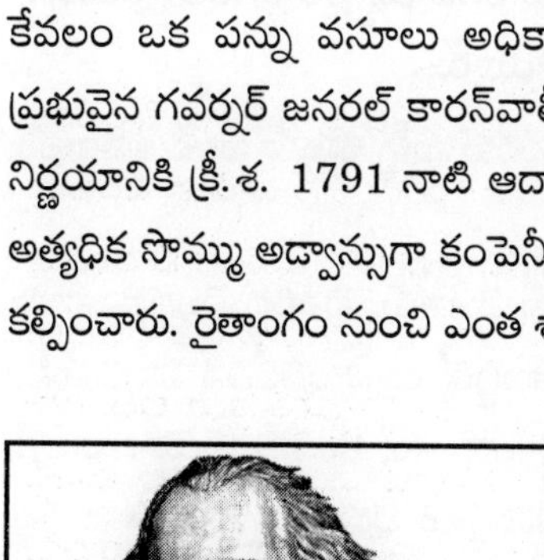

కారన్‌వాలీస్ ప్రవేశపెట్టిన ఈ శాశ్వత భూమిశిస్తు విధానం కంపెనీకి భారీ ఆదాయాన్ని సమకూర్చింది. జమిందార్లకు వారసత్వ హక్కు, క్రయ, విక్రయ అధికారాలు లభించాయి. ఈ జమిందార్లు గ్రామీణ స్థాయిలో బ్రిటిష్ ప్రభుత్వ విశ్వసనీయులుగా, మద్దతుదారులుగా కొనసాగారు. క్రీ.శ.1857 సిపాయిల తిరుగుబాటు కాలంలో కూడా బ్రిటిష్ వారికి అండగా నిలిచారు. బెంగాల్, బీహార్, ఒరిస్సా ప్రాంతాల్లో

ఈ విధానంవల్ల వ్యావసాయిక, ఉత్పత్తి పెరిగింది. కంపెనీకి ఈ ప్రాంతాల్లో రెవిన్యూ వసూలు బాధలు, బాధ్యతలు తగ్గాయి. కొత్త బంజరు భూములను వ్యవసాయ యోగ్యంగా మార్చారు. ఈ ప్రాంతాల్లో శాంతిభద్రతల బాధ్యత కూడా స్థానిక జమీందార్లే స్వీకరించారు. బెంగాల్, బీహార్, ఒరిస్సాలలో కంపెనీ వ్యాపారాభివృద్ధికి ఎక్కువ సమయం కేటాయించారు. క్రీ.శ. 1802-05 నాటికి ఈ శాశ్వత భూమిశిస్తు విధానాన్ని కారన్‌వాలీస్ అనంతరం వచ్చిన గవర్నర్ జనరల్‌లు మద్రాస్ రాష్ట్రంలోని 'ఉత్తర సర్కారులకు', కర్ణాటకలోని 'బారామహల్'లలో అమలుచేశారు. ఆనాటి ఎస్టేట్ల కౌలు విలువలో 10/11వ వంతును ప్రభుత్వం శిస్తుగా డిమాండ్ చేసింది. కారన్‌వాలీస్ రెవిన్యూ డిపార్ట్‌మెంట్‌ను క్రీ.శ. 1787లో పునర్వ్యవస్థీకరించాడు. బెంగాల్ రాష్ట్రాన్ని 23 ఆర్థిక మండల్లుగా (జిల్లాలుగా) వర్గీకరించాడు. గతంలో వీటి సంఖ్య 36 ఉండేది. ప్రతి జిల్లాకు కలెక్టర్ అనే ఉన్నతాధికారిని నియమించాడు.

కారన్‌వాలీస్ ప్రవేశపెట్టిన శాశ్వత భూమిశిస్తు విధానంలో అనేక లోపాలున్నాయి

1. జమిందార్ల నుంచి ప్రభుత్వం పొందవలసిన మొత్తాన్ని నిర్ణయించారు. కొన్ని రైతాంగం నుంచి జమీందార్లు ఎంత శాతం పన్ను వసూలు చేయాలో నిర్ణయం తీసుకోనందువల్ల, జమీందార్లు రైతాంగాన్ని పీడించి, అధిక రేటు శిస్తు వసూలు చేశారు.
2. డిమాండ్ చేసిన మొత్తం చెల్లించలేని రైతాంగాన్ని వారు సాగుచేస్తున్న భూముల నుంచి నిర్దాక్షిణ్యంగా ఎప్పుడైనా తొలగించేవారు. దీనివల్ల రైతాంగం గతంలో కంటే ఎక్కువ బాధలపాలైంది.
3. జమీందార్లలో చాలామంది స్వార్థ బుద్ధితో వ్యవహరించారు. రైతాంగంలో క్రమంగా బలపడుతున్న వ్యతిరేకతను వారు పసిగట్టలేకపోయారు.
4. ప్రభుత్వ ఆదాయం నిర్ణీతకాల వ్యవధి పూర్తి అయ్యేవరకు మళ్ళీ శిస్తును పెంచే అవకాశం లేకుండా పోయింది.

శాశ్వత శిస్తు నిర్ణయ పద్ధతిని హోమ్స్, థార్నర్, చార్లెస్ మెట్కాఫ్, బెవరిడ్జ్ మొదలైనవారు భారతీయ గ్రామీణ రైతాంగం పట్ల, అవగాహన లేకుండా, స్వార్థబుద్ధితో రూపొందించిన విధానమనీ, ఇది రైతాంగం హక్కులను అణచివేసిందనీ, జమిందార్ల ప్రయోజనాలను, కంపెనీ ప్రయోజనాలనే ఈ పద్ధతి కాపాడిందనీ విమర్శించారు. ఎన్ని అవరోధాలు, విమర్శలు ఎదురైనప్పటికీ ఈ వ్యవస్థ సుమారు ముప్పైఏండ్లపాటు కొనసాగింది. కంపెనీకి మంచి లాభాలు సమకూర్చిందన్నది సత్యం.

భారతదేశంలో బ్రిటిష్‌వారు కొనసాగించిన భూభాగాల ఆక్రమణ - విస్తరణ విధానం మూలంగా, భూమిశిస్తు వసూలు చేసే సర్వహక్కులు వారు పొందారు. భారతదేశంలో అనాదిగా అమలులో ఉన్న భూమిశిస్తు వసూలు, నిర్ణయ విధానాల్లో కంపెనీ అధికారులు నూతన పద్ధతులు ప్రవేశపెట్టారు. వీటిలో ప్రధానంగా పేర్కొనదగినవి లార్డ్ కారన్‌వాలీస్ ప్రవేశపెట్టిన శాశ్వత భూమిశిస్తు నిర్ణయ పద్ధతి లేదా జమిందారీ విధానం ఇంతకుముందు చర్చించాం. రెండవ అలెగ్జాండర్ రీడ్, థామస్ మన్రోల సంయుక్త కృషివల్ల (1820-25) మద్రాస్ ప్రెసిడెన్సీలో ప్రవేశపెట్టబడిన రైత్వారీ

పద్ధతి, 'హోల్ట్‌మెకంజీ' తను 1822లో సమర్పించిన మెమోరాండంలో వ్యక్తం చేసిన అభిప్రాయాల ననుసరించి గంగానదిలోయను, వాయువ్య భారతంలోనూ, మధ్య భారతదేశంలోని కొన్ని ప్రాంతాల్లోను, పంజాబ్‌లోనూ బ్రిటిష్ అధికారులు 'మహల్వారీ పద్ధతి'ని ప్రవేశపెట్టారు. ఇది మూడవ ముఖ్య భూమిశిస్తు విధానం.

రైత్వారీ పద్ధతి - ప్రధాన లక్షణాలు - ప్రాముఖ్యత

ఈస్ట్ ఇండియా కంపెనీ అధికారుల్లో కొందరు భారతీయుల పురోభివృద్ధికి కృషిచేసి శాశ్వత కీర్తిని గడించారు. అలాంటి వారిలో 'థామస్ మన్రో' (1761-1827) అగ్రగణ్యుడు. ఇతడు తన 19వ ఏట కంపెనీ సేవలో చేరి మద్రాస్ వచ్చాడు. 1780-92 మధ్యకాలంలో కంపెనీ సేనలో పనిచేశాడు. మైసూర్ యుద్ధాల్లో పాల్గొన్నాడు. క్రీ.శ. 1792వ సంవత్సరంలో మన్రో 'బారామహల్' (నేటి సేలం జిల్లాలోని భాగం) కలెక్టర్‌గా నియమితుడయ్యాడు. ఇక్కడ పరిపాలనా వ్యవస్థ హైదర్‌అలీ, టిప్పు సుల్తాన్‌ల కాలంలో క్షీణించింది. భూమిశిస్తు నిర్ణయం లోను, వసూలు చేసే విధానంలోను గల లోపాలను సవరించడం తన మొదటి విధిగా థామస్ మన్రో భావించాడు. ఇతనికి కెప్టెన్ రీడ్ రెవిన్యూ సూపరింటెండెంట్ అన్ని విధాలా సహకరించాడు. కంపెనీకి, రైతుకు లాభదాయకంగా ఉండేటట్లు మన్రో ఒక భూమిశిస్తు వసూలు పద్ధతిని ప్రవేశపెట్టాడు. ఈ పద్ధతినే 'రైత్వారీ పద్ధతి' అని వ్యవహరించారు. ఈ పద్ధతిలో కంపెనీ అధికారులు రైతు నుంచి నేరుగా భూమిశిస్తును వసూలు చేసేవారు. తాను సాగు చేస్తున్న భూమిపై రైతుకు పూర్తి హక్కులు (పట్టాలు) ఇవ్వబడ్డాయి. సాగుభూమిని సర్వేచేయించి, గ్రామాన్ని యూనిట్‌గా తీసుకొని, మొత్తం గ్రామంలోని సాగు భూమి మొత్తాన్ని పరిగణలోకి తీసుకొని శిస్తును నిర్ణయించారు. దీన్ని చెల్లించవలసిన బాధ్యత ఆ గ్రామంలోని రైతాంగం స్వీకరించింది. ఈ విధానం బారామహల్ ప్రాంతం రైతాంగానికి లాభసాటిగా మారింది. ఆ తరవాత క్రీ.శ. 1800 నవంబర్‌లో మన్రో సీడెడ్ జిల్లాల కలెక్టర్‌గా నియమించబడ్డాడు. అక్కడి జిల్లాలోని భూమిని క్రీ.శ. 1802-07 మధ్య కాలంలో సర్వే చేయించాడు. ఒక్కొక్క క్షేత్రానికి ఒక్కో నంబర్ కేటాయించాడు. ఆ భూమిని సాగుచేస్తున్న రైతు పేరు మీద రిజిస్టర్ చేయించి అతడు ప్రతి ఏటా ప్రభుత్వానికి చెల్లించవలసిన పన్నును నిర్ణయించాడు. రైత్వారీ పద్ధతిలో మన్రో రైతులకు అవసరమైన రుణాలను తేలిక పద్ధతిలో అందించాడు. దీనివల్ల రైతాంగం స్థితి మెరుగుపడింది. రైత్వారీ పద్ధతి ప్రవేశపెట్టిన మొదటి రోజుల్లో మద్రాస్ ప్రెసిడెన్సీలో పండిన పంటలో 45% నుంచి 55% భూమిశిస్తుగా రైతుల నుంచి వసూలు చేసింది. అతివృష్టి, అనావృష్టి సంభవించిన సందర్భాల్లో రైతుకు భూమిశిస్తు చెల్లింపు నుంచి మినహాయింపును ఈ పద్ధతి కల్పించలేదు. కార్ల్‌మార్క్స్ 'రైత్వారీ, జమిందారీ పద్ధతులు కేవలం ఈస్ట్ ఇండియా కంపెనీ సంక్షేమాన్ని, ఆర్థిక స్థితిని దృష్టిలో పెట్టుకొని రూపొందించబడినాయని, అవి వాస్తవంగా రైతాంగం సంక్షేమానికి పూర్తిగా దోహదపడలేవని' అభిప్రాయం వ్యక్తం చేశాడు.

థామస్ మన్రో

రైత్వారీ పద్ధతి, రైతాంగ యాజమాన్య వ్యవస్థను రూపొందించలేదు. చాలామంది చిల్లర, మధ్యతరగతి జమీందార్ల స్థానంలో కంపెనీ ప్రభుత్వమే అతిపెద్ద జమీందారుగా మారిందన్న సత్యాన్ని రైతులు గ్రహించారు. బ్రిటిష్ అధికారులు భూమిశిస్తు అంటే రైతులు భూమిని వాడుకున్నందుకు చెల్లించే కౌలు పైకమేగాని, పన్ను మాత్రం కాదని బాహాటంగా ప్రకటించారు. ఈ రైత్వారీ విధానంలో, రైతులకు తాము సాగుచేస్తున్న భూములపై వారికి ఉన్న యాజమాన్యపు హక్కులు నామమాత్రమైనవని తెలిసింది. చాలా ప్రాంతాలలో రైతు చెల్లించవలసిన శిస్తురేటు అత్యధికంగా ఉండింది. రైతులు రైత్వారీ విధానంలో ప్రకృతి అనుకూలంగా ఉండి, వర్షాలు సరియైన కాలంలో కురిస్తే పండించిన పంటలో అత్యధికశాతం ప్రభుత్వానికి పన్ను రూపంలో చెల్లించగా, మిగిలిన తక్కువ ఆదాయంతో జీవితాన్ని గడపాల్సి వచ్చింది. ఉదాహరణకు, రైత్వారీ భూమిశిస్తు విధానాన్ని మన్రో ప్రవేశపెట్టిన తొలిరోజుల్లో ప్రభుత్వం మద్రాసు రాష్ట్రంలో పండిన మొత్తం పంటలో 45% నుంచి 55% భూమిశిస్తుగా నిర్ణయించింది. బొంబాయి రాష్ట్రంలో రైతాంగం పరిస్థితి కూడా దయనీయంగా ఉండింది. రైత్వారీ విధానంలో కూడా భూమిశిస్తు రేటును ప్రభుత్వం తలచినప్పుడల్లా పెంచేది. ఈ చర్యను ప్రశ్నించే హక్కు రైతులకులేదు. రైత్వారీ విధానంలో వరదలు, కరువు కాటకాలు సంభవించినప్పుడు కూడా ప్రభుత్వం రైతాంగాన్ని పన్ను నుంచి మినహాయించలేదు. దీనివల్ల వారి స్థితి ప్రాచీన, మధ్యయుగాల్లో కంటే దిగజారింది.

మహల్వారీ పద్ధతి - ప్రధాన లక్షణాలు - ప్రాముఖ్యత

మహల్ అనేది మహారాష్ట్రుల కాలంలో ఒక పరిపాలనా విభాగం. మహల్, పరగణా అనేవి రాష్ట్ర పాలనలోని విభాగాలు. శాశ్వత శిస్తు విధానాన్ని, జమిందారీ విధానాన్ని గ్రామీణ రైతాంగం వ్యతిరేకించింది. తమ అసంతృప్తిని వ్యక్తం చేసింది. దీనివల్ల బ్రిటిష్ అధికారులు తమ ఆర్థిక ప్రయోజనాల పరిరక్షణకోసం 'మహల్' యూనిట్‌గా క్రీ.శ. 1822లో వారి ఆధీనంలో ఉన్న గంగానది లోయలోను, వాయువ్య భారతంలోని కొన్ని ప్రాంతాల్లోను, మధ్య భారతదేశంలోని కొన్ని ప్రాంతాల్లోను, పంజాబ్‌లోను ప్రవేశపెట్టారు. ఈ విధానంలో ఒక మహల్‌లోని గ్రామాలలోని స్థానిక జమీందార్లతోగానీ సంప్రదాయకమైన వసూలు దార్లతోగానీ, ఒక నిర్ణీత కాలానికి భూమిశిస్తును చెల్లించేట్లు కంపెనీ ఒప్పందం కుదుర్చుకుంది. ఈ పద్ధతిలో వసూలుదార్లకు జమిందార్లకు ఏరకమైన వంశపారంపర్య హక్కులు ఇవ్వలేదు. శిస్తురేటు కాలానుగుణంగా పెంచే హక్కు కంపెనీకి ఉంది. మహల్ వారి వ్యవస్థలో గ్రామాల్లోని ఉన్నత వర్గాల వారికే హోదా, లాభాలు లభించాయి. రైతులకు మేలు చేకూరలేదు. 2/3 వంతు పంటను శిస్తుగా చెల్లించాలని కోరింది. కాని విలియం బెంటింక్ కాలంలో 66% శిస్తుగా వసూలుచేశారు. చాలా ప్రాంతాల్లో 50% శిస్తుగా వసూలు చేసారు. ఏమైనప్పటికీ రైతాంగానికి ఈ మహల్‌వారీ పద్ధతి మేలు కలిగించలేదు.

బ్రిటిష్-ఇండియాలో రైతాంగం పరిస్థితి : భారతదేశంలో రైతాంగం మొగల్ చక్రవర్తుల కాలంలో అనుభవించిన సుఖసంతోషాలు, ఈస్ట్ ఇండియా కంపెనీ పాలనతో ఆవిరైపోయాయి. దీనికి అనేక కారణాలు ఉన్నాయి. ఎన్ని రకాల భూమిశిస్తు సంస్కరణ ప్రవేశపెట్టినప్పటికీ భారతీయ రైతులు దీనస్థితికి చేరారు. క్రీ.శ. 1872వ సంవత్సరం నాటికి భారతీయ సమాజంలో 20,61,62,630

రైతులు ఉండేవారని కంపెనీ రికార్డులు తెలియజేస్తున్నాయి. బ్రిటిష్ ప్రభుత్వానికి లేదా జమీందార్లకు చెల్లించవలసిన అధిక భూమిశిస్తుభారం, వడ్డీ వ్యాపారులకు చెల్లించవలసిన భారీ మొత్తం రుణాలు మొదలైనవి సామాన్య రైతులను అన్ని రకాలుగా కృంగదీశాయి. రాబర్ట్ క్లైవ్, వారన్ హేస్టింగ్స్ కాలం నుంచే కంపెనీ ఆధీనంలో ఉన్న భూములను సాగుచేస్తున్న రైతుల నుంచి భూమిశిస్తును సరయిన సమయంలో భారీ మొత్తంలో వసూలుచేశారు. బెంగాల్ రాష్ట్రంలో మూడోవంతు (1/3) ప్రదేశం, క్రూర జంతువులు నివసించే అరణ్యసీమగా మారిందనీ, నాటి గవర్నర్ జనరల్, కారన్‌వాలీస్ పేర్కొనడం ఇలాంటి విధాన పరిణామమే. ఇదేవిధంగా కారన్‌వాలీస్ ప్రవేశపెట్టిన 'శాశ్వత భూమిశిస్తు విధానం' (1793) బెంగాల్, బీహార్ రైతాంగాన్ని అన్ని విధాలుగా జమీందార్లు, గుత్తేదార్లు నిర్దాక్షిణ్యంగా అధిక భూమిపన్ను, వసూలుచేసి వారిని దరిద్రులుగా మార్చింది. బలవంతపు సేవ లేదా బేగార్ చేసే విధంగా వారి శ్రమను దోపిడీచేసారు.

అధిక రెవిన్యూ (భూమిశిస్తు) వసూలుకు ప్రతిఫలంగా, ప్రభుత్వం వ్యవసాయాభివృద్ధి కోసం ఎలాంటి చర్యలు చేపట్టలేదు. దీనివల్ల కర్షకులపై పన్నుభారం తడిసి మోపెడైంది. పంట ఉత్పత్తి ఆశించినంతగా లేనప్పటికీ రైతాంగాన్ని బలవంతంచేసి, పీడించి శిస్తు వసూలుచేసేది. చాలా సందర్భాల్లో రైతులు తమ భూముల్లో కొంత భాగాన్ని విక్రయించి ప్రభుత్వ పన్నును చెల్లించారు. ఇదేవిధంగా భూమి శిస్తును చెల్లించడానికి రైతులు వడ్డీ వ్యాపారులపై ఆధారపడ్డారు. అధిక వడ్డీ రేట్లకు అప్పులు తెచ్చి, దాన్ని తీర్చలేక తమ భూములనే విక్రయించారు. రెవిన్యూ అధికారులు, జమీందార్లు కొన్ని సందర్భాలలో గడువు లోపల భూమిశిస్తు చెల్లించలేని రైతుల భూములను వేలం వేసేవారు. బ్రిటిష్ ప్రభుత్వ, న్యాయ, పోలీస్ శాఖలు కూడా రైతుల హక్కుల రక్షణకోసం ఏమాత్రం శ్రద్ధ చూపలేదు. బెంగాల్ రాష్ట్రంలో రైతులు సాగుభూమిని 'పైకాష్' (నిర్ణీత సీజన్‌కోసం) కౌలుకు తీసుకునేవారు, శాశ్వతంగా కౌలుకు భూమిని తీసుకున్న పద్ధతిని 'ఖుద్‌ఖాస్తా' అనేవారు.

శిస్తు విధాన విశ్లేషణ

బ్రిటిష్ గవర్నర్ జనరల్‌లు, రెవిన్యూ అధికారులు వారి పాలనా కాలంలో భారతదేశంలో ప్రవేశపెట్టిన కొత్త భూమిశిస్తు విధానాలవల్ల ఈ కింది ఫలితాలు వారికి చేకూరాయి. 1. బ్రిటిష్ వారి అధికారం; పరిపాలనా వ్యవస్థ సుస్థిరమైంది. 2. మొగల్‌ల కాలంలో పోలీస్, న్యాయ, రెవిన్యూ అధికారాలు చెలాయించిన సుబేదార్లు, జమిందార్లు తమ అధికారాలు కోల్పోయారు, 3. స్వదేశీ రెవిన్యూ వసూలు అధికారాలు అంతవరకు కలిగి ఉన్న సాయుధబలగాలు రద్దు చేయడమైంది. 4. బ్రిటిష్ ఖజానాకు నిర్ణీతకాలానికి, నిర్ధారించిన మొత్తం ఆదాయం చేకూర్చాయి. వారి భూమిశిస్తు విధానాలు, దీనితో వారు స్వదేశీ నిధులను గురించి నిరీక్షించవలసిన అవసరం లేకుండాపోయింది. 5. బ్రిటిష్ వారి నుంచి హక్కులు పొందిన స్వదేశీ అధికారులు, జమిందార్లు, మహల్‌దార్లు అన్ని విధాలుగా బ్రిటిష్ సామ్రాజ్య రక్షకులుగా మారారు. వారు స్వదేశీ రైతాంగ క్షేమాన్ని చాలావరకు విస్మరించారు. రైతువారి పద్ధతి, జమిందారీ పద్ధతి, మహల్‌వారీ పద్ధతులు గతంలో భారతదేశాన్ని పరిపాలించిన రాజుల, సుల్తానులకాలంలో రైతులు పొందిన గౌరవాన్ని, స్వేచ్ఛను, ఆర్థిక రక్షణను కల్పించలేకపోయాయి. 6. తూర్పు ఇండియా కంపెనీ, దేశంలో సంప్రదాయబద్ధంగా భారతీయ

రైతాంగం పండించే ఆహార పంటలకు బదులుగా వాణిజ్య పంటలు పండించవలసిందిగా ఆదేశించినందువల్ల రైతులు కనీసం రెండు పూటల తిండిగింజలు లేని దీనస్థితికి దిగజారారు.

బ్రిటిష్ ఇండియాలో కరువు కాటకాలు-ప్రభావం

భారతదేశం అనాదిగా వ్యవసాయ ప్రధానదేశం. రుతుపవనాల ఆధారంగా వర్షాలు కురిసేవి. సకాలంలో వర్షాలు కురిస్తేనే వ్యవసాయం కొనసాగేది. కాని ప్రాచీన, మధ్యయుగాల్లో మాదిరిగానే బ్రిటిష్ పరిపాలన కొనసాగినకాలంలో కూడా కరువు కాటకాలు, అనావృష్టి, అతివృష్టి పరిస్థితులు కొనసాగాయి. క్రీ.శ. 1660-1750 మధ్య కాలంలో దేశంలో 14 పెద్దస్థాయి కరువులు ఏర్పడ్డాయి. కరువు ప్రభావం వ్యవసాయదారులపైన, పశుసంపదపైన తీవ్రంగా పడేది. 1860వ సంవత్సరానికి ముందు కరువు సంభవించినప్పుడు ఆహారధాన్యాల కొరత, పశుగ్రాసం కొరత ఏర్పడేది. ఫలితంగా ఆకలితో ప్రజలు, పశువులు భారీ మొత్తంలో మరణించడం జరిగేది. ప్రాచీన మధ్యయుగాల్లో మాత్రం భారతదేశాన్ని పాలించిన పాలకులుకరువు పరిస్థితులను ఎదుర్కోవడానికి, ప్రజలకు కరువు సహాయచర్యలు అందచేయడానికి ప్రత్యేక శ్రద్ధ చూపేవారు. ప్రభుత్వ ధాన్యాగారాల ద్వారా, అధికారులు, ఉద్యోగుల ద్వారా కరువు నివారణ చర్యలు చేపట్టేవారు. మహ్మద్-బిన్-తుగ్లక్ షాజహాన్ పరిపాలనా కాలాల్లో కరువు ఉత్తర, మధ్య, దక్కన్‌లలో బీభత్సం సృష్టించాయి.

ఈస్ట్ ఇండియా కంపెనీ పరిపాలనకాలంలో క్రీ.శ. 1770లో బెంగాల్, బీహార్, ఒరిస్సా ప్రాంతాల్లో భీకర కరువు సంభవించింది. బెంగాల్, బీహార్, ఒరిస్సాలోని జనాభాలో 1/3 వంతు జనాభా ఆకలిచావుకు బలయ్యారు. క్రీ.శ.1770-1834 మధ్యకాలంలో నాలుగు కరువులు, క్రీ.శ.1837-1919 మధ్యకాలంలో మరో 10 కరువులు బ్రిటిష్ ఇండియాలో సంభవించాయి. క్రీ.శ. 1803 నాటి దక్కన్ కరువు కాలంలో బొంబాయిలోని క్షామ నివారణ సంఘం చర్యల వల్ల ఒక లక్ష మంది రక్షించబడినారు. క్రీ.శ.1837లో దక్కన్‌లో కరువు సంభవించినప్పుడు కంపెనీ యంత్రాంగం ఆకలిచావుల నుంచి ప్రజలను రక్షించడంలో విఫలమైంది. క్రీ.శ.1860 సం॥లో వాయువ్య భారతంలో కరువు ఏర్పడింది. అక్కడి ప్రజలు యమునా నదిలోయ ప్రాంతానికి వలస వచ్చి అక్కడ జీవితం గడిపారు. క్రీ.శ.1867 నాటి ఒరిస్సా కరువు కూడా అనేక ప్రాణాలు బలిగొంది. క్రీ.శ.1880 వరకు బ్రిటిష్ ప్రభుత్వం భారతదేశంలో సంభవిస్తున్న కరువు, కాటకాల నుంచి ప్రజలను ఏవిధంగా రక్షించాలనే విషయంపై శ్రద్ధ వహించలేదు. మొట్టమొదటిసారిగా లార్డ్ లిట్టన్ వైస్రాయ్‌గా పనిచేసిన కాలంలో (1876-1880) రిచర్డ్ స్ట్రాచీ' నేతృత్వంలో క్షామనివారణ కమీషన్ నియమించబడింది. ఇదేవిధంగా లార్డ్ కర్జన్ కాలంలో (1899-1905) 'ఆంటోనీమాక్డోనాల్ట్' నేతృత్వంలో క్షామనివారణ కమీషన్‌ను నియమించారు. క్రీ.శ.1880లో నియమించిన 'రిచర్డ్ స్ట్రాచీ' కమిటీ ప్రభుత్వానికి కరువు సంభవించినప్పుడు ఈ కింది చర్యలు చేపట్టవలసిన ఆవశ్యకతను గుర్తుచేసింది. 1. కరువు పీడిత ప్రాంతాల్లో అన్ని రకాల పన్నులు రద్దుచేయాలి. 2. ఉచితంగా ఆహారాన్ని, మందులను సరఫరా చేయాలి, 3. శారీరకంగా బలంగా ఉన్న వారికి పని కల్పించాలి, ఈ కమీషన్ సూచనల మేరకు బ్రిటిష్, ప్రభుత్వాధికారులు క్రీ.శ. 1883లో 'కరువు కోడ్' (ఫ్యామన్ కోడ్) ను రూపొందించింది. దీనిలో భాగంగా 'కరువు సంక్షేమ నిధి', ' ఇన్సూరెన్సుఫండ్' ఏర్పాటు

చేయడం జరిగింది. క్రీ.శ.1919 నాటి మాంటేగు-చెమ్స్‌ఫర్డ్ చట్టం 'రాష్ట్ర ప్రభుత్వాలకు' కరువు కాటకాలను ఎదుర్కొవడానికి కొంత మొత్తాన్ని కేటాయించింది. దాన్ని ఖర్చుచేసే అధికారాలు రాష్ట్రాలకే ఇచ్చింది. కాని కరువు తీవ్రత వల్ల ఈ ప్రయత్నాలు నామమాత్రంగానే విజయవంతమయ్యాయి.

క్రీ.శ. 1877 (లార్డ్ లిట్టన్) కాలంలో బ్రిటిష్ ఇండియా ఆధీనంలో, బ్రిటిష్ వారి మిత్రరాజ్యాల ప్రాంతాలైన మద్రాసు, బొంబాయి, మైసూర్, హైదరాబాద్ తీవ్ర కరువుకు గురయ్యాయి. సుమారు 2 లక్షల చదరపు మైళ్ళ విస్తీర్ణంగల భూభాగంలో మూడు లక్షల అరవైవేల జనాభా క్రీ.శ.1877 నాటి కరువుతో ప్రభావితమయ్యాయి. మద్రాస్ ప్రెసిడెన్సీ అన్నింటి కంటే ఎక్కువ నష్టపోయింది. ప్రభుత్వం ఒక కోటి, పది లక్షల పౌండ్ల ఖర్చు చేసినప్పటికీ, ఈ తీవ్ర కరువు వల్ల సుమారు యాభై లక్షల ప్రజల ప్రాణాలు కోల్పోయారు.

క్రీ.శ. 1895-1900 ఐదేండ్ల కాలవ్యవధిలో కూడా బ్రిటిష్ పాలిత ప్రాంతాల్లో భీకర కరువులు సంభవించాయి. 'జాన్‌ఇలియట్' అనే బ్రిటిష్ ప్రభుత్వ వాతావరణ శాస్త్రవేత్త, క్రీ.శ.1899వ సం॥లో రుతుపవనాల వైఫల్యంవల్ల సంభవించిన కరువు అంతటి భయంకర కరువు గత 200 ఏండ్ల కాల చరిత్రలో సంభవించలేదని అభిప్రాయపడ్డాడు. దీనికి ముఖ్య కారణం క్రీ.శ.1895 నుంచి బొంబాయి, పంజాబ్, సంయుక్తరాష్ట్రాలు, కేంద్ర రాష్ట్రాలు తక్కువ రేటు వర్షపాతాన్ని రికార్డు చేయడం, క్రీ.శ. 1899-1900 మధ్యకాలంలో పని, ఆహారం, పశుగ్రాసం, గణనీయంగా తగ్గాయి. దేశంలో నాలుగింట, మూడు వంతుల జనాభా అనేక కష్టాలకు గురైంది.

బ్రిటిష్ ఉన్నతాధికారులు దేశంలో వ్యవసాయ ఉత్పత్తులను పెంపొందించడానికి క్రీ.శ.1900 నుంచి వ్యవసాయ పరిశోధనకోసం ప్రత్యేక చర్యలు తీసుకున్నారు. ఇందులో భాగంగా క్రీ.శ.1903వ సం॥లో, బీహార్‌లోని దర్భాంగా జిల్లాలోని 'పూసా' వద్ద అగ్రికల్చర్ రీసర్చి ఇన్‌స్టిట్యూట్ నెలకొల్పారు. క్రీ.శ. 1905లో 'అఖిల భారత వ్యవసాయ బోర్డు'ను నెలకొల్పారు. వ్యవసాయరంగం అభివృద్ధికి కృషి చేయవలసిందిగా ప్రభుత్వాన్ని క్రీ.శ.1928 నాటి రాయల్ కమీషన్ ఆన్ అగ్రికల్చర్ సూచించింది.

క్రీ.శ. 1876-1878లో మద్రాస్, మైసూర్, హైద్రాబాద్, మహారాష్ట్ర, ఉత్తరప్రదేశ్‌లోని పశ్చిమభాగం, పంజాబ్‌లోని కొన్ని ప్రాంతాలు తీవ్రకరువుకు బలయ్యాయి. ఈ కరువు భారతదేశంలో అప్పటివరకు సంభవించిన కరువుల్లో అత్యంత భయంకరమైందని సమకాలీన రచయితలు పేర్కొన్నారు. మద్రాస్‌లో 35 లక్షల మంది, మైసూర్ జనాభాలో అయిదవవంతు, ఉత్తరప్రదేశ్‌లో 12 లక్షల మంది, మహారాష్ట్రలో 8 లక్షల మంది మరణించారు. దేశానికి స్వాతంత్ర్యం రావడానికి నాలుగేళ్ళ ముందు (1947)లో బెంగాల్‌లో సంభవించిన భయంకర కరువు మరో 30 లక్షల మంది ప్రాణాలు కోల్పోయారు.

19వ శతాబ్దంలో భారతదేశాన్ని పీడించిన కరువువల్ల తాండవించిన భయంకర దారిద్ర్య స్వరూపాన్ని, ప్రజల దీనస్థితిని ఆ రోజుల్లో భారతదేశంలో పనిచేసిన బ్రిటిష్ ఉద్యోగులు, అధికారులు వర్ణించారు. గవర్నర్ జనరల్ సలహామండలి సభ్యుడైన చార్లెస్ ఇలియట్ 'వ్యవసాయ వృత్తిగా కలిగి ఉన్న భారతీయుల్లో సగం మంది ఏడాదిలో సగం రోజులు సగం కడుపుకే తిండి అని జీవిస్తారు.

అని పేర్కొన్నాడు. ఇదేవిధంగా ఇంపీరియల్ గజెట్ సంకలన కర్తయైన విలియం హంటర్ ఆనాటి భారతదేశ జనాభాలో నాలుగు కోట్ల మంది అర్ధాకలితో బతుకుతారు. ఈ దైనస్థితి 20వ శతాబ్ధపు ప్రథమార్ధంలో ఇంకా అధ్వాన్నంగా దిగజారిపోయింది. క్రీ.శ. 1911-1941 మధ్య ముప్పై ఏళ్ళ కాలవ్యవధిలో భారతదేశంలోని మనిషికి లభించే ఆహారం 29% తగ్గిపోయిందనీ' విచారం వ్యక్తం చేశాడు. బ్రిటిష్ ఆర్థిక దోపిడీకి తోడు భారతదేశంలో సంభవించిన ప్రకృతి వైపరీత్యాలవల్ల క్రీ.శ. 1925-1934 మధ్యకాలంలో భారతదేశ తలసరి ఆదాయం ప్రపంచంలోకెల్ల అతితక్కువ అని కోలిన్ క్లార్క్ అనే ఆర్థిక శాస్త్రవేత్త పేర్కొన్నాడు. బ్రిటన్ తలసరి ఆదాయం ఇదేకాలంలో అయిదింతలు ఎక్కువగా ఉంది. ఈరకంగా స్వదేశీ వనరుల దోపిడీని బ్రిటన్ కొనసాగించింది.

అధ్యాయం 5

భారతదేశంలో గ్రామీణ కుటీర పరిశ్రమలు, చేతివృత్తుల పతనం - 1857 తిరుగుబాటు

బ్రిటిష్ పాలనలో భారతీయ గ్రామీణ - కుటీర పరిశ్రమల పతనం

బ్రిటిష్‌వారు భారతదేశాన్ని పాలించిన కాలంలో దేశంలో రాజకీయ, సామాజిక, ఆర్థికరంగాల్లో అనేక పరిణామాలు చోటుచేసుకున్నాయి. అనాదిగా భారతదేశ ఆర్థికవ్యవస్థకు 'వ్యవసాయమే' ప్రధాన ఆధారంగా ఉండేది. భారతీయ రైతాంగం కేవలం ఏడాదిలో కొన్ని నెలలపాటే వ్యవసాయ పనుల్లో నిమగ్నమై ఉండేది. మిగతాకాలం రైతాంగం తమ జీవనంగడపడానికై వివిధ రకాల చేతివృత్తులలో, కుటీరపరిశ్రమల్లో నిమగ్నమై ఉండేది. ప్రాచీన, మధ్యయుగాల్లో భారతదేశ వర్తకులు జరిపిన దేశీయ-విదేశీయ వ్యాపార ఎగుమతుల్లో కుటీర పరిశ్రమలలో తయారైన వస్తువులకు స్వదేశీ, విదేశీ మార్కెట్‌లలో భారీ గిరాకీ ఉండేది. వ్యవసాయ రంగంనుండి రైతులు, ఇతర వర్గాలవారు పొందిన ఆదాయానికి కుటీర పరిశ్రమల్లో పనిచేసిందువల్ల వచ్చే ఆదాయం కొంత అండగా ఉండేది. భారతీయ వస్త్రాలు, తివాచీలు, చెక్కబొమ్మలు ఆభరణాలు మొదలైనవి విదేశాల్లోను మంచి డిమాండ్ కలిగి ఉండేవి. భారతీయ హస్తకళాకారుల పనితనం విశేషఖ్యాతి గడించింది. ఢిల్లీ సుల్తానేత్ యుగంలో, మొగల్ చక్రవర్తుల కాలంలో దేశంలోని అనేక ప్రాంతాల్లో సుల్తానులు, పాదుషాలు, 'ఖార్కానాలు' నెలకొల్పినారు. వీటిలో అంతఃపుర అవసరాలకు, అధికారులకు అవసరమైన మేలురకం వస్త్రాలు, కుర్చీలు, చెప్పులు, నగలు, అలంకరణ సామాగ్రి మొదలగునవి విశేష పనితనం కల హస్తకళాకారులు, నేతపనివారు తయారు చేసేవారు.

భారతదేశానికి బ్రిటిష్ రావడానికి ముందు, భారతదేశం 'ప్రపంచ ఖార్ఖానాగా' (వరల్డ్ ఖార్‌కానా)గా పేరు గడించింది. ఐరోపా దేశాల్లోని అనేక మార్కెట్లలో, నగరాలలో భారతీయ కుటీర, చేతివృత్తివారు తయారుచేసిన పలురకాల ఉత్పత్తులకు గిరాకీ ఉండేది. పారిస్, లండన్, డమస్కస్ నగరాల ప్రజలు భారతీయ కుటీర పరిశ్రమల్లో తయారైన వస్తువులపై, వస్త్రాలపై బాగా మోజు

పడేవారు. భారతదేశంలో ఐరోపావర్తక సంఘాల ప్రవేశం, వారి మధ్య జరిగిన పోటీలో సోదర ఐరోపా వర్తక సంఘాలపై (ఫ్రెంచి, డచ్, పోర్చుగల్) ఈస్ట్ ఇండియా వర్తక సంఘ అధికారులు, సైన్యాలు సాధించిన అఖండ విజయాలు సాధించారు. క్రీ.శ. 1707-1857 మధ్యకాలంలో భారతీయ మార్కెట్‌లోకి, బ్రిటిష్ కర్మాగారాల్లో తయారైన వస్త్రాలు, వస్తువులు ప్రవేశించాయి. ఈస్ట్ ఇండియా కంపెనీ ఔరంగజేబ్ మరణానంతరం స్వదేశీరాజుల అంతర్గత వ్యవహారాల్లో జోక్యం చేసుకుని తనకు అనుకూలమైన వ్యక్తులను అధికారంలోకి తెచ్చింది. మొగల్‌సామ్రాజ్యం పతనం శీఘ్రగతిన జరిగింది. అనేక స్వతంత్ర్య రాజ్యాలు వెలసినాయి. బెంగాల్, మైసూర్ రాజ్యాల పాలకులను ఈస్ట్ ఇండియా కంపెనీ ప్రత్యక్ష యుద్ధాల్లో ఓడించింది. దీని ఫలితంగా బెంగాల్, మైసూర్ రాజ్యాలపై ఈస్ట్ఇండియా కంపెనీ అధికారం స్థాపించబడినది. అక్కడి సహజవనరులపై, వర్తకంపై, భూమిపై అధికారం స్థిరపడింది. మరాఠుల పతనం కంపెనీకి వరంగా మారింది. దేశంలో రాజకీయ, ఆర్థికశక్తిగా కంపెనీ అవతరించింది. దీనివల్ల భారతదేశంలోని మారుమూల పట్టణాలకు, గ్రామాలకు బ్రిటిష్ ఫ్యాక్టరీ ఉత్పత్తులు ప్రవేశించాయి. వారి ఉత్పత్తుల ధర తక్కువగా ఉన్నందున, భారతీయ వినియోగదారుల వాటిపై మోజుపడినారు. వాటి వినియోగానికే ప్రాధాన్యత ఇచ్చారు. ఫలితంగా స్వదేశీ కుటీర పరిశ్రమల్లో పనిచేసే కార్మికులు, హస్త కళాకారులు జీవనోపాధి కోల్పోయారు. దీనివల్ల గ్రామీణ ఆర్థికపరిస్థితి క్షీణించింది. బ్రిటిష్ వారి స్వార్థపూరిత, లాభదృష్టితో కూడిన వర్తకవిధానాలు, భారతీయ ఉత్పత్తిదారులకు వర్తకులకు, పనివారికి శాపంగా మారినాయి. భారతీయ అంగళ్ళలో బ్రిటిష్‌వస్తువులు, వస్త్రాలు భారీఎత్తున చేరినాయి. భారతీయ ఉత్పత్తులకు తీవ్రంగా గిరాకీ తగ్గింది. బ్రిటిష్‌వారు తమ భారతీయ దీని ఫలితంగా ముడి ఉత్పత్తులపై గుత్తాధిపత్యాన్ని సంపూర్ణంగా నెలకొల్పినారు. భారతీయులు నడిపే కుటీరపరిశ్రమలకు ముడిసరుకులు దొరకడం కష్టమైంది. భారతీయ కుటీరపరిశ్రమలు, హస్తకళలు దివాలాతీసాయి. వీటిపై ఆధారపడి జీవించే కుటుంబాలు అనేక కష్టాలపాలైనారు. క్రీ.శ. 1813 చార్టర్ చట్టం ప్రకారం, బ్రిటిష్ పార్లమెంటు ఈస్ట్ ఇండియా కంపెనీకి గతంలో ఇచ్చిన వర్తక అనుమతిని రద్దుచేసింది. క్రీ.శ.1833 బ్రిటిష్ మహారాణి ఎలిజబెత్, ఇంగ్లీష్ వర్తకులకు భారతదేశంలో వర్తకం చేసుకొనడానికై కొత్తగా అనుమతి జారీ చేసింది. బ్రిటిష్ వర్తకులకు, కంపెనీలకు అన్నిరకాల పన్ను మినహాయింపు ఇచ్చింది. దీని ఫలితంగా భారతీయ మార్కెట్‌లలో బ్రిటిష్ వస్తూత్పత్తులు భారీఎత్తున చేరినాయి. భారతీయులు, బ్రిటిష్ వస్తువులను, వస్త్రాలను, ఇతర ఉత్పత్తులను భారీ ఎత్తున కొనసాగారు. దీనివల్ల బ్రిటిష్ వర్తకులు భారీ లాభాలు సాధించారు. స్వదేశీ (భారతీయ) పరిశ్రమలు తీవ్రంగా నష్టపోయాయి. భారతదేశంలో బ్రిటిష్‌వారు ప్రవేశపెట్టి అనుసరించిన 'మర్కంటలిజం', స్వేచ్ఛావ్యాపార పద్ధతులు భారతీయ వర్తకుల పాలిట శాపంగా మారినాయి. దేశంలో చాలా కాలంగా మన్ననపొందిన బార్టర్ పద్ధతి (వస్తుమార్పిడి పద్ధతి) క్షీణించింది. ఆహార ఉత్పత్తుల ధరలు విపరీతంగా పెరిగినాయి. దీనివల్ల సామాన్య భారతీయ వినియోగదారులు ఇబ్బందులపాలైనారు. బ్రిటన్‌లోని ఫ్యాక్టరీలలో తయారై, భారతీయ మార్కెట్‌లోకి ప్రవేశించిన, బ్రిటిష్ వస్తువులు వాటి తక్కువధరవల్ల భారీగా అమ్ముడుపోయాయి.

సుప్రసిద్ధ చరిత్రకారుడైన ఆర్.సి.దత్‌గారు ఈ పరిస్థితిని ఇలా వివరించారు. (1) భారతీయ మార్కెట్‌లలోకి భారీఎత్తున బ్రిటిష్ ఉత్పత్తులను నింపాలి. దీనివల్ల భారతీయ కుటీర పరిశ్రమలు, హస్తకళలు గణనీయంగా దెబ్బతిన్నాయి. వాటి ఉత్పత్తులు తగ్గినాయి. స్థానిక వినియోగదారులు విదేశీవస్తువుల మోజులో, దేశీయ ఉత్పత్తుల వాడకాన్ని చాలామేరకు తగ్గించారు. దీనివల్ల భారత ఆర్థికవ్యవస్థ క్షీణించింది. 2) బ్రిటిష్‌వారు భారతదేశాన్ని తమ మాతృదేశంలోని ఫ్యాక్టరీలను నడపడానికి అవసరమైన ముడిసరుకులను సప్లయిచేసే వలసరాజ్యంగా మార్చారు. భారతదేశంలో పండించిన, పత్తి, జనుము, నీలిమందు మొదలగు వ్యవసాయ ఆధారిత ముడిసరుకులకు అతి తక్కువధరలకే ఇంగ్లాండ్ చేరవేసేట్లు ఏర్పాట్లు చేసుకున్నారు. దీనివల్ల వీటిని పండించిన రైతులు నష్టపోయారు. స్వదేశీ వ్యాపారులు నష్టపోయినారు. 18వ శతాబ్ధపు ద్వితీయార్ధంలో భారతదేశంలో బ్రిటిష్‌పాలన వల్ల, ఈ రకమైన నిరాశజనకమైన ఆర్థిక పరిస్థితి నెలకొన్నది.

బ్రిటిష్ పాలనాకాలంలో రైల్వేలు-రోడ్లు, కమ్యూనికేషన్ సౌకర్యాల విస్తరణ

ఆచార్య ఇర్ఫాన్ హబీబ్‌గారు, 'క్రీ.శ.1833వ సంవత్సరాల తరవాత బ్రిటిష్‌వారు భారతదేశంలో తయారైన ఉత్పత్తులకై వెతుకులాట ఆపివేసారు. దీనికి బదులుగా వారు భారతీయ మార్కెట్‌లపై వారి గుత్తాధిపత్యాన్ని నెలకొల్పాలన్న ఏకైక లక్ష్యంతో ముందుకు సాగినారు. తూర్పు ఇండియా గవర్నర్ జనరల్‌లకాలంలో, ఆ తరవాత వైస్రాయిల కాలంలో భారతదేశంలోని వివిధ ప్రాంతాలను కలుపుతూ అనేక రైలు, రోడ్డు మార్గాల నిర్మాణంచేసారు. బ్రిటిష్‌వారి వర్తక-వ్యాపారాన్ని బలోపేతం చేయడంలో, మారుమూల ప్రాంతాలకు విస్తరించడంలో ఈ ఆధునిక రవాణా వ్యవస్థ ఎంతో దోహదంచేసింది. వస్తురవాణా సుదూర ప్రాంతాలకు స్వల్పకాల వ్యవధిలో పంపడం సాధ్యమైనది. క్రీ.శ. 1880 వ సం॥లో రైలు మార్గాల మొత్తం పొడవు 15 వేల మైళ్లు ఉండింది. క్రీ.శ. 1900 వ సంవత్సరం నాటికి రైలుమార్గాల పొడవు 25వేల మైళ్ల విస్తీర్ణానికి అభివృద్ధి చెందింది. బ్రిటిష్‌వారు ఈ రైలుమార్గాలను ప్రధాన ఓడరేవు పట్టణాలైన బొంబాయి, కలకత్తా, మద్రాస్‌లను కలుపుతూ నిర్మించారు. దీనివల్ల ఇంగ్లాండ్‌నుండి సముద్రమార్గంద్వారా, తక్కువ ఖర్చుతో బ్రిటిష్ వర్తకులు తమ సామాగ్రిని భారతీయ మార్కెట్‌లలోకి చేర్చకలిగారు. ఈ సౌకర్యం వల్ల బ్రిటిష్‌వారు తమ మాతృదేశానికి (ఇంగ్లాండ్) తక్కువ ఖర్చుతో భారీ ఎత్తున ముడి సరుకులను రవాణాచేసే అవకాశం లభించినది. ఆనాటి భారతీయ జాతీయ నాయకులు ఈ పరిణామాన్ని తీవ్రంగా వ్యతిరేకించారు. భారతదేశంలో ఈస్ట్ఇండియా కంపెనీ అధికారులు వేయించిన ప్రతి అంగుళం రైలుమార్గం, భారతీయ ఆర్థికవ్యవస్థను విచ్ఛిన్నం చేసినది. వారి ప్రయత్నం స్వదేశీ కుటీర పరిశ్రమల పాలిట 'శవపేటికగా' మారినది.

సుప్రసిద్ధ అమెరికన్ పండితుడైన డి.హెచ్.బుచానన్ భారతదేశంలో ఆంగ్లేయులు నిర్మించిన నూతన రవాణ సౌకర్యాలు 'స్వదేశీ కుటీర పరిశ్రమల పాలిటి శాపంగా మారి దీని ఫలితంగా భారతీయ గ్రామాలు తరతరాలుగా ఉన్న స్వయం పోషకత్వాన్ని కోల్పోయినాయి. భారతగ్రామీణ ఆర్థిక వ్యవస్థకు పట్టుకొమ్మగా ఉన్న చేతివృత్తుల - కుటీరపరిశ్రమల విధ్వంసం చేయడంవల్ల గ్రామ ఆర్థిక వ్యవస్థ పునాదులు కూలినాయి. గ్రామాల స్వయంప్రతిపత్తి విచ్ఛిన్నమైందని అభివర్ణించాడు. పై అభిప్రాయాల్లో ఎంతో వాస్తవం కలదు.

బ్రిటిష్‌పాలనలో ఆధునిక పరిశ్రమల అభివృద్ధి (క్రీ.శ. 1776-1945) : భారతదేశంలో బ్రిటిష్‌వారి ప్రవేశం, అధికార స్థాపనకు ముందు, దేశంలో వ్యవసాయమే ప్రధానవృత్తి. చేతివృత్తులు, కుటీరపరిశ్రమలు, పశుపోషణ కొన్ని కుటుంబాలకు జీవనోపాధి కల్పించేవి. క్రీ.శ. 1757-1857మధ్య జరిగిన తూర్పు ఇండియా కంపెనీ పాలనకాలంలో, ఆ తరవాత క్రీ.శ.1858-1945 మధ్యకాలంలో కొనసాగిన బ్రిటిష్ వైస్రాయిల పాలనలో భారతీయ స్వదేశీ పరిశ్రమలు, ఉత్పత్తులు క్షీణించాయి. వ్యవసాయరంగం తీవ్రంగా నష్టపోయింది. భారతదేశంలోని పకృతి సంపద, రాజకీయాధికారం బ్రిటిష్‌వారి స్వాధీనమైనాయి.

క్రీ.శ. 1757-1945 మధ్యకాలంలో బ్రిటిష్‌వారు, ఇంగ్లాండ్‌లోని ఫ్యాక్టరీలలో తయారైన అనేకరకాల ఉత్పత్తులను భారతీయ మార్కెట్‌లలోకి దిగుమతి చేసారు. వాటిని విక్రయించి విశేషలాభాలు గడించారు. ఇంగ్లాండ్‌లో వస్తూత్పత్తి గణనీయంగా పెరగడంలో భారతదేశం నుండి వారు దిగుమతి చేసుకున్న ముడిపదార్థాలు (ప్రత్తి, జనుము, ఇనుము, నీలిమందు)మొదలైనవి. కీలకపాత్రను పోషించాయి. భారతదేశంలో బలోపేతమైన బ్రిటిష్‌వారి వలస ఆర్థికవిధానాలు, మర్కంటలిజం, సామ్రాజ్యవాదం, దేశీయ ఆర్థిక వ్యవస్థను బలహీనపరచినాయి. భారతదేశంలోని అనేక నగరాలు, మారుమూల గ్రామాలకు బ్రిటిష్ ఉత్పత్తులు ప్రవేశించాయి. దీనివల్ల స్థానిక ఉత్పత్తులు డిమాండ్ కోల్పోయాయి. భారతీయ వ్యవసాయదారులు, కులవృత్తుల వర్గాలు, చేతివృత్తులవారు తమ జీవనోపాధిని కోల్పోయారు. వారి గత హోదా, గౌరవం ప్రాధాన్యత సమాజంలో క్షీణించింది. భారతదేశం బ్రిటన్‌కు ముడిసరుకులు సప్లయిచేసే కాలనీగా మారింది. ఈ కింది పట్టికలో పొందుపరిచిన వివరాలవల్ల క్రీ.శ. 1881-1911 మధ్యకాలంలో దేశంలోని వివిధరంగాలలో పనికలిగి ఉన్న వారి వివరాలు తెలుసుకొనవచ్చు.

పట్టిక - 1

క్రమ సంఖ్య	వర్కింగ్ క్లాస్	1881 అఖిల భారత స్థాయిలో అధికాభానత 100	1881 100	1891 100	1901 100	1911 100
1	వ్యవసాయం, అటవిసంపద, మత్స్యకారులు ఇతరవృత్తులవారు	74	74	74	74	74
2	వస్తూత్పత్తి వర్గాలు మైనింగ్, నిర్మాణం, వర్తక-వ్యాపారవర్గాలు	18	16	16	15	15
3	రవాణా ఇతర వృత్తులవారు Professions	08	10	10	10	09

ఆధారం: 'డేనియల్ థోర్‌నర్-డీ-ఇండస్ట్రలైజేషన్ ఇన్ ఇండియా', 1881-1931-స్టాక్‌హోం, 1960-పేజీలు. 224-225)

పైన పేర్కొన్న పట్టికలోని వివరాలను జాగ్రత్తగా పరిశీలిస్తే వస్తూత్పత్తిదారుల శాతం 18% నుండి 16% 1881-1911 మధ్యకాలంలో క్షీణించింది. ఇదే తరహాలో రెండో కేటగిరీకి చెందిన వస్తూత్పత్తి, మైనింగ్ రంగాల్లో పనిచేసే వారి శాతంకూడా తగ్గినది. వర్తక-వ్యాపారరంగంలో నిమగ్నమైన వారిసంఖ్య గణనీయంగా వృద్ధిచెందింది. వ్యవసాయరంగంపై దాని అనుబంధ రంగాలపై ఆధారపడి జీవించే వారి సంఖ్య పెరిగినది. రవాణారంగంలో అభివృద్ధి జరిగినప్పటికీ, దానిలో పనిచేసే ఉద్యోగుల, కార్మికుల సంఖ్య వృద్ధిచెందలేదు. వీరిసంఖ్య 1901లో 10% ఉండగా, 1911నాటికి అది 9% తగ్గినది.

1875-1945 మధ్యకాలంలో భారతదేశంలో బ్రిటిష్ పరిశ్రమల అభివృద్ధి : భారతదేశంలో బ్రిటిష్‌పార్లమెంటు ప్రోత్సహించింది. వీటిలో ముఖ్యంగా పేర్కొనదగినవి వస్త్రపరిశ్రమ, జనపనార పరిశ్రమ, ఇనుము-ఉక్కుపరిశ్రమ, బొగ్గు, రబ్బర్ పరిశ్రమలు. పైన పేర్కొన్న బ్రిటిష్ పరిశ్రమల ఉత్పత్తులవల్ల స్వదేశీ కుటీర పరిశ్రమలలో పనిచేసే వారికి, చేతివృత్తులవారికి తీవ్ర నష్టం జరిగినది.

బొగ్గు పరిశ్రమ

భారతదేశం ప్రాచీన కాలంనుండే అనేక రకాల సహజవనరులకు పుట్టినిల్లు. బ్రిటిష్‌వారు రాకముందే ఇనుము, వస్త్ర, జనపనార, వజ్రాలు మొదలైన పరిశ్రమలు వర్ధిల్లినాయి. భారతదేశంలోని వివిధ ప్రాంతాలపై బ్రిటిష్‌వారి అధికారం నెలకొల్పబడిన తర్వాత అక్కడి సహజవనరులపై వారి ఆధీనమైనాయి. ఇంగ్లాండ్‌లో పారిశ్రామిక విప్లవం విజయవంతం కావడం, అక్కడి పరిశ్రమల్లో వస్తూత్పత్తికి అవసరమైన ముడిసరుకులు, ముఖ్యంగా బొగ్గు భారతదేశంలో పుష్కలంగా లభించేది. ఈస్ట్ఇండియా కంపెనీపాలనా కాలంలోనే బెంగాల్‌లో 1820-1854 మధ్యకాలంలోమూడు ప్రధాన బొగ్గుగనుల్లో బొగ్గుత్రవ్వకం ఆరంభమైంది. 1820 వ సంవత్సరంలో రాణిగంజ్ బొగ్గుగనుల్లో ఉత్పత్తి ఆరంభమైంది. 1820-1854 మధ్యకాలంలో మూడు ప్రధాన బొగ్గుగనుల్లో బొగ్గుత్రవ్వకం ఆరంభమైంది. 1854వ సంవత్సరంలో 'డాముడా' అనే ప్రదేశంలో కొత్తగా బొగ్గు నిక్షేపాలు కనుగొనబడగానే, అక్కడికి రైలుమార్గాన్ని నిర్మించారు. దీనివల్ల దేశంలో బొగ్గుపరిశ్రమకు ప్రాముఖ్యత పెరిగినది. 1879-80 మధ్యకాలంలో 'రాణిగంజ్' దాని పరిసర ప్రాంతాల్లో 56 బొగ్గుగనుల్లో బొగ్గు త్రవ్వకం ప్రారంభమైంది. భారతదేశంలో లభించే బొగ్గు ధర తక్కువైనందువల్ల, బ్రిటిష్‌వారి ఇక్కడి బొగ్గును ఇంగ్లాండ్‌లోని ఫ్యాక్టరీలకు భారీఎత్తున సప్లైచేయించారు. అక్కడ వస్తూత్పత్తి పెరిగినది. ఇదేకాలంలో రైలురవాణా సౌకర్యాలను విస్తరించడానికి బ్రిటిష్ అధికారులు కృషిచేసారు. ఈక్రింద ఇవ్వబడిన పట్టికను విశ్లేషిస్తే భారతదేశంలో 1885-1939 మధ్యకాలంలో బొగ్గు పరిశ్రమ అభివృద్ధి గ్రహించవచ్చు.

పట్టిక-2 బొగ్గుపరిశ్రమకు అభివృద్ధి (1885-1939)

క్ర.సంఖ్య	సంవత్సరం	బొగ్గుఉత్పత్తి	స్పిండిల్స్	బొగ్గుగనుల సంఖ్య
1.	1885	12,94,221	22,745	68
2.	1890	21,68,521	32,971	82
3.	1893	25,62,001	37,679	96
4	1894	28,00,652	43,197	123
5	1901	60,38,053	-	-
6.	1906	91,12,663	99,138	-
7.	1911	1,90,51,835	1,51,376	-
8.	1914	1,57,38,153	-	-
9.	1920	1,79,62,000	-	687
10.	1923	1,96,56,000	-	882
11.	1928	2,25,56,000	-	527
12.	1934	2,20,57,000	-	481
13.	1939	2,77,69,000	-	587

ఆధారం : డి. ఆర్. గాడ్గిల్, 'ది ఇండస్ట్రియల్ ఇవాల్యూషన్ ఆఫ్ ఇండియా ఇన్-రీసెంట్ టైమ్స్, (ఆంగ్లం) 1860-1939-పేజీలు 78,110, 279:పేజీలు 78, 110, 279.

పై పట్టికలో వివరాలను విశ్లేషిస్తే భారతదేశంలో 1885-1939 మధ్యకాలంలో బొగ్గుపరిశ్రమ, కేవలం 1914-1934 సంవత్సరాలలో మినహాయిస్తే, నిరంతరంగా అభివృద్ధి చెందినదని గ్రహించవచ్చు. 1890-95వ సంవత్సరాల మధ్యకాలంలో సగటు బొగ్గు ఉత్పత్తి 24,60,000 టన్నులుండగా, 1896-1900 మధ్యకాలానికి బొగ్గు ఉత్పత్తి 42,28,000 టన్నులకు పెరిగినది. 1929-30లో సంభవించిన ప్రపంచ ఆర్థికమాంద్యం అనంతరం బొగ్గుగనుల సంఖ్య తగ్గినదని తెలియుచున్నది. బ్రిటిష్ అధికారులు, ప్రభుత్వం భారతదేశంలో బొగ్గు ఉత్పత్తిని పెంచడానికై అన్నిరకాల ఆధునిక పద్ధతులను, సాంకేతిక పరిజ్ఞానాన్ని వినియోగించాలని ఆదేశించారు. 1914-18 మొదటి ప్రపంచయుద్ధం, 1939-1945 రెండో ప్రపంచయుద్ధకాలంలో మాత్రం బొగ్గు పరిశ్రమలు తీవ్రంగా దెబ్బతిన్నాయి. బొగ్గు ఉత్పత్తి క్షీణించింది.

b. బ్రిటిష్‌పాలనలో భారతీయ వస్త్రపరిశ్రమ స్థితి

ప్రాచీన, మధ్యయుగాల్లో భారతీయ వస్త్రపరిశ్రమ ప్రపంచఖ్యాతి గడించింది. భారతదేశంలో, 1838వ సంవత్సరంలో తొలి ఆధునిక తరహా వస్త్ర పరిశ్రమ నెలకొల్పబడినది. 1853వ సంవత్సరంలో 'కౌసాజీ నానాబాయ్ దేవర్' బొంబాయిలో, బాంబే స్పిన్నింగ్ అండ్ వీవింగ్ కంపెనీ లిమిటెడ్'ను స్థాపించాడు. 1875-1951మధ్యకాలంలో వస్త్రపరిశ్రమ అభివృద్ధిని ఈ కింద పట్టికలో చూడవచ్చు.

పట్టిక-3 వస్త్రపరిశ్రమ పురోగతి 1875-1951

క్ర. సంఖ్య	సంవత్సరం	వస్త్రపరిశ్రమల సంఖ్య	స్పిండిల్స్ (వేలలో)	(లూమ్‌లు) మగ్గాలు (వేలలో)	వస్త్రపరిశ్రమలో పనిచేసిన సగటు కార్మికులు (వేలలో)
1	1875-76	47	1,100	9.1	N.A
2	1883-84	79	2,002	16.3	60
3	1893-94	142	3,650	31.3	130
4	1903-04	191	5,118	45.3	185
5	1913-14	271	6,779	104.3	260
6	1929	344	8,907	1.75	3.74
7	1939	389	10,059	2.02	4.42
8	1945	417	10,238	2.02	5.10
9	1951	445	11,241	2.01	4.25

ఆధారం : (ధర్మకుమార్; 'ది కేంబ్రిడ్జ్ ఎకానమిక్ హిస్టరీ ఆఫ్ ఇండియా', (ఆంగ్లం) రెండో సంపుటం పేజీ.576. వి.బి.సింగ్ (ఎడిటెడ్) 'ఎకానమిక్ హిస్టరీ ఆఫ్ ఇండియా'. పేజీలు 252, 129) 1987-1956 భారతదేశ సామాజిక, ఆర్థిక చరిత్ర (1757-1947) (తెలుగు) సరోజినిరేగాని & వి. రామకృష్ణారెడ్డి, పేజీలు 77, 78 (తెలుగు అకాడమి, 2002)

పై పట్టికలో పేర్కొన్న వివరాలను విశ్లేషిస్తే, 1860వ సంవత్సరంలో తరవాత బ్రిటిష్ ఇండియాలో నూలు వస్త్ర పరిశ్రమ శీఘ్రగతిన పురోగతి సాధించినదని గ్రహించవచ్చు. ఇదేవిధంగా 1860-70 మధ్యకాలంలో ఈ పురోగతి కొంత కుంటుపడింది. దీనికి ప్రత్తిధరలు పెరుగుట, అమెరికాలో అంతర్యుద్ధం ప్రారంభమవుట. 1885వ సంవత్సరం తరవాత ఇంగ్లాండ్‌లో తయారైన అధునాతన యంత్రాలను వస్త్ర పరిశ్రమల్లో ఉపయోగించడానికై భారతదేశానికి తెప్పించారు. దీనివల్ల భారతీయ వస్త్ర పరిశ్రమకు కొత్తరూపురేఖలు చేకూరి, వస్త్రాల ఉత్పత్తి పెరిగినది.

1851-1915 మధ్యకాలంలో ఒక్క బొంబాయిలో ధనికులు 96 కాటన్‌మిల్లులు నెలకొల్పినారు. వీటిలో ఒక లక్ష, పన్నెండువేల కార్మికులు పనిచేసేవారు. బొంబాయిలో పైన పేర్కొన్న కాలంలో 30 లక్షల స్పిండిల్స్, 51వేల 900 మగ్గాలు చురుకుగా పనిచేసేవి. వీటిలో భారీఎత్తున వస్త్రాల ఉత్పత్తి జరిగేది. 1851-1915 మధ్యకాలంలో బొంబాయినగరంలోని వస్త్రపరిశ్రమల్లో 7.66 కోట్ల పెట్టుబడులు

జరిగాయి. అహమదాబాద్‌లో, 1859వ సంవత్సరంలో మొదటి వస్త్ర పరిశ్రమ స్థాపించబడినది. 1914వ సంవత్సరాల నాటికి సుమారు 50 వస్త్ర పరిశ్రమలు అహమదాబాద్‌లో వెలసినాయి. ఇక్కడ స్థానిక 'బనియాలు' వస్త్రపరిశ్రమల స్థాపనలో, వ్యాపారంలో క్రియాశీలకపాత్రను పోషించారు. అహమదాబాద్‌లో 9 లక్షల, 86వేలు స్పిండిల్స్, 20 వేలకుపైగా మగ్గాలపై వస్త్రం తయారయ్యేది. ఇదేకాలంలో కాన్పూర్, మద్రాస్ పట్టణాలలో వస్త్ర పరిశ్రమల స్థాపనకై బ్రిటిష్‌వర్తకులు ఆసక్తిచూపారు

ఇనుము-ఉక్కు పరిశ్రమ (1830-1912) : ప్రాచీనకాలంనుండే భారతదేశం ఇనుముతో తయారుచేసిన వివిధరకాల ఉత్పత్తులకు ప్రసిద్ధిగాంచింది. భారతీయ ఇనుము గనులను, భారతీయ 'కమ్మరిపని' వారి పనితనాన్ని గురించి దేశీయ, విదేశీయ రచయితలు ఆధారాలలో పేర్కొన్నారు. ప్రస్తుత తెలంగాణ రాష్ట్రంలోని 'ఇందీల్‌వాయి' మేలురకమైన-ఇనుపవూజ్‌కు చాలా ప్రసిద్ధిగాంచింది. ఇక్కడి కమ్మరులు తయారుచేసిన కత్తులు 'దమస్కస్'కు ఎగుమతి అయ్యేది. ఢిల్లీ సుల్తానేత్, మొగల్, కుతుబ్‌షాహీ, ఆసఫ్‌జాహీల కాలంలో కూడా ఇనుము-ఉక్కు పరిశ్రమ ప్రత్యేక ప్రగతి సాధించింది. గృహ అవసరాలకు, వ్యవసాయ పరికరాలను వృత్తిపని వారికి, గృహనిర్మాణానికి సైన్యానికి అవసరమైన అన్నిరకాల ఇనుము వస్తువులను కమ్మరులు తయారుచేసేవారు. స్థానిక రాజులు, రాజ్యాల పతనం

పట్టిక-4 : 1880-1946 మధ్యకాలంలో జనుపనార పరిశ్రమ పురోగతి

క్రమసంఖ్య	సంవత్సరం	జనుము పరిశ్రమల సంఖ్య	మగ్గాలు జనుము	జనుము స్పిండిల్స్ సంఖ్య	దినసరి శ్రామికుల సంఖ్య	ముడి జనుము విలువ	జనుము ఎగుమతుల విలువ
1	1879-80	22	4,946	70,840	27,494	-	-
2	1884-85	24	6,926	1,31,740	51,902	-	-
3	1889-90	27	8,204	1,64,245	62,739	-	-
4	1901-02	36	16,119	3,31,382	78,114	-	-
5	1914-15	-	38,379	7,95,528	2,38,274	-	2,582,02
6	1918-19	76	40,043	8,39,919	2,75,500	-	5,265,23
7	1921-22	81	43,025	9,08,359	2,88,450	1,40,492	2,999,57
8	1929-30	98	53,900	11,40,435	3,63,257	271,738	5,192,68
9	1930-31	100	61,834	12,24,982	3,43,868	1,28,847	3,189,45
10	1933-34	99	59,501	11,94,405	-	109,327	2,137,49
11	1938-39	107	67,939	13,50,405	-	1,33,967	2,626,11
12	1939-43	110	68,528	13,69,821	-	198,333	4,872,14
13	1942-43	113	67,774	13,75,221	-	-	3,569,31
14	1945-46	111	68,388	14,44,863	-	-	5,720,57

ఆధారం : (డి.ఆర్.గాడ్గిల్, 'ది ఇండస్ట్రియల్ ఇవాల్యూషన్ ఆఫ్ ఇండియా ఇన్ రీసెంట్ టైమ్స్' (ఆంగ్లం) 1860-1939, పేజీలు 78, 108, 274 & 'భారతదేశ సామాజిక, ఆర్థిక చరిత్ర' (1757-1947)(తెలుగు) సరోజినిరేగాణి & వి. రామకృష్ణారెడ్డి, పేజీలు 80, 81 (తెలుగు అకాడమి, 2002)

తూర్పు ఇండియా కంపెనీ అధికారస్థాపనతో భారతీయ లోహపు పనివారిస్థితి అన్నివిధాల దెబ్బతిన్నది. 1757-1764 మధ్యకాలంలో బెంగాల్, 1760-1799 మధ్యకాలంలో కర్ణాటక, మైసూర్ ప్రాంతాలపై ఈస్ట్ఇండియా కంపెనీఆధిపత్యం నెలకొల్పబడింది. ఈ ప్రాంతాల్లోని ఇనుము గనులపై కంపెనీ ఆధిపత్యం నెలకొల్పబడింది. 19వ శతాబ్దపు తొలిదశకంలో ఐరోపా తరహా ముడిఇనుము శుద్ధివిధానం భారతదేశంలో ప్రవేశపెట్టడానికి ప్రయత్నాలు బ్రిటిష్వారు చేసారు. విలియం బెంటింగ్ గవర్నర్జనరల్గా ఉన్నకాలంలో, 1830వ సం।-లో సుప్రసిద్ధ ఇంగ్లీష్ నవలారచయితైన 'చార్లెస్ డికిన్సన్', మిత్రుడైన 'జొసైయ్యా మార్షల్హీత్' (రిటైర్డ్ బ్రిటిష్ అధికారి), దక్షిణ-ఆర్కాట్ జిల్లాలోని 'పోర్ట్-నోవో'లో మొదటి ఇనుము-ఉక్కు పరిశ్రమను నెలకొల్పినాడు. అతని ప్రయత్నం వివిధ కారణాలచేత విఫలమైంది. ఇక్కడ ఇనుము ఉత్పత్తి జరగలేదు. 1875వ సంవత్సరంలో లార్డ్నార్త్బ్రూక్ వైస్రాయిగా ఉన్నకాలంలో బెంగాల్ప్రసిడెన్సీ 'బార్కర్ ఐరన్వర్క్స్' అనే కర్మాగారాన్ని స్థాపించాడు. 1881వ సంవత్సరంలో 'బార్కర్' ఐరన్వర్క్స్ను బ్రిటిష్ ప్రభుత్వ స్వాధీనం చేసుకున్నది. ఆ తరవాత కొంతకాలానికి బార్కర్ ఐరన్ కంపెనీని, 'బెంగాల్ ఐరన్ అండ్ స్టీల్' కంపెనీకి అప్పగించారు. ఈ కంపెనీలో 1905వ సం॥ నుండి ఇనుము ఉత్పత్తి జరిగినది. ఇక్కడి ఇనుము ఉత్తమ రకానికి చెందినది కానందువల్ల ఆ తరవాత ఉత్పత్తిని నిలిచివేసారు.

భారతదేశంలో ఆధునిక ఇనుము-ఉక్కు పరిశ్రమకు 'పిత'గా పేరుపొందిన జంషడ్జీ టాటా 1912వ సంవత్సరానికి ముందే 'సకాచి' (తర్వాతకాలంలో జంషెడ్పూర్గా మార్చినారు)లో 'టాటా ఇనుము-ఉక్కు కర్మాగారాన్ని నెలకొల్పినాడు. 1912వ సంవత్సరనుండి ఇక్కడి ఫ్యాక్టరీలో మేలురకమైన ఇనుము-ఉక్కు ఉత్పత్తి భారీఎత్తున ఆరంభించారు. దీనిలో ఉత్పత్తిచేసిన ఇనుము- ఉక్కును బ్రిటిష్ అధికారులు భారతదేశంలో రైల్వేల నిర్మాణానికి భారీగా కొనుగోలుచేసి వాడినారు. ఈ కంపెనీకి బ్రిటిష్ ప్రభుత్వాధికారులు అనేక మినహాయింపులు అందజేసారు. భారతదేశంలో చాలామంది కార్మికులకు ఈ కంపెనీ జీవనోపాధి ఇచ్చినది.

జనుపనార పరిశ్రమ : బ్రిటిష్వారు భారతదేశంలో ప్రవేశించడానికి ముందే బెంగాల్ జనుము పంట ఉత్పత్తికి, జనుము పరిశ్రమకు చాలా ప్రసిద్ధిగాంచింది. జనపనార తాళ్ళు, బస్తాలు, తివాచీలు తయారు చేయడంలో బెంగాల్ చేతివృత్తులవారు విశేష ప్రతిభ కనబరిచారు. 1830వ సంవత్సరంవరకు బెంగాల్లో తయారైన జనపనార ఉత్పత్తులకు దేశీయ, విదేశీయ మార్కెట్లో మంచి గిరాకీ ఉండేది.

భారతదేశంలో బ్రిటిష్ మహారాణి పరిపాలన ఆరంభమైన తరవాత జనపనార పరిశ్రమ శీఘ్రప్రగతిని సాధించింది. ముఖ్యంగా 1870వ సంవత్సరం తరవాత, బెంగాల్రాష్ట్రంలో అనేక జనుపనార పరిశ్రమలు నెలకొల్పబడినాయి. 1880వ సంవత్సరంలో 22 జనుము మిల్లులలో 22 వేల శ్రామికులు పనిచేసేవారు. 1924 వ సంవత్సరం నాటికి ఈ మిల్లుల సంఖ్య 64కు పెరిగినది. శ్రామికుల సంఖ్య 2 లక్షలకు చేరుకున్నది. జనుము ఉత్పత్తులు గణనీయంగా పెరిగినాయి. భారీఎత్తున ఈ పరిశ్రమ లాభాలు సంపాదించినది. ఈ పెద్దతరహా, బ్రిటిష్ స్థాపించిన పరిశ్రమల వల్ల స్థానిక జనుము ఉత్పత్తిదారులు, శ్రామికులు ఆర్థికంగా నష్టపోయారు. వారి జీవనోపాధి కోల్పోయారు. భారతీయ శ్రామికులకు జీతాలు తక్కువగానే చెల్లించేవారు. దీనివల్ల జనుము పరిశ్రమలో సమ్మెలు జరిగినాయి.

బ్రిటిష్‌పాలనలో రైల్వే, నీటిపారుల రంగాలపై పెట్టుబడులు-ప్రభావం

ఈస్ట్ ఇండియా కంపెనీ 1850 వ సంవత్సరం నాటికి భారతదేశంలో తన అధికారాన్ని నెలకొల్పినది. దాని అధికారులు వారి ఆర్థికాభివృద్ధికి అవసరమైన రైలు, రోడ్డు రవాణా సౌకర్యాలను, నీటిపారుదల సౌకర్యాలకల్పనకు భారీఎత్తున పెట్టబడులు చేసారు. దీనివల్ల కంపెనీవారికి భారతదేశంలోని సహజవనరులను ఒక ప్రాంతంనుంచి మరోప్రాంతానికి స్వదేశానికి చేరవేయడం తేలికైనది. భారతదేశంలోని ముఖ్యనగరాలను, రేవు పట్టణాలను, మార్కెట్‌లను కలుపుతూ రైలు, రోడ్డుమార్గాల నిర్మాణంచేసారు. కొందరు బ్రిటిష్ అధికారులు నీటిపారుదల ప్రాజెక్టులను నిర్మించారు. దీనివల్ల రైతాంగాన్ని, బ్రిటిష్‌వారికి అవసరమైన వాణిజ్య పంటలను మాత్రమే అధికమొత్తంలో పండించేట్లు ఆంక్షలు విధించారు. ఈ రకంగా రైలు, రోడ్డునీటిపారుదల నిర్మాణాల కోసం చేసిన పెట్టుబడులవల్ల బ్రిటిష్ ఆర్థికవ్యవస్థ బలోపేతమైంది. పరిపాలనా వ్యవస్థ సమర్థవంతంగా కొనసాగింది. ఆరోజుల్లో బ్రిటిష్‌వారు నిర్మించిన మరమ్మత్తులు చేయించిన ముఖ్యనీటిపారుదల కాలువల్లో, ప్రాజెక్టులలో పశ్చిమ యమునానది కాలువ, తూర్పు యమునానది కాలువ, గంగాకాలువ, 1847-52 మధ్యకాలంలో ఆంధ్రలోని ధవలేశ్వరంవద్ద గోదావరినదిపై, విజయవాడ వద్ద కృష్ణానదిపై నిర్మించిన ప్రకాశం బ్యారేజి ఆనకట్టలు (డ్యామ్‌లు) పేర్కొనదగినవి. వీటి నిర్మాణంవల్ల ఆంధ్రప్రాంతంలో రైతాంగానికి వ్యవసాయరంగంలో అధిక ఉత్పత్తులు చేయడానికి, ఆహార పంటలను పండించడానికి అవకాశం వచ్చినది. ప్రభుత్వ కోశాగారానికి భారీమొత్తంలో భూమిశిస్తు సకాలంలో చేరినది. సర్.ఆర్థర్‌కాటన్ మహాశయుడు భారతీయ రైతాంగానికి ఎనలేని మేలుచేసాడు.

భారతీయ, ఆర్థికవ్యవస్థపై పారిశ్రామికీకరణ ప్రభావం : బ్రిటిష్‌వారు భారతదేశానికి రావడానికి ముందు, గ్రామాలు స్వయంపోషకాలుగా, స్వయం సమృద్ధిసాధించి, ఆర్థికంగా పటిష్టస్థితిలో ఉండినాయి. వ్యవసాయం లాభసాటిగా ఉండేది. చేతివృత్తులు, కుటీర పరిశ్రమలు, మంచిస్థితిలో ఉండినాయి. వీటిలో జరిగిన ఉత్పత్తుల వల్ల కొన్ని వర్గాలకు ఆదాయం లభించేది. భారతీయ గ్రామాల్లోని నేతమగ్గాలపై తయారైన వస్త్రాలకు విదేశీ మార్కెట్‌లలో మంచి గిరాకీ ఉండేది. బ్రిటిష్ అధికారస్థాపన, వారి వ్యాపారం బాగా వ్యాపించినది. భారీలాభాలు సంపాదించారు. దీనివల్ల స్వదేశీ పరిశ్రమలు, ఉత్పత్తులు తీవ్రంగా దెబ్బతిన్నాయి. చేతివృత్తులవారు, శ్రామికులు జీవనోపాధి కోల్పోయారు. ముఖ్యంగా గ్రామీణ చేతివృత్తులపై ఆధారపడి తరతరాలుగా జీవితం గడుపుతున్న కుటుంబాలు బ్రిటిష్ వస్తువులు, వస్త్రాలు భారతీయ మార్కెట్‌లోకి ప్రవేశించినందువల్ల ఆర్థికంగా నష్టపోయారు. గ్రామాల్లోని కుమ్మరి, వడ్రంగి, కమ్మరి, చాకలి, మంగలి, నేతపనివారు, చర్మకారులు తమ జీవనోపాధి కోల్పోయినారు. వారిమధ్య ఉన్న సంబంధాలు తెగిపోయినాయి. చేతివృత్తులుచేసేవారు వ్యవసాయరంగంలోకి దిగినారు. దీనివల్ల ఆదాయం, ఉత్పత్తి పెరగలేదు. కాని వ్యవసాయరంగంపై ఒత్తిడి పెరిగినది.

భారతదేశంలో పండించే వివిధరకాల పంటలచే, అందుబాటులో ఉన్న సహజవనరులచే బ్రిటిష్‌వారు విశేషంగా ఆకర్షితులైనారు. బ్రిటిష్ ఆర్థికవ్యవస్థను బలోపేతం చేసుకొనడానికి ఈ వనరులను బ్రిటిష్ అధికారులు సంపూర్ణంగా వినియోగించేవారు. ఆహారపు పంటలకు బదులుగా, వాణిజ్య పంటలను, ప్లాంటేషన్ పంటలను (తోటలపెంపకం) ప్రోత్సహించారు. దీనివల్ల బ్రిటిష్

ఇండియాలోని అనేక ప్రాంతాల్లో తేయాకు, కాఫీ, రబ్బర్ తోటలు భారీఎత్తున పెంచినారు. దీనికి అనుబంధంగా చిన్నస్థాయి పరిశ్రమలు నెలకొల్పబడినాయి. 1835వ సంవత్సరంలో లార్డ్‌విలియంబెంటింగ్ గవర్నర్ జనరల్‌గా ఉన్నకాలంలో మొదటి తేయాకు ఫామ్ కంపెనీ పెట్టుబడితో ప్రయోగాత్మకంగా ఆరంభించారు. తరవాత కొంతకాలానికి దీన్ని కంపెనీ అధికారులు 'అస్సాం టీ కంపెనీకి' విక్రయించింది. 1852 వ సంవత్సరంలో మొదటి ప్రవేట్ తేయాకు తోటను ప్రారంభించారు. ప్రభుత్వ సహకారంతో కొంత కాలానికే అనేక ప్రవేట్ తేయాకు తోటలు నెలకొల్పబడినాయి. దీని ఫలితంగా దేశంలో తేయాకు ఉత్పత్తి గణనీయంగా పెరిగినది. ఇంగ్లాండ్‌లోని మార్కెట్‌లలోకి ఎగుమతి చేయబడిన భారతీయ తేయాకు, దానిరుచి, నాణ్యత, తక్కువధర కారణంగా, అంతవరకు ఇంగ్లాండ్ మార్కెట్‌లో గుత్తాధిపత్యం కలిగిఉన్న చైనాదేశపు తేయాకు వ్యాపారాన్ని దెబ్బతీసినది. కొంతకాలంలోనే తేయాకు పెంపకం దేశంలోని కమౌన్, అస్సాం, కాంగ్రాలోయ, నేపాల్, కాశ్మీర్, సిక్కిం మొదలగు ప్రాంతాలకు విస్తరించింది. దీనివల్ల కొన్ని వర్గాలకు, శ్రామకులకు జీవనోపాధి లభించింది. బ్రిటిష్ వారికి, వారివద్ద కాంట్రాక్టు హక్కులు పొందినవారికి విశేషలాభాలు చేకూరినాయి. బ్రిటిష్‌వారు తేయాకు తోటలపెంపకం పరిశ్రమతోబాటు, కాఫీతోటల పెంపకాన్ని ఒక పరిశ్రమగా ప్రోత్సహించారు. 1830వ సంవత్సరం అనంతరం మైసూర్, కూర్గ్, నీలగిరి, ట్రావన్‌కోర్ మొదలగు ప్రాంతాల్లో భారీసంఖ్యలో కాఫీతోటలు పెంచారు. దీనివల్ల కొంతమందికి జీవనోపాధి లభించింది. 19వ శతాబ్ధపు చివరిదశలో తేయాకు, కాఫీ పరిశ్రమతోబాటు రబ్బరుతోటల పెంపకం కూడా బ్రిటిష్‌వారి ఆదరణ పొందినది. కేరళ, కూర్గు, మద్రాస్ రబ్బరు ఉత్పత్తికి ముఖ్య కేంద్రాలుగా గుర్తింపు పొందినాయి. పైన పేర్కొన్న ప్లాంటేషన్ పరిశ్రమలవల్ల, తోటలపెంపకం వల్ల బ్రిటిష్‌వారికి, వారి కాంట్రాక్టర్లకు మంచి ఆదాయం చేకూరింది. స్థానిక రైతాంగానికి విశేషంగా ఏ మేలు జరగలేదు. బెంగాల్, గుజరాత్ ప్రాంతాలపై తమ ఆధిపత్యాన్ని నెలకొల్పిన అనంతరం బ్రిటిష్‌వారు అక్కడి ముడి ఉత్పత్తులను, తాము స్థాపించిన పరిశ్రమలకు సప్లయి చేయించారు. దీనివల్ల బెంగాల్‌లో జనుము పరిశ్రమలు, గుజరాత్‌లో వస్త్ర పరిశ్రమలు భారీ సంఖ్యలో నెలకొల్పబడినాయి.

భారతీయ ఆర్థికవ్యవస్థపై వస్త్ర పరిశ్రమ వికాసం-ప్రభావం

బ్రిటిష్‌పాలనా కాలంలో భారతదేశంలో తరతరాలుగా ప్రసిద్ధిగాంచిన నేతపనివారు, వారి ఉత్పత్తులు ఆదరణ కోల్పోయినాయి. ఇంగ్లాండ్‌లోని పరిశ్రమల్లో యంత్రాలసహాయంతో తయారైన వస్త్రాలు భారతీయ మార్కెట్‌లను ఆక్రమించినాయి. దీనివల్ల నేతమగ్గాలు చితికిపోయాయి. నేతపనివారు జీవనోపాధి కోల్పోయారు. ప్రసిద్ధ చరిత్రకారుడైన ఆచార్య ఇర్ఫాన్ హబీబ్‌గారు, '1833వ సంవత్సరం తరవాత బ్రిటిష్‌వారు భారతదేశంలో ఇండియన్ ఉత్పత్తులను దిగుమతి చేసుకోవడానికి ప్రయత్నించకుండ, ఇండియన్ మార్కెట్‌లను స్వాధీనం చేసుకునే ప్రయత్నాలు ముమ్మరం చేసి, సఫలీకృతులైనారని పేర్కొన్నాడు. దీనిఫలితంగా వారు విశేషలాభాలు గడించారు. వారి ఆర్థికపరిస్థితి మరింత బలపడినది. క్రీ.శ. 1815వ సం॥లో భారతదేశం నుంచి ఇంగ్లాండ్‌కు ఎగుమతిచేసిన భారతీయనేత వస్త్రాల విలువ 1,300,000 పౌండ్లు ఉండినది. 1832 సంవత్సరంనాటికి భారతీయ వస్త్ర ఎగుమతుల విలువ 100,000 పౌండ్లకు తగ్గినది. ఇదేకాలంలో బ్రిటన్‌నుంచి 1815లో భారతీయ

మార్కెట్‌లోకి దిగుమతిచేసుకున్న వస్త్రాల విలువ 26,300 పౌండ్లు ఉండినది. 1832 నాటికి ఈ దిగుమతుల విలువ 400,000 పౌండ్లకు వృద్ధిచెందినది. దీనికి ముఖ్యకారణం బ్రిటిష్‌వారు అనుసరించిన స్వేచ్ఛావ్యాపార పద్ధతి. దీని ఫలితంగా భారతదేశంలోని వివిధ ప్రాంతాలలో నివసించే నేతపనివారు తీవ్రంగా నష్టపోయారు. సూరత్, ఢాకా, ముర్షిదాబాద్‌లలోని నేతమగ్గాలు దారుణంగా నష్టపోయాయి. వాటిపై ఆధారపడి జీవించే నేతవృత్తివారు ఆర్థికంగా చితికిపోయారు. భారతదేశంలోని బొంబాయి, అహమదాబాద్ మొదలైన చోట్ల బ్రిటిష్‌వారు నెలకొల్పిన వస్త్ర పరిశ్రమలు తమ మేలురకపు వస్త్ర ఉత్పత్తులతో బ్రిటిష్, చైనా, జపాన్ దేశాల్లోని మిల్లులలో ఉత్పత్తులతో పోటీపడ్డారు.

బ్రిటిష్ పాలనకాలంలో - ఇతర పరిశ్రమల పరిస్థితులు : పైన పేర్కొన్న ఇనుము-బొగ్గు, వస్త్ర, జనపనార, తేయాకు, కాఫీ, రబ్బరు మొదలగు పరిశ్రమలతోపాటు, బ్రిటిష్ ఇండియాలో చక్కెర కర్మాగారాలు, పేపర్‌పరిశ్రమ (కాగితము పరిశ్రమ), చర్మపరిశ్రమ, సిమెంట్ పరిశ్రమ నెలకొల్ప బడినాయి. వీటిలో జరిగిన ఉత్పత్తులకు, దేశీయ, విదేశీయ మార్కెట్‌లలో మంచి డిమాండ్ ఉండింది. భారతీయ వర్తకులు మార్కెట్‌లోకి తెచ్చారు. అక్కడ బ్రిటిష్ చక్కెర ప్లాంటర్క్ చెరకు అధికంగా పండించేవారు. వీటిలో భారత 'ఇండెచర్డ్‌లేబర్' పనిచేసేవారు. కాగితపు పరిశ్రమ లార్డ్‌మాయో (1869-1872) వైస్రాయిగా భారతదేశంలో పనిచేసిన కాలంలో నెలకొల్పబడింది. మొదటి కాగితపు పరిశ్రమ **'బ్యాలీపేపర్‌మిల్'** పేరున 1870లో, బెంగాల్‌లోని హుగ్లీనది తీరాన నెలకొల్పబడింది. 1872లో **టిటాగుల్ కాగితపు** పరిశ్రమ, కాకినాడలో ఇంపీరియల్ పేపర్‌మిల్ 1894లో నెలకొల్పబడినాయి. ఆరంభంలో ఈ కాగితపు పరిశ్రమల నిర్వాహకులు అవసరమైన ముడిపదార్థాలను ఉడన్-పల్ప్, లేదా సబీగడ్డి పల్ప్ ఇతర ప్రాంతాలనుంచి దిగుమతి చేసుకున్నారు. 1918వ సంవత్సరంలో మొదటి ప్రపంచయుద్ధం ముగిసిన తరవాత (భారతదేశ వెదురుగుజ్జును ఇండియన్ బొంబూ పల్ప్)ను కాగితపు ఉత్పత్తికి వాడడం జరిగింది. ఇంగ్లాండ్‌నుంచి మేలురకం కాగితాన్ని, కాగితపు బోర్డులను దిగుమతి చేసుకునేవారు.

భారతదేశంలోని గ్రామాల్లో అనాదినుండే చర్మశుద్ధి, చర్మపు, వస్తువుల తయారుచేసే కులాల వారుండిరి. చనిపోయిన జంతువుల కళేబరాలను వీరు వివిధ రకాలుగా శుద్ధిచేసేవారు. పశువుల తోలును చెప్పులు, బూట్లు, బ్యాగ్‌లు, వ్యవసాయానికి అవసరమైన సామాగ్రి, తాళ్ళు, వివిధరకాల వాయిద్యాల తయారీకి వాడేవారు. 1860వ సంవత్సరంలో మొదటి తోలుపరిశ్రమను బ్రిటిష్‌వారు కాన్పూర్‌లో నెలకొలిపినారు. భారతదేశంలో సిమెంట్ ఉత్పత్తి 1904వసంవత్సరం తరవాత ఆరంభమయింది. **'మద్రాస్‌లో ఫోర్ట్‌ల్యాండ్ సిమెంట్ ఉత్పత్తి'**, ఇదే సంవత్సరంలో ప్రారంభమైంది. మొదటి ప్రపంచయుద్ధ ఆరంభానికి ముందుగానే **పోరుబందర్** (గుజరాత్), **కాటూరి** (మధ్యప్రదేశ్), **బుండీ** (రాజస్థాన్) మొదలైన చోట్ల సిమెంటు పరిశ్రమలు స్థాపించబడినాయి. వీటిలో కొంతమందికి జీవనోపాధి లభించినది.

మేనేజింగ్ ఏజన్సీ పద్ధతి : బ్రిటిష్‌వారు భారతదేశంలో తమ అధికారాన్ని సుస్థిరం చేసుకున్న తరవాత తమ సంస్థలను, పరిశ్రమలను, వ్యాపారాన్ని వృద్ధిచేసుకొనడానికి, మంచి లాభాలు సాధించడానికై అనేకమంది మేనేజింగ్ ఏజంట్లను నియమించారు. ఈ విధంగా నియమితులైన ఏజెంట్లు తమ తెలివితేటలతో, పట్టుదలతో ఈ పరిశ్రలను బలోపేతం చేసారు. భారీలాభాలను చేకూర్చినారు. ఇంగ్లాండ్‌లోని ధనవంతులు భారతదేశంలో పెట్టుబడులు పెట్టి, వాటినిర్వహణ బాధ్యతలను నైపుణ్యత, నమ్మకం కలిగిన మేనేజింగ్ ఏజెంట్లకు అప్పటంచారు. బ్రిటిష్ పాలనాకాలంలో ప్రసిద్ధిగాంచిన ఇండియన్ మేనేజింగ్ ఏజన్సీలలో **'బిర్లాబ్రదర్స్, ది టాటా-సన్స్ & కంపెనీ', ది డాల్మియాజైన్ లిమిటెడ్** ముఖ్యమైనవి. వీరు పరిశ్రమల, వ్యాపార విస్తరణలో ప్రధాన భూమిక పోషించారు. భారతీయ ఆర్థికవ్యవస్థ బలహీన పడడానికి ఈ మేనేజింగ్ ఏజెన్సీ పద్ధతి కారణమైనది.

దేశీయ-విదేశీయ పెట్టుబడులు : భారతదేశంలో మొగల్ అధికారం నెలకొన్న కాలంలో ముస్లిం నోబుల్స్ అతి పెద్ద సంపన్న వర్గం. 1707లో ఔరంగజేబ్ మరణానంతరం, బలహీనులైన మొగల్ చక్రవర్తుల అసమర్థతను ఆసరగా తీసుకుని, కంపెనీ అధికారులు తమ సమర్థకులను చేరదీసి పాత ముస్లిం నోబుల్స్‌ను అణచివేసారు. అంతవరకు వారు కొనసాగించే ఉత్పత్తులను, వ్యాపారాన్ని నిషేధించారు. బెంగాల్, మైసూర్‌ల ఆక్రమణ తరవాత (1757-1799) భారతదేశంలో కంపెనీ అధికారాన్ని సవాల్‌చేసే శక్తిలేకుండ అయింది. కంపెనీవారు ప్రోత్సహించిన మేనేజింగ్ ఏజెన్సీపద్ధతి స్వదేశీ వర్తకుల పాలిట శాపంగా మారింది. బ్రిటిష్ వర్తకుల స్వార్థపూరిత చర్యలు దేశీయ పరిశ్రమలకు, ఉత్పత్తులకు, వ్యాపారానికి తీరని నష్టం కలిగించాయి. భారతదేశం బ్రిటిష్ వలసగా మార్చబడినది. వలసవాదం, పెట్టుబడిదారీ విధానం, ఆధునిక రవాణా వ్యవస్థ కంపెనీకి అన్నిరకాల లాభాలు చేకూర్చినవి.

భారతీయ ఉత్పత్తుల క్షీణత : తూర్పు ఇండియా కంపెనీ పాలన, వారి వ్యాపార నీతి, పద్ధతులు, ఆ తరవాత కొనసాగిన బ్రిటిష్ రాణిపాలన, వైస్రాయిల పద్ధతులు భారతీయ ఆర్థిక వ్యవస్థను తీవ్రంగా దెబ్బతీసాయి. గ్రామీణ కుటీరపరిశ్రమలు, చేతివృత్తులు తీవ్రంగా నష్టపోయినాయి. బ్రిటిష్‌వారు నెలకొల్పిన పరిశ్రమలు భారీ పరిశ్రమలు (ఇనుము, బొగ్గు, వస్త్రపరిశ్రమలు) బ్రిటిష్ పెట్టుబడిదారి వర్గానికి భారీలాభాలు చేకూర్చినాయి. దేశంలోవారు నిర్మించిన, వేసిన ఆధునిక రవాణ సౌకర్యాలు వ్యాపారాభివృద్ధికి, శీఘ్రగతిన వస్తు-సరుకుల రవాణాకు దోహదం చేసాయి. ఆధునిక పరిశ్రమలు బలపడి, చేతివృత్తులు, గ్రామీణ కుటీర పరిశ్రమలు క్షీణించాయి. భారతీయ వ్యవసాయరంగంపై వీరంగా అదనపు భారంగా మారినారు. దేశంలో బ్రిటిష్ అధికారుల ఆదేశాలప్రకారం రైతులు వాణిజ్యపంటలనే అధికమొత్తంలో పండించవలసి వచ్చింది. దీనివల్ల ఆహారపు పంటల ఉత్పత్తి క్షీణించింది. జమిందారులు, మధ్యవర్తులు లాభపడినారు. ఈ పరిణామాలు దేశీయ వృత్తి, శ్రామికవర్గాల్లో తీవ్ర అసంతృప్తికి కారణమైనాయి. ఈ దశలోనే బ్రిటిష్ ఆధీనంలోని వివిధ ప్రాంతాల్లో గిరిజనులు, రైతాంగం, సైనికులు బహిరంగంగా తిరుగుబాటు చేసారు. వీటిని గురించి ముందు పుటల్లో వివరించడం జరిగింది.

భారతదేశంలో ఈస్ట్ ఇండియా కంపెనీకి వ్యతిరేకంగా కొనసాగిన రైతాంగ, గిరిజన తిరుగుబాట్లు

క్రీ.శ. 1600 సంవత్సరంలో భారతదేశంలో వర్తకం చేయడానికి ప్రవేశించిన తూర్పు ఇండియా కంపెనీ 1740వ సంవత్సరం తరవాత, స్వదేశీ రాజకీయాల్లో జోక్యం కలిగించుకోసాగింది. ఇక్కడి పాలకుల మధ్య నెలకొన్న అనైక్యతను, బలహీనతలను గుర్తించి చివరికి తన సైన్యాలతో యుద్ధాలకు దిగింది. ఈ నేపథ్యంలో కర్ణాటక, బెంగాల్, మైసూర్ రాజ్యాలను ఆక్రమించుకుంది. క్రీ.శ. 1757-1856 మధ్యకాలంలో ఈస్ట్ ఇండియా కంపెనీ భారతదేశంలో తిరుగులేని రాజకీయ శక్తిగా ఎదిగింది. సువిశాల సామ్రాజ్యధినేత అయింది. ఈ లక్ష్యసాధనకోసం ఈస్ట్ఇండియా కంపెనీ అధికారులు సామ, ధాన, బేధ, దండోపాయాలను సమయోచితంగా ప్రయోగించారు. భారతదేశాన్ని ఇంగ్లాండ్‌కు వలస రాజ్యంగా రూపొందించారు. దీని ఫలితంగా భారతదేశంలోని అన్ని వర్గాల వారు కంపెనీ పాలనవల్ల తీవ్రంగా నష్టపోయారు. కొందరు జీవన భృతి కోల్పోయారు, పదవులు, రాజ్యాలు కోల్పోయారు. దేశ జనాభాలో అత్యధికశాతం ఉన్న రైతాంగం కంపెనీ భూమిశిస్తు విధానాలవల్ల, కంపెనీ తరఫున హక్కులు పొందిన వర్గాల దోపిడీ వల్ల, రెవిన్యూ ఉద్యోగుల దౌర్జన్యాలవల్ల ఘోరంగా చితికిపోయారు. ఇదేవిధంగా దేశంలో అటవీప్రాంతాల్లో తరతరాలుగా స్వేచ్ఛా జీవితాన్ని గడుపుతూ, అడవి సంపదనే జీవనాధారంగా నమ్ముకొని బతుకుతున్న ఆదివాసులు (ట్రైబల్స్) ఈస్ట్ఇండియా కంపెనీ క్రూరచట్టాలవల్ల తీవ్రంగా నష్టపోయి కష్టాలపాలయ్యారు. రాజ్యాలు, పదవులు, భూములు, హక్కులు, భరణాలు కోల్పోయిన వర్గాలు పోరాడినట్లే, 1857 కంటే చాలా సంవత్సరాల ముందే దేశంలోని వివిధ ప్రాంతాల్లోని రైతాంగం, ఆదివాసులు 'ఈస్ట్ ఇండియా కంపెనీ వలస వాదానికి, సామ్రాజ్య వాదానికి, ఆర్థిక దోపిడికి వ్యతిరేకంగా తమదైన రీతిలో ప్రతిఘటనోద్యమాలు నిర్వహించారు. వీటిని చరిత్రకారులు రైతాంగ ట్రైబల్ ప్రతిఘటనోద్యమాలుగా అభివర్ణించారు. వీటికి దోహదపడిన అంశాలను గురించి, కొన్ని ప్రముఖమైన రైతాంగ, ట్రైబల్ ప్రతిఘటనోద్యమాలను గురించి ఈ కింది పేజీలలో చర్చించడం జరిగింది.

రైతాంగ - ట్రైబల్ ప్రతిఘటనోద్యమాలకు దారితీసిన కారణాలు

(అ) రాజకీయ కారణాలు, (ఆ) ఆర్థిక కారణాలు, (ఇ) గిరిజనుల అసంతృప్తి.

(అ) రాజకీయ కారణాలు

భారతదేశంలో ఈస్ట్ ఇండియా కంపెనీ పరిపాలిస్తున్న మొగల్‌పాలకులపట్ల అన్ని వర్గాల ప్రజలకు అభిమానం ఉంది. వారివారి సమస్యలను పాదుషాకు విన్నవించుకునే అవకాశం దేశవాసులు పొందారు. కాని విదేశీ పాలకులైన ఇంగ్లీష్‌వారు ఈ అవకాశాన్ని రద్దుచేశారు. దీనివల్ల దేశవాసుల్లో ముఖ్యంగా రైతుల్లో కంపెనీ పాలన పట్ల తీవ్ర అసంతృప్తి కలిగింది. అనాది నుంచి వ్యవసాయంపై ఆధారపడి జీవనాన్ని గడుపుతున్న అత్యధిక భారతీయ రైతాంగం శ్రేయస్సును గత పాలకులు అంతగా విస్మరించలేదు. వారి కష్టసుఖాలను రాజులు, సుల్తానులు ప్రత్యక్షంగానో, పరోక్షంగానో తెలుసుకొని వారిని కాపాడారు. కాని తూర్పు ఇండియా కంపెనీ తాను ఆక్రమించిన ప్రాంతాల్లోని వ్యవసాయ భూములపై శిస్తు వసూలును నిర్దాక్షిణ్యంగా వసూలుచేసింది. బెంగాల్, కర్ణాటక, మైసూర్,

హైద్రాబాద్ ప్రాంతాల్లో కంపెనీ నుంచి భూమిశిస్తు హక్కులు పొందిన వర్గాలు, వారి ఉద్యోగులు భారతీయ రైతాంగాన్ని అన్ని రకాలుగా కృంగతీసారు. దీనితో గ్రామీణ ఆర్థిక వ్యవస్థ, రైతు కుటుంబం చితికిపోయాయి. రైతులు వడ్డీ వ్యాపారులపై ఆధారపడసాగారు.

ఆ) ఆర్థిక కారణాలు

బ్రిటిష్‌వారి ఆర్థిక సామ్రాజ్యవాదానికి, స్వార్థపూరిత పన్ను వసూలు విధానానికి దేశంలోని అన్ని వర్గాల మాదిరిగానే రైతాంగం, గిరిజనులు కూడా బలైనారు. వారిలో బ్రిటిష్ వారి పట్ల వ్యతిరేకతా భావం బలపడింది. కంపెనీ అధికారులు రూపొందించిన వ్యవసాయ, భూమిశిస్తు విధానాలు, తరతరాలుగా కొనసాగుతూ వచ్చిన భారతీయ రైతు సామాజిక వ్యవస్థను విచ్ఛిన్నం చేసాయి. శాశ్వత శిస్తు విధానం, రైతువారి విధానం, మహల్వారి విధానం కంపెనీ కోశాగారాన్ని బలోపేతం చేసాయి. శిస్తు వసూలు అధికారులు, జమిందార్లు రైతాంగాన్ని అధిక శిస్తురేట్లతో గర్భదరిద్రులుగా మార్చారు. అతివృష్టి, అనావృష్టి సందర్భాల్లో రైతాంగాన్ని ఆదుకోవడానికి కంపెనీ ప్రభుత్వం చేపట్టిన చర్యలు నామమాత్రంగా ఉన్నాయి. 'జమిందార్ల' దౌర్జన్యాలకు అనేక ప్రాంతాల్లో రైతులు నష్టపోయారు. ఒక్క రైతుపై ప్రభుత్వం, జమిందారు, వడ్డీవ్యాపారి మూకుమ్మడిగా తమ దౌర్జన్యం కొనసాగించడంతో రైతులు అన్ని విధాలుగా నష్టపోయారు. క్రీ.శ. 1770-1856 మధ్యకాలంలో కంపెనీ ఆధీనంలోని ప్రాంతాల్లో సంభవించిన పన్నెండు ప్రధాన కరువులు రైతాంగాన్ని మరింత అవస్థ పెట్టాయి.

గ్రామీణ భారతదేశంలో వ్యవసాయరంగంలో రైతాంగానికి కేవలం రుతుబద్ధమైన (సీసనల్) ఉద్యోగావకాశాలుండేవి. మిగిలిన కాలం వారు చేతివృత్తులపై కుటీర పరిశ్రమలపై ఆధారపడేవారు. కాని బ్రిటిష్‌వారి మర్కంటలిజం, ఫ్రీట్రేడ్ పాలసీ ఫలితంగా ఇంగ్లాండ్‌లోని మర్కంటలిజం, ఫ్రీట్రేడ్ పాలసీ ఫలితంగా ఇంగ్లాండ్‌లోని పరిశ్రమల్లో ఉత్పత్తి చేయబడిన వస్తువులు భారతదేశంలోని గ్రామీణ, పట్టణ మార్కెట్‌లలో ప్రవేశించాయి. దీనితో సాంప్రదాయ చేతివృత్తులు, కులవృత్తులు డిమాండ్ కోల్పోయాయి. ఇలా జీవనోపాధి కోల్పోయిన వారు తమ బ్రతుకుతెరువుకోసం పూర్తిగా వ్యవసాయరంగంపై ఆధారపడసాగారు. దీనితో వ్యవసాయరంగంపై ఒత్తిడి పెరిగింది. కొందరు వ్యవసాయ కూలీలుగా మారారు. భూస్వాములు, వ్యవసాయ కూలీలు అనే రెండు వర్గాలు సమాజంలో ఏర్పడినాయి. ఇన్ని రకాల దుస్థితికి పరదేశీ పాలన కారణమని గ్రహించిన రైతులు 1857కు ముందే తమ తమ రీతిలో తిరుగుబాట్లు లేవదీసారు. వాటిని అణచివేయడంలో ప్రభుత్వం విజయం సాధించినప్పటికీ, స్థానిక ప్రజల హృదయాల్లో ఈ తిరుగుబాట్లు గౌరవ ప్రదమైన స్థానాన్ని సంపాదించుకున్నాయి.

ఇ) భారతీయ గిరిజనుల్లో చెలరేగిన అసంతృప్తి

భారతీయ సామాజిక వ్యవస్థలో అనాదిగా గిరిజనులు ముఖ్యపాత్రను పోషించారు. 'అడవి సంపదను' తమ తల్లిగా ఆస్తిగా నమ్మి బతికిన ఈ గిరిజనులు కూడా భారతదేశంలోని అనేక ప్రాంతాల్లో బ్రిటిష్ పరిపాలనవల్ల అనేక కష్టాలకు గురైనారు. ముఖ్యంగా 1857కి పూర్వం దేశంలో ఉన్న ప్రధాన ట్రైబల్ తెగల్లో 'కోలి' (మహారాష్ట్ర), తమల్, చిరో-బొగటా (పలమౌ) (చోటానాగపూర్),

మెంటి (అస్సాం), కోల్ (బీహార్), నాయక్ (గుజరాత్), ఖోండ్‌లు (ఒరిస్సా), సంథాల్ (బీహార్) పేర్కొనదగినవి. వీరు కంపెనీ పాలనకు వ్యతిరేకంగా తిరుగుబాట్లు చేసారు.

కంపెనీ అధికారులు చేసిన అటవి చట్టాలు, వారి స్వేచ్ఛను భంగపరచినాయి. వారి భూమి శిస్తు చట్టాలు, గిరిజనుల ఆదాయాన్ని దెబ్బతీసాయి. గిరిజన ప్రాంతాలలో సాంప్రదాయ పరిపాలనా వ్యవస్థను బ్రిటిష్ అధికారులు విచ్ఛిన్నం చేసారు. తండాల అధిపతులను తొలగించి వారి స్థానంలో గిరిజనేతరులైన శిక్కులను, ముస్లింలను, పెత్తందార్లుగా నియమించారు. 1831-32 కోల్ గిరిజన తిరుగుబాటుకు తక్షణ కారణం ఈ పెత్తందార్ల నియామకమే. ఒరిస్సాలోని ఖోండ్ గిరిజనులు అనాదిగా నరబలిని, శిశు హత్యలను తమ ఆచారంగా నిర్వహించేవారు. 1846కు ముందు ప్రభుత్వం వీటిని నిషేధిస్తూ చట్టాలు చేసింది. దీన్ని వ్యతిరేకిస్తూ ఖోండులు 1846-48 మధ్యకాలంలో తిరుగుబాటు చేసారు. బోద్‌రాజైన 'సామ్‌బిసాయ్' నేతృత్వం వహించాడు. బ్రిటిష్‌వారు నియమించిన గిరిజనేతర అధికారులు బీహార్‌లోని 'సంథాల్' గిరిజనులపై జరిగిన అత్యాచారాలను దిక్కరిస్తూ సంథాల్ తిరుగుబాటు 1855-56లో జరిగింది.

క్రీ.శ. 1757-1857 మధ్య జరిగిన గిరిజన తిరుగుబాట్లు

ఉత్తర, మధ్య భారతదేశంలోని అనేక ప్రాంతాలపై బ్రిటిష్‌వారి అధికారం క్రీ.శ. 1757-1857 మధ్యకాలంలో నెలకొల్పబడింది. దీనివల్ల అన్ని దేశీయ వర్గాల మాదిరిగానే గిరిజనులు కూడా కంపెనీ క్రూరపాలన వల్ల నానా అవస్థలు, అవమానాల పాలైనారు. బ్రిటిష్ అధికారాన్ని అంతమొందించాలనే లక్ష్యంతో గిరిజనులు హింసాత్మక పద్ధతిలో, ధైర్యంగా తిరుగుబాటు లేవదీసారు. బ్రిటిష్ పాలనలోని మరాఠ ప్రాంతంలోని 'కోలి' తెగ గిరిజనులు క్రీ.శ. 1784-85లో తొలిసారిగా తిరుగుబాటు చేశారు. ఫ్రెంచి విప్లవం జరిగిన సంవత్సరంలోనే అంటే క్రీ.శ. 1789లో 'చోటానాగపూర్' ప్రాంతంలోని తమల్ తెగ గిరిజనులు అక్కడి కంపెనీ చట్టాలకు వ్యతిరేకంగా తిరుగుబాటులు చేశారు. క్రీ.శ. 1800, 1817 లలో చోటానాగపూర్, పలిమౌ ప్రాంతంలోని 'చిరో-చోగటా', తెగ గిరిజనులు, చిరో జాగీర్దార్లు కంపెనీ అధికార్లు స్థానిక 'రాజ్‌పుత్-రకురాయిస్'లు ఐక్యమై పలమౌలో చిరోల పరిపాలనను క్రీ.శ. 1814లో అంతంచేసారనే కోపంతో తిరుగుబాటు చేసారు. క్రీ.శ. 1857లో దేశంలోని వివిధ ప్రాంతాల్లో తిరుగుబాటు ప్రారంభంకాగానే పలమౌ, రాంచీ, హజరీబాగ్ ప్రాంతంలో 'పితాంబర్' నాయకత్వంలో 'చిరో' తెగ గిరిజనులు భారీ తిరుగుబాటు లేవదీసారు. ఈ కింది పేజీలలో చారిత్రక ప్రాముఖ్యం సంతరించుకున్న బిల్, రమోసీ, కోల్ గిరిజన తిరుగుబాటు (1831-32), ఖోండ్ గిరిజన తిరుగుబాటు (1846-48), సంథాల్ తిరుగుబాటు (1855-56) లను గురించి వివరించడం జరిగింది.

బిల్ గిరిజనుల తిరుగుబాటు (క్రీ.శ.1817-19)

మార్క్విస్ హేస్టింగ్స్ గవర్నర్ జనరల్‌గా పనిచేస్తున్న రోజుల్లో పశ్చిమ కనుమల్లోని ఖాందేశ్ ప్రాంతంలో నివసించే 'బిల్'తెగ గిరిజనులు ఈస్టిండియా కంపెనీ పాలనను నిరసిస్తూ తిరుగుబాటు చేసారు. రెండో పీష్వా బాజీరావ్, అతని సేనాధిపతి 'త్రియంబిక్‌జీ డాంగ్లియా' బిల్ తెగ వారిని రెచ్చగొట్టారని బ్రిటిష్‌వారు ఆరోపించారు. కొత్త పాలకుల పరిపాలనలో వ్యవసాయం చేసుకునే

బిల్ తెగ గిరిజనులు కష్టాలపాలవుతామని బీతిల్లారు. వారిలో అభద్రతా భావం ఏర్పడింది. బ్రిటిష్ సైన్యాలు నిర్ధాక్షిణ్యంగా అణచివేసాయి. బర్మాయుద్ధంలో బ్రిటిష్ సేనలు ఎదురుదెబ్బ తినగానే మరోసారి క్రీ.శ. 1824-25 లో 'బిల్'లు 'సేవారాం' నేతృత్వంలో తిరుగుబాటు లేవదీసారు. బిల్ తెగ వారు తమ పోరాటాన్ని క్రీ.శ. 1846 వరకు కొనసాగించారు.

రమోసే తెగ తిరుగుబాట్లు (క్రీ.శ.1822) : భారతదేశంలోని పశ్చిమ కనుమల్లో నివసించే ఆటవిక, గిరిజన తెగల్లో 'రమోసీలు కూడా ముఖ్యులు. వీరు బ్రిటిష్ పరిపాలన వల్ల నష్టపోయినందువల్ల తిరుగుబాటు చేయడానికి సిద్ధపడినారు. 'చిత్తుర్‌సింగ్' నాయకత్వంలో రమోసీ తెగవారు 1822 తిరుగుబాటు లేవదీసారు. 'సతార' పరిసరాల్లో దాడులు చేసి భీభత్సం సృష్టించారు. 1825-26, 1829లలో కూడా 'రమోసీ'లు తిరుగుబాట్లు లేవదీసారు. కాని బ్రిటిష్ సైన్యాలు వీటిని అణచివేసారు.

(1) కోల్ గిరిజనుల తిరుగుబాటు (క్రీ.శ. 1831-32) : బ్రిటిష్ పాలకుల చట్టాలను, ఆర్థిక దోపిడిని, గిరిజనుల సామాజిక ఆచార వ్యవహారాల్లో జోక్యాన్ని నిరసిస్తూ గొప్ప తిరుగుబాటును, క్రీ.శ. 1831-32 సంవత్సరాల్లో కోల్ తెగవారు చేసారు. దీనివల్ల బీహార్‌లోని రాంచీ, సింగ్‌భమ్, హజారీబాగ్, పలమాప్రాంతాలు విశేషంగా ప్రభావితమైనాయి. కోల్‌లు చేసిన ఈ తిరుగుబాటు చారిత్రక ప్రాధాన్యం సంతరించుకుంది. కోల్ తెగకు చెందిన గిరిజనులు ఈ ప్రాంతంలో ఈస్టిండియా కంపెనీ పాలనకు ముందు 'భూమిపై' హక్కును కోల్ తెగ పెద్దలైన ముండాలు చెలాయించేవారు. కాని బ్రిటిష్ పాలనలో ఈ అధికారం గిరిజనేతర బ్రిటిష్ అధికారుల దౌర్జన్యాలను, కంపెనీ తరఫున గిరిజన గ్రామాలపై అధికారులుగా నియమించబడిన 'పెత్తదార్ల' జులుంకు వ్యతిరేకంగా క్రీ.శ.1831-32లో గొప్ప తిరుగుబాటు లేవదీసారు. శిక్కు, ముస్లిం వర్గాలకు చెందిన వారిని గిరిజన గ్రామాలపై పెత్తందార్లుగా ప్రభుత్వం నియమించింది. వీరు గిరిజనులు సాగుచేస్తున్న భూములపై భూమిశిస్తును ఇష్టారీతిలో పెంచి, బలవంతంగా వసూలు చేయసాగారు. శిస్తు చెల్లించని గిరిజన రైతులను పెత్తందార్లు, కంపెనీ పోలీసులు అనేక రకాలుగా హింసించారు. దీనితో విసుగెత్తిన 'కోల్'లు క్రీ.శ. 1831లో తిరగబడ్డారు. పెత్తందార్లపై దాడులు చేసారు. వారి ఆస్తులను దోచుకున్నారు. దగ్ధం చేసారు. 'కోల్' తిరుగుబాటుకు రాంచీ ప్రధాన కేంద్రమైంది. ఆ తరవాత వీరి తిరుగుబాటు సింగ్‌భయ్, హజారీబాగ్, పలమౌ 'కోల్'ల దాడులకు గురైనాయి. గిరిజనేతరులు, పెత్తందార్లు, అధికసంఖ్యలో హతులయ్యారు. 'కోల్'ల హింసాత్మక చర్యలు అదుపుతప్పడంతో కంపెనీ అధికారులు ఆ ప్రాంతాల్లో సైనిక చర్యను ప్రారంభించాయి. అనేకమంది కోల్‌లు ప్రాణాలు కోల్పోయారు. క్రీ.శ.1832 మార్చి నెల నాటికి 'కోల్' తిరుగుబాటు పూర్తిగా అణచివేయడం జరిగింది. కోల్ తిరుగుబాటు స్థానికమైనప్పటికీ, అంతిమ లక్ష్యాన్ని సాధించినప్పటికీ కంపెనీ అధికారుల్లో దడ పుట్టించింది. సరియైన నాయకత్వం, వ్యూహరచన, సైనిక బలం, ఆధునిక ఆయుధాలు లేనందువల్ల, బ్రిటిష్ వారు దీన్ని అణచివేయగలిగారు. ఈ తిరుగుబాటు భవిష్యత్ గిరిజన తిరుగుబాట్లకు మార్గదర్శకమైంది.

2. ఒరిస్సాలో ఖోండ్ గిరిజనుల తిరుగుబాటు (క్రీ.శ.1846-48)

సర్. హెన్రీ హర్డింజ్ భారతదేశంలో గవర్నర్ జనరల్‌గా పనిచేస్తున్న కాలంలో ఒరిస్సాలోని 'బోద్', 'దస్‌పల్లా' రాజ్యాల పరిసరాల్లోని 'ఖోండోమల్ పర్వతశ్రేణుల్లో' నివసించే 'ఖోండ్ తెగ' గిరిజనులు పెద్ద తిరుగుబాటు లేవదీసారు. ఈ తిరుగుబాటుకు ప్రధాన కారణం బ్రిటిష్ అధికారులు ఖోండ్‌ల సామాజిక, మత విశ్వాసాల్లో జోక్యం కలిగించుకోవడం. నరబలులు ఇవ్వడం, శిశుహత్యలు మొదలైనవి ఖోండ్ తెగవారి ఆచారాలు. వీటిని నిషేధిస్తూ క్రీ.శ.1837లోనే కంపెనీ అధికారులు చట్టాలు చేసారు. దీనితో ఖోండ్‌లలో తీవ్ర వ్యతిరేకత చెలరేగింది. ప్రభుత్వం తమ మత విశ్వాసాల్లో, ఆచార వ్యవహారాల్లో అనవసరంగా జోక్యం కలుగచేసుకుంటోందని ఖోండ్‌లు భావించారు. ఈ గిరిజన పెద్దలు 'బోధ్' 'దస్‌పల్లా' రాజుల చెప్పుచేతల్లో ఉండేవారు. క్రీ.శ.1843వ సంవత్సరం చివరిలో ఖోండ్ తెగల్లో నెలకొని ఉన్న ఈ దురాచారాలను అణచివేసే ఉద్దేశంతో ప్రభుత్వం ఖుర్ధా, బలసోర్, పాయికుల కంపెనీల సేనలకు మేజర్ హిక్స్‌ను కమాండర్‌గా నియమించి ఖోండ్‌మల్ ప్రాంతానికి పంపింది. అతడు ముందుగా బోడ్, దస్‌పల్లా రాజుల సహకారంతో ఈ దురాచారాలను అదుపు చేసి, ఖోండ్‌ల తిరుగుబాటును అణచివేయడానికి ప్రయత్నించి విఫలుడైనాడు. వీరు భూమిశిస్తును చెల్లించడం ఆపేసారు. బోధ్ రాజు అధికారాన్ని గుర్తించడానికి నిరాకరించారు. దీనితో ఖోండ్‌లకు ప్రభుత్వం పట్ల తీవ్ర ద్వేషం, శతృత్వం పెరిగింది.

క్రీ.శ. 1845వ సంవత్సరంలో బ్రిటిష్ అధికారులు ఖోండ్‌లలోని నరబలులను, ఆడశిశువుల హత్యలను అరికట్టాలనే ఉద్దేశంతో 'మెరియా ఏజన్సీ'ని నెలకొల్పింది. 'బోద్' ప్రాంతాన్ని 'మేజర్ మాక్‌ఫర్‌సన్' సైనిక పర్యవేక్షణలో ఉంచింది. ఇతడు మానసిక మార్పును తేవాలని కృషిచేసాడు. ఖోండ్‌ల చెరలో ఉన్న అభాగ్యులను విడుదల చేయించాడు. కాని కొంత కాలానికే ఖోండ్‌లు మనస్సు మార్చుకున్నారు. 'మేజర్ మార్ ఫర్‌సన్' కుటిల నీతితో తమ భూములను స్వాధీనం చేసుకోవచ్చని, అధిక పన్నులు విధించవచ్చని, తమను వెట్టికూలీలుగా మార్చడానికి కుట్ర పన్నాడని భావించి క్రీ.శ. 1846లో ఎదురు తిరిగారు. వీరి మెరుపుదాడిని ఎదుర్కొనడంలో మాక్‌ఫర్‌సన్ సేనలు విఫలమైనాయి. 170 మంది ఖోండ్ బందీలను బ్రిటిష్ వారి స్వాధీనం నుంచి తిరుగుబాటుదార్లు విడిపించుకున్నారు. క్రీ.శ. 1846 ఏప్రిల్ నెలలో మరోసారి వీరు మాక్‌ఫర్‌సన్ సైన్యాల ఆధీనంలో ఉన్న తమ 'రాజును' విడిపించడానికి తిరగబడినారు. 'చక్రబిసాయ్' నేతృత్వంలో మద్రాస్ నుంచి వచ్చిన సిపాయిల దళాన్ని వీరు ఎదుర్కొన్నారు. బాణాలతో, గొడ్డళ్ళతో తీవ్రస్థాయిలో కంపెనీ సైన్యాలపై దాడులు చేసారు. చివరికి పరాజితులై అడవుల్లోకి పారిపోయారు. ఇరువర్గాల మధ్య వర్షాకాలం ముగిసిన వెంటనే తిరిగిపోవడం ప్రారంభమైంది. సుమారు రెండేళ్లపాటు ఇరుపక్షాలు పోరాడినాయి. ముమ్మరం చేసారు. ఖోండ్‌లు మాత్రం ధైర్యం వీడక గెరిల్లా పద్ధతిలో పోరాడారు. క్రీ.శ. 1848 వరకు ఇదే పరిస్థితి నెలకొంది. ఆ తరవాత కంపెనీ సేనలు వ్యూహాన్ని మార్చింది. బహిష్కరించిన ఖోండ్‌రాజు 'సామ్‌బిసాయ్'ను తిరిగి అతని రాజ్యసింహాసనం నిలిపారు. దీనితో చాలావరకు ఖోండ్‌లు సంతృప్తి చెందారు. తిరుగుబాటు ముగిసింది. 'చక్రబిసాయ్' మాత్రం శాంతించలేదు. తన తెగల హక్కుల రక్షణకోసం క్రీ.శ. 1855 వరకు తన ఉద్యమాన్ని

కొనసాగించాడు. చివరికి బ్రిటిష్ సైన్యాలు ఖోండ్‌ల తిరుగుబాటును పూర్తిగా అణచివేసి 'ఖోండోల్' శాశ్వతంగా బ్రిటిష్ సామ్రాజ్యంలో విలీనం చేయడం జరిగింది. క్రమంగా అక్కడి ప్రజల్లో మార్పుచోటుచేసుకొని నరబలులు, శిశుహత్యలు తగ్గాయి.

(3) సంథాల్ గిరిజన తెగవారి తిరుగుబాటు (క్రీ.శ. 1855-56)

లార్డ్ డల్‌హౌసీ పాలన చివరిదశలో సంథాల్ తెగ గిరిజనుల తిరుగుబాటు జరిగింది. బ్రిటిష్ సామ్రాజ్యానికి వ్యతిరేకంగా జరిగిన గిరిజన తిరుగుబాట్లు అన్నింటిలోకెల్ల గొప్పది, శక్తివంతమైంది ఈ సంథాల్ తిరుగుబాటని ఆధునిక చరిత్రకారులు అభిప్రాయపడ్డారు. బీహార్‌లోని భగల్పూర్, రాజ్‌మహల్ జిల్లాలలోని పర్వత శ్రేణుల దగ్గరగా ఉన్న మైదాన ప్రాంతాలలో, సంథాల్ తెగ గిరిజనులు భారీ సంఖ్యలో నివాసం ఉండేవారు. సంథాల్ తెగ వారిపై అన్యాయంగా కంపెనీ సమర్థకులైన గిరిజనేతరులు జరుపుతున్న అత్యాచారాలకు వ్యతిరేకంగా ఈ తిరుగుబాటు జరిగింది. గిరిజనేతరులు జరుపుతున్న దోపిడిని, అరాచకాలను కంపెనీ అధికారులు సమర్థించడం సంథాల్‌ల తిరుగుబాటుకు ముఖ్య కారణమైంది. జమిందార్లు, పోలీసులు, పన్నులు వసూలుచేసే అదికారులు గిరిజనులపై పెత్తనం చెలాయించేవారు. కఠోర నిర్ణయాలలో వారిని హింసించారు, అవమానపరిచారు. వడ్డీవ్యాపారులు కూడా వీరిని అధిక వడ్డీ భారంతో కృంగదీసారు. పండిన పంటను కాంట్రాక్టర్లు, వడ్డీవ్యాపారులు దోచుకునేవారు. చేసిన శ్రమకు కూలీ కూడా చెల్లించేవారు కారు.

ఇలాంటి సంకట పరిస్థితుల్లో సంథాల్ గిరిజన నాయకులందరూ సమావేశమయ్యారు. భవిష్యత్ కార్యాచరణ ప్రణాళిక గురించి చర్చించుకున్నారు. రాత్రిపూట జమీందార్ల, వ్యాపారస్తుల ఆస్తులపై దాడులు చేసి దోచుకున్నారు. క్రీ.శ.1855 సంవత్సరం జూన్ 30వ తేదీన భగా నిధిహి నే ప్రదేశంలో సంథాల గిరిజన నాయకులు సమావేశాన్ని నిర్వహించారు. ఈ సమావేశంలో సుమారు నాలుగు వందల గ్రామాలకు చెందిన ఆరు వందలకు పైగా సంథాల్‌లు పాల్గొన్నారు. సమావేశంలో సంథాల్ నాయకులు తమలో ఐక్యత అవసరాన్ని నొక్కి చెప్పారు. అదేవిధంగా గిరిజనేతరులు తమ తెగపై జరుపుతున్న దాడులను అదుపుచేయాలని, వారిని తమ తమ ప్రాంతాల నుంచి తరిమివేయాలని, అందుకోసం బహిరంగ తిరుగుబాటు లేవదీయాలని నిర్ణయించారు. సంథాల్ తిరుగుబాటుకు నాయకత్వం వహించిన 'సిధు', 'కన్హూ' బ్రిటిష్ అధికారాన్ని అంతం చేయవలసిన ఆవశ్యకతను తెలియచేసారు. వీరి నాయకత్వంలో తిరుగుబాటు తీవ్ర ఉద్యమంగా మారింది. సంథాల్ నాయకులు గ్రామాలలో పర్యటించారు. సుమారు 1500 నుంచి 2000 సంథాల్ దళాలు రూపొందించారు. భీర్‌భమ్, రాజ్‌మహల్, భగల్పూర్ జిల్లాలలో వీరు స్వైర విహారం చేసారు. గొడ్డళ్ళు, విషంపూసిన విల్లంబులు, బాణాలు ధరించి శత్రువులపై దాడులు చేసారు.

సింధు, కన్హు నాయకత్వంలో సంథాలులు హింసాత్మక చర్యలకు పాల్పడినారు. స్థానిక జమీందార్ల, సాహుకార్ల, తెల్లదొరల, ప్రభుత్వ అధికారుల, రైల్వే ఉద్యోగుల, పోలీస్ అధికార్ల, వర్తకుల మొదలైనవారి ఇండ్లపై దాడిచేసారు. వారి కుటుంబ సభ్యులను నిర్దాక్షిణ్యంగా హింసించారు. దీనివల్ల బీర్‌భమ్, భగల్పూర్, రాజ్‌మహల్ జిల్లాల్లో కంపెనీ పాలనా వ్యవస్థ అంతమైనట్లు తోచింది. ఇతర వర్గాల వారు కూడా సంథాల్‌లకు మద్దతు ఇచ్చారు.

చివరికి బ్రిటిష్ ప్రభుత్వాధికారులు ఉద్యమ తీవ్రతను గుర్తించారు. సైన్యాన్ని బీర్‌భమ్, భగల్పూర్, రాజ్‌మహల్ ప్రాంతాలకు పంపించారు. ఇరువర్గాల మధ్య భీకరపోరు జరిగింది. పరిస్థితులు హద్దుమీరడంతో బీహార్‌లో సైనిక శాసనం అమలుచేసారు. సంథాల్ నాయకులను పట్టించిన వారికి పదివేల చొప్పున నగదు బహుమతి ప్రకటించిది. పదిహేను వేలకు పైగా సంథాలులు నిర్ధాక్షిణ్యంగా కాల్చిచంపబడినారు. అనేక గిరిజన గ్రామాలు బ్రిటిష్ సైన్యాలు దగ్ధం చేసాయి. క్రీ.శ. 1855 వ సంవత్సరంలో ఆగస్టులో విద్రోహుల సహకారంతో 'సిధు'ని బ్రిటిష్ సైన్యాలు నిర్భంధించి కాల్చి చంపేసాయి. క్రీ.శ. 1856వ సంవత్సరంలో ఫిబ్రవరిలో 'కన్హు'ను బ్రిటిష్ సైన్యాలు నిర్భంధించాయి. దీనితో తిరుగుబాటు నాయకత్వం బలహీనమైంది. సంథాల్ జిల్లాలను బ్రిటిష్ వారు ఆక్రమించారు. ఈ విధంగా సంథాల్ ఆటవిక తెగవారు జరిపిన విరోచిత పోరాటం భావితరాల వారికి నూతన స్ఫూర్తిని ఇచ్చింది.

మద్రాస్ ప్రసిడెన్సీలోని ఆంధ్రప్రాంతంలో గిరిజన తిరుగుబాటు

ప్రాచీన, మధ్య యుగాల్లో మాదిరిగానే, భారతదేశాన్ని బ్రిటిష్‌వారు పరిపాలిస్తున్న కాలంలో, దేశంలోని ఇతర ప్రాంతాల్లో మాదిరిగానే మద్రాస్ రాష్ట్రంలోని (ప్రెసిడెన్సీలోని) తెలుగు వారు నివసించే ప్రాంతాల్లోని అడవుల్లో, నిజాం రాజ్యంలోని తెలంగాణాలో కూడా సుమారు 25కి పైగా గిరిజన తెగలవారు నివసించేవారు. ముఖ్యంగా వీరి జనాభా ఆంధ్ర ప్రాంతంలోని ప్రస్తుత శ్రీకాకుళం, విశాఖపట్నం, తూర్పు గోదావరి, పశ్చిమగోదావరి, నిజాం రాజ్యంలోని ఖమ్మం, ఆదిలాబాద్, మహబూబ్‌నగర్, కర్నూల్ జిల్లాల్లో అధికంగా ఉండేది. ఆంధ్రప్రదేశ్‌లోని ఈ గిరిజన తెగలు మధ్య యుగంలో స్వేచ్ఛాయుతమైన, నిజాయితీ జీవితాన్ని గడిపారు. ఆంధ్రదేశాన్ని కాకతీయ, రెడ్డి, విజయనగర, కుతబ్‌షాహి వంశాల పాలకులు వీరి అంతరంగిక, జీవన, సామాజిక, మత ఆచారాల్లో జోక్యం కలిగించుకోలేదు. వారి అడవి హక్కులకు భంగం కలిగించలేదు. కాని భారతదేశంపై బ్రిటిష్‌వారి సార్వభౌమాధికారం నెలకొల్పబడిన తరవాత వీరి జీవనం దుర్లభమైంది. వారి స్వేచ్ఛ దెబ్బతింది. అడవి సంపదపై వారు అంతవరకు అనుభవించిన హక్కులు రద్దుచేయబడినాయి. బ్రిటిష్‌వారు రూపొందించిన అడవి చట్టాలు, భూమిశిస్తు విధానం మొదలైనవి. ఈ గిరిజనుల్లో తీవ్ర అభద్రతను, బ్రిటిష్ వ్యతిరేక భావాలను పెంపొందించాయి. చివరకు విశాఖపట్నం, తూర్పుగోదావరి జిల్లాల్లో స్థానిక గిరిజనులు పరదేశీ ప్రభుత్వ క్రూర చట్టాలకు వ్యతిరేకంగా తిరుగుబాటు లేవదీసారు.

విశాఖపట్నం గిరిజనుల తిరుగుబాటు (క్రీ.శ. 1832)

ఆంధ్రదేశంలో చెలరేగిన తొలి గిరిజన తిరుగుబాటు, బ్రిటిష్ పాలకుల స్వార్థపూరిత చట్టాలవల్ల 1832వ సంవత్సరంలో విశాఖపట్నం జిల్లాలో ప్రారంభమైంది. ఇక్కడ గిరిజనులు నివసిస్తున్న ప్రాంతాల్లో గతంలో కొనసాగిన పరిపాలనా వ్యవస్థను బ్రిటిష్‌వారు రద్దుచేసారు. వారికి విశ్వాసపాత్రులైన వారిని అధికారులుగా నియమించారు. కాశీపురం, పయకరావుపేట్, పాలకొండ జమీందారీలలో గిరిజనులు బ్రిటిష్ ప్రభుత్వం నియమించిన దురాగతాలకు వ్యతిరేకంగా తిరుగుబాటు చేసారు. ఈ గిరిజనుల తిరుగుబాటు అణచివేయడానికి ప్రభుత్వం 'జార్జ్‌రుస్సెల్' అనే అధికారిని

పంపింది. ఇతడు సమస్యకు కారణాలను తెలుసుకొని ప్రభుత్వానికి నివేదిక సమర్పించాడు. క్రీ.శ. 1839వ సంవత్సరంలో ప్రభుత్వం చట్టాన్ని చేసింది. దీనిప్రకారం ఇక్కడి పరిపాలనా వ్యవస్థలో మార్పులు చేసింది. జిల్లాలోని 7/8 వంతు భూభాగాన్ని సాధారణ చట్టం పరిధిలో ఉంచింది. మిగిలిన ప్రాంతాన్ని కలెక్టర్ ప్రత్యేక పాలనలో ఉంచారు. దీనితో ఇక్కడి గిరిజనులు సంతృప్తి చెందలేరు. 1845-48, 1879-80, 1886, 1891 సం॥రాల్లో 'పితూరీల' రూపంలో తిరుగుబాట్లు కొనసాగించారు. క్రీ.శ. 1917నాటికి మద్రాసు ప్రభుత్వం ఈ ప్రాంత గిరిజనుల వ్యతిరేకతను గుర్తించింది. ది ఏజన్సీ ట్రాక్ట్స్-ఇంటిరెస్ట్ అండ్ ల్యాండ్ ట్రాన్స్‌ఫర్ - ఆక్ట్‌ను రూపొందించింది. దీని ప్రకారం గిరిజనుల భూములను, గిరిజనేతరులకు అప్పగించే సాంప్రదాయాన్ని రద్దుచేసింది. ఈవిధంగా ఆంధ్రలోని గంజాం, పర్లాకిమిడి జమీందారీలలో గిరిజనుల పోరాటం సద్దుమనిగింది.

రంపా తిరుగుబాటు (1879)

మద్రాస్ ప్రెసిడెన్సీలోని గోదావరి జిల్లాలోని తెలుగు ప్రాంతాల్లో చెలరేగిన గిరిజన తిరుగుబాట్లలో మరో ముఖ్యమైన సంఘటన తూర్పు గిరిజనుల తిరుగు రంపా గ్రామం (ఏజన్సీ ప్రాంతం). ఇక్కడి గిరిజనుల తిరుగుబాటుకు అతిముఖ్య కారణం ఆంగ్లేయుల క్రూరమైన రెవిన్యూ విధానం, వారు ప్రోత్సహించిన హింసా విధానం.

'రంప' ఏజన్సీ ప్రాంతానికి అధిపతిగా (పరిపాలనాధికారిగా) 'మన్సబ్‌దార్ ఉండేవాడు. ఇతనికి పరిపాలన నిర్వహణలో సహకరించడానికి అనేక మంది 'ముత్తాదార్లు' ఉండేవారు. వీరు ఆ ప్రాంతంలోని భూమిశిస్తును, ఇతర పన్నులను వసూలుచేసి ప్రభుత్వానికి చెల్లించేవారు. శాంతిభద్రతలను కాపాడేవారు. క్రీ.శ. 1835వ సం॥లో 'రంప' మన్సబ్‌దారైన రామభూపతిదేవ్ మరణించాడు. దీనితో అక్కడ సింహాసనం లేదా 'మన్సబ్‌దార్' పదవికోసం అతని వారసుల మధ్య తగాదా ఏర్పడింది. చివరికి అక్కడి ప్రజలు తమ నూతన మన్సబ్‌దారుగా 'మాధవతి రామభూపతిదేవ్', బ్రిటిష్ ప్రభుత్వ అనుమతితో కొత్తగా బాధ్యతలు స్వీకరించాడు. ఇతనికి ప్రభుత్వం కొన్ని గ్రామాలను 'మొకాస గ్రామాలుగా' ఇచ్చింది. కాని కొంత కాలానికే మాధవతి రామభూపతిదేవ్ నిరంకుశంగా పరిపాలన చేయసాగాడు. ఏదో ఒక నెపం చూపించి ముతాదార్లను వారి పదవుల నుంచి తొలగించాడు. కొంత మందిని పోలీసుల సహాయంతో శిక్షించాడు. ఈ చర్యలవల్ల 'రంప' మాధవతి రామభూపతిపట్ల ప్రజల్లో పూర్తి వ్యతిరేకతాభావం బలపడింది. తీవ్ర అసంతృప్తి చెలరేగింది. ఈ పరిస్థితులు మద్రాసు ప్రభుత్వానికి తెలియవు. ఇదే సమయంలో మద్రాస్ ప్రభుత్వం కొండజాతులవారికి తాడిచెట్ల నుంచి కల్లు తీసే హక్కులను రద్దుచేస్తూ, ఈ హక్కులను ఆబ్కారీలకు వేలంపాటలో అప్పగిస్తూ చట్టం చేసింది. ఈ చర్య 'రంప' ప్రాంతంలోని గిరిజనుల్లో తీవ్ర ఆగ్రహాన్ని కలిగించింది. దీనికితోడు 'రంప' మన్సబ్‌దార్ గిరిజనులపై ఇతర పన్నులను కూడా విధించింది. దీనితో విసుగెత్తిన గిరిజనులు తమ సహజహక్కుల రక్షణకోసం చంద్రయ్య, సర్దార్‌జంగన్, పులికాంత సాంబయ్య, కారుతమ్మన దొర, అంబుల్ రెడ్డి మొదలైనవారి నేతృత్వంలో గొప్ప గిరిజన తిరుగుబాటును లేవదీసారు. ఈ తిరుగుబాటు ఏజన్సీ ప్రాంతంలో చాలా భూభాగాలకు వ్యాపించింది. అడ్డతీగల పోలీస్ స్టేషన్‌పై చంద్రయ్య దళం దాడిచేసి దగ్ధం చేసింది. విషయం గ్రహించిన మద్రాస్ ప్రభుత్వం తిరుగుబాటును

అణచివేయడానికి రెవిన్యూబోర్డు సభ్యుడైన 'సల్లెవన్'ను 'రంప' ఏజన్సీకి పంపింది. తిరుగుబాటుకు వాస్తవ కారణాలు తెలుసుకున్న ప్రభుత్వం మాధవతి రామభూపతిదేవ్‌ను 'మన్సబ్‌దార్' పదవి నుంచి తొలగించింది. తిరుగుబాటు నాయకులను ప్రభుత్వం నిర్బంధించింది. ఈవిధంగా రంపా తిరుగుబాటు వల్ల గిరిజనుల పోరాటపటిమ స్పష్టమైంది.

1857 తిరుగుబాటు, కారణాలు, ఫలితాలు

ఆధునిక భారతదేశ చరిత్రలో అత్యంత ప్రాధాన్యం సంతరించుకున్న చరిత్రాత్మకమైన సంఘటన 1857 నాటి తిరుగుబాటు. ప్లాసీ యుద్ధం ముగిసిన శతాబ్ధికి జరిగిన ఈ తిరుగుబాటులో ప్రధానపాత్ర పోషించింది. ఈస్ట్‌ఇండియా కంపెనీ సైన్యంలో సేవ చేస్తున్న భారతీయ సిపాయిలు అనేది చారిత్రక సత్యం. తిరుగుబాటు అకస్మాత్తుగా చెలరేగలేదు. దీనికి భారతీయ సమాజంలోని వివిధ వర్గాల్లో గత శతాబ్ధకాలంలో ఈస్ట్‌ఇండియా కంపెనీ దౌర్జన్య పూరిత, మోసపూరిత, స్వార్థపూరిత విధానాల పట్ల క్రమక్రమంగా బలపడిన వ్యతిరేకతే కారణమని పేర్కొనవచ్చు. 1857 తిరుగుబాటు చెలరేగే నాటికి భారతదేశంలోని అత్యధిక భూభాగాలపై ఈస్టిండియా కంపెనీ రాజకీయ అధికారం నెలకొల్పబడింది. మొగల్ చక్రవర్తి బహదూర్‌షా జాఫర్ నామమాత్ర పాద్‌షాగా ఉన్నాడు. కారన్‌వాలీస్ శాశ్వత భూమిశిస్తు విధానం, వెల్లస్లీ సైన్యసహకార పద్ధతి, డల్హౌసీ రాజ్యసంక్రమణ సిద్ధాంతం, దేశంలోని అత్యధిక ప్రాంతాలపై రాజకీయ సార్వభౌమాధికారాన్ని ప్రత్యక్షంగానో, పరోక్షంగానో నెలకొల్పినాయి. ఈస్ట్‌ఇండియా కంపెనీ రాజకీయంగా, ఆర్థికంగా బలీయమైన శక్తిగా అవతరించింది. 1857 నాటి తిరుగుబాటును చరిత్రకారులు 'సిపాయిల పితూరి' అని, జాతీయ తిరుగుబాటుని ప్రథమ స్వాతంత్ర్య పోరాటమని, సైనిక, పౌరతిరుగుబాటు పరంపర కలయికని వర్ణించారు. 1857 నాటి తిరుగుబాటులో దేశంలోని అన్ని వర్గాల ప్రజలందరూ ఐక్యతా భావంతో పాల్గొనలేదు. అన్ని ప్రాంతాలకు తిరుగుబాటు వ్యాపించలేదు. అయినప్పటికీ ఈ తిరుగుబాటు గతంలో (1857 కి పూర్వం) ఈస్ట్ ఇండియా కంపెనీకి వ్యతిరేకంగా జరిగిన తిరుగుబాట్లు కంటే గొప్పది, బలమైంది. ఎందుకంటే ఇందులో ఈస్ట్‌ఇండియా అధికార విస్తరణలో మూలస్తంభాలుగా నిలిచిన భారతీయ సిపాయిలే అత్యధిక సంఖ్యలో పాల్గొన్నారు. బ్రిటిష్ అధికార పునాదులను ఈ తిరుగుబాటు ఇండియాలోనే కాకుండా బ్రిటన్‌లో కూడా ప్రకంపనలు కలిగించింది. తిరుగుబాటుకు దోహదం చేసిన కారణాలను ఈ కింది పుటలలో చర్చించడం జరిగింది.

1. రాజకీయ కారణాలు : భారతదేశంలో ఈస్టిండియా కంపెనీ ప్రవేశించేనాటికి దేశంలో రాజ్యాధికారం మొగల్ చక్రవర్తుల ఆధీనంలో ఉంది. కాని 1857 నాటికి రాజ్యాధికారం కంపెనీ స్వాధీనం చేసుకుంది. చాలామంది దేశీయ రాజులు తమ నామమాత్రపు అధికారంలో సంతృప్తి చెందారు. చిట్టచివరి మొగల్ చక్రవర్తి రెండో బహదూర్‌షా జాఫర్ అధికారం కేవలం ఢిల్లీకే పరిమితమైంది. దేశ ప్రజలు అనేక సంవత్సరాలుగా మొగల్ చక్రవర్తుల పాలనలో అన్ని రకాల వసతులు పొందారు. వారి రాజకీయాధికారం అంతమై, విదేశీ వర్తక సంఘం దేశాన్ని పరిపాలించే శక్తిగా ఎదగడాన్ని దేశ ప్రజలు అంగీకరించలేకపోయారు. ముఖ్యంగా బెంగాల్ నవాబైన సిరాజ్-ఉద్దౌలా, మైసూర్

పాలకుడైన టిప్పుసుల్తాన్‌లు మాతృదేశ స్వాతంత్ర్యాన్ని, ఆత్మగౌరవాన్ని కాపాడుకోవడానికి కంపెనీ సైన్యాలతో జరిపిన వీరోచిత పోరాట పటిమ దేశ ప్రజల్లో నూతనోత్సాహాన్ని కలిగించింది. విదేశీ వర్తక సంఘ రాజకీయాధికారాన్ని అంతం చేయాలనే లక్ష్యాన్ని కలిగించింది.

బ్రిటిష్ వారు యుద్ధాలతోపాటు సైన్య సహకార పద్ధతి, స్వదేశీ సంస్థానాధీశులకు సంతానంలేని సందర్భాల్లో దత్తత తీసుకోవడానికి హక్కు లేదని, అలాంటి రాజ్యాలు రాజ్యసంక్రమణ సిద్ధాంతం ప్రకారం బ్రిటిష్‌వారి ఆధీనంలోకి బేషరతుగా విలీనం చేసుకోవడం అనే రెండు పద్ధతుల ద్వారా రాజ్యవిస్తరణ చేసారు. ఈ కుటిల రాజనీతికి బలైన రాజ్యాల్లోని ప్రజలు విదేశీపాలనను వ్యతిరేకించారు.

బ్రిటిష్ సామ్రాజ్య విస్తరణ కార్యక్రమం అపారమైన సామ్రాజ్య విస్తరణ కాంక్ష కలిగిన డల్హౌసీ కాలంలో (1848-56) ఊపందుకుంది. అతని రాజ్యసంక్రమణ సిద్ధాంతానికి సతారా (1848), సంబల్‌పూర్ (1849), ఉదయ్‌పూర్ (1852), ఝాన్సీ (1853), నాగపూర్ (1854) బలైనాయి. క్రీ.శ. 1856వ సం॥లో అయోధ్య రాజు పరిపాలన సక్రమంగా లేదనే నెపంతో, డల్హౌసీ రాజ్య సంక్రమణ సిద్ధాంతాన్ని అమలుచేసి ఆ రాజ్యాన్ని కంపెనీ సామ్రాజ్యంలో విలీనం చేసాడు. అన్ని వర్గాల ప్రజలు ఈ చర్యను నిరసించారు. సిపాయిలతో చేరి తిరుగుబాటులో పాల్గొన్నారు. డల్హౌసీ రాజ్యసంక్రమణ సిద్ధాంతంతోపాటు భరణాలను చెల్లించడం ఆపేశాడు. దీనితో స్వదేశీపాలకుల ఆగ్రహానికి గురైనాడు. పీష్వాబాజీ రావు దత్తత కుమారుడైన నానాసాహెబ్ డల్హౌసీ వ్యూహానికి గురైనాడు. అసంతృప్తి చెంది తిరుగుబాటు దారులతో కలిసి కంపెనీ సైన్యాలతో పోరాడాడు. చివరి మొగల్ చక్రవర్తి 'రెండో బహదూర్‌షా'ను కూడా డల్హౌసీ అవమానించడం అతని అనుచరులకు, ముస్లింలకు బాధ కలిగించింది.

ఆంగ్లేయ అధికారులు తమ పరిపాలనా వ్యవస్థలో భాగంగా భారతదేశంలో ప్రవేశపెట్టిన అనేక విధానాలు, మార్పులు, స్వదేశీయుల్లో అనేక మందికి అసంతృప్తిని మిగిల్చాయి. న్యాయ విచారణలో 'అందరికి ఒకే న్యాయం', 'చట్టం దృష్టిలో అందరూ సమానం' అనే సూత్రం మొగల్‌ల కాలంలో ప్రత్యేక హోదా, గౌరవం పొందిన వర్గాల వారికి ఆగ్రహం కలిగించింది. ఇదేవిధంగా కంపెనీ పోలీస్ వ్యవస్థ, విద్యా విధానం కూడా దేశ ప్రజల్లో అశాంతిని, కంపెనీ పాలనపట్ల ద్వేష భావాన్ని రగులు కొల్పింది. సంస్థానాలను, రాజ్యాలను భరణాలను కోల్పోయిన స్వదేశీ పాలకులు, ఉద్యోగాలు కోల్పోయిన ఉద్యోగులు, జమీందార్లు అధికారులు, సైనికులు జీవన భృతికోల్పోయిన చేతివృత్తుల వారు బ్రిటిష్ పాలనను వ్యతిరేకంగా తిరుగుబాటు చేసారు. ప్రజల విశ్వాసాన్ని పొందడంలో విఫలమైన కంపెనీ పాలనను అంతమొందించడానికి సిపాయిల నేతృత్వంలో తిరుగుబాటు ప్రారంభమైంది.

2. ఆర్థిక కారణాలు : ఈస్ట్ఇండియా కంపెనీ భారతదేశ ఆర్థిక వ్యవస్థను తన స్వార్థపూరిత విధానాల ద్వారా ఛిన్నాభిన్నం చేసింది. వ్యవసాయ రంగం కుంటుపడింది. రైతాంగం అన్ని రకాలుగా దోపిడీకి గురైంది. కంపెనీ అనుసరించిన దూరదృష్టిలేని, స్వార్థపూరిత భూమిశిస్తు విధానం, జమీందార్ల దౌర్జన్యానికి రైతాంగాన్ని బలిచేసింది. సైన్యసహకార సంధికి అంగీకరించిన స్వదేశీ పాలకులు

సైన్యాల పోషణ ఖర్చులు చెల్లించలేక కొన్ని ప్రాంతాలకు కంపెనీకి దారాదత్తం చేసినప్పుడు, అక్కడి రైతాంగం పన్ను భారంతో కృంగిపోయింది.

సాంప్రదాయ భారతీయ గ్రామీణ ఆర్థిక వ్యవస్థకు పట్టుకొమ్మగా ఉన్న కుటీర పరిశ్రమలు, చేతివృత్తులు బ్రిటిష్ పారిశ్రామిక ఉత్పత్తుల పోటీని తట్టుకోలేక, డిమాండ్ కోల్పోయి చిన్నాభిన్నమైనాయి. వీరు జీవనభృతిని కోల్పోయారు. భారతదేశ సహజవనరులను ముఖ్యంగా ప్రత్తి, జనుము, నీలిమందు, పొగాకును బ్రిటన్‌కు ఎగుమతి చేసి అపార లాభాలను కంపెనీ గడించింది. 'మర్కంటలిజం'ను అమలుచేసి బ్రిటిష్ ఆర్థిక వ్యవస్థ శ్రేయస్సు, బ్రిటన్ శ్రేయస్సునే వలస ప్రజలు కోరుకోవాలని బ్రిటిష్ పాలకులు భావించారు. దీన్ని వ్యతిరేకించిన వారిని నిర్దాక్షిణ్యంగా అణచివేసారు.

బ్రిటిష్‌వారి స్వార్థపూరిత విధానానికి, దోపిడీ వ్యవస్థకు భారతీయ పట్టణాల్లోని చేతివృత్తుల వారైన నేతపనివారు, కమ్మర్లు, అవాచీవృత్తివారు, మొచీవృత్తివారు మొదలైనవారు కూడా జీవనభృతిని కోల్పోయారు. వారు వృత్తులను కోల్పోయి బిచ్చగాళ్ళ స్థితికి దిగజారారు. దారిద్ర్యం కోరలలో చిక్కుకున్న పై వర్గాల వారు సిపాయిలతో కలిసి తిరుగుబాటుదారులతో చేరి బ్రిటిష్‌వారిపై దాడి చేసారు.

3. సాంఘిక, మత కారణాలు : అనాదిగా భారతీయ సమాజం సాంప్రదాయబద్ధమైన ఆచార వ్యవహారాలను విశ్వసించేది. అత్యధిక సంఖ్యలో ఉన్న హిందువులు, ముస్లిం, అధికార స్థాపన అనంతరం దేశంలోని వివిధ ప్రాంతాల్లో స్థిరపడిన ముస్లింలు తమ తమ మత ఆచారాలను, నియమాలను ఆదరించి ఆచరించేవారు. భారతదేశంలో బ్రిటిష్‌వారి అధికారం అత్యధిక ప్రాంతాల్లో నెలకొల్పబడే నాటికి (1857), ఐరోపా వారి సామాజిక, మత విశ్వాసాలు భారతీయులకు రుచింపలేవు. పైగా మొగల్ చక్రవర్తుల అధికారం క్షీణించి, హిందూ (రాజపుత్రుల) రాజకీయశక్తి క్షీణించడానికి దేశవాసులో అభద్రత భావాన్ని బలోపేతం చేసింది. బ్రిటిష్ అధికారులు తమ పరిపాలనా సంస్కరణల్లో భాగంగా భారతీయుల సామాజిక, మత, విషయాల్లో జోక్యం కలగించుకోవడం ప్రారంభించారు. 1813 సంవత్సరంలో బ్రిటిష్ పార్లమెంటు చేసిన చార్టర్ చట్టం వల్ల ఈ జోక్యం హద్దులు దాటింది. క్రీ.శ. 1829లో లార్డ్ విలియం బెంటింక్ ప్రభుత్వం బెంగాల్, బీహార్‌లలో 'సతీసహగమనాన్ని' నిషేధిస్తూ చేసిన చట్టం సాంప్రదాయ హిందువుల్లో తీవ్ర అలజడి కలిగించింది. కంపెనీ పాలన తమ సామాజిక ఆచారాలను, మతాన్ని మలినం చేస్తుందన్న భయం వారిలో బలపడింది. ఇదేవిధంగా బెంటింక్ ప్రవేశపెట్టిన నూతన ఇంగ్లీష్ విద్యావిధానం సాంప్రదాయ హిందూ, ముస్లిం విద్యాబోధన కొనసాగిస్తున్న వారిలో అసంతృప్తిని కలిగించింది. దేశీయ భాషలు, దేశీయ సంస్కృతి విధ్వంసమే బెంటింక్ లక్ష్యమని వారు తిరగబడినారు. భారతీయులను క్రైస్తవులుగా మార్చడానికే 1833 నుంచి భారీ సంఖ్యలో క్రైస్తవ మిషనరీలు బ్రిటన్ నుంచి భారతదేశంలో ప్రవేశించాయనీ, వాటికి కంపెనీ ప్రభుత్వ పూర్తి స్వేచ్ఛ ఇచ్చిందనీ, దీనివల్ల హిందూమతం, ఇస్లాం అంతరించిపోతాయన్న భయం దేశవాసుల్ని కంపెనీకి వ్యతిరేకంగా తిరుగుబాటు చేసేట్లు పురిగొల్పింది.

భారతీయులు ఇంగ్లీష్ ఈస్ట్ఇండియా కంపెనీ సైన్యంలో సైనికులుగా చేరినప్పుడు వారి మత, సామాజిక ఆచారాల్లో జోక్యం కలిగించుకొని కంపెనీ అధికారులు హామీ ఇచ్చారు. కాని కొంతకాలం తరవాత గడ్డాలు, మీసాలు పెంచుకోరాదనీ, సముద్రం దాటి యుద్ధాలు చేయాలనీ, అందరూ ఒకే తరహా డ్రెస్ ధరించాలనీ బలవంతం చేసింది. ఈ చర్యలన్నీ తమను క్రైస్తవులుగా మార్చడానికి ఉద్దేశించినవన్న విషయం సైనికుల ఆగ్రహానికి తిరుగుబాటుకు మరో కారణం. 1856లో లార్డ్ కానింగ్ రూపొందించిన 'సామాన్య సేవా నియుక్త చట్టం' (జనరల్ సర్వీస్ ఎన్‌లిస్ట్‌మెంట్ ఆక్ట్) భారతీయ సిపాయిల్లో తీవ్ర అలజడిని రేపింది.

భారతదేశంలోని వివిధ ప్రాంతాల్లో 1833 తరవాత కంపెనీ అండతో క్రైస్తవ మిషనరీలు బహిరంగంగా మత ప్రచారం చేసారు. మతమార్పిడిలను ప్రోత్సహించారు. క్రైస్తవ మిషనరీలు విద్యాసంస్థలు, ఆసుపత్రులు నెలకొల్పాయి. వాటిలో చేరేటట్లు మత మార్పిడిని ప్రోత్సహించాయి. దీనివల్ల హిందూ, ముస్లిం వర్గాల్లో తీవ్ర ఆందోళన చెలరేగింది.

ఈస్ట్ ఇండియా కంపెనీ ప్రభుత్వం క్రైస్తవ మిషనరీలు కొనసాగిస్తున్న మత ప్రచారాన్ని పూర్తిగా సమర్థించి, సహకరించింది. క్రీ.శ. 1835లో, క్రీ.శ. 1850లో ఆస్థిహక్కుకు సంబంధించి ప్రభుత్వం కొన్ని సంస్కరణలు ప్రవేశపెట్టింది. హిందూమతం విడిచి క్రైస్తవ మతం స్వీకరించిన వారికి కూడా ఆస్తిలో భాగం ఉండే విధంగా చట్టాలు రూపొందించింది. దీన్ని కూడా ప్రజలు వ్యతిరేకించారు. క్రీ.శ. 1856లో హిందూ వితంతువులు పునర్వివాహం చేసుకోవచ్చని ఒక చట్టం చేయడం జరిగింది. దీన్ని సనాతన హిందూ మత పెద్దలు, ప్రజలు ధర్మ విరుద్ధమని వ్యతిరేకించారు. బ్రిటిష్ ప్రభుత్వం ఈ విధంగా పథకం ప్రకారమే చట్టాలను రూపొందించి హిందూమతాన్ని అంతం చేయడానికి కృషి చేస్తుందనే అపోహ ప్రజల్లో బలపడింది. దీనికి వ్యతిరేకంగా తిరుగుబాటు చేయడానికి సిద్ధపడినారు.

భారతదేశంలో ఈస్ట్ ఇండియా కంపెనీ అధికారులు పరిపాలనా సౌలభ్యంకోసం అనేక రకాల కొత్త సేవలు, వసతులు కల్పించారు. ఇందులో ముఖ్యంగా లార్డ్. డల్హౌసీ గవర్నర్ జనరల్‌గా ఉన్న కాలంలో ప్రవేశపెట్టబడిన రైళ్ళు బండ్లు, టెలిగ్రాఫ్, పోస్టల్ సేవలు, భారతీయులకు కొత్త అనుభూతిని కలిగించినప్పటికీ వారిలో అనేక సందేహాలను కలిగించాయి. రైలు బండ్లలో అన్ని జాతులవారు, కులాలవారు, తెగలవారు, వర్ణాలవారు ఒకే స్థాయి, ఒకేచోట కూర్చొని ప్రయాణం చేయడంవల్ల సనాతన హిందువులు తమ మతాన్ని, వర్ణాశ్రమ ధర్మాన్ని, కులాన్ని భ్రష్టు పట్టించడానికి ఈ రైలు సేవలు ప్రవేశపెట్టిందని ఆగ్రహావేశాలు వ్యక్తం చేసారు.

ముస్లిం సమాజంలో గౌరవ స్థానం పొందిన మత పెద్దలు, మౌల్వీలు, ఖాజీలు కంపెనీ అధికారుల విధానాలవల్ల అవమానం పొందారు. వీరి మదరసాలు, దర్గాలు, గత వైభవాన్ని కోల్పోయాయి. మొగల్ చక్రవర్తుల కాలంలో ఈ మదరసాలు, దర్గాలు భూములు, బహుమానాలు పొందాయి. వీటన్నింటినీ కంపెనీ ప్రభుత్వం రద్దు చేసింది. ఈవిధంగా నష్టపోయిన మత పెద్దలు తిరుగుబాటుదారులలోచేరారు. 'మౌల్వీ అహమదుల్లాషా', 'అవధ్ రాజ్యంలో క్రీ.శ. 1857-58 మధ్యకాలంలో సిపాయిల తిరుగుబాటులో పాల్గొన్నాడు. వీరోచితంగా పోరాడాడు. బ్రిటిష్ ప్రభుత్వంపై

'జీహాద్' ప్రకటించాడు. కంపెనీ సైన్యాలు ఇతడిని, ఇతని అనుచరులను అరెస్టు చేసి 'ఫైజాబాద్ జిల్లా' జైలులో నిర్బంధించాయి. కాని జూన్ 8, 1857న ఫైజాబాద్‌లో తిరుగుబాటుదారులు అహమదుల్లాషాను నిర్బంధించిన జైలుపై దాడిచేసారు. జైలు ద్వారాలు విరగొట్టి అతన్ని బందవిముక్తుడిని చేసాయి. పైగా కలాం బ్రిటిష్ సేనలతో పోరాడి వీరమరణం పొందాడు.

4. సైనిక కారణాలు : 1857 తిరుగుబాటుకు దోహదం చేసిన కారణాలు, అంశాలు అనేకమైనప్పటికీ, ఆనాడు ఈస్ట్ ఇండియా కంపెనీ సైన్యంలో పనిచేస్తున్న భారతీయ సైనికుల్లో అనేక సంవత్సరాలుగా బలపడిన బ్రిటిష్ వ్యతిరేకతా భావమే అన్నింటికంటే ప్రధానమైందనీ చరిత్రకారులు అంగీకరించారు. వాస్తవానికి బ్రిటిష్ పరిపాలన పట్ల దేశంలోని అన్ని వర్గాల్లో వ్యతిరేకత, ద్వేషం ఉన్నప్పటికీ దాన్ని బహిరంగంగా వ్యక్తం చేసే ధైర్యం వారిలో లోపించింది. కాని సిపాయిలు మాత్రం అయుధాలు, ధైర్యసాహసాలు కలిగి ఉన్నందువల్ల వారి నేతృత్వంలోనే తిరుగుబాటు జరిగింది. కొన్నిచోట్ల ఇతర వర్గాల వారు వారితో జత కలిసారు. జాన్ లారెన్స్, సీలీ అనే బ్రిటిష్ అధికారులు 1857 తిరుగుబాటును 'సిపాయిల పితూరి అని, అంతకుమించి ఏమీ కాదని (ఎ సిపాయిస్ ముటినీ నతింగ్ మోర్) అని వర్ణించారు. ఈ తిరుగుబాటుకు సరియైన నాయకత్వం లేదని, ప్రజల మద్ధతూ లోపించిందని, ఇదొక స్వార్థపూరిత వర్గాలు జరిపిన కుట్రని, దీనిలో దేశభక్తి భావం లేదని, ఆనాటి బ్రిటిష్ ప్రభుత్వానికి వ్యతిరేకంగా భారతీయ సైనికులు చేసిన విద్రోహ చర్య అని లారెన్స్, సీలీ అభిప్రాయపడ్డారు.

భారతదేశంలోని బ్రిటిష్ వారి సైన్యంలో మొదటి నుంచి రెండు భాగాలుండేవి. ఒక భాగంలోని సైనికులంతా ఆంగ్లేయులు. వీరిని సోల్జర్లు అనేవారు. రెండోభాగంలోని వారు భారతీయులు. వీరినే సిపాయిలు అనేవారు. క్రీ.శ. 1856లో కంపెనీ సైన్యంలో 2 లక్షల 32వేల 234 మంది భారతీయ సైనికులు ఉండేవారు. బ్రిటిష్ సైనికుల సంఖ్య 45 వేలు. ఒక్క బెంగాల్‌లోనే భారతీయ సైనికుల సంఖ్య ఒక లక్ష ముప్పై రెండు వేలు. ఇందులో కేవలం ఎనిమిదివేల మంది సైనికులు మాత్రమే తిరుగుబాటు కాలంలో కంపెనీకి విశ్వాసపాత్రులుగా ఉండేవారు.

సుప్రసిద్ధ జర్మన్ మేధావి, తత్త్వవేత్త, చరిత్రకారుడైన కారల్‌మార్క్స్, 1857లో భారతదేశంలో ఈస్టిండియా కంపెనీ పరిపాలనకు వ్యతిరేకంగా సిపాయిల నేతృత్వంలో తిరుగుబాటు సంభవించడానికంటే నాలుగేండ్లు ముందే అంటే క్రీ.శ. 1853లో 'ఇండియా ఖర్చుతో, భారతీయులే సిపాయిలుగా ఉన్న భారత సైన్యమే, భారతదేశాన్ని ఇంగ్లీషువారి బానిసత్వంలో అణచి ఉంచుతుందని పేర్కొన్నాడు. అలాంటి సిపాయిల్లో చెలరేగిన అసంతృప్తే వారిని బ్రిటిష్ అధికారాన్ని ప్రతిఘటించేటట్లు సిద్ధం చేసింది. సిపాయిల్లోని అసంతృప్తే తిరుగుబాటుకు ప్రాణవాయువుగా పనిచేసింది. బ్రిటిష్ అధికారాన్ని గడగడలాడించింది.

భారతీయ సైనికులు, బ్రిటిష్ సైన్యంలో అధిక సంఖ్యలో ఉన్నప్పటికీ, బ్రిటిష్ వారి తరఫున పోరాడుతున్నప్పటికీ, వారి జీతభత్యాలలోను, పదోన్నతులలోను, ఉద్యోగ నిబంధనల్లోనూ, వ్యత్యాసం ఉండేది. పక్షపాత వైఖరి చూపించేవారు. భారతీయ సైనికులు ఎన్ని సంవత్సరాలు సర్వీసు చేసినా, 'సుబేదార్' హోదాను మించి ఉన్నత హోదా పొందేవారు కాదు. సుబేదార్ జీతం 60 నుంచి 70

రూపాయలు. ఇన్ని రకాలుగా వివక్షతకు గురైనా సిపాయిల్లో కంపెనీపట్ల కక్షను పెంచింది. భారతీయ సైనికుల ఆత్మాభిమానాన్ని దెబ్బతీసింది.

భారతీయ సైనికుల్లో కంపెనీ పాలనపట్ల అసంతృప్తి పెంపొందించడానికి మరో కారణం, సైనిక నియామకాల్లో మార్పులుచేయడం, భారతీయులు కంపెనీ సైన్యంలో చేరినప్పుడు వారి మత, కుల, నమ్మకాలను, కట్టుబాట్లను, ఆచారాలకు, భంగం కలిగించమని కంపెనీ అధికారులు వాగ్దానం చేసారు. కాని కొంతకాలం తరవాత కొత్త నియమాలను రూపొందించారు. తలపాగాలు ధరించరాదనీ, పొడవైన జుట్టు, గడ్డాలు ఉంచుకోరాదనీ, యూనిఫాం అందరూ ఒకే విధంగా ధరించాలనీ ఆదేశించారు. సముద్రం దాటి విదేశాల్లో యుద్ధాలు చేయడానికి కూడా భారతీయ సైనికులు సిద్ధంగా ఉండాలనీ బలవంతం చేసింది. దీన్ని భారతీయ సైనికులు తమ సాంప్రదాయానికి విరుద్ధంగా భావించారు. తమ కులం నుంచి కులపెద్దలు వెలివేస్తారన్న భయం వారిని వేదించింది. అందుకే సిపాయిలు కంపెనీ విధానాలకు వ్యతిరేకంగా తిరుగుబాటుకు సిద్ధమైనారు. 1857 సిపాయిల తిరుగుబాటు కంటే ముందే, ఈస్ట్ ఇండియా కంపెనీ సేవలో ఉన్న భారతీయ సైనికులు వివిధ సందర్భాల్లో బ్రిటిష్ సైనికాధికారులు విధించిన షరతులకు, నిర్దేశించిన నియమాలకు వ్యతిరేకంగా ఎదురుతిరిగారు. ఉదా : 1780వ సంవత్సరంలో విశాఖపట్నంలోని సిపాయిలు ఉద్యోగ నిబంధనలకు వ్యతిరేకంగా తిరుగుబాటు చేసారు. ఇదేవిధంగా, వెల్లోర్‌లో అక్కడి సర్వసైన్యాధికారియైన 'జాన్ క్రేడర్' క్రీ.శ. 1806వ సంవత్సరంలో భారతీయ సిపాయిలు గడ్డాలు, పొడుగాటి జుట్టు, మీసాలు గొరిగించుకోవాలని, బొట్టు పెట్టుకోరాదనీ, తలపాగ ధరించరాదనీ, దాని స్థానంలో తోలు టోపీలు ధరించాలనీ ఒక ఉత్తర్వు జారీచేశాడు. దీన్ని వ్యతిరేకిస్తూ హిందూ-ముస్లిం సిపాయిలు వెల్లోర్‌లో జూలై 10, 1806లో తిరుగుబాటు చేసారు. వెల్లోర్ కోటలోని ఇంగ్లీషు సైనికులను అధికారులను కొందర్ని హతమార్చారు. చివరికి 1807లో కంపెనీ అధికారులు 'జాన్‌క్రేడర్' ఉత్తర్వులను రద్దుచేసారు. 1824వ సంవత్సరంలో ఈస్టిండియా కంపెనీకి 'బర్మాతో' యుద్ధం సంభవించింది. యుద్ధంలో పాల్గొనడానికి బారక్‌పూర్ శిబిరంలోని 47వ దేశీయ కాల్బలానికి చెందిన భారతీయ సిపాయిలను 'రంగూన్'కు ప్రయాణం చేయాలని సైనికాధికారులు ఆదేశించారు. కాని ఇక్కడి సైనికులు సముద్రం దాటి విదేశాల్లో యుద్ధం చేయడానికి నిరాకరించారు. నవంబర్ 1824లో బహిరంగంగా ఆదేశాలను దిక్కరించారు. బ్రిటిష్ సైనికాధికారులు 47వ దేశీకాల్బలానికి చెందిన సైనికులపై నిర్దాక్షిణ్యంగా తుపాకీ గుండ్లతో కాల్చి చంపారు. 47వ దేశీ పటాలాన్ని రద్దుచేసారు.

పైన పేర్కొన్న సిపాయిల తిరుగుబాట్లు స్థానికమైనవి. వీటి వెనక నిర్దిష్టమైన వ్యూహారచన కనబడదు. అవమానకరమైన బ్రిటిష్ సైనికాధికారుల కొత్త ఆదేశాలను దిక్కరించాలనే పట్టుదల కనబడుతుంది. కానీ భారీశక్తి, సైన్యాలు గల కంపెనీ సైన్యం ఎదుట, ఈ ప్రయత్నాలు నిర్వీర్యమైనాయి. అయినప్పటికీ ముందు తరాలవారికి ఇవి స్ఫూర్తినిచ్చాయి.

వీటన్నింటికి తోడు లార్డ్ కానింగ్ గవర్నర్ జనరల్‌గా వచ్చిన వెంటనే క్రీ.శ. 1856లో

ప్రవేశపెట్టిన 'సామాన్య సేవా నియుక్త చట్టం' సిపాయిల్లో మరింత అసంతృప్తిని రగిల్చింది. దీని ప్రకారం భారతీయ సిపాయిలు దేశంలోని వివిధ ప్రాంతాల్లోనేకాక, విదేశాల్లో కూడా కంపెనీ తరఫున యుద్ధాల్లో పాల్గొనవలసి వచ్చింది. సిపాయిల్లో అనేకులు బ్రాహ్మణాది అగ్రవర్ణాలకు చెందినవారు. వీరి దృష్టిలో సముద్ర ప్రయాణం నిషేధం. అలా చేస్తే కులం నుంచి వెలివేయబడతారు. కాబట్టి ఈ చట్టం (సామాన్య సేవా నియుక్త చట్టం) సిపాయిల్లో తీవ్ర ఆందోళన కలిగించింది. ఇలాంటి పరిస్థితుల్లోనే లార్డ్ కానింగ్ ప్రభుత్వం సైన్యంలో కొత్తరకం 'బారు తుపాకులను ప్రవేశపెట్టింది. ఈ బారుతుపాకులను ఇంగ్లాండ్‌లోని వూద్‌వుచ్‌లోని ఆయుధ ఫ్యాక్టరీలలో తయారుచేసేవారు. అందులో తూటాల చివరి భాగాన్ని నోటి పండ్లతో కొరికి తుపాకీలలో పెట్టవలసి ఉండేది. ఈ తూటాలపై ఆవు కొవ్వు, పంది కొవ్వు పూసి ఉంచినట్లు ఒక వదంతి సిపాయిల్లో శీఘ్రంగా వ్యాపించింది. ఆవు హిందువులకు పవిత్రం, పంది ముస్లింలకు అశుభం, నిషేధం. అందువల్ల ఈ కొత్తరకం తూటాలను వాడటానికి భారతీయ సిపాయిలు నిరాకరించారు. ఇది కేవలం ఒక వదంతి మాత్రమేనని, అధికారులు నచ్చచెప్పినప్పటికీ, భారతీయ సైనికులు కంపెనీ అధికారులు తమ మతాన్ని నాశనం చేయడానికి, తమను క్రైస్తవులుగా మార్చడానికి పన్నిన కుట్రని భావించి తిరగబడ్డారు. తమ తమ మతాన్ని రక్షించుకోవడమే తమ ప్రథమ కర్తవ్యంగా సిపాయిలు భావించారు. కొత్తరకం ఎన్‌ఫీల్డ్ రైఫిల్, కొవ్వు పూసిన తూటాయే, తిరుగుబాటుకు తక్షణ కారణమైంది. కొత్తరకం డమ్ డమ్, అంబాల, సియాల్ కోట్ సైనిక కేంద్రాలు ఎంపిక చేశారు. ఇక్కడి భారతీయ సైనికుల్లో తీవ్ర ఆందోళన కలిగించింది. 1857 జనవరి నుంచే దేశంలోని అన్ని కేంద్రాలలోని సిపాయిల్లో ఈ కొత్త రకం తుపాకుల గురించి సంభాషణలు చోటు చేసుకున్నాయి. ఫిబ్రవరి 26, 1857లో బర్హాంపర్ శిబిరంలోని 19వ పదాతి దళానికి చెందిన భారతీయ సిపాయిలు కవాతులో పాల్గొనడానికి నిరాకరించారు. కొత్త రకం బారుతుపాకులను ఉపయోగించమని కంపెనీ సైనికాధికారులకు తేల్చి చెప్పారు. మార్చి 29న బెంగాల్‌లోని మరో కేంద్రమైన 'బారక్‌పూర్' శిబిరంలోని 34వ పటాలానికి చెందిన 'మంగల్‌పాండే' అనే బ్రాహ్మణ సిపాయి కొత్తరకం తుపాకులను ఉపయోగించడానికి నిరాకరించాడు. తిరగబడి ఒక ఆంగ్ల సైనికాధికారిని కాల్చి చంపాడు. కాని మంగల్‌పాండేను మిగతా బ్రిటిష్ సైనికులు నిర్బంధించారు. విచారణ జరిపించి, ఏప్రిల్ 8, 1857లో ఉరితీసారు. 19, 34వ దళాలను కంపెనీ ప్రభుత్వం రద్దుచేసింది. సిపాయిలందరిని ఉద్యోగం నుంచి తొలగించారు. ఈ సంఘటనలు మిగతా ప్రాంతాల్లోని భారతీయ సైనికుల్లో కంపెనీ పరిపాలనపట్ల కక్షను పెంచాయి. బెంగాల్ సైన్యంలోని సిపాయిల్లో అధికులు, అయోధ్య రాజ్యంలో పుట్టి పెరిగిన వారైనందువల్ల అక్కడి పాలకున్ని బలవంతంగా పదవి భ్రష్టున్ని చేసి, కంపెనీ అధికారులు వశపరచుకోవడం, అక్కడి చేతివృత్తుల వారిని, తాలూకాదార్లను హింసించడం కూడా సిపాయిల్లో క్రోధాన్ని రెట్టింపు చేశాయి.

1857 తిరుగుబాటు ఆరంభం, వ్యాప్తి, తిరుగుబాటు నాయకులు, కేంద్రాలు

1857 మే 10వ తేదీన సిపాయిల తిరుగుబాటు 'మీరట్' పట్టణం నుంచి అధికారికంగా ప్రారంభమైంది. కాని తిరుగుబాటు ఆరంభ హెచ్చరికలు చిహ్నాలు 1857 జనవరి నెల నుంచే వెలువడ్డాయి.

1856వ సంవత్సరంలో లార్డ్ కానింగ్ ప్రభుత్వం ఇంగ్లాండ్‌లోని 'వూల్‌వ్రిచ్'లోని ఆయుధ ఫ్యాక్టరీలో తయారుచేసిన కొత్తరకపు బారుతుపాకులను పాత బ్రౌన్‌బెస్ తుపాకుల స్థానంలో సైనికులు ఉపయోగించాలని ఆదేశాలు జారీచేసింది. ఈ కొత్త రకం ఎన్‌ఫీల్డ్ తుపాకులను ఉపయోగించడానికి అవసరమైన శిక్షణ ఇప్పించడానికి సైనికాధికారులు కలకత్తా సమీపంలోని డమ్‌డమ్, అంబాల, సియాల్‌కోట్ మొదలైన కేంద్రాలను ఎంపిక చేశారు. 1857 జనవరి 23న డమ్‌డమ్‌లోని సిపాయిలు సంభాషలో కొత్తరకం ఎన్‌ఫీల్డ్ రైఫిల్స్ ప్రస్తావన వచ్చింది. వీటిలో ఉపయోగించే తుటాలకు ఆవుకొవ్వు, పందికొవ్వు, పూసి ఉందన్న విషయం తెలిసింది. భారతీయ సిపాయిల్లో ఈ వార్త వేగంగా వ్యాపించింది. వారిలో మతం మలినమైపోతుందన్న ఆందోళన చెలరేగింది. ఆగ్రహావేశాలు వ్యక్తమయ్యాయి. బర్హంపూర్‌లోని భారతీయ సైనికుల ఆగ్రహావేశాలు వ్యక్తమయ్యాయి. బర్హంపూర్‌లోని భారతీయ సైనికుల 19వ పదాతిదళం కవాతులో పాల్గొనడానికి నిరాకరించింది. 1857, మార్చి 29న బారక్‌పూర్‌లోని 34వ పటాలానికి చెందిన 'మంగళ్‌పాండే' అనే సిపాయి తిరుగుబాటుచేసి, కొత్తరకం ఎన్‌ఫీల్డ్ తుపాకులను ఉపయోగించాలనీ బలవంతం చేసిన ఒక ఆంగ్ల అధికారిని చంపాడు. ఆ తరవాత బ్రిటిష్ సైనికులు అతన్ని బంధించి, విచారణ జరిపించి, ఏప్రిల్ 8న ఉరితీసారు. 19వ పదాతిదళాన్ని రద్దుచేసారు. బ్రిటిష్ సైనికాధికారులు ఎన్‌ఫీల్డ్ రైఫిల్స్ పై ఎలాంటి కొవ్వు పదార్థం వాడబడలేదని, కేవలం అదొక వదంతి మాత్రమేనని భారతీయ సైనికులకు నచ్చచెప్పినా ప్రయోజనం లేకుండా పోయింది. ఎర్రకలువల ద్వారా, చపాతీల ద్వారా రహస్యంగా విప్లవ సందేశాన్ని సైనికులు దేశంలోని అన్ని సైనిక శిభిరాలకు అందచేసారు.

మీరట్ సంఘటనలు (ఏప్రిల్ - మే, 1857)

ఉత్తర భారతదేశంలోని ప్రధాననగరాల్లో మీరట్ ఒకటి. 1857 నాటికి బ్రిటిష్ సైన్యాలు ఉండేవి. ఏప్రిల్ 24న ఇక్కడి సైనికాధికారియైన 'కల్నల్ స్మిత్' మూడవ అశ్వదళానికి చెందిన సిపాయిలను, కొత్త ఎన్‌ఫీల్డ్ తుపాకులను ఉపయోగించవలసిందిగా ఆదేశించగా, అక్కడి దళంలోని 85 గురు నిరాకరించారు. సైనికాధికారులు వారిని సైనిక న్యాయస్థానంలో విచారించి, 10 సంవత్సరాల జైలుశిక్ష విధించారు. ఇది దేశంలోని మిగిలిన శిబిరాలకు వ్యాపించింది. సిపాయిల్లో మరింత అసంతృప్తి కలిగించింది. మరో 15 రోజుల తరవాత అంటే మే 9న 85 మంది సిపాయిలను వారి దుస్తులు తొలగించి, ఇనుప బేడీలు వేసి అవమానించారు. దీనితో ఆగ్రహించిన మీరట్‌లోని ఇతర దళాల్లో ఉన్న భారతీయ సిపాయిలు మూకుమ్మడిగా మే 10న తిరుగుబాటు చేసారు. ఆంగ్లేయ అధికారులను చంపాడు. వారి ఇండ్లను, కుటుంబ సభ్యులను తగలబెట్టారు. అక్కడి ఖజానాను

దోచుకొని తమ సహచరులను జైలు నుంచి విడిపించుకున్నారు. అదే రోజు (మే 10, 1857) మొగల్ అధికార కేంద్రమైన ఢిల్లీ వైపు ప్రయాణం కట్టారు.

1857 తిరుగుబాటు వ్యాప్తి, ముఖ్యకేంద్రాల్లో జరిగిన సంఘటనలు

1857, మే 10న మీరట్ నుంచి బయలు దేరిన సిపాయిలు మరుసటి రోజు ఉదయం ఢిల్లీ చేరారు. వారిని అడ్డుకునేంత బ్రిటిష్ సేనలు ఢిల్లీలో లేవు. వారు భరణంతో నివసిస్తున్న 77 ఏండ్ల మొగల్ చక్రవర్తియైన రెండో 'బహదుర్‌షా జఫర్‌ను' తమకు నాయకత్వం వహించవలసిందిగా బలవంతం చేసారు. బహదూర్‌షా అంగీకరించిన తరవాత హింసకు పాల్పడినారు. ఢిల్లీలోని బ్రిటిష్ అధికారులైన సైమన్ ఫ్రేజర్‌ను ఇతరులను చంపారు. ఢిల్లీని పూర్తిగా ఆక్రమించుకున్న మీరట్ సిపాయిలు ఢిల్లీని ఆక్రమించి బ్రిటిష్ అధికారాన్ని సవాల్ చేసారు. తిరుగుబాటు కారుచిచ్చులా ఉత్తర, మధ్య, పశ్చిమ భారతదేశంలోని కాన్పూర్, వారణాసి, అలహాబాద్, ఝాన్సీ మొదలైన నగరాలకు రెండో బహదుర్‌షా జఫర్ వ్యాపించింది.

రెండో బహదుర్‌షా జఫర్ *II*

బ్రిటిష్ సైన్యాధిపతులు సిపాయిలు ఆక్రమించుకున్న ఢిల్లీ నగరాన్ని పునరాక్రమించడానికి వ్యూహాత్మకంగా వ్యవహరించారు. పంజాబ్‌లోని 'అంబాల' పట్టణంలోని తమ సైన్యాలను ఢిల్లీ వైపు పంపారు. తిరుగుబాటుదార్లకు, బ్రిటిష్ సేనలకు జూన్ 8, 1857లో ఢిల్లీ సరిహద్దు ప్రాంతంలో ఉన్న 'రిడ్జి' కొండ ప్రాంతంలో జరిగిన పోరులో బ్రిటిష్ సైన్యాల దాడికి తిరుగుబాటుదార్ల సైన్యాలు ఓటమిపాలైనాయి. జూన్ 1857 - సెప్టెంబర్ 10వ తేదీ వరకు నాలుగు నెలలపాటు బ్రిటిష్ సైన్యాలు 'రిడ్జి' ప్రాంతంలో అన్ని రకాల ఆయుధ సామగ్రిని సమకూర్చుకున్నారు. 'నెవైల్ చేంబర్లెన్, నికోల్సన్‌ల నేతృత్వంలో బ్రిటిష్ దళాలు మరోసారి తమ పథకాన్ని పునఃసమీక్షించుకున్నాయి. సెప్టెంబర్ 11, 1857 నుంచి ఢిల్లీని ఆక్రమించడానికి దాడులు ప్రారంభించిన బ్రిటిష్ సేనలు సెప్టెంబర్ 20 నాటికి తమ లక్ష్యాన్ని సాధించారు. 'హడ్‌సన్' అనే ఆంగ్లేయ అధికారి సిపాయిల తిరుగుబాటు నాయకుడైన రెండవ బహదూర్‌షాను బందించాడు. అతన్ని అతని భార్యను రంగూన్ పంపారు. ఇతర కుటుంబ సభ్యులను కాల్చిచంపారు. తిరుగుబాటుదార్లకు వ్యూహరచన, నాయకత్వం, సైన్యాలు, ఆయుధాలు, ఐక్యత మొదలైనవి లేనందువల్ల వారి శక్తి నిర్వీర్యమైంది.

నానాసాహెబ్

ఢిల్లీలో వారి ఓటమి పతనం తిరుగుబాటు భవిష్యత్తును నిర్ణయించింది. మిగిలిన కేంద్రాల్లో బ్రిటిష్ సేనలు రెట్టింపు ఉత్సాహంతో పోరాడి విజయాన్ని సాధించాయి.

తిరుగుబాటు కేంద్రాల్లో ఒకటైన 'కాన్పూర్'లో బ్రిటిష్ సైనికాధికారి 'వీలర్'. ఇతడు మీరట్‌లో సిపాయిలు తిరుగుబాటు చేసారని తెలుసుకున్న కొన్ని ముందు జాగ్రత్త చర్యలు తీసుకున్నాడు. దీనితో ఆగ్రహం చెందిన 'కాన్పూర్' సిపాయిలు 1857, జూన్ 4న తిరుగుబాటు లేవదీసారు. రెండో బాజీరావ్ దత్తత పుత్రుడైన నానాసాహెబ్ నేతృత్వంలో ఉన్న సిపాయిలు కూడా వారితో కలిసారు. వీరందరూ మూకుమ్మడిగా దాడిచేసి కోశాగారాన్ని, ఆయుధాగారాన్ని వశపరుచుకున్నారు. 'వీలర్' ఏర్పాటుచేసిన శిబిరాన్ని ముట్టడించారు. నానాసాహెబ్ నేతృత్వంలోని తిరుగుబాటు సేనలు అద్భుత విజయాన్ని సాధించాయి. జూన్ 28, 1857లో నానాసాహెబ్ పీష్వాగా ప్రకటించారు.

ఝాన్సీలక్ష్మీబాయి

బ్రిటిష్ అధికారులు కాన్‌పూర్‌ను పునరాక్రమించడానికి జనరల్ హోవ్‌లాక్ నాయకత్వంలో జులై నెలలో సైన్యాలు పంపింది. ఇరుపక్షాల సేనల మధ్య భీకరపోరు జులై 18 వరకు కొనసాగింది. నానాసాహెబ్ పరాజితుడై అయోధ్య పారిపోయాడు. కంపెనీ సైన్యాలు ఇక్కడ అఖండ విజయం సాధించిన సమయంలోనే లక్నోలో సిపాయిలు తిరుగుబాటు లేవదీసారు. అందువల్ల కంపెనీ ఉన్నతాధికారుల ఆదేశాల మేరకు హోవ్‌లాక్ కాన్పూర్ రక్షణ, జనరల్ 'నీల్'కు అప్పగించి లక్నో వెళ్ళాడు. నానాసాహెబ్ అనుచరుడు, రెండో బాజీరావు ఉద్యోగుల్లో ఒకడైన 'తాంతియా తోపే' నానాసాహెబ్ తరవాత 'నీల్' సేనలతో కాన్పూర్‌లో పోరాడినాడు. ఇతడి పోరాటం డిసెంబర్ నెల మొదటివారం వరకు కొనసాగింది. ఇదే సమయంలో నానాసాహెబ్ కాన్పూర్ తిరిగి వచ్చి తన సేనలతో కలిసి బ్రిటిష్ సేనలతో తలపడినాడు. కాని తాంతియాతోపే, నానాసాహెబ్ ఇద్దరూ బ్రిటిష్ సైన్యాల చేతిలో ఓడిపోయారు. తాంతియా తోపే తప్పించుకొని ఝాన్సీ రాజ్యం చేరాడు. ఈవిధంగా కాన్పూర్ బ్రిటిష్ ఆధీనంలోకి వచ్చింది. అక్కడి తిరుగుబాటు డిసెంబర్, 1857 నాటికి అణిచివేయడం జరిగింది.

క్రీ.శ. 1857లో జరిగిన తిరుగుబాటు కేంద్రాల్లో 'అయోధ్య' అతిముఖ్యమైంది. ఇక్కడి తిరుగుబాటుకు ముఖ్య కారణం క్రీ.శ. 1856 ఫిబ్రవరి నెలలో 'లార్డ్ డల్హౌసీ అయోధ్య రాజు పరిపాలన సరిగ్గా నిర్వహించడం లేదనీ, శాంతిభద్రతలు క్షీణించాయి అనే నెపంతో రాజ్యాన్ని అయోధ్యను బ్రిటిష్ సామ్రాజ్యంలో విలీనం చేసుకున్నాడు. స్థానిక ప్రజలు తమ రాజును, అతని కుటుంబాన్ని ఫిరంగి పాలకులు అవమానపరిచిన విధానాన్ని జీర్ణించుకోలేకపోయాయి. క్రీ.శ. 1857లో భారతదేశంలోని అత్యధిక జనాభా గల కేంద్రాల్లో అయోధ్య ఒకటి. కేవలం ఇక్కడి

సిపాయిలేగాక అన్ని వర్గాల ప్రజలు ఐక్యంగా బ్రిటిష్‌వారి ఆధీనంలో బందీగా ఉన్న నవాబ్ వజీత్-అలీ-షా భార్యయైన బేగం హజరత్ మహల్, ప్రముఖ మత పెద్ద మౌల్వీ 'అహ్మదుల్లాషా' నేతృత్వంలో తిరుగుబాటును నడిపారు. మే 31, 1857 నుంచి జూన్ నెల వరకు ఇరుపక్షాల మధ్య తీవ్రపోరు జరిగింది. లక్నోలో నాటి బ్రిటిష్ రెసిడెంట్ 'హెన్రీ లారెన్స్' తిరుగుబాటు సైన్యాలను ఎదిరించి పరాజితులైనాడు. రెసిడెన్సీని తిరుగుబాటుదార్లు ఆక్రమించుకుంది. కాల్పుల్లో చివరికి అనేకమంది బ్రిటిష్ సైనికులు, రెసిడెంట్ హెన్రీ లారెన్స్‌లు మరణించారు. ఆగస్టు క్రీ.శ. 1857లో బేగం హజరత్ మహల్ తన మైనర్ కుమారుడిని నవాబ్‌గా ప్రకటించింది. తిరుగుబాటు దార్ల మద్దతుతో పాలన కొనసాగించింది. సెప్టెంబర్ 1857 నుంచి బ్రిటిష్ సేనలు 'హేవ్‌లాక్' నేతృత్వంలో అయోధ్యలోని తిరుగుబాటును అణచివేయడానికి అన్ని రకాల ప్రయత్నించారు. జనరల్ నీల్ కూడా సిపాయిలతో చంపబడ్డాడు. చివరకు 'కొలిన్‌కాంప్‌బెల్' నేతృత్వంలో నవంబర్, 1857లో బ్రిటిష్ సేనలు అయోధ్య చేరాయి. ఇతనికి తోడుగా జనరల్ ఫ్రాంక్స్ దళం, జనరల్ ఔట్రాంసైన్యాలు, జంగ్ బహదూర్ గుర్ఖా సైన్యం ఐక్యంగా తిరుగుబాటుదార్ల సైన్యాలతో పోరాడాయి. మార్చి 21, 1858 నాటికి లక్నో బ్రిటిష్ వారి స్వాధీనమైంది. అయోధ్య (లక్నో) తిరుగుబాటు చరిత్ర పుటల్లో శాశ్వత కీర్తి పొందింది.

క్రీ.శ. 1857 తిరుగుబాటు తీవ్రస్థాయిలో జరిగిన కేంద్రాల్లో మధ్యభారత్‌లోని 'బుంధేల్‌ఖండ్' ఒకటి. ఇక్కడ తిరుగుబాటుకు నాయకత్వం వహించిన వారిలో స్వర్గీయ ఝాన్సీ మహారాజైన గంగాధర్ రావు భార్యయైన లక్ష్మీబాయి, బందానబాయి, తాంతియాతోపే, రావుసాహెబ్ ముఖ్యులు. ఝాన్సీ రాజ్యాన్ని 'దత్తత స్వీకార రద్దు చట్టం' ప్రకారం డల్హౌసీ ఫిబ్రవరి 27, 1854లో బ్రిటిష్ సామ్రాజ్యంలో విలీనం చేసుకున్నాడు. అప్పటి నుంచి బ్రిటిష్ వారు చెల్లించిన భరణంతో లక్ష్మీబాయి జీవితం గడిపింది. ఆమె ఫిరంగి రాజ్యం పట్ల శత్రుత్వాన్ని పెంచుకుంది. మీరట్‌లో తిరుగుబాటు ప్రారంభమైన తరవాత ఝాన్సీ రాణి ఆమె సేనలు కంపెనీ అధికారానికి వ్యతిరేకంగా తిరుగుబాటు లేవదీసాయి. ఝాన్సీ కోటపై దాడిచేసాయి. కోశాగారాన్ని, ఆయుధగారాన్ని వశపరుచుకున్నాయి. కొందరు బ్రిటిష్ అధికారులను హత్యచేసాయి. వీటినే చరిత్రకారులు 'జోఖన్‌బాగ్ హత్యాకాండగా పేర్కొన్నారు. 'హ్యూరోజ్' నేతృత్వంలో ఆంగ్ల ప్రభుత్వం మార్చి 1858లో భారీ సేనలను లక్ష్మీబాయి పైకి పంపాయి. ఇరుపక్షాల మధ్య భీకర పోరు జరిగింది. లక్ష్మీబాయి, ఆమె సేనలు వీరోచితంగా పోరాడినప్పటికీ జూన్ 18, 1858లో ఆమె ప్రాణాలు కోల్పోయింది. తాంతియాతోపేను ఏప్రిల్ 19, 1859లో ఉరితీసారు. ఈవిధంగా 'హ్యూరోజ్' నేతృత్వంలో బ్రిటిష్ సేనలు విజయం సాధించి, ఝాన్సీ తిరుగుబాటును అణచివేసాయి.

1857 తిరుగుబాటు ఫలితాలు

భారతీయ సిపాయిల నేతృత్వంలో, మే 10, 1857 నుంచి ప్రారంభమైన బ్రిటిష్ వ్యతిరేక తిరుగుబాటు అక్టోబర్ 1858 నాటికి అణచివేయడం జరిగింది. తిరుగుబాటు అనేక లోపాలవల్ల

తన లక్ష్యాన్ని సాధించడంలో విఫలమైనప్పటికీ, ఈ సంఘటన కొనసాగిన తీరు బ్రిటన్‌లోని పార్లమెంటు సభ్యుల పాతధోరణిలో మార్పుకు బీజాలు నాటింది. భారతదేశంలో బ్రిటిష్ సామ్రాజ్య అస్తిత్వాన్ని రక్షించుకోవడానికి భారతీయులకు సానుకూలమైన విధానాలను రూపొందించవలసిన అవసరం ఎంతైనా ఉందన్న సత్యాన్ని బ్రిటిష్ ప్రభుత్వాధికారులు గుర్తించారు. బ్రిటిష్ పాలన పట్ల, పక్షపాత వైఖరి పట్ల, స్వార్థపూరిత విధానాలపట్ల ప్రజల్లో అణిగి ఉన్న అసంతృప్తిని బహిరంగం చేయడంలో క్రీ.శ.1857 తిరుగుబాటుదార్లు విజయం సాధించారు. భారతీయుల విశ్వాసాన్ని చూరగొనడానికి అవసరమైన విధివిధానాలను, నవంబర్ 1, 1858లో జారీచేసిన చరిత్రాత్మకమైన ప్రకటనలో బ్రిటిష్ సామ్రాజ్య అధినేత్రి మహారాణి విక్టోరియా స్పష్టంచేసింది. ఒక నూతన శకానికి ఈ ప్రకటన పునాదులు వేసింది.

క్రీ.శ.1857 తిరుగుబాటు మొదటి ఫలితం భారతదేశంలో క్రీ.శ. 1772 నుంచి అధికారికంగా కొనసాగిన ఈస్ట్ఇండియా కంపెనీ పరిపాలన 1858 అక్టోబర్ నుంచి రద్దయింది. భారతదేశంలో అంతవరకు కంపెనీ అధికారంలో ఉన్న భూభాగాలన్నింటిపై బ్రిటిష్ ప్రభుత్వ ప్రత్యక్ష పరిపాలన (క్రౌన్‌రూల్) ప్రారంభమైంది. క్రీ.శ.1772 నాటి రెగ్యులేటింగ్ చట్టం ప్రకారం కంపెనీ పరిపాలనా వ్యవహారాలు నడిపే అధికారి (గవర్నర్ జనరల్) పదవి రద్దు చేయడం జరిగింది. ఇతని స్థానంలో వైస్రాయి (రాజప్రతినిధి) అనే ఉన్నతాధికారిని క్రీ.శ. 1858 చట్టం ప్రకారం సృష్టించారు. ఇతడు బ్రిటిష్ ప్రభుత్వ మంత్రి మండలిలో కూడా సభ్యుడిగా ఉండేవాడు. ఇతనికి పరిపాలనా వ్యవహారాల్లో సహకరించడానికి 15 మంది సభ్యులతో కూడిన ఒక సలహామండలి కూడా ఏర్పాటైంది. అయితే ఈ మండలిలో గాని, బ్రిటిష్ మంత్రివర్గం, పార్లమెంటులోగాని భారతీయులకు ఎలాంటి ప్రాతినిధ్యం కల్పించబడకపోవడం శోచనీయం.

క్రీ.శ.1858 ఆగస్టులో బ్రిటిష్ పార్లమెంటు చేసిన చట్టం ప్రకారం పరిపాలనా నిర్వహణ పద్ధతిలో మరిన్ని మార్పులు చేసారు. వైస్రాయి కార్యనిర్వహణలో తోడ్పడటానికి 'అయిదుగురు' సభ్యులతో కూడిన 'కార్యనిర్వాహక మండలి' ఉంది. వీరు క్యాబినెట్ మంత్రుల హోదా కలిగి, వివిధ శాఖాధిపతులుగా అధికార సలహాదార్లుగా వ్యవహరించేవారు. మెజారిటీ ఓటు ప్రకారమే కార్యనిర్వాహక మండలి నిర్ణయాలు అమలుచేయబడేవి. న్యాయ వ్యవహారాలు, ఆర్థిక వ్యవహారాల్లో అనుభవజ్ఞులైన వారికి కార్యనిర్వాహక మండలిలో సభ్యత్వం కల్పించారు.

క్రీ.శ.1857 తిరుగుబాటు తరవాత దేశీల రాజ్యాలపట్ల, బ్రిటిష్ ప్రభుత్వ విధానంలో గణనీయమైన మార్పు వచ్చింది. తిరుగుబాటు ఉధృతంగా కొనసాగుతున్న సమయంలో భారతీయ సంస్థానాధీశులు బ్రిటిష్‌వారిపట్ల ప్రదర్శించిన విధేయత, సహకరించిన తీరు, దానివల్ల తమకు చేకూరిన ప్రయోజనాన్ని బ్రిటిష్ ప్రభుత్వాధినేతలు గుర్తించారు. భవిష్యత్‌లో భారతదేశంలో తమ సార్వభౌమాధికారం కొనసాగాలంటే స్వదేశీ సంస్థానాధీశుల, ప్రజల విశ్వాసాన్ని పొందవలసిన ఆవశ్యకతను గుర్తించారు. స్వదేశీ సంస్థానాధీశుల అంతరంగిక వ్యవహారాల్లో ఇక మీదట జోక్యం

కలిగించుకోబోమని హామీ ఇచ్చారు. తిరుగుబాటు కారణాల్లో ఒకటైన రాజ్య సంక్రమణ సిద్ధాంతాన్ని రద్దుచేసారు. దేశంలో సాధారణ పరిస్థితులు నెలకొల్పడానికి అనువైన వాతావరణం ఏర్పాటు చేయాలనే ఉద్దేశంతో తిరుగుబాటుదార్లలో అనేకమందికి క్షమాభిక్ష ప్రకటించారు. అయోధ్యలో తిరుగుబాటులో పాల్గొన్న తాలూకాదార్లందరికి వారి వారి ఎస్టేట్‌లు తిరిగి అప్పగించారు. వీరందరూ 1858 తరవాత బ్రిటిష్ సామ్రాజ్యవాద సమర్థకులుగా మారినారు.

క్రీ.శ.1857 తిరుగుబాటు తరవాత బ్రిటిష్‌వారు, విద్య, ప్రతిభ, నిజాయితీ, సమర్థత కలిగిన భారతీయులకు జాతి, మత, ప్రాంత బేదాలు చూపించకుండా కొన్ని రంగాలలో ఉద్యోగాల్లో అవకాశాన్ని కలిగించారు. క్రీ.శ.1861 నాటి కౌన్సిల్ చట్టం ఈ అవకాశాన్ని భారతీయులకు కలిగించింది. న్యాయపరమైన విషయాలలో భారతదేశంలో అనాదిగా ఆచరణలో ఉన్న ఆచారాలకు, అలవాట్లకు, ప్రాచీన సాంప్రదాయాలకు తగినంత గుర్తింపు, గౌరవం ఇస్తామని క్రీ.శ. 1861 కౌన్సిల్ చట్టం ద్వారా ప్రభుత్వం వాగ్దానం చేసింది. పరిపాలనా వ్యవస్థలో భారతీయులను భాగస్వాములుగా చేయాలనే బ్రిటిష్‌వారి కోరిక వారికి అన్ని రకాల ఉపయోగపడింది. పౌర పరిపాలనా వ్యవస్థలో 'ఉద్యోగస్వామిక' వర్గం ఏర్పడింది.

క్రీ.శ. 1857 తిరుగుబాటువల్ల దెబ్బతిన్న బ్రిటిష్ ఆర్థిక స్థితిని మెరుగుదిద్దడానికి బ్రిటిష్ ప్రభుత్వం ఆర్థిక విషయాల్లో అనుభవజ్ఞుడైన జేమ్స్ విల్సన్ 1859లో ఇండియాకు పంపింది. 1859 నాటికి బ్రిటిష్ రెవిన్యూలో 36 మిలియన్ పౌండ్ల లోటు ఏర్పడింది. దీన్ని పూడ్చడానికి విల్సన్ 8 నెలలపాటు శ్రమించాడు. కాని అతడు ఆకస్మాత్తుగా మరణించగా, ఈ బాధ్యతను బ్రిటిష్ పార్లమెంటు సభ్యుడైన 'స్యాముల్ లేంగ్' స్వీకరించాడు. ఇంగ్లాండ్ నుంచి వర్తకులు, కంపెనీలు వారి ఉత్పత్తులు భారతదేశంలో స్వేచ్ఛగా అనుమతించబడ్డాయి. దీనివల్ల స్వదేశీ కుటీర పరిశ్రమలు వాటి ఉత్పత్తులు క్షీణించాయి.

క్రీ.శ. 1857 తిరుగుబాటుకు మూలస్థంబాలుగా నిలిచి, బ్రిటిష్ సామ్రాజ్యశక్తికి సవాల్ విసిరిన సిపాయిల పట్ల భవిష్యత్ అతిజాగ్రత్తగా వ్యవహరించాలని, బ్రిటిష్ అధికారులు గుర్తించారు. ఇందుకోసం వారు ప్రత్యేక మార్పులను అంతవరకు ఉన్న సైనిక వ్యవస్థలో ప్రవేశపెట్టారు. ఆంగ్ల సైనికుల సంఖ్యను పెంచారు. భారతీయ సైనికుల సంఖ్యను తగ్గించారు. బెంగాల్ రాష్ట్రంలో 1:2, బొంబాయి, మద్రాస్ సైన్యాల్లో 2:5 నిష్పత్తుల్లో ఐరోపియులు, భారతీయులు నియమించడం జరిగింది. బ్రిటిష్ ఆధీనంలోని కీలక ప్రాంతాలు, శతఘ్ని దళం, టాంకులు, ఐరోపీయుల చేతుల్లో ఉంచారు. బ్రిటిష్‌వారి సేవలో పనిచేస్తున్న సిపాయి దళంలో వివిధ ప్రాంతాల వారిని, మతాల వారిని చేర్చి, ఏ దళం ఏకం కాకుండా, తిరుగుబాటు ధోరణికి లోనవకుండా చర్యలు తీసుకున్నారు. తిరుగుబాటు కాలంలో ఆంగ్లేయులకు సహకరించిన గూర్ఖాలను, శిక్కులను,రాజపుత్రులను, సైన్యంలో అధిక సంఖ్యలో చేరుకున్నారు. భారతీయ సిపాయిల ఎంపికలో అగ్రకులాల వారి సంఖ్యను తగ్గించారు. ప్రధాన సైనిక స్థావరాలలో, సిపాయిల దళాలతోపాటు బ్రిటిష్ దళాలను కూడా ఉంచేటట్లు ఏర్పాటుచేసారు.

క్రీ.శ.1857 తిరుగుబాటువల్ల కలిగిన తరవాత ఆవేశ పూరిత ఫలితాలు, చాలా దురదృష్టకమైనవి. బ్రిటిష్ వారు అధికార సుస్థిరతకోసం తాత్కాలిక, స్వార్థపూరిత ప్రయోజనాల సాధనకోసం దేశ ప్రజల మధ్య 'విభజించు-పాలించు' విధానాన్ని ప్రోత్సహించారు. దీనివల్ల దేశవాసుల్లో సంకుచిత తత్వం పెరిగింది. క్రమంగా దేశవాసులు బ్రిటిష్‌వారి కుటిల సామ్రాజ్యవాద నిజరూపం గ్రహించారు. దేశంలోని ప్రధాన నగరాల్లో వెలిసిన రాజకీయ, సామాజిక సంస్థలు, దేశవాసుల్లో చైతన్యం కలిగించాయి. చివరికి 1885 భారతజాతీయ కాంగ్రెస్ అనే అఖిలభారత స్థాయి రాజకీయ సంస్థ వెలిసింది. దీని నేతృత్వంలో బ్రిటిష్ సామ్రాజ్య పునాదులను కదిలించి వేయడానికి అవసరమైన జాతీయతా భావాలు బలపడినాయి. ఈవిధంగా క్రీ.శ. 1857 తిరుగుబాటు భారత జాతీయోధ్యమానికి తొలి మెట్టుగా మారింది.

క్రీ.శ. 1857 తిరుగుబాటు స్వభావం

భారతదేశ చరిత్ర గతిని విశేషంగా ప్రభావితం చేసిన మహత్తర సంఘటనగా క్రీ.శ. 1857 తిరుగుబాటు గుర్తింపు పొందింది. ఈ తిరుగుబాటు ప్రారంభంనాటి నుంచి కూడా దీని స్వభావం గురించి చరిత్రకారులు (దేశీయ, విదేశీయ) పరస్పర విరుద్ధ అభిప్రాయాలు వ్యక్తం చేసారు. కొందరు చరిత్రకారులు దీన్ని కేవలం సైనికుల అసంతృప్తివల్ల చెలరేగిన 'సైనిక పితూరి' అని, మరికొందరు 'ప్రథమ భారత స్వాతంత్ర్య పోరాటమని' పేర్కొన్నారు. మరికొందరు చరిత్రకారులు దీన్ని క్రైస్తవులకు వ్యతిరేకంగా జరిగిన మతయుద్ధమనీ, నల్లవారికి, తెల్లవారికి మధ్య చెలరేగిన జాతి సంఘర్షణనీ, పాశ్చాత్య, ప్రాచ్య సంస్కృతుల మధ్య జరిగిన పోరాటమని అభిప్రాయాలు వ్యక్తం చేసారు. ఈ రకమైన భిన్నాభిప్రాయాలకు ప్రధాన కారణం, ఈ సంఘటన గురించి పుష్కలంగా ఆధార సామగ్రి లభించకపోవడం, అత్యధిక సంఖ్యలో ఉన్న బ్రిటిష్ రికార్డులలో ఉన్న సమాచారం నిష్పక్షపాతంగా రికార్డు చేయక పోవడం.

ప్రసిద్ధ బ్రిటిష్ చరిత్రకారుడైన జె.డబ్ల్యూ. కేయ్ తన ప్రసిద్ధ రచన అయిన 'ఎ హిస్టరీ ఆఫ్ ది సిపాయి వార్' (క్రీ.శ.1880)లో క్రీ.శ.1857 తిరుగుబాటును 'సిపాయిల పితూరి' అని, దీనిలో భారతీయ సిపాయిల తప్ప మరే ఇతర వర్గాలు పాల్గొనలేదని, వారి మద్ధతు దీనికి లేదని అభిప్రాయపడ్డాడు. ఇతర బ్రిటిష్ చరిత్రకారులైన జాన్‌లారెన్స్, సీలీ, గ్రాంట్, డఫ్, మాలిసన్, టి.ఆర్. హోల్మ్స్ క్రీ.శ. 1857 తిరుగుబాటు స్వభావం గురించి ఇంచుమించు కేయ్ అభిప్రాయంతో ఏకీభవించారు. వీరి ప్రకారం క్రీ.శ. 1857 తిరుగుబాటు ఒక నిర్ధిష్టమైన వ్యూహం ప్రకారం ప్రారంభించబడలేదు. దీనికి దేశీయ పాలకుల పూర్తి సహకారం అందలేదు. ప్రజల తోడ్పాటు సిపాయిలు పొందలేదు. ఇది కేవలం స్వార్థ పూరితమైన చర్య, దీనిలో దేశభక్తి, జాతీయతా భావం శూన్యం. పదవులు, భరణాలు, ఆస్తులు కోల్పోయిన కొందరు స్వదేశీ సంస్థానాధీశులు ఉద్యోగులు తిరుగుబాటులో పాల్గొన్నారు. అయినప్పటికీ ఇది ఆంగ్లేయ విధానాలవల్ల నష్టపోయిన వర్గాలు, సిపాయిలు కలిసి చేసిన బ్రిటిష్ విద్రోహచర్య అని ఆంగ్లేయ చరిత్రకారులు పేర్కొన్నారు. కాని

అందుబాటులోకి వచ్చిన అన్ని రకాల ఆధారాలను నిష్పక్షపాతంగా అధ్యయనం చేసిన ఆధునిక భారతీయ చరిత్రకారులు పై ఆంగ్లేయ చరిత్రకారుల వర్ణన ఏకపక్షంగా ఉందని పేర్కొన్నారు.

భారతదేశ జాతీయోద్యమంలో ముఖ్యపాత్రవహించిన దేశభక్తుడైన వినాయక్, దామోదర్ సావర్కర్, క్రీ.శ. 1909లో ముద్రించిన తన రచన అయిన 'ది ఇండియన్ వార్ ఆఫ్ ఇండిపెండెన్స్'లో క్రీ.శ. 1857 తిరుగుబాటును 'యోజిత ప్రథమ జాతీయ స్వతంత్ర సమరమని (ప్లాన్డ్ వార్ ఆఫ్ నేషనల్ ఇండిపెండెన్స్) అని అభివర్ణించాడు. సావర్కర్ దృష్టిలో క్రీ.శ. 1857 తిరుగుబాటును జాతీయోధ్యమానికి ఉండవలసిన లక్షణాలైన 'వ్యూహచన', 'నాయకత్వం', 'ఐక్యత', 'నిర్ధిష్ట లక్ష్యం మొదలైన సంపూర్ణంగా ఉన్నాయి. సావర్కర్ ప్రకారం దేశంలోని అన్ని ప్రాంతాలు, మతాలు, కులాలకు చెందిన ప్రజలందరికి క్రీ.శ. 1857 నాటికి ఈస్ట్ఇండియా కంపెనీ క్రూరమైన పరిపాలన పట్ల, పక్షపాత పూరిత చట్టాల పట్ల, వారి కుటిల రాజనీతిపట్ల తీవ్ర ఆగ్రహం కలిగింది. ఇన్ని రకాలుగా తమను అవమానపరచిన, హింసించిన విదేశీపాలనను అంతం చేయాలనే లక్ష్యంతో భారతీయులు తిరుగుబాటు లేవదీసారు. నానాసాహెబ్, తాంతియాతోపే, మౌల్వీ అహ్మదాలీషా భారతీయులందరికీ నాయకత్వం వహించారనీ, వారు ప్రజల్లో జాతీయ భావాన్ని రేకెత్తించే ప్రయత్నాలు చేసారనీ, వారి శాయశక్తుల పోరాడారనీ, అందువల్ల ఇది ప్రథమ స్వాతంత్ర్య పోరాటమని వర్ణించవచ్చునేది సావర్కర్ దృఢ అభిప్రాయం. కొందరు ఇతర చరిత్రకారులు కూడా సావర్కర్ అభిప్రాయంలో చాలావరకు ఏకీభవించారు.

ఆధునిక భారతీయ చరిత్రకారుల్లో ప్రత్యేక గుర్తింపు పొందిన, ఆర్.సి. మజుందార్ సురేంద్రనాథ్ సేన్లు తమ రచనలైన బ్రిటిష్ సిపాయి ముట్నీ ది రివోల్ట్ ఆఫ్ 1857, బ్రిటిష్ పారమౌంటసీ అండ్ ఇండియన్ రినైసాక్స్, '1857'లలో ఈ తిరుగుబాటుకు సంబంధించిన అన్ని రికార్డులను క్షుణ్ణంగా అధ్యయనం చేసారు. వీరి దృష్టిలో తిరుగుబాటు వి.డి. సావర్కర్ అభివర్ణించినట్లుగా, జాతీయ పోరాటం కాదు. ఆంగ్లేయ చరిత్రకారులు, అధికారులు పేర్కొన్నట్లుగా కేవలం సిపాయిల పితూరి కాదు. 'తిరుగుబాటు, దేశంలోని వివిధ ప్రాంతాల్లో వివిధ రూపాల్లో చెలరేగి కొనసాగింది. కొన్ని ప్రాంతాల్లో కేవలం సిపాయిలే దీనిలో పాల్గొన్నారు. మరికొన్ని ప్రాంతాల్లో అన్ని వర్గాల ప్రజలు సిపాయిలకు అండగా చేరారు. కొన్ని ప్రాంతాల్లో రాజ్యాలు, పదవులు, భరణాలు పోగొట్టుకున్న రాజులు పాల్గొన్నారు. నిజాం లాంటివారు బ్రిటిష్ వారికే అండగా నిలిచారు. కొన్ని ప్రాంతాల్లో ప్రజలు కేవలం సానుభూతినే ప్రకటించారు. సరియైన వ్యూహకర్తలు, సరియైన నాయకులు లేకుండా తిరుగుబాటు కొనసాగింది.

ఆర్.సి. మజుందార్ ప్రకారం బ్రిటిష్ వారికి వ్యతిరేకంగా క్రీ.శ.1857 తిరుగుబాటు కాలంలో పోరాడిన వారిలో సిపాయిలే అత్యంత బలవంతులు, ధైర్యవంతులు కాని సిపాయిల్లో జాతీయ స్థాయి లక్ష్యాల కంటే, రాజకీయ విషయాల కంటే భౌతిక లబ్ధి (మెటీరియల్ గేన్) పొందాలనే తపన ఎక్కువగా ఉంది. ఢిల్లీ, బరేలీ అలహాబాద్ మొదలైనచోట్ల సిపాయిలు జరిపిన దోపిడీలు దీనికి ఉదాహరణగా పేర్కొన్నాడు.

మజుందార్ వాదనలో మరో ముఖ్య అంశం – తిరుగుబాటు చేసిన సిపాయిలు దేశీయులు, విదేశీయులు అనే బేధాన్ని చూపించకుండా దోపిడికి, విధ్వంసాలకు పాల్పడినారు. దీనివల్ల వారు ప్రజల సానుభూతిని పొందడంలో విఫలమయ్యారు. సిపాయిల ప్రవర్తనలో దేశాభిమానంగాని, మాతృ దేశానికి పరదేశీ పాలన నుంచి విముక్తి కలిగించాలనే ధ్యాస, తపనగాని ఏ కోశాన తిరుగుబాటు గమన సమయంలో కనిపించలేదంటాడు. అతని ప్రకారం 1857 తిరుగుబాటులో జాతీయ లక్ష్యం నివురుగప్పిన నిప్పులాగా, పరోక్షంగాదాగి ఉందని, అది భవిష్యత్తులో కొనసాగిన స్వాతంత్ర్యోద్యమానికి స్ఫూర్తిని ఇచ్చింది.

సురేంద్రనాథ్ సేన్, సుప్రసిద్ధ రచన '1857' 1957లో ముద్రించడం జరిగింది. ఇతడు 1857 తిరుగుబాటు ఒక స్వాతంత్ర్య సమరమని విశ్వసించాడు. విప్లవాలను అందరి తరఫున కొందరే చేస్తారని, వాటికి కొన్ని సందర్భాల్లో సామాన్య ప్రజల సానుభూతి, మద్దతు లభించవచ్చు లేదా కొన్ని సందర్భాల్లో లభించకపోవచ్చని అంటాడు. తన వాదాన్ని సమర్థించుకోవడానికి అమెరికా విప్లవాన్ని ఫ్రెంచివిప్లవాన్ని పేర్కొన్నాడు. సేన్ ప్రకారం ఒక తిరుగుబాలు, జన సామాన్యంలో అధికశాతం వారి సానుభూతిని పొందగలిగితే అది జాతీయతా భావాన్ని ప్రతిబింబిస్తుంది. కాని 1857 తిరుగుబాటుపట్ల ఆనాటి దేశ జనాభాలో అత్యధికులు ఉదాసీన వైఖరి చూపించారు. అందువల్ల సావర్కర్ వర్ణించినట్లు ఇది సంపూర్ణస్థాయి స్వాతంత్ర్య పోరాటం కాదంటాడు. చివరి మొగల్ వంశ ప్రతినిధి అయిన రెండో బహదూర్‌షాను తిరుగుబాటుదార్లు తమ నాయకునిగా ప్రకటించినందువల్ల దీనికి రాజకీయ స్వరూపం కొంతమేరకు చేకూరింది. సిపాయిల్లో పెల్లుబికిన మతపరమైన నిరసన, తిరుగుబాటు, ఆరంభం కావడానికి తక్షణ కారణమైంది. మతాన్ని రక్షించుకోవాలనే లక్ష్యంతో ప్రారంభమైన ఈ తిరుగుబాటు పరదేశీ పాలనను అంతమొందించడాన్ని లక్ష్యంగా మార్చుకుంది. కాబట్టి దీన్ని స్వాతంత్ర్య సమరమని కొంతమేరకు వర్ణించవచ్చని పేర్కొన్నాడు.

క్రీ.శ. 1857లో తిరుగుబాటు ఆరంభమయ్యేనాటికి దేశవాసుల్లో 'జాతీయతాభావం' పరిపూర్ణతను సంతరించుకోలేదని, సరియైన వ్యూహరచన దీనికి లేదని, భారతీయులందరు ఒకే జాతి వారనే స్పృహ పూర్ణరూపం దాల్చలేదని, బహదూర్‌షాను యావత్ జాతికి రాజుగా గుర్తించలేరని వీరు పేర్కొన్నారు. నానాసాహెబ్ తన భరణం కోల్పోయినందువల్ల, దత్తత చెల్లదని, 'రాజ్య సంక్రమణ' సిద్ధాంతానికి తన రాజ్యం విలీనమైపోతుందని గ్రహించిన తరవాతగాని లక్ష్మీబాయి తిరుగుబాటు ధ్వజం ఎగరవేయలేదని వీరు పేర్కొన్నారు. ఇదేవిధంగా అయోధ్య తాలూకాదార్లు తమ భూస్వామ్య హక్కుల సాధనకోసమే తిరుగుబాటులో పాల్గొన్నారు. తప్ప వారికి జాతి ప్రయోజనాల రక్షణ లభ్యంకాదు. ఇంకా తిరుగుబాటు నాయకుల్లో ఒకరిపై ఒకరికి అసూయ, ఈర్ష్య భావాలు ఉన్నాయి. కాబట్టి మజుందార్‌గారి దృష్టిలో 1857 తిరుగుబాటు ప్రథమ స్వాతంత్ర్య సమరం మాత్రం కాదు. పైన వివరించిన ఇద్దరు చరిత్రకారుల విశ్లేషనలో ఎంతో సత్యం కనబడుతుంది.

'బెంజమన్ డిజ్‌రేలి' 1857తిరుగుబాటు స్వభావాన్ని గురించి మాట్లాడుతూ దీన్ని 'జాతీయ తిరుగుబాటు' (ఎ నేషనల్ రైసింగ్)గా అభివర్ణించాడు. ఈ సంఘటన ఆకస్మాత్తుగా క్షణిక ఆవేశంతో ప్రారంభం కాలేవని, సామ్రాజ్యాల క్షీణత, పతనం, కొత్తరకం బారు తుపాకులను ప్రవేశపెట్టడం మాత్రమే దీని ఆరంభానికి కారణాలు కావని, అనేక సంవత్సరాలుగా విదేశీ పాలనలో నానావస్థలు పడిన ప్రజల్లో పేరుకుపోయిన అసంతృప్తి కూడా ఈ తిరుగుబాటుకు దోహదపడిందని డిజ్‌రేలి పేర్కొన్నాడు. స్వతంత్ర భారతదేశ తొలి ప్రధాని స్వర్గీయ జవహర్‌లాల్ నెహ్రూ దేశానికి స్వాతంత్ర్యం రాకముందే క్రీ.శ. 1946వ సంవత్సరంలో రాసిన తన రచన 'ద డిస్కవరీ ఆఫ్ ఇండియా'లో క్రీ.శ.1857 తిరుగుబాటును గురించి ప్రస్తావిస్తూ ఇది కేవలం భూస్వాముల తిరుగుబాటేగాని దీనిలో సూక్ష్మస్థాయిలో 'జాతీయత' కనిపించినప్పటికీ, రాజ్యాలు కోల్పోయిన రాజులు, వారి వారసులు, హక్కులు కోల్పోయిన భూస్వాములు మాత్రమే అధిక సంఖ్యలో సిపాయిలతో కలిసారనీ, అనేకమంది స్వదేశీ పాలకులు, అనేక వర్గాలవారు తిరుగుబాటులో చేరలేదని అందువల్ల ఇది ప్రథమ భారత స్వాతంత్ర్య పోరాటం కాదని పేర్కొన్నాడు.

అన్ని వర్గాల ప్రజలు, భారీసంఖ్యలో తిరుగుబాటులో పాల్గొన్నట్లు ప్రామాణికాధారాలు లేనందువల్ల క్రీ.శ. 1857 తిరుగుబాటును మొదటి జాతీయ స్వాతంత్ర్య సమరమని వర్ణించడం. ఇది ప్రధానంగా సిపాయిల తిరుగుబాటు. ఇది భవిష్యత్‌లో ప్రారంభమైన భారత జాతీయోద్యమానికి స్ఫూర్తి నిచ్చినది, పునాదిగా నిల్చినది.

సెమిస్టర్ - IV

అధ్యాయం 6

విక్టోరియా మహారాణి ప్రకటన - బ్రిటిష్ పాలనలో భారతదేశం

విక్టోరియా మహారాణి ప్రకటన నవంబర్ 1, 1858-దాని ప్రాముఖ్యత

విక్టోరియా మహారాణి

భారతదేశ చరిత్రలో 1857లో సంభవించిన చరిత్రాత్మకమైన సిపాయిల తిరుగుబాటు మానవాళి చరిత్రలో ఒక మహోన్నత ఘట్టం. క్రీ.శ.1600వ సంవత్సరంలో మొదటి ఎలిజబెత్ మహారాణి అనుమతితో, భారతదేశంలో వ్యాపారనిమిత్తం, ప్రవేశించిన ఈస్ట్ ఇండియా కంపెనీ, అధికారులు, క్రీ.శ. 1857 నాటికి భారతదేశంలోని అత్యధిక భూభాగాలపై తమ ఆధిపత్యాన్ని స్థాపించారు. బ్రిటిష్ అధికారుల కుట్రల, స్వార్థపూరిత విధానాలకు, భారతదేశంలోని పాలకులు, ప్రజలు బలిఅయినారు. తమ ఉనికిని, స్వతంత్ర్యాన్ని, దేశ సహజ వనరులను కంపెనీ ఆధీనం చేసి నామమాత్రపు జీవచ్ఛవాలుగా జీవితం గడిపారు. చివరికి బ్రిటిష్ అధికారాన్ని ఎదిరించి, అంతమొందించాలన్న దీక్షతో బ్రిటిష్ సైన్యంలోని భారతీయ సిపాయిల నేతృత్వంలో, అధికారం, రాజ్యాలు కోల్పోయిన స్వదేశీ పాలకులు, జీవనభృతి కోల్పోయి అన్ని వర్గాలవారు బ్రిటిష్ వారికి వ్యతిరేకంగా క్రీ.శ.1857వ సంవత్సరంలో బ్రహ్మాండమైన తిరుగుబాటు లేవదీసారు. ఈ తిరుగుబాటు క్రీ.శ. 1858 అక్టోబర్ వరకు కొనసాగింది. దీని ఫలితంగా భారతదేశంలో క్రీ.శ.1600-1773 నుండి ఈస్ట్ ఇండియా బ్రిటిష్ పార్లమెంట్ అధికారం నవంబర్ 1, 1858లో విక్టోరియా మహారాణి చేసిన (క్వీన్స్ ప్రొక్లమేషన్)తో ముగిసింది. భారతదేశం బ్రిటిష్ మహారాణి ప్రత్యక్ష పాలనలోకి వెళ్ళింది.

విక్టోరియా మహారాణి ప్రకటన ఒక చరిత్రాత్మక ఘట్టం. మహారాణి బ్రిటన్ ప్రజల పక్షాన భారతీయుల, ఆశయాలను, ఆకాంక్షలను, ఆత్మగౌరవాన్ని గౌరవించి నెరవేరుస్తాననీ, ఇక భవిష్యత్‌వారితో స్నేహపూర్వక ధోరణిలో పాలన కొనసాగిస్తానని వాగ్దానం చేసింది. క్రీ.శ.1773నుంచి

కొనసాగిన గవర్నర్ జనరల్ పదవి, అతని కౌన్సిల్‌రద్దుచేయబడింది. వైస్రాయ్‌కి 15మంది సభ్యులతో ఒక సలహా సంఘం ఏర్పాటు చేసింది. '1858 నాటి బ్రిటిష్ పార్లమెంట్ చట్టం' పైన పేర్కొన్న వాగ్ధానాలను ఆమోదించింది.

విక్టోరియా మహారాణి తన ప్రకటనలో ఇకమీదట భారతీయుల అంతరంగిక, మత, సామాజిక మొదలైన వ్యవహారాలలో బ్రిటిష్ ప్రభుత్వం జోక్యం చేసుకోబోదని స్పష్టంచేసింది. భారతప్రజల సర్వతోముఖాభివృద్ధికి అన్ని విధాలుగా కృషిచేస్తానని, భారతదేశంలోని స్వదేశీరాజులను గౌరవిస్తాననీ, ఏరకమైన సైనికదాడులకు, యుద్ధాలకు పాల్పడమని పేర్కొన్నది. భారతీయులకు, ఆంగ్లేయ పాలనలోని వివిధశాఖల్లో యోగ్యతనుబట్టి ఉద్యోగ అవకాశాలు కల్పిస్తానని పేర్కొన్నది. ఏరకమై జాతి-విచక్షణ ప్రదర్శించమని వాగ్ధానం చేసింది. ఈ విధంగా విక్టోరియా మహారాణి తన ప్రకటన ద్వారా 1857 నాటికి భారతదేశంలోని, అన్ని వర్గాల్లో, స్వదేశీ పాలకుల్లో, బ్రిటిష్‌వారి పట్ల పెల్లుబికిన వ్యతిరేకతను సమన్వయంతో తగ్గించడానికి కృషిచేసింది.

ఆధునిక ఆంగ్లవిద్య

రెగ్యులేటింగ్ చట్టంతో తొలి గవర్నర్ జనరల్‌గా వచ్చిన వారెన్ హేస్టింగ్స్ బెంగాల్ ముస్లిమ్ సమాజంలోని ప్రముఖులు చేసిన అభ్యర్థన మేరకు 1781లో కలకత్తాలో మదర్సా (మహ్మదన్ కాలేజ్)ను స్థాపించాడు. అరబిక్, పర్షియన్ భాషల అధ్యయనం, ముస్లిమ్ న్యాయశాస్త్ర అభ్యాసం లక్ష్యాలుగా ఈ సంస్థ ఏర్పడింది. కాగా, బెనారస్ (కాశి)లో నివేశనాధికారిగా (రెసిడెంట్) ఉన్న జొనాథన్ డంకన్ హిందూన్యాయశాస్త్రం, సాహిత్య-మత విషయాల అధ్యయన సంస్థగా బెనారస్‌లో సంస్కృత కళాశాలను నెలకొల్పాడు (1791).

భారతదేశంలో బెంగాల్‌లో ఈస్టిండియా కంపెనీ అధికారులు చొరవతీసుకొని స్థాపించిన పై రెండు సంస్థలూ సాంప్రదాయిక విద్యకు సంబంధించినవే. ఆంగ్ల విద్య, నూతన విద్య, పాశ్చాత్య విద్యలుగా వ్యవహరించబడిన ఆధునిక విద్యను ప్రవేశపెట్టడంలో మూడు పక్షాలు ప్రధాన భూమికను నిర్వహించాయి. 1. క్రైస్తవ మిషనరీ సంస్థలు, 2. బ్రిటిష్ ప్రభుత్వం, 3. పురోగాములైన భారతీయుల సమాజం.

ఆధునిక విద్యావ్యాప్తిలో క్రైస్తవ మిషనరీల కృషి వెనక క్రైస్తవ మత వ్యాప్తి, మతాంతరీకరణ లక్ష్యాలున్నాయి. ఆధునిక లౌకిక విద్యను బోధిస్తూనే క్రైస్తవ విద్యాలయాలు మతబోధ, ప్రచారం కూడా చేసేవి. బహుదేవతారాధన, కులవ్యవస్థ, మూఢవిశ్వాసాలపై ఆధారపడిన కర్మకాండలతో కూడిన హిందూమతం కంటే, సామాజిక సమానత్వం - ఏకేశ్వరోపాసన సేవాతత్పరత కలిగిన క్రైస్తవ మతం ఏవిధంగా గొప్పదో బోధిస్తూ, క్రైస్తవాన్ని స్వీకరించడంలోనే ప్రజానీక ప్రయోజనాలున్నాయని మిషనరీలు ప్రచారం చేసేవారు. వారి విద్యాలయాల్లో చేరిన విద్యార్థులలో అధిక సంఖ్యాకులు విద్యా ప్రయోజనాలను సాధించడం పైనే ఎక్కువ దృష్టి పెట్టేవారు. కొద్దిమంది మాత్రం క్రైస్తవంపట్ల ఆకర్షితులై మతాన్ని స్వీకరించేవారు. అయితే మత ప్రచార లక్ష్యాలకోసం నెలకొన్న మిషనరీల విద్యాలయాలు ఆధునిక విద్యను భారతీయులకు అందించడంలో ఘనమైన కృషి చేశాయనేది నిర్వివాదమైన సత్యం.

రెండో పక్షం బ్రిటిష్ ప్రభుత్వం, పాఠశాలలూ విద్యాలయాల స్థాపనచేసి భారతీయులు ఆధునిక విద్య నభ్యసించడానికి వెసులుబాటు కల్పించడంలో బ్రిటిష్ వారికి కొన్ని లక్ష్యాలుండేవి. దేశమంతటా బ్రిటిష్ అధికారం నెలకొనడం, బ్రిటిష్‌వారి వ్యాపార వాణిజ్య కార్యకలాపాలు భారీస్థాయికి చేరుకోవడంతో అటు దేశ పరిపాలనలో ఇటు ఆర్థిక కార్యకలాపాలలో పనిచేసే ఉద్యోగియంత్రాంగం అవసరమైంది. వేలాది ఉద్యోగులను బ్రిటన్ నుంచి దిగుమతి చేసుకోవడం వ్యయప్రయాసలతో కూడిన విషయం. ప్రత్యామ్నాయంగా ఆధునిక విద్యనార్జించిన భారతీయులను తక్కువ ఖర్చుతో తమ పాలనా యంత్రాంగంలో నియమించుకోవచ్చని బ్రిటిష్‌వారు భావించారు.

బ్రిటిష్ ప్రభుత్వం తీసుకున్న చర్యలకు ఆదర్శపరమైన సామంజస్యతను కల్పించిన మరొక పార్శ్వం కూడా ఉంది. బ్రిటిష్ సమాజం సంస్కృతి ప్రపంచంలోని అన్ని సంస్కృతుల కంటే గొప్పవీ, ఉత్తమమైనవని భావించిన కొందరు బ్రిటిష్ మేధావులు తమ వాదనతో రాజనీతిజ్ఞులను, నాయకులను మెప్పించి ఆంగ్ల విద్యావ్యాప్తి - ఆంగ్లీకరణలకు పూనుకునేలా చేయగలిగారు.

1792లో ఈస్టిండియా కంపెనీ ఛార్టర్ కొనసాగింపుపై 'కామన్స్ సభ'లో చర్చ జరుగుతున్నప్పుడు, భారతీయులకు ఉపయోగపడే విద్యా,జ్ఞాన బోధన నిమిత్తం ఉపాధ్యాయులను, మిషనరీలను, భారతదేశానికి పంపాలని ప్రతిపాదించే తీర్మానాన్ని 'విల్బర్ ఫోర్స్' ప్రవేశపెట్టాడుగానీ బ్రిటిష్ పార్లమెంటు తిరస్కరించింది. తరవాత కొన్ని సంవత్సరాలకు ఈస్టిండియా కంపెనీ డైరెక్టర్లలో ఒకడైన ఛార్ల్స్ గ్రాంట్ అదేవిధమైన వాదన వినిపించాడు. 'నూతన భావ ప్రపంచంలోకి ప్రవేశం కలిగించి భారతీయుల్ని ఉద్ధరించగలిగిన 'తాళం చెవి' వంటి ఆంగ్ల భాష అధ్యయనాన్ని భారతీయులకు కంపెనీ ప్రసాదించాలని' అంటూ, ముస్లిమ్ పాలకులు పర్షియన్ భాష నేర్పినట్లే ఆంగ్ల పాలకులు భారతీయులకు ఆంగ్లాన్ని నేర్పాలన్నాడు గ్రాంట్. తమ పాలనలోగల వివిధ రాష్ట్రాల్లో, వివిధ ప్రాంతాల్లో ఇంగ్లీష్ చదవడం, రాయడం నేర్పే ఉచిత విద్యాలయాలను కొద్దిపాటి వ్యయంతో కంపెనీ స్థాపించవచ్చునని సూచించాడు. ఆవిధంగా ఆంగ్లభాషా -జ్ఞానాన్ని పొందిన భారతీయులు ముందు తరాలవారికి ఉపాధ్యాయులుగా ఉపయోగపడగలరని చెబుతూ ఈ చర్యలవల్ల పాలనా వ్యవహారాలన్నీ ఆంగ్ల భాషలోనే జరగడం సులభసాధ్యం కాగలదని గ్రాంట్ వాదించాడు.

1811లో గవర్నర్ జనరల్‌గా ఉన్నప్పుడు కంపెనీ అనుమతి పత్రాన్ని 1813 చట్టం పునర్నవీకరించింది. యూరోపియన్ సాహిత్యం- విజ్ఞానశాస్త్రాల బోధనను ఉపేక్షించడాన్ని విచారిస్తూ భారతదేశంలో నాడున్న కళాశాలలోనే వాటి బోధనకు వీలుకల్పించాలనీ, కొన్ని కొత్త కళాశాలలను స్థాపించాలనీ మింటో తన అభిప్రాయాన్ని ప్రకటించాడు. 1813 ఛార్టర్ యాక్ట్‌లో అలాంటి బోధనను సాకారం చేసే విధంగా ఏటా లక్ష రూపాయల నిధులు కేటాయించడానికి ప్రభుత్వం అంగీకరించినది.

కలకత్తా పరిసరాల్లోని భవానీపురాలో 1800లోను, 'చిన్సూరాలోనూ' ఆంగ్ల విద్య బోధించే పాఠశాలలు నెలకొల్పబడినాయి. ఆంగ్ల విద్యాలయాల స్థాపన, ఆంగ్ల భాష - విద్యాబోధనకు విశేషకృషి 1817 తరవాతే జరిగింది. ఈ ప్రయత్నాలు కృషిని ప్రస్తావించేటప్పుడు రెండు ముఖ్యమైన సంస్థల్ని గురించి చెప్పుకోవాలి. 1. కలకత్తా పాఠ్యగ్రంథ సంస్థ, 2. కలకత్తాలోని హిందూ కాలేజి. 'కలకత్తా పాఠ్యగ్రంథ సంస్థ ఆంగ్ల' - భారతీయ భాషల్లో ఉపయోగకరమైన గ్రంథాలను ప్రచురించి తక్కువ

ధరలకు అందించింది. అంతేకాక ఆంగ్ల భాషా బోధన ఆవశ్యకతను గుర్తించిన ఈ సంస్థ సభ్యులు కలకత్తా టౌన్‌హాల్‌లో జరిపిన ఒక సమావేశంలో విద్యాలయాల స్థాపనకుగాను ఒక సంఘాన్ని ఏర్పరచాలని నిర్ణయించారు. ఆ నిర్ణయంమేరకు 'కలకత్తా విద్యాలయాల సంఘం' అనే పేరుతో ఒక సంస్థను నెలకొల్పడం జరిగింది. సంఘం కలకత్తాలోని పాఠశాలలను మెరుగుపరచడం, నూతన విద్యాలయాల్ని స్థాపించడం తన లక్ష్యాలుగా పేర్కొంది. ప్రాథమిక ఉన్నత పాఠశాలల్లో విద్యాభ్యాసం చేసిన వారు ఇంకా ఉన్నతస్థాయి విద్యనభ్యసించడానికి, తద్వారా వారు నూతన విద్యా ప్రణాళికలో ఉపాధ్యాయులుగా రూపొందించడానికి వీలుగా ఉన్నత విద్యాసంస్థల్ని స్థాపించాలనీ నిర్ణయం జరిగింది.

హిందూ కాలేజ్ - కలకత్తా (క్రీ.శ.1817)

1817 జనవరిలో కలకత్తాలో నెలకొల్పిన హిందూకాలేజ్ ఆంగ్ల విద్యాబోధనలో విశేష కృషిచేసింది.

ఈ కాలేజ్ స్థాపన నేపథ్యం : 1816 మే నెలలో కలకత్తాకు చెందిన ఒక వ్యక్తి సుప్రీమ్ కోర్ట్ న్యాయమూర్తి 'సర్‌హైడ్ ఈస్ట్'ను కలిసి యూరోపియన్ తరహాలో ఆధునిక విద్యనందించే విద్యాలయాలు ఏర్పడి వాటిలో తమ పిల్లలు విద్యనభ్యసించాలని హిందూ సమాజంలోని ప్రముఖులు భావిస్తున్నారనీ, ఆ దిశగా ప్రయత్నించే ఒక సంస్థను నెలకొల్పడానికి తమ వంతు సాయం అందించడానికి వారు సిద్ధంగా ఉన్నారనీ వివరించాడు. అతడే 'బైద్యనాథ్ ముఖర్జీ'. దానికి ప్రతిస్పందిస్తూ గవర్నర్ జనరల్ మండలివారి అనుమతితో 1816 మే 14 నాడు తన నివాసంలో ఒక సమావేశాన్ని ఏర్పాటుచేశాడు సర్‌హైదర్ ఈస్ట్.

ఆ సమావేశంలో కలకత్తాలోని ప్రముఖులు - ధనికులు ఏభై మందికి పైగా పాల్గొన్నారు. ఏభై వేల రూపాయల విరాళాన్ని కూడా వారు సమకూర్చారు. ఈ సమావేశం యొక్క విశిష్టత ఏమంటే - పాల్గొన్న బెంగాలీలలో వివిధ కులాల వారున్నారు. తమ పిల్లలు సహపంక్తి వరుసలో కూర్చుని భోజనం ఆరగించేవారు. కాకున్నా, సహ విద్యాభ్యాసం చేయాలనే కోర్కెను ఉన్నవారనీ పేర్కొన్నాడు. సమావేశంలో పాల్గొన్న సంప్రదాయిక బెంగాలీ పండితులు సైతం సమావేశం తీసుకున్న నిర్ణయాలను హృదయపూర్వకంగా సమర్థించారు. వాటిపట్ల తమ హర్షాన్ని ప్రకటించారు. అని సర్‌హైడ్ ఈస్ట్ రాశాడు.

ఆంగ్ల భాష, నూతన విద్యల బోధన పట్ల బెంగాలీలు ఎంత ఉత్సాహం ప్రదర్శించారో గణాంక వివరాల నుంచి తెలుస్తుంది. 1835 లోపు కలకత్తాలో 25 విద్యాలయాలు నెలకొల్పబడినాయి. వీటిని స్థాపించడంలో భారతీయులు బ్రిటిష్ అధికారులు విశేషకృషి జరిపారు. ఫలితమే సర్‌హైదర్ ఈస్ట్ - బెంగాలీ ప్రముఖులు పాల్గొన్న సమావేశం తీసుకున్న నిర్ణయాల కలకత్తాలో హిందూకాలేజ్ స్థాపన (1817, జనవరి 20).

క్రీ.శ. 1818లో క్రైస్తవ మిషనరీలు 'బాప్టిస్ట్ మిషన్ కాలేజ్' అనే పేరుతో ఒక ఉన్నత విద్యాలయాన్ని శ్రీరాంపూర్‌లో నెలకొల్పారు. వీరుకొన్ని పాఠశాలలను కూడా వారు స్థాపించారు. డేవిడ్ హారే, రాజారామ్ మోహన్‌రాయ్, టర్న్‌బుల్ తలా ఒక విద్యాలయాన్ని నెలకొల్పారు. కలకత్తా లార్డ్ బిషప్ ఒక కళాశాలను స్థాపించాడు. గౌర్ మోహన్ ఆడీ 1828లో ఓరియంటల్ సెమినరీని

స్థాపించాడు. హిందూకాలేజ్ విద్యార్థులు సైతం కలకత్తాలోని వివిధ ప్రాంతాల్లో ఆరు పాఠశాలల్ని ఏర్పరచారు. నూతన పాఠశాలల్లో బోధించబడే అధ్యయన విషయాలు : ఆంగ్లం (సారస్వతం - వ్యాకరణం), గణితం, ఖగోళ- భూగోళశాస్త్రాలు, రసాయనశాస్త్రం (సూత్రాలు, ప్రయోగాలు), భారతీయ యూరోపియన్ తత్త్వశాస్త్రాలు, ప్రాచీన, ఆధునిక భారతదేశ చరిత్ర, చిత్రలేఖనం, దస్తూరీ, చేతికళ, నైపుణ్యపనులు. ఆంగ్ల విద్యను ప్రవేశపెట్టడంలో బ్రిటిష్ ప్రభుత్వం తనంతతానుగా చొరవతీసుకోలేదు. ప్రభుత్వేతర స్వచ్ఛంధ సంస్థలు, వ్యక్తులే ఈ విషయంలో ముందడుగువేశారు. కలకత్తాలో హిందూ కాలేజ్ స్థాపన (1817) తరవాత ఇరవై సంవత్సరాలకు గాని బ్రిటిష్ ప్రభుత్వం ఈ విషయంలో కలగజేసుకోవడం జరగలేదు.

కలకత్తాలో హిందూ పండితుల సారథ్యంలో ఒక సంస్కృత విద్యాలయాన్ని స్థాపించాలనే ప్రభుత్వ యోచనను వ్యతిరేకిస్తూ రాజారామమోహన్‌రాయ్ నాటి గవర్నర్ జనరల్ ఆమ్హెరెస్‌కు సంస్కృత విద్యాలయం నాటి భారతీయ సమాజానికి ఏవిధంగానూ ఉపయోగపడని వ్యాకరణ బేషజాలను, మీమాంస సూత్రాలను నేర్పడం తప్ప సాధించగలిగేది ఏమీ ఉండదని అనేక విషయాలను తెలియజేస్తూ రాయ్ రాశాడు. భారతీయులను అభివృద్ధిపరచాలన్నదే ప్రభుత్వ లక్ష్యమైతే గణితం, రసాయనశాస్త్రం, ఖగోళశాస్త్రం, తత్త్వశాస్త్రం వంటి అధ్యయనాంశాలను బోధించే ఆధునిక విద్యాలయాన్ని నెలకొల్పి అవసరమైన గ్రంథాలు, పరికరాలను సమకూర్చడం మంచిదని సూచించాడు. నాటి భారతీయులు, యూరోపియన్‌లలో చాలామంది అభిప్రాయం అదే. బెంగాలీ ప్రముఖుల చొరవతో, కొందరు ఆంగ్లేయుల స్వచ్ఛంద సహకారంతో నాటి వరకు స్థాపించిన అనేక పాఠశాలలు, విద్యాలయాలు రాయ్ అభిప్రాయాన్ని బలపరిచాయి.

క్రీ.శ. 1833 సెప్టెంబర్ 7 సంచికలో 'సుధాకర్' అనే బెంగాలీపత్రిక పై అభిప్రాయాన్నే వ్యక్తం చేసింది. 'విద్యావ్యాప్తి గురించి దేశీయ పత్రికలలో ప్రకటితమైన అభిప్రాయాల్ని ప్రభుత్వం ఖాతరు చేయడం లేదన్నది విదితం. ఒక సంస్కృత కళాశాల, విద్యాలయాన్ని నెలకొల్పి అందుకు లక్షరూపాయలు వెచ్చించడం వల్ల ప్రజానీకానికి ఎలాంటి ప్రయోజనమూ చేకూరదు. అలాంటి విద్యాలయాలకు కొరతేమీ లేదు. వాటివల్ల కొంతమంది బ్రాహ్మణ విద్యార్థులు శాస్త్రాధ్యయనం చేయవచ్చునేమోగాని సమాజానికి మాత్రం ఏ ప్రయోజనం కలగదు. అందువల్ల అజ్ఞానాన్ని తొలగించేదిగా సమాజ ప్రయోజనాలను సాధించేదిగా అయిన నూతన విద్యాబోధనకు ప్రభుత్వం అంకురార్పణ చేయడం మంచిది. ప్రతి గ్రామంలోను ఆంగ్ల విద్య బోధించే పాఠశాలను నెలకొల్పాలి. ఇందు నిమిత్తం ప్రతి గ్రామీణుడు అణా నుంచి నాలుగణాల వరకు చందా చెల్లించాలి. (నాటి రూపాయిలో 16 అణాలు ఉండేవి. ఒక అణాకు నాలుగు కానులుండేవి). ఈ మొత్తానికి తోడుగా విద్యాసమితి నిధి నుంచి ధనాన్ని వెచ్చించాలి. బెంగాలీ సమాజంలోని ప్రముఖులు ఆశించిన ఆధునిక (ఆంగ్ల) విద్య లక్ష్యాలను గురించి ఆంగ్లేయ ప్రముఖుల అభిప్రాయాలు ఎలా ఉన్నాయో తెలుసుకుందాం.

నాడు ప్రతిపాదించబడుతున్న ఆధునిక (ఆంగ్ల) విద్య బెంగాలీలలో మూఢ నమ్మకాన్ని నిర్మూలించి, వారిని క్రైస్తవ మతంలోకి మార్చడంలో తోడ్పడిందని మిషనరీలు భావించారు. మెకాలే సైతం తన తండ్రికి రాసిన లేఖలో 'మన విద్యాప్రణాళిక అమలుపరచడం జరిగితే, ముప్ఫై

సంవత్సరాలలో బెంగాల్‌లో విగ్రహారాధకుడనేవాడు ఉండడు. మతాంతరీకరణకు పూనుకోకుండానే ఈ ప్రయోజనం నెరవేరుతుందని రాశాడు. కలకత్తా జర్నల్ ఒక వ్యాసంలో ఇలా రాసింది. 'సమాజాన్ని కలుషితం చేసే హేయమైన విగ్రహారాధనాచారాన్ని పాటిస్తున్నవారు ఈ ఆధునిక విద్య ద్వారా నిజమైన భగవంతుని గురించి, ఆయన తన దూతగా పంపిన ఏసుక్రీస్తు గురించి జ్ఞాన ప్రాప్తి పొందుతారు. కామన్స్ సభలో మెకాలే చేసిన ప్రసంగం ఆధునిక విద్య ప్రయోజనాల విషయంలో మరొక పార్శ్వాన్ని చూపిస్తుంది. ఈ విద్యా వ్యాసంగం ద్వారా యూరోపియన్ భాషల్నీ- సంస్కృతిని నేర్చుకొన్న భారతీయులు ముందుకాలంలో ఒకానొక దశలో తమ దేశంలోనూ యూరోపియన్ సంస్థలూ, వ్యవస్థలను ప్రవేశపెట్టాలనే ఆకాంక్ష వ్యక్తం చేస్తారేమో. ఒక వేళ అలా గనుక జరిగితే అది ఆంగ్లేయుల చరిత్రలో గర్వించవలసిన దినమే అవుతుంది.

మేజర్ జనరల్ లయోనల్ స్మిత్ కామన్స్ సభ సెలెక్ట్ కమిటీలో వ్యక్తపరచిన అభిప్రాయం : పాశ్చాత్య విద్య ద్వారా భారతీయులు స్వపరిపాలనా వ్యవస్థల విలువను గ్రహించగలరు. అందువల్ల ఈ విద్యాబోధన ఫలితంగా వారు మనల్ని తమ దేశం నుంచి వెళ్ళగొట్టవచ్చు. అందుకు నేనేమీ విచారించను. అమెరికా విషయం చూడండి. ఆ దేశం మనవలసగా ఉన్నప్పటి కంటే విడిపోయిన తరవాతే ఎక్కువ విలువైందిగా పరిణమించింది.

భారతీయుల్ని పాశ్చాత్య విద్యావిధానంతో విద్యావంతుల్ని చేయడం మనల్ని యూరప్‌కు తిప్పి పంపే రహదారి అన్న మాటే' అని ఎల్ఫిన్‌సన్ అన్నాడు. అయితే మరొక సందర్భంలో ఆయనే భారతీయ సమాజంలోని ఉన్నత వర్గాల వారికి ఉత్తమమైన ఆంగ్ల విద్యను బోధిస్తే వారు స్వయంగా ఆ విద్యా వ్యాప్తిలో ముందుండగలరు' అన్నాడు. క్రీ.శ.1833, 1834 లలో పూనాలోను, బొంబాయిలోను 'ఎల్ఫిన్‌సన్ కాలేజ్‌లు స్థాపించబడినాయి. చరిత్ర, భూగోళం, విజ్ఞానశాస్త్రం బోధించే ఇలాంటి విద్యాలయాల్లో విద్యాభ్యాసం చేసిన వారు తమ తెలివితేటలను - నైతిక స్థాయినీ పెంచుకొని పాలనాయంత్రాంగంలో ఉన్నత పదవులను నిర్వహించగలరని ఆశాభావాన్ని వ్యక్తం చేశాడు.

లార్డ్ మెకాలే

19వ శతాబ్దం రెండో దశకానికే ఆంగ్ల భాషాబోధన కావాలన్నవారి సంఖ్య బాగా పెరిగిపోయింది. వారిని సంతృప్తిపరచడానికి కలకత్తా మదర్సాలలోను, సంస్కృత కళాశాలలోనూ ఆంగ్ల బోధన ఏర్పాటుచేసింది కంపెనీ. అయినప్పటికీ ఆ రెండు సంస్థల పట్లగానీ ఇతర దేశీయ విద్య బోధించే సంస్థలపట్లగానీ ప్రజానీకం విముఖంగానే ఉండిపోయింది. అసలు విద్యాబోధన ఆరబిక్ లేదా సంస్కృతంలో జరగాలా, ఆంగ్లంలో జరగాలా అనే విషయం వివాదాస్పదమైంది. ఆంగ్లంలోనే విద్యాబోధన జరగాలని ఒక వర్గం, ప్రాచ్యభాషలలో జరగాలని మరొక వర్గం పట్టుబట్టాయి. ఈ వివాదాన్ని పరిష్కరించడానికి ఒక కమిటీని నియమించడం జరిగింది. ఆ కమిటీకి థామస్ బాబింగ్టన్ మెకాలేను అధ్యక్షుడుగా నియమించాడు.

మెకాలే క్రీ.శ. 1813 ఛార్టర్ చట్టం లక్ష్యాలను విశ్లేషిస్తూ, 'చట్టం లక్ష్యాలకు తగ్గని నిధిని ఏర్పాటుచేసింది. భాషా-సారస్వతాలను, యూరోపియన్ విజ్ఞానశాస్త్రాన్ని, వాటి అధ్యయనాన్ని

ప్రోత్సహించడానికి అయితే చట్టం చేయడంలో పార్లమెంటు ఉద్దేశ్యం అరబిక్ సంస్కృత భాషలను ప్రోత్సహించడానికి కాకపోవచ్చు. ఎందుకంటే ఒక అల్మారా షెల్ఫ్‌లోని యూరోపియన్ సాహిత్యం - ఇండియా- అరేబియాల సారస్వతం మొత్తానికి సమమైందనే విషయాన్ని ఎవరు కాదనగలరు? అన్నాడు. 'భారతీయుల్ని మనకు విధేయులుగా ఉంచడానికి వారిని అజ్ఞానంలోనే కొట్టుమిట్టాడ నిస్తామా? 'భారతీయుల హృదయాల్లో ఆశలు, ఆశయాలు రేకెత్తించని విధంగా విద్యా జ్ఞానాన్ని ఇవ్వగలమా? 'ఆశలూ ఆశయాల్ని రేకెత్తించి అవి ఫలించే అవకాశం లేకుండా చేయడమా మన ఉద్దేశ్యం?' ఈ పరిశీలనలు చేసిన మెకాలేయే మున్ముందు బ్రిటిష్ పాలనా బృహత్ యంత్రాంగంలో వాణిజ్య - వ్యాపారరంగాల్లో బ్రిటిష్ వారికి ఉద్యోగులుగా ఆంగ్ల భాషాభ్యాసం చేసిన భారతీయులు ఉపయోగపడతారు. అదీ కొద్దిపాటి జీతభత్యాలతో అని తన అభిప్రాయాన్ని ప్రకటించాడు. ప్రాచ్యభాషా అనుకూల వర్గంలో ముఖ్యుడైన ఆంగ్లేయుడు జేమ్స్ ప్రెన్సెస్. ప్రాచ్యభాషా వాదులు ఆంగ్ల భాష మాధ్యమంగా ఉంటే దేశ భాషలు మనుగడకోల్పోతాయని, విద్యా ప్రణాళిక యూరోపియమైనదైనా దేశ భాషల్లోనే బోధన జరగడం మంచిదని అభిప్రాయపడ్డారు.

మెకాలే వాదననే అంగీకరించిన గవర్నర్ జనరల్ విలియం బెంటింక్ క్రీ.శ. 1813 ఛార్టర్ చట్టం కేటాయించిన సొమ్మును ఆంగ్ల విద్యపైనే వెచ్చించాలనీ, బోధనా మాధ్యమం ఆంగ్లంగానే ఉండాలనీ నిర్ణయించాడు (1835). ఆధునిక (ఆంగ్ల) విద్య ఎంతో ఉపయోగకరమైన విజ్ఞానాన్నిస్తుందనీ - ఇంత ఉపయోగకారియైన విద్యావ్యవస్థ గతంలో ఎన్నడూలేదనీ, గతంలోని విద్యావ్యవస్థకు ఈ విద్యావ్యవస్థకూ స్వర్గానికీ పాతాళానికి మధ్య ఉన్నంత తేడా ఉందని సంవాదకౌముది పత్రిక (1830) రాసింది. విశాల దృక్పథం, హేతుబద్ధత, ఆధునికత, హృదయ సంస్కారం, సామాజిక స్పృహలను పెంపొందింపచేయడంలో నూతన విద్యావిధానం విజయవంతమైందనడానికి హిందూకాలేజిని దృష్టాంతంగా పేర్కొనవచ్చు.

హిందూకాలేజిలో విద్యాభ్యాసం చేసిన యువకులు సామాజిక, ఆర్థిక, రాజకీయ సిద్ధాంతాలను క్షుణ్ణంగా అధ్యయనం చేసినవారు. నాటి యూరప్ సమాజాన్ని ప్రభావితం చేస్తున్న అత్యాధునిక సిద్ధాంతాలను అధ్యయనం చేసినవారు. ప్రగాఢమైన దేశభక్తి భావాలు కలిగినవారు వారి వ్యక్తిత్వాన్ని తీర్చిదిద్దడంలో హెన్రీ లూయీ విలియమ్ డెరోజియా అనే హిందూ కాలేజ్ ఉపాధ్యాయుని పాత్ర ఘనమైంది. పోర్చుగీస్-భారతీయ జంట సంతానమైన డెరోజియా క్రీ.శ.1808లో జన్మించాడు. స్కాట్లాండ్ నుంచి వచ్చి భారతదేశంలో నివాసం ఏర్పరచుకున్న డ్రమండ్ మహాశయుని పాఠశాలలో చదువుకున్నాడు. ఆయన నుంచే రాజకీయ, సామాజిక, మతపరమైన విషయాలలో మౌలిక ఆలోచనల్ని ఒంటబట్టించుకున్నాడు. పద్దెనిమిది సంవత్సరాలు నిండకముందే హిందూకాలేజ్‌లో అధ్యాపకుడుగా నియుక్తుడైనాడు.

ఫ్రెంచి విప్లవ భావాలతోను, ఆంగ్లేయుల మౌలిక సంస్కరణవాదంతోను ప్రభావితుడైన డెరోజియో తన విద్యార్థులలోను మౌలిక ఆలోచనా విధానాన్ని ప్రోత్సహించాడు. కళాశాల పత్రిక ద్వారా, హిందూకాలేజిలో నెలకొన్న అధ్యయన - చర్చ సంఘాల ద్వారా తన విద్యార్థులలో ఇచ్ఛాస్వాతంత్ర్యం, గుణశీలాల ప్రాధాన్యత, దేశభక్తి, ఆస్తిక, నాస్తిక వాదాలు, స్త్రీవిద్య, వ్యయ

ప్రయాసలు లేని న్యాయపాలనా వ్యవస్థ, మొదలైన అనేక విషయాలను గురించి గోష్టులు ఏర్పాటుచేసేవాడు. డెరోజియో వ్యక్తిత్వం సూదంటు రాయి వలె ఆకర్షించేది. తన విద్యార్థులపై ఇంతగా ప్రగాఢమైన ప్రభావాన్ని కలిగించిన డెరోజియో వంటి అధ్యాపకుడు 'నభూతో నభవిష్యతి' అని ఆయన జీవిత కథ రచయిత రాశాడు. అయితే డెరోజియో పట్ల సనాతనులు వైముఖ్యాన్ని చూపించి, క్రీ.శ. 1831లో హిందూ కాలేజ్ నుంచి అతన్ని తొలగింపచేశారు. తరవాత ఆయన భారతీయుడు అనే దినపత్రిక ఆరంభించి తన బౌద్ధిక కార్యకలాపాలను కొనసాగించాడుగానీ క్రీ.శ. 1831లో ఇరవై నాలుగు సంవత్సరాలైనా నిండకుండానే కన్నుమూశాడు.

డేవిడ్ హారే జీవితగాథ రచించిన ప్యారీ చంద్ మిత్రా డెరోజియో గురించి ఈ విధంగా రాశాడు. డెరోజియో తన విద్యార్థులకు స్వతంత్రమైన ఆలోచనా ధోరణిని అలవరచుకోవాలనీ, మంచి అలవాట్లు, మంచి గుణాలను పెంపొందించుకుంటూ చెడు అలవాట్లు వాటికి దూరంగా ఉండాలనీ బోధించేవాడు. న్యాయబుద్ధి, దేశభక్తి, త్యాగశీలత, సేవాదృక్పథం వంటి స్వభావాల విలువలను ఉద్ఘాటించే కథలూ, గాథలను వినిపించి విద్యార్థుల మనస్సులను ప్రభావితం చేసేవాడు. డెరోజియో ప్రభావం హిందూకాలేజ్ విద్యార్థులు విద్యానంతరం చేపట్టిన కార్యక్రమాల్లో ప్రస్ఫుటంగా కనిపిస్తుంది. వారు రాజకీయ విషయాలలో నాడు యూరప్‌లో ప్రచలితంగా ఉన్న బెంథామ్ భావాలను, ఆర్థిక విషయాలలో ఆడమ్‌స్మిత్ సిద్ధాంతాలను నమ్మేవారు. హిందూకాలేజ్ విద్యార్థులు నెలకొల్పిన గోష్టిసంఘాలు : ఎకనమిక్ అసోసియేషన్, సొసైటీ ఫర్ ది ఆక్విజిషన్ ఆఫ్ జనరల్ నాలెడ్జ్, ద హిందూ థియోఫిలాన్ థ్రోపిక్ సొసైటీ. ద ఫార్థెనాన్, జ్ఞానాన్వేషణ, హిందూ పయొనీర్, దహెస్పరస్, ఇంక్వైరర్, దక్విల్, అనే హిందూ కాలేజ్ విద్యార్థులు నడిపిన పత్రికలు.

ఆంగ్ల విద్య - బెంగాలీ ప్రముఖుల విమర్శలు

ఆంగ్ల విద్య గురించి కొంత విమర్శ కూడా తలెత్తింది. బెంగాల్ హిందూ సమాజంలో ఆంగ్ల విద్యావంతుల కులం ఒకటి పుట్టిందని, ఈ కులస్తులు సమాజం నుంచి వేరైపోయారని విమర్శకులు వ్యాఖ్యానించారు. ఇందులో కొంత సత్యం లేకపోలేదు. ఆంగ్ల విద్యావంతుల సంఖ్య కొద్దిగా ఉండేది. వారు పాలనా యంత్రాంగంలో ఉన్నతోద్యోగాల్లో ఉండేవారు. వారి ఆలోచనలు ఆశయాలు ఆదర్శాలు సామాన్యుల భావాలకు భిన్నంగా ఉండేవి. సామాన్యులు, సాంప్రదాయికుల భావాలు - అలవాట్లును ఆంగ్ల విద్యావంతులు ఈసడించుకునేవారు. ముఖ్యంగా ఆచార వ్యవహారాలు, రీతి రివాజుల్లో ఈ ద్వైదీభావం స్పష్టంగా ద్యోతకమయ్యేది. విలియం బెంటింక్ నిర్ణయం (1835) దేశభాషలకు గొడ్డలిపెట్టు అయిందని మరొక విమర్శ వచ్చింది. అయితే ఇది అపోహ మాత్రమే. బోధనా మాధ్యమం గురించి ఆలోచన చేసినప్పుడు ఆంగ్ల భాషా - ప్రాచ్యభాషలు (అరబిక్ - సంస్కృతం) మాత్రమే ప్రత్యామ్నాయాలుగా ఉండేవి. ఆ చర్చలో దేశభాషలు పరిశీలనలోనేలేవు. ఆంగ్ల విద్యను వ్యతిరేకించిన ప్రాచ్యవాదులు సైతం అరబిక్/సంస్కృతం పక్షాన వాదించేవారేగాని దేశ భాషల గురించి కాదు. అదీగాక, నాటికి దేశ భాషలంతగా అభివృద్ధి చెందలేదు. విలియం బెంటింక్ విధానాన్ని ప్రాచ్యవాదులు నిరసించారు. ప్రభుత్వ విద్యాసంఘం నుంచి ప్రాచ్యవాదులైన సభ్యులు ఇద్దరు తప్పుకున్నారు. అధిక్షేపం తెలుపుతూ కలకత్తా పౌరులు, ఇతర బెంగాలీలు పదివేల

మంది సంతకాలు చేసిన పత్రాన్ని డైరెక్టర్ల మండలికి సమర్పించారు. ఆసియాటిక్ సొసైటీ స్థానిక ప్రభుత్వానికి ఒక పత్రాన్ని, డైరెక్టర్ల మండలికి, బోర్డ్ ఆఫ్ కంట్రోల్ వారికి పత్రాల్ని పంపి నిరసనను తెలియజేసింది. ఫలితంగా బ్రిటిష్ ప్రభుత్వం బెంటింక్ నిర్ణయాన్ని అమలుజరిపే ఉత్తర్వును నిలిపివేసింది. విలియం బెంటింగ్ తరవాత కొద్ది నెలలు ఛార్ల్స్ మెట్కాఫ్ గవర్నర్ జనరల్‌గా ఉన్నాడు. తరవాత గవర్నర్ జనరల్ అయిన ఆక్లాండ్ ప్రభువు అనిశ్చితిని అంతమొందించవలసి వచ్చింది. ఆయనకు ఆంగ్ల విద్యావాది మెకాలే ప్రాచ్య విద్యావాది ప్రిన్సెస్ ఇరువురు రెండు ధ్రువాలుగా గోచరించారు. చివరకు రాజీ సూత్రంగా ప్రాచ్యవిద్యకు నూతన విద్యాయోజనలో స్థానం కల్పించారు. ఈ నిర్ణయాన్ని డైరెక్టర్లు ఆమోదించారు. బోధనా మాధ్యమం గురించి నూతన ఉత్తర్వు ప్రస్తావించలేదు. క్రీ.శ. 1835-38లో బెంగాల్‌లో కంపెనీ ప్రభుత్వ నిర్వహణలోని విద్యాలయాల సంఖ్య నలభైకి పెరిగింది. విద్యార్థుల సంఖ్య 3,400 నుంచి 6000 లకు పెరిగింది. ఆంగ్ల విద్యకు అనుకున్న దానికంటే ఎక్కువ ప్రజాదరణ లభించింది. క్రీ.శ.1844లో హర్డింజ్ ప్రభువు ఇచ్చిన ఉత్తర్వు ప్రభుత్వోద్యోగాలలో, నూతన విద్యాయోజనలో చదువుకొని ప్రతిభావంతులుగా గుర్తింపు సాధించిన వారికి ప్రాధాన్యత ఇవ్వడం జరుగుతుందని ప్రకటించింది. కొత్తగా ఏర్పరచిన విద్యామండలి ఉద్యోగాల ఎంపికకోసం పరీక్షలు నిర్వహిస్తుందని ప్రభుత్వం ప్రకటించింది. క్రీ.శ. 1843-1855 కాలంలో బెంగాల్ విద్యామండలి ఆధీనంలో నడిచే విద్యాలయాలు 28 నుంచి 151 వరకు పెరగగా, విద్యార్థుల సంఖ్య 4632 నుంచి 13,163కు పెరిగింది. కలకత్తాలో ఒక విశ్వవిద్యాలయ స్థాపనకు బెంగాల్ విద్యామండలి ప్రణాళిక రూపకల్పన చేసింది. దీన్ని బ్రిటన్ ప్రభుత్వం ఆమోదించలేదు. బొంబాయి, మద్రాసు ప్రెసిడెన్సీలలో కూడా ఆంగ్ల విద్యావ్యాప్తి కొంతమేరకు జరిగినది.

కంపెనీ ప్రభుత్వం సామాన్య ప్రజలకు ఉపకరించే ప్రాథమిక విద్యను మాత్రం అశ్రద్ధచేసింది. విద్యావంతులైన వారి చొరవతో సామాన్య ప్రజానీకానికి విద్యావిస్తరణ జరుగుతుందని ఆంగ్ల విద్యావాదులు విశ్వసించారు. దీనిని 'నిమ్నోన్ముఖ విస్తరణ సిద్ధాంతం' అన్నారు. బొంబాయి ప్రెసిడెన్సీలో విద్యాబోర్డు సభ్యుడుగా ఉన్న 'జగన్నాథ్ శంకర్‌సేథ్' బోధనా మాధ్యమం గురించి తన అభిప్రాయాన్ని నమోదుచేస్తూ రాసిన వ్యాఖ్యలో దేశీయ బాషను మాధ్యమంగా వాడటంవల్ల ముఖ్య ప్రయోజనాలు సిద్ధిస్తాయని అన్నాడు. 'పశ్చిమ భారతానికి సంబంధించినంతవరకు - ప్రజలకు ఉపయోగకరమైన విజ్ఞానాన్ని అందించడానికి స్థానిక భాషను ఉపయోగించడమే మంచిది. ఆంగ్లంలో జరిగే బోధనను గ్రహించడం కంటే స్థానిక భాషలో జరిగే భాషలో బోధనను అర్థం చేసుకోవడం సులభం అని నమ్మకం. అంటే ఆంగ్ల భాషాధ్యయాన్ని వ్యతిరేకించడం నా ఉద్దేశం కాదు. కాదుగానీ ఆంగ్లంలో బోధనను అర్థం చేసుకోవడం జనసామాన్యానికి కష్టమైన విషయం. స్థానిక భాషావాదుల వాదన ఫలితంగా 'కళాశాల స్థాయిలో కేవలం ఆంగ్లమే మాధ్యమంగా ఉన్న, పాఠశాలల - ఉన్నత పాఠశాలలలో స్థానిక భాషనే మాధ్యమంగా వాడాలనే నిర్ణయం తీసుకోవడం జరిగింది.

లార్డ్ డల్హౌసీ ప్రభువు గవర్నర్ జనరల్ (క్రీ.శ. 1848-56)గా రావడంతో స్థానిక భాషలకు మంచి కాలం వచ్చిందని చెప్పవచ్చు. క్రీ.శ.1853లో కంపెనీ ఛార్టర్ పునర్నవీకరణ జరుగుతున్న

సందర్భంలో విద్యా విధానాన్ని సాకల్యంగా పరిశీలించారు. డల్హౌసీ ప్రభువు స్వయంగా జనబాహుళ్యానికి వర్తించే ప్రాథమిక విద్య విషయంలో ఆసక్తి కనబరిచాడు. దేశ వ్యాప్తంగా సామాన్యజనంకోసం స్థానిక భాషల్లోనే విద్యాబోధన చేసే పాఠశాలలను స్థాపించడం అవసరమని ఆయన భావించాడు. ఉన్నత విద్యను సమాజాసవరాలకు అనుగుణంగాను కంపెనీ ప్రభుత్వస్థాయికి తగినట్లు ఉన్నత విద్యను సమాజావసరాలకు అనుగుణంగాను కంపెనీ ప్రభుత్వ స్థాయికి తగినట్లు వ్యవస్థీకరించాలని అభిప్రాయపడ్డాడు. గవర్నర్ జనరల్ నుంచి లభించిన ప్రోద్బలంతో బెంగాల్, బొంబాయి, పంజాబ్ రాష్ట్ర స్థానిక ప్రభుత్వాలు స్థానిక భాషా పాఠశాలలకు ప్రోత్సాహాన్నిచ్చాయి.

సర్ చార్లస్ ఉడ్స్ నివేదిక 1854

భారతదేశంలో విద్యావిధానాన్ని గురించి పరిశీలించడానికి ఒక పార్లమెంటరీ కమిటీ నియుక్తమైంది. ఆ కమిటీ 'ట్రెవెల్యాన్', 'డఫ్' వంటి అనుభవజ్ఞులను ఇతరులు అనేకమందిని విచారించింది.

కంపెనీ ప్రభుత్వం కూడా భారతదేశంలో విద్యను గురించి ముఖ్యమైన చర్యలు చేపట్టింది. 1854లో బోర్డ్ ఆఫ్ కంట్రోల్ అధ్యక్షుడైన ఛార్ల్స్ వుడ్ రూపొందించిన ఒక ప్రణాళికా పత్రాన్ని డైరెక్టర్లు కంపెనీ ప్రభుత్వానికి పంపించారు. ఉడ్స్ డిస్పాచ్, 1854గా వ్యవహరించబడుతున్న ఈ పత్రాన్ని విద్యావిధాన చరిత్రలో 'మాగ్నాకార్టా'గా వ్యవహరిస్తారు.

విద్యావిధానంలో 1854 తరవాత వచ్చిన పరిణామాలకు ప్రాతిపదికగా నిలచే ఒక సంగ్రహమైన ఆలోచనను ఉడ్స్ నివేదిక సమకూర్చింది. పత్రంలోని అంశాలను ధ్రువపరుస్తూ ఆంగ్ల - దేశభాషా విద్యల్లో కంపెనీ కృషిని, విద్యావిస్తరణలో కంపెనీ చర్యలను ప్రశంసిస్తూ భారత వ్యవహారాల కార్యదర్శి కంపెనీ ప్రభుత్వానికి రాశాడు.

ఉడ్స్ నివేదిక - ముఖ్య అంశాలు

ఉడ్స్ పత్రం సిఫారసులు ఈవిధంగా ఉన్నాయి.

1. ప్రత్యేకంగా విద్యాశాఖను ఒకదాన్ని ఏర్పాటుచేయాలి.
2. మూడు ప్రెసిడెన్సీ నగరాల్లో (కలకత్తా, బొంబాయి, మద్రాసు) విశ్వవిద్యాలయాలను స్థాపించాలి.
3. అన్ని అంచెల విద్యాలయాల్లో పనిచేసే ఉపాధ్యాయులకు శిక్షణ ఇచ్చే సంస్థల్ని నెలకొల్పాలి.
4. ఉన్న ప్రభుత్వ కళాశాలలు, పాఠశాలల నిర్వహణతోపాటు అవసరమైనచోట్ల అదనంగా కళాశాలలు, సంస్థలను స్థాపించాలి.
5. మాధ్యమిక పాఠశాలలను ఏర్పరచాలి.
6. ప్రాథమిక విద్యను విస్తరింపచేసే దిశగా ప్రభుత్వ, ప్రైవేటు యాజమాన్యాలలోగల స్థానిక భాషా పాఠశాలలపట్ల శ్రద్ధ తీసుకోవాలి.
7. గ్రాంట్-ఇన్-ఎయిడ్ (పాఠశాలల నిర్వహణకోసం ప్రభుత్వం ఇచ్చే ధన సహాయం) ఏర్పాటు.

ప్రజా బాహుళ్యానికి ఉపయోగకరమైన విద్య- విజ్ఞానాన్ని అందించేవారికి సాధన. సంపత్తిని ప్రభుత్వం అందచేయాలి.

8. ప్రాథమిక పాఠశాలల్లో స్థానిక భాషల్లోను, ఉన్నత విద్యాలయాల్లో ఆంగ్ల భాషలోను విద్యాబోధన జరగాలి. ప్రజలు కోరినచోట ఆంగ్ల భాషా బోధనకు వీలు కల్పించాలి. అయితే అది స్థానిక భాషకు ప్రత్యామ్నాయంగా మాత్రం కాదు.

9. ప్రభుత్వం ధన సహాయం మంజూరులో నిష్పాక్షికంగా వ్యవహరించాలి.

10. విద్యాభ్యాసం కొనసాగించడానికి వీలుగా విద్యార్థులకు ఉపకారవేతన పథకాన్ని ఏర్పరచాలి.

11. స్త్రీ విద్యకు ప్రభుత్వం సంపూర్ణ సహకారాన్ని ఇవ్వాలి.

ఉడ్స్ నివేదిక సిఫారసులను అమలుపరుస్తూ విద్యాశాఖ ఏర్పాటు జరిగింది. ప్రతి రాష్ట్రంలోను 'డైరెక్టర్ ఆఫ్ పబ్లిక్ ఇన్‌స్ట్రక్షన్' అనే అధికారినీ, అయనకు సహాయకులుగా 'ఇన్‌స్పెక్టర్', 'డిప్యూటీ ఇన్‌స్పెక్టర్'లను నియమించారు. ఈ ఏర్పాటు చాలాకాలం వరకు కొనసాగింది. ప్రాదేశిక విభాగాల పునర్వ్యవస్థీకరణ జరిగిన సందర్భాల్లో అవసరమైన మార్పులు చేయడం జరిగింది.

ఉడ్స్ నివేదిక తరవాత కొద్దికాలానికే 1857 ఉద్యమం జరిగింది. ఆ తరవాత జరిగిన పరిణామాల్లో ముఖ్యమైంది విశ్వవిద్యాలయాల ఏర్పాటు. 1857 జనవరిలో 'కలకత్తా విశ్వవిద్యాలయం' 'జులైలో బొంబాయి విశ్వవిద్యాలయం', 'సెప్టెంబర్‌లో మద్రాసు విశ్వవిద్యాలయా'లను ఏర్పరుస్తున్నట్లు చట్టాలు చేయబడ్డాయి. విశ్వవిద్యాలయ పాలన ఛాన్సలర్- వైస్‌ఛాన్సలర్-సెనెట్ లతో కూడిన యంత్రాంగం చేతుల్లో ఉంటుంది. నాలుగు అధ్యయన శాఖలు - 1. శాస్త్రవిజ్ఞానం (సైన్స్), మానవీయ శాస్త్రాలు (ఆర్ట్స్), 2. న్యాయశాస్త్రం, 3. వైద్యశాస్త్రం, 4. ఇంజనీరింగ్ ఏర్పరచడం జరిగింది. కళాశాలలు విశ్వవిద్యాలయాలతో అనుబంధాన్ని (అఫిలియేషన్) ఏర్పరచుకునే పద్ధతి కల్పించబడింది. పరీక్షల నిర్వహణ విశ్వవిద్యాలయాలే చేస్తాయి. ఉడ్స్ నివేదికలోని అంశాలు స్వల్ప తేడాతో నేటికీ అమలులో ఉండటం - ఉడ్స్ పత్రం చూపించిన దూరదృష్టిని సూచిస్తుంది. క్రీ.శ.1880 తరవాత విద్యావ్యాప్తి త్వరితగతిన జరిగింది. ప్రభుత్వం - మిషనరీలు - మార్గదర్శకులైన భారతీయ పురోగమన వాదులు ఈ కృషిలో పాలుపంచుకున్నారు. ఈలోగా క్రీ.శ.1869 లాహోర్ యూనివర్సిటీ కాలేజ్ స్థాపన జరిగింది. ఈ సంస్థలో శాస్త్ర విజ్ఞానాన్ని వీలైనంత వరకు పంజాబులో స్థానికభాషలలో బోధించడాన్ని ప్రభుత్వం అనుమతించింది. అనుబంధ కళాశాలల సంఖ్య బాగా పెరగటంతో '1882లో పంజాబు విశ్వవిద్యాలయాన్ని' ఏర్పాటు చేయడం జరిగింది. క్రీ.శ.1882 నాటికి దేశ వ్యాప్తంగా కళాశాలల సంఖ్య 59, విద్యార్థుల సంఖ్య 5399. 'క్రీ.శ. 1887లో అలహాబాద్ విశ్వవిద్యాలయ స్థాపన జరిగింది.'

హంటర్ కమీషన్ (1882)

1854 ఉడ్స్ నివేదిక అమలు - ప్రగతి, వాంఛనీయమైన మార్పును గురించి పరిశీలన జరపడానికి డబ్ల్యు.డబ్ల్యు. హంటర్ అధ్యక్షతన ఒక సంఘాన్ని ఏర్పాటుచేయడం జరిగింది. (1882

ఫిబ్రవరి). ప్రధానంగా, నాటి ప్రాథమిక విద్య స్థితి గురించి పరిశీలన, మెరుగుపరచడానికి అవసరమైన చర్యలను గురించి విచారించటానికి నిర్దేశించిన హంటర్ కమీషన్ యూనివర్సిటీ విద్య గురించి కూడా విలువైన సమాచారాన్ని పోగుచేసి సమర్పించింది. కళాశాల స్థాయి విద్య, విద్యార్థుల హాజరీ, ఫీజులు, క్రమ శిక్షణ, విద్యానంతర అవకాశాలు గురించిన ఈ సమాచారం ప్రభుత్వానికి చాలా ఉపయుక్తమైంది.

హంటర్ కమిషన్ చేసిన సిఫారసులన్నింటినీ ప్రభుత్వం ఆమోదించింది. ఈ సిఫారసుల ప్రాతిపదికపై మునుముందు ప్రభుత్వం అవలంభించనున్న విధానాన్ని గురించి స్థానిక ప్రభుత్వాలకు, విద్యాశాఖలోని పాలనాధికారులకు ప్రభుత్వం ఆదేశాలిచ్చింది. విద్యవిషయమై భిన్న రాష్ట్రాల నుంచి వచ్చే నివేదికల్లోని ముఖ్యాంశాలను క్రోడీకరిస్తూ వార్షిక నివేదికల్ని తయారు చేయాలని భారత వ్యవహారాల కార్యదర్శి ప్రభుత్వానికి రాశాడు.

హంటర్ కమిషన్ సిఫారసుల్లో ముఖ్యమైనవి

1. ప్రభుత్వం ఉన్నత విద్యాలయాల ప్రత్యక్ష నిర్వహణ, సహాయ చర్యల నుంచి తప్పుకోవడం, నిదానంగా, జాగ్రత్తగా జరగాలి.
2. మామూలుగా ప్రభుత్వం విద్యాసంస్థలకు ఇచ్చే సహాయం కాక ప్రత్యేక సహాయపథకం కూడా ఉండాలి.
3. పెద్ద కళాశాలల్లో ప్రత్యామ్నాయ కోర్సులు ఏర్పరచాలి.
4. నైతిక శాస్త్ర వాచకాల్ని రూపొందించాలి. (ఆ నైతికశాస్త్రం వ్యవస్థీకృత మతాల నుంచి నిక్షేపించిందికాక ప్రకృతి సూత్రాల నుంచి నిక్షేపించేదై ఉండాలి) అలాంటి నైతికశాస్త్రాన్ని ప్రభుత్వ, ప్రభుత్వేతర కళాశాలలన్నింటిలోను బోధించే ఏర్పాటు జరగాలి.
5. ప్రతి కళాశాలలోనూ ఆచార్యులుగానీ కళాశాలల ప్రిన్సిపాల్‌గాని, మానవుని – పౌరుని కర్తవ్యాలను గురించి బోధించాలి.
6. కళాశాల ఫీజు –హాజరీ విషయమై, వాటి నుంచి మినహాయింపు ఇచ్చే విషయమై నియమావళి రూపొందించాలి.

హంటర్ కమీషన్ సెకండరీ విద్య గురించి కూడా 23 సిఫారసులు చేసింది. వాటిలో ముఖ్యమైనవి.

ఉన్నత పాఠశాలలో పై తరగతులలో రెండు కక్ష్యలుండాలి. ఒకటి కళాశాల విద్యకోసం ప్రవేశపరీక్షకు విద్యార్థిని సిద్ధం చేసేది, రెండోది విద్యానంతరం ఉపాధి మార్గాలకు మళ్ళే విద్యార్థికి సంబంధించింది. ప్రతి సెకండరీ విద్యాలయంలోను, గ్రంథాలయం, ప్రయోగశాలలో పరికరాలు, కుర్చీలు, బల్లలు సమకూర్చడానికి ప్రభుత్వ సహాయ పథకాన్ని రూపొందించాలి. ప్రాథమిక విద్య విషయంలో స్థానికుల నుంచి సహకారం ఉన్నా లేకున్నా ప్రభుత్వం కృషి చేయాలి గానీ సెకండరీ విద్యాలయాల ఏర్పాటు స్థానిక సహాకరం పూర్తిగా లభించినప్పుడే ప్రభుత్వం చర్యలు చేపట్టాలి.

19వ శతాబ్దానికి విద్యావిషయకంగా చెప్పుకోదగిన ప్రగతి జరిగింది. క్రీ.శ.1881-82 నుంచి సెకండరీ పాఠశాల విద్యార్థుల సంఖ్యలో 180% వృద్ధి నమోదుకాగా, ప్రాథమిక పాఠశాల విద్యార్థుల సంఖ్యలో 49% పెరుగుదల వచ్చింది. అయితే దేశ జనాభాతో పోలిస్తే ఇది తక్కువే. క్రీ.శ. 1901-02 నాటికి అన్ని స్థాయిలలోను కలిపి ప్రభుత్వ విద్యాలయాలు ఒక లక్షా అయిదు వేలు ఉన్నాయి. వీటిన్నింటిలో మొత్తం విద్యార్థుల సంఖ్య నాలుగు లక్షలు. ప్రైవేటు విద్యాలయాల సంఖ్య 43,000 వాటిలో విద్యార్థుల సంఖ్య ఆరు లక్షలు. కళాశాలలు 145 ఉండగా వాటిలో విద్యార్థుల సంఖ్య 17,500, న్యాయశాస్త్ర విద్యాలయాలు, వైద్యకళాశాలలు, ఇంజనీరింగ్ కళాశాలలు కలిపి 46 ఉండగా వాటిలో చేరిన విద్యార్థుల సంఖ్య 5,400. 1901లో సేకరించిన జనాభా లెక్కల ప్రకారం పురుషులలో చదవడం, రాయడం నేర్చిన వారి సంఖ్య వెయ్యికి తొంభై ఎనిమిది మంది కాగా స్త్రీలలో వేయికి ఏడుగురు మాత్రమే చదవటం, రాయటం వచ్చినవారు.

ప్రాథమిక విద్య విషయంలో ప్రభుత్వం క్రీ.శ. 1854, 1882 నివేదికలను అమలుచేసే విషయమై పదేపదే చెప్పినా చెప్పుకోదగినంత ఫలితాన్ని సాధించలేకపోయింది. క్రీ.శ. 1901 జనాభా లెక్కల ప్రకారం పాఠశాలలకు పోయే వయస్సులోని బాలురలో ఆరోవంతు మాత్రమే ప్రభుత్వ పాఠశాలలో విద్యాభ్యాసం చేస్తున్నారు. క్రీ.శ.1901లో కర్జన్ విద్యావిషయక చర్చ - సూచనల నిమిత్తం సిమ్లాలో ఒక సమావేశాన్ని ఏర్పాటుచేశాడు. సెప్టెంబర్ 2 నుంచి పదిహేను రోజుల పాటు జరిగిన ఈ సమావేశంలో రాష్ట్రాల విద్యావ్యవస్థ సంచాలకులు, విశ్వవిద్యాలయాల ప్రతినిధులు పాల్గొన్నారు. ఈ సమావేశం 156 తీర్మానాలు చేసింది. డైరెక్టర్ జనరల్ ఆఫ్ ఎడ్యుకేషన్ పదవి ఒకదాన్ని ఏర్పరచాలని, సాంకేతిక విద్యకు ప్రాధాన్యం పెరగాలని, అందునిమిత్తం స్కాలర్‌షిప్‌లు ఏర్పాటుచేయాలని సిఫారసు చేయడం జరిగింది. క్రీ.శ. 1902 హగ్ డబ్ల్యు ఆరెంజ్ డైరెక్టర్ జనరల్‌గా నియమితుడైనాడు. క్రీ.శ. 1901-1904 కాలంలో జరిగిన విద్యావిషయక సంస్కరణల్లో ముఖ్య పరిణామం క్రీ.శ. 1904 మార్చి 21నాడు భారతీయ విశ్వవిద్యాలయాల చట్టం రూపొందింది. రాలే కమిషన్ చేసిన వివిధ సిఫారసులను ఈ చట్టంలో పొందుపరచడం జరిగింది.

విశ్వవిద్యాలయాల నిర్వహణ సంస్థల (గవర్నింగ్ బాడీ)ను పునర్వ్యవస్థీకరించడం, విశ్వ విద్యాలయాల సెనెట్ సభ్యుల సంఖ్యను 50కి తగ్గకుండా 100కు మించకుండా ఉండాలని చట్టం సూచించింది. కలకత్తా, బొంబాయి, మద్రాసు విశ్వవిద్యాలయాలకు సంబంధించి ఎన్నికైన సభ్యుల సంఖ్యను 20కి, లాహోర్, అలహాబాద్ విశ్వవిద్యాలయాల్లో ఎన్నికైన సెనెట్ సభ్యుల సంఖ్యను 15కు పరిమితం చేయడం జరిగింది. యూనివర్సిటీల సిండికేట్‌లో అధ్యాపకులకు సముచిత ప్రాతినిధ్యం, కళాశాలలను విశ్వవిద్యాలయాలకు అనుసంధానించడానికి సంబంధించిన నియమ నిబంధనలు, ఆచార్యులు, అధ్యాపకులను నియమించే అధికారాలను విశ్వవిద్యాలయాలకు దత్తం చేయడం చట్టం చేసిన నిర్ణయాలు.

విశ్వవిద్యాలయాల ప్రాదేశిక పరిధిని నిర్ణయించే అధికారం గవర్నర్ జనరల్ ఇన్ కౌన్సిల్‌కి ఉండాలని చట్టం నిర్ణయించాలి. విశ్వవిద్యాలయాల నిర్వాహక సంస్థ సెనెట్‌లో నామినేటెడ్ సభ్యుల సంఖ్యను ఎక్కువగా ఉంచడం, రాష్ట్రాల విద్యావ్యవస్థ సంచాలకులకు అందులో స్థానం కల్పించడం

ద్వారా కేంద్ర ప్రభుత్వ అధికారాన్ని పెంచడం జరిగిందని, యూనివర్సిటీలను ప్రభుత్వ నియంత్రణలో ఉంచడానికి చట్టంలో పలునియమాలు రూపొందించబడ్డాయని విజ్ఞులు విమర్శించారు. విద్యావంతులైన భారతీయులు చట్టాన్ని విమర్శించారు. యూరోపియన్‌ల ప్రాబల్యాన్ని నిలుపుకొనే విధంగా చట్టం రూపొందిందని వారు అభిప్రాయపడ్డారు.

నూతన సామాజిక వర్గాల అవతరణ - మధ్యతరగతి వర్గాలపాత్ర :

భారతదేశంలో ఈస్టిండియా కంపెనీ - తూర్పున బెంగాల్, దక్షిణాన మద్రాసు, పశ్చిమాన బొంబాయి రాష్ట్రాలపై (ప్రెసిడెన్సీ) ఆధిపత్యం సాధించడంతో దేశ ఆర్థిక వ్యవస్థ, రాజకీయ, పాలనా వ్యవస్థలు సమూలమైన మార్పులకు గురైనాయి.

ప్రాచీన కాలం నుంచి ఈస్టిండియా కంపెనీ పాలన నెలకొనే వరకు భారతీయ ఆర్థిక వ్యవస్థ సామాజిక స్వభావం కలిగి గ్రామమే పునాదిగా ఉండేది. సేద్యభూమి మొత్తం గ్రామసంఘాల అజమాయిషీలో ఉండేది. ప్రైవేటు ఆస్తి అంటూ ఉండేదికాదు. వ్యావసాయిక కార్యక్రమం, వస్తూత్పత్తి సాధన, ఉత్పత్తి పంపకం గ్రామ సంఘాల సాధికార పర్యవేక్షణలోనే జరిగేది. పశుగణానికి మేతకోసం సమష్టి క్షేత్రాలుండేవి. గ్రామాలకు సమీపంలో ఉన్న అడవులను గృహనిర్మాణం, వ్యవసాయ పరికరాల తయారీకి - ఇతర అవసరాలకు ఉపయోగించుకునే అధికారం గ్రామాలకే ఉండేది. గ్రామస్థాయిలో వ్యావసాయిక, వస్తూత్పత్తి సేవలు గ్రామావసరాలను బట్టి గ్రామ సమాజంతో నిర్మించబడేవి. ప్రధానంగా గ్రామావసరాల ప్రాతిపదికగా పనిచేసే ఈ ఉత్పత్తి విధానంలో ఎగుమతి - దిగుమతులు అప్రధానమైన అంశాలుగా ఉండేవి. భూమికి సంబంధించి ప్రైవేటు ఆస్తి అంటూ ఉండేదికాదు. ఈ లక్షణాలు కలిగిన వ్యవస్థను మార్క్స్ 'ఆసియా ఉత్పత్తి విధానం'గా అభివర్ణించాడు. రాజవంశాలు మారినా, పాలకులు మారినా బ్రిటిష్ పాలనా కాలం వరకు ఇదే వ్యవస్థ కొనసాగింది. దీన్నే సాంప్రదాయికులు 'గ్రామస్వరాజ్యం', 'స్వయం సమృద్ధ గ్రామవ్యవస్థ' అని వ్యవహరిస్తారు. గ్రామ సంఘాల నియమ నిబంధనలకులోబడి కర్షక కుటుంబాలు వ్యవసాయ భూముల్ని సాగుచేసేవి. ఈ వ్యవస్థలోని మూలసూత్రం 'సహకార ధోరణి'. అన్ని వివాదాల్లోనూ నిర్ణాయకాంశం గ్రామావసరాలు - గ్రామ ప్రయోజనం. రాజులకు లేదా సామంతులకు లేదా రాజప్రతినిధులకు గ్రామాలు ఉత్పత్తిలో కొంత భాగాన్ని చెల్లించేవి. రాజులు తమ ఆశ్రితులకు గానీ, కవి, పండిత, కళాకారులకు గానీ, దేవాలయాలకు గానీ దానం చేసినా, దానగ్రహీతలకు ఆ ఉత్పత్తిలో నిర్ణీత భాగాన్ని పొందే అధికారం మాత్రమే ఉండేది. స్థూలంగా ఈ స్వరూప స్వభావాలు కలిగిన గ్రామవ్యవస్థ బ్రిటిష్ వారి కాలంలో చేసిన శిస్తు విధాన (రెవిన్యూ) శాసనాలవల్ల - ఉదా : 10 సంవత్సరాల శిస్తు విధానం - శాశ్వత శిస్తు విధానం - మారిపోయింది.

దక్కన్‌లో ఋణాలు తీర్చలేని రైతులపై కోర్ట్ ఉత్తర్వులు సంపాదించిన వడ్డీ వ్యాపారులపై మరాఠా కర్షకులు తిరగబడ్డారు. వడ్డీ వ్యాపారుల ఇళ్ళపై దాడులు చేసి రుణపత్రాలను తగలబెట్టారు. కొన్నిచోట్ల వడ్డీ వ్యాపారులను చంపేయడం జరిగింది. పరిస్థితుల తీవ్రతను అప్పుడు గ్రహించిన ప్రభుత్వం దక్కన్ కర్షకుల సహాయ చట్టాన్ని చేసింది. పంజాబ్‌లోనూ కర్షకులు అదేవిధంగా తిరుగుబాటు చేయగా ప్రభుత్వం పంజాబ్‌లోని భూముల అన్యాక్రాంతాన్ని నిషేధించే చట్టం చేసింది. కర్జన్ ప్రభుత్వం

- కర్షకుల ఆందోళన తీవ్రతను గమనించి కౌలుదార్లకు రక్షణ కల్పిస్తూ రెవిన్యూ చట్టాలు చేయాలని నిర్ణయించింది. కౌలుదార్లు, కర్షకుల విషయంలో కాంగ్రెస్ పారిశ్రామిక వేత్తల ప్రయోజనాల పరిరక్షణలో చూపించినంత ఆసక్తి, శ్రద్ధ చూపలేదన్న నిందకు గురైంది. నీలితోటల యజమానులైన యూరోపియన్లు కర్షకులపై చేసిన అఘాయిత్యాలకు వ్యతిరేకంగా 1918లో చంపారన్ సత్యాగ్రహాన్ని చేపట్టాడు గాంధీ. తత్ఫలితంగా కర్షకులకు ఉపశమనం కలిగింది. అయితే గాంధీ గారి చంపారన్ సత్యాగ్రహం కూడా కౌలుదార్ల, కర్షకుల సమస్యలపై పోరాటానికి నాంది కాలేకపోయిందనీ, జమీందారీ వ్యవస్థ తెచ్చిన దుస్థితిపై గాంధీ, రాజేంద్రప్రసాద్‌లు మౌనం పాటించడం విచిత్రమనీ రంగా విమర్శించాడు. 1918 నుంచి కౌలుదార్లు, కర్షకులలో వర్గ చైతన్యం వృద్ధి చెందింది. వారు తమ పోరాటాన్ని జాతీయస్థాయికి తీసుకొనిపోయారు. సంఘటిత వ్యవస్థలను నిర్మాణం చేసుకొని, ఆ వ్యవస్థలకు నిర్దిష్ట కార్యక్రమాలను ఏర్పరుచుకున్నారు. తమ వ్యవస్థకొక నాయకుణ్ణి ఎన్నుకొని వ్యవస్థాత్మక పోరాటాన్ని సాగించారు.

సహాయ నిరాకరణ ఉద్యమం (క్రీ.శ. 1920-1922) శిస్తు చెల్లింపు నిరాకరణను పిలుపునివ్వడంతో భారత రైతాంగం జాతీయోద్యమంపట్ల ఆకర్షితమైంది. ఉద్యమకాలంలో ప్రత్యక్షంగా కాంగ్రెస్ జోక్యం లేని రైతుల ఉద్యమాలు జరిగాయి. గుంటూరు జిల్లాలో, కర్ణాటక, అయోధ్యల్లో జరిగిన ఉద్యమాలు కొంతమేరకు తమ లక్ష్యాలను సాధించగలిగాయి. కేరళలో జరిగిన మోప్లా తిరుగుబాటు - మతపరమైన కోణం ఏర్పడినా, ప్రధానంగా కౌలుదార్ల సమస్యలపై జరిగిన పోరాటమే, గోదావరి జిల్లా నర్సీపట్నంలో జరిగినదీ రైతుపోరాటమే. అదేవిధంగా ఉత్తర ప్రదేశ్‌లో సీతాపూర్, రాయ్‌బరేలీలలలోను సద్యరిస్ఫూర్తితో తిరుగుబాట్లు జరిగాయి.

సహాయ నిరాకరణోద్యమం తరవాత కౌలుదార్లు, కర్షకులు భారతీయ కిసాన్‌లుగా ఒక స్వతంత్ర వర్గం అవతరించడం జరిగింది. ఆంధ్రలో 1923లో, పంజాబ్ - బెంగాల్ - ఉత్తర ప్రదేశ్‌లలో 1926-27లలో కర్షక సంఘాలు, వ్యావసాయిక కార్మిక సంఘాలు ఏర్పడ్డాయి. 1928లో మోతీలాల్ నెహ్రూ అధ్యక్షతన జరిగిన అఖిలపక్ష సమ్మేళనంలో బీహార్-ఉత్తర ప్రదేశ్‌ల నుంచి కిసాన్ సభలు పాల్గొని వినతిపత్రాలు సమర్పించాయి. 1928లో ఆంధ్రలో రైతుసంఘం ఏర్పడింది. 1929-30కాలంలో వల్లభాయ్‌పటేల్ నాయకత్వంలో గుజరాత్‌లోని బాడొలీలో జరిగిన రైతు పోరాటాలు తమ కోరికలను కొంతవరకు సాధించుకోగలిగాయి.

1930లో గాంధీ ప్రభుత్వానికి సమర్పించిన 11 అంశాల పత్రంలో భారతీయ పెట్టుబడిదారుల సమస్య ప్రస్తావన ఉందికానీ రైతాంగం సమస్యల ప్రస్తావన లేదు. కర్షకులకు రుణభారం నుంచి విముక్తి, వ్యవసాయ కార్మికులకు కనీసవేతన నిర్ణయం, కీలక పరిశ్రమల జాతీయాకరణను పత్రంలో చేర్చి ఉండాల్సింది గానీ, గాంధీ ఆర్థిక ప్రాతిపదిక సామాజిక విభజనకు దారితీయరాదనే సూత్రంతో ఆ అంశాలను చేర్చలేదు. పెట్టుబడిదారుల సమస్యలను మాత్రం చేర్చారని రంగా విమర్శించారు.

1929 ఆర్థిక సంక్షోభం రైతాంగాన్ని కష్టాల్లో పడేసింది. ఉత్తర ప్రదేశ్, గుజరాత్, కర్ణాటక, ఆంధ్ర ప్రాంతాల్లో కాంగ్రెస్ పతాకం కిందా - కాంగ్రెస్ ప్రమేయం లేకుండా ఉద్యమాలు జరిగాయి.

శాసనోల్లంఘనం తరవాత కౌలుదారు, కర్షక సమాజాలు, స్వతంత్ర కిసాన్ సంఘాలు అవతరించాయి. కాంగ్రెస్ భూస్వాముల ప్రయోజనాలను తప్ప తమ వర్గం ప్రయోజనాలను పట్టించుకోవడంలేదనే భావన కర్షక, కౌలుదారు సంఘాల నాయకుల్లో కలిగింది. దానితో కర్షక, కౌలుదారు సంఘాలు స్వతంత్రమైనవిగా ఏర్పడాలనే నిర్ణయానికి వచ్చారు రైతాంగ నాయకులు. కాంగ్రెస్ సోషలిస్ట్ పార్టీ, కమ్యూనిస్ట్‌లు, జాతీయవాదుల్లోని వామపక్షీయులు కిసాన్ సంఘాల ప్రాధాన్యతను నొక్కి చెప్పారు. కర్షక రైతాంగానికి ఉద్యమ కార్యక్రమాల్లో శిక్షణ ఇవ్వడానికి నిడుబ్రోలులో ఒక శిక్షణాలయం నెలకొల్పడం జరిగింది. 1938లో మద్రాసు రాష్ట్ర రైతుసంఘం, కర్షక సంఘాలు ఏర్పడ్డాయి.

కౌలుదార్లు, కర్షకులను మతంవారీగా వ్యవస్థీకరించే యత్నాలు జరిగాయి. బెంగాల్‌లో అబ్దుల్ రహ్మాన్, ఫజల్ ఉల్‌హక్‌లు, ముస్లిమ్ రైతాంగాన్ని ప్రజాపార్టీ పేరుతో సమీకరించడానికి పూనుకున్నారు. తరవాత కృషిక్ పార్టీగా మారిన ఈ పక్షం వ్యవసాయరంగంలో సంస్కరణల్ని జమీందారీ వ్యవస్థ రద్దును కోరాయి. ముస్లిమ్ రైతాంగం ఈ పార్టీలో చేరింది. 1927లో మొదలైన బిహార్ కిసాన్‌సభ 1934 తరవాత బాగా విస్తరించింది. స్వామి సహజానంద సరస్వతి సారధ్యంలో బిహార్ కిసాన్ సభ అఖిలభారత కిసాన్ సమ్మేళనంలో బలమైనశాఖగా రూపొందింది. 1935లో ఉత్తర ప్రదేశ్ కిసాన్ సభ ఏర్పడి జమీందారీ రద్దును కోరింది.

ఈ పరిణామాలతో ప్రభుత్వం రైతాంగం సమస్యల పరిష్కారానికి చర్యలు తీసుకుంది. 1934లో ఉత్తరప్రదేశ్‌లో రుణ విముక్తి శాసనాలు చేయబడినాయి. 1933లో వడ్డీ వ్యాపారులను నియంత్రిస్తూ, రుణ విమోచన చేస్తూ చట్టాలు చేయడం జరిగింది. అయితే చర్యలేమంతగా కిసాన్ సమాజం పరిస్థితిని మెరుగుపరచలేకపోయాయి. దానితో కిసాన్ ఉద్యమం విస్తరించింది. 1935లో అఖిల భారత కిసాన్ కాంగ్రెస్ లక్నోలో సమావేశమైంది. దేశంలో రైతాంగం సమస్యలను, ఆశయాలను ప్రతిబింబించే ఈ సంస్థ ఏర్పాటు చరిత్రలో ఒక మైలురాయి.

ఆధునిక మధ్యతరగతి

వ్యాపార ప్రయోజనాలకోసం ప్రాశ్చాత్య వ్యాపారులు, వారిననుసరించి మత ప్రచారంకోసం పాశ్చాత్య క్రైస్తవ మిషనరీలు భారతదేశానికి రావడంతో భారతీయ సమాజంలో పరిణామాలు సంభవించసాగాయి. వ్యాపార, మతపరమైన, లక్ష్యాలకోసం వచ్చిన పాశ్చాత్యులు దేశంలోని దక్షిణ, తూర్పు ప్రాంతాల్లో మద్రాసు, కలకత్తాలు కేంద్రాలుగా తమ కార్యకలాపాలను ఆరంభించి క్రమంగా ఉదృతం చేయసాగారు. వీరు అవలంభించిన ప్రక్రియలతో పాశ్చాత్యుల ఆర్థిక విధానం, వ్యాపార పద్ధతులను గురించి, పాశ్చాత్య జీవన విధానం, తత్వం, మత, సంస్కృతులను గురించి భారతీయులకు పరిచయం ఏర్పడింది. దీనివల్ల భారతీయ సమాజంలో ఆర్థిక, సామాజిక, సాంస్కృతిక పరిణామాలు సంభవించాయి. వాణిజ్య, వ్యాపార ప్రయోజనాలకోసం వచ్చిన తూర్పిండియా కంపెనీ వారు నాటి దేశ రాజకీయ దుస్థితిని ఆధారంగా చేసుకొని స్థానిక పాలకులతో కర్ణాటక, ప్లాసీ, బక్సార్ యుద్ధాలు చేసి సాధించిన విజయాల ద్వారా వాణిజ్య ప్రయోజనాలతోపాటు రాజకీయ ప్రాబల్యం కూడా సంపాదించారు. ఆపై ఇతోధిక సంఖ్యలో పాశ్చాత్య వర్తకులూ, మిషనరీలు రాసాగారు. వారితో కలవడంవల్ల సమాజంలో మౌలికమైన మార్పులు వచ్చాయి. ప్లాసీ యుద్ధకాలం నుంచి క్రీ.శ. 1883లో

ఈస్టిండియా కంపెనీ ఆధిపత్యంపై ప్రభుత్వ అజామాయిషీ ఏర్పడటం, తరవాత క్రీ.శ.1858లో కంపెనీ రాజ్యమంతా బ్రిటిష్ సామ్రాజ్య అంతర్భాగం కావడం మొదలైన చారిత్రక పరిణామాలతోపాటు సామాజిక పరిణామం జరుగుతూ వచ్చింది.

భారతదేశంలో ప్రాచీన కాలం నుంచి ఉంటూ వచ్చిన గ్రామ స్వాతంత్ర్యం అంతరించడం, సేద్యభూమి క్రయ, విక్రయ, కౌలు మొదలైన లావాదేవీలకు గురయ్యే, ప్రైవేటు ఆస్తిగా పరిణమించడం, సమాజంలో వర్ణవ్యవస్థ బలహీనపడి విచ్ఛిన్నంకావడం, పాశ్చాత్యుల విద్యావిధానం, విద్యాసంస్థలు బలపడటం, ఈ పరిణామాలతో నూతన సామాజిక వర్గాలు అవతరించడం జరిగింది. బెంగాల్‌తో ప్రారంభమైన ఈ పరిణామాలు, దేశంలోని ఇతర ప్రాంతాలు, పాశ్చాత్యుల పాలనలోకీ, పెత్తనంలోకి రావడంతో ఆ ప్రాంతాలకూ విస్తరించాయి. 19వ శతాబ్దంనాటి జనాభాలో విదేశీయులు ప్రాబల్యం ఉన్న వర్గంగా ఉండేవారు. వీరి సంఖ్య చాలా స్వల్పమైనా, సంపదా, అధికారం, సామాజిక ప్రాబల్యం వీరి చేతుల్లో కేంద్రీకృతమై ఉండేది. అందుకు వారి శక్తిసామర్థ్యాలు, అంగబలం, అర్థబలం తోడ్పడ్డాయి.

దేశజనాభాలో అతిపెద్ద దామాషా కలిగిన సామాన్య ప్రజానీకం, దారిద్ర్యం, పరాధీనత శక్తిహీనతలతో సతమతమవుతూ జీవించేవారు. వీరి నివాసం దేశంలోని లక్షలాది గ్రామాల్లో, ఈ బలమైన - ప్రాబల్యవంతమైన వర్గానికీ, బలహీనమైన సామాన్య ప్రజావర్గానికీ నడుమ ఉన్న వారిని 'మధ్యతరగతి'గా అభివర్ణించాడు చరిత్రకారుడు తారాచంద్. ఈ మధ్యతరగతిలో భూస్వాములు, వ్యాపార వాణిజ్య కార్యకలాపాల్లో ఉన్న దేశీయులు, వృత్తి వర్గాలవారు, తరవాతకాలంలో సంఖ్యాపరంగా వేగంగా పెరిగిన విద్యావంతులు, ఉద్యోగుల వర్గం ఉండేవి. ఇది ఒక ఐక్యవర్గం కాకపోయినా, కొన్ని సమష్టి ప్రయోజనాలు, సాదృశ్యలు ఈ వర్గాన్ని స్పష్టపరిచాయి. దిగువ ఉన్న సామాన్య ప్రజావర్గానికి లేని శక్తి సామర్థ్యాలు, చైతన్యశీలతా, ప్రపంచ జ్ఞానం, స్వేచ్ఛాదృక్పథాలు ఈ మధ్యతరగతి వారికి గొప్ప సామాజిక ప్రాబల్యాన్ని కల్పించాయి.

నూతన మధ్యతరగతి ఏర్పాటులో నిర్మూలనా, నిర్మాణం, రెండూ జరిగాయి. మధ్యయుగాల నుంచి 19వ శతాబ్ది వరకూ కొనసాగిన సామాజిక వర్గాలు నిర్మూలం కావడం, కొత్తగా ఏర్పడిన జమీందారులు, వర్తకులు భూస్వాములు, విద్యావంతులు, ఉద్యోగులు, వృత్తిపనివారు, పారిశ్రామికవేత్తలతో నూతన సమాజం నిర్మాణం కావడం జరిగాయి. ఈ జంట పరిణామంలో ముఖ్యమైన అంశం ఆధునిక మధ్యతరగతి అవతరణ. పాశ్చాత్యుల కార్యకలాపాలు, సంస్థలు, సంస్కృతుల ప్రభావంవల్ల నూతన మధ్య తరగతి అవతరించింది కాబట్టి, ఈ వర్గం పుట్టుకా, వృద్ధి, కలకత్తా, మద్రాసు నగరాల్లో జరిగి తరవాతకాలంలో ఇతర పట్టణాలకు విస్తరించింది.

వాణిజ్య వ్యాపారాల తొలిదశలో కంపెనీ వర్తకులకు స్థానిక బెంగాలీల సహాయసేవలు అవసరమైనాయి. వర్తకులు విదేశీయులై ఉండటం, వారి భాష దేశీయులకు అపరిచితమై ఉండటం కారణంగా క్రయ, విక్రయాలలో విదేశీయులు, దేశీయులకు నడుమ అనుసంధానం కలిగించే వర్గం అవసరమైంది. ఈ అవసరాన్ని దాద్నీ వర్తకులు (లావాదేవీల్లో ముందుగా కొంత ధనాన్ని చెల్లించడం ద్వారా, క్రయ విక్రయ హక్కును సంపాదించి వ్యాపారం చేసేవారు) దళారులు (మధ్యవర్తులు)

పూరించారు. దాద్నీ వర్తకులు తమ ఏజెంట్లను, తమకు సాయపడే చిన్న దళారులనూ ఏర్పరచుకోసాగారు. వీరు నిర్వహించే పనులు, సరకుల నాణ్యత పరిశీలన, ధర నిర్ణయం, స్థానిక పరిస్థితులు, భాష తెలియని కారణంగా విదేశీయులు, ఇటు పేదరికం, అజ్ఞానం కారణంగా స్థానికులు ఈ ఏజెంట్ల, దళారులపై ఆధారపడాల్సి వచ్చేది. వీరినే ఆధునిక భారతీయ మధ్యతరగతి 'తొలితరంవారు' అనవచ్చు. దేశీయ, ఖండాంతర వ్యాపార వాణిజ్యాలు గణనీయంగా పెరగడంతో స్థానికుల నుంచి ఇతోధిక సహాయసేవలు విదేశీయులకు అవసరమయ్యాయి. తమకు లాభసాటియైన ఈ అవకాశాలు రావడంతో, లోగడ వ్యాపార వాణిజ్యాలలో అనుభవం లేని స్థానికులు కూడా వ్యాపార కార్యకలాపాలలో తమ సేవలు నమ్ముకొని లాభపడసాగారు. బెంగాల్‌లో అనేక ద్రవ్యరూపాలు చెలామణీలో ఉండేవి. బెంగాల్ సిక్కా, ఆర్కాట్, బొంబాయిల రూపాయిలు, పగోడాలు, బంగారు మొహరీలు, వేర్వేరు చక్రవర్తుల కాలంలో వెండి, బంగారు నాణాలు, డచ్, స్పానిష్ వారి డాలర్లు డచ్‌ఫారిన్‌లు, జర్మన్ క్రౌన్‌లు మొదలైన ద్రవ్యరూపాలు వాణిజ్య వ్యాపారాల్లో చెలామణీ అవుతుండటంతో వాటి విలువా, మారక నిష్పత్తి నిర్ణయించే పరిజ్ఞానం ఉన్న మారకం - వర్తకులు, షరాఫులకు గిరాకీ ఏర్పడి సంపాదనావకాశాలు కలిగాయి.

కుంకుమ, సిందూరం, టపాసులు, పొగాకు, గంజాయి, గుగ్గిలు, నార వంటి వస్తువుల వ్యాపారంలో కంపెనీలవారి నుంచి ఏకస్వామ్యం పొందిన దేశీయ వర్తకులూ, పట్టు నాణ్యత నిర్దేశకులు, అద్దకం పనివారు, పత్తి, నీలిమందు, చక్కెర పరిశ్రమలు, పడవల మరమ్మత్తు పనివారు, సాంకేతిక నిపుణులకు కూడా గిరాకీ ఏర్పడింది. ఇంజనీరింగ్ పనుల్లో ఓవర్ సీర్లు, సూపర్‌వైజర్, మేనేజరు వంటి ఉద్యోగాలలో దేశీయులు ప్రవేశించారు. దుబాసీ (రెండు భాషలూ తెలిసిన వారు, అనువాదకులు) లకు కూడా గిరాకీ ఏర్పడింది.

భూమిశిస్తు వ్యవహారాల్లో కూడా మధ్యతరగతి ఒకటి రూపొందింది. జమీందారుల వద్ద పని చేసే దివానులు, జమీందారుల న్యాయస్థానాల్లో సలహాదారులు, కలెక్టర్‌లకు సహాయకులు ఉంటూ 'నల్లజమీందారులు' అని పేరుబడిన దేశీయులు, ఆంగ్లేయులు, ఇతర విదేశీయుల వ్యాపార సంస్థల్లో వ్యవహారాలను నిర్వహించేవారు. వీరంతా మధ్యతరగతివారే. వీరి సంఖ్య దామాషాలను తెలిపే గణాంక వివరాలు లేకున్నా - వ్యాపారం మొత్తం రెట్టింపు కావడాన్ని బట్టి వీరి సంఖ్య కూడా అదే దామాషాలో పెరిగిందని అంచనా వేయవచ్చు. తాము చేపట్టిన వివిధ వృత్తులు, వ్యాపకాల కారణంగా విదేశీయులతో సన్నిహిత సంబంధాలు ఏర్పరచుకున్న మధ్యతరగతివారు తమ తమ వృత్తివ్యాపకాల నిర్వహణలో మత, కుల, కుటుంబ ఆచార వ్యవహారాలను, కట్టుబాట్లును ఉపేక్షించారు. ఉల్లంఘించారు. పాశ్చాత్యుల వాణిజ్య, జీవన, ఆలోచనా విధానాలే వారిని ఎక్కువగా ప్రభావితుల్ని చేశాయి. పరిపాలనా కేంద్రం కలకత్తా కావడంతో నరగపాలక వ్యవస్థ, ఉప వ్యవస్థలు కూడా బ్రిటన్‌లోని వ్యవస్థల నమూనాలోనే ఏర్పడ్డాయి. మేయర్, తొమ్మిది మంది ఆల్డర్‌మన్‌లతో పురపాలక వ్యవస్థ నెలకొంది. వివిధ విధుల నిర్వహణకు బోర్డులు, జమీందార్ కార్యాలయాలు వాటిలో దేశీయ ఉద్యోగులతో ఏర్పడిన వ్యవస్థ దేశీయులను ఆకర్షించింది. దేశంలోని ఇతర పట్టణాల్లోను అటువంటి వ్యవస్థలు ఏర్పడటం కాలక్రమంలో జరగడం అనివార్యమైంది.

నూతన మధ్యతరగతిలో వివిధ కులాలకు చెందిన వారున్నారు. సమాజంలో కులమనే ఒక నామమాత్ర వర్గీకరణగా మిగిలిపోయింది. తాము కొత్తగా చేపట్టిన ఉద్యోగాలు, వ్యాపకాల నిర్వహణలో నూతన మధ్యతరగతివారు ఆర్థికాంశాలకు మాత్రమే ప్రాధాన్యం ఇచ్చి, కులాచారాలు, కట్టుబాట్లను ఉపేక్షించారు. వివిధ కులాల మధ్య సంబంధాలలో భేదాలు, ఘర్షణలు సమసిపోసాగాయి. జీవన విధానం మార్పుకు లోనైంది. పూర్వ భయం, అణకువ, విధేయతా పోయి ధైర్యంగా, ఆత్మగౌరవంతో, తమ సంపదను స్థాయినీ ఆర్భాటంగా ప్రదర్శించే రీతిలో మధ్యతరగతివారు జీవించసాగారు. నివాస గృహాల వాస్తులో, ఆసన శయ్యా సామగ్రిలో భోజన సామగ్రిలో ఉపయోగించే పాత్రలు, పరికరాల్లో, పింగాణి సామగ్రి వాడకంలో విదేశీయుల నమూనాల అనుకరణ కనిపిస్తుంది. విదేశీయులతో విందులు, వినోదాలతో సామాజిక సంబంధాలు ఏర్పరచసాగారు. మధ్యతరగతివారు కొత్త పరిస్థితుల్లో పాతకాలపు స్థితిగతులు, మర్యాద పద్ధతులపట్ల తృణీకార ధోరణి ఏర్పడి, కంపెనీ వారికీ, దేశీయ ప్రభువులకు మధ్య ఘర్షణ, వైరాలు ఏర్పడిన సందర్భంలో మధ్యతరగతివారు విదేశీయులనే సమర్థించేవారు. లాభ సంపాదనే ధ్యేయమైంది. రాజకీయంగా ఏకమైన స్వదేశమనేది ఇంకా ఏర్పడలేదు. కాబట్టి దేశభక్తి, జాతీయతలనే మౌలిక విలువలు రూపొందడం జరగలేదు. 'మధ్యతగరతి' అనే వ్యవహార మాత్రం నామంతో వివరించడం జరుగుతోంది కానీ, ఈ వర్గానికీ, ఫ్రెంచి మధ్యతరగతికి (బూర్జువా) పోలిక లేదు. దక్షిణ పశ్చిమ భారతాల్లో వచ్చిన పరిణామాలు బెంగాల్‌లో లాగా త్వరిత గతిన రాలేదు. మద్రాసు నగర సమీప ప్రాంతం 18వ శతాబ్దాంతం వరకు స్వదేశీ ప్రభువుల పాలనలో, ఆధీనంలోనే ఉంది. మద్రాసు ప్రాంత ప్రజలు సంప్రదాయాన్నీ, కట్టుబాట్లను అంత తొందరగా త్యజించేవారు కాదు.

మద్రాసులో కూడా ఆంగ్లేయులు, ఇతర యూరోపియన్‌లైన డచ్‌వారు, డేన్‌లు, ఫ్రెంచివారు స్థావరాలు ఏర్పరచుకొని బెంగాల్‌లో అవలంభించిన వ్యాపార వాణిజ్య విధానాలనే పాటించారు. వర్తక వాణిజ్యాల నిర్వహణలో స్వదేశీయుల సహకారం ఇక్కడా అవసరమైంది. ఎగుమతి వస్తువుల సంపాదనకు, దిగుమతైన వస్తువుల విక్రయానికీ ఒక ప్రధాన వర్తకుడిని విదేశీయులు ఏర్పరచుకొన్నారు. కంపెనీ వ్యాపారానికి తోడు కంపెనీ అధికారుల ప్రైవేట్ వ్యాపారం కూడా తోడై వ్యాపారం మొత్తం బాగా పెరిగి పోవడంతో ప్రధాన వర్తకులు తమకు సహాయకులను నియమించుకున్నారు. తమలపాకు, పొగాకు వంటి వ్యాపార వస్తువుల్లో కొందరు వర్తకులు ఏకస్వామ్యాన్ని నెలకొల్పుకున్నారు. బెంగాల్‌లో వలె 'దుబాసీ' ఉద్యోగాలు ఏర్పడి సంపాదనావకాశాలు పెరిగాయి. తరవాత కాలంలో వీరే దళారులుగా వ్యాపారంలోకి ప్రవేశించి ధనమూ, పరపతి సంపాదించుకున్నారు. మద్రాసు నగరంలో దండనాధికారి, కనకపిళ్ళై (కరణం), ప్రధాన తలవరీ (శాంతిభద్రతల నిర్వహణాధికారి) మొదలైన ఉద్యోగాలలో దేశీయులు నియామకం పొందారు. స్వదేశీ ప్రభువుల ఆస్థానాలకు రాయబారులుగా, వకీళ్ళుగా, న్యాయవిచారణలో గవర్నర్‌కు సహాయులుగా, మద్రాసు నగర మున్సిపాలిటీలో ఆల్డర్‌మన్‌లుగా, సైన్యంలో సిపాయిలుగా దేశీయులు ఉద్యోగాలు సంపాదించుకున్నారు. కొంచెం ఆలస్యంగానైనా బెంగాల్‌లో ఏర్పడిన మధ్యతరగతే మద్రాసు ప్రెసిడెన్సీలోనూ ఏర్పడింది. పశ్చిమ భారతదేశంలో 'బొంబాయి ద్వీపాన్ని' గుజరాత్ బహదూర్‌షా నుంచి 1534లో పొందిన పోర్చుగీస్‌వారు, క్రీ.శ.

1661 లో దాన్ని ఇంగ్లాండ్‌కి ఇచ్చేశారు. బ్రిటన్ సంవత్సరానికి పదిపౌనుల చెల్లింపుపై ఈస్టిండియా కంపెనీకి గుత్తకి ఇచ్చింది.

క్రీ.శ.1668 పదివేల జనాభా ఉన్న బొంబాయి త్వరితగతిన వృద్ధి పొందింది. ప్రారంభ దశలో కొలీలు, భండారీలు అనే ఆదివాసులు, కొందరు పోర్చుగీసువారు, టొపాజీలనే సంకర జాతులవారు, మతాంతరీకరణం చెందిన వారు, కున్‌బీలు, ధేర్‌లు, మాహార్‌లు, కొందరు పార్సీలు మాత్రమే వలస వచ్చి స్థిరపడ్డారు. గుజరాత్ నుంచి బనియా (వర్తకులు)లు, బంజారాలు, బంగారు, కమ్మరి పని చేసేవారు, పార్సీలు వచ్చి చేరారు. విదేశీయులైన అరబ్‌లు, అబిసీనియన్‌లు, మడగాస్కర్ నుంచి బానిసలు వచ్చి స్థిరపడ్డారు. బొంబాయిలో 18వ శతాబ్దిలో వ్యాపార వాణిజ్యాలు వృద్ధి చెంది బొంబాయి సంపన్నులకు నిలయంగా మారింది. కలకత్తా, మద్రాసు నగరాలవలె గాక బొంబాయి కేవలం సరుకుల రవాణా చేసే రేవు మాత్రామేగానీ ఉత్పత్తి కేంద్రం కాదు. అయితే కలకత్తా, మద్రాసు, బొంబాయి నగరాలకు చెందిన వర్తకులు పరస్పర సంబంధాలు ఏర్పరచుకున్నారు. వారికీ విదేశీ వర్తకులకు ఏర్పడిన సంబంధాలు, వాణిజ్యంలోనే కాక జీవన విధానంలో, సాంఘిక, ఆర్థిక వ్యవస్థల్లో నూతన పద్ధతులు, వ్యవస్థలు ఏర్పాటు కావడానికి తోడ్పడ్డాయి. మధ్యతరగతి ఆవిర్భావంతోపాటు ఈ పరిణామాలు ఒక సంకీర్ణ సంస్కృతి రూపొందడానికి తోడ్పడ్డాయి.

క్రీ.శ. 1813 ఛార్టర్ (అనుమతి పత్రం) ద్వారా కంపెనీ ఏకస్వామ్యం నశించి స్వతంత్ర వర్తకులకు వ్యాపారావకాశం కలిగింది. క్రీ.శ.1833 ఛార్టర్ ద్వారా కంపెనీ సాగించిన వివిధ వ్యాపార కార్యక్రమాలు అంతమయ్యాయి. ఈ మార్పులతో దేశంలోని సామాజిక వర్గాల వారి హస్తరేఖలు మారిపోయాయని చెప్పవచ్చు. భారత్ విదేశీ వాణిజ్య స్వభావం కూడా మారిపోయింది. లోగడ నేత వస్త్రాలు, ఎగుమతి వస్తువులు కాగా, ఇప్పుడు ముడిపదార్థాలు, వ్యవసాయ ఉత్పత్తులు ఎగుమతి వస్తువులయ్యాయి. అయితే ఈ వాణిజ్యమంతా విదేశీయుల హస్తగతమై ఉంది. బాంకింగ్ రంగంలో కూడా ప్రభుత్వ మద్దతూ, విదేశీ వ్యాపారుల ఖాతాలు వారికే దక్కిన కారణంగా విదేశీ బాంకర్లే అగ్రస్థానంలో ఉండేవారు. వీరితో సమానంగా పోటీచేసే శక్తి స్వదేశీ బాంకర్లకు లేకపోయింది. క్రీ.శ.1815లో వెండి రూపాయిని టంకశాలలో ముద్రించడం మొదలుకావడంతో షరాపులు తమ ప్రాధాన్యం కోల్పోయారు. క్రీ.శ.1790-1802 కాలంలో కంపెనీ వారికి రుణాలిచ్చిన వారి దేశీయ రుణదాతలే అగ్రస్థానంలో ఉండేవారు. క్రీ.శ.1813 తరవాత దేశీయుల రుణవాటా తక్కువైపోయింది. అయితే విదేశీ వాణిజ్యం విదేశీయుల హస్తగతమైన దానికి ప్రతిఫలంగా దేశీయ వ్యాపారావకాశాలు స్వదేశీయులకు దక్కాయి. దీనివల్ల పట్టణాలు, నగరాలు, దేశాంతర్భాగంలో వ్యాపారం చేసి లాభపడ్డవారు మధ్యతరగతి మరొక పార్శ్వమైనారు. మధ్యతరగతిలో ఒక శాఖయైన భూస్వామి వర్గం. శిస్తు విధానం దుర్భరం కావడంతో బలహీనపడిపోయింది. వారి బాధ్యతలను చేపట్టిన గుమాస్తాలు, వర్తకులు, సర్కారు ఉద్యోగులు లాభపడి బలపడ్డారు. వీరి నివాసం పట్టణం కావడంతో వారి ప్రయోజనాలు దృక్పథాలు పట్టణవాసులవే అయ్యాయి. పెట్టుబడి, లాభాలకు వ్యవసాయరంగంలోకి వచ్చినా, ఆ పనుల్లో వారికి వృత్తిపరమైన ఆసక్తి అంటూ లేదు. క్రీ.శ.1820 నాటికి భూమి విలువ పెరిగింది. కొత్తగా ఏర్పడిన నియమ నిబంధనలతో వ్యవసాయకులపై భారం తగ్గింది. వ్యవసాయం కూడా

ఒక లాభసాటి వృత్తి అయింది. దానితో వ్యవసాయం చేపట్టినవారి సంఖ్య గణనీయంగా పెరిగింది. అయితే ఈ వ్యవసాయదారులు నగర, పట్టణ, నివాసులే. వీరు మధ్యతరగతిలోని మరొక శాఖగా రూపొందారు. పూర్వ అగ్రహార భూములు, దానం మన్యాలు ప్రభుత్వం రద్దుచేయడంతో ఇతోధికంగా సేద్యభూములు లభించి, ఇతోధికంగా నగరవాసుల పెట్టుబడి వ్యవసాయదారులుగా మారారు. ఈ మార్పు బెంగాల్‌కు మాత్రమే పరిమితం కాక ఒరిస్సాకూ విస్తరించింది. ఒరిస్సాలోని సేద్యభూములు కలకత్తా వ్యవసాయ వ్యాపారి వర్గం చేతుల్లోకి పోయాయి.

మద్రాసు బొంబాయి రాష్ట్రాల్లో రైత్వారీ విధానం ఏర్పడి ఉండటంవల్ల భిన్న పరిణామాలు సంభవించాయి. రైత్వారీ విధానం వల్ల చిన్న చిన్న భూకమతాలు ఏర్పడ్డాయి. ఈ ప్రాంతంలోని వ్యవసాయం రుతుపవనాధారితమై ఉండటంతో వ్యవసాయక దిగుబడులలో ఒడిదుడుకులు సాధారణమైపోయాయి. వీటిని తట్టుకునే శక్తి చిన్న భూకమతాల రైతులకు లేదు. ఈ పరిస్థితుల్లో రైతుల కష్టనష్టాలపై లాభాన్ని సంపాదించే పెట్టుబడి రుణదాతల వర్గం రూపొందింది.

పత్రికారంగ వ్యవస్థ

ప్రజాస్వామ్య వ్యవస్థను పరిరక్షించే బలమైన నిఘా వ్యవస్థగా పత్రికారంగాన్ని పేర్కొంటూ ఉంటారు. మౌలిక ప్రజాస్వామ్య సూత్రాలకు రూపుకల్పించి, హేతువాదాన్ని బలపరిచిన ఫ్రెంచి విప్లవ (1789) కాలంలో కూడా వోల్టేర్, డిడెరో వంటి మేధావులు పత్రికా వ్యవస్థ సహాయంతోనే తమ రాజకీయ, సామాజిక సిద్ధాంతాలను ప్రచారం చేశారు. మకాలే పత్రికా విలేఖరులు బ్రిటన్‌లో కామన్స్‌సభలో కూర్చునే గ్యాలరీని 'చతుర్థవర్గం' అని అభివర్ణించారు. (భూస్వాములు, మతాచార్యులు, సామాన్యులు పై మూడు వర్గాలు). అప్పటినుంచి పత్రికలు, విలేఖరులు వారి రాజకీయ పరపతి ఉద్దేశించి, ఫోర్త్ ఎస్టేట్' అనే మాట వాడుకలోకి వచ్చింది.

రేడియో, టెలివిజన్ వంటి ప్రసార సాధనాలు రూపొందక ముందు ఏకైక బలమైన శక్తిగా, ఎలక్ట్రానిక్ ప్రసార సాధనాలు ప్రజోపయోగంలోకి వచ్చిన తరవాత కూడా ప్రజా బాహుళం ఉపయోగించే ముఖ్య వార్తా ప్రసార సాధనంగా ఉంటూ వచ్చిన పత్రికారంగ వ్యవస్థ భారతదేశంలో ఎప్పుడు ఏ పరిస్థితుల్లో ఆవిర్భవించి బలపడిందనేది అధ్యయనం చేయవలసిన అంశం. 'దిటైమ్స్' అనే బ్రిటిష్ పత్రిక పార్లమెంటు ఇచ్చే ఆరువందల పౌండ్ల భృతిని పొంది అందుకు ప్రతిగా ప్రభుత్వాన్ని సమర్థించేది - అదీ పద్దెనిమిదో శతాబ్ది చివరిభాగంలో అంటే పత్రికల పరిస్థితి ఎలా ఉండేదో ఊహించుకోవచ్చు. భారతదేశంలో ఆధునిక పత్రికారంగాన్ని ప్రారంభించిన వారు యూరోపియన్‌లే. వారు గొప్ప ఆదర్శాలు, నిజాయితీ, సామర్థ్యాలతో ప్రమేయం లేకుండా, కేవలం పాఠకులకు కాలక్షేపం కలిగించడమే ధ్యేయంగా పెట్టుకున్నారు. ఇందుకుగాను వారు తమ పత్రికల్లో ప్రభుత్వతప్పిదాలను గురించేగాక, ప్రముఖుల జీవితాలకు సంబంధించిన నీలివార్తలను గురించి కూడా రాసేవారు.

పద్దెనిమిదవ శతాబ్దిలో భారతదేశంలో బలపడిన ఈస్టిండియా కంపెనీ తమ ఆధీనంలో ఉన్న ప్రదేశాలు, స్థావరాలను తమ ఆస్తిగా భావించేది. తమ ఉద్యోగస్తులుగాని ఆంగ్లేయులను

పరాయివారుగా, అక్రమ చొరబాటుదార్లుగా పరిగణించేవారు కంపెనీ అధికారులు. కంపెనీతో సంబంధంలేని ఆంగ్లేయులు కొంతమంది పత్రికలు పెట్టి, ఆ పత్రికల్లో కంపెనీ ప్రభుత్వాన్ని, అధికారుల్ని విమర్శిస్తూ అపహసించే వార్తలను ప్రచురించేవారు. దానితో ఒక వైపు ప్రభుత్వం, మరోవైపు పత్రికా వ్యవస్థ, రెండూ రెండు విరోధి వర్గాలుగా పనిచేసే సంప్రదాయం ఏర్పడింది. క్రీ.శ.1767లో బోల్ట్స్ అనే ఆంగ్లేయుడు ఒక పత్రికను ఆరంభించడానికి పూనుకోగా కంపెనీ ప్రభుత్వం అతన్ని భారతదేశం నుంచే పంపించేసింది. క్రీ.శ.1780లో హిక్కీ అనే ఆంగ్లేయుడు ప్రభుత్వ అనుమతి పొంది ఒక వార్తా పత్రిక ప్రారంభించాడు. 'బెంగాల్ గజెట్' (కలకత్తా జనరల్ అడ్వర్‌టైజర్) పేరు కలిగిన తన పత్రికను ఒక రాజకీయ - వాణిజ్య విషయక పత్రికగా - ఎవరి రాజకీయ ప్రాబల్యానికి లోనుకాకుండా, అందరినీ అలరించే పత్రికగా అభివర్ణించాడు హిక్కి. 12॥×8॥ పరిమాణంగల రెండు పుటలు మాత్రమే ఉన్న ఈ పత్రికలో వ్యాపార వాణిజ్య ప్రకటనలతోపాటు, మిషనరీలు, అధికారులేకాక గవర్నర్ జనరల్ వారెన్‌హేస్టింగ్స్ సుప్రీమ్ కోర్టు న్యాయమూర్తి ఎలిజాఇంపీలు, వారి పరివారాన్ని గురించి వార్తలు కూడా ప్రచురితమయ్యేవి.

క్రీ.శ. 1782లో తప్పుడు వార్తల ప్రచురణ అభియోగంతో హిక్కీని జైల్లో పెట్టించి పత్రిక చలామణీని నిలిపివేశాడు వారెన్‌హేస్టింగ్స్. చిక్కుల్లో పడిపోయినా హిక్కీ తన బింకాన్ని మాత్రం విడవకుండా, 'పత్రికా స్వాతంత్ర్యం అనేది ఆంగ్లేయునికి మనుగడతో ముడిపడిన హక్కు' అని ఉద్ఘాటించాడు. క్రీ.శ.1780-1793 కాలంలో ఇండియాగజెట్, కలకత్తా గజెట్, హుర్కారు మొదలైన పత్రికలు - మొత్తం ఆరు ప్రచురితమైనాయి.

దక్షిణ భారతంలో అధికారుల ప్రాపకంతో 'మద్రాసు కొరియర్' అనే పత్రిక మద్రాసు రాష్ట్రంలో (ప్రెసిడెన్సీ) ఆరంభమైంది. క్రీ.శ. 1795లో మరో రెండు పత్రికలు వచ్చాయి. 'ఇండియన్ హెరాల్డ్' అనే పత్రిక సంపాదకుడిని ప్రభుత్వంపైనా, వేల్సు యువరాజుపైనా అసత్యవార్తలు రాసినందుకుగాను దేశం నుంచి పంపించివేసింది కంపెనీ ప్రభుత్వం. వీక్లీ మద్రాస్ గజెట్ అనే మరొక పత్రిక సంపాదకుడిపై ప్రభుత్వ ఉత్తర్వుల పాఠాన్ని ప్రచురించే ముందు సైనిక కార్యదర్శికి ముందుగా సమర్పించి అనుమతి పొందిన తరవాతే ముద్రించాలని ఆంక్ష విధించడం జరిగింది. క్రీ.శ.1799లో అన్ని పత్రికలూ తమ పత్రిక ప్రతిని ముందుగా ప్రభుత్వ తనిఖీకి సమర్పించిన తరవాతనే ప్రచురించాలని నిబంధనను ఏర్పరచింది ప్రభుత్వం. బొంబాయి రాష్ట్రంలో క్రీ.శ.1789, 1790, 1791లలో బాంబే హెరాల్డ్, బాంబే కొరియర్, బాంబే గజిట్ అనే పత్రికలు వెలువడ్డాయి. బాంబేగజిట్ విషయంలోను ప్రచురణకు పూర్వం ప్రభుత్వ తనిఖీ అనుమతిని పొందాలని ఆంక్ష విధించడం జరిగింది. పైన పేర్కొన్న ఆంగ్ల పత్రికలు ప్రభుత్వ ఉత్తర్వులను, వార్తలను, పాఠకులు సంపాదకునికి రాసిన లేఖలను, ఇంగ్లాండ్‌లోని పత్రికల్లోని వార్తా ఖండికలను, పార్లమెంటుకు సంబంధించిన ముఖ్య వార్తలను ప్రచురించేవి. ఇంచుమించు ఈ పత్రికలన్నీ భారతదేశంలో ఆంగ్లేయులకోసం ఉద్దేశించిన విషయాలనే ప్రచురించేవి.

స్వదేశీ పత్రికలు

భారతదేశానికి సంబంధించినంతవరకు ఆధునిక పత్రికా వ్యవస్థ కొత్తదైనా, అసలు పత్రిక వ్యవస్థనేదే దేశంలో ఎన్నడూ లేదని చెప్పడానికి వీలులేదు. వార్తా పత్రిక సంప్రదాయం మధ్యయుగంలో ఉండేది. మొఘల్ చక్రవర్తుల కాలంలో వాఖియానవీస్ అనే లేఖరి ముఖ్యమైన ప్రజా-పాలనా వ్యవహారాలపైనా, సవానిక్ నవీస్ అనే లేఖరి సామ్రాజ్యంలోని ముఖ్య సంఘటనలను గురించి రాతపత్రికలు తయారుచేసేవారు. కాగా, సంపన్నులైన వణిక్ప్రముఖులు వాణిజ్య సంబంధమైన సమాచారాన్ని సేకరించి పంపించడానికి వార్తాలేఖకులను నియమించుకునేవారు. ఆ కాలంలో ముద్రణాయంత్రం లేదుగాబట్టి రాత ప్రతులే చెలామణిలో ఉండేవి. అవి కూడా స్వల్ప సంఖ్యలో వ్యాపార వర్గాలకు మాత్రమే ఎక్కువగా ఉపకరించేవి.

ముద్రణ యంత్రాన్ని భారతదేశంలో ప్రవేశపెట్టింది పోర్చుగీస్‌వారు. 1557 నుంచి జెసూయిట్ మిషనరీలు ముద్రణ యంత్రంపై క్రైస్తవ సాహిత్యాన్ని ప్రచురించేవారు. అయితే 19వ శతాబ్ది ఆరంభంలోనే ప్రజాజీవితంపై ముద్రణయంత్రం ప్రభావశీలంగా పరిణమించడం జరిగింది.

తొలి దేశభాషా పత్రిక 'దిగ్గర్శన' అనే బెంగాలీ మాసపత్రిక, సంపాదకుడు జె.సి. మార్ష్‌మన్. క్రీ.శ. 1818 ఏప్రిల్‌లో వెలువడిన ఈ పత్రిక కొద్దికాలం మాత్రమే మనగలిగింది. 'సమాచార దర్పణ' అనే వార్తపత్రిక (ఆరంభం మే 23, 1818) కొన్ని ఒడంబడికలకు లోనైనా, చాలా కాలం కొనసాగింది. స్థానిక వార్తలను ప్రచురిస్తూ, ఆధునిక ఉదారవాదభావాలను ప్రచారం చేసిన ఈ పత్రికకూ మార్ష్‌మన్ సంపాదకుడు, కానీ నాయకర్ ఆయన సంపాదకుడే అయినా రచనా వ్యవహారాలన్నీ బెంగాలీ పండితులు చూసేవారు. రెండు పత్రికలూ సెరమ్‌పూర్ నుంచే వెలువడేవి. క్రీ.శ. 1818 మే 15 నుంచి 'బెంగాల్ గజిట్' (వీక్లీ బెంగాల్ గజిట్) పత్రిక హరిశ్చంద్రరాయ్ సంపాదకత్వంలో కలకత్తా నుంచి వెలువడింది. హరిశ్చంద్రరాయ్ రామమోహన్‌రాయ్ స్థాపించిన ఆత్మీయ సభ సభ్యుడు. క్రీ.శ. 1821 డిసెంబర్ 4 నుంచి 'సంబాదకౌముది (సంవాద కౌముది) అనే పత్రికను రామమోహన్‌రాయ్ వెలువరించాడు. ఆధునిక - ఉదారవాద భావాలను ప్రచారం చేసిన ఈ పత్రిక 'సతి' మొదలైన దురాచారాలను నిరసిస్తూ, మత-సాంఘిక సంస్కరణలను సమర్థించేది. ఇది సనాతనులకు సరిపడలేదు. అందుకని వారు పోటీగా 'సమాచార చంద్రిక' అనే పత్రికను ప్రారంభించారు.

క్రీ.శ. 1822లో రామమోహన్‌రాయ్ పర్షియన్ భాషలో మీరాత్-ఉల్-అక్‌బార్ అనే పత్రికను వెలువరించాడు. ఆంగ్లేయ వర్తకుడొకరు ఉర్దూలో జమ్-ఇ-జహాన్‌నుమా అనే పత్రికను ఆరంభించాడు. అది పర్షియన్-ఉర్దూ ద్విభాషా పత్రికగా మారింది. రామమోహన్‌రాయ్, ద్వారకానాధటాగోర్‌ల సారధ్యంలో మాంట్‌గోమరీ మార్టిన్ సంపాదకుడుగా 'బంగ(వంగ)దూత' (బెంగాల్ హెరాల్డ్) వెలువడింది. క్రీ.శ. 1822లోనే ఫర్దున్‌జీ ముర్జ్‌బన్ బాంబే సమాచార్ అనే గుజరాతీ పత్రికను వెలువరించాడు. క్రీ.శ. 1837-38 లలో ఢిల్లీ నుంచి సయద్-ఉల్-అఖ్‌బార్' 'ఢిల్లీ అఖ్‌బార్'లనే ఉర్దూ పత్రికలు వెలువడ్డాయి. 'బాంబే కొరియర్' పత్రిక నుంచి రూపొందిన 'బాంబే' టైమ్స్ అనే ఆంగ్ల పత్రిక తరవాతకాలంలో 'టైమ్స్ ఆఫ్ ఇండియా'గా మారింది.

క్రీ.శ. 1839 నాటికి కలకత్తా నుంచి 26 యూరోపియన్ పత్రికలు (వాటిలో 9 భారతీయ పత్రికలు), బొంబాయి నుంచి పది యూరోపియన్ పత్రికలు, నాలుగు దేశీయ పత్రికలు, మద్రాస్ నుంచి 9 యూరోపియన్ పత్రికలు, లూథియానా, ఢిల్లీ, ఆగ్రా, సెరంపూర్‌ల నుంచి ఒక్కొక్కటీ వెలువడుతూండేవి. క్రీ.శ. 1853 లో ఘోష్ సోదరులు కలకత్తా నుంచి వెలువరించిన 'ది హిందూ పేట్రియాట్' పత్రికకు హరిశ్చంద్ర ముఖర్జీ సంపాదకుడు. ప్రజల ఉపేక్షిత హక్కులు, రాజ్యాంగ సంస్కరణలను ప్రతిఫలించే విధంగా ఈ పత్రిక కృషి చేసింది.క్రీ.శ. 1851లో గుజరాత్ భాషలో దాదాబాయ్ నౌరోజీ సంపాదకత్వాన 'రస్తగోఫ్తర్', దాదాబాయ్ నౌరోజీ సంపాదకత్వంలో 'అఖ్‌బార్-ఒ-సౌదాగర్' పత్రికలు వెలువడ్డాయి.

క్రీ.శ. 1851 నాటికి ఆంగ్లంలో వెలువడుతున్న పత్రికలు : 'ఫ్రెంచ్ ఆఫ్ ఇండియా', 'హుర్కారు', 'ఇంగ్లిష్‌మన్', 'బాంబే టైమ్స్', 'మద్రాస్ యునైటెడ్ సర్వీసెస్', 'గజిట్', 'ఢిల్లీ గజిట్', 'సిటిజన్', 'ఆగ్రా మెసెంజర్', 'మొఫుస్సిలైట్', 'లాహోర్ క్రానికల్', 'ఈస్టర్న్ స్టార్', 'మద్రాస్ స్పెక్టేటర్', 'వీక్లీజర్నల్'.

ఆంగ్లేయులు నడిపిన పత్రికలకు భిన్నంగా, దేశ భాషాపత్రికలు ఆరంభం నుంచీ ప్రజల్ని విద్యావంతుల్ని చేసేవిధంగాను, ప్రభుత్వానికి ఉపయోగకరమైన సమాచారాన్ని అందించే విధంగాను పనిచేశాయి. పత్రికా సంపాదకత్వం ఎంత బాధ్యతాయుతమైనదో వివరిస్తూ రామమోహన్‌రాయ్ 'మీరాత్-ఉల్-అఖ్‌బార్ ఈవిధంగా రాశారు. 'ప్రభుత్వానికి ప్రజల స్థితిగతులను గురించి తెలియచేయాలి, ప్రజలకు ప్రభుత్వం సంప్రదాయాల గురించి తెలియపరచాలి. ప్రజల స్థితిగతులను మెరుగుపరిచే అవకాశం ప్రభుత్వానికీ, ప్రభుత్వం నుంచి రక్షణ, ఉపశమనాలను పొందే అవకాశం ప్రజలకు కల్పించే విధంగా కృషిచేయాలి.

నాడు ఆంగ్ల భాషలో ఉన్న పత్రికలలో కొన్ని ఆంగ్లేయుల యాజమాన్య, సంపాదకత్వాలలో ఉండగా, కొన్ని భారతీయుల యాజమాన్య, సంపాదకత్వాలలో ఉండేవి. మొదటిరకం వాటిని ఆంగ్లో-ఇండియన్ పత్రికలనీ, రెండో వాటిని ఇండియన్ పత్రికలనీ వ్యవహరించేవారు. ఆంగ్లో ఇండియన్ పత్రికల ప్రాబల్యం ఎక్కువగా ఉండేది. అయితే వారు తమ ప్రాబల్యాన్ని భాతీయుల ప్రయోజనాలకు వ్యతిరేకంగా ఉపయోగించేవారు. ప్రజాభిప్రాయాలను ప్రతిఫలిస్తున్నట్లుగా చెప్పుకున్న ఆంగ్లో ఇండియన్ పత్రికలు - విలియమ్ బెంటింక్ భారతీయుల్ని బాధ్యతాయుత పదవుల్లో నియమించినపుడు - ఆయన పై పెద్దపెట్టున విరుచుకున్నాడు. ఈ పత్రికల గురించి జాన్ స్టువర్ట్ మిల్ ఆర్డ్స్ కమిటీ ముందు 1852లో నివేదిస్తూ 'భారతదేశంలో ఆంగ్లేయుల పత్రికలు ప్రభుత్వంతో సంబంధంలేని ఆంగ్లేయుల వర్గం అభిప్రాయాలను ప్రకటించేవే, వాటికి భారతీయుల్ని గురించికాని, భారతదేశ ప్రయోజనాల్ని గురించికానీ ఏవిధమైన ఆసక్తీలేదు.

మెకాలే కూడా మిల్ అభిప్రాయంతో ఏకీభవించే విధంగా ఇలా అన్నాడు. 'ప్రజాభిప్రాయమంటే - దేశంలో యాభై మిలియన్ ప్రజల మధ్య బతుకుతూ, వారి ప్రయోజనాల పట్ల ఆసక్తిగానీ, సానుభూతికానిలేని, వారి అభిప్రాయాలు - అభిరుచులతో విభేదించే వర్గమైన - ఒక అయిదువందల మంది కూటమి అభిప్రాయమేనా? ఆ యాభై మిలియనల్ల ప్రజానీకంతో ఇష్టారాజ్యంగా

వ్యవహరించకుండా - నిరోధించే ప్రభుత్వ చర్యలన్నింటిపట్లా వ్యక్తమయ్యే వారి తీవ్ర అభ్యంతరమేనా స్వేచ్ఛాప్రియత్వమంటే?

19వ శతాబ్ది ప్రథమార్థానికి పత్రికల ప్రాబల్యానికి సంబంధించిన గణాంక వివరాలు ఈవిధంగా ఉన్నాయి. 8 బెంగాలీ పత్రికలకు కలిసి కేవలం 1300 మంది చందాదారులుండేవారు. బెంగాల్ అంతర్భాగాల్లోకి రెండువందల పత్రికలు మాత్రమే పోయేవి. పోస్ట్ ద్వారా పోయే పత్రికల సంఖ్య 1837 జనవరిలో 151 కాగా ఈ సంఖ్య 1843 నాటికి 195కు మాత్రమే పెరిగింది. కలకత్తా నుంచి వెలువడే ఆంగ్ల పత్రికలన్నీ కలిసి 4000 ప్రతులు చెలామణికాగా 125 మంది చందాదారులు మాత్రమే ఉండేవారు. దీన్నిబట్టి వార్తాపత్రిక అనేది ఆకాలంలో ప్రజావసరాల్లో ఒకటైందని చెప్పడానికి వీల్లేదని ఒక చరిత్రకారుడు నిక్షేపించాడు.

సమకాలిక భారతీయులొకరి అభిప్రాయం భిన్నంగా ఉంది. 'బెంగాల్ రాష్ట్రంలో పత్రికలు, పుస్తకాల్ని ప్రచురించే ముద్రణాలయాలు - దేశ భాషలకు సంబంధించి యాభై ఉన్నాయి. విద్యావంతులు పత్రిక తమ నిత్యావసరాల్లో ఒకటని గుర్తిస్తున్నారు? ఏమైనా భారతీయ పత్రికలు ఇంగ్లీష్ వారికి గుండెదడ పుట్టించాయన్నది నిజం. భారతీయులపట్ల సానుభూతి, సుహృద్భావాలుగల మన్రో - ఎల్ఫిన్‌స్టన్‌ల వంటి పాలనాధికారులు కూడా - 'హద్దులేని పత్రికా వ్యవస్థ బ్రిటిష్ వారి సార్వభౌమాధికారానికి ప్రమాదకారే - పత్రికల స్వేచ్ఛాస్ఫూర్తితో సైన్యంతో కూడా స్వాతంత్ర్యభావం అంకురించవచ్చు. విదేశీపాలన - స్వదేశీ పత్రికల స్వాతంత్ర్యం - రెండూ ఒకదానితో ఒకటి పొసగని విషయాలు. ఎందుకంటే స్వాతంత్ర్యస్ఫూర్తిగల పత్రికలు - తమ ప్రథమ కర్తవ్యం విదేశీపాలన నుంచి దేశాన్ని విముక్తం చేయడానికి తోడ్పడమేనని భావిస్తాయి. అందుకోసం ఇతర అంశాలు, పరిగణనలు, అన్నింటినీ పక్కన పెట్టవలసిందే. "ప్రభుత్వం ఇంకా చాలాకాలం నిరంకుశంగా వ్యవహరించవలసిందే. ప్రభుత్వానికీ, పత్రికాస్వేచ్ఛకు పొంతన కుదరదు అన్నాడు. బొంబాయి గవర్నర్ ఎల్ఫిన్‌స్టన్. పత్రికా స్వాతంత్ర్యాన్ని సమర్థించిన ప్రముఖులు లేకపోలేదు. ఛార్ల్స్ మెట్కాఫ్, లీస్టర్ స్టాన్‌హోప్ ప్రభృతులు, 'స్వతంత్రంగా వ్యవహరించే పత్రికలు ప్రభుత్వానికి నేస్తాలు. అవే లేకుంటే ప్రజలు తమ సమస్యలను ప్రభుత్వం దృష్టికి ఎలా తీసుకుపోగలరు?' అని ప్రశ్నించారు. పత్రికల ప్రాధాన్యతను గుర్తించిన భారతీయులు 19వ శతాబ్ది ద్వితీయార్థంలో కూడా పత్రికోద్యమాన్ని కొనసాగించారు. బెంగాల్‌లో ఈశ్వరచంద్ర విద్యాసాగర్ సోమ్ ప్రకాశ్ (స్వయం ప్రకాశ్) పత్రికను నెలకొల్పి జాతీయ భావ ప్రచారానికి పూనుకున్నారు.

1861 ఇండియా కౌన్సిల్ చట్టం భారతీయులకు చట్టసభల్లో ప్రవేశం కల్పించింది. దీనితో పత్రికారంగం ఉత్తేజాన్ని పొందింది. 1861లో బొంబాయిలో టైమ్స్ ఆఫ్ ఇండియా, 1865లో అలహాబాద్‌లో పయొనీర్, 1868లో మద్రాస్ మెయిల్, 1875లో కలకత్తాలో దిస్టేట్స్ మన్, 1876లో లాహోర్ నుంచి ది సివిల్ అండ్ మిలిటరీ గజిట్ పత్రికలు అవతరించాయి. వీటిలో టైమ్స్ ఆఫ్ ఇండియా ప్రభుత్వ అనుకూల వైఖరి చూడగా పయొనీర్ భూకామందులూ, వ్యాపారుల వర్గానికి మద్దతుగా నిలిచింది. మద్రాస్ మెయిల్ యూరోపియన్ వణిక్ప్రముఖులను సమర్థించేది. స్టైట్స్‌మన్ పత్రిక ప్రభుత్వాన్నీ, జాతీయవాదుల కూటములను విమర్శించేది.

ఇదేకాలంలో జాతీయవాద పత్రికలు వృద్ధి చెందాయి. ఘోష్ సోదరులు, హేమేంద్ర కుమార్, శశికుమార్, మోతీలాల్ ప్రభృతుల కృషి ఫలితంగా అమృత్‌బజార్ పత్రిక స్థాపితమైంది (1868). శశికుమార్ సంపాదకుడుగా ఉన్న ఈ పత్రిక జెస్సోర్‌లోని 'పొలొమగుర' గ్రామం నంచి వారపత్రికగా మొదలైంది. తరవాత ఆ గ్రామానికి అమృత్‌బజార్ అని పేరు వచ్చింది. బ్రిటిష్‌వారికి, భారతీయులకు మధ్య గల జాతిపరమైన అంతరాన్ని ఎత్తిచూపుతూ మనం మనమే వాళ్ళు వాళ్ళే. అని నినదించింది. క్రీ.శ.1870లో ఒక వ్యాసంలో పాలకులు, పాలితుల ప్రయోజనాల్లో గల వైరుద్యాన్ని, సంఘర్షణను ఎత్తిచూపి పార్లమెంటరీ ప్రభుత్వ స్థాపనే ఏకైక పరిష్కారమని ఉద్ఘాటించింది. కేవలం బెంగాల్‌లోనే కాక ఇతర ప్రాంతాల్లోను అమృత్‌బజార్ పత్రిక ప్రాబల్యాన్ని పొందింది. బెంగాల్‌లోని వివిధ ప్రాంతాల్లో ఇంగ్లీష్ అధికారులు చేసిన ఆగడాలను గురించిన వార్తలను క్రమం తప్పకుండా ప్రచురించేదీ పత్రిక. అందుకు పగబట్టి అధికారులు పత్రిక సంపాదకుడిని, ఉద్యోగులను న్యాయస్థానానికి ఈడ్చి శిక్షలకు గురిచేసేవారు. అయినా సంపాదకులు, సిబ్బంది ధైర్యంతో ముందుకు సాగారు. క్రీ.శ.1869లో అమృత్ బజార్ పత్రిక పాక్షికంగా ఆంగ్లంలో వచ్చింది. క్రీ.శ.1871లో పత్రిక ప్రచురణ కలకత్తాకు మారింది. 1878లో లిటన్‌గారి దేశభాషా పత్రికల చట్టం నుంచి రక్షణకోసం పూర్తిగా ఆంగ్ల పత్రికగా మారింది. 1891లో వార పత్రిక నుంచి దినపత్రికగా రూపాంతరం చెందింది.

ఉధృతమైన జాతీయభావానికి ప్రతీకగా నిలిచిన అమృత్‌బజార్ పత్రిక దేశభక్తి భావానికి మార్గదర్శిగా వ్యవహరించిందని కీర్తించాడు నబీన్ చంద్రసేన్ అనే కవి. సంపాదకుడు శిశిర్ కుమార్ రాతల నుంచి పొందిన ఉత్తేజంతోనే 'పలాశీర్ యుద్ధ' కావ్యాన్ని రాశానని చెప్పుకున్నాడు. దేశ స్వాతంత్ర్యానికి అమృత్‌బజార్ పత్రిక చేసినంత కృషి మరేఇతర పత్రికా చేయలేదని 'సమాచార చంద్రిక పత్రిక' స్తుతించింది. 'అమృత్‌బజార్ పత్రిక' ఒక నూతన శక్తినీ, నిర్భీతినీ, జాతీయ భావాన్నీ బలపరిచి ఇతర పత్రికలను ఉత్తేజపరచిందని ఒక లేఖలో బాలగంగాధర్‌తిలక్ ప్రశంసించాడు. 'బెంగాలీ' మరొక శక్తివంతమైన పత్రిక, సురేంద్రనాథ్ బెనర్జీ సంపాదకత్వం చేపట్టిన తరవాత జాతీయ భావ ప్రచారానికి ఈ పత్రిక బలమైన వేదికగా మారింది.

క్రీ.శ.1881లో బంగబాసి (వంగవాసి), క్రీ.శ.1883లో సంజీబని (సంజీవని) పత్రికలు వచ్చాయి. వీటిలో సంజీవని పత్రిక స్వేచ్ఛా, సమానత్వం, సౌభ్రాతృత్వం అనే ఫ్రెంచి విప్లవనినాదాలను తన స్ఫూర్తి పదాలుగా స్వీకరించింది. ఒక్కపైసా పత్రికగా ప్రసిద్ధమైన బెంగాలీ పత్రికను కేశవ్‌చంద్రసేన్ వెలువరించాడు. సమాజం, విద్యల గురించి, ఆధునిక ఉదారవాద భావాలను ప్రచురించడం ద్వారా ఈ పత్రిక జాతివైతాళికులుగా కృషిచేసింది. ఒక్క పైసా ఖరీదు కావడంతో ఈ పత్రికను జనం పెద్దసంఖ్యలో కొనిచదివేవారు. క్రమేణా భారతీయుల యాజమాన్యంలోగల పత్రికల సంఖ్య త్వరితగతిన పెరిగిపోయింది. క్రీ.శ.1876 నాటికి బొంబాయి రాష్ట్రంలో 62 పత్రికలు (మరాఠీ, గుజరాతీ, హిందీ, పర్షియన్‌భాషలలో), అయోధ్య - మధ్య పరగణాలు - వాయువ్యరాష్ట్రాల్లో కలిపి 60 పత్రికలు, బెంగాల్‌లో 28 పత్రికలు, మద్రాసు రాష్ట్రంలో 19 పత్రికలు (తమిళ, తెలుగ, మలయాళి, హిందీలలో) ఉండేవి. బెంగాల్ లెఫ్టినెంట్ గవర్నర్ చేయించిన సర్వే - దేశీయుల యాజమాన్యంలోగల ప్రెస్‌ల నుంచి మొత్తం 38 పత్రికలు వెలువడుతుంన్నట్లు తేల్చింది. నియంతృత్వాధికారం గల

ప్రభుత్వం ఉన్నచోట ఇలాంటి పత్రికా స్వాతంత్ర్యం అదీ ఆ పత్రికలు ప్రచురించే వార్తలను ఖండించే వ్యతిరేక పత్రికలు లేనిచోట ఉండటం అసంగతమైన విషయమని లెఫ్టినెంట్ కాంప్‌బెల్ భావించాడు. అసత్య వార్తలను ప్రచురించే వారిపై కేసులు పెట్టడమంటే వారికి ఇంకా ప్రచారం ఇవ్వడం తప్ప ప్రయోజనమేమీ ఉండదని ఆయన గ్రహించాడు. దేశీయ పత్రికల్లో వచ్చిన ముఖ్య వ్యాసాలు, వార్తలను సంగ్రహంగా నమోదుచేసి ప్రభుత్వాధికారులకు, బ్రిటిష్ పత్రికలకు ఇవ్వడమనే పద్ధతిని 15 సంవత్సరాలపాటు కొనసాగిన తరవాత శాలిస్టరీ ప్రభువు (భారత వ్యవహారాల కార్యదర్శి) గవర్నర్ జనరల్‌కు పంపిన సమాచారంలో - దేశీయ పత్రికల్లోని కొన్ని వార్తలు ప్రభుత్వం పట్ల ద్వేషాన్ని కలిగించేవిగానే కాక, బ్రిటిష్ అధికారుల హత్యలను సమర్థించేవిగా ఉన్నాయని భావించాడు. అయినా అప్పటి పరిస్థితుల్లో అలాంటి పత్రికలపై అభియోగం మోపి విచారణ జరపడం, ప్రభుత్వంపట్ల ద్వేషాన్ని పెంపొందించడమే కార్యక్రమంగా పెట్టుకున్న సందర్భాల్లో తప్ప, వాంఛనీయం కాదని నార్త్‌బ్రుక్ ప్రభుత్వం సమాధానం పంపింది.

లార్డ్ లిట్టన్ (క్రీ.శ. 1872-1880)

'నార్త్‌బ్రుక్' తరవాత గవర్నర్ జనరల్‌గా వచ్చిన 'లిట్టన్' ప్రభువు విషయాన్ని అధ్యయనం చేశాక తన అభిప్రాయాన్ని తెలియజేస్తూ ఒకటిప్పణిని ప్రముఖులందరికీ పంపాడు. ఒక మద్రాస్ గవర్నర్ తప్ప ఇతర అధికారులందరూ ఒక శాసనాన్ని చేయడమే మంచిదని అభిప్రాయపడ్డారు. పర్యవసానంగా దేశభాషా పత్రికల చట్టం వచ్చింది. భారత వ్యవహారాల కార్యదర్శికి తంతి ద్వారా వర్తమానం పంపి బిల్లుకు అనుమతిని వెంటనే పొంది, అనుమతి పొందిన తరవాత కొద్ది గంటల్లోనే బిల్లును చట్టంగా చేశాడు లిట్టన్.

దేశభాషా పత్రికల చట్టం :

1878 ప్రకారం - భారతీయ భాషల్లోని పత్రికల ముద్రణ కర్తా, సంపాదకుడు, 'ప్రభుత్వం పట్ల వ్యతిరేక భావాలనుగానీ, వివిధ కులాల, జాతుల, మతాలవారి మధ్య విద్వేషభావాల్నిగానీ ప్రచారం చేసే వార్తలు, వ్యాసాలను ప్రచురించబోమని ప్రభుత్వానికి హామీ పత్రాన్ని రాసివ్వాలి, ధరావతు కట్టాలి. హామీని ఉల్లంఘించినట్లయితే ముద్రణ యంత్రం, పరికరాలను ప్రభుత్వం స్వాధీనం చేసుకుంటుంది. ఈ పరిస్థితి రాకూడదని కోరినవారు ముందుగానే ఒక సెన్సారింగ్ అధికారికి, ప్రచురించబోయే సమాచారాన్ని సమర్పించి తనిఖీ చేయించుకోవచ్చు. (అయితే ఈ సెన్సారింగ్ నిబంధనను సెప్టెంబర్, 1878లో తొలగించడం జరిగింది.

ఈ చట్టం తరవాత జరిగిన ముఖ్య పరిణామాల్లో ఒకటి మద్రాసు నుంచి 'ది హిందూ' పత్రిక ఆరంభం కావడం. 'సుబ్రమణ్య అయ్యర్, వీరరాఘవాచార్యులు సంపాదకులుగా వెలువడసాగింది. 'ది హిందూ' పత్రిక, భారత జాతీయవాదానికి పత్రికా కార్యక్రమాలను పరిచారికగా జోడించిన యంత్రానికి ఈ ఇరువురు చక్రాల్లాంటివారని సుబ్రహ్మణ్య అయ్యర్, వీరరాఘవాచార్యులు పేరుపొందారు. ఈ సంపాదకులు లండన్‌లో పనిచేస్తున్న సంపాదకులకేమీ తీసిపోరని డబ్ల్యు.ఎస్. బ్లంట్ ప్రశంసించాడు. కొద్దికాలం తరవాత కస్తూరి రంగ అయ్యంగార్ హిందూ పత్రిక సంపాదకత్వాన్ని

చేపట్టగా, సుబ్రహ్మణ్యం అయ్యర్ 'స్వదేశీ మిత్రమ్' అనే తమిళ పత్రిక సంపాదకత్వాన్ని చేపట్టాడు. వార్తపత్రికగా మొదలైన హిందూ, వారానికి మూడుసార్లు ప్రచురితమై తరవాత క్రీ.శ. 1889 నుంచి దినపత్రికగా రాసాగింది.

దేశభాషా పత్రికల చట్టం విధించిన హామీ పత్రం షరతుకు అంగీకరించని 'సోమప్రకాశ' పత్రిక ప్రచురణను నిలిపివేసింది. అమృత్‌బజార్ పత్రిక (ఈ పత్రికను దృష్టిలో ఉంచుకునే చట్టం చేశారని చాలామంది భావించారు) చట్టం వచ్చిన వెంటనే దేశ భాషా పత్రికగా కాక ఆంగ్ల భాషా పత్రికగా వెలువడసాగింది. గాగింగ్ చట్టంగా అంటే 'నోరు నొక్కే చట్టం'గా పేరుపొందిన దేశ భాషా పత్రికల చట్టం దేశభాషా పత్రికలకు కష్టనష్టాలు కలిగించినా, దీర్ఘకాలిక దృష్టితో చూస్తే, భారతీయులలో జాతీయభావాన్ని పెంపొందించి, రాజకీయ ఐక్యత గురించి ఆలోచనలను ఉద్దీపింపచేసింది.

లార్డ్ రిప్పన్ - క్రీ.శ. 1880-1884

లార్డ్ రిప్పన్

లిట్టన్ తరవాత గవర్నర్ జనరల్‌గా వచ్చిన రిప్పన్ దేశభాషాపత్రికల చట్టాన్ని, క్రీ.శ. 1857లో వచ్చిన చట్టాన్నీ రద్దుచేసి పత్రికల్ని అదుపులో పెట్టడానికి సాధారణ న్యాయస్థానాలపైనే ఆధారపడ్డాడు (1882). క్రీ.శ. 1881లో మరాఠా యువకులు చిప్లుంకర్, అగర్కర్, నామ్‌జోషిల సంయుక్త కృషితో 'కేసరి' అనే మరాఠీ పత్రిక, 'మరాఠా' అనే ఆంగ్ల వారపత్రిక వెలువడ్డాయి. దినపత్రిక కేసరికి అగర్కర్, మరాఠా పత్రికను ఆచార్య కేల్కర్‌లు సంపాదకత్వం నిర్వహించారు. క్రీ.శ. 1887లో బాలగంగాధరతిలక్ 'కేసరి'కి సంపాదకుడైనాడు. క్రీ.శ. 1891లో రెండు పత్రికలు తిలక్ సారధ్యంలోకి వచ్చాయి. జాతీయోద్యమాన్ని వినూత్న - ఉధృత పంథాలో నడిపిన తిలక్ మహాశయుని చేతుల్లో ఈ రెండు పత్రికలు బలమైన ఆయుధాలుగా పనిచేశాయి. 19వ శతాబ్దిలో మొదలైన యోజనతో 20వ శతాబ్ది ఆరంభంలో వచ్చిన పత్రిక 'ఇండియన్ రివ్యూ' జి.ఎ. నటేశన్ ఈ పత్రిక ప్రచురణ కర్తా, సంపాదకుడు, ముద్రణయంత్రం అధిపతి. సమకాలిక పత్రికల్లో వచ్చిన వార్త వ్యాఖ్య, వ్యాసఖండికలను ప్రచురించడం ఈ పత్రిక ప్రత్యేకత.

పత్రికలపట్ల కంపెనీ ప్రభుత్వ విధానం

వారెన్‌హేస్టింగ్స్ గవర్నర్ జనరల్‌గా ఉన్నప్పుడు 'బెంగాల్ గజిట్' పత్రిక ప్రారంభించిన జేమ్స్ ఆగస్టస్ హిక్కీ కంపెనీ అధికారులు, మిషనరీలను, ఎవరినీ వదలకుండా విమర్శించి, క్రీ.శ. 1782లో ఒక మిషనరీ, తరవాత వారెన్‌హేస్టింగ్స్ స్వయంగా వేసిన పరువునష్టం అభియోగాన్ని ఎదుర్కొని జైలు పాలైనాడు. పత్రిక మూతబడిపోయింది. క్రీ.శ. 1785లో మద్రాసు రాష్ట్రంలో జరిగిన మరొక ఉదంతంలో 'ఇండియన్ హెరాల్డ్' పత్రిక సంపాదకుడు కంపెనీ ప్రభుత్వం పైనా, వేల్సు యువరాజుపైనా అప్రతిష్టకరమైన వార్తలు రాయడంతో కంపెనీ ప్రభుత్వం అతన్ని దేశం నుంచి పంపించివేసింది. మద్రాస్ గజిట్ వారపత్రిక సంపాదకునిపై ప్రభుత్వ ఉత్తర్వులను, సైనిక

శాఖ కార్యదర్శి తనిఖీ అనుమతి లేకుండా ప్రచురించరాదని ఆంక్ష పెట్టింది. బొంబాయి రాష్ట్రంలో బాంబే గజిట్‌పై కూడా అదే ఆంక్షను విధించింది. కంపెనీ బొంబాయి రాష్ట్ర ప్రభుత్వం. అయితే ఇది ఆంగ్లేయులు వెలువరించిన పత్రికలు - 'పత్రికా స్వేచ్ఛ' అని సందర్భోచితంగా సంపాదకులు జబ్బలు చరుచుకున్నా వారు నడిపిన పత్రికలు ఎక్కువగా భారతదేశంలోని ఆంగ్లేయులకు కులాసాకాలక్షేపానికి వచ్చే విధంగా ఉండేవి.

స్వదేశీ పత్రికలు వెలువడటం మొదలైన కొద్దికాలానికి ప్రభుత్వం పత్రికలపట్ల ఒక నిర్దిష్ట విధానాన్ని రూపొందించుకోవలిసన అవసరం ఏర్పడింది. ఇంగ్లాండు నేతృత్వంలోని యూరోపియన్ రాజ్య సంకీర్ణానికి ఫ్రెంచి సేనాని నెపోలియన్‌తో యుద్ధాలు జరుగుతున్న కాలం అంటే 18వ శతాబ్దాంతంలో పత్రికలపై నియంత్రణను ఒక విధానంగా ఏర్పరచడం ప్రభుత్వానికి అవసరమైంది. భారతదేశంపై నెపోలియన్ దండయాత్ర సంభావ్యత, మైసూర్ పాలకుడు టిపూ ఫ్రెంచివారితో జతకట్టి ఆంగ్లేయులను భారతదేశం నుంచి తరిమివేసే ఆలోచనలు చేయడం ఈ విధాన నిర్ణయానికి తోడ్పడ్డాయి. సరిగ్గా అదేకాలంలో (1798లో) 'ఏషియాటిక్ మిర్రర్' అనే పత్రిక 'భారతదేశంలో ఉన్న కొద్ది మంది ఆంగ్లేయులను తుడిచిపెట్టడానికి, భారతీయులు తలా ఒక ఇటికెపెడ్డ విసిరితేచాలు' అని రాసింది. దానితో చిరాకు పడిన వెల్లస్లీ పత్రికల పట్ల వైముఖ్యాన్ని పెంచుకున్నాడు. విడివిడిగా సంపాదకులతో వ్యవహరించడానికి బదులు పత్రికల్ని హద్దులో పెట్టడానికి స్థూల నిబంధనలను రూపొందించాడు. క్రీ.శ. 1799లో వచ్చి ఈ నిబంధనల ప్రకారం ఏ పత్రికైనా ప్రచురణకానున్న వార్తలు, వ్యాఖ్యలు, వ్యాసాలను ముద్రణకు ముందే ప్రభుత్వాధికారికి చూపించి అనుమతి పొందిన తరవాతనే ప్రచురించాలి. ఈ నిబంధనలను ఉల్లఘించిన సంపాదకుణ్ని భారతదేశం నుంచి పంపించివేయడం జరుగుతుందని ప్రభుత్వం ప్రకటించింది. తొలిదశలో పత్రికల సంపాదకులు ఎక్కువగా ఇంగ్లండ్, యూరోపియన్ దేశాలకు చెందిన వారై ఉండటం ఈ నిర్ణయానికి దోహదం చేసింది. తరవాత కాలంలో దేశీయ పత్రికలు వెలువడటం వాటి సంపాదకులు భారతీయులై ఉండటంతో 'వారి వారి దేశాలకు వారిని పంపించివేయడం' అనే నిబంధనను మార్చవలసి వచ్చింది.

అందువల్ల హేస్టింగ్స్ ప్రభువు క్రీ.శ. 1818లో కొత్త నిబంధనలను ఏర్పరచాడు. అభ్యంతరకరమైన సమాచారం, ప్రభుత్వానికి ప్రమాదం తేగల సమాచారాన్ని ప్రచురించరాదని పత్రికలను ఈ నిబంధనలు హెచ్చరించాయి. అయితే ఈ నిబంధనలను చట్టబద్ధమైన శాసన రూపంలో రూపొందించడం జరగలేదు. కాబట్టి పత్రికలపైన చట్టబద్ధమైన ఆంక్షలంటూ ఏవీ ఇంకా ఏర్పడలేదు. అయితే ఈ ధర్మ సూక్ష్మాన్ని పట్టించుకోలేదెవరూ. హేస్టింగ్స్ ప్రభువు తీసుకున్న చర్యలకు సంతోషించిన అధికారులు, మద్రాసుకు చెందిన వణిక్ప్రముఖులు, ఆయనకు సన్మానపత్రం సమర్పించారు. కలకత్తాలో జరిగిన ఆ సభలో ఆయన పత్రికా స్వాతంత్ర్యాన్ని సమర్థిస్తూ అన్నాడు. 'అత్యున్నత చట్టబద్ధ సంస్థయినా ఎంతగా తన ఉద్దేశాలు స్వచ్ఛమైనవైనా, ప్రజల పరీక్షా, పరిశీలనలను ఎదుర్కొవడం అవసరం. తన పాలనలో ఎంత రుజువర్తనం ఉన్నా ప్రజా తనిఖీకి నిలవడంవల్ల ప్రభుత్వం శక్తి ప్రాబల్యాలేవీ తగ్గవు. తగ్గకపోగా ప్రభుత్వానికి ఇతోధిక బలం, శక్తి లభిస్తాయి.

హేస్టింగ్స్ ప్రభువు పత్రికా స్వేచ్ఛ గురించి చేసిన పై వ్యాఖ్యానంలో చిత్తశుద్ధి ఉందని రుజువుచేసే సంఘటన ఒకటి జరిగింది. 'కలకత్తా జర్నల్' సంపాదకుడు జె.ఎస్. బకింగ్‌హామ్ పార్లమెంటు ఆధిక్యతను బలపరిచే విగ్ పక్షానికి చెందిన వ్యక్తి. గవర్నర్ల పొరబాట్లను ఎత్తిచూపి మందలించడం తన ధర్మమనీ, సంపాదకుడిగా ఎంత చేదు సత్యాలైనా వాటిని బయటపెట్టడం తన కర్తవ్యమనీ చెప్పుకునేవాడు. ఒక సందర్భంలో సైనికులకు మత సేవలందించే నిమిత్తం నియమితులైన పూజారులను - బైట వివాహకాండ నిర్వహణకు వెళ్ళడానికి అనుమతించినందుకు బిషప్‌లను విమర్శించే వ్యాసాన్నొకదాన్ని పత్రికలో ప్రచురించాడు. ప్రభుత్వం దృష్టికి విషయం వచ్చింది. ఆ వ్యాసరచయిత పేరు తెలపాలని ప్రభుత్వం అడగగా, అదొక అజ్ఞాత వ్యక్తిరాసిందనీ, అయినా ప్రజాశ్రేయస్సుకు ఉపకరించేదని భావించి తాను దాన్ని ప్రచురించానని బకింగ్‌హమ్ బదులిచ్చాడు. 'ఈ ధోరణిని కొనసాగిస్తే భారతదేశం నుంచి పంపించి వేయవలసి వస్తుందని' ప్రభుత్వం హెచ్చరించింది. అదే గనక జరిగితే సెన్సారింగ్ కంటే దారుణస్థితిలో పడుతుంది. 'భావస్వేచ్ఛ' అంటూ బింకంగా సమాధానమిచ్చాడు బకింగ్ హమ్. ఈ వ్యవహారంలో హేస్టింగ్స్ ప్రభువు మెతక వైఖరిని వద్దని - దేశం నుంచి పంపించేయాలని మండలి ప్రయత్నించింది గానీ హేస్టింగ్స్ దాన్ని అడ్డుకున్నాడు. అయితే ఆయన పదవీకాలం అయిపోగానే గవర్నర్ జనరల్‌గా వ్యవహరించిన ఆడమ్ సత్వరమే బకింగ్‌హామ్‌పై చర్య తీసుకున్నాడు.

ఆడమ్ - ఆయన మండలి (కౌన్సిల్) పత్రికలను హద్దులో ఉంచాలని భావించారు. 'భారతదేశంలో బ్రిటిష్ వారి అధికార స్థిరత్వానికి - సైనికాధికారుల విధేయతా, దేశీయులతో కూడిన సైన్యం విధేయతా, విశ్వసనీయతా, వీటితోపాటు ప్రభుత్వం చర్యలు, ఉద్దేశాలు, తమ ప్రయోజనాల్ని పరిరక్షిస్తాయని ప్రగాఢ నమ్మకం ప్రజలకు ఉండటం అవసరం. పత్రికా స్వాతంత్ర్యం అనేది ఒక స్వతంత్ర రాజ్యానికి ముఖ్యావసరమో, మన బ్రిటిష్ వ్యవస్థ స్వభావానికి - భారతదేశంలో మన ఆధినివేశ రాజ్య (డొమినియన్) అసాధారణ స్వభావానికి అది సరిపడని విషయం' అని ఆడమ్ భావించాడు. క్రీ.శ. 1822 అక్టోబర్ 17 నాడు - ఇంకా హేస్టింగ్స్ ప్రభువు దేశంలో ఉండగానే పత్రికలపై ఇంతకుముందుకంటే కట్టుదిట్టమైన నియంత్రణ నెలకొల్పడానికి ప్రభుత్వం అనుమతిని కోరింది. డైరెక్టర్ల మండలి కూడా అదే అభిప్రాయాన్ని వ్యక్తం చేసింది. 'ఈస్టిండియా కంపెనీ ప్రభుత్వం అంటే స్వతంత్ర వ్యవస్థ కాదు. బోర్డ్ ఆఫ్ కంట్రోల్, కోర్ట్ ఆఫ్ డైరెక్టర్‌ల నుంచి పొందిన దత్తాధికారంతో పనిచేసే వ్యవస్థ. ఇంగ్లండ్ ప్రజలకు జవాబుదారీ అయిన ప్రభుత్వమే స్వతంత్ర ప్రభుత్వం. కాబట్టి పత్రికా స్వాతంత్ర్యం అనేది ఇంగ్లండ్‌కే పరిమితం (భారతదేశంలోని కంపెనీ అధీన ప్రాంతాలకు కాదు).

క్రీ.శ. 1818లో హేస్టింగ్స్ ప్రభువు ప్రతిపాదించిన నిబంధనలు, షరతులు బోర్డ్ ఆఫ్ కంట్రోల్ అనుమతి లభించని కారణంగా బెంగాల్, బొంబాయి రాష్ట్రాల్లో పత్రికా స్వాతంత్ర్యాన్ని నిర్బంధించ వీలుకాలేదు. ముద్రణాలయాలకు లైసెన్సులిచ్చే అధికారాన్ని, లైసెన్సులేని ముద్రణాలయాన్ని మూసివేసే అధికారాన్ని స్థానిక ప్రభుత్వాలకిస్తూ బ్రిటిష్ పార్లమెంటు ఒక శాసనాన్ని చేయాలని డైరెక్టర్ల మండలి కోరింది (ఈస్టిండియా కంపెనీ ప్రభుత్వం 'స్థానిక ప్రభుత్వమే' కాబట్టి ఆ శాసనం

వర్తింపచేయవచ్చు.) అది వీలుగాకపోవడంతో ఆడమ్ తన అధికారం అవధుల మేరకు నిబంధనలను అమలుచేయసాగాడు. అంతేకాక ఒక అత్యవసర శాసనాన్ని (ఆర్డినెన్స్) కూడా ప్రకటించాడు. దాని ప్రకారం ముందుగా అఫిడవిట్ సమర్పించి, గవర్నర్ - జనరల్ - మండలి నుంచి లైసెన్సు పొందకుండా ఎవరూ పత్రిక వెలువరించకూడదు. ఆడమ్ జారీచేసిన ఆర్డినెన్స్‌పై రామమోహన్‌రాయ్ నిరసన వ్యక్తం చేశాడు. అంతేకాదు - నాడున్న చట్టాల ప్రకారం ప్రతి శాసనాన్ని సుప్రీమ్‌కోర్డుకు సమర్పించాలి. ఆడమ్‌గారి ఆర్డినెన్స్ మార్చి 15, 1823నాడు సుప్రీమ్ కోర్డుకు సమర్పించడం జరిగింది. రెండు రోజుల తరవాత కలకత్తాకు చెందిన ఐదుగురు ప్రముఖ పౌరులు చంద్రకుమార్‌ఠాగూర్, ద్వారకానాథ్‌ఠాగూర్, ప్రసన్నకుమార్ ఠాగూర్, హరిశ్చంద్ర ఘోష్, గౌరీచరణ్ బెనర్జీ) సంతకం చేసిన అభ్యంతర పత్రాన్ని రాజారామ్‌మోహన్‌రాయ్ సుప్రీమ్ కోర్డుకు సమర్పించాడు. రామమోహన్‌రాయ్ ఈ పత్రాన్ని 'భారతదేశ చరిత్రలోని వీరియోపగిజికా (పత్రికా స్వాతంత్ర్య సమర్థనా పత్రం) అని అభివర్ణించింది మిస్ కోలెట్ అనే ఆంగ్ల వనిత. సుప్రీమ్ కోర్టులో న్యాయమూర్తి మెక్నాటిన్ ఆ వినతిపత్రాన్ని పరిశీలించాడు కానీ కొట్టివేశాడు. అయితే ఈ ఆర్డినెన్స్ కోర్టుకి సమర్పించకముందే ఆమోదిస్తానని ప్రభుత్వానికి నేను మాట ఇచ్చాను అని చల్లగా వెల్లడించాడు.

పట్టువీడని రాయ్ బ్రిటన్‌లోని రాజమండలికి అప్పీల్ చేశాడు. అక్కడా ఆయనకు చుక్కెదురైంది. కలకత్తా ఈ ఉదంతం పెద్ద సంరంభాన్ని సృష్టించింది. రాయ్ ప్రభృతులు చేసిన ఈ కృషి పత్రికా స్వాతంత్ర్యానికి సంబంధించిందే అయినా ఒక నూతన ప్రక్రియను రాజకీయాల్లో ప్రవేశపెట్టింది. 'ఆనాడు రాయ్, ముగ్గురు ఠాగూర్లు, ఒక ఘోష్, ఒక బెనర్జీ, వీరు తీసుకున్న చర్య సంఘటిల్లక పోయుంటే - ఈనాడు ఈ గుండ్ర బల్ల సమావేశంలో బ్రిటిష్‌వారితో సమానంగా భారతీయులు పాల్గొనగలిగే వారే కాదని క్రీ.శ. 1930 గుండ్రబల్ల సమావేశం తరవాత ఆర్.సి.దత్ అభిప్రాయపడ్డారు. జరిగిన తతంగానికి నిరసనగా 'మీరాత్-ఉల్-ఆక్‌బార్' పత్రికను నిలిపివేశాడు రాయ్. గవర్నర్ జనరల్‌గా నియామకం పొందిన ఆమ్హరెస్ట్‌కు భారతీయ పత్రికలను కట్టడిలోకి తేవలసిందిగా బ్రిటన్‌లోనే ఆదేశం ఇవ్వడం జరిగింది. ఆయనా వీలైనంతవరకు ఆ దిశగా ప్రయత్నాలు చేశాడు. పత్రికలతో ఈస్టిండియా కంపెనీ ఉద్యోగులకు ఎలాంటి సంబంధాలు ఉండకూడదని ఆయనొక నిబంధన విధించాడు. క్రీ.శ. 1841లో దాన్ని తొలగించారు కానీ, లిట్టన్ గారి కాలంలో క్రీ.శ. 1875లో తిరిగి అది ప్రవేశపెట్టడం జరిగింది. క్రీ.శ. 1823 సంవత్సరపు ఆర్డినెన్స్ అలాగే కొనసాగింది. ఉదారవాదిగా పేరుపొందిన విలియం బెంటింక్ కాలంలో కూడా ఆర్డినెన్స్ కొనసాగింది. నిస్సందేహంగా బెంటింక్ పత్రికా స్వేచ్ఛపట్ల వ్యతిరేకి. క్రీ.శ. 1807లో మద్రాసు గవర్నర్‌గా ఉన్నప్పుడు, 'భారత దేశంలో పత్రికలను కఠిన నియంత్రణలో ఉంచాలి' అని చెప్పిన చరిత్ర ఆయనది. బెంటింక్ తరవాత పదవి నిర్వహించిన ఛార్ల్స్ మెట్కాఫ్ ఆర్డినెన్స్ ఉపసంహరించి పత్రికలపైగల కఠిన నిబంధనలను తొలగించాడు. ఆయనకు 'లా' సభ్యుడు మెకాలే సాయపడ్డాడు. తిరిగి భారతీయ పత్రికారంగం స్వేచ్ఛ పొందింది. అయితే ఇందుకు ఛార్ల్స్ మెట్కాఫ్ మూల్యాన్ని చెల్లించుకోవలసి వచ్చింది. మెట్కాఫ్‌ను స్వదేశానికి పంపించడం జరిగింది. అయితే కలకత్తా పౌరులు మాత్రం ఆయనపట్ల తమ గౌరవానికి నిదర్శనగా ఒక సమావేశ భవనం నిర్మించారు.

క్రీ.శ. 1835 నుంచి 1857 వరకు భారతీయ పత్రికారంగం స్వతంత్రంగా మనుగడ సాగించింది. క్రీ.శ. 1857 ఉద్యమంతో తిరిగి నిబంధనలను ప్రవేశపెట్టింది ప్రభుత్వం. ముద్రణాలయాల స్థాపనకు క్రమబద్ధం చేయడానికి, కొన్ని సందర్భాల్లో ప్రచురిత పుస్తకాలను, పత్రికలను నిషేధించడానికి, 15 సంఖ్య చట్టం చేయడం జరిగింది. అయితే ఉద్యమానంతరం నిబంధనలను ఎత్తివేయడం జరిగింది.

క్రైస్తవ మిషనరీలు - పాశ్చాత్య విద్యావ్యాప్తిలో వాటి పాత్ర

భారతదేశంలో ఈస్ట్ ఇండియా కంపెనీ అధికారం నెలకొల్పబడిన తరవాత, క్రైస్తవ మిషనరీలు దేశంలోని వివిధ ప్రాంతాలలోకి ప్రవేశించాయి. మిషనరీలు ఇక్కడి సామాజిక, మత, ఆర్థిక, రాజకీయ పరిస్థితులను గ్రహించి, మతప్రచారం కోసం ముందుగా, ఆంగ్లభాషను, పాశ్చాత్య విద్యను వ్యాప్తి చేయడానికి కృషిచేశాయి. ఈ ప్రయత్నంలో విజయం సాధించాయి. క్రీ.శ. 1717లో డానిష్ మిషనరీ దేశంలో మొదటిసారిగా ప్రవేశించి, మద్రాస్‌లో రెండు చారిటీ పాఠశాలలను ఆరంభించింది. క్రీ.శ. 1793 నాటికి మిషనరీసభ్యుల్లో ముఖ్యులైన కారే, మార్ష్‌మాన్ బెంగాల్‌లోని శ్రీరాంపూర్‌లో విద్యావ్యాప్తికి పాఠశాలలు నెలకొల్పి కృషిచేశారు. క్రీ.శ.1820వ సంవత్సరం నాటికి, భారతదేశంలోని బ్రిటిష్ ఆధీన ప్రాంతాల్లో క్రైస్తవ మిషనరీలు విద్యావ్యాప్తితోపాటు, మతప్రచారం కూడా ముమ్మరం చేసాయి. 1852 నాటికి ముందే బొంబాయిలో విల్సన్‌కాలేజి, మద్రాస్‌లో క్రిస్టియన్ కాలేజి నెలకొల్పినారు. క్రీ.శ.1853లో సెంట్‌జాన్స్ మిషన్ కాలేజిని ఆగ్రాలో నెలకొల్పారు. ఇదే తరహాలో మచిలీపట్నం, నాగపూర్‌లలో కూడా వారు కాలేజిలను నెలకొల్పినారు. ఈ విద్యాలయాల్లో బైబిల్ పఠనం తప్పనిసరి కార్యక్రమంగా చేసారు. క్రైస్తవ మిషనరీలు సెక్యులర్ (లౌకిక) విద్యను, ఉద్దేశపూర్వకంగానే మతపరవిద్యతో విలీనం చేసి తమ కార్యక్రమాలు కొనసాగించాలనీ కృషిచేసి లక్ష్యం సాధించారు.

అధ్యాయం 7

19వ శతాబ్ధంనాటి భారతదేశ సంఘ, మత సంస్కరణోద్యమాలు

భారతీయులు బయటి ప్రపంచంతో సంపర్కం లేకుండా ఏకాంత వాసంలో జీవిస్తున్నారని 11వ శతాబ్ది చరిత్రకారుడు అల్‌బెరూని రాశాడు. ఇంచుమించు అదే పరిస్థితి భారతదేశంలో 19వ శతాబ్ది వరకు కొనసాగింది. 19వ శతాబ్దిలో ఆధునిక - ఆంగ్ల - విద్యావ్యాప్తితో పాశ్చాత్య దేశీయుల తత్త్వసూత్రాలు, జీవన విధానం తెలిసిరావడంతో భారతీయుల వైఖరిలో మౌలికమైన మార్పు రాసాగింది. బ్రిటిష్‌వారి సాంగత్యం మూలంగా హేతువాదం, వ్యక్తి శ్రేయోవాదం, భౌద్ధిక స్వేచ్ఛ వంటి తాత్విక మార్గాలను ఒంటబట్టించుకున్న భారతీయులు తమ సామాజిక, మతపరమైన వ్యవస్థలు, ఆచారాలను ఆ కోణాల్లో పరిశీలించసాగారు. ఈ నూతన దృక్పథం కారణంగా శతాబ్ధాలుగా మనుగడలో ఉన్న సిద్ధాంతాలు, సంప్రదాయాలు, సమాజంలో ప్రబలి ఉన్న ఆచార వ్యవహారాలు, వాటిలోని సహేతుకత గురించి పునరాలోచన చేయసాగారు. ఈ పునరాలోచన ఫలితంగా మతసంస్కరణకోసం ప్రయత్నాలు, సాంఘిక సంస్కరణోద్యమాలు వచ్చాయి. మొదట బెంగాల్‌లోను, తరవాత పశ్చిమ భారతదేశంలోను, తదితర ప్రాంతాల్లోను వచ్చిన ఈ సంస్కరణోద్యమాలు భారతీయుల జీవన విధానాన్ని మార్చివేశాయి. భారతీయ పునరుజ్జీవనోద్యమంగా అభివర్ణితమయ్యే ఈ పరిణామాలకు ఆద్యుడు రామమోహన్‌రాయ్.

రాజా రామమోహన్‌రాయ్ - బ్రహ్మ సమాజం (క్రీ.శ.1772-1833)

రాజా రామమోహన్‌రాయ్ బెంగాల్‌లో బర్ద్వాన్ జిల్లాలోని రాధానగర్‌లో క్రీ.శ.1772లో జన్మించాడు. (రామమోహన్‌రాయ్ జీవితకథ - లేఖలు ప్రచురించిన సోఫియా డాబ్సన్ కోలెట్ రాయ్ జన్మ సంవత్సరం 1772గా పేర్కొంది) పాట్నాలో పర్షియన్-అరబిక్ భాషలు అధ్యయనం చేసిన రాయ్ ముస్లిమ్ సంస్కృతీ, సూఫీ భావాలతో ప్రభావితుడైనాడు. అరబిక్ భాషలో ఖురాన్ గ్రంథం చదివిన రాయ్ తన 16వ ఏట విగ్రహారాధన పద్ధతిని ఖండిస్తూ ఒక భాష్యాన్ని రచించాడు. అందుకు ఆగ్రహించిన తండ్రి రాయ్‌ని ఇంటి నుంచి బహిష్కరించాడు. దాదాపు నాలుగు సంవత్సరాలు దిమ్మరి జీవితం గడిపి, తరవాత కాశీలో నివసిస్తూ అక్కడే సంస్కృత భాష నేర్చుకొని హిందూమత

రాజా రామమోహన్‌రాయ్

గ్రంథాలను పఠించాడు. 1803లో మూర్షిదాబాద్‌కు మారిన తరవాత 'ఏకేశ్వరోపాసకులకు కానుక" (తుహ్‌ఫత్-ఉల్ మువహ్హదీన్) అనే గ్రంథాన్ని రచించాడు. అందులో విగ్రహారాధనను, అంధ్ర విశ్వాసాలను ఖండించి భగవంతుని అంద ఏకేశ్వరోపసన సమర్థించాడు.

క్రీ.శ. 1804-1814 కాలంలో రాయ్ ఈస్టిండియా కంపెనీ ఉద్యోగి జాన్ డిగ్బీ వద్ద కొంతకాలం డిగ్బీ రంగపూర్ కలెక్టర్‌గా ఆయన ఆశ్రయంతో దివాన్‌గానూ పనిచేశాడు. ఆ పదవిని వీడిన తరవాత తాను రూపొందించిన మతసూత్రాలు, సిద్ధాంతాలను వ్యాప్తి చేయసాగాడు. హిందూ జైన, మహ్మదీయ మత పండితులతో చర్చలు జరిపేవాడు. హరిహరానంద తీర్థస్వామి పండితుని సహాయంతో తాంత్రిక గ్రంథాలు పఠించాడు. ప్రతి సాయంత్రం తన నివాస గృహంలో సమావేశాలు జరిపి మత విషయాలపై ఇష్టాగోష్టి నిర్వహించేవాడు. రాయ్ తన 22వ ఏట ఆంగ్లం నేర్చుకోవడం మొదలుపెట్టాడు. ఫ్రెంచి విప్లవం గురించి, యూరప్ రాజకీయాలను గురించి అవగాహనను పెంచుకున్నాడు.

క్రీ.శ.1814 తరవాత రాయ్ కలకత్తాలో స్థిరపడ్డాడు. అక్కడ ఆయన ఆంగ్ల విద్యావంతులతో సామాజిక, మత, తాత్త్విక విషయాలపై చర్చలు జరిపేవాడు. వారి సహాయ ప్రోద్బలాలతో ఆయన క్రీ.శ.1815 'ఆత్మీయ సభ' అనే సంస్థను నెలకొల్పి, ఏకేశ్వర సూత్రాన్ని (భగవంతుడొక్కడే అనే సూత్రాన్ని) ప్రతిపాదించే ఉపనిషత్తులాది గ్రంథాల్లోని తత్త్వాన్ని ప్రచారంలోకి తేసాగాడు. క్రీ.శ.1819లో దక్షిణాదికి చెందిన సుబ్రహ్మణ్యశాస్త్రి అనే పండితునితో విగ్రహారాధనలోని అసంబద్ధతను గురించి వాదించి విజయుడయ్యాడు. 1825లో వేదాంత విద్యాలయాన్ని నెలకొల్పి ఏకేశ్వరతత్త్వాన్ని బోధించి, శుద్ధమైన, ఉన్నతమైన ఆస్తికవాదాన్ని వ్యాపింపచేయడానికి సమకట్టాడు. తన ఉపోద్ఘాతం కూర్చిన ఉపనిషత్తుల అనువాద గ్రంథాలను ప్రచురించాడు. దీనివల్ల ఆయన భావాలకు కొంత ప్రచారం కలిగినా ఆయన బంధు, సహచర గణం చాలామంది ఆయనతో బాంధవ్యాన్ని వదులుకోసాగారు. 1820లో 'జీసస్ బోధలు' శాంతి సంతోషాలకు మార్గం అనే గ్రంథాలను ప్రచురించాడు రాయ్. ఈ ప్రచురణతో క్రైస్తవ త్రిమూర్తితత్త్వాన్ని గురించి సెరామ్‌పూర్‌లోని బాప్టిస్ట్ మిషనరీలతో వివాదం ఏర్పడింది. తరవాత హీబ్రూ-గ్రీక్ భాషల్లోని క్రైస్తవ గ్రంథాలను అధ్యయనం చేసి ఏకేశ్వరతత్త్వాన్ని సమర్థవంతంగా వివరించాడు. విలియమ్ ఆడమ్ అనే బాప్టిస్ట్ మతాచార్యుడు రాయ్ ఏకేశ్వరవాదాన్ని స్వీకరించాడు.

ఆడమ్‌గారు ప్రార్థనా సమావేశం నుంచి వస్తుండగా, రాయ్ అనుయాయులైన తారాచంద్ చక్రవర్తి - చంద్రశేఖరదేవ్‌లు ఏకేశ్వరతత్త్వ ప్రబోధనకూ, ప్రార్థనలకు గాను ఒక ప్రత్యేక మందిరం ఏర్పరిస్తే బాగుంటుందని సూచించారు. ఆడమ్ స్వయంగా ఈ ప్రతిపాదన చేశాడని కొందరి అభిప్రాయం. ఏమైనా సంపన్నులైన కొందరు బంధు మిత్రుల సాయంతో రాయ్ ఒక భవనాన్ని

అద్దెకు తీసుకొని అందులో భగవంతుని ఏకత్వాన్ని అంగీకరించే వాళ్ళతో తొలి సమావేశాన్ని ఏర్పరచాడు. ఆవిధంగా క్రీ.శ. 1828 ఆగస్టు 20 నాడు తారాచంద్ కార్యదర్శిగా బ్రహ్మసమాజం నెలకొల్పడమైంది. శనివారం సాయంత్రం సభ సమావేశమయ్యేది. సమావేశ స్థలానికి ప్రక్కనున్న ఒక గదిలో ఇద్దరు తెలుగు బ్రాహ్మణం చేత వేదపఠనం సాగేది. 'బ్రహ్మసభ' అనే పేరుతోనూ వ్యవహరించబడిన ఈ బ్రహ్మసమాజ సమావేశంలో ఉపనిషత్తుల అధ్యయనం జరిగేది. సమాజ సూత్రాల వ్యాప్తికి "సంవాద కౌముది" అనే పత్రికను ప్రారంభించడం జరిగింది. ఈ కార్యక్రమాలకు తోడు రాయ్ ప్రోద్భలంతో 1829లో 'సతీ' సహగమనాన్ని నిషేధించే శాసనం అమలుకావడం జరిగింది. దానితో సాంప్రదాయకులు రాయ్‌ను వ్యతిరేకించసాగారు.

క్రీ.శ. 1829లో నిధులు సేకరించి బ్రహ్మసమాజం కోసం ఒక భవనాన్ని కొనుగోలు చేయడం జరిగింది. క్రమంగా బ్రహ్మసమాజానికి ఆదరణ పెరిగింది. మధ్యతరగతి విద్యావంతులు సభ సమావేశాలకు హెచ్చుసంఖ్యలో రాసాగారు. రాయ్ ఉద్యమాన్ని అరికట్టడానికి సనాతనులు రాధాకాంత దేవ్ నాయకత్వంలో 'ధర్మసభ' అనే సంస్థను నెలకొల్పారు. 'సమాచార చంద్రిక' అనే దినపత్రికను ఆరంభించి బ్రహ్మసమాజాన్ని విమర్శించే వ్యాసాలు అందులో ప్రచురించసాగారు. ఆ వ్యాసాలను ఖండిస్తూ సంపాదకౌముదిలో ప్రతి విమర్శలు వచ్చేవి. ఈవిధంగా బ్రహ్మసమాజం – ధర్మసభల వాదవివాదాలు బెంగాల్ రాష్ట్రమంతటా ప్రచారమయ్యాయి. వివిధ వర్గాలవారు, కులాలవారు ఈ వివాదంలో పాలుపంచు కున్నారు. రాయ్ స్వయంగా విమర్శలతోపాటు బెదిరింపులను ఎదుర్కొన్నాడు.

క్రీ.శ. 1830, జనవరి 23 నాడు బ్రహ్మసమాజ మందిరాన్ని రాయ్ నెలకొల్పాడు. దాని నిర్వహణకోసం ఒక ధర్మకర్తల మండలిని ఏర్పాటుచేశారు. 'శాశ్వతమైన ఏకరూపమైన దైవం' సూత్రాన్ని అంగీకరించే వారెవరైనా బ్రహ్మమందిరంలో ప్రార్థనలు జరుపుకోవచ్చని సమాజం ప్రకటించిన పత్రం ఉద్ఘాటించింది. మందిరంలో విగ్రహాలు, మూర్తులు ఉండరాదని పత్రం నిర్దేశించింది. తద్వారా రాయ్ స్థాపించిన బ్రాహ్మసమాజంగానీ, ఏర్పరచిన మందిరంగానీ కేవలం బ్రహ్మ సమాజానికి మాత్రమే పరిమితంకాదనీ, ఏకేశ్వర తత్వాన్ని అంగీకరించిన వారందరికీ వాటిలో ప్రవేశం లభిస్తుందనీ రాయ్ ప్రకటించాడు. క్రీ.శ. 1833 రాయ్ మరణంతో కలకత్తాలోని బ్రహ్మసమాజం కొంత స్తబ్ధమైనా, ద్వారకానాధ టాగూర్ సమకూర్చిన కొద్ది నిధులతో కొనసాగింది. రామచంద్ర విద్యావాగీశుడనే పండితుడు సమాజం ప్రార్థనాసమావేశాలను నిర్వహించేవాడు. అయితే తొలి స్ఫూర్తిని సమాజం కొంతవరకు కోల్పోయింది. ప్రార్థనామందిర వేదిక నుంచి అవతారమూర్తులను గురించి ప్రసంగాలు చేయడం కూడా మొదలైంది. సమాజానికి ఒక నియమావళిగానీ, సభ్యత్వ నమోదుగానీ లేకపోవడం ఒక లోపమైంది. నాటి పరిస్థితుల్లో, 1838లో దేవేంద్రనాథ్ టాగూర్ బ్రహ్మసమాజాన్ని స్వీకరించి సమాజాని కొక నూతన చైతన్యాన్ని సమకూర్చాడు. 1839లో ఆయన నెలకొల్పిన తత్త్వ బోధిని సభ ప్రముఖులను ఆకర్షించింది.

రాయ్ సూత్రాలకనుగుణంగా సభ్యులకొక ప్రమాణ పాఠాన్ని ఏర్పరచాడు టాగూర్. దీన్ననుసరించి సమాజంలో చేరే సభ్యులు తాము వేదాంత ప్రబోధలననుసరించే మతాచరణకు

బద్ధులమై ఉంటామనీ, గాయత్రీ మంత్రంతోనే భగవత్ప్రార్థన చేస్తామనీ ప్రమాణం తీసుకోవాలి. దేవేంద్రనాథటాగూర్ తాను స్వయంగా ఇరవై మంది సహచరులతో ఈ ప్రమాణాన్ని స్వీకరించాడు. అయితే ఈ ప్రమాణ కర్మ 'మహానిర్వాణతంత్ర' గ్రంథ సూత్రాలననుసరించి రూపొందించడం జరిగింది.

నూతన చైతన్యంతో బ్రహ్మసమాజ కార్యకలాపాలు కొనసాగాయి. రాయ్ గ్రంథాల ప్రచురణ, తత్త్వబోధిని పత్రిక ప్రచురణ బ్రహ్మసమాజ ప్రాచుర్యానికి తోడ్పడ్డాయి. బెంగాల్‌లోని వివిధ ప్రాంతాల్లో సమాజ శాఖలు నెలకొల్పడం జరిగింది. సమాజ సూత్రాల బోధనా శిక్షణలకు ఒక విద్యాలయాన్ని ఏర్పరచడం జరిగింది. అయితే దేవేంద్రనాథ టాగూర్ క్రీ.శ. 1817-1905 వేద ప్రామాణ్యాన్ని అంగీకరించి బ్రహ్మసమాజ పునర్నిర్మాణానికి పూనుకున్నాడు. దానితో ఒక వివాదం తలెత్తింది. వేదాల అమోఘత్వాన్ని అంగీకరించే దృక్పథాన్ని హేతువాద దృష్టిగల అక్షయకుమార్ దత్తా ఒప్పుకోలేదు. ఈ విభేదాన్ని పరిష్కరించే ఉద్దేశంతో నలుగురు సమాజ సభ్యులైన యువకులను వేదం గురించి అవగాహనకోసం కాశీకి పంపడం జరిగింది. దేవేంద్రనాథుడు తాను స్వయంగా కాశీకి వెళ్ళాడు. తరవాత బ్రహ్మసమాజం వేదాల అమోఘత్వ సూత్రాన్ని త్యజించింది. అయితే ప్రాచీన వైదిక గ్రంథాల పవిత్రతను అంగీకరించే ధోరణిలోనే సమాజం కొనసాగింది. దేవేంద్రనాథుడు తాను స్వయంగా ఏకేశ్వరతత్వాన్ని బోధించే ఉపనిషత్తు పాఠాలను సంకలనం చేసి ప్రచురించాడు. వ్యవస్థీకృతమైన ఏ మతంతోనూ ప్రమేయం లేకుండా కేవలం సార్వత్రిక అనువర్తన శీలమైన ఆస్తిక వాదాన్ని అనుసరించే ఒక దీక్షా పాఠాన్ని రూపొందించాడు.

కేశచంద్రసేన్ (క్రీ.శ. 1838-1884)

క్రీ.శ. 1850 తరవాత సమాజంలో పాతుకొనిపోయిన దురాచారాన్ని వ్యతిరేకించే ఉద్యమాన్ని బ్రహ్మసమాజం చేపట్టింది. బాలికలకు విద్య, వితంతు వివాహం, బహుభార్యత్వ నిషేధం, వ్యసనాల నిర్మూలన మొదలైన అంశాల్ని చేపట్టి సమాజాన్ని సంస్కరించే ప్రయత్నం చేసింది. బ్రహ్మసమాజ సూత్రాలను హేతుబద్ధంచేసి, మందిరం వ్యవహారాలను నియమావళి ప్రకారం నిర్వహించే ప్రయత్నం చేసింది. ఈ నూతన దశలో బ్రహ్మ సమాజ సారధి కేశవ చంద్రసేన్, క్రీ.శ. 1857లో సమాజంలో చేరి క్రీ.శ. 1861 నాటికి తురీయ (ఆచార్య) స్థాయికి ఎదిగాడు. బ్రహ్మ ప్రతినిధిసభగా సంగత్‌సభను ఏర్పరచి సామాజిక కార్యక్రమాలను చేపట్టాడు. కులాంతర వివాహాలు, వితంతు వివాహం, పరదా పద్ధతి తొలగింపు వంటి కార్యక్రమాలు పై తరాల వారికి నచ్చలేదు. జందెం ధరించిన బ్రాహ్మణులు ప్రార్థనా వేదికలపైకి రావడాన్ని దిగువతరం నిరసించింది. ఫలితంగా చీలిక వచ్చింది. కేశవచంద్రసేన్ నాయకత్వంలో క్రీ.శ. 1866లో భారతీయ బ్రహ్మసమాజ్ ఏర్పడింది. సమాజ కార్యక్రమాల నుంచి దేవేంద్రనాథ్‌టాగూర్ తప్పుకోగా, రాజ్‌నారాయణబోస్ ఆది బ్రహ్మసమాజ్‌కు అధ్యక్షుడైనాడు. విగ్రహారాధనను తిరస్కరించడమెంత ముఖ్యమో కులాన్ని త్యజించడం అంతే ముఖ్యమని కేశవ్ వర్గీయులు భావించారు. బ్రహ్మసమాజం సార్వత్రికమైందిగానే ఉండాలిగాని కుల పరిగణన ఉండరాదని వారు వాదించారు.

బ్రహ్మసమాజాన్ని చైతన్యపరచడమేగాక అఖిల భారత ఉద్యమంగా తీర్చిదిద్దాడు కేశవ్ చంద్రసేన్. బొంబాయి, మద్రాసు, వాయవ్య రాష్ట్రాలలో పర్యటించి బ్రహ్మ సమాజశాఖలను అనేక చోట్ల నెలకొల్పాడు. కేశవ్‌చంద్రసేన్ చేపట్టిన దేశవ్యాప్త యాత్ర ఒక కొత్త ఒరవడిని ప్రవేశపెట్టింది. తరవాత కాలంలో జాతీయోద్యమంలో సురేంద్రనాథ్ బెనర్జీ, బిపిన్ చంద్రపాల్ ప్రభృతులు జాతీయ భావవ్యాప్తికోసం దేశవ్యాప్త పర్యటన చేపట్టడం జరిగింది. కేశవచంద్రసేన్ బ్రిటిష్ ప్రభుత్వానికి విధేయుడుగానే ఉండేవాడు. ఆ కారణంగా ఆయనను ఆంగ్లేయులు అభిమానించారు. కలకత్తా టౌన్‌హాలులో ఆయన వార్షికోపన్యాసం చేసినప్పుడు బ్రిటిష్ ఉన్నతాధికారులు హాజరుకావడం గమనార్హం. అంతేకాక ఆయన కోరికను మన్నిస్తూ ప్రభుత్వం బ్రాహ్మ వివాహాల్ని చట్టబద్ధం చేస్తూ శాసనం జారీచేసింది. సివిల్ మారేజ్ చట్టంగా పేరొందిన ఈ దేశీయుల వివాహ చట్టం 1872లో వచ్చింది. మొదట బ్రాహ్మ వివాహం బిల్‌గా ఈ ప్రతిపాదనను ప్రవేశపెట్టడం జరిగింది గానీ ఆది బ్రహ్మసమాజం అందుకు అభ్యంతరం తెలిపింది. ఈ అభ్యంతరానికి కారణం – "నేను హిందువునుకాను, ముసల్మాన్‌కాను, క్రైస్తవుణ్నికాదు' అని ప్రకటించే వారికి చట్టం వర్తిస్తుందన్న అంశం. ఆది బ్రహ్మసమాజీకులు 'మేమింకా హిందువులమే" అంటూ అభ్యంతరం ప్రకటించారు. ఈ నూతన చట్టం యువతీయువకులకు వివాహార్హత వయస్సును 18, 14 సంవత్సరాలని నిర్ణయించింది.

క్రీ.శ. 1870లో ఇంగ్లాండ్ నుంచి వచ్చిన తరవాత కేశవ్ భారత సంస్కరణ సమాజ్‌ను స్థాపించాడు. ఈ సమాజం ఆధ్వర్యంలో స్త్రీ జనోద్ధరణ, కార్మిక వర్గానికి విద్య, చవకగా అందుబాటులో సాహిత్యం, వ్యసనరహిత జీవనం, దానశీలత వంటి అంశాలను చేపట్టడం జరిగింది. 'సులభసమాచార్' అనే పత్రికను ఒక పైసా ఖరీదుతో ప్రచురించింది. స్త్రీలకు ఇంటి వద్దనే విద్యనేర్పడానికి ప్రయత్నం జరిగింది. పుస్తకాలు, పత్రికలు ప్రచురించే సంస్థలను ఏర్పరచడం జరిగింది. ఇంటి వద్దనే స్త్రీలకు విద్యనేర్పే సంస్థను ఒకదాన్ని క్రీ.శ. 1863లో సమాజ్ ఏర్పరచింది. బ్రహ్మసమాజం విగ్రహారాధనను విసర్జించినందుకు తొలుత కినుక వహించిన హిందూ సమాజం క్రమంగా సమాజం చేపట్టిన సాంఘిక సంస్కరణల్ని సామంజస్యతను గుర్తించింది. స్త్రీ విద్య, స్త్రీ వివాహ వయస్సు పెంచడం, వితంతు వివాహం, బహుభార్యత్వ విసర్జన వంటివాటిని హిందూ సమాజం కూడా ఆమోదించింది.

క్రీ.శ. 1872లో జరిగిన ఒక సంఘటన బ్రహ్మసమాజంలో మరొక చీలికకు కారణమైంది. ఆ సంవత్సరం జరిగిన తన కుమార్తె వివాహాన్ని హిందూ సంప్రదాయానుసారం జరిపించాడు కేశవ్ చంద్రసేన్. వధువుకుగానీ, వరునికిగానీ వివాహవయస్సు రాకుండానే జరిగిన ఈ వివాహం బ్రహ్మసమాజం ఉద్యమించి తెచ్చిన దేశీయ వివాహచట్టాన్ని ఉల్లంఘించింది. దీనిపై విమర్శల పరంపర వచ్చింది. తరవాత యువతరం నేతలు శివనాథశాస్త్రి, ఆనంద మోహన్ బోస్‌లు సాధారణ బ్రహ్మ సమాజ్‌ను నెలకొల్పారు (1878 మే 15). ఈ పరిణామాల తరవాత కొద్దికాలంలోనే బ్రహ్మసమాజం కనుమరుగు కాసాగింది. హేతువాద దృక్పథం, వ్యక్తి ఆత్మస్వాతంత్ర్యం సూత్రాలపై ఆధారపడి వచ్చిన

బ్రహ్మసమాజం ప్రవేశపెట్టిన సామాజిక సంస్కరణలను, నైతిక మతపరమైన ధోరణులను హిందూ సమాజం ఆమోదించడంతో ప్రధాన స్రవంతి నుంచి విడిపోయిన బ్రహ్మసమాజ స్రవంతి - కేవలం ఒక కుల్యగా నిలచిపోయిందని సమాజ్ సభ్యులొకరు వ్యాఖ్యానించారు.

1864లో కేశవ చంద్రసేన్ పర్యటన కాలం నాటికే మత, సాంఘిక సంస్కరణల వాతావరణం బొంబాయి రాష్ట్రంలో ఏర్పడి ఉంది. మతాంతరీకరణ కార్యక్రమం విద్యావంతులైన మధ్య తరగతి వారికి ఏవగింపు కలిగించింది. దానిని నిరోధించడానికి చేసిన ప్రయత్నాలలో 'పరమహంస సభ' నిర్మాణం ఒకటి. కేశవ్ పర్యటన స్ఫూర్తితో డా॥ ఆత్మారామ్ పాండురంగ్, మహదేవ్ గోవిందరనడే, ఆర్.జి. భండార్కర్‌ల సహకృషి ఫలితంగా 1869లో ప్రార్థనా సమాజ్ నెలకొంది. సార్వత్రిక ఆస్తిక వాదం, ఏకేశ్వరతత్వం, ఆత్మ-ఈశ్వరుడు వేరువేరనే అద్వైతం, భాగవత సంప్రదాయం ప్రార్థనా సమాజ్ ముఖ్యసూత్రాలు. ప్రార్థనాసమాజ్ మూలసూత్రాలకు వివరణ కల్పించిన రనడే ఆస్తిత్వవాదం, సర్వమానవ సమానత్వం, సమాజానికి ప్రాతిపదిక విలువలుగా భావించాడు. సంఘసంస్కరణ, మత సంస్కరణల లక్ష్యం మానవుని బాహ్యాభివ్యకిని మార్చడం కాదు. బాహ్యరూపానికి కారకాలైన భావాలు, అభిప్రాయాలను తొలగించాలి. ప్రవర్తనలో ఆత్మసాక్షిననుసరించాలి. జన్మ ప్రాతిపదికపై తోటి మానవులను భేదదృష్టితో చూడరాదు. విధివిదానికి లోనుకారాదు - అని రనడే ఉద్బోధ. రనడే భారత జాతీయ కాంగ్రెస్ నేతలలో ఒకరు. 1885-1888 భారత సమాజ సమ్మేళన నిర్మాతలలో ఒకరు కూడా. ప్రార్థనా సమాజ్ మహిళా విభాగంలో పండిత రమాబాయి విశేష కృషి చేసింది. ప్రార్థనా సమాజం విస్తృతంగా వ్యాపించలేదు. మద్రాసు రాష్ట్రంలోని బ్రహ్మసమాజ శాఖలు కొన్ని ప్రార్థనా సమాజ్ పేరుతో వ్యవస్థీకృతమైనాయి. ఆంధ్రదేశం కోస్తా ప్రాంతంలో ప్రార్థనా సమాజ్ ప్రాచుర్యం పొందింది.

దయానంద్ సరస్వతి (1824-1883) ఆర్యసమాజ్ (1875)

బ్రహ్మసమాజం విదేశీ పాశ్చాత్య సంస్కృతి ప్రేరణగా రాగా, ఆర్య సమాజం దేశీయ, వేద సంస్కృతి మూలప్రేరణగా ఏర్పడింది. ప్రాచీన దేశీయ మత, సంస్కృతుల పునరుద్ధరణకోసం కృషి చేసిన ఆర్య సమాజాన్ని భారత జాతీయ వాద తొలిపొంగుగా అభివర్ణించారు ఆచార్య ఎ.ఆర్. దేశాయ్. బెంగాల్, మహారాష్ట్రలలోని మత, సామాజిక పరమైన భావ సంచలనం వంటిది. గుజరాత్‌రాష్ట్రంలో సైతం వచ్చింది. గుజరాత్‌లో వచ్చిన సంచలనానికి కేంద్రబిందువు దయానంద సరస్వతి. మార్వి సంస్థానంలోని గ్రామమైన టంకారాలో 1824లో జన్మించిన ఈయన తొలినామం మూల్‌శంకర్. చిన్నతనం నుంచే స్వతంత్ర దృక్పథం, ప్రవృత్తిగల మూల్‌శంకర్ ఒక శివరాత్రి జాగరణ సందర్భంలో కలిగిన అనుభవంతో, విగ్రహారాధనను వ్యతిరేకించి, తండ్రితో విబేధించి ఇళ్ళు వదలి వెళ్ళిపోయాడు. తల్లిదండ్రులు వివాహ ప్రయత్నాలు చేస్తున్న కాలంలో ఇల్లు వదలిన మూల్‌శంకర్ పదిహేనేళ్ళకాలం హిమాలయ పర్వత సానువుల్లోనూ, వింధ్య ఆరావళి పర్వత ప్రాంతాల్లోనూ, వివిధ నదీ తీర ప్రదేశాల్లోనూ సంచార జీవనం సాగించాడు. సంస్కృతం, వ్యాకరణం, తర్కం, మతశాస్త్ర గ్రంథాలు అధ్యయనం చేసిన శంకర్ అంధుడైనా అఖండ జ్ఞానం కలిగిన

విరజానందస్వామికి శిష్యుడై మత, ఆచార విషయకమైన సమగ్ర జ్ఞానాన్ని సంపాదించాడు. విరజానందుడు వేదార్థాన్ని బోధించి, బహుదేవతా - విగ్రహ - ఆరాధనాచారాల నుంచి హిందూ మతాన్ని క్షాళనం చేయవలసిందిగా తన శిష్యుని ఆదేశించాడు. శంకర్ తన శేష జీవితాన్ని గురు ఆజ్ఞపాటించడానికే ధారపోశాడు.

అసాధారణమైన ప్రజ్ఞ, బుద్ధిశక్తి, విశేషాలు ఉన్న దయానందుడు ఇరవై సంవత్సరాల కాలంలో ముఖ్యమైన హిందూ మత గ్రంథాన్ని పఠించి, విశ్లేషించి తన మత సిద్ధాంతాలు, సూత్రాలను తార్కికమైన పద్ధతిలో, స్పష్టమైన రీతిలో నిర్వచించాడు. మత సిద్ధాంతపరమైన సమస్యలకు పరిష్కారం సదసత్ వివేచనశక్తి మాత్రమేనని ఆయన విశ్వసించాడు. హిందూ మతానికి ఆధారాలైన వేదాలు అమోఘములని దయానందుని దృఢ భావన. సత్యమైనదీ, దైవనిర్ధిష్టమైనదీ వేదమనీ అలాంటి వేదమార్గానికి ఇతరులను తీసుకొని రావడం 'ఆర్య సమాజ్' కర్తవ్యమని దయానందుడు విశ్వసించాడు. ఆధ్యాత్మిక జీవితానికీ, నైతిక జీవితానికీ వేదసూత్రాలనే మూలంగా ఉద్ఘాటించి దయానందుడు జన్మనుబట్టి నిర్ణయించిన కులభేదాలను, స్త్రీపురుష తారతమ్య భావాన్ని తిరస్కరించాడు. అయితే ఆధునిక, ఆంగ్ల విద్యావిధానాన్ని, శాస్త్ర విజ్ఞాన అధ్యయనాన్ని ఆయన ఆమోదించాడు. దయానందుడు తాను తీసుకున్న సత్యమార్గాన్ని బోధించసాగాడు. తన దృక్పథాన్ని పండిత సభలో సమర్థించు కోవలసిందిగా ఒక సమావేశంలో ఒకరు సవాలువిసిరారు. దానిని అంగీకరించి కాశీ మహారాజు ఆధ్వర్యంలో జరిగిన సభలో చర్చలో సనాతన పండితులను ఆయన ఎదుర్కొన్నాడు. ఈ చర్చ అసంపూర్తిగానే ముగిసిందిగానీ దయానందుని ప్రచార జీవితం దీనితోనే ఆరంభమైంది. తరవాత ఆయన కలకత్తాకు వెళ్ళారు.

ఆర్యసమాజ్, బ్రహ్మ సమాజ్‌ల మధ్య అంగీకారానికి ప్రయత్నం జరిగిందనీ, ఇందుకోసం 1869లో కలకత్తాలో ఒక సమావేశం జరిగిందిగానీ అది లక్ష్యాన్ని సాధించడంలో విఫలమైందనీ కొందరంటారు. బ్రహ్మ సమాజికులు దయానందుని తమలో కలుపుకోవాలనుకున్నారు. కానీ రెండు విషయాలపై వారు ఏకీభవించలేకపోయారని లాలాలజపత్‌రాయ్ వెల్లడించారు. ఆ రెండు విషయాలు: 1. వేదాల అమోఘత్వం, 2. పునర్జన్మ సిద్ధాంతం, ఈ రెండు సూత్రాలను బ్రహ్మసమాజం ఒప్పుకోలేదు. కేశవచంద్రసేన్ సూచనమేరకు దయానందుడు తన సిద్ధాంత ప్రచారానికి హిందీ భాషనే ఉపయోగిస్తూ ప్రచార పర్యటన చేశాడు. దయానందుడు 1875 ఏప్రిల్ 10న ఆర్యసమాజ్‌ను స్థాపించాడు.

దయానందుడు విస్తృతంగా పర్యటించాడు. వేదాల అనువాదమేగాక, సత్యార్థ ప్రకాశ్, వేద భాష్య భూమిక, వేద భాష్య అనే గ్రంథాలను రచించాడు. పంజాబ్, ఉత్తర ప్రదేశ్, రాజస్థాన్, గుజరాత్ రాష్ట్రాల్లో ఆర్యసమాజ్‌ను ప్రజలు ఆదరించారు.

1875 - ఆర్యసమాజ్ ముఖ్య సూత్రాలు

1. ఆర్యసమాజ్ వేదాల సంపూర్ణ ఆధిక్యతను, అమోఘత్వాన్ని ఉద్ఘాటించింది.

2. సమాజ్ సభ్యులు తమ సంపాదనలో నూరోవంతు ఇష్టపూర్వకంగా సమాజ్ నిధికి, ఆర్య విద్యాలయ సంస్థల నిర్మాణానికి, ఆర్యప్రకాశ్ పత్రిక ప్రచురణకోసం సమర్పించాలి.
3. ఆర్య విద్యాలయాల్లో వేదాలు, ఇతర ఆర్ష (రుషుల కృతులు) గ్రంథాల బోధనా అధ్యయనం జరగాలి.

1877లో పదిసూత్రాలను కూర్చడం జరిగింది. పైన చెప్పిన వాటిలో ఒకటో సిద్ధాంతం స్థానంలో 'వేదాలు ప్రతి ఆర్య సమాజికుడు అధ్యయనం చేయవలసిన సత్యగ్రంథాలుగా' పేర్కొనబడినాయి. మిగిలిన తొమ్మిది సూత్రాలు సమాజ సభ్యుల నైతిక వర్తనం సుగుణ శీలతలకు సంబంధించినవి

వైదిక కర్మలను పాటించడం, పురాణాల్లో వచ్చిన వ్యాఖ్యానాల వెనక ఉన్న వైదిక వ్యవస్థలను నిర్మించడం సమాజ్ విధి అని దయానందుడు భావించాడు. జన్మ ప్రాతిపదికగా వర్ణాన్ని నిర్ణయించడాన్ని దయానందుడు తిరస్కరించాడు. వేదాలను అందరూ అధ్యయనం చేయవచ్చుని, బహుదేవతారాధనకు మారుగా సర్వశక్తిమంతుడైన భగవంతుడినొక్కడినే పూజించాలని ఆయన ఉపదేశం. బాల్య వివాహాల్ని తిరస్కరించిన దయానందుడు యువతీ, యువకులకు 16-25 సంవత్సరాలు వివాహ వయస్సుగా నిర్ణయించాడు. వితంతువులు, విధురులూ (భార్య గతించినవారు) పునర్వివాహం చేసుకోవడాన్ని సమ్మతించలేదుగానీ, సంతానం నిమిత్తమై వివాహం చేసుకోవడాన్ని, వేద సమ్మతమైన 'నియోగ' పద్ధతి పాటించడాన్నీ దయానందుడు సమర్థించాడు.

ఆర్యసమాజ్ సూత్రాలలో ముఖ్యమైన మరొక అంశం 'శుద్ధి' సంస్కారం. ప్రలోభాలకు లోనైగానీ, ఇతర బలమైన కారణాలవల్ల ఇతర మతాల్లోకి మారినవారు 'శుద్ధి' సంస్కారం ద్వారా తిరిగి హిందూమతంలో చేరవచ్చని ఆర్యసమాజ్ ప్రతిపాదించింది. ఆర్యసమాజ్ చేపట్టిన మరొక ముఖ్య కార్యక్రమం - దేశంలో ప్రకృతి సంబంధమైన ఉపద్రవాలు వచ్చినప్పుడు సేవా కార్యక్రమాన్ని చేపట్టడం. ఆర్యసమాజ్ ఆధునిక వ్యాప్తికోసం దయానంద ఆంగ్లో-వేదిక్ పాఠశాలల్ని నెలకొల్పింది. అయితే ఆర్య సమాజ్‌లోని ఒక వర్గం మాత్రం ప్రాచీన సంప్రదాయాలను అనుసరిస్తూ హరిద్వార్‌లో గురుకుల విద్యాలయాన్ని నెలకొల్పింది.

1892లో ఆర్యసమాజ్‌లో చీలిక

1. మాంసాహారం. సమాజంలోని సనాతనులు మాంసాహారాన్ని వర్జించాలని వాదించగా ఆధునికులు మాంసాహారం నిషేధం దయానందుని పదిసూత్రాల్లో లేదనీ, ఆహార నియమాల్లో వ్యక్తి స్వేచ్ఛను ప్రశించరాదని అభిప్రాయపడ్డారు.
2. దయానందుని స్మృతిలో నెలకొల్పిన దయానంద ఆంగ్లో వేదిక్ కళాశాల నిర్వహించే తీరు. దయానందుడు తొలుత వేదసాహిత్య (సంహిత, బ్రాహ్మణ, ఉపనిషత్) విస్తృత ప్రాతిపదికను అంగీకరించినా - తరవాత సంహిత భాగాన్ని మాత్రమే ప్రామాణికంగా అంగీకరించాడు.

ఇందుకు కారణం కొన్ని ఉపనిషత్తులలో వైదిక సంప్రదాయాలకు విరుద్ధమైన వాదనలున్నాయన్న అభిప్రాయం.

వేదాల 'అమోఘత్వ సూత్రాన్ని' దయానందుడు ప్రతిపాదించడానికి కారణం : ఇతర వ్యవస్థీకృత మతాలు తమ ప్రామాణిక గ్రంథాలకు 'అమోఘత్వాన్ని ఆపాదించడంవల్ల తాను ఈ ఒరవడి పెట్టడం ద్వారా హిందూ సమాజానికి ఒక నూతన చైతన్యాన్ని ఇవ్వాలని భావించడమే.

బ్రాహ్మణ వర్ణాధిక్యతను తిరస్కరించడం, అర్థరహిత సంస్కారాలను, బహు దేవతావిగ్రహ పూజను త్యజించడం, సాంఘిక మూఢాచారాల్ని వదలివేయడం, ఆర్య సమాజంలోని పురోగమన శీలమైన అంశాలు. అయితే వర్ణ వ్యవస్థ వేద విహితం కావడంతో దానిని ఆర్యసమాజం వదలివేయ లేకపోయింది. జన్మనుబట్టి కాకుండా గుణాన్నిబట్టి వర్ణ నిర్ణయాన్ని అంగీకరించింది. స్త్రీ పురుష సమానతను ఆర్యసమాజం అంగీకరించిందికానీ సహ విద్య సూత్రాన్ని ఒప్పుకోలేదు. బాలబాలికలకు విద్యాలయాలు స్థాపించి విద్యావ్యాప్తికి సమాజ్ కృషి చేసింది. 1886లో దయానంద ఆంగ్లో వేదిక్ కళాశాల నెలకొల్పడమైంది. అయితే ఆధునిక విద్యకు ఆస్కారం కల్పించడాన్ని సమ్మతించని సనాతన వర్గం మున్షీరామ్ నేతృత్వంలో గురుకుల సంప్రదాయ పద్ధతిలో విద్యాలయ నిర్మాణానికి పూనుకుంది.

ఆర్యసమాజ్ కార్యకలాపాలకు జాతీయ భావన - ప్రజాస్వామ్య సూత్రాలు ఉద్దీపనలుగా నిలిచాయని, హిందూ సమాజంలో నెలకొని ఉన్న ఆత్మన్యూనతా భావాన్ని చెరిపివేయడానికి సమాజ్ కృషిచేసిందని మరొక విశ్లేషణ.

మూల సిద్ధాంతాల్లోని సహేతుకత, సంకుచిత పరిధి ఉన్నా ఆర్యసమాజ్ ప్రజాదరణ పొందిందనడంలో సందేహం లేదు. 1907 తరవాత భారతదేశంలోని అశాంతి కారణాలను అన్వేషించడానికి టైమ్స్ పత్రిక పంపగా వచ్చిన వాలెంటైన్ చిరోల్ ఆర్యసమాజ్‌ను బ్రిటిష్ సార్వభౌమాధికారానికి ఆర్యసమాజ్‌ను ప్రమాదకారిగా పేర్కొనడం సమాజ్ శక్తినీ, ప్రాముఖ్యతను వివరిస్తుంది.

రామకృష్ణ పరమహంస 1834-1889

పూర్వాశ్రమంలో గదాధర చట్టోపాధ్యాయ అనే పేరుగల రామకృష్ణుడు 1836లో పశ్చిమ బెంగాల్‌లోని హుగ్లీ జిల్లాలో కామార్పుకూర్ అనే గ్రామంలో జన్మించాడు. చదవడం, రాయడం, అంకగణితం మాత్రం అభ్యసించాడు. ఆరో సంవత్సరం నుంచే ఎక్కువగా ధ్యానమగ్నుడుగా ఉండేవాడు. అప్పుడప్పుడు సమాధి స్థితి వంటి స్థితిలో పడిపోయేవాడు. పదిహేడు సంవత్సరాల వయస్సులో కలకత్తాకు చేరాడు. గంగాతీరంలోని దక్షిణేశ్వర్‌లో రాసమణీదేవి అనే జమీందారిణి నిర్మించిన కాళీమాత ఆలయంలో అర్చకుడిగా నియుక్తుడైనాడు. పూజాపాఠ సంప్రదాయాలు ఎక్కువగా పాటించేవాడు కాదు. ఆలయంలోని విగ్రహాన్ని సాక్షాత్తు కాళీమాతగానే చూసేవాడు. నిత్యం భగవతి సాక్షాత్కారంకోసం తపిస్తుండేవాడు. దైవసాక్షాత్కారం కోసం పలుమార్గాలను అనుసరించేవాడు. ఎలాంటి సాధనను చేపట్టినా కృతకృత్యుడయ్యేవాడు. గురువు తోతాపురి తాను నలభై సంవత్సరాల సాధన తరవాత పొందిన సమాధి స్థితిని రామకృష్ణుడు ఒక్క రోజులోనే సాధించాడని విస్మయపడ్డాడు.

దక్షిణేశ్వరంలో రామకృష్ణుడు పన్నెండు సంవత్సరాలు గడిపాడు. చీకటి పడగానే దాపునే ఉన్న అడవికి పోయి చెట్టుకింద కూర్చుని ధ్యానమగ్నుడైనాడు. ఆలయంలో ఉన్నప్పుడు సాక్షాత్కారం కోసం 'పసివాడిలా ఆక్రందించేవాడు. ఒకరోజు ఆ దివ్యోన్మాద స్థితిలో కత్తి చేపట్టి ఆత్మత్యాగానికి సిద్ధపడ్డాడు. స్పృహ కోల్పోయిన స్థితిలో కాళీమాత దర్శనాన్ని పొందాడు. తరవాత నిరంతరం అదే స్థితిలో ఉంటూ అర్చక విధులను పట్టించుకోకుండా ఉన్న రామకృష్ణుని మానసిక రోగిగా భావించి విధుల నుంచి తొలగించాడు. స్వగ్రామానికి పోయిన రామకృష్ణునికి అయిదు సంవత్సరాల వయస్సుగల బాలికతో వివాహం జరిగింది. తదనంతరం తిరిగి దక్షిణేశ్వరానికి చేరాడు. అప్పటినుంచి 12 సంవత్సరాలు ఆయన ధ్యాన, సమాధి చిత్తవృత్తి కొనసాగింది. కాషాయ వస్త్రాలు ధరించిన ఒక భైరవిస్త్రీ పరిచయమై ఆయనకు తాంత్రిక మార్గంలో దీక్ష నిచ్చింది. రామకృష్ణుని ప్రవర్తనలో కనిపించే ధోరణి భక్తి మార్గపు పై దశలో కనిపించే స్థితి అని చైతన్య మహాప్రభు జీవితానికి సంబంధించిన గాథలను దృష్టాంతాలుగా చెప్పింది. వైష్ణవ భక్తి మార్గాన్ని అనుసరించి రామకృష్ణుడు శ్రీకృష్ణుని సాక్షాత్కారం పొందాడనీ ఒక ఐతిహ్యం. శ్రమణ మార్గాన్నీ, సూఫీ సంప్రదాయాన్నీ, క్రైస్తవ సాధువుల సాధన మార్గాన్ని కూడా చేపట్టి ఆయన దైవ సాక్షాత్కారాన్ని పొందాడని ప్రతీతి.

నలభై మైళ్ళు కాలినడకన తన గ్రామం నుంచి వచ్చిచేరిన భార్య శారదామణిని తాను పత్నిగా చూడలేననీ, ఆమెలో కాళీమాతయే తనకు కనిపిస్తుందని రామకృష్ణుడు వివరించాడనీ, అందుకు ఆమె కేవలం ఆయన ఆహార ఆరోగ్య విషయాలను చూస్తూ తోడుంటానని, ఉండనివ్వమని కోరిందని గాథ చెబుతుంది.

1856 నుంచి 1867 వరకు కొనసాగిన ఈ దివ్యోన్మాద పరిస్థితి తరవాత రామకృష్ణుని జీవితంలో ప్రశాంతి నెలకొంది. వైద్యనాథ్, వారణాసి, ప్రయాగ, బృందావన్ క్షేత్రాలను దర్శించి వచ్చాడు. క్రమంగా రామకృష్ణుని అసాధారణ వ్యక్తిత్వం నుంచి కథలూ, గాథలూ ప్రచారమైనాయి. ఆయనను దర్శించడానికి సామాన్యులు, ప్రసిద్ధులూ రాసాగారు. కేశవ్ చంద్రసేన్ కూడా రామకృష్ణుని దర్శించి ప్రభావితమైనాడట.

తనను చూడటానికి వచ్చిన వారందరితోనూ చిన్న చిన్న కథలను ఉదహరిస్తూ ప్రసంగించేవాడు రామకృష్ణుడు. ఆయన ఎలాంటి ఆశ్రమాన్నిగానీ, మతశాఖనుగానీ నెలకొల్పలేదు. 1866 ఆగస్టు 16 నాడు రామకృష్ణుడు పరమపదించాడు.

రామకృష్ణుడు వేదాంత సూత్రాలు, మతగ్రంథాల్లో పాండిత్యం సాధించిన వ్యక్తి కాకపోయినప్పటికీ, తనలోని గాఢమైన భక్తిభావం, భగవత్ స్పృహలతో క్లిష్టమైన వేదాంత సూత్రాలను సైతం సరళమైన భాషలో వివరించేవాడని గాథలు తెలుపుతున్నాయి. తన జీవన విధానం, ఆలోచనలు, బోధనల ద్వారా ఆయన వెలువరించిన సూత్రాలు : 1. మానవుడు విషయలోలతను పరిత్యజించి నిరంతరం భగవత్ స్పృహ కలిగి ఉండాలి. 2. జ్ఞానార్జన కంటే సచ్ఛీలం గొప్పది, విచక్షణ, వివేకం, వైరాజ్య ప్రవృత్తిలేని జ్ఞానార్జన నిష్ఫలం, 3. మతాలన్నింటి సారాంశం ఒకటే, వివిధ మతాలు భగవంతుని సాక్షాత్కారాన్ని సాధించే వివిధ మార్గాలు మాత్రమే. 4. ఆత్మ వివిధ రూపాల్లో వ్యక్తమయ్యే

విద్యుత్తు వంటిది. 5. సుగుణోపాసన, నిర్గుణోపాసన, యోగసాధన, భక్తిమార్గం అన్నీ ఆత్మ సాక్షాత్కార మార్గాలే, 6. మానవునిలోగల భగవదంశే ఆత్మ, 7. మానవులకు అవసరమైనది దయ కాదు సేవ. మానవ సేవను భగవత్సేవగా భావించాలి.

స్వామి వివేకానందుడు (క్రీ.శ. 1863-1902)

రామకృష్ణుని శిష్యుడు, అనుయాయుయైన వివేకానందుడు రామకృష్ణుడు బోధించిన తత్త్వాన్ని భారతదేశంలోనేకాక విశ్వవ్యాప్తంగా ప్రచారంచేశాడు. 1863 జనవరి 12 నాడు కలకత్తాలో జన్మించిన వివేకానందుని తొలిపేరు నరేంద్రనాథ దత్తా. ఆంగ్ల విద్యాలయాల్లో చదివాడు. డెకార్టే, హ్యూమ్, కాంట్, స్పినోజా, హెగెల్, షోపెన్‌హర్, కాంతే, డార్విన్, జాన్ స్టువర్ట్ మిల్ వంటి తత్త్వవేత్తల సిద్ధాంతాలను అధ్యయనం చేశాడు. ఆస్తిక వాదంలో విశ్వాసం సడలిపోతున్న స్థితిలో రామకృష్ణుని దర్శించుకోమని బంధువులిచ్చిన సలహాతో, ఆయన దర్శనం కోసం దక్షిణేశ్వర్ పోయాడు వివేకానందుడు.

స్వామి వివేకానందుడు

"స్వామీ - భగవంతుని మీరు చూశారా?" అని నరేంద్రనాధుడు (వివేకానందుడు) ప్రశ్నించగా "చూశాను - నిన్ను చూసినట్లే భగవంతుడినీ చూశాను. ప్రగాఢమైన రీతిలో భగవంతుని మానవుడు దర్శించవచ్చు, సంభాషించవచ్చు, సాధ్యమే" నని సమాధానమిచ్చిన రామకృష్ణుని మాటా - ఆయన పునీతమైన వ్యక్తిత్వం నరేంద్రుని గాఢంగా ప్రభావితం చేశాయి.

మరొకసారి కలుసుకున్నప్పుడు వైష్ణవ మత సూత్రాల చర్చ వచ్చింది. భగవన్నామంలో ఆనందం పొందడం, భూతదయ కలిగి ఉండటం, వైష్ణవులను సేవించడం ముఖ్యసూత్రాలుగా పేర్కొంటూ దివ్యోన్మాద స్థితిలో పడిపోయాడు రామకృష్ణుడు. ఆ స్థితిలో ఆయన చెప్పిన మాట - "సృష్టిలో ఒక సూక్ష్మ కీటకం వంటి మానవుడు - సకల ప్రాణులపట్ల దయచూపడం అర్ధరహితం, దయచూపడం కాదు సేవచేయాలి. ప్రతి మానవుడు భగవదంశ గలవాడే కాబట్టి మానవునిసేవే జీవిత పరమార్థం".

రామకృష్ణుని మాటలు భక్తి మార్గాన్ని - అద్వైతంతో సమన్వయం చేసేవిగా ఉన్నాయని వివేకానందుడు భావించాడు. భగవదంశయైన మానవుని సేవించడంతో అహంకారం తొలగిపోతుందని గ్రహించిన వివేకానందుడు రామకృష్ణుని బోధనను ప్రపంచానికి తెలియజేయడం ఆచరించడమే తన విద్యుక్త ధర్మమని గ్రహించాడు. అనారోగ్య కారణంగా రామకృష్ణుని కాశీపూర్‌లోని ఒక కుటీరానికి తరలించారు. అంత్యావస్థలో ఉన్న రామకృష్ణుడు వివేకానందుని వంక సూటిగా చూస్తూ సమాధి అవస్థలో పడిపోయాడు. ఆ క్షణంలో తన శరీరమంతటా విద్యుద్వాహిని ప్రవహిస్తున్న అనుభూతి కలిగిందని వివేకానందుడు చెప్పుకున్నాడు.

రామకృష్ణుని మరణానంతరం (1886) ఆయన ఉపదేశించిన సేవామార్గంలో జీవితం గడపాలని వివేకానందుడు నిశ్చయించుకొని కాశీపూర్ సమీపంలోని బరానగర్‌లో ఒక శిథిల గృహంలో నలుగురు మిత్రులతో కలిసి నివసించసాగాడు. ఒక వైపు కుటుంబ బాధ్యతలు మరొక వైపు ఆశ్రయ నిర్వహణ బాధ్యతలు - రెంటిని నిర్వహిస్తూ కఠోరమైన పరిస్థితుల్లో ఆశ్రమాన్ని నడిపాడు. 1887లో రామకృష్ణుని శిష్యులు పన్నెండు మంది వైదిక కర్మ ద్వారా సన్యాస దీక్ష తీసుకొని అవధూతలై సన్యాసులుగా పేర్లు ధరించారు. నరేంద్రనాధుడు వివేకానందుడైనాడు. ఆవిధంగా రామకృష్ణ మఠం మొదలైంది. వివేకానందుడు దేశ వ్యాప్తంగా పర్యటించాడు. పర్యటనలో దారుణ సత్యాలు గమనించాడు. దారిద్ర్యం శక్తి యుక్తులుడిగిన జనత, విచ్ఛిన్న దశలో దేశీయ వ్యవస్థలు, సంస్థలు, ఆధ్యాత్మికత పేరుతో ప్రబలుతున్న దుస్సంప్రదాయాలు, క్రైస్తవ మిషనరీల కార్యకలాపాలు - వీటితో ఒక కల్లోక స్థితి కనిపించింది.

ఇదే తరుణంలో అమెరికాలోని షికాగో నగరంలో జరగనున్న ప్రపంచ మతాల సమ్మేళనం గురించి తెలిసింది. ఆర్థిక సమస్యలున్నా ఏదో ఒక విధంగా అమెరికా పోయాడు వివేకానందుడు. ఆ విశ్వమత సమ్మేళనంలో "అమెరికన్ సోదర సోదరీమణులారా" అంటూ సంభోధించి వివేకానందుడు చేసిన ప్రసంగం అందరి ప్రశంసలందుకుంది. 'సమ్మేళనంలో పాల్గొన్న వారందరిలో మహోన్నత వ్యక్తి వివేకానందుడు" అని కీర్తించిన న్యూయార్క్ హెరాల్డ్ పత్రిక' అతని ఉపన్యాసం విన్న తరవాత భారతదేశానికి మిషనరీలను పంపడం ఎంత బుద్ధి హీనమైందో మనకు విశదమైంది" అని రాసింది.

వివేకానందుని ఉపన్యాసాల ప్రభావంతో వేదాంత తత్త్వ అధ్యయన కేంద్రాలు అమెరికాలో పలు ప్రాంతాల్లో అవతరించాయి. తరవాత యూరప్‌లో పర్యటించాడు వివేకానందుడు. జర్మన్ పండితుడు మాక్స్‌ముల్లర్ రామకృష్ణుని జీవితం గురించి, ఘనత గురించి వ్యాసాలు ప్రచురించాడు.

విదేశాల పర్యటన నుంచి తిరిగి వచ్చిన వివేకానందునికి భారత ప్రజలు బ్రహ్మరథం పట్టారు. తన ముందున్న గురుతర బాధ్యతకు ఆయన గుర్తించాడు. ఆధ్యాత్మిక వారసత్వాన్ని కోల్పోకుండా పాశ్చాత్య విలువలైన స్వేచ్ఛ, సమానత్వం, కృషి విలువలను భారతదేశంలో ప్రచారం, ఆచరణలోకి తేవాలన్నది తన ధ్యేయంగా పెట్టుకున్నాడు. వ్యక్తి ఒంటరిగా జీవించడమెలా సాధ్యం కాదో, దేశానికీ అంతేనని వివేకానందుడు భావించాడు. భారతదేశ వారసత్వమైన ఆధ్యాత్మిక భావజాలాన్ని పాశ్చాత్య దేశాల వారికి పంచాలనీ, అదేవిధంగా పాశ్చాత్య జీవనం నుంచి శాస్త్ర విజ్ఞానం, సాంకేతిక పరిజ్ఞానం, వాణిజ్య వ్యాపారాది సమష్టి కృషిని భారతదేశం నేర్చుకోవాలని వివేకానందుడు ఉద్బోధించాడు.

వివేకానందుడు విదేశీ పర్యటనలో ఉండగా రామకృష్ణ మఠం బరానగర్ నుంచి ఆలమ్‌బజారుకు మారింది. సభ్యులు చెదిరిపోయి వివిధ ప్రాంతాల్లో ఉండసాగారు. మఠం వ్యవస్థను చక్కదిదద్దడంపై వివేకానందుడు దృష్టి సారించాడు. 1899లో మఠాన్ని బేలూర్‌కు మార్చి సభ్యులు పాటించవలసిన నియమావళిని ఒకదాన్ని రూపొందించాడు. ఆంగ్లంలో 'ప్రబుద్ధ భారత", బెంగాలీలో 'ఉద్బోధ' అనే పత్రికల ప్రచురణను ఆరంభించాడు. 'నా గురువు', 'రాజయోగ', 'కర్మయోగ', 'భక్తియోగ'

అనే గ్రంథాలను - వ్యాఖ్యాన గ్రంథాలను వెలువరించాడు. అనతికాలంలోనే రామకృష్ణ మఠం శాఖలు దేశ వ్యాప్తంగా స్థాపించబడినాయి.

రామకృష్ణ మఠాన్ని కేవలం ఆధ్యాత్మిక చింతనా కేంద్రంగానే ఉంచకుండా, సేవా కార్యక్రమాలను నిర్ణయించాడు. పశ్చిమ భారతదేశంలో పర్యటిస్తూండగా తాను చూసిన ప్రజల దారిద్ర్యాన్ని, నికృష్ట పరిస్థితినీ చూసి చలించిపోయాడు వివేకానందుడు. 'ఇది మత ప్రచారం చేపట్టవలసిన సమయం కాదు. ముందు ప్రజలను దుర్భర పరిస్థితి నుంచి ఉద్ధరించాలి. ఈ సేవా కార్యక్రమానికి అంకితమయ్యే యువకులను ఎంతమందిని మద్రాసు ఇవ్వగలదో చెప్పండి" అని తన తమిళ అనుయాయులకు వివేకానందుడు లేఖరాశాడు. 'అర్చకులనూ, పూజారులనూ పక్కన బెట్టిండి. దారిద్ర్య, నికృష్ట, బలహీన స్థితిగతుల్లో ఉన్న వారంతా మీ దైవమే. వారికి సేవ చేయడం కంటే ఉన్నతమైన మతారాధన మరొకటి లేదు' అని ప్రవచించిన వివేకానందుడు ఆ లక్ష్యాల సాధనకు రామకృష్ణ మఠాన్ని అంకితం చేశాడు. 1897, 1898లలో బెంగాల్‌లోని క్షామపీడితుల, అంటువ్యాధుల బారిన పడినవారి సేవతో ఆయన తన కార్యక్రమాన్ని ఆరంభించాడు.

విదేశీ పర్యటన - తరవాత బెంగాల్ పర్యటనా, సేవా కార్యక్రమాలు ఈ నిర్విరామ కార్యక్రమంతో వివేకానందుని ఆరోగ్యం దెబ్బతింది. బేలూర్‌లో దుర్గ పూజా ఉత్సవాలను నిర్వహించిన తరవాత ఆరోగ్యంకోసం కాశీలో కొంతకాలం గడిపాడు. అక్కడా రామకృష్ణ సేవాశ్రమాన్ని స్థాపించాడు. ఆరోగ్యపరిస్థితి మెరుగుపడలేదు. కలకత్తాకు తిరిగి వచ్చిన వివేకానందుడు 1902 జూలై 4 నాడు కాలధర్మం చెందాడు. తన పర్యటన కాలంలో, ఆశ్రమ సంస్థల స్థాపనకాలంలో, సేవా కార్యక్రమాల కాలంలో ఎన్నడూ వివేకానందుని గురుస్మృతి వీడలేదు. తన కార్యక్రమాలన్నీ గురూపదేశ ప్రసాదాలేనని ఆయన చెప్పేవాడు. రామమోహన్‌రాయ్ నుంచి వివేకానందుని వరకు జరిగి భారత సమాజోద్ధరణను గతితర్క పరిభాషలో 'బ్రహ్మసమాజ్ యోజన' - ఆర్యసమాజ్ హిందూ పునరుద్ధరణ ప్రతి యోజన - రామకృష్ణ - వివేకానందుల సిద్ధాంత కృషి సంయోజన' అని మజుందార్ విశ్లేషణ.

దివ్య జ్ఞాన సమాజం (1893) - అనిబిసెంట్ (1847-1933)

ఆర్యసమాజ్ స్థాపితమైన సంవత్సరం 1875లోనే దివ్యజ్ఞానసమాజం న్యూయార్క్ నగరంలో స్థాపితమైంది. శ్రీమతి బ్లావట్స్కీ, కల్నర్ ఆల్‌కాట్‌లు ఈ మత వ్యవస్థాపకులు. 1879లో వీరు భారతదేశంలో మద్రాసులోని అడయార్‌లో దివ్య జ్ఞాన సమాజం శాఖను నెలకొల్పారు. 1888లో ఆనీబీసెంట్ లండన్‌లోని దివ్యజ్ఞాన సమాజ కేంద్రంలో చేరింది. 1893లో ఆమె చికాగో నగరంలో జరిగిన విశ్వమత సమ్మేళనానికి హాజరైంది. ఆ సందర్భంలోనే ఆమె భారతదేశంలో శాశ్వత నివాసాన్ని ఏర్పరచుకోవాలని నిర్ణయించుకుంది. ఆమె వ్యక్తిత్వం, అసాధారణమైన ఆ వాగ్ధాటి సమాజం కార్యక్రమాలను ప్రోద్భలాన్నిచ్చాయి.

దివ్య జ్ఞాన సమాజం సిద్ధాంతాలు మతం, తత్త్వశాస్త్రం, గుహ్యవిద్య అనే మూడింటి కలయిక అని నిర్వచించి ఈ విధంగా విశ్లేషించారు చరిత్రకారులు తారాచంద్. ఈ సమాజం ఏకేశ్వరతత్త్వాన్ని అంగీకరించించి. కానీ త్రిమూర్త్యాత్మకంగా ఆవిష్కరించింది. దేవతలు, దేవదూతలు, భూతాలు,

మానవస్థితికి దిగువనున్న ప్రాణులు అనే ఒక వర్గశ్రేణిని ప్రతిపాదించింది. కుల, మత, జాతి, ప్రాంత, లింగ భేదాలతో ప్రమేయంలేని విశ్వ మానవ సౌభ్రాతృత్వాన్ని అంగీకరించింది.

ఆదర్శవాద శీలం ఉన్న దివ్యజ్ఞాన సమాజం జ్ఞానానికి ఉన్నత స్థానాన్నిచింది. మానవుడు తనలోగల నీచప్రవృత్తులను జ్ఞానంతో అధిగమించగలడని సమాజం భావించింది. ఆత్మ శాశ్వతం, మరణం మాధ్యమంగా దేహాలను వదుల్తూ, ధరిస్తూ జ్ఞానాన్ని సంగ్రహణం చేసుకుంటూ క్రమంగా అత్యున్నత సోపానాన్ని ఆత్మ చేరుకుంటుంది - అది అమృతత్వ స్థితి.

అతీంద్రియ శక్తి గల మహాత్ములు వాహకులుగా జ్ఞానాన్ని, చైతన్యాన్ని పొందవచ్చని సమాజం విశ్వాసం. ఈ ధోరణిలో టిబెట్ వంటి సుదూర ప్రాంతాల్లోగల మహాత్ముల నుంచి తృటికాలంలో తనకు సందేశాలు లభిస్తున్నాయన్న బ్లావట్స్కీ వాదనను కొందరు శంకాదృష్టితో చూశారు. ఆవిధంగా తనకు లభించే శక్తులను చూపించే ప్రదర్శనలను గారడీ యుక్తులనీ భావించారు. మూడు సందర్భాల్లో ఆ యుక్తులు బైటపడిపోయాయన్న వదంతి ఉంది. కానీ ఆనీబిసెంట్ మాత్రం శరీరాన్ని విడచి ఆత్మ ప్రయాణించగలదని, సందేశాలను గ్రహించి వాటిని మెదడులో నిక్షిప్తం చేసే శక్తి ఆత్మకుందని, ఇది తాను స్వానుభవంతో గ్రహించిన సత్యమని ప్రకటించింది. అయితే ఈ ఉత్కృష్టమైన ప్రక్రియ దీర్ఘ సాధన ద్వారా మాత్రమే సాధ్యమని, ఈ సాధన 'బుడి బుడి పలుకుల నుంచి ధారాళమైన వక్తృత్వానికి దారితీసే సాధన వంటిదని ఆమె వివరించింది. జీవిలోని చైతన్యం మెదడుపై ఆధారపడేది కాదనీ - ఆ చైతన్యం స్థూల శరీరాన్ని వదలి ప్రయాణిస్తున్నప్పుడు ఇతోధికంగా శక్తిమంతమవుతుందని - బ్లావట్స్కీ చెప్పిన మహాత్ములు నిజంగా ఉన్నారనీ, వారి శక్తి సంపత్తి ముందు మనకున్న పరిజ్ఞానం పిల్లచేష్టల వంటిదనీ ఆనీబిసెంట్ వివరించింది.

ఏమైనప్పటికీ ఈ వివాదం దివ్యజ్ఞాన సమాజం పెరుగుదలను నిరోధించిందనే చెప్పాలి. 1891 మే 8 నాడు బ్లావట్స్కీ నిర్యాణం నాటికి ఆమె అనుయాయులు లక్షల్లో ఉండేవారని అంచనా. లండన్, పారిస్, న్యూయార్క్, మద్రాసుల నుంచి సమాజం పత్రికలు వెలువడుతూ ఉండేవి.

భారతదేశంలో మద్రాసు నగర ప్రాంతం ఆడయారులో దివ్యజ్ఞాన సమాజం కేంద్రస్థానం నెలకొల్పబడింది. ఆనీబిసెంట్ కృషి మూలంగానే దివ్యజ్ఞాన సమాజం ప్రాచుర్యాన్ని పొందింది.

అలీఘర్ ఉద్యమం-ముస్లిమ్ సమాజంలో సంస్కరణ ఉద్యమాలు

భారతీయ ముస్లిమ్ సమాజంలో వచ్చిన సంస్కరణోద్యమాలలో వాహబీ ఉద్యమం ఒకటి. ఇస్లామ్ మతానికి విశ్వాసం, అధికారం రెండూ ముఖ్యమైన ఆలంబనలని ఉలేమాల (మత పండితుల) అభిప్రాయం. బ్రిటిష్ వారి దాడుల కారణంగా కోల్పోయిన రాజకీయాధికారాన్ని తిరిగి సాధించే లక్ష్యాన్ని ఢిల్లీ వాస్తవ్యుడైన షావలీయుల్లా తాను నెలకొల్పిన విద్యాలయంలో ఒక అంశంగా ప్రవేశపెట్టాడు. షావలీయుల్లా కుమారుడు షాఅబ్దుల్ అజీజ్ ధార్మిక యుద్ధానికి విడుదల చేసిన ఆదేశ పత్రాన్ననుసరించి బరేలీ వాస్తవ్యుడైన సయ్యద్ అహ్మద్ ఉద్యమానికి నాయకత్వం వహించాడు. అయితే 1857 విప్లవం అణగిపోవడంతో ధార్మిక యుద్ధ సూత్రానికి అవరోధం కలిగింది. ఉలేమాలలోని మరొక వర్గం షహరాన్‌పూర్ (ఉత్తరప్రదేశ్) జిల్లాలోని దేవ్‌బంద్‌లో ఒక విద్యాసంస్థను

నెలకొల్పారు (1867). దేవ్‌బంద్ విద్యాలయం విద్యా ప్రణాళిక. ఆర్థిక విషయాల్లో స్వతంత్రంగా వ్యవహరించే సంస్థ. దర్స్ నిజామీ రూపొందించిన సంప్రదాయిక విద్యా ప్రణాళికకు ఈ విద్యాలయంలో స్థానం కల్పించడం జరిగింది. అయితే ఈ విద్యావిధానం అభ్యసించిన వారికి ఉద్యోగాల సాధనలో ఉపకరించలేదు. మత విషయాల్లో నైతిక నిష్ట, వ్యక్తిగత శీల పోషణకు ప్రాధాన్యం ఇచ్చిన ఈ సంస్థలోని అధ్యాపకులు, విద్యార్థులు సమాజం. రాజ్యం వ్యవహారాల్లో ఆసక్తిని ప్రదర్శించారు. నీలిమందు కూలీల సమస్యలు, క్షామ పరిస్థితులు, నూతన పరిణామాలవల్ల రైతులకు, చేతిపనివారికి కలిగిన కష్టనష్టాలు వీటన్నింటిపట్ల వీరు శ్రద్ధ చూపారు.

ఆధునిక యుగంలో ఆఫ్రికా దేశాలలో పాశ్చాత్యదేశాలవారి ఆధిక్యతా–ప్రాబల్యాలు ముస్లిమ్ సమాజాన్ని ఆందోళనకు గురిచేశాయి. ఈ సందర్భంగా సయ్యద్ జమాల్–అల్–దీన్ భారతదేశానికి వచ్చి పాశ్చాత్య దేశాల ధోరణిని ఎదిరించబూనాలని ఉద్విగ్నపరిచాడు. ఈ విధానాన్ని అనుసరించి భారత జాతీయ కాంగ్రెస్‌తో సహకరించాలని ముస్లిమ్‌లకు దేవ్‌బంద్ అధ్యక్షుడు రషీద్ అహ్మద్ గంగోహీ పిలుపునిచ్చాడు. దేశ ప్రయోజనాలకోసం జాతీయపక్షంగా అన్ని మతాల వారితో కలిసి కృషిచేయడం ఇస్లామ్ సూత్రాలకు విరుద్ధంకాదని గంగోషి వ్యాఖ్యానించాడు. పాశ్చాత్యుల విద్యా విధానాన్ని స్వీకరించి – పశ్చిమాసియా రాజకీయాల్లో పాశ్చాత్యులను సయ్యద్ అహ్మద్ ఖాన్ సమర్థించడంతో దేవ్‌బంద్ విద్యాసంస్థకూ అలీఘర్ విద్యాసంస్థకూ మధ్య విబేధాలు ఏర్పడ్డాయి.

అరబిక్–పర్షియన్ భాషలలో పండితుడైన షబ్లీనుమానీ ఆంగ్లో – ఓరియంటల్ కాలేజ్‌లో పనిచేసినా – రాజకీయ మత విషయాలపై సయ్యద్ అహ్మద్‌ఖాన్‌తో విభేధించాడు. విద్యా ప్రణాళిక విషయంలో హిబ్లీ నుమానీ మధ్యేమార్గాన్ని అవలంభించాడు. సాంప్రదాయిక విద్యా ప్రణాళికతో – పాశ్చాత్య విజ్ఞానశాస్త్రాలు – ఆంగ్ల భాషలను జతపరచి తాను లక్నోలో నెలకొల్పిన నద్వతల్ ఉలామా – దారుల్ ఉలుమ్ సంస్థలలో ఉమ్మడి విద్యా ప్రణాళికను ప్రవేశపెట్టాడు. సయ్యద్ అహ్మద్‌ఖాన్ కాంగ్రెస్‌ను వ్యతిరేకించడాన్ని, ఆలీఘర్ విద్యాలయంలోని ఆంగ్లోపన్యాసకుల చేతుల్లో కీలుబొమ్మగా ప్రవర్తించడాన్ని హిబ్లీ నుమానీ విమర్శించాడు. మధ్యయుగాల్లోని ప్రభుత్వ వ్యవస్థ పునస్థాపన సాధ్యంకానిదనీ, హిందువులతో కలిసి స్వతంత్ర రాజ్యాన్ని ఏర్పరచుకొని గౌరవంతో జీవించడం ఇస్లామ్ మత సూత్రాలకు విరుద్ధంకాదని ఆయన అభిప్రాయం.

సర్ సయ్యద్ అహ్మద్‌ఖాన్ (క్రీ.శ. 1817-1898)

భారతీయ ముస్లిమ్ సమాజ సంస్కరణ చరిత్రలోని ప్రముఖులలో సర్ సయ్యద్ అహ్మద్‌ఖాన్ ఒకరు. ఆయన తలిదండ్రులు మొఘల్ దర్బారులో ఉన్నత పదవులను నిర్వహించినవారు.

కుటుంబ బాధ్యతలు తనపై పడటంతో సయ్యద్ అహ్మద్‌ఖాన్ 1839లో ఆగ్రా కమీషనర్ కార్యాలయంలో గుమాస్తాగా ఉద్యోగ జీవితాన్ని ప్రారంభించి 1857లో సదర్ అమీన్ పదవి వరకు ఉన్నతి పొందాడు. ఇంగ్లండ్‌లో సంవత్సరంపైగా ఉన్నాడు. 1876లో ప్రభుత్వోద్యోగం నుంచి విరమణ పొంది అలీఘర్‌లో స్థిరపడ్డాడు.

1857 విప్లవం అణచివేత తరవాత ముస్లిమ్ సమాజంలో కల్లోల పరిస్థితులు ఏర్పడ్డాయి. ఒక సందర్భంలో దేశాన్ని వదలిపోవాలన్న ఆలోచన కలిగినా, సోదర ముస్లిమ్ సమాజాన్ని ఆదుకోవడానికి భారతదేశంలోనే ఉండిపోయాడు అహ్మద్‌ఖాన్. అయితే, ఆయన జన్మరీత్యా కులీనుడు. విప్లవ వైఫల్యంవల్ల కులీన ముస్లిమ్ సమాజానికి ఏర్పడిన విపత్కర పరిస్థితులను గురించి ఆలోచించినంతగా సామాన్య ముస్లిమ్ ప్రజలను గురించి ఆలోచించలేకపోయాడు. కులీన వర్గానికి పూర్వ ప్రాభవాన్ని సంపాదించిపెట్టడం తన లక్ష్యంగా పెట్టుకున్నాడు.

మత విషయాలలో క్రైస్తవ మిషనరీలను ఎదుర్కొని ఇస్లామ్ మతాన్ని సమర్థించడం, ఆధునిక తార్కికత ప్రాతిపదికలపై వ్యాఖ్యానించడం, కాలానుగతంగా ఇస్లామ్‌లో చేరిన మూఢ విశ్వాసాలను, అలాంటి అంశాలను నిర్మూలించడం, పాశ్చాత్య భావాలు, ఆధునిక విద్య మూలంగా వస్తున్న విమర్శలను ఎదుర్కొని ఇస్లామ్ మతానికి శాస్త్రీయమైన ఆధారాన్ని కల్పించడం - అనే లక్ష్యాలను ఆయన గుర్తించాడు. ఈ మూడింటినీ సాధిస్తేగాని ముస్లిమ్ సంఘ పునఃప్రతిష్ట సాధ్యంకాదని గ్రహించాడు.

సర్ సయ్యద్ అహ్మద్‌ఖాన్ హేతువాదం ప్రాతిపదికగా చేసుకొని ఇస్లామ్ మతాన్ని సమర్థించాడు. అదేవిధంగా ముస్లిమ్ సమాజంలోని బహుభార్యత్వాన్ని, బానిస వ్యవస్థను సమర్థించే ప్రయత్నం చేశాడు. సాంప్రదాయికులు సయ్యద్ అహ్మద్‌ఖాన్‌ను విమర్శించారు. భయపెట్టే ప్రయత్నం చేశారు. ఆయన జంకలేదు. సంపూర్ణ సాంప్రదాయక విద్యను విమర్శించాడు. నైతిక ప్రవృత్తి, శీలాలతో సమన్వయంలేని ఆధునిక విద్యావిధానాన్ని కూడా విమర్శించాడు.

సర్ సయ్యద్ అహమ్మద్‌ఖాన్

ఆయన దృష్టిలో విద్యాప్రయోజనాలు : 1. మత సత్యాలు, సంప్రదాయాలను హేతువాదంతో సమన్వయించడం, 2. సచ్ఛీలాన్నీ, నైతిక ప్రవృత్తిని పెంపొందించడం, 3. ఆధునికశాస్త్ర విజ్ఞానాన్ని సమగ్రంగా బోధించడం, ఈ లక్ష్యాల సాధనకోసం తాను మూడంచెలుగా విద్యాసంస్థలను ప్రతిపాదించాడు. 1. 6-11 సంవత్సరాల వయస్సుగల విద్యార్థులకు ప్రాథమిక విద్యాలయాలు, 2. 11-18 వయస్సులోని విద్యార్థులకు ఉర్దూ బోధనా భాషగా ఉన్నత పాఠశాలలు, 3. ఆపై ఆంగ్లం, ఉర్దూ, అరబిక్ పర్షియన్ బోధించే అగ్రస్థాయి విద్యాలయాలు.

పై లక్ష్యాలతో సర్ సయ్యద్ అహ్మద్‌ఖాన్ నెలకొల్పిన ఆంగ్లో-ఓరియంటల్ విద్యాలయం 1878 నాటికి కళాశాల స్థాయికి ఎదిగింది. ఆక్స్‌ఫర్డ్, కేంబ్రిడ్జ్ విద్యాలయ స్థాయికి సమంగా అలీఘర్ విద్యాలయాన్ని తీర్చిదిద్దాలని ఆయన ఆశయం. పాశ్చాత్య విజ్ఞాన శాస్త్రాల్ని దేశ భాషలో సమగ్రంగా బోధించగలగాలన్నది ఆయన లక్ష్యం. 1885లో జాతీయ కాంగ్రెస్ స్థాపన సయ్యద్ అహ్మద్‌ఖాన్ భావాలలో మార్పును తెచ్చింది. అలీఘర్ కళాశాల అధ్యక్షుడు థియొడోర్‌బెక్ సలహా సంప్రదింపులతో ఆయన కాంగ్రెస్ వ్యతిరేకంగా మారిపోయాడు. కాంగ్రెస్ విరోధులందరినీ సమీకరించే ప్రయత్నానికి పూనుకున్నాడు. సయ్యద్ అహ్మద్‌ఖాన్‌లో వచ్చి ఈ పరిణామాన్ని జీర్ణించుకోలేకపోయిన సమీయుల్లాఖాన్, షబ్లీనుమానీ అలీఘర్ కళాశాల నిర్వాహక వర్గం నుంచి నిష్క్రమించారు.

సాంప్రదాయికుల, ఉలేమాల ప్రాతికూల్యంతో ఇస్లామ్‌కు హేతుబద్ధ వ్యాఖ్యానాన్ని కల్పించే ప్రయత్నాన్ని సయ్యద్ అహ్మద్‌ఖాన్ విరమించాడు. బ్రిటిష్ వారితో సామరస్య భావంగల ముస్లిమ్ విద్యావంతుల సమాజాన్ని ఏర్పరిచే ప్రయత్నంలో కొంతవరకు కృతకృత్యుడైనాడు. అలీఘర్ విద్యాలయం ఇస్లామ్ పునరుజ్జీవనానికి కేంద్రం కాలేకపోయింది. ఫజాలీ, వలీయుల్లా, జమాల్ అల్‌దీన్ వంటి ఘనులెవ్వరినీ ఈ విద్యాలయం సృష్టించలేకపోయింది. లౌకిక విద్యాలయంగా కూడా అలీఘర్ సంస్థ పరిమిత విజయాన్నే సాధించగలిగింది. ఇందుకు కారణం పరస్పరం పొసగని అంశాలను విద్యాప్రణాళికలో పొందుపరచడం. భారతీయ ముస్లిమ్ సమాజంలో, అనూచానంగానూ, దీర్ఘకాలం హిందువులతో సహజీవనం కొనసాగించడంవల్లనూ, పేర్కొనిపోయిన దురాచారాలను తొలగించడానికి కొందరు ముస్లిమ్ పెద్దలు ఉద్యమించారు. పరదాపద్ధతి, బహుభార్యత్వం, బాల్య వివాహం వంటి ఆచారాలను తొలగించడానికి బొంబాయి రాష్ట్రంలో బద్రుద్దీన్ తయ్యబ్జీ, సంయుక్త పరగణాలలో (నేటి ఉత్తర ప్రదేశ్) షేక్ అబ్దుల్ హలీల్‌షరార్ ఈ ఉద్యమాన్ని చేపట్టారు. ఆధునిక విద్యావ్యాప్తి ఉద్యమ సాఫల్యానికి దోహదం చేసింది. అఖిలభారత ముస్లిమ్ సమ్మేళనం ముస్లిమ్ బాలికల విద్యకోసం ప్రత్యేక నిధిని సమకూర్చింది. కొందరు ముస్లిమ్ ప్రముఖులు, కొన్ని ముస్లిమ్ సంస్థలూ బాలికల విద్యకోసం పాఠశాలల్ని నెలకొల్పారు. ఆధునిక కాలంలో అరబ్బులలో వచ్చిన జాతీయవాదం, ఆధునిక జాతీయ రాజ్యంగా టర్కీ అవతరణా ముస్లిమ్‌లను జాతీయోద్యమానికి సుముఖులను చేశాయి. బద్రుద్దీన్ తయ్యబ్జీ రహిమతుల్లా సయానీల నేతృత్వంలో జాతీయవాద ముస్లిమ్ వర్గం ఏర్పడి బలపడసాగింది.

మత సామాజిక సంస్కరణోద్యమాలు దేశాన్నంతటినీ ప్రభావితం చేశాయని చెప్పడం అతిశయోక్తి అవుతుంది. ప్రారంభమైన బెంగాల్‌లో కూడా సమాజంలోని ఒక వర్గం మాత్రమే వీటిని సమర్థించింది. సంస్కరణ దృక్పథం విస్తరించిన సందర్భంలో కూడా సమాజంలో ఒక వర్గం మాత్రమే వీటిని చేపట్టడం జరిగింది. యుగధర్మం, జనధర్మంలో మార్పులు వచ్చిన కొద్దీ ఉద్యమాల వ్యాప్తిలోనూ అదేవిధమైన మార్పులు వచ్చాయి. అయితే జాతీయభావం వికసించి, బలపడటంతో ఉద్యమంలో భిన్న సమాజాలు, భిన్న వర్గాలకు చెందిన వారు ప్రవేశించడంతో అవే సామాజిక భావాలు జాతీయతాభావ వ్యాప్తికి అడ్డంకులుగా పరిణమించాయన్నది ఒక చారిత్రక వ్యాఖ్యానం. సంస్కరణోద్యమాలు బ్రిటిష్ వారి ప్రయోజనాలకు అనుకూలమైన వాతావరణాన్ని కల్పించాయని మరొక వ్యాఖ్యానం. ఉద్యమాల పరోక్ష ఫలితమైన మతపరమైన కేటాయింపులు, ప్రాతినిధ్యాలు జాతీయ ఐక్యతను బలహీనపరచి, కేవలం మతపరమైన దృక్పథాల్ని బలపరిచే అంశాలుగా మారాయి. విదేశీ – దేశీయ ప్రత్యేక ప్రయోజనాకాంక్షులు పరిస్థితులను తమకు అనుకూలంగా మార్చుకోవడానికి వీలు కలిగింది' అనే వ్యాఖ్యలో కొంత చారిత్రక సత్యం కనిపిస్తుంది.

భారతీయ సమాజంలోని వర్ణ వ్యవస్థ, కులవ్యవస్థ సమాజాన్ని బలహీనంచేసే దురాచారాలనే సత్యాన్ని సంస్కర్తలు గుర్తించారు. ఆ అవలక్షణాన్ని నిర్మూలించే ప్రయత్నానికి రామమోహన్‌రాయ్ నాంది పలుకగా, రనడే, వివేకానంద కుల వ్యవస్థ తెగనాడారు. మహారాష్ట్రలో జ్యోతిబాఫూలే, కేరళలో నారాయణగురులు కులవ్యవస్థ నిర్మూలనకు కృషిచేసిన వారిలో ప్రముఖులుగా చరిత్రలో నిలిచారు.

ఈ సందర్భంగా గాంధీ, నారాయణ గురు ల మధ్య జరిగిన సంభాషణ పాఠం ప్రస్తావించదగింది. చతుర్వర్ణ వ్యవస్థ గురించి మాట్లాడుతూ మానవులలో స్వాభావిక, గుణపరమైన బేధాలు ఉంటాయనీ, ఒకే చెట్టు కొమ్మలపై ఉన్న ఆకులన్నీ ఒకే రీతిగా ఉండవుకదా అన్నారు. దానికి నారాయణగురు ఎంతో యుక్తియుక్త సమాధానం ఇచ్చారు. కానీ ఆకులలో మనకు కనిపించే బేధాలు కేవలం బహిర్గతమైనవే, ఆంతరంగికమైనవికావుకదా. అన్ని ఆకుల రసం ఒకే రసాయనిక రూపంలో ఉంటుంది గదా' మానవులది ఒకే మతం, ఒకే కులం, మానవులందరికీ ఈశ్వరుడొక్కడే' అనేది నారాయణగురు ప్రబోధం.

జ్యోతిరావ్ ఫూలె (క్రీ.శ.1827-1890)

19 వ శతాబ్ధపు గొప్ప సంఘసంస్కర్తలలో ఫూలే ముఖ్యుడు. గ్రామ ప్రాంతాల్లో నివసించే ప్రజల క్షేమం కాంక్షించిన వ్యక్తి ఫూలే. ఆయన నిరుపేద వ్యవసాయదార్ల కుటుంబంలో జన్మించాడు.

జ్యోతిరావు ఫూలే

మిషనరీ పాఠశాలల్లో విద్యను అభ్యసించాడు. శివాజీ, జార్జి వాషింగ్టన్‌ల జీవిత విశేషాలను థామస్ పెయిన్ రాసిన 'రైట్స్ ఆఫ్ మాన్" ఆయనను ప్రభావితం చేశాయి. స్నేహితుని వివాహ సందర్భంలో సనాతన బ్రాహ్మణులచే పరాభవించబడ్డాడు. అప్పుడే మతం పేరిట ఆచరించబడే పద్ధతులపై తిరుగుబాటు అంకురార్పణ జరిగింది. అప్పటినుంచి బడుగువర్గాల అభ్యున్నతికి పూనుకున్నాడు. భార్య సావిత్రి సహకారంతో పూనాలో బడుగువర్గాల బాలికలకు పాఠశాలలను, వ్యవసాయదార్లకు రాత్రి పాఠశాలలు నడిపాడు. స్త్రీల విద్యావ్యాప్తికి కృషి చేయాల్సిందని ప్రజలను అర్థించాడు.

మానసిక బానిసత్వం నుంచి శూద్రులను కాపాడాలనే ఉద్దేశంతో త్రితీయ రత్న అనే నాటకాన్ని ముద్రించి పంచిపెట్టాడు. కాలదోషం పట్టిన కట్టుబాట్లను, మూఢాచారాలను, విశ్వాసాలను అందులో దుయ్యబట్టాడు. వితంతు వివాహాలకు తన మద్ధతు ప్రకటించాడు. వితంతువులకి జన్మించిన పిల్లల కొరకు ఒక శరణాలయాన్ని స్థాపించాడు. మద్యపానాన్ని ప్రోత్సహించే ప్రభుత్వ విధానాన్ని నిరసించాడు.

ప్రార్థనా సామాజికులతో ఆయనకు సాన్నిహిత్యం ఉండేది. కర్మకాండల సాకుతో స్వార్థపరశక్తులు కొనసాగిస్తున్న దోపిడీ విధానాన్ని వర్ణిస్తూ, ఒక పుస్తకాన్ని ప్రచురించాడు. "ప్రీస్ట్‌క్రాఫ్ట్ ఎక్స్‌పోజ్‌డ్" అనే గ్రంథంలో సమాజంలో పాతుకుపోయిన ఆచారాలను, మూఢనమ్మకాలను ఖండించాడు.వేదాలు సమాజంలో విబేధాలను సృష్టించాయని ఫూలే నమ్మాడు. 1872లో ప్రచురించిన 'గులాంగిరి' గ్రంథం ఆయనకు పేరు ప్రఖ్యాతులు సంపాదించి పెట్టింది. అంటరానివారి దుస్థితిని వర్ణిస్తూ "అస్పృశ్యాంచి కైఫీయత్" అనే కరపత్రాన్ని వెలువరించాడు. ఫూలే స్థాపించిన "సత్య శోధక్ సమాజ్" ఆయన కీర్తి ప్రతిష్టలను ఇనుమడింపజేసింది. బ్రాహ్మణుల బారినుంచి మిగిలిన వారికి విమోచన కల్పించే ఉద్యమానికి ఈ సమాజం నాయకత్వం వహించింది. ఆ సమాజ సభ్యులు

చాతుర్వర్ణ సిద్ధాంతాన్ని తిరస్కరించారు. సమానత్వం, స్వేచ్ఛ, సహోదరభావం ప్రాతిపదికగా, కుల విబేధాలులేని సమసమాజ స్థాపనే ఫూలే ఆశయ సాధనకు అవిశ్రాంతంగా పనిచేశాడు. సత్యశోధక్ సమాజ్ 20వ శతాబ్దంలో మహారాష్ట్రలోని బ్రాహ్మణేతరులను చైతన్యవంతులుగా చేయడంలో ప్రముఖపాత్ర వహించింది.

శ్రీ నారాయణగురు (క్రీ.శ. 1854-1928)

కేరళలో ఎఝువ అనే అశ్పృశ్యుల కులంలో శ్రీ నారాయణ గురు తిరవనంతపురం వద్ద జన్మించాడు. ఆయన సంస్కృతం, తమిళం, మళయాళ భాషల్లో పండితుడు. అంటరాని జాతుల నైతిక, సాంఘికాభివృద్ధికి, వారిలో ఆత్మవిశ్వాస ప్రదీప్తికి, ఆత్మగౌరవ ప్రేరణకు పాటుబడ్డాడు. తన సందేశాన్ని భక్తిగీతాల ద్వారా తెలియజేశాడు. ఆయన నాయకత్వంలో సాగిన ఉద్యమంవల్ల, ఆ వర్గాల సాంఘిక, రాజకీయ, ఆర్థిక, మత జీవన స్వరూపం పూర్తిగా మారింది. 19వ శతాబ్ధంలో, కేరళ ప్రజల సాంఘిక, మతజీవనం నిరాశాజనకంగా తయారైంది. సంఘంలో వ్యక్తికి స్వేచ్ఛా, స్వాతంత్ర్యాలు లేవు. కాలం చెల్లిన ఛాందస అలవాట్లు పాతుకుపోయి, సమాజాన్ని అతి దారుణంగా పట్టిపీడిస్తుండేవి. అస్పృశ్యులు రహదార్లు, పార్కులు, నూతులు, చెరువులు మొదలైన ప్రజా సౌకర్యాలు ఉపయోగించరాదు. చెప్పులు, గొడుగులు, ఖరీదైన బట్టలు, నగలు ధరించి బహిరంగంగా తిరగరాదు.

ఇటువంటి వ్యవస్థను మార్చడానికి శ్రీ నారాయణ గురు కృషిచేశాడు. ముందుగా తమ దృక్పథాన్ని మార్చుకోవాలని అంటరాని వారిని కోరాడు. సహేతుకం, నిస్పక్షపాతం అయిన వైఖరిని అవలంభించమని అగ్రవర్ణాలవారిని అర్థించాడు. ఎగువ కుల ప్రగతికి 'శ్రీ నారాయణ ధర్మ పరిపాలన యోగం' ను 1903లో నారాయణ గురు నెలకొల్పాడు. దీని కేంద్రాలయం త్రివేంద్రంలో వుంది. ఈ యస్.యస్.డి.పి. ఇచ్చిన స్ఫూర్తితో అగ్రవర్ణాలవారు, 'నంబూద్రి యోగ క్షేమ సభ', నాయర్ సేవా సంఘాలను, మిగిలిన వెనుకబడ్డ తరగతులవారు 'సాధుజన పరిపాలన సభ'ను స్థాపించుకొన్నారు. శ్రీ నారాయణ గురు నడిపిన సంస్కరణోద్యమం అతి తక్కువ సమయంలో కాలం చెల్లిన సామాజిక కట్టుబాట్లను రూపుమాపింది. బలహీన వర్గాల జీవితాల్లో సమానత్వం, న్యాయం ప్రాతిపదికలపై నూతన శకారంభానికి గట్టి పునాదులు వేసింది. విద్య, ఆర్థిక, సాంఘిక, సాంస్కృతిక రంగాల్లో వెనుకబడ్డ తరగతుల ప్రగతికి నారాయణ గురు భావాలను వ్యాపింపచేయటానికి అవి కృషిచేశాయి.

సమానత్వం, సౌభ్రాతృత్వం, సామాజిక విలువలు, విద్య, పరిశ్రమలు, నవ సమాజ స్థాపనకు అవసరమని శ్రీ నారాయణగురు తన రచనల ద్వారా ప్రసంగాల ద్వారా సూచించాడు. సామాజిక రుగ్మతలకు కులవ్యవస్థే కారణమన్నాడు. దాన్ని రూపుమాపితే సాంఘిక, రాజకీయ స్వేచ్ఛ సాధించటం సులభసాధ్యమని అన్నాడు. అగ్రవర్ణాల స్థాయికి ఎదగమని, ఆర్యదేవుళ్ళను పూజించమని, పిల్లలను పాఠశాలలకు పంపమని, ధనార్జనకై పరిశ్రమలు స్థాపించమని తన కులంవారిని కోరాడు. అంటరానివారికై ప్రత్యేకంగా దేవాలయాలను కట్టించి, అందు శివుడు, సుబ్రహ్మణ్యస్వామి విగ్రహాలను ప్రతిష్ఠించాడు. వర్గరహిత, వర్ణరహిత నూతన సమాజ నిర్మాణానికి కులాంతర వివాహాలను సమర్థించాడు. నారాయణగురు కృషి క్రమంగా ఫలించింది. 1910లో తిరువాన్కూర్, కొచ్చిన్‌లలో

పాఠశాలల్లో ప్రవేశించే హక్కు అంటరాని జాతుల పిల్లలకు లభించింది. ప్రభుత్వోద్యోగాల్లో వారు చేరటానికి అవకాశాలు కల్పించబడ్డాయి. 1936లో తిరువాన్కూర్ మహారాజా వారు దేవాలయ ప్రవేశ ప్రకటన గావించి, హిందువులందరికీ ఆలయ ప్రవేశార్హత కల్పించారు.

రామస్వామి నాయకర్ 'ఆత్మగౌరవ' ఉద్యమం

ఇ.వి. రామస్వామి నాయకర్ (1879-1973) కన్నడ, తమిళ భాషలను అభ్యసించాడు. ఉన్నత విద్యాభ్యాసం చేయలేదు. మత గ్రంథాలను నిశితంగా పరిశీలించి, హేతువాద దృక్పథాన్ని అలవరచుకొన్నాడు. నాస్తికుడయ్యాడు. కాంగ్రెస్ నాయకులైన పి. వరదరాజులు నాయుడు, వి.ఒ. చిదంబరం పిళ్ళేల వల్ల ప్రభావితుడై, రామస్వామి నాయకర్ భారత జాతీయ కాంగ్రెస్‌లో చేరి, స్వాతంత్ర్యోద్యమంలో అభిమానం పెంచుకొన్నాడు. సహాయ నిరాకరణోద్యమ కాలంలో కల్లు అంగళ్ళవద్ద పికెటింగ్ చేశాడు. తిరువాన్కూర్ రాష్ట్రంలోని వైకమ్ వద్ద కొన్ని రహదార్లను అస్పృశ్యులు ఉపయోగించరాదని నిర్బంధాలు విధించాయి. 1924లో ఆందోళనను విజయవంతంగా నిర్వహించి తన శక్తిని నిరూపించుకొన్నారు. వైకమ్ సత్యాగ్రహ ఉద్యమాన్ని నడిపినందుకు ఆయన 7 నెలలు చెరసాలలో గడపాల్సి వచ్చింది. ఈ సత్యాగ్రహం తరవాత రామస్వామి నాయకర్ కీర్తి ప్రతిష్ఠలు పతాకస్థాయికి చేరాయి. ఆయన ప్రజానాయకుడుగా గుర్తింపు పొందాడు. ఖద్దరు బోర్డు విషయాల్లో గాంధీజీ జోక్యాన్ని నిరసిస్తూ, బోర్డు సభ్యత్వానికి రాజీనామా చేశాడు. ఆ వెనువెంటనే కాంగ్రెస్‌ను బ్రాహ్మణుల కంచుకోటగా వర్ణించి, 1925లో నాయకర్ కాంగ్రెస్ నుంచి నిష్క్రమించాడు.

కాంగ్రెస్ పార్టీని వదిలిపెట్టిన నాటినుంచి రామస్వామి నాయకర్ సాంఘిక సమానత్వం సాధించడానికి 'ఆత్మగౌరవం' ఉద్యమాన్ని ప్రారంభించాడు. బ్రాహ్మణేతరుల్లో ఆత్మగౌరవం పెంపొందించటం, వారిమధ్య ఐక్యత సాధించుట, వారిని ఒక బలీయమైన శక్తిగా రూపొందించటం, ఆ ఉద్యమ లక్ష్యాలు, పెండ్లి మొదలైన సందర్భాల్లో బ్రాహ్మణులను పురోహితులుగా నియమించరాదన్నాడు. దేవాలయాల్లో అందరూ పూజలు చేయవచ్చని అన్నారు. చెరువులు, నూతులు, రహదారులు అందరూ వాడుకోవచ్చని చెప్పారు. బ్రాహ్మణాధిక్యతను గర్హించారు. ఈ ఉద్యమం, సాంఘిక సంస్కరణోద్యమంగా ఆరంభమై చివరకు రాజకీయపరమైన ఫలితాలనిచ్చింది. రామస్వామి నాయకర్ 1924 మే నెలలో ప్రారంభించిన తమిళ వారపత్రిక 'కుడి అరసు' అనేది ఆత్మగౌరవ ఉద్యమం బలపడటానికి సహాయపడింది. ఆ పత్రికలో బ్రాహ్మణులను, మహాభారతం, రామాయణ, పురాణాలను నిశితంగా విమర్శించాడు. ఆయన ప్రసంగాలు, రచనలను పామరులు కూడా అర్థం చేసుకోగల తమిళభాషలో వున్నాయి. 1931లో 'విడుదలై' అనే తమిళ దినపత్రికను, 1935లో పకుతరివు అనే మాసపత్రికను ప్రారంభించాడు. 1927లో గాంధీజీ తమిళనాడు సందర్శించి, వర్ణాశ్రమ ధర్మాన్ని సమర్థిస్తూ చేసిన బహిరంగ ప్రకటనలు నాయకర్ వైఖరిని పూర్తిగా మార్చివేశాయి. 1927 ఆగస్టులో 'కుడిఅరశు' సంచికలో కాంగ్రెస్‌ను, హిందూమతాన్ని బ్రాహ్మణమతాన్ని నాశనం చేయమని ప్రజలను ఆదేశించాడు. ఈ నేపథ్యంలో ఆత్మగౌరవ ఉద్యమం తీవ్రరూపం దాల్చింది. తొలి 'ఆత్మగౌరవ' సమావేశం 1929 ఫిబ్రవరిలో చెంగల్పట్టులో జరిగింది. సమావేశ తీర్మానాలు వర్ణాశ్రమ ధర్మాన్ని విమర్శించాయి. స్త్రీలకు, పురుషులకు సమానంగా వారసత్వం హక్కులు

ఉండాలని కోరాయి. స్త్రీ, పురుషులలో ఎవరైనా విడాకులు కోరవచ్చని చెప్పాయి. 1931 తరవాత రామస్వామి నాయకర్ సి.యల్. అన్నాదురైకు తన ఉద్యమంలో కీలకపాత్ర వహించేట్లు అవకాశాలు కల్పించాడు. మద్రాస్ రాష్ట్ర ముఖ్యమంత్రి రాజగోపాలాచారి శాసనంలో హిందీని అన్ని ప్రభుత్వ పాఠశాలల్లో తప్పనిసరిగా బోధించాలని బిల్లును ప్రవేశపెట్టగా, ఆ బిల్లుకు వ్యతిరేకంగా ప్రజా ప్రదర్శనలు మద్రాస్‌లో జరిగాయి. ఆ సందర్భంగా నాయకర్ అరెస్ట్ చేయబడ్డాడు. చెరసాలలో ఉన్నప్పుడే 1938లో జస్టిస్ పార్టీ అధ్యక్షునిగా ఎన్నికయ్యాడు. అప్పటినుంచి తమిళులకు తమిళనాడు కావాలని, రామస్వామి నాయకర్ డిమాండ్ చేశారు. 1944 సేలం సమావేశంలో జస్టిస్ పార్టీ ద్రవిడ కజకంగా మారింది. ఐదు సంవత్సరాల తరవాత, అన్నాదురై డి.కె.పార్టీని వదిలివేసి 'ద్రవిడ మున్నేట్ర కజకం'ను 1949లో స్థాపించాడు. ఇది ప్రత్యేక తమిళరాష్ట్ర సాధనకై ఏర్పడ్డ మొదటి రాజకీయపార్టీ.

డా. బి.ఆర్ అంబేద్కర్ (క్రీ.శ. 1891-1956)

19వ శతాబ్దంలో భారతదేశంలో జన్మించిన గొప్ప వ్యక్తుల్లో, మానవతావాదిగా గుర్తింపు పొందిన బాబాసాహెబ్ భీంరావ్ అంబేద్కర్ చిరస్మరణీయుడు. ఇతడు దళిత జనోద్ధరణకై చేసిన కృషి, రాజ్యాంగ రచనలో పోషించిన నిర్మాణాత్మకపాత్ర నేటి తరాలకు మార్గదర్శకమైనది. బాబాసాహెబ్ అంబేద్కర్, మహాత్మాగాంధీ, నెహ్రూ, రాజేంద్రప్రసాద్‌లకు సమకాలికుడు. ఇతడు బాల్యం నుండే బుద్ధుని మానవతాబోధనలచే ప్రభావితుడైనాడు. అంబేద్కర్ 14, ఏప్రిల్, 1891వ సంవత్సరంలో మహారాష్ట్రలోని 'మహర్' కులంలో జన్మించాడు. బాల్యంనుంచే అంటరానికులంలో జన్మించిన అంబేద్కర్ అనేక అవమానాలను ఎదుర్కొన్నాడు. అయినప్పటికి పట్టుదలతో పాఠశాల, కళాశాల (ఎల్ఫిస్టన్) యం.ఏ. కొలంబియా విద్యాభ్యాసం పూర్తిచేసి చివరికి ఇంగ్లాండ్‌లో లా డిగ్రీ చదివాడు. ఇతడు క్రీ.శ. 1905 రమాబాయిని వివాహమాడాడు. తన సహచర కులాల అవమానాలను, దీనస్థితిని చూసి చలించిపోయిన అంబేద్కర్‌వారి జీవనస్థితిని పునరుద్ధరించడానికై క్రీ.శ.1924లో బొంబాయిలో 'బహిష్కృత హితకారిణి' సభను స్థాపించాడు. అంటరాని కులాల ఉద్ధరణే దీని లక్ష్యం. హరిజనులకు దేవాలయ ప్రవేశంకొరకై సత్యాగ్రహం చేసాడు. క్రీ.శ. 1930లో అంబేద్కర్ జాతీయ రాజకీయాల్లోకి, జాతీయోద్యమంలోకి ప్రవేశించాడు. బ్రిటిష్ ప్రభుత్వాన్ని అంటరాని కులాలవారికి ప్రత్యేక నియోజకవర్గాలు ఏర్పాటు చేయాలని డిమాండ్ చేసాడు. క్రీ.శ. (1930-1932) మధ్యకాలంలో ఇంగ్లాండ్‌లో జరిగిన రౌండ్ సమావేశాలకు ప్రతినిధిగా వెళ్ళాడు. ఈయన పట్టుదల కారణంగా బ్రిటిష్ ప్రభుత్వం కమ్యూనల్ అవార్డును (ఏప్రిల్,1932) ప్రకటించినది. ఈ ప్రకటనచే గాంధీజీ చాలా బాధపడ్డాడు. ఇది భారతీయ సమాజానికి, ఐక్యతకు గొడ్డలిపెట్టని భావించిన గాంధీజీ అంబేద్కర్‌తో చర్చలు జరిపి (సెప్టెంబర్, 1932) పూనా ఒడంబడిక చేసుకున్నాడు. దీని ప్రకారం సాధారణ నియోజకవర్గాల్లోనే నిమ్నజాతులకు సీట్లు రిజర్వుచేసారు. అంబేద్కర్ బ్రిటిష్‌వారు భారతదేశాన్ని పరిపాలించాలని వాదించాడు. వారి పాలనలో దళితవర్గాల హక్కులకు రక్షణకలదని భావించాడు. అంటరాని కులాలవారి హక్కుల రక్షణకోసం షెడ్యూల్డు కులాల ఫెడరేషన్‌ను ఏప్రిల్, 1942లో స్థాపించాడు. ఇది తరవాత రాజకీయ పార్టీగా అవతరించింది. దీని సభ్యులు హిందూమతాన్ని

వదిలి, బౌద్ధం స్వీకరించారు. భారతదేశం స్వతంత్ర్యం పొందేనాటికి అంబేద్కర్, భారతజాతీయ కాంగ్రెస్ కార్యనిర్వాహకవర్గం అతన్ని రాజ్యాంగసభకు సభ్యునిగా ఎంపికచేసింది. ఇతని కృషిఫలితంగా భారత రాజ్యాంగంలో, దళితవర్గాల, అంటరాని వర్గాల రక్షణకై అన్నిరకాల ఏర్పాట్లు చేసారు.

హైద్రాబాద్ రాష్ట్రంలో కులవ్యతిరేక-దళిత ఉద్యమాలు

అఖిల భారతస్థాయిలో సంఘ-మత సంస్కరణ, కులవ్యతిరేక ఉద్యమాలు కొనసాగుతున్న కాలంలో నిజాం రాష్ట్రం, కేంద్రస్థానమైన హైద్రాబాద్‌నగరంలోని వివిధ ప్రాంతాల్లో కొందరు మేధావులు కులవ్యతిరేక, దళితవర్గాల ఉద్ధరణకై ఉద్యమాలను నడిపారు. వీరిలో భాగ్యరెడ్డివర్మ (1888-1939), అరిగె రామస్వామి, బి.యస్.వెంకటరావు ప్రముఖులు. వీరు మానవతావిలువలను ప్రబోధించారు. కుల వ్యతిరేక ప్రచారం చేసారు. మాదరి భాగయ్య (భాగ్యరెడ్డివర్మ) బాల్యంనుంచే బ్రహ్మసమాజ, సూత్రాలచే, భావాలచే ప్రభావితమైనాడు. 1911లో మాణ్యసంఘం స్థాపించాడు. ఆదిహిందూ సమావేశాన్ని విజయవాడలో జరిపాడు. దీనికి అధ్యక్షత వహించాడు. ఇతని దృష్టిలో అంటరాని కులాలవారే ఆదిహిందువులు. ఇతనికి అరిగె రామస్వామి, బి.ఎస్.వెంకటరావు (హైద్రాబాద్-అంబేద్కర్) ఇతని ఉద్యమానికి అండగా నిలిచారు. వీరి కృషి ఫలించింది. సమాజంలో కొంత మార్పు వచ్చింది.

అధ్యాయం **8**

భారతదేశంలో జాతీయ భావాల ఆవిర్భావం-భారత జాతీయోద్యమం

జాతీయోద్యమం (క్రీ.శ. 1858-1947)

తమలో తమకు ఆర్థికంగాను, సాంఘికంగాను భేదాలెన్ని ఉన్నా రాజకీయంగా తామందరూ ఒకటేనని ఇతరులు వేరనీ భావించే మానవుల సముదాయానికి 'జాతి' అనీ అటువంటి భావానికి 'జాతీయత' అని పేర్లు. ఒక్కొక్క జాతికి ఒక సర్వస్వామ్యంగల ప్రత్యేక రాజ్యం ఉండవలెననీ జాతి హద్దులు, రాజ్యం హద్దులు ఏకం కావలెననీ నేటి రాజకీయ సిద్ధాంతం. ఈ సిద్ధాంతాన్ననుసరించి 18,19 శతాబ్దాలలో ఐరోపాఖండంలోను 19, 20 శతాబ్దాలలో ఆసియా, ఆఫ్రికాఖండాలలోను అనేక దేశాలవారు తమ దేశంలోని పరాయి ప్రభుత్వాలపై తిరుగుబాటుచేసి జాతీయ రాజ్యాలను స్థాపించుకొన్నారు. ఇదే కారణంగా భారతదేశంలోని భారతీయులంతా రెండు శతాబ్దాలకాలం ఆంగ్ల ప్రభుత్వానికి లోబడి అనేక కష్టాలకు గురై జాతీయోద్యమాన్ని లేవదీసి స్వాతంత్ర్యం సంపాదించు కొన్నారు. ఆసియా ఖండంలో మొట్టమొదట స్వాతంత్ర్యం సంపాదించిన దేశం భారతదేశం. ఇదే మిగతాదేశాలకు మార్గదర్శి అని చెప్పవచ్చు.

భారతదేశం స్వాతంత్ర్యంకోసం పోరాడటం ఇది మొదటిసారికాదు. అనేకసార్లు విదేశీయులు దండయాత్రలు చేయడం, వారి ప్రభుత్వాలను మనదేశంలో స్థాపించినా తిరిగి మనవారు వారిని ఓడించి స్వంత ప్రభుత్వాలను స్థాపించుకోవడం మనం ఎరగనిదికాదు. చంద్రగుప్తమౌర్యుడు గ్రీకులను పారదోలడం, యశోధర్ముడు హూణులను వెళ్ళగొట్టడం మనకు తెలుసు. చాళుక్యులు, రాజపుత్రులు విజయనగర చక్రవర్తులు, మహారాష్ట్రులు, శిక్కులు విదేశాలనుంచి వచ్చిన ఆఫ్ఘన్‌లతో, మొఘలాయిలూ మొదలైనవారితో పోరాడి వారి సామ్రాజ్యవ్యాప్తిని, అధికార విస్తరణను, అరికట్టడానికి ప్రయత్నించారు. అట్లాగే ఆంగ్లేయులు మనదేశంలో ప్రభుత్వాన్ని స్థాపించిన తరవాత భారతీయులు కష్టపడి తిరిగి తాము కోల్పోయిన స్వాతంత్ర్యాన్ని గెలుచుకొన్నారు.

ఈసారి స్వాతంత్ర్యం సంపాదించటం సులభంకాలేదు. ఎన్నో విషయాలలో దీనికి ప్రత్యేకత ఉందని చెప్పవచ్చు. ఆంగ్లేయులకంటే పూర్వం వచ్చిన విదేశీయులు దేశంలోని ఏదో ఒక భాగాన్ని ఆక్రమించడం, ఆ భాగాన్ని పరిపాలించే రాజు తన పదవిని కోల్పోవడం, తిరిగి అవకాశం దొరికినప్పుడు వారిపై తిరగబడి తన రాజ్యాన్ని పొందడం జరిగేది. ఇటువంటి యుద్ధాలలో రాజులు, వారి సైన్యం మాత్రం పాల్గొనేవి. అంటే పూర్వస్వాతంత్ర్య సమరాలలో సామాన్య జనులు పాల్గొనకపోవడం ఒక విశేషం. రెండో విశేష మేమిటంటే స్వాతంత్ర్య సమరం ఒక ప్రాంతానికి మాత్రమే పరిమితమై ఉండేది దేశమంతా వ్యాపించేదికాదు. ఆంగ్లేయులు దేశాన్నంతా ఆక్రమించారు. కాబట్టి దేశంలో అందరూ తమ స్వాతంత్ర్యాన్ని కోల్పోయినారన్నమాట. కాబట్టి ప్రాంతంవారేకాక అన్ని ప్రాంతాలవారూ ఏకమై పోరాటంచేసే ఆంగ్లేయులను వెళ్ళగొట్టడమైంది. అంతేకాక ఈ సంబరంలో సామాన్యజనులు ఎక్కువగా పాల్గొన్నారు. ప్రభుత్వాన్ని అహింసా మార్గంలో ధిక్కరించారు. అంటే, సామాన్యజనులు సంపాదించిన స్వాతంత్ర్యమిది. ఈ పోరాటం ఒకరోజులోగాని, ఒక నెలలోగాని, ఒక సంవత్సరంలోగాని ముగియలేదు. వంద సంవత్సరాలకు పైగా జరిగింది.

మనదేశాన్ని ఆక్రమించుకొన్న ఆంగ్లేయులకు, ఇతర విదేశీయులకెంతో తారతమ్యం ఉంది. ఇది వరకు వచ్చిన విదేశీయులు రాజ్య కాంక్షతోనే మనదేశానికి వచ్చారు. వారు క్రమంగా మనతో కలిసిపోయి మన సంస్కృతికి అలవాటుపడ్డారు. తాము విదేశీయులమనే మాట మరిచిపోయి భారతీయులమనిపించుకొన్నారు. కాని ఆంగ్లేయుల విషయమట్లాకాదు. ఒక చిన్న వ్యాపారసంస్థ అయిన తూర్పు ఇండియా సంఘం వ్యాపారం చేసే ఉద్దేశంతో మాత్రమే మనదేశానికి వచ్చి వ్యాపారం చేయడమే కాకుండా మన రాజ్యాలను పూర్తిగా స్వాధీనంచేసుకొని, ధనాన్ని, స్వాతంత్ర్యాన్ని తన పరం చేసుకొన్నది. ఆంగ్లేయులు క్రమంగా మనజాతిని, సంస్కృతిని హీనంగా చూసి వారి సంస్కృతిని, ఆలవాట్లను మనదేశంలో ప్రవేశపెట్టి మన ప్రజల దృక్పథాన్నే మార్చివేయడానికి ప్రయత్నించారు. వారన్‌హేస్టింగ్స్, కారన్‌వాలీస్, వెలస్లీ. బెంటింక్ ప్రభువులు అన్ని రంగాలలో అనేక సంస్కరణలుచేసి వారి అలవాట్లను పద్ధతులను అమలులో పెట్టారు. మొదట్లో మన ప్రజలు ఈ మార్పులను హర్షించినా కొంతకాలానికే ఈ మార్పుల ఉద్దేశాన్ని వారు తెలుసుకొన్నారు. వీటి వల్ల ధనమేకాక సంస్కృతిని, స్వాతంత్ర్యాన్ని పూర్తిగా కోల్పోయినారనీ విపరీతపరిణామాలు మనదేశంలో వచ్చినాయని, ఆ కోల్పోయిన స్వాతంత్ర్యాన్ని తిరిగి సంపాదించుకోవడం చాలా కష్టమైన పని అని గ్రహించివారు, అయినా సమైక్యజాతిగా స్వాతంత్ర్యం సంపాదించుకోగలమనే ఆశాభావం ఉంది.

ప్రజలలో జాతీయ చైతన్యమెట్లా తీసికొని రావలెననేదే దేశనాయకులకు పెద్ద సమస్య అయింది. మొదటిమెట్టుగా పత్రికలద్వారా తమ సంఘాల ద్వారా ఉపన్యాసాల ద్వారా ప్రజలకు అసలు విషయాలను తెలియపరిచి వారికి ఆంగ్లేయులపట్ల విముఖత కలిగించి, ప్రజల సహకారంతో ప్రభుత్వాన్ని ఎదిరించడానికి పూనుకొన్నారు. 1857 తిరిగుబాటు తరవాత ఈ విధానాన్నే కొన్ని సంవత్సరాలు పాటించారు. భారత స్వాతంత్ర్యసమర చరిత్రలో క్రీ.శ. 1857లో జరిగిన తిరుగుబాటు మొదటిదశగాను, క్రీ.శ. 1856. క్రీ.శ. 1919 మధ్యకాలాన్ని రెండోదశగాను, క్రీ.శ. 1920. క్రీ.శ. 1947 మధ్యకాలాన్ని మూడోదశగాను విభజించవచ్చు. 1857 తిరుగుబాటు గురించి మనమిదివరకే చదివాం.

భారతదేశంలో 19వ శతాబ్ధ ప్రథమార్థంలో జాతీయతా భావ ఆవిర్భావానికి దోహదం చేసిన కారణాలు

1. రాజకీయ కారణాలు : ఆంగ్లేయులు రాజకీయంగా దేశాన్నంతా ఏకంచేసి ఒకే ప్రభుత్వం, ఒకే న్యాయం అమలులో పెట్టారు. భారతీయులలోని శాఖ, వర్ణ భేదాలను వారు పాటించలేదు. కాని ఈ విధానం చాలామందికి నచ్చలేదు. అన్ని సంస్కరణలు అన్ని ప్రాంతాలకు ఒకే విధమైన ఫలితాలనివ్వలేదు. ముఖ్యంగా అప్పటివరకు నామమాత్రంగా చక్రవర్తులమని చెప్పుకొనే మహమ్మదీయులు కూడా మహమ్మదీయేతరులతో సమానంగా పరిగణితులయినారు. వారి కేట్లాగైనా ఆంగ్లేయులను పదవినుంచి తొలగించి తాము కోల్పోయిన స్థానాన్ని మళ్ళీ పొందవలెనని ఉండేది. రాజకీయోద్యమాలు ప్రభుత్వోద్యోగాలుకూడా 1857 తిరుగుబాటు తరవాత చాలా కొద్దిమందికే లభించాయి. ఆ ఉద్యోగాల అర్హతలను పెంచి భారతీయులకు అందుబాటులో లేకుండా చేయడం ఆంగ్ల రాజనీతిలో ఒక విశిష్టత. ఉదాహరణకు ఈ పరీక్షలకు గరిష్ఠ వయస్సు 24 సంవత్సరాలుండగా క్రీ.శ. 1860లో 22కు, 1866లో 21కి, 1878లో 19కి తగ్గించడమైంది. క్రీ.శ. 1870కి ఈ విధంగా పరీక్షలో నెగ్గి ప్రభుత్వోద్యోగం సంపాదించిన భారతీయుడు ఒక్కడే. పరీక్షలు కూడా భారతదేశంలోకాక ఇంగ్లండ్‌లోనే జరపడం భారతీయులకు ఉద్యోగవకాశాలు లేకుండా చేయడానికనే చెప్పాలి. ఇంగ్లండ్‌లో ప్రజలు తమ ప్రభుత్వంపై తిరుగుబాటుచేసి ప్రజాస్వామ్యం స్థాపించుకోవడం, అట్లాగే ఐరోపా దేశాలలో ప్రజలు విప్లవం లేవదీసి స్వాతంత్ర్యం ప్రజాస్వామ్యం నెలకొల్పడం 19వ శతాబ్ద చరిత్రలో ముఖ్యవిశేషం. ప్రజాస్వామ్యం అంటే ప్రజలే ప్రభుత్వాన్ని ఎన్నుకోవడమన్నమాట. ఇటువంటి గొప్పసూత్రాలకోసం పోరాడిన ఆంగ్లేయులే తమ నిరంకుశత్వాన్ని భారతీయులపై రుద్దడం విద్యాధికులైన భారతీయులకు నచ్చలేదు.

మధ్యతరగతులవారు తాము రాజకీయంగా ఎట్లా నష్టపోయామో తెలుసుకోకపోలేదు. వారిలో చాలామంది ఆంగ్ల గ్రంథాలు చదివి ఇంగ్లండ్‌లోను తదితర దేశాలలోనూ తిరుగుబాట్లు జరిపి ప్రజాస్వామిక ప్రభుత్వాలను ఎట్లా స్థాపించుకొన్నారో తెలుసుకొన్నారు. స్వాతంత్ర్యం ప్రజలహక్కు. ప్రభుత్వం ప్రజలచేతనే నడపాలి. పరిపాలకులకు, ప్రజలకు మధ్య ఆగాధం ఉండరాదు. ఇట్లాంటి సిద్ధాంతాలకు ఇంగ్లండ్‌లో 19వ శతాబ్దంలో నాయకుల మద్దతు లభించింది. కాని ఆ నాయకులే భారతదేశ విషయంలో ఆ సిద్ధాంతాలను అంగీకరించకపోవడం భారతీయులు గ్రహించారు. ఆంగ్లేయులకు ఈదేశం అధీనరాజ్యం కాబట్టి బానిస దేశంగా ఉండటం భారతదేశంలోని విద్యాధికులకు కోపకారణమైంది. కాని ఈ విధంగా అర్థం చేసుకోగల సమర్థులు భారతదేశంలో చాలా తక్కువ. కాబట్టి రాజకీయ విప్లవం లేవదీయడానికి ముందు ప్రజలలో రాజకీయ చైతన్యం కలిగించడానికి పూనుకొన్నారు. క్రీ.శ. 1857 తరవాత జాతీయోద్యమం బయలుదేరడానికి ఇది ఒక కారణమని చెప్పవచ్చు.

2) ఆర్థిక కారణాలు : భారత ప్రజలలో జాతీయ చైతన్యం కలిగించినవాటిలో ఆర్థికకారణమొకటి. ఆంగ్లేయుల పరిపాలన ఫలితంగా స్వదేశ పరిశ్రమలన్నీ రూపుమాపి చేతి వస్తువులు పోటీలేనందువల్ల

సీమ సరుకులు ప్రత్యేక సౌకర్యాలు కల్పించడంవల్ల స్వేచ్ఛావ్యాపారం అమలులో ఉన్నందువల్ల, స్వదేశీవస్తువులమీద ఉత్పత్తి సంకాలు విధించడంవల్ల అనేకమంది తమవృత్తులు కోల్పోయినారు. వారందరు గ్రామాలలో వ్యవసాయం చేసుకొనో లేదా కర్మాగారాలలో కూలివృత్తి చేసుకొనో జీవించవలసి వచ్చింది. దేశంలోని పెద్ద పరిశ్రమలన్నీ ఆంగ్లేయుల ఆధీనంలో ఉండేవి. ముఖ్యంగా తేయాకు, బొగ్గు, జనపనార, కాగితం, రైళ్ళు మొదలైన పరిశ్రమలన్నీ వారే నడిపేవారు. కాబట్టి మనవాళ్ళు కూలిచేసి బతకవలెనంటే ఆంగ్లేయుల యాజమాన్యంలో ఉన్న కర్మాగారాలలోనే పనిచేయాలి. కాని కర్మాగారాలలో దొరికే కూలి కష్టానికి తగినంత లేదు. రాబడి చాలా తక్కువ, ఇంకా తగిన గృహసదుపాయాలుగాని వైద్యసహాయంగాని లభించేవికావు. చాలా మంది అనారోగ్యంతో మరణించేవారు. ఈ కారణాలవల్ల పేద ప్రజల సంఖ్య దేశంలో చాలా ఎక్కువయింది. దీనికంతా మూలకారణం దేశానికి స్వాతంత్ర్యం లభించినరోజే ప్రజలు దారిద్ర్యం నుంచి విముక్తి పొందగలరని విద్యాధికులు నమ్మారు. పేదరికంతోపాటు విద్యాధికులు నిరుద్యోగసమస్య, పెద్ద ఉద్యోగాలు భారతీయుల కివ్వకపోవడం వంటివి కూడా భారత ప్రజలకు ఆంగ్లేయ ప్రభుత్వంపై అసంతృప్తిని ఎక్కువచేశాయి.

ఇంకా 1857 తిరుగుబాటు తరవాత కూడా ఆంగ్లేయులకు సామ్రాజ్యకాంక్షపోలేదు. వారు అధికవ్యయంతో కూడిన యుద్ధాలుచేశారు. వాటిలో ముఖ్యమైనవి ఆఫ్ఘన్, బర్మా, యుద్ధాలు. ఈ యుద్ధాలకయ్యే ఖర్చు వారు ప్రజలపై రుద్దారు. ఆదాయపుపన్ను రెండింతలు చేశారు. స్థానిక పన్నులు కూడా ఎక్కువ చేశారు. కాని ఇన్ని పన్నులు కట్టిన తరవాత కూడా ప్రజలు పొందిన లాభమేమీలేదు. ఆ ధనంలో స్వల్పభాగమైన ప్రజల సౌకర్యంకోసంగాని, క్షేమానికిగాని వినియోగపడలేదు. దేశక్షేమానికంటూ సైనిక వ్యయం మాత్రం అత్యధికమైంది. 1857 తిరుగుబాటు తరవాతకూడా ప్రభుత్వం సైన్యంపట్ల చాలా కఠినంగా ఉన్నట్లు తెలుసుకొన్నాం. సైన్యంలో నానాటికి ఆంగ్లసైనికోద్యోగుల సంఖ్య ఎక్కువైపోయింది. భారతీయ సైనికులను ఫిరంగిదళాల నుంచి తొలగించారు. సాంకేతిక యుద్ధ కౌశల్యం చూపవలసిన శాఖలన్నిటినుంచి తొలగించారు. ఉన్నతోద్యోగాలన్నీ విదేశీయులకే ఇచ్చుకొన్నారు. సైన్యంలో భారతీయులనందరిని చేర్చుకోక మాప్లాలు, గూర్ఖాలు. పంజాబీలు మాత్రం ఎక్కువగా చేరడానికి అవకాశాలు కల్పించారు. పూర్వం సైన్యంలోచేరి అయినా ఆర్థికంగా బాగుపడటానికి వీలయ్యేది. కాని ఇప్పుడా అవకాశం కూడా పోయింది.

వీటన్నిటికీతోడు క్రీ.శ. 1858 తరవాత దేశంలో వరసగా అనేకసార్లు క్షామం సంప్రాప్తించింది. అనేకులు క్షామపీడితుల్తో ప్రాణాలు కోల్పోయారు. ఇళ్లు, వాకిళ్ళు పోగొట్టుకొని నానా అగచాట్లుపడ్డారు. క్షామాలు ప్రకృతి సహజమైన పూర్వంరోజులలో రాజులు కాలవలు, బావులు తవ్వించి ప్రజలకు వ్యవసాయం చేసుకోవడానికి నీటిసౌర్యం ఏర్పరచి క్షామంవచ్చినప్పుడు వారికి ఆహార సదుపాయాలు సమకూర్చి ఎంతో సహాయ పడేవారు. కష్టకాలంలో పన్నులు వసూలు చేసేవారు కాదు. ఆ రోజుల్లో రవాణా సౌకర్యాలు అంతగా లేకపోవడంవల్ల పంటలు బాగా

పండేకాలంలో వాటిని జాగ్రత్తగా నిల్వ చేసుకొని ప్రజలు కరువుకాటకాలు వచ్చినప్పుడు వాటిని వాడుకొనేవారు. అందుకని క్షామాలు వచ్చినా ఇంత ఉద్ధృతంగా ప్రజల బాధలుండేవికావు. ఆంగ్లేయులు రైళ్ల, రోడ్ల సౌకర్యాలు కల్పించడం, ఒక చోటునుంచి ఇంకొకచోటకు ఆహారధాన్యాలు రవాణా చేయడంవల్ల, ముడిపదార్థాలను విరివిగా తమ దేశానికి ఎగుమతి చేయడంవల్ల ఏ వస్తువూ నిలవ కండేదికాదు. క్షామాలు వచ్చినప్పుడు ప్రజలు తిండిలేక చావడం జరిగేది. పూర్వం పశువులు అడవులలో మేసేవి. ఇప్పుడా అడవులన్నీ ఆంగ్లేయుల వరం కావడంతో వాటికి మేత కూడా కరువైపోయింది. ఆర్థికంగా ప్రజల పరిస్థితులు మెరుగుకాలేదు కాని పన్నులు, వస్తువుల ధరలు నానాటికి పెరిగిపోయాయి. క్రీ.శ.1860లో రూపాయికి 50 సేర్ల బియ్యం లభించేదట. అట్లాంటిది 1870లో రూపాయికి 28.8 సేర్లు. 1890లో 18-3 సేర్లు 1905లో 13.2 సేర్లు లభించినాయి. అంటే 45 సంవత్సరాలలో ధరలు నాలిగింతలయినాయి. కాని ప్రజల అదాయం మాత్రం నాలుగోవంతుకూడా పెరగలేదు. 19వ శతాబ్దం ఆఖరిభాగంలో సగటున వారి ఆదాయం ఏడాదికి 30 రూపాయలు మాత్రమే. ఈ విధంగా దేశంలోని ఆర్థికపరిస్థితులు జాతీయోద్యమం ఉధృతంగా కొనసాగడానికి తోడ్పడినాయి.

3. మతసాంఘిక కారణాలు : జాతీయోద్యమానికి మత సాంఘిక కారణాలుకూడా తోడ్పడ్డాయి. ఆంగ్లేయులు రాజకీయాలలోనే కాకుండా మన మత సాంఘిక వ్యవస్థలలో కూడా మార్పులు తేవడానికి ప్రయత్నించారు. మత సంస్కృతిమారుగా వారి సంస్కృతిని ప్రవేశపెట్టాలని భావించారు, మనసంఘంలోని మూఢాచారాలైనా సతీసహగమనం బాల్య వివాహం, శిశుహత్య మొదలైన వాటిని నిర్మూలించడానికి శాసనాలు చేసి మన మతాలకంటే క్రైస్తవ మతం ఉత్తమమైనదని దాని వ్యాప్తికోసం క్రైస్తవ మత ప్రచారకులను ఇంగ్లాండ్ నుంచి భారతదేశానికి పంపి వారిద్వారా అనేకమంది భారతీయులను ముఖ్యంగా అల్పజాతులవారిని క్రైస్తవ మతంలోకి మార్చారు.

కాని ఆంగ్లేయులు భావించినట్లు మన సంస్కృతి హీనమైనది కాదని సాంఘిక దురలవాట్లను పోగొట్టి తిరిగి మన మతాలను యథాస్థాయికి తీసుకొని రావలెనని మన మత సంస్కర్తలు పూనుకొన్నారు. వారు ప్రజలకు తమ మతంపైన, సంస్కృతిపైన అభిమానం కలిగేటట్లుచేసి జాతీయ చైతన్యం రేకెత్తించినారు. ఆధునిక యుగానికి అనుగుణంగా మన మతాన్ని తీర్చిదిద్దిన సాంఘిక సంస్కరణోద్యమాలలో బ్రహ్మసమాజం, ఆర్య సమాజం దివ్యజ్ఞానసమాజం, రామకృష్ణ మతం ముఖ్యమైనవి. ఇవి కుల, మత, వర్ణ విభేధాలు తొలగించి సంఘంలో అందరినీ ఏకం చేయడానికి తోడ్పడినాయి. వీటి ప్రబోధాలు ప్రజలలో నూతన చైతన్యం కలిగించి ఆంగ్లేయులను ద్వేషించేటట్లు చేసాయి. విదేశీయులు కూడా మన ఆర్య విజ్ఞాన మతధర్మాలపట్ల ఆకర్షితులయినారు. వారు మన గ్రంథాలను తమ భాషలలోకి అనువదించడమేగాక మన సంస్కృతి గొప్పతనాన్ని నిరూపించారు. దీనితో భారత జాతీయ వికాసానికి నూతనశోభ కలిగింది. రామకృష్ణ వివేకానందులు, రాజరామమోహనరాయ్, స్వామి దయానంద సరస్వతి మొదలైన వారి సందేశాలు ప్రజలలో దేశభక్తిని కలిగించాయి. వారు దేశాభిమానులై స్వాతంత్ర్య సిద్ధికవసరమైన త్యాగానికి ఆదర్శప్రాయులైనారు.

పత్రికలు : ప్రజలలో రాజకీయ చైతన్యం కలిగించడానికి పత్రికలు కూడా ముఖ్యపాత్ర వహించాయి. క్రీ.శ. 1870 నాటికి భారతీయులు నడిపే ఆంగ్లపత్రికలు కాక దేశభాషలలో 475 పత్రికలు వెలువడి ప్రజాభిప్రాయం వెల్లడించానికి సహాయపడినాయి. ఈ పత్రికలు ప్రభుత్వాన్ని విమర్శించి భారతీయుల అభిప్రాయాన్ని వెల్లడిచేశాయి. ప్రజాస్వామ్యం, స్వయంపాలితవ్యవస్థ, పారిశ్రామికాభివృద్ధి మొదలైన సిద్ధాంతాలు, వాటి ప్రయోజనాలు ఈ పత్రికల ద్వారా తెలియపరచడమైంది. దేశం నాలుగు మూలలో ఉన్న జాతీయ నాయకులు, స్వాతంత్రయోధులు ఎప్పటికప్పుడు ఏమిచేయవలెనో ఏవిధాన మవలంభించాలో వాదోపవాదాలు చేసుకోవడానికి ఈ పత్రికలు ఎంతో ఉపయోగపడ్డాయి. అటువంటి జాతీయ పత్రికలలో ముఖ్యమైనవి : హిందూ పెట్రియట్ (Hindu Patriot), అమృత బజార్ పత్రిక (Amrits Bazar Patrika), ఇండియన్ మిరర్ (The Indian Mirror), బెంగాలీ (The Bengalle), సోమ్ ప్రకాష్ (The Som Prakash), సంజీవని(The Sanjeevani), మొదలైనవి బెంగాల్ రాష్ట్రం నుంచి రాస్త్‌గొఫ్తర్ (The Rast Goftar), నేటివ్ ఒపీనియన్ (The Native Opinion), ఇందు ప్రకాష్ (The Indu Prakesh), మరాటా (The Maratta), కేసరీ (The Kesari), పత్రికలు బొంబాయి నుంచి హిందూ (The Hindu), స్వదేశీమిత్రన్ (The Swadeshi Mitran), ఆంధ్రప్రకాశిక (The Andhra Prakasika), శశిరేఖ కేరళ పత్రిక (The Kerala Patrika) మొదలైన పత్రికలు మద్రాసునుంచి, హిందుస్థానీ (The Hindustani), అజాద్ (The Azad) పత్రికలు సంయుక్త రాష్ట్రం నుంచి, ట్రిబూన్ (The Tribune), అక్బర్-ఇ-అమ్ (The Akabar-l-Am), కో హినూర్ (The Tribune),పత్రికలు పంజాబునుంచి వెలువడినాయి.

ఈ పత్రికలు ఆంగ్లేయులకు విరుద్ధంగా ప్రచారం చేసేటప్పుడు ప్రజలకు ఒక ముఖ్యవిషయాన్ని తెలిపాయి. ఆంగ్లేయులకు తాము తెల్లవారమనీ అగ్రజాతివారమని గర్వం ఉందని, అందుచేత వారు భారతీయులను నల్లవారుగా భావించి హీనంగా చూపేవారని, అనేక పర్యాయములు ఆంగ్లేయులు బహిరంగంగానే విద్యాధికులైన భారతీయులను అవమానపరిచేవారు. ఎప్పుడయినా ఈ రెండు జాతులవారికి తగవులు ఏర్పడినప్పుడు న్యాయాధీశులు పక్షపాతంతో విదేశీయులకు లాభకరంగా తీర్పుచెప్పేవారు. ఒక్కొక్కసారి వారు భారతీయుడు చేస్తే మరణదండనకు తక్కువ శిక్ష పడేదికాదు. ఈ విషయాలన్నీ ఎప్పటికప్పుడు పత్రికల మూలంగా ప్రజలకు తెలియడంవల్ల వారు ఆంగ్లేయులను అసహ్యించుకోవడం మొదలుపెట్టినారు. ఇదే జాతీయచైతన్యానికి తోడ్పడింది. జాతీ భేదాలు ఆంగ్లేయుల ప్రతిచర్యలో కనిపించేవి. ఆంగ్లేయులు వెళ్ళే విలాస ప్రదేశాలకు, క్లబ్‌లకు (Clubs) భారతీయులు వెళ్ళకూడదు. ఆంగ్ల ప్రయాణికుల సరసన భారతీయులు రైళ్ళలో కూర్చోకూడదు. ఇంకా ఇట్లాంటి విషయాలెన్నో పత్రికల మూలంగా ప్రజలకు తెలియడంతో ప్రజలలో నూతన చైతన్యం, జాతీయభావం పెంపొందాయి.

4. రాజకీయ సంఘాలు : ప్రజలలో జాతీయ చైతన్యం కలిగించడానికి అనేక రాజకీయ సంఘాలు స్థాపితమైనాయి. క్రీ.శ. 1876లో ఇండియన్ అసోసియేషన్, 1870లో పూనా సార్వజనికసభ, మదరాసులో మహాజనసభ, ప్రెసిడెన్సీ అసోసియేషన్ మొదలైన ప్రజాభిప్రాయాలను వెల్లడించే సంస్థలెన్నో

స్థాపితమయినాయి. వీటన్నిటికంటే అఖిలభారత కాంగ్రెస్ మహాసభ జాతీయ చరిత్రలో ముఖ్యపాత్ర వహించింది. హ్యూమ్ అనే ఆంగ్ల ఉద్యోగి క్రీ.శ.1882లో పింఛను పుచ్చుకొని భారత ప్రజలపై అభిమానంతో వారి పురోగమనానికి పాటుపడవలెనని నిశ్చయించుకొన్నాడు. భారతదేశ ప్రజల అభిప్రాయాన్ని ప్రభుత్వానికి తెలపడానికి ఒక జాతీయ ప్రతినిధుల సభను స్థాపించడమవసరమని ప్రచారం చేయసాగినాడు. ఇతడు ఐ.సి.ఎస్. ఉద్యోగిగా చాలాకాలం సంస్కరణల సారా విక్రయం నిషేధించవలెననీ దేశభాషా పత్రికలను ప్రోత్సహించాలనీ ఇతర ప్రజాసౌకర్యాలను చేయాలనీ ఎంతో పట్టుదలతో పనిచేసాడు.

క్రీ.శ.1885 డిసెంబరు 28వ తేదీన వివిధ ప్రాంతాలలోని రాజకీయ సంస్థల ప్రతినిధులు, కొందరు రాజకీయ ప్రతినిధులు బొంబాయిలో ప్రథమ భారత జాతీయ కాంగ్రెస్ (The Indian National Congress)ను సమావేశపరిచారు. కాంగ్రెస్ ఉద్దేశమప్పుడు సంపూర్ణ స్వాతంత్ర్యం సంపాదించడం కాదు. దాని ఉద్దేశాలు నాలుగు :

1. ఆంగ్ల సామ్రాజ్యంలోని వివిధ భాగాలలో భారతదేశ సౌభాగ్యాన్ని గురించి శ్రద్ధవహించి పాటుపడే వారందరిమధ్య పరస్పర పరిచయం కలిగింది. మిత్రభావాన్ని పెంపొందించడం.
2. ఆనాటి ప్రధాన రాజకీయ సమస్యలపైన విద్యావంతులు, ప్రముఖులైన భారతీయులు తమ అభిప్రాయాలను వెల్లడించి సంపూర్ణంగా వాటిని చర్చించి వాటి పరిణతాభిప్రాయాలను అధికారులకు ప్రకటించడం.
3. దేశాభిమానులందరిలోను ప్రత్యక్ష స్నేహ సంభాషణమూలంగా జాతీమత రాష్ట్ర దురభిమానాలను తొలగించి, జాతీయైక్యతాభిప్రాయాలను పెంపొందించడం.
4. దేశీయ రాజకార్యధురంధరులు రాబోయే పన్నెండు నెలలలో ప్రజాశ్రేయస్సు చేయదగిన కార్యక్రమాలను నిర్ణయించడం.

ఈ విధంగా ప్రారంభమైన కాంగ్రెస్ మహాసభ ఏటేటా సమావేశమవుతూ ఉండేది. అన్ని రాష్ట్రాలవారు, అన్ని కులాలవారు, అన్ని మతాలవారు, అన్ని భాషలకు చెందినవారు ఇందులో పాల్గొనడంచేత అందరిలోను తాము భారతీయులమనే జాతీయ భావం ప్రబలింది. పాశ్చాత్య నాగరకతకు ఆధునిక కాలంలో ప్రధాన లక్షణాలయిన వ్యక్తి స్వాతంత్ర్యం, ప్రజాస్వామ్య భావాలన్నీ దేశమంతటా వ్యాపించినాయి. కాంగ్రెస్ మహాసభ పరిపాలనా విధానంలోని లోపాలను విమర్శించడం, వాటిని తొలగించడానికి మార్గాలను సూచించడం పరిపాటి అయింది. క్రమేపి కాంగ్రెస్ భారతదేశాన్నింతా ఏకం చేసి స్వాతంత్ర్యం సంపాదించడానికి అయుధమయింది. కాంగ్రెస్ భారతదేశంలోని ప్రజలందరిలోనూ ఒక విధమైన ఆత్మచైతన్యాన్ని పెంపొందింపచేసింది. భారతీయ భావాలకు, కోరికలకు స్పష్టమైన జాతీయ స్వరూపమిచ్చి వారిసమిష్టి భావాలకు, కోరికలకు స్పష్టమైన జాతీయ స్వరూపమిచ్చి వారి సమిష్టి భాషా సాహిత్యాలను, సమిష్టి శిల్ప పరిశ్రమలను, సమిష్టి వాంఛాదర్శాలన్నింటిని తిరిగి తెలుసుకోవడానికి అవకాశమిచ్చింది.

ఈ విధంగా 1857 తిరుగుబాటు తరవాత ప్రజలలో జాతీయ చైతన్యం కలగడానికి, ఆంగ్లప్రభుత్వంపై విముఖత్వం కలగడానికి రాజకీయ, ఆర్థిక, సాంఘిక, మతకారణాలు, పత్రికలు, మహాసభలు దోహదంచేశాయి. కాని 1858 నుంచి 1919 వరకు ఈ ఉద్యమం చాలా శాంతియుతంగా జరిగింది. నాయకులు హక్కులను కోరివారే కాని, సంపూర్ణ స్వాతంత్ర్యాన్ని కోరలేదు. పరిపాలనలో కొంత ప్రవేశం, ప్రభుత్వంలో కొన్ని ఉద్యోగాలు, వ్యాపారంలో ఎక్కువగా వసతులు వారి కాలంలో ముఖ్యంగా కోరినారు. క్రీ.శ.1850 నుంచి క్రీ.శ.1919 వరకు జాతీయోద్యమాన్ని తిరిగి రెండు భాగాలుగా విభజించవచ్చు. మొదటిదశలో అంటే 1905 వరకు భారతీయ నాయకులు ప్రభుత్వంతో సహకరిస్తూ ప్రభుత్వానికి సలహాలనిస్తూ ప్రభుత్వసహకారాన్ని కూడా పొందుతూ ఉండేవారు, కాని రెండోదశలో ఈ ఉద్యమం తీవ్రరూపం దాల్చింది. ప్రభుత్వం ప్రజలలో చీలికలేర్పరచి కలిసికట్టుగా పనిచేయనివ్వకుండా తనకుతంత్రాన్ని ప్రదర్శించింది. కాని ఒక విషయం గమనించవలె. క్రీ.శ. 1885 నుంచి జాతీయోద్యమ చరిత్ర, కాంగ్రెస్ చరిత్ర ఒకటనే చెప్పాలి. కాంగ్రెస్ అదేశానుసారం ఈ ఉద్యమం నడిచింది.

జాతీయ కాంగ్రెస్ కృషిని సామాన్యంగా మూడు ఘట్టాలుగా విభజించవచ్చు.

1. 1885-1905 మితవాద జాతీయోద్యమం.
2. 1905-1919 అతివాద జాతీయోద్యమం.
3. 1920-1947 గాంధీయుగం.

జాతీయోద్యమం లేదా జాతీయకాంగ్రెస్ క్రీ.శ.1885-1905 వరకు

ఈ కాలంలో కాంగ్రెస్ ఈ ఉద్దేశాలకోసం పాటుపడింది.

1. నీటి పారుదల అవసరాలను ఎక్కువ కల్పించడం.
2. భూమిశిస్తు అధికంగాను సమంగా విధించేటట్లు చూడడం.
3. భారతదేశం నుంచి ధాన్యాలను, ముడిపదార్థాలను ఎగుమతి చేయనీయకుండా చూడటం.
4. భారత వ్యవహార కార్యదర్శి సలహామండలిని రద్దు చేయడం.
5. జాతీయ విద్యావిధానం అమలుపరచడం.
6. ప్రజాప్రతినిధి సంస్థలను నెలకొల్పడం.
7. ప్రభుత్వోద్యోగాలు భారతీయులకు ఎక్కువగా వచ్చేటట్లు చూడటం.
8. సైన్యంలో భారతీయులకు ఉన్నత స్థానాలు కల్పించడం.
9. భారతదేశంలో పరిశ్రమలు అభివృద్ధి చేయడం.
10. రైతులు ఎక్కువ వడ్డీకి స్థానికవడ్డీ వ్యాపారస్థుల దగ్గర రుణం తీసుకోకుండా వ్యవసాయ బాంకులు స్థాపించి తక్కువ వడ్డీకి వారికి రుణసౌకర్యాలు కల్పించడం.
11. విదేశాలలోని భారతీయులకు తగిన రక్షణ ఇవ్వడం.

ఈ ఆశయాలేవీ ఆంగ్ల ప్రభుత్వాన్ని ఎక్కువ కించపరిచేవికావు. అందుకే మొదట్లో కాంగ్రెస్‌కు ఆంగ్లేయుల మద్దతుకూడా లభించింది. ఏటేటా కాంగ్రెస్ మహాసభలు జరిపి తీర్మానాలను నివేదిక రూపంలో ప్రభుత్వానికి సమర్పించేది. క్రీ.శ. 1886లో వారిలోని ముఖ్యులకు వైస్రాయే స్వాగతం పలికాడు. క్రీ.శ. 1887లో మద్రాసులో జరిగిన సమావేశానికి 600 మంది ప్రతినిధులు వచ్చినారు. వారికి కూడా అక్కడి గవర్నర్ స్వాగతమిచ్చాడు.

క్రీ.శ. 1885లో ఇంగ్లండ్‌దేశంలో ఆంగ్లేయుల అభిమానాన్ని పొందే దృష్టిలో సుప్రసిద్ధ భారతీయనాయకుడు దాదాబాయి నౌరోజీ ఆదేశంతో భారత సంస్కరణ సంగము అనేదానిని స్థాపించాడు. ప్రసిద్ధులైన ఆంగ్లేయులనేకులు అందులో సభ్యులు. వారిలో లేబరుపార్టీనాయకుడు ఛార్లెస్ బ్రాడ్‌లా, వాల్లర్ ఎస్.బి.మాక్‌లారెన్, డబ్ల్యు ఎన్.కేప్, హెన్రీకాటన్ మొదలైన ప్రముఖులున్నారు. ఈ సంఘంతోబాటు కాంగ్రెస్‌తన ముఖ్యోద్దేశాలను సామాన్య ప్రజలకు కూడా ప్రబోధించడానికి సురేంద్రనాథబెనర్జీ నాయకత్వంలో క్రీ.శ. 1890లో ఒక రాయబార సంఘాన్ని ఇంగ్లండ్‌కు పంపడమైంది. అది కాంగ్రెస్‌శాఖ ఒకదానిని అక్కడ ఏర్పాటుచేసింది. కాంగ్రెస్ మహాసభలు దేశంలో పేరుప్రఖ్యాతులు బాగా తెచ్చుకొన్నవి. ఏటేట డిసెంబర్‌లో జరిగే కాంగ్రెస్ సమావేశానికి వందలకుబదులుగా వేలకువేలు ప్రతినిధులు హాజరయ్యేవారు. ఈ ప్రతినిధులు అన్ని రంగాలకు సంబంధించినవారు డాక్టర్‌లు, న్యాయవాదులు, వ్యాపారస్తులు, ధనవంతులు, పెట్టుబడిదారులు, జమీందారులు, ఉపాధ్యాయులు, పురుషులేకాక స్త్రీలుకూడా ఈ సభలలో పాల్గొనేవారు. క్రీ.శ. 1890లో ఒక రాయబార సంఘాన్ని ఇంగ్లండ్‌కు పంపడమైంది. అది కాంగ్రెస్‌శాఖ ఒకదానిని అక్కడ ఏర్పాటుచేసింది. క్రీ.శ.1890లో కలకత్తాలో జాతీయమహాసభ సమావేశమైనప్పుడు కలకత్తా విశ్వవిద్యాలయంలో పట్టభద్రురాలైన కాదంబిని గంగూలీ సమావేశంలో మాట్లాడింది. అంటే వందలాది సంవత్సరాలు సంఘంలో హీనస్థాయిలో ఉన్న స్త్రీలు కూడా పురోగమించి స్వాతంత్ర్యంకోసం పోరాడటం ఈ నూతన జాతీయపోరాటం ఒక ముఖ్యవిషయం.

ఒక పక్క ప్రజల ఆందోళన, మరొకపక్క ఆంగ్లేయుల మద్దతూ ఉండటంతో ప్రభుత్వం భారతీయులడిగిన కోర్కెలను కొంతయినా తీర్చవలసిన ఆగత్యముందని భావించి క్రీ.శ. 1892లో ఒక శాసనచట్టం చేసింది. ఈ శాసనం గురించి మనమిదివరకే చదివాము దీనిప్రకారం కేంద్ర శాసనసభలోనూ రాష్ట్ర శాసనసభలలోనూ సభ్యులసంఖ్య ఎక్కువైంది. వారిలో కొందరిని భారతీయులు పరోక్షంగా ఎన్నుకోవచ్చు. కాని మిగిలిన వారు ప్రభుత్వంచేత నియమితులైనారు. ఈ నూతన సభ్యులకు ఆదాయవ్యయాల గురించి చర్చించడానికి వీలుకలిగింది. కాని వాటిపై తీర్మానంచేసి ఓటువేయడానికి వీలులేదు. పైగా అనుబంధ ప్రశ్నలువేసే అధికారం కూడా వారికి లేదు. కాబట్టి ఈ చట్టం భారతీయులకెట్లాంటి సంతృప్తినివ్వలేదు. అమెరికా స్వాతంత్ర్యసమరమప్పుడు అమెరికా ప్రజలు తమకు పార్లమెంట్‌లో ప్రాతినిధ్యమివ్వనిదే పార్లమెంట్ విధించిన పన్నులు కట్టమని ఎట్లా ఘంటాపథంగా చెప్పారో అట్లాగే భారతీయులు కూడా తమకు తగిన ప్రాతినిధ్య మిస్తేనేగాని, ప్రభుత్వంతో సహకరించమని చెప్పారు. కాబట్టి పై శాసనం కాంగ్రెస్ వారి కన్నీటి తుడుపుకోసం చేసిన చట్టంలాగా ఉంది.

ఆంగ్లేయులకు అప్పటికే భారతీయులంటే భయంపుట్టింది. భారతీయులకు ఎక్కువ అవకాశాలు కల్పిస్తే వాళ్ళు తమపై తిరగబడతారని ఒక అనుమాన మేర్పడింది. అందుచేత కాంగ్రెస్‌పై ఆంక్షలు విధించి దానిలో ఎవరినీ కలవకుండాచేసి ఆ సంస్థను బలహీనం చేయడానికి ప్రయత్నించారు. ఈ భయాందోళనలు ముఖ్యంగా కాంగ్రెస్ నాలుగో మహాసభ సమావేశమైనప్పటి నుంచి కలిగింది. అందుకే కాంగ్రెస్‌ను అణచివేయాలనీ వారు నిశ్చయించుకొన్నారు. కాంగ్రెస్‌లో ఉండి కాంగ్రెస్‌తో చేతులుకలిపి ఆంగ్లేయులను వ్యతిరేకిస్తున్న మహమ్మదీయులకు నూతనావకాశాలను కల్పించివారిని మహమ్మదీయేతరులనుంచి విడదీయడం ఒకే మార్గంగాను, ప్రభుత్వోద్యోగులెవ్వరూ కాంగ్రెస్ మహాసభ కార్యక్రమాలలో పాల్గొనకుండా చేయడం రెండో మార్గంగాను వారు అనుసరించారు. కాని ఆంగ్లేయులు వెంటనే ఈ యత్నంవల్ల లాభం పొందలేదు. కాని క్రీ.శ. 1905 తరవాత కొంతవరకు కృతకృత్యులయ్యారు. ఈ విధంగా క్రీ.శ. 1904 వరకు జాతీయోద్యమం శాంతియుతంగా జరిగింది. ఘర్షణ ఎక్కువ లేకుండా ప్రజలు తమ నాయకుల ద్వారా స్థాపించిన సంస్థల ద్వారా నూతన విజ్ఞానం పొందడం కూడా ఈ కాలపు జాతీయ చరిత్రలో ముఖ్య విశేషం.

భారత జాతీయ కాంగ్రెస్ స్థాపన-దాని ఉద్దేశాలు (డిశంబర్ 1885) ఎ.ఓ.హ్యూమ్

డిసెంబర్ 28, క్రీ.శ.1885 నాడు బొంబాయిలో భారత జాతీయ కాంగ్రెస్ స్థాపన మహాసభ జరిగింది. అంటే ఇంచుమించు ఒకేకాలంలో అఖిలభారత సంస్థలు రెండు తమ మహాసభలను నిర్వహించడం జరిగింది. ఒకటి కలకత్తాలో, రెండోది బొంబాయిలో. ఇది చారిత్రక ఘట్టం. దీనికి దారితీసిన పరిస్థితులపై సురేంద్రనాథ్ బెనర్జీ ఈ విధంగా స్పందించాడు. 'నేషనల్ కాన్ఫరెన్స్ జరుగుతుండగా - అదే తరహాలో రూపొందించబడి, అనే కార్యక్రమాలను చేపట్టనున్న భారతజాతీయ కాంగ్రెస్ బొంబాయిలో మహాసభ నిర్వహిస్తోంది. ప్రాథమిక ఏర్పాట్లు విడిగా చేసుకోవడం, జరిగి, సమావేశం గురించిన సమాచారం రెండో పక్షానికి తెలియరాలేదు. బొంబాయి మహాసభకు అధ్యక్షత వహించనున్న ఉమేష్‌చంద్ర బెనర్జీ నన్ను హాజరుకమ్మని ఆహ్వానించారు. ఆ చివరి నిమిషాల్లో నేషనల్ కాన్ఫరెన్స్‌ను రద్దు చేయజాలననీ, సంస్థ నిర్మాణంలో పాత్ర వహించిన నేను ఆ సమయంలో కలకత్తా నుంచి బొంబాయి రాజాలననీ చెప్పాను'.

అఖిల భారత సంస్థ భారత జాతీయ కాంగ్రెస్ రూపకర్తలలో నాడు దేశంలోని ప్రముఖులలో ఒకడైన సురేంద్రనాథ్ ఒకరు కాకపోవడం ఆశ్చర్యకరమైన విషయం. అదికాక సమావేశపు చివరి దశలోగాని సురేంద్రనాథ్‌ను ఆహ్వానించకపోవడం, భారతజాతీయ కాంగ్రెస్‌కు అనుకూలంగా - నిశ్శబ్దంగా, ఆకస్మికంగా నేషనల్ కాన్ఫరెన్స్ అంతర్ధానం కావడం విస్మయకర పరిణామాలేగాక - సమాధానం దొరకని ప్రశ్నలను లేవనెత్తాయి. భారత జాతీయ కాంగ్రెస్ అవతరణకు రంగం సిద్దంచేసి, నేపథ్యంగా నిలచిన 'నేషనల్ కాన్ఫరెన్స్' సంఘటన ఆధునిక భారత చరిత్రలో ఒక మైలురాయి అనడంలో సందేహం లేదు. 'భారత జాతీయ కాంగ్రెస్ పుట్టుకకు సంబంధించిన విషయాలు

అజ్ఞాతాలు – అజ్ఞేయాలు' అని భారత జాతీయ కాంగ్రెస్ చరిత్ర గ్రంథకర్త డా॥ పట్టాభిసీతారామయ్య అభిప్రాయం. అలాంటి విషయం గురించి ఉన్న వివిధ వివరణలు కింద ఇచ్చిన విధంగా ఉన్నాయి. చాలా మంది చరిత్రకారులు ఆమోదించిన వివరణ – "రక్షక కవాట వైస్రాయి డిఫరిన్ సూత్రం. గవర్నర్ జనరల్ డఫరిన్ అంగీకారంతో 'అలెన్ ఆక్టేవియన్ హ్యూమ్' అనే మాజీ సివిల్ సర్వీస్ ఉద్యోగి రెండు లక్ష్యాలను దృష్టిలో ఉంచుకొని ఈ సంస్థకు రూపకల్పన చేశాడు. భారతీయ మేధావులలో ఏర్పడిన, ఏర్పడనున్న అసంతృప్తిని తెలుసుకోవడానికి ఉపకరించే విధంగానూ, ఇంగ్లాండులోని ప్రతిపక్షం వలె పనిచేసే ఒక సంస్థగానూ ఇది పనిచేయాలని ఆయన ఉద్దేశించాడు.

భారత జాతీయ కాంగ్రెస్ తొలి అధ్యక్షుడు ఉమేష్‌చంద్ర బెనర్జీ ఈ సంస్థ నాటి గవర్నర్ జనరల్ డఫరిన్ సృష్టి అని అభిప్రాయపడ్డాడు. క్రీ.శ. 1884లో హ్యూమ్ భారతదేశంలోని ప్రముఖ మేధావులందరినీ సామాజిక సమస్యలను గురించి చర్చించడానికి ఒక వేదిక మీదకి తెస్తే – అది ప్రభుత్వానికి ఉపకరిస్తుందని భావించాడు. వారి చర్చలలో రాజకీయాంశాలుండరాదని ఆయన అభిప్రాయం. భారతీయ మేధావులు –అధికారుల మధ్య సత్సంబంధాలుండాలని, తాను తలపెట్టిన సంస్థ సమావేశాలకు ఆ ప్రాంతం గవర్నర్ అధ్యక్షత వహించాలని హ్యూమ్ భావించాడు. సిమ్లాలో డఫెరిన్‌ను కలిసి తన ఆలోచనను వివరించాడు. డఫెరిన్ ఆలోచనను పరిశీలించి కొన్ని సూచనలు చేశాడు. ఇంగ్లాండు పార్లమెంటులో ప్రతిపక్షం నిర్వహించే పాత్రను చేపట్టే సంఘంగానీ లేదు కాబట్టి ఆ లోపాన్ని హ్యూమ్ యోచన ఊరించగలదని డఫెరిన్ భావించాడు. ప్రతి సంవత్సరం సమావేశమై ఆ సంస్థ పరిపాలనలో ఉన్న లోపాలను గుర్తించి వాటిని సవరించే సూచనలు చేయాలనేది ఆయన ఉద్దేశం అయితే ఆ సంస్థ సమావేశాలకు గవర్నర్ అధ్యక్షత వహించరాదని ఆయన సూచించాడు. తరవాత హ్యూమ్ తన పథకాన్ని డఫరిన్ యోచనను కలకత్తా, బొంబాయి, మద్రాసు తదితర ప్రాంతాల్లోని ప్రముఖుల ముందుంచాడు. వారు డఫెరిన్ యోచనను సర్వసమ్మతితో అంగీకరించారు. ప్రొఫెసర్ సుందరరామన్ పై చెప్పిన విషయాన్నే మరొక విధంగా వివరించాడు. ఆ వివరణ ప్రకారం హ్యూమ్ పదవీవిరమణ తరవాత ఇంగ్లాండ్‌కు మరలి అక్కడ భారతీయుల సమస్యలను గురించి ఉద్యమించాలని నిర్ణయించాడు. కానీ, డఫెరిన్ ఆయనను – భారతదేశంలోనే ఉండి తన ఉద్యమాన్ని నడపటం మంచిదని ఒప్పించాడు. ఆయన సలహా సంప్రదింపులతో భారతీయ ప్రముఖులు ఒక జాతీయ సంస్థను నెలకొల్పుకోగలరని భావించాడు. క్రీ.శ. 1913లో గోపాలకృష్ణ గోఖలే కూడా ఇదే అభిప్రాయాన్ని వ్యక్తం చేశాడు. 'ఒక భారతీయుడు భారత జాతీయ కాంగ్రెస్‌ను నెలకొల్పగలిగే వాడు కాదు. అలాంటి బృహత్కార్యాన్ని నిర్వహించడానికి ప్రభావశీలమైన హ్యూమ్ వ్యక్తిత్వం అవసరమనీ – ఒకవేళ ఏ భారతీయుడైనా తనకు తానుగా తలపెట్టినా బ్రిటిష్ అధికార యంత్రాంగం ఆ ప్రయత్నాన్ని ముందుపడనిచ్చేది కాదని' గోఖలే అభిప్రాయపడ్డాడు.

ఎ.ఓ.హ్యూమ్

హ్యూమ్ ఈ సంస్థ నిర్మాణ విషయంలో చొరవ తీసుకోవడానికి బలమైన కారణం వేరే ఉందని కొందరు చరిత్రకారులు అభిప్రాయపడ్డారు. ఒక వివరణ ప్రకారం పదవిలో ఉండగానే నిఘా వర్గాల నుంచి కొన్ని నివేదికలు వచ్చాయి. వాటి ప్రకారం ఉత్తర భారతంలోని వ్యావసాయిక వర్గం నుంచి ఒక పెద్ద తిరుగుబాటు రాబోతుందని అవి సూచించాయి. మరొక వివరణ ప్రకారం – హ్యూమ్ ఉత్తర భారతదేశంలో ఏర్పడిన తిరుగుబాటు ప్రమాదాన్ని సూచించే వర్తమానాన్ని ఏడు సంపుటాలున్న సమాచార గ్రంథాల నుంచి తెలుసుకున్నాడు. ఆ తిరుగుబాటు భయమే ఆయన సంస్థా నిర్మాణయత్నాన్ని వేగిరపరచింది. అయితే ఈ సిద్ధాంతానికి చారిత్రక ఆధారం లేదనీ, కేవలం అది పుకార్ల వంటిదేనని విమర్శకుల అభిప్రాయం.

భారత జాతీయ కాంగ్రెస్ – దివ్య జ్ఞానసమాజం వారి ఆలోచన నుంచి పుట్టిందని మరొక సిద్ధాంతం ఉంది. దివ్య జ్ఞాన సమాజం దేశంలోని భిన్న ప్రాంతాలకు చెందిన వారిని స్నేహ పూర్వక వాతావరణంలో సమీకరించడం సాధ్యమని – నిరూపించిందని ఆల్కాట్ ఉద్ఘాటించాడు. తమ ఆలోచనను హ్యూమ్ తస్కరించాడని సమాజానికి చెందిన రఘునాధరావు, ఎన్.ఎన్.సెన్‌లు ఆరోపించారు. మద్రాసులో – రఘునాధరావు ఇంట్లో, 1884 డిసెంబర్ చివరి రోజులలో జరిగిన సమావేశంలో కాంగ్రెస్‌కు రూపకల్పన జరిగిందని వారి వివరణ. అయితే ఈ వివరణను విమర్శకులు కొట్టివేశారు. జాతీయ లక్ష్యాలు, ప్రయోజనాలను సాధించడానికి వివిధ ప్రాంతాల నుంచి వచ్చిన ప్రతినిధులు సాంవత్సరిక సమావేశాలు ఏర్పరచుకోవాలన్న యోజన – దివ్య జ్ఞాన సమాజ స్థాపకులు బొంబాయికి రాకముందు నుంచే ఆలోచనలో ఉండిందని విమర్శకులు అభిప్రాయపడ్డారు.

డాక్టర్ నంద్‌లాల్ ఛటర్జీ – 'రష్యా భారతదేశంపై దండెత్తే ప్రమాదం ఉందని భావించి ఒక ముందు జాగ్రత్త చర్యగా కాంగ్రెస్‌ను స్థాపించడం జరిగిందని' అభిప్రాయపడ్డాడు. పంజ్ దేహ్ విషయంలో రష్యా – ఆఫ్ఘనిస్తాన్‌ల మధ్య ఉద్రిక్త వాతావరణం ఏర్పడి ఉండటం, ఈ విషయంలో బ్రిటన్ కూడా చిక్కుకునే అవకాశం ఉండటంవల్ల ప్రభుత్వం క్లిష్ట పరిస్థితిలో పడింది. ఈ పరిస్థితిలో ప్రభుత్వానికి అండగా ఉండి దేశ రక్షణలో తోడ్పడతామని ప్రజలు స్వచ్ఛందంగా ముందుకు వచ్చారు. కానీ ప్రభుత్వం వారి చొరవను ప్రోత్సహించలేదు. ఈ లోగా రష్యన్ దండయాత్ర ప్రమాదం తొలగిపోయింది. అయితే ఈ సందర్భంలో దేశంలో ఏర్పడి ఉన్న సంఘీభావ పరిస్థితులను ఉపయోగించుకొని ఒక అఖిల భారత సంస్థను ఏర్పరచవచ్చని హ్యూమ్ భావించాడు. ఆయన తన ప్రతిపాదనను డఫెరిన్ ముందు పెట్టాడు. డఫెరిన్ దాన్ని ఆమోదించనూలేదు, తిరస్కరించనూలేదు. దాన్ని అర్ధాంగీకారంగా తీసుకొని హ్యూమ్ తన యోజనను అమలుపరచాడు. ఆవిధంగా రష్యా దండయాత్ర భయం కాంగ్రెస్ స్థాపనకు దారితీసిందన్నది ఛటర్జీ వివరణ.

మరొక వ్యాఖ్యానం ప్రకారం జాతీయ కాంగ్రెస్ మూలాలు దేశంలో అప్పటికే ఏర్పడి ఉన్న రాజకీయ సంఘాలు – సంస్థలలో ఉన్నాయి. దేశభాషా పత్రికల చట్టం, ఆయుధాల చట్టం, సివిల్ సర్వీస్‌కు వయోపరిమితి సమస్య, ఇల్బర్ట్ బిల్ వివాదం కాంగ్రెస్ అవతరించడానికి అనువైన పరిస్థితులను కల్పించాయి. కాంగ్రెస్ స్థాపన – అంతకుముందు చాలాకాలం క్రితమే దూరదృష్టిగల రాజనీతిజ్ఞులు, ప్రముఖులు స్థాపించిన విద్యాలయాలు, కళాశాలల ద్వారా నాటిన జాతీయతా భావ

బీజాల అంకురంగానే వచ్చిందని మరొక వివరణ. బ్రిటిష్ రాజనీతిజ్ఞులు ఔదార్యంతో చేసిన యంత్రాలు, భారతదేశంలో స్థాపితమైన ఉన్నత విద్యాలయాలు, సంస్థల ప్రత్యక్ష ఫలితమే జాతీయ కాంగ్రెస్. భారతీయుల ఆలోచనా విధానంపై పాశ్చాత్య నాగరికత ప్రసరించిన ప్రభావ ఫలితమే కాంగ్రెస్ - అని వెడర్‌బర్న్ వివరణ.

భారత జాతీయ కాంగ్రెస్ తొలి దశ (మితవాదుల దశ) (1885-1905)

భారత జాతీయ కాంగ్రెస్ స్థాపన మహాసభ పూనాలో జరపాలని, సభాధ్యక్షుడుగా బొంబాయి రాష్ట్ర గవర్నర్‌ను ఆహ్వానించాలనీ నిర్వాహకులు మొదట భావించారు. కానీ సభావేదికను పూనా నుంచి బొంబాయికి మార్చడం జరిగింది (ఆ సమయంలో పూనాలో కలరా వ్యాధి ప్రబలటం కారణంగా) గవర్నర్ జనరల్ బొంబాయి గవర్నర్‌ను అధ్యక్షత బాధ్యత వహించవద్దని ఆదేశించగా - కలకత్తాకు చెందిన ప్రముఖ న్యాయవాది ఉమేశ్‌చంద్ర బెనర్జీని అధ్యక్షునిగా ఎంపిక చేసుకోవడం జరిగింది. సభ క్రీ.శ. 1885, డిసెంబర్ 28 నాడు జరిగింది. భారత జాతీయ సంఘటనగా (ఇండియన్ నేషనల్ యూనియన్) హ్యూమ్ పెట్టిన పేరున భారత జాతీయ కాంగ్రెస్‌గా మార్చడం జరిగింది. ఉమేశ్‌చంద్ర బెనర్జీ తన అధ్యక్షోపన్యాసంలో సంస్థ లక్ష్యాలను వివరించాడు. అవి - బ్రిటిష్ సామ్రాజ్య వివిధ భాగాలలో ఉంటూ భారతదేశ ప్రయోజనాలకోసం పనిచేస్తున్న కార్యకర్తల మధ్య స్నేహ సుహృద్భావాలను పెంపొందించటం, జాతి, మత, ప్రాంతపరమైన విభేదాలను తొలగించి రిప్పన్ కాలం నుంచి పెంపొందిస్తూ వచ్చిన జాతీయైక్యత భావాలను పెంపొందించి దృఢపరచటం, సమగ్ర చర్చ ద్వారా పరిణత విద్యావంతులు ముఖ్య సమస్యలపై వ్యక్తపరచిన అభిప్రాయాన్ని నమోదుచేయడం, రానున్న పన్నెండు మాసాల్లో ప్రజాప్రయోజనాలకోసం ఏ పంథాలో, ఏ పద్ధతుల ద్వారా దేశీయ రాజకీయ నాయకులు పనిచేయాలో నిర్ణయించడం.

చర్చల అనంతరం కాంగ్రెస్ తొమ్మిది తీర్మానాలు చేసింది. వాటిలో కొన్నింటిని సంస్థ కోరికలుగా భారత ప్రభుత్వానికి నివేదించబడతాయి. అవి. భారతదేశంలోని పరిపాలనను గురించి విచారణ జరపడానికి ఒక రాయల్ కమిషన్ (సంఘం) ఏర్పరచడం; భారత వ్యవహారాల కార్యదర్శి ఇండియా కౌన్సిల్‌ను రద్దు చేయడం; పశ్చిమోత్తర రాష్ట్రాలు, అయోధ్య, పంజాబ్‌లలో శాసన సభల ఏర్పాటు; కేంద్ర, ప్రాంతీయ శాసనమండలులలో ఎన్నికైన సభ్యులకు ఇతోధిక దామాషా కల్పించడం, వారికి బడ్జెట్‌పై చర్చించే హక్కు కల్పించడం, కామన్స్ సభలో భారతదేశంలోని శాసనమండలుల నుంచి అధిక్షేపాల్ని పరిశీలించడానికి ఒక స్థాయీ సంఘాన్ని ఏర్పరచడం; సైనిక ఖర్చు తగ్గింపు, ఖర్చు ధనాన్ని భారత, ఇంగ్లాండ్‌లు న్యాయపరమైన నిష్పత్తిలో భరించడం; సివిల్ సర్వీస్, ఇతర ముఖ్యోద్యోగాలకు యత్నించే అభ్యర్థుల వయోపరిమితి పెంపు, పరీక్షలు ఇంగ్లండ్-ఇండియాలలో నిర్వహించడం. సభలో ప్రసంగించిన వక్తలు బ్రిటన్ ప్రభుత్వంపట్ల విధేయత చూపుతూ, మితవాద ధోరణిలో అభిప్రాయాల్ని వ్యక్తపరిచారు. అయినా ఇంగ్లండ్‌లో ప్రజాభిప్రాయం కాంగ్రెస్‌ను బ్రిటిష్ అధికారానికి ప్రమాదకారిగా అభివర్ణించింది. టైమ్స్ ఆఫ్ లండన్ పత్రిక కాంగ్రెస్ కోరికలను నెరవేర్చడమంటే భారతదేశానికి స్వపరిపాలన ఇచ్చినట్లేనని వ్యాఖ్యానించింది.

భారత జాతీయ కాంగ్రెస్ తొలి మహాసభ ప్రజల రాజకీయ స్పృహను పెంచగలిగింది. పత్రికలు సంస్థను స్వాగతించి అనేక సూచనలు, సలహాలు చేశాయి. కలకత్తాలో క్రీ.శ. 1886 డిసెంబర్ 28 నాడు కాంగ్రెస్ రెండో మహాసభ జరిగింది. దాదాబాయి నౌరోజీ అధ్యక్షత వహించాడు. 440 మంది ప్రతినిధులు పాల్గొన్నారు. మొదటి మహాసభ ప్రతినిధులు స్వచ్ఛందంగా వచ్చినవారుకాగా రెండో సభలో పాల్గొన్న నాలుగువందలపై చిలుకు సభ్యులు ఎన్నికైన ప్రతినిధులుగా పాల్గొన్నారు. సభ కార్యక్రమాన్ని వీక్షించడానికి ప్రజలను అనుమతించడం జరిగింది. ప్రముఖ బెంగాలీనేత సురేంద్రనాథ్ బెనర్జీ కూడా సభకు హాజరై చురుకైన పాత్ర నిర్వహించాడు. అత్యధిక సంఖ్యలో (230) ప్రతినిధులు బెంగాల్ నుంచే వచ్చారు.

దేశంలో ఉన్న దారిద్ర్యస్థితిని ప్రభుత్వం దృష్టికి తెస్తూ, నలభై మిలియన్ల మంది ఒక్కపూట మాత్రమే తిండికి నోచుకున్నారన్నాడు. శాసన మండలులను విస్తరించాలని, విశేషాధికారాలు కల్పించాలని తీర్మానం చేయడం జరిగింది. సివిల్ సర్వీస్ పరీక్షల విషయ పరిశీలనకు కమిటీ ఏర్పరచడం జరిగింది. సభానంతరం డఫెరిన్ కాంగ్రెస్ సభ్యులకు అధికార నివాసంలో విందునిచ్చాడు. కానీ సభ గురించి భారత వ్యవహారాల కార్యదర్శికి రాస్తూ 'కాంగ్రెస్ చేసిన కొన్ని కోర్కెలు గొంతెమ్మ కోరికల్లా ఉన్నాయనీ, వక్తల ఉపన్యాసాలు ఈటన్, హారో పాఠశాలల్లో విద్యార్థుల వక్తృత్వాల్లా ఉన్నాయనీ' అపహసించాడు. అయితే శాసనమండలులకు ఎన్నికలను సిఫారసు చేయడం సభ తీర్మానాల ప్రభావంతోనే జరిగింది. మద్రాసు నగరంలో 1887లో జరిగిన మూడవ కాంగ్రెస్ సభకు ప్రముఖ ముస్లిమ్ నేత బద్రుద్దీన్ తయ్యబ్‌జీ అధ్యక్షత వహించాడు. 607 ప్రతినిధులు పాల్గొన్నారు. కాంగ్రెస్ సంస్థకు ఒక నిర్దిష్ట రాజ్యాంగాన్ని తయారుచేయడానికి 34 మంది సభ్యులతో ఒక కమిటీని ఏర్పరిచారు, అయితే తరవాతి ఇరవై సంవత్సరాల వరకు ఆ కార్యం నెరవేరలేదు. మహాసభ చేపట్టనున్న తీర్మానం ముసాయిదా ప్రతిని తయారుచేసే బాధ్యత సీనియర్ ప్రతినిధులకు అప్పగించడం జరిగేది. ఈ పద్ధతిపట్ల యువ ప్రతినిధులు తీవ్రమైన వ్యతిరేకతను ప్రదర్శించారు. దానితో కార్యక్రమాన్ని నిర్ణయించడానికి, ప్రతిపాదించనున్న తీర్మానం ముసాయిదాలు తయారుచేయడానికి ఒక చిన్న ప్రాతినిధ్య కమిటీని ఏర్పరచడం జరిగింది. ఈ కమిటీయే 'విషయ నిర్ణాయక కమిటీ ప్రతి మహాసభలోనూ పనిచేయసాగింది. మహాసభ అధ్యక్షుడైన బద్రుద్దీన్ తయ్యబ్‌జీ సభల్లో పాల్గొని సమష్టి ప్రయోజనాలకోసం ఉద్యమించాలని ముస్లిమ్ సమాజానికి విజ్ఞప్తి చేశాడు.

కాంగ్రెస్ ప్రతి మహాసభలోనూ తీర్మానాలు చేస్తూ పోయిందిగానీ ప్రభుత్వం వాటిపట్ల ప్రతిస్పందించకుండా ఉండిపోయింది. ప్రథమ మహాసభలో ఉన్నత ప్రభుత్వాధికారులు కొందరు హాజరైనారు కాని కలకత్తా సమావేశానికి పంపిన ఆహ్వానాలను తిప్పి పంపుతూ, 'రాజకీయ సంస్థల సమావేశాలకు అధికారులు హాజరు కాజాలరని బదులు చెప్పారు. మద్రాసు గవర్నర్ కూడా డఫెరిన్ ఇచ్చినట్లు విందు నిచ్చాడుగానీ ప్రతినిధులను 'ప్రముఖాతిథులుగా వ్యవహరించాడు. ప్రభుత్వమూ, అధికారులూ చూపిన ఈ ఉదాసీన వైఖరికి హ్యూమ్ నొచ్చుకున్నాడు. కరువు కాటకాలు, అంటు వ్యాధులతో జనసామాన్యం సతమతమవుతుంటే ప్రభుత్వం బేఖాతరు చేయడాన్ని సహించలేకపోయాడు. 'ప్రభుత్వాన్ని కర్తవ్యానికి కదిలించాలంటే ఇంగ్లండ్‌లో బ్రైటన్-కాబ్డెన్‌లు చేపట్టినట్లు తీవ్రమైన మార్గాలున్న నాయకులు చేపట్టాల్సిందే'నని పిలుపునిచ్చాడు.

'విద్యావంతులూ, పత్రికలూ, కాంగ్రెస్, ప్రభుత్వానికి పరిస్థితులు తెలియజేయాలని ప్రయత్నించారు కానీ ప్రభుత్వం పట్టించుకోవడంలేదు. కాబట్టి అటు ఇంగ్లండ్‌లోని ప్రజానీకానికీ, ఇటు భారతీయ జనతకు విషయాల్ని తేటతెల్లంచేసి న్యాయమైన హక్కులకోసం జరిగే పోరాటంలో వారికి భాగస్వాములుగా చేయాలి' - అన్నాడు హ్యూమ్. కరపత్రాల ద్వారా, బహిరంగ సభల ద్వారా ఆయన తన కార్యక్రమాల్ని అమలుపరిచాడు. సభలకు వేలాదిమంది ప్రజలు హాజరైనారు. హ్యూమ్ ఈ విధంగా ప్రజా ఉద్యమాన్ని చేపట్టడంతో ప్రభుత్వంలో కాంగ్రెస్ వ్యతిరేక వైఖరి గట్టిపడసాగింది. అంతకుముందు కాంగ్రెస్ పట్ల సానుభూతి చూపించి ఆక్లండ్ కాల్విన్ హ్యూమ్ చర్యను తొందరపాటు చర్యగా - తుంటరిపనిగా అభివర్ణించాడు. 'మీరు అధికారిగా రంగుటద్దంలో నుంచి చూస్తున్నారు కాబట్టి మీకలా కనిపిస్తుంది. అధికారి పదవి నుంచి ఇవతలికి వస్తే, ప్రజలతో కలిస్తే మీ అభిప్రాయాల్ని మార్చుకుంటారు' అని హ్యూమ్ కాల్విన్‌కు రాశాడు.

1888లో జరిగిన అలహాబాద్ మహాసభకు స్కాటిష్ ఆంగ్లేయుడు బెంగాల్‌లోని ప్రముఖ వర్తకుడు అయిన జార్జ్‌యూల్ అధ్యక్షత వహించాడు. రెండు వందల మంది ముస్లిమ్ ప్రతినిధులు, వెయ్యిమందికిపైగా ఇతర ప్రతినిధులూ హాజరైనారు. అధ్యక్షోపన్యాసంలో యూల్ శాసన మండలి విస్తరణ జరగాలనీ, దానిలో సమాన నిష్పత్తిలో అధికారులూ, ఎన్నికైన ప్రతినిధులూ ఉండాలని, ప్రభుత్వం 'వీటో' అధికారాన్ని ఉంచుకోవచ్చనీ అన్నాడు. అదేవిధంగా కాంగ్రెస్ కార్యక్రమ లక్ష్యాలను వివరిస్తూ, పార్లమెంటరీ పద్ధతులను, దృక్పథాన్ని భారతీయులకు నేర్పి, ప్రాతినిధ్య సంస్థల పనితీరును ప్రయోగాత్మకంగా తెలియపరచి, ప్రజాస్వామిక సంస్థలలో పనిచేసే సత్తా భారతీయులకు ఉందని రుజువు చేయడమే కాంగ్రెస్ లక్ష్యమని అన్నాడు. తొలినాలుగు మహాసభల్లో కాంగ్రెస్ తీర్మానాలు, సూచనలు, విజ్ఞప్తులు మాత్రమే చేసింది; ప్రజాసభలు, ఆందోళనల వంటి తీవ్రచర్యలకు పూనుకోలేదు. బ్రిటిష్ ప్రజలకు, ప్రభుత్వానికీ భారతీయుల హక్కులను గుర్తించి గౌరవించడం అవసరమైన చర్య అని తెలియజేయడానికి, ప్రచారం చేయడానికి దాదాబాయి నౌరోజీని బ్రిటన్‌లో కాంగ్రెస్ ప్రతినిధిగా నియమించింది. భారతీయులపట్ల సానుభూతి వైఖరిగల చార్ల్స్ బ్రాడ్‌లా మద్దతునూ సంపాదించగలిగింది. 25, క్రావెన్‌స్ట్రీట్, స్ట్రాండ్‌లో కార్యాలయాన్ని నెలకొల్పింది. మద్రాసు కాంగ్రెస్ మహాసభ గురించి పదివేల కరపత్రాలను పంచడం జరిగింది. ఉమేశ్‌చంద్ర బెనర్జీ, నార్డన్‌లు బహిరంగ సభల్లో ప్రసంగించారు. బ్రాడ్‌లా వివిధ ప్రాంతాల్లో భారతదేశ సమస్యలను గురించి వివరించాడు. ఆయనను 'భారత ప్రతినిధి సభ్యుడు'గా పిలవసాగారు.

భారతదేశంలోని బ్రిటిష్ ప్రభుత్వం - అధికారుల వ్యతిరేక ధోరణి దృష్ట్యా బ్రిటన్‌లో కాంగ్రెస్ ఉధృత ప్రచారం చేయాలని హ్యూమ్ ఇచ్చిన పిలుపుతో కాంగ్రెస్ ప్రతినిధి సంస్థగా ఒక బ్రిటిష్ కమిటీని ఏర్పరిచారు. వెడర్‌బర్న్‌ను అధ్యక్షునిగా, దాదాబాయితోపాటు కెయిన్, బ్రైట్ (బ్రిటిష్ పార్లమెంటు సభ్యులు) ప్రభృతులు సభ్యులుగా ఎంపిక చేశారు. డిగ్బీని కార్యదర్శిగా నియమించారు. క్రీ.శ. 1889లో జరిగిన బొంబాయి మహాసభకు ఎలాంటి నిబంధన నియమాలు పెట్టకుండా కొంచెం మెతక వైఖరి చూపింది ప్రభుత్వం. శాసనమండలి విస్తరణ గురించి తీర్మానం చేసి కనీస కార్యక్రమాన్ని రూపొందించడం జరిగింది. దాన్ని ఆధారంచేసుకొని బ్రిటిష్ పార్లమెంటులో 'బిల్లు'ను ప్రవేశపెట్టవలసిందిగా బ్రాడ్‌లను కోరాలని నిర్ణయం తీసుకోవడం జరిగింది.

తీర్మానంలోని ముఖ్యాంశాలు : 1. కేంద్ర, రాష్ట్ర శాసనమండలులలో ఎన్నికైన సభ్యుల సంఖ్య సగానికి తగ్గకుండా ఉండాలి. అధికార సభ్యుల సంఖ్య నాలుగోవంతుకు పరిమితం కావాలి. కడమ సభ్యులు ప్రభుత్వ నియమితులు. 2. ఎన్నికలకు రెవిన్యూ జిల్లాయే ప్రాదేశిక నియోజకవర్గమై ఉండాలి. 3. 21 సంవత్సరాలు కనీస వయస్సు ఉన్న వారు ఓటర్లు, వీరు కేంద్ర శాసన మండలికి 50 లక్షల జనాభాకు ఒక సభ్యుడు, రాష్ట్ర శాసనమండలికి పదిలక్షల జనాభాకు ఒక సభ్యుడు చొప్పున శాసన మండలి సభ్యులను ఎన్నుకుంటారు, 4. పారసీ, క్రైస్తవ, ముస్లిమ్, హిందూ వర్గాలు కొన్ని కొన్ని నియోజక వర్గాలలో అల్పసంఖ్యాక వర్గాలుగా ఉండవచ్చు. ఎన్నికైన సభ్యుల సంఖ్య జనాభాలోని వివిధ వర్గాల దామాషాను ప్రతిఫలించే విధంగా ఉండాలి.

తీర్మాన కార్యక్రమాన్ని - ప్రణాళికను వివరించడానికి బ్రిటన్‌కు ఒక ప్రతినిధి బృందాన్ని పంపారు. సురేంద్రనాథ్ బెనర్జీ కూడా ఆ బృందంలో ఉన్నాడు. విద్యావంతులు, మేధావులతో కూడిన ఆక్స్‌ఫర్డ్ యూనియన్ సమావేశంలో సురేంద్రనాథ్ వివరణోపన్యాసం చేశాడు, అది విన్న తరవాత సమావేశంలోని అధిక సంఖ్య తీర్మానాన్ని బలపరిచింది.

అతివాదదశ (1906-1919)

భారత స్వాతంత్ర్యోద్యమంలో వామపక్ష భావాలు గలవారూ, సాయుధ పోరాట మార్గం చేపట్టిన వారూ పాల్గొన్నా ప్రధానంగా భారత జాతీయ కాంగ్రెస్ ఆది నుంచి స్వాతంత్ర్య సంప్రాప్తి వరకూ ఉద్యమాన్ని నడిపింది. జాతీయ కాంగ్రెస్ సంస్థ చరిత్రే స్వాతంత్ర్యోద్యమ చరిత్ర అని కొందరు చరిత్రకారులంటారు. ఉద్యమ చరిత్రను మూడు భాగాలుగా చూడవచ్చు. మితవాదుల ప్రాబల్య దశ (1885-1905); అతివాదుల ప్రాబల్య దశ (1905-19) గాంధీజీ నాయకత్వంలో ఉద్యమం (1919-47). తొలిదశలో ఉద్యమం నడిపిన మితవాదులు బ్రిటిష్ వారి న్యాయదృష్టిని నమ్మినవారు, బ్రిటిష్ ప్రభుత్వం పట్ల విధేయత చూపినవారు. సరియైన, సంతులిత పద్ధతిలో తమ కోర్కెలు విన్నవిస్తే బ్రిటిష్ ప్రభుత్వం వాటిని ఆమోదించి పరిష్కరిస్తుందని వారు భావించారు. "బ్రిటిష్ పాలనవల్ల ఒనగూరిన లాభాలను అర్థం చేసుకున్న వారిలా, అకుంఠిత విధేయులుగా మనం వ్యవహరించాలి" అన్నాడు. తొలిదశలోని నాయకులలో ప్రముఖుడైన దాదాబాయి నౌరోజీ. "బ్రిటిష్ పాలనను తొలగించడం కాదు, దాని ప్రాతిపదికను విస్తరించి, ధోరణిని ఔదార్యపూర్వకం చేసి, జాతి విశ్వాస పూరిత ధోరణి పునాదిపై పనిచేసేలా చేయగలిగితే, మనం జాతీయ కాంగ్రెస్ స్థాపకుల లక్ష్యాన్ని సాధించిన వారమవుతాం. వారి ఆశలు, ఆశయాలను నిలబెట్టిన వారిమవుతాము. విడిపోవడానికి కాదు, బ్రిటిష్ సామ్రాజ్యం లోని ఒక అంగంగా, ప్రపంచానికి

లాల్, బాల్, పాల్

ఉత్తమమైన ప్రజా సంస్థలను ప్రసాదించిన ఆ సామ్రాజ్యంలో అంతర్భాగమవుదాం" అని సురేంద్రనాథ్ బెనర్జీ వ్యాఖ్యానించాడు. బ్రిటిష్ ప్రభుత్వం చేసిన వాగ్దానాలను మితవాదులు విశ్వసించారు. 1858 విక్టోరియా రాణి ప్రకటన మన హక్కులు, స్వేచ్ఛకు పునాదియైన మాగ్నాకార్టా అని సురేంద్రనాథ్ ప్రకటించాడు. ఒక క్రమపద్ధతిలో పురోగతి, రాజ్యాంగబద్ధమైన ఉద్యమం ద్వారా సాధ్యమని మితవాదులు విశ్వసించారు. 'మన డిమాండ్‌లు మితవాద పరిమితిలో ఉండాలి, మనం చేసే విమర్శ న్యాయంగా ఉండాలి, మనం పేర్కొనే విషయాలు సక్రమంగా ఉండాలి, మనం నిర్ధారించే అంశాలు తర్కబద్ధమై ఉండాలి, అని బద్రుద్దీన్ తయ్యబ్‌జీ ప్రకటించాడు. "మనం ఓరిమి చూపాలి, నిరీక్షించాలి - అప్పుడు మనం ఆశించినవి సిద్ధిస్తాయి" అన్నాడు రాస్‌విహారిబోస్.

ప్రజలలో విద్యా- విజ్ఞతను పెంపొందించడం, జాతీయ రాజకీయ స్పృహను పెంచడం, రాజకీయ సమస్యలపై ప్రజాభిప్రాయంలో ఏకతను సాధించడం తమ ప్రధాన లక్ష్యమని మితవాదులు భావించారు. ఇందుకుగాను వారు ప్రజాసభలను నిర్వహించారు, పత్రికల ద్వారా ప్రభుత్వ చర్యలను విమర్శించారు, ప్రభుత్వాధికారులకు, బ్రిటిష్ పార్లమెంటుకు, బ్రిటన్‌లోని ప్రభుత్వానికి వినతులు, విజ్ఞాపన పత్రాలు రూపొందించారు. ఆ పత్రాల ద్వారా భారతదేశంలోని పరిస్థితులపై బ్రిటిష్ ప్రజలకు, నాయకులకు విషయాల్ని వివరించాలని వారు భావించారు. ఇందుకోసం ఒక ప్రతినిధి బృందాన్ని క్రీ.శ. 1889లో ఇంగ్లండ్‌కు పంపించారు. క్రీ.శ. 1906లో బ్రిటన్‌లో భారత జాతీయ కాంగ్రెస్ ఒక కమిటీని నెలకొల్పింది, ఆ కమిటీ 'ఇండియా' అనే పేరుతో ఒక పత్రికను ఆరంభించింది. ఈ లక్ష్యాలను నెరవేర్చడానికి దాదాబాయి నౌరోజీ ఇంగ్లండులో కృషిచేశాడు.

విద్యావంతులైన భారతీయులను ఉన్నత ప్రభుత్వోద్యోగాలలో నియామకానికి, ప్రాతినిధ్య సంస్థల ఏర్పాటుకు మితవాదులు యత్నించారు, బ్రిటిష్‌వారి సహాయసహకారాలతో అవి సిద్ధించలగలవని వారు నమ్మారు. ప్రజాస్వామ్య వ్యవస్థ అనేది ఒక విదేశీ వృక్షమని అది మనదేశంలో వేళ్ళూని గట్టిపడటానికి సమయం పడుతుందని, అందుకు దేశ ప్రజలకు సుదీర్ఘమైన శిక్షణ అవసరమని వారు అభిప్రాయపడ్డారు. భారతజాతి పరిణామదశలో ఉంది, ఇంకా అవతరించలేదు. ఆ పరిణామం సిద్ధించడానికి మత, ప్రాంత, కుల ఇత్యాది సంకుచిత పరిధులను అతిక్రమించి ఒక జాతీయైక్యతాభావం పెంపొందింపచేయడానికి కృషిచేయాలని మితవాదులు సంకల్పించారు. ఒక ఉమ్మడి రాజకీయ కార్యక్రమం పునాదిపై ఆర్థిక రాజకీయ ఆకాంక్షలకు రూపం కల్పించాలనేది వారి ఉద్దేశం. అందుకు నాందిగా విచక్షణ చూపని సుంక విధానంకోసం మితవాదులు ఆందోళన చేపట్టారు, అదేవిధంగా భూశిస్తును తగ్గించడానికి, రైతులకు ఉదారరీతిలో రుణ సౌకర్యం కల్పించడానికి ప్రభుత్వం చర్యలు తీసుకోవాలని కోరారు.

దేశీయ పరిశ్రమల స్థాపన, అభివృద్ధి, పరిశ్రమల రక్షణకు తగు సుంక విధానం దేశ ఆర్థిక సంపదను తరలించే ధోరణిని అరికట్టడం, దేశీయోత్పత్తుల ప్రోత్సాహం, వాడకం తమ లక్ష్యాలని మితవాదులు భావించారు. ఉన్నతోద్యోగాలలో భారతీయుల నియామకం ద్వారా ప్రభుత్వ వ్యయాన్ని తగ్గించవచ్చునీ, అలాంటి వ్యవస్థ ద్వారా దేశీయావసరాలను, ప్రజల ప్రయోజనాలను కాపాడవచ్చునీ, బాధ్యతాయుత ధోరణిని పరిపాలనలో ప్రవేశపెట్టవచ్చునీ వారి సిద్ధాంతం. న్యాయనిర్వాహక వ్యవస్థను

కార్యనిర్వాహక వ్యవస్థ నుంచి వేరుపరచాలని మితవాదులు భావించారు. విద్యావ్యాప్తికి ఇతోధికంగా ప్రభుత్వం ధనాన్ని కేటాయించాలని వారు కోరారు. బ్రిటిష్ వలసల్లోని భారతీయుల పరిస్థితులను చక్కదిద్దడానికి వారు ప్రయత్నించారు. భావప్రకటన – పత్రికల స్వాతంత్ర్యాలపై ప్రభుత్వం విధించిన నిర్బంధాలను మితవాదులు గట్టిగా వ్యతిరేకించారు. ప్రభుత్వం పట్ల వైరుధ్యాన్ని పెంపొందింప చేస్తున్నాడనే నెపంపై తిలక్ – ఇతర నాయకులను నిర్బంధంలోకి తీసుకోవడం జరిగింది. నాథ్ సోదరులను విచారణ చేయకుండానే ప్రవాస శిక్షకు గురిచేయడం జరిగింది. ఇలాంటి చర్యలను మితవాదులు నిరసించారు.

శాసనమండలులను విస్తరింపచేసి వాటి పని తీరు మెరుగుపరచాలని మితవాదులు ప్రభుత్వాన్ని కోరారు. ఎన్నిక పద్ధతిపై శాసనమండలిలో దేశీయ సభ్యుల సంఖ్యను పెంచాలని వారు కోరారు. ఇందుకు స్పందించి ప్రభుత్వం రూపొందించిన “1892 కౌన్సిల్ ఆక్ట్‌తో వారు సంతృప్తి చెందలేదు” అది మోసపూరిత చట్టమని నిరసించి విమర్శించారు. తరవాత బ్రిటిష్ సామ్రాజ్యాంతర్భాగంగానే దేశంలో ‘స్వపరిపాలన’ (ఇతర బ్రిటిష్ కాలనీలలో వలె) ఏర్పడాలని మితవాదులు కాంక్షించారు. మితవాదుల ప్రాబల్యం విద్యావంతులకు మాత్రమే – పట్టణ, నగర ప్రాంతాలకు మాత్రమే పరిమితమైంది. ప్రజా బాహుళ్యం మద్దతు వారికేర్పడలేదు. ఆ పరిమితులలో మౌలికమైన కోరికలకోసం ఆందోళన చేపట్టే అవకాశం లేకపోయింది. అలాంటి ఆందోళన చేపట్టినా బ్రిటిష్ ప్రభుత్వం తనకున్న అపార వనరులతో దాన్ని తేలికగానే అణచివేయగలుగుతుందని గోఖలే అభిప్రాయపడ్డాడు. తమకున్న పరిమితులలో మితవాదులు భారతీయుల సమస్యల పరిష్కారానికి ప్రయత్నించారని చెప్పవచ్చు.

మితవాదుల సంస్థగా కాంగ్రెస్‌పట్ల బ్రిటిష్ ప్రభుత్వం ఎలాంటి వైఖరిని చూపించిందో పరిశీలించాలి. 1888లో డఫెరిన్ ‘దుర్భిణీలో నుంచి చూడవలసినంత చిన్న అల్పసంఖ్యగల సంస్థ అని వ్యాఖ్యానించాడు. అయినా ఆయన ఒక కమిటీని నెలకొల్పి రాజకీయ సంస్కరణ సిఫారసులను ఆహ్వానించాడు. వారి సిఫారసుల ప్రాతిపదికగా బ్రిటిష్ పార్లమెంటులో ఒక బిల్లు ప్రవేశ పెట్టడం కూడా జరిగింది. కాంగ్రెస్ సభ్యుడని పేరుబడిన బ్రాడ్‌లా కూడా ఒక బిల్లు ప్రతిపాదించాడు. అయితే 1891లో ఆయన మృతిచెందడంతో అది చర్చకు రాలేదు. 1890 నాటికి ప్రభుత్వం కాంగ్రెస్ వ్యతిరేక ధోరణిని అవలంభించింది. కలకత్తా మహాసభకు అధికారులెవరూ, సందర్శకులుగా కూడా పోరాదని నియమం పెట్టింది. అయితే తరవాత లాన్స్‌డాన్ కాంగ్రెస్‌ను ప్రజాప్రతినిధి సంస్థగా అంగీకరించాడు. 1892లో నామమాత్రమైన కొన్ని సంస్కరణలు ప్రవేశపెడితే సరిపోతుందని భావించి బ్రిటిష్ ప్రభుత్వం చేసిన చట్టం అమలులోకి వచ్చింది. పాలనా యంత్రాంగం మాత్రం పూర్వ ధోరణిలోనే ఉప్పు పన్ను, అడవి పన్ను, ఇతర పన్నులతో ఖజానాను నింపే ప్రయత్నాలు కొనసాగించింది. మితవాద ప్రాబల్య కాలంలో కూడా నాగపూర్ మహాసభలో ‘రాజుల కాలంలో కూడా ప్రజలకు అటవీ వనరుల వినియోగాన్ని నిషేధించలేదనీ, బ్రిటిష్‌వారి దోపిడీ అడవులకు కూడా వ్యాపించిందనీ’ పీటర్ పాల్ పిళ్ళై అనే సభ్యుడు ఆవేదన వ్యక్తం చేశాడు.

సివిల్ సర్వీస్‌లు, ఉన్నతోద్యోగాల విషయంలో కూడా ప్రభుత్వం సామరస్య వైఖరి చూపలేదు. భారతదేశంలో కూడా సివిల్ సర్వీస్ పరీక్షలు జరపాలని కామన్స్ సభ ఆమోదిస్తే ఆ తీర్మానాన్ని ప్రమాదకరమైందని ప్రభుత్వం భావించింది. కాంగ్రెస్ ఉపన్యాసాలను, తీర్మానాలను ఉపేక్షించి అదనంగా పత్తిరైతులపై ఎక్సైజ్ పన్ను, పోలీస్ ఖర్చుల భరింపు పన్నులను విధించింది. కాంగ్రెస్ బ్రిటిష్ సామ్రాజ్యంపట్ల విధేయత ప్రకటించినా, బ్రిటిష్‌వారు చేసిన మేలు గురించి కీర్తనలు పాడినా ప్రభుత్వం కాంగ్రెస్‌ను 'కుట్రదారుల ముఠా' అని తెగనాడింది. 'కాంగ్రెస్ అంతాన్ని చూడటమే తన మహదాశయమని కర్జన్ అన్నాడు. భారతీయ ప్రజానీకాన్ని చీల్చి పాలించే' సూత్రాన్ని రూపొందించి, ముస్లిమ్‌లను కాంగ్రెస్ సంస్థ, కార్యకలాపాల్లో పాల్గొనకుండా చేయసాగింది. క్లిష్టంగా తయారైన ఈ పరిస్థితుల్ని ఎదుర్కొని కృషిచేసేంత చైతన్యం కాంగ్రెస్ సంస్థలో లోపించింది. ఈ పరిస్థితులలో అతివాద వర్గ నాయకుడైన బాలగంగాధర తిలక్ రంగంలోకి దిగాడు.

1895లో నేటివ్ ఒపీనియన్ వార పత్రికలో రాయ్‌ఘడ్‌లోని శివాజీ మందిరం దయనీయమైన స్థితిలో ఉండటం గురించి ప్రచురించింది. దానికి ప్రతిస్పందించి ఆ మందిర పునరుద్ధరణ గురించి 'కేసరి పత్రికలో తిలక్ రాశాడు, పూనాలో ఒక ప్రజాసభను నిర్వహించాడు. ఆ సభను గురించి బెంగాలీ పత్రికలు 'సుధాకర్', ఇందు ప్రకాశ్' కూడా గొప్పగా రాశాయి. 1895 ఏప్రిల్ 15 నాడు తిలక్ ఏర్పరచిన ఒక యాత్రలో ఆరు వేలమంది పాల్గొన్నారు. రాత్రివేళ దివిటీలు చేతపట్టి శివాజీ గురువు రామదాసు బొమ్మలను మరో చేత ధరించి ఎత్తైన రాయ్‌ఘడ్ గిరి దుర్గాన్ని చేరారు. ఈ సంఘటనలో ప్రదర్శితమైన ప్రజల ఉత్సాహశక్తి అందరినీ ఆకట్టుకుంది. తరవాత కలకత్తాలోనూ ఒక శివాజీ ఉత్సవాన్ని నిర్వహించడం జరిగింది. సురేంద్రనాథ్‌తో సహా పలువురు ప్రముఖ నాయకులు అందులో పాల్గొన్నారు. పూనాలోని సార్వజనిక సభపై కూడా తిలక్ వర్గం పట్టుసాధించింది. నాటి కరువు పరిస్థితి, శిస్తు రేట్లను గురించి స్పందిస్తూ, 'ఆస్తులూ సంపదలను తెగనమ్మి శిస్తు కట్టవద్దనీ', 'బ్రిటిష్ రాణి కరువుకారణంగా ఎవరూ చనిపోరాదని ఆరాటపడుతుంది, ప్రభుత్వం మీకు సహాయపడటానికి సిద్ధంగా ఉందనీ' రైతులకు సందేశమిచ్చాడు. తిలక్, కరువు పనికోసం ప్రభుత్వాన్ని అర్థించండి, అది వారి కర్తవ్యం' అని ప్రజలనుద్బోధించాడు. 1896లో కాంగ్రెస్ క్షామపరిస్థితులను గురించి చర్చించిందిగానీ, నివారణ ఉపశమన కార్యక్రమాన్ని ఒక్కదాన్ని కూడా రూపొందించలేదు.

అదేకాలంలో ప్లేగు వ్యాధి ప్రబలిన సందర్భంలో - వ్యాధి నిరోధక చర్యలను చేపట్టిన పూనా కలెక్టర్ రాండ్ ఆధ్వర్యంలో - వ్యాధినిరోధక చర్యలపైన అమానుషమైన రీతిలో బ్రిటిష్ సైనికులు ప్రవర్తించారు. స్త్రీ, వృద్ధులు, పరదాస్త్రీలు, అనే విచక్షణ లేకుండా అవమానకరమైన రీతిలో వారు వ్యవహరించారు. ఈ విషయమై పూనాకు చెందిన నాటి అధికారులకు లిఖిత పూర్వకమైన ఫిర్యాదు సమర్పించాడు. పత్రికలు ఈ విషయాన్ని ప్రముఖంగా ప్రస్తావించాయి. అధికారి రాండ్ ఆయన అనుచరులు అహంకార ధోరణిని చూపారు. వారి ప్రవర్తన ప్లేగు వ్యాధి కంటే దుర్మార్గ పూరితంగా ఉందని 'మరాఠా' పత్రిక రాసింది. ఇంగ్లాండ్‌లో ఉన్న గోఖలే కూడా ప్లేగు నిరోధక కమిటీ దురంతాలను గురించి ఇంగ్లీష్ పత్రికల వారితో ప్రస్తావించాడు. (అయితే ఇండియాకు

వచ్చిన తరవాత వినమ్రంగా క్షమాపణలు చెప్పాడు). నాటు-సోదరులను వారు చేసిన ఫిర్యాదులపై విచారణ చేయకుండానే ప్రవాస శిక్షకు గురిచేశారు.

రాండ్- అయన సహాయాధికారి ఐరెస్ట్‌లు తమదురంతాలకు మూల్యం చెల్లించుకోవలసి వచ్చింది. బొంబాయిలో విక్టోరియారాణి వజ్రోత్సవ సమావేశం నుంచి వస్తుండగా ఛాఫెకర్ సోదరులు (దామోదర్, బాలక్రిష్ణ) రాండ్‌నూ-ఐరెస్ట్‌ను చంపివేశారు. అయితే ద్రావిడ్ సోదరులిచ్చిన సమాచారంతో ఛాపేకర్ సోదరులను పట్టుకొని ఉరితీశారు. సమాచారం అందించిన ద్రావిడ్ సోదరులకు బహుమతినిచ్చింది ప్రభుత్వం. (అయితే మూడో ఛాపేకర్ సోదరుడు వాసుదేవ్ - తన స్నేహితుని సాయంతో ద్రావిడ్ సోదరులను తుదముట్టించాడుగానీ-ఆ ఇరువురిని ఉరితీసింది ప్రభుత్వం). ఈ ఉదంతాలు, కరువు కాటకాలూ, ప్లేగువ్యాధితో జనం అతలాకుతమవుతుండగా విక్టోరియా రాణి వజ్రోత్సవాలు నిర్వహించడం - ప్రజలలో కఠోరమైన వ్యతిరేక ధోరణిని, అతివాద ధోరణికీ, ఆయుధ ప్రయోగ ప్రక్రియ చేపట్టడానికీ ఉత్ప్రేరకాలుగా పనిచేశాయి. రాండ్, ఐరెస్ట్‌ల హత్యలకు తిలక్ రచనలు ఉత్ప్రేరకాలని తిలక్‌పై కేట్ర నేరారోపణ చేసి నిర్బంధించింది ప్రభుత్వం. విచారణ సంఘం (జారీ) లోని ఆరుగురు సభ్యులు తిలక్‌పై నేరనిర్ధారణ చేయగా, ముగ్గురు భారతీయ సభ్యులు తిలక్ నిర్దోషి అని నిర్ణయించారు. తిలక్‌ను కారాగార శిక్షకు గురిచేయడం ప్రజలలో ప్రభుత్వం పట్ల తీవ్రమైన వ్యతిరేకత నిరసన, ద్వేష భావాలను కలిగించింది. దేశవ్యాప్తంగా తిలక్‌పట్ల ఆరాధనాభావం ఏర్పడింది. ఈ పరిస్థితుల్లో టైమ్స్ పత్రిక విలేఖరి వాలెంటైన్ చిరోల్ భారతదేశానికి వచ్చాడు. ఆయన "దేశంలోని అశాంతి, అరాచకాలకు మూలకారకుడు తిలకేనని రాశాడు. ప్రభుత్వం తిలక్‌ను ప్రథమశత్రువుగా భావించసాగింది.

ప్రపంచ చరిత్రలో వచ్చిన పరిణామాలు కూడా భారతీయులలో అతివాద ఆయుధ ప్రయోగ మార్గాలకు పూనుకునేలా చేశాయి. జర్మనీ పారిశ్రామిక రంగంలో ముందంజవేసి తానూ వలసల అన్వేషణ కార్యక్రమంలో పడింది. ఫలితంగా జర్మనీ- ఇంగ్లాండ్ దేశాల మధ్య వైరుధ్యం ఏర్పడింది. రష్యా తూర్పు ఆసియాలో విస్తరణకు పూనుకుంది. ఫలితంగా భారత్‌లోని తమ సామ్రాజ్యానికి ముప్పు వాటిల్లనుందని ఇంగ్లాండ్ భయపడింది. విస్తరణ ధోరణిలో చొచ్చుకొని పోతున్న రష్యాకు మంచూరియాలో జపాన్‌తో యుద్ధం జరిగింది. 1905లో రష్యాపై జపాన్ ఘన విజయాన్ని సాధించింది. ఈ విజయంతో ఆసియా విజృంభిస్తుందనీ', యూరోపియన్‌దేశాలు అజేయమైనవన్న వాదం భంగపడింది. జపాన్ నుంచి ఆసియా దేశాలవారు ఉత్తేజాన్ని పొందారు. భారతీయులలోను బ్రిటన్‌ను ఎదిరించి పోరాడే ధోరణిని జపాన్ విజయం కలిగించింది.

ఈ పరిస్థితులలో కర్జన్ 1899లో గవర్నర్ జనరల్‌గా పదవిని చేపట్టాడు. అంతకుముందు నాలుగుసార్లు ఆయన భారతదేశానికి వచ్చాడు. భారతదేశం ఆసియాలోని పరిస్థితులను గురించి ఆయనకు అవగాహన ఉంది. అయితే ఆయన కరడుగట్టిన సామ్రాజ్యవాది. అంతర్జాతీయ పరిస్థితులు ప్రతికూలంగా ఉన్న ఆ కాలంలో బ్రిటిష్ సామ్రాజ్యాన్ని పరిరక్షించడమే తన ఏకైక కర్తవ్యమని ఆయన భావించాడు. కానీ ఆయన గవర్నర్ జనరల్‌గా ఉన్న ఆరు సంవత్సరాల కాలంలో జరిగిన సంఘటనలు, తీసుకోబడిన చర్యలు ప్రతికూలమైన వాతావరణాన్ని కలిగించాయి. జాతీయ వాదం

బలపడటానికి, అతివాదుల, ఆయుధ పోరాటవాదుల యత్నాలు ఉధృతం కావడానికి ఆయన కారకుడైనాడు. 1892 ఇండియా కౌన్సిల్ చట్టం జాతీయ నాయకులకు నిరాశ కలిగించింది. 'విధేయతా – వినతి పత్రాల విధానం' ద్వారా కాంగ్రెస్ కనీస విజయాన్ని కూడా సాధించలేకపోయిందని అతివాదులు విమర్శించారు. 'రాజకీయ హక్కులు బ్రతిమాలితేరావు. పోరాడి సాధించుకోవలసిందే. అని తిలక్ వ్యాఖ్యానించాడు. దాదాబాయి నౌరోజీ, రమేష్‌చంద్రదత్‌ల రచనలు ప్రచారంలోకి రావడంతో బ్రిటీష్ వారి దోపిడీ పరిమాణాన్ని గురించి తెలిసింది. బ్రిటిష్ వారి ఆర్థిక ప్రయోజనాల పరిరక్షణకోసం దేశ పరిశ్రమలు మూతబడే విధానం ప్రభుత్వం అవలంభిస్తుందని విధితమైంది'. 'ఇక మేల్కొని దేశాన్ని రక్షించుకోకుంటే మిగిలేది రాళ్ళూ, రప్పలే' అని దేశంలోని యువత భావించింది. క్రీ.శ. 1897 క్షామపరిస్థితులూ, క్రీ.శ. 1898 ప్లేగు నిరోధ చర్యలు బ్రిటిష్ అధికారుల అహంకార, జుగుప్సా పూరిత వైఖరిని తేటతెల్లం చేశాయి. దేశ ప్రజ ఉపద్రవంలో అల్లాడుతుంటే విక్టోరియారాణి వజ్రోత్సవ సంరంభాలు చేయడం, ప్రజాధన దుర్వినియోగం ప్రభుత్వ నిర్లక్ష్య వైఖరికి అద్దం పట్టింది. ఉన్నతోద్యోగాలలో భారతీయ విద్యావంతులకు అవకాశం కలిగించకపోవడం, సివిల్ సర్వీస్ పరీక్షల సంస్కరణ చేయకపోవడం, ప్రజానీకాన్ని నివ్వెరపోయేలా చేశాయి. 'బ్రిటిష్ పాలన భగవన్నిర్దేశం – భారతదేశానికి స్వాతంత్ర్యాన్నివ్వడం భగవదిచ్ఛకు విరుద్ధం' అనే కర్జన్ ప్రకటన – అందులో ధ్వనించిన విధి వాదం భారతీయులను అతివాద మార్గానికి చేరువచేసింది. కర్జన్ పదవీకాలంలో రూపొందిన కలకత్తా కార్పొరేషన్ చట్టం భారత యూనివర్సిటీల చట్టం ఆయా సంస్థలలోని పాలక సభ్యులలో ప్రజాప్రతినిధుల సంఖ్యను తగ్గించి అధికారుల ప్రాబల్యాన్ని పెంచింది. క్రీ.శ. 1904లో అధికారిక రహస్యాల చట్టం సాధారణ పరిపాలనా సంబంధమైన విషయాలను, పత్రికల్లో వచ్చే వార్తలను కూడా 'కుట్ర' పరిధిలోకి తెచ్చి వాటిని రాజద్రోహచర్యలుగా పరిగణించే పరిస్థితిని కల్పించింది.

క్రీ.శ. 1897 జులైలో తిరుగుబాటును ప్రేరేపించాడన్న అభియోగంపై ఏకపాక్షికంగా 18 నెలల జైలుశిక్షకు గురైన తిలక్, ఇంగ్లాండ్‌లోను, భారతదేశంలోనూ వ్యక్తమైన నిరసనతో ఆరు నెలలు ముందుగానే ప్రభుత్వం విడుదలచేసింది. దేశవ్యాప్తంగా ప్రజలు తిలక్‌ను అభిమానించి ఆయన నాయకత్వాన్ని ఆకాంక్షించారు. తిలక్ ఆలోచనా విధానంలోని విశిష్టత, తర్క బద్ధత, రెండు సందర్భాలలో ఆయన విశ్లేషణలో ద్యోతకమైనాయి. జాతీయకాంగ్రెస్ మహాసభలో సంఘ సంస్కరణలను గురించి చర్చించే సంప్రదాయం ఒకటి ఏర్పడింది. అయితే రాజకీయ సమావేశంలో సంఘ సంస్కరణల ప్రస్తావన లేవనెత్తవద్దని తిలక్ వాదించాడు. ఇది అందరినీ ఆశ్చర్యపరచింది. సంప్రదాయ ధోరణి కలిగిన ప్రజలు సంస్కరణలను వ్యతిరేకించి కాంగ్రెస్ కూడా దూరమయ్యే పరిస్థితిని కల్పిస్తుందని తిలక్ యుక్తియుక్తంగా వాదించాడు. మరొక సందర్భంలో విద్యావంతులైన భారతీయులు ప్రభుత్వోద్యోగాలను చేపట్టడాన్ని తిలక్ తిరస్కరించాడు. ఇలా ఉద్యోగాలలో చేరి మీ చేతులకు మీరే సంకెళ్ళు వేసుకుంటే అమాయక జనానికి త్రోవచూపించేవారెవరు? అని ఆయన ప్రశ్నించాడు. ప్రభుత్వం తిలక్‌ను హింసావాదిగా ముద్రిస్తే, మితవాదులు కూడా అదే ధోరణి చూపి ఆయనతో కలసి పనిచేయడానికి అయిష్టత చూపించారు. క్రీ.శ. 1899లో లక్నో కాంగ్రెస్ మహాసభలో

బొంబాయి రాష్ట్ర గవర్నర్ శాండ్‌హర్స్ట్ ప్రభుత్వం - క్షామనివారణ - ప్లేగు నిరోధక చర్యలలో చూపిన నిర్లక్ష్య ధోరణిని గురించి, అధికారుల రాక్షస ప్రవృత్తిని గురించి విమర్శిస్తూ ఒక తీర్మానం ప్రవేశపెట్టబోయాడు తిలక్. ప్రెసిడెన్సీకి (రాష్ట్రం) చెందిన విషయాన్ని అఖిల భారత మహాసభలో తీర్మానం ప్రవేశపెట్టకూడదంటూ ఒక సభ్యుడు అభ్యంతరం చెప్పాడు. తిలక్ తన పట్టువీడకపోవడంతో అధ్యక్షుడు సభ నుంచి వెళ్ళిపోతానని బెదిరించి పట్టునెగ్గించుకున్నాడు. క్రీ.శ. 1900 బొంబాయి రాష్ట్ర కాంగ్రెస్ సభలో తీర్మానం పెట్టబోయాడు తిలక్. అక్కడా అధ్యక్షుడు వ్యతిరేక ధోరణిని చూపగా తిలక్ తన తీర్మానాన్ని సరళం చేసి ప్రవేశపెట్టాడు. 'ప్రజటపట్ల విశ్వాసాన్ని చూపించి వారి శ్రేయస్సు కోసం పాటుపడే ధోరణిని అవలంభించవలసిందిగా ప్రభుత్వాన్ని ప్రార్థించింది సభ.

అటు భారతీయులపై అహంకార ధోరణితో బ్రిటిష్ జాతీయులు దురాగతాలు చేస్తూనే పోయారు. ప్రజానీకం ప్రతిఘటించడం మొదలైంది. కాన్పూర్‌లో ప్లేగు నివారణ శిబిరంపై దాడిచేసి అయిదుగురు పోలీసులను స్థానికులు చంపేశారు. 54 సందర్భాల్లో బ్రిటిష్ జాతి సైనికులపై దేశీయులు దాడిచేస్తే, 200 సందర్భాల్లో బ్రిటిష్ జాతీయులు భారతీయులపై దాడులు చేశారు. పంకాలు లాగేవారినీ, చాకలి సేవలు చేసేవారినీ బ్రిటిష్ జాతీయులు హింసించారు. క్రీ.శ. 1899 నాటి ఒక ఉదంతంలో నర్సింగ్ అనే పోలీస్ జిల్లా ఇంజనీర్‌గారికి వెట్టిచాకిరీ చేయడానికి నిరాకరించగా పోలీస్ సూపరింటెండెంట్ నర్సింగ్‌ను చావబాదాడు. విషయం కోర్టుకు పోగా, న్యాయమూర్తిపై ఒత్తిడితెచ్చి నర్సింగ్‌ను రెండు నెలలు జైలుశిక్షకు గురిచేశారు. నర్సింగ్ సెషన్స్ కోర్టుకు అప్పీలు చేసుకున్నాడు. అక్కడ ఐరిష్ జాతీయుడైన న్యాయమూర్తి పెనెల్ పోలీస్ అధికారికి వ్యతిరేకంగా తీర్పు చెప్పాడు. మరొక హత్యకేసులో తప్పుడు సాక్ష్యం చూపిన పోలీస్ సూపరింటెండెంట్‌ను అరెస్ట్ చేయించి, హంతకునికి మరణశిక్ష విధించాడు. అదే న్యాయమూర్తి పెనెల్. ప్రభుత్వం పోలీస్ సూపరింటెండెంట్‌ను బెయిల్‌పై విడుదల చేయించి పెనెల్‌ను ఉద్యోగం నుంచి తప్పించింది. పెనెల్ కలకత్తా వెళ్ళుండగా రోడ్డుకి ఇరువైపులా నిలిచి ఘనంగా వీడ్కోలు పలికారు జనం.

బ్రిటిష్ వారు చేసిన చేస్తున్న ఆర్థిక దోపిడీ వివరాలు బయటపడుతూనే ఉన్నాయి. క్రీ.శ. 1860-99 కాలంలో బ్రిటన్ జాతీయరుణం 175 మిలియన్లు తీరిపోగా, భారత్‌పై రుణభారం 100 మిలియన్లకు పెరిగింది. ఘనంగా అట్టహాసంగా ఏడో ఎడ్వర్డ్ పట్టాభిషేక మహోత్సవం జరిపింది ప్రభుత్వం. 'ఇంగ్లండ్‌లోగాని, ఫ్రాన్స్‌లోగానీ ప్రజలు కరువుకాటకాలు, అంటువ్యాధుల బారినపడి అల్లల్లాడుతూంటే - ఇలాంటి ఉత్సవాలు అక్కడా నిర్వహిస్తారా?" అని కాంగ్రెస్ అధ్యక్షుడు లాల్ మోహన్‌ఘోష్ ప్రశ్నించాడు. క్రీ.శ. 1904లో కాంగ్రెస్ మహాసభకు అధ్యక్షత వహించిన హెన్రీకాటన్, 'దేశ పాలనలో ఇతోధిక పాత్రను దేశీయులకు కల్పించే విధంగా రాజకీయ సంస్కరణలను రూపొందించాలన్న తీర్మానంతో రాగా, కర్జన్ ఆయనను కలుసుకోవడానికి నిరాకరించాడు. క్రీ.శ. 1905లో భారతీయుల దుస్థితిని వివరించడానికి గోఖలే, లజ్‌పత్‌రాయ్‌లు ఇంగ్లాండ్‌కు పోయారు. వారి యాత్ర కూడా అసంతృప్తి కలిగించింది. భారతీయులు తమ శక్తియుక్తుల పైనే ఆధారపడవలసి ఉంటుందన్న భావంతో వారు తిరుగుముఖం పట్టారు. పరిపాలనా సౌలభ్యం నెపంపై బెంగాల్ రాష్ట్రాన్ని విభజించడం రాజకీయాల్లో పెనుమలుపును తెచ్చింది. హిందువులు - ముస్లిమ్‌లు,

జాతీయవాదులు అందరూ ముక్తకంఠంతో బెంగాల్ విభజనను వ్యతిరేకించారు. ఈ సందర్భంలో కూడా విదేశీ వస్తు బహిష్కరణ, స్వదేశీ వస్తు వినియోగం దేశవ్యాప్తంగా జరగాలని అతివాదులు భావించగా, వాటిని బెంగాల్‌కు మాత్రమే పరిమితపరచాలని మితవాదులు పట్టుబట్టారు.

క్రీ.శ. 1906 కలకత్తా కాంగ్రెస్ మహాసభకు దాదాబాయి నౌరోజీని అధ్యక్షునిగా ఎంపికచేయడం జరిగింది. అతివాద, మితవాదుల మధ్య సామరస్యం కుదరడంవల్ల నాలుగు తీర్మానాలు రూపొందించారు. విదేశీ వస్తు బహిష్కరణ, స్వదేశీ వస్తు వినియోగం, జాతీయవిద్య, స్వపరిపాలనలు ఆ తీర్మానాంశాలు. కానీ క్రీ.శ. 1907లో పై నాలుగు తీర్మానాలపై ఇరువర్గాలు పరస్పర వ్యాఖ్యానాలతో మళ్ళీ వేరువేరు కూటములుగా ఏర్పడ్డారు. ప్రజలలో చైతన్యం ఏర్పడిన ఆ దశలోనే స్వాతంత్ర్య పోరాటాన్ని నిర్ణాయక దశలోకి తేవాలని - అందుకు అడ్డంకిగా ఉన్న మితవాదుల ప్రాబల్యం నుంచి కాంగ్రెస్‌ను విముక్తం చేయాలని - అది వీలుకాని పక్షంలో కాంగ్రెస్‌ను చీల్చక తప్పదని అతివాదులు నిర్ణయానికి వచ్చారు. అటు మితవాదులు కూడా ప్రమాదకారులైన అతివాదుల్ని తప్పించి కాంగ్రెస్‌ను కాపాడుకోవాలని భావించారు.

క్రీ.శ. 1905లో కర్జన్ నిష్క్రమించాడు. గవర్నర్ జనరల్ మింటో, భారత వ్యవహారాల కార్యదర్శి మార్లే రాజ్యాంగ సంస్కరణల పథకాన్ని రూపొందించే యత్నాల్లో పడ్డారు. రానున్న రాజ్యాంగ సంస్కరణలతో పాలనాధికారంలో పాలుపంచుకునే అవకాశం వస్తుందని - ఆ అవకాశానికి భంగం కలిగించే విధంగా అతివాదులు ప్రభుత్వాన్ని రెచ్చగొట్టకముందే కాంగ్రెస్‌లో అతివాదుల్ని ఏరివేయాలని మితవాదులు భావించారు. చాలామంది నేతలు కాంగ్రెస్‌లో చీలికరాకూడదని భావించారుగానీ, తమ తమ నాయకుల పట్టుదల, మొండివైఖరి కారణంగానో, అనుయాయుల పట్టుదల, మొండివైఖరుల కారణంగానో, వారు నిస్సహాయులైపోయారు. క్రీ.శ. 1907లో గుజరాత్‌లోని సూరత్‌లో అఖిలభారత కాంగ్రెస్ సభ జరిగింది. ఈ సభలో కలకత్తా కాంగ్రెస్ చేసిన తీర్మానాలను (విదేశీ వస్తు బహిష్కారం, స్వదేశీవస్తు వినియోగం, జాతీయ విద్య, స్వపరిపాలనలు) సరళీకరిస్తూ సవరణ చేయాలని మితవాదులు భావించారు. అతివాదులు ఎలాంటి పరిస్థితిలోనూ అలాంటి సవరణను జరగనీయరాదని పట్టుదల వహించారు.

మహాసభకు, మితవాద నాయకుడైన రాస్ బిహారీఘోష్‌ను అధ్యక్షునిగా ఎంపిక చేశారు. అతివాదులు ఆ నిర్ణయాన్ని వ్యతిరేకించారు. గందరగోళం చెలరేగి సభ మరునాటికి వాయిదాపడింది. మరునాడు మితవాదులు రాస్‌బిహారీ ఘోష్‌ను ఎన్నిక చేశారు. కానీ ఘోష్ అధ్యక్షోపన్యాసం చేయబోతుండగా తిలక్ వేదికపైకి వచ్చి మాట్లాడటానికి పూనుకున్నాడు. ఇరుపక్షాల మధ్య వాగ్వాదం జరుగుతుండగా నాగ్‌పూర్, పూనాల నుంచి వచ్చిన వ్యక్తులు లాఠీలతో వేదికపైకి దూసుకొచ్చారు. ఇంతలో ఎవరో చెప్పులు విసిరారు. అవి ఫిరోజ్‌షా మెహతాను తాకాయి. కుర్చీలు విసిరేయడం, లాఠీలు తిప్పడం జరగడంతో సభ అర్థాంతంగా ముగిసింది. ఈ పరిణామంతో నివ్వెరపోయిన తిలక్ జరిగిన దానికి విచారాన్ని వ్యక్తంచేసి సభాధ్యక్షుని ఎన్నిక ఏకగ్రీవంగా జరటానికి సహకారాన్ని ప్రకటించాడు. అయితే ఫిరోజ్‌షా మెహతా ప్రభృతులు సానుకూలతను చూపలేదు. అతివాదులను వారు దుయ్యబట్టారు. డిసెంబర్ 28 నాడు మితవాదులు విడిగా సమావేశమయ్యారు. అతివాదులు సహకరించడానికి ముందుకు వచ్చినా మితవాదులు వారిని అనుమతించలేదు.

కలకత్తా సభ, తీర్మానాలకే బద్ధులుగా ఉన్న అతివాదులు విడిగా సమావేశమై కాంగ్రెస్ కార్యక్రమం ముందెలా నిర్వహించాలన్న విషయాన్ని చర్చించారు. అతివాదులతో సామరస్యానికీ మితవాదులు సిద్ధపడలేదు. ఒకసారి అతివాదులను సభలోకి రానిస్తే వారి ప్రాబల్యం సంపూర్ణం అవుతుందని వారు భావించారు. తిలక్‌ను అపహసించి, 'ద్రోహి' అని ముద్రవేశారు. సూరత్ మహాసభలో వచ్చిన ఈ చీలిక అతివాదులు బాధ్యులని మితవాదులూ, మితవాదులు బాధ్యులని అతివాదులు పరస్పర విమర్శలు చేసుకున్నారు. కలకత్తా మహాసభ తీర్మానాలను వదలివేయడం తమ ఉద్దేశంకాదనీ, కేవలం అపోహలకు అస్కారం లేని విధంగా సవరించడం మాత్రమే తమ ఉద్దేశమని మితవాదులు అన్నా వారి వివరణలో నిజంలేదని తరవాత సంఘటనలు రుజువుచేశాయి. క్రీ.శ. 1908లో జరిగిన మద్రాసు మహాసభలో విదేశీ వస్తు బహిష్కారం తీర్మానాన్ని వదలివేయడం జరిగింది. జాతీయ విద్య తీర్మానాన్ని సవరించి, 'ఉన్న ప్రభుత్వ విద్యాలయాలకు అదనంగా విద్యాలయాలను జోడించాలని' తీర్మానించింది మద్రాసు మహాసభ. కలకత్తా తీర్మానం స్వరాజ్యం/స్వపరిపాలన అంతిమ లక్ష్యంగా పేర్కొనగా, మద్రాసు మహాసభ మోర్లేగారి సంస్కరణల ప్రతిపాదనలపట్ల సంతృప్తిని ప్రకటించింది. సూరత్ మహాసభలో వచ్చిన చీలికతో కాంగ్రెస్ బలహీనపడిపోయింది. తరవాత ఎనిమిది సంవత్సరాలకాలంలో క్రీ.శ. 1916 లక్నో కాంగ్రెస్ మహాసభ వరకు జాతీయకాంగ్రెస్ స్తబ్ధమైన సంస్థగా ఉండిపోయింది. తరవాత పరిణామాల్లో కొంత రాజ్యాంగ బద్ధ పోరాటం, కొంత విప్లవ ధోరణీ కొనసాగాయి.

వందేమాతరం ఉద్యమం లేదా స్వదేశీ ఉద్యమాలు (క్రీ.శ.1906-1911)

వైశ్రాయి కర్జన్ గవర్నర్ జనరల్‌గా భారతదేశంలో బ్రిటిష్ సామ్రాజ్య పరిరక్షణకోసం చేసిన కృషి; పన్నిన కుట్రలు చారిత్రక తప్పిదాలనీ పండితులు అభిప్రాయపడ్డారు. వాటిలో ఘోరమైన తప్పిదం బెంగాల్ రాష్ట్ర విభజనపథకం. విభజనకు పూర్వం బెంగాల్ రాష్ట్రం - బెంగాల్, బీహార్, ఒరిస్సా, అస్సాంలు కలిసిన పెద్ద రాష్ట్రంగా ఉండేది. పరిపాలనా సౌలభ్యం కోసం 1874లో అస్సామ్‌ను వేరుచేసి 'చీఫ్ కమీషనర్' పాలనలో ఉంచడం జరిగింది. బెంగాల్‌లోని చిటగాంగ్, ఢాకా, మైఎన్‌సింగ్ ప్రాంతాలను కూడా అస్సామ్‌లో కలపాలన్న ప్రతిపాదనను చిటగాంగ్ ప్రాంతం వ్యతిరేకించడం వల్ల, అధికారుల్లో ఏకాభిప్రాయం లేకపోవడం వల్లా ప్రతిపాదన అమలుకాలేదు. 1903లో తిరిగి ఈ ప్రతిపాదనను కర్జన్ పైకి తెచ్చాడు. బెంగాల్ లెఫ్టినెంట్ గవర్నర్ పాలనాపరిధిని కుదించి, కార్యభారాన్ని తగ్గించడం కారణాలుగా చూపి లోగడ వ్యతిరేకించిన చిటగాంగ్ ప్రజలు ఇప్పుడు అనుకూలంగా ఉన్నారని - ఈ మార్పు పాలనా సౌలభ్యానికి అవసరమని ఆయన వివరించాడు.

కర్జన్ ప్రతిపాదనలు నిరసన వెల్లువను సృష్టించాయి. తూర్పు బెంగాల్‌లోనే 500 నిరసన ప్రదర్శనలు జరిగాయి. ప్రతిపాదనను విమర్శించే కరపత్రాలు ఏభై వేలు పంచడం జరిగింది. సురేంద్రనాథ్, పృద్వీశ్‌చంద్రరాయ్, కృష్ణకుమార్ మిత్రాలు విమర్శనా వ్యాసాలు రాశారు. బెంగాలీ, హితవాది, సంజీవని పత్రికలు ఈ వ్యాసాలు ప్రచురించాయి. కలకత్తాలో పెద్దఎత్తున నిరసన ప్రదర్శనలు నిర్వహించడం జరిగింది. విభజనను వ్యతిరేకిస్తూ వినతిపత్రాలను భారత వ్యవహారాల కార్యదర్శికీ, ప్రభుత్వానికీ పంపించడం జరిగింది. లోగడ ప్రభుత్వానికి బాసటగా నిలచిన భూస్వాములు

కూడా నిరసనల్లో పాల్గొన్నారు. ఢాకా నవాబు సర్‌సలీముల్లా విభజనను 'పాశవిక' చర్యగా భావించాడు. పూర్వ బ్రిటిష్ అధికారి సర్‌హెన్రీకాటన్ నిరసనకారుల పట్ల సానుభూతిని ప్రకటించాడు.

నిరసనలను, ఆందోళనలను విమర్శిస్తూ, తూర్పు బెంగాల్ ప్రజలను బుజ్జగిస్తూ, ముస్లిమ్ వర్గాన్ని మభ్యపెడుతూ కర్జన్ ఉపన్యాసాలిచ్చాడు. నూతనంగా ఏర్పడే తూర్పు బెంగాల్ రాష్ట్రం మహ్మదీయ రాష్ట్రంగా రూపొందుతుందని, చీఫ్ కమీషనర్ పాలనలో ఉంటుంది కాబట్టి శాసనసభ, ఎన్నికయ్యే ప్రతినిధులూ అందులో ఉండరన్న అభ్యంతరాన్ని తొలగిస్తూ, నూతన రాష్ట్రం లెఫ్టినెంట్ గవర్నర్ పాలనలో ఉంటుంది కాబట్టి శాసనమండలి ఏర్పాటవుతుందని భరోసాలు ఇచ్చాడు. క్రీ.శ. 1905 జూలైలో అధికారిక ప్రకటన వెలువడింది. తూర్పు బెంగాల్, అస్సామ్ నూతన రాష్ట్రంలో చిటగాంగ్, ఢాకా, రాజాషాహీ ప్రాంతం, తిప్పెరా పర్వత ప్రాంతం, అస్సామ్ ఈ రాష్ట్రంలోని ప్రాంతాలు ఢాకా రాజధాని; ఉపరాజధాని చిటగాంగ్. క్రీ.శ. 1905లో బ్రిటన్‌లో ఎన్నికల పరిణామాలలో కర్జన్ వైస్రాయి పదవిని వదలవలసి వచ్చింది. అయితే విభజన పథకాన్ని అమలుచేసి పథకాన్ని సమర్థిస్తూ వచ్చిన ఫుల్లర్‌ను బెంగాల్‌కు లెఫ్టినెంట్ గవర్నర్‌గా నియమించిన తరవాతే కర్జన్ ఇండియా నుంచి నిష్క్రమించాడు. ప్రజలు ఆందోళనతో విరుచుకుపడ్డారు. ఫరీద్‌పూర్, జెస్సోర్, ఢాకా, బారిసాల్ పట్టణాల్లో నిరసన సభలు జరిగాయి. 1903-05 కాంగ్రెస్ మహాసభలు చేసి 'బెంగాల్ విభజన రద్దు తీర్మానాలను గానీ వినతిపత్రాలనుగానీ బ్రిటిష్‌వారు పట్టించుకోలేదు. 'బ్రిటిష్ పాలన మొదలైన నాటి నుంచి ఎన్నడూ లేని విధంగా కుల, మత విచక్షణ లేకుండా ప్రజలు ఏకలక్ష్యంతో సంఘటితంగా ప్రతిఘటించడం ఒక అపూర్వ పరిణామం' అని గోఖలే ప్రస్తుతించాడు.

కలకత్తా టౌన్ హాల్‌లో 1905, ఆగస్టు 7 నాడు ఉద్యమారంభం ఒక ప్రజాసమావేశంతో జరిగింది. మాంచెస్టర్ వస్త్రాన్నీ, లివర్‌పూర్ ఉప్పును బహిష్కరించవలసిందిగా నాయకులు పిలుపునిచ్చారు. 1905, అక్టోబర్ 16 బెంగాల్ రాష్ట్రానికి దుర్దినం అని వ్యాఖ్యానించారు. కలకత్తాలో హర్తాల్ ప్రకటించారు. ప్రజలు ఊరేగింపుగా సాగి గంగానదిలో స్నానాలు చేసి 'వందేమాతరం' గీతం ఆలపిస్తూ - ఒకరికొకరు రాఖీలు కట్టుకొని సంఘీభావం ప్రకటించారు. ఒక ప్రజాసభలో సురేంద్రనాథ్, ఆనందమోహన్ ప్రభృతులు ప్రసంగించారు. డెబ్భై అయిదువేల ప్రజానీకం పాల్గొన్న ఈ సభలో కాసేపట్లోనే ఏభై వేల రూపాయల నిధి వసూలైంది. క్రీ.శ. 1905లో బనారస్ కాంగ్రెస్‌లో విదేశీ వస్తు, వస్త్ర బహిష్కరణ, స్వదేశీ వస్తు వినియోగం' తీర్మానాలు జరిగాయి. 'స్వదేశీ' ఉద్యమసాధనకు వినూత్నమైన పద్ధతులను అవలంభించారు. బహిరంగసభలు, సమావేశాలేకాక, స్వచ్ఛంద కార్యకర్తల సంఘాలు ఉద్యమ ప్రచారాన్నీ, ఉద్యమం అమలును చేపట్టాయి. వీటిని 'సమితులుగా వ్యవహరించారు. వీటిలో బారిసాల్‌లో అశ్వనీకుమార్‌దత్ నెలకొల్పిన 'స్వదేశ బోధన సమితి' ప్రసిద్ధమైంది. ఈ సమితిలో ముస్లిమ్ కర్షక యువకులు సైతం పాల్గొని, 'స్వదేశీ' సందేశాన్ని బెంగాల్ మారుమూలలకు తీసుకొనిపోవడం జరిగింది.

'స్వదేశీ' ఉద్యమ యువకులను విశేషంగా ప్రభావితం చేసిన వారిలో వివేకానందుడు ప్రముఖుడు. ఆయన ఉద్బోధించిన సేవాభావం, త్యాగనిరతి దేశభక్తి భావాలు వారిని ఉత్తేజపరిచాయి. బలిష్ఠమైన భుజాదండాలను పెంపొందించుకున్న యువకులు దేవునికి ప్రీతిపాత్రులవుతారని,

మృత్యువుకు భయపడకుండా ధైర్యసాహసాలతో ముందుకు సాగేవారే కాళీమాత అనుగ్రహం పొందుతారని ఆయన యువకులను ఉద్బోధించాడు.

వివేకానందుని బోధనలతో ప్రభావితమై ఏర్పడిన సంఘాలలో 'అనుశీలన సమితి' ముఖ్యమైంది. క్రీ.శ. 1902లో సతీష్‌చంద్రబసు ఈ సమితిని స్థాపించాడు. సమితిశాఖలు తూర్పు బెంగాల్‌లో బహుళ సంఖ్యలో ఏర్పడ్డాయి. బంకిమ్‌చంద్ర ఛటర్జీ రాసిన 'ఆనందమఠ్' నవల ఈ సమితి చిత్రితమైంది. అనుశీలన సమితికి పి. మిత్ర అధినేతగా ఉండేవాడు. భద్రలోక్ (మధ్యతరగతి) వర్గానికి చెందిన యువకులలో ధైర్యసాహసాలను పెంపొందించడంలో అనుశీలన సమితి పాత్ర ఘనమైంది. ఈ సమితిలో చేరిన యువకులు, ఏస్లర్ రాసిన 'మోడర్న్ ఎక్స్ప్లోజివ్స్', బ్లాచ్ రచించిన 'మోడర్న్ వెపన్స్ అండ్ మోడర్న్ వార్', ఆల్ఫ్రెడ్ హటన్ రాసిన 'ది సోర్డ్స్‌మన్ వంటి గ్రంథాలను సంపాదించి వాటిలోని సమాచారాన్ని తమ ఉద్యమ పథకాలకు ఉపయోగించుకోసాగారు. 'అనుశీలన సమితి పంథాలోనే పనిచేసే ఇతర సంఘాలు కూడా నిర్మితమైనాయి. 'ఆత్మోనతి సమితి', 'బ్రతిసమితి', 'సుహృద్‌సమితి' అనేవి ఏకవిధమైన లక్ష్యాలతో ఏర్పడినవే. ఈ సమితుల కార్యకలాపాలు ప్రభుత్వానికి ఆందోళన కలిగించాయి. దాంతో ప్రభుత్వం వాటిని ఒక అసాధారణ గెజిట్‌లో 'చట్ట వ్యతిరేకమైన సంఘాలుగా ప్రకటించింది. ఉద్యమ ప్రచారం సంప్రదాయికమైన పండుగలు, మేలాల నిర్వహణ ద్వారా కూడా ప్రజానీకానికి విస్తరింపచేయడం జరిగింది. ఉద్యమంలో భాగంగా సంఘాన్ని సంస్కరించే ప్రయత్నాలు కూడా సాగాయి. దురాచారాలైన బాల్య వివాహాలు, వరకట్నం, కులభేదాలు గురించి దురలవాట్లయిన మద్యపానం గురించి నాటకాల ద్వారా, ప్రబోధ గీతాల ద్వారా ప్రజలను విద్యావంతుల్ని చేసే ప్రయత్నం జరిగింది. స్వదేశీ సంస్థల స్థాపన ఉద్యమంలో ఒక ముఖ్యమైన ఆలోచన. అరవిందుడు ప్రిన్సిపాల్‌గా బెంగాల్ జాతీయ కళాశాలను స్థాపించారు. 1906లో జాతీయ విద్యామండలిని నెలకొల్పి అన్ని స్థాయిలలో జాతీయ విద్యావిధానాన్ని అమలుపరచడానికి కృషినారంభించారు. సాంకేతిక పరిజ్ఞానం బోధనకు, శిక్షణకు ప్రాముఖ్యం ఇచ్చి, భారతీయ విద్యార్థులను వినియోగ వస్తువుల తయారీలో శిక్షణకోసం జపాన్‌కు పంపడం, దేశీయ కార్ఖానాలను నెలకొల్పడం జరిగింది. బట్టల మిల్లులు, సబ్బులు, అగ్గిపెట్టెల పరిశ్రమలను నెలకొల్పడం ద్వారా స్వావలంబన కృషి జరిగింది. బెంగాల్ సాంకేతిక సంస్థ స్థాపితమైంది. పి.సి. రాయ్ (ప్రఫుల్ల చంద్రరాయ్) అనే ప్రసిద్ధ రసాయనశాస్త్రజ్ఞుడు బెంగాల్ కెమికల్స్ అనే కర్మాగారాన్ని నెలకొల్పాడు. శిక్షణకోసం యువకులను విదేశాలకు పంపడానికి ఒక నిధిని ఏర్పాటుచేశాడు జోగేంద్రచంద్రఘోష్. కాశింబజార్ వాస్తవ్యుడు సంపన్నుడు అయిన మనీంద్రనంది పరిశ్రమలు నెలకొల్పేవారికి ధన సహాయాన్ని అందించాడు.

బెంగాల్ విభజనతో ఆరంభమైన స్వదేశీ ఉద్యమం దేశమంతటా విస్తరించింది. ఆంధ్రప్రదేశ్‌లో గాడిచర్ల హరిసర్వోత్తమరావు, గొల్లపూడి సీతారామశాస్త్రి, అయ్యదేవర కాళేశ్వరరావు స్వదేశీ ఉద్యమాన్ని ప్రచారం చేశారు. బిపిన్‌చంద్రపాల్, ఆంధ్రపట్టణాల్లో పర్యటించి ఉపన్యసించాడు. రాజమండ్రిలో, గున్నేశ్వరరావు ఇచ్చిన వెయ్యి రూపాయల విరాళంతో, గోదావరి స్వదేశీ స్టోర్స్‌ను ప్రారంభించడమైంది; జాతీయ పాఠశాల, జాతీయకళాశాలలు స్థాపితమయ్యాయి. సంగీతం, సాహిత్యం,

చిత్రకళ మొదలైన సాంస్కృతిక రంగాలలో దేశీయమైన శైలీ సంప్రదాయాలను పునరుద్ధరించడం జరిగింది. రవీంద్రనాథ్‌ఠాగూర్, రజనీకాంత్‌సెన్, ద్విజేంద్రలాల్‌రాయ్, ముకుందదాస్, సయ్యద్ ఆబూ మహమ్మద్ వంటి కవులు రాసిన గీతాలు ఉద్యమానికి ఉద్దీపనలయ్యాయి. ఈ కాలంలో వచ్చిన గీతమే 'అమార్‌సోనార్ బాంగ్లా' అనే రవీంద్రుని గేయం. 1970లో బంగ్లాదేశ్ విమోచనోద్యమ గీతంగా ఈ గేయం ప్రసిద్ధమైంది. పల్లీగీత్, జారీగాన్ పాటలలో హిందూ-ముస్లిమ్‌లు పాడుకునే దేశీయ జానపద బాణీలు తిరిగి వినిపించసాగాయి. ప్రఖ్యాత శాస్త్రవేత్త జగదీశ్‌చంద్రబోస్ సివిల్ సర్వెంట్ కావాలనుకున్నాడు. కాని భారతదేశానికి నాడు కావలసింది శాస్త్రవేత్తలని తండ్రి పురమాయించడంతో శాస్త్ర పరిశోధనకు పూనుకుని అంతర్జాతీయ ఖ్యాతి నార్జించాడు. శాస్త్రవేత్త కావాలనుకున్న సి.వి. రామన్, దేశానికి స్వదేశీ సివిల్ సర్వెంట్‌లు అవసరమని భావించగా సివిల్ సర్వీస్ ఉద్యోగం చేపట్టాడు. ఉద్యోగం చేస్తూనే శాస్త్ర పరిశోధనచేసి నోబెల్ బహుమతిని సాధించాడు. అజంతా, మొఘల్, రాజస్థానీ చిత్రకళా సంప్రదాయాల నుంచి పొందిన ఉద్దీపనతో ఆధునిక భారతీయ చిత్రకళా సంప్రదాయాన్ని ఆవిష్కరించాడు. శాస్త్రవేత్త పి.సి. రాయ్ దేశీయ శాస్త్ర పరికరాలను నిర్మించే పరిశ్రమను ఆరంభించాడు. స్వయంగా స్వదేశీ ఉద్యమంలో చురుగ్గా పాల్గొన్నాడు. శాస్త్ర విజ్ఞాన సముపార్జనకు ఆలస్యం కొంత జరగవచ్చుగానీ స్వాతంత్ర్య ప్రాప్తికి జాగుకారాదు' అన్నాడాయన.

దేశంలోని యావత్ ప్రజలలోనూ జాతీయ భావాన్ని ఐక్యతాభావాన్ని కలిగించింది వందేమాతరం ఉద్యమం, భూస్వాములు, మధ్యతరగతి వారు, విద్యార్థులూ, స్త్రీలూ పెద్ద సంఖ్యలో ఉద్యమంలో పాల్గొన్నారు. అయితే బ్రిటిష్ ప్రభుత్వం చేపట్టిన ప్రత్యేకతా వ్యూహాలతో ముస్లిమ్ సమాజాన్ని కొంతవరకు ఉద్యమం నుంచి వేరుచేయగలిగింది. ఢాకా నవాబును మనసు మార్చి తమకు తోడ్పడేలా చేయగలిగింది ప్రభుత్వం. ఇలాంటి కొన్ని సమస్యలు ఏర్పడినా ఉద్యమం ముఖ్యంగా తూర్పు బెంగాల్‌లో రాజ్యాంగ బద్ధ రీతిలోనే ఉధృతంగా జరిగింది. ఉద్యమ తీవ్రతను నివ్వెరపోయిన అధికార యంత్రాంగం అనాలోచితమైన రీతిలో అణచివేత చర్యలకు పాల్పడింది. 'వందేమాతరం' నినాదాన్ని ఉచ్చరించడాన్ని కూడా నిషేధించడం జరిగింది.

ప్రజలు బెంగాల్ విభజనను అంగీకరించరన్న విషయాన్ని నొక్కి చెప్పే విధంగా తూర్పు బెంగాల్‌లోని బారిసాల్‌లో బెంగాల్ రాష్ట్ర కాంగ్రెస్ సభను నిర్వహించడం జరిగింది. సమావేశంలో పాల్గొనడానికి వచ్చిన ప్రతినిధులపై కారణమేమీ లేకుండానే లాఠీ చార్జి చేశారు అధికారులు. 'వందేమాతరం' నినాదాన్ని లాఠీ దెబ్బలు తిన్నా వదలని ఒక ప్రతినిధిని జలాశయంలో పడేశారు. సురేంద్రనాథ్‌ను అరెస్ట్‌చేసి ఆంగ్లేయ న్యాయమూర్తి వద్దకు తీసుకుపోయినప్పుడు 'కుర్చీలో కూర్చోడానికి వీల్లేదని' న్యాయమూర్తి గద్దించాడు. అందుకు సురేన్ నిరాకరించగా రెండు వందల రూపాయల జరిమానా విధించాడు. సురేంద్రనాథ్‌తోపాటు వచ్చిన పూజారిని చొక్కా లేనందుకు గెంటివేశారు. ఇవేవీ ఉద్యమాన్ని ఉపశమింపచేయలేకపోయాయి. బారిసాల్ కాంగ్రెస్ సందర్భంలో అధికారులు చూపిన దురుసుతనానికి ప్రతిగా బ్రిటిష్ వారిపై సమావేశం ఆర్థిక ఆంక్షలు ప్రకటించింది. ఇదే ఉద్యమానికి 'బహిష్కరణోద్యమం' (బాయ్‌కాట్) అని పేరు రావటానికి కారణం.

'స్వదేశీ' నినాదం గురించి కొన్ని చారిత్రక వివరాలిలా ఉన్నాయి. పూనాకు చెందిన గోపాల్‌రావు దేశ్‌ముఖ్ (ఆయన్ను లోకహితవాది' అని వ్యవహరించేవారు) 1840లోనే గ్రామాల్లోని కుటీర పరిశ్రమల పరిరక్షించడానికి 'స్వదేశీ సూత్రాన్ని ప్రతిపాదించాడు. 1870లలో మహాదేవ్‌గోవిందరనడే తన రచనలు, ఉపన్యాసాల ద్వారా స్వదేశీ వస్తు వినియోగ నినాదాన్ని ప్రచారంలోకి తెచ్చాడు. ఆయనతో ప్రభావితమైన గణేశ్ వాసుదేవ్ జోషి (సార్వజనిక్ కాకా) ప్రతి దినమూ రాట్నంపై దారంతీసేవాడు. 1877లో తాను స్వయంగా వడకిన దారంతోనేసిన వస్త్రాలను ధరించి ఢిల్లీ దర్బారుకు హాజరై, బ్రిటిష్ రాణికి రాసిన వినతి పత్రాన్ని చదివాడు. అందులో బ్రిటిష్ పౌరులకుండే రాజకీయ, సాంఘిక హక్కులు, హోదాలను భారతీయులకు అనువర్తింపచేయాలని విజ్ఞాపన చేశాడు. 1876లో 'స్వదేశీ ఉద్యమ వర్ధక్ మండలి' అనే సంఘాన్ని అంబాలాల్ సకర్‌లాల్, ప్రేమాబాయి, హిమాబాయి, మణిబాయి జష్‌బాయి, రంఛోడ్‌లాల్ ప్రభృతులు అహ్మదాబాద్‌లో స్థాపించారు.

1894లో తిలక్ 'ఇంగ్లాండ్ నుంచి వచ్చే ఉత్పాదిత వస్తువులన్నింటినీ బహిష్కరించాలని' కేసరి పత్రికలో రాశాడు. అదే సంవత్సరం పూనా సార్వజనిక సభలో బ్రిటిష్ వస్తు దిగుమతులను సుంకం నుంచి మినహాయించడాన్ని విమర్శిస్తూ, మాంచెస్టర్ వస్తువులను బహిష్కరించాలని గోఖలే కూడా పిలుపునిచ్చాడు. 1902లో మరాఠీ పత్రిక 'అరుణోదయ' విదేశీ వస్తు బహిష్కరణను సమర్థిస్తూ రాసింది. అహ్మదాబాద్‌లో 'దేశీయ ఉత్పాదిత వస్తు సంరక్షణ సమితి' ఏర్పడింది. అది ఒక చారిత్రాత్మక సంఘటన అని ప్రజా బంధు పత్రిక రాసింది. విదేశీ వస్తు బహిష్కరణ నినాదానికి ఈ ఉదంతాలు చారిత్రక నేపథ్యాలు. 1905లో ఆర్యసమాజ్ సభ్యుడు తహల్‌రామ్ గంగారామ్ విదేశీ వస్తు బహిష్కరణ గురించి ప్రతి సాయంత్రం కాలేజ్ చౌరస్తాలో ఉపన్యాసాలిస్తూ యువకులను, విద్యార్థులను ఉత్తేజపరిచేవాడు. 1905 జులై 17 నాడు రిపన్‌కాలేజ్ వద్ద జరిగిన సభలో బెంగాల్ విభజన రద్దయ్యే వరకు బహిష్కరణోద్యమం జరగాలని తీర్మానం జరిగింది. విదేశీ వస్తు విక్రయాలు జరిగేచోట్ల పికెటింగ్ జరగాలని సభలు తీర్మానించాయి. స్వదేశీ వస్తు వినియోగం పెరిగి ధరలు పెరగడంతో క్రయం చేసేవారికి విరాళ నిధి నుంచి సహాయాన్ని అందించడం జరిగింది. ఒక సందర్భంలో లివర్‌పూల్ నుంచి తెచ్చిన ఉప్పు సంచులను ఉద్యమకారులు నదిలో పారేశారు. ఈ సంఘటన బోస్టన్ టీ పార్టీని తలపించింది. అరవిందఘోష్ సూచనపై కాళీ మందిరం ముందు పోగైన ఏభై వేల మంది విదేశీ వస్తు బహిష్కరణను పాటిస్తామని ప్రమాణాలు చేశారు. విదేశీ వస్తు వినియోగంచేసేవారు అపహాస్యం పాలయ్యారు. రిపన్‌కాలేజ్‌లో విద్యార్థులు విదేశీకాగితాలపై పరీక్ష రాయడానికి నిరాకరించగా స్వదేశీ కాగితాలు తెప్పించవలసి వచ్చింది. అస్వస్థురాలైన ఆరు సంవత్సరాల బాలిక విదేశీ ఔషధాన్ని తీసుకోవడానికి నిరాకరించింది. వివాహ సందర్భంలో విదేశీ కానుకలు నిషిద్ధాలయ్యాయి. విదేశీ ఉప్పు, విదేశీ చక్కెర వాడిన విందుల్లో పాల్గొనడానికి అతిథులు నిరాకరించారు.

తిలక్ నాయకత్వంలో 'స్వదేశీ', విదేశీ ఉద్యమం మహారాష్ట్రలో ఉధృతంగా సాగింది. 'విదేశీ పెత్తనాన్ని ఆపేశక్తి మనకు లేదు. కానీ విదేశీ వస్తు బహిష్కరణ ద్వారా కోట్ల రూపాయల ధనం దేశం దాటిపోకుండా మనం చూసుకోవచ్చు గదా! విదేశీ వస్తు బహిష్కరణ ద్వారా చైనా అమెరికన్ ప్రభుత్వం కళ్ళు తెరిపించిన దృష్టాంతం చరిత్రలో కనిపిస్తుంది గదా! అని కేసరి పత్రికలో తిలక్ రాశాడు. ఇతర రాష్ట్రాల్లో కూడా తిలక్ పర్యటించి ఉద్యమ ప్రచారం చేశాడు. ఆయనను దర్గాలోకి వచ్చి ఉపన్యసించవలసిందిగా ముస్లిమ్‌లు కోరారు. ధూలియాలో ముల్లా షేక్ చాంద్ అధ్యక్షతన జరిగిన సభలో, 'వందేమాతరం' – అల్లా హో అక్బర్ నినాదాలతో స్వదేశీ తీర్మానాలను ప్రజలు ఆమోదించారు. హైదరాబాదులో ఖాజీ సైఫుద్దీన్, ఇతర మతాల ప్రజలు హాజరైన సభలో, దేశాన్ని పారిశ్రామికంగా అభివృద్ధి చేయడానికి ప్రజలంతా కలిసి ఉద్యమాన్ని నిర్వహించాలని ఉపన్యసించాడు.

1906లో కలకత్తాలో అపూర్వమైన రీతిలో శివాజీ ఉత్సవాన్ని నిర్వహించారు. తిలక్ ఆయన అనుయాయులు కూర్చున్న వాహనాన్ని వందేమాతరం నినాదాలిస్తూ పౌరులే లాగుతూ తీసుకొనిపోయారు. ఈ ఉత్సవంలో ముస్లిమ్‌లు పాల్గొన కుండా – 'అఫ్జల్‌ఖాన్ శివాజీ చారిత్రక ఉదంతాన్ని బ్రిటిష్ అధికారులు ప్రచారంలోకి తెచ్చారు. సభలో ఒక వక్త – చరిత్రకారుడు మౌల్వీ అబ్దుల్ కరీమ్‌ను ఉల్లేఖిస్తూ 'శివాజీ మసీదులను పవిత్ర స్థలాలుగా గౌరవించాడనీ, 'కొరాన్' గ్రంథాన్ని పవిత్ర గ్రంథంగా భావించాడని, 'ముస్లిమ్‌లకు కూడా శివాజీ వందనీయుడేనని ప్రస్తుతించాడు.

పూనాలో విజయదశమి రోజు విదేశీవస్తు, వస్త్రదహనం, స్వదేశీ వస్తు ప్రదర్శన జరిగింది. స్వదేశీ చక్కెరతో చేసిన మిఠాయి పంచారు. 1907లో బిపిన్‌చంద్రపాల్ దక్షిణ భారతంలో పర్యటించడంతో మద్రాసు రాష్ట్రంలో ఉద్యమం అలజడులు జరిగాయి. పాల్ మహాశయున్ని మద్రాసు రాష్ట్రం నుంచి తరలించడం తప్పనిసరి చర్య అని వైస్రాయి భారత వ్యవహారాల కార్యదర్శికి రాశాడు. స్వదేశీ, విదేశీ సూత్రాలు సైనికులలో కూడా ప్రచారమవుతున్నాయని గూఢచారి నివేదికలు వెల్లడించాయి. రష్యన్ సైనికాధికారులతో రహస్యమంతనాలు జరుగు తున్నాయన్న వార్తలు బ్రిటిష్ అధికారులకు ఆందోళన కలిగించాయి. విదేశీ వస్తు బహిష్కరణ, స్వదేశీ వస్తు వినియోగం, జాతీయ విద్యాసంస్థల స్థాపన, జాతీయ కళాసాహితీ సంప్రదాయాల పునరుద్ధరణ, విదేశీ విద్యాలయాల బహిష్కరణ, విదేశీ బిరుదులు, గౌరవం పరిత్యాగం, స్వదేశీ పరిశ్రమల స్థాపన, . . . ఇలా బహుముఖ వ్యూహాలతో సాగింది 'వందేమాతరం' ఉద్యమం.

ఉద్యమంలో పట్టణాలు, నగరాల్లోని మధ్యతరగతి ప్రజలు, జమీందారీ వర్గంలో నుంచి చెప్పుకోదగినంత మంది, పాఠశాల, కళాశాల విద్యార్థులూ, మహిళలు పాల్గొన్నారు. జర్మనీ, రష్యాలలోని పరిణామాలను ఆకళింపు చేసుకున్న ఉద్యమనేతలు కొందరు, కార్మిక వర్గం డిమాండ్‌లకు రాజకీయ రూపాన్నిచ్చే ప్రయత్నం చేశారు. తూర్పు ఇండియా రైల్వే, క్లైవ్‌జూట్ మిల్స్ వంటి విదేశీ కర్మాగారాలు, సంస్థలలో సమ్మె నిర్వహణకు పూనుకున్నారు. అయితే బారిసాల్ జిల్లాలో మినహాయిస్తే ఇతర

బెంగాలీ కర్షక సమాజాల్ని పెద్ద సంఖ్యలో ఉద్యమం కూడగట్టుకొని రాలేకపోయిందని కొందరు వ్యాఖ్య. ముస్లిమ్ జనబాహుళ్యాన్ని ఉద్యమం ఆకర్షించలేకపోయింది. ఇందుకుకారణం బ్రిటిష్ ప్రభుత్వం అవలంబించిన 'విభజన' వ్యూహమే. నాటి బెంగాల్ జనాభా వర్గం స్థితిగతులు కూడా బ్రిటిష్ వారి వ్యూహానికి ఉపకరించాయి. అఖిల భారత ముస్లిమ్‌లీగ్ ఇదేకాలంలో అతరించింది. ముస్లిమ్‌లలో ఉద్యమ వ్యతిరేక వైఖరికి ఢాకా నవాబ్ సలీముల్లా కేంద్ర బిందువయ్యాడు. ఈ వ్యతిరేక వైఖరికి ఉద్యమకారులు పునరుద్ధరించి ప్రచారం కల్పించిన సాంప్రదాయిక పర్వ-పూజా సంప్రదాయాలు కూడా కారణమయ్యాయి. వీటిని మతవాదులైనవారు, మత పరమైన ఉత్సవాలుగా చిత్రీకరించి, వాటిలో పాల్గొనడాన్ని నిరసించారు.

ఉద్యమాన్ని అణచివేయడానికి బ్రిటిష్ ప్రభుత్వం 'బహిరంగ సభల చట్టం' 'శిక్షాస్మృతి సవరణ చట్టం', 'మందుగుండు సామాగ్రి చట్టం', పత్రికల అణచివేతకు ఉద్దేశించిన చట్టాలు చేసింది. సభలు, సమావేశాలు నిషేధించబడ్డాయి. తిలక్‌ను ఆరు సంవత్సరాల జైలుశిక్షకు గురిచేయడం, లాలాలజపత్‌రాయ్, అజిత్‌సింగ్‌లు నిర్బంధానికి గురికావడం, అరవింద ఘోష్‌పై క్రిమినల్ కేసు, యుగాంతర్, సంధ్య, వందేమాతరం పత్రికల మూసివేత వంటి పరిణామాలతో 1908 నాటికి ఉద్యమం బలహీనపడిపోయింది. కాంగ్రెస్‌లో చీలిక, సమర్థులైన నాయకులు నిర్బందానికి గురికావడం ఉద్యమ బలహీనత అనివార్య పరిణామమైపోయింది. 'వందేమాతరం' ఉద్యమం సమసిపోవడం యువకులలో నిరాశను, అసహన ధోరణిని పెంచింది. ఫలితంగా కొందరు సాయుధ పోరాట పంథాను ఎన్నుకొని విప్లవ పథకాల రూపకల్పన ఆచరణకు పూనుకున్నారు.

'హోమ్‌రూల్' (స్వపరిపాలన) ఉద్యమం (1914-18)

అనిబిసెంట్ & బాలగంగాధర్ తిలక్

ప్రపంచ యుద్ధారంభానికి ముందే రాజ్యాంగసంస్కరణలు కోరుతూ వినతి పత్రం సమర్పించడానికి కొందరు కాంగ్రెస్ నాయకులు ఇంగ్లండ్‌కు పోయారు. వారు తమ విధేయతను ప్రకటిస్తూ, యుద్ధకాలపు గడ్డుపరిస్థితుల్లో భారతదేశంలోని వనరులను ప్రభుత్వం ముందుంచ గలమనీ విన్నవించుకున్నారు. అటు దక్షిణాఫ్రికా నుంచి వచ్చిన గాంధీ కూడా తాను ఇచ్చే పట్టికలోని పేర్లు గల వారందరూ తమసేవలను ప్రభుత్వం సన్నిధులో ఉంచుతున్నామనీ, తాము ఏ పని అప్పగిస్తే ఆ పని బాధ్యతలను నిర్వర్తిస్తామనీ తెలిపాడు.

1914 కాంగ్రెస్ సభకు మద్రాస్ గవర్నర్ హాజరు అయ్యాడు. సభాసదులంతా లేచి నిల్చుని ఆహ్వానం పలికారు. బ్రిటిష్ సామ్రాట్‌కు విధేయతను ప్రకటించారు. తమ విధేయతా ధోరణి దృష్ట్యా – సామ్రాజ్య పౌరులుగా భారతీయులకు, ఇతరులకూ మధ్య ఉన్న వివక్షను తొలగించి, అందరితో సమానంగా హక్కుల సంపూర్ణ వినియోగావకాశం భారతీయులకు కల్పించాలని కోరుతూ తీర్మానం చేశారు. ప్రభుత్వం విధించిన ఆరు సంవత్సరాల కారాగార శిక్షను అనుభవించి 1914 జూన్‌లో విడుదలై వచ్చాడు బాలగంగాధరతిలక్. ఆరు సంవత్సరాలలో జరిగిన పరిణామాలు ఆయనకు ప్రస్ఫుటంగా కనిపించాయి. విప్లవవాది అరవిందఘోష్ పాండిచ్చేరిలో సన్యాస జీవనం చేస్తున్నాడు.

లాలాలజపతిరాయ్ అమెరికాలో ఉన్నాడు. సూరత్ చీలిక, స్వదేశీ ఉద్యమ కాలంలో ప్రభుత్వం చూపించిన దమన ధోరణితో భంగపడిన కాంగ్రెస్ 1909 రాజ్యాంగ సంస్కరణలపట్ల అసంతృప్తితో స్తబ్ధమైపోయింది.

సూరత్ చీలిక తమ నియంత్రణలోని ప్రజాసంఘాలు మాత్రమే కాంగ్రెస్ ప్రతినిధులను ఎన్నుకునే విధంగా నియమావళిని మితవాదులు సవరించారు. తిరిగి కాంగ్రెస్‌లో చేరాలని నిర్ణయించిన తిలక్ సవరణకు పూర్వ నియమావళిననుసరించే కార్యక్రమాలు జరగాలనీ, సవరణను రద్దుచయాలనీ కోరాడు. హింసాత్మక చర్యలు ఉద్యమ ప్రగతిని కుంటుపరచాయనీ, తాను ప్రభుత్వానికి విధేయుడననీ, యుద్ధపు గడ్డుకాలంలో భారతీయులు బ్రిటిష్ ప్రభుత్వానికి సహాయ సహకారాలు అందించాలనీ సామరస్య ధోరణి చూపిస్తూ ప్రసంగించాడు. అయినా, గోఖలే, ఫిరోజ్‌షా మెహతాల ప్రాతికూల్యతవల్ల తిలక్ అభ్యర్థనను కాంగ్రెస్ తోసిపుచ్చింది. దానితో, పునఃప్రవేశం కోసం కృషిచేయాలని నిర్ణయించుకున్నాడు. అనీబిసెంట్ ఐరిష్ జాతీయురాలు – భర్త క్రైస్తవ మతాచార్యుడు. మౌలిక సంస్కరణవాదిగా, నాస్తికురాలుగా ప్రసంగాలు చేస్తూ, పత్రాలు ప్రకటిస్తూ ఉండేది. ఛార్ల్స్ బ్రాడ్‌లా పరిచయంతో సోషలిస్ట్ భావాలతో ప్రభావితురాలైంది. మేడమ్ బ్లావట్స్కీ అనే రష్యన్ మహిళ సాంగత్యంతో దివ్యజ్ఞాన సమాజంలో ఆసక్తురాలైంది. 1893లో భారతదేశానికి వచ్చి దివ్య జ్ఞాన సమాజం కార్యక్రమాల్లో పాల్గొంటూ 1907లో అడయారులోని సంస్థశాఖకు అధినేత్రి అయింది. హిందూమతం సిద్ధాంతాల్లో ఆసక్తి పెంచుకున్న ఆమె భారతదేశాన్ని పూర్వవైభవ స్థితికి తీసుకొని రావాలని తపనపడేది. తొలుత మత, సామాజిక రంగాలకు సంబంధించిన కార్యక్రమాల్లో మాత్రమే పాల్గొనేది – 1914 నుంచి రాజకీయ విషయాలలో ఆసక్తి చూపసాగింది. 'కామన్‌వీల్' అనే పత్రికను, 'న్యూ ఇండియా' అనే దినపత్రికను ప్రచురిస్తుండేది.

తిలక్ – పూనాలో 1915 ఏప్రిల్ 20నాడు జరగనున్న బొంబాయి రాష్ట్ర రాజకీయ సమ్మేళనం ఆహ్వాన సంఘానికి అధ్యక్షునిగా ఎన్నిక కావడంతో సభలో అతివాదులు పాల్గొనగలిగారు. అయితే అతివాదులు పాల్గొన్న కారణంగా ఆ సమ్మేళనాన్ని గుర్తించడానికి నిరాకరించారు. కాంగ్రెస్ పక్షాన ప్రసంగించిన వక్తలు. అయితే సమ్మేళనం కొనసాగింది. రెండు వేల మంది పాల్గొన్న ఆ సమ్మేళనంలో ప్రసంగిస్తూ 1908కి పూర్వం జరిగిన రాజ్యాంగబద్ధ ఆందోళనను కొనసాగించడమే తన అభిమతమని తిలక్ ప్రకటించాడు. నాటి పరిస్థితుల్లో భారతదేశానికి ఐరిష్ తరహా హోమ్‌రూల్ ఏర్పాటే తగిన పరిష్కారమని ఆయన ప్రతిపాదించాడు. అనీబిసెంట్ కూడా 1915 సెప్టెంబర్ జరిగిన ఒక సభలో హోమ్‌రూల్ గురించి ప్రస్తావించింది. తరవాత తన భావాలను ఆమె 'న్యూఇండియా' పత్రికలో వివరించింది. చాలాకాలంగా తాను బ్రిటిష్ రాజనీతిజ్ఞులతో జరిపిన సంప్రదింపులతో భారతదేశంలో ఐరిష్ నమూనాలో స్వపరిపాలన సాధించడానికిగాను ఒక హోమ్‌రూల్ సంస్థను నెలకొల్పాలని నిర్ణయించాననీ, ఆ సంస్థ కాంగ్రెస్‌కు అనుబంధ సంస్థగా ఉండి భారతదేశంలోను, బ్రిటన్‌లో కృషిచేస్తూ ఛార్ల్స్ బ్రాడ్‌లా తలపెట్టిన పనిని పూర్తిచేయడానికి పూనుకుంటుందనీ ఆమె వివరించింది.

అనీబీసెంట్ ప్రతిపాదనను అతివాదులు అంగీకరించారుగానీ, కాంగ్రెస్‌గానీ ముస్లింలీగ్‌గానీ సుముఖత చూపలేదు. బొంబాయిలో అతివాదులు, అనీబిసెంట్ అనుయాయులు సమావేశమై

హోమ్‌రూల్ (స్వపరిపాలన) సాధనకోసం ఒక లీగ్ (సంస్థ) ఏర్పాటు గురించి చర్చించడానికి పదిహేను మంది సభ్యులతో కమిటీ నెలకొల్పాలని నిర్ణయించారు. 1916 ఏప్రిల్ 2 నాడు బొంబాయి మధ్యపరగణాలు, బెరార్‌లకు పరిమితమయ్యే ఆరంభక లీగ్‌ను నెలకొల్పాలని నిర్ణయం జరిగినట్లు మరాఠా పత్రిక వెల్లడించింది. జాతీయ స్థాయిలో లీగ్ నిర్ణయాన్ని - అనుబంధాలుగా ఉండే రాష్ట్ర లీగ్‌ల నిర్మాణం పూర్తయిన తరవాత చేపట్టాలని నిర్ణయకర్తలు భావించారు. ఏప్రిల్ 28 నాడు ఇండియన్ హోమ్‌రూల్ లీగ్ ఏర్పాటుచేయాలని, ఆ సంస్థ ఆశయం. రాజ్యాంగ పద్ధతుల ద్వారా బ్రిటిష్ సామ్రాజ్య అంతర్భాగంగా ఉండే భారత దేశంలో స్వపరిపాలన స్థాపనకోసం కృషి చేయటమనీ కమిటీ తీర్మానించింది. లీగ్ (సంస్థ) వ్యవస్థాపన అవసరం గురించి తిలక్ తన పత్రికలో వివరించాడు. 'కాంగ్రెస్ ఒక జగన్నాథరథం - దాన్ని కదిలించి ముందుకు నడపటానికి కొంతకాలం పడుతుంది. కాబట్టి సన్నాహక కృషి చేయడానికి లీగ్ అవసరం అని ఆ వివరణ తెలిపింది.

1915లో గోఖలే, ఫిరోజ్‌షా మెహతాలు మరణించడంతో, తిలక్ కాంగ్రెస్‌లో తిరిగి చేరడానికి దారి ఏర్పడింది. అనీబీసెంట్ చొరవతో అతివాదుల పునఃప్రవేశానికి వీలు కల్పించే తీర్మానం జరిగింది. అయితే హోమ్‌రూల్ లీగ్‌లు ఏర్పాటుచేయాలనే అనీబీసెంట్ నిర్ణయానికి కాంగ్రెస్-ముస్లిమ్‌లీగ్‌ల మద్ధతు లభించలేదు. రాజకీయ విషయాలపై ప్రజలను విద్యావంతులను చేయాలి. స్థానిక కాంగ్రెస్ కమిటీలను పునరుద్ధరించాలనే ఆమె నిర్ణయానికి మాత్రం కాంగ్రెస్ అంగీకరించింది. సూత్రప్రాయంగా అంగీకరించినా, కాంగ్రెస్ నాడున్న స్థితిలో ఆ నిర్ణయాన్ని అమలుచేయలేదని భావించిన అనీబీసెంట్ ఒక షరతు ఏర్పరచింది. సెప్టెంబర్ 1916 నాటికి 'ప్రజానీకాన్ని విద్యావంతుల్ని చేసే - స్థానిక కాంగ్రెస్ కమిటీలను పునరుద్ధరించే సూత్రాలను కాంగ్రెస్ అమలుచేయలేకపోతే, తాను చొరవ తీసుకొని లీగ్‌లను స్థాపిస్తానన్నది ఆమె పెట్టిన షరతు.

తిలక్ అలాంటి షరతులకు బద్ధుడు కాకపోవడంతో బెల్గాంలో జరిగిన బొంబాయి రాష్ట్ర సమ్మేళనంలో (1916 ఏప్రిల్) హోమ్‌రూల్ లీగ్ నెలకొల్పాడు. సెప్టెంబర్ దాకా వేచిచూడటానికి ఇష్టపడని బిసెంట్ అనుయాయులు హోమ్‌రూల్ సంఘాల సత్వర ఏర్పాటుకు ఆమె అనుమతి సంపాదించగలిగారు. జమ్నాదాస్ ద్వారకాదాస్, శంకర్‌లాల్‌బాంకర్, ఇందూలాల్ యాజ్ఞిక్‌లు 'యంగ్ ఇండియా' అనే పత్రికను బొంబాయిలో ఆరంభించారు. కరపత్రాలు వివిధ దేశ భాషల్లో ప్రచురించడానికి అఖిల భారత ప్రచార నిధిని నెలకొల్పారు. సెప్టెంబర్ 16 నాడు అనీబీసెంట్ తాను విధించిన షరతు ప్రకారం నిరీక్షించిన తరవాత, హోమ్‌రూల్ లీగ్ ఏర్పాటును వెల్లడించింది. జార్జ్ అరండేల్ ఆ లీగ్ నిర్వాహక కార్యదర్శి. తాము విడివిడిగా స్థాపించిన 'లీగ్'ల మధ్య స్పర్థను నివారిస్తూ, తిలక్ అనీబీసెంట్‌లు ఆ లీగ్‌ల కార్యపరిధిని స్పష్టంచేసే ఒప్పందానికి వచ్చారు. తిలక్ నెలకొల్పిన లీగ్ మహారాష్ట్రలో (బొంబాయిని మినహాయించి), కర్ణాటక, మధ్యపరగణాలు, బెరార్‌లలో కృషిచేస్తుంది. మిగిలిన ప్రాంతాల్లో అనీబీసెంట్ లీగ్ పని చేస్తుంది. హోమ్‌రూల్ ప్రచార పర్యటనలో తిలక్ స్వపరిపాలనతో ముడిపడి ఉన్న భాషా ప్రయుక్త రాష్ట్రాలను గురించి, మాతృభాషలో విద్యాబోధన గురించి ఉపన్యసించాడు. సంకుచిత కులతత్వంగానీ, మతపరమైన ఛాందసత్వంగానీ ఆయన

వ్యక్తిత్వంలో లేవని ఆ ఉపన్యాసాలు స్పష్టం చేశాయి. అనిబీసెంట్ 'నవభారత్ రాజకీయ కరపత్రాలు', 'జాతీయ సమ్మేళన పత్రావళి', 'జాతీయ హోమ్‌రూల్ పత్రావళి' శీర్షికలతో కరపత్రాలు ప్రచురించింది. ఉపన్యాసాలలో ఆమె తాను నిద్రిస్తున్నవారిని మేల్కొల్పడానికి వచ్చిన వైతాళికురాలినని అంటూ క్రీస్తుకు మూడు వేల సంవత్సరాలకు పూర్వమే అంతర్దేశీయ వాణిజ్య వ్యాపారాలకు భారతదేశం ప్రసిద్ధి పొందిందని గుర్తుచేస్తూ భారతీయుల వెన్ను దట్టిందామె. అనిబీసెంట్ 1916 కాంగ్రెస్ వార్షిక సభకు అధ్యక్షురాలిని చేయాలని అతివాదులు ప్రతిపాదించారుగానీ మెజారిటీలో ఉన్న మితవాదులు అంబికాచరణ్ మజుమ్‌దార్‌ను అధ్యక్షునిగా ఎన్నుకున్నారు. లక్నోలో జరిగిన ఈ మహాసభకు తిలక్ అనుయాయులు ప్రత్యేక రైలులో వచ్చారు. అధ్యక్షుడు అంబికా చరణ్ మజుందార్ తిలక్‌ను ఆయన అనుయాయులను కాంగ్రెస్‌లోకి స్వాగతించారు.

బొంబాయి, మధ్యపరగణాల ప్రభుత్వాలు అనీబీసెంట్ రాకను నిషేధించాయి. అనీబీసెంట్ ప్రసంగాలు వివరణాత్మకంగా కొనసాగాయి. 'విదేశీ పరిశ్రమలకు భారతీయ కూలీలు కావాలి. యుద్ధనిధికి భారత్‌ధనం కావాలి. యుద్ధరుణాల వడ్డీ చెల్లింపులకు భారతీయులు అదనపు పన్నులను భరించాలి. ముందు ముందు ఇవి గమనిస్తే మీకే బోధపడుతుంది. యుద్ధానంతరం సత్వరంగా హోమ్‌రూల్ ఏర్పడాలని నేనెందుకు ప్రయాసపడ్డానో, దేశాన్ని వినాశనం నుంచి కాపాడటానికి హోమ్‌రూల్ ఒక్కటే మార్గం - అది లేకపోతే ఇతరదేశాలను సంపన్న దేశాలుగా చేసే కూలీల దేశంగా భారతదేశం మారిపోతుంది. భారతీయ విప్లవకారులను గురించి ఆమె స్పందించిన తీరు, దిక్కుతోచని పరిస్థితుల్లోనే ఆ యువకులు పెద్దల నియంత్రణ పగ్గాలను తెంచుకొని పారిపోయి 'కుట్రలు-బాంబుల పథకాలకు పూనుకున్నారు. వాళ్ళు జైళ్ళపాలయ్యారు. అండమాన్ దీవుల్లో 'సజీవమరణం' పాలయ్యారు. మరి ఇప్పుడు . . . ? ఇప్పుడు విద్యార్థులు యువకులు ముగ్ధులవుతూ చూస్తున్న దేమిటి? అట్లాంటి చర్యలను చేపట్టినందుకే, రైళ్ళు కూలదోసి, జార్‌ను హత్యచేసినందుకే రష్యన్ విప్లవకారులను బ్రిటిష్ ప్రధాని రష్యన్ విప్లవకారులను అభినందిస్తున్నారు! చనిపోయిన వాళ్ళను అమరవీరులుగా కీర్తిస్తున్నారు! సజీవంగా ఉన్న వారిని రష్యా విమోచన ప్రదాతలుగా సగౌరవంగా రష్యాలోకి ఆహ్వానిస్తున్నారు'.

అనీబీసెంట్ ప్రసంగాలు - రచనలతో హడలిపోయిన మద్రాసు ప్రభుత్వం ఆమెను, అనుచరులైన వాడియా, అరండేల్‌లను సభలు, సమావేశాల్లో పాల్గొనడం నుంచి, ప్రచురణలు చేయడం, చేయించడం నుంచి నిషేధించింది. ప్రభుత్వం నిర్దేశించిన చోటే నివసించాలని ఆంక్షపెట్టింది. ప్రభుత్వ చర్యలకు నిరసనగా న్యాయమూర్తి సుబ్రహ్మణ్య అయ్యర్ సర్ బిరుదును త్యజించాడు. ప్రభుత్వం దుశ్శాసనాలను ప్రజలు గర్హించారు. భారత ప్రభుత్వానికి మొరపెట్టుకున్నారు. ఫలితం లేకపోగా ప్రభుత్వ చర్యలకు వ్యతిరేకంగా సాత్విక నిరోధ కార్యక్రమాన్ని చేపట్టాలని రాజకీయ సంఘాలు వాదించసాగాయి. అఖిలభారత కాంగ్రెస్ కమిటీ ముస్లిమ్‌లీగ్‌లు బ్రిటిష్ సామ్రాజ్యంలో ఒక స్వయంపాలన ప్రతిపత్తిగల సభ్యదేశంగా భారత్‌ను రూపొందించే విధానాన్ని చేపడతామని సామ్రాజ్య ప్రభుత్వం హామీపత్రాన్ని ప్రకటించాలని' కోరాయి. హోమ్‌రూల్ లీగ్‌లలో భారీగా సభ్యత్వం నమోదైంది. జవహర్‌లాల్ నెహ్రూ బిసెంట్‌లీగ్‌లో సభ్యత్వం తీసుకున్నాడు. స్వపరిపాలన కోరుతూ

ఆందోళన విస్తరించే విధంగా కార్యక్రమాలను చేపట్టాయి లీగ్‌లు. ప్రజలను రాజకీయంగా చైతన్యపరచడానికి చర్చలు, తరగతులను చేపట్టడం జరిగింది. కరపత్రాలు ఆంగ్లంలోనే కాకుండా, దేశ భాషల్లోనూ ప్రచురించారు. జాతీయ రాజకీయాలను గురించి సమాచారం అందించడానికి గ్రంథాలయాలను స్థాపించారు. సభలు, సమావేశాలను నిర్వహించడం, ఉపన్యాసాలు ఏర్పరచడం లీగ్ కార్యక్రమాల్లో భాగమైనాయి. కాంగ్రెస్ స్తబ్దమైపోవడంతో మితవాదులు సైతం హోమ్‌రూల్ ఆందోళనలో పాల్గొనసాగారు. గోఖలే గారి సర్వెంట్స్ ఆఫ్ ఇండియా సొసైటీ' సభ్యులు ఉపన్యాసాలు, కరపత్రాల రచనతో ఉద్యమంతో సహకరించారు.

'హోమ్‌రూల్' ప్రచార కార్యక్రమాలతో దేశవ్యాప్తంగా బ్రిటిష్ ప్రభుత్వంపట్ల వ్యతిరేకత పెరిగిపోతున్నదనీ, ముందు ముందు ఎలాంటి ప్రభుత్వాలను ప్రతిపాదించే సంస్కరణలు వచ్చినా ప్రజలు వాటితో సంతుష్టులుకారనీ, వ్యతిరేకిస్తారనీ బొంబాయి గవర్నర్ వైస్రాయికి మొరపెట్టుకున్నాడు. హోమ్‌రూల్‌లీగ్‌లు కొండంత ఆశలు కల్పిస్తున్నాయనీ, సంస్కరణలతోవారే మాత్రమూ సంతృప్తిచెందరనీ, ఆ అసంతృప్తి ఫలితంగా ఇంకా ఉధృతమైన హింసాత్మక చర్యలకు ప్రజలు పూనుకునే అవకాశం లేకపోలేదనీ ఆందోళన వ్యక్తం చేసింది ప్రభుత్వం. ఉద్యమం నుంచి ప్రజలను విముఖుల్ని చేయాలని అందుకు ఆవిధంగా నచ్చజెప్పగల అనుభవజ్ఞులను రంగంలోకి దింపాలని ప్రభుత్వం సూచించింది. చట్టాలను పట్టించుకోకుండా స్వపరిపాలనను చర్చించే సభలను నిషేధిస్తే ఆ నిషేధాలతో పరిస్థితి మరింత ప్రమాదకరంగా మారగలదని ప్రభుత్వం భావించింది.

రాష్ట్ర-స్థానిక ప్రభుత్వాలు నడుంకట్టి ప్రజలలో పరపతి, గౌరవం గల అనుభవజ్ఞులైన అధికారుల ద్వారా విద్యాలయాల పాలక సంస్థలూ, ప్రిన్సిపాళ్ళు మొదలైన వారికి నచ్చజెప్పి విద్యార్థులు హోమ్‌రూల్ సభలకు హాజరు కాకుండా చేయించాలని ప్రయత్నించాయి. ఈ ప్రయత్నాలు ఫలించలేదు సరికదా నచ్చజెప్పడానికి ప్రయత్నించినవారు అపహాస్యానికి గురయ్యారు. విద్యార్థులై ఉద్యమ కార్యకర్తలయ్యారు. రాష్ట్ర ప్రభుత్వాలు విధించిన అసమంజసైన ఆంక్షలకు వ్యతిరేకంగా సాత్త్విక నిరోధం పాటించాలనే ప్రతిపాదనలను రాష్ట్రాల కాంగ్రెస్ కమిటీల పరిశీలనకు పంపించగా మద్రాస్, బెరార్ శాఖలు అంగీకరించాయి. మిగిలిన శాఖలవారు మరికొంతకాలం వేచిచూడటం మంచిదని అభిప్రాయపడ్డారు. అనీబీసెంట్‌పై విధించిన నిర్బంధ ఉత్తర్వును ఎదిరించడానికి తయారైన వెయ్యి మంది కార్యకర్తల సంతకాలను సేకరించారు శంకర్‌లాల్, జమ్నాదాస్ ప్రభృతులు. హోమ్‌రూల్ వినతిపత్రంపై పదిలక్షల మంది సంతకాల సేకరణను ఆరంభించారు. అనుకున్నట్లు ఆంక్షలు సత్ఫలితాలను ఇవ్వకపోగా పరిస్థితి ఇంకా విషమింపచేశాయి. ఈ పరిణామంపై మాంటెగు తన డైరీలో సముచితమైన భారతీయ వ్యాఖ్యానం చేశాడు. 'శివుడు సతిని ఏభై రెండు ముక్కలుగా చేశాడు. కానీ తరవాత శివునికి ఏభై ఇద్దరు సతులు కనిపించారు!'.

ఈ పరిస్థితుల్లో 1917 ఆగస్టులో మాంటెగు కామన్స్‌సభలో చేసిన ప్రకటనలో సామరస్య పూర్వక ధోరణి వ్యక్తం కావడం పరిస్థితుల తీవ్రతకు అద్దం పట్టింది. 'బ్రిటిష్ సామ్రాజ్య అంతర్భాగంగా భారతదేశంలో ప్రతి పాలనాశాఖలోనూ భారతీయుల ప్రమేయాన్ని పెంచడం ద్వారా క్రమంగా స్వపరిపాలనా వ్యవస్థను రూపొందించడమే ప్రభుత్వ లక్ష్యం', మాంటెగు ప్రకటన 1909 సంస్కరణల

సందర్భంలో మోర్లే చేసిన ప్రకటనకు (ఈ సంస్కరణలు స్వపరిపాలనకు దారితీయాలనేది ప్రభుత్వ ఉద్దేశంకాదు') పూర్తిగా భిన్నమైంది. ఆరకంగా స్వపరిపాలననుకోరడం విద్రోహచర్యకాదని ప్రభుత్వం ఒప్పుకున్నట్లయింది. అయితే, ఎప్పుడూ ఏరూపంలో బాధ్యతాయుత ప్రభుత్వ నిర్మాణం జరుగుతుందనే విషయాన్ని ప్రభుత్వమే నిర్ణయిస్తుందని ముక్తాయింపు జోడించడంతో అధికారం భారతీయుల చేతుల్లోకి రావడం బహుదూర గమ్యమని తేలిపోయింది. 1917 సెప్టెంబర్‌లో అనీబీసెంట్ విడుదలైంది. తిలక్ చొరవతో ఆమెను వార్షిక మహాసభకు అధ్యక్షురాలిగా ఎన్నుకున్నారు. ఈ పరిణామం - మాంటెగు ప్రకటన మితవాదులకు సంతృప్తినిచ్చాయి. కానీ సాత్విక నిరోధం పాటింపు ప్రతిపాదనను వారు జీర్ణించుకోలేకపోయారు. 1918 తరవాత కాంగ్రెస్ సమావేశాలకు వారు రావడం తగ్గిపోయింది. సంస్కరణల పత్రం వెలువడటంతో జాతీయనాయకుల నుంచి భిన్న వ్యాఖ్యానాలు వచ్చాయి. 'ఇండియన్ అన్‌రెస్ట్' గ్రంథకర్త వాలెంటైన్ చిరోల్‌పై పరువు నష్టం దావా నడపటానికి తిలక్ ఇంగ్లండ్‌కు వెళ్ళిపోయాడు. ఉద్యమం సమసిపోయింది.

ఆంధ్రప్రదేశ్‌లోనూ హోమ్‌రూల్ ఉద్యమం ప్రజాదరణ పొందింది. 52 హోమ్‌రూల్ లీగ్‌లు ఏర్పడ్డాయి. అనీబీసెంట్ పర్యటనలకు ప్రతి స్పందనలుగా స్త్రీలు పెద్ద సంఖ్యలో లీగ్‌లలో చేరారు. ఆంధ్ర హోమ్‌రూల్ లీగ్‌కు గాడిచర్ల హరి సర్వోత్తమరావు కార్యదర్శి అయ్యాడు. ఆయన సంపాదకుడుగా ఉన్న నేషనలిస్ట్ పత్రిక తీవ్రధోరణి వ్యాసాలు ప్రచురించిందనే అభియోగంపై పత్రిక ధరావతు సొమ్మును ప్రభుత్వం తీసివేసుకుంది. ఆంధ్ర పత్రిక, కృష్ణాపత్రిక, చిలకమర్తి లక్ష్మీనరసింహం సారథ్యంలోని దేశమాత పత్రికలు హోమ్‌రూల్ ఉద్యమానికి తోడ్పడ్డాయి. దేశమంతటా ఉద్యమ నిర్వహణకు శాఖలు ఏర్పడటం, ప్రజలలో రాజకీయ చైతన్యం పెరుగుదల, నూతనతరం జాతీయాభిమానుల ఆవిర్భావం, హోమ్‌రూల్ ఉద్యమంవల్ల జరిగిన మంచి పరిణామాలు. ఈ పరిస్థితుల్లో దక్షిణాఫ్రికా నుంచి వచ్చిన మోహన్‌దాస్ కరమ్‌చంద్‌గాంధీ చంపారన్, అహ్మదాబాద్, కైరోలలో కర్షక కార్మికుల సమస్యలపై పోరాటాలకు నాయకత్వం వహించి క్రమంగా పరిస్థితులను ఆకళింపుచేసుకొని జాతీయోద్యమానికి సారథి అయ్యాడు.

జాతీయోద్యమం - గాంధీశకం (1920-1947)

ఆస్ట్రియా యువరాజు ఫెర్డినాండ్ విప్లవకారుల చేతిలో హత్యకు గురికావడంతో ఆస్ట్రియా సెర్బియాల మధ్య యుద్ధం ఆరంభమయింది. నాడు యూరోపియన్ దేశాలు పాటించిన ప్రాబల్య సమతౌల్య సూత్రాన్ని అనుసరించి యూరోపియన్ దేశాలు చెరొక పక్షాన చేరడంతో ఘర్షణ ఐరోపా మహా సంగ్రామంగా మారింది. సంగ్రామం- శత్రువులైన బ్రిటన్- జర్మనీ దేశాల వలసల్లోకీ విస్తరించడంతో ప్రపంచ యుద్ధంగా మారింది. వలసదేశంగా భారతదేశం - బ్రిటన్‌కు వనరులు సరఫరాచేసి, యుద్ధ నిధిని కూడా పోగుచేసి సమర్పించడంతో సైనికంగా కూడా తోడ్పడినట్లయింది. భారతీయ సైనికులు ఉపాంత ప్రాబల్యంలో - తూర్పు ఆఫ్రికాలో బ్రిటిష్ సామ్రాజ్య సేనలో భాగంగా యుద్ధంలో పాల్గొన్నారు. ఎనిమిది లక్షల మంది సైనికులు, నాలుగు లక్షల మంది

గాంధీ మహాత్ముడు

యుద్ధసేనలు బ్రిటన్- మిత్రరాజ్యాల పక్షాన పోరాడారు. భారతీయ సైనికుల యుద్ధపాటవాన్ని రుజువు చేయడంతోపాటు, యుద్ధం భారతీయులకు తమ శక్తియుక్తుల ప్రదర్శనతో ఆత్మవిశ్వాసాన్ని పెంపొందించింది. ప్రపంచయుద్ధం భారతదేశానికి ఇబ్బందుల్ని తెచ్చిపెట్టింది. యుద్ధకాలంలో కొంత పారిశ్రామికీకరణ జరిగినా అసంతృప్తిని తుడిచేస్తూ ధరల పెరుగుదల, నిత్యావసరాల కొరత ఏర్పడ్డాయి. మానవశక్తిని నష్టపోవడం జరిగింది. యుద్ధం బ్రిటన్ ప్రయోజనాల పరిరక్షణకోసం జరిగిందేకాని భారత్‌కు ఏవిధంగా ప్రయోజనకారి కాలేదు.

యుద్ధగతి, పరిణామాలను గమనించిన భారతీయులకు యూరోపియన్‌ల శక్తి సామర్థ్యాలు ఘనతను గురించిన భ్రమలు, భ్రాంతులు తొలగిపోయాయి. పాశ్చాత్యుల ఆధిక్యతా సిద్ధాంతం పటాపంచలైంది. క్రీ.శ. 1917లో జరిగిన రష్యన్ విప్లవం - విప్లవ భావాలతో ప్రేరితులైన వారికి – ఒక అనుకరణీయ వ్యూహంగా కనిపించింది. యుద్ధానంతరం ఉడ్రోవిల్సన్ ప్రతిపాదించిన 14 సూత్రాలలోని 'జాతుల స్వయం నిర్ణయాధికార సూత్రం', ప్రజాస్వామ్యానికి భద్రత 'శ్వేత జాతీయులకు మాత్రమే వర్తించే సూత్రాలా? అనే ప్రశ్న అందరి మనస్సులలో తలెత్తింది. ఆ సూత్రాలు సిద్ధాంతాల పైనే 'స్వయంపాలన' కోసం భారతీయులు ఉద్యమించసాగారు. భారతదేశంలోని ముస్లిమ్‌లను యుద్ధ పరిణామాలు కలవరపరిచాయి. యుద్ధంలో జర్మనీ పక్షాన పాల్గొన్న టర్కీపట్ల మిత్రదేశాలు చూపించిన అక్కసు ముస్లిమ్‌లలో బ్రిటిష్ వారి పట్ల వైముఖ్యతను పెంచింది. ఇది ఖిలాఫత్ ఉద్యమానికి ప్రేరణ అయింది. యుద్ధానంతరం మారిన రాజకీయ పరిస్థితులు – దేశ రాజకీయాలలో మితవాదుల ప్రాబల్యాన్ని తుడిచివేశాయి. తిలక్- ఆయన అనుయాయుల ప్రాబల్యం భారత రాజకీయాల్లో పెరగసాగింది. యుద్ధ పరిణామాలు తెచ్చిన మార్పు కాంగ్రెస్ తీర్మానాల్లోను వ్యక్తమైంది. క్రీ.శ. 1916లో కాంగ్రెస్ మెతక ధోరణిలో 'భారతదేశంలో స్వయంపాలననను ప్రవేశపెట్టడం తమ ఉద్దేశమని బ్రిటన్ ప్రకటించాలని' కోరగా, క్రీ.శ. 1917లో చేసిన తీర్మానం 'సత్వరమే పార్లమెంటరీ శాసనం ద్వారా 'భారతదేశంలో బాధ్యతాయుత ప్రభుత్వ స్థాపన' గురించి బ్రిటన్ ప్రకటించాలనీ, 'సంపూర్ణ స్థాయిలో అట్టి ప్రభుత్వం ఏర్పాటు ఎప్పుడు జరుగుతుందో శాసనముఖంగా తెలపాలని కోరింది.

ప్రభుత్వ యుద్ధ యత్నాలకు షరతులతో కూడిన మద్ధతు మాత్రమే ఇవ్వాలని తిలక్ వాదించాడు. గాంధీ కూడా బేషరతైన మద్ధతుకు అనుకూలత చూపాడు. స్వపరిపాలన గురించి హామీ లేని పక్షంలో సైన్యంలో భర్తీ కార్యక్రమానికి తాను తోడ్పడబోనని ప్రకటించాడు. యుద్ధకాలంలో 'రౌండ్ టేబుల్' సమాజం బ్రిటిష్ వలసల సమాఖ్య గురించి అధ్యయనం చేసింది. క్రీ.శ. 1906లో లయోనల్ కర్టిస్ తన మిత్రులతో ఈ సమాజాన్ని నెలకొల్పాడు. దక్షిణాఫ్రికాలోని బ్రిటిష్ వలసలను సంఘటితపరచడంలో ఈ సమాజం ముఖ్యభూమిక నిర్వహించింది. బ్రిటిష్ పాలనలోని భారతదేశం ఆధీన సంస్థానాలు గురించి అధ్యయనం చేసే సందర్భంలో – భారత్ ఆధీన సంస్థానాల వ్యవహారాల్లో బాగా అనుభవం గడించిన విషనిపుణుడు ఒకడు ఉంటే బాగుంటుందని లయొనల్ కర్టిన్ సూచించగా ఆ బాధ్యతను పూర్వం బెంగాల్ లెఫ్టినెంట్ గవర్నర్‌గా పనిచేసిన సర్ విలియం డ్యూక్ స్వీకరించాడు. ఆయన తయారుచేసి సమర్పించిన నివేదికను రౌండ్ టేబుల్ సభ్యులు పరిశీలించి చర్చించి కొన్ని

మార్పులతో పునఃరూపొందించారు. ఆ నివేదిక బ్రిటిష్ వలసల్లో ఉన్న వివిధ రౌండ్ టేబుల్ సమాజాలకు పంపి, భారత అధీన సంస్థానాల సమస్యలకు తగిన పరిష్కారం రూపొందించాలని తలపోశారు. కానీ అది అసంపూర్ణంగానే ఉండిపోయింది. ఈలోగా 1918లో జెమ్స్ ఫర్డ్ ప్రభువు (ఈయన లోగడ ఆస్ట్రేలియాలోని న్యూసౌత్‌వేల్స్ గవర్నర్‌గా పనిచేశాడు) భారతదేశ గవర్నర్‌జనరల్‌గా నియుక్తుడైనాడు. రౌండ్‌టేబుల్ గ్రూప్‌వారు రూపొందించిన అంశాలేవో తెలుసుకోవాలని కోరాడు. వారు తాము తయారుచేసిన 'పరిష్కృత నివేదిక'ను ఛెమ్స్‌ఫర్డ్ ప్రభువుకి అందజేశారు. ఈలోగా పరిస్థితులను ప్రత్యక్షంగా తెలుసుకోవడానికి, జాతీయవాదుల అభిప్రాయాలను సేకరించడానికి కర్టిస్ భారతదేశానికి వచ్చాడు. భారతదేశంలో ఆయన బ్రిటిష్ అధికారులతో సన్నిహితంగా మెలగడం – ముఖ్యంగా భారత విరోధిగా ముద్రపడిన వాలెంటైన్ చిరోల్ సాంగత్యం ఆయనపట్ల, ఆయన రాకపట్ల అపోహలు కలిగించాయి. ఆయన తమది కేవలం అధ్యయన సంస్థ అనీ అభిప్రాయసేకరణ గురించి మాత్రమే తానురావడం జరిగిందని వివరణ ఇచ్చుకున్నాడు. ప్రపంచ యుద్ధకాలంలోనే క్రీ.శ. 1916లో భారతదేశంలోని బ్రిటిష్ వలస ప్రభుత్వం, భారత వ్యవహారాల కార్యదర్శి ఛాంబర్లిన్‌కు ఒక నివేదిక పత్రాన్ని పంపింది. ఆ పత్రంలో నాడు భారతదేశంలో ఉన్న జిల్లా బోర్డులు, మున్సిపల్ సంస్థల ప్రాతినిధ్య స్వభావాన్ని పెంచాలని సూచించడం జరిగింది. ఉన్నత స్థాయి పాలనోద్యోగాలలో దామాషా పెంచాలనీ, రాష్ట్రాల సభలకు ఇతోధికంగా రాజ్యాంగ నిర్దేశిత అధికారాన్ని ఇవ్వాలని, అందుకుగాను ఎన్నికల ప్రాతిపదికను విస్తరించి ఇతోధిక సంఖ్యలో ప్రతినిదుల ఎన్నికకు వీలుకల్పించడం మంచిదని అందువల్ల పాలనా వ్యవహారాలలో దేశీయుల పాత్ర పెరిగి కాలక్రమంలో స్వపరిపాలన ఏర్పాటుకు దారి సుగమమం అవుతుందని నివేదిక పత్రం సూచించింది.

నివేదిక పత్రం సూచనలను భారత వ్యవహారాల కార్యదర్శి ఆమోదించలేదు. రాష్ట్ర సభలకు బాధ్యతాయుత అధికారం కొంత కల్పించడానికి వీలుగా, విషయాలను అధ్యయనం చేసి సూచనలు చేయడానికి ఒక సంఘాన్ని ఏర్పరిస్తే బాగుంటుందని ఆయన భావించాడు. భారతదేశంపట్ల బ్రిటిష్ ప్రభుత్వ విధానం ఏంటో తెలపకుండా, స్వపరిపాలనకు వీలుకల్పించే స్వతంత్ర సంస్థలను ఒక పరిణామక్రమంలో ఏర్పరచడం బ్రిటిష్ ప్రభుత్వం యొక్క ఉద్దేశమని మాత్రం ఆయన సూచించాడు. అయితే వైస్రాయి కౌన్సిల్ తమను సంప్రదించకుండా నివేదన పత్రాన్ని పంపడాన్ని విమర్శించింది. వైస్రాయి మండలిలోని ఎన్నికైన సభ్యులు 19 మంది (జిన్నా, సురేంద్రనాథ్, శ్రీనివాసశాస్త్రి, ప్రభృతులు) తమ అభిప్రాయాలను తెలుపుతూ ఒక పత్రాన్ని సమర్పించారు. అందులో 1909 రాజ్యాంగ సంస్కరణలు భారతీయులకు పాలనాయంత్రాంగంలో ఎలాంటి అధికారాన్ని దత్తం చేయలేదనీ, యుద్ధం తరవాతైనా ఒక నూతన సూత్రాన్ని బ్రిటన్ రూపొందిస్తుందని ఆశిస్తున్నామని వారు (19 మంది సభ్యులు) అభిప్రాయం ప్రకటించారు. తాముకోరేది మంచి ప్రభుత్వం, సమర్థవంతమైన ప్రభుత్వం కాదు. ప్రజలకు ఆమోదయోగ్యమైన, బాధ్యతాయుత ప్రభుత్వం అని వారు ప్రకటించారు. కార్యనిర్వాహక మండలిలో సగంమంది భారతీయులై ఉండాలని వారు భావించారు.

క్రీ.శ. 1916 లోనే కాంగ్రెస్ లీగ్‌లు కలిసి ఒక పథకాన్ని రూపొందించారు. కాంగ్రెస్ పక్షం, ముస్లిం లీగ్ పక్షం ఆమోదించిన ఆ పథకం పత్రం, 'బ్రిటిష్ చక్రవర్తి, త్వరితకాలంలో

భారతదేశంలో స్వపరిపాలనను ప్రవేశపెట్టడమే సామ్రాజ్య ప్రభుత్వం యొక్క ఉద్దేశమూ, విధానమూ' అని ఒక ప్రకటన చేయాలని కోరింది. పెద్దరాష్ట్రాల చట్టసభలో 125 మందికి తగ్గకుండా, చిన్న రాష్ట్రాల్లో 50-75 మంది సభ్యులుండాలని, వారిలో ఎనభైశాతం మంది వీలైనంత విస్తృతమైన ఓటర్లచేత ఎన్నికైన వారై ఉండాలని, ఇరవైశాతం మంది మాత్రమే నామినేటెడ్ సభ్యులుండాలని ప్రతిపాదించింది. ముస్లిమ్ సభ్యులకు ప్రత్యేక నియోజకవర్గాలను కేటాయించాలని సూచించింది. కేంద్రసభ (వైస్రాయి కౌన్సిల్) సభ్యుల సంఖ్యను 150కి పెంచాలనీ, ఎన్నికైన సభ్యులు, అధికార సభ్యుల మధ్య దామాషా రాష్ట్ర సభల్లో ఉన్నట్లే (4:1) ఉండాలనీ, ఎన్నికైన సభ్యులలో ముస్లిం సభ్యులు మూడో వంతు మంది ఉండాలని కాంగ్రెస్ లీగ్ పథకం ప్రతిపాదించింది. భారత ప్రభుత్వం శాసన నిర్మాణ పాలనా వ్యవహారాలలో స్వతంత్రంగా ఉండాలనీ, భారత వ్యవహారాల కార్యదర్శి జోక్యం కూడదనీ అంటూ, భారత వ్యవహారాల కార్యదర్శి జీతభత్యాలను బ్రిటిష్ ప్రభుత్వమే చెల్లించాలనీ, భారత వ్యవహారాల కార్యదర్శి, భారత కౌన్సిల్‌ను రద్దుచేసి ఇద్దరు సహాయ కార్యదర్శులను ఏర్పరచాలని వారిలో ఒకరు భారతీయుడై ఉండాలని కాంగ్రెస్ లీగ్ పథకం ప్రతిపాదించింది. విల్లింగ్డన్ ప్రభువు కోరికపై గోఖలే కూడా 'రాజ్యాంగ సంస్కరణల నమూనా' పై ఒక పథకాన్ని రూపొందించాడు. ఈ పథకం గోఖలే మరణానంతరం (1915), 1917లో ప్రకటితమైంది. తన పథకంలో గోఖలే రాష్ట్రాలకు పాలనా స్వాతంత్ర్యం ఉండాలని, కేంద్రప్రభుత్వం జోక్యం ఉండరాదని ప్రతిపాదించాడు.

ఈ నేపథ్యంలో (రౌండ్‌టేబుల్ సంఘం అధ్యయనం - కాంగ్రెస్ లీగ్ పథకం, గోఖలే పత్రం) మాంటెగ్ క్రీ.శ. 1917లో భారతదేశానికి వచ్చి పరిస్థితులను అధ్యయనం చేస్తూ అయిదు నెలలకు పైగా ఉన్నాడు. 'భారతీయులు ఆమోదించే పథకాన్ని ఎలాంటి కత్తిరింపులు లేకుండా కామన్స్ సభకు అంగీకరించే ఆ పథకాన్ని ఎలా ఇవ్వగలనా అని నేను నా మస్తిష్కాన్ని శోధించుకోవడంలోనే యావత్కాలము గడిపాను' అని ఆయన రాసుకున్నాడు. దేశవ్యాప్తంగా పర్యటించడమేకాకుండా అనేక ప్రతినిధి బృందాలను ఆయన కలుసుకున్నాడు. ఆవిధంగా సుదీర్ఘమైన అధ్యయన, పరిశీలన, గోష్టుల తరవాత తన నివేదికను ప్రకటించాడు మాంటెగ్. మాంటెగ్ చెమ్స్ ఫర్డ్ సంస్కరణలు మాంట్ ఫర్డ్ సంస్కరణలుగా ప్రస్తావితమైన ఆ నివేదిక ప్రతిపాదనలు సంక్షిప్తంగా - రాష్ట్రాలకు పాలనలో సంపూర్ణ స్వాతంత్ర్యాన్ని కల్పించడానికి తగిన సమయం ఇంకా ఆసన్నం కాలేదు. రాష్ట్ర గవర్నర్‌ల కార్యాచరణ మండలిలో ఇద్దరు సభ్యులలో ఒకరు భారతీయుడై ఉండాలి. పాలనాంశాలలో కొన్నింటిని భారతీయ సభ్యునికి కేటాయించాలి. మిగిలిన గవర్నరు మండలి నిర్వహిస్తుంది. కేంద్రప్రభుత్వంలో మౌలికమైన మార్పులేవీ లేవు. అయితే కేంద్ర కౌన్సిల్ (వైస్రాయి కౌన్సిల్)లో ఒక భారతీయుడు సభ్యుడుగా ఉంటాడు. భారత వ్యవహారాల కార్యదర్శి పదవి యంత్రాంగంలో మార్పులేవీ లేవు. క్రీ.శ. 1918 జూలైలో ప్రకటితమైన మాంట్‌ఫర్డ్ నివేదిక అన్ని దిశల నుంచీ విమర్శలను ఎదుర్కొంది. ఇదే తరుణంలో రౌలత్ కమిటీ నివేదిక వచ్చింది. ఈ నివేదిక, క్రీ.శ. 1919లో జరిగిన జలియన్‌వాలాబాగ్ ఉదంతాలు భారత జాతీయోద్యమ స్వభావాన్ని నిర్దేశించాయి. అలాగే, ప్రపంచ యుద్ధానంతరం బ్రిటన్, మిత్రరాజ్యాలు టర్కీపట్ల వ్యవహరించిన

తీరు కూడా జాతీయోద్యమంపై ప్రభావం చూపింది. ఈ దశ నుంచి జాతీయోద్యమంలో గాంధీ ప్రధాన భూమికను నిర్వహించాడు.

క్రీ.శ. 1869లో కథియవాడ్ ద్వీపకల్పంలోని పోర్‌బందర్ పుట్టిన గాంధీ బాల్యంలో తల్లి మత నిష్ఠ - తండ్రి వ్యక్తిత్వంలోని నిజాయితీలతో ప్రభావితుడైనాడు. బ్రిటన్‌లో బార్ ఎట్‌లా డిగ్రీ పొంది తొలుత రాజ్‌కోట (గుజరాత్)లోనూ, తరవాత బొంబాయిలోను న్యాయవాద వృత్తి నిర్వహించాడు. బొంబాయిలో ఉండగా రాజ్‌చంద్ర రవిజీబాయి ప్రభావంతో అహింస సత్యమార్గాల విశిష్టతపై నమ్మకం ఏర్పడింది. ఆయన వ్యక్తిత్వాన్ని గాఢంగా ప్రభావితం చేసిన గ్రంథాలు భగవద్గీత, బైబిల్, లైట్ ఆఫ్ ఆసియా. చిన్నతనంలో ఆయన విన్న, చూసిన శ్రావణకుమారుని, హరిశ్చంద్రుని చరితాలు ఆయనను ముగ్ధుణ్ని చేశాయి. ఈ వ్యక్తుల, గ్రంథాల, చరితాల సమాహారమే గాంధీ నైతిక, ధార్మిక వ్యక్తిత్వం. క్రీ.శ. 1860 నుంచి దక్షిణాఫ్రికాలోని శ్వేత జాతీయల చెరకుతోటల్లో కూలి పనులకోసం, తరవాత కాలంలో వర్తక వ్యాపారాలు చేయడానికి గుజరాత్, సౌరాష్ట్ర ప్రాంతాల నుంచి చాలామంది భారతీయులు దక్షిణాఫ్రికాకు వలసపోయారు. కాలక్రమంలో అక్కడే స్థిరపడ్డారు. భారతీయులు ఆవిధంగా స్థిరపడటం దక్షిణాఫ్రికాలోని శ్వేత జాతీయులకు ఇష్టం కాలేదు. ఆ అయిష్టతే వర్ణవివక్షకు పునాది అయింది.

క్రీ.శ. 1893లో దాదా అబ్దుల్లా అనే గుజరాత్ వర్తక ప్రముఖుడు దక్షిణాఫ్రికాలో తానుఎదుర్కొంటున్న వ్యాపార చట్టపరమైన చిక్కుల్ని పరిష్కరించుకోవడంలో గాంధీ సహాయాన్ని కోరాడు. ఆ సందర్భంలో దక్షిణాఫ్రికాకు పోయిన గాంధీకి కొన్ని చేదు అనుభవాలు ఎదురయ్యాయి. దర్బన్ నుంచి ప్రిటోరియాకు మొదటి తరగతి రైలు పెట్టెలో ప్రయాణిస్తున్న గాంధీని ఒక శ్వేత జాతీయుడు టికెట్ ఉన్నా మొదటి తరగతిలో ప్రయాణించడానికి వీల్లేదంటూ ప్లాట్‌ఫాం మీదికి నెట్టి సామాన్లు గిరాటు వేశాడు. రెండో సంఘటనలో గుర్రం బండివాడు గాంధీని బండితోలే వ్యక్తి ప్రక్కన కూర్చోబెట్టాడు. తరవాత అక్కడ కూడా కాక కాళ్ళు పెట్టుకునే మెట్టుపై కూర్చోమని దౌర్జన్యం చేశాడు. తోటి ప్రయాణికులు కలగజేసుకొని “బండివాడి ప్రవర్తనకు అభ్యంతరం చెప్పారు. మూడో సంఘటన ట్రాన్స్‌వాల్‌లో జరిగింది. అక్కడ నాడున్న చట్టాల ప్రకారం తెల్లవారు మినహా నల్లవారుగానీ ఇతర రంగు జాతులవారుగానీ ఫుట్‌పాత్‌లపై నడవరాదు. ఈ చట్టం నుంచి మినహాయించే అనుమతి పత్రం ప్రభుత్వ వకీలు నుంచి పొందినప్పటికీ ఒక పోలీస్ గాంధీని ఫుట్‌పాత్‌పై నుంచి వీధిలోకి తోసేస్తూ తన్నాడు. ఆ సమయంలో అక్కడున్న కోట్స్ అనే డచ్ పెద్దమనిషి పోలీసును మందలించి, కోర్టులో ఈ విషయమై కేసు పెడితే సాక్ష్యంగా ఉంటానన్నాడు. అయితే గాంధీ ‘ఇతర రంగు జాతుల వారందరికీ ఇదేవిధంగా చిన్న చూపు చూడటం ఇక్కడి విధానం. నన్ను గురించి ప్రత్యేకంగా ఆ పోలీస్‌కేమీ తెలిసి ఉంటుంది’ అని వ్యాఖ్యానించి విషయాన్ని వదిలేశాడు.

దక్షిణాఫ్రికాలో గాంధీని క్రైస్తవ మతంలోకి మార్చాలని కొందరు మతప్రచారకులు ప్రయత్నించారు. ‘ఏసు లేకుండా శాంతి సాధ్యంకాదు’ అనేవారి మాటలు గాంధీని ఆలోచనలో పడేశాయి. హిందూ సమాజంలోని అసంఖ్యాకమైన కులాలకు, శాఖలకు, సమకాలిక విలువల దృష్ట్యా, అర్థవంతమైన ప్రాతిపదిక లేదని ఆయన నిర్ధారణకు వచ్చాడు. ఈ మౌలిక ఆలోచనల

ప్రభావ ఫలితంగానే ఆయనలో 'మతాతీత మానవతా దృష్టి' పెంపొందింది. ఈ విషయంలో ఆయనను ప్రభావితుణ్ని చేసిన గ్రంథం టాల్ స్టాయ్ రాసిన 'దైవరాజ్యం నీలోనే ఉంది' అనే పుస్తకం. దక్షిణాఫ్రికాలో వలసకారులైన ఆంగ్లేయులకూ, డచ్‌వారికి మధ్య యుద్ధాలు జరిగాయి. ఈ సందర్భంలో ఆంగ్లేయ సైనికులు చూపించి కౌర్యాన్ని బోయర్లు (డచ్‌వారు) సహించిన తీరు గాంధీ హృదయాన్ని కదలించివేసింది. బ్రిటిష్ పౌరులు సైతం బోయర్ల ధైర్యస్థైర్యాలను ప్రశంసించారు. ఈ ఘర్షణపై స్పందిస్తూ, ఈ పరిణామాలు దుర్భలంగా ఉన్నాయి. బోయర్లను లొంగదీయడానికి ఇవి మాత్రమే సాధనాలైతే, ఇంతకంటే ఏదోవిధమైన ఒప్పందంతో యుద్ధాన్ని పరిసమాప్తం చేయడమే నాకు సమ్మతం, అని ఎడ్వర్డ్ చక్రవర్తి లార్డ్ కిబ్‌నర్‌కు రాశాడు. బోయర్ల సహశీలతతో ముగ్ధుడైన గాంధీ 'ధైర్యపూరితమైన కష్టసహిష్ణుత పాషాణ హృదయాన్ని కూడా కరిగించగలదు. సత్యాగ్రహంలోని కీలకసూత్రం అదే' అని వ్యాఖ్యానించాడు.

దాదా అబ్దుల్లా కేసులు పరిష్కారమయ్యాక భారతదేశానికి తిరిగిపోవడానికి ఉద్యుక్తుడైన గాంధీకి వీడ్కోలు సమావేశంలో 'నేటాల్ మెర్క్యురీ' అనే స్థానిక వార్తాపత్రిక ప్రతిని ఒకరు ఇవ్వడం, దానిలో 'దక్షిణాఫ్రికాలోని భారతీయులకు చట్టబద్ధమైన పౌరసత్వం లేకుండా చేసే బిల్లు నేటాల్ శాసనసభ పరిశీలనలో ఉన్నట్లు ఒక వార్త ఆయన దృష్టికిరావడం జరిగింది. తన వీడ్కోలు ప్రసంగంలో 'భారతీయులు తమ హక్కుల్ని ఉల్లంఘనచేసే యత్నాలను ప్రతిఘటించాలని గాంధీ సలహాయిచ్చాడు. సమావేశంలో ఉన్న వారంతా ఆ సలహాను స్వాగతిస్తూ గాంధీ తమతోనే ఉండి ప్రతిఘటన పోరాటానికి నాయకత్వం వహించాలని కోరారు. అందుకు గాంధీ సమ్మతించి, ఆ రాత్రే, శాసనసభకు భారతీయులు సమర్పించే వినతిపత్రాన్ని తయారుచేశాడు. పోరాటానికి స్వచ్ఛంద కార్యకర్తల పేర్లు నమోదయ్యాయి. నిధి వసూలైంది. వినతి పత్రంపై పదివేల మంది సంతకాలను సేకరించి పత్రాన్ని సమర్పించడం జరిగింది. ఆ వినతిపత్రం పరిశీలించిన వలస వ్యవహారాల కార్యదర్శి రిపన్ బ్రిటిష్ సామ్రాజ్యంలో జరిగే శాసన నిర్మాణ కార్యక్రమాల్లో-వర్ణవివక్ష చూపడానికి వీల్లేదని ప్రకటిస్తూ ఆ బిల్లు ప్రతిపాదనను నిషేధించాడు. ఆ సత్ఫలితానికి ఆనందించిన నేటాల్ భారతీయులు గాంధీ చేసిన సేవలకు సముచిత పారితోషికం ఇవ్వజూపారు. గాంధీ దాన్ని వారిస్తూ 'ప్రజాకార్యం నిర్వహించినందుకు ప్రతిఫలాన్ని స్వీకరించరాదని అభిప్రాయపడ్డాడు. గాంధీ చేపట్టిన కార్యక్రమం నేపథ్యంతోనే క్రీ.శ. 1894లో నేటాల్ కాంగ్రెస్ స్థాపితమైంది. భారతీయులు దక్షిణాఫ్రికాలో స్థిరపడకుండా ఆటంకాలు కల్పించే ఉద్దేశంతో నేటాల్ ప్రభుత్వం మరొక ప్రతిపాదనను తలపెట్టింది. ఒప్పందం కూలీలుగా వచ్చినవారు ఒప్పందం కాలం ముగిసిన తరవాత కూడా నేటాల్‌లో నివసించడం కొనసాగితే సంవత్సరానికి 25 పౌండ్ల చొప్పున పన్ను చెల్లించాలనేది ప్రతిపాదన. ఈ చర్యను ప్రతిఘటించాలని నేటాల్ కాంగ్రెస్ తలపోసింది. అయితే భారత వైస్రాయి ఎల్జిన్ జోక్యం చేసుకోవడంతో 25 పౌండ్ల నుంచి 3 పౌండ్లకు పన్నును తగ్గించారు. దానితో కూడా సంతృప్తి చెందని భారతీయులు పన్నును వ్యతిరేకించే ఉద్యమాన్ని కొనసాగించారు.

క్రీ.శ. 1896లో భారతదేశానికి వచ్చిన గాంధీ భారతదేశంలో కూడా దక్షిణాఫ్రికా భారతీయుల సమస్యలను పత్రికలు, కరపత్రాలు, బహిరంగ సభలో ప్రసంగాల ద్వారా చర్చించేవాడు. అలాంటి

ఒక బహిరంగ సభలో ఉండగా జనవరిలో జరగనున్న పార్లమెంటు సమావేశం దృష్ట్యా వెంటనే బయల్దేరిరావలసిందిగా కోరుతూ దక్షిణాఫ్రికా నుంచి తంతి వచ్చింది. వెంటనే ఓడలో బయల్దేరాడు గాంధీ. అదే సమయంలో మరొక ఓడ కూడా బయల్దేరడం జరిగింది. గాంధీ కార్యక్రమాలను గురించి సమాచారాలు రాస్తున్న రాయిటర్ వార్తాసంస్థ ప్రతినిధి కొంచెం అతిశయోక్తులతో ఒక వార్త పంపడంతో 'గాంధీ రెండు ఓడలలో భారతీయులను వెంటబెట్టుకొని యూరోపియన్‌లు కమిటీని ఏర్పరచి, ఓడల్లోని భారతీయులు నేటాల్ తీరుపై కాలుమోపరాదని, అలాంటి ప్రయత్నానికి పూనుకుంటే వారిని సముద్రంలోకి నెట్టివేయడం జరుగుతుందని హెచ్చరించారు. ఆ పరిస్థితుల్లో నేటాల్ ప్రభుత్వ వకీలు ఇకపై భారతీయుల వలసరాకను నిలిపివేయడానికి శాసనసభ చర్యలు తీసుకుంటుందని వారికి నచ్చజెప్పి పరిస్థితులను అదుపులోకి తెచ్చాడు. గాంధీని సాయంకాలం వరకు ఓడ దిగవద్దనీ, అప్పటికీ పోలిస్ రక్షణ ఏర్పరుస్తాననీ నచ్చజెప్పాడు. అయితే మరొక యూరోపియన్ మిత్రుని సలహాపై ఓడ దిగటానికే నిశ్చయించుకున్నాడు గాంధీ.

తలపాగా ధరించిన గాంధీ ఓడ దిగడం చూసి ఒక యూరోపియన్ మూక 'గాంధీ'ని చుట్టుముట్టి కొట్టండి అంటూ కేకలు వేసింది. 'రిక్షాలో వెళ్ళండని ఒక యూరోపియన్ సలహా ఇచ్చాడు. అయితే మూక కేకలు విన్న జూలూ, రిక్షావాలా పారిపోయాడు. మూకలోనివారు, ఒకరు తలపాగా లాగేశారు. మరొకరు గాంధీపై కాళ్ళు, చేతులు యథేచ్ఛగా ప్రయోగించారు. పోలీస్ సూపరింటెండెంట్‌గారి భార్య ఆదుకోవడానికి వచ్చింది. ఈలోగా ఆ అధికారి పోలీసులను పంపించాడు. ఆ అధికారి ఇంట్లో తలదాచుకున్న గాంధీని బైటకు పంపాలని, లేకపోతే ఇంటిని తగలబెడతామని మూక బెదిరించింది. చివరికి, పోలీస్ దుస్తుల్లో వారు గాంధీని తప్పించగలిగారు. విషయం తెలిసి, గాంధీపై దాడిచేసిన వారిపై తక్షణమే కేసు నమోదు చేయాలని వలస వ్యవహారాల కార్యదర్శి కేబుల్ పంపాడు. ప్రభుత్వ వకీలు ఆ వార్తను గాంధీకి తెలిపాడు. అయితే తనపై దాడిచేసిన వారిపై కేసు నమోదు చేయడానికి అంగీకరించని గాంధీ రాతపూర్వకంగా ఆ నిర్ణయాన్ని ప్రభుత్వ వకీలుకు తెలిపాడు.

క్రీ.శ. 1899లో గాంధీ స్వదేశానికి బయలుదేరాడు. భారతీయ సమాజం సభ్యులు వీడ్కోలు సందర్భంలో విలువైన కానుకలను బహూకరించారు. కానీ సరళమైన జీవితం గడపాలని నిశ్చయించుకున్న గాంధీ బంగారు ఆభరణాలు, వజ్రపుటుంగరాలు, అన్నింటినీ తిరిగి ఇచ్చేశాడు. భారతదేశంలో కలకత్తా వార్షిక సభలో స్వచ్ఛంద కార్యకర్తలుగా హాజరై శ్రమదానం చేశాడు. ఫిరోజ్‌షా, తిలక్, గోఖలే ప్రభృతులను కలుసుకొని దేశ పర్యటనకు ఉపక్రమించాడు. ఇంతలో దక్షిణాఫ్రికా నుంచి టెలిగ్రామ్ వచ్చింది. వలస వ్యవహారాల కార్యదర్శి ఛాంబర్లిన్ దక్షిణాఫ్రికా రానున్నాడు కాబట్టి ఆయనకు తమ ఇబ్బందులను తెలియజేయాలని భారతీయ సమాజం కోరడంతో గాంధీ దక్షిణాఫ్రికాకు పోయాడు కానీ ఛాంబర్లిన్‌ను కలుసుకోవడానికి ఆయన చేసిన ప్రయత్నాలను అధికారులు నిరోధించారు. నేటాల్ ప్రభుత్వం భారతీయుల హక్కులను హరించడానికి మరొక ప్రభుత్వానికి సమకట్టింది. ప్రాతినిధ్య సంస్థలు, ఎన్నికలు లేని దేశాలనుంచి వచ్చినవారు ఓటర్లుగా నమోదు కావడానికి అనర్హులని, నిషేధాన్ని ప్రకటించింది. కొత్తగా వలస రావడాన్ని కూడా

నిషేధించింది. ఎనిమిది సంవత్సరాల వయస్సు దాటిన భారతీయ స్త్రీ పురుషులంతా తమ పేర్లను రిజిస్ట్రార్ వద్ద నమోదు చేసుకోవాలని ఒక బిల్లును తయారుచేయడం జరిగింది. దాన్ని ప్రతిఘటించాలని భారతీయ సమాజం నిర్ణయించింది. ఈ సందర్భంలో భారతీయులపట్ల సానుభూతిపరుడైన యూరోపియన్, హోస్కెన్ అనే వ్యక్తి భారతీయులు సాత్త్విక నిరోధానికి ఉద్యమించడం మంచిదని సూచన ఇచ్చాడు. 'ఇండియన్ ఒపీనియన్' అనే భారతీయుల పత్రికలో భారతీయులు తలపెట్టిన ఉద్యమానికి సముచితమైన పేరును ఆహ్వానించగా ఒకరు సూచించిన 'సదాగ్రహ' అనే పేరు గాంధీకి నచ్చింది. దాన్నే స్వల్పంగా మార్చి 'సత్యాగ్రహ' అనే పేరును ఆయన ఎంపిక చేశాడు. సామ్రాజ్య ప్రభుత్వం బిల్లు ప్రతిపాదనను తిరస్కరించిగానీ ట్రాన్స్‌వాల్ ప్రభుత్వం ఆ శాసనాన్ని రూపొందించింది. శాసనాన్ని ప్రతిఘటించాలని గాంధీ నేతృత్వంలో భారతీయులు సంసిద్ధులైనారు. పదమూడు వేల మందిలో కేవలం 500 మందిని మాత్రమే ప్రభుత్వం నమోదు చేయగలిగింది. నమోదు చేయనివారు 48 గంటలలోగా ట్రాన్స్‌వాల్‌ను విడిచిపోవాలని నోటీసు జారీచేసి ప్రతిఘటించిన కొందరిని అరెస్టుచేసి జైలుకు పంపింది ప్రభుత్వం. జైళ్ళు నిండాయి కానీ ప్రయోజనం లేకపోవడంతో ప్రభుత్వం రాజీ ప్రయత్నాన్ని చేపట్టింది.

గాంధీ నేతృత్వంలో దృఢ వైఖరిని చూసిన భారతీయులను అభినందించి కేవలం బ్రిటిష్ ప్రభుత్వ ఒత్తిడిపైనే ప్రభుత్వం చర్యలు తీసుకుందనీ ప్రస్తుతానికి భారతీయులు స్వచ్ఛందంగా నమోదు చేసుకోవాలని, తరవాత తానే చొరవ తీసుకొని ఆ చట్టాన్ని రద్దు చేస్తాననీ ప్రధాని స్మట్స్ గాంధీని కోరాడు. అందుకు గాంధీ సమ్మతించాడు. స్వచ్ఛందంగా నమోదు చేసుకునేవారందరూ తమ వేలిముద్రలను ఇవ్వవలసి ఉంటుంది. ఈ వివరణ భారతీయులకు గాంధీ ఇస్తుండగా, మీర్ ఆలమ్ అనే పఠాన్ లేచి గాంధీ స్మట్స్ నుంచి పదివేలపౌండ్లు పొంది ఉద్యమానికి ద్రోహం చేశాడని నిందించాడు. కొద్దిరోజుల తరవాత అదే వ్యక్తి గాంధీపై దాడిచేశాడు. గాయపడిన గాంధీని 'ఇండియన్ ఒపీనియన్' సంపాదకుడు జోసెఫ్ డోక్ ఇంటికి తరలించి చికిత్స జరిపించారు. అపార్థం చేసుకోవడంవల్లనే దాడి జరిగింది. తనపై దాడి చేసినవారిని విడుదలచేయాలని గాంధీ ప్రకటించాడు. కానీ యూరోపియన్‌లు పట్టుబట్టడంతో మీర్ ఆలమ్ అతని సహచరులు శిక్షకు గురికాక తప్పలేదు.

అయితే ప్రధాని స్మట్స్ వాగ్దానాన్ని పాటించలేదు. కొత్తగా పెట్టిన ప్రతిపాదన కఠినమైన షరతులకు గురిచేసే విధంగా ఉండటంతో భారతీయులు ఒక బహిరంగ సభలో సమావేశమై తమ దగ్గర ఉన్న నమోదు పత్రాన్ని తగలబెట్టారు. 1912లో గోఖలే దక్షిణాఫ్రికా వచ్చినప్పుడు ప్రభుత్వం సాదరంగా ఆహ్వానించింది. భారతీయుల డిమాండ్‌లన్నింటినీ ఆమోదించడం జరుగుతుందని జనరల్ స్మట్స్ మరొక బూటకపు వాగ్దానం చేశాడు. సమస్యలు పరిష్కారమై పోయాయి. కాబట్టి నువ్వు వచ్చేయాలని గోఖలే గాంధీని అన్నాడు. స్మట్‌ది కపట వాగ్దానమని గాంధీకి తెలుసు. ఆయన ఊహించినట్లుగానే వ్యతిరేక చట్టాల్ని వేటికీ ఉపసంహరించలేదు. మూడు పౌండ్ల పన్ను కొనసాగుతుందని ప్రకటించడం జరిగింది. దీన్ని వ్యతిరేకిస్తూ భారతీయులు సత్యాగ్రహానికి తలపడ్డారు. ట్రాన్స్‌వాల్‌కు 36 మైళ్ళ దూరంలోని న్యూకాసిల్ బొగ్గుగని కార్మికులు అందులో పాల్గొన్నారు. గాంధీ ప్రతిఘటన వ్యూహం ప్రకారం సత్యాగ్రహుల దండు 36 మైళ్ళ దూరం కాలినడక యాత్ర

చేపట్టాలి. 'గ్రేట్ మార్చ్' అని గాంధీ అభివర్ణించిన ఈ యాత్రలో రెండు వేల మంది పురుషులు 122 మంది స్త్రీలు, 50 మంది పిల్లలు పాల్గొన్నారు. యాత్రలో ఉండగా గాంధీని అరెస్టు చేశారు. బెయిల్ పై విడుదలైన గాంధీ తిరిగి యాత్రలో చేరాడు. అరెస్టయి విడుదలయ్యాడు. యాత్రలో పాల్గొన్న వారందరినీ అరెస్ట్ చేసి ప్రత్యేక రైళ్ళలో నేటాల్‌కు చేర్చి నిర్భంధించాడు. అయితే బొగ్గు గని పనికి అంతరాయం రాకుండా గనుల్నే జైలుగాను, గని యజమానుల్ని జైలు వార్డెన్‌లుగా ప్రకటించారు. ఇది గ్రహించి గనుల్లో పని చేయడానికి కార్మికులు నిరాకరించారు. వారిని అనేక విధాలుగా హింసించడం జరిగింది. ఈ దుశ్చర్యలను భారత వైస్రాయి హార్డింజ్ విమర్శించాడు. చివరకు దక్షిణాఫ్రికా ప్రభుత్వం తలొగ్గి మూడు పౌండ్లు పన్ను రద్దుచేసింది. ఇతర శాసనాలను కూడా కొన్నింటిని రద్దు చేసింది. భారతీయుల సమస్యల పరిష్కారానికి ఆయన ఆరంభించిన ఉద్యమం కొనసాగింది. దక్షిణాఫ్రికాలో ఉండగానే గాంధి ఆత్మశుద్ధి కార్యక్రమంగా 'ఉపవాసదీక్ష'ను రూపొందించాడు. ఆడంబరంలేని సరళమైన జీవన విధానాన్ని అవలంభించాడు. వ్యక్తికంటే, కుటుంబం కంటే సమాజమే ముఖ్యమని నమ్మిన గాంధీ కుటుంబంకోసం సంపత్తిని పోగుచేసే ధోరణిని పూర్తిగా విడనాడాడు. మూఢ విశ్వాసాలు లేని ఆస్థికునిగా ఆయన జీవిత భీమాను త్యజించడానికీ పురికొల్పింది. కుంభమేళా యాత్రలో భారతదేశ జనబాహుళ్యం దుస్థితిని సన్నిహితంగా పరిశీలించిన గాంధీ కొల్లాయిని మాత్రమే తన వస్త్రసంపదగా భావించాడు. దక్షిణాఫ్రికాలో ఉండగా, ప్లేగు గురించి గాంధీ పత్రికకు రాసిన లేఖ చదివిన 'ది క్రిటిక్' పత్రిక సంపాదకుడు పోలక్. ఆయనతో పరిచయం ఏర్పరచుకున్నాడు. జాన్ రస్కిన్ రాసిన 'అన్‌టుద లాస్ట్' గ్రంథాన్ని ఆయన గాంధీకి ఇచ్చాడు. ఆ గ్రంథంతో విశేషంగా ప్రభావితుడైన గాంధీ దాన్ని గుజరాతీలోకి అనువదించి 'సర్వోదయ' అని పేరుపెట్టాడు. ఆ గ్రంథంలో ప్రతిపాదించిన మూడు అంశాలు : 1. సమాజ శ్రేయస్సులోనే వ్యక్తి శ్రేయస్సు ఉంటుంది, 2. జీవనోపాధికోసం చేసే శ్రమల్నింటికీ సమ విలువ ఉంటుంది, 3. శ్రమతో కూడిన జీవితమే వాంఛనీయమైన జీవితం. ఈ మూడు అంశాలూ ఆచరణలో పాటించదగినవి గాంధీ భావించాడు.

ఈ విధంగా తన అనుభవాలు, విశ్వాసాలతో దృఢపడిన వ్యక్తిత్వంతో గాంధీ క్రీ.శ. 1915 తరవాత భారత జాతీయోద్యమంలో ప్రవేశించాడు. ఆయన రాకకుముందే దక్షిణాఫ్రికాలో ఆయన నాయకత్వంలో జరిగిన ఉద్యమాలను గురించి విని ఉన్న భారతీయులు ఆయనపట్ల గౌరవాభిమానాలను పెంపొందించుకున్నారు. ప్రముఖ రాజనీతిజ్ఞుడైన గోఖలేకు గాంధీలో ఒక యోధుని వ్యక్తిత్వం కనిపించింది, సాధారణ మానవులను సైతం సమున్నత వ్యక్తులుగా మార్చగల ప్రభావశీల వ్యక్తిత్వం ఆయనలో ఉందని గోఖలే గమనించాడు. గోఖలేను తన గురువుగా భావించిన గాంధీ, గోఖలే నెలకొల్పిన 'సర్వెంట్ ఆఫ్ ఇండియా సొసైటీ'లో చేరాలని కోరాడు. కానీ ఒక సంవత్సరం నిరీక్షించవలసిందిగా ఈలోగా దేశంలో పర్యటించవలసిందిగా గాంధీకి గోఖలే సలహాయిచ్చాడు. ఆ సలహామేరకు పర్యటనకు పూనుకున్నాడు గాంధీ. అహ్మదాబాద్‌లో సబర్మతీ నది తీరాన ఒక ఆశ్రమాన్ని నెలకొల్పి దానికి 'సత్యాగ్రహ ఆశ్రమం' అని పేరు పెట్టాడు గాంధీ. ఆ ఆశ్రమంలో కుల, మత విచక్షణలు లేని, శ్రమణ జీవన విలువలు పాటించే సమష్టి జీవన విధానాన్ని ఏర్పరచాడు. క్రీ.శ. 1916లో లక్నో కాంగ్రెస్ సభకు హాజరైన గాంధీని కలసిన బీహార్ ప్రతినిధి

బృంద సభ్యుడు రాజ్‌కుమార్ శుక్లా, బీహార్‌లోని నీలిమందు రైతు ఎదుర్కొంటున్న సమస్యలు, కష్టాలను వివరించి పరిష్కార సాధనలో సహాయపడవలసిందిగా కోరాడు. అందుకు అంగీకరించిన గాంధీ క్రీ.శ. 1917 ఏప్రిల్‌లో చంపారన్ జిల్లాకు పోయాడు. ఆయనతోపాటు బీహార్ నాయకులు బాబూ రాజేంద్రప్రసాద్, జె.బి. కృపలానీ, మహదేవ్‌దేశాయ్, మజరల్ హక్ ఆ పర్యటనలో పాల్గొన్నారు.

చంపారాన్ సత్యాగ్రహం

నీలిమందు రైతులపై యూరోపియన్ యజమానులు దాష్టీకం చూపేవారు. రైతులు 3/20 వంతు భూమిలో తప్పనిసరిగా నీలిమందు సాగుచేయవలసి ఉండేది తీన్‌కథియాఅనేకరకాలైన పన్నులు చెల్లించవలసి ఉంది. యూరోపియన్ నీలిమందు వ్యాపారి ఒకడు గాంధీని ' బయటి వ్యక్తి' అంటూ నీలిమందు రైతుల వ్యవహారాల్లో జోక్యం చేసుకోవద్దని హెచ్చరించాడు. డివిజినల్ కమీషనర్ అమర్యాదగా ప్రవర్తించి తక్షణమే ఆ ప్రాంతాన్ని విడిచివెళ్ళాలని గాంధీని ఆదేశించాడు. అయితే కేంద్రప్రభుత్వం గాంధీ నీలిమందు రైతుల సమస్యలను పరిశీలించడానికి అనుమతించింది. దానితో గాంధీ తన అనుచరులతో కలిసి గ్రామాలను సందర్శించి రైతుల వాఙ్మూలాలతో విషయసేకరణ చేశాడు. ఈలోగా ప్రభుత్వం కూడా ఒక పరిశీలన బృందాన్ని ఏర్పరచి అందులో గాంధీని కూడా సభ్యుడిగా చేసింది. ఎనిమిదివేల మంది రైతుల నుంచి సేకరించిన సమాచారంతో, 'త్రికాథియా' పద్ధతి అన్యాయపూరితమైందని గాంధీ నిర్ధారించగలిగాడు. ఒప్పందం కుదిరి నీలిమందు రైతుల నుంచి అక్రమంగా వసూలు చేసిన ధనంతో కొంత ఇచ్చేయడానికి తోటల యజమానులు అంగీకరించారు. ఈ సంఘటన జరిగిన కొద్ది సంవత్సరాల తరవాత తోటల యజమానులు చంపారన్ నుంచి నిష్క్రమించారు. ఇది గాంధీ నిర్వహించిన తొలి ఉద్యమం.

ఖేడా సత్యాగ్రహం

రెండో ఉద్యమం గుజరాత్‌లోని ఖేడా జిల్లా రైతులకు సంబంధించింది. 1915-18 కాలంలో అక్కడి రైతులు కష్టాలపాలయ్యారు. యుద్ధం వల్ల నిత్యావసర వస్తువుల ధరలు పెరిగాయి. 1918లో ఏర్పడిన అనావృష్టితో 550 గ్రామాల్లో దుర్భరమైన క్షామ పరిస్థితులు ఏర్పడ్డాయి. రైతులు భూమిశిస్తు చెల్లించే పరిస్థితిలో లేరు. భూమిశిస్తు నిబంధన ప్రకారం, నాలుగింట మూడు వంతుల పంటనష్టమైతే శిస్తు మాఫీ చేయవలసి ఉంది. రెవిన్యూ అధికారులు సమాచారాన్ని వక్రీయకరించడంతో శిస్తు మాఫీ జరగలేదు. 1917లో ఖేడా జిల్లాకు చెందిన మోహన్‌లాల్ పాండ్యా గాంధీని ఆశ్రయించి రైతులకు సహాయపడవలసిందిగా కోరాడు. సర్వెంట్స్ ఆఫ్ ఇండియా సొసైటీ సభ్యులు విచారణ చేసి అనావృష్టి కారణంగా రైతులకు నాలుగో వంతు కంటే తక్కువ ఉంటే దక్కిందని ధ్రువీకరించారు. ఆ పరిస్థితుల్లో శిస్తు వసూలు రద్దుచేయాలి. కానీ ప్రభుత్వం అందుకు సుముఖంగా లేదు. గాంధీ యువన్యాయవాది వల్లబాయ్ పటేల్ ఇందులాల్ యాజ్ఞిక్‌లతో కలిసి గ్రామాల్లో పర్యటించి 'ఎట్టి పరిస్థితుల్లోనూ శిస్తు చెల్లించవద్దని' సలహా ఇచ్చి ఆ విధంగా శపథం తీసుకోవలసిందిగా రైతులను కోరాడు. అప్పటికి, ప్రభుత్వం శిస్తు వసూలును నిలిపివేయడానికి నిశ్చయించింది. అయితే ఎవరైతే శిస్తు చెల్లించగలరో వారి వద్ద నుంచి శిస్తు వసూలు చేయడం జరిగింది.

అహమదాబాద్ మిల్లు కార్మికుల సత్యాగ్రహం

మూడో ఉద్యమం అహ్మదాబాద్ మిల్లు కార్మికులకు సంబంధించింది. 1917లో ప్లేగు వ్యాధి ఉధృతంగా వ్యాపించి లక్షల మంది జనం మరణించారు. వ్యాధి భయంతో కార్మికులు పనిమానుకొని పోకుండా చేయడానికి మిల్లు యజమానులు వేతనాన్ని నెలకు రెండు, మూడు రూపాయల మందం పెంచారు. ప్లేగు వ్యాధి తగ్గిపోయింది. కానీ ప్రపంచ యుద్ధం కారణంగా ధరలు పెరిగి వేతన మొత్తం జీవితావసరాలకు సరిపోని పరిస్థితి ఏర్పడింది. ఈ పరిస్థితుల్లో ప్లేగు వ్యాధి కారణంగా పెంచిన వేతనాన్ని తగ్గించారు మిల్లు యజమానులు. ధరల పెరుగుదలను పరిగణించకుండా వేతన పెంపుదల నిలిపివేయడాన్ని కార్మికులు అంగీకరించలేకపోయారు. పెంపుతో కూడిన వేతన మొత్తం తమ జీవన వ్యయానికి సరిపోదని వారు వాదించారు. కార్మికులు గాంధీ జోక్యాన్ని కోరారు. స్థానిక కలెక్టర్ కూడా పరిష్కార సాధనలో గాంధీ సహకారాన్ని కోరాడు. మిల్లు యజమానులలో ఒకరైన అంబాలాల్ సారాబాయితో గాంధీకి సన్నిహిత పరిచయం ఉంది. గాంధీ ఇరు పక్షాల వారితో చర్చలు జరిపి, ఒక మధ్యవర్తి సంఘ నిర్ణయానికి కట్టుబడి ఉండేటట్లు వారిని ఒప్పించాడు. ఈ లోగా కార్మికుల సమ్మె ఒకటి జరగడంతో యజమానులు వేతనంలో ఇరవై శాతం పెంపు ప్రకటించి అందుకు అంగీకరించని కార్మికులను తొలగిస్తామని ప్రకటించారు. తిరిగి ప్రతిష్టంభన ఏర్పడింది. ఆ పరిస్థితులలో సమ్మెకు తలపడాల్సిందిగా కార్మికులకు సలహాయిస్తూ - అయితే ఎలాంటి పరిస్థితులలోనూ హింసాత్మక పద్ధతులకు పూనుకోవద్దని గాంధీ నచ్చచెప్పాడు. కార్మికులు మొదట్లో గాంధీ సూత్రాన్ని పాటించినా, తరవాత పరిస్థితులు తెచ్చిన ఒత్తిడికి తట్టుకోలేకపోయారు. సబర్మతీ తీరంలో రోజూ జరిగే సమావేశాలలో పాల్గొనే కార్మికుల సంఖ్య తగ్గిపోసాగింది. మిల్లు యజమానులతో గాంధీ సఖ్యతతో మెలగటం, వారి వాహనాల్లో తిరగటంపట్ల కార్మికులు అసంతృప్తి వ్యక్తం చేశారు. సడలిపోతున్న కార్మికుల మనోస్థైర్యాన్ని గట్టిపరచడానికి గాంధీ నిరాహార దీక్ష చేపట్టాడు. దీక్ష మూడు రోజులు జరిగే సరికి మిల్లుయజమానులు దిగివచ్చి, మధ్యవర్తి సంఘం తీర్మానానికి కట్టుబడి ఉంటామని ప్రకటించారు. ఆ సంఘం వేతనంలో ముప్పై అయిదు శాతం పెంపును సిఫారసు చేసింది. అందుకు కార్మికులు, మిల్లు యజమానులు అంగీకరించడంతో సమస్య పరిష్కారమైపోయింది. ప్రపంచయుద్ధం పరిసమాప్తం కావడంతో బ్రిటన్ ఊపిరిపీల్చుకుంది. భారత దేశంలో తిరిగి దమన నీతిని వ్యక్తంచేసే చట్టాల నిర్మాణానికి పూనుకుంది. 1919 ఫిబ్రవరిలో కేంద్ర కౌన్సిల్‌లో రౌలత్ బిల్లులు ప్రవేశపెట్టారు. మార్చి 18 నుంచి రౌలత్ చట్టాలు అమలులోకి వచ్చాయి. (ఈ చట్టాలను ప్రతిపాదించిన కమిటీకి అధ్యక్షుడుగా వ్యవహరించిన రౌలత్ పేరుతో చట్టాలను వ్యవహరించడం జరిగింది).

రౌలత్‌చట్టం

రౌలత్‌చట్టం, హింసాకాండను అణచివేసే నెపంతో పౌరహక్కులను హరించి వేసే చర్యలను ప్రతిపాదించింది. విచారణ లేకుండా పౌరులను నిర్బంధించడానికి, జైలులో పెట్టడానికి, న్యాయమూర్తులకు, అధికారులకు ఈ చట్టం సర్వాధికారాలను కట్టబెట్టింది. జాతీయోద్యమ నేతలు

చట్టాల్ని విమర్శించి వ్యతిరేకించారు. ఈ చట్టం బ్రిటిష్ సామ్రాజ్య సైతాన్ స్వభావాన్ని స్పష్టపరుస్తుందని గాంధీ వ్యాఖ్యానించాడు. పత్రికలు చట్టాల్ని తీవ్రంగా విమర్శించాయి. ప్రదర్శనలు సభలు జరిగి నిరసన వ్యక్తమైంది. మార్చి 30 తేదీన ఢిల్లీలో జరిగిన రౌలత్ చట్ట వ్యతిరేక ప్రదర్శనను అణచివేయడానికి అధికారులు కాల్పులు జరిపారు. కొందరు మరణించారు, కొందరు గాయాల పాలయ్యారు, ఈ ప్రదర్శనలో హిందువులు, ముస్లిమ్‌లు సంఘటితమై పాల్గొన్నారు. ఆర్యసమాజ్ నాయకుడు స్వామిశ్రద్ధానంద కాల్పులను ఎదుర్కొంటూ రొమ్మును చూపించాడు. సైనికులు నిర్ఘాంతపోయి ప్రదర్శనను కొనసాగనిచ్చారు.

జలియన్‌వాలాబాగ్ సంఘటన, ఏప్రిల్ 13, 1919

దేశంలోని వివిధ ప్రాంతాల్లో రౌలత్‌చట్ట వ్యతిరేక ప్రదర్శనలు జరిగాయి, ప్రభుత్వ దమన నీతికి జలియన్‌వాలాబాగ్ ఉదంతం అద్దం పట్టింది. ఈ సందర్భంలోనే గాంధీ ప్రజా ఉద్యమానికి రూపకల్పన చేశాడు. ఒక సత్యాగ్రహ సభను ఏర్పరచి, హోమ్‌రూల్ లీగ్‌లలో సభ్యుల ఆచూకీలు తీసి వారికి వర్తమానం పంపడం జరిగింది. దేశవ్యాప్తంగా ఏప్రిల్ 6 నాడు రౌలత్ సత్యాగ్రహాన్ని జరపాలని నిర్ణయం జరిగింది. (అయితే కొన్ని కారణాలవల్ల ఢిల్లీలో మార్చి 30 నాడే ప్రదర్శన జరిగింది). పంజాబ్ ప్రజలు, యుద్ధకాలంలో ప్రవేశపెట్టిన కఠిన నిబంధనలతో, బలవంతంగా సైన్యంలోకి తీసుకోవడంతో, వేసారి ఉన్నారు. దానితో రౌలత్ సత్యాగ్రహ ప్రదర్శనల్లో వారు తీవ్రమైన వైఖరినే ప్రదర్శించారు. పంజాబ్ ప్రజలను శాంతిపూర్వక ధోరణిలోకి మళ్ళించడానికి గాంధీ స్వయంగా పంజాబుకు పయనమైనాడు. కానీ ప్రభుత్వం ఆయనను బొంబాయికి తరలించింది. బొంబాయి అహ్మదాబాదు ఇతర గుజరాతీ పట్టణాల్లో కూడా ప్రజలు తీవ్ర, అసహన ధోరణిని హద్దులో ఉంచడానికి ఆయన ప్రయత్నించాడు. పంజాబ్‌లోని అమృత్‌సర్‌లో ముఖ్యనేతలను అరెస్ట్ చేయడంతో భగ్గుమన్న ప్రజలు టౌన్‌హాల్‌పై దాడిచేశారు. పోస్టాఫీస్ పై దండెత్తారు, టెలిగ్రాఫ్ తీగలను కత్తిరించారు. కనిపించిన ప్రతి యూరోపియన్ పైనా విరుచుకుపడ్డారు. పంజాబ్ లెఫ్టినెంట్ గవర్నర్ మైఖేల్ ఓ. డయ్యర్ పంజాబ్ పౌర ప్రజానీకాన్ని భయపెడుతూ హెచ్చరించాడు. ప్రజలను ఉద్వేగ్నపరచేవారు. కఠిన శిక్షలకు గురికాకతప్పదని ప్రకటించాడు. అమృత్‌సర్‌లో మార్చి 30, ఏప్రిల్ 6 తేదీలలో శాంతిపూర్వకంగానే హర్తాల్ జరిగింది. అయితే ఏప్రిల్ 9 నాడు ప్రభుత్వం డాక్టర్ సత్యపాల్, డాక్టర్ సైఫుద్దీన్‌కిచ్లూలను దేశ రక్షణచట్టం కింద అరెస్ట్ చేసింది. వారి విడుదలను కోరుతూ పోలీస్ అధికారి వద్దకు జనసమూహం పోగా నిరాయుధులైన వారిపై కాల్పులు జరిగాయి. కొందరు కార్యకర్తలు హతులైనారు. దానితో ఉద్రిక్తులైన ప్రజలు ప్రభుత్వ భవనాలపై దమన కాండ జరిపారు. అదుపుతప్పిన పరిస్థితుల్లో మూకచేతుల్లో నేషనల్ బ్యాంక్ అధికారులు, మరో ముగ్గురు ఆంగ్లేయులు దుర్మరణం పాలయ్యారు. అమృత్‌సర్ పట్టణాన్ని ప్రభుత్వం సైనిక పాలనలో ఉంచింది. బాధ్యత స్వీకరించిన జనరల్ దయ్యర్ సభలు, సమావేశాలను నిషేధించాడు. ఏప్రిల్ 13 నాడు పంజాబీలకు ఉగాది పర్వదినమైంది. బైశాఖీ పండుగ సంబరాల్లో పాల్గొనడానికి పరిసర ప్రాంతాల నుంచి జనసమూహాలు అమృత్‌సర్ పట్టణాన్ని చేరాయి. ఇరవై వేల మంది జనం, జలియన్‌వాలా తోటలో గుమిగూడారు. అక్కడ ఒక బహిరంగసభను ఏర్పాటుచేశారు. దీన్ని గురించి ప్రకటన కూడా జరిగింది కానీ అధికారులు పెద్దగా పట్టించుకోలేదు.

ప్రజలు నిషేధాజ్ఞల్ని ఉల్లంఘించడంతో కోపోద్రిక్తులైన జనరల్ డయ్యర్ సైనిక పటాలంతో జలియన్‌వాలాబాగ్‌కు వచ్చి, ఎలాంటి ప్రకటనగానీ హెచ్చరిక గానీ చేయకుండానే వందగజాల దూరం నుంచి కాల్పులు మొదలుపెట్టాడు. పదినిముషాలు నిరాఘాటంగా కాల్పులు జరిగాయి. భారతీయ సైనికులతోనే డయ్యర్ కాల్పులు జరిపించాడు. ప్రభుత్వం విచారణకోసం ఏర్పరచిన హంటర్ కమిటీ 379 మంది మరణించినట్లు, 1200 మంది గాయపడినట్లు తేల్చింది. కాంగ్రెస్ కమిటీ విచారణ ప్రకారం వేయి మంది మరణించారు. కాల్పుల్లో గాయపడినవారు వైద్యంగానీ, నీరుగానీ లేకుండా రాత్రంతా అలాగే పడిఉన్నారు. "తూటాలు అయిపోకపోతే ఇంకా కాల్పులు జరిపేవాణ్ని' అనీ, 'పంజాబ్‌ను భీతిల్లజేయడమే నా లక్ష్యం' అని ప్రకటించిన డయ్యర్ కొన్ని కఠోరమైన షరతుల్ని ఏర్పరచాడు. మిస్‌షెర్‌వుడ్ అనే మిషనరీ స్త్రీ హతురాలైన వీధిలో ఎవ్వరూ నడవరాదనీ, పొట్టనేలకు ఆనేలా పడుకొని పాకుతూ పోవాలని శాసించడం జరిగింది. కొరడా ఉపయోగం యథేచ్ఛగా జరిగింది. యూరోపియన్‌లు కాని వారి సైకిళ్ళన్నీ ప్రభుత్వం స్వాధీనం చేసుకుంది. రైల్లో ప్రయాణాన్ని నిషేధించే ఉద్దేశంతో మూడో తరగతి రైలు టికెట్లు అమ్మకాన్ని నిలిపివేయించారు. అమలుజరిపిన సైనిక న్యాయంతో 51 మందికి మరణశిక్ష, 46 మంది ప్రవాసశిక్ష, 115 మందికి జైలుశిక్ష విధించడం జరిగింది.

పంజాబ్‌లోని మరో అయిదు జిల్లాల్లో సైనికశాసనం ప్రకటించారు. అయినా హర్తాల్ ఆగలేదు. అధికారులు ఆందోళనలో పడ్డారు. విద్యార్థులు, న్యాయవాదులు, తమ తమ పేర్లను నమోదు చేయించుకోవాలని, పట్టణం విడచిపోరాదనీ ఉత్తర్వులు జారీఅయ్యాయి. రోడ్ల పక్కనున్న కాలిబాటలపై ఇద్దరి కంటే ఎక్కువ మంది కలిసి నడవరాదనీ, విద్యార్థులు తమ విద్యాలయాలకు మైళ్ళదూరంలో ఉన్న కార్యాలయాలకు పోయి రోజుకు నాలుగుసార్లు కనిపించాలనీ ఉత్తర్వులు జారీచేస్తూ, భవనాలపై అంటించిన ఉత్తర్వుల పత్రాలు జాగ్రత్తగా చూడవలసిన బాధ్యత భవనం యజమానులదేనని ప్రభుత్వం ప్రకటించింది. సనాతన ధర్మ విద్యాలయం ప్రాకారం గోడపై అంటించిన ప్రకటన పత్రాన్ని ఎవరో తీసివేయగా, అందుకు శిక్షగా విద్యాలయంలోని విద్యార్థులను, ఉపాధ్యాయులు 500 మందిని అధికారులు మూడు రోజులు హింసించారు. ముస్లిమ్‌లు వివాహ ఊరేగింపు ఒకటి జరుగుతుండగా ఆపి, సైనిక శాసనాన్ని ఉల్లంఘించినందుకు అందరినీ కొరడా దెబ్బలకు గురిచేశారు. యూరోపియన్‌లు సైతం జలియన్‌వాలాబాగ్ దురంతాలతో దిగ్భ్రాంతులైనారు. గాంధీ పరిచితుడు ఆండ్రూస్ ఉదంతం వివరాలను సేకరించడానికి దక్షిణాఫ్రికా నుంచి రాగా ఆయనను నిర్బంధించి దేశం నుంచి ప్రభుత్వం పంపించేసింది. దురంత బాధితుల వివరాలను పత్రికల్లో ప్రచురిస్తున్న 'బొంబాయి క్రానికల్' సంపాదకుడు హార్నిమన్‌ను కూడా దేశం నుంచి పంపించడం జరిగింది.

శంకరన్‌నాయర్ వైస్రాయి కౌన్సిల్ సభ్యత్వానికి రాజీనామా చేశాడు. రవీంద్రనాథ్ టాగూర్ 'సర్' బిరుదును వదిలేశాడు. గాంధీ, దక్షిణాఫ్రికాలోని బ్రిటిష్‌వారిచ్చిన 'కైజర్-ఇ-హింద్' బిరుదును త్యజించాడు. దురంతాలపై కాంగ్రెస్ పక్షాన విచారణ జరిపిన కమిటీ (మోతీ లాల్ నెహ్రూ, చిత్తరంజన్‌దాస్, ఫజలుల్‌హక్, అబ్బాస్ తయ్యబ్‌జీ, గాంధీ కమిటీ సభ్యులు) దురంతాలకు కారకుడైన డయ్యర్‌ను శిక్షించాలనీ, మృతుల కుటుంబాలకు ఆర్థిక సహాయం ఇవ్వాలనీ ప్రభుత్వాన్ని కోరింది.

ప్రభుత్వ మాత్రం బెల్లం కొట్టిన రాయిలా ఊరకుండింది. అంతేకాక డయ్యర్‌కు ముప్పైవేల పౌండ్ల నిధిని సమర్పించింది. ఇది భారతీయుల నిశ్చేష్టులను చేసింది. ఈ దురంతాలకి ప్రతిచర్య చేసి ఉద్దమ్‌సింగ్ అమరవీరుడైనాడు. సత్యాగ్రహ కార్యక్రమం హింసాత్మక చర్యలతో కలుషితమైందని భావించిన గాంధీ ఏప్రిల్ 18 నాడు ఉద్యమాన్ని నిలిపివేశాడు. అయితే సత్యాగ్రహ సూత్రంపై నమ్మకం సడలని గాంధీ సంవత్సరం తరవాత తిరిగి దేశవ్యాప్త ఉద్యమాన్ని చేపట్టాడు. 'సహాయ సహకార నిరాకరణ ఉద్యమం క్రీ.శ. 1920-22 లో జరిగింది.

సహాయ నిరాకరణ ఉద్యమం' (1920-22) - ఖిలాఫత్ సమస్య

20వ శతాబ్ది తొలి రెండు దశాబ్దాలలో జరిగిన దేశీయ - అంతర్దేశీయ పరిణామాలతో భారతీయులు బ్రిటిష్ వారి వైఖరిపట్లా, పాలన పట్లా, చేసిన వాగ్దానాలపట్ల బ్రిటిష్ వారి చిత్తశుద్ధి పట్ల నమ్మకాన్ని కోల్పోయారు. రౌలత్ చట్టాలు బ్రిటిష్ వారి దుష్టబుద్ధిని స్పష్టంచేయగా, పంజాబ్, జలియన్‌వాలాబాగ్ దురంతాలు వారి నరహంతక స్వభావాన్ని బైట పెట్టాయి. డయ్యర్ చర్యలను లార్డ్సభ ఆమోదించడం, డయ్యర్‌కు పౌర నిధిని సమర్పించడం, మరోపక్క మాంట్‌ఫర్డ్ పథకం రాజ్యాంగ సంస్కరణలను ప్రతిపాదించడం బ్రిటిష్ వారి ద్వంద్వ నీతిని తేటతెల్లం చేశాయి. ప్రపంచ యుద్ధకాలంలో టర్కీ భవిష్యత్తుపట్ల ఆందోళన చెందిన ముస్లింలకు యుద్ధానంతర నిర్ణయాలలో టర్కీపట్ల మెతక ధోరణిని అవలంభించడం జరుగుతుందనీ, లాయిడ్ జార్జ్ వాగ్దానాలు చేశాడు. అయితే 1920 మేలో జరిగిన సెవర్స్‌సంధి టర్కీ సామ్రాజ్య విచ్ఛిత్తిని నిర్ద్వంద్వంగా ప్రకటించింది. ఇది ముస్లిం సమాజాన్ని కలవరానికి గురిచేసింది. 1919 అక్టోబర్‌లో భారతీయ ముస్లిం నేతలు అబుల్‌కలామ్ ఆజాద్, హకీమ్ అజ్మల్‌ఖాన్, హజ్రత్ మొహానీల నేతృత్వంలో ఖిలాఫత్ కమిటీని ఒకదాన్ని ఏర్పరచారు. ఖలీఫా పట్ల నైతిక మద్దతు చూపడానికి ఉద్దేశించిన ఈ కమిటీ ఖిలాఫత్ (ఖలీఫా వ్యవస్థ దాని ఆధిపత్యం) సమస్యపై చర్చించడానికి నవంబర్ 23 నాడు ఢిల్లీలో ఒక సమావేశాన్ని ఏర్పాటుచేశాడు. ఆ సమావేశానికి గాంధీని అధ్యక్షునిగా ఎన్నుకున్నాడు. హిందూ-ముస్లిం వర్గాల మధ్య సత్సంబంధాలను పెంపొందించ డానికి అది అనుకూలమైన సందర్భమని గాంధీ భావించాడు.

ఖిలాఫత్ కమిటీ సమావేశంలో ప్రసంగిస్తూ 'యుద్ధానంతర పరిణామాలలో టర్కీపై బ్రిటన్ మిత్రమండలి అవమానకరమైన షరతులు విధిస్తే ముస్లింలు ప్రభుత్వానికి ఏవిధంగానూ సహకారాన్ని ఇవ్వరాదనీ, ఆవిధంగా సహాయ సహకారాలను నిరాకరించే హక్కు ప్రజలకు ఉన్నదనీ (గాంధీ ఉద్ఘాటించాడు. 'ప్రభుత్వం ఇచ్చిన పదవులు, గౌరవాలు, బిరుదులు మను అక్కర్లేదు అని గాంధీ ప్రకటించాడు. ఆరంభంలో కాంగ్రెస్‌ను, కాంగ్రెస్ చేపట్టిన ఆందోళన కార్యక్రమాలను హిందూ రాజకీయాలు అని కొట్టిపారేసిన ఉలేమాలు (ముస్లిం మతాచార్యులు) మారిన పరిస్థితుల్లో 'అఖిల భారత జమాయత్ - ఉల్-ఉలేమా' సంస్థగా ఏర్పడి ఖిలాఫత్ ఉద్యమంలో పాల్గొనడానికి సంసిద్ధులయ్యారు.

క్రీ.శ. 1920 మే 14 నాడు ప్రపంచ యుద్ధానంతరం సంధి షరతులు వెల్లడయ్యాయి. సెవర్స్ సంధి టర్కీపై అవమానకరమైన షరతులు విధించింది. దానితో ఖిలాఫత్ ఉద్యమం సహాయ

నిరాకరణ ఉద్యమం నిర్వహణకు రంగం సిద్ధమైంది. కాంగ్రెస్ సంస్థను కూడా ఉద్యమంలోకి తీసుకొని రావడానికి నాందిగా రాష్ట్రాలలోని కాంగ్రెస్ కమిటీలను 'ఖిలాఫత్ సహకార నిరాకరణోద్యమాలపై తమ అభిప్రాయాన్ని తెలపవలసిందిగా కోరడమైంది. భిన్న భిన్న ప్రతిస్పందనలు రావడంతో ఒక ప్రత్యేక సమావేశాన్ని ఏర్పాటుచేసి విషయాన్ని చర్చించాలని నిర్ణయించారు. సవ్యంగాలేని పాలనకు సహకారాన్ని నిరాకరించే హక్కు సనాతన కాలం నుంచి ప్రజలకు ఉన్నదంటూ 'సహాయ నిరాకరణ' నోటీస్ పత్రాన్ని వైస్రాయికి జూన్ 22 నాడు పంపించాడు గాంధీ. ఆ నోటీస్ కాలం ముగియడంతో లాంఛనంగా ఆగస్టు 1 నాడు ఉద్యమాన్ని ఆరంభించాడు. అదే రోజు లోకమాన్య తిలక్ మరణించడం జరిగింది. ప్రజలు సంతాపదినం పాటించి ఉపవాసం చేసి తరవాత ఊరేగింపులతో హర్తాల్‌ను పాటించారు.

క్రీ.శ. 1920 సెప్టెంబర్‌లో కలకత్తాలో కాంగ్రెస్ ప్రత్యేక సమావేశం జరిగింది. సమావేశానికి లాలాలజపత్‌రాయ్ అధ్యక్షత వహించాడు. జరిగిన తీర్మానంలో ఖిలాఫత్ సమస్య పంజాబ్ దురంతాలు రెండింటినీ ప్రస్తావించడం జరిగింది. రెండింటిలోనూ జరిగిన అన్యాయం, అక్రమాలను సరిదిద్దే వరకు భారతీయులు సంతుష్టులు కాజాలరనీ, తిరిగి అలాంటి అన్యాయ, అక్రమాలను జరగకుండా నిరోధించగల ఏకైక మార్గం స్వరాజ్య స్థాపనేననీ, స్వరాజ్యం సిద్ధించేవరకు అహింసాయుతంగా సహకార నిరాకరణోద్యమాన్ని కొనసాగించడాన్ని ఆమోదించడం మినహా గత్యంతరం లేదని తీర్మానం ప్రకటించింది. లెజిస్లేటివ్ కౌన్సిళ్ళకు జరిగే ఎన్నికలను బహిష్కరించాలన్న ప్రతిపాదనను తొలుత చిత్తరంజన్ దాస్ వ్యతిరేకించాడుగానీ తరవాత అంగీకరించాడు. డిసెంబర్‌లో నాగపూర్‌లో జరిగిన వార్షిక సభలో బిరుదులు, గౌరవాలు, నామినేటెడ్ పదవులను త్యజించాలనీ, ప్రభుత, ప్రభుత్వ గ్రాంటుతో నడిచే విద్యాలయాల నుంచి పిల్లలను పెద్దమనుషుల మధ్యవర్తిత్వం ద్వారా వివాదాలను పరిష్కరించుకోవాలని, మెసపటోమియాలో సైనిక, గుమాస్తా సేవక పనులను నిరాకరించాలనీ, కౌన్సిళ్ళకు పోటీ చేయరాదు, ఓటువేయరాదని, విదేశీ వస్తువుల్ని బహిష్కరించి స్వదేశీ పరిశ్రమలను ఉద్ధరించాలని నిర్ణయాలు జరిగాయి. ఖిలాఫత్ కమిటీ, జమాయత్ ఉల్ ఉలేమా, ముస్లిం లీగ్‌లు కూడా నాగ్‌పూర్ కాంగ్రెస్ ధోరణిలోనే తీర్మానాలు చేశాయి. ఎన్నికలను బహిష్కరించాలని ముస్లింలకు ఫత్వా ఇవ్వడం జరిగింది. నాగ్‌పూర్ కాంగ్రెస్ వివరించిన కార్యక్రమమంతా సవ్యంగా అమలుజరిగితే సంవత్సరంలోగా స్వరాజ్యం సంప్రాప్తిస్తుందని కార్యకర్తలకు భరోసా ఇచ్చాడు గాంధీ. ఆ భరోసాతో సాయుధపోరాటపంథాను వదలి అనేకమంది విప్లవవాదులు సహకార నిరాకరణ ఉద్యమానికి కట్టుబడ్డారు.

ఆశయాలు, వ్యూహాలు మారిపోయిన కాంగ్రెస్‌కు గాంధీ నూతన రాజ్యాంగాన్ని రూపొందించాడు. దైనందిన వ్యవహారాల నిర్వహణకోసం పదిహేను మంది సభ్యులతో ఒక వర్కింగ్ కమిటీ ఏర్పరచాడు. రాష్ట్రస్థాయి కాంగ్రెస్ కమిటీలు ప్రాంతీయ భాషా ప్రాతిపదికపై ఏర్పడి స్థానిక భాష మాధ్యమంగా పనిచేయాలనీ, వాడలు, గ్రామాలలో కమిటీలను ఏర్పరచాలనీ నిర్ణయం జరిగింది. కాంగ్రెస్ సభ్యత్వ రుసుము 'నాలుగు అణాలు' (నేటి 25 పైసలు) గా నిర్ణయించారు. నాగ్‌పూర్ వార్షిక మహాసభతో కాంగ్రెస్‌లో గాంధీ ప్రాబల్యం పెరిగింది. తీర్మానాలను ఇష్టపడని జిన్నా, బిపిన్

చంద్రపాల్ ప్రభృతులు కాంగ్రెస్‌కు దూరంకాగా, ముస్లిం నాయకులలో అలీ సోదరులు (షౌకత్‌అలీ, మహమ్మద్ అలీ) గాంధీకీ, కాంగ్రెస్‌కు సన్నిహితులయ్యారు. నాటి యువనాయకులైన నెహ్రూ, సుభాష్, పటేల్, రాజాజీ, అబుల్‌కలామ్ ఆజాద్, రాజేంద్రప్రసాద్, ప్రకాశం మొదలైన వారంతా గాంధీ అనుయాయులైనారు. సహాయ నిరాకరణోద్యమం 'బహిష్కరణ-నిర్మాణాత్మక' కార్యక్రమాన్ని చేపట్టింది. దేశ వ్యాప్త పర్యటనతో ప్రజలను ఉత్తేజపరిచాడు గాంధీ. క్రీ.శ. 1921 మార్చి 31 నాడు విజయవాడలో జరిగిన కార్యనిర్వాహక సంఘ సమావేశం నిర్మాణాత్మక కార్యక్రమాన్ని రూపొందించింది. మోతీలాల్-జవహర్‌లాల్ నెహ్రూలు, అలీ సోదరులు, సి.ఆర్.దాస్, పటేల్ మొదలైన వారు సమావేశంలో పాల్గొన్నారు. కోటి మంది సభ్యుల్ని కాంగ్రెస్‌లో చేర్పించడం, కోటి రూపాయలతో తిలక్ స్వరాజ్యనిధిని ఏర్పరచడం లక్ష్యంగా నిర్ణయించారు. అలాగే జాతీయ విద్యాసంస్థలు, పంచాయితీలను నెలకొల్పాలని నిశ్చయించారు. ఈ సమావేశంలో పింగళి వెంకయ్య రూపొందించిన మువ్వన్నెల జెండా, మధ్యన రాట్నంతో కాంగ్రెస్ పతాకంగా ఎంపిక చేయడం జరిగింది. విద్యార్థులు ప్రభుత్వ, ప్రభుత్వ సహాయ విద్యాలయాలను బహిష్కరించి దేశీయ విద్యాసంస్థలలో చేరాలన్న ప్రతిపాదనను ప్రజలు ఉత్సాహంతో అమలుచేశారు. 800 జాతీయ విద్యాలయాల్లో తొంబై వేల మంది విద్యార్థులు చేరారు. ముఖ్యంగా బెంగాల్‌లో ఈ కార్యక్రమం సి.ఆర్.దాస్, సుభాష్‌చంద్రబోస్‌ల చొరవతో ఉధృతంగా అమలుజరిగింది.

పంజాబ్, బొంబాయి, ఉత్తర ప్రదేశ్, బిహార్, ఒరిస్సాలలో కూడా విద్యాకార్యక్రమం బాగా అమలైంది. మద్రాస్ రాష్ట్రంలో మాత్రం అంతఘనంగా జరగలేదు. బనారస్‌లో కాశీ విద్యాపీఠం, గుజరాత్‌లో గుజరాతీ విద్యాపీఠం, ఢిల్లీలో జామియా మిలియా ఇస్లామియా సంస్థలు ఇదే సందర్భంలో వెలిశాయి. సుభాశ్చంద్రబోస్ బెంగాల్ జాతీయ కళాశాలలకు తొలి ప్రిన్సిపాల్‌గా పనిచేశాడు. కోటిమంది సభ్యులను కాంగ్రెస్‌లో చేర్చడం లక్ష్యంకాగా ఏభై లక్షల మందిని చేర్చడం జరిగింది. తిలక్ స్వరాజ్యనిధికి లక్ష్యాన్ని మించి పోగుచేయగలిగారు. రాట్నం అందరికీ ప్రియమైన యంత్రమైంది. ఇరవై లక్షల రాట్నాలను పంచడం జరిగింది.

చిత్తరంజన్‌దాస్, మోతీలాల్, రాజాజీ, ప్రకాశం, పటేల్, ఆసఫలీ మొదలైన న్యాయవాదులు లక్షల సంపాదనను వదులకొని జాతీయోద్యమానికి అంకితమైపోయారు. ప్రజలు తమ తగవులను పరిష్కరించుకోవడానికి పంచాయితీల మధ్యవర్తిత్వాన్ని ఆశ్రయించారు. త్యాగం చేసి వృత్తిపరమైన సంపాదనను వదులుకున్న న్యాయవాదుల సహాయానికి జమ్నాలాల్ బజాజ్ అనే వాణిజ్యవేత్త నిధిని ఏర్పరచాడు. ఉద్యమంలో మరొక ముఖ్యమైన అంశం మద్యపాన నిషేధం. కల్లు దుకాణాల వద్ద పికెటింగ్, నిషేధ ప్రచారం ఉధృతం కావడంతో ప్రభుత్వాదాయానికి నష్టం కలిగింది. దానితో ప్రభుత్వం ఆరోగ్యానికి మద్యపానం ఏవిధంగా తోడ్పడుతుందో వివరిస్తూ ప్రచారానికి పూనుకుంది. అలెగ్జాండర్, జూలియస్ సీజర్, నెపోలియన్, షేక్స్పియర్, టెనిసన్ వంటి ఘనులు మద్యపానం చేసిన వారేనంటూ సోదాహరణంగా మద్యం వాడకాన్ని ప్రోత్సహించడానికి పూనుకున్నారు.

విదేశీ దుస్తులు అలంకరణలను పోగుచేసి తగలబెట్టారు. దిగుమతి వస్త్రాల విలువ 162 కోట్ల నుంచి 57 కోట్లకు పడిపోయింది. చరఖా లోకప్రియమైన పరికరమైంది. ఖద్దరు ధరించిన

వారిపట్ల గౌరవం పెరిగింది. కాంగ్రెస్ కార్యకర్తలకు ఖద్దరు బట్టలే యూనిఫామ్ అయింది. మిలువస్త్రాలపట్ల వ్యతిరేకత తమకూ నష్టం కలిగిస్తుందని స్వదేశీ మిల్లుల యజమానులు భయపడసాగారు. అయితే ఉద్యమం వ్యతిరేకించేది విదేశీ మిల్లులను మాత్రమేనని గాంధీ భరోసా ఇచ్చాడు. హిందూ ముస్లిం ఐక్యతకు గాంధీ జీవనశైలి ఆదర్శంగా ప్రచార నమూనాగా నిలిచింది. గాంధీ పెట్టిన ఒరవడిలో ఆశ్రమాలను స్థాపించి, ఆయన జీవన శైలిని అవలంభించసాగారు స్థానికేతరులు. నెల్లూరుజిల్లా పల్లిపాడులో ఓరుగంటి వెంకటసుబ్బయ్య, తిక్కవరపు రామిరెడ్డి ప్రభృతులు ఆశ్రమమొకదానిని నెలకొల్పారు.

అఖిలభారత ఖిలాఫత్ సమావేశం (1921, జూలై) లో ప్రసంగిస్తూ, ముస్లింలు బ్రిటిష్ వారి సైన్యంలో చేరడం ఇస్లామ్ ధర్మ విరుద్ధం. సైన్యంలోని ముస్లిందరికీ ఈ సందేశాన్ని అందించండి' అని మహమ్మద్ అలీ పిలుపునిచ్చాడు. దాన్ని విద్రోహచర్యగా ప్రకటించి అణచివేతకు ప్రభుత్వం పూనుకుంది. మహ్మదలీ, డా॥ కిచ్లూ, జగద్గురు శంకరాచార్య (శారదాపీఠం), నిసార్ అహ్మద్, పీర్‌గులామ్ ముజాహిద్, హుస్సేన్ అహ్మద్‌లను నిర్బంధించారు. అఖిల భారత కాంగ్రెస్ కమిటీ సైతం అదే ధోరణిలో, 'పౌర సైనిక ఉద్యోగాలలో పనిచేసేవారు అలాంటి ఉద్యోగ నిర్వహణ వాంఛనీయమాకాదా అనే విషయంలో తమ అభిప్రాయాలను వెల్లడించడం పౌరధర్మం కిందకే వస్తుంది, 'ఉద్యోగాలను విడచిపెట్టండి' అని పిలుపునివ్వడం పౌర హక్కు సమ్మతమేనని తీర్మానించింది. దానితో ప్రభుత్వం అరెస్టుల పర్వం మొదలుపెట్టింది. ఉత్తర ప్రదేశ్‌లో కాంగ్రెస్ కమిటీ సమావేశం జరుగుతుండగా 55 సభ్యుల్ని ప్రభుత్వం అరెస్ట్ చేసింది. ప్రజలు భయపడలేదు, అన్ని వర్గాలకు చెందినవారు అరెస్టు కావడానికి సిద్ధపడ్డారు. తిరుచినాపల్లిలో ఉన్న గాంధీ ఈ విషయం తెలియగానే తాను ఖిలాఫత్ కమిటీ ధోరణిలోనే ప్రకటన ఇచ్చాడు.

ఖిలాఫత్ ఉద్యమం

ఖిలాఫత్ కమిటీ పిలుపు కేరళలోని మలబారు ప్రాంతంలో మోప్లాల తిరుగుబాటుకు దారితీసింది. తొమ్మిదో శతాబ్దిలో ఆ ప్రాంతంలో నివాసం ఏర్పరచుకున్న అరబ్బులు, స్థానిక స్త్రీల సంతతి నుంచి వచ్చినవారే మోప్లాలు (మప్పిలా). తిరుగుబాటు ధోరణిగల వీరు ఆయుధాల సేకరించి అధికారులపై తిరుగబడటానికి సంసిద్ధులైన తరుణంలో సమాచారం ప్రభుత్వానికి చేరింది. దర్యాప్తుకోసం పోయిన పోలీసులను మోప్లాలు తిప్పికొట్టారు. తరవాత హింసా, విధ్వంసాలకు పాల్పడి ఒక బ్రిటిష్ సైన్యాధికారిని ఒక పోలీస్ అధికారినీ చంపి, రైల్వేస్టేషన్‌కు తగులబెట్టి, పట్టాలను పీకేశారు. సైనిక బృందాలను పంపగా మోప్లాలు వారిని సునాయాసంగా ఓడించారు. చివరకు గుర్ఖాలు, గహర్వాల్ సైనికులు, బర్మా రైఫిల్స్‌తో సైనిక దళాన్ని పంపింది ప్రభుత్వం. మహమ్మద్ హాజీని తమ రాజుగా ప్రకటించి తెగించి పోరాటం చేశారు మోప్లాలు. ప్రభుత్వ తిరుగుబాటును అణచివేయగలిగింది. పోరాటంలో 2,266 మంది మోప్లాలు చనిపోగా, 5,688 మంది బందీలుగా చిక్కారు. మోప్లా రాజు అనుయాయులు ఆరుగురిని సైనిక న్యాయస్థానంలో కాల్చివేశారు. కాలికట్ నుంచి మద్రాసుకు తరలిస్తూ ఒక గూడ్స్ రైలు వాగన్‌లో డెబ్బైమంది నింపగా గ్రీష్మ కాలపు ఎండవేడికి తట్టుకోలేక 66 మంది చనిపోయారు. మోప్లాలు హిందువులపై కూడా దాడి చేసి, కొందరిని ఇస్లామ్

మతంలోకి మార్చారు. హిందూ, ముస్లిం సఖ్యతకు మోప్లా సంఘటనలు అఘత్యమయ్యాయి. చరిత్రకారుడు స్మిత్ మోప్లాలు హిందూ వ్యతిరేకులు - బ్రిటిష్ వ్యతిరేకులు అని రాశాడు. 'గాంధీ-అరాచకం' అనే గ్రంథంలో మోప్లాల అరాచకాలను ఆపడానికి యత్నించలేదని గాంధీని శంకరన్ నాయర్ తప్పుబట్టాడు.

మోప్లాల ఉద్యమం కాంగ్రెస్ ఖిలాఫత్ కార్యక్రమాలను నిషేధించిన ప్రాంతంలో జరిగిందని తీర్మానిస్తూ, మోప్లాల అరాచక చర్యలను, ప్రభుత్వ దమనకాండలోని ఘాతుకాలను విమర్శించింది. కాంగ్రెస్ వర్కింగ్ కమిటీ. మార్క్సిస్ట్ నేత నంబూద్రిపాద్ మోప్లా ఉద్యమాన్ని రైతు వర్గ ఉద్యమంగా పేర్కొని, అరాచక చర్యలుగా కనిపించినవన్నీ రైతాంగం తిరుగుబాటులో కనిపించే పోరాట వ్యూహాలని విశ్లేషించాడు. ఉత్తరప్రదేశ్, బీహార్‌లలో కూడా కొన్ని అవాంఛనీయ సంఘటనలు జరిగాయి. గాంధీ అనుయాయులమని చెప్పుకున్న కొందరు వ్యక్తులు ధరల పెరుగుదలకు నిరసన ప్రకటిస్తూ లూటీలకు పాల్పడ్డారు. పంజాబ్‌లో అకాలీలు, బ్రిటిష్ యంత్రాంగంతో మిలాఖత్ అయిన పూజారులను తొలగించి గురుద్వారాలను తమ నియంత్రణలోకి తెచ్చుకోవడానికి ఉద్యమించారు. నా0నకానా గురుద్వారా పూజారి 1921 ఫిబ్రవరి 20 తేదీన వందమంది అకాలీలను హత్యచేయించడంలో బ్రిటిష్ కమిషనర్ హస్తం ఉందని వెల్లడికావడంతో సిక్కులు ప్రభుత్వ వ్యతిరేకోద్యమం చేపట్టారు. ఉద్యమాన్ని శాంతియుత ధోరణిలో నడపాలని గురుద్వారా ప్రబంధక్ కమిటీ నిర్ణయించింది. పదహారు వేల మంది శిక్కులు అరెస్టయ్యారు. పోలీసులు లాఠీలను యధేచ్ఛగా ఉపయోగించారు. అయినా ప్రదర్శన కారులు ఎదురు తిరగలేదు. వారిని చూసి సి.ఎఫ్.ఆండ్రూస్ శిలువ మోస్తున్న ఏసు స్మరణకు వస్తున్నాడని వ్యాఖ్యానించాడు. అస్సామ్‌లోని తేయాకు తోటల కార్మికులు కూడా గాంధీ మార్గాన్ని అవలంభించారు. వేతన వృద్ధికి అధికారులు నిరాకరించడంతో టీ తోటల్లో పనులను వదులకొని గాంధీ పేరున జయధ్యానాలు చేస్తూ ఇళ్ళదారి పట్టారు. గుర్ఖా దళం వారిపై దాడిచేసిన జంకకుండా ముందుకుపోయి ఓడల్లోకి ఎక్కబోయారు. వారిలో కొందరిని నదిలోకి తోసివేయడం జరిగింది. ఈ దురంతం ఓడ కార్మికులను క్రోదావేశపరుల్ని చేసింది. ఆ ప్రాంతం రైల్వే కార్మికులతో కలిసి సమ్మెకు తలపడ్డారు. తూర్పు బెంగాల్ అంతటా బ్రిటిష్ వారిపట్ల అసహనం ప్రబలింది.

క్రీ.శ. 1921 నవంబర్ 17వ తేదీన బ్రిటిష్ యువరాజు బొంబాయికి వచ్చిన సందర్భంలో స్వాగతసభ ఏర్పాటైంది. అదే రోజున హర్తాల్ జరిగి ఎల్ఫిన్‌స్టన్ మిల్లు ఆవరణలో బహిరంగసభ జరిగింది. ఇరుసభలకు పోతున్న జనాలకు మధ్య ఘర్షణ జరిగింది. పోలీసులు యథావిధిగా కాల్పులు జరపటం అరవై మంది చనిపోవడం జరిగింది. ఈ ఘటనలపట్ల అసంతృప్తి - విచారం వ్యక్తం చేస్తూ పరిహారంగా మూడు రోజులు నిరాహార దీక్ష బూనాడు గాంధీ. రానున్న శాసన ధిక్కార ఉద్యమంలో ప్రజాసందోహం ఏవిధంగా ప్రతిస్పందిస్తుందోనని ఆయన ఆందోళన చెందాడు. యువరాజు పర్యటన జరిగే ప్రాంతాలలో బహిష్కరణోద్యమాన్ని కాంగ్రెస్, ఖిలాఫత్ కమిటీ ఎన్నిక చేసిన కార్యకర్తలు నిర్వహించారు. కలకత్తాలో డిసెంబర్ 25 నాడు జరిగే యువరాజు పర్యటన దృష్ట్యా ప్రభుత్వం స్వచ్ఛంద కార్యకర్తల దళాన్ని చట్టవ్యతిరేక సంస్థగా ప్రకటించింది. లాలాలజపత్ రాయ్, మోతీలాల్ నెహ్రూ, చిత్తరంజన్‌దాస్, సుభాష్‌చంద్రబోస్, జవహర్‌లాల్ నెహ్రూ ప్రభృతులతో సహా వేలాదిమంది కార్యకర్తలు అరెస్టయినారు.

నాగరిక సమాజంలో ప్రజలు తమ అభిప్రాయాలను చట్టం రాజ్యాంగం విధించిన నిబంధనలకు లోబడి వ్యక్తం చేసే అధికారం వారికి ఉంటుందని కాంగ్రెస్ ప్రకటించింది. స్వచ్ఛంద కార్యకర్తల దళాల్ని నిషేధించటమంటే ప్రజల హక్కులను అణచివేసినట్లే, అందువల్ల నిషేధాజ్ఞల్ని ధిక్కరించడం తప్పుకాదని కాంగ్రెస్ వాదించింది. స్వచ్ఛంద కార్యకర్తలుగా చేరేవారు ముందుగా ఒక శపథం చేయవలసి ఉంటుంది. ప్రభుత్వాజ్ఞల్ని ధిక్కరించే కార్యక్రమంలో ఎదురయ్యే కష్టనష్టాల్ని ఎవరి సహాయాన్ని ఆశించకుండా, భరిస్తామని, పై స్థాయి కార్యకర్తలు ఇచ్చిన విధులను నిర్వహిస్తామనీ, మాటల్లో చేతల్లో అహింసా సూత్రాన్ని పాటిస్తామనీ ప్రమాణం చేయవలసిఉంది. ఈ శపథాన్ని పత్రికల్లో కూడా ప్రచురించడం జరిగింది. దేశవ్యాప్తంగా శాసనోల్లంఘన ఉద్యమాన్ని నిర్వహించవలసిందిగా కొందరు ప్రముఖులు గాంధీని కోరారు. ఆ విషయంలో నిర్ణయాధికారాన్ని గాంధీకే కట్టబెట్టింది. అహ్మదాబాద్ కాంగ్రెస్‌సభ. 1922 జనవరిలో అఖిల పక్ష సమావేశం జరిగింది. దేశవ్యాప్తంగా శాసనోల్లంఘన కార్యక్రమాన్ని మొదలుపెట్టడం జరుగుతుందని ఆ సమావేశం వైస్రాయికి తెలియజేసింది. గాంధీ లేఖ ద్వారా వచ్చిన ఈ సమాచారంపై వైస్రాయి నుంచి ఎలాంటి ప్రతిస్పందనా రాలేదు.

చౌరీ చౌరా సంఘటన, ఫిబ్రవరి-క్రీ.శ.1922 సహాయ నిరాకరణోద్యమం విరమించుట

సూరత్ జిల్లాలోని బార్డోలీలో ప్రజానీకం శాసనోల్లంఘనాన్ని చేపడుతుందనీ దేశం అన్ని ప్రాంతాల్లోని ప్రజలు క్రమశిక్షణతో శాంతంతో వ్యవహరించాలనీ గాంధీ ప్రకటించాడు. కానీ క్రీ.శ. 1922 ఫిబ్రవరి 5 నాడు ఉత్తరప్రదేశ్ గోరఖ్‌పూర్ జిల్లాలోని చౌరీచౌరాలో జరిగిన సంఘటన పరిస్థితులను మార్చివేసింది. పోలీసుల దురుసైన ప్రవర్తనతో ఉద్రిక్తులైన ప్రజలు పోలీసులపై దాడిచేశారు. పోలీసులు ఠానాలో దాగుకొని తలుపులు వేసుకోగా జనసందోహం ఠానాకు నిప్పంటించింది. అగ్ని జ్వాలల నుంచి బయటకు పారిపోవడానికి యత్నించిన పోలీసులను ముక్కలుగా నరికి అగ్నిజ్వాలల్లోకి విసిరేసింది. ఇరవైరెండు మంది పోలీసులు ఈ దురంతంలో మృతిచెందారు.

చౌరీచౌరా సంఘటన గురించి తెలియగానే సహాయనిరాకరణోద్యమాన్ని నిలిపివేయడానికి నిశ్చయించాడు గాంధీ. కాంగ్రెస్ వర్కింగ్‌కమిటీ ఆ నిర్ణయాన్ని ఆమోదించింది. దానితో 1922, ఫిబ్రవరి 12న శాసనోల్లంఘనోద్యమం ముగిసింది. గాంధీ నిర్ణయానికి కాంగ్రెస్ నాయకులు నివ్వెరపోయారు. ఆయన నిర్ణయం విజ్ఞతారహితమైందని విమర్శించారు. ఆస్తిపాస్తులున్న సామాజిక వర్గాలను వారి ప్రయోజనాలను కాపాడటానికే ఈ నిర్ణయం ఆయన తీసుకున్నాడని పామెదత్ వంటి చరిత్రకారులు వ్యాఖ్యానించారు. చౌరీచౌరాలో వ్యక్తమైన హింసాత్మక ధోరణి సాధారణ జనాన్ని మౌలిక సంస్కరణవాదం (రాడికలిజమ్) దిశగా మళ్ళించగలదనీ, అలా జరిగిన పక్షంలో భూస్వాములపై, ధనవంతులపై దాడులు సంభవిస్తాయని గాంధీ భావించాడనీ అట్టి పరిణామాలను నివారించి సంపన్నుల ప్రయోజనాలను కాపాడటానికే ఉద్యమాన్ని నిలిపివేశాడనీ వారి విశ్లేషణ. ఇందుకు రుజువుగా బార్డోలీ తీర్మానం (1922, ఫిబ్రవరి 12 తీర్మానం) ఉద్యమ సమాప్తిని ప్రకటిస్తూ, రైతులు పన్నులు చెల్లించాలనీ, కౌలుదార్లు భూస్వాములకు కౌలుధనం చెల్లించాలనీ ఆదేశించడాన్ని

ఎత్తిచూపారు. ఉద్యమం సమాప్తిని ప్రకటించడానికి మరొక కారణం సహాయనిరాకరణోద్యమంలో ప్రజల ఉత్సాహం కొంత తగ్గిపోయిందని గాంధీ భావించడం.

సంవత్సరంలోగా స్వరాజ్యం సిద్ధిస్తుందని ఉద్యమారంభంలో గాంధీ ప్రకటించారు. స్వరాజ్యం రాలేదు సరికదా కనుచూపు మేరలో కూడా కనిపించలేదు. ఇది ఉద్యమ వైఫల్యాన్ని సూచిస్తుందా? అనే ప్రశ్నను సామాజిక శాస్త్రజ్ఞులు లేవనెత్తారు. సహాయనిరాకరణోద్యమం ప్రజల అంగీకారాన్నీ, మద్దతునూ పొందిందన్నది నిర్వివాదాంశం. ఈ ఉద్యమంతో కాంగ్రెస్ 'దుర్భిణీలో నుంచి చూస్తేగాని కన్పించనంత' అల్ప పరిమాణం నుంచి, అన్ని వర్గాల ప్రజల మద్దతుతో బ్రిటిష్‌వారిని భయపెట్టేంత 'ఘన' పరిమాణానికి విస్తరించిందని స్పష్టమైంది.

భారతదేశంలోని కోట్లాది సాధారణ ప్రజలు ఆధునిక జాతీయ రాజకీయాలను అవగాహన చేసుకోగలిగారని ఉద్యమం రుజువుచేసింది. ఉద్యమంలో సాధారణ ప్రజలు చూపిన ధైర్యం, ఓరిమి, త్యాగశీలత వారికి స్వాతంత్ర్యంపట్ల గల తృష్ణను ప్రతిబింబించింది. దేశభక్తి, స్వేచ్ఛా ప్రియత్వం కేవలం విద్యావంతులకే పరిమితం కాదన్న సత్యం స్పష్టంగా రుజువైంది. ఉద్యమంలో కనిపించిన హిందూ, ముస్లిమ్ సఖ్యత, పరస్పరంవారు చూపుకొన్న గౌరవాభిమానాలు ఉద్యమం సాధించిన ఘనతగా చెప్పవచ్చు. అయితే దురదృష్టవశాత్తూ ఇవి ఎక్కువకాలం కొనసాగలేకపోయాయి. ఇందుకు కారణం మతపరమైన అతివాదమే. తరవాత కాలంలో ఈ మతపరమైన అతివాదమే రాజకీయాలకు ప్రాతిపదిక అయింది. సహనం, సహజీవనం, పరస్పర గౌరవాభిమాన ప్రకటన, త్యాగదృష్టి వంటి విలువలు కనుమరుగయ్యాయి.

చీరాల-పేరాల సత్యాగ్రహం

సహాయ నిరాకరణోద్యమ కాలంలో ఆంధ్రదేశంలో జరిగిన చీరాల-పేరాల పోరాటం, పలనాడులో జరిగిన పుల్లరి సత్యాగ్రహం, పెదనందిపాడు పన్నుల నిరాకరణ స్థానిక సమస్యలపై జరిపిన ఉద్యమాలే అయినా దేశం దృష్టిని ఆకర్షించాయి. నాడు గుంటూరు జిల్లాలో ఉన్న (నేడు ప్రకాశం జిల్లా) చీరాల-పేరాల రెండిటిని కలిపి మున్సిపాలిటీగా రూపొందించాలని 1915 నుంచి ఉన్న ప్రతిపాదన 1919లో అమలులోకి వచ్చింది. అయితే ఈ చర్యవల్ల పౌరులపై అదనపు పన్ను భారం పడుతుంది. పౌరుల్లో ఎక్కువగా సన్నకారు రైతులూ, చేనేత పనివారూ, కూలీ జనమే ఉన్నారు. వారు ప్రభుత్వ ప్రతిపాదనను అంగీకరించలేదు. అయినా ప్రభుత్వం మున్సిపాలిటీని ఏర్పరిచింది. పౌరులకు సౌకర్యాలలో మాత్రం మెరుగుదల లేదు. స్థానిక ప్రజలు ఎన్నికైన మున్సిపల్ కౌన్సిలర్‌లపై ఒత్తిడి చేయగా వారు తమ పదవులను వదులుకున్నారు. ప్రభుత్వం ఒక అధికారిని నియమించింది. పౌరుల సమస్యలను నాటి మద్రాసు రాష్ట్రం, జస్టిస్ పార్టీ ప్రభుత్వం పట్టించుకోలేదు. ఈ పరిస్థితుల్లో దుగ్గిరాల గోపాలకృష్ణయ్య చీరాల-పేరాల ప్రజలకు నాయకత్వం వహించాడు. ఎడిన్‌బరోలో ఎం.ఎ. చదివివచ్చిన గోపాలకృష్ణయ్య రాజమండ్రి, మచిలీపట్నం జాతీయకళాశాలలో పనిచేశాడు. చీరాల వద్ద విద్యాగోష్ఠి పీఠం స్థాపించాడు. దేశీయ ప్రభుత్వ విధానానికి కట్టుబడ్డ గోపాలకృష్ణయ్య రామదండు అనే స్వచ్ఛంద కార్యకర్తల దళాన్ని నెలకొల్పి ఒక శాంతిసేనగా రూపొందించాడు.

గోపాలకృష్ణయ్య నేతృత్వంలో చీరాల-పేరాల ప్రజలు పన్నుల నిరాకరణోద్యమాన్ని ఆరంభించారు. ప్రభుత్వం జస్టిస్‌పార్టీది కావడంతో ఈ కాంగ్రెస్ ప్రేరిత ఉద్యమం వారికి దుస్సహసమైంది. పన్నులు బకాయిపడ్డవారి ఆస్తులను వేలం వేయడానికి అధికారులు పూనుకోగా ఎవరూ అందుకు ముందుకురాలేదు. విజయవాడ కాంగ్రెస్‌సభకు గోపాలకృష్ణయ్య రామదండుతో సహావచ్చి సేవచేసి గాంధీని చీరాల ఆహ్వానించాడు. గాంధీ చీరాలవచ్చి స్థితిగతులు తెలుసుకొని రెండు మార్గాలు సూచించాడు, కష్టనష్టాలను ఎదుర్కోడానికి సిద్ధపడితే పన్నుల నిరాకరణోద్యమాన్ని శాంతియుతంగా కొనసాగించడం. రెండోమార్గం : ప్రజలంతా మున్సిపాలిటీ పొలిమేరలుదాటి వెళ్ళిపోతే మున్సిపాలిటీ రద్దవుతుంది కాబట్టి ఊరు వదలివెళ్ళడం. ప్రజలంతా కలసికట్టుగా ఒకచోట గుడిసెలు నిర్మించుకొని బావులు తవ్వుకొని నివసించసాగారు. అన్ని కులాల వారి ప్రతినిధులతో పంచాయత్ వ్యవస్థను ఏర్పరచుకొన్నారు. ప్రభుత్వాధికారులు అక్కడికి కూడా వచ్చి పన్ను వసూళ్ళూ, ఇళ్ళు ఖాళీ చేయించే కార్యక్రమాన్నీ మొదలుపెట్టారు. ప్రజలు కష్టనష్టాలతో సంవత్సరం గడిపారు. గోపాలకృష్ణయ్య ప్రజల సహాయార్థం చందాలు సేకరించాడు. బరంపురం ఆంధ్రమహాసభకు వెళ్ళి సాయాన్ని అర్థించాడు. ఆయనపై నిషేధాజ్ఞలు జారీచేసి, ఉల్లంఘించినందుకు ప్రభుత్వం సంవత్సరం జైలుశిక్ష విధించింది. కొందరు ప్రముఖులను అరెస్టు చేసింది. నాయకుడు లేకపోవడంతో ఉద్యమం బలహీనపడింది. క్రీ.శ. 1922లో గాంధీ ఉద్యమాన్ని నిలిపివేసేసరికి ఊరికి దూరంగా 'రామనగరు'లో ఉన్న ప్రజలు తిరిగి వచ్చి మున్సిపాలిటీలో జీవించసాగారు.

పలనాడు అటవీ సత్యాగ్రహం

పలనాడు, కడపజిల్లా రాయచోటిలో అటవీ సంబంధమైన నిబంధనలకు వ్యతిరేకంగా అధికారుల వైఖరికి వ్యతిరేకంగా ప్రజలు సత్యాగ్రహానికి పూనుకున్నారు. పశువులను మేపుకోడానికీ, వ్యవసాయపరికరాలకోసం కలపా, కంపా, ఎరువులకోసం ఆకులలముల సేకరణకోసం పల్లె ప్రాంతీయులు పరిసర ప్రాంతాలలో ఉన్న అటవీ వనరులను వాడుకోవడం ఆనవాయితీ. అటవీశాఖ అధికారులు ఇందుకు ప్రతిఫలంగా గ్రామీణుల నుంచి పుల్లరి (అటవీశిస్తు) వసూలు చేసేవారు. క్రీ.శ. 1921లో దుర్భిక్ష పరిస్థితులేర్పడటంతో కొంత ఉదారధోరణి చూపవలసిందిగా అటవీ, రెవిన్యూ అధికారులను ప్రజలు కోరారు. వారుగానీ, ప్రభుత్వంగానీ, ప్రజలపట్ల ఎట్టి ఔదార్యాన్నీ చూపలేదు. ఇందుకు నిరసనవహించిన ప్రజలు - అధికారుల వెలివేతనారంభించారు. అధికారులకు ఇళ్ళలో సేవలు చేయడానికి చాకలి, మంగలివారు నిరాకరించారు. దుకాణాలు, హోటళ్ళలో కూడా అధికారులకు అదే పరిస్థితి ఎదురైంది. డిప్యూటీ తహసీల్దార్, జిల్లా కలెక్టర్, జిల్లా పోలీసు అధికారులు గ్రామానికి వచ్చినప్పుడు గ్రామస్థులు వారితో సహకరించలేదు. ప్రభుత్వ ఉత్తర్వు దండోరావేసి చెప్పవలసి వచ్చినప్పుడు డప్పులన్నీ పనికి రాకుండా పోయాయని గ్రామాధికారులు చెప్పారు.

1921 జూలై ఆంధ్ర కాంగ్రెస్ సంఘం విషయ పరిశీలనకోసం ఉన్నవ లక్ష్మీనారాయణ, వేదాంతం నరసింహాచారిలను పంపించింది. ఈ చర్యవల్ల పరిస్థితి విషమిస్తుందని భావించిన కలెక్టర్ వారిరువురినీ తన సముఖానికి రమ్మనీ, సత్ప్రవర్తనకు పూచీకత్తుగా డబ్బు హామీ చెల్లించవలసిందనీ కోరాడు. అప్పుడు గ్రామస్తులు డప్పులు మోగిస్తూ మేళతాళాలతో వారిని కలెక్టర్ ముందుకు తీసుకువచ్చారు. నాయకులు హామీ డబ్బు నిరాకరించగా వారికి సంవత్సరకాలం జైలుశిక్ష విధించాడు.

ఇందుకు నిరసించిన ప్రజలు పన్నుల నిరాకరణోద్యమాన్ని ఆరంభించారు. పుల్లరి చెల్లించకుండానే పశువులను అడవికి తోలసాగారు. ప్రభుత్వం అదనంగా అధికారులను నియమించింది. పోలీసులకూ ప్రజలకూ మధ్య ఘర్షణలు జరగవచ్చని భయపడ్డ కాంగ్రెస్ నాయకులు ఉద్యమాన్ని ఆమోదించలేదు కాబట్టి కొనసాగించవద్దని సలహాఇచ్చారు. పుల్లరి చెల్లిస్తూ సమాజ బహిష్కరణ కొనసాగించవచ్చని సూచించారు. కానీ ప్రజలు ఈ సలహాలను పెడచెవిన పెట్టారు. పోలీసులు తమకడ్డంకులు కలిగించినప్పుడు వారిని తరిమికొట్టారు. బందిలదొడ్డిలో బంధించిన పశువుల్ని విడిపించుకున్నారు. ఫిబ్రవరి 26నాడు 120 గేదెలూ 50 మేకలను మించాలపాడు వద్ద పట్టుకొని ముట్కూరు బందిల దొడ్డికి తీసుకుపోతున్న పోలీసులపై కన్నెగంటి హనుమంతు నాయకత్వంలో పోగైన ప్రజలు రాళ్ళురువ్వి పశువులను విడిపించుకున్నారు. పోలీసులు కాల్పులు జరపగా హనుమంతు మరోముగ్గురు మృతిచెందారు. మర్నాడు పోలీసు బలగాలు వచ్చి 36 మందిని అరెస్టు చేశారు. తరవాత ఉద్యమం ఆగిపోయింది. గుంటూరుజిల్లా పెదనందిపాడులో జరిగిన పన్నుల నిరాకరణోద్యమం ప్రభుత్వాన్ని ఒక కుదుపుకుదపటమే కాకుండా బ్రిటిష్ పార్లమెంటు దృష్టికి కూడా పోయింది. పర్వతనేని వీరయ్య చౌదరి అనే రైతు ఈ ఉద్యమానికి నాయకత్వం వహించాడు.

1921లో గొల్లపూడి సీతారామశాస్త్రి, కొండా వెంకటప్పయ్యగార్లు చేసిన ప్రచారంతో ప్రభావితులైన ప్రజలు పెదనందిపాడులో పన్నుల నిరాకరణకు పూనుకున్నారు. దేశవ్యాప్తంగా పన్నుల నిరాకరణ జరిగి కోశాగారం ఖాళీ అయితే ప్రభుత్వం దిగివచ్చి జాతీయవాదులతో రాజీపడుతుందని భావించి అందుకు నాందిగా పెదనందిపాడులో ఉద్యమాన్ని ఆరంభించారు. దీనికితోడు గ్రామోద్యోగులు తమ ఉద్యోగస్థితిగతులపట్ల ప్రభుత్వం చూపిన ఉదాసీనతకు కసితో ఉన్నారు. వారు కూడా ప్రజలకు మద్దతునిచ్చారు, రాజీనామాలు చేశారు. ప్రభుత్వం హామీలిచ్చినా వారు రాజీనామాలను ఉపసంహరించుకోలేదు. ఉద్యమానికి సహకరించడానికి నాలుగువేలమంది కార్యకర్తలతో ఒక శాంతిసేన కూడా రూపొందింది. పరిస్థితిని సమీక్షించిన రెవిన్యూ బోర్డ్ సభ్యుడు హారిస్ 'ఇది ప్రభుత్వాన్ని కూలదోయడానికి తలపెట్టిన కుట్ర' అని అభిప్రాయపడ్డాడు. కొత్త గ్రామాధికారులను నియమించారు. అదనపు పోలీసు దళాల్ని మోహరించారు. ప్రజలను చీలదీయడానికి కులమత పక్షపాతంతో కూడిన చర్యల్ని చేపట్టారు. పన్నులు చెల్లించనివారి భూముల్నీ, పశువుల్నీ వేలం వేయడానికి అనుకూలంగా నిబంధనలను మార్చారు. వేలం పాటలో ఎవరూ పాల్గొనకపోవడంతో ప్రభుత్వాధికారులే వేలంపాడి భూములను స్వాధీనం చేసుకొని దళిత వర్గాలవారికి కౌలుకియ్యజూపారు. ప్రజలను భయపెట్టడానికి జిల్లాలో సైనిక కవాతులు చేయించారు. కాని ప్రజలు లొంగిరాలేదు. ఉద్యమాన్ని నిలిపివేయడానికి గాంధీ తరపున కొండా వెంకటప్పయ్య ప్రయత్నించాడు కానీ వీలుకాలేదు. పరిస్థితి సమీక్షించడానికి ఆంధ్ర కాంగ్రెస్ పంపిన బృందం ఉద్యమానికి అనుకూలమైన పరిస్థితులున్నాయని అభిప్రాయపడ్డారు. అయినా గాంధీ బార్డోలీ ఉద్యమం మొదలై ఫలితాలు వచ్చేవరకు పెదనందిపాడు ఉద్యమాన్ని నిలిపివేయవలసిందిగా లేఖ రాశాడు. ప్రజలకు ఇష్టం లేకున్నా ఉద్యమాన్ని నిలిపివేయవలసి వచ్చింది. ఉద్యమం ఆగిపోయిన తరవాత కలెక్టర్ గ్రామాల్లో పర్యటించి పోలీసుల ద్వారా ప్రజలను హింస పెట్టి, పన్ను మొత్తం

వసూలు చేశారు. కొండా వెంకటప్పయ్యతో సహా పలువురిని జైలులో పెట్టారు. పర్వతనేని వీరయ్యచౌదరిని కాల్చివేస్తామని బెదిరించారు. 1922 ఏప్రిల్ ఆరంభం నాటికి గాంధీ వాగ్దానం చేసినట్లు 'స్వరాజ్యం' రాలేదు. సహాయనిరాకరణోద్యమం ఆగిపోయింది. అయితే పెదనందిపాడు ఉద్యమం ప్రజలలో చైతన్యాన్ని పెంచింది.

స్వరాజ్యపార్టీ-కౌన్సిళ్ళలో ప్రవేశం

చౌరీచౌరా సంఘటనతో తీవ్రమైన అసంతృప్తికీ, మనస్తాపానికీ గురైన గాంధీ సహాయ నిరాకరణోద్యమాన్ని నిలిపివేయడానికి నిర్ణయించాడు. బార్డోలీలో తలపెట్టిన పన్నుల నిరాకరణోద్యమం ఆగిపోయింది. ఊరేగింపులూ, సమావేశాలూ సభల నిర్వహణ గురించి కూడా గాంధీ ఉదాసీన వైఖరి అవలంబించాడు. అయితే ఢిల్లీలో ఫిబ్రవరి 24, 25 తేదీలలో సమావేశమైన అఖిల భారత కాంగ్రెస్ కమిటీ పూర్తిగా నిరుత్సాహానికి లోనుకాకుండా, కార్యకర్తలు-ప్రజావ్యతిరేక చట్టాలు, చర్యలను కాంగ్రెస్ నిర్దేశించిన పద్ధతులలో ప్రతిఘటించవచ్చుననీ, అలాగే విదేశీ వస్త్రాల వినియోగ విక్రయాల్నీ, శాంతియుతంగా పికెటింగ్ చేయవచ్చునని నిర్ణయించింది. జైళ్ళలో ఉండి గాంధీ నిర్ణయాన్ని గురించి విన్న లజపత్‌రాయ్, మోతీలాల్ నెహ్రూ వంటి ప్రముఖనాయకులు గాంధీ నిర్ణయాన్ని విమర్శిస్తూ లేఖలు రాశారు. చౌరీచౌరా సంఘటన విచారకరమైనదే అయినప్పటికీ శాసనోల్లంఘన ఉద్యమాన్ని నిలిపివేయకుండా ఉండవలసిందనీ, తాము జైళ్ళలో కాకుండా బయట ఉండి ఉంటే ఈ నిర్ణయాన్ని నిరోధించే వారమనీ ఆలేఖల్లో స్పష్టం చేశారు. మేధావులూ, సాధారణ ప్రజలూ - అందరి నుంచి అసమ్మతి వ్యక్తమై ఒంటరిగా నిలిచిన గాంధీని ప్రభుత్వం మార్చి 13 నాడు అరెస్టు చేసింది. నిరసనలూ బహిరంగ సభలు వంటి ప్రతిక్రియలేవీ ఎదురుకాలేదు. యంగ్ఇండియా పత్రికలో ప్రచురించిన మూడు వ్యాసాల ఆధారంగా ప్రభుత్వ వ్యతిరేకతను ప్రోత్సహించి ప్రచురిస్తున్నాడన్న అభియోగం మోపి విచారణకు గురిచేసింది. అహ్మదాబాద్‌లో విచారణ జరిగింది. గాంధీ తనపై మోపిన అభియోగాలన్నిటినీ అంగీకరించి కఠినతరమైన శిక్ష విధించవలసిందిగా కోరాడు. విచారణ చేసిన న్యాయాధిపతి బ్రూమ్‌ఫీల్డ్ గాంధీపట్ల గౌరవాన్ని ప్రకటించాడు. లోగడ తిలక్ విచారణకేసుకూ, గాంధీ విచారణ కేసుకూ ఉన్న సామ్యాన్ని గుర్తించాడు. ఆరేళ్ళశిక్ష ప్రకటిస్తూ 'ప్రభుత్వం ఈ శిక్షను తగ్గిస్తే నాకంటే ఎక్కువ సంతోషించే వ్యక్తి ఉండడు' అని బహిరంగంగా ప్రకటించాడు బ్రూమ్‌ఫీల్డ్.

గాంధీ నిర్ణయంతో విభేదించిన నాయకులు ఒక ఉపసంఘాన్ని ఏర్పరచి దేశంలోని పరిస్థితులు శాసనోల్లంఘనం గానీ అలాంటి మరేదైనా ఉద్యమానికి గానీ అనుకూలంగా ఉన్నాయా అని పరిశీలించడానికి పంపారు. మోతీలాల్ నెహ్రూ, డా॥అన్సారీ, రాజాజీ, కస్తూరిరంగ అయ్యంగార్ మొదలైన ప్రముఖులున్న ఉపసంఘం పర్యటన చేపట్టింది. ప్రభుత్వం గుంటూరు రైల్వేస్టేషన్‌లో వారికి స్వాగతం చెప్పడానికి వచ్చిన 200మంది స్వచ్ఛంద సేవకులను అరెస్టు చేసింది. ప్రభుత్వ వైఖరిని గ్రహించిన ఉపసంఘం 'ప్రాంతీయ కాంగ్రెస్ సంఘాలే-పరిస్థితినిబట్టి పరిమిత ధోరణి ఉద్యమాలను నిర్వహించే బాధ్యతను స్వీకరించాలి' అని సిఫార్సు చేసింది. ఇదేకాలంలో విదేశీ వస్త్రాల వ్యాపారం చేస్తున్న దుకాణాల ముందు పికెటింగ్ చేస్తూ వారిని బెదిరిస్తున్నాడన్న అభియోగంపై

జవహర్‌లాల్ నెహ్రూను అరెస్టు చేసి పద్దెనిమిది మాసాల శిక్ష విధించారు. శక్తివంతంగా సాగుతూ వచ్చిన ఉద్యమం విచ్ఛిన్నమైపోతూన్నదనీ, కార్యకర్తలలో క్రమశిక్షణ క్షీణిస్తున్నదనీ, సమర్థులైన నాయకులు జైళ్ళలో ఉండగా, ఉద్యమాన్ని కొనసాగించడానికి కార్యకర్తలకు శిక్షణ ఇవ్వడమంటూ జరగలేదనీ, ఊరూపేరూలేనివారు కూడా కాంగ్రెస్ స్థానిక సంఘాల పగ్గాలు చేబూని నిర్ణయాలు చేస్తున్నారనీ, నాటి పరిస్థితిని గురించి జవహర్‌లాల్ నెహ్రూ రాశాడు.

ఈ పరిస్థితులలో చిత్తరంజన్‌దాస్, మోతీలాల్ నెహ్రూలు కొత్త కార్యక్రమాన్ని ప్రతిపాదించారు. 1919 సంస్కరణలు నెలకొల్పిన లెజిస్లేటివ్ కౌన్సిళ్ళను బహిష్కరించడమాని, వాటిలో ప్రవేశించి వాటి కపట స్వభావాన్ని బయటపెట్టి, అవి బ్యూరోక్రాట్లు వేసుకున్న ముసుగురూపాలని ప్రపంచానికి తెలియజేయాలని వారు వాదించారు. 1922లో జరిగిన గయ కాంగ్రెస్ సభలో తీర్మానం ప్రవేశపెట్టారు. వల్లభ్‌భాయ్‌పటేల్, రాజేంద్రప్రసాద్, రాజాజీ ప్రభృతులతో కూడిన వర్గం ఈ తీర్మానాన్ని వ్యతిరేకించింది. ఓటింగ్ పెట్టగా 1748 ఓట్లు తీర్మానానికి వ్యతిరేకంగానూ, 890 ఓట్లు అనుకూలంగానూ రావడంతో తీర్మానం వీగిపోయింది. చిత్తరంజన్‌దాస్, మోతీలాల్‌నెహ్రూలు కాంగ్రెస్‌కు రాజీనామాచేసి కాంగ్రెస్- ఖిలాఫత్- స్వరాజ్యపార్టీ అనే రాజకీయపక్షాన్ని ఏర్పరిచారు. దాస్ ఆ సంస్థకు అధ్యక్షుడయ్యాడు. మోతీలాల్ కార్యదర్శి అయ్యాడు. కౌన్సిళ్ళలో ప్రవేశించాలని వాదించినవారు 'మార్పుకోరినవారు' (ప్రో-ఛేంజర్స్)గా, కౌన్సిళ్ళలో ప్రవేశాన్ని వ్యతిరేకించినవారు 'యథాతథస్థితివాదులు'గా వ్యవహరించబడ్డారు.

స్వరాజ్యపార్టీ ఒక్క కౌన్సిల్‌లో ప్రవేశవిషయం తప్పించి మిగతా విషయాలన్నిటిలో కాంగ్రెస్ విధానాల్ని ఆమోదించింది. కౌన్సిళ్ళల్లో ప్రవేశించి-స్వపరిపాలన నెలకొనాలన్న జాతి ఆకాంక్షను అభివ్యక్తం చేస్తామని, ప్రభుత్వం తిరస్కరించే పక్షంలో నిరాఘాటంగా రాజీలేని ధోరణిలో కౌన్సిళ్ళ పనికి ఆటంకాలు కల్పిస్తూ, కౌన్సిళ్ళ ద్వారా ప్రభుత్వం నడవటం అసాధ్యమని నిరూపిస్తామని స్వరాజ్యపక్షం ఉద్ఘాటించింది. స్వరాజ్య పార్టీ అధ్యక్షుడు చిత్తరంజన్‌దాస్, కార్యదర్శి మోతీలాల్ నెహ్రూలు ఇరువురూ ప్రసిద్ధి పొందిన న్యాయవాదులే. సంపాదనతో కూడిన న్యాయవాద వృత్తి వదలుకొని జాతీయోద్యమంలో చేరారు. కలకత్తాలో అలహాబాద్‌లో ఉన్న చక్కని నివాసభవనాలను జాతీయోద్యమావసరాలకుగాను సమర్పించారు. చిత్తరంజన్‌దాస్ మతపరంగా నిష్ఠాపరుడు, మోతీలాల్ అజ్ఞేయతావాది. ఇద్దరూ లౌకికవాదులే. చిత్తరంజన్ ఆవేశపరుడు, అనర్గళంగా ఉపన్యసించగలవక్త, మోతీలాల్‌ది దృఢమైన వ్యక్తిత్వం, విశ్లేషణాశీలి. ఇరువురూ ఉద్యమకాలంలో ప్రసిద్ధ నాయకద్వయంగా ఆదరణపొందారు. యథాతథవాదుల ఏకైకనేత గాంధీ. నిర్మాణాత్మక కార్యక్రమాలని ఫలవంతంగా ఆచరణలో పెడుతూ, బహిష్కరణ, సహాయనిరాకరణలను కొనసాగిస్తూ శాసనోల్లంఘనం కోసం సన్నాహాలు చేయాలన్నది వారి కార్యక్రమం. ఇరువర్గాల మధ్య కౌన్సిల్‌లో ప్రవేశం గురించి అభిప్రాయ భేదం ఉన్నా కొన్ని విషయాలలో అంగీకారమూ ఉంది. శాసనోల్లంఘనం వెంటనే సాధ్యమయ్యే కార్యక్రమంకాదనీ, ఉద్యమాన్ని ఆకస్మికంగా ఆపివేయడంవల్ల నిరాశ, నిస్పృహలకు గురైన ప్రజానీకాన్ని తిరిగి సమీకరించి చైతన్యపరచేందుకు, కార్యకర్తలను ధైర్యపరిచేందుకు కొంత వ్యవధి పడుతుందనీ ఇరువురికీ తెలుసు. స్తబ్ధకాలమైన ఆ వ్యవధికాలంలో ఏ రాజకీయ కార్యక్రమాన్ని నిర్వహించాలన్న

విషయంలో స్వరాజ్యపక్షంవారు కౌన్సిల్ ప్రవేశం మంచి వ్యూహమని భావించగా, యథాతథ స్థితివాదులు కౌన్సిల్ ప్రవేశంవల్ల నిర్మాణాత్మక కార్యక్రమం దెబ్బతింటుందనీ, పోరాట కాంక్ష తగ్గి రాజకీయ ప్రలోభానికి కార్యకర్తలు గురి అవుతారనీ భావించారు. ఇరువర్గాల మధ్య ఉన్న అభిప్రాయభేదాలు కాంగ్రెస్‌లో మళ్ళీ చీలిక తెచ్చే ప్రమాదముందని కొందరు భయపడ్డారు. అయితే కాంగ్రెస్ సంస్థలో ఐక్యత అవసరాన్ని ఇరువురూ గుర్తించారు. కౌన్సిల్ ప్రవేశ వ్యూహం ఏమైనా ప్రభుత్వం దిగిరావాలంటే ప్రజాఉద్యమం లాంటి మరోమార్గం లేదని ఇరువురికీ తెలుసు. ముఖ్యంగా గాంధీ నాయకత్వం అవసరమని ఇరువురూ భావించారు (ఆయన ఇంకా జైల్లోనే ఉన్నాడు). 1923లో ఢిల్లీలో జరిగిన ప్రత్యేక సమావేశంలో కౌన్సిల్ ప్రవేశాన్ని వ్యతిరేకించడంమాని, అభ్యర్థులుగా కాంగ్రెస్‌వారు పోటీ చేయవచ్చునని అనుమతించింది. 1923 నవంబర్‌లో ఎన్నికలు జరిగాయి. 1924 ఫిబ్రవరి 5న గాంధీ విడుదలయ్యాడు. కౌన్సిల్‌లో కాంగ్రెస్ ప్రవేశానికీ, ప్రవేశించి ఆటంకాల కార్యక్రమానికీ పూనుకోడానికీ ఆయన విముఖుడు. అందువల్ల కాంగ్రెస్‌లో చీలికవస్తుందని వైస్రాయ్ రీడింగ్ ఆశపడ్డాడు. అయితే విడుదలైన గాంధీ వైఖరి ఆయనకు నిరాశనే మిగిల్చింది. స్వరాజ్య పార్టీని గురించి గాంధీ ఎట్టి వ్యాఖ్యానాలు చేయలేదు. కౌన్సిల్‌లో ప్రవేశం గురించి ఎలాగు నిర్ణయం జరిగిపోయింది కాబట్టి దాన్ని బహిరంగంగా వ్యతిరేకించడంవల్ల ప్రయోజనంలేదని ఆయన భావించాడు. ఏమైనా స్వరాజ్య పక్షం- యథాతథస్థితి వాదుల మధ్య సంబంధాలు చక్కబడాలని ఆయన వాంఛించాడు.

1924 అక్టోబర్ 25న ఉగ్రవాదుల్ని అణచివేసే నెపంమీద ప్రభుత్వం ఒక ఆర్డినెన్స్‌ను ప్రకటించి కాంగ్రెస్- 'స్వరాజ్య' కార్యాలయాల మీద, కార్యకర్తల ఇళ్ళ మీద దాడిచేసి అనేక మంది నాయకులను, కార్యకర్తలను అరెస్టు చేసింది. ప్రభుత్వచర్యను ఖండిస్తూ, 'భారతీయుల ప్రయోజనాల్ని బ్రిటిషువారు వ్యతిరేకించినంత కాలం అరాచక చర్యలు, నేరాలు తలెత్తుతూనే ఉంటాయని' గాంధీ 'యంగ్ ఇండియా'లో తెలిపాడు. నవంబర్‌లో 'కాంగ్రెస్‌లో అంతర్భాగంగా ఉంటూనే స్వరాజ్యపార్టీ శాసనసభలో తన కార్యక్రమాన్ని నిర్వహిస్తుందని' ఒక సంయుక్త ప్రకటన వెలువడింది. గాంధీ కూడా ఆ ప్రకటనపై సంతకం చేశాడు. అంతటితో కాంగ్రెస్-స్వరాజ్య విభేదాలు సమసిపోయాయి. ఎన్నికల్లో స్వరాజ్యపార్టీ చెప్పుకోదగిన విజయాలు సాధించింది. కేంద్రసభలో 101 సీట్లలో 42 స్థానాలను, మధ్య పరగణాల్లో స్పష్టమైన మెజారిటీని సాధించింది, బెంగాల్‌లో అతిపెద్ద పక్షంగా అవతరించింది. బొంబాయి, ఉత్తరప్రదేశ్‌లలోనూ మంచి విజయాలనే సాధించింది. బొంబాయి, పంజాబు రాష్ట్రాలలో కుల, మత ధోరణుల కారణంగా దెబ్బతిన్నది.

కేంద్ర శాసనసభలో స్వరాజ్యపక్షీయులు జిన్నావంటి స్వతంత్ర సభ్యులతోను, ఉదారవాదులతోను కలిసి ఒక సంఘటిత పక్షాన్ని ఏర్పరిచారు. రాష్ట్రాలలో కూడా అదే వ్యూహాన్ని అనుసరించి ప్రభుత్వంపై విజయపరంపర సాధించారు. అయితే ఆ విజయాలు నైతిక విజయాలుగానే మిగిలిపోయాయి. 1919 చట్టం శాసనసభలకు నిజమైన అధికారాన్ని కట్టబెట్టలేదు. శాసనసభ బ్రిటిష్ ప్రభుత్వానికి మాత్రమే జవాబుదారీ వహిస్తుంది. బడ్జెట్ గ్రాంటుతో సహా ఏ శాసనాన్నైనా శాసనసభ కొట్టివేసినా గవర్నర్ ఆమోదించవచ్చు. అయితే కేంద్రసభలోనూ, రాష్ట్ర సభల్లోనూ గవర్నర్ పదేపదే జోక్యం చేసుకోవలసిన పరిస్థితిని కల్పించి సంస్కరణల్లోని కపటధోరణిని బైటపెట్టడంలో స్వరాజ్య పక్షీయులు కృతకృత్యులయ్యారు. స్వయంపాలన దిశగా సంస్కరణలు రూపొందవలసిన

అవసరం- అణచివేత చట్టాలను ఉపసంహరించి, రాజకీయ ఖైదీలను విడుదలచేసి, పౌరహక్కుల్ని గౌరవించవలసిన అవసరం, దేశీయ పరిశ్రమలను అభివృద్ధి చేయవలసిన అవసరం ఈ మూడు అంశాలపై స్వరాజ్య పార్టీనేతలు సమగ్రమైన ప్రసంగాలు చేశారు. శాసనసభల్లో వారి ఆ ప్రసంగాల్ని పత్రికలు సంపూర్ణంగా ప్రచురించాయి. ప్రజలూ ఆసక్తితో వాటిని చదివారు. విప్లవవాదులపై ప్రభుత్వ విమర్శలు ఎదుర్కొంటూ 'విప్లవాలూ, విప్లవోద్యమాలు స్వాభావికమైనవి. అవిలేకపోతే లోకంలో పురోగతి ఉండదు'. అని లాలాలజపత్‌రాయ్ ఉద్ఘాటించాడు. 'ప్రభుత్వాధికారులే అందరికంటే నేరస్తులూ, హంతకులూ. స్వాతంత్ర్య ప్రియులైన ఒక జాతి స్వేచ్ఛాహక్కులను వారు హత్య చేస్తున్నారు'. అని రంగఅయ్యర్ వ్యాఖ్యానించాడు. సహాయనిరాకరణోద్యమం ఆకస్మికంగా ఆగిపోవడంతో నిరాశ, నిస్పృహలకుగురైన ప్రజలను తిరిగి ఉత్తేజపరచింది. స్వరాజ్యపార్టీ కార్యక్రమం. కౌన్సిల్‌సభల్లో ప్రభుత్వ పరాజయాన్ని వారు హర్షామోదాలతో స్వాగతించారు. 1923-24లో మున్సిపాలిటీలూ, ఇతర స్థానిక సంస్థలకు జరిగిన ఎన్నికలలో కూడా కాంగ్రెస్ అభ్యర్థులు ఘన విజయాలను సాధించారు. కలకత్తా నగరానికి చిత్తరంజన్‌దాస్ మేయరయ్యాడు. విఠల్‌భాయి పటేల్ బొంబాయి కార్పోరేషన్‌కూ, వల్లభ్‌భాయి పటేల్ అహ్మదాబాద్ మున్సిపాలిటీకి అధ్యక్షుడయ్యాడు. పాట్నాలో రాజేంద్రప్రసాద్, అలహాబాద్‌లో జవహర్‌లాల్ నెహ్రూ మున్సిపాలిటీలకు అధినేతలయ్యారు. అనేక పరిమితులున్నప్పటికీ విద్య, వైద్యం, ప్రజారోగ్యం, ఖాదీ, అస్పృశ్యతా నివారణ రంగాలలో స్థానిక సంస్థలు గణనీయమైన కృషి చేశాయి.

1925లో స్వరాజ్య పక్షానికి సంక్షోభకరమైన పరిస్థితులు ఏర్పడ్డాయి. 1925 జూన్ 16న చిత్తరంజన్‌దాస్ మరణించాడు. ప్రజాఉద్యమం లేకపోవడంతో ప్రజల ఐక్యతను దెబ్బతీసే తీవ్ర మతతత్వం తలెత్తింది. ప్రభుత్వాధికారుల ప్రోద్బలంతో మతోన్మాదులు చెలరేగి, ఘర్షణలు జరిగాయి. శాసనసభల్లో ప్రతిఘటన ఆటంకాలతో కూడిన కార్యక్రమం మొదట్లో ఉత్సాహవంతంగా సాగినా, గవర్నర్‌కున్న ఆమోదముద్ర వేసే అధికారంతో, స్వరాజ్య కార్యక్రమం గమ్యం చేరజాలని యాత్ర అయిపోయింది. స్వరాజ్య పార్టీతో సహకరించిన స్వతంత్ర సభ్యులూ, ఇతరులూ క్రమంగా ప్రభుత్వపరంగా లభించే పదవులూ, హోదా, గౌరవాల ప్రలోభాలకు గురికాసాగారు. ప్రభుత్వం స్వరాజ్యపార్టీలోని మితవాదుల నుంచి తీవ్రవాదులనూ, హిందువుల నుంచి, ముస్లిమ్‌లనూ చీల్చే తంత్రానికి పూనుకుంది. ఇది చాలదన్నట్లుగా ప్రభుత్వం ఇచ్చే పదవులను చేపట్టి సహకరించడానికి సిద్ధపడ్డ అవకాశవాదులూ అవతరించారు. కేంద్రంలో, మధ్యపరగణాల్లోవారు ప్రభుత్వంలో చేరిపోయారు. లజపత్‌రాయ్, మదన్‌మోహన్ మాలవీయలు మతపరమైన విభేదాలతో స్వరాజ్య పార్టీ నుంచి విడిపోవడంతో పార్టీ విచ్ఛిన్నమైపోసాగింది.

ఆ పరిస్థితుల్లో స్వరాజ్య పార్టీ నాయకత్వం శాసనోల్లంఘన ప్రజా ఉద్యమంపట్ల తమ దీక్షావైఖరిని పునరుద్ఘాటించింది. అంతేకాకుండా మార్చి, 1926 నాటికి శాసనసభల సభ్యత్వాన్ని వదలివేయాలని నిశ్చయించింది. గాంధీ కూడా కౌన్సిళ్ళలో ప్రవేశం నిష్ప్రయోజనకరమైందనీ, హానికరమైందనీ తన అభిప్రాయాన్ని తిరిగి ప్రకటించసాగాడు. కానీ తిరిగి 1926 నవంబర్ ఎన్నికలలో స్వరాజ్యపార్టీ పాల్గొన్నది. అయితే అప్పటికి పార్టీ చాలా బలహీనపడిపోయింది. కేంద్రసభలో 40 స్థానాలూ, మద్రాసులో సగం స్థానాలు సంపాదించింది గానీ ఉత్తరప్రదేశ్, మధ్యపరగణాలు,

పంజాబులలో పూర్తిగా దెబ్బతిన్నది. హిందూ, ముస్లిమ్ వర్గాల మతవాద ప్రతినిధులు ఎక్కువ మంది ఎన్నికయ్యారు. 1923లో ఏర్పరచుకొన్నట్లు సంకీర్ణ కూటమిని ఈసారి స్వరాజ్య పార్టీ ఏర్పరచలేకపోయింది.

అయినా వాయిదా తీర్మానాలతో స్వరాజ్యపార్టీ తన 'ఆటంక ధోరణి'ని కొనసాగించింది. ముఖ్యంగా 1928లో ప్రభుత్వం ప్రవేశపెట్టిన ప్రజాభద్రత బిల్లును విఫలం చేసింది. సోషలిస్ట్, కమ్యూనిస్ట్ భావాలు ప్రచారం కావడం ప్రభుత్వానికి ఆందోళన కలిగించింది. ఈ కార్యక్రమంలో అంతర్జాతీయ కమ్యూనిష్టు సంస్థ తరపున ప్రచారం చేయడానికి భారతదేశానికి వచ్చిన విదేశీయులను నిర్బంధంగా దేశం నుంచి పంపివేయడానికి చట్టపరమైన అధికారాన్ని సంతరించుకోవడానికి ప్రభుత్వం ఈ ప్రజాభద్రత బిల్లును రూపొందించింది. ఈ బిల్లును జాతీయవాది అయిన ప్రతి రాజకీయ పార్టీ వ్యతిరేకించింది. 'బొల్షెవిజం నుంచి గానీ కమ్యూనిజం నుంచిగానీ భారతదేశానికి ఏమీ ప్రమాదం లేదు. పెట్టుబడిదారీ వాదులూ, దోపిడీదారులవల్ల ఏర్పడిన ప్రమాదపరిస్థితుల్లోనే భారతదేశం కూరుకుపోయింది' అని వ్యాఖ్యానించాడు లజపత్‌రాయ్. 'ప్రజాభద్రత బిల్లు భారతజాతీయవాదం పైనా భారత జాతీయ కాంగ్రెస్ పైనా, బ్రిటిష్‌వారి ప్రత్యక్షదాడి' అని మోతీలాల్ నెహ్రూ వ్యాఖ్యానించాడు. భారతదేశంలోని పెట్టుబడిదారుల ప్రతినిధులు పురుషోత్తమ్‌దాస్, ఠాకూర్‌దాస్, ఘనశ్యామ్‌దాస్‌బిర్లాలు సైతం ఈ బిల్లును వ్యతిరేకించారు. మొత్తం మీద బిల్లు ఆమోదం పొందలేక పోయింది. 1929 మార్చిలో 31 మంది కమ్యూనిస్టులూ, కార్మిక సంఘాల నేతలూ, ఇతర వామపక్షీయులను ప్రభుత్వం అరెస్టుచేసి మీరట్‌కుట్రకేసు పెట్టింది. అరెస్టయిన వారిలో ఫిలిప్‌స్ప్రాట్, బెన్‌బ్రాడ్‌లీ, లెస్టర్‌హుచిన్‌సన్‌లు బ్రిటిష్ పౌరులు. కాగా భారతీయులలో మహారాష్ట్రకు చెందిన ఘూతే, మిరాజ్‌కర్, డాంగే ప్రభృతులూ, బెంగాలుకు చెందిన ముజఫర్ అహమ్మద్, ధరణిగోస్వామి, కిషోరీలాల్ ఘోష్ మొదలైనవారు, పంజాబ్‌కు చెందిన సోహన్‌సింగ్‌జోష్ , ఉత్తర ప్రదేశ్‌కు చెందిన అయోధ్య ప్రసాద్, గౌరీశంకర్, షౌకత్ ఉస్మానీలు ఉన్నారు. అరెస్టయిన కమ్యూనిష్టులు ఇతర వామపక్షీయులను పలకరించడానికి అన్సారీ, నెహ్రూ మొదలైన నాయకులతో కలిసి వెళ్ళిన గాంధీ 'లాహోర్ సమావేశంలో సంపూర్ణ స్వరాజ్య తీర్మానం చేస్తున్నాం దేశవ్యాప్త ఉద్యమం జరుగుతుంది, అందులో మీరూ చేరండి' అని వారిని ఆహ్వానించాడు. 'తిరిగి చౌరీచౌరా ఘటన వంటిదేదైనా జరిగితే ఉద్యమాన్ని నిలిపివేస్తారా?' అని అడుగగా 'లేదు అలా చేయను', అని గాంధీ బదులు చెప్పాడు. మీరట్‌కేస్‌లో అరెస్టయిన వారి పక్షాన న్యాయసహాయం చేయడానికి అన్సారీ, జవహర్‌లాల్ ప్రభృతులు ముందుకు వచ్చారు. సహాయ నిరాకరణోద్యమం ఆగిపోయి, గాంధీ అరెస్టు కావడంతో దేశంలో రాజకీయ స్తబ్దత ఏర్పడింది. అలాంటి దశలో 'నిష్క్రియాపరత'వల్ల ప్రజానీకం నిరాశనిస్పృహలకు గురయ్యారు. ఆ నిరాశా నిస్పృహల నుంచి వారిని చైతన్యవంతులుగా ఉంచడంలో స్వరాజ్య పార్టీ కౌన్సిల్ ప్రవేశం, ఆటంకకార్యక్రమం లక్ష్యాల్ని సాధించాయి. స్వరాజ్య పార్టీ చేపట్టిన కార్యక్రమం ఒక వినూత్నవ్యూహం. ఈ వ్యూహాన్ని వారు అమలుజరిపిన తీరు పత్రికలు ప్రముఖంగా ప్రచురించేవి. వాటిని ఆసక్తిగా ప్రజలు చదివేవారు. 1919 సంస్కరణల చట్టం కపటధోరణిని బహిర్గతం చేయడంలో స్వరాజ్యపార్టీ కార్యక్రమం లక్ష్యాన్ని సాధించింది.

స్వరాజ్యపార్టీ కార్యక్రమం మార్పుకోరేవారి కార్యక్రమం కాగా, యథాతథస్థితి వాదులు 1922-29 కాలాన్ని నిర్మాణాత్మక కార్యక్రమాలకు ఉపయోగించారు. ఖాదీ ఉద్యమం విస్తృతంగా ప్రచారమైంది. పట్టణాలు, నగరాలలో నివసించే కార్యకర్తలు ఈకాలంలో పల్లెసీమలో పరిస్థితిని ప్రత్యేకంగా పరిశీలించగలిగారు. ఆదివాసీలు, నిమ్నకులాల వారిని విద్యావంతులుగా చేయడానికి కృషి జరిగింది. ఈవిషయంలో గుజరాత్ బార్డోలీ తాలూకాలో చిమన్ మెహతా, జుగత్‌రామ్‌దావే, చిమన్‌లాల్ భట్ ఆదివాసి కాలిపరజ్ సమాజంలో చేసిన విద్యాబోధన కార్యక్రమం, ఖేడా జిల్లాలో బరెయా తెగ సేవలో రవిశంకర్ మహరాజ్ చేసిన సేవలు ప్రత్యేకంగా ప్రస్తావించదగినవి.

శాసనోల్లంఘనోద్యమం (1930-1934)

మాంటేగూ-ఛేమ్స్‌ఫర్డ్ సంస్కరణలు భారతీయుల్ని తీవ్ర అసంతృప్తికి గురిచేశాయి. భారతదేశ రాజ్యాంగ సంస్కరణల విషయంలో పునర్విచారణ జరగాలని నాయకులు కోరారు. కేంద్ర శాసనసభలో సంస్కరణల పునర్విచారణకోసం ఒక కమీషన్‌ను నియమించాలని దివాన్ రంగాచారియర్ ఒక తీర్మానాన్ని ప్రవేశపెట్టాడు. ప్రభుత్వం దాన్ని వ్యతిరేకించింది. ప్రత్యేకించి ఏవైనా తీవ్రలోపాలుంటే వాటిని పరిశీలించవచ్చునని ప్రకటించింది. దానిపై స్వరాజ్యపార్టీ సభ్యుడు మోతీలాల్ సవరించిన తీర్మానాన్ని ప్రవేశపెట్టాడు. ఆమోదాన్ని పొందిన ఆ తీర్మానంలో ముఖ్య మైనార్టీ వర్గాల హక్కులనూ, ప్రయోజనాలను కాపాడుతూ భారతదేశానికి రాజ్యాంగాన్ని ఒకదాన్ని ఏర్పరచడానికి తగు సిఫార్సులు చేయగల సర్వపక్ష సమావేశం (రౌండ్‌టేబుల్ కాన్ఫరెన్స్) ఏర్పరచవలసిందనీ, అట్టి సిఫార్సులను నూతనంగా ఎన్నికైన శాసనసభ ఆమోదం కోసం శాసనసభలో ప్రవేశపెట్టవలసిందనీ తరవాత బ్రిటిషు పార్లమెంటు ఆ సిఫార్సులను చట్టబద్ధం చేయవచ్చుననీ ప్రతిపాదించింది.

అయితే ఎట్టి పునర్విచారణైనా 1919 చట్టం వచ్చిన పది సంవత్సరాల తరవాతే జరగగలదని బ్రిటిషు ప్రభుత్వం ఉద్ఘాటిస్తూ వచ్చింది. కానీ బ్రిటిషు పార్లమెంటరీ రాజకీయాల్లో వచ్చిన పరిణామాలతో లేబర్‌పార్టీ అధికారంలోకిరావడం ఖాయమని తేలిపోయింది. రాజ్యాంగ పునర్విచారణ సమస్యను లేబర్‌పార్టీ ప్రభుత్వానికి వదలివేయడం ఇష్టంలేక కన్సర్వేటివ్ ప్రభుత్వం 1927లోనే అంటే రెండు సంవత్సరాలు ముందుగానే రాజ్యాంగ సంస్కరణల సమస్య పరిశీలనకు ఒక చట్టబద్ధమైన కమిషన్‌ను నియమించింది అదే సైమన్ కమిషన్. జాన్ సైమన్ అధ్యక్షుడుగా ఉన్న ఆ కమిషన్‌లో ఏడుగురు సభ్యులను నియమించడమైంది అందరూ ఆంగ్లేయులే. ఈ ఏకపక్ష సంఘాన్ని భారతీయులు తీవ్రంగా వ్యతిరేకించారు. కమిషన్‌లో ఒక్క భారతీయ సభ్యుడు కూడా లేకపోవడాన్ని నిరసించారు. కమిషన్ పార్లమెంటు సభ్యులకు మాత్రమే పరిమితమైతే లార్డ్స్ సభలో సభ్యుడైన సిన్హాను గానీ, కామన్స్‌లో సభ్యుడైన షాపూర్జీసక్లత్ వాలాను గానీ నియమించి ఉండొచ్చుగదా? అని ప్రశ్నించారు. కాంగ్రెస్, ముస్లిమ్ లీగ్, హిందూ మహాసభ, లిబరల్ ఫెడరేషన్ పక్షాలన్నీ సైమన్ కమిషన్‌ను తిరస్కరించాయి. ముఖ్యంగా కాంగ్రెస్‌కు సైమన్ కమిషన్ ఏర్పాటుతో ఉత్పన్నమైన స్థితి సువర్ణావకాశమైంది. స్తబ్దమైన జాతీయోద్యమాన్ని తిరిగి చైతన్యవంతం చేయడానికి సైమన్‌కమిషన్ పర్యటన అవకాశం కల్పించింది.

1927 డిసెంబర్‌లో మద్రాసులో జరిగిన కాంగ్రెస్ వార్షిక సభ సైమన్ కమిషన్‌ను బహిష్కరించాలని తీర్మానించింది. అంతేకాకుండా సద్యఃస్ఫూర్తితో జవహర్‌లాల్‌నెహ్రూ 'సంపూర్ణ స్వాతంత్ర్యమే కాంగ్రెస్‌లక్ష్యం' అనే తీర్మానాన్ని ప్రవేశపెట్టి ఆమోదింపజేశాడు. అయితే సైమన్‌కమిషన్ నియామక చర్యకు తీర్మానాలు, ప్రకటనలు జవాబు కాదనీ, కావలసింది ప్రతిచర్య అని గాంధీ అభిప్రాయపడ్డాడు. ప్రతిచర్య 1928 ఫిబ్రవరి 3వ తేదీన మొదలైంది. సైమన్ కమిషన్ సభ్యులు బొంబాయిలో దిగిన క్షణాన్నే దేశంలోని అన్ని ముఖ్యమైన పట్టణాలలో హర్తాళ్ మొదలైంది. నల్లజెండాలు పట్టుకున్న ప్రదర్శనకారులు 'సైమన్ గోబాక్' అంటూ నినాదాలు చేశారు. బొంబాయి నగరంలో మాత్రం సైమన్‌కు నిర్మానుష్యంగా ఉన్న వీధులు స్వాగతం చెప్పాయి. లక్నోనగరంలో బహిష్కరణ కార్యక్రమం కొన్నిరోజులు కొనసాగింది. వేలమంది పోలీసులు వీధుల్లో తిరుగుతున్న ప్రదర్శన కారులపై దాడులు చేశారు. అయోధ్య తాలూక్‌దార్లు కమిషన్‌ను స్వాగతించి కైజర్‌బాగ్ బరాదరీ-లక్నోలో విందు ఏర్పాటుచేశారు. ఎలాంటి అవాంఛనీయ సంఘటనలు జరగకుండా పోలీసు బృందాలు పహరా నిర్వహించాయి. ప్రదర్శనకారులు ఉపాయంగా 'సైమన్‌గోబాక్' నినాదాన్ని ముద్రించిన గాలిపటాలనూ, బెలూన్‌లనూ ఎగరవేసి బరాదరీ వినువీధిలో ప్రదర్శన చేశారు. లాహోరులో సైమన్ బహిష్కరణ బృందానికి లాలాలజపత్‌రాయ్ నాయకత్వం వహించాడు. పోలీసు అధికారి సాండర్స్ కొట్టిన దెబ్బలు ఆయన మరణానికి కారణమయ్యాయి. మద్రాసులో ప్రదర్శకులపై కాల్పులు జరగగా ఒక వ్యక్తి అక్కడికక్కడే మృతిచెందాడు. ఆ కార్యకర్తను చూడడానికి వచ్చిన ప్రకాశం పంతుల్ని 'కదిల్తే కాల్చేస్తామని' పోలీసులు బెదిరించగా 'కాల్చండి' అని ఆయన రొమ్ము చూపి ఎదిరించాడు. ఆ ఉద్వేగం పోలీసుల్ని కూడా నిరుత్తరుల్ని చేసింది. సైమన్ కమిషన్ బహిష్కరణ కార్యక్రమంలో యువకులు ప్రధాన భూమికను నిర్వహించారు. ఈ కార్యక్రమం తరవాత అనేక యువక్ సమాజ్‌లు ఏర్పడ్డాయి.

భారతదేశానికి రాజ్యాంగాన్ని భారతీయులే రూపొందించాలనీ లేదా బ్రిటిష్ పాలకులు రూపొందించినా భారతీయులను సంప్రదించి వారి సలహాలను, భావాలను దృష్టిలో ఉంచుకొని అట్టి రాజ్యాంగాన్ని తయారుచేయాలనీ ఒక భావన బలపడింది. కానీ అందరి ప్రయోజనాల్ని పరిరక్షించే విధంగా అట్టి రాజ్యాంగాన్ని తయారుచేసే సామర్థ్యం భారతీయులలో లేదని పదేపదే భారత వ్యవహారాల కార్యదర్శి బర్కెన్‌హెడ్ ప్రకటించడం జాతీయ నాయకులను నొప్పించింది. కాంగ్రెస్ నాయకుల చొరవతో ఒక అఖిలపక్ష సమావేశం 1928 ఫిబ్రవరిలో జరిగింది. ఈ సమావేశం మూడునెలల కాలంలో 25సార్లు కలుసుకొని ఒక చిత్తు ప్రతిని తయారుచేసి దానికొక తుదిరూపం ఇవ్వడానికి మోతీలాల్ నెహ్రూ అధ్యక్షుడుగా ఒక సంఘాన్నేర్పరచింది. 'నెహ్రూ నివేదిక'గా వ్యవహరించే ఆ రాజ్యాంగ చిత్తుప్రతి 'ప్రజలు ఎన్నుకొన్న, సంపూర్ణ అధికారంగల శాసనసభకు బాధ్యత వహించే కార్యనిర్వాహకవర్గం ప్రభుత్వాన్ని నిర్వహించాలని' ప్రతిపాదించింది. 'ఆ ప్రభుత్వ స్థాయీ, హోదా బ్రిటిష్ సామ్రాజ్యంలోని ఏ అధినివేశ ప్రాంతం ప్రభుత్వస్థాయి హోదాలతోనైనా సమానంగా ఉండాలి' అని పేర్కొంది. అయితే ముస్లిమ్‌ల ప్రాతినిధ్య సమస్య మాత్రం సంతృప్తికరంగా పరిష్కరించడం జరగలేదు.

కాంగ్రెస్ సంస్థ 'అధినివేశ ప్రతిపత్తి' ప్రతిపాదనకు కాలం చెల్లిందని భావించింది. 1927 మద్రాసు సభ సంపూర్ణ స్వరాజ్యం గురించి ప్రస్తావించింది. 1928 కలకత్తా కాంగ్రెస్‌లో 'అధినివేశ ప్రతిపత్తి'ని తిరస్కరించాలనీ, పూర్ణ స్వాతంత్ర్య లక్ష్యాన్నే తీర్మానించాలనీ జవహర్‌లాల్ నెహ్రూ, సుభాష్ చంద్రబోస్ మొదలైనవారు పట్టుబట్టారు. అయితే గాంధీకి అది ఇష్టంలేదు. ఆయన కొంతకాలం కాంగ్రెస్‌కు దూరంగా ఉండి, తిరిగి అప్పుడే కాంగ్రెస్‌లో పాల్గొంటున్నాడు. అయితే ఈ గడ్డు సమస్యను పరిష్కరిస్తూ గాంధీయే రాజీ తీర్మానాన్ని ప్రతిపాదించాడు. '1929 సంవత్సరాంతానికి అధినివేశ ప్రతిపత్తి భారతదేశానికి ఇవ్వడం జరగకపోతే సంపూర్ణ స్వాతంత్ర్యాన్ని కోరవచ్చునని' రాజీమార్గం సూచించింది. అంతేకాకుండా 'శాసనోల్లంఘన ఉద్యమాన్ని ఆరంభించడం తథ్యం' అని కూడా తీర్మానించింది. రానున్న శాసనోల్లంఘనోద్యమానికి గాంధీ సన్నాహాలు ప్రారంభించాడు. దేశంలోని వివిధ రాష్ట్రాలను పర్యటించాడు. వాయవ్య రాష్ట్రానికి కూడా పోవాలని తలపెట్టాడు కానీ ప్రభుత్వం అందుకు ఆమోదించలేదు.

గాంధీ సూచనపై కాంగ్రెస్ వర్కింగ్ కమిటీ 'విదేశీ వస్త్రబహిష్కరణ సంఘాన్ని' ఏర్పాటు చేసింది. దేశంలోని కాంగ్రెస్ సంఘాలన్నిటికీ పిలుపునిస్తూ స్వచ్ఛంద కార్యకర్తలు పట్టణాల్లో, గ్రామాల్లో ఇంటింటికీ వెళ్ళి గృహస్థులనడిగి విదేశీవస్త్రాలను సేకరించాలనీ, వారిచే ఖద్దరు వస్త్రాల క్రయంకోసం అభ్యర్థనలు పంపేయత్నం చేయాలనీ, సేకరించిన విదేశీ వస్త్రాలను బహిరంగ ప్రదేశాలలో తగలబెట్టాలనీ కోరాడు. విదేశీ వస్త్రాల విక్రేతలకు నచ్చచెప్పి కొత్త నిలువలకోసం అభ్యర్థనలు పంపకుండా, రద్దుచేయవీలైన అభ్యర్థనల్ని రద్దు చేయవలసిందిగా కోరాలనీ, విదేశీ వస్త్ర విక్రయశాలల ముందు హింస ప్రజ్వరిల్లే అవకాశంలేని చోట్ల 'విదేశీ వస్త్రబహిష్కార ప్రచారం' చేయాలనీ ఆదేశించాడు. కేంద్ర, రాష్ట్ర శాసనసభలు ధరతో ప్రమేయం పెట్టుకోకుండా ఖద్దరు వస్త్రాన్నే కొనేవిధంగా తీర్మానాలు చేయాలనీ, విదేశీ వస్త్ర దిగుమతులపై సుంకాన్ని భారీగా పెంచి దిగుమతులను నిరుత్సాహపరచాలనీ సూచించాడు. ఈ సూచనలూ, సలహాలూ ఆదేశాలకు తోడు కాంగ్రెస్ కమిటీలు తాము ప్రచురించిన కరపత్రాల్ని కూడా ఇతర సంఘాలకూ, సంస్థలకూ పంపాయి. గాంధీ ప్రజాబాహుళ్యంతో నేరుగా అనుబంధం ఏర్పరచుకోవడాన్ని ఇష్టపడ్డాడు. 'ప్రజలు నన్ను కలుసుకోవాలని కోరుకుంటున్నారు, నాకూ ప్రజలను కలుసుకోవడం ఇష్టం. నా సందేశాన్ని నేను సరళంగా కొన్ని మాటలతో అందజేస్తాను, వారూ సంతోషపడతారు నాకూ తృప్తిగా ఉంటుంది' అన్నాడు. దేశవ్యాప్తంగా గాంధీపట్ల ఆరాధనాభావం ఏర్పడింది. పల్లెల్లో, పట్టణాల్లో విదేశీ వస్త్రదహన కార్యక్రమం ఉధృతంగా సాగింది. మాంచెస్టర్, లివర్‌పూల్‌లోని వస్త్ర పరిశ్రమల యజమానులు ఆందోళనలో పడిపోయారు.

కొన్ని ఇతర సంఘటనలు కూడా రాజకీయ వాతావరణాన్ని ఉద్రిక్తం చేశాయి. 1929 మార్చి 20 తేదీన ప్రభుత్వం కమ్యూనిస్టు-కార్మిక నాయకులు 32 మందిని అరెస్టుచేసి వారిపై మీరట్ కుట్రకేసు పెట్టింది. ఏప్రిల్ 8వ తేదీన భగత్‌సింగ్, భటుకేశ్వర దత్తులు శాసనసభలో బాంబు విసిరి అరెస్టయ్యారు. రాజకీయ ఖైదీలను సాధారణ నేరస్తుల్లాగా హీనంగా చూడటాన్ని నిరసిస్తూ నిరాహారదీక్ష బూనిన జతీంద్రనాథ్‌దాస్ (జతీన్‌దాస్) 64 రోజులు నిరాహార దీక్ష పాటించి

కన్నుమూశాడు. ఆయన శవయాత్రలో మున్నెన్నడూ లేనంతగా ప్రజానీకం పాల్గొని దుఃఖిస్తూ శ్రద్ధాంజలి ఘటించింది. 1929 మే లో బ్రిటన్‌లో లేబర్‌పార్టీ ప్రభుత్వాన్ని ఏర్పరచింది. ఇంగ్లండ్ వెళ్ళి వచ్చిన వైస్రాయి ఇర్విన్ 1919 సంస్కరణల లక్ష్యం, గమ్యం అధినివేశ ప్రతిపత్తేనని ప్రకటించి, సైమన్ కమిషన్ నివేదిక అందుతూనే అఖిలపక్ష సమావేశం (గుండ్రబల్ల రౌండ్‌టేబుల్ సమావేశం) జరుగుతుందని వాగ్దానం చేశాడు. అఖిలపక్ష సమావేశం సంపూర్ణ ఆధినివేశ ప్రతిపత్తి ప్రాతిపదికపైనే జరగబోతుందా? అని గాంధీ ప్రశ్నించగా, వైస్రాయ్ 'ఔను' అని కచ్చితంగా చెప్పలేకపోయాడు. 1929 నవంబర్ 5వ తేదీన లార్డ్స్ సభలో ఈ విషయమై జరిగిన చర్చ కూడా అనుమానాలకు తావిచ్చింది. ఈ నేపథ్యంలో చారిత్రాత్మకమైన కాంగ్రెస్ మహాసభ (లాహోర్ మహాసభ) రావి నదీతీరాన 1929 డిసెంబర్ 29 తేదీన ప్రారంభమైంది. మహాసభకు అధ్యక్షుడుగా ఎవరుండాలి? అనే విషయంలో పది రాష్ట్ర కాంగ్రెస్‌లు గాంధీయే అధ్యక్షుడుగా ఉండాలనీ కోరగా, 5 రాష్ట్రాలు పటేల్‌నూ, 3 రాష్ట్రాలు నెహ్రూను ఎన్నుకున్నాయి.

గాంధీ తన స్వాభావికశైలిలో జవహర్‌లాల్ నెహ్రూను అధ్యక్షుడుగా ఎంపిక చేశాడు. నెహ్రూ తన అధ్యక్షోపన్యాసంలో సామ్యవాద, గణతంత్రవ్యవస్థలో తన నమ్మకాన్ని పునరుద్ఘాటించాడు. సంపూర్ణ స్వరాజ్య తీర్మానాన్ని గాంధీ ప్రవేశపెట్టగా సభ హర్షామోదాలు ప్రకటించింది. 1929 డిసెంబర్ 31 తేదీ అర్ధరాత్రి కాంగ్రెస్ అధ్యక్షుడు నెహ్రూ త్రివర్ణపతాకాన్ని ఎగురవేశాడు. కొత్త సంవత్సరం (1930 జనవరి26 తేదీన) కాంగ్రెస్ వర్కింగ్ కమిటీ రూపొందించిన స్వాతంత్ర్య ప్రకటన పత్రం (ఫ్రెంచి విప్లవం, అమెరికన్ విప్లవం తరహాలో) ప్రకటితమవుతుందని వెల్లడించారు. తదనుసారంగా 1930 జనవరి 26 తేదీన దేశవ్యాప్తంగా సభలలో స్వాతంత్ర్య ప్రకటన పత్రం చదవడం జరిగింది. తరవాత ప్రజలు స్వాతంత్ర్య శపథాన్ని ఆమోదించారు. ఈ శపథంలో 'స్వాతంత్ర్యం అనన్యసంక్రామకమైన పౌరహక్కు, పౌరులహక్కులకు విఘాతం కలిగించే ప్రభుత్వాన్ని తొలగించే హక్కు జాతి ప్రజలదనీ', 'బ్రిటిష్ పాలన దేశాన్ని అన్ని విధాలుగా దిగజార్చిందనీ', 'బ్రిటన్‌తో సంబంధాలు తెంచి పూర్ణ స్వరాజ్యాన్ని భారతదేశం సాధించడం అనివార్యం' అనీ వివరించింది.

లాహోర్ కాంగ్రెస్ శాసనోల్లంఘన కార్యక్రమాన్ని ఆరంభించడానికి వర్కింగ్ కమిటీకి నిర్ణయాధికారం ఇచ్చింది. చట్టసభల్లోని సభ్యులు రాజీనామా చేయాలని నిర్ణయించింది. 1930లో సబర్మతీ ఆశ్రమంలో సమావేశమైన వర్కింగ్‌కమిటీ శాసనోల్లంఘనం ఆరంభించేందుకు సమయాన్నీ, ప్రదేశాన్ని నిర్ణయించే విషయాన్ని గాంధీకే అప్పచెప్పింది. 'యంగ్ ఇండియా'లో ప్రచురించిన ఒక వ్యాసంలో గాంధీ పదకొండు అంశాలను పేర్కొని వైస్రాయి వాటిని ఆమోదించే పక్షంలో శాసనోల్లంఘన కార్యక్రమాన్ని నిలిపివేయడం జరుగుతుందని ప్రతిపాదించాడు. అవి: మద్యపాన నిషేధం, రూపాయి మారకం రేటులో మార్పు, భూమిశిస్తులో 50శాతం తగ్గింపు, ఉప్పుపన్ను రద్దు, సైనికవ్యయాన్ని తగ్గించడం, ప్రభుత్వాధికారుల జీతాల తగ్గింపు, స్వదేశీ పరిశ్రమలకు రక్షణ, రాజకీయ ఖైదీల విడుదల మొదలైనవి. గాంధీ పేర్కొన్న అంశాలను అంగీకరిస్తే బ్రిటన్ ప్రయోజనాలు, లక్ష్యాలు దెబ్బతింటాయి. అంగీకరించకపోతే ఆ అంశాలలో

నిక్షేపించిన అభియోగాలు నిజమని ప్రపంచానికి వెల్లడించినట్లవు తుంది. ఉద్యమకారులకు సవాలు విసిరినట్లవుతుంది. ప్రభుత్వం నుంచి ఎట్టి సమాధానమూ రాలేదు. తన ప్రతిపాదనకు ఎట్టి ప్రతిస్పందనా రానందువల్ల తాను మార్చి 12వ తేదీన సత్యాగ్రహాన్ని ఉప్పుపన్ను చట్టాన్ని ధిక్కరించడంతో ప్రారంభిస్తానని గాంధీ వైస్రాయికి తెలియజేశాడు. అలా తెలియజేయడం కూడా సత్యాగ్రహస్ఫూర్తిలో భాగమేనని ఆయన భావించాడు.

దండియాత్ర : సత్యాగ్రహం రౌలత్‌సత్యాగ్రహం జరిగిన ఏప్రిల్ 6వ తేదీకీ, స్థలం బార్డోలీ తాలూకాలోని 'దండి'గా నిర్ణయించారు. మార్చి 12 తేదీన సబర్మతీ ఆశ్రమం (అహ్మదాబాద్) నుంచీ భిన్న ప్రాంతాల నుంచీ భిన్న మతాల నుంచీ ఎంపిక చేసిన 78 మంది కార్యకర్త లతో దండియాత్ర ప్రారంభమవుతుంది. 240 మైళ్ళ దూరాన్ని కాలినడకన గమించి నిర్ణీత తేదీ ఏప్రిల్ 6 నాటికి దండి చేరాలి. వల్లభ్ భాయిపటేల్ దండియాత్రకు సంసిద్ధమై అప్రమత్తంగా ఉండవలసిందిగా, ధైర్యంగా త్యాగాలకు సిద్ధంగా ఉండవలసిందిగా బార్డోలీ ప్రజలను ఉత్తేజ పరిచాడు. బ్రిటిష్ అధికారులకు ఉప్పుసత్యాగ్రహ కార్యక్రమం లోని ఆంతర్యం తెలిసిరాలేదు. వారా విషయాన్ని తేలికగా తీసుకున్నా, తరవాత పరిణామ పరంపరతో వారికి అవగతం కాసాగింది.

దండి సత్యాగ్రహం

గాంధీ ప్రకటించిన కార్యక్రమం ప్రజానీకంలో తీవ్ర ఉత్కంఠను రేకెత్తించింది. ఆశతో, ఆతృతతో సబర్మతీ ఆశ్రమానికి రాసాగిన వేలాదిమందికి ఆయన ఓపికగా సరళమైన ధోరణిలో సాత్వికంగా కనిపించే శాసనోల్లంఘనోద్యమం లోని మహత్తర శక్తిని వివరించాడు. ఆ వివరణ సారాంశం ఈ విధంగా ఉంది.

"మరో రెండు దినాలలో ఆరంభం కానున్న మహాయుద్ధం ముందు మీరంతా ఇలా నిర్భయంగా ఇక్కడికి వచ్చారు. ఈ యుద్ధం తుపాకులూ బాంబులతో జరగనుంటే మీరిలా ఇక్కడకు రాగలిగే వారా? మీరు మారణాయుధాల గురించి భయపడేవారు గదా! అలా కాకుండా మరోవిధంగా ఆయుధాలు లేకుండానైనా హింసాత్మక దౌర్జన్య పద్ధతులలో నేను ఉద్యమాన్ని ఆరంభిస్తానని ప్రకటించాననుకోండి ప్రభుత్వం నన్నిట్లా స్వేచ్ఛగా వదిలేసేదా? ప్రపంచంలో ఏ దేశ ప్రభుత్వమైనా, హింసాయుత ధిక్కార వైఖరితో అధికారుల నెదిరించే ఉద్యమాన్ని ఒక్క రోజుకోసం సహించిన దృష్టాంతాలు చరిత్రలో నుంచి ఎత్తిచూపగలరా? కానీ ఇప్పుడు చూడండి ప్రభుత్వం గాభరా పడిపోతుంది, ఆందోళనలో పడిపోయింది" "ఈ సాత్విక శాసనోల్లంఘనం శక్తి గమనించండి. భారతదేశంలో ఏడు లక్షలగ్రామాలలో ఒక్కొక్క గ్రామం నుంచి పదిమంది మాత్రమే ముందుకువచ్చి ఉప్పుపన్ను చట్టాన్ని ఎదిరించి ఉప్పు తయారు

చేయడానికి పూనుకున్నారనుకోండి అప్పుడు ప్రభుత్వం ఏం చేయగలదు? ఎంతటి నియంతైనా శాంతియుతంగా నిరోధించే జనులను ఫిరంగులకు కట్టి పేల్చివేయగలదా? కొంచెం మీలో చలనం కలిగితేచాలు ఈ ప్రభుత్వాన్ని మనం కొద్దికాలంలోనే అలసిపడిపోయేలా చేయగలం" "......ఎక్కడ వీలైతే అక్కడ ఉప్పుచట్టాల్ని సాత్త్విక ధోరణిలో ఉల్లంఘించండి మద్యపానశాలల ముందు, విదేశీ వస్త్ర విక్రయశాలలముందు పికెటింగ్ జరపండి. న్యాయవాదులు తమ ప్రాక్టీసు వదలివేయాలి; ప్రభుత్వ న్యాయస్థానాలను బహిష్కరిస్తూ వివాదాలను మానుకోవాలి. ప్రభుత్వోద్యోగులు తమ ఉద్యోగాలకు రాజీనామా చేయాలి. నేను విధించే షరతు ఒక్కటే, స్వరాజ్య సాధనకు సత్యం, అహింసతో కూడిన మార్గమే మన సాధనం అని శపథం పూనాలి."

చేతిలో కర్రతో, అంకిత భావంతో వస్తూన్న అనుచర బృందం ముందు గాంధీ తన దండియాత్రను ఆరంభించాడు. ఆ దృశ్యం చూసినవారినల్లా కదిలించింది, చూడనివారి ఊహాశక్తికి పదును పెట్టింది. గుజరాత్‌లోని మూడు వందల గ్రామాల మీదుగాసాగే ఈ దీర్ఘయాత్రలో గాంధీ పురోగమనం, ఆయన సందేశాలు, దారికి ఇరుపక్కల అభివాదం చేస్తూ పోగైన ప్రజానీకం, జెండాలు కట్టిన తోరణాలు వీటన్నిటినీ దూరశ్రవణ సాధనాల ద్వారా వివరంగా అభివర్ణించారు కార్యకర్తలు. వార్తా పత్రికలు ప్రముఖంగా ప్రచురించాయి. గాంధీ 'దండి'ని చేరే నాటికి ప్రజలలో ఆశ ఉత్కంఠ పరాకాష్ఠకు చేరాయి. చరమాంకం కోసం ప్రజానీకం ఆతృతతో ఎదురు చూడసాగింది. 1930 ఏప్రిల్ 6 తేదీన గాంధీ పిడికెడు ఉప్పును చేతుల్లోకి తీసుకొని శాసనోల్లంఘన ఉద్యమాన్ని ఆరంభించాడు. ఆ సంఘటనతో దేశవ్యాప్తంగా ప్రజలు ఉద్యమంలోకి విరుచుకుపడ్డారు. గాంధీ దండియాత్ర పురోగమనాన్ని అభివర్ణిస్తూ, ఆయనరాకను ముందుగా ప్రజలకు తెలియజేస్తూ ముందునడిచిన వల్లభ్‌భాయ్ పటేల్‌ను అరెస్టు చేశారు. కానీ మరొకరు ప్రత్యక్ష వ్యాఖ్యానాన్ని కొనసాగిస్తూ ముందునడిచారు. గ్రామాల నుంచి స్త్రీలు పురుషులు వందలాదిగావచ్చి తోవకిరుపక్కలా నిలచి గాంధీని దర్శించుకున్నారు.

రాష్ట్రాల్లో నాయకులూ, ప్రజలూ ఉప్పు సత్యాగ్రహాన్ని కొనసాగించారు. మద్రాసు రాష్ట్రంలో రాజాజీ తిరుచినాపల్లి నుంచి బయల్దేరి తంజావూరు కోస్తా ప్రాంతంలోని వేదారణ్యానికి సత్యాగ్రహ యాత్రపై సాగాడు. మలబారు తీరంలో కేలప్పన్ కాలికట్ నుంచి పాయనూర్‌కు పోయి ఉప్పు చట్టాన్ని ఉల్లంఘించాడు. అస్సామ్‌లోని సిల్హెట్ నుంచి బెంగాల్‌లోని నౌఖాలీకి చేరిన సత్యాగ్రహులు ఉప్పు సత్యాగ్రహం పాటించారు. మద్రాసు రాష్ట్రంలోని ఆంధ్ర ప్రాంతంలో జట్టుజట్లుగా సత్యాగ్రహ కార్యకర్తలు బయల్దేరి గ్రామాల మీదగా కోస్తా ప్రాంతాన్ని చేరి ఉప్పు చట్టాల్ని ధిక్కరించారు. ఏప్రిల్ 14 తేదీన జవహర్‌లాల్ నెహ్రూ, ఏప్రిల్ 30వ తేదీన రాజాజీ అరెస్టు కావడంతో మద్రాసు, కలకత్తా, కరాచీ నగరాల్లో ప్రదర్శనలు జరిగాయి. పోలీసులు లాఠీచార్జీలకు పూనుకున్నారు. ఉద్యమం గడచిన కొద్దీ అణచివేత చర్యలు అధికమయ్యాయి. నాయకులను చట్టంప్రకారం నిర్బంధంలోకి తీసుకొన్నా, జనసామాన్యంపై మాత్రం పోలీసులు తమ క్రౌర్యాన్ని ప్రదర్శించసాగారు. కరాచీ, పెషావర్, మద్రాసులలో కవ్వింపు చర్యలకు ప్రజలు పాల్పడకున్నా పోలీసులు కాల్పులకు పాల్పడ్డారు. ఈ చర్యలను గాంధీ తీవ్రంగా విమర్శించాడు.

ఉద్యమం వాయవ్య రాష్ట్రానికి సైతం వ్యాపించింది. పెషావర్‌లో గాంధీ సన్నిహిత అనుచరుడు 'సరిహద్దుగాంధీ' అని పేరుపొందిన ఖాన్ అబ్దుల్‌గఫార్‌ఖాన్, ఆయన నిర్మించిన ఖుదాయ్‌ఖిద్మత్‌గార్ దళం 'రెడ్‌షర్ట్స్'గా వీరిని వ్యవహరించారు. ప్రజా ఉద్యమాన్ని నిర్వహించారు. ఒక సందర్భంలో పెషావర్ నగరం యావత్తూ వారి నియంత్రణలోకి వచ్చింది. ఈ ఉద్యమకారులపై కాల్పులకు ఆదేశించగా గఢ్వాల్ సైనికులు కాల్పులు జరపడానికి నిరాకరించారు. అధికారులు సైనికస్థావరాలలో దాక్కుండిపోయారు. ఉద్యమం ఉధృతమవుతున్న కొద్దీ అధికారుల నుంచీ, రాష్ట్రాల గవర్నర్‌ల నుంచీ వైస్రాయిపై ఒత్తిడి పెరగసాగింది. కఠినచర్యలు చేపట్టాలని అన్నివైపుల నుంచి అభ్యర్థనలు రాసాగాయి. గాంధీ ఉప్పుచట్టాల ఉల్లంఘనలో భాగంగా ధర్సానాలోని ఉప్పుతయారీ కేంద్రంపై దాడి చేయనున్నట్లు ప్రకటించాడు. పర్యవసానంగా వైస్రాయి గాంధీ అరెస్టుకు ఉత్తర్వునిచ్చాడు. ఈ చర్యతో ప్రజలు రెచ్చిపోయారు. బొంబాయిలో నిరసనలు జరిగి వేలాది కార్మికులు వెల్లువగా వీధుల్లోకి వచ్చారు. పోలీసులు నిస్సహాయంగా చూస్తూండిపోయారు. ఢిల్లీ, కలకత్తా నగరాల్లో ప్రదర్శనకారులపై కాల్పులు జరిగాయి. మహారాష్ట్రలోని షోలాపూర్‌లో వస్త్రకార్మికులు సమ్మెకు దిగారు. ఉద్రేకం కట్టలు తెంచుకుంది. ప్రజానీకం ప్రభుత్వకార్యాలయాలపై, పోలీస్ స్టేషన్లపై ఇతర ప్రభుత్వ భవనాలపై దాడులు చేసి, కొన్నిటిని తగలబెట్టారు. మే 16 తేదీన సైనిక శాసనం ప్రకటించిన తరవాతగాని పరిస్థితి అదుపులోకి రాలేదు.

ధర్సానా ఉప్పు కర్మాగారంపై సరోజినీ నాయుడు, గాంధీ కుమారుడు మణిలాల్ ప్రభృతుల నాయకత్వంలో రెండు వేల మంది సత్యాగ్రహ కార్యకర్తలు దాడికి దిగారు. యధావిధిగా పోలీసులు లాఠీలను ఉపయోగించారు. ఇరువురు కార్యకర్తలు చనిపోయారు. వందలాదిమంది గాయాలతో పడిపోయారు. పద్దెనిమిది సంవత్సరాల కాలంలో ఇరవైదేశాలలో, అనేక పౌరప్రదర్శనలూ, అలజడులూ, వీధి పోరాటాలూ చూసి వార్తలు సేకరించిన అమెరికన్ పాత్రికేయుడు వెబ్‌మిల్లర్ తాను ఇంత ఘోరమైన దృశ్యాలను చూడలేదని వ్యాఖ్యానించాడు. బొంబాయి నగర పరిసరాలలోని వడాలాలో పదిహేను వేలమంది సత్యాగ్రహ కార్యకర్తలు పోలీసుల వలయాన్ని ఛేదించి లాఠీ దెబ్బలు తింటూనే ఉప్పును సేకరించారు. కర్ణాటకలోని సనికట్ట ఉప్పు కార్ఖానాపై లాఠీలను , తూటాలను ఎదుర్కొని ప్రజానీకం దాడిచేసింది. మద్రాసులో పోలీసుల దురంతాలను నిరసించడానికి ఏర్పాటైన బహిరంగసభను ఛిద్రం చేయడానికి పోలీసులు లాఠీలను తుపాకులను ఉపయోగించారు. కాల్పుల్లో ముగ్గురు కార్యకర్తలు మృతిచెందారు. బెంగాల్, ఒరిస్సాలలో మిద్నపూర్, బాలసోర్, కటక్‌లలో ఉప్పు సత్యాగ్రహోద్యమం ఉధృతంగా సాగింది. ఉప్పు సత్యాగ్రహంతోపాటు మద్యశాలలూ, విదేశీవస్త్రాలయాల ముందు మహిళలూ, యువతులూ ఉదయం నుంచి రాత్రివేళల వరకూ పికెటింగ్ జరిపారు. యువకులు, విద్యార్థులు విరివిగా ఈ కార్యక్రమంలో పాల్గొన్నారు. బొంబాయిలో వర్తక సంఘాలవారు కూడా బహిష్కరణ ఉద్యమంలో పాల్గొన్నారు. వస్త్రపరిశ్రమల యజమానులు విదేశీదారాన్ని వినియోగించమనీ, ఖద్దరుకు ప్రత్యామ్నాయమైన ముతకవస్త్రాన్ని తయారుచేయబోమనీ ప్రతినబూనారు. ఇందుకు సహకరించని వారిని సంఘ బహిష్కార భీతికి గురిచేసి లొంగివచ్చేలా చేశారు.

తూర్పు భారతదేశంలో బీహార్, బెంగాల్ గ్రామాలలో 'చౌకీదారా' పన్నుకు వ్యతిరేకంగా ఉద్యమం చేపట్టడం జరిగింది. గ్రామలవారు చెల్లించే ఈ పన్నుధనం నుంచి పోలీసుల అనుబంధ బృందాలుగా పనిచేసే చౌకీదార్లకు జీతాలు చెల్లించేవారు. చౌకీదార్లు ప్రభుత్వ గూఢచారులుగా, పోలీసులకు వత్తాసుగా, భూస్వాముల తాబేదార్లుగా వ్యవహరించేవారు. మోన్ఘిర్, సారన్, భాగల్పూర్ జిల్లాలో చౌకీదారా పన్ను చెల్లించడం మాని, చౌకీదార్లను, వారిని నియమించే పంచాయత్ సభ్యులను చౌకీదారీ పని నుంచి తప్పుకోవలసిందిగా ప్రజలు ఒత్తిడిచేశారు. ఇందుకు ప్రతిచర్యగా ప్రభుత్వాధికార్లు పన్ను చెల్లించనివారి ఆస్తులను స్వాధీనం చేసుకున్నారు. లాఠీలు, చిత్రహింసలు పరిపాటిగా సాగాయి. ఒక సందర్భంలో సత్యాగ్రహుల కేంద్రంగా ఉన్న ఆశ్రమాన్ని పోలీసులు స్వాధీనం చేసుకున్నారు. ప్రదర్శనకారులు ఆశ్రమం ఎదుట ప్రదర్శనలు చేయసాగారు. ఈ ఉదంతాన్ని విని అక్కడకు వచ్చిన రాజేంద్రప్రసాద్, అబ్దుల్‌బారీలు లాఠీల దాడికి గురయ్యారు.

గుజరాత్ రాష్ట్రంలో రైతులు భూమిశిస్తు చెల్లించడానికి తిరస్కరించారు. ఖేడా జిల్లాలో, బార్డోలీ తాలూకాలో, భరూచ్ జిల్లాలోని జంబుసార్‌లో వేలాది మంది రైతులు తమ వస్తు సామగ్రిని, పాడిపశువులను తీసుకొని కుటుంబ సమేతంగా బరోడా సంస్థానానికి వెళ్ళి ఆరుబయట ప్రాంతాల్లో తలదాచుకున్నారు. అధికారులు వారి క్షేత్రాలను స్వాధీనం చేసుకున్నారు. తలుపులు బద్దలుకొట్టి ఇళ్ళలో జొరబడి, విధ్వంసకాండ సాగించారు. జైలు నుంచి బయటకు వచ్చినప్పుడల్లా పటేల్ ఈ ప్రాంతాల్లో తిరిగి రైతులు మనోనిబ్బరం కోల్పోకుండా ధైర్యం చెప్పాడు. రైతులు తమ కొద్దిపాటి వనరులు అంతరించిపోయినా, ధైర్యంగా నిలదొక్కుకొని 1931 మార్చిలో ఒప్పందం జరిగే వరకు గ్రామం అవతల జీవనం గడిపారు. మధ్యపరగణాలు, కర్ణాటక, మహారాష్ట్రల్లోని అటవీ తెగల ప్రజలు అటవీ చట్టాలవల్ల కష్టనష్టాలపాలయ్యారు. అటవీ ఉత్పత్తులు, వనరులపై ఆధారపడి జీవిస్తున్న ఈ ప్రజా సమూహాలు తెగించి అటవీ చట్టాలను ఉల్లంఘించారు. 'ఎత్తిన జాతీయ జెండాను దించరాదని' 1929 లాహోర్ మహాసభలో నెహ్రూ ఇచ్చిన పిలుపును ఉద్దీపనగా తీసుకొని జెండాను నిలపడం, జెండా చేతబట్టుకొని ఊరేగింపులో పాల్గొనడం కూడా ఒక ఉద్యమంగా నడచింది. ఈ జెండా సత్యాగ్రహం చేసి లాఠీదెబ్బలకు గురైన వారిలో ఆంధ్రలో తోట నర్సయ్యనాయుడు, కేరళలో కృష్ణన్ పిళ్ళైలు ఉన్నారు. పిల్లల చేతుల్లోని జెండాలను కూడా పోలీసులు లాగివేయడంతో మువ్వన్నెల చొక్కాలు ధరించి వీధులలో పరుగులు తీస్తూ పిల్లలు 'సజీవ పతాకాల'ని పేరు తెచ్చుకున్నారు.

భూమిశిస్తు చెల్లింపులూ, కౌలు చెల్లింపులూ నిరాకరించి ఉద్యమంలో మరొక శైలిని ప్రవేశపెట్టారు ఉత్తరప్రదేశ్‌లోని రైతు లు. జైలు నుంచి బయటకు వచ్చిన నెహ్రూ ఉత్తరప్రదేశ్ కాంగ్రెస్ సంఘం నుంచి కౌలు నిరాకరణ ఉద్యమానికి ఆమోదం ప్రకటింపచేయడంతో అక్టోబర్ నుంచి ఉద్యమప్రచారం విస్తృతంగా జరిగింది. డిసెంబర్‌లో ఉద్యమం మొదలైంది. అణచివేత చర్యలు తీవ్రంకావడంతో రైతులు గ్రామాలను వదలిపోవలసిన పరిస్థితి ఏర్పడింది. స్త్రీలు, పురుషులు, బాలబాలికలు జాతీయగీతాన్ని ఆలపిస్తూ వీధుల్లో ఊరేగింపుచేయడం కూడా 'ప్రభాతభేరీ' ఉద్యమంగా ప్రాచుర్యంలోకి వచ్చింది. పత్రికా స్వాతంత్ర్యాన్ని హరించే చట్టాలను ధిక్కరిస్తూ చేరాతపత్రికలూ, వార్తాపత్రాలు. జిల్లీలు తీసిన నకళ్ళురూపంలో దేశమంతటా ప్రత్యక్షమయ్యాయి. ఉద్యమసందేశాన్ని

ప్రచారం చేయడానికి మాజిక్‌లాంతర్లను విరివిగా వాడటం జరిగింది. సభలూ, సమావేశాలు, పర్యటించే నాయకులచే ఉపన్యాసాలు నిరంతరాయంగా జరుగుతూ ఉద్యమానికి తోడ్పడ్డాయి. చిరుకార్యకర్తలుగా పనిచేసే పిల్లలు 'వానరసేన'గా అవతరించారు. కొన్నిచోట్ల బాలికల బృందాలు 'మంజరీసేనలు'గా అవతరించాయి. ఈవిధంగా బహుముఖంగా, బహురూపాలతో సాగిన ఉద్యమాన్ని ఎదుర్కొనడంలో ప్రభుత్వం డోలాయమాన వైఖరిని ప్రదర్శించింది. 'కఠినమైన వైఖరిని అవలంబిస్తే', 'అణచివేత చర్యలు' అంటారు. కొంచెం మెతక వైఖరి చూపితే 'విజయంమాదే' అంటారు కాంగ్రెస్‌వారు అని మద్రాసు రాష్ట్రంలోని ఒక అధికారి వాపోయాడు. అయితే గాంధీ అరెస్టు తరవాత అత్యవసర శాసనాలు, పౌరహక్కులపై నిషేధచట్టాలను ప్రకటించడమైంది. రాష్ట్ర ప్రభుత్వాలకు ఉద్యమాన్ని అణచివేయడానికి సర్వాధికారాలను ఇవ్వడమైంది. అయితే కాంగ్రెస్ సంస్థలపై నిషేధానికి మాత్రం జూన్, ఆగష్టుల వరకూ ప్రభుత్వం పూనుకోలేదు.

సైమన్ కమిషన్ నివేదికను ప్రకటించడం జరిగింది. అందులో ఎక్కడా 'అధినివేశ ప్రతిపత్తి' మాట లేదు మిగతా అంశాలు కూడా తిరోన్ముఖంగానే ఉన్నాయి. దీనితో మితవాదులు కూడా అసంతుష్టులయ్యారు. అయితే వైస్రాయి నాయకులను సమాధానపరచే ప్రయత్నంగా జూలై 9వ తేదీన అఖిలపక్ష సమావేశాన్ని ప్రతిపాదిస్తూ అధినివేశప్రతిపత్తి లక్ష్యాన్ని పునరుద్ఘాటించాడు, కేంద్రశాసన సభ్యుల సూచన మేరకు కాంగ్రెస్ ప్రభుత్వం మధ్య తిరిగి సత్సంబంధాలు నెలకొల్పడానికి ప్రయత్నించవచ్చునని తేజ్‌బహదూర్ సప్రూ, జయకర్‌లకు అనుమతినిచ్చాడు. మోతీలాల్, జవహర్‌లాల్ ఎరవాడ జైలుకు వెళ్ళి గాంధీతో 'రాజీ' గురించి చర్చించారు. రాజీకుదరకపోయినా కొన్ని రాజకీయ పక్షాల ప్రతినిధులు నవంబర్‌లో జరగనున్న అఖిలపక్ష సమావేశానికి హాజరు అయ్యేందుకు దారి సుగమమైంది. అయితే కాంగ్రెస్ పాల్గొనని చర్చలు నిరర్థకమని కాంగ్రెస్ నాయకులు అభిప్రాయపడ్డారు. ప్రభుత్వానికీ, కాంగ్రెస్‌కూ మధ్య సామరస్యం ఏర్పడటం తప్పనిసరి అనే భావన బ్రిటన్ ప్రధానికి కూడా కలిగింది. తరవాత జరగనున్న అఖిలపక్ష సమావేశంలో కాంగ్రెస్ పాల్గొనే అవకాశం ఉందని ఆయన ప్రకటించాడు. జనవరి 25 తేదీన గాంధీ, ఇతర కాంగ్రెస్ ప్రముఖులూ బేషరతుగా విడుదలవుతున్నట్లు వైస్రాయి ప్రకటించాడు.

గాంధీ-ఇర్విన్ ఒడంబడిక

కాంగ్రెస్‌లోనూ, తొలి అఖిలపక్ష సమావేశంలో (నవంబర్ 12, 1930- జనవరి 19, 1931) పాల్గొని వచ్చిన ప్రతినిధులతోనూ సుదీర్ఘచర్చలు జరిగిన తరవాత గాంధీ వైస్రాయిల మధ్య చర్చ జరగాలని వర్కింగ్ కమిటీ నిర్ణయించింది. రెండు వారాలు గాంధీ-వైస్రాయిల మధ్య చర్చ జరిగింది. ఫలితంగా 1931 మార్చి 5తేదీన గాంధీ ఇర్విన్ ఒప్పందం జరిగింది.

గాంధీ-ఇర్విన్ ఒప్పందం 5-3-1931 ముఖ్యాంశాలు

1. ఇతరత్రా నేరాలతో సంబంధంలేని రాజకీయ ఖైదీలందరినీ వెంటనే విడుదల చేయాలి.

2. వసూలు చేయకుండా ఉన్న జరిమానాలన్నీటినీ రద్దుచేయాలి.
3. ప్రభుత్వం స్వాధీనం చేసుకున్న వ్యవసాయ క్షేత్రాలు (మరొకరికి అమ్మనివి) తిరిగి రైతులకు ఇచ్చివేయాలి.
4. రాజీనామా చేసిన ప్రభుత్వోద్యోగులపట్ల ఉదారవైఖరి చూపాలి.
5. తీరప్రాంతంలోని నివాసులకు ఇళ్ళలో వాడకానికి ఉప్పు తయారు చేసుకునే హక్కు ఇవ్వాలి.
6. పౌరులు శాంతియుతంగా పికెటింగ్ జరుపుకొనే హక్కు కొనసాగాలి.

ఈ షరతులతోపాటు ఉద్యమకాలంలో పోలీసులు జరిపిన అత్యాచారాలపై బహిరంగ విచారణ జరపాలని గాంధీ కోరాడుగానీ, ప్రభుత్వం అంగీకరించలేదు. అయితే గాంధీ కోరికను మాత్రం ఒప్పదంలో నమోదు చేశారు. ఒప్పందం కుదరడంతో శాసనోల్లంఘన ఉద్యమాన్ని నిలిపివేస్తున్నట్లు కాంగ్రెస్ ప్రకటించింది. రెండో అఖిలపక్ష సమావేశంలో పాల్గొనడానికి కాంగ్రెస్ అంగీకరించింది.

గాంధీ, ఇర్విన్ ఒప్పందం సమకాలీకులలో ఒక వర్గం నుంచి విమర్శకు గురైంది. గాంధీ ఒప్పందానికి అంగీకరించడానికి కారణం బూర్జువావర్గం నుంచి వచ్చిన ఒత్తిడేనని వామపక్షం విమర్శించింది. ప్రభుత్వం స్వాధీనం చేసుకొని ఇతరులకు అమ్మివేసిన వ్యవసాయ భూములను తిరిగి యజమానులైన రైతులకు వాపసు ఇప్పించే ప్రయత్నం గాంధీ చేయలేదనీ, ఆయన బూర్జువా వర్గ ప్రయోజనాల్ని సమర్థించినంతగా సామాన్యుల ప్రయోజనాల్ని సమర్థించలేదనీ, విమర్శకుల అభిప్రాయం. గాంధీకి ఉద్యమం మౌలికసంస్కరణవాదుల ప్రాబల్యంలోకి పోతుందన్న భయం ఉందని వామపక్షీయులు విశ్లేషించారు. ఉద్యమకాలంలోనే మరణశిక్షకు గురైన భగత్‌సింగ్, అతని అనుయాయుల ప్రాణాలను కాపాడటానికి గాంధీ ప్రయత్నించలేదనీ, వామపక్ష సిద్ధాంతాలనునమ్మి ఆచరించినవారిపట్ల ఆయన కరుడుగట్టిన వ్యతిరేక ధోరణిని చూపాడనీ కూడా విమర్శ వచ్చింది.

రౌండ్ టేబుల్ సమావేశాలు - పూనా ఒడంబడిక

బ్రిటిష్ అధినేతల భారత జాతీయ నాయకులను బుజ్జగించడానికై లండన్‌లో రౌండ్‌టేబుల్ సమావేశాలను క్రీ.శ. 1930-1932 మధ్య కాలంలో మూడుమార్లు ఏర్పాటు చేసాయి. మొదటి సమావేశానికి కాంగ్రెస్ నుంచి ఎవరు హాజరు కాలేదు. 1931 సెప్టెంబర్‌లో జరిగిన రెండో రౌండ్‌టేబుల్ సమావేశానికి భారత జాతీయ కాంగ్రెస్ ఏకైక ప్రతినిధిగా హాజరైనాడు. అతడు భారతీయుల స్వాతంత్ర్యపోరాటానికి ఆంగ్ల ప్రజల మద్దతు సంపాదించాడు. మూడో రౌండ్‌టేబుల్ సమావేశం లండన్‌లో నవంబర్, 1932వ సం॥లో జరిగినది. భారత జాతీయ కాంగ్రెస్ దీన్ని బహిష్కరించింది. 1932 ఆగస్ట్‌లో బ్రిటిష్ ప్రధానమంత్రి రాంసేమాకోనాల్డ్ హిందూ సమాజాన్ని నిలువునా చీల్చే వ్యూహంలో భాగంగా ప్రత్యేక నియోజకవర్గాలను సమర్థిస్తూ (కమ్యూనల్ అవార్డు) ప్రకటించాడు. ఇలాంటి పరిస్థితుల్లో అంబేద్కర్-గాంధీల మధ్య 'పూనా ఒడంబడిక' 25-9-1932లో

డా.బి.ఆర్. అంబేద్కర్

కుదిరించి, దీన్ని కూర్చడంలో మాలవ్యా, రాజగోపాలాచారి, నెహ్రూ మొదలగు జాతీయనాయకులు ముఖ్యపాత్ర పోషించారు.

శాసనోల్లంఘన ఉద్యమం సామ్రాజ్యవాదానికి వ్యతిరేకంగా జరిగిన జాతీయోద్యమంలో ఒక ప్రధానఘట్టం. దాదాపు లక్షమంది ఈ ఉద్యమకాలంలో జైళ్ళకు పోయారు. విదేశీ వస్త్ర దిగుమతులు, ఇతర విదేశీ వస్తు దిగుమతులు ఉద్యమ కారణంగా పడిపోయాయి. మద్యపాన వినియోగం చాలా వరకు తగ్గిపోయింది. దేశంలో రాజకీయ చైతన్యం అట్టడుగు స్థాయి ప్రజల వరకూ విస్తరించింది. 1920-22 కాలంలో కనిపించిన హిందూ, ముస్లిమ్ సఖ్యత ఈ ఉద్యమకాలంలో కనిపించలేదు. అయినా బీహార్, బెంగాల్, ఢిల్లీ, వాయవ్య రాష్ట్రాలలో చెప్పుకోదగ్గ సంఖ్యలో ముస్లిమ్‌లు పాల్గొన్నారు. దేశంలోని మధ్యతరగతి ఉన్నత వర్గాలవారే కాకుండా సామాన్యులు, పేద ప్రజానీకం కూడా బహుళంగా ఉద్యమంలో పాల్గొన్నారు. స్త్రీలూ, యువకులూ, విద్యార్థులూ పెద్ద సంఖ్యలో ఉద్యమంలో పాల్గొన్నారు.

క్రీ.శ. 1939-1947 మధ్యకాలంలో జాతీయోద్యమంలో ముఖ్య ఘట్టాలు

గాంధీ-ఇర్విన్ ఒడంబడిక అనంతరం, దేశంలో అనేక రాజకీయ పరిణామాలు చోటుచేసుకున్నాయి. ఐరోపా దౌత్య సంబంధాలు క్షీణించి, 1939లో రెండో ప్రపంచ యుద్ధం ప్రారంభమైంది. భారత జాతీయ కాంగ్రెస్ నాయకులు, హిట్లర్, ముస్సోలినీల హింసాత్మక పద్ధతులను వ్యతిరేకించారు. ఇదేకాలంలో గాంధీజీ, బ్రిటిష్‌వారికి, దాని మిత్ర రాజ్యాలకు మద్దతు ప్రకటించాడు. ఇక ఏ మాత్రం ఆలస్యంచేయక, భారతీయులకు అధికార మార్పిడి చేయాలని బ్రిటిష్ పార్లమెంట్‌ను జాతీయ కాంగ్రెస్ నాయకులు డిమాండ్ చేసారు. దీనివల్ల ఐరోపా ఖండానికే కాకుండ, ప్రపంచ దేశాల సమగ్రతకు, శాంతికి, ప్రజల ప్రాణాలకే ప్రమాదం ఏర్పడింది. గాంధీజీ భారత ప్రజానీకాన్ని శాంతిని పాటించాల్సిందిగా కోరాడు. ఈ పరిణామాలను జాగ్రత్తగా గమనించిన బ్రిటిష్ అధినేతలు యుద్ధం ముగియగానే కొన్ని షరతులతో అధికార మార్పిడికి అంగీకరించే సందేశాలు పంపారు. దీనిలో భాగంగా బ్రిటిష్ రాజప్రతినిధి ఆగస్ట్ 8, 1940న ఒక ప్రకటన జారీచేసాడు. దీన్నే 'ఆగస్ట్ ఆఫర్' అంటారు. దీని ప్రధాన లక్ష్యాలు, గవర్నర్ జనరల్ (వైస్రాయ్) కౌన్సిల్‌ను విస్తృతపరచుట, యుద్ధ సలహాసమితి ఏర్పాటు, యుద్ధానంతరం రాజ్యాంగాన్ని రూపొందించడానికి తగిన ఏర్పాట్లు చేయుట, యుద్ధానంతరం రాజ్యాంగాన్ని రూపొందించడానికి తగిన ఏర్పాట్లు చేయుట. ఈ ప్రతిపాదనను కాంగ్రెస్ తిరస్కరించింది. గాంధీజీ 1940 అక్టోబర్‌లో వ్యక్తి సత్యాగ్రహాన్ని ఆరంభించాడు. ఇదే సమయంలో రెండో ప్రపంచయుద్ధంలో జర్మనీ, ఇటలీ మిత్రరాజ్యమైన జపాన్ భారతదేశంలోకి ప్రవేశించే ప్రయత్నాలు చేసింది. ఇలాంటి క్లిష్ట పరిస్థితుల్లో జాతీయ కాంగ్రెస్ నాయకులను శాంతపరచడానికై బ్రిటిష్ ప్రభుత్వం సర్. స్టాఫర్డ్ క్రిప్స్ నాయకత్వంలో ఒక కమిటీ నియమించింది.

త్రిపురసభ- గాంధీతో విభేదించిన బోస్- క్రిప్స్ రాయబారం

కాంగ్రెస్‌లోని మితవాదుల దృష్టిలో సుభాష్‌చంద్రబోస్ తిరుగుబాటు ధోరణీ, ఉద్రేకప్రకృతీగల నాయకుడుగా పేరుబడ్డాడు. లోగడ చాలాసార్లు గాంధీజీతో విభేదించినప్పటికీ, 1933లో శాసనోల్లంఘన విరమణ జరిగినప్పటి నుంచి బోస్ గాంధీ విధానాలపట్ల పూర్తిగా విముఖుడుగా మారాడు. నాయకుడుగా గాంధీ విఫలుడయ్యాడనీ, కాంగ్రెస్‌కు నూతన నాయకత్వం, నూతన విధానం అవసరమనీ విఠల్‌భాయిపటేల్‌తో కలిసి ఒక సంయుక్త ప్రకటన ఇచ్చాడు. కాంగ్రెస్‌లోని యువతరం, వామపక్షం బోస్‌ను అభిమానించింది. ఈ విషయాన్ని గ్రహించిన గాంధీ బాధ్యతగల పదవినిస్తే బోస్ నిదానస్తుడూ, నిగ్రహస్థుడూ కాగలడని ఆశించి 1938 హరిపుర మహాసభకు అధ్యక్షుడుగా ఎంపిక చేశాడు. 1938 సెప్టెంబర్‌లో మ్యూనిక్ ఒప్పందం తరవాత యూరప్‌లో సంఘటిల్లనున్న యుద్ధంతో భారత జాతీయోద్యమాన్ని అనుసంధానించాలని ఒక వ్యూహాన్ని బోస్ ప్రకటించాడు. ఈ ప్రకటన కాంగ్రెస్ సంస్థలోని నేతలకు సంభ్రమాశ్చర్యాలను కలిగించింది. వెంటనే పటేల్, రాజేంద్రప్రసాద్, కృపలానీలు 'వ్యూహాలూ, విధానాలకు రూపకల్పన వర్కింగ్ కమిటీ, ఏఐసిసిలలోనే జరుగుతుందనీ కాంగ్రెస్ అధ్యక్షుడు అలంకార ప్రాయుడూ, నామమాత్రుడే'అనీ తిరుగు ప్రకటన చేశారు.

పదునైన సామ్రాజ్యవాద వ్యతిరేక విధానంతో అవతరించిన కాంగ్రెస్ మౌలికవాదులకూ, ఉధృత రాజకీయవాదులకూ నాయకుడుగా అవతరించిన బోస్ 1939 త్రిపుర కాంగ్రెస్ అధ్యక్షుడుగా తిరిగి ఎన్నికకాగోరాడు. అయితే గాంధీ ఆదేశాలతో కాంగ్రెస్ పట్టాభి సీతారామయ్యను అధ్యక్షపదవికి ఎంపిక చేసింది. 1939 జనవరి 29 తేదీన జరిగిన ఎన్నికలలో 203 ఓట్ల ఆధిక్యం (1580-1377)తో బోస్ ఎన్నికయ్యాడు. గాంధీ 'ఇది పట్టాభి ఓటమి కంటే ఎక్కువగా నా ఓటమి' అని ప్రకటించాడు. ఎన్నిక ప్రచార సమయంలో బోస్, పటేల్‌నూ, ఇతర నాయక బృందాన్నీ 'ప్రభుత్వంతో రాజీ' వాదులుగా చిత్రిస్తూ, వారు సమాఖ్య వ్యవస్థకు అంగీకరించారనీ, అప్పుడే కేంద్రమంత్రుల జాబితాను కూడా వారు తయారుచేస్తున్నారనీ ఈ కీలకదశలో సమాఖ్య వ్యతిరేకినీ, వామపక్షీయుడినీ అధ్యక్షుడిగా ఎన్నుకోవాలనీ ప్రకటించాడు. ఈ ప్రకటన కాంగ్రెస్ నాయకులకు మనస్తాపాన్ని కలిగించింది. ఈవిధంగా బహిరంగంగా తమ నిజాయితీని శంకించి విమర్శించే అధ్యక్షుడితో తాము కలిసి పనిచేయజాలమని ప్రకటించి వర్కింగ్ కమిటీ సభ్యులు తప్పుకున్నారు. 'ఎన్నికైన అధ్యక్షుడుగా బోస్ తన ఇచ్ఛానుసారం వర్కింగ్‌కమిటీని రూపొందించుకోవచ్చు'నని గాంధీ సూచించాడు. నెహ్రూకు బోస్ వైఖరి నచ్చకపోయినా వర్కింగ్‌కమిటీకి రాజీనామా చేయలేదు. వామపక్షం, మితవాదపక్షం అనే బేరీజూ, ఇతర నేతలను విమర్శించడం నెహ్రూకు నచ్చలేదు. 'నీ దృష్టిలో ఎవరు 'ఎవరో' తెలియదుగానీ, ఎన్నికల సందర్భంలో నీ ప్రకటనలను బట్టి 'గాంధీ ఆయన అనుయాయులను మితవాదులుగా చిత్రిస్తున్నట్లు ద్యోతకమవుతుంది. నా దృష్టిలో ఇది పూర్తిగా తప్పు. తీవ్రమైన భాషా, పైతరం నాయకుల్ని విమర్శించే ధోరణి 'వామపక్ష వైఖరి'కి నిదర్శనం కాదు. ఇలా కాకుండా విధానాలను గురించి మాట్లాడితే బాగుంటుంది' అని బోస్‌కు నెహ్రూ లేఖ

రాశాడు. నాటి పరిస్థితుల్ని అంచనావేయడంలో బోస్ 'సత్వర పోరాటాన్ని ఆరంభించగలిగే స్థితిలో కాంగ్రెస్ ఉందనీ, ప్రజలు కూడా ఇంతకు ముందెన్నడూ లేనంతగా విప్లవోద్యమానికి సంసిద్ధంగా ఉన్నారనీ, రానున్న అంతర్జాతీయ సంక్షోభం స్వాతంత్ర్యాన్ని సాధించడానికి అవకాశాన్ని కల్పిస్తుందనీ అర్థం చేసుకున్నాడు.

గాంధీ కూడా మరొక ప్రజా ఉద్యమం అవసరమని భావించాడు. కానీ కాంగ్రెస్‌గానీ ప్రజలుగానీ మరొక పోరాటానికి సిద్ధంగా లేరనీ ఈ తరుణంలో ప్రభుత్వానికి తుది హెచ్చరిక చేయడం సరికాదని ఆయన ఉద్దేశ పడ్డాడు. కాంగ్రెస్ పరిస్థితి పూర్వం ఉన్నట్లు లేదని గాంధీ భావించాడు. క్రమశిక్షణారాహిత్యం, అవినీతీ కాంగ్రెస్‌ను బలహీనపరిచాయనీ, నేతల మధ్య పరస్పర స్పర్థలు, పార్టీ ఎన్నికల్లో ఒకరికి బదులు మరొకరు ఓటుచేయడం, కమిటీలపై పట్టుకోసం పోరాడటం, బోగస్ సభ్యత్వ పట్టికల తయారీ మొదలైన అంశాలను ఇంతకుముందు కూడా గాంధీ ప్రస్తావించి విచారం వ్యక్తం చేసి ఉన్నాడు. ఈ పరిస్థితుల్లో గోవిందవల్లభ్‌పంత్ ఒక తీర్మానం ప్రతిపాదించాడు. పాతవర్కింగ్ కమిటీలో నమ్మకాన్ని వ్యక్తం చేస్తూ, గాంధీ నాయకత్వంపట్ల సంపూర్ణ విశ్వాసం ప్రకటిస్తూ, గత ఇరవై సంవత్సరాల కాంగ్రెస్ విధానాల్ని సమర్థిస్తూ, గాంధీ ఆదేశానుసారం నూతన వర్కింగ్ కమిటీని ఏర్పరచవలసిందిగా తీర్మానం బోస్‌ను కోరింది. కానీ వర్కింగ్ కమిటీ నిర్మాణంలో జోక్యం చేసుకోవడానికి గాంధీ ఒప్పుకోలేదు, తన ఇష్టం వచ్చిన రీతిలో తాను వర్కింగ్‌కమిటీని నిర్మించవచ్చునని బోస్‌కు తెలిపాడు. ఈ సంకటస్థితిలో బోస్ 'రానున్న పోరాటానికి గాంధీయే నాయకత్వం వహించాలనీ అయితే వ్యూహాన్ని వామపక్షవర్గాలు రూపొందిస్తాయనీ' ప్రతిపాదించాడు. గాంధీ మాత్రం తాను వెనుకటితరం వాడిననీ, ఉద్యమనేతగా తగననీ ప్రకటించాడు.

ఈ పరిస్థితులలో బోస్ రాజీనామా చేయడానికి సిద్ధపడ్డాడు. ఇరుపక్షాలను సమాధాన పరచడానికి నెహ్రూ యత్నించాడు. సర్దుబాటు ధోరణి చూపాలని మితవాద వర్గాన్ని కోరుతూ, రాజీనామా చేయవద్దని బోస్‌కు సూచించాడు. బోస్ మాత్రం తన ధోరణిలో నూతన కార్యవర్గం తనను ఎన్నుకొన్న మౌలికవాద పక్షం భావాలను ప్రతిబింబించేలా ఉండాలని కోరాడు. కానీ వర్కింగ్‌కమిటీ సభ్యుల్ని తానుగా నామినేట్ చేయడానికీ తిరస్కరించాడు. రానున్న సామ్రాజ్యవాద వ్యతిరేకోద్యమానికి ఏదో ఒక వర్గం నాయకత్వం కాకుండా గాంధీ నాయకత్వంలో ఐక్యసంఘటన ముఖ్యమని భావించిన సోషలిస్టులూ, కమ్యూనిస్టుల సంపూర్ణ మద్దతు కూడా త్రిపురలో బోస్‌కు లభించలేదు. 'ప్రస్తుతం అత్యంత గొప్పవర్గపోరాటం జాతీయోద్యమమే. కాంగ్రెసే ఉద్యమంలో ప్రధానాంగం, ఐక్యతను పరిరక్షించటమే ప్రధానకర్తవ్యం' అని భారత కమ్యూనిస్ట్ పార్టీ కార్యదర్శి జోషీ రాశాడు. రాజీనామా చేసిన బోస్ కాంగ్రెస్‌లో భాగంగా ఫార్వర్డ్ బ్లాక్ పక్షాన్ని తన అనుయాయులతో కలిసి ఏర్పరిచాడు. ఏఐసిసి తీర్మానానికి వ్యతిరేకంగా జూలై 9వ తేదీన భారత వ్యాప్త నిరసన కార్యక్రమానికి పిలుపునిచ్చాడు. వర్కింగ్‌కమిటీ ఇందుకు ప్రతిస్పందించి బెంగాల్ రాష్ట్ర కాంగ్రెస్ అధ్యక్ష పదవి నుంచి తొలగిస్తూ మూడు సంవత్సరాల వరకు ఎట్టి పదవినీ చేపట్టరాదని నిషేదం విధించింది. జర్మనీ పోలండ్‌పై దురాక్రమణ చేయడంతో 1939 సెప్టెంబర్ 3వ తేదీన

బ్రిటన్ జర్మనీపై యుద్ధాన్ని ప్రకటించింది. భారతప్రభుత్వం కాంగ్రెస్‌ను గానీ శాసన సభ్యులనుగానీ సంప్రదించకుండానే యుద్ధంలో భారత్ భాగస్వామి అని ప్రకటించింది. మిత్రమండలిపట్ల సానుభూతి చూపుతూ భారత్ బ్రిటన్ మిత్రమండలులకు సంపూర్ణ సహకారం అందించడాన్ని గాంధీ అంగీకరించాడు. కానీ పారతంత్ర్య స్థితిలో (పరాయి పాలనలో-అస్వతంత్ర స్థితిలో) ఉన్న భారత్ ఇతరదేశాల స్వాతంత్ర్యం కోసం సహాయపడటం ఎలా సాధ్యం? అని ప్రశ్నించాడు.

కాంగ్రెస్ ఆధికారిక తీర్మానం నిమిత్తం సెప్టెంబర్ 10-14లో వార్ధాలో వర్కింగ్ కమిటీ సమావేశం జరిగింది. జాతీయ సామరస్య వైఖరిని కొనసాగిస్తూ సుభాష్‌చంద్రబోస్, నరేంద్రదేవ్, జయప్రకాశ్ నారాయణ్‌లను కూడా సమావేశానికి ఆహ్వానించడం జరిగింది. సమావేశంలో భిన్నాభిప్రాయాలు వ్యక్తమయ్యాయి. సంపూర్ణ నిరంకుశ వ్యవస్థ అయిన జర్మనీతో పోరాడుతున్న మిత్రమండలిపట్ల గాంధీ సానుభూతి ప్రకటించాడు. యుద్ధం రెండు సామ్రాజ్యవాద దేశాల మధ్య జరుగుతున్న సంఘర్షణ కాబట్టి ఎవరినీ సమర్థించరాదని బోస్, సోషలిస్ట్‌లు అభిప్రాయపడ్డారు. అందుకు మారు పరిస్థితిని ఆసరాగా తీసుకొని శాసనోల్లంఘనోద్యమం ఆరంభించి, సత్వర స్వాతంత్ర్యం కోసం ప్రయత్నించాలని వారు సూచించారు. నెహ్రూ భిన్నాభిప్రాయం ప్రకటించాడు. 'యుద్ధంలో న్యాయం బ్రిటన్-ఫ్రాన్స్-పోలండ్‌ల పక్షాన ఉన్నప్పటికీ బ్రిటన్, ఫ్రాన్స్‌లు రెండూ సామ్రాజ్యవాద దేశాలేననీ వారి పెట్టుబడిదారీ, వలస విధానాల పరస్పర పోటీ ముదరటంవల్లనే యుద్ధం సంఘటిల్లిందనీ అస్వతంత్ర దేశమైన భారత్ స్వాతంత్ర్యం సిద్ధించే వరకూ యుద్ధంలో ప్రవేశించరాదనీ, అలాగని బ్రిటన్ ఎదుర్కొంటున్న గడ్డుకాలాన్ని అనుకూలావకాశంగా తీసుకొని భారత్ పోరాటాన్ని పునఃప్రారంభించరాదనీ' వాదించాడు.

గాంధీ, నెహ్రూ అభిప్రాయాల్ని ఆమోదించడంతో 'పోలండ్‌పై నాజీ జర్మనీ దండయాత్రను ఖండిస్తూ, ఒకవైపు ప్రజాస్వామ్యం, స్వాతంత్ర్యాల పరిరక్షణ కోసం జర్మనీతో యుద్ధంచేస్తూ, మరోపక్క అదే ప్రజాస్వామ్య, స్వాతంత్ర్యాలను భారతీయులకు నిరాకరిస్తున్న బ్రిటన్ పక్షాన భారత్ యుద్ధంలో భాగస్వామికాజాలదు' అని వర్కింగ్ కమిటీ తీర్మానించింది. 'నిజంగా బ్రిటన్ 'ప్రజాస్వామ్యం, స్వాతంత్ర్యాల'కోసం పోరాడుతున్నట్లైతే ఆ విషయాన్ని భారతదేశంలో రుజువుచేయాలి. యుద్ధానంతరం వారు తమ యుద్ధ లక్ష్యాలను భారత్‌లో ఏవిధంగా అమలు చేయనున్నారో ప్రకటించాలి' అని తీర్మానం పేర్కొన్నది.

ఎప్పటిలాగే వైస్రాయి 'హిందూ,ముస్లిమ్, సంస్థానాధీశులూ, కాంగ్రెస్' అంటూ అస్పష్టమైన సమాధానం చెప్పాడు, 'యుద్ధలక్ష్యం దురాక్రమణను ఎదిరించడమే' అని క్లుప్తంగా చెప్పాడు. సత్వర చర్యగా ఒక సంప్రదింపుల సంఘాన్ని ఏర్పరచడం జరుగుతుందని చెప్పి, యుద్ధానంతరం పలువర్గాల ప్రతినిధుల సమావేశాన్ని ఏర్పరచి 1935 చట్టాల్ని ఏవిధంగా మార్చాలో ఆలోచించవచ్చని తెలిపాడు. జెట్‌లండ్ (భారత వ్యవహారాల కార్యదర్శి) బ్రిటిష్ ఎగువసభలో ఇంచుమించు ఇదే విధమైన ప్రకటన చేశాడు. బ్రిటన్‌కు యుద్ధానంతరం కూడా భారత్‌ను వదిలే ఉద్దేశం లేదని స్పష్టమైపోయింది. గాంధీ తీవ్రంగా ప్రతిస్పందించాడు. 'రొట్టె ముక్క అడిగితే రాయి ఇచ్చారు' అన్నాడు. 'భారతదేశ

స్వాతంత్ర్యాన్ని భంగపరిచే కోరికలు వ్యక్తం చేయకుండా ఉంటే కాంగ్రెస్ అల్పసంఖ్యాక వర్గాల హక్కులకు భద్రత కల్పిస్తుంది. అయితే ప్రజాబాహుళ్యం ప్రయోజనాలకు విరుద్ధమైన కోరికలను స్వతంత్ర భారత్ సహించబోదు' అని ప్రకటించాడు. వర్కింగ్ కమిటీ అక్టోబరు 23 తేదీన సమావేశమై వైస్రాయిది పాతపాటేనని వ్యాఖ్యానించి, యుద్ధాన్ని సమర్థించేది లేదని నిశ్చయించింది. వెంటనే కాంగ్రెస్ మంత్రివర్గాలు రాజీనామా చేయాలని ఆదేశించింది. మంత్రివర్గాలు రాజీనామా చేశాయి (పైన వివరించడమైంది). కాంగ్రెస్ వెంటనే ఉద్యమాన్ని ఆరంభించే ప్రతిపాదనలేమీ చేయలేదు. మిత్రమండలిలో భాగస్వామిగా బ్రిటన్ చేస్తున్న యుద్ధం న్యాయబద్ధమైనదే కాబట్టి ఆటంకం కల్పించడం భావ్యంకాదని ఒక పరిగణనకాగా, హిందూ, ముస్లిమ్ సఖ్యత కొరవడిన నాటి పరిస్థితుల్లో ఏ ఉద్యమం తలపెట్టినా మతకలహాలకు దారితీయవచ్చునన్న భయం మరొక కారణం. పైగా ప్రాంతీయ మంత్రివర్గాల కాలంలో కాంగ్రెస్ వ్యవస్థాపరంగా బలహీనపడిందని, అవినీతిచర్యలకు కాంగ్రెస్‌వాదులు పాల్పడ్డారనీ - అందువల్ల కాంగ్రెస్ ఉద్యమాన్ని ఆరంభించేస్థితిలో లేదనీ, ప్రజలు కూడా సుముఖంగా లేరనీ అధిష్టానం భావించింది.

రామ్‌ఘుడ్ మహాసభ, 1940 అదేమోస్తరు తీర్మానాన్ని ఆమోదించింది. ఫార్వర్డ్‌బ్లాక్ (బోస్) కాంగ్రెస్ సోషలిస్టు పార్టీ, కమ్యూనిస్ట్ పార్టీ మొదలైన వామపక్షవర్గాలు మాత్రం యుద్ధాన్ని సామ్రాజ్యవాద దేశాల మధ్య ఘర్షణగా భావించారు. సంకటస్థితిలో ఉన్న బ్రిటన్‌పై పోరాటం కొనసాగించడానికిదే మంచి తరుణమని వాదించారు. ఉద్యమం ఆరంభమైతే కాంగ్రెస్ వ్యవస్థ దానంతటదే బలపడుతుందనీ, ఉద్యమం ఆరంభమైతే మతపరమైన విభేదాలు సమసిపోతాయనీ అభిప్రాయపడ్డారు. కానీ కాంగ్రెస్‌లోని ప్రముఖులు ఉద్యమారంభాన్ని ఆమోదించకపోతే ప్రత్యామ్నాయం ఏంటనే ప్రశ్నకు బోస్ 'అవసరమైతే కాంగ్రెస్‌ను చీల్చడమే' అని బదులు చెప్పాడు. పోటీ కాంగ్రెస్ స్థాపించి ఉద్యమాన్ని ఆరంభిస్తే ఆవామపక్షీయపోటీ కాంగ్రెస్‌కు పెద్దసంఖ్యలో కాంగ్రెస్ నాయకులూ, ప్రజల మద్దతు లభిస్తుందని బోస్ అంచనా వేశాడు. అయితే సోషలిస్ట్, కమ్యూనిస్ట్ వర్గాలు బోస్ అతిగా అంచనావేస్తున్నాడని భావించారు. కాంగ్రెస్, గాంధీ నాయకత్వం లేకుండా ఉద్యమాన్ని ఆరంభించడం సాధ్యంకాదనీ, ఆ పరిస్థితుల్లో కాంగ్రెస్‌ను చీల్చడం కాకుండా నాయకత్వంపై ఉద్యమం చేపట్టేలాగ ఒత్తిడి తేవాలనీ వారు అభిప్రాయపడ్డారు.

ప్రభుత్వం యుద్ధం దృష్ట్యా పౌరహక్కులను అణచివేయటానికి పూనుకుంది. ముఖ్యంగా కమ్యూనిస్ట్‌లపై దమనచర్యలకు పాల్పడింది. 1940లో కాంగ్రెస్‌పై ఒత్తిడి పెరిగింది. ఫలితంగా గాంధీ తాను రూపొందించిన వ్యూహం ప్రకారం ఉద్యమం నడపటానికి చర్యలు తీసుకున్నాడు. ఎంపికచేసిన వ్యక్తులతో అన్నిచోట్లా వ్యక్తిగత సత్యాగ్రహాలు జరగాలనీ, ఆ సత్యాగ్రహులు యుద్ధంలో భాగస్వామ్యాన్ని వ్యతిరేకించే ప్రచారం నిమిత్తం వాక్ స్వాతంత్ర్యం కావాలని కోరాలనీ, బహిరంగంగా బ్రిటిష్‌వారి యుద్ధానికి సైనికబలం, ధన సహాయం చేయరాదని ఉద్బోధించాలనీ, ముందుగా సత్యాగ్రహి తాను యుద్ధవ్యతిరేక ప్రచారం చేయబోయే స్థలాన్నీ, సమయాన్నీ జిల్లా మెజిస్ట్రేట్‌కు తెలియజేయాలనీ గాంధీ వ్యూహం నిర్దేశించింది.

ఆ నూతన సత్యాగ్రహానికి తొలి సత్యాగ్రహిగా వినోబాభావే, రెండో సత్యాగ్రహిగా నెహ్రూ ఎంపికయ్యారు. సత్యాగ్రహుల ఉపన్యాసాలకు పెద్ద మొత్తంలో ప్రజలు రాసాగారు. గుమిగూడిన ప్రజానీకంలో నుంచి అధికారులు వేదిక వద్దకు పోయేలోగా ఉపన్యాసం జరిగిపోయేది. అరెస్టు చేయకపోతే సత్యాగ్రహులు మరొకచోట ఉపన్యాసానికి పూనుకునేవారు. ఈవిధంగా గ్రామాల మీదుగా ఢిల్లీ చేరాలన్నది వారి కార్యక్రమం. ఉద్యమం 'ఢిల్లీ చలో' ('ఢిల్లీకిపోదాం పదండి') ఉద్యమంగా ప్రసిద్ధమైంది. 'భారత్ స్వచ్ఛందంగా యుద్ధానికి సహకరిస్తున్నదని మీరు చేసిన ప్రకటన దృష్ట్యా అది నిజంకాదని రుజువు చేయవలసి వచ్చింది. ప్రజానీకానికి యుద్ధంపట్ల ఏవిధమైన ఆసక్తీ లేదు. వారి దృష్టిలో నాజీ నియంతృత్వం, భారతదేశాన్ని పీడిస్తున్న ద్వంద్వ నియంతృత్వం, రెండూ ఒకటే' అంటూ వైస్రాయికి గాంధీ లేఖ రాశాడు. 1941 మే 15 నాటికి సత్యాగ్రహ నేరానికి పూనుకున్నవారి సంఖ్య 25,000. వీరిలో అరెస్టైనవారు, ప్రభుత్వం పట్టుకొని వదిలేసిన వారి సంఖ్య చాలా ఎక్కువ. 1941 జూన్ 22 తేదీన సోవియట్ రష్యాపై దాడికి తలపడింది జర్మనీ. జపాన్ పెరల్ హార్బర్‌పై దాడిచేసి త్వరితక్రమంలో ఫిలిప్పైన్స్, ఇండోచైనా, ఇండోనేషియా, మలయా, బర్మాలను ఆక్రమించింది. రంగూన్‌ను జపాన్ ఆక్రమించటంతో యుద్ధం భారత్ ముంగిట్లోకి వచ్చింది. బర్మా, సిలోన్‌లతోపాటు కలకత్తా, మద్రాస్ శత్రువుల స్వాధీనం కావచ్చునని చర్చిల్ భావించాడు. భారతదేశ భద్రత, రక్షణల గురించి నాయకులు ఆందోళనపడసాగారు. కాంగ్రెస్ వర్కింగ్ కమిటీ గాంధీ నెహ్రూల అభ్యంతరాలను తోసిపుచ్చి ఒక తీర్మానం చేసింది. మిత్రరాజ్యాలకు, భారత్ రక్షణకు ప్రజలు సహకరించడానికి సిద్ధంగా ఉన్నారనీ అందుకు ప్రతిగా యుద్ధానంతరం స్వాతంత్ర్యం, సత్వరం అధికారం ఇవ్వడానికి బ్రిటన్ అంగీకరించాలనీ తీర్మానం ప్రతిపాదించింది (ఇదే కాలంలో గాంధీ తన వారసుడు నెహ్రూయేనని ప్రకటించాడు). యుద్ధానికి భారతీయుల ప్రత్యక్ష సహకారాన్ని సాధించవలసిందిగా అమెరికా అధ్యక్షుడు రూజ్వెల్ట్, చైనా అధ్యక్షుడు చాంగ్‌కైషేక్, బ్రిటన్ లేబర్‌పార్టీ నాయకులు చర్చిల్‌పై ఒత్తిడి తెచ్చారు. పర్యవసానంగా 1942 మార్చిలో బ్రిటిష్ ప్రభుత్వం లేబర్‌పార్టీకి చెందిన స్టాఫర్డ్ క్రిప్స్‌ను కాంగ్రెస్‌తో సంప్రదింపులకు రాయబారిగా పంపింది. క్రిప్స్ వీలైనంత తొందరగా భారతీయులకు స్వయంపాలన ఇవ్వడమే బ్రిటన్ విధానమని ప్రకటించాడు. కానీ ఆయన తెచ్చిన ప్రకటన పత్రం అధినివేశప్రతిపత్తిని మాత్రమే ప్రతిపాదించింది. యుద్ధానంతరం ప్రాంతీయ శాసనసభలు ఎన్నుకొన్న ప్రతినిధులూ, సంస్థానాధీశులూ నామినేట్ చేసిన సభ్యులతో రాజ్యాంగ నిర్మాణ సంస్థను ఏర్పరచడం జరుగుతుందని పత్రం ప్రకటించింది. పాకిస్థాన్ ప్రతిపాదన గురించి - నూతన రాజ్యాంగాన్ని అంగీకరించని రాష్ట్రం, రాష్ట్రాలు భవితవ్యాన్ని గురించి బ్రిటన్‌తో వేరుగా ఒప్పందంలోకి రావాలని పత్రం తెలిపింది. రక్షణశాఖ పూర్తిగా బ్రిటిష్‌వారి అధీనంలోనే ఉంటుందని తెలిపింది. క్రిప్స్ ప్రతిపాదనలు తనను తీవ్ర నిరాశకు గురిచేశాయని నెహ్రూ ప్రకటించాడు. అధినివేశ ప్రతిపత్తిని కాంగ్రెస్ అంగీకరించలేదు. సంస్థానాల ప్రతినిధులు ప్రజలు ఎన్నుకొన్నవారు కాకుండా సంస్థానాధీశులే ఎంపిక చేయడాన్ని అంగీకరించలేదు. అన్నిటికంటే ముఖ్యంగా రాష్ట్రాలకు విడిపోయే హక్కు ఇవ్వడాన్ని కాంగ్రెస్ వ్యతిరేకించింది. అధికారం దత్తం చేయడానికీ, భారతదేశ రక్షణలో భాగస్వామ్యం కలిపించడానికి బ్రిటన్ నిరాకరించింది. అధికారపత్రం పరిధిని దాటరాదని క్రిప్స్‌ను

బ్రిటిష్ ప్రభుత్వం ఆదేశించింది. అందువల్ల సంప్రదింపులలో 'పట్టు-విడుపుల' మార్గాన్ని ఆయన అవలంబించలేకపోయాడు. జాతీయోద్యమంపట్ల సానుభూతి భావాలుగల క్రిప్స్ రాయబారంలో కృతకృత్యుడు కారాదని చర్చిల్, భారతవ్యవహారాల కార్యదర్శి అమెరీ, వైస్రాయి లిన్‌లిత్‌గో, ముఖ్య సైన్యాధికారి వేవెల్ రాయబారం ప్రతిదశలోనూ అవరోధం కలిపించారు. రాయబారం విఫలంకావడంతో క్రిప్స్ వెనుకకు మరలాడు. సామ్రాజ్యవాదంపై అంతిమదాడికి సమయమైందని భారతీయులు తీర్మానించుకున్నారు.

క్విట్ ఇండియా ఉద్యమం (1942-1944)

1942 నాటికి ప్రపంచయుద్ధంలో తూర్పు రంగంలో జరిగిన యుద్ధపరిణామాలు భారతదేశంలో భయాందోళనలు కలుగజేశాయి. జపాన్ చేతిలో యూరోపియన్ సైన్యాలు (అందులో బ్రిటన్ కారణంగా యుద్ధంలోకి దిగిన భారతీయ సైనికులు వేలాదిగా ఉన్నారు) చిత్తుగా ఓడి బర్మా, మలయాల నుంచి పలాయనానికి పూనుకొన్నారు. తూర్పున సముద్ర ప్రాంతమంతా జపాన్ అధీనంలోకి వచ్చింది. తూర్పుతీరంలో ట్రింకోమలై, విశాఖపట్టణాల మీద జపాన్ బాంబులు పడ్డాయి. బర్మా, మలయాల నుంచి పారిపోయివస్తూ కూడా బ్రిటిష్ సైనికులు, జాతివివక్షను పాటించారు. తెల్లవారిని మాత్రం సురక్షితంగా ఖాళీచేయించి పారిపోవడానికి ఏర్పాట్లుచేసి, భారతీయ సైనికులనూ భారతీయ సంతతివారినీ వారి కర్మకు వారిని వదిలేశారు. పారిపోయే మార్గాలను తెల్లరోడ్లూ, నల్లరోడ్లూ అని వ్యవహరించారు. పారిపోయే తెల్లవారున్న వాహనాలలో రావాలని యత్నించిన భారతీయులను నెట్టివేశారు. భారతదేశంపైకి జపాన్ దాడి విస్తరిస్తే ఏంచేయాలి? అనే ప్రశ్న తలెత్తింది. మిత్రదేశాలతో సహకరించడం తప్పని సరియని చాలామంది నాయకుల అభిప్రాయపడ్డారు. బ్రిటన్ భారతదేశంలో పీఠంవేసి ఉంది కాబట్టి జపాన్ భారతదేశంపై దాడిచేసే అవకాశం ఏర్పడింది. అలా కాకుంటే జపాన్ ఎందుకు దాడిచేస్తుంది? కానీ చైనా మీద ఎందుకు దాడి చేసింది జపాన్? అదే భారతదేశంపై దాడికి కారణం కావచ్చుగదా? ఈవిధంగా అనేక ప్రశ్నలు, సందేహాలతో నాయకులు సతమతమయ్యారు. బ్రిటన్ భారతదేశాన్ని విడచిపోవడం ఉభయులకూ మంచిదని గాంధీ 'హరిజన' పత్రికలో అభిప్రాయాన్ని ప్రకటించాడు. యుద్ధ విషయంలో కాంగ్రెస్ వైఖరిని స్పష్టపరుస్తూ రూజ్వెల్ట్‌కూ, చాంగ్‌కైషెక్‌కు రాసిన లేఖలలో మిత్రదేశాల సేనలు యుద్ధావసరాల దృష్ట్యా భారతదేశంలో సైనిక స్థావరాలు ఏర్పరచుకోవచ్చునని వారికి ఎలాంటి అవరోధాలూ కలగవనీ గాంధీ నొక్కిచెప్పాడు. ఈ నేపథ్యంలో వార్ధాలో జరిగిన కమిటీలో పోరాటం ఆరంభించాలని గాంధీ అంగీకరించాడు. ఆ నిర్ణయాన్ని ధ్రువీకరించడానికి కాంగ్రెస్ అధిష్టానం బొంబాయిలో సమావేశమైంది. సమావేశం జరుగుతుండగా బయట వేలాది మంది జనం గుమిగూడారు. ప్రజానీకాన్నుద్దేశించి గాంధీ ప్రసంగించాడు. తాను వైస్రాయిని కలిసి 'కాంగ్రెస్ నిర్ణయాన్ని అంగీకరించవలసిందిగా కోరతాను. పూర్ణ స్వాతంత్ర్యాన్ని తప్ప మరిదేన్నీ నేను ఒప్పుకోను. అయన ఉప్పుపన్ను తొలగిస్తాననో, మద్యనిషేధం విధిస్తాననో అంటాడు. 'స్వాతంత్ర్యం వినా ఏదీ అంగీకరించనని నేను అంటాను' అంటూ వ్యూహాన్ని వెల్లడించాడు గాంధీ. 'నేను మీకిచ్చే మంత్రం : దీన్ని మీ హృదయాల్లో ముద్రించుకోండి 'విజయమో, వీరమరణమో' అనేదే మంత్రం అంటూ గాంధీ ప్రజలు

అవలంబించవలసిన మార్గాల్ని సూచించాడు. ఉద్యోగులు రాజీనామాలు చేయవలసిన పనిలేదు కానీ కాంగ్రెస్‌కే తమ విధేయత ప్రకటించాలి. సైనికులు తమ స్థావరాల్ని విడవనక్కర్లేదు కానీ వారు తమ సోదర పౌరులపై కాల్పులు జరపడానికి నిరాకరించాలి. సంస్థానాధీశులు తమ ప్రజల సార్వభౌమాధికారాన్ని అంగీకరించాలి. సంస్థానాల్లోని ప్రజలు తాము భారతీయులమని గ్రహించాలి. పాలకులు ప్రజాక్షేమమే తమక్షేమమని అంగీకరిస్తే వారి ప్రభుతను అంగీకరించాలి. స్వాతంత్ర్య సాధన వరకూ ధృఢ నిర్ణయంతో ఉండగలిగితే విద్యార్థులు విద్యాలయాల్ని వదలిపెట్టాలి. కర్షకులు ధైర్యంగా ఉండి త్యాగాలకు సంసిద్ధులైతే శిస్తు చెల్లించడాన్ని తిరస్కరించాలి. జమీందారు రైతులకు అనుకూలుడుగా ఉంటే పరస్పర అంగీకారంతో నిర్ణయించిన శిస్తు చెల్లించాలి. ఈ ఆదేశాలలో కొన్నిటిని అరెస్టు కారణంగా ప్రకటించటం జరగలేదు కానీ వాటిని వర్కింగ్‌కమిటీకి నివేదించడం జరిగింది. తరవాత అవి ప్రచారంలోకి వచ్చాయి.

1942 ఆగష్టు 7 తేదీన ఏఐసిసి సమావేశం జరిగింది. వర్కింగ్‌కమిటీ నిర్ణయాల పరిశీలనానంతరం జూలై 14న ప్రభుత్వ ప్రతిస్పందనకు వర్కింగ్ కమిటీ పెట్టిన గడువు ముగియడంతో జవహర్‌లాల్ నెహ్రూ 'క్విట్ ఇండియా' తీర్మానాన్ని ప్రవేశపెట్టాడు. కొందరు సవరణలు సూచించినా అవి వీగిపోయాయి. ఉద్యమానికి గాంధీ నాయకత్వాన్ని ఆమోదించారు. ఆగష్టు 9వ తేదీన బిర్లా మందిరంలో ఉన్న గాంధీ, కస్తూరిబా, మహదేవ్ దేశాయి, సరోజినీ నాయుడులను అరెస్టుచేసి పూనాలోని ఆగాఖాన్ భవన్‌కు తరలించారు. బొంబాయిలో ఏఐసిసి సభ్యులను అరెస్టుచేసి అహ్మద్‌నగర్‌కు తరలించారు. రాష్ట్ర, జిల్లా, పట్టణ, తాలూకా ప్రాంతాలలోని కాంగ్రెస్ నాయకులు అరెస్టయ్యారు. ఉద్యమం హర్తాల్, ఒక దినం ఉపవాసదీక్ష, ప్రార్థనలతో ప్రారంభమవుతుందని గాంధీ వర్కింగ్ కమిటీలో తీర్మానించి ఉన్నాడు. కానీ లాంఛన ప్రాయమైన ఉద్యమారంభానికి ముందే ప్రభుత్వం విరుచుకుపడింది. 1940లోనే తయారైన 'విప్లవోద్యమ అణచివేత చట్టాన్ని' ప్రభుత్వం వెంటనే అమలులోకి తెచ్చింది. పత్రికా స్వాతంత్ర్యం రద్దయిపోయింది. ప్రజాసభకు బొంబాయి గోవాలియాటాంక్ వద్ద పెద్ద ఎత్తున పోగైన ప్రజలకూ, అధికార యంత్రాంగానికీ మధ్య ఘర్షణలు జరిగాయి. ఇదేతీరు పరిణామాలు అహ్మదాబాద్, పూనాలలో ఉత్తర, తూర్పు భారతదేశంలోని అనేక పట్టణాల్లో జరిగాయి. ఉద్యమాన్ని నిర్వహించవలసి ఉన్న నాయకులందరూ జైళ్ళలో ఉండటంతో ప్రజల ఉద్రేకం కట్టలు తెంచుకుంది. విప్లవవాదులు, సోషలిస్టులు, బోస్ స్థాపించిన ఫార్వర్డ్ బ్లాక్ (గృహ నిర్బంధం నుంచి తప్పించుకొనిపోయిన బోస్ ఆ సమయంలో బెర్లిన్‌లో ఉన్నాడు) కార్యకర్తలు ఉద్యమంలోకివచ్చి చేరారు. ప్రజానీకాన్ని నియంత్రించే శక్తిగల ఏకైకశక్తి గాంధీ జైల్లో ఉన్నాడు. ప్రజల తీవ్రఉద్రేకం, ప్రభుత్వం అవలంబించిన పాశవిక అణచివేతచర్యలతో దేశమంతటా కల్లోల పరిస్థితి ఏర్పడింది. ఆగష్టు 9 నుంచి ఆరేడువారాలు జరిగిన అణచివేత చర్యలు, ప్రజల ప్రతీకార చర్యలతో అరాచక పరిస్థితులేర్పడ్డాయి. ప్రభుత్వాధికారానికి చిహ్నాలైన కార్యాలయాలపై ప్రజలదాడులు జరిగాయి. ముఖ్యంగా పోలీస్‌ఠానాలూ, రోడ్లూ, వంతెనలూ, రైలు పట్టాలూ, టెలిగ్రాఫ్, టెలిఫోన్ వ్యవస్థా ఛిన్నాభిన్నమయ్యాయి.

పత్రికా స్వాతంత్ర్యం రద్దుకావడంతో హరిజన్, నేషనల్ హెరాల్డు మొదలైన పత్రికలు ఆగిపోయాయి. ప్రజలు అనేక చేరాత పత్రికలు రూపొందించి పంపిణీచేశారు. 'థానాజలావో' (పోలీస్ స్టేషన్‌లను తగలబెట్టండి), స్టేషన్ ఫూంక్‌దో (రైల్వేస్టేషన్లు తగలబెట్టండి), 'అంగ్రేజీ భాగ్‌గయా' (ఆంగ్లేయులు పారిపోయారు) వంటి నినాదాలతో ఉత్తర, తూర్పు భారతదేశం మారుమోగింది. రైళ్ళను స్వాధీనం చేసుకొని, జెండా ప్రతిష్టించి దారి మళ్ళించడం, రైలు మార్గాలను ధ్వంసం చేయడం కొనసాగింది. యూరోపియన్లపై దాడులు జరిగాయి. రాయల్ ఎయిర్‌ఫోర్స్‌కు చెందిన యూరోపియన్లు ఫట్వా (పాట్నా సమీపంలోనిది) మోన్గిర్ ప్రాంతంలోని పస్రాలలో ఈ దాడులలో మృతిచెందారు. తూర్పు భారతదేశంలోని ఆజమ్‌ఘర్, బల్దియా, గోరఖ్‌పూర్, బీహార్‌లోని గయ, భాగల్పూర్, పూర్ణియా, షాహాబాద్, ముజఫర్‌పూర్‌లలో ఉద్యమం మహోధృతంగా సాగింది. ప్రభుత్వం గ్రామాలపై తీవ్ర ప్రతీకార చర్యలు తలపెట్టింది. గ్రామీణులను పోలీసులు తరలించుకొని పోవడం, సామూహిక జరిమానాలు వసూలు చేయడం, కొరడా దెబ్బలకు గ్రామీణ ప్రజలని గురిచేయడం, గ్రామాలకు గ్రామాల్నే తగలబెట్టడం వంటి చర్యలు చేపట్టింది.

క్రూరమైన అణచివేత చర్యలలో కూడా ఏడువారాలు ఉధృతంగా సాగిన ప్రజాపోరాటం క్రమంగా తగ్గిపోయింది. అయితే అజ్ఞాతంగా ఉన్న అనేక స్వాతంత్ర్య యోధులు తమ కార్యక్రమాల్ని కొనసాగించారు. ఈ కార్యక్రమంలో డా॥రామమనోహర్ లోహియా, అచ్యుత్ పట్వర్ధన్, అరుణా ఆసఫలీ, సుచేతాకృపలానీ, బిజూపట్నాయక్, ఆర్.పి.గోయెంకా ప్రభృతులు పాల్గొన్నారు. ప్రజల ధైర్యం పట్టుదల సన్నగిల్లకుండా, వారికి నాయకత్వం, మార్గదర్శికత్వం వహించి, ధనం, ఆయుధాలు, బాంబులు, డైనమైట్లు సరఫరాచేసి అజ్ఞాత కార్యకర్తలకు విప్లవకారులకు అందించారు. మధ్య, దక్షిణ భారతదేశాల్లో కూడా ఈ కార్యక్రమం విస్తరించింది. సోషలిస్టులూ, ఫార్వర్డ్‌బ్లాక్ అనుయాయులు, గాంధీ ఆశ్రమవాసులు సైతం ఈ కార్యకలాపాల్లో పాల్గొన్నారు. కొన్ని సంఘటనలు కాల్పనిక వృత్తాంతాల కంటే ఆసక్తికరమైనవి ఈ ఉద్యమంలో జరిగాయి. అజ్ఞాతంలో ఉన్న అచ్యుత్‌పట్వర్ధన్ ఉనికిని పోలీసులు తెలుసుకోలేకపోయే విధంగా సుమతీమొరార్జీ ఆశ్రయం కల్పించడమే కాకుండా ఆయనకు రోజూ వేరేవేరే కార్లను (మిత్రుల నుంచి తీసుకొని) సమకూర్చింది. బొంబాయి నుంచి మద్రాసు వరకు వినిపించే కాంగ్రెస్ రేడియోలో రామమనోహర్ లోహియా క్రమం తప్పకుండా రోజూ వార్తా ప్రసంగాలను ప్రసారం చేశాడు. ఈ ప్రసారాలలో ఉషామెహతా ముఖ్యపాత్రను నిర్వహించింది.

ప్రభుత్వం ప్రజల హింసాత్మక కార్యకలాపాలను ఖండించవలసిందిగా గాంధీని పదేపదే ఒత్తిడి చేసింది. గాంధీ ప్రజల చర్యలను ఖండించడానికి నిరాకరించి, ప్రభుత్వం క్రూరమైన అణచివేతచర్యలే ప్రజల్ని రెచ్చగొట్టాయనీ హింసాకాండకు ప్రభుత్వమే జవాబుదారీ వహించాలనీ సమాధానం ఇచ్చాడు. అంతేకాకుండా 1943 ఫిబ్రవరి 10తేదీ నుంచి 21 రోజుల నిరాహారదీక్ష చేపట్టాడు. ఈ వార్తతో ప్రజలు తిరిగి ప్రదర్శనలూ, హర్తాళ్ళకు పూనుకున్నారు. జైళ్ళలోని కార్యకర్తలు సానుతాపంతో నిరాహారదీక్షకు పూనుకున్నారు. ఆగాఖాన్ భవనం ముందు కొందరు సత్యాగ్రహం

చేపట్టారు. గాంధీని వెంటనే విడుదల చేయాలని వేలాది లేఖలూ, టెలిగ్రామ్‌లూ ప్రభుత్వాన్ని కోరుతూ వచ్చాయి. విదేశీ పత్రికలు మాంచెస్టర్ గార్డియర్, న్యూస్టేట్స్‌మన్, షికాగోసన్, బ్రిటిష్ కమ్యూనిస్ట్ పార్టీ, మాంచెస్టర్ లండన్ నగరపౌరులు, మహిళా అంతర్జాతీయ సంస్థలూ, అమెరికా ప్రభుత్వం పలుదిక్కుల నుంచి గాంధీ విడుదలకు ఒత్తిడి వచ్చింది. ఉద్యమ అణచివేతను సమర్థించిన వైస్రాయి కార్యనిర్వాహక సభ సభ్యులు ఆణే, సర్కార్, మోడీలు రాజీనామా చేశారు. ప్రపంచమంతటా మనం విజయం సాధిస్తున్న ఈ తరుణంలో ఒక నికృష్టుడైన వృద్ధుడి ముందు మోకరిల్లవలసిన అవసరంలేదని చర్చిల్ ప్రకటించాడు. గాంధీ నిష్క్రమణంతో భారతదేశం యుద్ధ ప్రక్రియ కొనసాగింపుకు భద్రమైన స్థావరమవుతుంది. పరిష్కారాలు సుసాధ్యమవుతాయి అని వైస్రాయి వ్యాఖ్యానించాడు. గాంధీ నిరాహార దీక్ష స్తబ్దమైన ఉద్యమాన్ని తిరిగి ప్రజ్వరిల్లజేసింది. ఉద్యమంలోని మరికొన్ని ఆసక్తికర పరిణామాలు: దేశంలో కొన్ని ప్రాంతాల్లో ప్రజలు పోటీ ప్రభుత్వాలను ఏర్పరిచారు. ఉత్తరప్రదేశ్‌లోని బల్లియాలో కలెక్టర్ చిట్టూపాండే అనే నాయకునికి అధికారం దత్తంచేసి తప్పుకున్నాడు. అరెస్టయిన కాంగ్రెస్ వారందరూ విడుదలయ్యారు. బెంగాల్‌లోని మిద్నపూర్ జిల్లా తామ్లుక్‌లో జాతీయ సర్కార్ 1942 నుంచి 1944 సెప్టెంబర్ వరకు కొనసాగింది. ఈ ప్రభుత్వం తుఫాను బాధితులకు సహాయకార్యక్రమాలు చేపట్టింది. విద్యాలయాలకు గ్రాంట్లు మంజూరు చేసింది. 'విద్యుత్ వాహిని' అనే సైన్యాన్ని నిర్మించింది. సంపన్నుల నుంచి ధాన్యం సేకరించి పేదలకు పంచింది. ప్రజాన్యాయ స్థానాలను ఏర్పరిచింది. మహారాష్ట్రలోని సతారాలో వై.బి.చవాన్ నాయకత్వంలో ఉద్యమంలోని తొలిఘట్టం ఉధృతంగాసాగి 1942లో నాయకుల అరెస్టుతో స్తబ్దమైంది. 1943లో అజ్ఞాతవాసంలో ఉన్న నాయకులు తిరిగిరావటంతో నానీపాటిల్ ఆధ్వర్యంలో 'ప్రతిసర్కార్' ఏర్పడింది. న్యాయ మండలుల ఏర్పాటు, నిరాడంబరంగా 'గాంధీ-వివాహాలు', గ్రంథాలయాల స్థాపన జరిగాయి.

ఉత్తరప్రదేశ్, బీహార్, బెంగాల్, మహారాష్ట్ర, ఆంధ్రలలో అన్ని స్థాయిలకు చెందిన రైతులు, కొందరు జమీందార్లు కూడా ఉద్యమంలో పాల్గొన్నారు. ఉద్యమంలో పాల్గొనని జమీందార్లు కూడా తటస్థ వైఖరికి కట్టుబడిపోయారు. ప్రభుత్వోద్యోగులు, పోలీస్ యంత్రాంగంలోని దిగువస్థాయి ఉద్యోగులు కీలక సమాచారాలను అందించీ, ధనసహాయం చేసీ, ఆశ్రయం కల్పించీ ఉద్యమ కార్యకర్తలకు సహాయపడ్డారు. ముస్లిమ్‌లీగ్ కార్యకర్తలు కూడా ఉద్యమకారులకు ఆశ్రయం కల్పించారు. ఉద్యమకారులూ, అజ్ఞాతవాసంలో ఉన్న నాయకులకు సంబంధించిన సమాచారాన్ని గోప్యంగా ఉంచి సహకరించారు. వందలాది కమ్యూనిస్టు నాయకులు పార్టీ వైఖరితో సంబంధం లేకుండా, ఉద్యమంలో పాల్గొన్నారు.

సుభాష్ చంద్రబోస్ (1897-1945)- భారత జాతీయసైన్యం - (ఆజాద్‌హింద్‌ఫౌజ్)

భారత జాతీయోద్యమంలో పాల్గొన్న విప్లవనాయకులలో విశేషంగా ప్రజల ఆదరాభిమానాలు పొందిన సుభాష్‌చంద్రబోస్ కటక్‌లో 1897 జనవరి 23 తేదీన జన్మించాడు. తండ్రి జానకీనాథ్‌బోస్ న్యాయవాది. ప్రాథమిక విద్యాకాలం నుంచీ తెలివైన విద్యార్థిగా పేరు తెచ్చుకున్నాడు. 1920లో సివిల్ సర్వీస్ పరీక్షలలో ఉత్తీర్ణుడైనప్పటికీ బ్రిటిష్ ప్రభుత్వంలో పనిచేయడానికి మనసొప్పక అధికార

పదవిని వదులుకున్నాడు. తిలక్, అరవిందుల వ్యక్తిత్వాలచే ప్రగాఢంగా ప్రభావితుడైన బోస్ గాంధీ విధానాలపట్ల గల వైముఖ్యత కారణంగా సహాయ నిరాకరణోద్యమంలో పాల్గొనలేదు. ఏదో ఒకరోజు భారతీయులు స్వాతంత్ర్యసముపార్జనకు ఛత్రపతి శివాజీ చూపిన సాహసమార్గాల్ని చేపట్టక తప్పదని నమ్మాడు. చిత్తరంజన్‌దాస్ 'ఫార్వర్డ్' అనే పత్రిక నడిపేవాడు. ఆయన ఆధ్వర్యంలో ఒక జాతీయ కళాశాల ఉండేది. బోస్‌ను ఆ పత్రిక సంపాదకుడుగా, కళాశాల ప్రిన్సిపాల్‌గా ఆయన నియమించాడు. వేల్సు యువరాజు పర్యటనను నిరసిస్తూ కలకత్తాలో ప్రదర్శనలు నిర్వహించినందుకు బోస్ అరెస్టయి ఆరునెలలు జైలుశిక్షకు గురయ్యాడు. చిత్తరంజన్‌దాస్ కలకత్తా కార్పోరేషన్ మేయర్ పదవి చేపట్టినప్పుడు బోస్‌ను ముఖ్య కార్యనిర్వాహకాధికారిగా నియమించాడు. విప్లవోద్యమాలతో సంబంధమున్న కారణంగా బ్రిటిష్ ప్రభుత్వం 1924లో ఆయనను అరెస్టుచేసి బర్మాలోని మాండలే జైలుకు పంపింది. అనారోగ్య కారణాలవల్ల 1927లో విడుదలై వచ్చిన బోస్ ప్రజాకార్యక్రమాలలో పాల్గొనేవాడు. భగత్‌సింగ్ అనుయాయి జతీంద్రనాథ్ దీర్ఘకాలం నిరాహారదీక్షతో జైల్లో మరణించగా అతడి పార్థివ శరీరాన్ని కలకత్తాకు తీసుకొని వచ్చారు. వెల్లువలా శ్రద్ధాంజలి ఘటించడానికి వచ్చిన ప్రజానీకాన్నుద్దేశించి బోస్ ఆవేశపూరిత ప్రసంగం చేశాడు. ఆ కారణంగా ఆరునెలలు జైలుశిక్షను అనుభవించాడు(1931). మధురలో ఒక యువసమ్మేళనంలో బ్రిటిష్‌వారి కపట బుద్ధిని విమర్శిస్తూ చేసిన ప్రసంగం మరొకసారి ఆయనను జైలుకు పంపింది.

సుభాష్ చంద్రబోస్

1938లో హరిపుర కాంగ్రెస్‌కు బోస్ అధ్యక్షుడయ్యాడు. సంపూర్ణ స్వాతంత్ర్యం కోసం ఒక గడువు పెట్టి ఆ గడువు తేదీలోగా బేషరతుగా స్వాతంత్ర్యాన్ని ఇవ్వాలని, బ్రిటిష్ ప్రభుత్వానికి తుది హెచ్చరిక చేయాలని ఆయన ఉద్ఘాటించాడు. 1939లో త్రిపుర కాంగ్రెస్ మహాసభ అధ్యక్షుడిగా గాంధీ అభ్యర్థి పట్టాభిపై విజయాన్ని సాధించాడు. అయితే గాంధీతో సహా ఇతర నాయకుల సహకారం లభించకపోవటంతో అధ్యక్షపదవిని వదులుకున్నాడు. తరవాత 'ఫార్వర్డ్ బ్లాక్' పక్షాన్ని స్థాపించాడు. దేశవ్యాప్తంగా పర్యటించి ఆరునెలల కాలంలోగా భారతదేశానికి స్వాతంత్ర్య ప్రదానం జరగకపోతే బ్రిటన్‌తో బహిరంగ సాయుధపోరాటం జరపాలని ప్రచార ప్రసంగాలు చేశాడు.

ప్రజానాడి తెలుసుకునేందుకు చేసిన పర్యటనలో బోస్ వీర సావర్కర్‌ను కలుసుకున్నాడు. కలకత్తాలో బ్రిటిష్‌వారి స్మారక చిహ్నాలను తొలగించే ఉద్యమం చేపట్టాలని యోచిస్తున్న బోస్‌కు వీరసావర్కర్ హితబోధ చేశాడు. ప్రపంచ పరిస్థితి బ్రిటిష్‌వారికి ప్రతికూలంగా ఉన్న నాటి స్థితిలో ప్రతిభా సాహసాలుగల బోస్, రాస్ బిహారీబోస్ వంటివారి విప్లవస్ఫూర్తిని పెంపొందించుకోవాలనీ జర్మనీ, ఇటలీల అదుపులో ఉన్న భారత యుద్ధఖైదీలను సమీకరించి, జపాన్ సహకారంకోసం యత్నించి - పొంది తూర్పు సముద్రం ద్వారానో, బర్మా ద్వారానో బ్రిటిష్ ఇండియాపై దాడిచేసి

దేశ విమోచన సాధించవచ్చునని ఒక పథకం సూచించాడు. ఈ పథకం బోస్‌ను ప్రగాఢ ఆలోచనకు పురికొల్పింది.

కలకత్తాకు చేరగానే ప్రభుత్వం బోస్‌ను నిర్బంధంలో పెట్టింది. నిర్బంధం నుంచి బయటపడటానికి తపిస్తున్న బోస్‌కు ఛత్రపతి శివాజీ మొగల్‌చక్రవర్తి నిర్బంధం నుంచి తప్పించుకున్న తీరు సరిఅయిన ఉపాయంగా గోచరించింది. గడ్డంపెంచి ఎవ్వరితోనూ సంభాషించకుండా మౌనంగా ఆలోచనా నిమగ్నుడైన బోస్ అరవిందుని మాదిరి ఆధ్యాత్మిక చింతనలో పడుతున్నట్లు కనిపించాడు. అధికారుల అప్రమత్తత సడలిపోవడంతో 1941, జూలై 16 తేదీన పోలీసుల కన్నుగప్పి బయటపడ్డాడు. కలకత్తా నుంచి నలభైమైళ్ళ దూరం పోయాక రైలెక్కి పెషావర్ చేరుకున్నాడు. జియావుద్దీన్ అనే మారుపేరుతో అనుయాయి భగత్‌రామ్ సాయంతో కాబూల్ చేరుకున్నాడు. అక్కణ్నుంచి మాస్కో, మాస్కో నుంచి జర్మనీ చేరుకున్నాడు.

జర్మన్ విదేశాంగశాఖ బోస్‌తో కొంతవరకు సహకరించింది. జర్మనీలోని భారతీయులతో స్వతంత్ర భారతసైన్యాన్ని నిర్మించి, జర్మన్లు దాడికి పూనుకున్నప్పుడే ఇండియన్‌సేనతో మధ్య ఆసియాకుచేరి వాయవ్య మార్గంగుండా సైనికదాడిచేసే పథకాన్ని రూపొందించాడు. కానీ అంతకుముందు అక్షరాజ్యాలు భారతదేశ స్వాతంత్ర్యాన్ని గుర్తించాలని బోస్ కోరాడు. జర్మన్ ప్రభుత్వంగానీ, ఇటలీ ప్రభుత్వంగానీ గుర్తించడానికి ముందుకురాలేదు. పరిస్థితులు అనుకూలంగా లేవని బోస్ గ్రహించాడు. ఈ పరిస్థితుల్లో జపాన్ ఆగ్నేయాసియాలో సాధించిన ఘనవిజయాలు ఆశాకిరణంలా కనిపించాయి. జపాన్‌లో నివసిస్తున్న ప్రముఖ భారతీయ విప్లవకారుడు రాస్‌బిహారీ బోస్ భారత స్వాతంత్ర్యం కోసం ఒక విముక్తిసేనను సమకూర్చుకోవాలని ఆలోచించాడు. ఇందుకోసం బాంకాక్‌లో ఏర్పరిచిన సమ్మేళనానికి బోస్‌ను ఆహ్వానించాడు.

మలయాలో బ్రిటిష్ సైన్యం జపాన్‌తో ఓడిన సందర్భంగా, పలాయనానికి పూనుకోకుండా కెప్టెన్ మోహన్‌సింగ్ అనే సైన్యాధికారి జపాన్ సేనలకు లొంగిపోయాడు. జపాన్ భారత స్వాతంత్ర్యానికి పోరాడే విధంగా పురికొల్పి తమ ఆధీనంలో ఉన్న భారతీయ ఖైదీలను సైన్య నిర్మాణంకోసం అతనికి అప్పగించారు. వారితో మోహన్‌సింగ్ భారత జాతీయ సైన్యాన్ని నిర్మించాడు. సింగపూర్ జపాన్‌కు స్వాధీనమైంది. 45,000 మంది యుద్ధ ఖైదీలతో భారత జాతీయ సైన్యాన్ని (ఆజాద్‌హింద్‌ఫౌజ్) విస్తరించాలని కెప్టెన్ మోహన్‌సింగ్ యోచించాడు. నలభైవేల మంది ఖైదీలు జాతీయ సైన్యంలో చేరడానికి అంగీకరించారు.

'క్విట్ ఇండియా' ఉద్యమకాలంలో మలయాలో బ్రిటిష్ వ్యతిరేక ప్రదర్శనలు జరిగాయి. భారతదేశంపై కూడా దాడితలపెడ్తున్న జపాన్ జాతీయసైన్య నిర్మాణం తమకనుకూలంగా ఉంటుందని భావించింది. కానీ అది రెండువేల మందితో చిహ్నమాత్రంగానే ఉండాలని జపాన్ భావించసాగింది. కెప్టెన్ మోహన్‌సింగ్‌కు జపాన్ సైనికాధికారులకు అభిప్రాయ భేదాలు కలిగాయి. సైన్య నిర్మాణంలో పాలుపంచుకున్న రాస్‌బిహారీ బోస్, కెప్టెన్‌మోహన్‌సింగ్‌లు విడిపోయారు. కార్య సమితి నుంచి సభ్యులు తప్పుకున్నారు. కెప్టెన్ మోహన్‌సింగ్‌నూ సైన్యంలో చేరిన సీనియర్ అధికారి నిరంజన్‌సింగ్

గిల్‌నూ జపానీయులు అరెస్టు చేశారు. జర్మనీ నుంచి సరిఅయిన సహకారం లభించకపోవటంతో జలాంతర్గాముల్లో ప్రయాణించి ఏప్రిల్ 28 నాటికి బోస్ సుమత్రాకు చేరుకున్నాడు. అక్కడ బెర్లిన్‌లో కలిసిన కల్నల్ యామమొతో బోస్ కలుసుకున్నాడు. ఇరువురూ కలిసి టోక్యోకు చేరారు. జపాన్ ప్రధాని తోజో భారతదేశం నుంచి బ్రిటిష్ వారిని వెళ్ళగొట్టడానికి జపాన్ సహాయపడుతుందని జపాన్ శాసనసభలో ప్రకటించాడు. కెప్టెన్ మోహన్‌సింగ్‌కు ఎదురైన చిక్కులను పరిష్కరించి జూలై 2 నాటికి బోస్ సింగపూర్ చేరాడు. అక్కడ రాస్ బిహారీ బోస్ ప్రోత్సాహంతో భారత స్వాతంత్ర్య లీగ్ అధ్యక్ష పదవినీ, ఆజాద్ హింద్ ఫౌజ్ సైనిక వందనాన్నీ స్వీకరించాడు.

1943 అక్టోబర్ 21 తేదీన బోస్ భారతదేశ తాత్కాలిక ప్రభుత్వాన్ని ఏర్పరిచాడు. బోస్ అధ్యక్షుడూ, సర్వసైన్యాధిపతికాగా ఆర్థికమంత్రిగా ఏ.సి.చటర్జీ, ప్రచారసారధిగా ఎస్.ఎ.అయ్యర్, మహిళా విభాగ సారధిగా లక్ష్మీస్వామినాధన్ నియమితులయ్యారు. జాతీయభాషగా హిందీ, ఠాగూర్ రాసిన గీతం జాతీయగీతంగా, త్రివర్ణ పతాకాన్ని జాతీయ జెండాగా స్వీకరించడమైంది. అభివాదపదంగా 'జైహింద్'ను స్వీకరించారు. జపాన్ అండమాన్, నికోబార్ దీవులను తాత్కాలిక భారత ప్రభుత్వానికి అప్పగించింది. బోస్ ఆ దీవులకు షహీద్‌ద్వీపం, స్వరాజ్యద్వీపం అని పేర్లు పెట్టాడు. రంగూన్‌లో ఫ్రీ ఇండియా బాంక్‌ను 8కోట్ల రూపాయల మూలధనంతో ప్రారంభించాడు. రంగూన్ నుంచి బ్రిటిష్ ఇండియాపై దాడికి బయల్దేరిన భారత జాతీయసైన్యం భారత్ బర్మా సరిహద్దులో బ్రిటిష్ సైన్యంపై తొలి విజయాన్ని సాధించింది (1944 ఫిబ్రవరి 4). తరవాత కోహిమాను గెల్చి త్రివర్ణ పతాకాన్ని ప్రతిష్ఠించింది. దాడిని కొనసాగించిన జాతీయసైన్యం ఫిబ్రవరి నెలలో అస్సాంలో వర్షాకాలం అనే విషయాన్ని విస్మరించింది. విపరీతమైన వర్షాలతో ఇంఫాల్‌పై దాడిని విరమించుకోవలసి వచ్చింది. కానీ జాతీయసైన్యానికి విమానబలంగానీ, శతఘ్నులుగానీ, ఆధునిక ఆయుధాలుగానీ, ఉన్నవాటికి విడిభాగాలుగానీ లేవు. ఇవి కాకుండా సరిఅయిన రవాణా సౌకర్యాలుగానీ, వైద్య సదుపాయాలుగానీ లేవు. ఈ సమస్యల ప్రభావం వారి సమరసామర్థ్యాన్ని దిగజార్చింది. 1943 మే తరవాత దక్షిణ పసిఫిక్‌సముద్రంలో నౌకా, విమానయుద్ధంలో వినియోగించ డానికి జపాన్ తన విమానదళాలను బర్మా నుంచి తరలించారు. ఇది జాతీయసైన్యానికి మరిన్ని సమస్యల్ని తెచ్చిపెట్టింది. వానలవల్ల అసలే సరిగాలేని రోడ్లు అస్తవ్యస్తంగా తయారయ్యాయి. వస్తు రవాణా విషయంలో జపాన్ సహాయం భారత జాతీయ సైన్యానికి లభించలేదు. ఆకలి బాధలు, వ్యాధులు సైనికులను పీడించాయి.

జాతీయసైన్యం మొదటిదళం దెబ్బతినగా, బోస్ సైన్యాన్ని తిరిగి వ్యవస్థీకరించి తానే యుద్ధాన్ని నడపాలనుకున్నాడు. కానీ సైనికుల దుస్థితిని స్వయంగా చూశాడు. పరిస్థితులను సరిదిద్దుకోవడానికి బోస్ టోక్యో వెళ్ళాడు. అక్కడ అమెరికా వైమానిక దాడులతో జపాన్ క్లిష్టపరిస్థితిని గమనించాడు. జపాన్ విజయాన్ని గురించిన భ్రమలు తొలగిపోయాయి. సైనికుల సమీకరణ కూడా ఒక సమస్యగా పరిణమించింది. ధనబలం హరించుకుపోయింది. 1944 డిసెంబర్‌లో రెండు భారత జాతీయసైనిక దళాలను యుద్ధానికి సిద్ధం చేయడమైంది. కానీ సైన్యాన్ని వదలి వెళ్ళే

సైనికుల సంఖ్య పెరిగింది. 1945 జనవరి నాటికి జపాన్, భారత జాతీయసైన్యాలను అరకాన్ ప్రాంతం నుంచి తరిమివేయడం జరిగింది. బ్రిటిష్‌సైన్యం ఇరావడీ నదిని దాటడంతో భారత జాతీయ సైన్యం తప్పనిసరిగా వెనుదిరగాల్సి వచ్చింది. క్రమంగా అధికారులూ, సైనికులూ, సైన్యాన్ని వదలిపోసాగారు.

1945 ఏప్రిల్‌లో తన మంత్రులతో, లీగ్ సభ్యులతో, రాణీఝాన్సీదళంలోని మహిళా సైనికులతో కష్టాలతో కూడిన యాత్రను బోస్ ఆరంభించాడు. ఆగష్టు 13న జపాన్ లొంగిపోయిన వార్తను విన్నాడు. భారత జాతీయసైన్యంలో మిగిలిన సైనికులు ఆయుధాలు విడచిపెట్టారు. సింగపూర్ నుంచి బాంకాక్, అక్కణ్నుంచి సైగాన్‌కు వెళ్ళి, అక్కణ్నుంచి బోస్ ఫార్మోజాకు చేరాడు. టోక్యో వెళ్ళవలసిన విమానం ఫార్మోజా నుంచి బయల్దేరింది కాని కొద్దిసేపట్లో కూలిపోయింది. బోస్, ఆయన అనుయాయి హబీబుర్ రెహ్మాన్‌లు విమాన శకలాల నుంచి గాయాలతో బైటకువచ్చారు. బోస్‌ను ఆస్పత్రిలో చేర్చారు. తరవాత ఏం జరిగిందో తెలియదు. బోస్ ఎవరికీ కనిపించలేదు.

వేవెల్ ప్రణాళిక (1943)

'క్విట్ ఇండియా' ఉద్యమం సద్యఃస్ఫూర్తిగా ప్రజ్వరిల్లిన విప్లవమా లేదా ఒక యోజన ప్రణాళిక ప్రకారం నిర్వహించిందా? అనే ప్రశ్నకు చరిత్రకారులు మిశ్రమ సమాధానం ఇచ్చారు. జాతీయోద్యమంలో వచ్చిన సహాయనిరాకరణ, శాసనోల్లంఘన, వైయక్తిక సత్యాగ్రహాల మాదిరి 'క్విట్ ఇండియా' ఉద్యమాన్ని కూడా గాంధీ ఒక ప్రణాళిక ప్రకారం రూపొందించాడు. అయితే అది ఒక స్థూల ప్రణాళిక మాత్రమే. భారీ ఉద్యమాలలో సూక్ష్మాంశాలను సంయోజనచేయడం సాధ్యంకాదు. కార్యకర్తల, ప్రజల చొరవకు అవకాశం ఎప్పుడూ ఉంటుంది. 1942 ఆగష్టు 8వ తేదీన కాంగ్రెస్ అధిష్టానతీర్మానం 'కొన్ని సందర్భాలలో కాంగ్రెస్ కమిటీలు నియామకాలు, నిబంధనలూ, సూచనలూ ఇవ్వలేని పరిస్థితి ఏర్పడవచ్చు. అయితే అట్టి పరిస్థితులలో స్థూలవిధానం పరిధిలో కార్యకర్తలే చొరవతో వ్యవహరించవలసి ఉంటుంది' అని పేర్కొంది.

ఉద్యమంలోని హింసాత్మక ఘటనలు గాంధీ మార్గమైన 'అహింస'కు విరుద్ధం కదా? అనే ప్రశ్న ఉదయిస్తుంది. ఉద్యమంలో చాలామంది గాంధీ సంప్రదాయాన్ని అనుసరించి అహింసా మార్గానికే కట్టుబడ్డారు. కానీ ప్రభుత్వం తీవ్ర హింసతో కూడిన అణచివేత చర్యలకు పాల్పడింది. దానితో ఉద్యమకారుల సహనానికి హద్దులేర్పడ్డాయి. కార్యాలయాలు, టెలిగ్రాఫ్, టెలిఫోన్ వ్యవస్థ, రైలు మార్గాల విధ్వంసం ప్రాణ నష్టానికి దారితీయకపోయినా ఇతర హింసాత్మక చర్యలు గాంధీ మార్గాన్ని అతిక్రమించాయి. అయితే ప్రజానీకాన్ని నియంత్రించగల నాయకులంతా జైళ్ళలో ఉండటం, ఒకదాని తరవాత మరొకటిగా ప్రభుత్వం క్రూర విధానాలకు పాల్పడటంవల్ల ఈ అతిక్రమణ స్వాభావిక ప్రతిచర్యగా రాకతప్పలేదు. గాంధీ సైతం దీనిని తప్పుపట్టలేదు.

అనారోగ్య కారణాలవల్ల గాంధీని 1944 మే 6 తేదీన ప్రభుత్వం విడుదల చేసింది. 1945 జూన్‌లో జైళ్ళలోని కాంగ్రెస్ నాయకులూ విడుదలయ్యారు. కమిటీల పునరుద్ధరణ, సభ్యత్వ నమోదు, నిధి సేకరణ, కార్యకర్త శిక్షణ చేపట్టిన కాంగ్రెస్ తరవాత ఘట్టానికి తయారుకాసాగింది.

1945లో కాంగ్రెస్ నాయకులు జైళ్ళలో ఉండగానే కాంగ్రెస్, లీగ్‌ల మధ్య సహకారధోరణి కుదిరేందుకు కాంగ్రెస్ నాయకుడు భూలాభాయ్‌దేశాయ్ కొన్ని సూచనలు తయారుచేసి వైస్రాయికీ, గాంధీకీ చూపించాడు. తరవాత ఆ సూచనలను దేశాయ్ లీగ్ నాయకులకూ లియాకత్ ఆలీఖాన్‌కూ చూపించాడు. ఆయన ఆ సూచనలకు గాంధీ ఆమోదాన్ని పొంది జిన్నాకు తెలుపమని దేశాయ్‌ని కోరాడు. పెషావర్‌లో జరిగిన రాష్ట్ర రాజకీయ సమావేశంలో వాటిని వెల్లడించడం జరిగింది. అయితే వాటికి కాంగ్రెస్‌గానీ, జిన్నాగానీ ఆమోదం తెల్పలేదు. ఖైదులో ఉన్న కాంగ్రెస్ నాయకులు విషయాలు తెలుసుకొని తీవ్ర అసంతృప్తిని ప్రకటించారు. ఆ సూచనలలో ముఖ్యమైనవి: కేంద్ర కార్యవర్గంలో కాంగ్రెస్, లీగ్ సమాన సంఖ్యలో వ్యక్తుల్ని నియమిస్తాయి. ఆ తాత్కాలిక ప్రభుత్వం 1935 చట్టపరిధిలో పనిచేస్తుంది. దేశాయ్ సూచనలను ఇరుపక్షాలు అంగీకరించకపోయినా వేవెల్ వాటిని దృష్టిలో ఉంచుకున్నాడు. (1943లో వేవెల్ వైస్రాయిగా నియుక్తుడయ్యాడు).

సప్రూ కూడా ఒక పథకం రూపొందించాడు. సమాన సంఖ్యలో హిందూ, ముస్లిమ్ సభ్యులతో రాజ్యాంగ సమితి వ్యవస్థాపన, నిర్ణయాలకు ముప్పాతిక వంతు సభ్యుల ఆమోదం ప్రాతిపదికగా నిర్ణయించడం, అందులోని ప్రతిపాదనలు కాగా దేశ విభజననూ, ప్రత్యేక నియోజక వర్గాలనూ పథకం తిరస్కరించింది. హిందూ,ముస్లిమ్ నాయకులు కూడా పథకాన్ని తిరస్కరించారు (1945).

ఈవిధంగా రాజకీయ ప్రతిష్ఠంభన ఏర్పడింది. ఈ పరిస్థితిలో వేవెల్ వైస్రాయిగా ఉన్నాడు. ఆయన దృష్టిలో అప్పుడు ప్రధానమైన విషయాలు: యుద్ధం, ఆర్థికస్థితి, యుద్ధానంతర సమస్యలు, కరువు పరిస్థితులు. ధరల పెరుగుదలతో భారత ఆర్థికవ్యవస్థ బలహీనస్థితిలో ఉంది. రాజకీయంగా లీగ్ ఎప్పటికప్పుడు తన కోరికల పథకాన్ని విస్తరిస్తుంది. కాంగ్రెస్, జాతీయ నాయకులూ, సిక్కులు లీగ్ కోరికలను నిరాకరించాలని పట్టుబట్టారు. ఈ చిక్కుల నుంచి బైటపడటానికి వేవెల్ మార్గాలను వెదకసాగాడు. 1944లో రాష్ట్ర గవర్నర్‌లతో సంప్రదించి తగు చర్యలు తలపెట్టడానికి వారి ఆమోదాన్ని తీసుకున్నాడు.

దేశాయ్, లియాఖత్ అలీఖాన్‌ల ప్రతిపాదనలను అనుసరించి సమసంఖ్యలో హిందూ, ముస్లిమ్ సభ్యులుండే ఒక సమితి ఏర్పాటు కావాలి. అందులో సిక్కుల, దళిత వర్గాల ప్రతినిధులిద్దరూ, వైస్రాయ్, సర్వసైనికాధిపతీ ఉంటారు. 1935 శాసనపరిధిలో ఆ సమితి వ్యవహరించాలి. రాష్ట్రాల్లో బాధ్యతాయుత ప్రభుత్వాలేర్పడే మార్గాన్ని అన్వేషించాలి. ఈ ప్రతిపాదనలు తయారుచేసి వాటిని వైస్రాయి భారతవ్యవహారాల కార్యదర్శికి సమర్పించాడు. ఆయన కాంగ్రెస్, లీగ్ పక్షాల ప్రాధాన్యతలేని వేరే ప్రతిపాదనలను ముందుంచగా వైస్రాయి అంగీకరించలేదు. భారత వ్యవహారాల కార్యదర్శి మరొక పథకాన్ని సూచించాడు. అదీ ఆచరణయోగ్యంకాదని ఇంగ్లండు వెళ్ళి ప్రభుత్వంతో చర్చించడానికి వైస్రాయి అనుమతి కోరాడు.

1945 మార్చిలో వైస్రాయి వేవెల్ ఇంగ్లండు వెళ్ళాడు. భారతవ్యవహారాల కార్యదర్శి, ప్రభుత్వంలోని 'ఇండియన్ కమిటీ'తో చర్చించాడు. చర్చిల్ సిమ్లా సమావేశానికి (వేవెల్ ప్రతిపాదన) అయిష్టంగా ఒప్పుకున్నాడు.

భారతదేశానికి తిరిగి వచ్చిన తరవాత వేవెల్ తన ప్రణాళికను వెల్లడించాడు. ప్రణాళికలోని ముఖ్యాంశాలు :

1. నూతన రాజ్యాంగం ఏర్పడి భారతీయుల ఆమోదం పొందేలోపున ఒక తాత్కాలిక ఏర్పాటును మాత్రమే ప్రణాళిక ప్రతిపాదిస్తుంది. వివిధ రాజకీయ సంస్థల ప్రతినిధులతో ఒక వైస్రాయి కార్యసమితిని ఏర్పాటు చేయడం జరుగుతుంది. అందులో అధ్యక్షుడుగా వైస్రాయి, యుద్ధ వ్యవహారాలను చూస్తున్న ముఖ్య సైన్యాధిపతీ ఇద్దరు మాత్రమే ఆంగ్లేయులు ఉంటారు.
2. నాటి రాజకీయ ప్రతిష్ఠంభనను అంతమొందించి, భారతీయులు స్వపరిపాలన లక్ష్యాన్ని సాధించడానికి తోడ్పడే విధంగా ప్రణాళికను రూపొందించడం జరిగింది.
3. సరిహద్దుల ఏర్పాట్లూ, ఆదివాసీతెగల వ్యవహారాలు తప్ప మిగతా విషయాలన్నీ భారతీయుల నిర్వహణలోనే ఉంటాయి.
4. వైస్రాయి కార్యసమితి 1935 చట్టం పరిధిలో పనిచేస్తుంది. వైస్రాయి తన విశేషాధికారాలను ప్రయోగించడు. భారత వ్యవహారాల కార్యదర్శి జోక్యం చేసుకున్నా అది భారతీయుల ప్రయోజనాలకు అనుకూలంగానే ఉంటుంది.
5. వైస్రాయి చక్రవర్తి ప్రతినిధిగా కార్యసమితి అధ్యక్షునిగా ఉంటాడు. కాబట్టి భారతదేశంలో బ్రిటన్ వాణిజ్య ప్రయోజనాలను పర్యవేక్షించడానికి ఒక హైకమిషనర్‌ను నియమించడం జరుగుతుంది.
6. కార్యసమితి తాత్కాలిక జాతీయ ప్రభుత్వంగా పనిచేస్తుంది.
7. ఈ తాత్కాలిక ఏర్పాటు ముందు జరగబోయే రాజ్యాంగ నిర్మాణానికి ఏవిధంగానూ ప్రతిబంధకంగా ఉండదు.
8. గవర్నర్ల నిర్వహణలో ఉండే రాష్ట్రాలలో తిరిగి మంత్రివర్గాలు సంకీర్ణపద్ధతిలో ఏర్పడతాయి.

సిమ్లాలో ఏర్పడబోయే సమావేశంలో పాల్గొనడానికి వీలుగా 1945 జూన్‌లో కాంగ్రెస్ నాయకులందరూ జైళ్ళ నుంచి విడుదలయ్యారు. కాంగ్రెస్, ముస్లిమ్‌లీగ్ ఇతర రాజకీయ పక్షాల ప్రతినిధులూ, రాష్ట్రాల పూర్వ ప్రధాన మంత్రులూ, గాంధీ, జిన్నా, సిక్కు, దళిత వర్గాల నుంచి ఒక్కొక్క ప్రతినిధీ- మొత్తం 21 మందికి ఆహ్వానాలను పంపడం జరిగింది. 1945 జూన్ 29 సిమ్లా సమావేశంలో చర్చలు జరిపింది.

కాంగ్రెస్ హిందూ, ముస్లిమ్ సమానత్వ సూత్రానికి కట్టుబడి ఉంది, కాబట్టి కాంగ్రెస్ సిమ్లా సమావేశానికి జాతీయవాద ముస్లిమ్ ప్రతినిధిని కూడా పంపడానికి నిశ్చయించింది. జిన్నా దీనికి అభ్యంతరం తెలుపుతూ ముస్లిమ్‌లీగ్ ప్రతినిధులుతప్ప ఇతర ముస్లిమ్ ప్రతినిధులు పాల్గొనరాదని వాదించాడు. జిన్నా ధోరణిని కాంగ్రెస్ అధ్యక్షుడు మౌలానా అబుల్‌కలామ్ ఆజాద్, యూనియనిస్ట్ పార్టీనేత, పంజాబు ముఖ్యమంత్రి అయిన ఖిజ్ర్ హయాత్‌ఖాన్‌లు విమర్శించారు.

వైస్రాయి సమితిలో ముస్లిమ్‌లీగ్‌కు చెందని ముస్లిమ్ ప్రతినిధులెవరూ ఉండరాదని కూడా జిన్నా పట్టుబట్టాడు. హిందూ మహాసభ పక్షానికి ప్రతినిధిగా ఆహ్వానం రాలేదు. వైస్రాయి పాక్షిక ధోరణిని ఆ సంస్థ విమర్శించింది. మౌలానా ఆజాద్ ప్రసంగిస్తూ జాతీయతా సూత్రానికి విరుద్ధమైన ఎట్టి ఏర్పాటు కాంగ్రెస్‌కు ఆమోదం కాదనీ, సంస్థానాధీశులు, సంస్థానాల ప్రజల్ని జాతీయ స్రవంతి నుంచి భిన్నంగా చూడకూడదనీ, సైన్యం కూడా జాతీయతా స్వభావం కలిగినదై ఉండాలనీ ఉద్ఘాటించాడు. జిన్నా ప్రసంగిస్తూ, పాకిస్థాన్ ప్రాతిపదికలేని ఏ రాజ్యాంగాన్నీ ముస్లిమ్‌లీగ్ సమ్మతించదనీ, సమైక్యభారతం, సమైక్య ప్రభుత్వాలను కోరే కాంగ్రెస్ ధోరణిని లీగ్ వ్యతిరేకిస్తుందనీ, కాంగ్రెస్ అన్ని మతాల వారికీ ప్రాతినిధ్యం వహించజాలదనీ వాదించాడు. కార్యసమితి నిర్మాణానికి వీలుగా కాంగ్రెస్, లీగ్ పక్షాలు 8-14 మధ్య సంఖ్యలో ఉండేలాగా తమ ప్రతినిధుల పట్టికను పంపాలని వైస్రాయి కోరాడు. జిన్నా పట్టికను సమర్పించలేదు. కాంగ్రెస్ అధ్యక్షుడు పట్టికను సమర్పించాడు. వైస్రాయి లీగ్ పక్షాన ఒక పట్టికను తయారుచేసి చూపాడు. అందులో పంజాబు యూనియనిస్ట్ పార్టీ సభ్యుడు ఉండటాన్ని జిన్నా ఆమోదించలేదు. జిన్నా కార్యసమితిలో ముస్లిమ్‌లకు 'వీటో' కల్పన వంటి ప్రత్యేక భద్రత ఉండాలని పట్టుబట్టాడు. వైస్రాయి రూపొందించిన పట్టికలో పంజాబ్ యూనియనిస్ట్ పార్టీకి చెందిన ఖిజ్ర్ హయాత్‌ఖాన్ పేరుండటం జిన్నా వైముఖ్యానికీ, తీవ్ర వైఖరికీ కారణమని ఒక విశ్లేషణ. ముస్లిమ్‌లీగ్‌కు చెందని ఏ ముస్లిమ్ నాయకునికీ కార్యసమితిలో స్థానం లేకున్నట్లైతే ముస్లిమ్‌లీగ్‌లో ముస్లిమ్‌లంతా చేరతారని జిన్నా వ్యూహం. వైస్రాయి సిమ్లా సమావేశం విఫలమైందని ప్రకటించి, తానే అందుకు బాధ్యత వహించాడు. మౌలానా ఆజాద్ సిమ్లా సమావేశ వైఫల్యానికి ముస్లిమ్‌లీగ్‌దే బాధ్యత అంటూ కారణాలు వివరించాడు. యుద్ధం ముగిసిన తరవాత ముస్లిమ్‌లు అధిక సంఖ్యలో ఉన్న రాష్ట్రాలలో ప్రత్యేక ముస్లిమ్ రాష్ట్రాలను ఏర్పరచాలి అనే జిన్నా వాదనా, కార్యసమితిలో ముస్లిమ్‌ల అధిక ప్రాధాన్యత కోసం జిన్నా కోరికా సిమ్లా సమావేశ వైఫల్యానికి దారితీశాయన్నది ఆ వివరణ సారాంశం. వేవెల్ ప్రణాళిక ఒక తాత్కాలిక పరిష్కార ప్రతిపాదన మాత్రమే. భారతదేశ స్వాతంత్ర్యం గురించిగానీ, వైస్రాయి వీటో అధికార పరిత్యాగం గురించిగానీ ఏవిధమైన ప్రస్తావనా అందులో లేదు. అయినా కాంగ్రెస్ ఆ ప్రణాళికను అంగీకరించింది. అది పట్టువిడుపుల లౌక్యమా లేదా ఉద్యమపరంపరతో అలసిపోయిన సంస్థ ప్రతిస్పందనా? అనేది చరిత్ర విద్యార్థి అంచనా వేయవలసిన విషయం.

అటు బ్రిటన్ కూడా యుద్ధం చేసీచేసి అలసిపోయింది. యుద్ధంతో డస్సిపోయిన ప్రజల తీర్పులో అది ప్రతిఫలించింది. ఘనమైన విజయాన్ని సాధించిన ప్రతిష్ఠ పొందిన చర్చిల్ కన్సర్వేటివ్ పక్షం ఓడి లేబర్‌పార్టీ అధికారంలోకి వచ్చింది. లేబర్ పక్షనాయకుడు అట్లీ ప్రధానమంత్రి అయ్యాడు.

కాబినెట్‌మిషన్ ప్రణాళిక - మౌంట్‌బాటెన్ పథకం

1945 జూన్‌లో భారత స్వాతంత్ర్యానికి బద్ధవిరోధి అయిన చర్చిల్ అధికారం కోల్పోయి లేబర్‌పార్టీ అధికారంలోకిరాగా అట్లీ బ్రిటిష్ ప్రధాని అయ్యాడు. అమెరీ స్థానంలో భారత వ్యవహారాల నూతన కార్యదర్శిగా పెథిక్‌లారెన్స్ నియమితుడయ్యాడు. భారత్‌పట్ల ఉదారభావాలుగల లేబర్‌పార్టీ

బ్రిటన్‌లో అధికారం చేపట్టడం కాంగ్రెస్‌కూ, జాతీయవాదులకూ ముదావహమైంది. ముస్లిమ్‌లీగ్ భయసందేహాలకు లోనయింది. కానీ ముస్లిమ్ ఆధిక్యత ఉన్న రాష్ట్రాలు కోరుకుంటే భారత్ నుంచి వేరుపడవచ్చునన్న క్రిప్స్ ప్రతిపాదనకు లేబర్‌పార్టీ అనుకూల వైఖరినే చూపింది. జపాన్‌తో యుద్ధం ఒక కొలిక్కివస్తున్న తరుణంలో తాత్కాలిక ప్రభుత్వం ఏర్పాటు అనవసరమని వైస్రాయి వేవెల్ భావించాడు. రాష్ట్రాల గవర్నర్‌లను సంప్రదించిన మీదట దీర్ఘకాలిక చర్యగా కేంద్ర, రాష్ట్ర శాసనసభలకు ఎన్నికలు జరపడం ఉచితమనే అభిప్రాయం రూపొందింది. కాంగ్రెస్ సత్వర ఎన్నికలను ఆహ్వానించింది. జిన్నా కూడా ఎన్నికలను స్వాగతించి పాకిస్థాన్ ఏర్పాటు కోరికను పునరుద్ఘాటించాడు. వేవెల్ తన అనుచర అధికారులతో లండన్‌వెళ్ళి ఇండియా కమిటీతో వివిధ ప్రత్యామ్నాయాలను చర్చించాడు. భారత్ సమస్య పరిష్కారానికి రెండే రెండు స్థూల ప్రత్యామ్నాయాలున్నాయని వేరుగా వేవెల్ అభిప్రాయాన్ని ప్రకటించాడు : 1. వేలకొలది సైనికులను భారత్‌లోకి దించి కాంగ్రెస్ - జాతీయవాదులను వంచడమూ 2. భారత్ ప్రతినిధులకు అధికారాన్ని బదిలీచేయడమూ రెండో ప్రత్యామ్నాయాన్నే అట్లీ అంగీకరించాడు.

భారత్‌కు తిరిగివచ్చి వేవెల్ సెప్టెంబర్ 19 తేదీన ఒక ప్రకటన చేశాడు. అదేరోజు అట్లీ భారత్ గురించి తన ప్రభుత్వ భావాలను వెల్లడించాడు. రెండిటి ధోరణీ ఒకేరకంగా ఉంది. సత్వర సంపూర్ణ స్వయంపాలన ఇవ్వడం, రాజ్యాంగ సమితిలో సంస్థానాలపాత్రను స్పష్టపరచుకోవడం, ఒక చిత్తు ఒప్పదం తయారీ, ముఖ్య రాజకీయ పక్షాల సహకారంతో ఆర్థిక, సాంఘిక సమస్యల పరిష్కారంకోసం ఒక నూతన కార్యనిర్వాహక సమితిని ఏర్పరచడం ఆ ప్రకటనలోని మూల సూత్రాలు. ఈ ప్రకటనలూ, సూత్రాలతో అసంతృప్తి చెందిన వర్కింగ్ కమిటీ పటేల్ ప్రవేశపెట్టిన తీర్మానాన్ని అంగీకరించింది. 'సత్వరం అధికార బదిలీ విషయమై ప్రజాభిప్రాయాలను నిర్ధారించడానికి వీలుగా రానున్న ఎన్నికలలో పోటీచేయడానికి కాంగ్రెస్ తీర్మానిస్తుంది.' కాంగ్రెస్ ఎన్నికల మేనిఫెస్టోను ప్రకటించింది. ప్రాథమిక హక్కులు, స్వేచ్ఛతో కూడిన స్వతంత్ర ప్రజాస్వామ్య వ్యవస్థను కాంగ్రెస్ కోరుతుంది. సార్వత్రిక ఓటు ప్రాతిపదికపై గణతంత్ర సమాఖ్యకు ఎన్నికలు జరగాలి. సమాఖ్య రిపబ్లిక్‌ను అంగీకరించిన ప్రాంతాలతో ఏర్పడిన రాజ్యంలో, కేంద్ర ప్రభుత్వానికి సాధారణ ముఖ్యపాలనా విషయాలూ, రాష్ట్రాలు దత్తం చేసే అదనపు విషయాలను అప్పగించడం జరుగుతుంది. స్వతంత్ర భారతదేశం ఆశయాలూ, విదేశాంగ విధానం గురించి మేనిఫెస్టో వివరించింది, మత, జాతి, సంస్కృతీపరమైన విషయాలలో నిష్పాక్షికతను నిర్ధారించింది. ఎన్నికలకు ముందు భారతదేశాన్ని ఒక్కకుదుపు కుదిపిన సంఘటన బోస్ స్థాపించిన భారత జాతీయసైన్య (ఆజాద్‌హింద్‌ఫౌజ్) యుద్ధ ఖైదీల విచారణ. బర్మా యుద్ధరంగంలో బ్రిటిష్ సైనికులతో పోరాడిన ఆజాద్‌హింద్‌ఫౌజ్ సైనికులను యుద్ధఖైదీలుగా పట్టుకున్న బ్రిటన్ వారిని సైనిక న్యాయస్థానంలో విచారణ చేయాలని నిశ్చయించింది.

భారతదేశంలో పెనుమార్పులు సంభవించనున్న తరుణంలో యుద్ధఖైదీలకు క్షమాభిక్ష పెట్టాలని నెహ్రూ బ్రిటిష్ ప్రభుత్వానికి వినతిచేశాడు. సెప్టెంబర్ 23 తీర్మానంలో యుద్ధఖైదీలకు మద్దతు ఇవ్వాలని కాంగ్రెస్ అధిష్టానం తీర్మానించింది. యుద్ధఖైదీల పక్షాన వాదించడానికి

భూలాభాయి దేశాయ్ న్యాయవాదిగానూ, తేజ్ బహదూర్ సప్రూ, కైలాసనాధ్ ఖట్జూ, నెహ్రూలు సహాయులుగానూ వ్యవహరించాలని నిర్ణయించారు. యుద్ధఖైదీలపట్ల దేశవ్యాప్తంగా ప్రజలు సానుభూతి, మద్దతు ప్రకటించారు. సభలూ, సమావేశాల్లో ఆజాద్ హింద్‌ఫౌజ్ సైనికులు 'దేశ భక్తులేగాని దేశ ద్రోహులు కారు', 'జైహింద్' నినాదాలు మిన్నుముట్టాయి. యుద్ధఖైదీలకు క్షమాదానం చేయాలని 160 సభలు తీర్మానించాయి. నవంబర్ 12, 'ఆజాద్ హింద్‌ఫౌజ్ దినం'గానూ, నవంబర్ 5-11రోజులు 'ఆజాద్ హింద్‌ఫౌజ్ 'వారం' గానూ పాటించారు. ఈ సందర్భంగా జరిగిన సభలకు 50 వేల ముంది చొప్పున హాజరయ్యారు. నెహ్రూ, పటేల్,ప్రభృతులు పాల్గొన్న దేశ ప్రియ పార్కు (కలకత్తా) సమావేశానికి మూడు లక్షలకు పైగా ప్రజానీకం హాజరైంది.

అన్ని సామాజిక వర్గాలవారు, రాజకీయ పక్షాలూ యుద్ధఖైదీలకు సానుభూతీ, మద్దతూ తెలిపారు. మున్సిపాలిటీలూ, జిల్లా బోర్డులూ,మత సంస్థలూ, మందిరాలు, ఆఖరుకు అమరావతిలోని టాంగావాలాలు కూడా విరాళాలు సేకరించి ధనసహాయం అందించారు. కాంగ్రెసే కాకుండా ముస్లిమ్‌లీగ్, కమ్యూనిస్ట్‌పార్టీ, యూనియనిస్ట్ పార్టీ, అకాలీలు, అహ్రార్‌లు, రాష్ట్రీయ స్వయంసేవక్‌సంస్థ, సిక్కులీగ్, హిందూమహాసభ వంటి రాజకీయ సామాజిక సంస్థలు అన్నీ పరిమితంగానో, భారీగానో సానుభూతి, మద్దతు ఇచ్చాయి. ప్రభుత్వోద్యోగులూ, బ్రిటిష్ సామ్రాజ్య మద్దతుదారుల్లో అన్నిటికంటే ముఖ్యంగా సాయుధ దళాలలో (సైన్యం) సానుభూతి, మద్దతూ వ్యక్తమైంది. సైన్యంలో రాయల్ ఇండియన్ ఎయిర్‌ఫోర్స్ కోహట్‌లో 'ఆజాద్‌హింద్‌ఫౌజ్'కు సానుభూతీ, మద్దతు తెలిపే సమావేశాలలో పాల్గొన్నది. ఖైదీ సైనికుల సహాయార్థం విరాళాలను ఇచ్చింది. క్రమంగా ప్రదర్శనలో సైనికదళాల సభ్యులు కూడా పాల్గొనసాగారు.

1945 నవంబర్ 21 తేదీన విద్యార్థులు, ఫార్వర్డ్‌లీగ్ మద్దతుదారులు, విద్యార్థి ఫెడరేషన్, ఇస్లామియా కాలేజ్ విద్యార్థులు పెద్ద ఊరేగింపుతో ప్రభుత్వ అధికార స్థానమైన డల్హౌసీ స్క్వేర్ చేరుకున్నారు. లాఠీచార్జీ జరుగగా పోలీసులపై రాళ్ళు రువ్వారు. కాల్పులు జరిగి ఇద్దరు చనిపోయారు. 1946 ఫిబ్రవరి 11 తేదీన ఆజాద్ హింద్‌ఫౌజ్ అధికారి రషీద్ ఆలీకి ఏడు సంవత్సరాల కారాగార శిక్షను నిరసిస్తూ ముస్లిమ్‌లీగ్ విద్యార్థులు, కాంగ్రెస్, కమ్యూనిస్ట్ విద్యార్థి దళాలు ఊరేగింపు చేశారు, అరెస్టులు జరిగాయి. ఫిబ్రవరి 18 తేదీన రాయల్ ఇండియన్ నేవీకి చెందిన ఉద్యోగులు జాతివివక్ష చూపుతున్నందుకూ సరైన ఆహారం, సౌకర్యాలు తమకు కలిగించనందుకూ సమ్మె చేశారు. (బొంబాయి) హెచ్.ఎమ్.ఐ.ఎస్ తల్వార్ ఓడపైన 'క్విట్ ఇండియా' అని రాసినందుకు బి.సి.దత్ అనే నావికుణ్ని అరెస్టు చేయడాన్ని నిరసించారు. మర్నాడు కాజిల్, ఫోర్ట్‌బరాక్స్ నుంచి చేరిన నావికులు సమ్మెలో పాల్గొన్నారు. లారీలలో ఎక్కి, కాంగ్రెస్ జెండాలు చేతపట్టి యూరోపియన్‌లనూ, పోలీసులనూ బెదిరిస్తూ ఊరేగింపు చేశారు. ప్రజలు కూడా ఈ నిరసన ప్రదర్శన, ఊరేగింపులలో పాల్గొన్నారు. వీధుల్లో అవరోధాలు నిలిపి, ఇరుకు సందుల నుంచి, ఇళ్ళపై కప్పుల నుంచి రాళ్ళూరప్పలతో పోలీసులపై దాడులు చేశారు. పోస్టాఫీసులూ, పోలీసు కార్యాలయాలు, దుకాణాలు, వీధిదీపాలూ ధ్వంసమైపోయాయి. కమ్యునిస్టులు ఇచ్చిన పిలుపుతో సార్వత్రికసమ్మె మొదలై లక్షలాది మంది కార్మికులు వీధుల్లోకి వచ్చారు. హోటళ్ళు, షాపుల యజమానులూ హర్తాళ్ ప్రకటించారు. కరాచీలో

ఈ వార్తకు స్పందనగా రాయల్ ఇండియన్ నౌకాదళం తిరుగుబాటు చేయగా, మద్రాస్, విశాఖపట్నం, కలకత్తా, ఢిల్లీ, కొచ్చిన్, జామ్‌నగర్, అండమాన్‌లకు సమ్మె విస్తరించింది. జబల్‌పూర్‌లో సైనికులు సమ్మెచేశారు. కొలాబా సైనిక స్థావరంలో ఉద్రిక్త పరిస్థితి ఏర్పడింది. ఎర్రకోటలో సైనిక న్యాయస్థాన విచారణలో ఉన్న షానవాజ్‌ఖాన్, పి.కె సెహ్‌గల్, గురుబక్ష్ సింగ్ థిల్లాన్‌లను విడుదల చేశారు. 1946లో అనేకమంది విడుదలయ్యారు. 1945 సంవత్సరాంతంలో ఎన్నికలు జరిగాయి. పంజాబు రాష్ట్రంలో యూనియన్ పార్టీ నాయకుడు ఖిజర్‌హయాత్‌ఖాన్, బెంగాల్‌లో నజీముద్దీన్, సుహ్రావర్దీ లీగ్‌ను సమర్థించడానికి నిరాకరించారు. వాయవ్య రాష్ట్రాలలో ఖాన్ అబ్దుల్ గఫార్‌ఖాన్ కాంగ్రెస్ పక్షం వహించాడు. ఎన్నికలలో కాంగ్రెస్, లీగ్ రెండూ తమ ప్రాబల్యాన్ని రుజువుచేసుకున్నాయి. మొత్తం 1585 స్థానాల్లో 846 సాధారణ నియోజక వర్గాలవీ, 492 ముస్లిం ప్రత్యేక నియోజక వర్గాలవీ, 247 ఇతరులవి. వీటిలో సాధారణ నియోజకవర్గ సీట్లూ, ప్రత్యేక నియోజకవర్గ సీట్లతో కలిపి మొత్తం 923 సీట్లను కాంగ్రెస్ గెల్చుకోగా, ప్రత్యేక నియోజక వర్గాలలోని 492 సీట్లలో 425 సీట్లు ముస్లిమ్‌లీగ్ గెల్చుకుంది. భారత ప్రజలలో కాంగ్రెస్ తన బలాన్ని నిరూపించుకోగా, ముస్లిమ్‌లీగ్‌ను ముస్లిమ్ వర్గానికి తిరుగులేని ప్రతినిధి సంస్థగా గుర్తించడమైంది.

అయితే ఈ పరిణామాలు భారత సమైక్యతకు గొడ్డలిపెట్టు అయ్యాయి. ప్రధాని అట్లీ బ్రిటిష్ కామన్స్‌సభలో భారత్ ఎన్నికలను గురించి ప్రసంగించాడు. తమకుఎట్టి ప్రభుత్వ వ్యవస్థ ఉండాలో భారతీయులే నిర్ణయించుకుంటారనీ, అందుకు అవసరమైన చర్యలను పురమాయించడంలోనే బ్రిటిష్ ప్రయోజనాలు మిళితమైఉన్నాయనీ అన్నాడు. అల్పసంఖ్యాక వర్గాల ప్రయోజనాలను బ్రిటన్ గుర్తిస్తుందనీ అయితే అధిక సంఖ్యాకుల నిర్ణయాల పురోగతికి అల్పసంఖ్యాకవర్గం అవరోధాలు కల్పించే ధోరణిని బ్రిటన్ ఒప్పుకోలేదనీ తెలియజేశాడు. అట్లీ ప్రకటన లీగ్‌ను కలవరపరచింది. కొత్త శాసనసభలో వైస్రాయి రాజ్యాంగసమితి నిర్మాణం గురించి ప్రస్తావించాడు. నూతన కార్యవర్గ సమితి నిర్మాణం జరుగుతుందని ప్రకటించాడు. అయితే జిన్నా పాకిస్థాన్ సూత్రాన్ని గుర్తించాలనీ లేకుంటే మధ్యంతర ఏర్పాటులో తన సహకారం ఉండదనీ స్పష్టం చేశాడు. రాజ్యాంగసమితి స్థాపన, సంపూర్ణ స్వయంపాలన స్థాపన, అందరి ఆమోదంతో రాజ్యాంగ నిర్మాణపద్ధతి ఏర్పాటు-మొదలైన విషయాలను చర్చించడానికి కాబినెట్ మంత్రి బృందం భారత్‌కు వెళ్ళనున్నదని కార్యదర్శి పెథిక్ లారెన్స్ పార్లమెంటులో ప్రకటించాడు. ఆ ప్రకటనను అనుసరించి 1946 మార్చి 23 తేదీన బ్రిటిష్ మంత్రివర్గం పంపిన దౌత్యబృందం (కాబినెట్ మిషన్) భారతదేశానికి వచ్చింది. ఆ బృందంలో భారత వ్యవహారాల కార్యదర్శి పెథిక్ లారెన్స్, స్టాఫర్డ్‌క్రిప్స్, ఎ.వి. అలెగ్జాండర్ ఉన్నారు. కాబినెట్ మిషన్ వివిధ రాజకీయ పక్షాల నాయకులతో, రాష్ట్రాల గవర్నర్లతో, వైస్రాయి కార్యవర్గ సమితి సభ్యులతో, రాష్ట్రాల ముఖ్యమంత్రులతో, సంస్థానాధీశులూ ఇతర ప్రముఖులతో మాట్లాడి వారి అభిప్రాయాలను తెలుసుకుంది.

ముస్లిమ్‌లీగ్ దౌత్యబృందంపై ధృఢమైన ప్రభావం కలిగించడానికి చట్టసభలలో తన ప్రతినిధులు 500 మందితో ఢిల్లీలో సమావేశాన్ని ఏర్పాటు చేసింది. అందులో పాకిస్థాన్ అవతరణ అనివార్యమైన విషయమనీ, పాకిస్థాన్ సాధన విషయంలో 'విజయమో, వీరమరణమో' తేల్చుకోడానికి

ముస్లిమ్‌లీగ్ సభ్యులందరూ సిద్ధంగా ఉండాలనీ ఉద్బోధిస్తూ ప్రసంగించాడు జిన్నా. ఆజాద్ దౌత్య ప్రతినిధులతోటి చర్చలలో దేశవిభజనను వ్యతిరేకించాడు. విభజన జరిగితే భారత్‌లో అవాంఛనీయ పరిణామాలు కలగవచ్చున్న సందేహాన్ని వ్యక్తం చేశాడు. కాబినెట్ అందరి అభిప్రాయాలను తెలుసుకొని ప్రత్యామ్నాయాలను పరిశీలించిన తరవాత ప్రతిపాదనలను ప్రకటించింది అవి స్థూలంగా : బ్రిటిష్ ఇండియా రాష్ట్రాలు కలిసిన యూనియన్ ప్రభుత్వం దేశరక్షణ, విదేశాంగ విధానం, వార్తా ప్రసార సాధనాల వ్యవస్థను నిర్వహిస్తుంది. అందుకు అవసరమైన విత్తవనరులను ఏర్పరచుకుంటుంది. యూనియన్ వ్యవస్థలో కేంద్రప్రభుత్వం, ప్రజాప్రతినిధులతో ఏర్పడిన పార్లమెంటు ఉంటాయి. ఏదైనా మతపరమైన సమస్య తలెత్తితే పార్లమెంటులో ఉన్న ప్రతినిధులు సంయుక్తంగానూ, విడివిడిగానూ సమావేశమై ఆ రెండు సందర్భాలలోనూ మెజారిటీ ప్రాతిపదికపై సమస్యకు పరిష్కారాన్ని నిర్ణయించాలి. యూనియన్ నిర్వహించే పాలనాంశాలు కాకుండా ఇతర పాలనాంశాలు రాష్ట్రాల నిర్వహణలో ఉంటాయి. ఇంకా ఏమైనా అవశిష్ట విషయాలుంటే అవీ రాష్ట్రాల నిర్వహణలో ఉంటాయి. రాష్ట్రాలు ఉపసమాఖ్యగా ఏర్పడే హక్కును కలిగి ఉండాలి. ఉపసమాఖ్యకూ కార్యనిర్వాహకవర్గం, శాసనసభలూ ఉండాలి. రాష్ట్ర విషయాలను ఉపసమాఖ్య చేపట్టవచ్చు. మద్రాసు, బొంబాయి, యు.పి, బీహార్, మధ్యపరగణాలు, ఒరిస్సాలతో కలిసి ఒకటి- వాయవ్య రాష్ట్రం, పంజాబ్, సింధ్‌లు కలిసి ఒకటీ, బెంగాల్, అస్సామ్‌ల కలయికతో ఒకటి- మొత్తం మూడు ఉపసమాఖ్యలుగా రాష్ట్రాలు ఏర్పడవచ్చు.

రాజ్యాంగంలోని ఏదైనా అంశాన్ని మార్చడం పదిసంవత్సరాల తరవాతే. మార్పును రాష్ట్రాలు కోరితే ఆ రాష్ట్రాల శాసనసభలలో ఆ మార్పును మెజారిటీ అంగీకరించాలి. అప్పుడా మార్పును పరిగణించాలని కోరవచ్చు. తరవాత పదిసంవత్సరాల వ్యవధితో ఇలాంటి మార్పులను కోరవచ్చు. కాబినెట్ మిషన్ బ్రిటిష్ ఇండియా రాష్ట్రాల నుంచి 292మంది ప్రతినిధులనూ, సంస్థానాల నుంచి 93 మంది ప్రతినిధులనూ,చీఫ్‌కమిషనర్ పాలనలో ఉన్న రాష్ట్రాల నుంచి నలుగురు ప్రతినిధులనూ మొత్తం 383మంది సభ్యులతో రాజ్యాంగ నిర్మాణసభనూ ప్రతిపాదించింది. రాష్ట్రాలకు కేటాయించిన ప్రతినిధుల సంఖ్యను ఆయారాష్ట్రాలలోని మతవర్గ ప్రజల జనాభా దామాషా (నిష్పత్తి)ను అనుసరించి నిర్ణయించాలి. పది లక్షల జనాభాకు ఒక ప్రతినిధి చొప్పున రాష్ట్రాలు ప్రతినిధులను పంపాలి. ఏ మత వర్గానికి చెందిన ప్రతినిధులను ఆ మత వర్గాలవారే ఎన్నుకోవాలి. మూడు రకాల నియోజక వర్గాలను మాత్రమే కాబినెట్ మిషన్ ప్రతిపాదించింది. 1.సాధారణ నియోజక వర్గాలు, 2. ముస్లిమ్ నియోజక వర్గాలు, 3. సిక్కు నియోజక వర్గాలు. హిందూ, పార్సీ, ఆంగ్లో-ఇండియన్‌లు సాధారణ నియోజకవర్గానికి చెందుతారు. ఎన్నికల తరవాత రాజ్యాంగసభ ఏకసంస్థగా రూపొంది, ఢిల్లీలో సమావేశమై అధ్యక్షుణ్ని ఎన్నుకుంటుంది. పైన చెప్పిన మూడు వర్గాల రాష్ట్ర ప్రతినిధులు సమావేశమై తమ రాష్ట్రాలు వాంఛించే రాజ్యాంగాన్నీ, ఉమ్మడిగా ఉపసమాఖ్య నిర్వహించే రాష్ట్ర విషయాలనూ నిర్ణయించాలి. మిగతా విషయాలను ఏ రాష్ట్రానికారాష్ట్రమే చూసుకుంటుంది. నూతన రాజ్యాంగం అమలులోకి వచ్చిన తరవాత కూడా రాష్ట్రాలు ఒక ఉపసమాఖ్య నుంచి ఇంకో ఉపసమాఖ్యలోకి మారవచ్చు. రాజ్యాంగసభ కాబినెట్‌మిషన్ ప్రతిపాదనలను మార్చాలంటే హిందూ, ముస్లిమ్ వర్గాల ప్రతినిధులలో మెజారిటీ ఆమోదం ఉండాలి. రాజ్యాంగసభ మైనారిటీ వర్గాల ప్రయోజనాల్ని కూడా

పరిరక్షించవలసి ఉంటుంది. రాజ్యాంగం రూపొందేవరకు అన్ని రాజకీయపక్షాల మద్దతుతో ఏర్పడిన మధ్యంతర ప్రభుత్వాన్ని నిర్మించాలి. యుద్ధశాఖతో సహా అన్ని ప్రభుత్వ శాఖలూ భారతీయ మంత్రులే నిర్వహిస్తారు. పరిపాలన సజావుగా సాగటానికీ, అధికార బదలాయింపు సక్రమంగా జరగటానికీ ప్రభుత్వ సహకారం ఉంటుంది. అధికారం బదలాయింపులో తలెత్తగల విషయాలపై బ్రిటన్‌కూ, రాజ్యాంగసభకూ మధ్య ఒక ఒప్పందం జరగాలి. బ్రిటిష్ చక్రవర్తికి బ్రిటిష్ ఇండియాపైగల సార్వభౌమాధికారం అధికార బదలాయింపుతో అంతమవుతుంది. చట్టబద్ధమైన సర్వస్వతంత్ర్య దేశంగా అవతరించిన భారత్ బ్రిటిష్ కామన్వెల్త్‌తోగల అనుబంధాన్ని కొనసాగిస్తుందని కాబినెట్ మిషన్ ఆశాభావం వ్యక్తం చేసింది.

కాబినెట్‌మిషన్ పథకం దేశవిభజన సూత్రాన్ని తిరస్కరించి మైనారిటీ సమస్యకు పాకిస్థాన్ ఏర్పాటు పరిష్కారం కాదనే అభిప్రాయాన్ని వ్యక్తం చేసింది. పంజాబ్‌ను అవిభక్త రాష్ట్రంగా ప్రతిపాదించటం సిక్కులకు సంతృప్తిదాయకమైంది. పథకం కేంద్రీకరణను తగ్గించి ముస్లిమ్‌లను సంతృప్తిపరచడానికి యత్నించింది. రాజ్యాంగసభకు ప్రజాస్వామ్య ప్రాతిపదికను ఏర్పరిచింది. మతపరమైన ప్రాతినిధ్య సూత్రాన్ని ముస్లిమ్‌లకు, పంజాబ్‌లో సిక్కులకు పరిమితం చేసింది. రాజ్యాంగసభకు సర్వసత్తాక ప్రతిపత్తి కల్పించింది. కామన్వెల్త్‌లో కొనసాగాలా వద్దా అనే విషయాన్ని భారతీయులకే వదలి వేసింది. రాజ్యాంగ నిర్మాణంలో రాజ్యాంగసభకు స్వాతంత్ర్యాన్నిస్తూనే, 'కాబినెట్‌మిషన్ సూచించిన పరిధిలో' అంటూ గిరిగీసింది పథకం; రాష్ట్రాలకు సంబంధించి కొన్ని ప్రతిపాదనలలో అస్పష్టత ఉండటంతో కాంగ్రెస్, లీగ్‌లు తమకనుకూలమైన విధంగా వ్యాఖ్యానించే పరిస్థితి ఏర్పడింది. భారత వ్యవహారాల కార్యదర్శి పెథిక్ లారెన్స్ కాంగ్రెస్, లీగ్ వైఖరులలో సామరస్యాన్ని కల్పించేరీతిలో పథకాన్ని రూపొందించడమైందని తన రేడియో ప్రసంగంలో వివరించాడు. కాబినెట్‌మిషన్ పథకాన్ని ఆమోదించవలసిందిగా రాజకీయపక్షాలకు వైస్రాయి విజ్ఞప్తి చేశాడు. నూతన ప్రభుత్వం త్వరగా నెలకొల్పుకోవలసిందిగా సలహా ఇచ్చాడు కూడా. ముస్లిమ్‌లీగ్ అసంతృప్తిని వ్యక్తం చేసింది. రాష్ట్రాలను ఉపసమాఖ్య కూటములుగా ఏర్పరచడంలో ముస్లిమ్‌లు, బి.సిలు అనే రెండు ప్రాంతాలుగా విభజింపబడ్డారనీ, హిందూ ముస్లిమ్ వర్గాల సమానత్వాన్ని ఏర్పాట్లు ప్రతిబింబించడంలేదనీ విమర్శించింది. కాబినెట్ మిషన్ వివరణల తరవాత లీగ్ అంగీకారం తెలిపింది (జూన్6). కాంగ్రెస్ కూడా కొన్ని అభ్యంతరాలను తెలిపిందిగానీ జూన్ 25 తేదీన తన అంగీకారాన్ని తెలిపింది. అయితే కాంగ్రెస్, లీగ్‌ల పరస్పర అవిశ్వాసధోరణి కొనసాగింది. వాదాలూ, ప్రతివాదాలూ నడుస్తూనే ఉన్నాయి. ఈ పరిస్థితులలో రాజ్యాంగసభ ఎన్నికలు 1946 జూలై లో జరిగాయి. కాంగ్రెస్ సాధించిన విజయాలు లీగ్ నాయకులకు ఆశాభంగం కలిగించాయి. మధ్యంతర ప్రభుత్వంలో ముస్లిమ్ సభ్యులను నామినేట్ చేసే అధికారం లీగ్‌కు లేదనే ధోరణిని పెథిక్‌లారెన్స్, క్రిప్స్‌లు వ్యక్తం చేయడం జిన్నాకు చికాకు కలిగించింది. నెహ్రూ బొంబాయిలో పత్రికా విలేఖరులతో మాట్లాడుతూ కాంగ్రెస్ రాజ్యాంగసభలో పాల్గొనేందుకు అంగీకరించింది గానీ, కాబినెట్ మిషన్ పథకాన్ని మార్చడానికి గానీ, సవరణలు చేయడానికిగానీ కాంగ్రెస్‌కు అధికారముందనే అభిప్రాయం వ్యక్తం చేశాడు. దీన్ని అడ్డంపెట్టుకొని లీగ్ అంగీకారాన్ని జిన్నా ఉపసంహరించాడు. పాకిస్థాన్ ఏర్పాటు లక్ష్యాన్ని సాధించడానికి ప్రత్యక్షచర్యకు తలపడనున్నట్లు ప్రకటించాడు. ఈలోగా మధ్యంతర

ప్రభుత్వం ఏర్పాటుకు వైస్రాయి ఆహ్వానాన్ని అంగీకరించిన నెహ్రూ, జిన్నా సహకారాన్ని కోరాడు. ఆగష్టు 15 తేదీన బొంబాయిలో వారిరువురూ కలుసుకున్నారు. ఆగష్టు 16 తేదీన జిన్నా లీగ్ సహకారాన్ని నిరాకరించినట్లూ, అయినా సహకారాన్ని ఆశిస్తూ ఇంకా నిరీక్షిస్తున్నామనీ ఈలోగా తాత్కాలిక ప్రభుత్వ ఏర్పాటుకు కాంగ్రెస్ యత్నిస్తుందనీ నెహ్రూ ప్రకటించాడు.

జిన్నా మాత్రం తాత్కాలిక ప్రభుత్వ ఏర్పాటు, గవర్నర్ జనరల్ నుంచి శాసనసభకు ప్రభుత్వ బాధ్యత అప్పగింపు విషయాలలో నెహ్రూ అభిప్రాయాలతో తాను ఏకీభవించలేదని, కాంగ్రెస్‌తో లీగ్ సహకరించదనీ ప్రకటించాడు. జూలై 30 లీగ్ తీర్మానం ప్రకారం ఆగష్టు16 లీగ్ ప్రత్యక్షచర్యదినం. ప్రత్యక్షచర్యల దినం పాటింపు కారణాలు వివరిస్తూ ముస్లిమ్‌లు ఏ పరిస్థితినైనా ఎదుర్కొడానికి సిద్ధంగా ఉన్నారని జిన్నా ప్రకటించాడు (ఆగష్టు 14). ఉద్రిక్తత, అలజడులతో పరిస్థితి విషమించేటట్లున్నదని భావించిన వైస్రాయి తాత్కాలిక ప్రభుత్వ ఏర్పాటుకు కాంగ్రెస్‌ను ఆహ్వానించాలని నిశ్చయించాడు. గడచిన ఉద్యమాల కాలంలో బ్రిటిష్ ప్రభుత్వానికి నమ్మిన బంటులా ఉన్న లీగ్‌నూ, ముస్లిమ్‌లనూ ప్రభుత్వం ఉపేక్షించి, హామీలన్నీ గాలికి వదలిందని లీగ్ కోపావేశాలు ప్రకటించి ముస్లిమ్‌ల ప్రతిచర్యను హింసారూపంలో వ్యక్తం చేయబూనుకుంది. కలకత్తాలో ఆగష్టు 16 తేదీన ప్రదర్శనలతో ప్రారంభమైన ప్రతిచర్య నాలుగురోజులు జరిగిన హత్యలు, దహనకాండ, స్త్రీలపై అత్యాచారాలు, దౌర్జన్యచర్యలలో వ్యక్తమైంది. అధికారులు ఉదాసీనంగా ఉండిపోయారు. ఈ దురంతాలలో ఐదువేలమంది మరణించారని, పదిహేనువేల మంది తీవ్రగాయాలపాలయ్యారని హడ్సన్ అన్నాడు. అందులో ఎందరు హిందువులో, ఎందరు ముస్లిమ్‌లో ఎవరూ అంచనావేయలేక పోయారు. సుహ్రావర్ది ప్రభుత్వంపై కాంగ్రెస్ అవిశ్వాస తీర్మానం తెచ్చింది. జరిగిన ఘోరాలకు ఇరువురూ పరస్పర నిందారోపణలు చేసుకున్నారు.

ముస్లిమ్‌లీగ్‌ను అప్రదిష్టపాలు చేయడానికి కాంగ్రెసే హింసాకాండకు ప్రోద్బలాన్నిచ్చిందని జిన్నా పేర్కొనగా ఇండియా హిందువుల పాలనలోకి వచ్చిందని నిరూపించడానికి కాంగ్రెస్ ఈ చర్యలకు పాల్పడిందని లియాఖత్ అలీఖాన్ అన్నాడు. పరిస్థితిని అదులో పెట్టడానికి కాంగ్రెస్, లీగ్‌లకు నచ్చజెప్పి కేంద్రంలో సంకీర్ణమంత్రి వర్గాన్ని ఏర్పాటు చేయాలని, కలకత్తాను పర్యటించిన తరవాత వేవెల్ నిర్ణయించాడు. అది చాలా కష్టసాధ్యమైన విషయమైనా మార్గాంతం కన్పించలేదు. సంకీర్ణ ప్రభుత్వంలో ఐదుగురు లీగ్ సభ్యులను ఆహ్వానించేట్లుగా వైస్రాయి నెహ్రూను ఒప్పించాడు. మధ్యంతర ప్రభుత్వంలో చేరడానికి జిన్నా కొన్ని అభ్యంతరాలను తెలిపి నెహ్రూ ఆహ్వానాన్ని తిరస్కరించాడు. (వైస్రాయి 'వీటో' పాటించరాదు, శాసనసభకే ప్రభుత్వం బాధ్యత వహించాలి).

ఆగష్టు 24 తేదీన నూతన ప్రభుత్వం ప్రకటితమై సెప్టెంబరు 2వ తేదీన పదవీస్వీకార దినంగా నిశ్చయించడమైంది. ముస్లిమ్‌లీగ్‌ను ప్రభుత్వంలో భాగస్వామిగా చేయడం ముఖ్యమని వైస్రాయి భావించి జిన్నాతో సంప్రదింపులు కొనసాగించాడు. మొత్తం మీద సమాధాన పూర్వక ధోరణికి వచ్చినా 'మధ్యంతర ప్రభుత్వంలో చేరి పాకిస్థాన్ ఏర్పాటు లక్ష్యంకోసం పోరాడుతామనీ', హిందూ-ముస్లిమ్‌లకు పూర్ణ స్వాతంత్ర్యంగల దేశాల ఏర్పాటుతోనే సమస్య పరిష్కారమవుతుందని లీగ్ నాయకులు ప్రకటనలు చేస్తూనేపోయారు. అక్టోబర్ 25 ముస్లిమ్‌లీగ్ ప్రవేశంతో సంకీర్ణ

ప్రభుత్వం అధికారంలోకి వచ్చింది. ఈలోగా తిరిగి హింసాకాండ మొదలైంది. నవకాలీ, తిప్పెరా జిల్లాల్లో అక్టోబర్ 15 తేదీ నుంచి హత్యలూ, దోపిడీలూ, అత్యాచారాలూ, బలవంతపు మతమార్పిడులూ కల్లోల పరిస్థితిని ఏర్పరిచాయి. తూర్పు బెంగాల్‌లో అమానుషమైన సంఘటనలు జరిగాయి. బెంగాల్ నుంచి బీహార్‌కు చేరిన కాందశీకులు బీభత్సకాండను వివరించడంతో బీహార్‌లో ప్రజలు ప్రతీకార చర్యలకు పూనుకున్నారు. దోపిడీలూ, గృహదహనాలూ జరిగాయి. కర్ఫ్యూ, సైనిక సహకారాలతో క్రమంగా పరిస్థితి అదుపులోకి వచ్చింది. గాంధీ కలకత్తాలో,నవకాలీలో బీహార్‌లో పర్యటించి ఇరువర్గాలను ఉపశమింపచేయడానికి ప్రయత్నించాడు. మధ్యంతర ప్రభుత్వంలో చేరిన లీగ్, కాంగ్రెస్‌ల మధ్య సంబంధాలు పరస్పర అసహకార ధోరణిలో సాగాయి. రాజ్యాంగ సమితిలో ముస్లిమ్‌లీగ్ పాల్గొనదని జిన్నా వైస్రాయి ఆహ్వానానికి జవాబిస్తూ ప్రకటించాడు. లీగ్ సభ్యులు వచ్చినా రాకున్నా రాజ్యాంగ సమితి సమావేశం జరుగుతుందని నెహ్రూ సమాధానమిచ్చాడు.

కాంగ్రెస్, లీగ్‌ల మధ్య ఏర్పడిన స్థూల, సూక్ష్మ భేదాభిప్రాయాలతో చిక్కుపరిస్థితి ఏర్పడింది. ప్రధానమైన చిక్కు మాత్రం దేశ విభజననూ, పాకిస్థాన్ ఏర్పాటునూ లీగ్ కాంక్షించటం, కాంగ్రెస్ వ్యతిరేకించడం. చిక్కులను విడదీయడానికి భారతవ్యవహారాల కార్యదర్శి కాంగ్రెస్, లీగ్, సిక్కు సభ్యులను లండన్‌కు ఆహ్వానించాడు. కాబినెట్‌మిషన్ పథకంలోని రాష్ట్రాల వర్గీకరణ, వాటిపై బ్రిటిష్ మంత్రివర్గ బృందం (కాబినెట్‌మిషన్) వివరణ, లీగ్ వివరణ, ఉపసమాఖ్య, వర్గ రాజ్యాంగాలు వాటిని గురించిన అభిప్రాయ భేదాలతో సమస్య జటిలంగా, క్లిష్టంగా తయారైంది. లండన్ సమావేశం నుంచి నెహ్రూ, బల్దేవ్‌సింగ్‌లు తిరిగివచ్చారు కానీ, జిన్నా, లియాఖత్ అలీఖాన్‌లు పాకిస్థాన్ ఏర్పాటు గురించి మంతనాలకోసం అక్కడే ఉండిపోయారు. భారతదేశంలో వచ్చిన రాజకీయ పరిణామాలూ, అంతర్జాతీయ పరిణామాలూ, ముఖ్యంగా రెండో ప్రపంచ యుద్ధానంతరం పరిస్థితులూ, బ్రిటన్ అంతర్జాతీయ హోదా, ఆసియాలో ప్రాబల్య సమతౌల్యం వంటి అంశాలను సూక్ష్మంగా పరిశీలించి వీలైనంత తొందరలో అధికార బదలాయింపు జరిపి భారతదేశం నుంచి తప్పుకోవాలని బ్రిటన్ నిర్ణయించుకుంది. బ్రిటిష్ ప్రధాని అట్లీ కామన్స్‌సభలో చేసిన ప్రకటన పై విషయాన్ని స్పష్టం చేసింది. కాబినెట్‌మిషన్ పథకం అమలై రాజ్యాంగబద్ధమైన ప్రభుత్వం భారతదేశంలో ఏర్పాటయ్యే పరిస్థితులు కన్పించటంలేదనీ, ఈ సందిగ్ధ స్థితికొనసాగకూడదనీ, 1948 జూన్‌కల్లా అధికార బదలాయింపు జరగాలనీ, అప్పటికీ రాజ్యాంగం సిద్ధమై రాజ్యాంగబద్ధ ప్రభుత్వం ఏర్పడకపోతే కేంద్ర ప్రభుత్వాధికారాన్ని ఎవరికి సంక్రమింపచేయాలో బ్రిటిష్ ప్రభుత్వం నిర్ణయిస్తుందని ఆ ప్రకటన స్పష్టం చేసింది. అట్లీ ప్రకటనలో, బ్రిటిష్‌వారు భారతదేశాన్ని విడిచివెళ్ళాలనే నిర్ణయం నెహ్రూకు సంతోషం కలిగించింది కానీ, ప్రకటన ఇరుపక్షాలు అంగీకరిస్తే సమైక్య భారతం-అది సాధ్యంకాకపోతే దేశవిభజన అనే భాగంమాత్రం కుశంకల్ని కలిగించేదిగా స్ఫురించింది. ఆ పరిస్థితుల్లో కాంగ్రెస్‌వారి విశ్వాసాన్నిగానీ, లీగ్ పక్షీయుల కృతజ్ఞతనుగానీ సంపాదించలేక పోయిన వేవెల్‌ను తొలగించి మౌంట్‌బాటెన్‌ను వైస్రాయిగా నియమించారు. ఆయనే చివరి బ్రిటిష్ వైస్రాయి అయ్యాడు. అట్లీ ప్రకటనను టెంపుల్‌వుడ్, సైమన్ మొదలైన వారూ, చర్చిల్ విమర్శించారు. హాలీఫాక్స్, క్రిప్స్‌లు సమర్థించారు. అట్లీ ప్రకటనలో లీగ్‌కు కొత్తగా మరొక అవకాశం కన్పించింది. అప్పుడు సింధ్, బెంగాల్ రాష్ట్రాలు వారి నియంత్రణలోనే ఉన్నాయి. పంజాబ్‌లో మాత్రం సంకీర్ణ ప్రభుత్వంతో

యూనియనిస్ట్ పక్షానికి చెందిన ఖిజర్ హయత్‌ఖాన్ అధికారంలో ఉన్నాడు. ఇప్పుడు దాన్ని తన ప్రాబల్యంలోకి తీసుకోవడం లీగ్ పథకమైంది. లీగ్ తన ప్రత్యక్షచర్యను అక్కడ అమలులోకి తెచ్చి, ఆందోళన ప్రారంభించింది. మతవాదాన్ని ప్రచారం చేస్తూ ఉద్యమాన్ని తీవ్రం చేసి 'శాసనోల్లంఘనం' అంటూ వేలాది ముస్లిమ్‌లు ప్రభుత్వాన్ని ఎదిరించి ప్రభుత్వ కార్యాలయాలపై ముస్లిమ్‌లీగ్ జెండాలను ప్రతిష్ఠించారు. ఖిజర్ హయాత్‌ఖాన్ మొదట్లో మతఘర్షణల నుంచి పంజాబ్‌ను రక్షిస్తానని బింకంగా అన్నా, పరిస్థితులను గ్రహించి లీగ్‌తో రాజీ కుదుర్చుకున్నాడు. 'ముస్లిమ్‌లీగ్‌వల్ల తనకు ప్రాణహానిని శంకించి ప్రతిరాత్రీ వేరువేరు ఇళ్ళలో తలదాచుకున్నాడని' అధికారి జాన్సన్ వ్యాఖ్యానించినా అతను లొంగిపోవడానికి ప్రాణభీతి కారణం కాదు. పంజాబు ముస్లిమ్‌లీగ్ పరంకావడం తప్పనిసరి అయిందని అతను భావించడమే రాజీకి రావడానికి కారణమైంది. అయితే ఖిజర్ హయాత్‌ఖాన్ రాజీనామా చేసినా పంజాబ్ ముస్లిమ్‌లీగ్ నియంత్రణలోకి రాలేదు. అక్కడ గవర్నర్ పాలన నెలకొంది.

వాయవ్య రాష్ట్రంలో కూడా ఇదేరకంగా అలజడులు జరిగాయి. బీహార్‌లో ముస్లిమ్‌లపై జరిగిన దౌర్జన్యకాండను ప్రచారంచేసి 'ఇస్లామ్ ప్రమాదస్థితిలో ఉందని' నినాదం చేపట్టింది లీగ్. జనాభాలో మూడోవంతు మాత్రమే ఉన్న అస్సామ్‌లో లీగ్ ప్రోద్బలంతో ముస్లిమ్‌లు భూముల ఆక్రమణ చేపట్టారు. భారతదేశంలో అస్థిర పరిస్థితులేర్పడటంతో స్వదేశీ సంస్థానాల పాలకులు సందిగ్ధంలో పడిపోయారు. కాబినెట్ మిషన్ పథకం ప్రకారం భారత ప్రభుత్వాన్ని నెలకొల్పడం, అధికార మార్పిడికి అవసరమైన చర్యలు, సంస్థానాలకు ఏర్పడగల సర్వసత్తాక ప్రభుత్వంతో సంబంధాల కోసం చర్యలు- ఈ లక్ష్యాలను నెరవేర్చే ఆదేశాలతో మౌంట్‌బాటెన్ భారతదేశానికి చివరి వైస్రాయిగా వచ్చాడు. అతనికి అట్లీ ప్రభుత్వం కార్యనిర్వహణలో కొంత స్వేచ్ఛను కూడా ఇచ్చింది. మౌంట్‌బాటెన్ కాంగ్రెస్‌కు చెందిన నెహ్రూ, పటేల్, కృపలానీ, కృష్ణమీనన్‌లనూ, లీగ్‌కు చెందిన జిన్నా, లియాఖత్ అలీఖాన్‌లనూ, బల్‌దేవ్‌సింగ్, మాస్టర్ తారాసింగ్‌లను సిక్కు ప్రతినిధులుగానూ, రాజనీతిజ్ఞుడైన గాంధీనీ కలుసుకొని చర్చలు జరిపాడు. అనిశ్చితస్థితిని అధిగమించడానికి జిన్నాకే ప్రభుత్వాన్ని అప్పగించవలసిందిగా గాంధీ సలహాఇచ్చాడు. కాంగ్రెస్ నాయకులు అందుకు అంగీకరించలేదు. జిన్నా కూడా ఆ ప్రతిపాదనను నిరాకరించాడు. పంజాబ్ గవర్నర్ రాష్ట్ర విభజన, వాయవ్య రాష్ట్రగవర్నర్ సమస్య పరిష్కారాన్ని కనుగొనడానికి ఎన్నికలనూ సూచించారు. బెంగాల్‌లో సుహ్రావర్దీ రాష్ట్ర విభజనకు సుముఖంగాలేడు.

పరిస్థితి గమనించిన మౌంట్‌బాటెన్ ఎంత తొందరగా చేతులు కడుగుకుంటే అంతమంచిదన్న ధోరణికి వచ్చాడు. 1948 జూన్ దాకా కాకుండా, 1947 డిసెంబర్ లేదా ఇంకా ముందుగానే అధికారం బదలాయింపు పూర్తి చేయాలని సంకల్పించాడు. దేశవిభజనను గాంధీ, ఆజాద్‌లు తిరస్కరించగా, నెహ్రూ, పటేల్ అయిష్టంగానే అయినా ఒప్పుకున్నారు. జిన్నా పాకిస్థాన్‌కు ఐదు రాష్ట్రాలు సంపూర్ణంగానూ, తూర్పు, పశ్చిమ పాకిస్థాన్‌లను కలపడానికి భారతదేశంగుండా వెయ్యిమైళ్ళ రహదారి ప్రాంతమూ కావాలన్నాడు. పంజాబ్, బెంగాల్ రాష్ట్రాలు అవిభక్తంగా పాకిస్థాన్‌కే చెందాలని పట్టుబడితే 'పాకిస్థాన్ నిర్మాణమే సందేహాస్పదమవుతుంద'ని మౌంట్‌బాటెన్ హెచ్చరించాడు.

మరొకసారి నాయకులతో చర్చించాక మౌంట్‌బాటెన్‌కు ఒక పథకం స్పష్టంగా గోచరించింది. ఆ పథకాన్ని లండన్‌కు పంపేముందు నెహ్రూ, జిన్నాలకు తెలియబరిచాడు. స్వయం

నిర్ణయసూత్రాన్ని కాంగ్రెస్ ఒప్పుకున్నా పంజాబ్, బెంగాల్ విభజన జరగాలని పట్టుబట్టింది. జిన్నా ఆ రాష్ట్రాల విభజనను వ్యతిరేకించి మొత్తంగా ఆ రాష్ట్రాలు పాకిస్థాన్‌కే చెందాలన్నాడు. మౌంట్‌బాటెన్ బ్రిటన్ ప్రధానితోనూ, ఇండియన్ కమిటీతోనూ చర్చలు జరిపి వచ్చాక ఒక ప్రణాళికను వెలువరించాడు. ఆ ప్రణాళిక ప్రకారం : రాజ్యాంగ సమితి ఏర్పరిచే రాజ్యాంగాన్ని ఇండియాలోని ఏ భాగాలైనా అంగీకరించకపోతే అక్కడ రాజ్యాంగం వర్తించదు. రాజ్యాంగాన్ని ప్రతికూలించేవారు ప్రత్యేక రాజ్యాంగసమితుల ద్వారా తమ అభిప్రాయాలను వ్యక్తం చేసుకోవచ్చు పంజాబ్, బెంగాల్ రాష్ట్రాల శాసనసభలు ముస్లిమ్ మెజారిటీ సభ్యులతో ఒక తరగతిగానూ, ఇతర ప్రతినిధులతో రెండో తరగతిగానూ ఏర్పడి, ఆయా తరగతుల్లో మెజారిటీ నిర్ణయానుసారం ఏ రాజ్యాంగ సమితిలో చేరాలో నిర్ణయించుకోవచ్చు. వాయవ్య సరిహద్దు రాష్ట్రంలో, అస్సామ్‌లోని సిల్హెట్ జిల్లాలో ప్రజాభిప్రాయసేకరణ జరిపి ఏ రాజ్యాంగసమితిలో చేరటానికి ఇష్టపడుతున్నారో నిర్ణయించడం జరుగుతుంది. బెలూచిస్థాన్ విషయంలో ఏవిధంగా ప్రజాభిప్రాయాన్ని తెలుసుకోవాలో గవర్నర్ నిర్ణయిస్తాడు. పంజాబ్, బెంగాల్, సిల్హెట్ జిల్లాలలో రాజ్యాంగ సమితి ప్రతినిధుల ఎన్నికలు జరుగుతాయి. దేశ విభజన పర్యవసానంగా ఏర్పడబోయే రెండు ప్రభుత్వాలు అధికార బదలాయింపు తరవాతి పరిణామాలను గురించి నిర్ణయించుకుంటాయి. స్వదేశీ సంస్థానాలపై బ్రిటిష్ చక్రవర్తి సార్వభౌమాధికారం అంతరించడంతో, ఆ సార్వభౌమాధికారం తిరిగి సంస్థానాధీశులకే చెందుతుంది. ఆ సంస్థానాలు తమ రాజకీయ భవితవ్యం గురించి నిర్ణయాలు తీసుకుంటాయి. మౌంట్‌బాటెన్ ప్రకటించిన ఈ ప్రతిపాదనలను కాంగ్రెస్ వర్కింగ్ కమిటీ అంగీకరించింది. ఈ ప్రతిపాదనలను అంగీకరించకపోతే పాకిస్థాన్ ఏర్పాటుకల కల్ల అవుతుందని వైస్రాయి హెచ్చరించడంతో జిన్నా తన అంగీకారాన్ని తెలిపాడు. కాంగ్రెస్, లీగ్‌లు రెండూ ఈ ప్రతిపాదనలను అంగీకరించడంతో దేశవిభజనను సూత్రప్రాయంగా నిర్ణయించడమైంది. గాంధీ మాత్రం విచారగ్రస్థుడయ్యాడు. మొదటి నుంచి విభజన దేశ భవిష్యత్తుకు ప్రమాదకరమైన నిర్ణయమని భావిస్తున్న గాంధీ 'ఈ పరాభవంతో నా జీవిత కార్యక్రమం ముగిసినట్లే' నని సన్నిహితులతో తన మనోవ్యధను వ్యక్తం చేశాడు. అయితే బెంగాల్‌లో ముస్లిమ్‌లీగ్ కార్యదర్శి అబ్దుల్‌హషీమ్, ముఖ్యమంత్రి సుహ్రావర్దీ, మహమ్మదలీ ప్రభృతులు, బోస్ సోదరుడు శరచ్చంద్రబోస్ బెంగాల్ విభజనను వ్యతిరేకించి స్వతంత్ర బెంగాల్ ఏర్పాటు కావాలని అభిప్రాయపడి గాంధీ వద్దకు వెళ్ళారు. శాసనసభలోని హిందూ శాసనసభ్యులు మెజారిటీతో ఆ అభిప్రాయాన్ని ఆమోదిస్తే తాను మద్దతునిస్తానని గాంధీ అన్నాడుగానీ, ఆ ప్రతిపాదన అంతటితోనే ముగిసింది. ఇంతలో సుహ్రావర్దీ స్థానంలో మహమ్మదలీ ముఖ్యమంత్రి అయ్యాడు. ఆ వెంటనే ఆయన లీగ్ విధేయుడుగా మారిపోయాడు.

దేశ విభజన, పంజాబ్ విభజన ఖాయమని తెలిసిపోయింది. పంజాబ్‌లో ఖిజర్‌హయాత్ అధికారం నుంచి తప్పుకోగా గవర్నర్ పాలన నెలకొంది. తిరిగి హింసాకాండ చెలరేగింది. లాహోర్, ముల్తాన్, రావల్పిండి, అమృత్‌సర్ పట్టణాల్లో అరాచక పరిస్థితులేర్పడ్డాయి. గవర్నర్ ఇవాన్ జెన్‌కిన్స్ పరిస్థితిని అదుపు చేయలేకపోయాడు. కావాలని ఆయన నిష్క్రియాపరత్వాన్ని అవలంబించాడనే అభిప్రాయం అందరికీ కలిగింది. పోలీస్ అధికారులూ, యంత్రాంగమూ దురంతాలను ప్రోత్సహించారు. వాయవ్య రాష్ట్రంలో ఒలాఫ్‌కేరో గవర్నర్‌గా ఉన్నాడు. అక్కడ ఖాన్ సాహెబ్ (ఖాన్

అబ్దుల్‌గఫార్‌ఖాన్ సోదరుడు) మంత్రివర్గం రద్దై గవర్నర్ పాలన ఏర్పడింది. ఒలాఫ్‌కేరో కూడా ఇవాన్ జెన్‌కిన్స్ ధోరణిని అనుసరించడంతో పంజాబ్ పరిస్థితులు అక్కడా ఏర్పడ్డాయి. వాయవ్య రాష్ట్రం, పంజాబ్‌లలో పరిస్థితుల తీవ్రత గురించి ఆజాద్ మౌంట్‌బాటెన్‌తో చర్చించాడు. 'ప్రధానంగా తాను సైనికాధికారిననీ, అలజడుల్ని, కలహాల్ని ఆదిలోనే అణచివేస్తానని మౌంట్‌బాటెన్ బింకంగా అన్నాడుగానీ, ఆయనా ఏమీ చేయలేకపోయాడు. ఇందుకు కారణం కూడా పైన చెప్పినదే - పోలీస్ యంత్రాంగంలో ముప్పాతిక వంతు లీగ్ సానుభూతిపరులు, పాలనాధికారులైన ఆంగ్లేయులు కూడా లీగ్‌కు అనుకూల వైఖరినే చూపారు. బెంగాల్‌లో మాత్రం పరిస్థితి అదుపులోకి వచ్చింది. ఇందుకు గాంధీ ప్రభావశీలమైన వ్యక్తిత్వమే ప్రధానంగా తోడ్పడిన అంశం. ఇందుకుతోడు తూర్పు భారత్‌లో సైనికాధికారి టక్కెర్ బ్రిటిష్, గుర్ఖా సైనికదళాలతో అల్లర్లను హింసాకాండను అణచివేయడానికి సిద్ధంగా ఉన్నాడు.

1947 భారత స్వాతంత్ర్యచట్టం బిల్లును బ్రిటిష్ పార్లమెంటులో ప్రవేశపెట్టడం, ఆమోదించడం రెండువారాలలోపునే జరిగింది. 1947 ఆగష్టు 15 తేదీన భారత్, పాకిస్థాన్‌ల అవతరణ దినంగా నిర్ణయించడమైంది. రెండుదేశాలకు గవర్నర్ జనరల్‌గా ఉండాలని మౌంట్‌బాటెన్ కాంక్షించాడు కానీ కేవలం భారతదేశానికి మాత్రమే గవర్నర్ జనరల్ అయ్యాడు. సిరిల్‌రాడ్‌క్లిఫ్ అధ్యక్షతన ఏర్పడ్డ సంఘాలు తూర్పు, పశ్చిమ దిశల సరిహద్దులను నిర్ణయించాయి. రెండు దేశాల సైన్యాలను ప్రత్యేకంగా రూపొందించడమైంది.

అధ్యాయం 9

భారతదేశంలో విప్లవోద్యమాలు-వామపక్ష రైతాంగ - కార్మిక ఉద్యమాలు

భారత స్వాతంత్ర్యోద్యమంలో హింసాత్మక పద్ధతులద్వారా, బ్రిటిష్‌వారిని భయభ్రాంతులను చేసి మాతృదేశ విముక్తికోసం కొంతమంది యువకులు కృషిచేసారు. వీరినే విప్లవకారులుగా చరిత్రకారులు వర్ణించారు. భారత జాతీయోద్యమం కొనసాగుతున్న కాలంలోనే దేశంలోని వివిధ ప్రాంతాల్లో, విదేశాలలోను, భారతీయ సంతతికి చెందిన యువకులు కృషిచేశారు. వీరిలో ఒబైదుల్లా, బర్కతుల్లా, రాజామహేంద్ర ప్రతాప్, మాడమ్‌కామా, లాలాహరదయాళ్, శ్యాంజీకృష్ణవర్మ, చంద్రశేఖర్ ఆజాద్, భగత్‌సింగ్ ముఖ్యులు.

విప్లవోద్యమం ఆరంభం కావడానికి కారణాలు

గాంధీ నేతృత్వంలో ఉధృతంగా సాగుతున్న సహాయనిరాకరణోద్యమాన్ని చౌరీచౌరా సంఘటన కారణంగా నిలిపివేశాడు. ప్రజానీకం ఈ ఆకస్మిక పరిణామానికి నివ్వెరపోయింది. కార్యకర్తలు చాలామంది నిరాశకు గురయ్యారు. గాంధీ నిర్ణయం చాలామందికి నిరుత్సాహాన్నీ నిస్పృహనూ కలిగించింది. ఉద్యమంలో స్తబ్దత ఏర్పడింది. ఆ పరిస్థితుల్లో కార్యకర్తలు నిర్మాణాత్మక కార్యక్రమాలలో నిమగ్నులు కావాలని గాంధీ పిలుపునిచ్చారు. పూర్తిగా గాంధీ మార్గాన్నే నమ్ముకున్నవారు నిర్మాణాత్మక కార్యక్రమాన్ని చేపట్టారు. కొందరు గాంధీ అభిప్రాయానికి భిన్నంగా రాష్ట్ర, కేంద్ర శాసనసభలకు 'స్వరాజ్య' పార్టీ పేరుతో పోటీచేసి చట్టసభలలో ప్రవేశించారు.

యువకులు చాలామందికి జాతీయనాయకుల సామర్థ్యంలో నమ్మకం పోయింది. ఇదేకాలంలో ప్రపంచంలోని ఇతర ప్రాంతాలలో సంభవిస్తున్న రాజకీయ పరిణామాలనూ, యూరోపియన్ దేశాల్లో ఘటిల్లిన ఉద్యమాలనూ వారు అధ్యయనం చేశారు. 19వ శతాబ్ది ద్వితీయార్థంలో ఇటాలియన్ స్వాతంత్ర్య వీరుడు జియుసెప్పి గారిబాల్డీ నిర్వహించిన రోమాంచకమైన విప్లవోద్యమం, ఐరిష్ ప్రజల సీన్‌ఫేన్ ఉద్యమం, బాల్కన్ దేశాల్లోని స్వాతంత్ర్య పోరాటాలు వారిని విస్మయోత్తేజితులను చేశాయి. ఆధునిక పారిశ్రామికీకరణతో బలమైన ప్రజాశక్తిగా అవతరించిన

కార్మికవర్గం కొందరికి అమోఘమైన ఆయుధంలాగా కనిపించింది. మరికొందరికి రష్యన్ విప్లవం ఆదర్శంగా స్ఫురించింది. విప్లవవాదం, సాయుధపోరాటం, ఉగ్రవాదం యువకుల్ని ప్రభావితం చేశాయి. యువకులు నూతన విప్లవ వ్యూహాలలో నిమగ్నులు కాసాగారు. సైతాను రాజ్యాన్ని అంతమొందించడానికి సాయుధపోరాటమే సరిఅయిన మార్గం అనే భావన ప్రబలింది. నిష్క్రియాపరత్వాన్నీ, శుష్క వేదాంతాన్నీ వదలి విప్లవ మార్గం పట్టాలని యువకులు ప్రచారం చేశారు. 'వందేమాతరం', 'ఓం', 'జైరామ్' వంటి అభివాదాలు వదలి 'ఇన్క్విలాబ్ జిందాబాద్' (విప్లవం వర్ధిల్లాలి), 'సామ్రాజ్యవాదం నశించాలి', 'కార్మిక శక్తి వర్ధిల్లాలి' వంటి నూతన అభివాదాలు, నినాదాలు చేపట్టారు. బుద్ధుడు, క్రీస్తునే కాకుండా కారల్‌మార్క్స్‌ను ఆధునిక ప్రవక్తగా కీర్తించారు. వెనుకటి తరం విప్లవవీరులకు 'భగవద్గీత' పారాయణ గ్రంథం కాగా కొత్త విప్లవకారులకు 'కమ్యూనిస్టు మేనిఫెస్టో', 'రూస్‌కీ రాజ్యక్రాంతి' (రష్యన్ విప్లవం), లెనిన్ రచనల నుంచి ఉత్తేజాన్ని పొందసాగారు. పంజాబ్, ఉత్తరప్రదేశ్, బీహార్, బెంగాల్‌లలో విప్లవ సమాజాలు ఏర్పడ్డాయి.

భారత జాతీయోద్యమంలో విప్లవకారుల పాత్ర

ఉత్తరప్రదేశ్‌లో రామ్‌ప్రసాద్ బిస్మిల్, జోగేష్ ఛటర్జీ, శచీంద్రనాధ్ సన్యాల్ ('బందీజీవన్' రచయిత) ప్రభృతుల నాయకత్వంలో ఏర్పడిన ఒక విప్లవ సమాజం క్రీ.శ. 1924 అక్టోబర్‌లో కాన్పూర్‌లో సమావేశమై 'హిందూస్థాన్ రిపబ్లికన్ సంఘాన్ని' నెలకొల్పింది. సభ్యుల సేకరణ, శిక్షణ కార్యక్రమం, ఆయుధ సామగ్రి వంటి విప్లవావసరాలకు ధనం సంపాదించడానికి ఒక పథకం రూపొందించారు. రైళ్ళలో పంపే రైల్వే ఆదాయం, నిలువల ధనాన్ని కొల్లగొట్టాలని నిర్ణయించారు. సహరన్‌పూర్-లక్నో రైలులో విప్లవకారుల జట్టు రైలుఎక్కి కకోరీ స్టేషన్ దాటిన తరవాత గొలుసులాగి రైలుఆపారు. విప్లవకారులు తుపాకులు పేల్చడంతో ప్రయాణికులూ, ఖజానా కాపలా పోలీసులూ భయభ్రాంతులయ్యారు. రైల్వే సొమ్మున్న ఇనుపపెట్టెను అష్ఫాఖుల్లాఖాన్ బద్దలు కొట్టాడు. విప్లవకారులు ధనం లూటీ చేసి లక్నోకు వెళ్ళిపోయారు. ప్రభుత్వ పోలీసు యంత్రాంగం వెంటనే రంగంలోకి దిగింది. నలభైమంది అనుమానితులను అరెస్టు చేశారు. 'కకోరీ' కేసుగా వ్యవహృతమైన ఈ కేసులో రామ్ ప్రసాద్‌బిస్మిల్, రోషన్‌సింగ్, రాజేంద్ర లాహిరీలు ఉరిశిక్షకు గురయ్యారు. తరవాత పట్టుబడిన అష్ఫాఖ్ ఉరిశిక్షకు గురికాగా మన్మధ్‌నాధ్ గుప్తాకు కోర్టు పద్నాలుగు సంవత్సరాల జైలుశిక్ష విధించింది. చంద్రశేఖర్ ఆజాద్ తప్పించుకోగలిగాడు. 'కకోరి' కేసు ప్రసిద్ధ ఉదంతమైంది. ఉరిశిక్ష పడిన విప్లవవీరుల ప్రకటనలూ వారి నినాదాలూ ప్రజానీకాన్ని కదిలించాయి.

అయితే ఉత్తరప్రదేశ్‌లో బిజయ్ కుమార్ సిన్హా, శివవర్మ, జై దేవ్‌కపూర్ వంటి వారూ, పంజాబ్‌లో భగత్‌సింగ్, భగవతీచరణ్‌వోహ్రా, సుఖ్‌దేవ్‌లు చంద్రశేఖర్ ఆజాద్ నేతృత్వంలో హిందూస్థాన్ రిపబ్లికన్ సంఘం కార్యకలాపాల్ని నడిపారు. క్రీ.శ. 1928 సెప్టెంబర్ 9,10 తేదీలలో ఢిల్లీలోని ఫిరోజ్‌షా కోట్లా మైదానంలో సమావేశమై 'హిందుస్థాన్ సోషలిస్టు రిపబ్లికన్ సంఘం'గా పేరుమార్చి సంఘం లక్ష్యం సామ్యవాదమని నిర్ధారించారు.

క్రీ.శ. 1919 రాజ్యాంగ సంస్కరణలపట్ల తీవ్ర అసంతృప్తి వ్యక్తమైన నేపథ్యంలో భారతదేశంలో రాజ్యాంగ సంస్కరణల స్వరూప స్వభావాల్ని అంచనావేయడానికి 1927 నవంబర్

8వ తేదీన జాన్‌సైమన్ అధ్యక్షతన బ్రిటన్ ఒక కమిషన్‌ను ఏర్పరిచింది. క్రీ.శ. 1928 ఫిబ్రవరి 3 తేదీన కమిషన్ బొంబాయిలో దిగింది. కమిషన్‌లోని సభ్యులంతా తెల్లవారే, భారతీయుడు ఒక్కడు కూడా లేడు. ఈ కారణంగా సైమన్ కమిషన్‌ను బహిష్కరించాలని 1927 డిసెంబర్‌లో జరిగిన మద్రాసు కాంగ్రెస్ సభ తీర్మానించింది. ముస్లిమ్‌లీగ్ కూడా బహిష్కారచర్యను ఆమోదించింది. బొంబాయి, కలకత్తా, పాట్నా, లాహోర్ నగరాల్లో సైమన్ బహిష్కరణ ఉద్యమంలాగా జరిగింది.

సైమన్ కమిషన్ క్రీ.శ. 1928 అక్టోబర్ 20 తేదీన లాహోర్‌కు వచ్చింది. ఆ సందర్భంలో హిందూస్థాన్ సోషలిస్ట్ రిపబ్లికన్ సంఘం లాలాలజపత్‌రాయ్ నాయకత్వాన బహిష్కరణ నినాదాలిస్తూ పెద్ద ఊరేగింపును నిర్వహించింది. చెదరగొట్టడానికి వచ్చిన పోలీసుదళంలోని సాండర్స్ అనే అధికారి లాఠీతో లాలాలజపత్‌రాయ్ తలమీద, రొమ్ముమీద కొట్టాడు. రెచ్చిపోతున్న జనాన్ని లజపత్‌రాయ్ వారించాడు. నవంబర్ 17 తేదీన ఆ దెబ్బల కారణంగానే లజపత్‌రాయ్ మరణించాడు. 'పంజాబ్ సింహం'గా ప్రసిద్ధుడైన లజపత్‌రాయ్ ఆవిధంగా మృతిచెందటాన్ని హిందుస్థాన్ సోషలిస్ట్ రిపబ్లికన్ సంఘం ఒక సవాలుగా స్వీకరించింది. భగత్‌సింగ్, రాజ్‌గురు, చంద్రశేఖర ఆజాద్‌లు క్రీ.శ. 1928, డిసెంబర్ 17 తేదీన సాండర్స్‌ను చంపి ప్రతీకారం సాధించారు. వ్యక్తిపరమైన మారణకాండను వదలి ప్రజాఉద్యమం దిశగా 'హిందుస్థాన్ సోషలిస్ట్ రిపబ్లికన్ సంఘం' దృష్టిసారిస్తున్న కాలంలో ఈ సంఘటన జరిగింది.

విప్లవోద్యమాన్ని ప్రజల దృష్టికి తెచ్చి ప్రజా ఉద్యమంగా మలచాలని సోషలిస్ట్ రిపబ్లికన్‌లు వాంఛించారు. ప్రభుత్వం తలపెట్టిన దమన చర్యలలో భాగంగా ప్రజాభద్రత చట్టం, కార్మిక వివాదాల చట్టం బిల్లు ఒకసారి శాసనసభలో వీగిపోగా కొద్దిమార్పులు చేసి రెండోసారి ప్రవేశపెట్టారు. ఆ సందర్భంలో భగత్‌సింగ్, భటుకేశ్వరదత్‌లు కేంద్రశాసనసభ హాలులోకి బాంబు విసిరారు. ఇరువురూ అరెస్టయ్యారు. తరవాత సుఖదేవ్, రాజ్‌గురు మొదలైన విప్లవకారుల్ని కలిపి కుట్రకేసులు మోపారు. విప్లవ నినాదాలిస్తూ 'అమరజీవి కావాలన్న కోర్కెతో మా హృదయాలు నిండిపోయాయి', 'నా వస్త్రాల్ని కాషాయరంగుతో తడపండి' అనే ప్రసిద్ధ పంజాబీ గీతాలను పాడుతూ విప్లవవాదులు విచారణ నెదుర్కొన్నారు. జతిన్‌దాస్ అనే విప్లవవీరుడు జైలులో తమను నేరస్తులలాగ కాకుండా రాజకీయ ఖైదీలుగా చూడాలని కోరుతూ నిరాహార దీక్ష బూనాడు. 64 రోజుల దీక్ష అనంతరం మరణించిన అతని పార్థివ శరీరాన్ని కలకత్తాకు పంపించారు. రైలు ఆగిన ప్రతిస్టేషన్లో వేలాది మంది వచ్చి శ్రద్ధాంజలి ఘటించారు. కలకత్తాలో శవదహన సందర్భంలో ఆరు లక్షల మంది రెండు మైళ్ళ వరకు బారులుదీరి ఊరేగింపుతో స్మశానవాటికకు జతిన్‌దాస్ కాయాన్ని తరలించారు. క్రీ.శ. 1930 అక్టోబర్ 7 తేదీన భగత్‌సింగ్, సుఖ్‌దేవ్, రాజ్‌గురులకు మరణశిక్ష విధించింది. క్రీ.శ. 1931 మార్చి 23 నాడు వారిని లాహోర్‌లో ఉరితీశారు. ఆరోజు పిల్లలు విద్యాలయాలకు వెళ్ళలేదు. చాలామంది అన్నపానీయాలు మరచి ఆత్మబంధువును పోగొట్టుకున్నట్లు రోదించారు. ఇతర విప్లవకారులు అండమాన్ దీవుల్లో ప్రవాజ జైలుశిక్షకు గురయ్యారు.

దేశంలోని వివిధ ప్రాంతాలలో విప్లవ ఉద్యమకారుల కార్యక్రమాలు

బెంగాల్‌లో విప్లవకారులు అజ్ఞాతవాసంలో తమ కార్యకలాపాలు కొనసాగిస్తూనే కాంగ్రెస్ సంస్థలో పనిచేశారు. వీరిలో ఒక వర్గం యుగాంతర్ శిబిరానికి చెందగా రెండోవర్గం అనుశీలన సమితితో అనుబంధం ఏర్పరచుకుంది. చిత్తరంజన్‌దాస్ మరణానంతరం యుగాంతర్ వర్గం బోస్‌ను సమర్థించింది. అనుశీలన సమితి వర్గం సేన్ గుప్తా అనే కాంగ్రెస్ నాయకుణ్ని సమర్థించింది. అయితే ఈ రెండు విప్లవశిబిరాల మధ్యగల భేదాలు కారణంగా బెంగాలులో విప్లవ కార్యక్రమాలు మందగించాయి. తరవాత కాలంలో రెండువర్గాలకు చెందినవారిలో కొందరు కలిసి సూర్యసేన్ నేతృత్వంలో ఏర్పడ్డ విప్లవ సమాజంలో చేరిపోయారు. 'మాస్టర్‌దా' అని అనుచరులు వ్యవహరించే సూర్యసేన్ కాంగ్రెస్ కార్యకర్తగా, చిటగాంగ్ జిల్లా కాంగ్రెస్ కార్యదర్శిగా, సహాయనిరాకరణ ఉద్యమంలో పనిచేసిన మానవతావాది. ఠాగూర్, నజ్రుల్ ఇస్లామ్ కవితలంటే ఇష్టపడేవాడు. అనంతసింగ్, గణేష్‌ఘోష్, లోక్‌నాథ్‌బాల్ మొదలైన యువ విప్లవవాదులు సూర్యసేన్ సహచరులు. బ్రిటిష్ బలాన్ని ఎదిరించడం అసాధ్యం కాదని లోకానికి రుజువుచేయాలని సూర్యసేన్ ఒక పథకం వేశాడు. చిటగాంగ్‌లోని రెండు ఆయుధాగారాల్ని స్వాధీనం చేసుకోవడం, అందుకోసం చిటగాంగ్ చేరే రైలుమార్గాలను ధ్వంసం చేసి, పట్టణ టెలిగ్రాఫ్, టెలిఫోన్ వ్యవస్థను విచ్ఛిన్నం చేయడం ఆ పథకంలోని లక్ష్యాలు.

క్రీ.శ. 1930 ఏప్రిల్ 18 తేదీన రెండు విప్లవకారుల బృందాలు రాత్రివేళ దాడిచేసి ఆయుధాగారాలను పట్టుకున్నారు. అయితే మందుగుండు సామగ్రి మాత్రం వారికి ఆచూకీ చిక్కలేదు. అక్కడ జాతీయ జెండాను ప్రతిష్ఠించి తాత్కాలిక విప్లవ ప్రభుత్వ స్థాపనను ప్రకటించి తెల్లవారేలోగా సురక్షితం అనుకొన్న పర్వతశ్రేణుల్లోకి పోయారు. జలాలాబాద్ కొండమీద వారిని జాడకట్టి బ్రిటిష్ సైన్యాలు విప్లవకారులపై దాడిచేశాయి. విప్లవకారులు ఆరు బృందాలుగా చీలిపోయి పరిసర గ్రామాలలో తలదాచుకున్నారు. మూడు సంవత్సరాలపాటు గ్రామస్తులు విప్లవకారులకు ఆశ్రయమిచ్చారు. క్రీ.శ. 1933 ఫిబ్రవరి 16 తేదీన సూర్యసేన్‌ను అరెస్టుచేసి విచారణచేసి మరణశిక్ష విధించారు. క్రీ.శ. 1934 జనవరి 12 తేదీన ఆయనను ఉరితీశారు. అనుచరులు చాలామంది పట్టుబడ్డారు. వారికి దీర్ఘకాల జైలుశిక్ష విధించింది. చిటగాంగ్ ఆయుధాగారాలపై జరిగిన ఈ దాడి యువకులను అమితంగా ఉత్తేజపరచింది. 1932 వరకు విప్లవకార్యక్రమాలు, పథకాలు కొనసాగాయి. ప్రాణాలను లెక్కచేయని తెగువతో బ్రిటిష్ అధికారులను అంతమొందించారు. విప్లవ కార్యకలాపాలను అంతమొందించడానికి ప్రభుత్వం ఇరవై అణచివేత చట్టాలను రూపొందించింది. గ్రామాలకు గ్రామాలనే తగలబెట్టడం జరిగింది. క్రీ.శ. 1933లో కలకత్తాలో ఒక ఉపన్యాసంలో విప్లవకారుల పోరాటపటిమను పొగడినందుకు నెహ్రూను విద్రోహచర్యచట్టం కింద రెండు సంవత్సరాల జైలుశిక్షకు గురిచేశారు.

క్రీ.శ. 1930 తరవాత జరిగిన విప్లవాలలో ముఖ్యంగా చిటగాంగ్ విప్లవోద్యమంలో మతపరమైన ధోరణి లేదు. సత్తార్, మీర్ అహ్మద్, ఫకీర్ అహ్మద్ మియా, టునూమియా వంటి ముస్లిమ్ విప్లవకారులు కూడా ఉన్నారు. సూర్యసేన్ విప్లవ బృందాలకు గ్రామాల్లోని ముస్లిమ్ ప్రజానీకం

ఆశ్రయాన్నిచ్చింది. అయితే సామాజిక విషయాల్లో విప్లవకారులు సంప్రదాయధోరణి వీడి ముందుకు రాలేకపోయారు. ముస్లిమ్ రైతాంగం జమీందారులను ఎదుర్కొన్నప్పుడు వారికి విప్లవకారులు మద్దతుఇవ్వలేదు. ఈ విప్లవోద్యమంలోని మరొక ముఖ్యాంశం అనేక మంది స్త్రీలు, యువతులు, బాలికలు విప్లవచర్యలలో సహకరించారు. స్వయంగా పాల్గొన్నారు. కల్పనాదత్ (మాండలే జైలు నుంచి విడుదలై వచ్చాక కమ్యూనిస్టు పి.సి. జోషిని వివాహమాడి కల్పనాజోషీగా ప్రసిద్ధురాలైంది) ప్రీతీలత, వీణాదాస్, భగవతీచరణ్ ఓహ్రాభార్య దుర్గాఓహ్రా, సుశీలా మోహన్ ఇంకా అనేకమంది స్వాతంత్ర్యం కోసం వ్యక్తిగత సాహసచర్యలకు పాల్పడి తమ ప్రాణాలను అర్పించారు. పంజాబ్‌లో విప్లవకారుడు భగత్‌సింగ్ సంస్థాపన కార్యదర్శిగా నెలకొన్న నవ్‌జవాన్ భారతసభ (1926) యువకులనూ, కర్షక కార్మికులనూ చైతన్యవంతుల్ని చేయడానికి కృషిచేసింది. సభ నిబంధనల్లోని రెండు నిబంధనలు 1.మతపరమైన సంస్థలతో సభకు ఎట్టి ప్రమేయం కూడదు. 2. ప్రజలలో సహనభావం, సహజీవనధోరణిని ప్రోత్సహించి 'మతం వ్యక్తి ఆంతరంగిక విషయం' అనే విషయాన్ని మార్గదర్శక సూత్రంగా గుర్తుంచుకోవాలి. ఈ రెండు నిబంధనలు నవ్‌జవాన్ లౌకిక ధోరణికి నిదర్శనాలు. పోలీసుల బారి నుంచి అనేకసార్లు తప్పించుకున్న చంద్రశేఖర్ ఆజాద్ క్రీ.శ. 1931 ఫిబ్రవరిలో అలహాబాద్‌లో జవహర్‌లాల్‌నెహ్రూను కలుసుకున్నాడు. రాజకీయాలు, సిద్ధాంతాలు చర్చించిన తరవాత ఒక మిత్రుణ్ని కలవడానికి పార్కుకు వెళ్ళాడు. ఈ సమాచారాన్ని పోలీసులకు ఒక వ్యక్తి చేరవేశాడు. పోలీసులు చుట్టుముట్టి కాల్పులు జరిపారు. ఆజాద్ తాను కూడా రెండు చేతులతో కాల్పులు జరిపి తన శరీరమంతా చిల్లులుపడిపోయాక ఆఖరితూటాతో కాల్చుకొని చనిపోయాడు (1931, ఫిబ్రవరి 26).

వ్యక్తిగతమైన సాహసం, తెగింపు, త్యాగశీలత, దేశప్రేమ, మానవతాధోరణి, సేవాభావం మొదలైన సుగుణాలెన్నో విప్లవకారుల జీవనవిధానంలో కన్పిస్తాయి. వారి జీవితగాథలు ఊహాశక్తిని జాగృతం చేస్తాయి, పదునుపెడతాయి. ఇన్ని సులక్షణాలున్నప్పటికీ అవి విప్లవాన్ని ప్రజాఉద్యమంగా తేలేకపోయాయి అయితే ఆ విప్లవ ఘటనలు చరిత్రలో 'అమృతఘడియలు'గా నమోదయ్యాయి.

భారత జాతీయోద్యమంలో విప్లవకారులపాత్ర - దేశంలోని వివిధ ప్రాంతాల్లో విప్లవకారుల కార్యకలాపాలు

పందొమ్మిదో శతాబ్ది చివరిలో క్షామ పరిస్థితులు నెలకొన్నకాలంలోనూ, బొంబాయి రాష్ట్రంలో ప్లేగు వ్యాధి వ్యాపించిన రోజుల్లోనూ బ్రిటిష్ ప్రభుత్వం చూపిన ఉదాసీన వైఖరీ-బ్రిటిషు అధికారులు చూపిన అర్థరహితమైన అహంకారధోరణి భారతీయులలో తీవ్రమైన ప్రతిస్పందన కలిగించింది. అప్పటికే కాంగ్రెస్ మెతకధోరణిని ఏవగించుకోసాగిన యువతరం బాలగంగాధర తిలక్ రచనలు, ఉపన్యాసాలు, ఉద్యమాలతో ఆకర్షితులు అవసాగారు. గణపతి, శివాజీ ఉత్సవాలతో దేశీయ, సంఘటిత, స్ఫూర్తి పెంపొందింది. ఈ నేపథ్యంలో పశ్చిమ భారతంలో, తరవాత బెంగాల్, పంజాబ్ ప్రాంతాల్లోనూ యువకులు చేపట్టిన సాయుధ పోరాట ఉద్యమం రూపొందింది. మహారాష్ట్రలో 19వ శతాబ్ది చివరలో సంఘటిల్లిన ఈ ఉద్యమ ఘటనల్లో హిందూమత ప్రభావం, దేశభక్తి భావం,

సాహసికత, త్యాగశీలతా, శ్రమణశీలతల సమ్మేళనం కన్పిస్తుంది. 1897,జూన్ 22,23 తేదీలలో ఛాపేకర్ సోదరులు (దామోదర హరి ఛాపేకర్, బాలకృష్ణ హరి ఛాపేకర్) కొన్ని రోజులుగా పథకం వేసి డబ్ల్యు.సి. రాండ్, ఛార్ల్స్ ఎగర్టన్ అయెరిస్ట్ అనే ఇరువురు బ్రిటిష్ అధికారులను కాల్చి చంపారు. పూనాలో విక్టోరియా రాణి వజ్రోత్సవం జరుగుతూ ఉన్న రోజుల్లోనే ఈ సంఘటన జరిగింది. అయితే ఛాపేకర్ సోదరులు చంపారని ఉద్దేశించింది కేవలం రాండ్ అనే అధికారిని మాత్రమే. ప్లేగు వ్యాధి ప్రబలిన రోజుల్లో అధికారి రాండ్ ప్లేగు నివారణ చర్యల అమలులో చూపిన అహంకారం ప్రజల మనోభావాలను కించపరచింది. స్త్రీ, పురుష, వృద్ధ, బాల విచక్షణ లేకుండా అధికారులు ప్రవర్తించిన తీరు చాలా మందికి ముఖ్యంగా యువకులకు అవమానకరంగా తోచింది.

పూనాలోని ప్రభుత్వ భవనం నుంచి విందు ముగించుకొని వస్తున్న రాండ్, అయెరిస్ట్‌లపై దామోదర ఛాపెకర్, బాలకృష్ణ ఛాపెకర్‌లు కాల్పులు జరపగా ఇద్దరు మరణించారు. (ప్లేగు వ్యాధి ప్రబలినప్పుడు చేపట్టిన నివారణ చర్యల కాలంలో రాండ్, ఇతర అధికారుల ప్రవర్తన గురించి వివరమైన లేఖ బ్రిటిష్ వార్తా పత్రికల్లో గోఖలే ప్రచురించాడు. దామోదర్ జైల్లో రాసిన తన ఆత్మకథలో కూడా వివరంగా రాశాడు). ఛాపేకర్ సోదరులను గణేశ్ శంకర్ ద్రావిడ్ అనే వ్యక్తి ఇచ్చిన సమాచారం సాయంతో అరెస్టు చేశారు. 1898 ఏప్రిల్, మేలో ఇరువురిపై మరణ శిక్ష అమలు జరిపారు. తరవాత సమాచారం అందించిన ద్రావిడ్ సోదరుల్ని ఛాపెకర్‌ల మూడో సోదరుడు వాసుదేవ్ అతని స్నేహితుడు కలిసి తుదముట్టించారు. వారిని కూడా అరెస్ట్ చేసి మరణ శిక్ష విధించారు. ఛాపెకర్ సోదరుల తెగింపు చర్యలు స్వాతంత్రోద్యమానికి దోహదం చేయకపోవచ్చు కానీ ఈ సంఘటన నాటి యువకుల మనోవృత్తిని సూచిస్తుంది. ఛాపెకర్ సోదరుల మాదిరి చాలామంది యువకులు ఆంగ్లేయాధికారులను, బ్రిటిషు పాలనను ఏవగించుకోసాగారు. వీరిని బాగా ప్రభావితం చేసిన వ్యక్తి వాసుదేవ బల్వంత్ ఫడ్కే. దామోదర్ కూడా వాసుదేవ్‌ను గురించి తన డైరీలో ఎంతో ఆరాధనా భావంతో రాసుకున్నాడు.

క్రమంగా పత్రికలు కూడా సాహసికత-తెగింపు చర్యలను ప్రశంసిస్తూ రాయసాగాయి. ఇవి నాటి యువకులను ఉత్తేజపరిచాయి. ప్రభుత్వం రాజకీయ కుట్రలు జరుగుతున్నాయనే అనుమానం కలిగిన చోట పోలీస్ బృందాలను నిల్పింది. శిక్షాస్మృతి 124-ఎ చట్టాన్ని సవరించి ప్రభుత్వాన్ని విమర్శించడాన్ని దేశద్రోహంగా పరిగణించే విధంగా మార్చింది. తపాలా కార్యాలయాల చట్టం చేసి రవాణా అవుతున్న ఉత్తర ప్రత్యుత్తరాల్ని, బంగీలను తనిఖీ చేయడానికి, నిలిపివేయడానికి అధికారం సంపాదించింది. రహస్యమైన పత్రికా సంఘాల్ని నెలకొల్పి సెన్సార్‌కు పూనుకుంది. 1898లో భారతదేశంలో ఉన్న లండన్ వార్తా సంస్థ ప్రతినిధి ఛాంబర్స్ 'పత్రికలపై ఇలాంటి రహస్య నిఘా సంఘాలను ఏర్పరచడాన్ని ఇంగ్లీష్ వారెవ్వరూ సమర్థించరని వ్యాఖ్యానించాడు.

టర్కీ నుంచి భారతదేశానికి, టర్కీ దేశ వ్యవహారాల కార్యాలయానికి సైతం వచ్చే పత్రికలను, భారతదేశంలో రాజకీయ కుట్రలను పెంపొందిస్తున్నాయనే అభియోగం ఉన్నట్లు ప్రభుత్వం స్వాధీన పరుచుకోసాగింది. టర్కిష్ భాషలో, అరబిక్ బాషలో ప్రచురిస్తున్న 'సబా', 'మాలుమత్', 'హిమాయత్' పత్రికలలో కరువునిధి దుర్వినియోగం, స్త్రీలపట్ల అవమానకమైన ప్రవర్తన జరిగినట్లూ, భారతీయుల

స్థితి ఇంకా దిగజారినట్లూ, విప్లవం ఆవశ్యకత గురించీ, భారతదేశంలోని హిందువులతో మిలాకత్తు కావడానికి ముస్లిమ్‌లు సంసిద్ధత తెల్పినట్లూ, టర్కీ సుల్తాన్‌కు భారతదేశంలోని ముస్లిమ్‌లు వినతి చేసుకున్నట్లూ ఆ పత్రికలలో ఉందని భారత వ్యవహారాల కార్యదర్శి, వైస్రాయిల మధ్య జరిగిన ఉత్తర ప్రత్యుత్తరాలలో ప్రస్తావించడమైంది. ఛాపెకర్ సోదరుల చర్యలవల్ల స్వాతంత్రోద్యమానికి జరిగిన మేలు ఏమిటన్న ప్రశ్నకు చరిత్రకారులు భిన్న విధాలైన సమాధానాలు ఇచ్చారు. అయితే ఇంచుమించు అత్యధిక సంఖ్యాకులు ఒప్పుకొనే సమాధానం 'ఛాపెకర్ సోదరుల సాహస కృత్యాలు-ప్రజలనుత్తేజపరచి, జాతీయ భావాన్ని కలిగించి, త్యాగ నిరతి పట్ల గౌరవ భావాన్ని కలిగించే ఉజ్జ్వల ఘట్టాలుగా చరిత్రలో నిలచిపోతాయి' అన్నది.

తిరిగి 20వ శతాబ్దారంభంలో విప్లవ, సాయుధ పోరాట ధోరణి తలెత్తే వరకు తిలక్ నాయకత్వంలోని అతివాదులు స్వాతంత్ర్యోద్యమంలో, కాంగ్రెస్‌లో ప్రబలురుగా ఉండిపోయారు.

1908 నాటికి బెంగాల్ విభజనను వ్యతిరేకిస్తూ జరిగిన వందేమాతరం ఉద్యమం స్తబ్దమైపోయింది. 1908లో తిలక్‌ను అరెస్టు చేసి మాండలే (బర్మా) జైలుకు పంపారు. అఖిల భారత జాతీయ కాంగ్రెస్‌లో అతివాద మితవాద శిబిరాల మధ్య జరిగిన పోరాటం 1907లో పరిహాసాస్పదమైన రీతిలో కాంగ్రెస్ సంస్థ చీలిపోడానికి దారితీసింది. బెంగాల్‌లో ప్రభుత్వం వివిధ చట్టాలతో ప్రజల స్వేచ్ఛా స్వాతంత్ర్యాలను హరించివేసి నిరంకుశమైన రీతిలో వ్యవహరించసాగింది. వందేమాతరం ఉద్యమకాలంలో ఆరంభమైన వివిధ సమితులలో చేరి మానసిక సంస్కారంతోపాటు, శారీరక వ్యాయామం, పోరాట, ఆయుధ వినియోగ ప్రక్రియలలో ప్రావీణ్యాన్ని పెంపొందించుకొని కష్టాలకూ, త్యాగాలకూ సంసిద్ధంగా ఉన్న యువకులు పరిస్థితులలో వచ్చిన పరిణామాలతో నివ్వెరపోయారు. వారి శక్తియుక్తులనూ, పోరాటపటిమనూ సరిఅయిన రీతిలో వినియోగమయ్యే విధంగా వ్యూహరచన మార్గదర్శికత్వం చేసే వారెవరూ లేకపోయారు.

1907 నాటికి 1857 విప్లవ మహోద్యమం జరిగి అర్థ శతాబ్ది కాలం గడచింది. ఆ సందర్భాన్ని పురస్కరించుకొని పత్రికలు అమిత ఉత్తేజకరమైన వ్యాసాలు ప్రచురించాయి. 'బానిసత్వంలో పడిపోయిన భారతదేశానికి స్వాతంత్ర్యం సంపాదించే మార్గం సాయుధ పోరాటమే' అని 'విహారి' పత్రిక రాసింది. అందుకుగాను పత్రిక సంపాదకునికి రెండు సంవత్సరాల జైలు శిక్షను విధించింది బొంబాయి హైకోర్టు. అంతకు ముందు అదే పత్రిక బ్రిటిష్ సామ్రాజ్యం భూతల నరకమనీ, ఇంగ్లీషు వారు నీరో, నాదర్ షా, తైమూర్‌లను చివరకు శాటాన్‌ను కూడా క్రౌర్యంలో మించి పోయారని రాసింది. దక్కన్ హెరాల్డ్ ఫెరింగీలను (ఆంగ్లేయులను) వధించి సముద్రంలో పడవేయండని బెంగాలీలను ఉద్దేశించి రాసింది. యుగాంతర్ పత్రిక దృఢ నిర్ణయముంటే ఒక్క రోజులో బ్రిటిషు పాలనను అంతమొందించవచ్చునని రాసింది. రావల్పిండిలో ఫకీర్లూ, బికారీలు సైనికులకు కరపత్రాలు పంచారు. 1857 విప్లవానంతర అర్థ శతాబ్దిలో ఏదో ఒక ఘనకార్యం చేయాలన్న తపన పెరిగిపోసాగింది. లాహోరు, అమృత్‌సర్, ఫెరోజ్‌పూర్, ముల్తాన్ పట్టణాలలో సభలూ, సమావేశాలు జరిగాయి. విప్లవ హింసాయుత కార్యకలాపాలను సమర్థిస్తూ బహిరంగంగా ఉపన్యాసాలు జరిగాయి. ఈ పరిణామాలకు లజపతిరాయ్, అనుయాయి అజిత్ సింగ్‌లే మూల కారణమని భావించిన అధికారులు ఇరువురినీ నిర్బంధించి మాండలేకు పంపివేశారు.

1908లో ప్రభుత్వం విస్ఫోటక పదార్థాల చట్టం, వార్తా పత్రికల చట్టంచేసి, విద్రోహకర చర్యలకు ప్రజలను రెచ్చగొట్టే రచనలు ప్రచురించిన పత్రికలను, ప్రెస్‌లను ప్రభుత్వం స్వాధీనం చేసుకొనే వీలుకల్పించింది. బెంగాల్ రాష్ట్రంలో వందేమాతరం, యుగాంతర్ పత్రికలు నిలిచిపోయాయి. ఉత్తర ప్రదేశ్ 'స్వరాజ్య' పత్రిక సంపాదకుడు శాంతి నారాయన్ సుదీర్ఘ కారాగార శిక్షకు గురయ్యాడు. ఉర్దూ-ఇ-మోలా సంపాదకుడు 'విద్రోహకర సమాచార పత్రం' ప్రచారంలోకి తెచ్చినందుకు ఏడు సంవత్సరాల ప్రవాస శిక్షకు గురయ్యాడు.

1907లో వందేమాతరం సంపాదక బృందంలో ఉన్న అరవింద ఘోష్ పై 'విద్రోహ' అభియోగం మోపి, విచారణలో సాక్షిగా రమ్మని బిపిన్ చంద్రపాల్‌కు సమన్లు పంపారు. అందుకు నిరాకరించినందుకు ఆయనను ఆరునెలలు జైలు శిక్షకు గురిచేశారు. 'సంధ్య', 'యుగాంతర్'ల సంపాదకులైన బ్రహ్మబాంధవ్ ఉపాధ్యాయ, భూపేంద్రనాధ దత్తులపై ఇదే విధంగా కేసులు పెట్టారు. బ్రహ్మ బాంధవ్ మరణంతో కేసు ముగిసింది. భూపేంద్రునికి ఒక సంవత్సరం జైలు శిక్ష విధించారు.

సభలు, సమావేశాలలో కూడా 'విద్రోహ' భావాలు ప్రచారమవుతున్నాయని నిషేధ శాసనాలు రూపొందించారు. కానీ వాటినెవరూ పట్టించుకోలేదు. సభలపై పోలీసులు దాడిచేసి విచక్షణారహితంగా లాఠీలు ఉపయోగించారు. బ్రిటిషువారి 'చట్ట నిబద్ధతా సూత్రాన్ని' అపహాస్యం చేసే విధంగా న్యాయస్థానాలు ప్రభుత్వాదేశాల ప్రకారం శిక్షలు విధించసాగాయి. బొంబాయిలో రాళ్ళు విసిరిన నేరానికి పన్నెండు నెలల జైలు శిక్షను విధించడమైంది. ఈ విషయంపై తన అసంతృప్తిని వైస్రాయికి తెలియజేస్తూ, భారతవ్యవహారాల కార్యదర్శి మార్లే లేఖ రాశాడు. 'ఇలాంటి అతితీవ్ర పద్ధతులు శాంతిభద్రతలను తేజాలవు కాకపోగా బాంబుల మార్గానికి అవి దారితీస్తాయి' అని ఆయన హెచ్చరించాడు. అన్నట్లు గానే బాంబుల ప్రయోగం, తయారీకి విప్లవ భావాలుగల యువకులు పూనుకున్నారు. కాలాను క్రమణికలో ఆ ఘటన ఎలా మొదలై, పరిణిమించిందీ తెలుసుకోవడం అవసరం.

విదేశాలలో విప్లవోద్యమం

శ్యామ్‌జీ కృష్ణవర్మ

బ్రిటిష్ పరిపాలనకు వ్యతిరేకంగా భారతదేశంలోని యువకులు మాత్రమే కాకుండా టర్కీ, ఇంగ్లాండ్, అమెరికా, కెనడా, టర్కి, రష్యా మొదలగు దేశాలలో స్థిరపడిన భారతీయ యువకులు కూడా విప్లవపంథాలో వివిధ సంస్థలు స్థాపించి మాతృభూమి విముక్తికోసం తమవంతు కృషిచేశారు. వీరిలో శ్యామ్‌జీ కృష్ణవర్మ, లాలాహర్‌దయాళ్, జతిన్‌ముఖర్జీ, ఒబైదుల్లా, బర్కతుల్లా, మాడమ్‌కామా, వీరేంద్రనాథ్ చటోపాధ్యాయ, చంపక్‌రామన్ పిళ్ళై మొదలగువారు ముఖ్యులు. 1914 సెప్టెంబర్‌లో జరిగిన కొమగటమారు సంఘటన విప్లవోద్యమంలో ఎంతో ప్రాధాన్యతను సంతరించుకున్నది. ఈ కింది పుటల్లో విదేశాలలో భారతీయ విప్లవకారులు, వారు జరిపిన సాహసోపేత కార్యక్రమాలను వివరించడం జరిగింది.

విదేశాలలో భారతీయ విప్లవవాదులు-వారి కార్యక్రమాలు

స్వాతంత్రోద్యమంలో విదేశాలలోని భారతీయుల కృషిని పరిశీలిద్దాం. విదేశాలలోని భారతీయ విప్లవకారులు స్వాతంత్ర్య సంగ్రామంలో నిర్వహించిన పాత్ర మరపురానిది. ఈ విప్లవకారులు గొప్ప త్యాగాలుచేసి, స్వాతంత్ర్యోద్యమానికే వన్నె తెచ్చారు. అమెరికాలో స్థాపించిన గదర్‌పార్టీ, స్వాతంత్రోద్యమంలో పాల్గొన్న ప్రముఖ సంస్థ. లాలా హర్‌దయాళ్ గొప్ప విప్లవకారుడు, తత్వవేత్త. ప్రజానీకాన్ని కదిలించగల మహావ్యక్తి లాలా హర్‌దయాళ్ కాలిఫోర్నియా రాష్ట్రంలోని ఒక నగరంలో విప్లవకారుల సమావేశాన్ని నిర్వహించాడు. ఇండియన్ అసోసియేషన్‌కు నూతనోత్తేజాన్ని కలిగించాడు. 'గదర్' అని పేరుపెట్టాడు. 'గద్' అనే పత్రికను కూడా నిర్వహించాడు. ఆ పత్రికను ఇంగ్లీష్, హిందీ, ఉర్దూ, బెంగాలీ, మరాఠీ, గుర్ముఖీ భాషల్లో ప్రచురించాడు. ఆపత్రికను అమెరికాలో మాత్రమే కాక జపాన్, సింగపూర్, జర్మనీ, కెనడా దేశాలలో జనాదరణను పొందింది. గదర్ ఉద్యమ ఆశయాలను, ప్రజలను కదిలించే వ్యాసాల ద్వారా తెలిపింది. ఇంగ్లీష్ ప్రతికి లాలా హర్‌దయాళ్ సంపాదకుడు.

1913 నవంబర్ 1వ తేదీన గదర్ పార్టీని స్థాపించాడు. ఈ పార్టీ అన్ని వర్గాల భారతీయుల మద్ధతును పొందింది. పార్టీలో చాలామంది కర్షకులు, కార్మికులు, పార్టీసభ్యుల్లో తక్కువమంది మాత్రమే చదువుకున్నారు. ఈ పార్టీ సభ్యులు ఆస్తిపరులకు, ధనవంతులకు దూరంగా ఉండేవారు. స్వేచ్ఛ, సమానత్వం గదర్‌పార్టీ ప్రధానమైన కోర్కెలు. ఈ పార్టీ సభ్యులు రాజకీయ, ఆర్థిక స్వాతంత్ర్యాన్ని వాంఛించారు.

ఈ పార్టీ తీవ్రమైన బ్రిటిష్ వ్యతిరేక విధానాన్ని అనుసరించింది. బ్రిటన్‌ను వ్యతిరేకించిన అన్ని దేశాలను ఈ పార్టీ సమర్థించింది. బ్రిటిష్ సామ్రాజ్యవాదానికి వ్యతిరేకంగా పోరాడుతున్న భారతీయులకు మద్ధతును ఇవ్వాలని, అమెరికన్లను అర్థించింది. గదర్‌పార్టీ ఆశయాలతో కొందరు అమెరికన్లు సానుభూతిని ప్రదర్శించారు. గదర్‌పార్టీ జర్మనీపట్ల అనుకూలభావాన్ని ప్రకటించగానే బ్రిటిష్‌వారు చికాకుపడ్డారు. గదర్‌పార్టీ ప్రధాన నిర్మాత హర్‌దయాళ్. మొదటి ప్రపంచయుద్ధం ప్రజ్వరిల్లగానే, భారతదేశంలో బ్రిటిష్ పరిపాలనకు వ్యతిరేకంగా విప్లవోద్యమం పుంచుకుంది. ఇంగ్లండ్, ఫ్రాన్స్, ఉత్తర అమెరికా, జపాన్‌లలో కేంద్రాలను స్థాపించడానికి చాలామంది విప్లవకారులను పంపించారు. మొదటి ప్రపంచ యుద్ధం ప్రజ్వరిల్లగానే, గదర్ పార్టీ సభ్యులు చాలా సంతోషించారు. బ్రిటన్ క్లిష్టసమస్యలను ఎదుర్కొంటున్నప్పుడు, స్వాతంత్రోద్యమాన్ని ప్రోత్సహించడానికి, విప్లవకారులకు ఆయుధాలను, మందుగుండు సామగ్రిని, నిధులను సహాయంగా సాధించడానికి, గదర్‌పార్టీ విప్లవకారులను భారతదేశంలోకి పంపింది. సుమారు 3000 మంది విప్లవకారులు వివిధ మార్గాలలో బృందాలుగా వచ్చారు. మొదటి ప్రపంచయుద్ధకాలంలో విప్లవకారులు, పాశ్చాత్యదేశాలకు, ఆగ్నేయాసియా సహకారంతో విప్లవకారుల సంస్థలకు ఆయుధాలను, వాలంటీర్లను సరఫరా చేయడానికి ప్రయత్నించారు. కాని విప్లవకారులు జర్మన్లకు కీలుబొమ్మలు కారు.

భారతదేశానికి అమెరికా నుంచి పెద్దమొత్తాల్లో ఆయుధాలను సరఫరా చేయడానికి జర్మన్లు తీవ్రంగా ప్రయత్నించారు. కాని వారి ప్రయత్నాలు సఫలం కాలేదు. బ్రిటిష్ నౌకాదళం అప్రమత్తంగా

ఉండడంవల్ల, జర్మన్లు విఫలులయ్యారు. బెంగాల్, పంజాబ్, యు.పి. రాష్ట్రాలలో 1914-15లో మూకుమ్మడి తిరుగుబాటు ప్రయత్నాన్ని అమలుపరచడం సాధ్యంకాలేదు. బ్రిటిష్ ప్రభుత్వం చాలా అప్రమత్తంగా ఉండడంవల్ల భారతదేశంలోని విప్లవకారులకు, ఇతర దేశాలలోని విప్లవకారులకు మధ్య సమన్వయం కుదరలేదు.

మొదటి ప్రపంచయుద్ధంలో జర్మనీ ఓడిపోయిన తరవాత భారతీయ విప్లవకారులు వివిధ ప్రదేశాలకు చెదిరిపోయారు. మొదటి ప్రపంచయుద్ధం తరవాత కూడా గదర్‌పార్టీ మనుగడ సాధించినా ప్రాధాన్యతను కోల్పోయి కాలగర్భంలో కలిసిపోయింది. మొదటి ప్రపంచయుద్ధకాలంనాటి ప్రముఖ విప్లవకారుల గురించి స్వాతంత్రోద్యమంలో వారిపాత్రను, వారొనర్చిన వీరోచిత త్యాగాన్ని పరిశీలిద్దాం.

ఒబైదుల్లా 1871-1944

మౌలానా ఒబైదుల్లా సిక్కుమంతం నుంచి మారి, ముస్లిం అయ్యాడు. తన అధ్యాపకుడు మహమ్మద్ ఆల్ హసన్ సలహాపై "జమియత్ ఉల్ అన్సార్" అనే సంస్థను స్థాపించాడు. బ్రిటిష్ వారిని భారతదేశం నుంచి తొలగించడానికి చేసిన ప్రయత్నంలో, మహమ్మద్ ఆల్ హసన్ ఒబైదుల్లాను భారత జాతీయ కాంగ్రెస్‌తో సహకరించవలసిందని సలహానిచ్చాడు. డాక్టర్ అన్సారీ సిఫారసుపై, కాబూల్‌లో ఒబైదుల్లా అధ్యక్షతన కాంగ్రెస్ కమిటీని స్థాపించాడు. కొంతకాలం తరవాత ఈ కమిటీ భారత జాతీయ కాంగ్రెస్ అనుబంధ సంస్థగా వ్యవహరించింది. అదే సమయంలో కాబూల్ వచ్చిన ఇండో-జర్మన్ ప్రతినిధి వర్గాన్ని అమీర్ ఎక్కువగా ప్రోత్సహించలేదు.

బెర్లిన్‌లో ఏర్పాటు చేసిన భారత స్వాతంత్ర్య కమిటీ కాబూల్‌కు ఒక ప్రతినిధి వర్గాన్ని పంపింది. ఈ ప్రతినిధి వర్గంలో రాజా మహేంద్ర ప్రతాప్, మౌలానా బర్కతుల్లా ప్రధాన మంత్రిగా, ఒబైదుల్లా భారత వ్యవహారాల మంత్రిగా, తాత్కాలిక భారత ప్రభుత్వాన్ని ఆఫ్ఘనిస్తాన్‌లో స్థాపించారు. భారతదేశం నుంచి పారిపోయి కాబూల్ చేరిన పంజాబీయులకులను, విప్లవ సైన్యంలో అధికారులుగా నియమించారు. మొదటి ప్రపంచ యుద్ధంలో జర్మనీ, టర్కీలు ఓడిపోవడంతో విప్లవకారుల ప్రయత్నాలు విఫలమయ్యాయి. ఒబైదుల్లాను ఆఫ్ఘనిస్తాన్ నుంచి బహిష్కరించారు. ఆఫ్ఘనిస్తాన్ నుంచి మాస్కోకు, అంకారాకు వెళ్ళాడు. రష్యన్ విప్లవంవల్ల వచ్చిన మార్పులను, మాస్కోలో చూశాడు. అటాటర్క్ ముస్తఫా కమాల్ పాషా నాయకత్వంలో, టర్కీలో ప్రజ్వరిల్లిన విప్లవంవల్ల వచ్చిన మార్పులను చూశాడు. 1939లో భారతదేశానికి తిరిగి వచ్చాడు. 1939-44 వరకు తన సిద్ధాంతాన్ని ప్రచారం చేశాడు. మతోన్మాదులవలె కాక ఒబైదుల్లా ఇస్లాంను మానవతా దృష్టి ప్రచారం చెయ్యడానికి ప్రచార సాధనంగా అన్ని మతాల భావాలకు పునాదిగా, భగవత్ తత్వాన్ని ప్రబోధించేదిగా గౌరవించాడు. విప్లవ చరిత్రలో ప్రసిద్ధిచెందిన "సిల్క్ లేఖల" రచయితగా ఈనాటికి ఒబైదుల్లాకు గుర్తింపు ఉంది.

బర్కతుల్లా, 1864-1928

మహమ్మద్ బర్కతుల్లా 1895లో ఇంగ్లండ్‌కు వెళ్ళాడు. అక్కడ భారత జాతీయవాదులతో సన్నిహిత సంబంధాలను పెంపొందించుకున్నాడు. భారతదేశానికి తిరిగివచ్చిన తరవాత స్వదేశీ ఉద్యమం కొనసాగిన రోజుల్లో బెంగాలీ విప్లవకారులతో కలిసిపోయాడు. 1909లో జపాన్ వెళ్ళాడు.

'ఇస్లామ్ ఫ్రెటర్నిటీ' అనే పత్రికను ప్రచురించాడు. బ్రిటిష్ ప్రభుత్వం ఒత్తిడిపై ఈ పత్రికను జపాన్ ప్రభుత్వం నిషేధించింది. బ్రిటిష్ వ్యతిరేక ప్రచారాన్ని ఉధృతంగా కొనసాగించి, టోక్యోలో ప్రముఖ వ్యక్తిగా పేరుపొందాడు. టోక్యోలో విదేశీభాషల స్కూల్లలో ఉర్దూ అధ్యాపకుడుగా పనిచేశాడు. జపాన్ ప్రభుత్వం బర్కతుల్లాను ఉద్యోగం నుంచి తొలగించిన తరవాత 1914లో బెర్లిన్‌కు వెళ్ళి, ఇండియన్ నేషనల్‌పార్టీలో సభ్యుడయ్యాడు. ఆఫ్ఘనిస్తాన్ ప్రభుత్వం సహకరించనందువల్ల బర్కతుల్లా జర్మనీకి వెళ్ళిపోయాడు. జర్మనీలో లాలా హర్‌దయాల్ డాక్టర్ చంపక్ రామన్‌పిళ్లై మొదలైన విప్లవకారులతో కలిసి ఇండియా స్వాతంత్ర్య కమిటీలో పనిచేశాడు. జర్మనీలో 'నయా ఇస్లాం' అనే పత్రికకు సంపాదకుడిగా వ్యవహరించి నిర్వహించాడు. తన రచనల ద్వారా భారతీయ యుద్ధఖైదీలలో బ్రిటిష్ వ్యతిరేక భావాలను రగుల్కొల్పాడు. మొదటి ప్రపంచ యుద్ధానంతరం, భారత స్వాతంత్రోద్యమాన్ని సమర్థిస్తూ, ఐరోపా దేశాలలో పర్యటించాడు. 1921లో రష్యాను సందర్శించాడు. జర్మనీకి తిరిగివచ్చాడు. 1928లో ప్రవాసంలో ఉండగానే మరణించాడు.

రాజా మహేంద్ర ప్రతాప్

రాజా మహేంద్ర ప్రతాప్ జీవిత కాలాధ్యక్షుడుగా 1915డిసెంబర్ 1వ తేదీన తాత్కాలిక భారత ప్రభుత్వ స్థాపన, విదేశాలలో స్వాతంత్రోద్యమ కార్యక్రమంలో ముఖ్యఘట్టం. భారత జాతీయ కాంగ్రెస్ భారతదేశంలో ప్రభుత్వాన్ని ఏర్పాటు చేసేవరకు మహేంద్ర ప్రతాప్ అధ్యక్షుడుగా ఉంటాడు. 1914 డిసెంబర్‌లో, భారతదేశం నుంచి విదేశాలకు బయలుదేరాడు. బెర్లిన్‌లో ఇండియన్ సొసైటీలో చేరాడు. 1915లో టర్కీ, జర్మనీ ప్రతినిధి వర్గంతో ఆఫ్ఘనిస్తాన్‌కు కైజర్‌నుంచి, టర్కీ సుల్తాన్ నుంచి ఆఫ్ఘనిస్తాన్ అమీర్‌కు, భారతదేశంలోని సంస్థానాధీశులకు లేఖలతో మహేంద్ర ప్రతాప్‌ను పంపించారు. బర్కతుల్లా తాత్కాలిక ప్రభుత్వంలో ప్రధానమంత్రి అయ్యాడు. ఒబైదుల్లా భారత వ్యవహారాల మంత్రిగా నియమితుడయ్యాడు. మొదటి ప్రపంచయుద్ధంలో జర్మనీ, టర్కీలు ఓడిపోవడంవల్ల విప్లవకారుల ప్రయత్నాలు విఫలమయ్యాయి.

మాడమ్‌కామా, 1861-1936

మాడమ్ కామా బొంబాయిలో ఒక సంపన్న పార్శి కుటుంబంలో జన్మించింది. ఆమె దాదాభాయి నౌరోజి, శ్యాంజీ కృష్ణవర్మ పరిచయంతో రాజకీయంగా ప్రభావితులయ్యారు. 1902 సంవత్సరం నుంచి లండన్‌లో నివాస మేర్పరచుకొన్నారు. ఆమె గదర్‌ఉద్యమంలో ప్రముఖపాత్ర నిర్వహించారు. ఆమె స్టుగర్ట్‌లో జరిగిన అంతర్జాతీయ సోషలిస్టు కాంగ్రెసునకు హాజరై ఆ సమావేశంలో భారత త్రివర్ణపతాకాన్ని ఆవిష్కరించిన ఘనత ఆమెకే దక్కుతుంది. ఆ సమావేశంలో ఆమె భారతదేశంలో బ్రిటిష్‌వారి దోపిడీ విధానాన్ని నిశితంగా విమర్శిస్తూ చారిత్రాత్మక ఉపన్యాసమిచ్చారు. భారతదేశంలో నెలకొనివున్న క్షామ పరిస్థితులకు అంటు వ్యాధులు ప్రబలడానికి కారణం బ్రిటిష్ వారేనని ఆమె ఆరోపణ. ఆమె ఫ్రాన్సునకు చెందిన సోషలిస్టు పార్టీతో సన్నిహిత సంబంధాలు ఏర్పాటు చేసికొన్నారు. ఆమె ఇంగ్లాండులో వుంటున్న ప్రముఖ విప్లవ నాయకులైన సావర్కర్. సర్దార్‌సింగ్ రాణా, ముకుంద్ దేశాయ్, వీరేంద్రనాథ్ చటోపాధ్యాయలతో పారిస్‌లో వుంటున్న హరిదయాళ్. శకలత్‌వాలాలతో సన్నిహిత సంబంధాలు ఏర్పాటు చేసికొన్నారు. ప్రవాస భారత

విప్లవవాది అయిన మాడమ్‌కామా సాయుధ తిరుగుబాటును ప్రబోధిస్తూ" దాని ప్రచారానికై వందేమాతరం అనే పత్రిక ప్రారంభించారు. ప్రథమ ప్రపంచ యుద్ధకాలంలో మాడమ్‌కామాను ఫ్రెంచి ప్రభుత్వం నిర్బంధించింది. ఆ తరవాత ఆమె ఫ్రెంచి కమ్యూనిస్టులతో చేతులు కలిపి రష్యాకు చెందిన బోల్షివిక్లలో చాలా సన్నిహితమయ్యారు. 30 సంవత్సరాలు పారిస్‌లో నివాసమున్న తరవాత మాడమ్‌కామాను భారతదేశం తిరిగి రావడానికి బ్రిటిష్‌వారు అనుమతించారు. ఆమె 1936 సంవత్సరంలో పరమపదించారు.

లాలాహరదయాళ్ -గదర్‌పార్టీ - దాని కార్యక్రమాలు (1884-1939)

అనేకమంది భారతీయులు అమెరికా, కెనడా, బ్రిటన్ మొదలగు దేశాలకు విద్యార్జన కొరకు కొందరు జీవనోపాధి కోసం మరికొంతమంది వెళ్లారు. 1912 సంవత్సరంలో అమెరికాలో వుంటున్న భారతీయులు పోర్ట్‌లాండు ప్రాంతంలో 'హిందీ సంఘం' ఏర్పాటు చేసికొన్నారు. ఆ సంఘ అధ్యక్షుడు బాబాసోహన్ సింగ్ భాక్నా. 1913 సం॥ నాటికి హిందూ సంఘాన్ని హిందుస్థానీ గదర్‌పార్టీగా పిలువసాగారు. గదర్ అనగా విప్లవం. గదర్‌పార్టీ ముఖ్యలక్ష్యం, బ్రిటన్‌కి వ్యతిరేకంగా తిరుగుబాటును ప్రేరేపించడం. క్లుప్తంగా గదర్ పార్టీ ముఖ్య లక్ష్యం న్యాయ ప్రాతిపదికగా భారతప్రభుత్వం ఏర్పాటుచేయడం. గదర్‌పార్టీ 'గదర్' అనే పత్రిక నడిపింది. అది హిందీ ఉర్దూ భాషల్లో ముద్రించబడేది. కొద్దికాలం తరవాత లాలా హరదయాల్ గదర్ పార్టీ కార్యదర్శి పదవి చేపట్టాడు. అమెరికాలోని "యుగందర్ ఆశ్రమం" గదర్‌పార్టీ ముఖ్య కేంద్రమైంది. గదర్‌పత్రిక సహాయంతో 'గదర్‌పార్టీ' శాఖలు మలయా, బర్మా, సయాం, ఇండోనేషియా, హాంకాంగ్, పిలిప్పైన్సు, చైనా, జపాను, ఆఫ్రికా, ఆస్ట్రేలియా, న్యూజిలాండ్ దేశాల్లో స్థాపించబడ్డాయి.

లాలా హరదయాళ్

గదర్‌పార్టీ ప్రవాస భారతీయులు ఏర్పాటు చేసుకొన్న పార్టీ. లాలా హరదయాళ్ గదర్ పత్రిక ద్వారా, కరపత్రాల ద్వారా గదర్ పార్టీ కార్యక్రమాల విస్తరణకు ఎనలేని కృషి చేసాడు. గదర్ పార్టీ సభ్యులకు సైనిక శిక్షణ కూడ ఇవ్వబడింది. ప్రథమ ప్రపంచ యుద్ధం ప్రారంభం కాగానే గదర్‌పార్టీ నాయకత్వం భారత సైనికులను బ్రిటిష్ ప్రభుత్వానికి వ్యతిరేకంగా తిరుగుబాటు చేసేందుకు ప్రోత్సహించే ఉద్దేశ్యంతో విదేశాలలో ఉంటున్న గదర్‌పార్టీ సభ్యులు భారతదేశం వెళ్లాలనే ఆలోచన చేసింది. బ్రిటిష్‌వారి అన్ని వలసలలోనూ అనేక తిరుగుబాట్లు నిర్వహించేందుకు గదర్‌పార్టీ పథకాలు రూపొందించింది. గదర్ పార్టీ సభ్యులు 'భారతదేశాన్ని బ్రిటిష్ పాలన నుంచి విముక్తి చేయడానికి టర్కీ, జర్మనీ, సోవియట్ రష్యాదేశాల నుంచి సహాయం లభిస్తుందని ఆశించారు.

గదర్ పార్టీకి చెందిన ప్రముఖ నాయకులు పృథ్వీసింగ్, మాడమ్‌కామా, దరిశి చెంచయ్య, గరద్‌పార్టీ నాయకుల పథకం ప్రకారం బెంగాలులో ఉన్న తీవ్రవాదులకు, జర్మనీ నుంచి ఆయుధాలు,

విదేశాలలో ఉంటున్న భారతీయుల ఆర్థిక సహాయం అందేలా చేసి విప్లవాన్ని ప్రజ్వరిల్లజేయాలి. గదర్‌పార్టీ సభ్యులు అనేక త్యాగాలు చేశారు. కాని గదర్ పార్టీకి, కావలసిన నిర్వహణ ప్రతిపత్తి లేకపోవడం దురదృష్టం. అందుచేత బ్రిటిష్ ప్రభుత్వం గదర్ పార్టీ నాయకులందరినీ నిర్బంధించి గదర్ ఉద్యమాన్ని నిర్దాక్షిణ్యంగా అణచివేసింది.

కెనడా, అమెరికాలలో ఉన్న భారతీయులు సైతం విప్లవ భావాలతో ప్రభావితులయ్యారు. ఆ దేశాలలో ఉన్న పదిహేను వేలమంది భారతీయులలో ఎక్కువ మంది శిక్కు జాతీయులే. పారతంత్ర్యంలో ఉన్న దేశం నుంచి వచ్చినవారు కావడంతో వారు ఆయాదేశాల వారి చిన్న చూపుకు గురిఅయ్యారు. దానితో తమ జాతి గౌరవం తమ దేశ స్వాతంత్ర్యంతో ముడిపడి ఉందని వారు భావించసాగారు. అలాంటి వారిని సమీకరించి ఒక విప్లవోద్యమాన్ని నడిపిన వ్యక్తి లాలా హరదయాళ్. ఆ ఉద్యమం నెరపింది ఘదర్ పార్టీ. దాని పూర్వాపరాలు ఈవిధంగా ఉన్నాయి.

భారతదేశంలోని పంజాబు రాష్ట్రం నుంచి ముఖ్యంగా జలంధర్, హోషియార్‌పూర్ జిల్లాల నుంచి, జనసాంద్రతవల్ల, అధికం అవుతున్న సమస్యలవల్ల శిక్కు జాతీయులు ఉత్తర అమెరికాలోని కెనడా, అమెరికా సంయుక్త రాష్ట్రాలకూ, దూర ప్రాచ్యంలోని మలేషియా, ఫిజీ మొదలైన దేశాలకు వలసపోసాగారు. కెనడా, అమెరికా దేశాలలో ప్రజల నుంచి ముఖ్యంగా శ్వేత జాతీయుల నుంచి వారికి ప్రాతికూల్యం ఎదురైంది. జాతి వివక్షకూ గురిఅయ్యారు. అదీ కాకుండా భారతదేశంలోని బ్రిటిషు ప్రభుత్వం శిక్కు జాతీయులు అమెరికాకు వలసపోవడంపై ఆంక్షలు విధించసాగింది. అది తమకు సమస్యలు తెచ్చిపెడుతుందని వారు భావించారు. కానీ బ్రిటిషు యాజమాన్యంలోని తోటల్లో పనిచేయడానికి ఫిజీ ద్వీపానికి వలసపోవడాన్ని మాత్రం వారు ప్రోత్సహించారు. ఇటు బ్రిటిషు వారి నుంచీ అటు కెనడా, అమెరికా దేశాలలోనూ పారతంత్ర్య, ప్రతికూల పరిస్థితులను ఎదుర్కోవలసి వచ్చిన వలస భారతీయులు రాజకీయ సంఘాలు ఏర్పరచి భారత స్వాతంత్ర్య లక్ష్యం కోసం పనిచేయసాగారు. 1907లో అమెరికా పశ్చిమతీరంలోని రాజకీయ ప్రవాసి రామనాథ్ పూరి సర్క్యులర్-ఇ-ఆజాదీ అనే సంఘాన్ని స్థాపించి స్వదేశీ ఉద్యమానికి మద్దతు తెలిపాడు. కెనడాలో జి.డి.కుమార్ స్వదేశ సేవక్ గృహాన్ని ఇండియా హౌజ్ నమూనాలో నెలకొల్పాడు, స్వదేశ సేవక్ అనే పత్రికను కూడా ప్రచురించాడు.

1910 నాటికి తారకనాథ్, జి.డి.కుమార్‌లిరువురూ అమెరికాలోని సియాటిల్‌లో నివాసం ఏర్పరచుకున్నారు. 1913లో వారు తమ సమస్యలను గురించి చర్చించడానికి బ్రిటన్‌కువెళ్ళి వలస వ్యవహారాల కార్యదర్శిని కలుసుకోవాలని ప్రయత్నించారు. నెల రోజులు నిరీక్షించినా వారాయనను కలవలేకపోయారు. అయితే భారతదేశానికి వచ్చినప్పుడు వారు వైస్రాయితోనూ, పంజాబ్ లెఫ్టినెంట్ గవర్నర్‌తోనూ కలిశారు. లాహోర్, అంబాలా, జలంధర్, అమృత్‌సర్ మొదలైన పట్టణాలలో బహిరంగ సభలో పాల్గొన్నారు. వారికి ప్రజల నుంచి మంచి మద్దతు లభించింది. అయితే భారత ప్రభుత్వంగానీ, బ్రిటన్ గానీ వారి సమస్యల పరిష్కారానికి సహాయం చేయకపోవడంతో వారు విప్లవ భావోన్ముఖులయ్యారు. 1913లో కెనడాకు వచ్చిన శిక్కు పూజారి భగవాన్ సింగ్, బ్రిటిషు ప్రభుత్వాన్ని కూలదోసి భారతదేశానికి స్వాతంత్ర్యం సాధించడానికి పూనుకోవాలని శిక్కులకు బహిరంగంగా

ఉద్బోధ చేశాడు. ఫలితంగా ఆయనను కెనడా ప్రభుత్వం దేశం నుంచి పంపివేసింది. తరవాత రాజకీయ కార్యక్రమాలకు అమెరికా పశ్చిమతీరం కేంద్రమైంది.

ఘదర్ పిలుపుకు స్పందించి మనీలా, షాంఘై, హాంకాంగ్‌ల నుంచి శిక్కులతో మరో ఓడ 'తోసమరు' కలకత్తాకు చేరింది(1914 అక్టోబరు 29). 100 మంది ప్రయాణికులను జైలులో పెట్టారు, మిగతా ప్రయాణికుల్ని పంజాబ్ పంపించారు. అక్కడ వారు 'కోమగతమరు' ప్రయాణికుల బృందం నుంచి వచ్చిన వారిని కలుసుకున్నారు. ఘదర్ సభ్యులు సమావేశమైన విషయాన్ని చర్చించారు. ప్రపంచ యుద్ధం వల్ల లభించిన అవకాశాన్ని వదులుకోరాదనీ, ఆయుధాల లోటు సమస్యకు పరిష్కారంగా భారతదేశంలోని సైనికుల మద్దతు సంపాదించాలనీ నిశ్చయించారు. యుద్ధ ప్రకటన (ఏలాన్-ఇ-జంగ్) చేసిన తరవాత మహమ్మద్ బర్కతుల్లా, భగవాన్ సింగ్, రామ్‌చంద్ర ప్రభృతులు బహిరంగ సమావేశాలు జరిపి విప్లవాన్ని నిర్వహించేందుకు భారతదేశానికి చేరుకోవలసిందిగా పిలుపునిచ్చారు. తూర్పు ఆసియా దేశాలలోని భారతీయులను సమీకరించడానికి నాయకులను పంపడం జరిగింది. కర్తార్‌సింగ్ శరభ, రఘువర్ దయాళ్ గుప్తా వంటి వారు వెంటనే బయలుదేరి భారతదేశానికి వెళ్ళారు.

ఘదర్ ప్రణాళికలు, పథకాలు, యోజనాలన్నిటినీ బ్రిటిషు ప్రభుత్వం సకాలంలోనే సేకరిస్తూ వచ్చింది. విప్లవం పిలుపులకు ప్రతిస్పందనగా భారతదేశానికి చేరిన 8000 మందిలో 5000 మందిని వారి వారి నిర్దేశిత స్థలాలకు వెళ్ళనిచ్చారు. 189 మందిని నిర్బంధించారు. 1500 మంది విషయంలో జాగ్రత్త చర్యలు తీసుకున్నారు. 704 మందిని వారి నివాస గ్రామాలు విడచి వెళ్ళరాదని శాసించారు. అయితే వలస ప్రాంతాల నుంచి విప్లవావేశంతో వచ్చిన ఘదర్ కార్యకర్తలకు వారు ఆశించిన పంజాబు కనిపించలేదు. గ్రామాల్లో పర్యటనలు, సభలు ఎట్టి స్పందనను కలిగించలేదు. 'ఛీఫ్ ఖల్సా దివాన్' ప్రభుత్వానికి విధేయత ప్రకటించి, విప్లవ భావాలు కలిగిన వారిని ఏరివేయడంలో తోడ్పడింది.

ఆశాభంగంతో కుంగిపోకుండా సైనికులను విప్లవోన్ముఖులను చేయడానికి ఘదర్ కార్యకర్తలు యత్నించారు. అంతేకాకుండా విప్లవ సంయోజన, నిర్వహణ చేయడానికి సమర్థుడైన నాయకుడి కోసం అన్వేషణ ప్రారంభించారు. శచీంద్రనాథ సన్యాల్, విష్ణు గణేశ్ పింగ్లేల సాయంతో రాస్ బిహారీబోస్‌ను ఆమోదింపజేశారు. 1915లో బోస్ పంజాబ్ వచ్చాడు.

బోస్ విప్లవ నేతృత్వం నైపుణివల్ల సైనిక పటాలాలకు సందేశాలు చేరాయి. కానీ అప్రమత్తంగా ఉన్న బ్రిటిషు గూఢచారులవల్ల, ప్రభుత్వం పసిగట్టి నివారణ చర్యలు చేపట్టింది. చాలా మంది నాయకులను అరెస్టు చేయడమైంది. రాస్ బిహారీబోస్ తప్పించుకోగలిగాడు.

ప్రభుత్వం తీవ్రమైన అణచివేత చర్యలు చేపట్టింది. దేశ రక్షణ చట్టం కింద ప్రత్యేక న్యాయస్థానాలు నెలకొల్పి తొమ్మిది బృందాల్లో విప్లవకారుల పై కేసులు విచారణ చేశారు. లాహోరు కుట్రకేసులుగా ఇవి చరిత్రలో ప్రసిద్ధమయ్యాయి. 45 మందికి మరణశిక్ష, 200 మందికి దీర్ఘకాల జైలుశిక్షలను విధించడమైంది. ఘదర్‌తో సంబంధాలున్న ఒక విప్లవబృందం జర్మనీసాయంతో

విదేశాల్లోని భారతీయ సైనికులను సమీకరించే ప్రయత్నం చేసింది. రాజా మహేంద్ర ప్రతాప్, బర్కతుల్లాలు ఆఫ్ఘనిస్థాన్ అమీర్ సాయం కోసం యత్నించారు. వారు కాబూల్‌లో ఒక ప్రవాస ప్రభుత్వాన్ని ఏర్పరిచారు. కానీ ఈ ప్రయత్నాలు పెద్దగా ప్రభావాన్ని చూపలేదు.

ఘదర్ ఉద్యమానికి భారత స్వాతంత్ర్య చరిత్రలో ప్రత్యేక స్థానం ఉంది. అది తాను రూపొందించుకున్న విప్లవ లక్ష్యాన్ని సాధించలేదు - నిజమే. సాధించి ఉంటే స్వాతంత్ర్యోద్యమ చరిత్ర అంతటితో సమాప్తమే అయిఉండేది. అయితే ఉద్యమ సాఫల్యం అనేది కేవలం అనుకూల ఫలితాలలోనే లేదు. ఒక ఉద్యమం నెలకొల్పిన సంప్రదాయం, పెంపొందించిన విలువలు, నిర్వహణలో చూపించిన చిత్తశుద్ధి ఉద్యమం విలువను నిర్ణయిస్తాయి. ఘదర్ ఉద్యమం విప్లవ ప్రణాళికను రూపొందించడంలో, వ్యూహ రచనలో, ప్రతిఘటనలో చూపిన ధైర్యస్థైర్యాల్లో, మతాతీతమైన సంఘీభావం, సమానతా మొదలైన లక్షణాలతో ఒక స్థిర ప్రకృతిని ప్రదర్శించింది.

పంజాబ్‌లో విప్లవకారుడు భగత్‌సింగ్ సంస్థాపన కార్యదర్శిగా నెలకొన్న నవ్‌జవాన్ భారతసభ (1926) యువకులనూ, కర్షక కార్మికులనూ చైతన్యవంతుల్ని చేయడానికి కృషిచేసింది. సభ నిబంధనల్లోని రెండు నిబంధనలు 1.మతపరమైన సంస్థలతో సభకు ఎట్టి ప్రమేయం కూడదు. 2. ప్రజలలో సహనభావం, సహజీవనధోరణిని ప్రోత్సహించి 'మతం వ్యక్తి ఆంతరంగిక విషయం' అనే విషయాన్ని మార్గదర్శక సూత్రంగా గుర్తుంచుకోవాలి. ఈ రెండు నిబంధనలు నవ్‌జవాన్ లౌకిక ధోరణికి నిదర్శనాలు. పోలీసుల బారి నుంచి అనేకసార్లు తప్పించుకున్న చంద్రశేఖర్ ఆజాద్ 1931 ఫిబ్రవరిలో అలహాబాద్‌లో జవహర్‌లాల్‌నెహ్రూను కలుసుకున్నాడు. రాజకీయాలు, సిద్ధాంతాలు చర్చించిన తరవాత ఒక మిత్రుణ్ని కలవడానికి పార్కుకు వెళ్ళాడు. ఈ సమాచారాన్ని పోలీసులకు ఒక వ్యక్తి చేరవేశాడు. పోలీసులు చుట్టుముట్టి కాల్పులు జరిపారు. ఆజాద్ తాను కూడా రెండు చేతులతో కాల్పులు జరిపి తన శరీరమంతా చిల్లులుపడిపోయాక ఆఖరితూటాతో కాల్చుకొని చనిపోయాడు (1931, ఫిబ్రవరి 26). వ్యక్తిగతమైన సాహసం, తెగింపు, త్యాగశీలత, దేశప్రేమ, మానవతాధోరణి, సేవాభావం మొదలైన సుగుణాలెన్నో విప్లవకారుల జీవనవిధానంలో కన్పిస్తాయి. వారి జీవితగాథలు ఊహాశక్తిని జాగృతం చేస్తాయి, పదునుపెడతాయి. ఇన్ని సులక్షణాలున్నప్పటికీ అవి విప్లవాన్ని ప్రజాఉద్యమంగా తేలేకపోయాయి అయితే ఆ విప్లవ ఘటనలు చరిత్రలో 'అమృతఘుడియలు'గా నమోదయ్యాయి.

వీరేంద్రనాథ్ ఛటోపాధ్యాయ

వీరేంద్రనాథ్, సరోజినీనాయుడు సోదరుడు. ఉన్నత విద్యను అభ్యసించడానికి ఇంగ్లండ్ వెళ్ళాడు. సావర్కర్‌తో కలిశాడు; విప్లవ కార్యక్రమాల్లో పాల్గొన్నాడు. పారిస్‌లో మాడమ్‌కామా 'వందేమాతరం' వర్గానికి చేరువయ్యాడు. ఇంగ్లండ్‌లో 'తల్వార్' అనే విప్లవ పత్రికకు చాలా కృషిచేశాడు. 1914లో బెర్లిన్‌లో స్థాపించబడిన ఇండియా స్వాతంత్ర్య కమిటీకి కార్యదర్శిగా ఎన్నికైనాడు. రష్యన్ విప్లవం ప్రజ్వరిల్లిన తరవాత స్వీడన్, బెర్లిన్ కమిటి శాఖను ప్రారంభించడానికి వెళ్ళాడు. స్వీడన్‌లో ప్రముఖ బోల్షివిక్ నాయకులను కలుసుకున్నాడు. మొదటి ప్రపంచ

యుద్ధానంతరం, సామ్యవాద భావాలపట్ల మొగ్గు చూపాడు. రష్యా అనుకూల వైఖరిని ప్రదర్శించాడు. వీరేంద్రనాధ్ ఛటోపాధ్యాయ చివరి రోజుల గురించి స్పష్టంగా ఏమీ తెలియదు.

చంపక్ రామన్ పిళ్ళై, 1891-1934

ఆయన తమిళనాడుకు చెందిన భయమెరుగని విప్లవనాయకుడు. ఆయన 1908 సంవత్సరంలో భారతదేశం విడిచిపెట్టి చివరకు జర్మనీలో స్థిరనివాస మేర్పాటు చేసికొన్నాడు. జర్మనీ సహాయంతో భారతదేశంలో బ్రిటిష్ అధికారం తొలగించడమే పిళ్ళై లక్ష్యంగా భావిస్తారు. ఆయన లాలా హరదయాళ్, తారకనాధ్ దాస్, బర్కతుల్లాతో కలిసి బెర్లిన్‌లో భారతీయ జాతీయ పార్టీ స్థాపించాడు. మొదటి ప్రపంచ యుద్ధకాలంలో పిళ్ళై జర్మనీలో 'భారతీయ స్వచ్ఛంద సేవాదళా"న్ని ఏర్పాటుచేసాడు. దానిలోనికి ఐరోపాలోవున్న భారతీయ సైనికులను చేర్చుకోవడానికి ప్రయత్నించాడు. ఆయన 1916సంవత్సరంలో ఆఫ్ఘనిస్తాన్ చేరి, అచ్చట రాజామహేంద్ర ప్రతాప్ స్థాపించిన తాత్కాలిక భారత ప్రభుత్వ అధ్యక్షుడుగా వ్యవహరించాడు. మొదటి ప్రపంచ యుద్ధం పరిసమాప్తమైన తరవాత, రామన్ పిళ్ళై "పీడిత జాతుల పిళ్ళై, జర్మనీదేశాన్ని భారతదేశానికి మరింత సన్నిహితం చేయడానికి కృషిచేశాడు. ప్రవాస విప్లవ నాయకులలో ప్రసిద్ధుడు. చంపక్ రామన్ పిళ్ళై ధైర్యసాహసాలుగల విప్లవకారుడు, 1908లో భారదేశం నుంచి విదేశాలకు వెళ్లిపోయాడు. చివరకు బెర్లిన్‌లో స్థిరపడ్డాడు. జర్మనీ మద్ధతుతో బ్రిటిష్ సామ్రాజ్యాన్ని అంతమొందించాలని నమ్మాడు.

జతిన్ ముఖర్జీ

జతిన్ ముఖర్జీ, నరేంద్రనాథ్ భట్టాచార్య, తదితర విప్లవకారులు జర్మన్ల సహాయంతో బ్రిటిష్ ప్రభుత్వానికి వ్యతిరేకంగా తిరుగుబాటు చెయ్యడానికి ప్రయత్నించారు. 1915 సెప్టెంబర్ 9వ తేదీన, బాలాసోర్ వద్ద పోలీసులతో జరిగిన సంఘర్షణలో, జతిన్ ముఖర్జీ ఆత్మార్పణ చేసుకున్నాడు. అమరుడయ్యాడు. 1857లో ఒక పేద కుటుంబంలో జన్మించిన శ్యామ్‌జీ కృష్ణవర్మ, పాఠశాల రోజుల నుంచి ఆర్య సమాజ స్థాపకుడు దయానంద సరస్వతి శిష్యుడు. ఒక యూరోపియన్ ప్రొఫెసర్‌గారి అండతో కేంబ్రిడ్జ విశ్వవిద్యాలయంలో న్యాయశాస్త్ర పట్టా పొందాడు. 1881లో భారత వ్యవహారాల కార్యదర్శి కృష్ణవర్మను బెర్లిన్‌లో జరుగుతున్న ప్రాచ్య సంస్కృతి అభిమానుల సమ్మేళనానికి భారత ప్రతినిధిగా పంపాడు. భారతదేశానికి వచ్చాక ఆయన ఉదయపూర్, జునాఘడ్ సంస్థానాదీశు ల వద్ద దివాన్‌గా పనిచేశాడు. ఇంగ్లండ్‌లో ఉన్నప్పుడు కృష్ణ వర్మ తన నేతృత్వంలో ఇండియా హోమ్‌రూల్ సొసైటీ అనే సంస్థను వ్యవస్థాపించాడు. ఇండియన్ సోషియాలజిస్ట్ అనే పత్రికను ప్రచురించేవాడు. కృష్ణ వర్మ తన కార్యాలయాన్ని ఇండియా హౌజ్ అని వ్యవహరించాడు. అక్కడి నుంచే ఆయన విప్లవోన్ముఖులైన యువకులను పోగుచేయసాగాడు. వారిలో ఇరవై రెండు సంవత్సరాల యువకుడు వినాయక్ దామోదర్ సావర్కర్ ఒకడు. అతను పదహారు సంవత్సరాల వయసులోనే 'దేశభక్తుల కూటమి' అనే సంఘాన్ని స్థాపించాడు. అదే తరవాత 'మిత్రమేల'గా రూపొందింది. దీనినే 1904లో 'అభినవ భారత్' అని పేరు మార్చడం జరిగింది. కృష్ణ వర్మ నుంచి స్కాలర్‌షిప్ పొంది ఇంగ్లండు చేరిన సావర్కర్ లండన్‌లో ఫ్రీ ఇండియా సొసైటీని నెలకొల్పాడు. అందులో

మేడమ్ కామా, సేనాపతి బాపట్, మదన్‌లాల్ ధింగా), సికందర్ హయాత్‌ఖాన్, హర్‌దయాల్, జ్ఞాన్‌చంద్ వర్మ, రవి శంకర్ శుక్లా ప్రభృతులు సభ్యులుగా చేరారు. దాదాభాయ్ నౌరోజీకి కార్యదర్శిగా పనిచేసిన మేడమ్ కామా 1907లో జర్మనీలో సోషలిస్టుల సమ్మేళనంలో పాల్గొని భారత జాతీయ పతాకాన్ని ఎగురవేసి 'అమర వీరుల రక్తంతో పునీతమైన ఈ పతాకానికి వందనం చేయండి'- అని ఆదేశించగా సదస్యులందరూ లేచి నిలబడి పతాకవందనం చేయడం ఒక చారిత్రాత్మక సంఘటన.

అభినవ్ భారత్ సభ్యులు సేనాపతి బాపట్, హేమ్ చంద్రదాస్ పారిస్‌కు వెళ్ళి అక్కడ ఒక రష్యన్ విప్లవాది నుంచి బాంబుల తయారీ ప్రక్రియ నేర్చుకొని, దాన్ని గురించిన ఒక గ్రంథాన్ని సంపాదించారు. ఆ గ్రంథం నకళ్ళు జిల్లీలు తీసి ఆ నకళ్ళతో భారతదేశానికి పయనమయ్యారు. కృష్ణవర్మ పారిస్‌కు వెళ్ళి అక్కడ నివసించసాగాడు. కానీ 'ఇండియన్ సోషియాలజిస్ట్' పత్రిక మాత్రం లండన్ నుంచే వెలువడేది.

1907 డిసెంబరు ఇండియన్ సోషియాలజిస్ట్ సంచికలో 'భారతదేశంలో జరిగే ఎట్టి ఆందోళన అయినా రహస్యంగా జరగాలనీ, ఆంగ్లేయులకు బుద్ధి చెప్పి దేశం విడిచిపోయేలా చేయాలంటే రష్యన్‌ల విప్లవ పద్ధతులను నిరంతరం కొనసాగిస్తూండాలనీ' రాయడం జరిగింది. రష్యన్ పద్ధతి అంటే బాంబులు విసరడమే. తొలి సాయుధ విప్లవ చర్య భారతదేశంలో చేపట్టింది అరవిందఘోష్ సోదరుడు బరీంద్ర కుమార్ ఘోష్. భారతదేశానికి వచ్చి బెంగాల్ అంతటా రెండు సంవత్సరాల కాలం పర్యటించాడు. పదిహేను సంవత్సరాల లోపు వయసు గల యువకులతో ఒక సంఘాన్ని ఏర్పరిచాడు. వారిలో ఒకడైన ఉల్లాస్‌కర్ దత్తా బాంబుల తయారీలో నైపుణ్యం సంపాదించాడు. వీరంతా కలకత్తా స్థావరమైన అనుశీలన సమితిలో సభ్యులు. ఢాకాలో పులిన బిహారీదాస్ అనుశీలన సమితి శాఖను నెలకొల్పాడు. ఇది ఐదు వందల శాఖలతో తూర్పు బెంగాల్ అంతటా విస్తరించి అత్యంత శక్తివంతమైన విప్లవ సమాజంగా రూపొందింది. అస్సామ్, బిహార్, పంజాబ్, కేంద్ర సంయుక్త పరగణాలలో కూడా ఢాకా సమితి సభ్యులు పనిచేస్తూండేవారు. పత్రికలు, గేయాలు, సాహిత్యం, ఉపన్యాసాలు, రహస్య సమావేశాలతో ప్రజాభిప్రాయాన్ని విప్లవానికి అనుకూలంగా రూపొందించడానికి సభ్యులు కృషి చేస్తుండేవారు. 'అశాంతి సృష్టించాలి- అశాంతికే చరిత్ర ఇచ్చిన పేరు విప్లవం!' అన్నది వారి సూక్తి వాక్యం.

వాహబీ విప్లవకారుల పద్ధతిలో మతపరమైన సంప్రదాయాలను బెంగాల్ విప్లవవాదులు వాడుకొన్నారు. శక్తి రూపమైన కాళీ మాత నుంచి వారు ఉద్దీపన పొందారు. మాజినీ-గారిబాల్డీలు వారికారాధ్యులు. కరపత్రాల ద్వారా బ్రిటిషు వారిపై తమ పోరాటాన్ని సమర్థించుకుంటూ ప్రజలు ఆయుధాల తయారీ నేర్చుకోవాలనీ, దోపిడీ మార్గాల్లోనూ నిధిని సేకరించాలనీ వారుద్బోధించారు. విద్యాలయాల నుంచి యువకులను ఆకర్షించీ, వ్యక్తిగతమైన ఉద్బోధలు చేసి, సమాచార సాహిత్యానందించే సభ్యులుగా చేర్చుకొనేవారు. 1907 మేలో విప్లవానికి సన్నాహాలు చేసుకొన్నారు, కానీ సమన్వయం కుదరకపోయింది. దానితో ఆకస్మిక ఉగ్రవాద చర్యలకు పూనుకున్నారు. లెఫ్టినెంట్ గవర్నర్ గారు పయనిస్తున్న రైలు బండిని పేల్చి వేయాలని పథకం వేశారు. అది బయటపడింది. 1908 మేలో చేసిన మరొక యత్నంలో రైలుబండి పట్టాలు తప్పింది. ఎలెన్ అనే తూర్పు బెంగాల్

అధికారిపై దాడి చేశారు గానీ అతను గాయలతో తప్పించుకున్నాడు. 1908 ఏప్రిల్ లో చంద్రనగర్ మేయర్‌గారి నివాసం పై బాంబు దాడి చేశారు.

కలకత్తా చీఫ్ ప్రెసిడెన్సీ మేజిస్ట్రేట్‌గా ఉండి, వందేమాతరం,యుగాంతర్, సంధ్య మొదలైన పత్రికల కేసులు విచారించి, సంపాదకులపై అనవసరంగా కఠిన శిక్షలు విధించిన కింగ్స్ ఫర్డ్ అనే జిల్లా జడ్జిపై దాడికి పథకం వేశారు. కలకత్తా ఉపనగరం మానిక్‌తలాకు చెందిన సమితి సభ్యులు ఖుదీరామ్ బోస్, ప్రఫుల్లచాకీలనే యువకులు ముజఫర్‌పూర్‌లో ఒక గుర్రపు బండిపై బాంబు విసిరారు కానీ అందులో కింగ్స్‌ఫర్డ్ లేడు. ప్రింగిల్ కెనెడీ అనే యూరోపియన్ అధికారి భార్యాబిడ్డలు బాంబు దాడికి ఆహుతి అయ్యారు. ఇరవురు యువకులను అరెస్టు చేయడమైంది. ప్రఫుల్లచాకీ తనను తాను కాల్చుకొని చనిపోయాడు. ఖుదీరామ్ బోస్ మరణదండనకు గురిఅయ్యాడు. ఖుదీరామ్ ఉరిశిక్షకు గురైన రోజు వందలాది విద్యార్థులు పాదరక్షలు వదిలేసి చొక్కాల్లేకుండా, ఉపవాసం పాటించి వెళ్ళి గౌరవప్రదర్శన చేశారు. ఈ కేసు దర్యాప్తులో మరికొన్ని విప్లవ పథకాలు అధికారులకు తెలిసిపోయాయి. కలకత్తా ఉపనగరం మానిక్‌తలాలో ఒక బాంబుల తయారీ కర్మాగారం బయల్పడింది. దానికి ప్రధాన సంయోజనకర్త అరవిందఘోష్ సోదరుడు బరీంద్రకుమార్‌ఘోష్ అతన్ని అరెస్టు చేశారు. బాంబుల కర్మాగారం, ముజఫర్‌పూర్ బాంబు దాడులకు సంబంధించిన ముప్పై ఆరు మందిని రాజద్రోహానికిగాను విచారించి బరీంద్ర, ఉల్లాస్‌కర్‌లకు తొలుత మరణశిక్ష విధించి తరవాత దానిని ప్రవాసజైలుశిక్షగా మార్చారు. అలీపూర్ బాంబు కేసుగా చరిత్రలో నమోదైంది ఇదే కేసు. ఇందులో నిందితులందరూ 22 సంవత్సరాల కంటే తక్కువ వయస్కులే.

అలీపూర్ కేసులో పోలీసులకు సమాచారం అందించిన విప్లవకారుడు నరేంద్రనాధ గోశయన్‌ను జైలులోనే అంతమొందించారు కన్నయాలాల్‌దత్, సత్యేంద్రనాధబోస్‌లు. ఉరిశిక్షకు గురి అయి వారిరువురిని కలకత్తా సెంట్రల్ జైలు నుంచి దహన కర్మకోసం తరలిస్తున్నపుడు 50 వేల మంది బారులు తీరి సమ్మానం ప్రదర్శించారు. 'ముజాఫరపూర్ ఉదంతం ప్రభుత్వానికి ఒక గుణపాఠం. రష్యన్ పద్ధతిలో అణచివేత చర్యలు సాగుతున్నప్పుడు రష్యన్ పద్ధతిలోనే (బాంబుదాడులు) ప్రతిచర్యలు తీసుకోవాలి. ప్రజలను వివిధ రకాల అణచివేత చర్యలకు గురిచేస్తూ అన్నిటినీ ప్రజలు దుర్భరులై సహిస్తారని ఆశించడం, మానవ స్వభావం గురించి తెలియదని విశదపరుస్తోంది'. తిలక్ కేసరి పత్రిక మే, జూన్ సంచికల్లో ప్రచురించిన ఈ రచన, బాంబుల తయారీ గురించిన మరో రచన ఆధారంగా బ్రిటిషు అధికారులు విద్రోహ అభియోగంమోపి తిలక్‌పై ఆరు సంవత్సరాల ప్రవాస శిక్ష విధించారు. 'న్యాయ విధానం అపమార్గం పట్టిందనడానికి ఇంతకుమించిన దృష్టాంతం ఏముంటుంది!' అని సోషలిస్ట్ నేత హిండ్‌మన్ వ్యాఖ్యానించాడు.

తిలక్ ప్రవాస జైలుశిక్ష బొంబాయిని ఒక్కకుదుపు కుదిపింది. లక్షమంది మిల్లు కార్మికులు సమ్మె ప్రకటించారు. కన్పించిన యూరోపియన్‌లను దాడులకు గురి చేశారు. మద్యం దుకాణాలు విధ్వంసానికి గురిఅయ్యాయి. పోలీసులు కాల్పులు జరపగా మూకలు రాళ్ళు రువ్వారు. వారం రోజులు బొంబాయి నగరం అతలాకుతలమైంది. తిలక్‌పై విద్రోహనేరం మోపి శిక్ష విధించాలని బొంబాయి ప్రభుత్వానికి సలహాఇచ్చిన మింటో, అమలు జరిపిన అధికారులు తలలు పట్టుకున్నారు.

అయినా మరొక పక్క అణచివేత చర్యలు కొనసాగాయి. తిలక్ అధ్యక్షుడుగా ఉన్న ఆలిండియా వాలంటీర్స్ లీగ్ కార్యకర్తలను అధికారులు వేధించారు. తిలక్ అతివాద శిబిరం స్తబ్ధం కావడంతో మితవాదులు నిశ్చింతపడ్డారు. ప్రభుత్వం చర్యలవల్ల ఉగ్రవాదం సమసిపోలేదు సరికదా బాంబు శక్తి రాజ్యాంగబద్ధ ఆందోళన శక్తి కంటే గొప్పదని యువకులు భావించసాగారు. గోఖలే బ్రిటిష చర్యలను సమర్థించాడు. ఇంకా కాంగ్రెస్ బ్రిటిష వారిపట్ల విధేయత ప్రదర్శించడాన్ని ఏవగించుకున్న పత్రికలు, కాంగ్రెస్‌ను వందిమాగధుల సంస్థ అని దుయ్యబట్టాయి.

మహారాష్ట్రలో అభినవ భారత్ కార్యకలాపాలను నాసిక్ నుంచి సావర్కర్ తమ్ముడైన గణేశ్ సావర్కర్ నడిపేవాడు. 1907లో ఆయన మాజినీ ఆత్మకథ మరాఠీ భాషలో రాసి రెండు వేల ప్రతులలో ఉద్వేగవంతమైన పద్యాలు ప్రచురించాడు. అభినవ భారత్ సభ్యులకోసం వీరసావర్కర్ ఇరవై బ్రౌనింగ్ పిస్టళ్ళను ఇంగ్లండ్ నుంచి వస్తున్న చతుర్భుజ్ అమీన్ సామగ్రిలో గుప్తంగా దాచి పంపాడు. కానీ ఇండియా హౌజ్ చుట్టూ గూఢచారులను పెట్టిన కర్జన్ వైలీ ఆ విషయాన్ని పసిగట్టి ఇండియాలోని బ్రిటిష అధికారులకు తెలియజేశాడు. ఫలితంగా గణేశ్ సావర్కర్‌ను అరెస్టు చేశారు. గణేశ్ సావర్కర్‌కు యావజ్జీవ ప్రవాసశిక్షను విధించడమైంది. మహారాష్ట్రలోని యువకులలో ఈ శిక్ష తీవ్రమైన నిరసన భావం కలిగించింది.

1909 మే నెలలో, న్యాయ స్ఫూర్తికి విరుద్ధంగా గణేశ సావర్కర్‌కు యావజ్జీవ ప్రవాస శిక్ష విధించిన నాసిక్ కలెక్టర్ జాక్సన్‌ను అంతమొందించాలని వినాయక్ నారాయణ్ దేశ్ పాండే నిర్ణయించుకున్నాడు. ఈ విషయాన్ని అతను కృష్ణ గోపాల్ కార్వే అనే బాంబు తయారీ ప్రవీణుడికి తెలిపాడు. కార్వే ప్రయాసపడి కొన్ని పిస్టల్స్ సంపాదించాడు. తరవాత ఔరంగాబాద్ అభినవభారతి సభ్యుడైన అనంత లక్ష్మణ్ కన్హేరీని నాసిక్ పట్టణానికి పిలిపించి పిస్టల్ ఉపయోగించడంలో శిక్షణ ఇచ్చి ఆనవాలు పట్టడానికి వీలుగా కోర్టుకు తీసుకొనిపోయి జాక్సన్‌ను చూపించాడు.

ఈలోగా నాసిక్ నుంచి పూనాకు బదిలీ అయిన జాక్సన్‌కు వీడ్కోలు సమావేశం జరిపి రాత్రి నౌటంకీ కార్యక్రమాన్నేర్పరిచారు. జాక్సన్ తనకోసం ఏర్పరచిన సీటు వద్దకు వెళ్తుండగా అక్కడ సిద్ధంగా ఉన్న అనంతలక్ష్మణ్ కన్హేరీ కాల్పులు జరపగా జాక్సన్ కుప్పకూలిపోయాడు. కన్హేరి తాను తెచ్చుకున్న ఆర్సెనిక్ మింగి ఆత్మహత్య చేసుకోవాలని యత్నించాడు గాని వీలుకాలేదు. డిసెంబరు 21 నాడు ఈ సంఘటన జరిగింది. వినాయక్ నారాయణ్, కృష్ణగోపాల్‌లను అరెస్టు చేయడమైంది. కన్హేరీతోపాటు వారిరువురికీ మరణశిక్ష విధించడమైంది. మరో ముగ్గురికి యావజ్జీవ ప్రవాస శిక్ష విధించి, ఏప్రిల్ 19, క్రీ.శ 1910 నాడు థానాలోని ప్రత్యేక జైలులో మరణశిక్షను అమలు చేయడం జరిగింది. విప్లవవాదం-తీవ్రవాదం-సాయుధపోరాట వాదం, హోమ్‌రూల్ ఉద్యమారంభం వరకు దేశంలో ఉన్న పరిస్థితిని ఏ పేరుతో వ్యవహరించినా స్వభావం మాత్రం ఒక్కటే. 1909లో వచ్చిన మింటో మార్లే సంస్కరణలను మితవాద కాంగ్రెస్ సంస్థలను ఎవరూ పట్టించుకోలేదు. దేశభక్తి భావనతో ప్రేరితులైన వారందరి అభిప్రాయం ఒక్కటే దేశానికి విమోచన

ప్రసాదించడానికి దేవుడు పంపిన పరికరం బాంబు; యావద్దేశంలో జరిగిన ఉద్యమం ప్రభావానికి సమానమైనది ఒక బ్రిటిషు అధికారి హత్య కలిగించే ప్రభావం.

సాయుధ పోరాటవాదం లేదా తీవ్రవాదం పంజాబులో కూడా కొన్ని చరిత్రాత్మక ఘటనల్ని సృజించింది. పంజాబులో లియాల్‌పూర్ పరిసరాల జిల్లాల ప్రజలకు బంజరు భూములను పసిడి నేలలుగా మార్చిన వారి కృషి ఫలితాన్ని దక్కకుండా బ్రిటిషు ప్రభుత్వం కాలనైజేషన్ చట్టాన్ని రూపొందించింది. దీనిని వ్యతిరేకిస్తూ విప్లవవాదీ, లాహోర్‌లోని భారతమాత సంఘం సభ్యుడూ అయిన సర్దార్ అజిత్ సింగ్ విస్తృతంగా పర్యటించి ఉపన్యాసాలతో ప్రజలను చైతన్య పరిచాడు. బాంకే దయాల్ రాసిన 'పగ్‌డీ సంభాల్ జట్టా' గీతంతో ఆయన తన ప్రసంగాన్ని ఆరంభించేవాడు. బహిరంగ సభలలో బ్రిటిషు అధికారులకు వ్యతిరేకంగా ప్రసంగాలు జరగడం సర్వసాధారణమైంది. ప్రభుత్వ పోలీసు దళంలో పనిచేసే సిక్కులు ప్రజల అపహాస్యానికి గురయ్యేవారు. 1912లో బెంగాల్‌కు చెందిన రాస్ బిహారీ బోస్ ఢిల్లీ (నూతన రాజధాని)లో హార్డింజ్ ఊరేగింపులో వెళ్తూండగా బాంబు విసిరాడు. వైస్రాయి హార్డింజ్ గాయాలతో బయటపడ్డాడు కానీ ఆయన ఎ.డి.సి చనిపోయాడు. వెంటబడ్డ పోలీస్ అధికారుల నుంచి తప్పించుకొని చివరకు రాస్ బిహారీబోస్ జపాన్‌కు చేరుకున్నాడు. అక్కడ తరవాత కాలంలో భారత జాతీయ సైన్య నిర్మాణంలో సుభాష్ చంద్రబోస్‌కు సాయపడ్డాడు. ఈ సంఘటన జరిగిన ఆరునెలలలోనే, లాహోరులో విప్లవ కార్యకలాపాలను సూచించే లారెన్స్ గార్డెన్ సంఘటన జరిగింది. హార్డింజ్ పై హత్యాయత్నం కేసులో అమీర్ చంద్, బాలముకుంద్, అవధ్ బిహారీ, బసంత్ బిస్వాస్ నలుగురూ మరణ శిక్షకు గురిఅయ్యారు. ఉత్తరప్రదేశ్‌లో విప్లవ కార్యక్రమాలు బనారస్‌లో శచీంద్రనాథ సన్యాల్ అధ్వర్యంలో అనుశీలన సమితి వ్యవస్థాపనతో మొదలయ్యాయి. తొలుత స్తబ్దంగా ఉన్న సమితి 1914లో రాస్ బిహారీబోస్ రాకతో చైతన్యం పుంజుకుంది. ఉత్తరప్రదేశ్‌లో తొలి విద్రోహ కార్యకలాపాల కేసు, బనారస్ కుట్ర కేసులో శచీంద్రనాథ సన్యాల్‌కు యావజ్జీవ ప్రవాస శిక్షను విధించడమైంది. పది మంది దీర్ఘకాల జైలుశిక్షకు గురి అయ్యారు. భారతదేశంలోనే కాకుండా విదేశాలలో కూడా విప్లవవాదుల కార్యకలాపాలు కొనసాగాయి. ఇంగ్లండులో మదన్‌లాల్ థింగ్రా కర్జన్ వైలీపై కాల్పులు జరిపి మరణ శిక్షకు గురి అయ్యాడు. చివరి కోరిక ఏంటన్న ప్రశ్నకు 'మళ్ళీ మళ్ళీ భారతమాత పుత్రునిగానే పుట్టి స్వాతంత్ర్యం ప్రాప్తించే వరకూ మళ్ళీమళ్ళీ ప్రాణాలను అర్పించాలన్నదే' తన కోరిక అని థింగ్రా చెప్పాడు.

కొమగటమారు సంఘటన

పంజాబ్‌లోని శిక్కులు చాలా మంది బ్రిటిషు కొలంబియా (కెనడా పశ్చిమ తీరప్రాంతం-రాజధాని విక్టోరియా)లో జీతాలు ఉదారంగా ఉంటాయని విని అక్కడికి వలసపోవాలని ఆశ పడ్డారు. అయితే కెనడా చట్టాల ప్రకారం భారతదేశం నుంచి నేరుగా వచ్చేవారికే ప్రవేశానుమతి లభిస్తుంది. కానీ అందుకు భిన్నంగా వచ్చిన వారికి కూడా 1913లో కెనడా సుప్రీంకోర్టు అనుమతి ఇచ్చి 35 మందికి ప్రవేశం కల్పించింది. దీనితో దూర ప్రాచ్యంలో వాణిజ్యవేత్తగా ఉన్న గురుదత్ సింగ్ తూర్పు ఆసియా, ఆగ్నేయాసియా దేశాలలో ఉన్న భారతీయులు 376 మందిని (351 మంది శిక్కులు, 21 మంది ముస్లిమ్‌లు) కెనడాకు తీసుకొని పోవడానికి 'కోమగతమరు' అనే జపాన్

ఓడను కుదుర్చుకొన్నాడు. ఈ మధ్యకాలంలో తమ చట్టం లొసుగులను సవరించుకున్న కెనడా ప్రభుత్వం వాన్కూవర్‌కు చేరిన 'కోమగతమరు' ఓడను రేవులోకి అనుమతించలేదు. ఓడలోని భారతీయులు నిరసనలు తెలిపారు గాని ప్రయోజనం లేకపోయింది. 'కోమగతమరు' ఓడను కెనడా రక్షక దళాలు వెనుకకు మరలేలా చేశాయి. ఓడ యోకహోమా (జపాన్) చేరే నాటికి ప్రపంచ యుద్ధం మొదలైంది. ఓడలోని వారెవ్వరూ మధ్యలో దిగిపోకుండా నేరుగా కలకత్తాకు రావాలని బ్రిటిష ప్రభుత్వం ఉత్తర్వులు జారీ చేసింది. కలకత్తా సమీపంలోని బడ్జ్-బడ్జ్‌కు ఓడ వచ్చింది. ఓడలోని ప్రయాణికులు బ్రిటిషవారి వైఖరిపై నిరసన చూపారు. ఘర్షణలు జరిగి పద్దెనిమిది మంది ప్రయాణికులు మరణించారు. 202 మందిని అరెస్టు చేశారు (1914 సెప్టెంబర్ 29). 1911లో భారతదేశం నుంచి రాజకీయ ప్రవాసిగా కాలిఫోర్నియా చేరిన లాలాహర్ దయాళ్ కొంతకాలం స్టాన్‌ఫర్డ్ విశ్వవిద్యాలయంలో బోధించాడు. 1912లో వైస్రాయి హార్డింజ్ పై జరిగిన బాంబుదాడిని ప్రశంసిస్తూ యుగాంతర్ పత్రం ప్రచురించాడు. విప్లవోద్యమానికి సారధ్యం వహించడానికి సిద్ధమయ్యాడు. 'భారతదేశానికి స్వాతంత్ర్యంరానంత వరకు అమెరికన్‌లు మనలను తమ సమానులుగా అంగీకరించరు. అమెరికన్‌లతో మనం కలహించరాదు మన పేదరికానికి, దుస్థితికి కారణమైన బ్రిటిషు పాలనను అంతమొందించడమే మన విధి. మన సందేశాన్ని ప్రజానీకానికీ సైనికులకూ అందించాలి. పెద్ద సంఖ్యలో వారిని సమీకరించి వారి మద్దతు మనం పొందాలి' అని ఒక సమావేశంలో ప్రతిపాదించాడు, హర్ దయాళ్. అక్కడున్న భాయ్‌పరమానంద్, సోహన్ సింగ్ భక్నా, హర్నామ్ సింగ్ ప్రభృతులు ఆ ప్రతిపాదనను ఆమోదించారు.

1913లో అమెరికాలోని భారతీయులు శాన్‌ఫ్రాన్సిస్కోలో సమావేశమయ్యారు. పదిహేనువేల డాలర్లతో ఒక నిధిని ఏర్పరిచారు. 'ఘదర్ (విప్లవం) అనే పేరుతో హిందీ, ఉర్దూ, మరాఠీ, గురుముఖీ భాషలలో ఒక పత్రికను ఆరంభించారు. బ్రిటిషు పాలనవల్ల కలుగుతున్న దుష్పరిణామాలను అందులో వివరించారు. భారతదేశం నుంచి సంపత్తి దోపిడి, భారతీయుల తలసరి ఆదాయం తరిగిపోవడం, పెరిగిపోతున్న భూమిశిస్తు, ప్రజారోగ్యం, విద్యా కార్యక్రమాలపై కంటే హెచ్చుగా సైన్యంపై ఖర్చు చేయడం, అంతమైపోతున్న భారతీయ పరిశ్రమలు, వృత్తులు, భారతీయులు చెల్లించే పన్నులతో పోగైన ఆదాయాన్ని ఆఫ్ఘనిస్థాన్, బర్మా, ఈజిప్టు, పర్షియా, చైనాలలోని యుద్ధాలపై వెచ్చించడం, తరచూ సంభవిస్తున్న కరువు, కాటకాలు, మహమ్మారులు, భారతీయ సంస్థానాల మధ్య చీలికలు సృష్టించడం, నేరాలు చేసిన బ్రిటిషు జాతీయులపట్ల న్యాయవ్యవస్థ ఔదార్యం ప్రదర్శించడం, హిందూ-ముస్లిమ్ జాతుల మధ్య భేదాలు సృష్టించడం. ఈవిధంగా అన్ని అంశాలను 'ఘదర్' పాఠకులకు విశదీకరించసాగారు. 'కచాచిట్ఠా' అని పేర్కొన్న ఈ రచనలో చివరిగా చెప్పిన రెండు అంశాలు: 1. బ్రిటిషు ఇండియా, స్వదేశీ సంస్థానాలలో కలిపి 31 కోట్ల మంది భారతీయులుండగా, బ్రిటిషు అధికారులు, సైనికులు ఇతర బ్రిటీషు జాతీయులు మొత్తం కలిపి ఒక లక్ష పద్దెనిమిది వేల మంది మాత్రమే ఉన్నారు. 2. 1857విప్లవం జరిగి 56 సంవత్సరాలైంది. రెండో విప్లవం అత్యవసరంగా జరగవలసి ఉంది. ఘదర్ పత్రిక - తిలక్, అరవిందుడు, సావర్కార్, శ్యామ్ జీ కృష్ణ వర్మ, అజిత్ సింగ్‌ల రచనలనూ, అనుశీలన సమితి, యుగాంతర్ సమితుల సాహసోపేత

చర్యలనూ, రష్యన్ రహస్య సమాజాల గురించిన రచనలనూ ప్రచురించింది. ఉత్తేజకరమైన కవితలు పాఠకులను ఆకర్షించసాగాయి. త్వరితకాలంలోనే ఘదర్ పత్రిక దూర ప్రాచ్యదేశాలలో, మధ్య అమెరికాలో భారతదేశంలో జనాదరణ పొందింది. ప్రజల నుంచి ఉత్సాహ ఉద్వేగపూరితమైన ప్రతిస్పందన రాసాగింది. శాక్రమెంటోలో 1913 డిసెంబరులో జరిగిన సమావేశంలో 'జర్మనీ, ఇంగ్లండ్‌తో యుద్ధానికి సమాయత్తమవుతున్నదనీ', 'విప్లవానికిదే అనుకూలమైన తరుణం' అని హర్‌దయాళ్ పిలుపునిచ్చాడు. 1914, మార్చి 16 నాడు అమెరికన్ అధికారులు హర్ దయాళ్‌ను అరెస్టు చేసి, భారతదేశానికి పంపివేయాలని నిశ్చయించారు. కానీ బెయిల్ పై విడుదలై, స్విట్జర్లాండ్‌కు వెళ్ళిపోయాడు.

భగత్‌సింగ్

భగత్‌సింగ్ సెప్టెంబర్ 28, 1907 వ సంవత్సరంలో జన్మించాడు. ఇతని తండ్రి కూడా విప్లవభావాలు కలవాడు. పోలీసుల కఠిన చర్యలు, నాయకుల నిర్బంధం వల్ల హిందుస్తాన్ రిపబ్లికన్ అసోసియేషన్ కార్యకలాపాలు కకోరి కేసు తరవాత, చాలావరకు ఆగిపోయాయి. అలాంటి పరిస్థితుల్లో చంద్రశేఖర్ ఆజాద్ విప్లవ కార్యకలాపాలను పునరుద్ధరించడానికి తీవ్ర ప్రయత్నాలు చేశాడు. ఇతడు విప్లవ సంఘం పేరును హిందుస్తాన్ సోషలిస్ట్ రిపబ్లికన్ సంఘం అని మార్చి, అనేకమంది అనుచరులకు ఆకర్షించాడు. బ్రిటిష్ అధికారం నిర్మూలమై, స్వరాజ్యం ఏర్పడిన తరవాత, సోషలిస్టు సిద్ధాంతాలకు అనుగుణంగా, భారతరాజ్యం నిర్మాణం కావాలనేది దీని లక్ష్యం. సంఘాన్ని పునర్నిర్మాణంచేసి ఆజాద్, విప్లవ చర్యలను కొనసాగించాడు. 1928 సంవత్సరంలో, దేశంలో ఆర్థిక పరిస్థితులు దిగజారాయి. బొంబాయి, కాన్పూర్, కలకత్తా నగరాలలో కార్మికులు సమ్మెలలోకి దిగారు. ఇదికూడా విప్లవ భావాన్ని బలపరిచింది. చంద్రశేఖర్ ఆజాద్ నాయకత్వంలో జరిగిన హత్యలన్నింటిలో లాహోర్ నగరంలోని పోలీస్ అధికారి హత్య ప్రసిద్ధి గాంచింది. సైమన్ కమిషన్ 1928లో లాహోర్ వెళ్లిన సందర్భంలో ఏర్పాటైన బహిష్కరణ ఊరేగింపులో, లాలాలజపతి రాయ్ లాఠీ దెబ్బల కారణంగా 1928 నవంబర్17న మరణించారు. ఈ లాఠీ దెబ్బలకు సాండర్స్ కారకుడనే భావం, ప్రజలలో వ్యాపించింది. దీనికి ప్రతీకారంగా భగత్‌సింగ్, పట్టపగలు నిర్భయంగా సాండర్స్‌ను కాల్చి, తప్పించుకొని పారిపోయాడు. విప్లవకారులు హింసాత్మక చర్యలకు పాల్పడి తప్పించుకొని పారిపోవడం వల్ల, తాము బాధపడవలసి వస్తుందని, సామాన్య ప్రజలలో నిరసన భావం ఏర్పడింది. ఇంతేగాక, సహాయ నిరాకరణోద్యమం ఉపసంహరింపబడిన తరవాత, దేశంలో రాజకీ చైతన్యం చాలావరకు నశించింది విదేశీ పరిపాలనపై తిరుగుబాటుచేసే ధోరణి, ప్రజలలో తగ్గింది. విప్లవకారులకు ఈ ధోరణి చాలా అసంతృప్తిని కలిగించింది. ప్రజల్లో స్వాతంత్ర్య తృష్ణను తిరిగి రేకెత్తించడం తమ ధర్మంగాను, దానికి దేశాన్నంతా ఆకర్షించగల ఒక విప్లవ కార్యక్రమం తగిన సాధనంగాను వారు భావించారు.

దీనిని ఆచరణలో పెట్టడానికి భగత్‌సింగ్, అతని సహచరుడు బటుకేశ్వర దత్తా నియమింపబడ్డారు. 1929 ఏప్రిల్ 8న ఢిల్లీలో కేంద్ర శాసనసభ సమావేశమై, కార్మికులు సమ్మెచేసే హక్కును రద్దుచేయడానికి ఉద్దేశించిన 'వాణిజ్య వివాదాల బిల్లు' గురించి ఓటు చేయవలసి ఉంది.

ఇదేగాక, కమ్యూనిస్టులను అణచివేయుటకు 'ప్రజా రక్షణ బిల్లును' కూడా ప్రభుత్వం ఆనాడే ప్రవేశపెట్టదలచింది. వీటిని ప్రవేశపెట్టడం అనుచితమనే అభిప్రాయాన్ని, సభాధ్యక్షుడైన విఠల్‌బాయి పటేల్ వ్యక్తంచేసినందున ఆ బిల్లులను ప్రతిఘటిస్తారనే అభిప్రాయం దేశంలో వ్యాపించింది. ఈ రెండు కారణాలవల్ల ఏప్రిల్ 8సమావేశం దేశంలోని ప్రజలందరి దృష్టిని ఆకర్షించింది. ఆ రోజున శాసనసభలో ప్రవేశించి, బాంబును ప్రయోగించాలని భగత్‌సింగ్, బటుకేశ్వర్లు తీర్మానించుకున్నారు. వారి ఉద్దేశం ఎవ్వరినీ హత్యచేయడం కాదు. బాంబులను ప్రయోగించి తాము ప్రాణత్యాగానికైనా సిద్ధంగా ఉన్నట్లు ప్రజలను విశదపరచి, దేశంలో రాజకీయ సంచలనాన్ని కలిగించడం అవసరమని భావించి, వారు ఈ కార్యానికి పూనుకున్నారు. వారు శాసనసభా భవనంలోకి ప్రవేశించి, కార్మిక సమ్మెల చట్టంపై ఓటింగ్ జరిగిన వెంటనే, శాసనసభ మధ్యభాగంపై మొట్టమొదట భగత్‌సింగ్ ఆ తరవాత, బటుకేశ్వర్ ఒక్కొక్క బాంబును ప్రేల్చారు. ఎవరికో కొందరికి స్వల్పగాయాలు తగిలాయి. బాంబులు ప్రేల్చిన వారు వెంటనే తప్పించుకొని పోగల అవకాశం ఉన్నా, వారు అక్కడే నిలబడి "విప్లవం శాశ్వతంగా వర్ధిల్లుగాక", "సామ్రాజ్యతత్వం పతనమైపోవుగాక" అనే నినాదాలతో హిందుస్తాన్ సోషలిస్ట్ రిపబ్లికన్ సంఘపు ఎరుపు కరపత్రాలను సభలో విసిరారు. ఇంతలోనే, పోలీసువారు వారిని అరెస్టుచేసి తీసుకొని వెళ్ళిపోయారు. "విప్లవం శాశ్వతంగా వర్ధిల్లుగాక" అని వారు లేవదీసిన నినాదం 'ఇంక్విలాబ్ జిందాబాద్' అనే మాటలతో దేశంలో విప్లవ నినాదంగా స్థిరపడిపోయింది. కోర్టులో వారిపై విచారణ 1929 మే 7న జూన్ 12న ముగిసింది. ఆ సందర్భంలో భగత్‌సింగ్, అతని సహచరుడు కలసి కోర్టువారికి నివేదించిన వాఙ్మూలం, వారి విప్లవ సంఘం ఉద్దేశాలను స్పష్టపరిచింది. ఆనాడు దేశంలో వ్యాప్తిగాంచిన విప్లవ తత్వాన్ని అర్థం చేసుకొనుటకు ఈ కరపత్రాలు గొప్ప సాధనాలు. విప్లవం ఉద్దేశం బ్రిటిష్ సామ్రాజ్యాధికారాన్ని నిర్మూలం చేయడమేగాక, సామాన్య ప్రజల శ్రేయస్సును వృద్ధిచేయగల వర్గరహిత, సోషలిస్ట్ సమాజాన్ని స్థాపించడమని వారు పేర్కొన్నారు. విచారణ తరవాత వారికి ద్వీపాంతవాస శిక్ష విధింపబడింది.

ఈ మధ్యకాలంలో, 70,000 బాంబులు తయారుచేయుటకు కావలసి ముడిపదార్థాలతో కూడిన ఒక ఫ్యాక్టరీని లాహెూర్‌లో పోలీస్‌వారు కనుగొన్నారు. తరవాత పహరన్‌పూర్‌లో అలాంటి ఫ్యాక్టరీ ఇంకొకటి వారికి కనబడింది. ఈ సందర్భంగా, చాలామందిని అరెస్టు చేశారు. వీరిలో కొందరు, ఉద్యమ సంఘం రహస్యాలను, దానిలో పాల్గొంటున్న వారి పేర్లను వెల్లడిచేశారు. పోలీస్ అధికారి సాండర్స్‌ను హత్యచేసిన వాడు భగత్‌సింగ్ అనేది కూడ వెల్లడి అయింది. వీరందరిపై లాహోర్ కుట్రకేసు పెట్టి భగత్‌సింగ్, బటుకేశ్వర దత్తాలను లాహోర్ జైలుకు తీసుకొని వెళ్ళారు. విచారణకాలంలో వీరు దీక్షను ప్రారంభించారు. బ్రిటిష్ సామ్రాజ్యాధికారాన్ని రూపుమాపుటకు చక్రవర్తిపై యుద్ధాన్ని సాగించారనే నేరం వీరిపైన ఆరోపించబడిన కారణంగా, తాము యుద్ధ ఖైదీలకు ఉండవలసిన సదుపాయాలన్నీ తమకు ఉండడం ఉచితమనీ, రాజకీయ ఖైదీలకు ప్రత్యేక సదుపాయాలు ఉండాలని వీరు దీక్షను చేపట్టారు. వీరితో కలిసి, నిర్బంధితులుగా ఉన్నవారు కూడా ఇదేవిధంగా ప్రవర్తించారు. వీరిలో కలకత్తాకు చెందిన జతీంద్రనాథ దాస్ (జతిన్‌దాస్) ఒకడు. సుమారు రెండు నెలలు గడచిన తరవాత, ప్రభుత్వం రాజీకి వచ్చి కొన్ని సదుపాయాలను కల్పించగా,

జతిన్‌దాస్ తప్ప తక్కిన వారందరు, ఉపవాసాన్ని విరమించారు. అతడు మాత్రం 63 రోజులు ఉపవాసాన్ని సాగించి, మరణించాడు. ఈ మరణవార్త దేశమంతటా గగ్గోలు పుట్టించింది. అతని మృతదేహానికి జోహారులర్పించుటకు జైలు వెలుపల లక్షలాది జనం గుమిగూడారు. అంత్యక్రియలకై అతని మృతదేహాన్ని కలకత్తాకు తీసుకొని వెళ్లేటప్పుడు, మార్గంలో రైలు ఆగిన ప్రతిస్టేషన్‌లోను వేలాదిజనం జోహారులర్పించారు. కలకత్తాలో ఆరు లక్షల మంది మృతదేహాన్ని ఊరేగింపుతో తీసుకొని వెళ్లి దహన క్రియలో పాల్గొన్నారు. ఆనాడు విప్లవకారులపట్ల ప్రజలకు ఎంతటి గౌరవాభిమానాలు ఉన్నాయో, ఈ ఉదంతం స్పష్టం చేస్తుంది.

భగత్‌సింగ్ మొదలైనవారు పోలీస్‌వారి ప్రవర్తనకు నిరసనగా, విచారణ కాలంలో కోర్ట్‌కు హాజరు కావడానికి నిరాకరించారు. బలవంతంగా వారిని కోర్టులో హాజరు పెట్టడం సాధ్యంకాలేదు. నేరస్తులు కోర్టుకు హాజరు కాకపోయినా, వారిని విచారణ చేయుటకు అనుకూలంగా ప్రభుత్వం ఒక ఆర్డినెన్స్‌ను జారీచేసి, నామకార్థం విచారణ జరిపి 1930 అక్టోబర్ 7న తీర్పు చెప్పారు. దీని ఫలితంగా, భగత్‌సింగ్, సుఖ్‌దేవ్, రాజగురులకు ఉరిశిక్ష, మహావీర్ తివారి, విజయకుమార్ సిన్హాలకు ద్వీపాంతరవాస శిక్ష, అనేకులకు దీర్ఘకాల జైలు శిక్షలు విధించారు. భగత్‌సింగ్ జైలునుంచి తప్పించుకొనిపోయి ఉద్యమాన్ని అప్రతిష్టపాలు చేయడం ఇష్టపడలేదు. ఉరిశిక్షను రద్దు చేయించుటకు ఒడంబడిక సంప్రదింపుల కాలంలో గాంధీకొంత ప్రయత్నం చేశాడు. కాని ఇర్విన్ దానిని అంగీకరించలేదు. తుదకు, 1931 మార్చి 23న భగత్‌సింగ్ ఉరితీయబడ్డాడు. సర్దార్ వల్లభాయి పటేల్ అధ్యక్షతన కాంగ్రెస్ మహాసభ కరాచీలో జరుగుతుండగా ఉరిశిక్షలు అమలు జరుపబడ్డాయి. కోపోద్రిక్తులైన యువకులు నల్లజెండాల ప్రదర్శనలో "గాంధీ గోబ్యాక్", "గాంధీయిజం నశించాలి" అని ఉద్రేకపూరిత నినాదాలు చేశారు. కరాచీ కాంగ్రెస్ మహాసభలో గాంధీజీ ప్రసంగిస్తూ, "ఉరి శిక్షలు అమలుజరపడం ద్వారా ప్రభుత్వం దేశంలో ఉద్రిక్తతను రెచ్చగొట్టిందని" అన్నారు.

"ఆరోజుల్లో భగత్‌సింగ్ పేరు భారతదేశం పేరు భారతదేశం నలుమూలల గాంధీజీ పేరువలె విఖ్యాతమైపోయిందనుట అతిశయోక్తిగాదని" పట్టాభి సీతారామయ్యగారు వారి "కాంగ్రెస్ చరిత్ర"లో రాశారు. ఈ వాక్యంలో ఎంతైనా సత్యంఉన్నది. శాసనోల్లంఘన ఉద్యమం ప్రజల ప్రశంసకు పాత్రమైనట్లే. విప్లవ ఉద్యమం కూడా వారి ప్రశంసకు పాత్రమైనది. శాసనోల్లంఘన ఉద్యమంలో పాల్గొని లాఠీ దెబ్బలకు, తుపాకి కాల్పులకు, జైలు శిక్షలకు గురైన వారిపట్ల ప్రజలు ఎలాంటి గౌరవాభిమానాలను ప్రదర్శించారో, విప్లవ ఉద్యమంలో పాల్గొని లాఠీ దెబ్బలకు, తుపాకి కాల్పులకు, జైలు శిక్షలకు గురైన వారిపట్ల, ప్రజలు ఎలాంటి గౌరవాభిమానాలను ప్రదర్శించారో, విప్లవ ఉద్యమంలో పాల్గొని దేశవిముక్తికై ప్రాణాలు కోల్పోయిన భగత్‌సింగ్ సూర్యసేన్, చంద్రశేఖర్ ఆజాద్ మొదలైన వారిపట్ల, ప్రజలు అలాంటి గౌరవాభిమానాలనే ప్రదర్శించారు. దేశవిముక్తికి దౌర్జన్యరహితమైన పోరాటం సాధనమైనట్లే, దౌర్జన్య సహితమైన విప్లవ ఉద్యమం కూడా సాధనమని, వారు భావించారు. తాత్కాలికంగా, ఈ రెండు సాధనాలు ఫలప్రదం కాలేదు. కాని, భవిష్యత్తులో

బ్రిటిష్ వారి దేశాన్ని విడిచి వెళ్ళిపోయి, స్వరాజ్యం లభించడంతో, ఈ రెండు సాధనాలు ప్రభావం వహించాయి.

చంద్రశేఖర్ ఆజాద్

లాహోర్ కుట్రకేసు ఫలితంగా, ఉద్యమ కార్యకలాపాలకు కేంద్రంగా ఉన్న హిందుస్తాన్ సోషలిస్ట్ రిపబ్లికన్ సంఘానికి చావుదెబ్బ తగిలింది. దాని నాయకులలో ఐదారుగురు తప్ప తక్కినవారంతా ఉరిశిక్షకో, జైలుశిక్షలకో గురయ్యారు. మిగిలినవారు అజ్ఞాతంగా సంచరించవలసి వచ్చింది. సంఘానికి చాలాకాలం నాయకుడుగా ఉన్న చంద్రశేఖర్ ఆజాద్, రహస్యంగా ఉద్యమ కార్యకలాపాలను సాగిస్తూనే వచ్చాడు. లాహోర్ కుట్రకేసుకు జవాబుగా, 1929 డిసెంబర్‌లో వైస్రాయి ప్రయాణం చేస్తున్న రైలుబండి పట్టాలపై, బాంబు ప్రేలే ఏర్పాటు చేశాడు. అది ప్రేలడం మూలంగా, బండికి కొంత నష్టం కలిగిందిగాని, వైశ్రాయికి ఏ ప్రమాదం సంభవించలేదు.

చంద్రశేఖర్ ఆజాద్ సాయుధ పోరాటాన్ని తలపెట్టి, దానికి అవసరమైన ఆయుధాలను, ధనాన్ని సమకూర్చుకొనుటకై, 1930 జూలైలో ఢిల్లీలోని ఒక వ్యాపార కేంద్రంపై దాడిచేసి రూ.14,000లు దోచుకొన్నారు. ఈ సందర్భంలో, అరెస్టయిన వారు కొందరు ఆజాద్ గురించిన రహస్యాలను బయటపెట్టారు. తరవాత, కొన్ని రోజులకు బాంబులను సేకరించిన అతని అనుచరుల్లో ఒకడు, పోలీసులకు పట్టుబడ్డాడు. ఢిల్లీలో బాంబులు తయారుచేసే ఫ్యాక్టరీనొకదాన్ని కూడా పోలీసులు కనుగొన్నారు. వీటి ఫలితంగా, ఆజాద్‌తో సహా అనేకులపైన రెండవ లాహోర్ కుట్రకేసు, ఢిల్లీకేసు పెట్టబడ్డాయి. ఆజాద్ మాత్రం, పోలీసులకు వశంకాలేదు. అతను రహస్యంగా ఢిల్లీనుంచి పంజాబుకు వెళ్లి, అనేక బాంబుల ప్రయోగానికి ఏర్పాటుచేశాడు. కొందరు ఉద్యోగులు వీటిమూలంగా హతులయ్యారు. కొందరు గాయపడ్డారు. కాని, పోలీసులు వారి గూఢచారులు సర్వదా ఆజాద్‌పై నిఘావేసి ఉండడంచేత, అతడు ఒకచోట ఉండడం సాధ్యంకాక, దేశసంచారి కావలసివచ్చింది. 1931 ఫిబ్రవరి 27న ఆజాద్ అలహాబాద్‌లోని పార్కులో ఒక స్నేహితునితో ఉండగా, పోలీసులు అతనిని చుట్టుముట్టారు. కాని, ఆజాద్ వారికి లొంగక వారిపై కాల్పులు జరిపాడు. ఇద్దరు ఉద్యోగులు హతులయ్యారు. కాని, వారు జరిపిన ఎదురుకాల్పుల్లో, అతడు ప్రాణాలు కోల్పోయాడు. తరవాత విప్లవ కార్యక్రమాలు తగ్గుముఖం పట్టాయి. విప్లవవాదులు అనేకులు కాంగ్రెస్‌లోను కొందరు కమ్యూనిస్ట్ పార్టీలోను చేరారు. కొందరు పోలీసుల తరఫున గూఢాచారులుగా పనిచేశారు. 1931-34లో కూడ అక్కడక్కడ బాంబు ప్రేలుళ్ల్లు, హత్యలు, హత్యాయత్నాలు జరిగినా మొత్తంమీద, ఆజాద్ మరణంతో ఉత్తరప్రదేశ్‌లోను, పంజాబ్‌లోను ఉద్యమం అంతరించినట్లు చెప్పొచ్చు.

విప్లవ కార్యకలాపాల వైఫల్యం : విప్లవవాదులు భారత స్వాతంత్ర్యోద్యమంలో, అత్యంత ఉత్తేజకరమైన పాత్రను నిర్వహించారు. దేశమాతసేవలో, ఎందరో సంతోషంగా ప్రాణాలను కూడా అర్పించారు. అయితే, వారు ఎన్ని త్యాగాలు చేసినా, తమ ఆశయ సాధనలో విఫలంగాక తప్పలేదు. దానికి అనేక కారణాలున్నాయి.

1. వ్యక్తిగతమైన హింసాయుత కార్యక్రమాలు ఎంత వీరోచితంగా ఉన్నప్పటికిని, వాటిని అన్నివిధాల అర్థబలం, అంగబలం ఉన్న సామ్రాజ్యవాదులు, సులభంగానే అణచివేయ గలిగారు. 1857 తిరుగుబాటు తరవాత బ్రిటిష్ ప్రభుత్వం ఒక ప్రణాళిక ప్రకారం ప్రజలను నిరాయుధులను చేసింది. దానికి ఒక పెద్ద గూఢచారి యంత్రాంగం ఉండి, నేరస్తులను సులభంగా పట్టి ఇస్తుండేది. పత్రికలు, ప్రేలుడు పదార్థాలు, సభ, సమావేశాలు మొదలైన వానికి సంబంధించి ప్రభుత్వం అనేక చట్టాలను చేసి, విప్లవ కార్యకలాపాలను అష్టదిగ్బంధం చేసింది వీటన్నిటికీ తోడు, బ్రిటిష్ ప్రభుత్వం రాజ్యాంగబద్ధమైన చర్యలు కూడ తీసుకుంది. పర్సివల్ స్పియర్ అన్నట్లు, బ్రిటిష్ ప్రభుత్వం మింటో మార్లే సంస్కరణలు ప్రవేశపెట్టి "భారత ప్రజల దృష్టిని విప్లవ కార్యకలాపాల నుంచి ప్రజాస్వామ్యం వైపు మళ్లించింది.

2. ఈ విప్లవకారులకు సరైన కేంద్ర సంస్థలేదు. ఒకరికి తెలియకుండా ఒకరు, కార్యక్రమాలు నిర్వహిస్తూ ఉండేవారు. దీనివల్ల కృషి, సమయం రెండూ వృథా అయ్యేవి. ఉమ్మడి ప్రణాళికగాని, కేంద్ర నాయకత్వంగాని వారికి లేవు. 1920 తరవాత, ఈ విషయంలో కొన్ని ప్రయత్నాలు జరిగినా, అవి ఎక్కువగా వ్యవస్థీకృతం కాలేకపోయాయి. పైపెచ్చు విప్లవవాదులకు గల సోషలిస్టు భావాలు అంత నిర్దిష్టంగా లేవు. కొందరు వివేకానందుని సాంఘిక ఆదర్శాలతో ప్రభావితులయ్యారు.

3. విప్లవ వాదులకు ప్రజల ఆదరణ ఎక్కువగా లేదు. సహజంగానే వారి సంఘాలన్నీ రహస్యంగా ఉండేవి. దానివల్ల, వారికి ప్రజల నమ్మకం పొందటానికి వీలులేకపోయింది. పైగా, వారు స్థాపించిన అనేక సమితులలో మధ్యతరగతివారు ఉన్నారు. వారికి కర్షకులతోగాని, కార్మికులతో గాని పరిచయం ఉండేదికాదు. ప్రజా పోరాటాలు నిర్వహించవలసినవారు ప్రజలలో కలసిపోయినపుడే వారికి తమవెంట నడిపించుకోగలుగుతారు.

4. గాంధీజీ సత్యాగ్రహ సిద్ధాంతాల్లో హింసకు తావులేదు. లక్ష్యంవలె, సాధన కూడా పవిత్రంగా ఉండాలని భావించిన గాంధీజీ, హింసాయుత చర్యలను ఆమోదించలేదు. ఈ విధంగా వనరులు లేక, అఖిల భారత సంస్థ లేక, ప్రజానాయకుల సానుభూతి పొందలేక, తమలోతమకు గల సంఘర్షణలను ఆపుకోలక పోవడంవల్ల, విప్లవవాదులు ప్రపంచంలో అత్యంత వ్యవస్థీకృతమైన సామ్రాజ్యాధికారాన్ని ఎదుర్కొని, జయాన్ని పొందలేకపోయారు.

వామపక్షాలు, కార్మిక సంఘాలు, రైతు ఉద్యమాలు

ఇరవయ్యో శతాబ్ది రెండో దశాబ్దిలో భారతదేశంలో వామపక్ష భావాలు పరివ్యాప్తం కావడానికి అనుకూల పరిస్థితులేర్పడ్డాయి. బ్రిటిష్ వలసకారులు, వలస ప్రభుత్వం అవలంబించిన ఆర్థిక దోపిడీ విధానంవల్ల భారతదేశం తీవ్రంగా నష్టపోయింది. దేశీయ పరిశ్రమలూ, వ్యవసాయం దెబ్బతిన్నాయి. బ్రిటన్ తన అంతర్జాతీయ వాణిజ్య ప్రయోజనాలకు తోడ్పడే విధంగా భారత ఆర్థికవ్యవస్థను మార్చివేయడం జరిగింది. ఇందుకుతోడు తరచూ దేశంలోని వివిధ ప్రాంతాల్లో క్షామపరిస్థితులు నెలకొనడంతో సామాన్యప్రజల జీవనం దుర్భరమైంది. కంపెనీపాలన కాలంలో

కంపెనీ ఉద్యోగులూ, వలస ప్రభుత్వం ఏర్పడ్డ తరవాత బ్రిటన్ అధికారులూ చూపిన జాత్యహంకార ధోరణి ప్రజలను అవమానాలకు గురిచేసింది.

ఇరవయ్యో శతాబ్దిలో వందేమాతరం, హోమ్‌రూల్, సహాయనిరాకరణోద్యమాలలో దేశ వ్యాప్తంగా ప్రజలు పాల్గొనడం జరిగింది. ఇందువల్ల దేశంలో రాజకీయ చైతన్యం పెంపొందింది. వివిధ రాజకీయ సిద్ధాంతాలను గురించిన పరిజ్ఞానాన్ని ఆంగ్లంలో, దేశభాషల్లో వచ్చిన పత్రికలు, ప్రజలకు అందజేశాయి. అంతర్జాతీయ పరిణామాలను గురించి ప్రజలకు ఎప్పటికప్పుడు సమాచారం అంది, వాటిని విశ్లేషించే ధోరణి ప్రజలలో పెంపొందింది. రౌలత్‌సత్యాగ్రహం, సహాయ నిరాకరణోద్యమాలు వలసపాలకులను ఒక కుదుపు కుదిపాయి. సహాయనిరాకరణోద్యమం పరాకాష్ఠ దశలో ఉన్నప్పుడు చప్పున ఆపివేయడం ప్రజానీకానికి, ముఖ్యంగా యువతరానికి తీవ్రమైన ఆశాభంగాన్ని కలుగజేసింది. ఫలితంగా వారు ప్రత్యామ్నాయ మార్గాలను అన్వేషించసాగారు.

ఈ పరిస్థితులలో 1917 నవంబర్‌లో రష్యాలో వచ్చిన కమ్యూనిస్ట్ విప్లవం సాంఘిక ఆర్థిక స్వాతంత్ర్యానికీ, సాంఘిక సమానత్వానికీ ప్రతీకగా నిలచింది. సోవియెట్ రష్యాలో విప్లవ పర్యవసానంగా ఏర్పడ్డ సమసమాజం భారతదేశంలోని చాలా మంది విద్యావంతులకూ, యువకులకూ ఆదర్శనమూనాగా కనిపించింది. ముఖ్యంగా కమ్యూనిస్ట్ రష్యా జారిస్ట్ రష్యాకాలంలో నెలకొన్న రష్యన్ వలస ప్రాంతాల్నీ, ప్రయోజనాల్నీ స్వచ్ఛందంగా వదలుకోవడం సిద్ధాంతపరంగా కమ్యూనిస్ట్ వ్యవస్థ నిజాయితీని ప్రస్ఫుటంగా చూపింది. సాధారణ ప్రజలూ, మేథావులూ, కార్మిక కర్షక వర్గాలూ కలిసి సామ్రాజ్యవాద బ్రిటిష్ ప్రభుత్వాన్ని కూలదోయవచ్చునని విద్యావంతులూ, యువకులూ భావించసాగారు. సామ్యవాదభావాలు, మార్క్సిస్ట్ సిద్ధాంతం, బొల్షెవిక్ వ్యూహం వారిని ఆకర్షించాయి. సహాయనిరాకరణోద్యమంలో పాల్గొని నిరాశతో బైటపడ్డ యువకులకు మార్క్సిస్ట్ సిద్ధాంతం ఏకైక శరణ్యంగా స్ఫురించింది. సోషలిస్టు, కమ్యూనిస్టు సంఘాలు అవతరించాయి. ఎం.ఎన్. రాయ్ ద్వారా అంతర్జాతీయ కమ్యూనిస్టు సంస్థతో సంబంధం ఏర్పడింది. 1920లో సోవియెట్ రష్యాకు వెళ్ళివచ్చిన రాయ్ 'వాన్‌గార్డ్', 'దిమాసెస్ ఆఫ్ ఇండియా' అనే ఆంగ్ల భాషా పత్రికలను ప్రచురించాడు. 'గాంధీ-లెనిన్' అనే పత్రంలో శ్రీపాద అమృత్ డాంగే తులనాత్మక అధ్యయనం చేశాడు. 'దిసోషలిస్ట్' అనే పత్రికను కూడా ప్రచురించసాగాడాయన. బెంగాల్‌లో ముజఫర్ అహమ్మద్ 'నవయుగ్' అనే పత్రికనూ, నజ్రుల్‌ఇస్లామ్ అనే బెంగాలీ కవితో కలిసి 'లాంగల్'అనే పత్రికనూ ప్రచురించాడు. పంజాబ్‌లో ఘులామ్ హుస్సేన్ 'ఇనిఖిలాబ్' మద్రాసులో 'లేబర్-కిసాన్ గజెట్'ను సింగారవేలు ప్రచురించారు. ఇవేకాకుండా 'ఆత్మశక్తి', 'ధూమకేతు' అనే పత్రికలను కూడా బెంగాల్‌లో ప్రచురించడం జరిగింది.

భారత కమ్యూనిస్ట్ పార్టీ సంస్థను ప్రప్రథమంగా ఎం.ఎన్.రాయ్ ఆయన అనుయాయులు కలిసి 1920 అక్టోబర్‌లో తాష్కెంట్‌లో ఏర్పరిచారు. ఎం.ఎన్. రాయ్ అనుచరులు, వీరేంద్రనాథ్ చట్టోపాధ్యాయ అనుచరులు భారతదేశానికి 1921-23 కాలంలో వచ్చారు. దానితో కమ్యూనిజమ్ ఉద్యమంగా ఊపందుకుంది. విదేశాల నుంచి సిద్ధాంతపరమైన సాహిత్యాన్ని పంపేవారు. దేశీయ పత్రికలలో కూడా రష్యన్ విప్లవం, లెనిన్, భారత ఆర్థిక వ్యవస్థ, వలసవాదాలపై వ్యాసాలను

ప్రచురించడం జరుగుతుండేది. కమ్యూనిస్ట్ ఉద్యమాన్ని అణచివేసే ఉద్దేశ్యంతో భారతదేశంలోని బ్రిటిష్ ప్రభుత్వం కాన్పూర్ కుట్రకేసు పెట్టింది (1924, ఫిబ్రవరి). ఎం.ఎన్.రాయ్, నళినీగుప్తా, ముజఫర్ అహ్మద్, షౌకత్ ఉస్మానీ, ఎస్.ఎ.డాంగే, సింగారవేలు మొదలైనవారిపై ఈ కేసు మోపడంతో వారికి భిన్న కాలాలకు జైలు శిక్ష విధించింది. 1925 డిసెంబర్‌లో కమ్యూనిస్ట్ సమాజాలన్నీ కలిసి కాన్పూర్‌లో సమావేశమై ఏకపక్షంగా ఏర్పడ్డారు. ఆవిధంగా ఏర్పడ్డ కమ్యూనిస్టు పార్టీ ఆఫ్ ఇండియా (సి.పి.ఐ)కి ఎస్.వి.ఘాతే కార్యదర్శి అయ్యాడు. పార్టీ సభ్యులు కాంగ్రెస్ సంస్థలో చేరి ఆ సంస్థలో బలమైన వామపక్ష అంగంగా వ్యవహరించాలని నిర్దేశించింది.

భారత కమ్యూనిస్ట్ పార్టీ - కమ్యూనిస్టు ఇంటర్నేషనల్ (కోమిన్‌టర్న్) సంస్థల మధ్య నేరుగా సంబంధాలు నెలకొల్పాలని తొలుదొల్త నిర్ణయం జరిగింది. కానీ కోమిన్‌టర్న్ రెండో సమావేశంలో, 'తూర్పు దేశాలలో విప్లవ ప్రతీక' అని లెనిన్ ప్రస్తుతించిన ఎం.ఎన్. రాయ్ భారత జాతీయ బూర్జువా వర్గ సంస్థ కాంగ్రెస్‌తో కమ్యూనిస్టు సంబంధాలను గురించి లెనిన్‌తో విభేదించాడు. ఆ తరవాత బ్రిటన్‌లోని కమ్యూనిస్ట్ పార్టీ భారతదేశంలో కమ్యూనిస్ట్ కార్యక్రమాలకు దిశానిర్దేశం చేసింది. అనేకమంది బ్రిటిష్ కమ్యూనిస్టులు భారతదేశానికి వచ్చారు. భారతదేశంలోని కార్మికసంఘాలలో వామపక్షవర్గాన్ని రూపొందించడానికి జార్జిఎలిజన్ వచ్చాడు. బొంబాయి, బెంగాల్‌లలో కార్మిక సంస్థల వివాదాలలో ఆయన జోక్యంతో ప్రభుత్వం ఆయన్ను నిర్బంధించింది. నకిలీ పాస్‌పోర్టు పత్రాలతో ప్రవేశించాడన్న అభియోగంపై జైలుశిక్ష వేసి తరవాత దేశం నుంచి పంపించివేశారు. తరవాత వచ్చిన ఫిలిప్‌స్ప్రాట్, బెంజమన్ ఫ్రాన్సిస్, బ్రాడ్‌లీలు కార్మిక కర్షక పక్షాన్ని నెలకొల్పారు. స్ప్రాట్ నెలకొల్పిన కార్మిక కర్షకపక్షంశాఖలు ఢిల్లీ, అలహాబాద్, మీరట్, గోరఖ్‌పూర్, ఝాన్సీలలో వెలశాయి. భారతదేశంలో తన కార్యక్రమాన్ని గురించి ఆయన ఎప్పటికప్పుడు ఇంగ్లండులో కమ్యూనిస్ట్ నాయకులకు తెలియజేస్తూ వారి సలహా సంప్రదింపులతో పనిచేస్తుండేవాడు. పార్టీకి సంబంధించిన పుస్తకాలు రహస్యంగా భారతదేశానికి చేరేవి. 1928 తరవాత భారత కమ్యూనిస్టు పార్టీని కోమిన్‌టర్న్ నిర్దేశపరిధిలోకి తేవడానికి నిర్ణయం జరిగింది. ముజఫర్ అహ్మద్ ప్రతినిధిగా కోమిన్‌టర్న్ కార్యాచరణ సమావేశానికి వెళ్ళాలని నిశ్చయించారు. ఈ దశలో కమ్యూనిస్టు పార్టీ కార్మిక సంఘాలపై ప్రాబల్యం నెలకొల్పడానికి ఎక్కువ ప్రాధాన్యం ఇచ్చింది.

కార్మిక సంఘాలు- స్వరూప స్వభావాలు

భారతదేశంలో తొలి ఆధునిక పరిశ్రమలు, బ్రిటిష్‌వారు నెలకొల్పిన రైల్వే, పోస్ట్-టెలిగ్రాఫ్ వ్యవస్థలు అవతరించిన 19వ శతాబ్ది ద్వితీయార్థంలోనే కార్మిక వర్గమూ అవతరించింది. అయితే భిన్న ప్రాంతాలకు, భిన్న పరిశ్రమలకు చెందినవారు జాతీయ కార్మిక సంస్థగా రూపొందడం జాతీయతా భావోదయం, జాతీయోద్యమం ప్రగతితోపాటు ఏర్పడిన పరిణామమే. వర్గ చైతన్యం గల కార్మిక సమాజం రూపొందక పూర్వం కూడా కార్మికులు తమ ఆర్థిక పరిస్థితుల మెరుగుదల కోసం అక్కడక్కడ సమ్మెలు చేశారు. అవి సత్వర ప్రయోజనాల సిద్ధికోసం చేసినవే గాని వాటిలో సిద్ధాంతాల ప్రమేయంగానీ, సంఘటన స్వభావంగానీ లేవు.

తొలుత కార్మికుల ప్రయోజనాల కోసం చొరవ తీసుకున్న వ్యక్తులు పరోపకార దృష్టితో పని చేసినవారే. బొంబాయి శాసనసభలో కార్మికుల పనిగంటల తగ్గింపునకు బిల్లు ప్రవేశపెట్టాలని ప్రయత్నించి విఫలుడైన సొరాబ్జీ షాపూర్జీ బెంగాలీ, బెంగాల్‌లో కార్మికులను విద్యావంతులు చేయాలని వారికోసం ఒక కార్మిక క్లబ్, 'భారత్ శ్రమజీవి' అనే పత్రిక ప్రారంభించిన శశిపాద బెనర్జీ ఈ కోవకు చెందినవారే. వారి కార్యక్రమం 1870-80 కాలానికి చెందింది. బొంబాయిలో నారాయణ్ మేఘజీలోఖండే 1880లో 'దీనబంధు' అనే పత్రిక ప్రారంభించి, 1890లో బొంబాయి మిల్లు కార్మికుల సంఘాన్ని నెలకొల్పాడు. కార్మికుల కనీస కోర్కెల పత్రాన్ని 5,500మంది కార్మికుల సంతకాలు సేకరించి బొంబాయి ఫాక్టరీ కమీషన్‌కు సమర్పించాడు. అప్పట్లో కార్మికుల స్థితిగతులు నికృష్టంగా ఉన్నా కొత్తగా ఏర్పడ్డ జాతీయ సంస్థలు నాయకులు ఎక్కువగా పట్టించుకోలేదు. ఇందుకు కారణం యావద్దేశానికీ, యావద్భారతీయులకూ సంబంధించిన విషయాన్ని మాత్రమే సంస్థ చేపట్టాలని భావించడమే. తరవాత కాలంలో జాతీయోద్యమంలో సైద్ధాంతిక ధోరణులు ప్రవేశించాయి. కార్మికులను వర్గంగా సంఘటితపరచి సంస్థలో వారినీ భాగస్వాములుగా చేసే ప్రయత్నాలు జరిగాయి.

భారతీయుల యాజమాన్యంలో ఉన్న పరిశ్రమలకు సంబంధించి ప్రభుత్వ జోక్యాన్ని జాతీయవాదులు వ్యతిరేకించారు. 1881, 1891 ఫాక్టరీ చట్టాలను నిరోధిస్తూ జాతీయ పత్రికలలో వ్యాసాలను ప్రచురించడం జరిగింది. ప్రభుత్వంచేసే చట్టాలు, తీసుకునే చర్యలు బ్రిటిష్ పరిశ్రమల ప్రయోజనం కోసం ఉద్దేశించినవై ఉంటాయని వారు భావించారు. పైగా కార్మిక చట్టాలు దేశీయ పరిశ్రమల స్థాపన, నిర్వహణలకు ప్రతిబంధకాలవుతాయని వారు భావించారు. దేశంలో పేదరికాన్ని దూరం చేయడానికి సత్వర పారిశ్రామికీకరణం జరగవలసిన తరుణంలో కుంటుపరచే పరిణామాలను వ్యతిరేకించాలని వారు తలపోశారు. అయితే బ్రిటిష్ యాజమాన్యంలోని పరిశ్రమల్లో పనిచేసే కార్మికులకు వారి కోర్కెలకు మాత్రం జాతీయవాదులు సంపూర్ణమైన మద్దతునిచ్చారు. బ్రిటిష్, యూరోపియన్ యాజమాన్యంలోని టీ తోటల కార్మికుల దుర్భర పరిస్థితులను గురించి జాతీయ పత్రికలు చొరవతీసుకొని సత్యాల్ని వివరించాయి. ప్రభుత్వంతో తమకనుకూలంగా చట్టాలు చేయించుకొని టీ తోటలలో పనిచేసే కార్మికులను నిర్బంధించడం, శిక్షించడం, పనివదలిపోకుండా నివారించడం వంటి చర్యలకు యజమానులు పాల్పడేవారు. జాతి గౌరవానికీ అభిమానానికీ భంగం కలిగించే ఇట్టి చర్యల్ని జాతీయవాదులు నిరసించాలని పత్రికలు విన్నవించాయి.

బ్రిటిష్‌వారి యాజమాన్యంలోగల గ్రేట్ ఇండియన్ పెనిన్సులర్ రైల్వేలో 1899మే నెలలో జీతబత్తేలు, పనిగంటలు, స్థితిగతులను గురించి కార్మికుల సమ్మె జరిగింది. తిలక్ పత్రికలు, మరాఠా, కేసరి సమ్మెను సమర్థిస్తూ వ్యాసాలు ప్రచురించాయి. సమ్మెకు మద్దతుగా సభలు నిర్వహించి ఫిరోజ్‌షామెహతా వంటి నాయకులు కార్మికుల సహాయార్థం నిధి సేకరణ జరిపారు. ఇరవయ్యో శతాబ్ది ఆరంభంలో కార్మికుల ప్రయోజనాల పరిరక్షణకు చట్టాలు చేయాలనీ, కార్మికులు సంఘాలుగా ఏర్పడి హక్కులకోసం పోరాడాలని బిపిన్ చంద్రపాల్, సుబ్రహ్మణ్య అయ్యర్ వంటి నాయకులు ప్రోత్సహించారు. స్వదేశీ ఉద్యమకాలంలో కార్మిక సంఘాలను పటిష్ఠపరచీ, సమ్మెలకు మద్దతు ప్రకటించీ, సహాయనిధులు సేకరించీ పలువిధాలుగా కార్మికోద్యమాన్ని నాయకులు బలపరిచారు.

కార్మిక సంఘాలను నెలకొల్పి, వాటికి ప్రజామద్దతును సమీకరించి, సమ్మెలకు తోడ్పాటునిచ్చి కార్మిక సేవకే అంకితమైన అశ్వనీకుమార్ బెనర్జీ, ప్రభాతకుమార్‌రాయ్ చౌధురి, ప్రేమతోష్‌బోస్, అపూర్వకుమార్‌ఘోష్‌లు ఈ సందర్భంగా స్మరణీయులు. కార్మికులు ఊరేగింపులు జరిపినపుడు కలకత్తాలోని ప్రజానీకం, స్త్రీలు, పోలీసులతో సహా విరాళాలుఇచ్చి ఆహారపదార్థాలు అందించి మద్దతు చూపేవారు. కార్మిక సంస్థలను సంఘటితపరచి అఖిలభారత కార్మిక సంఘటన ఏర్పరచాలని కూడా ఈ తరుణంలో ప్రయత్నాలు జరిగాయి కానీ అవి ఫలవంతంకాలేదు.

'స్వదేశీ' కాలంలోనే కార్మిక సంస్థలు జాతీయవాదులు కలిసి కార్యకలాపాలను రాజకీయ అంశాలకు కూడా విస్తరించడం జరిగింది. 1905లో బెంగాల్ విభజన సందర్భంగా జవుళి మిల్లుల కార్మికులు, రైల్వే కూలీలు హర్తాళ్ళు నిర్వహించారు. ఫెడరేషన్‌హాల్‌లో స్వదేశీనేత సమావేశానికి హాజరు కాకుండా హౌరాలోని బర్న్ కంపెనీ షిప్‌యార్డ్ నిషేధించగా పన్నెండు వేలమంది కార్మికులు పనివీడి సమ్మె చేశారు. అలాగే వందేమాతరం పాడటాన్నీ, రక్షాబంధనాన్ని నిషేధించినప్పుడు కూడా కార్మికులు సమ్మెలు చేశారు. ఇవన్నీ జాతీయోద్యమానికీ కార్మిక సంస్థలకూ మధ్య పెరిగిన అనుబంధాన్ని సూచించే ఉదంతాలు. తమిళనాడు ట్యూటికోరిన్‌లో విదేశీ యాజమాన్యంలోని పత్తిమిల్లు కార్మికులను హెచ్చువేతనాలు కోరవలసిందిగా, సమ్మెకు తలపడవలసిందిగా చిదంబరం పిళ్ళై, సుబ్రహ్మణ్య శివ ప్రభృతులు పురమాయించారు.

స్వదేశీ ఉద్యమకాలంలోనే మార్క్సిస్టు, సోషలిస్టుభావాలు, రష్యన్ తరహా కార్మికోద్యమాలు జాతీయోద్యమనేతల్ని ప్రభావితం చేశాయి. 1908లో ఉద్యమం బలహీనపడటంతో కార్మిక ఉద్యమం కూడా మందగించింది. తిరిగి హోమ్‌రూల్ లీగ్‌లతో మొదలై 1922 సహాయ నిరాకరణ ఉద్యమం నిలిపివేత వరకు కార్మిక సంఘాలు క్రియాశీలత్వాన్ని సంతరించుకొన్నాయి. 1920లో లాలాలజపత్‌రాయ్ అధ్యక్షుడుగా, దివాన్‌చమన్‌లాల్ కార్యదర్శిగా అఖిలభారత కార్మిక సంఘసమ్మేళనం (ఎ.ఐ.టి.యు.సి) ఏర్పడింది. 'కార్మికులలో వర్గ చైతన్యం పెంపొందాలని, తాత్కాలికంగా మేధావుల నాయకత్వాన్ని కార్మిక సంస్థలు అంగీకరించినా కాలక్రమాన కార్మికులలో నుంచే కార్మిక నేతలు ఉద్భవించగలర'ని లజపత్‌రాయ్ అధ్యక్షోపన్యాసంలో ఉద్ఘాటించాడు. ఏ.ఐ.టి.యు.సి కార్మికులను జాతీయ స్వాతంత్ర్యోద్యమంలో పాల్గొనాలనీ, రాజకీయ స్వాతంత్ర్యమూ, ఆర్థిక స్వయం ప్రతిపత్తి పరస్పర పూరకాలనీ ఉత్సాహపరిచింది. మాంచెస్టర్ పోటీని, జపాన్‌పోటీని భారత పరిశ్రమలు ఎదుర్కొనగలగాలంటే భారతీయ పారిశ్రామిక పెట్టుబడులకు లాభశాతం పెరగాలన్నవాదాన్నీ, అందుకు కార్మికులూ సహకరించాలన్న వాదాన్నీ లజపత్‌రాయ్ తోసిపుచ్చాడు. భారతీయ పరిశ్రమల పెంపుదలకోసం కార్మికులు త్యాగశీలురు కావాలన్న ధోరణిని ఖండిస్తూ యజమానులూ, కార్మికులూ ఇరువురూ దేశభక్తి ప్రేరితులై కృషిచేయాలనీ, యజమానులు సొంతలాభం కొంతమానుకొని కార్మికులకూ సముచితంగా లాభంలో వాటా ఇవ్వాలని ఆయన ప్రతిపాదించాడు. అలాకాకుండా కార్మికులను ఉపేక్షించి తాము విశేష లాభాలు ఆర్జించాలని పెట్టుబడిదారు భావించిన పక్షంలో వారికి అటు కార్మికవర్గం నుంచి గానీ ఇటు సాధారణ ప్రజానీకం నుంచి గానీ సానుభూతి, మద్దతూ ఆశించే హక్కుండదని ఆయన హెచ్చరించాడు.

నాటి నేతలలో ప్రముఖులైన చిత్తరంజన్‌దాస్, సి.ఎఫ్.ఆండ్రూస్, సేన్‌గుప్తా, సుభాష్ చంద్రబోస్, జవహర్‌లాల్ నెహ్రూ, సత్యమూర్తి మొదలైన వారంతా ఏ.ఐ.టి.యు.సితో సన్నిహిత సంబంధాలు ఏర్పరచుకొన్నారు. కార్మిక కర్షక వర్గాల్ని కలుపుకొనిరావడంలో కాంగ్రెస్ సంస్థ వారివారి ప్రత్యేక ప్రయోజనాల్ని దృష్టిలో ఉంచుకోవాలనీ, ఉన్నతాదర్శమైన 'స్వరాజ్య' లక్ష్యసాధనకు ముందు కార్మిక, కర్షక వర్గాలు వారి ప్రయోజన సిద్ధితో తృప్తి పొందేలా చూడాలనీ అప్పుడే ఆ వర్గాలు స్వరాజ్య లక్ష్యానికి అంకితం కాగలరనీ చిత్తరంజన్‌దాస్ కాంగ్రెస్ గయ సమావేశంలో ఉద్ఘాటించాడు.

1920 నాటికి రెండున్నర లక్షల సభ్యులతో 125 కార్మిక సంఘాలు ఏర్పడ్డాయి. పంజాబ్‌లో 1919 దురంతాలూ, గాంధీ అరెస్టు సందర్భంలో గుజరాత్‌లోని వివిధ పట్టణాల్లో కార్మికులు సమ్మెలూ, ప్రదర్శనలూ, ఆందోళనలూ నిర్వహించి స్వాతంత్ర్యోద్యమానికి తమ మద్దతును స్పష్టం చేశారు. బొంబాయి, కలకత్తాలలో కూడా కార్మికులు నిరసన ప్రదర్శనలు నిర్వహించారు. 1919-1921 మధ్యకాలంలో రౌలత్‌సత్యాగ్రహం, సహాయనిరాకరణోద్యమాలలో కార్మికులు ముఖ్యంగా పశ్చిమ రైల్వే కార్మికులు సమ్మెల ద్వారా మద్దతు తెలిపారు. అలాగే వేల్సు యువరాజు పర్యటన సందర్భంలో బొంబాయిలోని వస్త్ర పరిశ్రమ కార్మికులు లక్షానలభైవేల మంది వీధుల్లోకి వచ్చారు.

1922లో సహాయనిరాకరణోద్యమం నిలుపుదలతో స్తబ్దవాతావరణం నెలకొంది. అదే స్తబ్దత్వం కార్మికోద్యమంలోనూ వ్యక్తమైంది. తిరిగి మూడోదశకం ద్వితీయార్థంలో కార్మికోద్యమం క్రియాశీలమైంది. అప్పటికి వివిధ కమ్యూనిస్టు సంఘాలు ఏర్పడ్డాయి, వామపక్షాలు బలపడ్డాయి. శ్రీపాద అమృత్‌డాంగే, ముజఫర్ అహ్మద్, పి.సి. జోషీల సారధ్యంలో 1927లో కార్మిక కర్షక సంఘాలు ఏర్పడ్డాయి. కాంగ్రెస్‌లో వామపక్ష అంగాలుగా కార్మిక కర్షక సంఘాలు బలపడ్డాయి.

1928 ఏప్రిల్ నుంచి సెప్టెంబర్ వరకు జరిగిన సుదీర్ఘ 'వస్త్రపరిశ్రమ కార్మికుల' సమ్మె కమ్యూనిస్టుల సారధ్యంలోని గిర్నీకామ్‌గార్ సంఘం బలాన్ని విదితం చేసింది. ఆ సంఘం సభ్యత్వం 324 నుంచి 1928 నాటికి 54 వేలకు పెరిగింది. రైల్వే, జవుళి మిల్లులు, కాగితం పరిశ్రమ కార్మికుల్లో పరపతి పెరగడం ద్వారా బెంగాల్‌లోనూ, బొంబాయిలోనూ, బర్మా ఆయిల్ కంపెనీ కార్మిక వర్గంపై ప్రాబల్యం ద్వారా మద్రాసు రాష్ట్రంలోనూ కమ్యూనిస్ట్ ఉద్యమం బలపడింది. కమ్యూనిస్టు ప్రాబల్యంలేని పరిశ్రమగానీ ప్రజాసేవశాఖగానీ లేదని ప్రభుత్వం ఆందోళన చెందింది.

సైమన్ కమీషన్‌రాక సందర్భంలో ఏ.ఐ.టి.యు.సి పక్షాన అనేకమంది కార్మికులు సైమన్ సంఘ బహిష్కరణ కార్యక్రమంలో పాల్గొన్నారు. రష్యన్ విప్లవదినం, మేడే మొదలైన సందర్భాల్లో కార్మిక సభలు నిర్వహించడం జరిగింది. కార్మికోద్యమాన్ని దెబ్బతీయడానికి ప్రభుత్వం ప్రజాభద్రత చట్టం వంటి అణచివేత చట్టాల్ని చేసి కార్మికనేతల్ని, మౌలికవాదుల్ని అరెస్టుచేసి వారిపై మీరట్ కుట్రకేసులు మోపింది. మరోపక్క 1929లో కార్మిక సమస్యల పరిష్కారానికి రాయల్ కమిషన్‌ను ఏర్పరచి కార్మిక ఉద్యమాన్ని కొంతమేరకు రాజ్యాంగబద్ధ మార్గంలోకి మళ్ళించే ప్రయత్నం చేసింది.

1928 నుంచి కమ్యూనిస్టులు జాతీయోద్యమ ప్రధాన స్రవంతి నుంచి వేరుపడే విధానం అవలంబించారు. దానితో గిర్నీకామ్‌గార్ సంఘంలో, ఏ.ఐ.టి.యు.సిలో వారి ప్రాబల్యం క్షీణించింది.

'శాసనోల్లంఘనోద్యమం నుంచి తప్పుకొన్న కమ్యూనిస్టులు సామ్రాజ్యవాద వ్యతిరేక పోరాటాన్ని విరమించారన్న అపోహ కార్మికుల్లో ప్రబలి కాంగ్రెస్ నాయకత్వాన్నే వారు అనుసరించసాగారు' అని కమ్యూనిస్టు వివరణపత్రం పేర్కొన్నది. కమ్యూనిస్ట్ ప్రాబల్యం-వృద్ధి క్షీణతలు ఎలా ఉన్నా శాసనోల్లంఘన ఉద్యమంలో కార్మికులు గణనీయమైన పాత్ర నిర్వహించారు. షోలాపూర్ వస్త్రపరిశ్రమ కార్మికులు, కరాచీ రేవు కార్మికులు, కలకత్తాలోని మిల్లు యజమానులు, మద్రాసు మిల్లు కార్మికులు, ప్రభుత్వంతో వీరోచితంగా పోరాటానికి తలపడ్డారు. ముఖ్యంగా షోలాపూర్ కార్మికులు, బ్రిటిష్ వ్యతిరేక ఊరేగింపుపై పోలీసులు కాల్పులు జరపడంతో, కోపోద్రిక్తులై విధ్వంసకాండ చేపట్టారు. ప్రభుత్వ కార్యాలయాలపై, రైల్వేస్టేషన్‌లపై ఎడాపెడా దాడులు నిర్వహించి పట్టణపాలనను తమ చేతుల్లోకి తీసుకున్నారు. జాతీయ జెండా ఎగురవేశారు. చివరకు ప్రభుత్వం సైనిక శాసనం ప్రకటించింది. ఆందోళనకారులు అనేకులు అరెస్టయ్యారు. చాలామంది మరణశిక్ష, దీర్ఘకాల జైలు శిక్షలపాలయ్యారు.

గ్రేట్ ఇండియా పెన్సులర్ రైల్వే కార్మికులు 1930 ఫిబ్రవరి 4న ఇరవై వేల మందితో సమ్మెలో పాల్గొన్నారు. ఏప్రిల్ 6న గాంధీ ఉప్పు చట్టాన్ని ఉల్లంఘించిన రోజు జట్లుజట్లుగా కార్మికులు రైలు పట్టాలకు అడ్డం పడుకుని తమముందు ఎర్ర జెండాలు నిలిపారు. (బొంబాయి). 1934లో కమ్యూనిస్టులు తిరిగి జాతీయోద్యమ ప్రధాన స్రవంతిలో చేరారు. ఎ.ఐ.టి.యు.సిలోనూ తిరిగి చేరారు. కాంగ్రెస్‌లో కమ్యూనిస్టులు, కాంగ్రెస్ సోషలిస్టులూ, నెహ్రూ, బోస్‌ల సారథ్యంలో జాతీయవాద వామపక్షం కలిసి బలమైన వామపక్ష సంఘటన ఏర్పడింది. కార్మిక వివాదాల పరిష్కరణకు చర్యలు తీసుకొంటామనీ, కార్మికుల సమ్మెహక్కు, సంఘనిర్మాణ హక్కుల సిద్ధికి కావలసిన ప్రయత్నాలు చేస్తామనీ కాంగ్రెస్ తన ఎన్నికల పత్రంలో పేర్కొన్నది. ఎ.ఐ.టి.యు.సి కాంగ్రెస్ అభ్యర్థులకు మద్దతునిచ్చింది. రాష్ట్రాల్లో కాంగ్రెస్ ప్రభుత్వాలు ఏర్పడ్డాక కార్మిక సంఘాల సంఖ్య 271 నుంచి 562కి పెరిగింది. కాంగ్రెస్ ప్రభుత్వాలు పౌరహక్కులను పరిరక్షించడంవల్లా, కార్మికులపట్ల అనుకూల వైఖరి చూపడంవల్లా కార్మికోద్యమం బలపడింది. జరిగిన సమ్మెలు చాలా వరకు లక్ష్యాల్ని పూర్తిగానో, పాక్షికంగానో సాధించాయి.

రెండో ప్రపంచయుద్ధం ఆరంభంకాగానే బొంబాయిలోని కార్మికులు 1939, అక్టోబర్ 2న యుద్ధ వ్యతిరేక సమ్మె జరిపారు. తొంభై వేల మంది ఈ సమ్మెలో పాల్గొన్నారు. సోవియట్ రష్యాపై 1941లో జర్మన్ దండయాత్రతో కమ్యూనిస్టులు మిత్రమండలి దేశాలను సమర్థిస్తూ యుద్ధప్రయత్నాలు దెబ్బతినకుండా ఉండటానికి ఉత్పత్తి కార్యక్రమాన్ని నిరాఘాటంగా కొనసాగించడంలో తోడ్పడ్డారు. 1942 ఆగస్టు 9న క్విట్ ఇండియా తీర్మానంతో ప్రభుత్వం గాంధీని అరెస్టు చేసింది. దేశంలోని ప్రధాన నగరాలూ పట్టణాలన్నిటిలో సమ్మెలూ, హర్తాళ్ళూ జరిగాయి. టాటా ఉక్కు కర్మాగారం కార్మికులు సమ్మె ఆరంభించి జాతీయ ప్రభుత్వ స్థాపన జరిగినప్పుడే తిరిగి పనిలోకి వస్తామని నినాదం చేశారు. అహ్మదాబాద్ వస్త్ర పరిశ్రమ కార్మికులు మూడున్నర నెలలు సమ్మె చేశారు. 1945-47 మధ్యకాలంలో కార్మిక సంఘాల పని చురుగ్గా సాగింది. 1945లో బొంబాయి నుంచి ఇండోనేషియాకుపోయే ఓడలో సైనికులకు సరఫరా సామాగ్రిని నింపడానికి నిరాకరిస్తూ రేవు

కార్మికులు సమ్మె చేశారు. ఆగ్నేయాసియా దేశాలలోని విమోచనోద్యమాలను అణచివేసే కార్యక్రమానికి నిరసనగా వారు ఆ పనిని చేశారు.

వలసపాలన చివరిదశలో కూడా ఆర్థిక కారణాలపై సమ్మెలు జరిగాయి. పోస్ట్ అండ్ టెలిగ్రాఫ్ శాఖ ఉద్యోగులు చేసిన దేశవ్యాప్త సమ్మె వీటిలో ప్రసిద్ధమైంది. యుద్ధకాలం నుంచి పేరుకొనిపోయిన ఆర్థిక సమస్యలూ, యుద్ధానంతరం ఏర్పడ్డ ధరల పెరుగుదలా, నిత్యావసర వస్తువుల కొరత, వేతనం విలువ పడిపోవడం సమ్మెలకు కారణాలయ్యాయి. అందరూ అనుకున్నట్లుగా కార్మికులు కూడా స్వాతంత్ర్య సిద్ధితో తమ సమస్యలన్నీ తీరిపోతాయని భావించారు. స్వాతంత్ర్యం సాధిస్తుందని ఆశించినవాటి కోసం పోరాటాన్ని కొనసాగిస్తూ ఉండిపోయారు.

రైతు ఉద్యమాలు

20వ శతాబ్ది రెండో, మూడో దశకాల్లో కొన్ని రైతు ఉద్యమాలు జరిగాయి. ఇవి స్వాతంత్ర్యోద్యమం జరుగుతున్న కాలంలో జరిగాయి. ఉద్యమ ప్రభావం ఈ రైతు ఉద్యమాలలో స్ఫురిస్తుంది. అయోధ్య సంస్థానం 1856లో బ్రిటిష్‌వారి ఆధిపత్యంలోకి వచ్చిన తరవాత తాలూక్‌దార్లుగా వ్యవహరించిన జమీందార్ల ప్రాబల్యం బాగా పెరిగింది. వారు రైతుల నుంచి వసూలు చేసే పన్నులు విపరీతంగా పెంచి అక్రమపన్నులు కూడా వసూలుచేశారు. కౌలు ఒప్పందాన్ని పునర్నవీకరించినప్పుడల్లా బలవంతపు కానుకలను (నజరానా) రాబట్టారు. తమ ఇష్టం వచ్చినట్లు రైతులను క్షేత్రాల నుంచి తొలగించారు (బేదఖ్‌లీ). వీటికి తోడు ప్రపంచ యుద్ధ ప్రభావంవల్ల నిత్యావసర వస్తువుల ధరలు విశేషంగా పెరిగి రైతుల జీవనం దుర్భరం కాసాగింది.

ఈ పరిస్థితులలో గౌరీశంకరమిశ్రా, ఇంద్రనారాయణ్ ద్వివేదీలు మదన్‌మోహన్ మాలవీయ ఆశీస్సులతో 1918లో కిసాన్‌సభ సంస్థను ఏర్పరిచారు. త్వరలోనే అది 450 శాఖల్ని నెలకొల్పుకొనేంతగా విస్తరించింది. కిసాన్ సభ ప్రతినిధులు భారతజాతీయ కాంగ్రెస్ సభలలో పాల్గొన్నారు. అయోధ్య తాలూక్‌దారీ గ్రామాలలో కిసాన్ సభ సమావేశాలు తరచూ జరుగసాగాయి. 1919 చివరలో నాయీ, ధోబీబంద్ (చాకలి, మంగలి సేవలు నిలిపివేసి సామాజిక వెలి అమలు చేయడం) వార్తలు ప్రతాప్‌ఘడ్ జిల్లాలోని ఒక జమీ నుంచి వెలువడ్డాయి. ఝింగూరీ సింగ్, దుర్గపాల్‌సింగ్‌ల పేర్లు ఈ సందర్భంగా వినిపించాయి. తరవాత బాబారామచంద్ర అనే వ్యక్తి ఈ రైతు ఉద్యమాలకు కేంద్రబిందువయ్యాడు. మహారాష్ట్రలో జన్మించిన బాబారామచంద్ర చిన్నతనంలోనే ఇల్లువదలి దిమ్మరిగా జీవిస్తూ ఫిజీద్వీపానికి కంట్రాక్టు కూలీగా వెళ్ళివచ్చి 1909లో ఫైజాబాద్‌కు చేరాడు. తులసీదాస్ రామచరితమానస్ నుంచి పద్యాలను పఠిస్తూ సాధువులాగా జీవిస్తూ రైతుల ఆదరాభిమానాలకు చేరువయ్యాడు. 1920లో జాన్‌పూర్, ప్రతాప్‌ఘడ్ జిల్లాల రైతులు వందమందిని వెంటబెట్టుకొని అలహాబాద్‌పోయి అక్కడ గౌరీశంకరమిశ్రా, జవహర్‌లాల్‌నెహ్రూలను కలిసి ఒకసారి ఆ రైతులు నివసిస్తున్న గ్రామాలకువచ్చి వారి జీవన పరిస్థితులను పరిశీలించవలసిందిగా కోరాడు. పర్యవసానంగా నెహ్రూ ఆ గ్రామాలకు వెళ్ళి అక్కడి కిసాన్ సభలతో పరిచయ సంబంధాలు ఏర్పరచుకున్నాడు.

ఇదే కాలంలో ప్రతాప్‌ఘడ్‌జిల్లా డిప్యూటీ కమిషనర్‌గా ఉన్న మెహతా రైతు సమస్యలను పరిశీలించడానికి సుముఖత చూపాడు. రూర్ గ్రామం కిసాన్ సభ రైతుల సాధకబాధకాలను నమోదు చేసింది. దాదాపు లక్షమంది రైతులు ఒక అణా చొప్పున చెల్లించి తమ సమస్యలను నమోదు చేయించుకున్నారు. చాలావరకు ఈ సమస్యలు 'బేదఖ్‌లీ'లకు సంబంధించినవే. అధికారి మెహతా శలవుపై వెళ్ళిన సందర్భాన్ని చూసుకొని తాలూక్‌దార్లు దొంగతనం నేరంమోపి బాబారామచంద్రను మరొక 32 మంది రైతులను అరెస్టు చేయించారు. కోపోద్రిక్తులైన రైతులు ఐదువేలమంది ప్రతాప్‌ఘడ్‌లో గుమిగూడారు. ఎంతోనచ్చచెప్పిన తరవాత వారు వెళ్ళిపోయారు. కొద్దిరోజులు తరవాత బాబారామచంద్రను విడిపించటానికి గాంధీ రానున్నాడని వార్త ప్రబలి దాదాపు ఇరవైవేల మంది ప్రతాప్‌ఘడ్‌కు చేరారు. బాబారామచంద్ర వారికి కన్పించిన తరవాతగాని జనం ఉపశమించలేదు. మెహతా శలవు నుంచివచ్చి జమీందార్లపై ఒత్తిడితెచ్చి వారు తమ పాత అలవాట్లను మార్చుకునేలా చేశాడు.

సహాయనిరాకరణోద్యమం ఒక పక్క మొదలుకాగా, మరొక పక్క మదన్‌మోహన్ మాలవీయ వంటి నేతలు రాజ్యాంగ బద్ధ ఆందోళన కార్యక్రమానికే బద్ధులమని ప్రకటించారు. స్వాతంత్ర్యోద్యమంలోని ఈ అభిప్రాయభేదాలు కిసాన్ సభలపై కూడా ప్రసరించాయి. సహాయనిరాకరణోద్యమవాదులు అయోధ్య కిసాన్‌సభను ఏర్పరచుకొన్నారు. ఈ సభ అట్టడుగు స్థాయి కిసాన్ సభలన్నిటిని తన సారధ్యం కింద సంఘటితపరచింది. నెహ్రూ,మిశ్రా, బాబారామచంద్ర వంటి ప్రముఖులు ఇందుకు ప్రోత్సాహాన్నిచ్చారు. అయోధ్య కిసాన్‌సభ అక్రమంగా రైతుల్ని తొలగించిన క్షేత్రాల్ని (బేదఖ్‌లీ) సాగుచేయవద్దనీ, వెట్టి చాకిరీలు (బేగార్, హారీ) చేయవద్దనీ, తమ వివాదాల్ని పంచాయత్ ద్వారా పరిష్కరించుకోవాలనీ సలహాఇచ్చారు. ఈ కిసాన్ సభ సంఖ్యాబలం అయోధ్యలో డిసెంబర్ 20, 21 తేదీలలో జరిగిన ప్రదర్శనలో ప్రస్ఫుటమైంది. ఇంచుమించు లక్షమంది పాల్గొన్న ఈ ప్రదర్శనలో అన్ని కులాల రైతులూ పాల్గొన్నారు. రైతుల దుస్థితికి ప్రతీకగా బాబారామచంద్ర తాళ్ళతో కట్టబడి కనిపించాడు. 1921నాటికి పరిస్థితి మారిపోయింది. రాయ్‌బరేలీ, ఫైజాబాద్‌లలో ధాన్యాగారాలపైనా, ఇండ్లపైనా, బజారులలో లూటీలు జరిగాయి.

అధ్యాయం **10**

భారతదేశంలో మతతత్వ ధోరణులు - దేశ విభజన - స్వతంత్ర భారతదేశ అవతరణ

భారతదేశాన్ని బ్రిటిష్‌వారు పాలించినకాలంలో, వారు తమ స్వార్థ అవసరాలకే సంకుచిత మతతత్వ భావాలకు నాంది పలికారు. దీనివల్ల అనేక శతాబ్దాలుగా హిందువులు, ముస్లింలు, ఇతర వర్గాలు శాంతి, సౌభాగ్యాలతో జీవించిన వ్యవస్థకు తీవ్రభంగం కలిగినది. చివరికి బ్రిటిష్ అధికారులు, వారి విధానాలు, దేశంలో విభజించు, పాలించు పద్ధతిని అనుసరించారు. చివరికి వారి విధానం దేశంలో హిందూ-ముస్లిం వర్గాల మధ్య తీవ్ర విద్వేషభావాలు రేకెత్తించింది. దేశవిభజనకు కారణమైంది. 19వ శతాబ్ద ఆరంభంలో రాజకీయ చైతన్యం హిందూ సమాజంలోని మధ్యతరగతికి వ్యాపించింది. అయితే ముస్లిం సమాజంలోని సంపన్న వర్గాలైన భూస్వాములు, వృత్తి తరగతుల వారికి మాత్రమే అది పరిమితమైంది. ముస్లిం మధ్యతరగతి రాజకీయ ప్రవేశం చేసే కాలానికి ముస్లిం రాజకీయాల లక్ష్యం, స్వరూప స్వభావాలను ముస్లిం ఉన్నత వర్గమే నిర్ణయించింది. వారి లక్ష్యం సనాతనమైంది, మతతత్వపరమైంది. బ్రిటిష్ ప్రభుత్వానికి విధేయమైంది. అయితే, వారి మతతత్వ ధోరణి నచ్చని ఉదారవాదులు, జాతీయవాదులైన కొంతమంది ముస్లింలు అటు భారతీయ జాతీయ కాంగ్రెస్‌తోగాని, ఇటు విప్లవవాదులతోగాని చేతులు కలిపి దేశ స్వాతంత్ర్యోద్యమంలో హిందూ సోదరులతో కలిసి పోరాడారు.

ముస్లింలలో అధిక భాగం, ఆంగ్లేయుల పాలనా ప్రారంభం నాటికి ఆర్థికంగా వెనకబడి ఉన్నారు. మహ్మదీయుల పాలనలో ముస్లింలలోని ఉన్నత వర్గాల వారు పెద్ద పెద్ద ప్రభుత్వ పదవులను పొంది, అనేక సౌకర్యాలను అనుభవించారు. హిందూ బూర్జువా వర్గం మాత్రం వ్యవసాయం, వ్యాపారం, పరిశ్రమలను తమ సొంతం చేసుకుంది. బ్రిటిష్ పాలన ప్రారంభమైన తరవాత ప్రభుత్వంలోని అన్ని కీలక పదవులను ఆంగ్లభాషను అభ్యసించిన హిందువులే పొందారు. రాజకీయాధికారం కోల్పోవడంతో ఉర్దూభాషను మాట్లాడే ముస్లిం ఉన్నత వర్గం బలహీనమైంది. అయితే బెంగాలీ భాషను మాట్లాడే గ్రామీణ ప్రాంత ముస్లింలు దానికి పూర్తి భిన్న దృక్పథాన్ని అవలంభించడం జరిగింది. ఆంగ్లేయులు ప్రవేశపెట్టిన పాశ్చాత్య విద్యావిధానం ద్వారా పాశ్చాత్య సంస్కృతిని, జీవన

విధానాన్ని అనుసరించడంతో ముస్లింలు హిందువుల కంటే వెనకబడ్డారు. ముఖ్యంగా బెంగాల్ రాష్ట్రంలోని ముస్లింలలో అధిక పేదరైతులు, కార్మికులు నూతన విద్యావిధానానికి దూరంగా ఉండిపోయారు. ఆంగ్ల విద్యవల్ల ఒనగూరిన ప్రయోజనాలను హిందువులే సొంతం చేసుకున్నారు. బెంగాల్‌లో ముస్లింలు అధిక సంఖ్యలో ఉన్నప్పటికీ ప్రభుత్వ యంత్రాంగంలోని కింది స్థాయి పదవులను కొన్నింటిని మాత్రమే వారు పొందడం జరిగింది.

ముస్లింల పట్ల బ్రిటిష్‌వారి వైఖరి-పరిణామాలు

భారతదేశంలో ఆంగ్లేయులు తమ అధికారాన్ని స్థాపించడానికి ముందు దేశాన్ని అనేక శతాబ్దాలపాటు ముస్లింలే పరిపాలించడం జరిగింది. తాము పాలక వర్గమనే భావం వారిలో ఉండేది. పరాజితులైన జాతిగా ముస్లింలు ఆంగ్లేయుల పాలనను నిరసించారు. ముస్లింలు తమ పాలనకు వ్యతిరేకులని భావించి ఆంగ్లేయులు మొదట్లో హిందువులకు అనుకూలంగా వ్యవహరించి, వారిని ప్రోత్సహించారు. పాలనా యంత్రాంగంలోని ముఖ్య పదవులను ముస్లింలను దూరంగా ఉంచారు. అనేకమంది ముస్లింలు చేతివృత్తులపై ఆధారపడ్డారు. సైనిక దళంలో వారికి ప్రవేశాన్ని నిలిపివేశారు. దాంతో ముస్లింలు ఆర్థికంగా పతనావస్థకు చేరుకున్నారు

ముస్లింలపట్ల బ్రిటిష్ ప్రభుత్వం వ్యతిరేక వైఖరిని ప్రదర్శించడానికి వహాబి ఉద్యమం, 1857 తిరుగుబాటు ముఖ్య కారణాలుగా చెప్పవచ్చు. ముస్లింలు పూర్వపు ఔన్నత్యాన్ని పునరుద్ధరించే లక్ష్యంతో 18వ శతాబ్దంలో వహాబి ఉద్యమం ప్రారంభమైంది. దీనికి నాయకత్వం వహించిన వారిలో ఇబన్ అబ్దుల్ వహాబ్ ప్రముఖుడు. సయ్యద్ అహ్మద్ బరిలాలి భారతదేశంలో ఉద్యమం వ్యాపించడానికి కారకుడు. అనతికాలంలోనే ఈ ఉద్యమానికి మత, రాజకీయ రూపం వచ్చింది. ఈ ఉద్యమం హిందుముస్లింలు ప్రత్యేక వర్గాలుగా విడిపోవడానికి దారితీసింది. వహాబీలు పంజాబ్‌లోని శిక్కులకు బెంగాల్‌లోని బ్రిటిష్ ప్రభుత్వానికి వ్యతిరేకంగా మత యుద్ధాన్ని ప్రబోధించారు. బ్రిటిష్ ప్రభుత్వానికి వ్యతిరేకంగా మత యుద్ధాన్ని ప్రబోధించి, తిరుగుబాట్లు లేవదీశారు.

1857 తిరుగుబాటులో హిందువులు, ముస్లింలు కలిసి సమైఖ్యంగా పోరాడినప్పటికీ బ్రిటిష్ ప్రభుత్వం ముస్లింలను మొగల్ పరిపాలనను పునరుద్ధరించే ప్రయత్నంగా భావించింది. తిరుగుబాటు తరవాత ముస్లింపట్ల బ్రిటిష్ ప్రభుత్వం వ్యతిరేక వైఖరి ప్రదర్శించింది. అప్పటి నుంచి ప్రభుత్వం ముస్లింలను విశ్వసించలేదు. వారికి విద్య అవసరంలేదని, పాలనా యంత్రాంగంలో వారికి ఎలాంటి పాత్ర ఉండరాదని నిశ్చితాభిప్రాయానికి వచ్చింది. ముస్లిం వ్యతిరేక విధానం 1871 వరకు కొనసాగింది. ఈ కాలంలో ప్రభుత్వం హిందువులపట్ల ప్రత్యేక అభిమానం చూపించింది. ముస్లింలు బ్రిటిష్ ప్రభుత్వ వైఖరిని ద్వేషించి, నిరసించారు. సర్ సయ్యద్ అహ్మద్‌ఖాన్ రాజకీయ రంగంలో ప్రవేశించే వరకు ఇదే పరిస్థితి కొనసాగింది. ఆంగ్లేయులు తమ పరిపాలన కొనసాగినంతకాలం భారతదేశంలో రాజకీయ సమతుల్య వ్యూహాన్ని పాటించారు. దేశంలో తమ అధికారాన్ని కొనసాగించడానికి 'విభజించి - పాలించు' అనే కుటిల విధానాన్ని అనుసరించారు. మొదట హిందువులను సమర్థించిన ప్రభుత్వం జాతీయోద్యమం విజృంభించడంతో ముస్లింలను సమర్థించడం ఆరంభించింది. ముస్లిం అల్ప సంఖ్యాక వర్గాల హక్కులను రక్షించే బాధ్యతను స్వీకరించినట్లు

చెప్పుకొని, ముస్లిం జమీందారులను, పాశ్చాత్య విద్యనభ్యసించిన విద్యావంతులను, భూస్వాములను తమ విధానాల వైపు ఆకర్షించుకోవడానికి ప్రయత్నించింది. భారత సమాజంలో ఎన్నో చీలికలు తేవడానికి యత్నించింది. మతం ఆధారంగా ప్రజలను విభజించి, దేశంలో వేర్పాటు ధోరణిని ప్రోత్సహించింది.

అయితే ముస్లింలపట్ల బ్రిటిష్ ప్రభుత్వ వ్యతిరేక విధానం 1870 నుంచి మారసాగింది. దీనికి సర్ విలియం హంటర్, సర్ సయ్యద్ అహ్మద్‌ఖాన్ ప్రధానకారకులు. 1871లో ప్రచురించిన 'ఇండియన్ ముసల్మాన్‌లు" అనే గ్రంథంలో హంటర్ తన అభిప్రాయాన్ని ఇలా ప్రకటించాడు. ముస్లింలకు తిరుగుబాటు చేయడానికి తగిన బలం లేదని, అందువల్ల ఆంగ్లో-ముస్లిం సహకారం ప్రాతిపదికగా నూతన విధానాన్ని ప్రవేశపెట్టవలసిన ఆవశ్యకత ఉందని తెలిపాడు. ముస్లింలపట్ల వ్యతిరేకతను ప్రదర్శించి వాళ్ళ శతృత్వం పొందడం కంటే, వారితో మైత్రి చేసుకోవడమే ఉత్తమమని లార్డ్ లిట్టన్ కూడా భావించాడు. ముస్లింలను సమైక్యపరచి, వారిలో పాశ్చాత్య విద్య, సంస్కృతులపట్ల అభిలాషను పెంపొందించడానికి కృషిచేసిన మొదటి ముస్లిం నాయకుడు సర్ సయ్యద్ అహ్మద్‌ఖాన్, అతడు 1817లో జన్మించాడు. అహ్మద్‌ఖాన్ పూర్వీకులు మొగలు దర్బార్‌లో పెద్ద పదవులు నిర్వహించారు. ఖాన్ జీవితకాలానికి పరిస్థితులు మారిపోయాయి. అతడి 22 ఏండ్ల వయస్సులో తండ్రి మరణించాడు. ఆగ్రాలో 1839లో గుమాస్తాగా ఉద్యోగంలో చేరి, 1857 నాటికి సద్అమీన్‌గా అధికార హోదాకి ఎదిగాడు. 1876లో ఉద్యోగ విరమణ చేసి ఆలీఘర్‌లో స్థిరపడ్డాడు.

అతడు గొప్ప విద్యావేత్త, సంఘసంస్కర్త, ఇస్లాం పునరుజ్జీవనానికి అహ్మద్‌ఖాన్ ప్రతీక. హిందువులకు రాజారామ్‌మోహన్‌రాయ్ కృషి ఎంత ముఖ్యమైనదో, ముస్లింలకు సయ్యద్ అహ్మద్‌ఖాన్ కృషి అంత ప్రధానమైనది. తన జీవితంలో ముస్లింల వైభవాన్ని, పతనాన్ని కూడా చూసిన అహ్మద్‌ఖాన్, ముస్లింల శ్రేయస్సు కోసం తన జీవితాన్ని అంకితం చేశాడు. అయితే అతడు తన ప్రయత్నాలను ఎక్కువగా కులీన ముస్లింల స్థితిగతులను అభివృద్ధి చేయడానికే పరిమితం చేయడం జరిగింది. ముస్లింలు అభ్యున్నతి సాధించాలంటే పాశ్చాత్య విద్య, విజ్ఞానశాస్త్రాల అధ్యయనం వారికి ఎంతో అవసరమని ఖాన్ భావించాడు. 1857 సిపాయిల తిరుగుబాటు తరవాత ఒక దశాబ్దంకాలం భారతీయ ముస్లింలకు, బ్రిటిష్ ప్రభుత్వానికి మధ్య సత్సంబంధాలు పెంపొందించడానికి కృషిచేశాడు. 1860లో ప్రచురించిన విధేయులైన భారత ముసల్మాన్‌లు అనే గ్రంథంలో బ్రిటిష్ ప్రభుత్వం పట్ల ముస్లింలు విశ్వాసపాత్రులని, వారు పాశ్చాత్య అభ్యుదయ సంస్కృతిని జీర్ణించుకోవాలని రాశాడు. తన ఆశయాల సాధనకు 1857లో ఆంగ్లో-ఓరియంటల్ కళాశాలను ఆలీఘర్‌లో స్థాపించాడు. ఆ కళాశాలే కాలక్రమేణా ఆలీఘర్ ముస్లిం విశ్వవిద్యాలయంగా అభివృద్ధి చెందింది. ముస్లిం సమాజ పునర్వికాసానికి ఈ కళాశాల ప్రముఖపాత్ర నిర్వహించింది. బ్రిటిష్ ప్రభుత్వం పట్ల అభిమానాన్ని పెంపొందించుకొని పాశ్చాత్య సంస్కృతిపట్ల మోజు చూపించే ఆధునిక ముస్లిం మేధావి వర్గాన్ని సృష్టించింది.

సయ్యద్ అహ్మద్‌ఖాన్ జాతీయతాభావం గల వ్యక్తి, మొదట్లో హిందూముస్లింల సమైఖ్యతను వాంఛించాడు. హిందువులు, ముస్లింలు భారతదేశమనే అందమైన వధువుకు నేత్రాల వంటి వారని భావించాడు. భారతదేశంలో పుట్టి, పెరిగి ఇక్కడ గాలి పీల్చి, ఇక్కడ జీవించి దహనంతోనో, ఖననంతోనో

ఇక్కడే జీవితాన్ని ముగించే వారంతా హిందువులేనని (హిందుస్తాన్ ప్రజలు) అతడు ఉద్ఘాటించాడు. హిందువులు, ముస్లింలు సామరస్యంతో జీవించాలని, పరస్పర వైరుధ్యం రెండు వర్గాల వారిని నాశనం చేస్తుందని హెచ్చరించాడు. సాంస్కృతికంగా ప్రగతిశీలవాది అయిన ఖాన్ 1880 తరవాత రాజకీయంగా సనాతన వాదిగా మారాడు. జాతీయతావాదానికి, కాంగ్రెస్‌కు బద్ధ విరోధి అయ్యాడు. హిందువుల రాజకీయ ప్రయోజనాలు, ముస్లిం రాజకీయ ప్రయోజనాలు వేర్వేరని ప్రకటించాడు. ఆంగ్లేయులకు ఆప్తుడై ఆంగ్లో-ముస్లింల మైత్రిని ప్రోత్సహించాడు. అహ్మద్‌ఖాన్‌పై అతడి ఆంగ్ల సలహాదారుడైన థియోడర్‌బెక్ ప్రభావం ఉంది.

హిందువులు, ముస్లింలు సంఘర్షణకు తలపడిన రెండు జాతులవారని, సమిష్టి రాజకీయ జీవనాన్ని వారు కొనసాగించలేరని ప్రకటించాడు. ముస్లింలు భారత జాతీయ కాంగ్రెస్‌లో చేరడాన్ని కూడా వ్యతిరేకించాడు. వారికి బ్రిటిష్ ప్రభుత్వం పట్ల విశ్వాసపాత్రులై ఉండాలని సలహా ఇచ్చాడు. ప్రజాస్వామ్య సంస్థలను ప్రోత్సహించకుండా అడ్డగించాడు. ప్రజాస్వామ్య పరిపాలన అంటే అధిక సంఖ్యాకుల పరిపాలన అని, భారతదేశంలో అధిక సంఖ్యాకుల పాలన అంటే హిందువుల పరిపాలన అని ప్రకటించాడు. విధేయులైన ముస్లిమ్‌లు అనే పత్రికను స్థాపించి, తన రచనల ద్వారా ముస్లింలపట్ల తమ విధేయతను పెంపొందించుకోవాలని, క్రైస్తవులపట్ల శత్రుభావం విడనాడాలని ప్రచారం చేశాడు. అయినప్పటికీ దాదాపు పది లక్షలకు పైగా మధ్యతరగతికి చెందిన ముస్లింలు కాంగ్రెస్‌లో చేరడం జరిగింది. ముస్లింలను కాంగ్రెస్ నుంచి పూర్తిగా దూరం చేయడంలో విఫలం చెందిన అహ్మద్‌ఖాన్, బెనారస్ రాజా శివరాం ప్రసాద్‌తో కలిసి 1888లో "ఐక్యభారతదేశ అభిమాన సంఘం" అనే సంస్థను కాంగ్రెస్‌కు పోటీగా వ్యవహరించడానికి స్థాపించాడు. అలాగే బెక్, అహ్మద్‌ఖాన్ ప్రోత్సహించడంతో ముస్లింలను హిందువుల నుంచి వేరుచేయడానికి మహ్మదీయ ఆంగ్లో-ఇండియన్ రక్షణ సంఘం స్థాపించడం జరిగింది. అహ్మద్‌ఖాన్, థియోడర్ బెక్‌లు బ్రిటిష్ పార్లమెంటు సభ్యులలో, పత్రికలలో, బ్రిటిష్ ప్రజలలో కాంగ్రెస్‌ను గురించి అనుకూల వైఖరి రూపొందకుండా చేయడానికి అనేక కరపత్రాలు ప్రచురించారు. వాటిలో భారతదేశంలోని అన్ని వర్గాల ప్రజలు, సంస్థానాల పాలకులు కాంగ్రెస్ ఆశయాలను, లక్ష్యాలను అమోదిస్తున్నారనే విషయం అవాస్తవమని ప్రకటిస్తూ అందుకు నిదర్శనంగా మహ్మదీయుల, కాంగ్రెస్ వ్యతిరేకులైన హిందూ సంస్థల అభిప్రాయాలను పేర్కొన్నారు. ప్రజల మనస్సులలో దురభిప్రాయాలను కలిగించి, బ్రిటిష్ వ్యతిరేక ధోరణిని పెంచి పోషించడానికి కాంగ్రెస్ ప్రయత్నిస్తుందని ప్రచారం గావించారు. భారత జాతీయ కాంగ్రెస్ మూడో మహాసభకు అధ్యక్షత వహించిన బద్రుద్దీన్ త్యాబ్జి కాంగ్రెస్‌పట్ల ముస్లింలలో ఉన్న అపోహలను తొలగించడానికి ప్రయత్నించాడు. కాంగ్రెస్ కోరుతున్న సంస్కరణలు అన్ని వర్గాల ప్రయోజనాల కోసమేనని భారతదేశంలోని ముఖ్యవర్గమైన ముస్లింలను కాంగ్రెస్ ఉపేక్షించిందనే ఆరోపణ నిరాధారమని తెలిపాడు. అందుకు ప్రతిగా అహ్మద్‌ఖాన్ విభిన్న కులాలు, మతాలుగా ఉన్న భారతీయులు ఒక జాతిగా అవతరించడం అసంభవమని, కాంగ్రెస్‌నే కాకుండా భారతదేశం ఏకజాతిగా సంఘటితం కావాలనే ఏ ఉద్యమాన్నైనా తాను వ్యతిరేకిస్తానని, ఆధోరణి ముస్లిం సమాజానికే కాకుండా దేశానికి కూడా హానికరమని వాదించాడు.

19వ శతాబ్దంలో వచ్చిన హిందూ-ముస్లిం వర్గాలలో ఒకరిపట్ల మరొకరికి భయ, సందేహాలు ఏర్పడటానికి దారితీసాయి. అవి మతపరమైన ఛాందసత్వాన్ని పెంచడానికి దోహదపడ్డాయి. హిందుమత సంస్కరణ కోసం బెంగాల్‌లో రాధాకాంతిదేవ్ ఏర్పాటుచేసిన 'ధర్మసభ', ఇతర మతాలలో చేరిన హిందువులను తిరిగి హిందూమతంలోకి చేర్చే పునరాగమన కార్యక్రమాన్ని ప్రతిపాదించిన ఆర్య సమాజం, ఇస్లామ్‌పై హిందు మత ప్రభావంతో ఏర్పడిన సంప్రదాయాలను ప్రక్షాళన చేసి ఇస్లాం శుద్ధత్వాన్ని పునరుద్ధరించే దిశగా సయ్యద్ అహ్మద్‌ఖాన్, ధీనబంద్ వంటి సంప్రదాయవాదులు చేసిన సంస్కరణోద్యమాలు, ఆవలి వర్గంలో అవే మత ధోరణులను ప్రోత్సహించి, మతపరమైన స్పర్థకు దారితీసాయి. శిక్కుల పరిపాలనలో నిషేధించబడిన గోవధ, పంజాబ్ ఆంగ్లేయుల ఆధీనంలోకి వచ్చిన తరవాత అనుమతించడమైంది. ఇది హిందూ, ముస్లింల మధ్య ఘర్షణకు కారణమైంది. ఈ కారణంతో వివాదం చెలరేగి, ఇరుపక్షాల మధ్య ఉద్రిక్తతలకు దారితీసి, మత కల్లోలానికి కారణమైంది.

ఉర్దూ, హిందీ భాషల వివాదం కూడా ఇరు వర్గాల మధ్య స్పర్థకు హేతువైంది. ఉర్దూకు బదులుగా మధ్యప్రదేశ్‌లోని తొమ్మిది జిల్లాలలో హిందీ భాషను ప్రవేశపెట్టడం జరిగింది. దీనివల్ల హిందు-ముస్లిం వర్గాలలో సంస్కృతిపరమైన స్పర్థ ఏర్పడింది. సమరశీల జాతీయ వాదం కూడా మతతత్వ విజృంభణకు దారితీసింది. అతివాద నాయకులైన లాల్, బాల్, పాల్, అరవింద ఘోష్‌లు హిందూభావాలకు, సంప్రదాయాలకు ఇచ్చిన ప్రాధాన్యత కారణంగా అది ముస్లింలలో అనుమానాలను రేకెత్తించింది. దీన్ని మతతత్వవాదులు తమ స్వార్థానికి వాడుకోవడం జరిగింది. దీనివల్ల ముస్లింలలో ఏర్పడిన భయాందోళనలను నివృత్తి చేయడానికి ఎలాంటి ప్రయత్నం జరగలేదు. పైగా కొంతమంది తీవ్రవాద హిందు నాయకులు మొగలు చక్రవర్తులను విదేశీయులుగా వర్ణించి, ముస్లింలను ఇంకా దూరం చేసుకున్నారు. బ్రిటిష్ పాలనలో ప్రవేశపెట్టిన పాశ్చాత్య విద్యావిధానం హిందు-ముస్లిం వర్గాల మధ్య దూరాన్ని పెంచింది. బోధనా భాష ఇంగ్లీష్, పాశ్చాత్య ధోరణిలో బోధనా విషయాలకు ప్రాధాన్యాన్నిచ్చింది. ప్రాచీన భాషలైన అరబిక్, సంస్కృతం నిరాదరణకు గురై ఇరువర్గాలు తమ తమ సంస్కృతి సంప్రదాయాలకు దూరమయ్యాయి. దీనితో ఇరువర్గాల మధ్య సంస్కృతి, సాంప్రదాయాలను పరస్పరం గ్రహించే, అర్థం చేసుకునే అవకాశం లేకుండా పోయింది.

బెంగాల్ విభజన (1905)

బెంగాల్‌లో పూర్తి ఐక్యతతో నివసిస్తున్న హిందూ-ముస్లింలను విభజించడానికి రాజప్రతినిధి లార్డ్ కర్జన్ 1905లో బెంగాల్ రాష్ట్రాన్ని రెండుగా విభజించాడు. ఈ విభజన మత ప్రాతిపదికపై జరిగింది. దీనివల్ల బెంగాల్‌లో హిందువులు, ముస్లింలు అధిక సంఖ్యలో ఉండే ప్రాంతాలు వేరయ్యాయి. ఈ విభజన ఇరువర్గాలకు ఇష్టంలేదు. అన్ని ప్రధాన ఉద్యమాలకు కేంద్రంగా ఉంటూ వచ్చిన బెంగాలీల ఉధృతాన్ని తట్టుకోలేక కర్జన్ "విభజించు-పాలించు' సూత్రాన్ని పాటించి, బెంగాల్‌ను రెండుగా విభజించాడు. హిందూ-ముస్లింలు ఏకమై విభజనకు వ్యతిరేకంగా ఉద్యమాన్ని నడిపి విభజనను రద్దుచేసుకున్నప్పటికీ, దీనివల్ల ఇరువర్గాల మధ్య అగాధం ఏర్పడింది. ముస్లింలలో అభివృద్ధి చెందుతున్న రాజకీయ చైతన్యం అనతికాలంలోనే రాజకీయ కార్యరూపం దాల్చింది. 1906 సం॥లో భారత వ్యవహారాల కార్యదర్శి మార్లే సలహాపై మింటో దేశంలో నూతన సంస్కరణలు ప్రవేశపెట్టే

ఆవశ్యకతను పరిశీలించడానికి ఒక కమిటీని నియమించాడు. లార్డ్‌మింట్ హిందూ, ముస్లింలను విడదీసే ప్రయత్నాన్ని కొనసాగించాడు. ఆలీఘర్ కళాశాల ప్రిన్సిపాల్ ఆర్చ్‌బాల్డ్‌కు వైస్రాయ్ మింటో కార్యదర్శి స్మిత్ నుంచి ఒక లేఖ అందింది. ముస్లింల ప్రాతినిధ్యానికి ప్రత్యేక నియోజక వర్గాలను ప్రతిపాదించే అభ్యర్థనతో ఒక ముస్లిం బృందాన్ని వైస్రాయ్ వద్దకు పంపే ఏర్పాటు చేయాలని ఆ లేఖ సూచించింది. ఆ సూచన ప్రకారం 36 మంది సభ్యులుగల ప్రతినిధి బృందం ఢాకా నవాబు ఆగాఖాన్ నాయకత్వంలో, 1906 అక్టోబర్ 1న సిమ్లాలో వైస్రాయ్‌ని కలిసి వినతి పత్రాన్ని సమర్పించింది. ప్రత్యేక నియోజక వర్గాలను, కొత్తగా ఏర్పడే శాసనసభల్లో ముస్లిం ప్రతినిధుల సంఖ్యను జనాభా ప్రాతిపదికగా కాకుండా ముస్లింల రాజకీయ ప్రాముఖ్యం ప్రాతిపదికగా నిర్ణయించాలని, ముస్లిం విద్యాలయాల ఏర్పాటుకు ప్రభుత్వం ఉదారంగా సహాయం చేయాలని, గవర్నర్ జనరల్ కౌన్సిల్‌లో సభ్యులను నామినేట్ చేయడంలో ముస్లింలకు ఎక్కువ ప్రాధాన్యం ఇవ్వాలని ముస్లిం ప్రతినిధి బృందం విజ్ఞప్తి చేసింది.

ముస్లిం ప్రతినిధి వర్గం కోరికలపట్ల వైస్రాయ్ మింటో పూర్తిగా సానుభూతిని ప్రదర్శించాడు. “జనాభా లెక్కల ప్రకారం మాత్రమేకాక మీ వర్గం రాజకీయ ప్రాధాన్యతను బట్టి, సామ్రాజ్యానికి మీరు చేసిన సేవనుబట్టి, మీ స్థానాన్ని పరిశీలించాలని కోరిన మీ కోరిక న్యాయమైనదే, మీతో పూర్తిగా ఏకీభవిస్తున్నాను” అని మింటో ప్రకటించాడు. మొదటినుంచి ముస్లిం మత విధానాన్ని బ్రిటిష్ ప్రభుత్వం ఏవిధంగా ప్రోత్సహించిందీ మింటో ప్రకటనలవల్ల స్పష్టమవుతుంది. మింటో అభిప్రాయాలతో మార్లే ఏకీభవించకపోయినప్పటికీ, చివరకు వైస్రాయ్ అనుకున్నట్లే జరిగింది. ప్రత్యేక నియోజకవర్గ ప్రతిపాదనను బ్రిటిష్ ప్రభుత్వం ఆమోదించడంతో కాంగ్రెస్ నుంచి, హిందువుల నుంచి ముస్లింలు దూరం కావడం ఇరువర్గాలలో మతపరమైన ద్వేషం ప్రబలిపోవడం ఆరంభమైంది.

1909లో ప్రవేశపెట్టిన రాజ్యాంగ సంస్కరణలో భాగంగా ముస్లింలకు ప్రత్యేక నియోజక వర్గాలను ఏర్పాటుచేసి, వారిలో వేర్పాటు ధోరణిని ప్రభుత్వం ప్రోత్సహించింది. 1947లో పాకిస్తాన్ ఏర్పాటుకు అదే పునాది అయిందని ఒక అభిప్రాయం. ముస్లింల మతతత్వ వాదాన్ని బ్రిటిష్ ఆగమనంలో వచ్చిన కీడుగా గాంధి అభివర్ణించాడు.

ముస్లింలీగ్ స్థాపన (1906)

ముస్లింల ప్రథమ రాజకీయ వేర్పాటు సంస్థ ముస్లిం లీగ్. దీని స్థాపన 1906లో జరిగింది. బ్రిటిష్ అధికారుల సహకారంతో ఢాకా నవాబు ఆగాఖాన్, మోహిసిన్-ఉల్-ముల్క్ కలిసి అఖిల భారత ముస్లింలీగ్‌ను ఏర్పాటు చేశారు. ముస్లింలకు ప్రభుత్వ ఉద్యోగాలలో రిజర్వేషన్ ఉండాలని, ఎన్నికలలో ప్రత్యేక నియోజక వర్గాలు ఉండాలని, మహ్మదీయులకు ప్రత్యేక రక్షణ కల్పించాలని ముస్లిం లీగ్ ప్రభుత్వాన్ని కోరింది. ముస్లింలీగ్‌కు ఆనాటి వైస్రాయ్ మింట్ సహకారం ఉండేది. లీగ్ బెంగాల్ విభజనను సమర్థించింది. ముస్లింలకు ప్రభుత్వంలో ప్రత్యేక సదుపాయాలు కావాలని ప్రభుత్వాన్ని కోరింది. దీంతో ఆంగ్లేయులు కోరిక ఫలించింది. వారి విభజించి పాలించు సిద్ధాంతం

పరిపక్వమైంది. లీగ్ రాజకీయ కార్యక్రమాలు విదేశీయులైన ఆంగ్లేయులకు వ్యతిరేకంగా కాక, హిందువులకు, కాంగ్రెస్‌కు వ్యతిరేకంగా సాగాయి. ప్రారంభదశలో ముస్లింలీగ్‌లో కులీనులు, జమీందార్లు వంటి ఉన్నత వర్గాలవారే ప్రాచుర్యం వహించారు. ముస్లిం మేధావివర్గం, జాతీయవాదులైన ముస్లింలు, ముస్లింలో సామాన్యులు లీగ్ ధోరణిని అంగీకరించలేదు. లీగ్ మతతత్వ లక్షణాలను జాతీయ నాయకులు కూడా గుర్తించారు. మహ్మదాలీజిన్నా 1910లో జరిగిన అలహాబాద్ కాంగ్రెస్‌లో ప్రత్యేక నియోజక వర్గాలను వ్యతిరేకిస్తూ తీర్మానాన్ని ప్రతిపాదించాడు. మౌలానామజరూల్ హక్ దాన్ని బలపరిచాడు. మౌలానా షబ్లీనౌమాని, మౌలానా మహ్మదాలీ, నవాబ్ సయ్యద్ మహ్మద్, మౌలానా అబ్దుల్ కలాం ఆజాద్ ప్రభృతులు లీగ్ మతతత్వ ధోరణిని నిరసించి, దానికి దూరంగా ఉండిపోయారు. అంతేకాక లీగ్ అనుసరించిన మతతత్వ విధానాన్ని, బ్రిటిష్ ప్రభుత్వంపట్ల లీగ్ ప్రదర్శించిన విధేయతా విధానాన్ని బాహాటంగా విమర్శించారు. ఈ పరిణామాలతో లీగ్ ప్రాబల్యం తగ్గిపోసాగింది. ముస్లింలు భారత జాతీయ కాంగ్రెస్‌కు చేరువయ్యారు.

మహమ్మద్ అలీజిన్నా

మహమ్మద్ అలీజిన్నా పాశ్చాత్య విద్యను అభ్యసించిన ముస్లిం నాయకుడు ద్విజాతి సిద్ధాంతం ఆవిర్భవించడానికి ప్రధాన కారకులు. భారతదేశం బ్రిటీష్ అధికారులకు సన్నిహిత మిత్రుడు. బ్రిటిష్ అధికారులపై ప్రగాఢ విశ్వాసం గలవారు. 1929లో 14 సూత్రాల ఫార్ములాతో, స్వార్థ పరమైన విధానాలతో ముస్లింలను ప్రోత్సహించారు. బ్రిటీష్‌వారి విభజించు పాలించు సూత్రాన్ని అమలు చేయడంలో భారతదేశంను రెండుగా విభజించాలనే దానిలో విజయం సాధించారు. దానిలో భాగంగా ద్విజాతి సిద్ధాంతంను బలంగా ప్రచారం చేశారు. మొదటి, రెండవ రౌండ్ టేబుల్ సమావేశాలు విఫలం కావడం వల్ల బ్రిటిష్ ప్రభుత్వం 'కమ్యునల్ అవార్డ్'తో ద్విజాతి సిద్ధాంతాన్ని అమలు చేశారు. దీనికి వ్యతిరేకంగా గాంధీజీ పూనాలోని ఎర్రవాడ జైల్‌లో నిరహరదీక్ష ప్రారంభించారు. 1930 నాటికి భారతీయ ముస్లింలు గాంధీ నాయకత్వంలోని జాతీయ కాంగ్రెస్‌లో చేరడానికి సిద్ధంగా లేరని మహమ్మల్ అలీజిన్నా ప్రకటించారు. కాంగ్రెస్ చేసే ఉద్యమం హిందుస్థాన్‌కు స్వాతంత్ర్యం ఇవ్వడానికే కావచ్చు, కాని ఏడు కోట్ల ముస్లింలు హిందు మహాసభపై ఆధారపడి లేరన్నారు. బ్రిటిష్ ప్రభుత్వం కాంగ్రెస్, హిందుత్వ మరియు జాతీయ విధానాన్ని వ్యతిరేకించిన ముస్లింలీగ్ విధానంను స్వాగతించింది. పూనా ఒప్పందం (1932) కాంగ్రెస్ మరియు ముస్లింలీగ్‌లను ఏకం చేయలేకపోయింది. బ్రిటిష్ ప్రభుత్వం 1935లో భారతప్రభుత్వ చట్టంను ప్రకటించింది. దీని ప్రకారము రాష్ట్రాల శాసన మండళ్ళలకు 1937లో ఎన్నికలు జరిగాయి. అనేక రాష్ట్రాలలో కాంగ్రెస్ పార్టీ అత్యధిక స్థానాలు గెలిచింది. ఈ విజయంతో కాంగ్రెస్ పార్టీ అభ్యర్థులు అసంతృప్తిని వదిలిపెట్టారు. మహమ్మద్ అలీజిన్నా పాకిస్థాన్ ఏర్పాటు చేయాలనే గట్టి పట్టుదలతో ఉత్తరప్రదేశ్‌లో ముస్లింలీగ్ కాంగ్రెస్‌తో సంకీర్ణ ప్రభుత్వం ఏర్పాటుకు నిరాకరించింది.

హిందు మహాసభ స్థాపన (1916)

హిందుమహాసభ 1916లో ప్రఖ్యాత హిందు నాయకులచే ప్రారంభించబడింది. దీని ప్రధాన కార్యాలయం హరిద్వార్. ఇది హిందువుల ఆత్మగౌరవం సంస్కృతి ఉన్నతికి ప్రాధాన్యతతో ఇస్తుంది. మొదటి అఖిల భారతీయ హిందు మహసభ తొలి సమావేశం అలహాబాద్ నగరంలో జరిగింది.

1911లో హిందువుల ఆత్మగౌరవం, సంస్కృతిని ప్రతిబింబించడానికి పంజాబ్‌లోని అమృత్‌సర్‌లో సమావేశం జరిగింది. 1915లో మొట్టమొదటి అఖిల భారతీయ హిందు మహసభ సమావేశం మహరాజ కాశీంబజార్ అధ్యక్షతన జరిగింది. మహాత్మాగాంధీ చౌరిచౌర సంఘటనతో 1922లో సహాయనిరాకరణ ఉద్యమాన్ని నిలుపుదల చేశారు. దీనితో మలబారు తీరం, ముల్తాన్ ప్రాంతాలలో హిందు ముస్లింల మధ్య హింసాకాండ జరిగింది. హిందు మహాసభను స్థాపకుల మదన్‌మోహన్ మాలవ్య ఒకరు. ఇతను హిందువులు ముస్లిం, క్రిస్టియన్ మతాలలోకి మత మార్పిడి జరగకుండా కాపాడటానికి హిందుమహాసభ ఏర్పాటు చేశారు. హిందూ మహాసభలో లాలాలజపతిరాయ్, ఎన్.సి.కేల్కర్ క్రియాశీలక సభ్యులు. ఇంకా 'వినాయక్ దామోదర్ సావర్కర్' మహాసభలో ప్రధాన భూమిక వహించారు. బ్రిటిష్ అధికారులు ముస్లింలు విమర్శలకు సావర్కర్ సమధానం ఇచ్చేవారు.

హిందూ జాతీయవాదంను పెంపొందించడంలో హిందూ మహాసభ సభ్యులు తమవంతు కృషి చేశారు. పాకిస్తాన్ దేశం కావలనే ముస్లింల డిమాండ్‌ను హిందు మహాసభ వ్యతిరేకించింది. 'అఖండ భారత్' హిందువుల సంస్కృతిని రక్షిస్తుందని వీరి నమ్మకం. రాష్ట్రీయ స్వయం సేవక్ సంఘ్ హిందుమహాసభ యొక్క విభాగం. మహాత్మాగాంధి ఖిలాఫత్ ఉద్యమానికి మద్దతు ఇవ్వడంవల్ల ముస్లిములు కాంగ్రెస్ పార్టీకి మద్దతు పలికారు. భారతజాతీయ కాంగ్రెస్‌లో ప్రశాంత వాతావరణం కల్పించడానికి 1923లో మహమ్మద్ అలీ జిన్నా కాకినాడ కాంగ్రెస్ సమావేశంలో ప్రయత్నించి విఫలమయినారు.

ముస్లింలీగ్‌చే పాకిస్థాన్ డిమాండ్

పాకిస్తాన్ అనే పదం మొట్టమొదటి సారిగా 'రహమత్‌అలీ' అనే విద్యార్థి (కేంబ్రిడ్జి విశ్వవిద్యాయలం) 1933లో ఉపయోగించారు. ప్రఖ్యాత తత్వవేత్త మహమ్మద్ ఇక్బాల్ అలహాబాద్ ముస్లింలీగ్ సమావేశానికి అధ్యక్షత వహించారు. 1937లో లక్నో ముస్లింలీగ్ సమావేశంలో కాంగ్రెస్ హిందూ అనుకూల విధానాలను వ్యతిరేకించింది. ముస్లింలీగ్ నాయకులు ప్రత్యేక దేశం కావాలనే డిమాండ్ ఉపసంహరించుకోవాలని కాంగ్రెస్ నాయకులు చేసిన ప్రయత్నాలన్ని విఫలమయినాయి. మహమ్మద్ అలీజిన్నా 1940లో బ్రిటిష్ అధికారులకు భారతదేశాన్ని మతం లేదా ద్విజాతి సిద్ధాంతం ప్రకారం విభజించాలని హెచ్చరిక జారి చేశారు. బ్రిటిష్ ప్రభుత్వం రెండవ ప్రపంచ యుద్ధంలో పాల్గొంటున్న కాలంలో మహాత్మాగాంధీ 1942 ఆగష్టులో క్విట్ ఇండియా ఉద్యమానికి 'డూ ఆర్ డై (చావులేక సాధించు) నినాదంతో ప్రజలను ప్రభావితం చేశారు. ఈ ఉద్యమాన్ని బ్రిటీష్ ప్రభుత్వం ఉక్కుపాదంతో అణిచి వేసింది. సత్యాగ్రహం చేస్తున్న అనేక మంది నాయకులను అరెస్ట్ చేశారు. ఇటువంటి సంక్లిష్ట సమయంలో ముస్లీంలీగ్ నాయకులు దేశప్రజల్లో కాంగ్రెస్ వ్యతిరేక భావాలు

ప్రచారం చేశారు. 1946లో జరిగిన ఎన్నికలలో ముస్లీంలీగ్ గొప్ప ఆధిక్యతతో విజయం సాధించింది. ఖాన్ అబ్దుల్ గఫార్‌ఖాన్ మరియు అతని సంస్థ 'ఖుదాయి- ఖిద్‌మత్‌గార్స్' (దేశసేవకులు) ముస్లింలను మతం పేరుతో పాకిస్తాన్‌గా విభజించడాన్ని వ్యతిరేకించారు. ముస్లిం నాయకులు కాంగ్రెస్ పార్టీ నాయకులైన మౌలానా అబుల్ కలాం అజాద్ మరియు ఖాన్ అబ్దుల్ గఫార్ ఖాన్‌ను విమర్శించారు. 1945 నాటికి ఆర్.ఎస్.ఎస్., ముస్లిం లీగ్ నాయకుల మధ్య విభేదాలు ఉన్నతస్థాయికి చేరుకున్నాయి.

కాబినెట్ మిషన్ ప్రణాళిక

1946లో నియమించబడిన క్యాబినెట్ మిషన్ దేశవిభజనను, ప్రత్యేక ముస్లిం దేశం డిమాండ్‌ను తిరస్కరించింది. 1946 మే నెలలో జాతీయ నాయకులకు కేబినెట్ మిషన్ క్రింద పేర్కొన్న సూచనలను చేసింది. 1.భారతదేశం రాష్ట్రాల యూనియన్, స్వదేశి సంస్థానాలకు కలిగి ఉంటుంది. కేంద్ర ప్రభుత్వం రక్షణ విదేశీ వ్యవహారాలు మరియు సమాచార శాఖలను తమ ఆధీనంలో ఉంచుకుంటుంది. రాష్ట్రాలు అధిక స్వయం ప్రతిపత్తి కలిగి ఉన్నాయి. 2. బ్రిటిష్ ఇండియా రాష్ట్రాలను మూడు రకాలుగా వర్గీకరించాలి. ఇవి ఒకటి హిందు ఆధిపత్య జోన్, రెండు ముస్లిం ఆధిపత్య పశ్చిమజోన్, మూడవది ముస్లింలు అధికంగా ఉన్న అస్సాం మరియు బెంగాల్ ప్రాంతం. ఈ మూడు జోన్ల రాష్ట్రాలు వారి ఉమ్మడి కార్యక్రమాల కోసం గ్రూప్స్‌గా రూపొందేందుకూ ఒత్తిడి చేయడానికి పరస్పరం అంగీకరించాలి. 3.అపద్ధర్మ ప్రభుత్వం ప్రధాన రాజకీయ పార్టీల మద్దతుతో ఏమిటికీ సాధ్యమయినంత తొందరగా ఏర్పడుతుంది.

ఆ విధంగా క్యాబినెట్ మిషన్ ప్రణాళిక ప్రకారం భారతదేశాన్ని ఐక్యంగా ఉంచడానికి నిర్ణయించింది. క్యాబినెట్ మిషన్ ప్రతిపాదనలను కాంగ్రెస్, ముస్లింలీగ్ నాయకులు నిరాకరించారు. 1946 జూన్‌లో రాజ్యంగ పరిషత్‌కు జరిగిన ఎన్నికలలో ముస్లింలీగ్ 75 స్థానాలు గెలిచి నిరాశకు గురైంది. కాంగ్రెస్ 205 స్థానాలు గెలిపొందింది. ఈ ఫలితాలతో కాంగ్రెస్, ముస్లింలీగ్‌ల మధ్య తలెత్తిన విభేదాలను పరిష్కరించడానికి ప్రతిపాదనను లార్డ్ వెవెల్ 1946 జులైలో 'తాత్కాలిక ప్రభుత్వం'. రెండు పార్టీల ముందు ఉంచారు. కాంగ్రెస్ ఆరు సీట్లు, ముస్లింలీగ్ అయిదుసీట్లు పొందుతుందని ప్రతిపాదన చేశారు. వెవెల్ ప్రణాళికను ముస్లింలీగ్ పూర్తిగా అంగీకరించకుండా కాలయాపన చేసింది. కాని అతికొద్దివారాల సమయంలో తాత్కాలిక ప్రభుత్వం ఆలోచనను ముస్లింలీగ్ తిరస్కరించి 'ప్రత్యక్ష చర్య'కు పిలుపునిచ్చింది. దీని తీర్మానంలో పాకిస్తాన్‌ను సృష్టించాలని 16 ఆగష్టు 1946 ఉద్యమాన్ని ఆరంభించింది. ఆ రోజున దేశవ్యాప్తంగా అనేక ప్రాంతాలలో మత ఘర్షణలు జరిగాయి. కలకత్తా, బీహార్, ఉత్తరప్రదేశ్, బొంబాయి మతఘర్షణలకు ముఖ్య కేంద్రాలయినాయి. ఈ సంక్లిష్ట సమయంలో గాంధీజీ మత ఘర్షణలను ఖండించి ఘర్షణలు జరిగిన ప్రాంతాన్ని సందర్శించారు.

ముస్లింలీగ్ ప్రత్యక్ష చర్య

క్విట్ ఇండియా ఉద్యమాన్ని 1944లో రద్దు చేసిన తర్వాత దేశంలో విభిన్నమైన రాజకీయ పరిణామాలు చోటు చేసుకున్నాయి. ముస్లింల బలమైన కోరిక ప్రత్యేకదేశం డిమాండ్‌ను బ్రిటిష్

ప్రభుత్వం అంగీకరించింది. క్యాబినెట్ మిషన్ 1946, మార్చిలో సందర్శించినప్పుడు ముస్లింలీగ్ పిలుపునిచ్చిన 'ప్రత్యక్షచర్య' బ్రిటిష్ ప్రధాని అట్లీని ప్రభావితం చేసింది. 1947 ఫిబ్రవరిలో అట్లీ అధికారాన్ని భారత్‌కు 1948 జూన్ లోపు స్వాధీనం చేస్తానని ప్రకటించారు. బ్రిటిష్ ప్రభుత్వం 1947 జూన్‌లో దేశవిభజన కొరకు చిట్టచివరగా మౌంట్‌బాటెన్ ప్రణాళికను తయారు చేసింది.

క్యాబినెట్ మిషన్ ప్రణాళిక, వెవెల్ ప్రణాళిక విచ్ఛిన్నం అయిన తర్వాత ముస్లింలీగ్ 16 ఆగష్ట్ 1946న ప్రత్యక్ష చర్య దినోత్సవం తీర్మానాన్ని ఆమోదించింది. ఆ రోజును నిరసన దినంగా ప్రకటించింది. ఆ రోజున బెంగాల్‌లో మత ఘర్షణలు జరిగాయి. గాంధీజీ ఈ ప్రాంతాలలో సందర్శించి దాన్ని ఖండించారు. కాంగ్రెస్ తాత్కాలిక ప్రభుత్వం ఏర్పాటు చేయడంతో ముస్లింలీగ్‌కు జ్ఞానోదయమయింది.

అట్లీ ప్రకటన

భారతదేశ పరిపాలనలో అనిశ్చితిని తొలగించడానికి బ్రిటిష్ ప్రధాని అట్లీ అధికారాన్ని బదిలీ చేయటానికి తుది రోజు నిర్ణయించారు. బ్రిటిష్ ప్రధాని భారత రాజకీయాలలో అనిశ్చితిని తొలగించడానికి నిర్ణయించారు. ప్రధాని అట్లీ తుది అధికారాన్ని భారతదేశానికి బదిలీ చేయడానికి ఫిబ్రవరి 20, 1947న నిర్ణయం ప్రకటించారు. 1948 జూన్ నాటికి భారతదేశానికి అధికారం బదలాయిస్తాయని ప్రకటించారు. ఆ ప్రకటనతో ఆ అధికారాన్ని కేంద్ర ప్రభుత్వానికి లేదా ఇంకెవరికైనా బదిలీ చేస్తామని చెప్పారు. ఈ ప్రకటనలో కాంగ్రెస్ భారతదేశాన్ని ఐక్యంగా ఉంచే ఆశను కోల్పోయింది.

మౌంట్‌బాటన్ ప్రణాళిక-దేశ విభజన

1947 మార్చిలో లార్డ్ వెవెల్ స్థానంలో మౌంట్‌బాటెన్ గవర్నల్ జనరల్‌గా భారతదేశానికి వచ్చారు. ఇక్కడ రాజకీయ పరిస్థితి అంచనా వేసి దేశవిభజన చేయడానికి నిర్ణయించారు. మౌంట్‌బాటెన్ ప్రణాళిక ప్రకారం బ్రిటీష్ పరిపాలన భారతదేశం నుండి విరమించుకోవడం అనేది 1948 జూన్ నుంచి 1947 ఆగష్టుకి ముందుకు వచ్చింది. బ్రిటిష్ ఇండియాను రెండుగా విభజించింది. ఒకటి ఇండియా రెండు పాకిస్తాన్. స్వదేశీ సంస్థానాలు బెంగాళ్, పంజాబ్‌లలో ఆ ప్రాంత ప్రజలు విభజనపై నిర్ణయం తీసుకోవాలి. ప్రజాస్వామ్యపరమైన సరిహద్దులను ఏర్పాటు చేయడానికి బొంబాయి కమీషన్లను నియమించింది. చివరగా మౌంట్‌బాటెన్ ప్రణాళిక ప్రకారం భారతదేశంను రెండు దేశాలుగా విభజించడానికి కాంగ్రెస్, ముస్లిం లీగ్‌లు అంగీకరించాయి.

వేవెల్ ప్రణాళిక-సిమ్లా సమావేశం

'క్విట్ ఇండియా' ఉద్యమం సద్యఃస్ఫూర్తిగా ప్రజ్వరిల్లిన విప్లవమా లేదా ఒక యోజన ప్రణాళిక ప్రకారం నిర్వహించిందా? అనే ప్రశ్నకు చరిత్రకారులు మిశ్రమ సమాధానం ఇచ్చారు. జాతీయోద్యమంలో వచ్చిన సహాయనిరాకరణ, శాసనోల్లంఘన, వైయక్తిక సత్యాగ్రహాల మాదిరి 'క్విట్ ఇండియా' ఉద్యమాన్ని కూడా గాంధీ ఒక ప్రణాళిక ప్రకారం రూపొందించాడు. అయితే అది ఒక స్థూల ప్రణాళిక మాత్రమే. భారీ ఉద్యమాలలో సూక్ష్మాంశాలను సంయోజనచేయడం సాధ్యంకాదు. కార్యకర్తల, ప్రజల చొరవకు అవకాశం ఎప్పుడూ ఉంటుంది. 1942 ఆగష్టు 8వ తేదీన కాంగ్రెస్

అధిష్టానతీర్మానం 'కొన్ని సందర్భాలలో కాంగ్రెస్ కమిటీలు నియామకాలు, నిబంధనలూ, సూచనలూ ఇవ్వలేని పరిస్థితి ఏర్పడవచ్చు. అయితే అట్టి పరిస్థితులలో స్థూలవిధానం పరిధిలో కార్యకర్తలే చొరవతో వ్యవహరించవలసి ఉంటుంది' అని పేర్కొంది.

ఉద్యమంలోని హింసాత్మక ఘటనలు గాంధీ మార్గమైన 'అహింస'కు విరుద్ధం కదా? అనే ప్రశ్న ఉదయిస్తుంది. ఉద్యమంలో చాలామంది గాంధీ సంప్రదాయాన్ని అనుసరించి అహింసా మార్గానికే కట్టుబడ్డారు. కానీ ప్రభుత్వం తీవ్ర హింసతో కూడిన అణచివేత చర్యలకు పాల్పడింది. దానితో ఉద్యమకారుల సహనానికి హద్దులేర్పడ్డాయి. కార్యాలయాలు, టెలిగ్రాఫ్, టెలిఫోన్ వ్యవస్థ, రైలు మార్గాల విధ్వంసం ప్రాణ నష్టానికి దారితీయకపోయినా ఇతర హింసాత్మక చర్యలు గాంధీ మార్గాన్ని అతిక్రమించాయి. అయితే ప్రజానీకాన్ని నియంత్రించగల నాయకులంతా జైళ్ళలో ఉండటం, ఒకదాని తరవాత మరొకటిగా ప్రభుత్వం క్రూర విధానాలకు పాల్పడటంవల్ల ఈ అతిక్రమణ స్వాభావిక ప్రతిచర్యగా రాకతప్పలేదు. గాంధీ సైతం దీనిని తప్పుపట్టలేదు. అనారోగ్య కారణాలవల్ల గాంధీని 1944 మే 6 తేదీన ప్రభుత్వం విడుదల చేసింది. 1945 జూన్‌లో జైళ్ళలోని కాంగ్రెస్ నాయకులూ విడుదలయ్యారు. కమిటీల పునరుద్ధరణ, సభ్యత్వ నమోదు, నిధి సేకరణ, కార్యకర్త శిక్షణ చేపట్టిన కాంగ్రెస్ తరవాత ఘట్టానికి తయారుకాసాగింది.

1945లో కాంగ్రెస్ నాయకులు జైళ్ళలో ఉండగానే కాంగ్రెస్, లీగ్‌ల మధ్య సహకారధోరణి కుదిరేందుకు కాంగ్రెస్ నాయకుడు భూలాభాయ్‌దేశాయ్ కొన్ని సూచనలు తయారుచేసి వైస్రాయికీ, గాంధీకీ చూపించాడు. తరవాత ఆ సూచనలను దేశాయ్ లీగ్ నాయకులకూ లియాకత్ అలీఖాన్‌కూ చూపించాడు. ఆయన ఆ సూచనలకు గాంధీ ఆమోదాన్ని పొంది జిన్నాకు తెలుపమని దేశాయ్‌ని కోరాడు. పెషావర్‌లో జరిగిన రాష్ట్ర రాజకీయ సమావేశంలో వాటిని వెల్లడించడం జరిగింది. అయితే వాటికి కాంగ్రెస్‌గానీ, జిన్నాగానీ ఆమోదం తెల్పలేదు. ఖైదులో ఉన్న కాంగ్రెస్ నాయకులు విషయాలు తెలుసుకొని తీవ్ర అసంతృప్తిని ప్రకటించారు. ఆ సూచనలలో ముఖ్యమైనవి: కేంద్ర కార్యవర్గంలో కాంగ్రెస్, లీగ్ సమాన సంఖ్యలో వ్యక్తుల్ని నియమిస్తాయి. ఆ తాత్కాలిక ప్రభుత్వం 1935 చట్టపరిధిలో పనిచేస్తుంది. దేశాయ్ సూచనలను ఇరుపక్షాలు అంగీకరించకపోయినా వేవెల్ వాటిని దృష్టిలో ఉంచుకున్నాడు. (1943లో వేవెల్ వైస్రాయిగా నియుక్తుడయ్యాడు). సప్రూ కూడా ఒక పథకం రూపొందించాడు. సమాన సంఖ్యలో హిందూ, ముస్లిమ్ సభ్యులతో రాజ్యాంగ సమితి వ్యవస్థాపన, నిర్ణయాలకు ముప్పాతిక వంతు సభ్యుల ఆమోదం ప్రాతిపదికగా నిర్ణయించడం, అందులోని ప్రతిపాదనలు కాగా దేశ విభజననూ, ప్రత్యేక నియోజక వర్గాలనూ పథకం తిరస్కరించింది. హిందూ,ముస్లిమ్ నాయకులు కూడా పథకాన్ని తిరస్కరించారు (1945).

ఈవిధంగా రాజకీయ ప్రతిష్టంభన ఏర్పడింది. ఈ పరిస్థితిలో వేవెల్ వైస్రాయిగా ఉన్నాడు. ఆయన దృష్టిలో అప్పుడు ప్రధానమైన విషయాలు: యుద్ధం, ఆర్థికస్థితి, యుద్ధానంతర సమస్యలు, కరువు పరిస్థితులు. ధరల పెరుగుదలతో భారత ఆర్థికవ్యవస్థ బలహీనస్థితిలో ఉంది. రాజకీయంగా లీగ్ ఎప్పటికప్పుడు తన కోరికల పథకాన్ని విస్తరిస్తుంది. కాంగ్రెస్, జాతీయ నాయకులూ, సిక్కులు లీగ్ కోరికలను నిరాకరించాలని పట్టుబట్టారు. ఈ చిక్కుల నుంచి బైటపడటానికి వేవెల్ మార్గాలను

వెదకసాగాడు. 1944లో రాష్ట్ర గవర్నర్‌లతో సంప్రదించి తగు చర్యలు తలపెట్టడానికి వారి ఆమోదాన్ని తీసుకున్నాడు.

దేశాయ్, లియాఖత్ అలీఖాన్‌ల ప్రతిపాదనలను అనుసరించి సమసంఖ్యలో హిందూ, ముస్లిమ్ సభ్యులుండే ఒక సమితి ఏర్పాటు కావాలి. అందులో సిక్కుల, దళిత వర్గాల ప్రతినిధులిద్దరూ, వైస్రాయ్, సర్వసైనికాధిపతీ ఉంటారు. 1935 శాసనపరిధిలో ఆ సమితి వ్యవహరించాలి. రాష్ట్రాల్లో బాధ్యతాయుత ప్రభుత్వాలేర్పడే మార్గాన్ని అన్వేషించాలి. ఈ ప్రతిపాదనలు తయారుచేసి వాటిని వైస్రాయి భారతవ్యవహారాల కార్యదర్శికి సమర్పించాడు. ఆయన కాంగ్రెస్, లీగ్ పక్షాల ప్రాధాన్యతలేని వేరే ప్రతిపాదనలను ముందుంచగా వైస్రాయి అంగీకరించలేదు. భారత వ్యవహారాల కార్యదర్శి మరొక పథకాన్ని సూచించాడు. అదీ ఆచరణయోగ్యంకాదని ఇంగ్లండు వెళ్ళి ప్రభుత్వంతో చర్చించడానికి వైస్రాయి అనుమతి కోరాడు. 1945 మార్చిలో వైస్రాయి వేవెల్ ఇంగ్లండు వెళ్ళాడు. భారతవ్యవహారాల కార్యదర్శి, ప్రభుత్వంలోని 'ఇండియన్ కమిటీ'తో చర్చించాడు. చర్చిల్ సిమ్లా సమావేశానికి (వేవెల్ ప్రతిపాదన) అయిష్టంగా ఒప్పుకున్నాడు.

భారతదేశానికి తిరిగి వచ్చిన తరవాత వేవెల్ తన ప్రణాళికను వెల్లడించాడు. ప్రణాళికలోని ముఖ్యాంశాలు :

1. నూతన రాజ్యాంగం ఏర్పడి భారతీయుల ఆమోదం పొందేలోపున ఒక తాత్కాలిక ఏర్పాటును మాత్రమే ప్రణాళిక ప్రతిపాదిస్తుంది. వివిధ రాజకీయ సంస్థల ప్రతినిధులతో ఒక వైస్రాయి కార్యసమితిని ఏర్పాటు చేయడం జరుగుతుంది. అందులో అధ్యక్షుడుగా వైస్రాయి, యుద్ధ వ్యవహారాలను చూస్తున్న ముఖ్య సైన్యాధిపతీ ఇద్దరు మాత్రమే ఆంగ్లేయులు ఉంటారు.
2. నాటి రాజకీయ ప్రతిష్ఠంభనను అంతమొందించి, భారతీయులు స్వపరిపాలన లక్ష్యాన్ని సాధించడానికి తోడ్పడే విధంగా ప్రణాళికను రూపొందించడం జరిగింది.
3. సరిహద్దుల ఏర్పాట్లూ, ఆదివాసీతెగల వ్యవహారాలు తప్ప మిగతా విషయాలన్నీ భారతీయుల నిర్వహణలోనే ఉంటాయి.
4. వైస్రాయి కార్యసమితి 1935 చట్టం పరిధిలో పనిచేస్తుంది. వైస్రాయి తన విశేషాధికారాలను ప్రయోగించడు. భారత వ్యవహారాల కార్యదర్శి జోక్యం చేసుకున్నా అది భారతీయుల ప్రయోజనాలకు అనుకూలంగానే ఉంటుంది.
5. వైస్రాయి చక్రవర్తి ప్రతినిధిగా కార్యసమితి అధ్యక్షునిగా ఉంటాడు. కాబట్టి భారతదేశంలో బ్రిటన్ వాణిజ్య ప్రయోజనాలను పర్యవేక్షించడానికి ఒక హైకమిషనర్‌ను నియమించడం జరుగుతుంది.
6. కార్యసమితి తాత్కాలిక జాతీయ ప్రభుత్వంగా పనిచేస్తుంది.
7. ఈ తాత్కాలిక ఏర్పాటు ముందు జరగబోయే రాజ్యాంగ నిర్మాణానికి ఏవిధంగానూ ప్రతిబంధకంగా ఉండదు.

8. గవర్నర్‌ల నిర్వహణలో ఉండే రాష్ట్రాలలో తిరిగి మంత్రివర్గాలు సంకీర్ణపద్ధతిలో ఏర్పడతాయి.

సిమ్లాలో ఏర్పడబోయే సమావేశంలో పాల్గొనడానికి వీలుగా 1945 జూన్‌లో కాంగ్రెస్ నాయకులందరూ జైళ్ళ నుంచి విడుదలయ్యారు. కాంగ్రెస్, ముస్లిమ్‌లీగ్ ఇతర రాజకీయ పక్షాల ప్రతినిధులూ, రాష్ట్రాల పూర్వ ప్రధాన మంత్రులూ, గాంధీ, జిన్నా, సిక్కు, దళిత వర్గాల నుంచి ఒక్కొక్క ప్రతినిధీ- మొత్తం 21 మందికి ఆహ్వానాలను పంపడం జరిగింది. 1945 జూన్ 29 సిమ్లా సమావేశంలో చర్చలు జరిపింది. కాంగ్రెస్ హిందూ, ముస్లిమ్ సమానత్వ సూత్రానికి కట్టుబడి ఉంది, కాబట్టి కాంగ్రెస్ సిమ్లా సమావేశానికి జాతీయవాద ముస్లిమ్ ప్రతినిధిని కూడా పంపడానికి నిశ్చయించింది. జిన్నా దీనికి అభ్యంతరం తెలుపుతూ ముస్లిమ్‌లీగ్ ప్రతినిధులుతప్ప ఇతర ముస్లిమ్ ప్రతినిధులు పాల్గొనరాదని వాదించాడు. జిన్నా ధోరణిని కాంగ్రెస్ అధ్యక్షుడు మౌలానా అబుల్‌కలామ్ ఆజాద్, యూనియనిస్ట్ పార్టీనేత, పంజాబు ముఖ్యమంత్రి అయిన ఖిజ్ర్ హయాత్‌ఖాన్‌లు విమర్శించారు. వైస్రాయి సమితిలో ముస్లిమ్‌లీగ్‌కు చెందని ముస్లిమ్ ప్రతినిధులెవరూ ఉండరాదని కూడా జిన్నా పట్టుబట్టాడు. హిందూ మహాసభ పక్షానికి ప్రతినిధిగా ఆహ్వానం రాలేదు. వైస్రాయి పాక్షిక ధోరణిని ఆ సంస్థ విమర్శించింది. మౌలానా ఆజాద్ ప్రసంగిస్తూ జాతీయతా సూత్రానికి విరుద్ధమైన ఎట్టి ఏర్పాటు కాంగ్రెస్‌కు ఆమోదం కాదనీ, సంస్థానాధీశులు, సంస్థానాల ప్రజల్ని జాతీయ ప్రవంతి నుంచి భిన్నంగా చూడకూడదనీ, సైన్యం కూడా జాతీయతా స్వభావం కలిగినదై ఉండాలనీ ఉద్ఘాటించాడు.

జిన్నా ప్రసంగిస్తూ, పాకిస్థాన్ ప్రాతిపదికలేని ఏ రాజ్యాంగాన్నీ ముస్లిమ్‌లీగ్ సమ్మతించదనీ, సమైక్యభారతం, సమైక్య ప్రభుత్వాలను కోరే కాంగ్రెస్ ధోరణిని లీగ్ వ్యతిరేకిస్తుందనీ, కాంగ్రెస్ అన్ని మతాల వారికీ ప్రాతినిధ్యం వహించజాలదనీ వాదించాడు. కార్యసమితి నిర్మాణానికి వీలుగా కాంగ్రెస్, లీగ్ పక్షాలు 8-14 మధ్య సంఖ్యలో ఉండేలాగా తమ ప్రతినిధుల పట్టికను పంపాలని వైస్రాయి కోరాడు. జిన్నా పట్టికను సమర్పించలేదు. కాంగ్రెస్ అధ్యక్షుడు పట్టికను సమర్పించాడు. వైస్రాయి లీగ్ పక్షాన ఒక పట్టికను తయారుచేసి చూపాడు. అందులో పంజాబు యూనియనిస్ట్ పార్టీ సభ్యుడు ఉండటాన్ని జిన్నా ఆమోదించలేదు. జిన్నా కార్యసమితిలో ముస్లిమ్‌లకు 'వీటో' కల్పన వంటి ప్రత్యేక భద్రత ఉండాలని పట్టుబట్టాడు. వైస్రాయి రూపొందించిన పట్టికలో పంజాబ్ యూనియనిస్ట్ పార్టీకి చెందిన ఖిజ్ర్ హయాత్‌ఖాన్ పేరుండటం జిన్నా వైముఖ్యానికీ, తీవ్ర వైఖరికీ కారణమని ఒక విశ్లేషణ. ముస్లిమ్‌లీగ్‌కు చెందని ఏ ముస్లిమ్ నాయకునికీ కార్యసమితిలో స్థానం లేకున్నట్లైతే ముస్లిమ్‌లీగ్‌లో ముస్లిమ్‌లంతా చేరతారని జిన్నా వ్యూహం. వైస్రాయి సిమ్లా సమావేశం విఫలమైందని ప్రకటించి, తానే అందుకు బాధ్యత వహించాడు. మౌలానా ఆజాద్ సిమ్లా సమావేశ వైఫల్యానికి ముస్లిమ్‌లీగ్‌దే బాధ్యత అంటూ కారణాలు వివరించాడు. యుద్ధం ముగిసిన తరవాత ముస్లిమ్‌లు అధిక సంఖ్యలో ఉన్న రాష్ట్రాలలో ప్రత్యేక ముస్లిమ్ రాష్ట్రాలను ఏర్పరచాలి అనే జిన్నా వాదనా, కార్యసమితిలో ముస్లిమ్‌ల అధిక ప్రాధాన్యత కోసం జిన్నా కోరికా సిమ్లా సమావేశ వైఫల్యానికి దారితీశాయన్నది ఆ వివరణ సారాంశం.

వేవెల్ ప్రణాళిక ఒక తాత్కాలిక పరిష్కార ప్రతిపాదన మాత్రమే. భారతదేశ స్వాతంత్ర్యం గురించిగానీ, వైస్రాయి వీటో అధికార పరిత్యాగం గురించిగానీ ఏవిధమైన ప్రస్తావనా అందులో లేదు. అయినా కాంగ్రెస్ ఆ ప్రణాళికను అంగీకరించింది. అది పట్టువిడుపుల లౌక్యమా లేదా ఉద్యమపరంపరతో అలసిపోయిన సంస్థ ప్రతిస్పందనా? అనేది చరిత్ర విద్యార్థి అంచనా వేయవలసిన విషయం. అటు బ్రిటన్ కూడా యుద్ధం చేసీచేసి అలసిపోయింది. యుద్ధంతో డస్సిపోయిన ప్రజల తీర్పులో అది ప్రతిఫలించింది. ఘనమైన విజయాన్ని సాధించిన ప్రతిష్ఠ పొందిన చర్చిల్ కన్సర్వేటివ్ పక్షం ఓడి లేబర్‌పార్టీ అధికారంలోకి వచ్చింది. లేబర్ పక్షనాయకుడు అట్లీ ప్రధానమంత్రి అయ్యాడు.

భారతదేశంలో స్వదేశీ సంస్థానాల విలీనం-సర్దార్ వల్లబాయి పటేల్ పాత్ర

ఆంగ్లేయులు వ్యాపారనిమిత్తం భారతదేశానికి వచ్చేనాటికి దేశంలో అనేక చిన్న పెద్ద సంస్థానాలుండేవి. సంస్థానాలలో కొన్ని మొగల్ చక్రవర్తికి సామంతంగా ఉన్నప్పటికీ, అతనితో ఎలాంటి ప్రమేయం లేకుండా స్వతంత్రంగా వ్యవహరించేవి. సంస్థానాధిపతులు ప్రజాక్షేమాన్ని విస్మరించి, తరచుగా యుద్ధాలుచేస్తూ, వాటికయ్యే ఖర్చును ప్రజలపై మోపుతూ, వారిని పీడించి ధనాన్ని రాబట్టేవారు. అందువల్లనే వారికి ప్రజల సహకారం లేకుండా పోయింది. అంతేకాక స్వదేశీ సంస్థానాల రాజులు తమలో తాము నిరంతరం కలహించుకుంటూ, ఐరోపా వాసులైన, పోర్చుగీస్, ఫ్రెంచ్, ఆంగ్లేయుల సహాయాన్ని అర్థించేవారు. 17వ శతాబ్ధంలో ఆంగ్లేయులు భారతదేశానికి వచ్చేనాటికి దేశంలో బెంగాల్, అయోధ్య, కర్ణాటక, మైసూర్, మహారాష్ట్ర, హైదరాబాద్ వంటి ప్రముఖ సంస్థానాలుండేవి. అయితే ఆంగ్లేయులు ఈ సంస్థానాలన్నింటిలో జోక్యం చేసుకొని, వాటిలో కొన్నింటిని వశపరచుకోవడం జరిగింది.

వల్లభభాయ్ పటేల్

స్వదేశీ సంస్థానాలలో హైదరాబాద్, మైసూర్, కాశ్మీర్‌లు అతిపెద్ద సంస్థానాలు. వీటిలో కొన్ని ఐరోపా దేశాలతో సమాన విస్తీర్ణాన్ని కలిగి ఉండేవి. ఈ సంస్థానాలన్నీ బ్రిటిష్ వారి సర్వసమున్నతత్వాన్ని గుర్తించడమేకాకుండా దాన్ని తుచ తప్పకుండా ఆచరించేవి. దీనికిగాను బ్రిటిష్‌వారు స్వదేశీ సంస్థానాల పాలకులను అన్ని రకాల శత్రువుల నుంచి రక్షించేవారు. ఆంగ్లేయులకు, సంస్థానాధిపతులకు ఉన్న సంబంధాన్ని చరిత్రకారులు మూడు దశలుగా విభజిస్తారు. మొదటి దశ 1757లో ప్లాసీ యుద్ధం తరవాత ప్రారంభమై 1818తో ముగుస్తుంది. దీనిని "వలయబద్ధ విధానం" అని వ్యవహరిస్తారు. రెండో దశను 1818 నుంచి 1857 వరకు గమనించవచ్చు. ఈ దశని "అధీన సంబంధ నిరోధ విధానం" అని పేరు. 1857 తిరుగుబాటుతో మూడో దశ ప్రారంభ మవుతుంది. దీన్ని "అధీన సంఘం" అని పేర్కొంటారు.

మొదటిదశలో ఆంగ్లేయులు స్వదేశీ సంస్థానాలతో స్నేహంచేసి, వారి వద్ద నుంచి కొన్ని ప్రదేశాలను పొంది, వారికి విదేశీ, రక్షణ వ్యవహారాలలో సలహాలిస్తూ, వారి ఆంతరంగిక వ్యవహారాలలో జోక్యం కలిగించుకొనేవారు. అయితే ఆంగ్లేయుల జోక్యం సహింపని సంస్థానాలతో వారు యుద్ధానికి

దిగేవారు. మైసూర్, మహారాష్ట్ర యుద్ధాలను దీనికి ఉదాహరణలుగా చెప్పవచ్చు. 1803లో సర్‌జార్జి బార్లో "భారతదేశంలో బ్రిటిష్ సామ్రాజ్యాన్ని తలకిందులు చేసే ప్రయత్నాలు సఫలం కాకుండా చూడాలంటే, ఆంగ్లేయాధికారానికి లోబడిన సంస్థానమేదీ భారతదేశంలో ఉండకూడదు" అని పేర్కొన్నాడు. నాటి ప్రజలు కూడా స్వదేశీ పాలకుల నిరంకుశ చర్యలతో విసుగుచెంది, ఆంగ్లేయులతో చేరి, వారి సంస్కరణలకు మద్దతుపలికారు. వారికి తమ రాజులు అనుసరించిన రాజనీతికంటే, ఆంగ్లేయులు ప్రదర్శించిన రాజనీతి నచ్చింది. వారన్‌హేస్టింగ్స్ కాలం నుంచి బ్రిటిష్ గవర్నర్ జనరల్‌లు అనేక సంస్కరణలను ప్రవేశపెట్టి, ప్రజల ఆర్థిక పరిస్థితిని మెరుగుపరచడానికి, న్యాయస్థానాలలో వారికి తగిన న్యాయం చేకూర్చడానికి ప్రయత్నాలు చేసి ప్రజాదరణ పొందడం జరిగింది. ఆకారణంగానే 1857 తిరుగుబాటులో సామాన్య ప్రజలు ఎలాంటి శ్రద్ధ కనబరచలేదు. అందువల్లనే లార్డ్ వెల్లస్లీ ప్రజల సానుభూతిని పొందలేని రాజులను అతిసునాయాసంగా స్వాధీనం చేసుకోవచ్చని భావించాడు. 1798 నుంచి 1805 వరకు బ్రిటిష్ గవర్నర్ జనరల్‌గా పనిచేసిన వెల్లస్లీ కాలంలో రాజ్యవిస్తరణ బాగా జరిగింది. భారతదేశ రాజకీయాల్లో జోక్యం చేసుకోవద్దనీ, కంపెనీ ఆర్థిక వనరులను మెరుగుపరచడంపైనే తన దృష్టిని కేంద్రీకరించాలని వెల్లస్లీకి సూచనలిచ్చి పంపడం జరిగింది. కానీ, వెల్లస్లీ మాత్రం భారతదేశానికి రాగానే స్థానిక పరిస్థితులను గమనించి, రాజ్యవిస్తరణ విధానాన్ని అవలంభించాడు. కేవలం యుద్ధాలవల్లనేకాకుండా, అతడు సహాయక సంధుల ద్వారా కంపెనీవారి సర్వసమున్నతత్వాన్ని భారతదేశంలో చాలావరకు సాధించగలిగాడు. సహాయక సంధి చేసుకున్న పాలకులు మరే ఇతర ఐరోపా రాజ్యాలతో, ఇంగ్లీష్ ఈస్టిండియా కంపెనీవారి అనుమతి లేకుండా సంధులు చేసుకోకూడదు. అలాగే ఆంతరంగిక, శాంతి పరిరక్షణకు మాత్రం పెద్ద సంస్థానాల పాలకులు తమ సొంత సైన్యాలను ఉంచుకోవచ్చు. శత్రువుల నుంచి కాపాడినందుకు ఈ రాజ్యాల వారు కంపెనీ సైన్యానికి అయ్యే ఖర్చు నిమిత్తం నగదునేకాకుండా, తమ రాజ్యాల్లో కొంత భూభాగాన్ని కూడా ఇచ్చివేయాలి. సహాయక సంధిని అంగీకరించిన పాలకులందరు తమ తమ రాజ్యాల్లో ఇంగ్లీష్ అధివాసీలను ఉంచుకోవడానికి అంగీకరించాలి. సహాయక సంధిని అంగీకరించిన మొదటి సంస్థానం హైదరాబాదు. దీని పాలకుడు నిజాం ఆలీఖాన్ (1761-1803). అయితే కొన్ని సంస్థానాలు ఆంగ్లేయుల ఒత్తిడివల్ల ఈ సంధికి అంగీకరించాయి. అలాంటి వాటిలో అయోధ్య, సూరత్, ఫరూకాబాద్ ముఖ్యమైనవి. ఈవిధంగా యుద్ధం చేయకుండానే స్వదేశీ సంస్థానాలలో తమ ఆధిక్యాన్ని చాటుకోవడం మొదటి ఘట్టంలోని వలయబద్ధ విధాన ముఖ్య విశేషం.

ఆంగ్లేయుల స్వదేశీ సంస్థానాధిపతుల సంబంధాలతో రెండో దశ 1818 నుంచి 1857 వరకు, అంటే లార్డ్ హేస్టింగ్స్ కాలం నుంచి సిపాయిల తిరుగుబాటు వరకు గమనించవచ్చు. ఈ దశలో అనుసరించిన 'అధీన సంబంధ నిరోధ విధానం"లో బ్రిటిష్ వారు సంస్థానాల ఆంతరంగిక విషయాలలో కాకుండా జోక్యం చేసుకొనే అధికారం పొందడం జరిగింది. హేస్టింగ్స్ కాలంలో కొన్ని సంస్థానాలు ముఖ్యంగా, హైదరాబాదు, మైసూర్, తిరువాన్కూర్, అయోధ్య సంస్థానాధీశులు; పీష్వా సహాయసంధికి లోబడి ఉన్నారు. బుందేల్ ఖండ్, కొల్హాపూర్, భరత్‌పూర్, శిక్కు సంస్థానాలు; ఆళ్వార్, రాంపూర్ వంటి సంస్థానాలు ఆంగ్లేయులతో సంధి చేసుకొని, వారి రక్షణలో ఉన్నాయి.

సింథియా, బోంస్లే, హోల్కర్ వంటి సంస్థానాధిపతులు బ్రిటిష్ వారితో సంధి చేసుకున్నప్పటికీ, వారంటే గిట్టేదికాదు. అంతేకాకుండా స్వతంత్రంగా ఉన్న సంస్థానాలతో రహస్య సంబంధాలు పెట్టుకొని ఆంగ్లేయులపై కుట్ర పన్నేవారు. ఈ సమస్యను నివారించడానికి లార్డ్‌హేస్టింగ్స్ అధీన సంబంధ నిరోధ విధానాన్ని ప్రవేశపెట్టాడు. వెల్లస్లీ ప్రవేశపెట్టిన సైన్యసహకార పద్ధతికి కొత్తరూపమే ఈ విధానం. ఏ సంస్థానం వారైతే ఈ విధానాన్ని అంగీకరిస్తారో, వారు ఆంగ్లేయుల సర్వసమున్న తత్వాన్ని అంగీకరించాలి. అంతేకాక ఆంగ్లేయుల అనుమతి లేకుండా ఇతర రాజ్యాలతో సంబంధాలు ఏర్పరచుకోరాదు. ఏ సమస్య వచ్చినా దాన్ని ఆంగ్లేయుల ద్వారానే పరిష్కరించుకోవాలి. దీంతోపాటు స్వదేశీ సంస్థానాల రాజుల ఆంగ్లేయుల అధికారానికి పూర్తిగా లోబడి ఉంటామని స్పష్టమైన హామీ ఇవ్వాలి. ఈవిధానం ద్వారా రాజపుత్ర స్థానంలోని జోథ్‌పూర్, ఉదయపూర్, జైపూర్, బికనీర్, కోటా, ప్రతాప్‌ఘర్, జైసల్మీర్ సంస్థానాలు ఆంగ్లేయుల పరమయ్యాయి. లార్డ్‌హేస్టింగ్స్ 1823లో భారతదేశాన్ని వదలివెళ్ళే సమయానికి కేవలం పంజాబ్, సింధు తప్ప దేశాన్ని దాదాపు ప్రతి రాజ్యం కంపెనీ నియంత్రణ కిందకు వచ్చింది. దీంతో మొగల్ సామ్రాజ్య స్థానంలో కంపెనీ సామ్రాజ్యం అవతరించినట్లయింది. అన్నింటికంటే మించి రాజ్య విస్తరణలో మొదట ఆదివాసీలు దౌత్యవేత్తలుగా మాత్రమేతత వ్యవహరించేవారు. కానీ, కాలానుగతిలో వారు తమ హోదా పెంచుకుంటూ వచ్చారు. కొద్దికాలంలోనే వారు కార్యనిర్వహణాధికారులుగాను, నియంత్రణాధికారులుగాను వ్యవహరించసాగారు. బ్రిటిష్ వారికి సర్వసమున్నతత్వం లభించింది. అందువల్లనే వివిధ సంస్థానాల్లోని పాలకులు అన్ని విషయాలలో బ్రిటిష్ ఆదివాసులే నిర్వహిస్తున్నారని, ఆదివాసుల అభిరుచుల, కోరికలకనుగుణంగా స్వదేశీ సంస్థానాల పాలకులు వ్యవహరించవలసి వస్తుంది. పాత్రికేయుడు హెన్రీ మీడ్ అభిప్రాయపడ్డాడు. హేస్టింగ్స్ పద్ధతినే అమల్లోపెట్టిన ఆమ్‌హెర్ట్స్ కలుపుకొన్న కొన్ని సంస్థానాలతో భరత్‌పూర్, కొల్హాపూర్, కుట్టుర్, బర్మాలోని అరకాన్ ముఖ్యమైనవి. హేస్టింగ్స్ తరవాత ఈ విధానాన్ని ఎక్కువగా అమలులో పెట్టినవాడు డల్హౌసీ. ఇతడు భారతదేశంలో 1848 నుంచి 1856 వరకు బ్రిటిష్ గవర్నర్ జనరల్‌గా పనిచేసాడు. సహాయసంధి, అధీన సంబంధ నిరోధ విధానంవల్ల స్వదేశీ సంస్థానాలు చాలావరకు ఆంగ్లేయులతో మైత్రిగా ఉన్నా, డల్హౌసీ అది నచ్చక సంస్థానాలను వీలైనంత వరక కంపెనీ పరిపాలనలోకి తేవడానికి ప్రయత్నించాడు. అందులో భాగంగానే అతడు రాజ్య సంక్రమణ సిద్ధాంతాన్ని ప్రతిపాదించి, వారసులులేని సంస్థానాలను తన సామ్రాజ్యంలో కలుపుకున్నాడు. సతారా, జైపూర్, సంబల్‌పూర్, భగత్, ఉదయ్‌పూర్, ఝాన్సీ, నాగపూర్‌లను ఈవిధానం ద్వారానే స్వాధీనం చేసుకోవడం జరిగింది. అలాగే దుష్పరిపాలన అనే నెపంతో డల్హౌసీ 1856లో అయోధ్యను కంపెనీ రాజ్యంలో విలీనం చేశాడు. ఇతడు అనుసరించిన రాజ్యసంక్రమణ విధానం 1857 సిపాయిల తిరుగుబాటుకు కారణమయిందని ఇదివరకే మనం తెలుసుకున్నాం.

1857 తిరుగుబాటుతో ఆంగ్ల - స్వదేశీ సంస్థానాల సంబంధాలలో మూడో దశ ప్రారంభమవుతుంది. దీనికి 'అధీన సంఘం' అని పేరు. కొన్ని స్వదేశీ సంస్థానాలు సిపాయిల తిరుగుబాటును అణచివేయడంలో కీలకపాత్ర పోషించాయి. తిరుగుబాటు తరవాత భారతదేశ పాలనా బాధ్యత కంపెనీ యాజమాన్యం నుంచి, బ్రిటిష్ రాణి విక్టోరియా స్వీకరించింది. దీంతో కంపెనీ

పాలన రద్దయి, బ్రిటిష్ ఇండియా బ్రిటిష్ రాజమకుటం కిందివి వచ్చింది. 'యాక్ట్ ఫర్ బెటర్ గవర్నమెంట్ ఫర్ ఇండియా' 1858లోనే అమల్లోకి వచ్చింది. సంస్థాన ప్రభువులతో ఈస్ట్ ఇండియా కంపెనీ చేసుకున్న సంధులన్నింటినీ, బ్రిటిష్ రాజమకుటం గౌరవిస్తుందని ఆ చట్టంలో పేర్కొనబడింది. బ్రిటిష్ రాజ్యు విస్తరణ విధానం అంతమైంది. నాటి నుంచి సంస్థానాలు స్వతంత్ర ప్రతిపత్తిగల భాగాలుగా మనడం ప్రారంభించాయి. 1860 ఏప్రిల్ 30న కానింగ్ స్వదేశీ సంస్థానాధీశులకు దత్తత తీసుకొనే హక్కును కల్పించాలని సూచించాడు. ఈ సూచనకు భారత రాజ్యకార్యదర్శి ఆమోదం లభించింది. దీంతో సంస్థానాల పాలకులలో నెలకొన్న భయాందోళనలు తొలగి, బ్రిటిష్ సర్వసమున్నతత్వాన్ని సంతోషంగా అంగీకరించారు. ఈవిధంగా సంస్థానాలన్నీ స్వతంత్ర ప్రతిపత్తిగల భాగాలుగా బ్రిటిష్ సామ్రాజ్యంలో అంతర్భాగం అయ్యాయి.

సంస్థానాధీశులకు, ఆంగ్లేయులకు ఉండే సంబంధం పూర్వం సంస్థానాధీశులకు, మొగల్ చక్రవర్తికి ఉండే సంబంధం వంటిదేనని నిరూపించడానికి ఆఖరి మొగల్ చక్రవర్తి బహదూర్‌షా (1862) మరణానంతరం 1876లో విక్టోరియా మహారాణి కైజర్-ఇ-హింద్ బిరుదును స్వీకరించింది. అనంతరం కర్జన్ తన పాలనా కాలంలో (1899-1905) సంస్థానాధీశుల పట్ల కఠినంగా వ్యవహరించాడు. సంస్థానాధీశులందరూ బ్రిటీష్ వారికి పూర్తిగా లోబడి ఉండాలని కూడా అతడు ఆదేశించాడు. కర్జన్ అనుసరించిన కఠిన వైఖరి జాతీయోద్యమం తీవ్రతరం కావడానికి కారణమయింది. అందువల్ల కర్జన్ తరవాత వైస్రాయిలుగా పనిచేసిన మింటో, మాంటెగుల సంస్థానాధీశుల పట్ల సఖ్యతగా ఉండటం ఎంతో మంచిదని, తద్వారా వారి సహాయంతో జాతీయోద్యమాన్ని అణచివేయవచ్చని భావించారు. అందులో భాగంగా సంస్థానాల రాజులు తమ కష్టసుఖాలను ఆంగ్లేయులకు తెలపడానికి సంస్థానాల మండలిని ఏర్పాటుచేయాలని మాంటెగు సూచించాడు. దీనికి అనుగుణంగా లార్డ్ రీడింగ్ కాలంలో 1921 ఫిబ్రవరి 8న సంస్థానాధీశుల మండలి ఏర్పాటయింది. డ్యూక్ ఆఫ్ కానాట్ ఢిల్లీలోని ఎర్రకోటలో ఈ మండలికి ప్రారంభోత్సవం చేశాడు. సంస్థానాధీశుల మండలిలో 120 మంది రాజులు సభ్యులుగా ఉండేవారు. వారిలో 12 మంది సంస్థానాధీశుల నుంచి, మిగిలిన 108 మంది తమ ప్రత్యేక హోదావల్ల సభ్యత్వం పొందారు. అయితే 327 సంస్థానాలకు ఈ మండలిలో సభ్యత్వం లేదు. కొన్ని పెద్ద సంస్థానాలు ఇందులో చేరలేదు. ఈ మండలి ఏడాదికి ఒకసారి వైస్రాయి ఆధ్వర్యంలో సమవేశమయ్యేది. సంస్థానాధిపతులు బ్రిటిష్ ప్రభుత్వానికి ఒక విన్నపం చేసుకున్నారు. సంస్థానాధీశుల సమస్యలు పరిష్కరించడానికి 1927లో మొదట బట్లర్ కమిటీ, ఆ తరవాత సైమన్ కమీషన్‌ను బ్రిటిష్ ప్రభుత్వం నియమించింది. బట్లర్ కమిటీ తమ నివేదికలో సంస్థానాధిపతులు బ్రిటిష్ దేశంలో సమాన హోదాలో ఉండాలనీ, రాష్ట్ర ప్రభుత్వాల లాగా గవర్నర్ జనరల్ అధికారానికి లోబడి ఉండరాదని సూచించడం జరిగింది. అయితే ఈ సూచనలు అమలుకు నోచుకోలేదు.

స్వదేశీ సంస్థానాలలో పరిపాలన

జాతీయోద్యమం ప్రారంభానికి పూర్వం స్వదేశీ సంస్థానాలపైన వారి పరస్పర సంబంధాలపైనా బ్రిటిష్ పాలకులు గట్టి నియంత్రణను నెలకొల్పారు. బ్రిటిష్ ప్రభుత్వం నుంచి

లభించిన హామీల వల్ల అనేక సంస్థానాల పాలకులు తమ అధికారాలను ప్రజలపైన విశృంఖలంగా వినియోగించారు. సంస్థానాలలో మితిమీరిన నియంతృత్వం నెలకొంది. ప్రజలకు ప్రాథమిక హక్కులు మృగ్యమయ్యాయి. ప్రజాస్వామ్యమన్నా, ప్రాతినిధ్య సంస్థలన్నా సంస్థానాధీశులక గిట్టేదికాదు. రాజకీయాలలో మార్పుకు సంఘ సంస్కరణోద్యమాలని ప్రోత్సహించలేదు అనేక సందర్భాలలో వారు వ్యతిరేకులు, ప్రజల నుంచి అధిక భూమిశిస్తు వసూలు చేయడం జరిగింది. ప్రజల నుంచి పీడించి వసూలుచేసిన ధనంతో వారు భోగాలను, వినోదాలకు ఖర్చుచేసేవారు. పరిశ్రమ పెద్దగా అభివృద్ధి కాలేదు. నీటిపారుదల వసతులు, సరైన విత్తనాలు, ఎరువులు లేనందువల్ల వ్యవసాయం దెబ్బతింది. రైతులు తీవ్ర ఇబ్బందులకు గురయ్యారు. రైతుల దుస్థితి జాతీయ వాదులను, బ్రిటీష్ పాలకులను ఆకర్షించింది. స్వదేశీ సంస్థానాల దుస్థితికి బ్రిటిష్ ప్రభుత్వమే ఏదో ఒక రోజు తప్పక సంజాయిషీ చెప్పవలసిన అవసరం వస్తుందని బ్రిటిష్ రాజనీతజ్ఞులు సైతం అంగీకరించారు.

బరోడా, మైసూర్ సంస్థానం వంటి సంస్థానాలు తప్ప మిగిలిన సంస్థానాలన్నింటిలో ఇదే పరిస్థితి నెలకొంది. ప్రజాస్వామ్యం, పౌరహక్కులు, స్వరాజ్యం బాధ్యతాయుత పాలన వంటి నినాదాలు నిరసనలతో బ్రిటిష్ ఇండియా హోరెత్తిపోతుంటే, క్రమేణా వీటి ప్రభావం సంస్థానాలపై కూడా పడింది. ఫలితంగా ప్రజలలో రాజకీయ జాగృతి రగులుకొంది. హైదరాబాద్, నద్రిమవాడ్, ఇండోర్, మైసూర్, నవనాగర్, బరోడాలలో ప్రజా మండలలులు ఏర్పడ్డాయి. వాటి కార్యక్రమాలను సమన్వయం చేయడానికి చేసిన ప్రయత్నాలలో భాగంగా 1927 డిసెంబర్‌లో అఖిలభారత సంస్థానాల సదస్సు ఆవిర్భవించింది. ఈ సదస్సును విజయవంతం చేయడానికి బల్వంతరాయ్ మెహతా, మనిలాల్ కోఠారీ, జి.ఆర్. అభయంకర్‌లు కృషిచేసారు. దీంతో సంస్థానాలలో నూతన గాలులు వీచడం ప్రారంభించాయి.

సంస్థానాలపట్ల కాంగ్రెస్ విధానం

గాంధీ సలహామేరకు భారత జాతీయ కాంగ్రెస్ మొదట్లో స్వదేశీ సంస్థానాల వ్యవహారాల్లో జోక్యం చేసుకోకుండా ఉంది. 1925లో జరిగిన కథియవాడ్ రాజకీయ సదస్సులో అధ్యక్షోపన్యాసం చేస్తూ గాంధీజీ "సంస్థానాలకు, బ్రిటిష్ ప్రభుత్వానికి మధ్య ఉన్న సంబంధాల్లో ఏవిధంగా జోక్యం లేదో, అదేవిధంగా సంస్థానాల పాలకులకు, పాలితులకు మధ్య ఉన్న సంబంధాల్లో కూడా కాంగ్రెస్‌కు జోక్యం ఉండదు" అని ప్రకటించాడు. బ్రిటిష్ ఇండియాకు స్వయంపాలన ఏర్పడితే చాలుననే భావంతో గాంధీ ఉన్నట్లు దీనివల్ల తెలుస్తుంది. అయితే 1929 నుంచి కాంగ్రెస్ అధ్యక్షుడు జవహర్‌లాల్ నెహ్రూ ఆధ్వర్యంలో కాంగ్రెస్ వైఖరి మారింది. స్వదేశీ సంస్థానాల్లోని ప్రజాస్వామ్య ఉద్యమాలపట్ల కాంగ్రెస్ ఆసక్తి కనబరచసాగింది. "మిగిలిన భారతదేశంతో సంబంధం లేకుండా, స్వదేశీ సంస్థానాలు మనలేవు. సంస్థానాల భవితవ్యాన్ని నిర్ణయించేహక్కు, ఆయా సంస్థానాల ప్రజలకే ఉంటుంది" అని లాహోర్ కాంగ్రెస్‌లో నెహ్రూ పేర్కొన్నాడు. ఒక పక్క స్వయంపాలన, స్వాతంత్ర్యంకోసం ఉద్యమిస్తున్న కాంగ్రెస్, స్వదేశీ సంస్థానాల్లోని ప్రజలు కూడా అవే ఆశయాలకోసం చేసే ఆందోళనలపట్ల అనుకూల వైఖరి చూపకపోవడం ద్వంద్వ నీతి అవుతుందని కూడా కాంగ్రెస్ భావించింది. అప్పటి నుంచి సంస్థానాల్లోని ప్రజాఉద్యమంపట్ల కాంగ్రెస్ ఆసక్తి కనబరచసాగింది. సంస్థానాలపట్ల కాంగ్రెస్ వైఖరిలో

వచ్చిన మార్పు 1938లో జరిగిన హరిపురం కాంగ్రెస్ మహాసభలో బాగా కనిపించింది. సంస్థానాలను భారతదేశంలో భాగంగా పరిగణిస్తామని, బ్రిటిష్ ఇండియాకు ఏవిధమైన రాజకీయ, ఆర్థిక, సాంఘిక స్వేచ్ఛలు కావాలని కోరుకుంటున్నామో, అవే సంస్థానాలకు కూడా కావాలని డిమాండ్ చేస్తున్నామని మహాసభ తీర్మానించింది. హరిపురం కాంగ్రెస్ తీర్మానం తరవాత కొందరు కాంగ్రెస్ కార్యకర్తలు, నాయకులు స్వదేశీ సంస్థానాలలో ప్రవేశించి, ఆందోళనలు ప్రారంభించారు. ఈ పరిస్థితుల కారణంగా గాంధీ వైఖరిలో కూడా మార్పు వచ్చింది. స్వదేశీ సంస్థానాల ప్రజలలో రాజకీయ చైతన్యం ద్విగుణీకృతమైందనీ, అందువల్ల సంస్థానాలలో బాధ్యతాయుత పాలన ఏర్పడకపోతే అనూహ్య పరిణామాలను సంభవిస్తాయనీ గాంధీజీ పాలకులను హెచ్చరించాడు. అంతేకాక సంస్థానాల ప్రజలతో రాజకీయ జాగృతి ఏర్పడనంతవరకు కాంగ్రెస్ జోక్యం చేసుకోకుండా ఉండటం సబబేనని, కానీ సంస్థానాల్లో ప్రతిచోటా ప్రజా ఉద్యమాలు ఉప్పొంగుతుంటే, పట్టీ పట్టనట్లు ఊరుకోవడం కేవలం పిరికితనం అవుతుందని, బ్రిటిష్ ఇండియా, సంస్థానాల మధ్య సరిహద్దులను తొలగించే రోజు దగ్గర పడిందని కూడా గాంధీ స్పష్టం చేశాడు. దీంతో సంస్థానాల ప్రజలలో ఉద్యమ స్ఫూర్తి బలపడింది.

భారత రాజ్యాంగ నిర్మాణానికి ప్రాతిపదిక అయిన 1935 రాజ్యాంగ చట్టంలో దేశంలో సమాఖ్య ప్రభుత్వం ఏర్పడాలని నిర్ధారించడం జరిగింది. ఈ సమాఖ్యతో సంస్థానాలకు రాజ్యాంగ బద్ధంగా బ్రిటిష్ ఇండియాతో సంబంధం ఉండాలి. దీనికిగాను సంస్థానాలు కేంద్రశాసనసభకు ప్రతినిధులని పంపించాలని, సంస్థాన ప్రతినిధులు సంస్థానాల పాలకులతో నామినేట్ చేయబడిన వారై ఉండాలని నిర్ణయించారు. కేంద్ర శాసనసభలో నామినేట్ చేయబడిన వారి సంఖ్య 1/3వ వంతు. వారందరు పాలకులతో నామినేట్ చేయబడినవారైనందువల్ల కన్జర్వేటివ్ పక్షంగా తయారై, ప్రజాప్రతినిధుల పురోగమన విధానాన్ని అడ్డుకుంటారని బ్రిటిష్ ప్రభుత్వం ఆశించింది. అయితే సంస్థానాల తరఫున కేంద్ర శాసనసభలో పాల్గొనే ప్రతినిధులు ప్రజాప్రతినిధులై ఉండాలేగాని, పాలకులచేత నామినేట్ చేయబడేవారు కాకూడదని కాంగ్రెస్ స్పష్టం చేసింది. 1935 చట్టం ప్రకారం ఏర్పడిన కేంద్ర సమాఖ్య శాసనసభలో 250 మంది సభ్యులుండగా సంస్థానాధీశులక 125 స్థానాలున్నాయి. కౌన్సిల్ ఆఫ్ స్టేట్‌లో 260 స్థానాలలో, 104 స్థానాలు సంస్థానాధీశులకు ఇవ్వడం జరిగింది. అంతేకాకుండా సంస్థానాలు సమాఖ్యలు చేరవచ్చు, లేకపోతే పూర్వంలాగా బ్రిటిష్ సార్వభౌముడితో ప్రత్యేక సంబంధం కలిగి ఉండవచ్చునని చట్టం ప్రస్తావించింది. దీంతో సంస్థానాధిపతుల ఆనందానికి అవధుల్లేకుండాపోయింది. 1935 చట్టం ప్రకారం 1937లో జరిగిన ఎన్నికల్లో కాంగ్రెస్ విజయం సాధించింది. అనేక రాష్ట్రాలలో కాంగ్రెస్ ప్రభుత్వాలు ఏర్పడ్డాయి.

బ్రిటిష్ ఇండియాలో కాంగ్రెస్ సాధించిన విజయం సంస్థాన ప్రజలకు ఉత్సాహాన్ని కలిగించింది. మైసూర్, తిరుచానూర్, కాశ్మీర్, హైదరాబాద్, మియాపూర్, రాజ్‌కోట్, ఒరిస్సా సంస్థానాల్లో శాంతిభద్రతల సమస్యలు జటిలమైంది. 1939లో రెండో ప్రపంచ యుద్ధం ప్రారంభమైంది. స్వదేశీ సంస్థానాలు ఎంతో విశ్వాసంతో ఆంగ్లేయుల తరఫున యుద్ధంలో పాల్గొన్నాయి. యుద్ధానంతరం తమ స్వాతంత్ర్యం లభిస్తుందని వారు భావించారు. ఈ పరిస్థితుల్లో 1942 ఆగస్టు 8న అఖిల భారత కాంగ్రెస్ కమిటీ బొంబాయిలో సమావేశమై, క్విట్ ఇండియా ఉద్యమానికి పిలుపునిచ్చింది.

ఈ ఉద్యమంలో సంస్థాన ప్రజలు పాల్గొని బాధ్యతాయుత పాలన ఏర్పరచాలని సంస్థానాలను భారతదేశంలో విలీనం చేయాలని డిమాండ్ చేయడం జరిగింది.

1921లో ఏర్పడిన ఛాంబర్ ఆఫ్ ప్రిన్సెస్ 1944 వరకు కొనసాగింది. దీనికి భోపాల్ నవాబు ఛాన్సిలర్‌గా వ్యవహరించేవాడు. ఇతడు సంస్థాన పాలకులను అటు ముస్లిం లీగ్‌తోను, ఇటు కాంగ్రెస్‌తోను కలవకుండా దూరంగా ఉంచుతూ, సంస్థానాలను తృతీయశక్తిగా రూపొందించాలని భావించాడు. 1946లో భారత రాజ్యాంగ పరిషత్ సమావేశమైంది. వేచి చూసే పద్ధతి అవలంభించమని, త్వరపడి ఢిల్లీలో సమావేశమవుతున్న రాజ్యాంగ పరిషత్‌కు ప్రతినిధులను పంపించవద్దని, తోటి పాలకులకు భోపాల్ నవాబు సలహా ఇచ్చాడు. అయితే బికనీర్ మహారాజు సంస్థాన పాలకులకు ఒక లేఖ రాస్తూ, వేచిచూసే పద్ధతికి స్వస్తి చెప్పాలని, భారతదేశంలో గట్టి కేంద్ర ప్రభుత్వం ఏర్పడటం వాంఛనీయమని తెలియజేశాడు. జవహర్‌లాల్ నెహ్రూ సంస్థానాధీశులను వారి తరఫున ప్రతినిధులను పరిషత్తుకు పంపమని, వారి సలహాలను కూడా తీసుకొని రాజ్యాంగాన్ని రూపొందిస్తే సంస్థానాలకు, వాటిలోని ప్రజలకు ప్రయోజనకరంగా ఉంటుందని విజ్ఞప్తి చేశాడు. నెహ్రూ విజ్ఞప్తి మేరకు బరోడా, పాటియాలా, జైపూర్, కొచ్చిన్, రీవా సంస్థానాధీశులు తమ ప్రతినిధులను రాజ్యాంగ పరిషత్ సమావేశానికి పంపారు. ఆ తరవాత ఒక్కటిగా పరిషత్తులో చేరాయి. భారత్, పాకిస్తాన్‌లు స్వతంత్ర దేశాలుగా అవతరిస్తే, బ్రిటిష్ అధికారం రద్దవుతుంది కాబట్టి, రాజ్యాంగ సమితితో సంస్థానాలు సహకరించి, తమ సంస్థానాలలో పాలకులను మెరుగుపరచి, సమాఖ్యలో చేరవచ్చునని కాబినేట్ మిషన్ కూడా సూచించింది. అంతేకాకుండా సంస్థానాలకు 10 లక్షల జనాభాకు ఒక సభ్యుడు చొప్పున 93 మందిని రాజ్యాంగ సమితికి పంపడానికి అధికారాన్నిచ్చింది. అయితే సంస్థానాలు తమ అధికారాన్ని, వారసత్వ సూత్రాన్ని రక్షించుకోవాలనే తపన చూపారేగాని, తమ సంస్థానాలలో బాధ్యతాయుత ప్రభుత్వాలు నెలకొల్పి, ప్రజాభిప్రాయాన్ని చూరగొనే ధోరణిలో ఆలోచన చేయలేదు.

బరోడా మహారాజు, మరో 8 మంది సంస్థానాలు రాజ్యాంగ పరిషత్‌లో చేరిన మొదటి సంస్థానాధీశులు. జూలైలో మైసూర్, గ్వాలియర్ మహారాజులతో సహా 37 మంది సంస్థానాధిపతులు చేరారు. భోపాల్ నవాబు స్వాతంత్ర్యాన్ని నిలుపుకోవాలని భావించాడు. అలాగే తిరువాన్కూర్ సంస్థానం కూడా అదే ధోరణిని అవలంభించింది.

లార్డ్ మౌంట్‌బాటెన్ సంస్థానాధీశులతో 1947 జూలై 25న సమావేశమై ఇండియా, పాకిస్తాన్‌లలో చేరడం తప్ప వేరే మార్గం లేదని చెప్పాడు. అంతేకాక విలీన పత్రాలపై ఆమోదం తెలుపుతూ సంతకాలు చేయవలసిందిగా సలహా కూడా ఇచ్చాడు. ఈ పరిస్థితులలో కూడా కొన్ని సంస్థానాలు ప్రత్యామ్నాయాలు వెదకడం ప్రారంభించాయి. జిన్నా, ముస్లింలీగ్‌తో సంప్రదింపులు జరిపాయి. వాటిలో జోథ్‌పూర్, జైసల్మార్, తిరువాన్కూర్ ముఖ్యమైనవి. ఇండోర్, ధోల్‌పూర్ సంస్థానాలు కూడా విలీనానికి పేచీపెట్టాయి. కానీ వైశ్రాయి దృఢవైఖరి అవలంభించడంతో సమస్య పరిష్కారమైంది. 1947 ఆగస్టు 15 నాటికి హైదరాబాదు, జంఘడ్, కాశ్మీర్ సంస్థానాలు తప్ప మిగిలిన సంస్థానాలన్నీ భారతదేశంలో విలీనమయ్యాయి. సర్దార్ వల్లభాయ్ పటేల్ తన చాకచక్యంతో వాటిని కూడా విలీనం చేయడానికి ప్రయత్నించి విఫలమయ్యాడు.

సంస్థానాల విలీనీకరణ

స్వాతంత్ర్యానికి పూర్వం భారతదేశంలో రెండు రకాల ప్రాంతాలుండేవి. కొన్ని బ్రిటిష్ పాలనలో ఉండగా, మరికొన్ని స్వదేశీ సంస్థానాల అధిపతుల ఆధీనంలో ఉండేవి. స్వదేశీ సంస్థానాల పాలకులు విదేశీ వ్యవహారాలు, శాంతిభద్రతలు, రవాణా వంటి అంశాలలో మాత్రమే బ్రిటిష్ ఇండియాకు లోబడి, మిగిలిన విషయాలలో పూర్తి స్వాతంత్ర్యంతో తమ ఇష్టానుసారంగా నడుచుకొనేవి. అయితే ఈ సంస్థానాలు బ్రిటిష్ పాలకులు దేశం విడిచి వెళ్ళగానే, భారతదేశంలో చేరడమా లేదా స్వతంత్ర్యంగా ఉండటమా అనే ఆలోచన ప్రధానంగా వ్యాప్తిలోకి వచ్చింది. స్వతంత్రంగా వ్యవహరించడం తమకు లాభదాయకం కాదని అనేక సంస్థానాలు భావించాయి. అందువల్ల సంస్థానాలన్నీ స్వతంత్ర భారతదేశంలో చేరినా జునాఘడ్, కాశ్మీర్, హైదరాబాద్ స్వతంత్రంగా ఉండిపోవాలని నిర్ణయించుకున్నాయి.

బ్రిటిష్ ఇండియా భారతదేశం, పాకిస్తాన్ దేశాలుగా 1947లో విడిపోయేనాటికి దేశంలో దాదాపు 562 సంస్థానాలుండేవి. ఈ సంస్థానాలపై ఆంగ్లేయుల అధికారం అంతంకావడంతో వాటి భవిష్యత్ కార్యక్రమాన్ని ఆయా సంస్థానాధిపతులే నిర్ణయించుకోవాలని లార్డ్ మౌంట్ బాటెన్ రూపొందించిన పథకం నిర్దేశించింది. సంస్థానాల్లో విస్తీర్ణం రీత్యా అత్యంత పెద్దది కాశ్మీర్. జనాభా దృష్ట్యా పెద్ద సంస్థానం హైదరాబాద్. మైసూర్, తరువాన్కూర్ సంస్థానాలు జనాభా రీత్యా రెండు, మూడు స్థానాల్లో ఉన్నాయి. కొన్ని చిన్న సంస్థానాల్లో 10 మంది జనాభా మాత్రమే ఉంది. ఈ సంస్థానాల విస్తీర్ణం దాదాపు 760000 చదరపు మైళ్ళు. మొత్తం జనాభా 93000000. లార్డ్ మౌంట్ బాటెన్ సంస్థానాధిపతులందర్నీ సమావేశపరచి భారతదేశంలోగాని, పాకిస్తాన్‌లోగాని చేరడం తప్ప మరే మార్గం వారికి లేదని స్పష్టం చేశాడు. దీనికి భిన్నంగా కొందరు సంస్థానాధీశులు మహ్మద్ ఆలీ జిన్నాతో సంప్రదింపులు ప్రారంభించారు. వారిలో జోద్‌పూర్, జైపూర్ సంస్థానాలు; తిరువాన్కూర్ ప్రధాని రామస్వామి అయ్యర్ ఉన్నారు. కానీ, చివరకు వైస్రాయి కఠిన వైఖరి అవలంభించడంతో సమస్య పరిష్కారమైంది. అంతేకాక సర్దార్ వల్లభాయ్ పటేల్ అనుసరించిన రాజనీతిజ్ఞతవల్ల సంస్థానాల విలీనీకరణ విజయవంతమైంది. సంస్థానాల విలీనీకరణను వివరిస్తూ పెర్సివల్ స్పీర్ "కొన్నిసార్లు ఇది నిర్దాక్షణ్యంగా ఉండేది. అయినప్పటికీ ఈ కార్యక్రమం దేశ వ్యవహారాల కార్యదర్శి వి.పి. మీనన్ చతురతవల్ల ఆమోదయోగ్యమైంది. ఆయన ఇంత నమ్మకంగా సంస్థానాలు పోవడంలో లాభాలు వివరించారంటే చివరికి కాశ్మీర్ తప్ప ఒక్క హైదరాబాదు మాత్రమే నిజమైన సమస్యగా మిగిలింది" అని పలికాడు.

సంస్థానాల పాలనా నిర్వహణకోసం 1947లో ఒక మంత్రిత్వశాఖను ఏర్పాటుచేయడం జరిగింది. దీనికి సర్దార్ వల్లభాయ్ పటేల్ నాయకత్వం వహించాడు. పటేల్‌కు, సంస్థానాధిపతులకు మధ్య జరిగిన అనేక చర్చలు, కృషి ఫలితంగా స్వదేశీ సంస్థానాలు భారత సమాఖ్యలో చేరడానికి ఒక ప్రణాళిక సిద్ధమైంది. 1947 ఆగస్టు 15 స్వాతంత్ర్య దినోత్సవం ముందే అనేకమంది సంస్థానాధిపతులు భారత డొమీనియన్‌లో చేరుతూ విలీనీకరణ పత్రం మీద సంతకాలు చేశారు. అయితే కొంతమంది సంస్థానాల పాలకులు మాత్రం వెంటనే సంతకం చేయలేదు. దాంతో పటేల్,

వి.పి. మీనన్‌లు 'సమైక్యతకు భంగం కలిగే పక్షంలో భారతదేశం ఉదారంగా ఉండజాలదు" అని స్పష్టం చేయడం జరిగింది. ఈ దృఢ సంకల్పం దేశ సమైక్యత విషయంలోను, హైదరాబాద్, ఒరిస్సా, భోపాల్, తిరువాన్కూర్, కాశ్మీర్ వంటి సంస్థానాలలో రూపొందిన భూస్వామ్య వ్యతిరేక ఉద్యమాలపట్ల భారత ప్రభుత్వం అనుసరించిన స్పష్టమైన వైఖరి సంస్థానాధిపతులు విలీనీకరణ పత్రంపై త్వరపడి సంతకం చేయడానికి దోహదం చేశాయి. 1947 నాటికి దాదాపు 554 సంస్థానాలు భారతదేశంలోను, మిగిలినవి పాకిస్తాన్‌లోను విలీనమయ్యాయి. జునాగడ్, కాశ్మీర్, హైదరాబాద్, సంస్థానాలు తప్ప మిగిలిన సంస్థానాలన్నీ ఎలాంటి బలప్రయోగం లేకుండానే ఇండియన్ యూనియన్‌లో చేరాయి. ఆ మూడు సంస్థానాలపై, బలప్రయోగ సిద్ధాంతాన్ని అవలంభించి, వాటిని కూడా భారతదేశంలో విలీనం చేయడం జరిగింది.

జునాఘడ్

కథియవార్ ద్వీపకల్పంలోని సంస్థానాలలో జునాఘడ్ ప్రసిద్ధమైంది. ఈ సంస్థానంలో 75 శాతం ప్రజలు హిందువులు. ప్రసిద్ధిగాంచిన సోమనాథ్ దేవాలయంతోపాటు, అనేక హిందూ దేవాలయాలు ఈ ప్రాంతంలో ఉన్నాయి. సంస్థానం మొత్తం విస్తీర్ణం 3337 చదరపు మైళ్ళు. భౌగోళికంగా పరిశీలిస్తే జునాఘడ్ ఏక ఖండంకాదు. దీనికి చెందిన కొన్ని ప్రాంతాలు గోండాల్, భావనగర్, నవనగర్ వంటివి సంస్థానాలలో ఉన్నాయి. ఇండియన్ యూనియన్‌కు చెందిన అనేక ప్రాంతాలు జునాఘడ్ సంస్థానంతో చుట్టబడి ఉన్నాయి. సంస్థానానికి చెందిన రైల్వేలను భారత ప్రభుత్వమే నిర్వహిస్తూ ఉండేది. పాలకుడైన నవాబ్ సర్ మహ్మద్ రసూల్‌ఖాన్ విచిత్ర స్వభావం కలవాడు. ఇతడికి కుక్కలంటే మహా ఇష్టం. వందల సంఖ్యలో కుక్కలను పెంచేవాడు. వాటికి పెళ్ళిళ్ళు కూడా జరిపించేవాడు. సంస్థానంలోని ప్రజలు భారత సమాఖ్యలో చేరాలని, తద్వారానే తమ ప్రయోజనాలు కాపాడబడతాయని ఆశించారు. కానీ, నవాబు మాత్రం జునాఘడ్ పాకిస్తాన్‌లో చేరుతుందని ప్రకటించాడు. ఈ ప్రకటన సంస్థానంలో ఆందోళనలకు దారితీసింది.

జునాఘడ్ సంస్థానం ఉద్యోగాలలో జరిగిన కొన్ని మార్పులవల్ల నవాబ్ అసలు నైజం ముందుగానే బహిర్గతమైంది. ఇతడు ముస్లింలీగ్‌కి చెందిన సర్‌షా నవాబ్ భుట్టోను పిలిచి మంత్రిపదవి కట్టబెట్టాడు. భుట్టో 1947 మే లో పదోన్నతి పొందాడు. దీనివల్ల జునాఘడ్ సంస్థానం పాకిస్తాన్‌లో చేరే ప్రమాదం ఉందని నవనాగర్, ద్రాస్ గోద్రా పాలకులు ముందుగానే భారత విదేశాంగ కార్యదర్శి వి.పి. మీనన్‌ను హెచ్చరించారు. మీనన్ సంస్థానాన్ని భారతదేశంలో విలీనం చేసే పత్రాలను నవాబుకు పంపాడు. 1947 ఆగస్టు 12 వరకు నవాబు నుంచి ఎలాంటి సమాధానం రాకపోగా, ఈ విషయం తమ ప్రభుత్వ పరిశీలనలో ఉందని భుట్టో తెలిపాడు. నవాబ్ ఎత్తుగడలను పరిశీలించిన మీదట ప్రజల్లో ఆందోళన ప్రారంభమైంది. జునాఘడ్ పాకిస్తాన్‌లో చేరితే భౌగోళిక పరిస్థితులు దానికి అనుకూలంగాలేవని, జనాభాలో అధిక శాతం హిందువులయినందువల్ల నవాబ్ చేసే కార్యక్రమాలకు వ్యతిరేకంగా చివరివరకు పోరాటం చేస్తానని, కథియవాడ్‌లో జునాఘడ్‌కు ఉన్న ప్రాముఖ్యం అంతరిస్తుందని, వ్యాపార రంగంలో కూడా అది పూర్తిగా దెబ్బతింటుందని ప్రజలు నవాబ్‌ను హెచ్చరించారు. సంస్థానాన్ని భారత్‌లో విలీనం చేయడానికి మీనన్ చేసిన చివరి ప్రయత్నం కూడా

విఫలమైంది. నవాబు చర్యతో విసుగు చెందిన జునాఘడ్‌లోని కాంగ్రెస్ నాయకులు యు.ఎస్. దేబర్, బల్వంత్‌రాయ్ మెహతా, శ్యామల్‌దాస్ గాంధీ, రసిక్‌లాల్ ఫరీఖ్‌లు ఉద్యమించడానికి సన్నాహాలు ప్రారంభించారు. కఠినమైన వైఖరి అవలంభించకపోతే ప్రభుత్వ ప్రతిష్ట అడుగంటుతుందని, స్వతంత్ర రాజ్యం కావాలని కలలుకంటున్న హైదరాబాదు నిజాంకు జునాఘడ్ పాకిస్తాన్‌లో విలీనం కావడం ప్రోత్సాహకారి కాగలదని కాంగ్రెస్ నాయకులు భారతప్రభుత్వాన్ని హెచ్చరించారు. శ్యామల్‌దాస్ జునాఘడ్‌లో పోటీ ప్రభుత్వాన్ని ఏర్పాటుచేయడానికి సిద్ధమని ప్రకటించాడు. బొంబాయి నుంచి రాజ్‌కోట్ వరకు జైత్రయాత్రను కూడా అతడు జరిపాడు. ఈ పరిస్థితులలో జునాఘడ్ ప్రాంతంలో భారత సైన్యాన్ని మోహరింపచేయడంతో చేసేదిలేక నవాబ్ కుటుంబ సభ్యులతో పాకిస్తాన్ పారిపోయాడు. పాలనాయంత్రాంగాన్ని పునర్ వ్యవస్థీకరించడానికి ప్రభుత్వం ఎస్.డబ్ల్యూ. షివేశ్వరార్కర్‌ను నియమించింది. నవంబర్ 13న సర్దార్ పటేల్ సంస్థానాన్ని సందర్శించాడు. సంస్థానంలో సాధారణ పరిస్థితులు ఏర్పడిన తరవాత భారత ప్రభుత్వం ప్రజాస్వామ్య సాంప్రదాయానికి అనుగుణంగా జునాఘడ్‌లో ప్రజాభిప్రాయసేకరణ చేస్తామని ప్రకటించింది. అందులో భాగంగా 1948 ఫిబ్రవరి 20న ప్రజాభిప్రాయసేకరణ జరిగింది. ఎక్కువ మంది భారతదేశంలో విలీనం కావడానికి అనుకూలంగా ఓటు వేశారు. ప్రజాభిప్రాయం మేరకు జునాఘడ్ సంస్థానం 1948 ఫిబ్రవరిలో భారతదేశంలో విలీనమైంది.

హైదరాబాదు

దేశంలోని సంస్థానాలన్నింటిలో పెద్ద సంస్థానం హైదరాబాద్. దీని విస్తీర్ణం 83 వేల చదరపు మైళ్ళు. జనాభా ఒక కోటి అరవై లక్షలు. ఇక్కడి జనాభాలో 85శాతం హిందువులు. ఆనాటిసంస్థానాధిపతి నిజాం నవాబు మీర్ ఉస్మాన్ అలీఖాన్ ముస్లిం. హైదరాబాదు నగరాన్ని మినహాయిస్తే మిగిలిన సంస్థానంలో ఉర్దూ మాట్లాడేవారు అరుదు. కానీ, నిజాం ఉర్దూను అధికార భాషగా చేశాడు. ప్రాథమిక స్థాయి నుంచి విశ్వవిద్యాలయ స్థాయి వరకు ఉర్దూ బోధనా మాధ్యమం. సంస్థానంలో నిరక్షరాస్యుల సంఖ్య 94 శాతంగా ఉండేది. నిజాం నవాబు మతోన్మాదం అతడి పరిపాలనలో కొట్టొచ్చినట్లు కనబడేది. మొత్తం జనాభాతో ముస్లింల శాతం కేవలం 12 మాత్రమే. అయినప్పటికీ ఉన్నతోద్యోగాలలో వారి శాతం 90 వరకు ఉండేది. నిజాం అండతో వారు నిరంకుశంగా వ్యవహరించేవారు. ఇక పరిపాలనా వ్యవస్థ పరిశీలిస్తే మధ్యయుగాలనాటి నిరంకుశత్వాన్ని పోలి ఉంది. పత్రికా స్వాతంత్ర్యం అసలు లేదు. పేరుకుమాత్రం ఒక శాసనసభ ఉండేది. కానీ, దాని సభ్యులందర్నీ నవాబ్ నామినేట్ చేసేవాడు. ప్రధానమంత్రిని కూడా అతడే నియమించేవాడు. సామాన్య ప్రజల పరిస్థితి దయనీయంగా ఉండేది. ప్రభుత్వోద్యోగులు, పోలీస్ అధికారులు ప్రజలను క్రూరంగా హింసించేవారు. జాగీర్దార్లు, ఇజారాదార్లు, ముక్తీదార్లు, అగ్రహారీకులు ప్రజలను వెట్టిచాకిరికి గురిచేసేవారు. రెండో ప్రపంచ యుద్ధ కాలంలో హైదరాబాదు సంస్థానంలోని తెలంగాణాలో ఆహార కొరత ఏర్పడింది. ధాన్యసేకరణ కోసం ప్రభుత్వం అనేక ఫర్మానాలు జారీచేసింది. ప్రభుత్వం నిర్ణయించిన రేట్లకు రైతులు లెవిధాన్యాన్ని అమ్మవలసి వచ్చేది. లెవీధాన్య సేకరణలో ఎన్నో అవకతవకలు జరిగాయి. ఈ కారణంగా సంస్థానంలోని ప్రజలలో అసంతృప్తి విపరీతంగా

పెరిగింది. అనేక తరాలుగా నిర్బంధ వెట్టిచాకిరి, దుర్భర నిజాం ఫ్యూడల్ పాలనలో మగ్గిపోయిన ప్రజానీకంలో 1920 నుంచి కొద్దికొద్దిగా రాజకీయ చైతన్యం ప్రారంభమైంది. దీనికి అంకురార్పణ చేసింది ఆంధ్రమహాసభ. దీని స్థాపన 1930లో జరిగింది. ఈ సభకు ప్రజలు అభిమానంతో సంఘం అని పిలుచుకున్నారు. ఆంధ్ర మహాసభ మొదట తెలుగు భాష, సంస్కృతుల వికాసాలకు ప్రారంభమైనప్పటికీ, తరవాతకాలంలో అది వెట్టిచాకిరి, ఫ్యూడల్ వ్యతిరేక పోరాటానికి బీజాలు నాటింది.

ఆంధ్రమహాసభలాగానే సంస్థానంలో ఇతర ప్రాంతాల ప్రజల ప్రయోజనార్థం మహారాష్ట్రులకు మహారాష్ట్ర పరిషత్ (1936), కన్నడిగులకు (1939) కన్నడ భాష పరిషత్‌లు ఏర్పడ్డాయి. వీటి కృషివల్ల హైదరాబాద్ సంస్థానంలో జాతీయ భావం క్రమంగా అభివృద్ధి చెందింది. బాధ్యతాయుత పాలన ఏర్పడాలనే నినాదం సంస్థానంలో మారుమోగింది. ఇది 1938లో హైదరాబాద్ స్టేట్ కాంగ్రెస్ స్థాపనకు దారితీసింది. హైదరాబాదు స్టేట్ కాంగ్రెస్ స్థాపించినప్పటి నుంచి, అది ప్రభుత్వ దాడికి గురయింది. నిజాం ప్రభుత్వం దాన్ని 1938లో నిషేధిస్తూ ఫర్మానా జారీచేసింది. ఈ నిషేదానికి వ్యతిరేకంగా స్వామి దయానంద తీర్థనాయకత్వంలో స్టేట్ కాంగ్రెస్ సత్యాగ్రహాన్ని ప్రారంభించింది. అందులో భాగంగా హైదరాబాద్ నగరంలోని సుల్తాన్‌బజార్ నుంచి ఒక ఊరేగింపు ప్రారంభమై కోఠీ సమీపానికి చేరుకుంది. ప్రదర్శకులు సత్యాగ్రహ ప్రతిజ్ఞ చేశారు. దీంతో నిజాం వ్యతిరేక పోరాటం ఊపందుకుంది. హైదరాబాద్ సంస్తానం భారతదేశంలో విలీనం కావాలని, సంస్థానంలో ప్రజాపాలన ఏర్పడాలని నినాదాలు జోరందు కున్నాయి. ఇదే సమయంలో విద్యార్థులు కూడా వందేమాతరం ఉద్యమాన్ని ప్రారంభించారు. హాస్టళ్ళలో వందేమాతరం గీతం పాడరాదని నిజాం శాసించాడు. దీనికి వ్యతిరేకంగా హైదరాబాద్ కళాశాల విద్యార్థులు ఉద్యమాన్ని ప్రారంభించాడు. 1942 ఆగస్టులో క్విట్ ఇండియా ఉద్యమం ప్రారంభమైంది. యువకులు ఉత్సాహంతో ఉద్యమంలో పాల్గొన్నారు.

రెండో ప్రపంచ యుద్ధం తరవాత దేశ స్వాతంత్ర్యం కనుచూపు మేరలోకి వచ్చింది. 1947 జూన్ 12న నిజాం ఒక ప్రకటనచేస్తూ, బ్రిటిష్ సమున్నతత్వం అంతంకాగానే హైదరాబాద్ సంస్థానం స్వతంత్ర దేశంగా రూపొందుతుందని ప్రకటించాడు. ఈ ప్రకటన నిజాం సంస్థానాన్ని భారతదేశంలో విలీనం చేసే ఆలోచనలో లేదని స్పష్టమైంది. దీంతో స్టేట్ కాంగ్రెస్ నాయకత్వంలో నిజాం, హైదరాబాద్ సంస్థానాన్ని భారతదేశంలో విలీనం చేయాలని డిమాండ్ చేస్తూ ఆందోళనను తీవ్రం చేసంది. ఫలితంగా హైదరాబాద్ సంస్థానం ఇండియన్ యూనియన్‌లో విలీనం కావాలనే నినాదం పల్లెలు, పట్టణాలలో మారుమోగింది. లాఠీచార్జీలు, అరెస్టులు, సంస్థానంలో సర్వసాధారణం అయ్యాయి. జాతీయ పతాకం ఎగరవేయడం నిషేధించబడింది. ఉద్యమానికి నాయకత్వం వహిస్తున్న స్వామిరామానంద తీర్థను, అతడి అనుచరులను నిజాం ప్రభుత్వం అరెస్ట్ చేసింది. నిజాం ప్రభుత్వం ఎన్ని జాగ్రత్తలు తీసుకున్నప్పటికీ సుల్తాన్ బజార్‌లో వందమంది విద్యార్థులు జాతీయపతాకాన్ని ఎగరవేయడం జరిగింది. కాంగ్రెస్ సాగిస్తున్న ఈ ఉద్యమానికి ఆంధ్రమహాసభ, కమ్యూనిస్ట్ పార్టీలు సహకారాన్ని అందించాయి. 1927లో ముస్లింలు ప్రయోజనాలను రక్షించడానికి ఇత్తేహాద్-

ఉల్-ముసల్మాన్ అనే పార్టీని సాదర్ ఆలీజంగ్ స్థాపించాడు. దీని సభ్యులు తరవాత కాలంలో రజాకార్లుగా పిలవబడి, ప్రత్యేక దుస్తులు ధరించేవారు. 1946 నాటికి ఖాసీం రజ్వీ రజాకార్ల దళాధినేతగా నియమించడం జరిగింది. నిజాం అతడి చేతిలో కీలుబొమ్మగా మారాడు. భారత ప్రభుత్వం అనేక సమస్యలతో సతమతమవుతుందని, హైదరాబాద్ సంస్థానానికి దానివల్ల ఎలాంటి ముప్పు ఉండదని, కాబట్టి విలీనాన్ని తిరస్కరించమని అతడు నిజాంకు సలహా కూడా ఇచ్చాడు. అంతేకాక సర్దార్ పటేల్‌తో ప్రజాభిప్రాయ సమస్యే లేదని, హైదరాబాద్ తన స్వాతంత్ర్యాన్ని ఎలాంటి పరిస్థితులలోను వదులుకోదని అందుకు యుద్ధానికైనా సిద్ధమేనని పెడసరంగా మాట్లాడాడు. విలీనీకరణ తప్ప మరేవిధంగానైనా భారత్‌తో అనుబంధాన్ని ఏర్పరచుకోవడానికి తాను సిద్ధమని భారత ప్రభుత్వానికి తెలియజేస్తూనే నిజాం మరోవైపు జిన్నాతో కూడా సంప్రదింపులు ప్రారంభించాడు.

ఇలాంటి అవాంతరాలు ఎన్ని ఎదురైనప్పటికీ ఇండియన్ యూనియన్, హైదరాబాద్ సంస్థానాల మధ్య సంప్రదింపులు కొనసాగాయి. తుదకు 1947 సెప్టెంబర్ 29న నిజాం ప్రభుత్వం ఇండియన్ యూనియన్‌తో యథాతథ ఒడంబడిక కుదుర్చుకుంది. ఈ ఒడంబడిక ప్రకారం సంస్థానం ఆంతరంగిక విషయాలలో భారత ప్రభుత్వం జోక్యం చేసుకోకూడదు. సంస్థానంలో మత సామరస్యాన్ని, శాంతిభద్రతలను కాపాడాలని భారత ప్రభుత్వం సహకారాన్ని అందిస్తుంది. నిజాం విదేశాలలో రాయబారులను నియమించుకోకూడదు. కానీ, ఏజెంట్స్ జనరల్స్‌లను నియమించుకోవచ్చు. ఒక ఏడాది తరవాత ఇరుపక్షాలు శాశ్వత ఒడంబడిక కుదుర్చుకుంటాయి. అయితే ఈ ఒప్పదం విలీనీకరణకు మార్గాన్ని సుగమం చేయగలదని భారత ప్రభుత్వం భావించగా, ఒడంబడిక హైదరాబాద్ సంస్థానం స్వాతంత్ర్యాన్ని ప్రకటించుకోవడానికి వీలు కల్పించే వ్యవధిని ఇచ్చిందని నవాబు భావించాడు. ఈ సంవత్సర కాలంలో నవాబు సంస్థానాన్ని స్వతంత్ర రాజ్యంగా ప్రకటించుకోవడానికి చేయగలిగిందంతా చేశాడు.

ఒప్పందాన్ని అనుసరించి భారత ప్రభుత్వ ప్రతినిధిగా కె.ఎం. మున్షీ నియమించడం జరిగింది. అయితే ఆయనకు వసతి సదుపాయం కల్పించకుండా నిజాం ప్రభుత్వం నిర్లక్ష్య ధోరణిని ప్రదర్శించింది. అంతేకాక భారత సైన్యాన్ని వీలైనంత త్వరగా సంస్థానం నుంచి పంపేయాలని నవాబు ఒత్తిడి పెంచాడు. దాంతోపాటుగా భారత ప్రభుత్వం ముద్రించిన ద్రవ్యాన్ని సంస్థానంలో చెలామణి కాకుండా నిషేధించాడు. విలువైన లోహాలు హైదరాబాదు సంస్థానం నుంచి భారతదేశానికి ఎగుమతి చేయరాదని ఆంక్షలు విధించాడు. ఇరవై కోట్ల రూపాయల విలువైన భారత ప్రభుత్వ సెక్యూరిటీ ధనాన్ని పాకిస్తాన్‌కు సమర్పించాడు. మరో వైపు రజాకార్ల దురాగతాలు రోజురోజుకు మితిమీరాయి. రజాకార్లు, పోలీసులు ఏకమై గ్రామాలను దోచుకున్నారు. అమాయకులను వధించి, స్త్రీలను చెరబట్టారు. రజాకార్ల నాయకుడు కాశింరజ్వీ కమాండర్ దుస్తులు ధరించి రజాకార్లతో హైదరాబాద్ వీధుల్లో ప్రదర్శనలు చేయించాడు. భారత ప్రధాని జవహర్‌లాల్ నెహ్రూను, ఉపప్రధాని సర్దార్‌వల్లభాయ్ పటేల్‌ను బంధించి, నిజాం కాళ్ళ ముందు పడేస్తానని, ఢిల్లీలోని ఎర్రకోట ఆసఫ్‌జా పతాకాన్ని ఎరగవేస్తానని ప్రగల్భాలు కూడా అతడు పలికాడు.

ఈ పరిస్థితుల్లో మౌంట్ బాటెన్ నిజాం నవాబును ఢిల్లీకి పిలిపించి, విలీనానికి నచ్చచెప్పాలని ప్రయత్నం చేసాడు. అయితే నిజాం ఒకదాని తరవాత మరొకటి అంగీకారకాని డిమాండ్లను చేస్తూపోయాడు. ఈ లోపు సంస్థానంలో హత్యలు, మానబంగాలు, గృహ దహనాలు నిత్యకృత్యాలయ్యాయి. నిజాం సైన్యాధిపతి జనరల్ ఇద్రూస్ హైదరాబాద్ సంస్థానంలోకి ఆయుధాలను చేరవేయడానికి సిడ్నీకాటన్ అనే ఆస్ట్రేలియా దేశస్తుడిని నియమించుకున్నాడు. ఇలాంటి పరిస్థితుల్లో సైనిక చర్య తప్ప భారత ప్రభుత్వానికి ప్రత్యామ్నాయం లేకుండా పోయింది. 1948 సెప్టెంబర్ 13న భారత సైన్యాలు జె.ఎన్. చౌధురి, రాజేంద్ర సింహాజీల నాయకత్వంలో ప్రవేశించాయి. నిజాం సాయుధ బలగాలు, రజాకార్లు పలాయనం చిత్తగించారు. చెప్పుకోదగిన ప్రతిఘటనలేకుండానే భారత సైన్యం ముందు నిజాం సైన్యాలు కుప్పకూలి పోయాయి. లొంగిపోవడం తప్ప నిజాంకు గత్యంతరం లేకుండా పోయింది. నిజాం సైన్యాధికారి మేజర్ జనరల్ అహ్మద్‌ఆల్ ఇద్రూస్ లాంఛనపూర్వకంగా అసఫ్ జాహిమా పతాకాన్ని అవనతం చేసి నిజాం లొంగుబాటును ప్రకటించాడు. రజాకార్ల నాయకుడు ఖాసింరజ్వి అరెస్ట్ చేయబడ్డాడు. మేజర్ జనరల్ జె.ఎన్. చౌదరి సెప్టెంబర్ 18న సైనిక గవర్నర్‌గా పదవీబాద్యతలు చేపట్టాడు. ఈ సైనిక చర్యను సర్దార్ పటేల్ 'పోలీస్ చర్య' అని పిలిచాడు. సైనిక పరిభాషలో దీనికి 'ఆపరేషన్ పోలో' అని పేరు.

కాశ్మీర్

విలీనీకరణ సందర్భంలో సమస్యాత్మకంగా పరిణమించిన మరో సంస్థానం కాశ్మీర్. దీని విస్తీర్ణం 84 వేల చదరపు కిలోమీటర్లు. భౌగోళికంగా సంస్థానాన్ని నాలుగు భాగాలుగా విభజించవచ్చు. దక్షిణాన జమ్ము, మధ్యన కాశ్మీర్ లోయ, ఉత్తరాన గిల్గిట్, కాశ్మీర్, టిబెట్‌ల మధ్య ఉన్న లధఖ్. దేశ విభజన సమయానికి తూర్పున టిబెట్, ఈశాన్యంలో చైనాకి చెందిన సింకియాంగ్, వాయువ్యాన ఆఫ్ఘనిస్తాన్ పాకిస్తాన్‌కి అంతర్జాతీయ సరిహద్దులు. 1941 జనాభా లెక్కల ప్రకారం కాశ్మీర్ జనాభా నలభై లక్షలు. అందులో ముప్పై లక్షల మంది ముస్లింలు సంస్థానాధిపతి హరిసింగ్ హిందువు. అతడు కాశ్మీర్ సంస్థానాన్ని తటస్థంగా ఉంచాలని భావించాడు. జనాభాలో అధిక సంఖ్యాకులు ముస్లింలు అయినందువల్ల కాశ్మీర్ తమ దేశంలో విలీనం కావాలని పాకిస్తాన్ ఆశించింది. అయితే ప్రజలు షేక్ అబ్దుల్లా నాయకత్వంలో భారతదేశంలో విలీనం కావాలని కోరుకున్నారు. షేక్ అబ్దుల్లా లౌకిక వాది. ముస్లింల హక్కుల కోసం అతడు 1932లో నేషనల్ కాన్ఫిరెన్స్ పార్టీని స్థాపించాడు. మహారాజు హరిసింగ్ పాలనకు వ్యతిరేకంగా షేక్ అబ్దుల్లా అనేక పోరాటాలు చేసి, పలుమార్లు జైలుకు వెళ్ళాడు. 1946లో హరిసింగ్‌కు వ్యతిరేకంగా 'క్విట్ కాశ్మీర్' ఉద్యమాన్ని ప్రారంభించి, జైలుపాలయ్యాడు. తమ భవితవ్యాన్ని నిర్ణయించేది ప్రజలేకాని, మహారాజుకాదని ప్రకటించాడు. ఈ పోరాటంవల్ల అబ్దుల్లా కాశ్మీర్ ప్రజల అభిమానాన్ని చూరగొన్నాడు.

కాశ్మీర్ విలీనం సమస్యపై మహారాజు హరిసింగ్, మౌంట్ బాటెన్‌తో చర్చలు జరిపాడు. కాశ్మీర్ సంస్థానాన్ని భారతదేశంలోగాని, పాకిస్తాన్‌లోగాని విలీనం చేయవచ్చునని, ఒకవేళ సంస్థానాన్ని పాకిస్తాన్‌లో విలీనం చేయాలని భావించినప్పటికీ, భారతదేశానికి ఎలాంటి అభ్యంతరం ఉండదని,

అంతేతప్ప సర్వస్వతంత్ర రాజ్యంగా కాశ్మీర్‌ను బ్రిటిష్ ప్రభుత్వం గుర్తించదని మౌంట్‌బాటెన్ సంస్థానాధిపతికి స్పష్టం చేశాడు. అంతేకాక సంస్థాన ప్రజల అభిప్రాయాన్ని సేకరించడం మంచిదని సలహాను కూడా ఇవ్వడం జరిగింది. కానీ, హరిసింగ్ ఎలాంటి నిర్ణయం తీసుకోలేక నిస్సహాయస్థితిలో ఉండిపోయాడు. భారతదేశంలో విలీనం చేస్తే కాశ్మీర్‌లోయలోని ముస్లింలకు, పాకిస్తాన్‌లో విలీనం చేసే జమ్ము హిందువులకు ఆగ్రహాన్ని కలిగిస్తుందని అతడు భావించాడు. ఇలాంటి సంకట స్థితిలో 1947 ఆగస్ట్‌లో అటు భారతదేశం, ఇటు పాకిస్తాన్ రెండు దేశాలతో యధాస్థితి పరిరక్షణ ఒప్పందాన్ని కుదుర్చుకున్నాడు.

కాశ్మీర్ రాజు నిర్ణయంవల్ల ఆశాభంగం చెందిన పాకిస్తాన్ పరోక్షంగా కాశ్మీర్‌పై దండయాత్ర ప్రారంభించింది. కాశ్మీర్‌కు అత్యవసర పదార్థాల రవాణాను నిలిపివేయడం, సైనికాధికారులక ద్వారా పాకిస్తాన్, కాశ్మీర్ సంస్థానం పాకిస్తాన్‌లో విలీనమయ్యేలా మహారాజుపై ఒత్తిడిని పెంచింది. ఆవిధంగా యధాస్థితి పరిరక్షణ ఒప్పందాన్ని పాకిస్తాన్ ఉల్లంఘించిందని సంస్థాన ప్రభుత్వం బ్రిటిష్ ప్రభుత్వానికి ఫిర్యాదు చేసింది. కానీ దానివల్ల ఎలాంటి ప్రయోజనం కలగలేదు. ఇలాంటి పరిస్థితులలో పాకిస్తాన్ కాశ్మీర్‌పై బలప్రయోగానికి దిగింది. 1947 అక్టోబర్ 22వ తేదీన కాశ్మీర్‌పై దండయాత్ర ప్రారంభించింది. ఈ దాడిని ప్రతిఘటించే శక్తిలేని రాజు హరిసింగ్ భారతదేశ సహాయాన్ని కోరాడు. కాశ్మీర్‌ను భారతదేశంలో విలీనం చేస్తే తప్ప ఎలాంటి సహాయం చేయడం వీలుకాదని భారత ప్రభుత్వం స్పష్టం చేసింది. గత్యంతరంలేని హరిసింగ్ సంస్థానాన్ని భారతదేశంలో విలీనం చేసాడు. అంతేతప్ప విలీనీకరణ పత్రంపై 1947 అక్టోబర్ 26న సంతకం కూడా చేయడం జరిగింది. ఈ విధానాన్ని షేక్ అబ్దుల్లా సమర్థించాడు. వి.పి. మీనన్ సలహాపై భారత ప్రభుత్వం 1947 అక్టోబర్ 27వ తేదీన వైమానిక దళం ద్వారా సైనికులను కాశ్మీర్‌లో దించింది. పాకిస్తాన్ దాడి నుంచి కాశ్మీర్‌ను రక్షించడానికి భారత సైన్యాలు కాశ్మీర్‌లోకి ప్రవేశించి, సాయుధ దుండగులను తరిమివేయడం ప్రారంభించాయి. ఈ సమయంలోనే తాత్కాలిక ప్రభుత్వాన్ని ఏర్పాటు చేయమని కాశ్మీర్‌రాజు, షేక్ అబ్దుల్లాను కోరడం జరిగింది. షేక్ అబ్దుల్లా నాయకత్వంలో కాశ్మీర్‌లో మంత్రివర్గం ఏర్పడింది. ఐక్యరాజ్య సమితి నిర్ణయం ప్రకారం 1949 జనవరి 1వ తేదీన ఇండియా, పాకిస్తాన్ మధ్య కాల్పుల విరమణ ఒప్పందం జరిగింది. అయితే ఇప్పటికీ కాశ్మీర్‌లో 1/3వ భాగం పాకిస్థాన్ ఆక్రమిత భాగంగా ఉంది. దాన్ని 'అజాద్‌కాశ్మీర్'గా పిలుస్తారు. కాశ్మీర్ సమస్య నేటికీ ఇరుదేశాల మధ్య ఎడతెగని సమస్యగా మిగిలిపోవడం దురదృష్టకర పరిణామం.

భారత రాజ్యాంగం

1947జూలై 18న బ్రిటిష్ పార్లమెంటు భారత స్వాతంత్ర్య చట్టాన్ని ఆమోదించడంతో భారత ఉపఖండంలో రెండు అధినివేశ ప్రతిపత్తిగల స్వతంత్రదేశాలు ఏర్పడ్డాయి. అవి భారత్, పాకిస్థాన్‌లు. 1947 ఆగష్టు 14వ తేదీ అర్ధరాత్రి 15వ తేది ఆరంభఘడియల్లో భారత్ స్వతంత్రదేశంగా అవతరించింది. ఢిల్లీలో ఎర్రకోట వద్ద ప్రధాని జవహర్‌లాల్‌నెహ్రూ జాతీయ పతాకాన్ని ఎగురవేశాడు.

లక్షలాదిమంది ఆ చరిత్రాత్మక సంఘటనలో పాల్గొని జయజయ ధ్వానాలు చేశారు. వైస్రాయి మౌంట్‌బాటెన్, ఆయన సలహాదారులు ఆ కార్యక్రమాన్ని వీక్షించారు. ఆ పర్వదినాన్ని నమోదు చేస్తూ 31 సార్లు ఫిరంగి ధ్వనులు మారుమోగాయి.

బ్రిటన్ పక్షాన అంతిమ గవర్నర్ జనరల్‌గా ఉన్న వైస్రాయి మౌంట్‌బాటెన్ చక్రవర్తి అభినందన సందేశాన్ని ప్రకటించాడు. తొలి భారత ప్రధాని జవహర్‌లాల్ స్వతంత్ర, సర్వసత్తాక భారతదేశానికి అంకితభావంతో సేవ చేపడుతున్నట్లు ఉద్ఘాటించాడు; తొలి రాజ్యాంగబద్ధుడైన గవర్నర్ జనరల్‌గా మౌంట్‌బాటెన్ పదవీ ప్రమాణం చేశాడు. ఇతర స్వతంత్ర దేశాలు పంపిన శుభకామన సందేశాలను రాజ్యాంగ సమితి అధ్యక్షుడు, తొలి భారత రిపబ్లిక్ అధ్యక్షుడు అయిన రాజేంద్రప్రసాద్ చదివి విన్పించాడు.

1947, ఆగష్టు 15న తొలి స్వతంత్ర ప్రభాత వేళలో దర్బారు హాల్‌లో జరిగిన సమావేశానికి దాదాపు మూడు లక్షలమంది ప్రజలు హాజరయ్యారు. పతాకావిష్కరణ జరుగుతూనే చిరుజల్లుగా వానపడింది. రంగురంగుల ఇంద్రధనస్సుతో ఆకాశం శోభిల్లింది. అవి చాలామందికి శుభశకునాల్లాగ కన్పించాయి. అయితే ఆ మహత్తర ఘడియల్లో మహాత్ముడు మాత్రం అక్కడలేడు. మతవైషమ్యానికి జాతీయ సమైక్యతను పణం పెట్టినట్లూ, ధ్యేయాన్ని ఉపేక్షించి అధికారం కోసమే స్వాతంత్ర్యాన్ని సంపాదించినట్లూ అనిపించి ఆయన హృదయ వేదనకు గురయ్యాడు. స్వతంత్ర భారతదేశానికి రాజ్యాంగాన్ని రూపొందించే పనిని రాజ్యాంగ సభ నిర్వహించింది. రాజేంద్రప్రసాద్ అధ్యక్షతన 1946 డిసెంబర్ 9వ తేదీ నుంచి 1949 నవంబర్ 26 తేదీ వరకు రాజ్యాంగ నిర్మాణ కార్యక్రమం కొనసాగింది. మొత్తం 389 మంది సభ్యులతో ఏర్పడిన రాజ్యాంగసభలో భారత జాతీయకాంగ్రెస్, ముస్లిమ్‌లీగ్ హిందూమహాసభ, దళిత జాతుల సమాఖ్య, అఖిల భారత మహిళా సమ్మేళనం, షెడ్యూల్డ్‌కులాల సమాఖ్య వంటి ముఖ్యసంస్థల ప్రతినిధులున్నారు. రాజ్యాంగ రచన కోసం సంఘాన్ని ఏర్పరచడమైంది. ఆ సంఘానికి డా॥అంబేద్కర్ అధ్యక్షుడు కాగా అల్లాడి కృష్ణస్వామి అయ్యర్, కె.ఎం.మున్షీ, టి.టి. కృష్ణమాచారి, ఎన్.గోపాలస్వామి అయ్యంగార్, మహమ్మద్ సాదుల్లా, మాదవరావులు సభ్యులు. రాజ్యాంగసభ సమావేశాలు రెండు సంవత్సరాల పదకొండు నెలలపై పద్దెనిమిది రోజులు జరిగాయి. రాజ్యాంగం చిత్తుప్రతి 1948 జనవరిలో ప్రచురితమైంది. చిత్తుప్రతిని పరిశీలించి సలహాలు సూచనలు తెలియజేయడానికి ప్రజానీకానికి ఎనిమిది నెలల సమయాన్ని ఇవ్వడం జరిగింది. 1948 నవంబర్ 4వ తేదీ నుంచి నవంబర్ 9 వరకు చర్చ జరిగింది. 7,635 సవరణలను ప్రతిపాదించడమైంది. వాటిలో 2,473 సవరణలను పరిశీలించడమైంది. నవంబర్ 14 నుంచి నవంబర్ 26 వరకు మూడోసారి పరిశీలన చేసిన తరవాత 1949 నవంబర్ 26వ తేదీన రాజ్యాంగం ఆమోదం పొందింది. చర్చలో విమర్శలు, సూచనలు, సవరణ ప్రతిపాదనలు చేసిన వారిలో ప్రముఖులు హెచ్.వి.కామత్, కె.టి.షా (అధ్యక్షతరహా ప్రభుత్వాన్ని ఏర్పరచ వలసిందిగా వాదించారాయన), ఫ్రాంక్ ఆంథోనీ, పండిట్ ఠాకూర్ భార్గవ, మహావీర్ త్యాగి, దుర్గాబాయి ప్రభృతులు.

1949 నవంబర్ 26 తేదీన రాజ్యాంగం ఆమోదం పొందిన తరవాత రాజ్యాంగసభ రాష్ట్రాల పార్లమెంటుగా 1950 జనవరి 26 వరకు పనిచేసింది. తరవాత మొదటి సార్వత్రిక ఎన్నికలు జరిగే వరకు (1952, మే 12) రాజ్యాంగసభ కొనసాగింది. 1952 మే 13 తేదీన తొలి లోక్‌సభ సమావేశం జరిగింది. రాజ్యాంగసభ ఏర్పరిచిన రాజ్యాంగం సమాఖ్య లక్షణాలైన అధికార పంపిణి, కేంద్ర, రాష్ట్రాల పాలనాంశాల ప్రకటన, న్యాయశాఖ స్వతంత్ర ప్రతిపత్తి, ఉభయసభా విధానం మొదలైన వాటిని ప్రవేశపెట్టింది. అయితే 249, 250, 256, 257, 365 ప్రకరణల ద్వారా రాష్ట్రాలపై అతిక్రమణాధికారాన్ని కేంద్రానికి కట్టబెట్టడం జరిగింది. అయితే పైన పేర్కొన్న ప్రకరణాలు ఉన్నప్పటికీ రాజ్యాంగాన్ని సమాఖ్య నమూనాలోనే రూపొందించడం జరిగిందని డా॥ అంబేద్కర్ అభిప్రాయపడ్డాడు. రాజ్యాంగ నిర్మాణంలో చురుగ్గా పాల్గొని అందరికంటే ఎక్కువ సవరణలు ప్రవేశపెట్టిన హెచ్.వి.కామత్, రాజ్యాంగం ప్రతిపాదించిన అత్యవసరస్థితి అధికారాలను తీవ్రంగా విమర్శిస్తూ– 'ప్రపంచంలోని ఏ ప్రజాస్వామిక దేశాల రాజ్యాంగంలోనూ (ఒక్క వీమార్ రాజ్యాంగం తప్ప) ఈ అత్యవసరస్థితి అధికారాలవంటివి' తాను చూడలేదని అన్నాడు. అవి అవాంఛనీయమైనవైనా తప్పనిసరైనవి అని టి.టి. కృష్ణమాచారి అభిప్రాయపడ్డాడు. ఈ విషయమై డా॥ అంబేద్కర్ వివరిస్తూ 'అత్యవసరస్థితిలో కేంద్రానికి ఇతోధిక అధికారాలనిచ్చే ప్రకరణలు మృతాక్షరాలుగానే ఉండాలనీ, వాటిని అమలులోకి తేవలసిన పరిస్థితులు ఉత్పన్నం కావని తామాశిస్తున్నామనీ' వ్యాఖ్యానించాడు. 'ఈ రాజ్యాంగం మెజారిటీ రాజకీయపక్షంవారు తమ రాజకీయ సిద్ధాంతాలకు అనుగుణంగా ఏర్పరిచిన రాజ్యాంగమే, ఇతర రాజకీయపక్షాల అభిప్రాయాలను లాంఛనప్రాయంగా వినడం మాత్రమే జరిగింది' అని మరొక విమర్శ వచ్చింది. రాజ్యాంగ రచనలో పాల్గొన్న వారిలో 'రాజనీతిశాస్త్రం, రాజ్యాంగ విషయాల' నిపుణులు లేకపోవడం, డెన్మార్క్ యువరాజు లేకుండానే హామ్లెట్ నాటకాన్ని ప్రదర్శించినట్లుందని ఒక విమర్శకుడు వ్యాఖ్యానించాడు. 'రాజ్యాంగంలో ఒక ముఖ్యలోపం రాజ్యాంగ రచనకు పూర్వంగానీ, తరవాతగానీ ప్రజానీకం అనుమతికోరి, పొందటం జరగలేదన్న విషయం. ఈ విషయం దృష్ట్యా చూస్తే రాజ్యాంగం ఆముఖం (ప్రీయాంబుల్)లో 'భారత ప్రజలమైన మేము' అనే ఉద్ఘాటన కేవలం వాగాడంబరమే గాని వేరుకాదు' అని మరొక విమర్శ.

భారత రాజ్యాంగ లక్షణాలు

స్వతంత్ర భారతదేశం సాధించిన విజయాలలో మూడోది నూతన రాజ్యాంగం తయారుచేసి ప్రజలకివ్వడం. క్రీ.శ. 1947, ఆగస్టు 15 నాటికి భారతదేశం స్వరాజ్యం సంపాదించింది. కాని నూతన భారతదేశానికి వెంటనే నూతన రాజ్యాంగ మేర్పడలేదు. తాత్కాలికంగా కొద్ది మార్పులతో 1935 రాజ్యాంగ చట్టం ప్రకారమే ప్రభుత్వం నడిచేటట్లు ఏర్పాటు చేయడమైంది. ఆ చట్టంలో గవర్నర్ జనరల్‌కు ఇచ్చిన ప్రత్యేక అధికారాలు రద్దయి అతడు నామకః దేశానికి అధికారిగా ఉండేటట్లు నిర్ణయించడమైంది. సమయానుకూలంగా అవసరమైన మార్పులనుకూడా అతడు 1935 రాజ్యాంగచట్టంలో చేయడానికి అధికారం పొందాడు. అంటే ఇంతకుపూర్వం అధికారమంతా విదేశీయుల పరమయినందువల్ల రాజ్యాంగాన్ని వారి కనుకూలంగా తయారు చేయడమైంది. కాని స్వాతంత్ర్యం వచ్చిన తరవాత విదేశీ ప్రభుత్వంపోయి స్వదేశీ ప్రభుత్వం వచ్చినందువల్ల ఇటువంటి

మార్పులు చేయవలసిన అవసరం వచ్చింది. పండిత జవహర్‌లాల్ నెహ్రూ ప్రధానామాత్యుడుగా మంత్రివర్గాన్ని ఏర్పాటుచేసాడు. దీనిలో చాలావరకు కాంగ్రెస్ నిర్వాహక సభ్యులే మంత్రులుగా నియమితులైనారు. వారిలో ముఖ్యులు సర్దార్ వల్లభాయిపటేల్. రాజేంద్రప్రసాద్, రాజగోపాలాచారి మౌలానా అబ్దుల్‌కలామ్ ఆజాద్‌లు. కాంగ్రెస్‌కు చెందని ఇతర సంస్థల వారిని కూడా నెహ్రూ మంత్రివర్గంలోకి తీసుకొన్నాడు. మౌంట్‌బాటన్ ప్రభువు ఒక ఏడాదిపాటు స్వతంత్ర భారతదేశానికి గవర్నర్ జనరల్‌గా ఉన్నాడు. మౌంట్‌బాటన్ ప్రభువు ఒక ఏడాదిపాటు స్వతంత్ర భారతదేశానికి గవర్నర్ జనరల్‌గా ఉన్నాడు. రెండో సంవత్సరం సి. రాజగోపాలాచారి ప్రథమగవర్నర్ జనరల్‌గా ఉన్నాడు. రెండో సంవత్సరంలో సి. గోపాలాచారి ప్రథమ భారతీయ గవర్నర్ జనరల్‌గా నియమితుడయ్యాడు. నూతన రాజ్యాంగం అమలులోకి వచ్చేవరకు - అంటే 1950, జనవరి 26 వరకు ఆస్థానాన్ని అలంకరించాడు. రాష్ట్రాలలోకూడా ఆంగ్లేయ గవర్నర్‌లు రాజీనామా ఇచ్చారు. వారి స్థానే భారతీయులు నియమితులైనారు. వారిలో ముఖ్యులు సరోజనీదేవి, బి.సి.రాయ్, దౌలత్‌రామ్‌లు. ఆంగ్లేయులతోబాటు ఆంగ్లసైన్యంకూడా

క్రీ.శ. 1946 డిసెంబర్ 9న అంటే మనకు స్వాతంత్ర్యం రావడానికి పూర్వమే రాజ్యాంగ పరిషత్తు రాజ్యాంగం తయారుచేయడానికి సమావేశమైంది. ఈ పరిషత్తుకు అధ్యక్షుడుగా డాక్టర్ రాజేంద్రప్రసాద్ ఏకగ్రీవంగా ఎన్నికైనాడు. ఈ పరిషత్తు ఆశయాలను, ఉద్దేశాలను జవహర్‌లాల్‌నెహ్రూ ఒక తీర్మానరూపంలో డిసెంబరు 15వ తేదీన నిర్వచించాడు. వాటిలో ముఖ్యాంశాలు

1. భారతదేశం సర్వసత్తాక ప్రజాస్వామిక రిపబ్లిక్‌గా రూపొందేటట్లు రాజ్యాంగం తయారు చేయడం.
2. భారత ప్రజలకు నూతన రాజ్యాంగంలో ఆర్థిక, రాజకీయ న్యాయసమానత్వాలు, కనీస ప్రాథమిక హక్కులు కల్పించడం
3. వెనకబడిన వారికి నిమ్నజాతులకు తగిన సంరక్షణ ఇవ్వడం
4. దేశం ఒక్కటిగా, ఐకమత్యంతో ఉండేట్లు చేయడం. ఇతర దేశాలు భూమి, ఆకాశ, సముద్రాలపై భారతదేశం హక్కులను గుర్తించేటట్లు చేయడం.
5. భారతదేశం ప్రపంచశాంతికోసం పాటుపడటం

ఈ సూత్రాలను ఆధారంగా చేసుకొనే భారతరాజ్యాంగం చేయవలెనని నెహ్రూ రాజ్యాంగ పరిషత్తుకు నివేదించాడు.

ఈ ఉద్దేశాలతో తయారైన రాజ్యాంగం క్రీ.శ.1950, జనవరి 26వ తేదీన అమలులోకి వచ్చింది. జనవరి 256వ తేదీని రిపబ్లిక్ దినంగా జరుపుకొంటున్నాం. భారతదేశం రిపబ్లిక్ విధానాన్ననుసరించి సర్వసత్తాక ప్రజారాజ్యంగా జాతి, మత, కుల, వర్ణ వివక్షత లేక సమాన హక్కులుగల ప్రజలతో గూడిన రాజ్యాంగంగా ఏర్పడింది. నూతన రాజ్యంగంలోని అంశాలను గమనించినట్లయితే అవి ప్రజల శ్రేయస్సుకోసం అభిప్రాయానన్ననుసరించి ప్రజల యోగక్షేమాలు పెంపొందింపచేసే పరిపాలనా విధానాన్ని రూపొందించినట్లు తెలుస్తుంది. భారత రాజ్యాంగంలో

కొన్ని ప్రధాన లక్షణాలు ఉన్నాయి. సర్వస్వామ్యంతో కూడిన ప్రజాస్వామిక రిపబ్లిక్, లిఖిత రాజ్యాంగం, సమాఖ్య రాజ్యాంగం, బాధ్యతాయుత ప్రభుత్వం, శ్రేయోరాజ్యం, లౌకికరాజ్యం. మనదేశం ప్రజాస్వామిక రాజ్యంగా రూపొందించడానికి కారణాలున్నాయి. ఆంగ్లేయులు రాకపూర్వం మనదేశంపై అనేకమంది విదేశీయులు దండయాత్రలు జరిపి తమ తమ ప్రభుత్వాలను నెలకొల్పినా మనదేశ సంస్కృతినికాని, ధర్మాన్నికాని వ్యతిరేకించలేదు. కాని ఆంగ్లేయులరాకతో ఈ ధర్మం తలకిందులుకావడం, సంస్కృతిని కాని, ధర్మాన్నికాని వ్యతిరేకించలేదు. కాని ఆంగ్లేయులరాకతో ఈ ధర్మం తలకిందులుకావడం, సంస్కృతి దెబ్బతినడంమూలాన ప్రజలకు ఆంగ్లేయులపై అనుమానం, అపోహ కలగడం మొదలైంది. కాబట్టి మన సంస్కృతిని కాపాడుకోవలెనంటే ప్రజలకు ప్రభుత్వంపై అధికారం ఉండవలెనని ప్రజలు నమ్మారు. ఇది పాశ్చాత్యదేశ్శాల అఉభవంనుంచి ఆంగ్లవిద్యద్వారాను, 1861 నుంచి 1935 వరకు వచ్చిన చట్టాలననుసరించి ప్రభుత్వంలో అనుభవం సంపాదించడం వల్లను తెలుసుకొన్నారు. అందుకే మన రాజ్యాంగం ప్రజాస్వామిక రిపబ్లిక్‌గా రూపొందింది.

ప్రజాస్వామికం : ఈ విధంగా రూపొందిన మన ప్రజాస్వామ్యంలోని లక్షణాలలో 1. దేశాన్ని పరిపాలించే అధికారులను ప్రజలు ఎన్నుకోవడం (వోటింగ్ హక్కును జాతి, మత, వర్గ, స్త్రీ పురుష విచక్షణ లేకుండా వయోజనులందరికీ రాజ్యాంగమిచ్చింది.) 2. ఎన్నుకొన్న ఒక నిర్ణీత కాలానికి పూర్వమే పదివిలోనుండి తొలగించవలెనన్నా వారి స్థానంలో వేరేవారిని ఎన్నుకోవలెనన్నా ప్రజలు బలప్రయోగం చేయకుండా శాంతియుతంగా ఎన్నికలద్వారా సాధించడం 3. ప్రజలు వాక్స్వాతంత్ర్యం పొంది అధికారులను, వారి చర్యలను విమర్శించడానికి వీలుపడం. ఇట్లాగే ఇతర ప్రాథమిక హక్కులను పొందిఉండటం. 4. రాజకీయాలలో ఒకేపార్టీకి కాక అనేక పార్టీలకు స్థానం ఉండటం మొదలైనవి.

లిఖిత రాజ్యాంగం : భారతరాజ్యాంగాన్ని 3, 5 ప్రకరణాలు, 9 వివరణ పట్టికలలో ఏర్పడిన రాజ్యాంగచట్టంలో నిర్వచించారు. అట్లా నిర్దిష్టంగా నిర్వచించిన రాజ్యాంగ ప్రకరణాలను ఇష్టంవచ్చినట్లు మార్చడానికి వీలుండదు. సవరణ అవసరమైతే ప్రత్యేక ప్రక్రియను రాజ్యాంగంలోనే పేర్కొన్నారు.

సమాఖ్యారాజ్యం : సమాఖ్య ప్రభుత్వం ఏర్పాటు మన రాజ్యాంగంలోని ఇంకొక లక్షణం. ఈ సమాఖ్యారాజ్యంలో ప్రభుత్వ బాధ్యతలు కేంద్ర రాష్ట్ర ప్రభుత్వాల మధ్య విభక్తమవుతుంది. రాష్ట్ర ప్రభుత్వాలు కేంద్ర ప్రభుత్వానికి కేటాయించిన విషయాలలో మాత్రం కేంద్రానికి లోబడి మిగతా విషయాలలో స్వతంత్రంగా వ్యవహరిస్తాయి. సమాఖ్యకు నాలుగు ప్రధానలక్షణాలుంటాయి. ప్రభుత్వ విధులను పేర్కొని వాటిలో దేశం మొత్తానికి సంబంధించిన విషయాలను కేంద్ర ప్రభుత్వానికి కేటాయించడం, మిగిలినవాటిని రాష్ట్ర ప్రభుత్వాలకు చెందేటట్లు చేయడం మొదటి లక్షణం. ఈ వర్గీకరణను మూలశాసనంగా చేయడమే రెండో లక్షణం. అవసరమైనప్పుడు ఈ వర్గీకరణను మూలశాసనంగా చేయడమే రెండో లక్షణం. అవసరమైనప్పుడు ఈ వర్గీకరణలో సవరణలు చేయవలసివస్తే ఉభయ ప్రబుత్వాల అంగీకారంతోటే ఆ సవరణ చేయడం మూడోలక్షణం. రాజ్యాంగశాసనంలోని ఏ భాగాన్నైనా ప్రభుత్వం అతిక్రమిస్తే, ఆ ప్రభుత్వాధికారాన్ని పరిమితం చేయడానికి ఉన్నత న్యాయస్థాన మొకటి అధికారంలో ఉండటం నాలుగోలక్ష్యం.

మనదేశ విస్తీర్ణం అధికమై ఉండటంచేత వివిధ భాషలవారు, మతాలవారు ఉపసంస్కృతులవారు ఉండటంచేత వీరందరు ఎటువంటి తగాదాలు లేకుండా ప్రవర్తించడానికి అనువుగా సమాఖ్యారాజ్యమే మనదేశానికి సరయిందని మన రాజ్యాంగ పరిషత్తునమ్మింది. 1935 రాజ్యాంగ శాసనంలో కూడా సమాఖ్యవిధానమే సూచించడం జరిగింది. అందుకే మన రాజ్యాంగం సమాఖ్య ప్రభుత్వాన్ని ఏర్పరచింది.

బాధ్యతాయుత ప్రభుత్వమున్న రాజ్యం లేదా పార్లమెంటరీ ప్రభుత్వమున్న రాజ్యం : బాధ్యతాయుత ప్రభుత్వం ఏర్పాటు ఈ రాజ్యాంగంలోని ఇంకొక ప్రముఖ లక్షణం. దీని ప్రకారం కార్యవర్గశాఖ తనకర్తవ్యాల విషయాలలో శాసనసభలకు బాధ్యత వహిస్తుంది. ఇది యునైటెడ్ స్టేట్స్ ఆఫ్ అమెరికాలోని పద్ధతికి భిన్నం. అక్కడ కార్యవర్గ శాఖాధికారిని అధ్యక్షుడంటారు. అతనిని ప్రజలు ఎన్నుకొంటారు. అతడు సర్వస్వతంత్రుడు. తన కార్యదర్శులను, సలహాదారులను శాసనసభ ప్రమేయం లేకుండా అతడే ఎన్నుకొంటాడు. శాసనసభకు వారు బాధ్యులుకారు. ఇటువంటి ప్రభుత్వానికే అధ్యక్ష ప్రభుత్వమని పేరు. భారత రాజ్యంగంలో అట్లాకాక, కార్యవర్గశాఖ సభ్యులంతా శాసనసభలలో సభ్యులై శాసనసభకు బాధ్యులుగా ఉంటారు. అందుకే భారతరాజ్యం బాధ్యతాయుత ప్రభుత్వంగల రాజ్యమని స్పష్టమవుతుంది.

మితాధికారంగల రాజ్యం, ప్రాథమిక హక్కుల వివరణ : భారతరాజ్యాంగానికి మరోలక్షణమేమంటే ఇది మితాధికారంగల రాజ్యం. ఈ విధానంలో ప్రభుత్వం చేయరాని పనులు కొన్ని ఉన్నాయి. ప్రజలకు కొన్ని ప్రాథమిక హక్కులుంటాయి. ప్రభుత్వం ఆ హక్కులకు భంగం వాటిల్లకుండా నడచుకోవాలి.

1. ఈ హక్కులను ఏడురకాలుగా విభజించవచ్చు.

1) సమానత్వపు హక్కు : సమాన అవకాశపు హక్కు. ప్రతివ్యక్తి కుల, మత, వర్గ లింగ విచక్షణ లేకుండా చట్టంముందు సమానుడే. ప్రభుత్వోద్యోగ విషయంలో సమాన అవకాశాలు ఇవ్వడం జరిగింది. అస్పృశ్యత నిషేధించబడింది. షెడ్యూల్డ్‌కులాలు, తెగలు, స్త్రీలు తదితర వెనుకబడిన వర్గాలకు విద్యా, ఉద్యోగంలో ప్రత్యేక అవకాశాలు ఇవ్వడం జరిగింది.

2) పౌరస్వేచ్ఛ హక్కు : పౌరులందరికీ వాక్ స్వాతంత్ర్యం, సభా స్వాతంత్ర్యం, సమావేశ స్వాతంత్ర్యం, పత్రికా స్వాతంత్ర్యం ఇవ్వబడినాయి. ఇష్టమొచ్చి వృత్తి స్వీకరించే హక్కు, ఇష్టమొచ్చినచోట స్థిరనివాసమేర్పరచుకొనే హక్కు ఇవ్వడం జరిగింది.

3) దోపిడీని నిరోధించే హక్కు : భిక్షకవృత్తి, పడుపు వృత్తులలో వ్యక్తులను చేర్చటం నిషేధించబడింది. 14 సంవత్సరాలలోపు పిల్లలను ప్రమాదకరమైన వృత్తులందు నియమించకూడదు.

4) మత స్వాతంత్ర్యం : ప్రతివ్యక్తి తనకు నచ్చిన మత విశ్వాసాలను ఆచరించటానికి, వ్యాప్తిచేయటానికి మతసంస్థలను స్థాపించటానికి స్వేచ్ఛ ఇవ్వబడింది. ప్రభుత్వం నిర్వహించే లేదా సహాయం చేసే విద్యాలయాలలో మతబోధన జరగరాదు.

5) సాంస్కృతిక విద్యావిషయిక హక్కు : విద్యాసంస్థలలో ప్రవేశానికి ఎల్లాంటి విచక్షణచూపరాదు.

ఎవరైనా ముఖ్యంగా అల్పసంఖ్యాకవర్గాలవారు తమభాష, లిపి, సంస్కృతిని అభివృద్ధిపరచుకొనటానికి హక్కు ఉంది.

6) ఆస్తి హక్కు : కొన్ని నిర్ణీత పరిధులకు లోబడి ఆస్తిని సంపాదించుకోవటం, దానిమీద దాన, విక్రయ, భుక్తాధిహక్కులు ఇవ్వబడ్డాయి. ప్రజాకార్యాలకు అవసరమని భావించినట్లయితే నష్టపరిహారం చెల్లించి పౌరుల ఆస్తులను ప్రభుత్వం వశం చేసుకోవచ్చు.

7) పైన చెప్పిన హక్కులకు భంగం వాటిల్లినప్పుడు వాటిని పరిరక్షించుకోడానికి న్యాయస్థానాలకు ఫిర్యాదు చేయవచ్చు. ఈ హక్కులను పరిరక్షించేబాధ్యత న్యాయస్థానాలకు ఉంది. దీనిని రాజ్యాంగబద్ధమైన రక్షణ కల్పించే హక్కుగా చెప్పవచ్చు.

ఈ ప్రాథమిక హక్కుల నిర్వచనమూలంగా రాజ్యాధికారం పరిమితం చేయడం జరిగింది.

శ్రేయోరాజ్యం నిర్దేశక నియమాలు : మన భారతరాజ్యాంగంలోని మరో లక్షణం, ఇది శ్రేయోరాజ్యం కావడం, మన ప్రభుత్వం తన కర్తవ్యనిర్వహణలో పౌర హక్కులకే మాత్రం హాని కలగకుండా కట్టుదిట్టం చేసినట్లుగానే ప్రజల శ్రేయస్సుకోసం కొన్ని పనులను చేయవలెనని నిర్దేశించింది. మూలశాసనంలోని నాలుగోఅధ్యాయం భారత రాజ్యదర్శనం శ్రేయోరాజ్యసంస్థాపనమని చెబుతున్నది. దీనికి ప్రభుత్వం చేయవలసిన విధులు కొన్ని ఉన్నాయి. వాటిలో ముఖ్యమైనవి. 1. పౌరులందరికీ జీవనోపాధి కలిగించడం, 2. దేశంలోని భౌతికసంపదలు, ఉత్పత్తి సాధనలు, ధనధాన్యాలు కొందరి వశంలోకేంద్రీకృతంకాకుండా ఉండేటట్లు చేయడం 3. పైన చెప్పిన సంపద సమిష్టి సౌభాగ్యానికి వినియోగపడేటట్టు చూడటం 4. పురుషులతోబాటు స్త్రీలకు కష్టాలకు తగిన వేతనం లభించేటట్లు చూడటం 5. హరిజనులకు, ఆదిమవాసులకు, వెనుకబడినవారికి ప్రత్యేక సదుపాయాలు లభించేటట్లు చేయడం 6. పద్నాలుగు సంవత్సరాల లోపలి వయస్సువారికి ఉచితంగాను, నిర్బంధంగాను విద్యను నేర్పడం, 7. అంతర్జాతీయ రంగంలో శాంతిభద్రతలను ప్రోత్సహించడం.

లౌకిక రాజ్యం : మన రాజ్యాంగాన్ని లౌకికరాజ్యంగా ఉద్దేశించారు. దీనిననుసరించి దేశంలో ప్రభుత్వమతం అనేదిలేదు. అంతమాత్రంచేత రాజ్యం మతానికి విరోధికాదు. అన్నిమతాలు సమానహోదాతో విలసిల్లడానికి అవకాశం ఉన్నది. అన్నిటికి సమానాదరణ ఉంది. మత స్వాతంత్ర్యమనేది ఒక ప్రాథమిక హక్కని చదివారు. ఇట్లా మన భారత రాజ్యాంగం పై లక్షణాలతో రూపొందింది. ఈ అంశాలనన్నిటిని వివరంగాను, విపులంగాను రాయడంచేత భారత రాజ్యాంగం ప్రపంచంలోని అన్ని రాజ్యాంగాలకన్నా దీర్ఘమయిందని చెప్పవచ్చు.

ప్రధానమంత్రిగా నెహ్రూ విజయాలు (1947-1964)

దేశ విభజన అనంతరం, స్వతంత్ర భారతావని తొలి ప్రధానిగా జవహర్‌లాల్‌నెహ్రూ 1947లో బాధ్యతలు స్వీకరించాడు. భారత స్వాతంత్ర సమర నాయకుడైన గాంధీజీకి నమ్మిన బంటైన నెహ్రూ అతని ఎంపికన్నది సత్యం. భారత జాతీయోద్యమంలో క్రీ.శ. 1920-1947 మధ్యకాలంలో గాంధీజీ నేతృత్వంలో జరిగిన అన్ని ఉద్యమాల్లో నెహ్రూ పటేల్, అంబేద్కర్, వినోబా బావేలతో కలిసి పాల్గొన్నాడు. అహింస, సత్యాగ్రహం సిద్ధాంతంలో నెహ్రూ పూర్తి విశ్వాసాన్ని వ్యక్తం

జవహర్‌లాల్ నెహ్రూ

చేసాడు. అత్యంత ప్రతిభావంతుడు, ఆగర్భవంతుడు, మంచివక్త, విద్యావేత్తయైన నెహ్రూ ప్రజల అభిమానం పొందాడు. క్రీ.శ. 1947-1951 దేశ ఇంట్రిమ్ గవర్నమెంట్ అధినేతగా దేశ ఆర్థిక వ్యవస్థను సరైనమార్గంలో నడిపాడు. 1952వ సంవత్సరంలో జరిగిన తొలి లోక్‌సభ ఎన్నికల్లో కాంగ్రెస్‌పార్టీకి అత్యధిక మెజారిటీతో గెలిపించాడు. భారతదేశ ప్రధానిగా నెహ్రూ ప్రణాళిక రచన, వ్యవసాయంగా సంస్కరణలు, నీటిపారుదల ప్రాజెక్టుల నిర్మాణం, పారిశ్రామిక విధానం, దౌత్య సంబంధాలు, శాంతిభద్రతలు, దేశ విభజన అనంతరం తలెత్తిన సమస్యలను పరిష్కరించడంలో సఫలీకృతుడైనాడు. చైనా దేశాధినేత చౌ-ఎన్-లైతో 'పంచశీల' సూత్రాలపై సంతకంచేసి సరిహద్దులో శాంతిని నెలకొల్పాడు. 'అలీన విధానాని'కి పునాదులు వేసాడు. కొత్తగా స్వాతంత్ర్యంపొందిన దేశాలను, వాటి సార్వభౌమాధికారాన్ని, ప్రజల ఆశయాలను కాపాడడానికి, అమెరికా, రష్యాల పెత్తనం బారిన పడకుండ అలీన విధానాన్ని తీర్చిదిద్దాడు. ఐక్యరాజ్యసమితిలో క్రియాశీలక, నిర్మాణాత్మక పాత్రను పోషించాడు.

మానవహక్కుల పరిరక్షణకై, బానిసవ్యవస్థ రద్దుకై, భూస్వామ్యవ్యవస్థ, జమీందారీ వ్యవస్థ, బాలకార్మిక వ్యవస్థ రద్దుకై కృషిచేసాడు. అణ ఆయుధాల ఉత్పత్తిని వ్యతిరేకించాడు. అమెరికా-రష్యాల ఆధిపత్యాన్ని తగ్గించడానికి అలీన ఉద్యమనేతగా నెహ్రూచేసిన కృషి అందరి ప్రసంసలు పొందినది. నెహ్రూ హయాంలో అనేక బహుళార్థక సాధక ప్రాజెక్టులు నిర్మించబడ్డాయి. దేశంలో నూతన సైంటిఫిక్ విద్యా వికాసానికి పునాదులు వేసాడు. ఇతని కాలంలోనే ఆల్ ఇండియా ఇన్‌స్టిట్యూట్ ఆఫ్ మెడికల్ సైన్సెస్, ఇండియన్ ఇన్‌స్టిట్యూట్ ఆఫ్ టెక్నాలజీ, ఇండియన్ ఇన్‌స్టిట్యూట్ ఆఫ్ మానేజ్‌మెంట్ నెలకొల్పబడ్డాయి. గ్రామస్థాయి నుంచి ఉచిత, నిర్బంధ ప్రైమరీ విద్యాభోదనకు పునాదులు వేసాడు. వయోజన విద్యాకేంద్రాలు, ఒకేషనల్, టెక్నికల్ స్కూళ్లు నెలకొల్పాడు. తన సుధీర్ఘ పరిపాలనా కాలంలో (1947-1964) దేశంలోని అన్నివర్గాల, ప్రాంతాల, రంగాల అభివృద్ధికి అహర్నిశలు శ్రమించిన నెహ్రూ 'ఆధునిక భారత నిర్మాత'గా చరిత్రలో శాశ్వతకీర్తిని సంపాదించుకున్నాడు. ఇతని కాలంలో రాజ్యాంగంలోని ప్రాథమిక హక్కులు, బాధ్యతలు అందరు గుర్తించారు. అతని మంత్రివర్గం సమర్థతకు నిజాయితీకి పేరు గడించింది. క్రీ.శ. 1964లో నెహ్రూ మరణించాడు.

ఉపయుక్త గ్రంథాలు

1. A.R. Desai - Social Background of Indian Nationalism

2. Anil Seal - Emergence of Indian Nationalism

3. Bipin Chandra - Modern India

4. Bipin Chandra & Others - India's Struggle for Independence

5. Eric Stokes - The peasant and the Raj

6. G.S. Sardesai - New History of the Maratas

7. Irfan Habib - Agrarian Systems Under the Mughals

8. Iswari Prasad - Mediaeval India

9. Judith M. Brown - Modern India

10. K.A. Nilakanta Sastri - History of India Vol.I, II and III

11. Majumdar, R.C. (Ed.) - Bharatiya Vidya Bhavan Series Vol. VII to Vol.X

12. Majumdar, R.C. - History of the Freedom Movement in India 3 Vol.

13. Manjumdar, Roy Chaudari & Datta - Advanced History of India

14. Mehrotra S.R. - Towards India's Freedom & Partition

15. Perciral spear - History of India Vol. II

16. P.E. Roberts - History of British India

17. R.C. Dutt - Economic History of India, Vol-I&II

18. Rizvi - The wonder that was India-Vol.II

19. Sharma S.R. - The Mughal Empire in India

20. Sharma L.P. - The Mughal Empire

21. Satish Chandra - Mediaeval India

22. Sumit Sarkar - Modern India

23. Sarkar, J.N. - History of Aurangazeb, Fall of Mughal Empire Shivaji, and his times

24. Smith, V.A. - Oxford Hisotry of India

25. S. Upender Singh - History of ancient and early medieval India. Comprehensive History of India, Relvent Volumes

26. S. Gopal - Jawaharlal Nehru – A Biography.

27. Tarachand - History of freedom Movement in India

28. Thomson & Garett - Rise and Fulfillment of British Rule in India

29. Tripati R.P. - Rise and Fall of the Mughal Empire

30. V.P. Menon - Transfer of power

31. Y. Vaikuntam (ed) - People's movements in the princely states

32. భారతదేశ చరిత్ర-సంస్కృతి క్రీ.శ.1526-1964 - ఆచార్య పాటిబండ ఝాన్సీలక్ష్మి & ఆచార్య అళ్ళాడి వైదేహి కృష్ణమూర్తి (తెలుగు అకాడమి - 1982)

33. భారతదేశ సామాజిక-ఆర్థిక చరిత్ర (1757-1947)
ఆచార్య సరోజిని రేగాని & ఆచార్య వి. రామకృష్ణారెడ్డి (తెలుగు అకాడమి - 2002)

34. భారత స్వతంత్ర పోరాటం (ఇండియన్ స్ట్రగుల్ ఫర్ ఇండిపెండెన్స్ (1857-1947)
రావెల సాంబశివరావు, కె. చక్రపాణి, కె. కేశవ రెడ్డి (ప్రజాశక్తి బుక్‌హౌస్ -2006)
బిపిన్ చంద్ర, మృదులా ముఖర్జీ, ఆదిత్య ముఖర్జీ, కె.ఎన్.పణిక్కర్, సుచేతా మహాజన్

BABUR'S KINGDOM OF KABUL
KASHMIR
PANJAB
THE LANGAH KINGDOM OF MULTAN
SULTANATE OF DELHI
THE RAJPUT CONFEDERACY UNDER RANA SANGA OF MEWAR
THE ARGHUN KINGDOM OF SIND
BIHAR
BUNDELKHAND
MALWA
BENGAL
GUJARAT
KHANDESH
GONDWANA
BERAR
AHMADNAGAR
BIDAR
GOLCONDA
ORISSA
BIJAPUR
VIJAYANAGAR
Cochin
INDIA
ON THE EVE OF
BABUR'S INVASION
(1525)
The Lodi Kingdom
Approximate Boundaries

GONDWANA
GOLCONDA

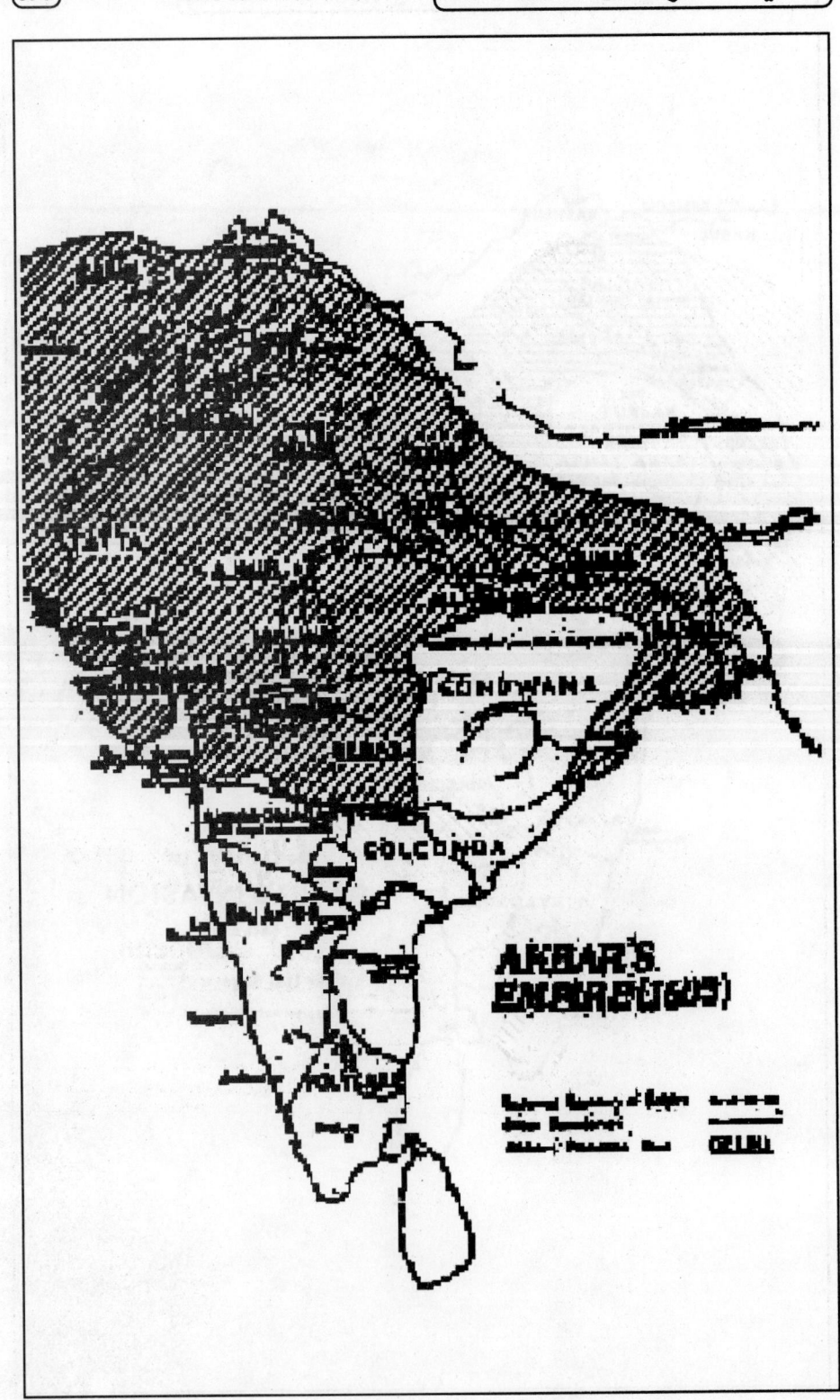

AURANGAZEB'S EMPIRE (1699).
&
Early European Settlements
RAJPUTS
JATS
MARATHAS
POLYGARS
Panipat
Delhi
Agra
Allahabad
Patna
R. Indus
Surat
Daman (Portuguese)
Bassein (Portuguese)
Bombay (British)
Diu Is. (Portuguese)
Goa (Portuguese)
Calicut
Cochin (Dutch)
Pulicat (Dutch)
Madras (British)
Sadras (Dutch)
Pondicherry (French)
Tranquebar (Danish)
Negapatam (Dutch)
Chandernagore (French)
Calcutta (British)
Tributary Chiefs of Gondwana
Approximate Boundaries
European Settlements, thus – Madras (British)
In Revolt – RAJPUTS

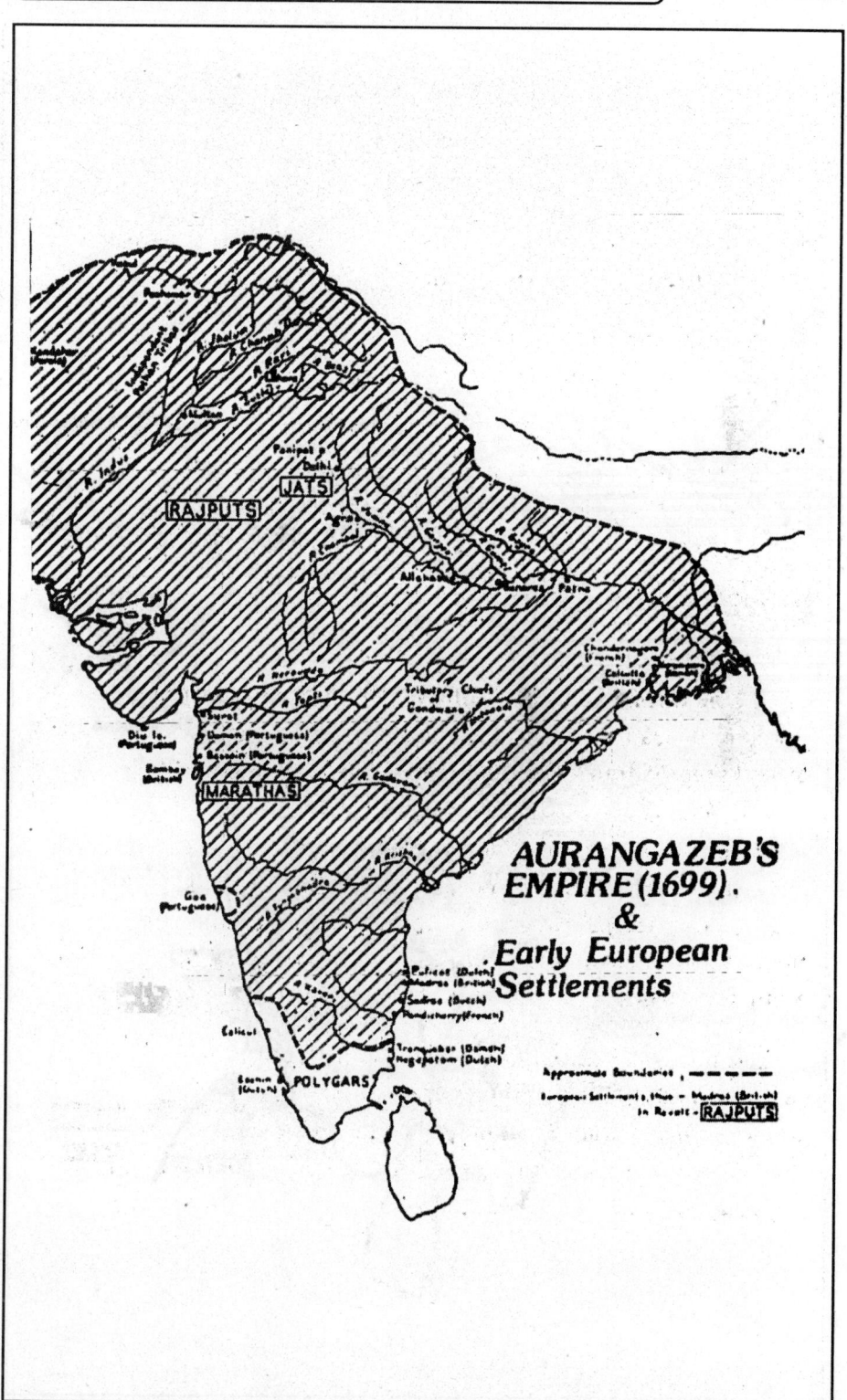

Shivaji's Kingdom (1680)
Sivaji's Territories
Maharashtra
MAHARASHTRA
SATPURA RANGE
Cambay
Daman
Ratnagiri
Gheria
Goa
Burhanpur
Nagpur
Bijapur
Kalyan
Bellary
Kolar
Madras
Mysore
Pondicherry
Porto Novo
Calicut
Trichinopoly
Tanjore
Cochin
Madura
Quilon
CEYLON

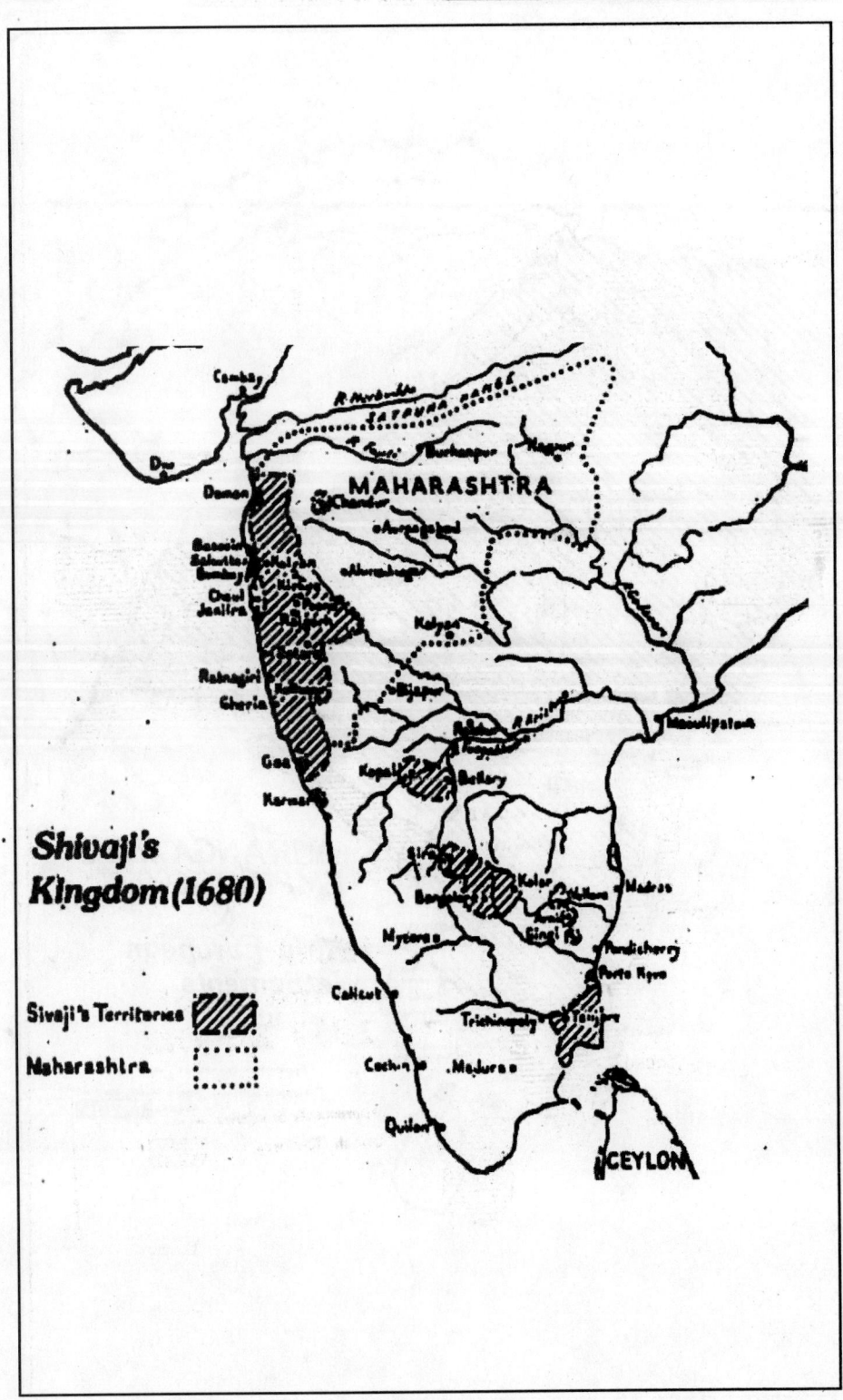

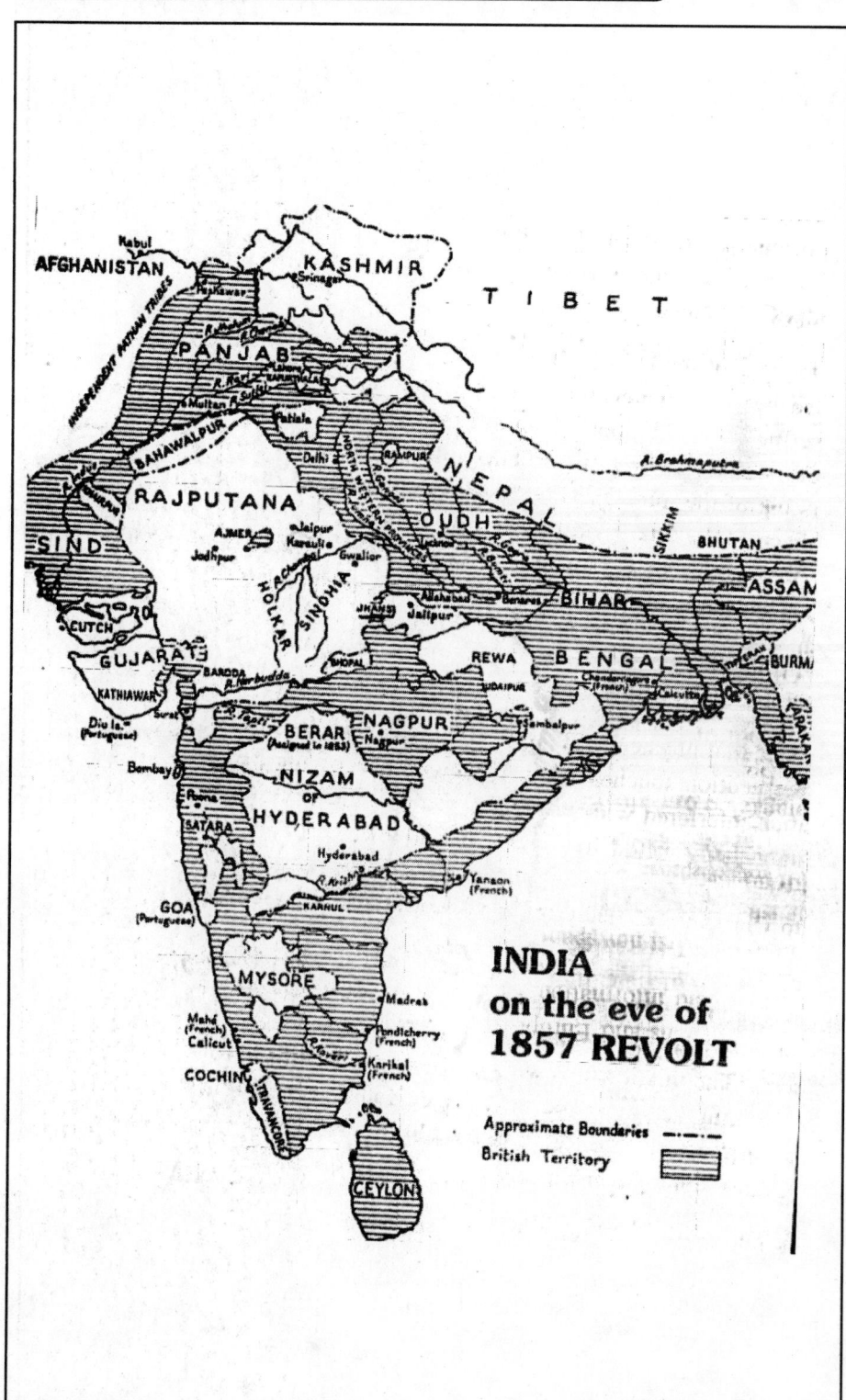

INDIA
on the eve of
1857 REVOLT

Approximate Boundaries
British Territory